ಕವಲು

ಕಾನಿಸ್ಟೇಬಲ್ ನಂಜುಂಡೇಗೌಡ ಮುಗುಳ್ನಕ್ಕ. ಹಳ್ಳಿಯ ಅಭ್ಯಾಸದ ಅವನ ನಗೆಯಲ್ಲಿ ಮುಗುಳು ಮತ್ತು ಗಟ್ಟಿ ನಗೆಗಳ ವ್ಯತ್ಯಾಸ ಹೆಚ್ಚು ಗೊತ್ತಾಗಲಿಲ್ಲ. 'ಯಾಕೆ ನಗ್ತೀರ?' ಕಂಬಿಗಳ ಒಳಗಿದ್ದ, ಬಿ.ಇ. ಓದಿ ಉದ್ಯಮಪತಿಯಾದ ಇವನು ಕೇಳಿದ.

'ಓದಿದ ಗಂಡಸರೆಲ್ಲ ಎಂಗಸರಾಯ್ತಾರೆ. ಓದಿದ ಎಂಗಸರೆಲ್ಲ ಗಂಡಸರಾಯ್ತಾರೆ,' ಎಂದು ಅವನು ಈಗ ಗಟ್ಟಿಯಾಗಿ ನಕ್ಕ.

* * *

'ಯು ಆರ್ ಮೈ ಕಸಿನ್,' ಬೆಂಗಳೂರಿನ ಅವಳು ಹಳ್ಳಿ ಮನೆಯ ಹಿತ್ತಿಲಿನ ಪರಂಗಿ ಗಿಡದ ಹತ್ತಿರ ಅವನನ್ನು ಮಾತ ನಾಡಿಸಿದಳು.

'ನಿನಗೆ ಯಾರು ಇಂಗ್ಲಿಷ್ ಹೇಳಿಕೊಟ್ಟೋರು?' ಅವನು ಒರಟಾಗಿ ಕೇಳಿದ, ಅವಳ ಸ್ಕೂಲಿನ ಯಾವ ಮಿಸ್ಸಿಗೂ ಇಲ್ಲದ ಒರಟಿನಿಂದ. ಇವನೇನು ನನಗೆ ಟೀಚರ್ರಾ ಎಂದು ಅವಳಿಗೆ ರೇಗಿತು.

'ನನ್ನ ಮಿಸ್ಸು. ನನ್ನ ಮಮ್ಮಿ. ನನ್ನ ಮಮ್ಮಿ ಇಂಗ್ಲಿಷ್ ರೀಡರ್.'

'ಸರಿಯಾಗಿ ತಿಳಕ. ನಾನು ನಿನಗೆ ಕಸಿನ್ ಅಲ್ಲ. ಬ್ರದರ್. ಅಂದರೆ ಅಣ್ಣ. ನೀನು ನನಗೆ ಸಿಸ್ಟರ್. ಅಂದರೆ ತಂಗಿ,' ಎಂದ.

'ಆದರೆ ನನ್ನ ಡ್ಯಾಡಿ ಮಮ್ಮಿ ಬೇರೆ. ನಿನ್ನ ಅಪ್ಪ ಅಮ್ಮ ಬೇರೆ,' ಅವಳ ಅನುಮಾನ ಬಗೆಹರಿಯಲಿಲ್ಲ.

'ಬೇರೆ ಆದರೇನು? ನಿಮ್ಮಪ್ಪ ನಮ್ಮಪ್ಪನಿಗೆ ಅಣ್ಣ. ನೀನು ನನಗಿಂತ ಚಿಕ್ಕೋಳು. ಆದ್ದರಿಂದ ನಾನು ನಿನಗೆ ಅಣ್ಣ. ನಿನಗೆ ಇಂಗ್ಲಿಷ್ ಹೇಳಿಕೊಟ್ಟೋರಿಗೆ ಬುದ್ಧಿ ಇಲ್ಲ,' ಅವನು ಮೇಷ್ಟರಗಿರಿ ಮಾಡಿದ.

* * *

ಭಾರತೀಯ ಸಮಾಜದಲ್ಲಿ ಕವಲುದಾರಿ ಹಿಡಿಯುತ್ತಿರುವ ಮೌಲ್ಯಗಳನ್ನು ಹೃದಯ ಕಲಕುವಂತೆ ಶೋಧಿಸುತ್ತಾ ಸಮಕಾಲೀನ ಜೀವನಕ್ಕೆ ಕನ್ನಡಿಯಾಗಿರುವ ಕಾದಂಬರಿ ಇದು.

'ಸಾಹಿತ್ಯ ಭಂಡಾರ'ದ ೬೧ನೇ ವರುಷದ ಪ್ರಕಟಣೆ

ಭೈರಪ್ಪನವರ ಕೃತಿಗಳು

ಕತೆ, ಕಾದಂಬರಿಗಳು

ಗತಜನ್ಮ (೧೯೫೫) ಮತ್ತೆರಡು ಕತೆಗಳು
ಭೀಮಕಾಯ: ೧೯೫೮
ಬೆಳಕು ಮೂಡಿತು: ೧೯೫೯
ಧರ್ಮಶ್ರೀ: ೧೯೬೧
ದೂರ ಸರಿದರು: ೧೯೬೨
ಮತದಾನ: ೧೯೬೫
ವಂಶವೃಕ್ಷ: ೧೯೬೫
ಜಲಪಾತ: ೧೯೬೭
ನಾಯಿ–ನೆರಳು: ೧೯೬೮
ತಬ್ಬಲಿಯು ನೀನಾದೆ ಮಗನೆ: ೧೯೬೮
ಗೃಹಭಂಗ: ೧೯೭೦
ನಿರಾಕರಣ: ೧೯೭೧
ಗ್ರಹಣ: ೧೯೭೨
ದಾಟು: ೧೯೭೩
ಅನ್ವೇಷಣ: ೧೯೭೬
ಪರ್ವ: ೧೯೭೯
ನೆಲೆ: ೧೯೮೩
ಸಾಕ್ಷಿ: ೧೯೮೬
ಅಂಚು: ೧೯೯೦
ತಂತು: ೧೯೯೩
ಸಾರ್ಥ: ೧೯೯೮
ಮಂದ್ರ: ೨೦೦೨
ಆವರಣ: ೨೦೦೭
ಕವಲು: ೨೦೧೦
ಯಾನ: ೨೦೧೪
ಉತ್ತರ ಕಾಂಡ: ೨೦೧೭

ಆತ್ಮವೃತ್ತಾಂತ

ಭಿತ್ತಿ: ೧೯೯೬

ಸಾಹಿತ್ಯ ಚಿಂತನ ಗ್ರಂಥಗಳು

ಸಾಹಿತ್ಯ ಮತ್ತು ಪ್ರತೀಕ: ೧೯೬೬
ಸತ್ಯ ಮತ್ತು ಸೌಂದರ್ಯ: ೧೯೬೭
ಕಥೆ ಮತ್ತು ಕಥಾವಸ್ತು: ೧೯೭೯
ನಾನೇಕೆ ಬರೆಯುತ್ತೇನೆ?: ೧೯೮೦
ಸಂದರ್ಭ : ಸಂವಾದ: ೨೦೧೧
ಸಾಕ್ಷಿ ಪರ್ವ: ೨೦೧೯
ಚಿಂತನ ಮಂಥನ: ೨೦೧೯

ನೂರಮೂವತ್ತೊಂದನೇ ಪ್ರಕಟಣೆ:

ಕವಲು

ಎಸ್.ಎಲ್. ಭೈರಪ್ಪ

ಸಾ ಹಿ ತ್ಯ ಭಂ ಡಾ ರ

ಜಂಗಮಮೇಸ್ತ್ರಿ ಗಲ್ಲಿ, ಬಳೇಪೇಟೆ

ಬೆಂಗಳೂರು: ೫೬೦ ೦೫೩

೦೮೦-೨೨೮೭ ೭೬೧೮

ಸಾಹಿತ್ಯ ಭಂಡಾರ ಪ್ರಕಾಶನ
'ಗೋ-ಸತ್ಯ', ೧೭೪/೭೫, ೧ನೇ ಮೇನ್,
ಸಾರ್ವಭೌಮನಗರ, ಚಿಕ್ಕಲ್ಲಸಂದ್ರ,
ಬೆಂಗಳೂರು: ೫೬೦ ೦೬೧
೯೪೮೧೬ ೦೪೪೩೫
www.sahithyabhandara.com

ಮೊದಲ ಮುದ್ರಣ: ೨೫-೬-೨೦೧೦
ಎರಡನೇ ಮುದ್ರಣ: ೨೮-೬-೨೦೧೦
ಮೂರನೇ ಮುದ್ರಣ: ೩೦-೬-೨೦೧೦
ನಾಲ್ಕನೇ ಮುದ್ರಣ: ೦೨-೭-೨೦೧೦
ಐದನೇ ಮುದ್ರಣ: ೦೮-೭-೨೦೧೦
ಆರನೇ ಮುದ್ರಣ: ೧೩-೭-೨೦೧೦
ಏಳನೇ ಮುದ್ರಣ: ೧೯-೭-೨೦೧೦
ಎಂಟನೇ ಮುದ್ರಣ: ೨೯-೭-೨೦೧೦
ಒಂತ್ತನೇ ಮುದ್ರಣ: ೦೯-೮-೨೦೧೦
ಹತ್ತನೇ ಮುದ್ರಣ: ೨೩-೮-೨೦೧೦
ಹನ್ನೊಂದನೇ ಮುದ್ರಣ: ೧-೯-೨೦೧೦
ಹನ್ನೆರಡನೇ ಮುದ್ರಣ: ೮-೯-೨೦೧೦
ಹದಿಮೂರನೇ ಮುದ್ರಣ: ೨೭-೧೦-೨೦೧೦
ಹದಿನಾಲ್ಕನೇ ಮುದ್ರಣ: ೯-೧೧-೨೦೧೦
ಹದಿನೈದನೇ ಮುದ್ರಣ: ೯-೧೨-೨೦೧೦
ಹದಿನಾರನೇ ಮುದ್ರಣ: ೧-೨-೨೦೧೧
ಹದಿನೇಳನೇ ಮುದ್ರಣ: ೨೪-೨-೨೦೧೧
ಹದಿನೆಂಟನೇ ಮುದ್ರಣ: ೨೦೧೧
ಹತ್ತೊಂಬತ್ತನೇ ಮುದ್ರಣ: ೨೦೧೧
ಇಪ್ಪತ್ತನೇ ಮುದ್ರಣ: ೨೦೧೧
ಇಪ್ಪತ್ತೊಂದನೇ ಮುದ್ರಣ: ೨೦೧೨
ಇಪ್ಪತ್ತೆರಡನೇ ಮುದ್ರಣ: ೨೦೧೨
ಇಪ್ಪತ್ಮೂರನೆ ಮುದ್ರಣ: ೨೦೧೨
ಇಪ್ಪತ್ನಾಲ್ಕನೇ ಮುದ್ರಣ: ೨೦೧೩
ಇಪ್ಪತ್ತೈದನೇ ಮುದ್ರಣ: ೨೦೧೩
ಇಪ್ಪತ್ತಾರನೇ ಮುದ್ರಣ: ೨೦೧೪
ಇಪ್ಪತ್ತೇಳನೇ ಮುದ್ರಣ: ೨೦೧೪
ಇಪ್ಪತ್ತೆಂಟನೇ ಮುದ್ರಣ: ೨೦೧೫
ಇಪ್ಪತೊಂಬತ್ತನೇ ಮುದ್ರಣ: ೨೦೧೫
ಮೂವತ್ತನೇ ಮುದ್ರಣ: ೨೦೧೫
ಮೂವತ್ತೊಂದನೇ ಮುದ್ರಣ: ೨೦೧೬
ಮೂವತ್ತೇರಡನೇ ಮುದ್ರಣ: ೨೦೧೭
ಮೂವತ್ತಮೂರನೇ ಮುದ್ರಣ: ೨೦೧೮
ಮೂವತ್ನಾಲ್ಕನೇ ಮುದ್ರಣ: ೨೦೧೮
ಮೂವತ್ತೈದನೇ ಮುದ್ರಣ: ೨೦೧೯
ಮೂವತ್ತಾರನೇ ಮುದ್ರಣ: ೨೦೨೦
ಮೂವತ್ತೇಳನೇ ಮುದ್ರಣ: ೨೦೨೧
ಮೂವತ್ತೆಂಟನೇ ಮುದ್ರಣ: ೨೦೨೧
ಮೂವತ್ತೊಂಬತ್ತನೇ ಮುದ್ರಣ: ೨೦೨೨
ನಲವತ್ತನೇ ಮುದ್ರಣ: ೨೦೨೩
ನಲವತ್ತೊಂದನೇ ಮುದ್ರಣ: ೨೦೨೩
ನಲವತ್ತೆರಡನೇ ಮುದ್ರಣ: ೨೦೨೪
ನಲವತ್ಮೂರನೇ ಮುದ್ರಣ: ೨೦೨೫

ಹಕ್ಕುಗಳು: ಎಸ್.ಎಲ್. ಭೈರಪ್ಪ
ಮುಖಚಿತ್ರ: ಚಂದ್ರನಾಥ ಆಚಾರ್ಯ
ಅಕ್ಷರ: ಸಾಹಿತ್ಯ ಡಿ.ಟಿ.ಪಿ. ಬೆಂಗಳೂರು. ಮೊಬೈಲ್: ೯೪೪೯೬ ೯೫೫೮೬

ಲಕ್ಷ್ಮೀ ಮುದ್ರಣಾಲಯ
LAKSHMI MUDRANALAYA
ISO 9001-2000
ಚಾಮರಾಜಪೇಟೆ, ಬೆಂಗಳೂರು-೧೮
ದೂರವಾಣಿ : ೨೬೬೧ ೩೧೨೩, ೨೬೬೧ ೮೭೫೨

ಓದುವ ಮುನ್ನ

೫-೭-೨೦೦೮ರಂದು ಆರಂಭಿಸಿ ಸುಮಾರು ಮೂರು ತಿಂಗಳಿನಲ್ಲಿ ಮುಗಿಸಿದ ಈ ಕಾದಂಬರಿಯ ಮೊದಲ ಪರಿಜನ್ನು ಬಿ.ಎಸ್. ಚಂದ್ರಶೇಖರ್ ಮತ್ತು ಶತಾವಧಾನಿ ಗಣೇಶರು ಓದಿ ಚರ್ಚಿಸಿದರು. ೨೦೦೯ರ ಅಕ್ಟೋಬರ್‌ನಲ್ಲಿ ಶುರು ಮಾಡಿ ಡಿಸೆಂಬರ್ ಮಧ್ಯಭಾಗದಲ್ಲಿ ಪೂರ್ತಿ ಮಾಡಿದ ಎರಡನೆಯ ಸ್ವರೂಪವನ್ನು ಶತಾವಧಾನಿಗಳು ಓದಿ ವಿಶ್ಲೇಷಿಸಿದರು.

ಕೆಲವು ಕಾದಂಬರಿಗಳಿಗೆ ಹೆಸರು ಸುಲಭವಾಗಿ ಹೊಳೆದಿವೆ. ಕೆಲವು ಸತಾಯಿಸಿವೆ. ಇದಕ್ಕೆ ನಾಮಕರಣ ಮಾಡಿದವರು ಶತಾವಧಾನಿಗಳೇ.

ಈ ಇಬ್ಬರಿಗೂ ನಾನು ಆಭಾರಿ.

–ಎಸ್.ಎಲ್. ಭೈರಪ್ಪ

ಅಧ್ಯಾಯ ೧

೧

ನಾನು ಲಾಕಪ್ಪಿನೊಳಗೆ ಬಂದು ಬೀಳುವುದೆಂದರೆ ಯಾವ ರೀತಿಯ ನ್ಯಾಯ? ಒಂದೇ ಸಮನೆ ಕಿತ್ತು ತಿನ್ನುವ ಸೊಳ್ಳೆಗಳು. ಶಟೆ ಅಂತ ಪೂರ್ತಿ ತೋಳಿನ ಷರಟು ಹಾಕಿರಲಿಲ್ಲ. ಕಾಲುಚೀಲ ಶೂಗಳನ್ನೂ ಹಾಕದೆ ಪ್ಯಾಂಟು ಅರ್ಧತೋಳಿನ ಸ್ಲ್ಯಾಕ್ ಧರಿಸಿ ಕಾಲಿಗೆ ಚಪ್ಪಲಿ ಮೆಟ್ಟಿ ನಾನೇ ಕಾರು ನಡೆಸಿಕೊಂಡು, ರಾತ್ರಿ ಎಂಟು ಗಂಟೆಯಾಯಿತು, ನೀನಿನ್ನು ಮನೆಗೆ ಹೋಗು ಅಂತ ಡ್ರೈವರನ್ನು ಕಳಿಸಿದ್ದೆನಲ್ಲ, ನಾನೇ ಡ್ರೈವ್ ಮಾಡಿಕೊಂಡು ಸ್ಟೇಷನ್ನಿಗೆ ಬಂದರೆ, ಇಬ್ಬರು ಕಾನಿಸ್ಟೇಬಲ್‌ಗಳು, ಗಂಡು ಕಾನ್‌ಸ್ಟೇಬಲ್‌ಗಳು, ಕಾನ್‌ಸ್ಟೇಬಲ್ ಅಂದರೆ ಗಂಡಸೇ ಸಮವಸ್ತ್ರದ ಒಳಗೆ ಹೆಣ್ಣು ದೇಹವಿದ್ದರೂ 'ಸರ್, ಜಯಂತಿ ಹೈಪ್ರಿಸಿಶನ್ ಕಂಪನಿಯ ಛೇರ್‌ಮನ್, ಎಂ.ಡಿ. ಜಯಕುಮಾರ್ ಸಾಹೇಬರು ತಾವೇ ಅಲ್ಲವೆ?' ಅದೆಂಥ ವಿನಯ! ಪೋಲೀಸರು, ಅದರಲ್ಲೂ ಭಾರತದ ಪೋಲೀಸರು ಅದೂ ನಮ್ಮಂಥ ವಿದ್ಯಾವಂತ ಅಥವಾ ಉದ್ಯಮಿಗಳ ಜೊತೆ ಶುರುವಿನಲ್ಲಿ, ಮಲ್ಲೇಸ್ವರ ಮಹಿಳಾ ಪೋಲೀಸ್ ಠಾಣೆಯ ಇನ್ಸ್‌ಪೇಟರು ನಿಮ್ಮನ್ನ ಕರ್ಕ ಬಾ ಅಂತ ಕಳಿಸಿದಾರೆ, ನನಗೇನ್ರಯ್ಯ ನಿಮ್ಮ ಸ್ಟೇಶನ್ನಿಗೆ ಬರುವಂಥದು? ನಾನ್ಯಾಕೆ ಬರಲಿ? ಅವನ್ನೆಲ್ಲ ಮೊದಲು ಒಂದು ಅಫ಼ಿಶಿಯಲ್ ಕಾಗದದಲ್ಲಿ ಬರೆದುಕಳಿಸಿ ಅಂತ ಹೇಳಿ ನಿಮ್ಮ ಇನ್ಸ್‌ಪೆಕ್ಟರಿಗೆ, ಸಾರ್ ಕ್ರಿಮಿನಲ್ ಕಂಪ್ಲೇಂಟ್ ದಾಖಲಾಗಿರುವಾಗ ಸ್ಟೇಶನ್ನಿಗೆ ಬರುಲ್ಲ ಅನ್ನೊ ಹಂಗಿಲ್ಲ, ಬರದೆ ಇದ್ದರೆ ದಬಾಯಿಸಿ ಎಳಕ ಬರ್‍ರಿ ಅಂತ ಹುಕುಂ ಆಗಿದೆ. ತಕ್ಷಣ ಒಬ್ಬ ಲಾಯರಿಗೆ ಫ಼ೋನ್ ಮಾಡಿ ಜೊತೇಲಿ ಕರಕಂಡು ಬರಬೇಕು ಅನ್ನೂದು ಹೊಳೀಲಿಲ್ಲ. ನನಗೆಂಥ ಹೆದರಿಕೆ ಒಂದೇ ಒಂದು ಕಾನೂನಿನ ನಿಯಮ ಅಧಿನಿಯಮಾನೂ ಮುರಿದಿಲ್ಲ ನಾನು, ಕಂಪನಿಯ ಲೆಕ್ಕ ಪತ್ರ ಮುಂಗಡ ಟ್ಯಾಕ್ಸ್ ಎಲ್ಲದರಲ್ಲೂ ಶುದ್ಧ ಪ್ರಾಮಾಣಿಕತೆಯಿಂದ ನಡೆಯುತ್ತಾ ಯಾವ ಭಾಗದಲ್ಲೂ ಸುಳ್ಳು ಲೆಕ್ಕವಿಡದೆ ಟ್ಯಾಕ್ಸ್ ಇಲಾಖೆಯವರಿಗೆ ಸಹ ಒಂದು ಕಾಸೂ ಲಂಚ ಕೊಡದೆ ವ್ಯವಹಾರ ನಡೆಸುವ ನನಗೆ, ಕಾರನ್ನೇನಾದರೂ ಡ್ರೈವರು ಅಪಘಾತ ಮಾಡಿ ಯಾರಿಗಾದರೂ ಪೆಟ್ಟಾಗಿ ಕಂಪ್ಲೇಂಟು ಹೋಗಿ, ಸಾರ್ ನಿಧಾನ ಮಾಡಬಾರದು, ನಾನೇ ಚಪ್ಪಲಿ ಮೆಟ್ಟಿ ಡ್ರೈವ್ ಮಾಡಿಕೊಂಡು ಗಂಡು ಪೋಲೀಸರಿಬ್ಬರೂ ನನ್ನ ಅನುಮತಿಯನ್ನೂ

ಕೇಳದೆ ಹಿಂಬದಿಯ ಸೀಟಿಗೆ ನುಗ್ಗಿ ಸಾರ್ ನೀವೇ ಡ್ರೈವ್ ಮಾಡ್ತೀರಲ ಡ್ರೈವರ್ ಮಡೀ ಕಂಡಿಲ್ಲವಾ ಭಾಳಾ ಚನ್ನಾಗಿದೆ ಕಾರು ರವಷ್ಟು ಎ.ಸಿ. ಹಾಕಿಬಿಡಿ ಟಯೋಟಾ ಲಕ್ಷುರಿ ಎಷ್ಟು ಬಿತ್ತು ಸಾರ್ ಹತ್ತು ಲಕ್ಷವಾ ಕಾರು ತಮ್ಮ ಸ್ವಂತದ್ದೇ ಎಂಬಂತೆ ನುಗ್ಗಿ ಕೂರುವ ಪೇದೆಗಳು ಸ್ಟೇಶನ್ನಿನ ಬಾಗಿಲನ್ನು ಪ್ರವೇಶಿಸುವಾಗಲೇ ಹೊಟ್ಟೆ ತೊಳಸಿ ಶರೀರದ ತೋಲನ ತಪ್ಪುವಂತಹ ಇರಸುಮುರಿಸು. ಪೋಲೀಸು ಸ್ಟೇಷನ್ ಅಂದರೇ ಹೀಗೆ ಜನಸ್ನೇಹಿ ಅಂತ ಭಾಷಣ ಮಾಡ್ತಾರೆ ಇದು ಮಹಿಳಾ ಠಾಣೆ ದ್ವಾರಪಾಲಕಿ ಸ್ವಾಗತಕಾರಿಣಿ ದಫ್ಫೇದಾರ್ ಯಾರನ್ನ ನೋಡಬೇಕಿತ್ತು. ನನಗೆ ಗೊತ್ತಿಲ್ಲ ಇಬ್ಬರು ಕಾನಿಸ್ಟೇಬಲ್‌ಗಳು ಮನೆಗೆ ಬಂದು ಕರೆದರು. ಹಾಗಿದ್ದರೆ ಇನ್‌ಸ್ಪೆಟರು ಒಳಗೆ ನಡೀರಿ ತಡೀರಿ ನಾನು ಕೇಳಿ ಬರ್ತೀನಿ. ಹೂಂ ನಡೀರಿ ಒಳಗೆ ಬಂದವರಿಗೆ ಕುಳಿತುಕೊಳ್ಳಿ ಅನ್ನುವ ಕೈಯಿಂದ ಕುರ್ಚಿ ತೋರಿಸುವ ಆ ದಡೂತಿ ಸಮವಸ್ತ್ರದೊಳಗಿನ ದಡೂತಿ ಶರೀರವನ್ನು ಎರಡು ಅಂಗುಲವಾದರೂ ಮೇಲೆ ಎತ್ತಿ ಸ್ವಾಗತಿಸುವ ಸೌಜನ್ಯವಾಗಲಿ ಗಂಡಸರಿಗಿಂತ ಹೆಂಗಸರು ಹುಟ್ಟಿನಿಂದಲೇ ಸೌಜನ್ಯಶೀಲೆಯರು ಅಂತ ಭಾಷಣ ನಮಸ್ಕಾರ ಮೇಡಮ್ ಅಂತ ನಾನೇ ಅವಳ ಮೇಜಿನ ಎದುರಿನ ಕುರ್ಚಿ ಎಳಕೊಂಡು ಗಂಡುಮುಖ ನನ್ನ ಕೂದಲಿಗಿಂತ ತುಂಡಾದ ಕಪ್ಪು ಬಣ್ಣ ಹಾಕಿದ ಕ್ರಾಪ್‌ಕಟ್ ಖಾಲಿ ಹಣೆ ಬೋಳುಕಿವಿ ಖಾಕಿ ಪ್ಯಾಂಟು ಬಿಗಿಯಾಗಿ ಹಿಸುಕಿ ಚಪ್ಪಟೆ ಮಾಡಿದಂತೆ ಎದೆಯನ್ನು ಸುತ್ತುವರೆದ ಖಾಕಿ ಕೋಟು ಉರಿಯುವ ದರ್ಪದ ಕಣ್ಣುಗಳು. 'ಕೂತ್ಕಳುಕ್ಕೆ ನಾನು ಪರ್ಮಿಶನ್ ಕೊಟ್ಟಿಲ್ಲ. ನೀವು ಪರ್ಮಿಶನ್ ಕೇಳಿಲ್ಲ', 'ಒಳಗೆ ಬಂದೋರಿಗೆ ಕೂತ್ಕೊಳಿ ಅಂತ ಮೊದಲು ಸೌಜನ್ಯ ತೋರಿಸಬೇಕಾದೋರು ನೀವು', 'ಏನಯ್ಯ ನಮಗೆ ಸೌಜನ್ಯದ ಪಾಠ ಹೇಳ್ತೀಯ. ಕ್ರಿಮಿನಲ್‌ಗಳಿಗೆ ಯಾವ ಠಾಣೇಲೂ ಸೌಜನ್ಯ ಸಿಕ್ಕಲ್ಲ' ಅಂತ ಗದರಿ, 'ಮೇಡಂ ನಿಮ್ಮನ್ನ ಮೇಡಂ ಅಂತ ಸೌಜನ್ಯ ದಿಂದಲೇ ಮಾತನಾಡಿಸಿದೀನಿ ನಾನೇನು ಕ್ರಿಮಿನಲ್ ಕೆಲಸ ಮಾಡಿರೂದು' ಅಂತ ಕುರ್ಚಿಯ ಮೇಲೆ ಕೂರಲು ಹೋಗಿ ಠಣ್ ಅಂತ ತನ್ನ ಮೇಜಿನ ಮೇಲಿದ್ದ ಗಂಟೆಯೊತ್ತಿ ಇಬ್ಬರು ದಡೂತಿ ಮಹಿಳಾ ಕಾನಿಸ್ಟೇಬಲ್‌ಗಳು ದಡದಡ ನುಗ್ಗಿ ಬಂದು ಇವನನ್ನ ಒಳಗೆ ಹಾಕಿ ಬೀಗ ಜಡೀರಿ ಒಬ್ಬೊಬ್ಬಳು ನನ್ನ ಒಂದೊಂದು ತೋಳಿಗೆ ತನ್ನ ಪಹಿಲ್ವಾನೀ ಕೈಯನ್ನು ತೂರಿ ಏನ್ರಮ್ಮ ನೀವು ಮಾಡ್ತಿರೂ ಕೆಲಸ ಈ ದೇಶದಲ್ಲಿ ನ್ಯಾಯ ನೀತಿ ಕಾನೂನು ಇಲ್ಲವಾ? ನನ್ನ ಲಾಯರನ್ನ ಕರೆಸ್ತೀನಿ ಒಂದು ಕ್ರಮ ಬೇಡವಾ ಅವಳು ಇನ್ನೊಮ್ಮೆ ಮೇಜದ ಮೇಲಿನ ಗಂಟೆಯೊತ್ತಿ ದಢದಢನೆ ಇನ್ನಿಬ್ಬರು ಕಾನಿಸ್ಟೇಬಲ್‌ಗಳು ಗಂಡಸರು ವೇಷದಲ್ಲೂ ಅದರೊಳಗಿನ ಶರೀರದಲ್ಲೂ ಮೊದಲು ಬಂದ ಇಬ್ಬರು ಹೆಂಗಸು ಕಾನಿಸ್ಟೇಬಲ್ ಗಳೇ ಸಾಕಾಗಿತ್ತು ನನ್ನನ್ನು ಈ ಒಳಗೆ ತಳ್ಳುಕ್ಕೆ ಈ ಇಬ್ಬರು ಗಂಡುಪೇದೆಗಳು ಯಾಕೆ ಬಂದವು ಇವರ ಸಹಾಯಕ್ಕೆ ಹಸುಗಳ ಸಹಾಯಕ್ಕೆ ಎತ್ತುಗಳಂತೆ ಇವರು ನನ್ನನ್ನ ಕೊಲ್ತಾರೆ. ನನಗೇನಾದರೂ ತೊಂದರೆಯಾದರೆ ನಿಮಗೆ ನೇಣುಗಂಬವಾಗುತ್ತೆ. ನನ್ನನ್ನ ಯಾರಂತ ತಿಳಕೊಂಡಿರಿ ಅಂತ ನಾನು ಗಟ್ಟಿಯಾಗಿ ಕಿರುಚಿಕೊಂಡರೂ ಗಾಬರಿಯಾಗಿ ಕಿರುಚಿಕೊಳ್ಳದೆ ಬೇರೆ ಏನೂ ತೋಚದೆ ನನ್ನನ್ನ ಯಾರು ಅಂತ ತಿಳಕೊಂಡಿರಿ ಇಂಡಸ್ಟ್ರಿಯ

ಲಿಸ್ಟ್ ಜಯಕುಮಾರ್ ಕಿರುಚಿದ್ದಕ್ಕೆ ಇರಬೇಕು ಎದ್ದು ಬಂದ ಮಹಿಳಾ ಇನ್‌ಸ್ಪೆಕ್ಟರ್ ನನ್ನಷ್ಟೇ ಎತ್ತರ ಐದು ಒಂಭತ್ತು ಬೂಟಿನ ಎತ್ತರವೂ ಸೇರಿ ಇರಬೇಕು. ಧಡೂತಿ ಮೈ ಕಟ್ಟಿನಿಂದ ಅಗಲ ಸುತ್ತಳತೆ ಹೆಚ್ಚಾದಷ್ಟೂ ಎತ್ತರದ ಭಾವನೆ ಕಡಮೆಯಾಗುತ್ತೆಂಬ ಇಂಜಿನಿಯ ರಿಂಗ್ ಪಾಠ ನೆನಪಿಗೆ ಬಂದು ಬಿಗಿಯಾದ ಕಾಖಿ ಕೋಟಿನ ಒಳಗೆ ಚಪ್ಪಟೆಗೊಂಡ ಎದೆಯದಾದರೂ ಹೆಂಗಸಿನ ಒಳ ಆಕಾರವನ್ನು ಬಚ್ಚಿಡದ ಸುತ್ತಳತೆ ಹೆಣ್ಣಿಗೆ ಪ್ರಕೃತಿದತ್ತವಾದ ದಪ್ಪ ಅಂಡುಗಳು ನನ್ನ ಆ ಮನಃಸ್ಥಿತಿಯಲ್ಲೂ ಕಣ್ಣಿಗೆ ತಗುಲಿ ಇಂಡಸ್ಟ್ರಿಯಲಿಸ್ಟ್ ಅಂತ ಬಡಕೊತ್ತೀಯಲ್ಲ ಠಾಣೆಯಲ್ಲಿ ಕ್ಯಾಪಿಟಲಿಸ್ಟನಿಗೂ ಪ್ರಾಲೆಟೇರಿಯಟ್‌ಗೂ ವ್ಯತ್ಯಾಸವಿಲ್ಲ ನೊ ಎಕ್ಸ್‌ಪ್ಲಾಯಿಟೇಶನ್ ನೀನು ಮಾಡಿರೂ ಅಪರಾಧಕ್ಕೆ ಸ್ಟಾಪ್ ಶೌಟಿಂಗ್ ಏನು ನನ್ನ ಅಪರಾಧ ಹೆಂಡತೀನ ಹೊಡಿಯೂದು ಅಂದರೆ ಏನಂತ ತಿಳಕೊಂಡೆ ಡೊಮೆಸ್ಟಿಕ್ ವೈಯಲೆನ್ಸ್ ನಾನ್ ಬೇಯ್ಲಬಲ್ ಅಫೆನ್ಸ್ ಲಾಯರು ಅಂತ ಬಡಕಂಡೆಯಲ್ಲ ಸುಪ್ರೀಮ್ ಕೋರ್ಟಿಗೆ ಹೋದರೂ ಬೇಯ್ಲ್ ಸಿಕ್ಕಲ್ಲ ಬೆಂಕಿಯುಗುಳುವ ಯಮನ ಕಣ್ಣುಗಳು ಆರೋಪಕಿಯೂ ದಂಡಾಧಿಕಾರಿಣಿಯೂ ನ್ಯಾಯಾಧೀಶೆಯೂ ಶಿಕ್ಷೆಯನ್ನು ಕಾರ್ಯಗತ ಗೊಳಿಸುವ ನುರಿತ ಹಿಂಸ್ರಪಟುವೂ ಆದ ಕಾಖಿಯ ಐದು ಒಂಭತ್ತು ಧಡೂತಿ ಸುತ್ತಳತೆ ಖಟಖಟ ಪಾದಘಟ್ಟನೆಯೊಡನೆ ನಿರ್ಗಮಿಸುವಾಗ ಬುದ್ಧಿ ಮಂಕಾಗಿ ವಾಕ್ಯವಿರಲಿ ಒಂದು ಪದವೂ ಹೊಳೆಯದೆ ನಿರ್ವೀರ್ಯನಾಗಿ ತಲೆಯೊಳಗೆ ಜುಂಯ್‌ಗುಡುವ ನಿಶ್ಶಬ್ದದಲ್ಲಿ ಕಣ್ಣುಗಳು ಶೂನ್ಯದಲ್ಲಿ ತಡವರಿಸುತ್ತಿರುವಾಗ ಸಲಾಕೆಗಳ ಬಾಗಿಲನ್ನೆಳೆದು ಹೊರಗಿನಿಂದ ಬೀಗ ಜಡಿದು ಇಬ್ಬರು ದಡೂತಿ ಹೆಣ್ಣು ಕಾನಿಸ್ಟೇಬಲುಗಳು ಕಾಖಿ ಸಮವಸ್ತ್ರ ಮಧ್ಯಕ್ಕೆ ಬೈತಲೆ ನಾನು ಅಳವಲ್ಲವೆಂಬಂತಹ ಆಳುತನ ಕಾಲಿಗೆ ಬೂಟುಗಳು ಹಿಂತಿರುಗಿ ಹೊರಟು ಹೋಗಿ ಅವರನ್ನು ಹಿಂಬಾಲಿಸಿದ ಗಂಡು ಕಾನಿಸ್ಟೇಬಲುಗಳು ನನ್ನ ಕೈಗಡಿಯಾರದಲ್ಲಿ ರಾತ್ರಿ ಹತ್ತುಗಂಟೆ ಎರಡೂ ಪಾದ ಎರಡೂ ಮೊಣಕೈ ಕುತ್ತಿಗೆ ಮುಖ ಕಿವಿಗಳು ನೆತ್ತಿಯ ವಿರಳ ಕೂದಲನ್ನು ಬಗೆದು ಬುರುಡೆಯ ಚರ್ಮಗಳನ್ನು ಒಂದೇಸಮನೆ ಚೇಳಿನಂತೆ ಕುಟುಕುವ ಲಾಕಪ್ಪಿಗೆಂದೇ ಸಾಕಿರುವ ಸೊಳ್ಳೆಗಳು. ಕೈಗಡಿಯಾರದಲ್ಲಿ ಗಂಟೆ ನೋಡಿಕೊಳ್ಳಲು ಸಾಲದ ಮಂಕು ಬೆಳಕು.

೨

ಸುಸ್ತಾಗಿ, ರಾತ್ರಿ ಹತ್ತುಗಂಟೆ ಕಳೆದಿರಬಹುದು, ನೆಲದ ಮೇಲೆ ಕಾಲುಚಾಚಿ ಗೋಡೆ ಯೊರಗಿ ಕುಳಿತ. ಕಾಲು ತೊಡೆ ಸೊಂಟಗಳಿಗೆ ವಿಶ್ರಾಂತಿ ಸಿಕ್ಕಿತು. ಸೊಳ್ಳೆ ಕಡಿಯುತ್ತಲೇ ಇವೆ. ಹೊಟ್ಟೆಯೊಳಗೆ ಹಸಿವು ಚುರುಗುಟ್ಟುತ್ತಿದೆ. ನಿನಗೆ ಬುದ್ಧಿ ಕಲುಸ್ತೀನಿ ಎನ್ನುತ್ತಾ ಅವಳು ಛಕ್ಕನೆ ಎದ್ದು ಫಟಫಟ ಹೆಜ್ಜೆ ಹಾಕುತ್ತಾ ರಪ್ಪನೆ ಕಾರು ಬಾಗಿಲು ಹಾಕಿಕೊಂಡು ಹೊರಗೆ ಹೋದಾಗ ಸಂಜೆ ಐದು. ಪೋಲೀಸು ಪೇದೆಗಳು ಮನೆಗೆ ಬಂದು ಕರೆದಾಗ,

ಇವಳು ಇಲ್ಲಿಗೆ ಬಂದು ಕಂಪ್ಲೇಂಟು ಕೊಟ್ಟಿದಾಳೆ ಅನ್ನೂದು ಹೊಳೆಯಲೇ ಇಲ್ಲವೆ? ಕಂಪನಿಯ ತೆರಿಗೆಯ ಲೆಕ್ಕವೋ ಮತ್ತೊಂದೋ ನಾನು ಎಂದೂ ಮಾಡದ ಅಪರಾಧವು ಊಹೆಯಲ್ಲಿ ಕಾಣಿಸಿಕೊಂಡು, ಹೆಂಡತಿ ಈ ಮಟ್ಟಕ್ಕೆ ಹೋಗ್ತಾಳೆ ಅಂತ ಕಲ್ಪಿಸಿಕೊಳ್ಳೂದಾದರೂ ಹ್ಯಾಗೆ? ಇಷ್ಟಕ್ಕೂ ಅವಳ ದಿನನಿತ್ಯದ ವರ್ತನೆಗೆ ಇವತ್ತು ಆಡಿದ ಮಾತಿಗೆ ನಾನು ಕೊಟ್ಟ ಒಂದು ಏಟು ತೀರ ಹಗುರವಾದ ಪ್ರತಿಕ್ರಿಯೆ ಅಂತ ಯಾವ ನ್ಯಾಯಾಧೀಶನೂ ಹೇಳಬೇಕು ಎಂದುಕೊಳ್ಳುವಾಗ ಥಟ್ಟನೆ ಪುಟ್ಟಕ್ಕನ ನೆನಪಾಯಿತು. ಅಪ್ಪ ಇಲ್ಲದಿದ್ದರೆ ಊಟ ಮಾಡುಲ್ಲ. ನಿದ್ರಿಸುಲ್ಲ. ಅಪ್ಪ್‌ಪ್ಪಪ್ಪ ಅಂತ ತೊದಲುತ್ತಾ ಹೇಳಿಕೊಳ್ಳಲು ಬಾರದ ಸಂಕಟದಲ್ಲಿ ಹೆದರಿ ನಡುಗುತ್ತೆ. ಈ ಮಲತಾಯಿ ಬಂದಮೇಲಂತೂ ಅದರ ಭಯ ಸಂಕಟಗಳು ಹಿಡಿತ ಮೀರಿ ಅಪ್ಪನಿಗೆ ಇನ್ನೂ ಇನ್ನೂ ಅಂಟಿಕೊಳ್ಳುತ್ತಿದೆ. ಯಾಕೆ ಈ ಮಲತಾಯಿಯನ್ನು ತಂದೆನೋ? ಇವಳು ಬರುವ ಮೊದಲು ತನ್ನಪಾಡಿಗೆ ತಾನು ಒಂದು ವಾರವಾಗಲಿ ಎರಡು ವಾರವಾಗಲಿ ದ್ಯಾವಕ್ಕನ ಜೊತೆ ಹೊಂದಿಕೊಂಡು ಅಪ್ಪ್‌ಪ್ಪಪ್ಪ ಅಂತ ಬಾಯಿಯಲ್ಲಿ ಹೇಳಿಕೊಳ್ಳುತ್ತಿದ್ದರೂ ನೆಮ್ಮದಿಯಾಗಿ ಊಟ ಮಾಡಿ ಮಲಗಿ ನಿದ್ರೆ ಸುತ್ತಿತ್ತು. ಇವಳಿಗೆ ಅಂಟಿಕೊಂಡ ತಪ್ಪಿಗೆ ನನಗೆ ಈ ಶಿಕ್ಷೆಯಾಗುತ್ತಿರೂದು ಸಹಜವಾದರೂ ಆ ಪಾಪದ ಮಗುವಿಗೇಕೆ ಈ ಹಿಂಸೆ? ಇವತ್ತು ಅವಳು ಅದನ್ನ ಏನು ಮಾಡ್ತಾಳೋ! ಹೊಡೆದು ಬಡಿದು ಅಥವಾ ಹೆದರಿಸಿ ನೀನು ಈ ಮನೇಲಿರಬೇಡ ಬುದ್ಧಿಮಾಂದ್ಯರ ಬೋರ್ಡಿಂಗ್‌ಗೆ ಹೋಗು. ಇಲ್ಲೇ ಇಟ್ಕತ್ತೀನಿ ಅಂತ ನಿಮ್ಮಪ್ಪ ಹಟಮಾಡಿದರೆ ನಿನಗೆ ಹೊಡೀತೀನಿ ಅಂತ ಗದರಿಸಬಹುದು. ಅದಕ್ಕೆ ಎಲ್ಲ ಅರ್ಥವಾಗುತ್ತೆ. ಅಪ್ಪ್‌ಪ್ಪಪ್ಪ ಅಂತ ತೊದಲುತ್ತಾ ಊಟ ಬಿಟ್ಟು ಅಳುತ್ತಾ ನಿಂತುಬಿಡುತ್ತೆ, ಎಂದುಕೊಳ್ಳುವಾಗ ಅವನ ಹೊಟ್ಟೆಯ ಹಸಿವು ಮುಚ್ಚಿಹೋಗಿ ಸಂಕಟ ತುಂಬಿಕೊಂಡಿತು.

ನಾಳೆ ಬೆಳಗಾಗುವ ತನಕ ಈ ಕಂಬಿಗಳ ಬಾಗಿಲು ತೆರೆಯುಲ್ಲ ಅನ್ನುವುದು ಖಚಿತವಾಯಿತು. ಮಲಮೂತ್ರ ವಿಸರ್ಜನೆಗೆ ತಡೆದುಕೊಳ್ಳಲಾಗದ ಒತ್ತಡ ಬಂದರೂ ಇಲ್ಲಿ ಅವಕಾಶವಿಲ್ಲ. ಅಥವಾ ಈ ಕಂಬಿಯ ಖಾನೆಯಲ್ಲೇ ಮಾಡಿಕೊಬೇಕೆ? ಆ ವಾಸನೆ ತಡಕೊಳ್ಳುವುದು ಹೇಗೆ? ಎಂದುಕೊಳ್ಳುತ್ತಿರುವಾಗಲೇ ಮೂತ್ರದ ಒತ್ತಡ ಕಾಣಿಸಿತು. ಠಾಣೆ ಅಂದರೆ ರಾತ್ರಿ ಪಾಳಿ ಕಾಯಲು ಒಬ್ಬಿಬ್ಬರಾದರೂ ಪೇದೆಗಳಿರುತ್ತಾರೆ ಎಂಬ ಕಲ್ಪನೆ ಹೊಳೆಯಿತು. ಯಾರಲ್ಲಿ? ನಾನು ಒಂದ ಮಾಡಬೇಕು, ಎಂದು ಗಟ್ಟಿಯಾಗಿ ಕೂಗಿಕೊಂಡ. ಅದೇನು ಭಾರಿ ಕಟ್ಟಡವಲ್ಲ. ಒಳಗೆಲ್ಲ ಮೊಳಗಿತು. ನಡಿಗೆಯ ಸಪ್ಪಳ ಹತ್ತಿರ ಬರತೊಡಗಿತು. ಒಬ್ಬ ಗಂಡುಪೇದೆ. ವೇಷ ಶರೀರ ಎರಡರಲ್ಲೂ ಗಂಡು. ಕಂಬಿಯ ಹತ್ತಿರ ಬಂತು. 'ಯಾಕೆ ಕಿರಿಚ್ಕಂಡೆ?' ಎಂದು ಗದರಿತು.

'ಒಂದ ಮಾಡ್ಬೇಕು.'

ಅದು ಹೊರ ಅಂಗಳದ ದೀಪ ಹಾಕಿತು. ಅದರ ಮುಖ ಕಾಲು ಮುಂಗೈಗಳು ಸ್ಪಷ್ಟವಾಗಿ ಕಾಣಿಸಿದವು. 'ತಡ್ಕಳಾಕ್ ಆಗಾದಿಲ್ವಾ?'

'ಆಗ್ತಿದ್ರೆ ಯಾಕ್ ಕೂಗಿಕತ್ತಿದ್ದೆ, ನೀವೇ ಹೇಳಿ,' ಅವನು ಶಾಂತವಾಗಿ ಉತ್ತರಿಸಿದ.

'ಒಂದ ಎಲ್ಡ ಅಂತ ಸಬೂಬು ಹೇಳಿ ಬಾಗಿಲ ತೆಗಸ್ಕಂಡು ವಾಟ ಕಿತ್ತ್‌ಬಿಡ್ತಾವೆ ಸೂಳೆಮಕ್ಕಳು. ಹಂಗೇನಾರ ಮಾಡಿದ್ರೆ ಕಾಲು ಮುರಿದ್‌ಬುಡ್ತೀನಿ. ಹೊರಗಡೆ ಬಾಗಿಲು ಬೋಲ್ಟ್ ಆಕಿ ಸೆಂಟ್ರಿಗೆ ಏಳಿಬತ್ತೀನಿ ತಾಳು' ಎಂದು ಹೇಳಿ ಅವನು ಹೋದ. ಬಾಗಿಲಿಗೆ ಬೋಲ್ಟ್ ಜಡಿದ ಶಬ್ದ ಕೇಳಿಸಿತು. ಹಿಂತಿರುಗಿ ಬಂದು ಇವನ ಕಂಬಿಯ ಬಾಗಿಲು ತೆಗೆದು ಆ ಕಟ್ಟಡದಲ್ಲಿಯೇ ಇದ್ದ ಕಕ್ಕಸಿನ ಕೋಣೆಗೆ ಕರೆದೊಯ್ದ. ಕೋಣೆಯೊಳಗೆ ಗಬ್ಬು ನಾರುತ್ತಿತ್ತು. ದೀಪದ ಬಲ್ಬು ಇರಲಿಲ್ಲ. ಹಿಂತಿರುಗಿ ಬಂದಮೇಲೆ ಅವನೇ ಕೇಳಿದ: 'ಸೊಳ್ಳೆ ಕಡೀತದಾ?'

'ಇಲ್ಲಿ ನೋಡಿ,' ಎಂದು ಮೊಣಕೈ, ಕಾಲುಗಳು, ಕುತ್ತಿಗೆ ಮುಖಗಳನ್ನು ತೋರಿಸಿದ.

'ಕಾಯಿಲ್ ಅಚ್ಚಿಸಿದರೆ ಸೊಳ್ಳೆ ಗ್ಯಾನ ತಪ್ಪಿ ಮನೀಕತ್ತಾವೆ. ಒಂದು ತರುಸ್ತೀನಿ, ಕಾಸು ತೆಗಿ.'

ಹಿಪ್ ಪಾಕೇಟಿನಲ್ಲಿದ್ದ ಪರ್ಸು ತೆಗೆದ. ಅದರಲ್ಲಿದ್ದವೆಲ್ಲ ಸಾವಿರ, ನೂರರ ನೋಟುಗಳು. ನೂರರ ಒಂದು ನೋಟನ್ನು ಮುಂದೆ ನೀಡಿ 'ನನ್ನ ಹತ್ತಿರ ಚಿಲ್ಲರೆ ಇಲ್ಲ' ಎಂದ. ಪೋಲೀಸನ ಮುಖ ಅರಳಿತು.

'ಹೊರಗೆ ನಿಂತಿರೂ ಕಾರು ನಿಮ್ದೇನಾ ಟಯೋಟಾ ಲಗ್ಸುರಿ?' ಎಂದ ಬಹುವಚನದ ಗೌರವದಿಂದ.

'ಹೌದು.'

'ಏನು ಮಾಡ್ತೀರಿ?'

'ಫ್ಯಾಕ್ಟರಿ ಇಟ್ಕಂಡಿದೀನಿ.'

ಅವನು ತಕ್ಷಣ ಇನ್ನಷ್ಟು ಮೃದುವಾದ.

'ರಾತ್ರಿ ಒಂದು ಗಂಟೆಯಾಗ್ಯದೆ. ಯಾವ ಓಟ್ಲೂ ತೆಗೆದಿರಾಕಿಲ್ಲ. ಸಿನಿಮಾ ಟಾಕೀಸಿನ ತಾವಳ ಪೆಟ್ಟಿಗೆ ಅಂಗಡೀಲಿ ಬಿಸ್ಕತ್ತು ಬಾಳೆಅಣ್ಣು ಸಿಕ್ತದೆ. ತರಿಸಿ ಕೊಡ್ತೀನಿ ತಾಳಿ.'

'ಅಪ್ಪಾ ನನಗೆ ತಿನ್ನಕ್ಕೆ ಗಂಟಲಲ್ಲಿ ಇಳಿಯುಲ್ಲ. ಕುಡಿಯುಕ್ಕೆ ಒಂದಿಷ್ಟು ನೀರು ಕೊಡಿ,' ಎಂದ.

'ಹ್ವಟ್ಟೆಗೆ ಏನೂ ಬೀಳದಿದ್ರೆ ತಲೆ ತಿರುಗು ಬರುತ್ರೆ.'

'ನನ್ನ ಹದಿನಾರು ವರ್ಷದ ಮಗಳು ಬುದ್ಧಿ ಸರಿಯಾಗಿ ಬೆಳೆದಿಲ್ಲ. ನಾನು ಇಲ್ಲಿ ಲಾಕಪ್ಪಿನಲ್ಲಿರುವಾಗ ಮಲತಾಯಿ ಉಪವಾಸ ಕೆಡವಿರ್ತಾಳೆ, ಅದನ್ನ ಬಿಟ್ಟು ನಾನು ಹ್ಯಾಗೆ ಬಿಸ್ಕತ್ತು ಬಾಳೆಹಣ್ಣು ತಿನ್ನಲಿ?' ಎನ್ನುವಾಗ ಅಳು ಬಂದುಬಿಟ್ಟಿತು. 'ಹ್ವಟ್ಟೆಗೆ ಏನೂ ಬೀಳದಿದ್ದರೆ ತಲೆ ತಿರುಗು ಬರುತ್ರೆ' ಎಂಬ ಪೋಲೀಸನ ಸಾಂತ್ವನದ ಮಾತಿನಿಂದ ಅವನ ಭಾವ ನೀರೊಡೆದಿತ್ತು.

'ಈಗ ನಂಗ್ ಅರ್ತವಾಯ್ತು ಬುಡಿ. ತಾಳಿ ಕಟ್ಟಾಕ್ ಯಾವನೂ ಸಿಗ್ದೆ ಪರದಾಡ್ತಿರು ವಾಗ ನೀ ಏಳ್ದಂಗ್ ಕೇಳ್ತೀನಿ, ನಿನ್ನ ಮೊದಲನೆ ಎಂಡ್ತಿ ಮಕ್ಳನ್ನ ನನ್ನ ಮಕ್ಕಳ ಹಂಗೆ ಸಾಕ್ತೀನಿ ಅಂತ ಆಣೆ ಪ್ರಮಾಣ ಮಾಡಿ ಎಂಡ್ತಿ ಸತ್ತೋನನ್ನ ಮದುವೆಯಾಗ್ತಾರೆ. ಒಳಗೆ

ಕಾಲಿಟ್ಟ ತಕ್ಷಣ ಆ ಮಕ್ಳನ್ನ ನಮ್ಮ ಪೋಲೀಸ್ ಟೇಸನ್ನಾಗೆ ಮಾಡುಕ್ಕಿಂತ ಜಾಸ್ತಿ ನರಕ ಮಾಡ್ತಾರೆ. ನನ್ನ ಮೊದಲನೆ ಎಂಡ್ತಿ ತೀರಿ ಓದಾಗ ಎಲ್ಡು ಮಕ್ಕಳು. ಎಂಟು ವರ್ಸದೋನೊಬ್ಬ, ಐದು ವರ್ಸದ ಮಗಳು. ನಮ್ಮ ಸಂಬಂದದ ಪೈಕಿಯೇ ಬಡವರು ಏಳ್ದಾಗೆ ಕೇಳ್ತಾಳೆ ಅಂತ ನಂಬಿ ಮದುವೆಯಾದರೆ ಬಂದ ಎಲ್ಡನೆ ದಿನವೇ ಗಾಂಚಾಲಿ ಶುರು ಮಾಡಿದ್ಲು. ಮಗಳಿಗೆ ಏಳಿ ಕೊಡಾಕ್ ಅವಳ ಅವ್ವ. ಆಗ ನಾನು ನನ್ನ ತಾಲ್ಲೂಕೇ ನಾಗಮಂಗಲ ಠಾಣೇಲಿದ್ದೆ. ನಾನೂ ನೋಡ್ದೆ, ನೋಡ್ದೆ, ದರ್ಮಸಂಕಟ ಪಟ್ಟೆ. ಒಳ್ಳೆ ಮಾತಲ್ಲಿ ಏಳ್ದೆ. ಕೊನೆಗೆ ಗೊತ್ತಲ ನಮ್ಮ ಪೋಲೀಸ್ ಇಲಾಖೆ ಹ್ವಡತ. ನಮಗೆಲ್ಲ ಟ್ರೇನಿಂಗ್ ಆಗಿರ್ತದರೀ ಯಾವಯಾವ ಜಾಗಕ್ಕೆ ಹ್ಯಂಗ್ ಹಂಗ್ ಹ್ವಡದ್ರೆ ಏನೇನಾಯ್ತದೆ ಅಂತ. ಅವಳೂ ರಾಂಗ್ ಮಾಡಿದ್ಲು. ಮತ್ತೆ ಎತ್ತಿ ಎತ್ತಿ ಆಕಿದೆ ನೋಡ್ರಿ. ಒಂದು ತಿಂಗಳಿಗೆ ನೆಟ್ಟಗಾದ್ಲು. ಅವರವ್ವನ್ನ ಕುತ್ಗೆ ಇಡಿದು ಹೊರಗೆ ನೂಕಿ ಊರಿಗೆ ಕಳಿಸಿದೆ. ನೀವ್ಯಾಕ್ ಹಂಗ್ ಮಾಡ್ಲಿಲ್ಲ. ಎರಡನೆ ಲಗ್ನವಾಗಿ ಎಷ್ಟು ದಿನ ಆಯ್ತು?'

ಅಷ್ಟರಲ್ಲಿ ಹೊರಗಿದ್ದ ಸೆಂಟ್ರಿ ಒಂದು ಕಾಯಿಲ್ ತಂದುಕೊಟ್ಟ. ಅದನ್ನು ಕಂಬಿಯ ಒಳಗೆ ಹೊತ್ತಿಸಿಟ್ಟ ಈತ, 'ನೀವು ಒಳಗೆ ನಡೀರಿ. ಐದು ನಿಮಿಷದಾಗೆ ಸೊಳ್ಳೆಗಳಿಗೆಲ್ಲ ಗ್ಯಾನ ತಪ್ಪುತ್ತೆ. ಬಾಗಿಲಿಗೆ ಬೀಗ ಹಾಕಿ ನಾನು ಹೊರಗಡೆ ಕುಂತ್ಕಂಡಿ ಮಾತನಾಡ್ತೀನಿ. ಸಡನ್ ಆಗಿ ಯಾವನಾದರೂ ಇನ್‌ಸ್ಪೆಕ್ಷನ್‌ಗೆ ಬಂದರೆ ನನಗೆ ಸಂಚಕಾರ. ಈ ಲೇಡಿ ಇನ್‌ಸ್ಪೇಟರಿದಾಳಲಾ ಶೀಲಾರಾಣಿ, ಗಂಡಸರು ಅಂದರೆ ಉರಿ ಉರಿ ಉರೀತಾಳೆ. ಪ್ರಪಂಚದಿಂದ ಗಂಡಸು ಜಾತೀನೇ ನಿಕಾಲ್ ಮಾಡಿ ಪ್ರಮೀಳಾ ರಾಜ್ಯ ಮಾಡಬೇಕು ಅಂತಾಳೆ.'

ಅವನು ಹೇಳಿದಂತೆ ಜಯಕುಮಾರ ಒಳಗೆ ಹೋದ. ಐದು ನಿಮಿಷದಲ್ಲಿ ಸೊಳ್ಳೆಗಳು ಅಡಗಿಕೊಂಡವು. ಕಾನಿಸ್ಟೇಬಲ್ ಕಂಬಿಗಳ ಹೊರಗೆ ಒಂದು ಸ್ಟೂಲ್ ಹಾಕಿಕೊಂಡು ಕುಳಿತ. ಒಳಗೆ ಖೈದಿ ಗೋಡೆಯೊರಗಿ. ಕಾನಿಸ್ಟೇಬಲ್ ಕೇಳಿದ: 'ಸಾರ್, ನೀವು ಏನು ಓದಿದೀರ?'

'ಬಿ.ಇ.'

ಕಾನಿಸ್ಟೇಬಲ್ ಮುಗುಳ್ನಕ್ಕ. ಹಳ್ಳಿಯ ಅಭ್ಯಾಸದ ಅವನ ನಗೆಯಲ್ಲಿ ಮುಗುಳು ಮತ್ತು ಗಟ್ಟಿ ನಗೆಗಳ ವ್ಯತ್ಯಾಸ ಹೆಚ್ಚು ಗೊತ್ತಾಗಲಿಲ್ಲ. 'ಯಾಕೆ ನಗ್ತೀರಾ?' ಇವನು ಕೇಳಿದ.

'ಓದಿದ ಗಂಡಸರೆಲ್ಲ ಎಂಗಸರಾಗ್ತಾರೆ. ಓದಿದ ಎಂಗಸರೆಲ್ಲ ಗಂಡಸರಾಗ್ತಾರೆ. ಗಂಡಸರು ಗಂಡಸರಾಗಿ ಎಂಗಸರು ಎಂಗಸರಾಗಿ ಇರಬೇಕಾದರೆ ಯಾರೂ ಓದಕೂಡದು.'

ಈಗ ಜಯಕುಮಾರನಿಗೆ ಮುಗುಳ್ನಗೆ ಬಂತು. ಒಳಗೆ ಕಡೆಯುತ್ತಿದ್ದ ದುಗುಡವು ತುಸು ಹಗುರವಾದಂತಾಯಿತು. ಇಬ್ಬರಲ್ಲೂ ಸ್ವಲ್ಪ ಪರಸ್ಪರ ಹಾರ್ದಿಕತೆ ಮೊಳೆಯಿತು.

'ನಿಮ್ಮ ಹೆಸರೇನು? ಯಾವ ಊರು?' ಇವನು ಕೇಳಿದ.

'ನಂಜುಂಡೇಗೌಡ. ನಾಗಮಂಗಲದ ತಾವ ಸುರಗಿಮಂಟಿ.'

'ನನ್ನ ಯಾಕೆ ಹಿಡಕಂಡು ಬಂದಿದಾರೆ? ಬಿಡಿಸ್ಕಳುಕ್ಕೆ ಏನು ಮಾಡಬೇಕು ಹೇಳ್ತೀರ? ಅದೆಷ್ಟಾದರೂ ಖರ್ಚು ನಾನು ಕೊಡ್ತೀನಿ.'

'ನಮ್ಮ ಪೋಲೀಸ್ ಇಲಾಖೇಲಿ ಫ್ಲೀಜು ಇಲ್ದೆ ಯಾವ ಕೆಲಸವೂ ಆಗಾದಿಲ್ಲ. ಫ್ಯಾಕ್ಟರಿ ಸಾವ್ಕಾರ್ರು, ನಿಮಗೆ ಗೊತ್ತಿಲ್ಲವಾ? ಒಳಇಷಯ ಎಲ್ಲ ಏಳ್ತೀನಿ. ದಾರೀನೂ ತೋರುಸ್ತೀನಿ. ನನಗೇನೂ ಮೂರು ಕಾಸು ಕೊಡಬ್ಯಾಡಿ. ಊರಾಗೆ ನನ್ನ ತಮ್ಮ ಅವನೆ. ಎರಡು ಮಕ್ಕಳು, ಎಂಡ್ತಿ. ಹ್ವಲದಾಗೆ ಏನೂ ಉಟ್ಟುಲ್ಲ. ನಿಮ್ಮ ಫ್ಯಾಕ್ಟರೀಲಿ ಒಂದು ಕ್ಯಲಸ ಕೊಟ್ಟುಬಿಡಿ. ಕಷ್ಟ ಪಟ್ಟು ದುಡೀತಾನೆ.'

ಜಯಕುಮಾರ ಎರಡು ನಿಮಿಷ ಆಲೋಚಿಸಿದ. ನಂತರ ಹೇಳಿದ: 'ನಂಜುಂಡೇಗೌಡ್ರೇ, ನಾನು ಯಾವತ್ತೂ ಯಾವುದಕ್ಕೂ ಸುಳ್ಳು ಹೇಳೂ ಮನುಷ್ಯ ಅಲ್ಲ. ನನ್ನ ಕಂಪನೀಲಿ ಕೆಲಸ ಮಾಡೂ ಪ್ರತಿಯೊಬ್ಬನಿಗೂ ಮೆಕ್ಯಾನಿಕಲ್ ಎಂಜಿನೀಯರಿಂಗ್ ಡಿಪ್ಲೊಮಾ ಆಗಿರ ಬೇಕು. ಕಂಪ್ಯೂಟರ್ ಜ್ಞಾನವಿರಬೇಕು. ನಿಮ್ಮ ತಮ್ಮ ಮಾಡುವಂಥ ಯಾವ ಕೆಲಸವೂ ನಮ್ಮಲ್ಲಿ ಇಲ್ಲ. ಆದರೆ ನನಗೆ ಬೇರೆ ಉದ್ಯಮಪತಿಗಳ ಸಂಪರ್ಕವಿದೆ. ಯಾರಿಗಾದರೂ ಹೇಳಿ ಅವರನ್ನ ಸೇರುಸ್ತೀನಿ. ಮೊದಲು ಒಂದು ವರ್ಷ ಅಪ್ರೆಂಟಿಸ್. ಜಾಸ್ತಿ ಸಂಬಳ ಕೊಡುಲ್ಲ. ಖಾಯಂ ಆದಮೇಲೆ ಫ್ಲಿಕ್ಸ್‌ಡ್ ಸ್ಕೇಲು. ಏನು ಓದಿದಾರೆ ಅವರು?'

'ಐಸ್ಕೂಲ್ ಪಸ್ಟ್ ಇಯರ್. ತಲೆಗೆ ಅತ್ತಿಲ್ಲ. ಬುಟ್ಟ್ ಬುಟ್ಟ.'

'ಅವರ ವಿಷಯ ನನಗೆ ಬಿಡಿ.'

'ಸಾರ್ ನಿಮ್ಮ ಪಾದಕ್ಕೆ ಶರುಣು. ನಿಮ್ಮ ಕತೆ ಏನಾಗೈತೆ ಗೊತ್ತಾ? ನಿಮ್ಮನ್ನ ತಂದು ಕೂಡಿ ಆಕಿದ್ದು ಶನಿವಾರ ಸಾಯಂಕಾಲ. ಈಗ ಮಧ್ಯರಾತ್ರಿ ಕಳದು ಬಾನುವಾರ. ಇವತ್ತೆಲ್ಲ ಕೋಲ್ಟು ಇಲ್ಲ. ನಿಮ್ಮನ್ನ ಮ್ಯಾಜಿಸ್ಟ್ರೇಟರ ಮುಂದೆ ಹಾಜರುಪಡಿಸೂದು ನಾಳೆ ದಿನವೇ. ಅಷ್ಟೊತ್ತೆಲ್ಲ ಇಲ್ಲಿ ಸೊಳ್ಳೆ ಕೈಲಿ ಕಚ್ಚಿಸ್ಕಂಡು ಪೋಲೀಸ್ ಇಲಾಖೆ ಗೊತ್ತಲ್ಲ ನೀವು ಎದೆ ಗುಂದಿರ್ತೀರಿ. ಹ್ಯಂಗೆ ಬೇಕಾದರೂ ಬಗ್ಗಿಸಭೌದು. ನೀವು ಇದ್ಯಾವಂತರು ಅಂತ ಈಯಮ್ಮ ನಿಗೆ ಗೊತ್ತು. ಇಲ್ದೆ ಇದ್ದರೆ ನಮ್ಮ ಕೈಲೇ ಏಳಿ ನಿಮಗೆ ನಾಕು ತದಕುಸ್ತಿದ್ದಳು. ನಮ್ಮನ್ನ ಕಾವಲಿಗೆ ನಿಲ್ಲಿಸ್ಕಂಡು ಅವಳೇ ಕೆನ್ನೆಗೆ ಹ್ವಡೆದು ಗುದ್ದಿ ಗುದ್ದಿ ಹಣ್ಣು ಮಾಡ್ತಿದ್ದಳು.'

'ಮಹಿಳಾ ಠಾಣೆ ಅಂತ ಮಾಡಿದಾರಲ್ಲ. ಏನು ಅದರ ವಿಶೇಷ?'

'ಗೊತ್ತಿಲ್ವರಾ? ಎಲ್ಲಾ ಕಡೇಲೂ ಎಂಗಸರಿಗೆ ಅನ್ಯಾಯವಾಗ್ತಿದೆ. ಕಂಪ್ಲೇಂಟು ತಗಂಡು ಓದ್ರೂ ಗಂಡಸು ಪೋಲೀಸಿನೋರು ಕ್ರಮ ತಗಾಳಾಕಿಲ್ಲ. ಆದ್ದರಿಂದ ಎಂಗಸರ ಕಂಪ್ಲೇಂಟು ಇಚಾರಿಸಿ ಗಂಡಸು ಆಪಾದಿತನನ್ನ ಇಡಿದು ಮಟ್ಟ ಹಾಕಾಕೆ ಎಂಗಸು ಪೋಲೀಸಿನೋರೇ ಇರಬೇಕು ಅಂತ ಸರ್ಕಾರವೇ ನೇಮಕ ಮಾಡಿಸಿಟ್ಟಿದೆ. ಯಾವಳೇ ಎಂಗಸು ಟೇಸನ್ನಿಗೆ ಬಂದು ನನ್ನ ಗಂಡ ನೀನು ವರದಕ್ಷಿಣೆ ತರಲಿಲ್ಲ ಅಂತ ಬೊಯ್ದು, ನನ್ನ ಅತ್ತೆ ಮಾವ ಅತ್ತಿಗೆ ನಾದಿನಿ ಬಾವ ಬಾಮೇದ ನೀನೇನೇ ತಂದದ್ದು ಮಹಾ ಅಂತ ಹಂಗಿಸಿದರು ಅಂತ ಒಂದು ಕಂಪ್ಲೇಂಟು ಬರೆದುಕೊಟ್ಟಳು ಅಂದರೆ ಅವರೆಲ್ಲರನ್ನೂ ಇಡಕಂಡು ಬಂದು ಲಾಕಪ್ಪಿಗೆ ಆಕಿ ಬೀಗ ಜಡಿದು. ಜಾಮೀನು ಇಲ್ಲ, ತಿಳಕಳಿ. ಎಲ್ಲರಿಗೂ ಏಳು

ವರ್ಷ ಸಜೆ ತಿಳಕಳಿ. ಹಂಗೇನೇ ಯಾವಳೇ ಎಂಗಸು ಟೇಸನ್ನಿಗೆ ಬಂದು ನನ್ನ ಗಂಡ ನನ್ನ ಹ್ವಡದ ಅತ್ತೆಮಾವ ಅತ್ತಿಗೆ ನಾದಿನಿ ಬಾವ ಬಾಮ್ಮೈದ ಮನಸ್ಸಿಗೆ ಕಿರುಕುಳ ಕೊಟ್ಟರು ಅಂತ ಕಂಪ್ಲೇಂಟು ಕೊಟ್ಟಳು ಅಂದರೆ ಅವರನ್ನೆಲ್ಲ ಲಾಕಪ್ಪಿಗೆ ಆಕಿ ಜಾಮೀನು ಕೊಡೂ ಹಂಗಿಲ್ಲ ನಾಕು ವರ್ಷ ಐದು ವರ್ಷ ಹಿಂಗೆ ಸಜಾ. ಇದಕ್ಕೆಲ್ಲ ಎಂಗಸು ಪೋಲೀಸರೆ ಸರಿ, ಗಂಡಸರನ್ನ ನಂಬೂ ಹಂಗಿಲ್ಲ ಅಂತ ಸರ್ಕಾರದೋರೇ ಮಾಡಿ ಮಡಗ್ಯವ್ರೆ.....'

ಎನ್ನುತ್ತಿರುವಾಗ ಜಯಕುಮಾರನ ಮನಸ್ಸಿನಲ್ಲಿ ತನ್ನ ಕುಟುಂಬದ ಮೇಲೆ ಎರಡೂ ಬಗೆಯ ಆಪಾದನೆಗಳನ್ನು ಮಾಡಿ, ಅತ್ತೆ ತನಗೆ ವರದಕ್ಷಿಣೆ ಕಿರುಕುಳ ಕೊಟ್ಟಳೆಂತ ಅಮ್ಮನ ಮೇಲೆ ಕೇಶವಣ್ಣನ ಹೆಂಡತಿ ದೂರು ಕೊಟ್ಟು ಅಮ್ಮನಿಗೆ ಮೂರುವರ್ಷ ಸಜೆಯಾಗಿ ಜೈಲಿನಿಂದ ಬಿಡುಗಡೆಯಾದಮೇಲೆ ಅವಳು ಎಲ್ಲಿಗೆ ಹೋದಳೋ ಅಥವಾ ಪ್ರಾಣಕಳ ಕೊಂಡಳೋ ಯಾರಿಗೂ ಗೊತ್ತಿಲ್ಲ. ಕೇಶವಣ್ಣ ಹೆಂಡತಿಯ ಗುಲಾಮ. ಶೋಭಾ ಒಬ್ಬಳೇ ತಾಯಿಯನ್ನು ನೆನೆದು ಕಣ್ಣೀರಿಡುವ ಹೆಂಗಸು ಎಂಬ ನೆನಪು ಬಂದು ಈಗ ತಾನು ಸಿಕ್ಕಿಬಿದ್ದಿರುವ ಅರಿವು ತುಸು ಮರೆಯಾಯಿತು. ನಂಜುಂಡೇಗೌಡನು ಮುಂದುವರೆಸುತ್ತಿದ್ದ: 'ಇನ್‌ಸ್ಪೇಟರ್ ಶೀಲಾ ರಾಣಿಗೆ ಲಗ್ನವಾಗಿಲ್ಲ. ಯಾವನು ಲಗ್ನ ಮಾಡ್ಕಂಡಾನು ಈ ಗಂಡಸನ್ನ? ಮದುವೆಯಾಗಿ ಗಂಡುಮಕ್ಕಳನ್ನ ಹೆತ್ತು ತನಗೂ ಸೊಸೆ ಬರ್ತಾಳೆ ಅನ್ನೂ ಗ್ಯಾನವಿದ್ದೋಳಿಗಲ್ಲವಾ ಗಂಡಸರ ಕಷ್ಟ ತಿಳಿಯೂದು' ಎಂಬ ಮಾತು ಕಿವಿಗೆ ಬಿದ್ದರೂ ಮನಸ್ಸನ್ನು ಪ್ರವೇಶಿಸಲಿಲ್ಲ. ಮನಸ್ಸು ಇತ್ತ ತಿರುಗಿದಾಗ ನಂಜುಂಡೇಗೌಡ ಹೇಳುತ್ತಿದ್ದ: 'ಮಾಲಾ ಕೆರೂರ್ ಅಂತ ಒಬ್ಬ ಲಾಯರ್ ಅವಳೆ. ಅವಳೂ ಇವಳೂ ಜೊತೆ ಸೇರಿ ಇಂಥ ಯಾವ ಕಂಪ್ಲೇಂಟು ಬಂದರೂ ಬಿಗಿಯಾಗಿ ರಿಕಾರ್ಡ್ ಮಾಡಿ ಸಜಾ ಆಕಿಸಿಯೇ ಬುಡ್ತಾರೆ. ಸರ್ಕಾರಿ ಪ್ರಾಸಿಕ್ಯೂಟರೂ ಎಂಗಸೇ. ಜಡ್ಜಿಯೂ ಎಂಗಸೇ ಆಗಿರಬೇಕು ಅಂತ ಚಳವಳಿ ಮಾಡ್ತವರಲ ಎಂಗಸರು ಗುಂಪು ಕಟ್ಟಿಕೊಂಡು ಕಾಲೇಜು ಉಡುಗೀರ್‍ನ ಗುಡ್ಡೆ ಆಕ್ಕಂಡು ಧಿಕ್ಕಾರ ಕೂಗಿಸ್ತಾ ಗೊತ್ತಿಲ್ವರಾ ನಿಮಗೆ?'

ಅಮ್ಮನಿಗೆ ವರದಕ್ಷಿಣೆ ಕಿರುಕುಳದ ವಿಚಾರಣೆಯಾದಾಗ ತಾನು ಕೋರ್ಟಿನಲ್ಲಿರಲಿಲ್ಲ. ವಿಚಾರಣೆಯಲ್ಲಿ 'ಹೆತ್ತು ಹೊತ್ತು ಸಾಕಿ ಸಲಹಿ ಅವರಿವರ ಮನೆಯಲ್ಲಿ ಮೆಣಸಿನಪುಡಿ ಹಪ್ಪಳ ಸಂಡಿಗೆ ಮಾಡಿ ಮಗನನ್ನ ಓದಿಸಿ ಈ ಸ್ಥಿತಿಗೆ ತಂದೋಳು ನಾನು. ಈಗ ಅವನು ಸಂಪಾದನೆ ಮಾಡೂ ಸ್ಥಿತಿಗೆ ಬಂದಮೇಲೆ ತಮ್ಮನನ್ನ ಓದಿಸಿ ತಾಯಿಗೆ ಅನ್ನ ಬಟ್ಟೆ ಕೊಟ್ಟು ಕಾಪಾಡೂದು ಅವನ ಹೊಣೆಯಲ್ಲವೆ? ಅದಕ್ಕೆ ಅಡ್ಡ ಬಂದು ಗಂಡ ಹೆಂಡತಿ ನಾವಿಬ್ಬರೂ ಬ್ಯಾರೆ ಹೋಗಬೇಕು ಅನ್ನೂ ಈ ಸೊಸೆ ಅಪ್ಪನ ಮನೆಯಿಂದ ಮೂರು ಕಾಸಾದರೂ ತಂದಿದಾಳೆಯೇ?' ಅಂತ ನ್ಯಾಯಾಧೀಶರನ್ನೇ ಕೇಳಿದಳಂತೆ. ಅವಳು ಕೇಳಿದ್ದು ನ್ಯಾಯವೇ ಆದರೂ ಹೊಸ ಕಾನೂನಿಗೆ ವಿರುದ್ಧವಾದ್ದರಿಂದ ತಪ್ಪೆಂದು ಸಾಬೀತಾಗಿ ಶಿಕ್ಷೆಯಾಯಿತು ಅಂತ ನನಗೆ ಆಮೇಲೆ ತಿಳಿಯಿತು, ಎಂಬ ನೆನಪಿನ ನಡುವೆ ಈಗ ನನ್ನ ಬಚಾವ್ ಹೇಗೆ ಎಂಬ ಪ್ರಶ್ನೆ ಬಾಧಿಸಿತು.

'ನಾನೀಗ ಏನು ಮಾಡ್ಬೇಕು ಹೇಳಿ ನಂಜುಂಡೇಗೌಡರೆ.'

'ನೀವು ಫ್ಯಾಕ್ಟರಿ ಮಡೀಕಂಡಿರೋರು. ಕೈಯಾಗೆ ದುಡ್ಡೈತೆ. ದೊಡ್ಡ ಗಂಟು ಕೊಟ್ಟರೆ ಶೀಲಾರಾಣಿ ಬುಟ್ಬುಡ್ತಾಳೆ. ನಿಮ್ಮ ಮ್ಯಾಲೆ ಜಬರ್ ಮಾಡಿರೂದರಿಂದ ನಿಮ್ಮ ಬದಲು ಯಾರಾದರೂ ದೋಸ್ತಿ ಪ್ರಸ್ತಾಪ ಮಾಡಿ ತಾನು ಕೊಡ್ತಿದೀನಿ ಅಂತ ಹೇಳಿದರೆ ತಗಂಡು ನಿಮ್ಮ ಬೀಗ ತೆಗೀತಾಳೆ. ಯಾಕೆ ಏಳ್ತೀನಿ ಗೊತ್ತಾ? ನಿಮ್ಮನ್ನ ಕರೆಸಿ ಒಳಗೆ ಆಕಿದ್ದು ರಾತ್ರಿ ಏಳೂವರೆನಾಗ. ರಿಕಾರ್ಡ್ನಾಗೆ ಏನೂ ಬರೆದಿಲ್ಲ. ಬರೆದರೆ ಮುಂದೇನಾತು ಅಂತ ವಿವರಣೆ ಕೊಡಬೇಕಾಗುತ್ತೆ. ಕಾಸು ತಗಂಡು ಬಿಡಾಕೇ ಹಿಂಗ್ ಮಾಡಾದು.'

ಅವನಿಗೆ ತಕ್ಷಣ ಸಂತೋಷ ಹುಟ್ಟಿತು. ಮರುಕ್ಷಣವೇ ತಾನು ಎಂದೂ ಲಂಚ ಸುಳ್ಳು ಲೆಕ್ಕಗಳ ವ್ಯವಹಾರ ಮಾಡಿಲ್ಲವೆಂಬ ನೆನಪಾಯಿತು. 'ಗೌಡರೇ, ನಾನು ಕೋರ್ಟಿನಲ್ಲೇ ಫೈಟ್ ಮಾಡಿದರೆ ಹ್ಯಂಗೆ?'

'ನಿಮಗೆ ಐದು ವರ್ಸವಾದರೂ ಸಜಾ ಆಗೂದು ಖಂಡಿತ. ಜೊತೆಗೆ ನಿಮ್ಮ ಎಂಡ್ತಿ ಡೈವರ್ಸ್ ಕೇಳ್ತಾಳೆ. ನಿಮ್ಮ ಆಸ್ತೀನ ದೋಚಿಕತ್ತಾಳೆ.'

ಅವನಿಗೆ ಇನ್ನೂ ಮುಂದಿನ ದುರಂತಗಳು ಕಾಣತೊಡಗಿದವು. ತಾನು ತನ್ನ ಹೆಂಡತಿ ವೈಜಯಂತಿ ಬುದ್ಧಿ ಬೆವರುಗಳನ್ನು ಸುರಿಸಿ ಕಟ್ಟಿ ಬೆಳೆಸಿದ 'ಜಯಂತಿ ಹೈಪ್ರಿಸಿಶನ್' ಕಂಪನಿ ಚಿಂದಿಯಾಗುತ್ತೆ. ನಮ್ಮ ಮಗು ಪುಟ್ಟಕ್ಕ ಬೀದೀಲಿ ಭಿಕ್ಷೆ ಬೇಡುತ್ತಲೋ ಬೀದಿನಾಯಿ ಅಟ್ಟಿಸಿಕೊಂಡು ಕಚ್ಚಿ ಕಿತ್ತು ಸಾಯಿಸುತ್ತಲೋ, ಮೈನಡುಗಿ ಬೆವರಿತು. ಈಗಾಗಲೆ, ಗಡಿಯಾರ ನೋಡಿಕೊಂಡ. ಬೆಳಗಿನ ಜಾವ ಮೂರು ಗಂಟೆ, ಅದು ಉಪವಾಸವಿದೆ. ರಾತ್ರಿಯ ಔಷಧಿ ಹಾಕಿಲ್ಲ, ತೂಕಡಿಸುತ್ತಾ ಗೋಡೆಯೊರಗಿ ಕೂತಿರಬಹುದು, ನೆಲದಮೇಲೆ ಉರುಟಿ ಕೊಂಡಿರಬಹುದು, ಭಯಕ್ಕೆ ಒಂದೇ ಸಮನೆ ಕಿರುಚುತ್ತಾ, ರಾಕ್ಷಸ ಮಲತಾಯಿ ಗದರಿ ಕೊಳ್ಳುತ್ತಾ, ಅದರ ಕಾರಣದಿಂದಲ್ಲವೇ ಜಗಳವಾದದ್ದು, ಜಗಳವಾಗುತ್ತಿರುವುದು, ಲಂಚ ಕೊಡುವುದಿಲ್ಲವೆಂಬ ತತ್ತ್ವಕ್ಕೆ ಅಂಟಿಕೊಂಡರೆ ನ್ಯಾಯವೆಲ್ಲಿ ದಕ್ಕುತ್ತೆ? ಎಂಬ ಪ್ರಶ್ನೆ ಎದ್ದು ನಿಂತಿತು. ಕಂಪನಿ ಮುಳುಗಿದರೂ ಸರಿ, ಮಗುವಿನ ರಕ್ಷಣೆ, ತಂದೆಯಾದ ನಾನು ಬದುಕಿ, ಮಾತ್ರವಲ್ಲ, ಬದುಕಲೇಬೇಕು, ನಿಶ್ಚಯ ಮೂಡಿತು. ಒಂದು ನಿಮಿಷ ಆಲೋಚಿಸಿದ. ಮನಸ್ಸು ತಕ್ಷಣ ಅಂಥ ದೋಸ್ತಿಯನ್ನು ಗುರುತಿಸಿತು.

'ಸಿ.ಎನ್. ಶೇಖರಪ್ಪ. ಕನ್‌ಬೆಲ್, ಅಂದರೆ ಕನ್ವೇಯರ್ ಬೆಲ್ಟ್ ಮ್ಯಾನ್ಯುಫ್ಯಾಕ್ಚರರ್ಸ್. ಬನ್ನೇರುಘಟ್ಟ ರೋಡ್. ಫೋನ್ ನಂಬರ್ ಜ್ಞಾಪಕದಲ್ಲಿಲ್ಲ. ನೀವು ಪತ್ತೆ ಮಾಡಿ ನನ್ನ ವಿಷಯ ವಿವರಿಸಿ ತಕ್ಷಣ ಬನ್ನಿ ಅಂತ ಕೇಳುಕ್ಕೆ ಸಾಧ್ಯವೆ?'

'ಸಾರ್, ನಾನು ಇದೇ ಠಾಣೆಯ ಪೋಲೀಸಿನೋನಾಗಿ ಹಾಗೆಲ್ಲ ಸಹಾಯ ಮಾಡ ಬಾರದು. ಈ ಸ್ಟೇಶನ್ನಿನ ಫೋನ್ ಉಪಯೋಗಿಸಿದರೆ ಗೊತ್ತಾಗಿಬಿಡುತ್ತೆ. ಹತ್ತಿರದಲ್ಲೊಂದು ಬೂತ್ ಐತೆ. ಪೋಲೀಸಿನೋರು ಅಂತ ಹೇಳಿ ಎಕ್ಸ್‌ಛೇಂಜಿನಿಂದ ನಂಬರ್ ತಗಂಡು ರಾತ್ರಿ ಹೊತ್ತು ಫ್ಯಾಕ್ಟರಿ ನಡೀದೆ ಇದ್ದರೆ ವಾಚ್‌ಮನ್ ಅಂತೂ ಇರ್ತಾನಲ್ವ. ಅವನ್ನ ಕೇಳಿ ಸಾವ್ಕಾರ್ರ ಮನೆ ನಂಬರು ತಿಳಕಂಡು ಸುದ್ದಿ ಮುಟ್ಟುಸ್ತೀನಿ. ಇದ ನಾನು ಮಾಡ್ದೆ ಅಂತ ನೀವು ಯಾರ ಕುಟ್ಲೂ ಬಾಯಿ ಬಿಡಬ್ಯಾಡದು.'

'ಚಿಂತೆ ಮಾಡಬ್ಯಾಡಿ. ನಾನು ಆಡಿದ ಮಾತಿಗೆ ತಪ್ಪೋನಲ್ಲ.'

೩

ಲಾಕಪ್ಪಿನಿಂದ ಬಿಡುಗಡೆಯಾಗಿ ಮನೆ ಸೇರಿದಾಗ ಭಾನುವಾರ ಮಧ್ಯಾಹ್ನ ಒಂದು ಗಂಟೆ. ಪೇದೆ ನಂಜುಂಡೇಗೌಡನ ಫೋನು ಬಂದ ತಕ್ಷಣ ಹೊರಟರೂ ಶೇಖರಪ್ಪ ಜೆ.ಪಿ. ನಗರದಿಂದ ಕಾರು ನಡೆಸಿಕೊಂಡು ಮಲ್ಲೇಶ್ವರದ ಮಹಿಳಾಠಾಣೆಗೆ ಬರುವ ಹೊತ್ತಿಗೆ ಬೆಳಗಿನ ಐದು ಗಂಟೆಯಾಗಿತ್ತು. ಇನ್‌ಸ್ಪೆಕ್ಟರ್ ಅನುಮತಿ ಇಲ್ಲದೆ ಖೈದಿಯನ್ನು ಸಂದರ್ಶಿಸಲು ಬಿಡುವುದು ನಿಯಮವಿರುದ್ಧವಾಗಿತ್ತಾದರೂ ನಂಜುಂಡೇಗೌಡ ಧೈರ್ಯವಹಿಸಿ ಒಳಗೆ ಬಿಟ್ಟ. ಮುಂದೆ ಏನು ಮಾಡಬೇಕೆಂಬುದನ್ನಾಗಲಿ ಅದರ ವಿಧಾನವನ್ನಾಗಲಿ ಶೇಖರಪ್ಪನಿಗೆ ಯಾರೂ ಹೇಳಿ ಕೊಡಬೇಕಿರಲಿಲ್ಲ. ಬೆಳಗ್ಗೆ ಏಳುಗಂಟೆಯ ತನಕ ಕಾದು ಇನ್‌ಸ್ಪೆಕ್ಟರಳ ಮನೆಗೇ ಹೋಗಿ ಮಾತುಕತೆಯಾಡುವಾಗಲೇ ಅವಳನ್ನು ಒಪ್ಪಿಸುವುದು ಕಷ್ಟವಲ್ಲವೆಂಬುದು ಶೇಖರಪ್ಪನಿಗೆ ತಿಳಿದುಹೋಯಿತು. ನಿಜವಾದ ಚೌಕಾಶಿ ನಡೆದದ್ದು ಎಷ್ಟು ಹಣ ಎಂಬ ಬಗೆಗೆ. ಇದು ತನಗೊಬ್ಬಳಿಗೇ ಅಲ್ಲ ಮೇಲಿನವರಿಗೂ ಹೋಗುತ್ತೆ ಎಂದು ಅವಳು ಹೇಳಿದಾಗಲೇ ತನ್ನ ಕೆಲಸವಾಯಿತೆಂದು ಅವನು ಅರ್ಥಮಾಡಿಕೊಂಡ. ಅವಳು ಕೇಳಿದ ಐದು ಲಕ್ಷವನ್ನು ಇವನು ತನ್ನ ಬಿಸಿನೆಸ್ ಚಾಕಚಕ್ಯತೆಯನ್ನೆಲ್ಲ ಬಳಸಿ ಎರಡು ಲಕ್ಷಕ್ಕೆ ಇಳಿಸುವ ವೇಳೆಗೆ ಎಷ್ಟೋ ಲೋಕಾಭಿರಾಮದ ಮಾತು ಮುಗುಳ್ನಗೆ ಹುಬ್ಬುಗಳ ಬಾಗುಬಳಕುಗಳು ತಮ್ಮ ಉದ್ಯಮದ ಕಷ್ಟ ಸುಖಗಳು ಮೊದಲಾಗಿ ಒಂದು ಗಂಟೆ ಸಂವಾದ ಮಾಡಬೇಕಾಯಿತು. ಇಷ್ಟಾದರೂ ಅವಳು ಠಾಣೆಗೆ ಬಂದಾಗ ಹತ್ತೂವರೆ ಗಂಟೆ.

ಲಾಕಪ್ಪಿನಿಂದ ಬಿಡಿಸಿಕೊಂಡು ಹನ್ನೊಂದು ಗಂಟೆಯ ಹೊತ್ತಿಗೆ ಮನೆ ಸೇರಿದಾಗ ಬಾಗಿಲ ಹತ್ತಿರ ನಿಂತು ತನ್ನನ್ನೇ ಎದುರು ನೋಡುತ್ತಿದ್ದ ವತ್ಸಲೆ ಅಪ್ಪ್‌ಪ್ಪಪ್ಪ ಎಂದು ಓಡಿ ಬಂದು ತಬ್ಬಿಕೊಂಡಳು. ಆ ಅಪ್ಪುಗೆ ತನಗೆ ಎಷ್ಟೊಂದು ಹಿತವಾಗಿರುತ್ತೆ! ಅದೇ ಅವಳ ಮಲತಾಯಿಯ ಹೊಟ್ಟೆಯಲ್ಲಿ ಕಿಚ್ಚು ಎಬ್ಬಿಸುತ್ತೆ. ತಾನೂ ಬಿಗಿಯಾಗಿ ತಬ್ಬಿ ಅವಳ ತಲೆ ಸವರುತ್ತಾ, 'ಪುಟ್ಟಕ್ಕಾ, ಬಂದಿದೀನಿ ನೋಡು' ಎಂದಾಗ ಅವಳ ಕಣ್ಣುಗಳು ಒದ್ದೆಯಾದವು. ತಾನು ಅವಳನ್ನು ಬಿಟ್ಟು ಪ್ರವಾಸ ಹೋಗುವ ಮುನ್ನ ಎದುರಿಗೆ ನಿಲ್ಲಿಸಿಕೊಂಡು ಅಥವಾ ಪಕ್ಕದಲ್ಲಿ ಕೂರಿಸಿಕೊಂಡು, 'ಪುಟ್ಟಕ್ಕ. ನಾನು ಊರಿಗೆ ಹೋಗ್ತೀನಿ. ವಾಪಸು ಬರೂದು ನೋಡು ಇಷ್ಟು ದಿನವಾಗುತ್ತೆ' ಅಂತ ಬಲಗೈಯಿಯ ಎಲ್ಲ ಬೆರಳುಗಳನ್ನು ಅರಳಿಸಿ ನೀಡಿದರೆ ಅರ್ಥ ಮಾಡಿಕೊಂಡು ಐಐಐದು ಎನ್ನುತ್ತಾಳೆ. ಎರಡೂ ಕೈಗಳ ಬೆರಳುಗಳನ್ನು ಅರಳಿಸಿ ನೀಡಿದರೆ ಹಹಹತ್ತು ಎನ್ನುತ್ತಾಳೆ. ಒಮ್ಮೊಮ್ಮೆ ಹದಿನೈದರ ತನಕವೂ ಎಣಿಸಬಲ್ಲಳು. ಅದರಾಚೆಗೆ ತಪ್ಪಾಗುತ್ತೆ. ಹದಿನೈದು ದಿವಸ ಅಂತ ಹೇಳಿಹೋದರೆ ಅದು ಹೇಗೋ ಲೆಕ್ಕ ಇಟ್ಟುಕೊಂಡು ಶಾಂತವಾಗಿರುತ್ತಾಳೆ. ಅವಳ ಲೆಕ್ಕದಲ್ಲಿ ಒಂದೆರಡು ದಿವಸ ತಪ್ಪಾಗಲೂ

ಬಹುದು. ಅನಂತರ ಅಪ್ಪ್‌ಪ್ಪಪ್ಪ ಎಂದು ಹಲುಬತೊಡಗುತ್ತಾಳೆ. ಕೆಲಸದ ದ್ಯಾವಕ್ಕ ಇವತ್ತು ಬತ್ತಾರೆ ನಾಳೆ ಬತ್ತಾರೆ ಫ಼ೋನು ಮಾಡಿಯವರೆ ಅಂತ ಸಮಾಧಾನ ಮಾಡಬೇಕು. ದ್ಯಾವಕ್ಕನಿಗೆ ಅವಳ ಭಾಷೆ ಅರ್ಥವಾಗಿಸುವ ಬಗೆಗಳು ಗೊತ್ತಿವೆ. ತನ್ನನ್ನು ಬಿಟ್ಟರೆ ಈ ಮನೆಯಲ್ಲಿ ಅವು ಗೊತ್ತಿರುವುದು ದ್ಯಾವಕ್ಕನಿಗೆ ಮಾತ್ರ. ತಾನು ಫ಼ೋನು ಮಾಡಿದರೂ ತೀರ ಸರಳ ವಾಕ್ಯಗಳು ಅವಳಿಗೆ ಅರ್ಥವಾಗುತ್ತೆ. ಆದರೆ ಎಲ್ಲ ಸಂಖ್ಯೆಗಳೂ ಸರಿಯಾಗಿ ತಿಳಿಯುಲ್ಲ. ದ್ಯಾವಕ್ಕ ಕೈ ಬೆರಳಿನಿಂದ ಅರ್ಥಮಾಡಿಸಬೇಕು. ಅವಳಿಗೆ ಹೇಳದೆ ಹೋಗಿ ರಾತ್ರಿ ಹಿಂತಿರುಗದಿದ್ದರೆ ಅವಳು ಇಡೀ ರಾತ್ರಿ ಚಟಪಟಿಸುತ್ತಾಳೆ. ಈ ರಾತ್ರಿಯೂ ಹಾಗೆ ಆಗಿದೆ. 'ನನಗೆ ಅರ್ಜೆಂಟ್ ಕೆಲಸ ಇತ್ತಮ್ಮಾ, ಇನ್ನು ಮೇಲೆ ನಿನಗೆ ಹೇಳದೆ ಹೋಗುಲ್ಲ' ಎಂದು ನೆತ್ತಿಯನ್ನು ಸವರಿದಾಗ ಅವಳ ಮುಖದಲ್ಲಿ ತುಸು ಸಮಾಧಾನ ಕಂಡಿತು. ಹೆಣ್ಣುಮಕ್ಕಳ ಎತ್ತರ ಹದಿನಾರರ ವೇಳೆಗೆ ಪೂರ್ಣವಾಗಿರುತ್ತೆಯಲ್ಲವೆ? ಅಥವಾ ಇನ್ನೂ ಒಂದೆರಡು ಅಂಗುಲ ಬೆಳೆಯುತ್ತಾಳೆಯೊ? ಈಗಾಗಲೇ ಅವಳ ಅಮ್ಮನ ಎತ್ತರ ಮುಖಕಟ್ಟು ಗಳು ಬಂದಿವೆ ಎಂದು ಮೊದಲ ಬಾರಿಗೆ ಅನ್ನಿಸಿತು. ತಾನು ಅಥವಾ ದ್ಯಾವಕ್ಕ ಅವಳಿಗೆ ತಲೆ ಬಾಚಿ ಮೂರುಕಾಲಿನ ಜಡೆ ಹೆಣೆಯುವ ರೀತಿಯೂ ಅವಳ ಅಮ್ಮನದೇ. ಕಪ್ಪುಬಣ್ಣದ ದಟ್ಟ ಉದ್ದನೆಯ ಕೂದಲು. ಒಂದು ದಿನ ದ್ಯಾವಕ್ಕ ಅವಳಿಗೆ ಜಡೆ ಹೆಣೆದು ಅವಳ ಅಮ್ಮನ ಶುದ್ಧ ಆಕಾಶವರ್ಣದ ಸೀರೆ ಉಡಿಸಿ ಹಣೆಗೆ ಕುಂಕುಮವಿಟ್ಟಾಗ ಎಷ್ಟು ಚನ್ನಾಗಿ ಕಾಣಿಸಿದಳು! ಅವಳ ಅಮ್ಮ ಹದಿನಾರನೆಯ ವಯಸ್ಸಿನಲ್ಲಿ ಸೀರೆ ಉಡುತ್ತಿದ್ದಳೋ ಇಲ್ಲವೋ ಅವಳ ಆ ವಯಸ್ಸಿನ ಕಾಲಕ್ಕಾಗಲೆ ಸಲ್ವಾರ್ ಕಮೀಜ಼್ ಬಂದಿತ್ತೋ ನನಗೆ ಗೊತ್ತಿಲ್ಲ. ಹಬ್ಬ ಹರಿದಿನದಲ್ಲಾದರೂ ತನ್ನ ತಾಯಿಯ ಸೀರೆ ಉಟ್ಟಿದ್ದಿರಬಹುದು. ಅಂಥ ಒಂದು ಫ಼ೋಟೋ ಸಹ ಇಲ್ಲ. ಪುಟ್ಟಕ್ಕನಿಗೆ ತಾನೇ ಸೀರೆ ಉಟ್ಟುಕೊಳ್ಳುವುದನ್ನು ಕಲಿಸಬಹುದು. ಅವಳು ಜಾಣೆ. ಆದರೆ ಈಗ ಕಾಲ ಬದಲಾಯಿಸಿದೆ. ಈ ಕಾಲದಲ್ಲಿ ಹದಿನಾರು ವರ್ಷದ ಯಾವ ಹುಡುಗಿ ಸೀರೆ ಉಡುತಾಳೆ, ಅರವತ್ತೊಂದರ ಮುದುಕಿಯೂ ಸಲ್ವಾರ್‌ಕಮೀಜ಼್ ಪ್ಯಾಂಟು ಷರಟು ಹಾಕುತ್ತಿರುವಾಗ ಎಂದೆಲ್ಲ ತಾನು ಕಳೆದ ವಾರವಷ್ಟೇ ಆಲೋಚಿಸಿದ್ದುದು ನೆನಪಿಗೆ ಬಂತು. 'ತಿಂಡಿ ತಿಂದ್ಯಾ?' ಎಂದು ಕೇಳಿದ. ಅವಳು ಉತ್ತರ ಹೇಳಲಿಲ್ಲ. ತಾನು ರಾತ್ರಿ ಮೊದಲೇ ಹೇಳದೆ ಮನೆಗೆ ಬರದಿದ್ದುದಕ್ಕೆ ಅವಳು ತಿಂದಿಲ್ಲವೆಂಬುದು ಸ್ಪಷ್ಟವಾಯಿತು. ದ್ಯಾವಕ್ಕನೂ ಕಾಣಿಸುತ್ತಿಲ್ಲ. ಮಂಗಳೆ ಮನೆಯಲ್ಲಿಲ್ಲ. ಮಲತಾಯಿ ಎಂಬ ಶಬ್ದವಿರುವಂತೆ ಮಲಹೆಂಡತಿ ಎಂಬ ಪದವಿದೆಯೆ? ಎಂಬ ಪ್ರಶ್ನೆ ಹುಟ್ಟಿತು. 'ನಾನೂ ತಿಂದಿಲ್ಲ. ನಂಗೆ ತಿಂಡಿ ಕೊಡ್ತೀಯಾ?' ಎಂದ. ಪುಟ್ಟಕ್ಕ ಅಪ್ಪನ ಕೈ ಹಿಡಿದು ಅಡುಗೆಮನೆಗೆ ಕರೆದೊಯ್ದಳು. ತಟ್ಟೆಗಳನ್ನಿಟ್ಟು ಅಡಿಗೆಯ ಶಾಂತಮ್ಮ ಮಾಡಿಟ್ಟಿರುವುದನ್ನು ತಪ್ಪಿಲ್ಲದಂತೆ ಬಡಿಸುವುದು ಅವಳಿಗೆ ಅಭ್ಯಾಸವಾಗಿತ್ತು.

೪

ರಾತ್ರಿ ಎಲ್ಲ ನಿದ್ರೆ ಇಲ್ಲದಿದ್ದರೂ ತಿಂಡಿ ತಿಂದು ಸ್ನಾನ ಮಾಡಿದ ಮೇಲೂ ಅವನಿಗೆ ಜೋಂಪು ಹೊತ್ತಲಿಲ್ಲ. ಪುಟ್ಟಕ್ಕನ ಕೋಣೆಯಲ್ಲೇ ಇದ್ದ ಇನ್ನೊಂದು ಮಂಚದ ಮೇಲೆ ಸುಮ್ಮನೆ ಕಣ್ಣುಮುಚ್ಚಿ ಮಲಗಿದ್ದ. ತನಗೆ ಎರಡನೆ ಮದುವೆ ಗಂಟುಬೀಳುವ ತನಕ ಅವನು ನಿದ್ರಿಸುತ್ತಿದ್ದುದು ಇಲ್ಲೇ. ಕೋಣೆಯಲ್ಲಿ ಒಬ್ಬಳೇ ಮಲಗಲು ಪುಟ್ಟಕ್ಕ ಹೆದರುತ್ತಿದ್ದಳು. ಶುರುವಿನಲ್ಲಿ ಎರಡು ಮಂಚಗಳನ್ನೂ ಪಕ್ಕದಲ್ಲಿ ಹಾಕಿಕೊಳ್ಳುತ್ತಿದ್ದ. ಕ್ರಮೇಣ ಅವಳಿಗೆ ಧೈರ್ಯ ಹೇಳಿ ಒಂದು ಗೋಡೆಯ ಬದಿಗೆ ಅವಳ ಮಂಚ ಇನ್ನೊಂದು ಗೋಡೆಯ ಹತ್ತಿರಕ್ಕೆ ತನ್ನದನ್ನು ಸರಗಿಸಿದ. ಈಗಲೂ ತಾನು ಈ ಕೋಣೆಯಲ್ಲಿ ಮಲಗಿದರೆ ಅವಳು ಇಡೀ ರಾತ್ರಿ ಒಮ್ಮೆಯೂ ಎಚ್ಚರಗೊಳ್ಳದೆ ನಿದ್ರಿಸುತ್ತಿದ್ದಳು. ತನ್ನ ಎರಡನೆಯ ಮದುವೆಯಾದ ಮೇಲೆ ತಾನು ರಾತ್ರಿ ಮಲಗುವ ಮುನ್ನ ಅವಳಿಗೆ ಮಲಗಲು ಹೇಳಿ ತಲೆಸವರಿ ಬರದಿದ್ದರೆ ಅವಳಿಗೆ ನೆಮ್ಮದಿಯ ನಿದ್ರೆ ಬರುವುದಿಲ್ಲ. ತನಗೇನಾದರೂ ನಡುವೆ ಎಚ್ಚರವಾದರೆ ಅಥವಾ ಶೌಚಕ್ಕೆ ಹೋಗಬೇಕೆನಿಸಿದರೆ ಪಕ್ಕದಲ್ಲಿಯೇ ಇರುವ ಈ ಕೋಣೆಗೆ ಬಂದು ಅವಳು ನೆಮ್ಮದಿಯಿಂದ ನಿದ್ರಿಸುತ್ತಿರುವಳೇ ಎಂದು ಮಂದಬೆಳಕಿನಲ್ಲಿ ನೋಡಿ ಹೋಗದಿದ್ದರೆ ತನಗೆ ನೆಮ್ಮದಿ ಇರುತ್ತಿರಲಿಲ್ಲ. ಮಂಗಳೆಗೆ ಸಿಡಿಮಿಡಿಯಾಗುವುದು, ಆ ಸಿಡಿಮಿಡಿಯು ನೆನ್ನೆ ತಾರಕಕ್ಕೇರಿ ಅವಳು ಆಡಬಾರದ ಮಾತನ್ನಾಡಿ ನನ್ನ ತಾಳ್ಮೆಯೂ ಒಡೆದು ಅವಳನ್ನು ಹೊಡೆದು ಅವಳು ಪೋಲೀಸು ಕಂಪ್ಲೇಂಟು ಕೊಟ್ಟು ಇಷ್ಟೆಲ್ಲ ಆದದ್ದು ಇದರಿಂದಲೇ ಎಂಬ ನೆನಪಾದಾಗ ಇದುವರೆಗೆ ಸಾವಿರ ಸಾವಿರಸಲ ತನ್ನ ಮನಸ್ಸನ್ನು ಕಾಡಿರುವ ಅಪ ಘಾತದ ನೆನಪು ಮತ್ತೆ ಬಂತು. ಬೆಳಗ್ಗೆ ಹತ್ತು ಗಂಟೆ. ಸೋಮವಾರ. ನಾನೇ ಸ್ಟೀರಿಂಗಿನಲ್ಲಿದ್ದೆ. ನನ್ನ ಪಕ್ಕದ ಸೀಟಿನಲ್ಲಿ ವೈಜಯಂತಿ. ಅವಳೂ ಸೀಟಿನಬೆಲ್ಟ್ ಹಾಕಿದ್ದಳು. ಹಿಂದಿನ ಸೀಟಿನಲ್ಲಿ ಹತ್ತುವರ್ಷದ ಪುಟ್ಟಕ್ಕ. ಎದುರಿಗೆ ಹಸಿರು ಚಿಹ್ನೆ ಸ್ಪಷ್ಟವಾಗಿ ಮೂಡಿದ ನಂತರವೇ ನಾನು ಮುಂದೆ ಚಲಿಸಿದ್ದು, ನನಗಿಂತ ಮುಂದೆ ಎರಡು ಆಟೋ ಒಂದು ಕಾರು ಹೋದಮೇಲೆ. ಎಡಗಡೆಯಿಂದ ರಭಸವಾಗಿ ನುಗ್ಗಿದ ವ್ಯಾನಿನ ಹೊಡೆತಕ್ಕೆ ವೈಜಯಂತಿ ಸ್ಥಳದಲ್ಲೇ ಸತ್ತು, ಅವಳು ಸತ್ತಿದ್ದಾಳೆಂದು ಗೊತ್ತಿದ್ದರೂ ಧೀ ಪ್ರಸ್ತುತತೆಯನ್ನು ಕಳೆದುಕೊಳ್ಳದೆ ಆಟೋದಲ್ಲಿ ಪುಟ್ಟಕ್ಕನನ್ನು ಹಾಕಿಕೊಂಡು ನಿಮ್ಹಾನ್ಸಿಗೆ ಹೋಗಿ ಡಾ. ಉಮೇಶ್ ಅಭಿನಂದಿ ಸಿದ್ದು: ಮಿ. ಜಯಕುಮಾರ್, ಆ ಸಂದರ್ಭದಲ್ಲಿ ನೀವು ತೋರಿಸಿದ ಧೈರ್ಯ ಪ್ರಶಂಸನೀಯ ವಾದದ್ದು. ಮಗುವಿನ ಬುರುಡೆಯೊಳಗೆ ರಕ್ತ ಹೆಪ್ಪುಗಟ್ಟಿದ್ದರೆ ದೊಡ್ಡ ಕಾಂಪ್ಲಿಕೇಶನ್ ಆಗ್ತಿತ್ತು. ತಕ್ಷಣ ಆಪರೇಷನ್ ಮಾಡಿದೀನಿ. ಮಗುವಿನ ಜ್ಞಾಪಕಶಕ್ತಿ ಬುದ್ಧಿಯ ಬೆಳವಣಿಗೆ ಕುಂಠಿತವಾಗಬಹುದು. ಬೇರೆ ಯಾವ ಅಂಗಗಳಿಗೂ ಊನವಿಲ್ಲ. ಮಾತು ಭಾಷೆ ಓದು ಬರಹ ಇವುಗಳನ್ನೆಲ್ಲ ಶುರುವಿನಿಂದ ಆರಂಭಿಸಬೇಕಾದೀತು. ನೋಡೋಣ. ಎರಡು ವಾರದಲ್ಲಿ ಚಿತ್ರ ಸ್ಪಷ್ಟವಾಗಬಹುದು.

ಪುಟ್ಟಕ್ಕನನ್ನಾದರೂ ಉಳಿಸಿಕೊಂಡು ಅವಳ ದೇಹ ಭಾವ ಬುದ್ಧಿಗಳನ್ನು ಸಹಜ

ಸ್ಥಿತಿಗೆ ಬೆಳೆಸುವ ಸವಾಲಿನಿಂದ ನಾನು ವೈಜಯಂತಿಯ ಸಾವಿನ ದುಃಖವನ್ನು ಸಹಿಸಿದೆ. ಕಂಪನಿಯ ಕೆಲಸವೂ ಅಷ್ಟೆ; ಸ್ಥಾಪನೆಯಲ್ಲಿ ಬೆಳವಣಿಗೆಯಲ್ಲಿ ನನ್ನ ಜೊತೆ ಜೊತೆಗೂ ಅವಳು ದುಡಿದು ಕಟ್ಟಿದ ಸಂಸ್ಥೆ ಇದು; ಪುಟ್ಟಕ್ಕನನ್ನು ನಾವಿಬ್ಬರೂ ಕೂಡಿ ಸೃಷ್ಟಿಸಿ ಹೆತ್ತು ಹೊತ್ತು ಸಾಕುತ್ತಿದ್ದಂತೆ. ವೈಜಯಂತಿ ಎಂಬ ಅವಳ ಹೆಸರಿನಲ್ಲಿ ಜಯ ಎಂಬ ನನ್ನ ಹೆಸರೂ ಸೇರಿದ್ದುದು ಆಕಸ್ಮಿಕ, ನಿಜ. ಕಂಪನಿಗೆ 'ಜಯಂತಿ ಹೈಪ್ರೆಸಿಶನ್' ಎಂಬ ಹೆಸರನ್ನಿಡುವಾಗ ನಮ್ಮಿಬ್ಬರ ಹೆಸರನ್ನೂ ಆಲೋಚಿಸಿಯೇ ಬೆರೆಸಿದ್ದೆವು. ಇದೇ ಪದಾರ್ಥವನ್ನು ಉತ್ಪಾದಿಸುತ್ತಿದ್ದ ಮಾರ್ವಾಡಿ ಕಂಪನಿಯಲ್ಲಿ ಕಡಮೆ ಸಂಬಳ ಹೆಚ್ಚು ಗಂಟೆಗಳ ದುಡಿಮೆಯಲ್ಲಿ ಇಬ್ಬರೂ ಎಂಜಿನಿಯರುಗಳಾಗಿ ಶೋಷಿತರಾಗಿದ್ದಾಗ ಹತ್ತಿರ ಬಂದ ನಾವು ಪರಸ್ಪರರಲ್ಲಿ ಕ್ಷೇಮಭಾವವನ್ನು ಕಂಡು ಮದುವೆಯಾದೆವು. ಆರು ತಿಂಗಳ ನಂತರ ನಾನು ಪ್ರಸ್ತಾಪಿಸಿದೆ:

'ಇವರ ಕೈ ಕೆಳಗೆ ಎಷ್ಟು ದುಡಿದರೂ ಅಷ್ಟೆ. ನಮ್ಮದೇ ಒಂದು ಉದ್ಯಮ ಸ್ಥಾಪಿಸಿ ಇಷ್ಟೇ ದುಡಿದರೆ ಅಥವಾ ಇನ್ನೂ ಹೆಚ್ಚು ಪರಿಶ್ರಮಪಟ್ಟರೆ ನಾವೇ ಧಣಿಗಳಾಗ್ತೀವಿ.'

'ಬಂಡವಾಳವಿದ್ದೋರಿಗೆ ಮಾತ್ರ ಉದ್ಯಮಸ್ಥಾಪನೆ ಸಾಧ್ಯ. ನಮ್ಮಂಥೋರಿಗೆ ಇವೆಲ್ಲ ಕನಸು ಮಾತ್ರ.'

'ಈಗ ಪರಿಸ್ಥಿತಿ ಬದಲಾಗಿದೆ. ತಂತ್ರವಿಜ್ಞಾನದಲ್ಲಿ ಪರಿಣತಿ ಇರುವ ನಮ್ಮಂಥೋರು ಉತ್ಪಾದನೆಯ ಹೊಸ ವಿಧಾನ, ಅದರ ಮಾರುಕಟ್ಟೆ ಮೊದಲಾಗಿ ಸಮರ್ಪಕವಾದ ಯೋಜನೆಯನ್ನು ಕೊಟ್ಟರೆ ಬ್ಯಾಂಕುಗಳು ಸಾಲ ಕೊಡ್ತವೆ. ಜಯಿಸ್ತೀನಿ ಅಂತ ನನಗೆ ನಂಬಿಕೆ ಇದೆ. ನನ್ನ ಹೆಸರು ಜಯಕುಮಾರ. ನೀನು ವೈಜಯಂತಿ.'

ಎಂದಾಗ, 'ನೀವು ಎಲ್ಲದರಲ್ಲೂ ಆಶಾವಾದಿಗಳು,' ಎಂದಳು.

'ನಿನ್ನನ್ನೇ ಜಯಿಸಿ ಗೆದ್ದೋನಿಗೆ ಬೇರೆ ಯಾವುದು ಅಸಾಧ್ಯ?' ಎಂದೆ. ಅವಳ ಕೆನ್ನೆಗಳು ನಸುಗೆಂಪಾದವು.

ಶುರುವಿನಲ್ಲಿ ನಾನು ಕಂಪನಿ ಸ್ಥಾಪನೆಗೆ ತೊಡಗುವುದು. ಅವಳು ನೌಕರಿಯಲ್ಲಿ ಮುಂದುವರೆದು ಸಂಸಾರ ಹೊರೆಯುವುದು ಎಂದು ನಿರ್ಧರಿಸಿಕೊಂಡೆವು. ತನಗೆ ಅಜ್ಜಿಯಿಂದ ಬಂದ ಬಂಗಾರದ ಒಡವೆಗಳನ್ನು ಮಾರಿ ಆರಂಭಿಕ ಬಂಡವಾಳ ಕೊಡುವ ಮಾತನ್ನು ಅವಳೇ ಆಡಿದಳು. 'ಮಾರೂದು ಬ್ಯಾಡ. ಬ್ಯಾಂಕಿನಲ್ಲಿಟ್ಟು ಸಾಲ ತೆಗೆಯೋಣ.'

ನಾನೆಂದುದಕ್ಕೆ, 'ಬ್ಯಾಂಕಿನ ಬಡ್ಡಿಯೊಂದು ಹೊರೆ. ಮುಂದೆ ಒಳ್ಳೆಯ ಕಾಲ ಬಂದಾಗ ಹೊಸ ಒಡವೆ ಕೊಳ್ಳಬಹುದಲ್ಲ,' ಎಂದಳು.

ಮಾರ್ವಾಡಿ ತಯಾರಿಸುತ್ತಿದ್ದ ಭಾಗಗಳು ಯಾಂತ್ರಿಕವಾಗಿ ಕರಾರುವಾಕ್ಕಾಗುವ ವಿಧಾನದ್ದು. ಗಣಕವನ್ನು ಅನ್ವಯಿಸಿ ಸ್ವಯಂಚಾಲಿತವಾಗಿ ತಯಾರಿಸುವ ವಿಧಾನದಿಂದ ಹೆಚ್ಚು ನಿಖರವಾದ ಭಾಗಗಳನ್ನು ಸಿದ್ಧಪಡಿಸಬೇಕೆಂಬುದು ನನ್ನ ಕಲ್ಪನೆ. ಈ ದಿಕ್ಕಿನಲ್ಲಿ ವಿಚಾರಿಸುತ್ತಿದ್ದಾಗ ಜರ್ಮನರು ಇಂಥದೇ ಯಂತ್ರಗಳನ್ನು ಆವಿಷ್ಕರಿಸಿ ಬಳಸುತ್ತಿದ್ದಾರೆ, ಎಂಬ ಸಂಗತಿ ಗೊತ್ತಾಯಿತು. ಧೈರ್ಯವಾಗಿ ಕಾಸು ಖರ್ಚು ಮಾಡಿ ಜರ್ಮನಿಯ ಹೆನೋವರ್ ಕೈಗಾರಿಕಾ ವಸ್ತುಪ್ರದರ್ಶನಕ್ಕೆ ಹೋಗಿ ವಿಚಾರಿಸಿದಾಗ ನಾನು ಕಲ್ಪಿಸಿ

ಕೊಂಡಂತಹ ಕಂಪ್ಯೂಟರ್ ನಿಯಂತ್ರಿತ ನಿಖರ ವಸ್ತುಗಳ ತಯಾರಿಕಾ ಯಂತ್ರಗಳೇ ಪ್ರದರ್ಶನದಲ್ಲಿದ್ದವು. ಅವುಗಳ ಬೆಲೆ ಮಾರಾಟದ ನಿಯಮಗಳನ್ನೆಲ್ಲ ವಿಚಾರಿಸಿ ತಿಳಿದು ಭಾರತಕ್ಕೆ ಮರಳಿ ಬ್ಯಾಂಕುಗಳನ್ನು ಸಂಪರ್ಕಿಸಿ ಒಂದು ವರ್ಷದ ಅಲೆತ ಅನಂತರ ಒಂದೂವರೆ ವರ್ಷದ ಅದಕ್ಕೆ ಬೇಕಾದ ಕಟ್ಟಡ ವಿದ್ಯುತ್ ಸಂಪರ್ಕ ಒಟ್ಟಿನಲ್ಲಿ ಮೂರೂವರೆ ವರ್ಷದಲ್ಲಿ ಉತ್ಪಾದನೆ ಆರಂಭವಾಗಿ ಅನಂತರ ಧೈರ್ಯಮಾಡಿ ವೈಜಯಂತಿ ನೌಕರಿ ಬಿಟ್ಟು ಕಾಖಿಯ ಪ್ಯಾಂಟು ಶರಟು ತೊಟ್ಟು ಫ್ಲೋರಿನ ಕೆಲಸಗಾರರೊಡನೆ ತಾನೂ ದುಡಿಯುತ್ತ ಅವರ ಕೆಲಸದ ಮೇಲ್ವಿಚಾರಣೆ ಮಾಡುತ್ತಾ ಉತ್ಪಾದನೆ ನಿರ್ವಹಣೆಗಳನ್ನೆಲ್ಲ ಹೊತ್ತುಕೊಂಡು ನಾನು ಸಕಲ ಮೇಲ್ವಿಚಾರಣೆ, ಯೋಜನೆ, ವಿಸ್ತರಣೆಗಳ ಜೊತೆಗೆ ಮಾರ್ಕೆಟಿಂಗ್ ಅನ್ನೂ ನಿರ್ವಹಿಸುತ್ತಾ ಜರ್ಮನಿಯಿಂದ ತರಿಸುವ ಯಂತ್ರಗಳಿಂದ ಜರ್ಮನ್ ಕಂಪನಿಗಳಿಗೇ ಅವರು ಕೇಳುವ ಭಾಗಗಳನ್ನು ಉತ್ಪಾದಿಸಿ ಕಳಿಸುತ್ತಾ ಕಂಪನಿಯು ವರ್ಷವರ್ಷಕ್ಕೂ ವರ್ಧಿಸುತ್ತಾ ಪ್ಯಾರಿಸ್ ಬರ್ಲಿನ್ ಕ್ಯೋಟೋಗಳಿಗೆ ಹೋದಾಗ ನಾನೇ ತಂದುಕೊಡುತ್ತಿದ್ದ ಒಂದೊಂದು ಆಭರಣಗಳನ್ನು ಬಿಟ್ಟರೆ ಅವಳು ಎಂದೂ ಒಡವೆಗಳನ್ನು ಬಯಸಲಿಲ್ಲ. ಚಿನ್ನದ ಅಂಗಡಿಗೆ ಹೋಗಲಿಲ್ಲ. ಹಾಗೆಂದು ಅವಳಿಗೆ ಸೌಂದರ್ಯಪ್ರಜ್ಞೆ ಇರಲಿಲ್ಲವೆಂದಲ್ಲ. ಪೀಣ್ಯದ ಕೈಗಾರಿಕಾ ಎಸ್ಟೇಟಿನಲ್ಲಿ ಭರತ್ ಷಾ ಕಂಪನಿಯು ಮುಚ್ಚಿ ತನ್ನ ಹತ್ತೂವರೆ ಎಕರೆ ಭೂಮಿಯನ್ನು ಮಾರಿದಾಗ ಅದನ್ನು ನಮ್ಮ ಕಂಪನಿಯು ಕೊಂಡು ಹೊಸ ಕಟ್ಟಡ ಕಟ್ಟಿಸುವಾಗ ವಾಸ್ತುಶಿಲ್ಪಿಯ ಜೊತೆಗೆ ಕೂತು ಯಂತ್ರಸ್ಥಾಪನೆ ಮತ್ತು ಉತ್ಪಾದನೆಯ ದೃಷ್ಟಿಯಿಂದ ಮಾತ್ರವಲ್ಲ, ಸೌಂದರ್ಯದ ದೃಷ್ಟಿಯಿಂದಲೂ ಅಂದವಾಗಿರುವಂತೆ ಯೋಜನೆಯನ್ನು ರೂಪಿಸಿದವಳು ಅವಳೇ. ಪ್ರತಿಯೊಬ್ಬ ಕಾರ್ಮಿಕನೂ ಫ್ಯಾಕ್ಟರಿಯನ್ನು ಪ್ರವೇಶಿಸುವ ಮುನ್ನ ಹಾದು ಬರುವಂತೆ ನಿರ್ಮಿಸಿದ ಪುಷ್ಪೋದ್ಯಾನ, ನಡುವೆ ಬೇಸರವಾದಾಗ ಯಾವ ಕಾರ್ಮಿಕರಾದರೂ ಕಾಲಾಡಿಸಿಕೊಂಡು ಬರುವಂತೆ ಕಾಂಪೌಂಡಿನ ಒಳಭಾಗದ ನಾಲ್ಕೂ ಬದಿಗಳಲ್ಲಿ ಉದ್ದಕ್ಕೆ ಮಾಡಿದ ಗಿಡಬಳ್ಳಿಗಳ ಹಸಿರು ತೋಟಗಳಲ್ಲಿ, ಅವುಗಳ ಪಾಲನೆ ಪೋಷಣೆಗಳೆಲ್ಲ ಅವಳವೇ. ನಮ್ಮ ಕಂಪನಿಯಲ್ಲಿ ಕಾರ್ಮಿಕರೆಂದು ಕರೆಯಬಹುದಾದವರು ಕಮ್ಮಿ; ಗಣಕ ತಂತ್ರದಿಂದ ಕೂಡಿದ ಯಂತ್ರ ಕೌಶಲವುಳ್ಳ ವಿದ್ಯಾವಂತರೇ ಎಲ್ಲ. ಪ್ಯಾಕಿಂಗ್ ಮೊದಲಾದ ವಿಭಾಗಗಳಲ್ಲಿ ಮಾತ್ರ ಕಾರ್ಮಿಕರು. ಅವರೆಲ್ಲರಲ್ಲೂ ಕಾಠಿಣ್ಯವಿಲ್ಲದೆ ಶಿಸ್ತನ್ನು ಮೂಡಿಸುತ್ತಿದ್ದವಳು ಅವಳೇ. ಸಂಬಳ ಸಾಲದೆಂಬ ಅಸಮಾಧಾನ ನಮ್ಮ ಕಂಪನಿಯಲ್ಲಿ ಎಂದೂ ಇಲ್ಲ. ಇಷ್ಟೆಲ್ಲ ನಿರ್ವಹಿಸಿದರೂ ಗೃಹಕೃತ್ಯದಲ್ಲೂ ಕುಶಲೆ. ಈ ಮನೆಯ ವಾಸ್ತುಶಿಲ್ಪದಲ್ಲೂ ಆರ್ಕಿಟೆಕ್ಟ್‌ನೊಡನೆ ಕೂತು ಸಲಹೆ ಸೂಚನೆ ಕೊಟ್ಟು ಕಟ್ಟಿಸಿದ್ದುದು ಮಾತ್ರವಲ್ಲ, ಆರು ವರ್ಷ ವಯಸ್ಸಿಗೇ ಪುಟ್ಟಕ್ಕನಿಗೆ ಹೊಲಿಗೆ ಕಸೂತಿಗಳನ್ನು ತಾನೇ ಹೇಳಿಕೊಡತೊಡಗಿ, 'ಈ ಕಾಲದಲ್ಲಿ ಮಗುವಿಗೆ ಇವೆಲ್ಲ ಯಾಕೆ?' ಅಂತ ನಾನು ಕೇಳಿದ್ದಕ್ಕೆ, 'ಅಂದವಾದ ಆಕಾರವನ್ನು ನಿರ್ಮಿಸುವ ತರಬೇತಿ ಹೆಣ್ಣುಮಕ್ಕಳಿಗೆ ಚಿಕ್ಕವಯಸ್ಸಿನಲ್ಲೇ ಆಗಬೇಕು. ಇದು ಬರೀ ಸ್ವಾವಲಂಬನೆಯ ಮಾತಲ್ಲ. ನನಗೆ ಸರಿಯಾಗಿ ಬುದ್ಧಿ ತಿಳಿದಾಗಿನಿಂದ ನಮ್ಮಮ್ಮ ಇವನ್ನೆಲ್ಲ ಕಲಿಸಿದ್ದಳು. ಹಾಡು ಹಸೆ

ಕೂಡ. ತರಕಾರಿ ಹೆಚ್ಚೂದು ಅಡುಗೆ ಮಾಡೂದು ಸಹ. ಇವೆಲ್ಲ ಕಲಿತರೆ ಆತ್ಮವಿಶ್ವಾಸ ಬೆಳೆಯುತ್ತೆ. ಇವನ್ನ ಕಲಿತವರು ಓದುಬರಹದಲ್ಲೂ ಚುರುಕಾಗ್ತಾರೆ. ಗಂಡುಮಗನಾಗಿದ್ದರೂ ನಾನು ಕಲಿಸ್ತಿದ್ದೆ.' ಎಂದಿದ್ದಳು ಎಂಬ ನೆನಪಾದಾಗ ಹೇಗೂ ಕಲಿತಿದ್ದ ಪುಟ್ಟಕ್ಕನಿಗೆ ಇವುಗಳಲ್ಲಿ ಮತ್ತೆ ತರಬೇತಿ ಕೊಡಿಸಬೇಕು ಎನ್ನಿಸಿತು.

೫

ಇಬ್ಬರ ನಡುವೆಯೂ ಇರುವ ವೈದೃಶ್ಯ ಅವನ ಮನಸ್ಸಿನಲ್ಲಿ ಇವಳನ್ನು ಕಟ್ಟಿಕೊಂಡಾಗಿನಿಂದ ಅಲ್ಲ, ಕಾಮವು ತನ್ನನ್ನು ಇವಳ ಗುಂಡಿಗೆ ಬೀಳಿಸಿದಾಗಿನಿಂದ ತುಡಿಯುತ್ತಿತ್ತು. ಜೊತೆಗೆ ಅವಳ ನೆನಪಿಗೆ ದ್ರೋಹಮಾಡಿದ್ದುದರಿಂದಲೇ ತನಗೆ ಈ ನಿತ್ಯಹಿಂಸೆಯ ಗತಿಯುಂಟಾಯಿತು ಎಂಬ ಖೇದವೂ ಬಾಧಿಸುತ್ತಿತ್ತು. ನೆನ್ನೆ ಲಾಕಪ್ಪಿಗೆ ದೂಡಲ್ಪಟ್ಟು ಇಂದು ಬೆಳಗ್ಗೆ ಶೇಖರಪ್ಪನ ಮೂಲಕ ಎರಡು ಲಕ್ಷ ಲಂಚ ಕೊಟ್ಟು ಬಿಡಿಸಿಕೊಂಡು ಬಂದನಂತರವಂತೂ ಹಾವಿನಂಥ ಇವಳ ಮೇಲಿನ ಕೋಪದ ಜೊತೆಗೆ ತನಗೆ ದೇವರೇ ತಕ್ಕ ಶಿಕ್ಷೆ ಕೊಟ್ಟನೆಂಬ ಸ್ವಯಂಶಿಕ್ಷೆಯ ಭಾವನೆ ಪದೇ ಪದೆ ಬರತೊಡಗಿತು. ಈಗ ತನ್ನ ವ್ಯಕ್ತಿತ್ವ ಕುಸಿದುಬಿದ್ದಿದೆ, ತಾನೊಬ್ಬ ವ್ಯಕ್ತಿತ್ವಹೀನ ಮನುಷ್ಯ ಎಂಬ ಆತ್ಮಭರ್ತ್ಸನೆ ಎದ್ದು ಎದ್ದು ಕುದಿಯುತ್ತಿತ್ತು. ಅವಳು ಅಪಘಾತದಲ್ಲಿ ಸತ್ತು ಎರಡೂವರೆ ವರ್ಷವಾಗಿತ್ತಲ್ಲವೆ? ನಾನು ಮಾರಾಟ ವಿಸ್ತರಣಾ ಪ್ರವಾಸ ಹೋದಾಗ ಉತ್ಪಾದನೆಯ ಗುಣ ಮತ್ತು ಪ್ರಮಾಣಗಳನ್ನು ನೋಡಿಕೊಳ್ಳಲು ನಮ್ಮ ಕಂಪನಿಯಲ್ಲೇ ಇದ್ದ ಹಿರಿಯ ಎಂಜಿನಿಯರ್ ಭದ್ರಯ್ಯನವರನ್ನು ಜನರಲ್ ಮ್ಯಾನೇಜರ್ ಎಂದು ನೇಮಿಸಿ ಅವರ ಸಾಮರ್ಥ್ಯದಲ್ಲಿ ನಂಬಿಕೆ ಹುಟ್ಟಿದನಂತರ ಮನಸ್ಸು ತುಸು ನಿರಾಳವಾಗಿ ಕಾಯ ಮತ್ತು ಮನಸ್ಸಿನ ಮಹಾಪಾತಾಳದೊಳಗೆ ಅಡಗಿಕೂತಿದ್ದ ಕಾಮವು ಆಗಾಗ ತಿಮಿಂಗಿಲದ ವೇಗದಲ್ಲಿ ಹೊಮ್ಮತೊಡಗಿದಾಗ ಇವಳು ತಕ್ಕ ಸಾಧನವೆಂಬ ಪರಿಹಾರ ಕಾಣತೊಡಗಿ. ಇವಳನ್ನು ತನ್ನ ಪಿ.ಎ.ಯಾಗಿ ನೇಮಿಸಿಕೊಂಡವಳು ವೈಜಯಂತಿಯೇ. ಇಂಗ್ಲಿಷಿನಲ್ಲಿ ಎಂ.ಎ. ಮಾಡಿದವಳು. ಕೊಟ್ಟ ಡಿಕ್ಟೇಶನ್ನಿನ ಭಾಷೆಯನ್ನು ಚಂದಗೊಳಿಸಿ ಯಾವ ಯಾವ ದೇಶಕ್ಕೆ ಯಾವ ಶೈಲಿಯ, ಯಾವ ಕಾಗುಣಿತದ ಇಂಗ್ಲಿಷ್ ಬೇಕೆಂಬ ರೂಪ ಕೊಟ್ಟು ಕಂಪ್ಯೂಟರ್ ಪ್ರಿಂಟ್ ತಂದುಕೊಡುವ ಪ್ರೌಢತೆ. ವೈಜಯಂತಿ ಬದುಕಿರುವವರೆಗೂ ನನಗೆ ಇವಳ ಜೊತೆ ಹೆಚ್ಚು ಸಂಪರ್ಕವಿರಲಿಲ್ಲ. ನಾನೂ ಕೇಳಿರಲಿಲ್ಲ. ವಿಧವೆ ಎಂದು ತಿಳಿದಿದ್ದೆ. ಬರಿ ಹಣೆ, ಬರಿ ಕಿವಿ, ಎಡಗೈಗೆ ಗಡಿಯಾರ, ಬಳೆ ಇಲ್ಲ. ಸಲ್ವಾರ್ ಕಮೀಜ್. ಅಪೂರ್ವಕ್ಕೆ ಸೀರೆ. ಮುಸಲ್ಮಾನರವಳು ಎನ್ನಬಹುದು. ವೈಧವ್ಯ ಅಥವಾ ಸೂತಕದ ಕಳೆ. ನಗು ಇಲ್ಲವೇ ಇಲ್ಲ. ಆದರೆ ಹುಟ್ಟಿನಿಂದ ಲಕ್ಷಣವಾದ ಮುಖ ಮೈಕಟ್ಟುಗಳು. ವೈಜಯಂತಿ ಸತ್ತಮೇಲೆ ಇವಳು ನನ್ನ ಪಿ.ಎ. ಆದಳು. ತನ್ನ ಸಾಮರ್ಥ್ಯ ಮತ್ತು ಕರ್ತವ್ಯ ಕುಶಲತೆಗಳಿಂದ ಮೆಚ್ಚುಗೆ ಪಡೆದಳು. ಪ್ರೇಮಕ್ಕೆ

ಕಣ್ಣಿಲ್ಲವೆನ್ನುತ್ತಾರೆ. ಕಾಮಕ್ಕೆ ಕಣ್ಣಿಲ್ಲವೆನ್ನುವುದು ಹೆಚ್ಚು ಅರ್ಥವುಳ್ಳ ಮಾತು. ನನ್ನಲ್ಲಿ ಕಾಮಬಾಧೆಯುಂಟಾಗತೊಡಗಿದಾಗ ಕಲ್ಪನೆಯು ಇವಳನ್ನೇ ತಕ್ಕ ನಂಬಿಕೆಯ ಪರಿಹಾರ ವೆಂದು ಸೂಚಿಸುತ್ತಿತ್ತು. ಸಂಬಳದ ಕರ್ತವ್ಯದಲ್ಲಿ ನೀಯತ್ತಿನವಳಾಗಿದ್ದಳಲ್ಲ. 'ಇಂಗ್ಲಿಷಿನಲ್ಲಿ ಎಂ.ಎ. ಮಾಡಿದೀರಿ. ಎಲ್ಲಾದರೂ ಲೆಕ್ಚರರ್ ಆಗದೆ ಈ ಕೆಲಸಕ್ಕೆ ಯಾಕೆ ಬಂದಿರಿ?' ಎಂದೆ ಮಾತು ಆರಂಭಿಸಲು. 'ಸಿಕ್ಕಬೇಕಲ್ಲ. ಈ ಕೆಲಸವೂ ಇಂಟರೆಸ್ಟಿಂಗ್ ಆಗಿದೆ,' ಎಂದಳು. ಮುಂದೆ ಮಾತನಾಡಲು ತೋಚಲಿಲ್ಲ. ಅವಳು ಏನೂ ಪ್ರತಿಕ್ರಿಯಿಸಲಿಲ್ಲ. ಮುಂದೆ ಹೇಗೆ ಮತ್ತು ಏನು ಆಡಬೇಕೆಂದು ನನಗೆ ತೋಚಲಿಲ್ಲ. ನನ್ನ ಕಣ್ಣುಗಳು ಸುಮ್ಮನೆ ಅವಳ ಮುಖದ ಮೇಲೆ ನಟ್ಟಿದ್ದವು. ಸ್ತ್ರೀಸಹಜವೆಂದು ನಾನು ತಿಳಿದಿದ್ದ ಲಜ್ಜೆ ಅಥವಾ ಕಸಿವಿಸಿಯ ಕೆಂಪು ಅವಳ ಮುಖದಲ್ಲಿ ಮೂಡಲಿಲ್ಲ. ನನಗೇ ನಾಚಿಕೆ ಎನ್ನಿಸಿ ದೃಷ್ಟಿಯನ್ನು ಕೆಳಗಿಳಿಸಿಕೊಂಡೆ. 'ಈ ಕಾಗದವನ್ನು ಸಿದ್ಧಮಾಡಿ' ಎಂದೆ. ಅವಳು ಉಕ್ತ ಲೇಖನದ ಪುಸ್ತಕವನ್ನು ಎತ್ತಿಕೊಂಡು ಹೋದಳು. ಇಂಥ ವಿಷಯದಲ್ಲಿ ಒಬ್ಬ ಹೆಂಗಸನ್ನು ಮಾತಿಗೆಳೆಯುವ ಚಬುಕು ನನಗಿಲ್ಲವೆಂದು ಅರ್ಥವಾಯಿತು. ಇಡೀ ದಿನ ಖೇದವಾಯಿತು. ಮರುದಿನದ ಹೊತ್ತಿಗೆ ಹೀಗಾದರೆ ನಾನು ಈ ವಿಷಯದಲ್ಲಿ ಮುಂದುವರೆಯುವುದು ಸಾಧ್ಯವೇ ಇಲ್ಲವೆನ್ನಿಸಿತು. ಮುಂದುವರೆಯದಿದ್ದರೆ ಬೇಡ, ಎಂದು ತೀರ್ಮಾನಿಸಿಕೊಂಡೆ. ಆ ಮಧ್ಯಾಹ್ನ ಅವಳನ್ನು ಕರೆದು ಉಕ್ತಲೇಖನ ಹೇಳುವಾಗ ಮತ್ತೆ ಬಯಕೆ ಒಸರಿತು. ಆದರೆ ನನ್ನ ಧ್ವನಿಯಲ್ಲಾಗಲಿ ಕಣ್ಣಿನ ನೋಟದಲ್ಲಾಗಲಿ ಏನನ್ನೂ ತೋರಿಸಿಕೊಳ್ಳಲಿಲ್ಲ. ತನಗೆ ತಾನೆ ತೋರಿಕೊಳ್ಳದಂತೆ ನಿಯಂತ್ರಿಸಿಕೊಂಡೆ. ಒಂದುವಾರ ಸಾಗಿತು. ಹೌದು, ಸರಿಯಾಗಿ ಒಂದುವಾರ. ಮತ್ತೆ ಬಯಕೆ ಬಲವತ್ತರವಾಯಿತು. ಒಂದು ಮಧ್ಯಾಹ್ನ ಹನ್ನೆರಡು ಗಂಟೆಯ ಸಮಯದಲ್ಲಿ ನಾನು ಏನು ಮಾಡುತ್ತಿದ್ದೇನೆಂಬುದೇ ಅರ್ಥವಾಗದೆ ನನ್ನ ವಿಶಾಲವಾದ ಛೇಂಬರಿಗೆ ಲಗತ್ತಿಸಿರುವ ಅವಳ ಕಿರುಕೋಣೆಯ ಬಾಗಿಲು ತೆರೆದುಕೊಂಡು ಒಳಹೊಕ್ಕೆ. ಅವಳು ಕಂಪ್ಯೂಟರ್ ಮೇಲೆ ಕೆಲಸ ಮಾಡುತ್ತಿದ್ದಳು. ತನ್ನ ದೊಡ್ಡ ಮೇಜದ ಮೇಲಿರುವ ಗುಂಡಿಯನ್ನೊತ್ತಿ ಪಿ.ಎ.ಯನ್ನು ಕರೆಸುವುದು ಯಾವುದೇ ಮೇಲಧಿಕಾರಿಯ ನಡೆವಳಿಕೆ. ದಣಿಯೇ ಸಹಾಯಕಿಯ ಕಿರುಕೋಣೆಗೆ ಹೋಗಬಾರದೆಂದಿಲ್ಲ. ಆದರೆ ಸಾಧಾರಣವಾಗಿ ಹೋಗುವುದಿಲ್ಲ. ಹೋಗುವುದು ಅವನ ಘನತೆಗೆ ತಕ್ಕುದಲ್ಲ. ಆದರೆ ನನ್ನ ಫ್ಯಾಕ್ಟರಿಯ ಆಡಳಿತದಲ್ಲಿ ಅಂತಹ ಮಿಥ್ಯಾಘನತೆಯಾಗಲಿ ದರ್ಪವಾಗಲಿ ಎಂದೂ ಇಲ್ಲ. ಕಿರುಬಾಗಿಲು ತೆರೆದ ಸಪ್ಪಳದಿಂದ ಅವಳು ಕತ್ತು ತಿರುಗಿಸಿದಳು. ಅಷ್ಟರಲ್ಲಿ ನನಗೆ ನನ್ನ ವರ್ತನೆಯ ಪೆಚ್ಚು ಅರ್ಥವಾಯಿತು. 'ನಾನು ನಿಮಗೆ ಹೇಳಿದ ಕಾಗದದಲ್ಲಿ ತುಸು ಬದಲಾವಣೆ ಮಾಡಬೇಕಿತ್ತು. ಹೇಳೋಣ ಅಂತ ಬಂದೆ' ಎಂದೆ. ಅವಳು ಎದ್ದು ನಿಂತಳು. ಕೂರಿ ಕೂರಿ ಎಂದು ಹೇಳುತ್ತಿರುವಾಗ ಅವಳ ಮೇಜದ ಮೇಲಿದ್ದ ಒಂದು ಪುಸ್ತಕ ನನ್ನ ದೃಷ್ಟಿಗೆ ಬಿತ್ತು. ಪೇಪರ್‌ಬ್ಯಾಕ್ ಇಂಗ್ಲಿಷ್ ಪುಸ್ತಕ. ಹೆಸರು ಸ್ಪಷ್ಟವಾಗಿ ಕಾಣುತ್ತಿತ್ತು: ಸ್ತ್ರೀ ವಿಮೋಚನೆಯ ಹನ್ನೆರಡು ಮುಖ್ಯ ಸೂತ್ರಗಳು. ಅದನ್ನು ಕೈಗೆತ್ತಿಕೊಂಡೆ. ಪರಿವಿಡಿಯ ಮೇಲೆ ಕಣ್ಣಾಡಿಸಿದೆ. ತನಗೆ ಬಿಡುವಿದ್ದಾಗ ಅವಳು ಯಾವುದಾದರೂ

ಪುಸ್ತಕ ಓದುತ್ತಾಳೆಂದು ವೈಜಯಂತಿ ನನಗೆ ಒಂದು ದಿನ ಹೇಳಿದ್ದುದು ನೆನಪಿಗೆ ಬಂತು. ಓದುವ ಅಭ್ಯಾಸ ಯಾವತ್ತೂ ಒಳ್ಳೆಯದೇ. ಸ್ತ್ರೀ ವಿಮೋಚನೆ ನನಗೆ ಸಂಪೂರ್ಣ ಅಜ್ಞಾತ ವಿಷಯವಲ್ಲ. ಮಾರ್ಕೆಟಿಂಗ್ ಕೆಲಸಕ್ಕಾಗಿ ಯೂರೋಪು ಅಮೆರಿಕಗಳಿಗೆ ಆಗಾಗ್ಗೆ ಪ್ರವಾಸ ಮಾಡುವ ನನಗೆ ಅದು ಗೊತ್ತಿಲ್ಲದಿರುವುದು ಹೇಗೆ? 'ನಾನು ಈ ಪುಸ್ತಕಾನ ಒಯ್ಯಬಹುದೆ? ಓದಿ ವಾಪಸು ಕೊಡ್ತೀನಿ' ಎಂದೆ. ಅವಳು 'ಅಗತ್ಯವಾಗಿ' ಎಂದಳು. ಪರಿವಿಡಿಯ ಹನ್ನೆರಡು ಅಧ್ಯಾಯಗಳಲ್ಲಿ ನಾಲ್ಕನೆಯದು ನನ್ನ ಕಣ್ಣುಗಳನ್ನು ಸೆಳೆದಿತ್ತು. ಪುಸ್ತಕವನ್ನು ಒಯ್ಯಲು ಕೇಳಿದುದು ಆ ಅಧ್ಯಾಯಕ್ಕಾಗಿಯೇ: ವಿಮೋಚನೆ ಮತ್ತು ಲೈಂಗಿಕ ಸ್ವಾತಂತ್ರ್ಯ. ನನ್ನ ಕೋಣೆಗೆ ಬಂದವನೇ ಓದತೊಡಗಿದೆ. ಬಗ್ಗಿ ತಗ್ಗಿ ಪುರುಷ ಪ್ರಧಾನ ಸಮಾಜವು ನಿರ್ಮಿಸಿರುವ ದಬ್ಬಾಳಿಕೆಗೆ ತಲೆಯೊಡ್ಡಿ ನಡೆದರೆ ಮಾತ್ರ ಹೆಣ್ಣಿಗೆ ಲೈಂಗಿಕ ಅನುಭವದ ಅವಕಾಶ ಉಂಟು. ಇಲ್ಲದಿದ್ದರೆ ಅವಳನ್ನು ಅದರಿಂದ ವಂಚಿಸುವ ಕಟ್ಟುಕಟ್ಟಳೆ ಮತ್ತು ನೀತಿಸಂಹಿತೆಗಳನ್ನು ನಾಗರಿಕವೆಂದು ಕರೆದುಕೊಳ್ಳುವ ಎಲ್ಲ ಸಮಾಜವೂ ಇತಿಹಾಸ ಕಾಲದಿಂದ ರೂಪಿಸಿ ಹೇರಿವೆ. ತನಗೆ ಇಷ್ಟ ಬಂದಾಗ, ಇಷ್ಟ ಬಂದ ಪುರುಷನನ್ನು ಸಮೀಪಿಸಿ ಆಹ್ವಾನಿಸುವ, ಪ್ರಚೋದಿಸುವ ಹಕ್ಕು ಹೆಣ್ಣಿಗೆ ಯಾಕೆ ಇರಬಾರದು? ಅಂಥ ವರ್ತನೆಯನ್ನು ಹೀಗಳೆಯುವುದು, ಕುಚೋದ್ಯ ಮಾಡುವುದು ಅನಾಗರಿಕತೆ, ಕೀಳುಸಂಸ್ಕೃತಿ ಎಂಬುದನ್ನು ಇಡೀ ಸಮಾಜಕ್ಕೆ ಮನದಟ್ಟು ಮಾಡಬೇಕು. ಹದಿನಾರು ವರ್ಷ ದಾಟಿದ ಯಾವ ಗಂಡು ಹೆಣ್ಣಾದರೂ ಪರಸ್ಪರ ಲೈಂಗಿಕ ಕ್ರಿಯೆಗೆ ಆಹ್ವಾನಿಸುವ ಮುಕ್ತತೆ ಸಮಾಜದಲ್ಲಿರ ಬೇಕು. ಆದರೆ ಈ ವಿಷಯದಲ್ಲಿ ಎಲ್ಲಿಯೂ ಬಲವಂತವಿರಕೂಡದು. ಈ ಮುಕ್ತತೆಯು ಗಂಡಿಗಿಂತ ಹೆಣ್ಣಿಗೆ ಹೆಚ್ಚು ಪ್ರಕಟವಾಗಿ ಲಭ್ಯವಾಗಿರಬೇಕು. ಇಂಥ ಮುಕ್ತತೆಯ ಅಭಾವವೇ ಸಮಾಜವನ್ನು ಬಾಧಿಸುವ ಹಿಂಸೆ, ಕ್ರೌರ್ಯ, ಅತ್ಯಾಚಾರ ಮತ್ತು ಲೈಂಗಿಕ ಶೋಷಣೆಯ ಮೂಲ ಕಾರಣ ಎಂಬುದನ್ನು ಮನೋವಿಜ್ಞಾನಿಗಳು ಸ್ಪಷ್ಟವಾಗಿ ಕಂಡುಕೊಳ್ಳುತ್ತಿದ್ದಾರೆ.

ಅಷ್ಟರಲ್ಲಿ ಮಂಗಳೆ ಟೈಪುಮಾಡಿದ ಕಾಗದವನ್ನು ತಂದು ಮುಂದಿಟ್ಟಳು. ನಾನು ಓದುತ್ತಿರುವ ಪುಟಗಳು ಅವಳಿಗೆ ಗುರುತು ಹತ್ತಿರಬಹುದೆಂದು ನನಗೆ ಸಂಕೋಚವಾಯಿತು. ಆದರೆ ಅವಳು ಕಾಗದವನ್ನು ಇಟ್ಟು ಹೊರಟುಹೋದಳು.

ರಾತ್ರಿ ನಾನು ಅಧ್ಯಾಯವನ್ನು ಪೂರ್ತಿಯಾಗಿ ಓದಿದೆ. ವಿಮೋಚನೆ ಮತ್ತು ಆರ್ಥಿಕ ಸ್ವಾತಂತ್ರ್ಯ. ವಿಮೋಚಿತ ಸಮಾಜದಲ್ಲಿ ಕುಟುಂಬದ ಸ್ಥಾನ ಎಂದು ಮುಂತಾದ ಉಳಿದ ಅಧ್ಯಾಯಗಳ ಪುಟಗಳ ಮೇಲೆ ಬರಿದೆ ಕಣ್ಣಾಡಿಸಿದೆ. ರಾತ್ರಿ ಬಹಳ ಹೊತ್ತಿನ ತನಕ ನಿದ್ರೆ ಬರಲಿಲ್ಲ. ಮಂಗಳೆಯೊಡನೆ ಪ್ರಸ್ತಾಪಿಸುವ ವಿಧಾನ ಹೊಳೆದುಬಿಟ್ಟಿತ್ತು.

ಬೆಳಗ್ಗೆ ಹತ್ತೂಮುಕ್ಕಾಲಿಗೆ ನನ್ನ ಆಫೀಸು ಕೊಠಡಿಯಲ್ಲಿ ಕುಳಿತು ಪಿ.ಎ.ಗೆಂದು ನಿರ್ದಿಷ್ಟವಾದ ಗುಂಡಿಯನ್ನೊತ್ತಿದೆ. ಅವಳು ಉಕ್ತಲೇಖನದ ಪುಸ್ತಕ ಹಿಡಿದು ಬಂದು ನನ್ನೆದುರು ಕುಳಿತಳು. ಈ ದಿನ ಅವಳು ಹೆಚ್ಚು ಆಕರ್ಷಕಳಾಗಿ ಕಾಣುತ್ತಿದ್ದಳು. ಬಾಬ್ ಮಾಡಿಸಿಕೊಂಡ ತಲೆಗೂದಲು ಕಪ್ಪಗೆ ಹೊಳೆಯುತ್ತಿತ್ತು. ಅವಳು ಡೈ ಮಾಡಿಕೊಳ್ಳುತ್ತಾಳೆಯೆ? ಎಂಬ ಕುತೂಹಲ ನನ್ನಲ್ಲಿ ಹುಟ್ಟಿತು. ಮುಖ ನೋಡಿದರೆ ಡೈ ಮಾಡಿಕೊಳ್ಳುವ ವಯಸ್ಸು

ಬಂದಿಲ್ಲವೆನ್ನಿಸುತ್ತಿತ್ತು. ಅವಳಿಗೆ ಖಚಿತವಾಗಿ ಇಷ್ಟೇ ವಯಸ್ಸು ಎಂದು ನಾನು ಇದುವರೆಗೆ ಒಮ್ಮೆಯೂ ಯೋಚಿಸಿರಲಿಲ್ಲ. ಈಗ ಮೂವತ್ತರಿಂದ ಮೂವತ್ತನಾಲ್ಕು ಮೂವತ್ತೈದರ ನಡುವೆ, ಎಂದರೆ ಮೂವತ್ತೆರಡು ಎಂದು ಮನಸ್ಸು ನಿಷ್ಕರ್ಷಿಸಿತು. ಶುಷ್ಕವೆನಿಸುತ್ತಿದ್ದ ಅವಳ ಮುಖದಲ್ಲಿ ಈಗ ಮಾರ್ದವತೆ ಕಾಣತೊಡಗಿತು. ಸೆಳೆದುಕೊಳ್ಳುವಂಥ ಮುಖದ ಮಾಟ, ಮೈಕಟ್ಟು ಮತ್ತು ಎತ್ತರಗಳು. ನಾನು ಅವಳನ್ನೇ ನೋಡುತ್ತಿದ್ದೆ. ಅವಳೂ ನನ್ನನ್ನೇ ನೋಡುತ್ತಿದ್ದಳು. ಕೈ ಕೆಳಗಿನ ನೌಕರಳು ದಣಿಯನ್ನು ಹೀಗೆ ದಿಟ್ಟಿಸುವುದು ಕ್ರಮವಲ್ಲ. ಆದರೆ ಅವಳು ನನ್ನ ದೃಷ್ಟಿಯನ್ನು ಪ್ರತಿದೃಷ್ಟಿಸುತ್ತಿದ್ದಳೆಂಬ ಅರಿವಾಯಿತು. ಮಾತನಾಡದೆ ಹೀಗೆ ಸುಮ್ಮನೆ ನೋಡುವುದು ಕಸಿವಿಸಿ ಎನ್ನಿಸಿ ನಾನೇ ನೆನ್ನೆ ಅವಳಿಂದ ಒಯ್ದಿದ್ದ ಪುಸ್ತಕವನ್ನು ತೆಗೆದು ಅವಳ ಮುಂದಕ್ಕೆ ಸರಗಿಸಿ, 'ಇದನ್ನ ಪೂರ್ತಿ ಓದಿದೀರಾ?' ಎಂದೆ.

'ಕೊನೆಯ ಅಧ್ಯಾಯವನ್ನ ಬಿಟ್ಟು' ಎಂದಳು.

'ನಾಲ್ಕನೆಯ ಅಧ್ಯಾಯದ ಬಗೆಗೆ ನಿಮ್ಮ ಸ್ವಂತ ಅನಿಸಿಕೆ ಏನು?' ಎಂದೆ.

'ಯಾವ ವಿಷಯ?' ಅವಳು ಕೇಳಿದಳು.

'ನೀವೇ ಕಣ್ಣಾಡಿಸಿ ನೆನಪು ಮಾಡಿಕೊಳ್ಳಿ. ಪುಟ ತೊಂಭತ್ತೊಂದು. ಎರಡನೆ ಪ್ಯಾರಾಗ್ರಾಫ್' ಎಂದೆ. ನನ್ನ ಧ್ವನಿ ಸೂಕ್ಷ್ಮವಾಗಿ ಕಂಪಿಸುತ್ತಿದ್ದುದು ನನಗೆ ಅರಿವಾಗುತ್ತಿತ್ತು. ಅವಳಿಗೆ ತಿಳಿಯಿತೋ ಹೇಗೋ ಗೊತ್ತಾಗಲಿಲ್ಲ. ಅವಳು ಆ ಪುಟವನ್ನು ತೆಗೆದು ನಾನು ಹೇಳಿದ ವಾಕ್ಯಗುಚ್ಛದ ಮೇಲೆ ಕಣ್ಣಾಡಿಸುವಾಗ ನಾನು ಅವಳ ಮುಖವನ್ನೇ ಗಮನಿಸುತ್ತಿದ್ದೆ. ಅವಳು ಓದಿ ಮುಗಿಸಿದ ನಂತರ, 'ಈ ವಿಚಾರದಲ್ಲಿ ನಿಮ್ಮ ಸ್ವಂತ ಅಭಿಪ್ರಾಯವೇನು?' ಎಂದೆ.

ಅವಳು ಕಣ್ಣುಗಳನ್ನು ಮೇಲೆ ಎತ್ತಿದಳು. ನಾನು ಅವಳ ಕಣ್ಣುಗಳನ್ನು ದಿಟ್ಟಿಸತೊಡಗಿದೆ. ಅವಳು ತನ್ನ ದೃಷ್ಟಿಯನ್ನು ನನ್ನ ನೋಟದಲ್ಲಿ ಬೆರೆಸಿ ಅಂಟು ಹಾಕಿದ್ದಳು. ನಾನು ಬಿಡಿಸಿ ಕೊಳ್ಳಲು ಪ್ರಯತ್ನಿಸಿದ್ದರೂ ಸಾಧ್ಯವಾಗುತ್ತಿರಲಿಲ್ಲ. ಅಥವಾ ಅವಳ ಕಣ್ಣಿನ ಅಂಟಿಗೆ ನಾನು ಇನ್ನಷ್ಟು ಗೋಂದು ಹನಿಕಿಸುತ್ತಿದ್ದೆ. ಎಷ್ಟು ಹೊತ್ತಾದರೂ ಅವಳು ತನ್ನ ನೋಟದ ಗುರಿಯನ್ನು ಅತ್ತಿತ್ತ ಚಲಿಸಲಿಲ್ಲ. ಈಗ ಮಾತನಾಡಲು ಅಂಜಿಕೆ ಅನುಮಾನಗಳು ಉಳಿದಿರ ಲಿಲ್ಲ. ಕೇಳಿದೆ:

'ನಮ್ಮ ಮನೆ ನೋಡಿದೀರಾ?'

'ನೋಡಿದೀನಿ' ಎಂದಳು.

'ನಾಳೆ ಬೆಳಗ್ಗೆ ಹತ್ತು ಗಂಟೆಗೆ ಬರ್ತೀರಾ?'

'ಆಗಲಿ' ಎಂದಳು.

'ಹತ್ತು ಗಂಟೆ. ಮೊದಲೂ ಬೇಡಿ. ತಡವೂ ಬೇಡಿ.'

ದ್ಯಾವಕ್ಕನು ಪುಟ್ಟಕ್ಕನನ್ನು ರಾಜಾಜಿನಗರದಲ್ಲಿರುವ ಮಾತು ಮತ್ತು ನೆನಪಿನ ತರಬೇತಿಗೆ ಒಂಭತ್ತೂವರೆಗೆ ಕರೆದೊಯ್ಯುತ್ತಾಳೆ; ಹನ್ನೆರಡೂವರೆಗೆ ಹಿಂತಿರುಗುತ್ತಾಳಾದ್ದರಿಂದ ಈ

ಸಮಯ ಹೇಳಿದೆ. ಇವಳು ಸುಮ್ಮನೆ ಆಗಲಿ ಎಂದಳು.

ಆ ರಾತ್ರಿ ನನಗೆ ಸರಿಯಾಗಿ ನಿದ್ರೆ ಬರಲಿಲ್ಲ.

ಮಂಗಳೆ ಎಲೆಕ್ಟ್ರಾನಿಕ್ ಗಡಿಯಾರವನ್ನು ಅನುಸರಿಸುವಂತೆ ಹತ್ತು ಗಂಟೆಗೆ ಸರಿಯಾಗಿ ಬಂದಳು. 'ಇಲ್ಲಿ ಬನ್ನಿ' ಎಂದು ಕೈ ಹಿಡಿದೆ. ಅವಳು ಸುಮ್ಮನಿದ್ದಳು. ಶಯನದ ಕೋಣೆಗೆ ಕರೆದೊಯ್ದೆ. ಹಿಂಬಾಲಿಸಿದಳು. ಅವಳು ಅನುಮಾನಿಸಲಿಲ್ಲ. ಮಂಚದ ಮೇಲೆ ಕೂತು ಅವಳನ್ನು ಪಕ್ಕದಲ್ಲಿ ಕೂರುವಂತೆ ತೋಳು ಹಿಡಿದು ಸೆಳೆದುಕೊಂಡೆ. ಅವಳು ಸಹಕರಿಸಿ ಕುಳಿತಳು. ಅಪ್ಪಿಕೊಂಡೆ. ಅವಳು ವಿರೋಧಿಸಲಿಲ್ಲ. ಮುತ್ತಿಟ್ಟೆ. ಸ್ವೀಕರಿಸಿದಳು. ಗಂಡು ಹೆಣ್ಣು ಕೂಡುವಾಗ, ಅದೂ ಮೊದಲ ಸಲ ಒಂದುಗೂಡುವಾಗ ಸಹಜವಾಗಿ ಉಕ್ಕುವ ನಲ್ಮಾತುಗಳು ನನ್ನ ಮನಸ್ಸಿನಲ್ಲಿ ಬಂದರೂ ನಾಲಗೆಯಲ್ಲಿ ಮೂಡಲಿಲ್ಲ. ನಾನು ಹಿಂದಿನ ಸಂಜೆ ಅಂಗಡಿಗೆ ಹೋಗಿ ತಂದು ಬೀರುವಿನಲ್ಲಿಟ್ಟದ್ದು ಹತ್ತು ನಿಮಿಷದ ಹಿಂದೆ ತಾನೆ ಈ ಮಂಚದ ಹಾಸಿಗೆಯ ದಿಂಬಿನ ಅಡಿಯಲ್ಲಿ ಇಟ್ಟಿದ್ದ ರಬ್ಬರ್ ನಿರೋಧಕವನ್ನು ಹೊರತೆಗೆದು ಲಕೋಟೆಯನ್ನು ಹರಿಯತೊಡಗಿದೆ.

ಅವಳು 'ಅದು ಬೇಡ' ಎಂದಳು.

'ಏನಾದರೂ ಆದರೆ?' ಎಂದೆ.

'ಏನೂ ಆಗುಲ್ಲ' ಎಂದಳು.

ಇವಳು ವಿಧವೆಯೇ ಸರಿ, ಎರಡಾದರೂ ಮಕ್ಕಳನ್ನು ಹೆತ್ತು ಆಪರೇಶನ್ ಮಾಡಿಸಿ ಕೊಂಡಿದಾಳೆ. ಆದ್ದರಿಂದ ಏನೂ ಆಗುಲ್ಲವೆಂದು ಧೈರ್ಯವಾಗಿ ಹೇಳ್ತಿದಾಳೆ ಎಂದು ಅರ್ಥಮಾಡಿಕೊಂಡೆ. ಕಾಮೋದ್ರಿಕ್ತನಾದವನಿಗೆ ಎಲ್ಲವೂ ತನ್ನ ಮನಃಸ್ಥಿತಿಗೆ ಅನುಗುಣ ವಾಗಿಯೇ ಕಾಣಿಸುತ್ತೆ ಅಂತ ಹೊಳೆಯಲಿಲ್ಲ. ಎರಡೂವರೆ ವರ್ಷದ ಹಸಿವು ಉಜ್ಜುಗಿಸಿತು. ಕಾಮಕ್ರಿಯೆಯ ಅಂಗವಾಗಿ ಮೂಡುವ ಪ್ರೀತಿಯ ಮಾತುಗಳು, ಕಾವ್ಯಮಯ ಶಬ್ದಗಳು, ನನ್ನ ನಾಲಿಗೆಯಿಂದ ಹೊಮ್ಮಿದವು. ಅವಳನ್ನು ಏಕವಚನದಲ್ಲಿ ಕರೆದೆ. ಅವಳೂ ನನ್ನನ್ನು ಏಕವಚನದಲ್ಲಿ ಕರೆದಳು. ನನಗೆ ಒಂದು ಕ್ಷಣ ಇರುವೆ ಕಡಿದಂತಾಯಿತಾದರೂ ಸುಖಪ್ರವ ಹಣವನ್ನು ಅದು ಭಂಗ ಮಾಡಲಿಲ್ಲ.

ಉಪಸಂಹಾರವಾಗಿ ತುಸು ವಿಶ್ರಮಿಸಿಕೊಳ್ಳುವಾಗ ಅವಳು ಕೇಳಿದಳು: 'ಹ್ಯಾಗನ್ನಿಸಿತು?'

'ಚನ್ನಾಗಿತ್ತು.' ನಾನಂದೆ.

'ನೀನು ಏನೋ ಮುಚ್ಚಿಟ್ಟುಕೊತ್ತಿದೀಯ. ದಾಕ್ಷಿಣ್ಯವೆ? ಈ ವಿಷಯದಲ್ಲಿ ಗಂಡು ಹೆಣ್ಣುಗಳು ಮುಚ್ಚುಮರೆ ಮಾಡಿದರೆ ಸಂತೋಷಕ್ಕೆ ಊನವಾಗುತ್ತೆ.'

'ನೀನು ಕೇಳಿದ್ದು ಒಳ್ಳೇದೇ ಆಯಿತು. ನೀನು ಮಧ್ಯ ನನ್ನನ್ನ ಏಕವಚನದಲ್ಲಿ ಮಾತಾಡಿಸಿದ್ದು ರಸಭಂಗವಾದ ಹಾಗಾಯ್ತು. ಈಗಲೂ ಅಷ್ಟೆ.'

'ಹಾಗಿದ್ದರೆ ನೀವೂ ನನ್ನನ್ನ ಬಹುವಚನದಲ್ಲೇ ಅನ್ನಬೇಕಿತ್ತು.'

'ಭಾವನೆ ಉಕ್ಕಿ ಬಂದಾಗ.....'

'ನನಗೂ ಭಾವನೆ ಉಕ್ಕಿ ಬಂದಾಗ.....' ಎಂದು ಅವಳು ಎದುರು ಹಾಕಿದಳು.

ನನಗೆ ತಕ್ಷಣ ಉತ್ತರ ತಿಳಿಯಲಿಲ್ಲ. ತಿಳಿದದ್ದನ್ನ ಹೇಳಿಬಿಟ್ಟೆ: 'ನನ್ನ ಹೆಂಡತಿ ಬದುಕಿದ್ದಾಗ ನಮ್ಮಿಬ್ಬರಲ್ಲಿ ಭಾವನೆ ಏನೂ ಕಡಿಮೆ ಇರಲಿಲ್ಲ. ಇಂಥ ಸಂದರ್ಭದಲ್ಲಿ ಭಾವನೆ ಎಷ್ಟೇ ಉಕ್ಕಿ ಹರಿದರೂ ಅವಳು ಒಮ್ಮೆಯೂ ಏಕವಚನ ಬಳಸಲಿಲ್ಲ.'

ಅವಳು ನನ್ನನ್ನು ಗುರಿ ಇಟ್ಟಂತೆ ನೋಡಿ ಅರ್ಧ ನಿಮಿಷದ ನಂತರ, 'ನಾನು ನಿಮ್ಮ ನೌಕರಳು. ನೀವು ಹೇಳಿದ ಹಾಗೆ ಕೆಲಸ ಮಾಡೂದು ನನ್ನ ಕರ್ತವ್ಯ. ಅಲ್ಲವೆ?' ಎಂದಳು.

ಅವಳೇನೂ ಮಲಗಿದ್ದವಳು ಎದ್ದು ಹೋಗಲಿಲ್ಲ. ಮುಖ ಸಿಂಡರಿಸಲಿಲ್ಲ. ಆದರೆ ಅವಳ ಮುಖ, ಕಣ್ಣು, ಇಡೀ ಶರೀರವು ತನ್ನ ಭಾವವನ್ನು ಹೊರಹಾಕಿ ತಣ್ಣಗಾದದ್ದು ನನ್ನ ಅನುಭವಕ್ಕೆ ಬಂತು. ಆದರೆ ಅವಳಿಗೆ ಯಾವುದೇ ರೀತಿಯ ಸಮಾಧಾನವನ್ನು ನಿಶ್ಚಯಿಸಲು ನನ್ನ ಮನಸ್ಸು ಅಸಮರ್ಥವಾಗಿತ್ತು. ಪ್ರೇಮಿಗಳು ಮಾತ್ರವಲ್ಲ, ದಂಪತಿಗಳೂ ಸರಸವಾಡುವಾಗ ಪರಸ್ಪರ ಏಕವಚನ ಬಳಸುವುದು ನನಗೆ ಗೊತ್ತಿಲ್ಲದ ಸಂಗತಿಯಲ್ಲ. ಮಂಗಳೆಯು ನನ್ನನ್ನು ಏಕವಚನದಲ್ಲಿ ಕರೆದರೆ ನನಗೇಕೆ ಕಸಿವಿಸಿಯಾಯಿತು? ಆಗುತ್ತಿದೆ? ಗೊಂದಲ ಪರಿಹಾರವಾಗಲಿಲ್ಲ. 'ನೌಕರಳು, ಸಂಬಳದವಳು, ಅಧೀನಳು ಅನ್ನುವ ಮಾತು ಗಳೆಲ್ಲ ಬೇಡ. ನಾವು ಸ್ನೇಹಿತರು. ಏಳು. ಆಫೀಸಿಗೆ ತೀರ ತಡವಾಗಬಾರದು' ಎಂದು ಅವಳನ್ನು ಎಬ್ಬಿಸಿದೆ. ಕಾರಿನಲ್ಲಿ ಕರೆದೊಯ್ದು ಫ್ಯಾಕ್ಟರಿ ಎರಡು ಫರ್ಲಾಂಗ್ ಇರುವಾಗ ತಿರುವಿನಲ್ಲಿ ಇಳಿಸಿ ನಾನು ಮುಂದೆ ಹೋದೆ.

೬

ಫ್ಯಾಕ್ಟರಿಗೆ ಹೋದರೆ ಮನಸ್ಸಿನ ತುಂಬ ದೋಷಪ್ರಜ್ಞೆ. ಕಟ್ಟಡದ ಮುಖ್ಯದ್ವಾರದ ಗೋಡೆಯ ಮೇಲೆ ಹಾಕಿರುವ ವೈಜಯಂತಿಯ ದೊಡ್ಡ ಪಟ ಕಣ್ಣಿಗೆ ಬಿದ್ದ ತಕ್ಷಣ ನಾನು ಅವಳಿಗೆ ದ್ರೋಹಬಗೆದ ಭಾವ. ಕಟ್ಟಡದ ಮುಂಭಾಗದ ಸಂಪಿಗೆಯ ಮರದಡಿಯ ಮಂಟಪದಲ್ಲಿ ಪ್ರತಿಷ್ಠಾಪಿಸಿದ್ದ ಲಕ್ಷ್ಮಿಯ ವಿಗ್ರಹಕ್ಕೆ ಪ್ರತಿದಿನ ಪೂಜೆ ಮಾಡುತ್ತಿದ್ದ ಅರ್ಚಕರು ಮಲ್ಲಿಗೆ ಹೂವಿನ ದೊಡ್ಡಮಾಲೆ ಹಾಕಿ ಅರಿಶಿನ ಕುಂಕುಮ ಹಚ್ಚಿ ಅಲಂಕರಿಸುತ್ತಿದ್ದ ವೈಜ ಯಂತಿಯ ಪಟ. ನನ್ನ ಛೇಂಬರಿನಲ್ಲಿ ನನ್ನ ಕುರ್ಚಿಯ ಹಿಂಬದಿಯ ಗೋಡೆಯ ಮಧ್ಯಕ್ಕೆ ನೇತು ಹಾಕಿದ ಅವಳ ಇನ್ನೊಂದು ಪಟಕ್ಕೂ ಹೂವಿನ ಮಾಲೆ. ಪಟವನ್ನು ನೋಡದಿದ್ದರೂ ಈಗ ಅವಳಿಗೆ ಮೋಸ ಮಾಡಿದೆನೆಂಬ ಮುಳ್ಳು ಚುಚ್ಚತೊಡಗಿತು. ಇವಳನ್ನು ನೀನೇ ಕೆಲಸಕ್ಕೆ ನೇಮಿಸಿಕೊಂಡಿದ್ದೆ ಎಂಬ ನೆನಪು ಕೂಡ. ಇರಲಿ, ಹೆಂಡತಿ ಸತ್ತಮೇಲೆ ಎರಡನೆ ಲಗ್ನ ಮಾಡಿಕೊಳ್ಳುವುದೇನೂ ಅಪೂರ್ವವಲ್ಲ. ನಾನೇನೂ ಲಗ್ನ ಮಾಡಿಕೊಂಡಿಲ್ಲ. ಮಾಡಿಕೊಳ್ಳುವುದೂ ಇಲ್ಲ. ಶರೀರಬಾಧೆಗಾಗಿ ಹಾಕಿದ ಅಪಗತಿ ಅಷ್ಟೆ.

ಇದನ್ನು ಕ್ಷಮಿಸಿಕೊಳ್ಳಬಹುದಾದರೂ ಇದೇ ಫ್ಯಾಕ್ಟರಿಯ, ನೇರವಾಗಿ ನನ್ನ ಕೈಕೆಳಗೇ

ಕೆಲಸ ಮಾಡುವ ಹೆಂಗಸಿನೊಡನೆ ಇಂಥ ಸಂಬಂಧಕ್ಕಿಳಿದು, ಸಂಸ್ಥೆಯ ಶಿಸ್ತು, ಫ್ಯಾಕ್ಟರಿಯನ್ನು ಆರಂಭಿಸಿದಾಗಿನಿಂದ ವೈಜಯಂತಿ, ನಾನು ಕೂಡಿ ರೂಢಿಸಿ ಬೆಳೆಸಿದ ನೈತಿಕಶಕ್ತಿ ಕುಸಿಯಿತು ಎಂಬ ಖೇದ ತುಸುಹೊತ್ತಿನ ನಂತರ. ತಪ್ಪು ಮಾಡುವ ಮೊದಲೇ ಈ ಖೇದ ಯಾಕೆ ಹುಟ್ಟಲಿಲ್ಲ? ಹುಟ್ಟಿದ್ದರೆ ತಪ್ಪನ್ನೇ ಮಾಡುತ್ತಿರಲಿಲ್ಲವೆಂಬ ಅರಿವು. ಇಡೀ ದಿನ ನಾಚಿಕೆಯಾಗುತ್ತಿತ್ತು. ಬಹಳ ಮುಖ್ಯವಾಗಿ ಉಕ್ತಲೇಖನವನ್ನು ಕೊಟ್ಟು ಸಿದ್ಧಪಡಿಸಬೇಕಾದ ಕಾಗದ ಪತ್ರಗಳಿದ್ದರೂ ಅವಳನ್ನು ಕರೆದು ಎದುರಿಗೆ ಕೂರಿಸಿಕೊಂಡು ಹೇಳಲು ಮುಜುಗರವಾಗುತ್ತಿತ್ತು. ಇವಳ ಬದಲು ಬೇರೆಯವಳನ್ನು, ಬೇಡ, ಬೇರೆಯವನನ್ನು ನೇಮಿಸಿಕೊಂಡರೆ ಹೇಗೆ? ಇವಳನ್ನೇ ಕರೆದು, 'ತಪ್ಪು ನಡೆದುಹೋಯಿತು. ಅದರ ಭಾರ ನಮ್ಮಿಬ್ಬರಲ್ಲಿ ಯಾರದು ಅನ್ನುವ ಪ್ರಶ್ನೆ ಅಪ್ರಸ್ತುತ. ನಿಮಗೆ ಎರಡು ಮೂರು ಲಕ್ಷ ಕೊಡ್ತೀನಿ. ನೀವು ಬೇರೆ ಎಲ್ಲಾದರೂ ಕೆಲಸ ಹುಡಿಕ್ಕಳಿ. ನಾನೂ ಒಳ್ಳೆಯ ಶಿಫಾರಸು ಮಾಡಿ ಕೊಡುಸ್ತೀನಿ. ನಾವಿಬ್ಬರೂ ಮುಜುಗರದಿಂದ ಬಿಡುಗಡೆಯಾಗಭೌದು' ಅಂದರೆ ಹೇಗೆ? ಎಂಬ ಪರಿಹಾರ ಹೊಳೆಯಿತು. ಕರೆಗಂಟೆಯ ಗುಂಡಿಯ ಮೇಲೆ ಬೆರಳಿಟ್ಟಿದ್ದವನು ತಡೆದುಕೊಂಡೆ. ಈ ಸೂಚನೆಗೆ ಅವಳ ಪ್ರತಿಕ್ರಿಯೆ ಏನಿರುತ್ತೊ? ಎಂಬ ಅನುಮಾನ ಹುಟ್ಟಿತು. ವಯಸ್ಕ ಗಂಡು ಹೆಣ್ಣುಗಳು ಪರಸ್ಪರ ಇಚ್ಛೆ ಮತ್ತು ಸಮ್ಮತಿಗಳಿಂದ ದೈಹಿಕವಾಗಿ ಒಂದುಗೂಡುವುದರಲ್ಲಿ ಯಾವ ತಪ್ಪನ್ನೂ ಎಣಿಸಬಾರದು ಎಂಬ ಆ ಪುಸ್ತಕದ ಅಧ್ಯಾಯ ನೆನಪಿಗೆ ಬಂದು ಅದು ಮಂಗಳೆಯ ತತ್ತ್ವವೂ ಆಗಿದೆ, ಇಲ್ಲದಿದ್ದರೆ ಅವಳೇಕೆ ಒಪ್ಪಿ ಬರುತ್ತಿದ್ದಳು, ಅಲ್ಲದೆ ಪರಸ್ಪರ ಸಮವಚನದಲ್ಲೇ ವ್ಯವಹರಿಸಬೇಕು. ವಿಷಮವಚನ ಕೂಡದು ಎಂದು ಕೂಡ ನಂಬಿರುವ ಅವಳು ಹಣ ಪಡೆದು ಜಾಗ ಖಾಲಿ ಮಾಡೆಂದರೆ ಒಪ್ಪಿಯಾಳೆ? ಎಂಬ ವಿಘ್ನ ಕಾಣಿಸಿತು.

ರಾತ್ರಿ ಬೇಗ ನಿದ್ರೆ ಬಂತು. ಬೆಳಗಿನ ಜಾವ ಎಚ್ಚರವಾದಾಗ ಮನಸ್ಸು ಹಗುರವಾಗಿತ್ತು. ನಾನು ಎರಡನೆ ಲಗ್ನವಾಗಿಲ್ಲ, ವೈಜಯಂತಿಗೆ ಕಟ್ಟಿದ ಮಾಂಗಲ್ಯಕ್ಕೆ ಅನ್ಯಾಯವೆಸಗಿಲ್ಲ. ಇದು ಶರೀರಪೀಡೆಗೆ ಮಾಡಿಕೊಂಡ ಅನಿವಾರ್ಯ ಚಿಕಿತ್ಸೆ ಎಂಬ ಪರಿಹಾರ ಸ್ಪಷ್ಟವಾಗಿತ್ತು. ಎದ್ದು ಸ್ನಾನ ಮಾಡಿದೆ. ಒಂಭತ್ತೂವರೆಗೆ ಆಫೀಸಿಗೆ ಹೋಗುವಷ್ಟರಲ್ಲಿ ಮಂಗಳೆ ಬಂದಿದ್ದಳು. ಸಿದ್ಧ ಪಡಿಸಬೇಕಾದ ಕಾಗದಗಳನ್ನೆಲ್ಲ ನೆನಪು ಮಾಡಿಕೊಂಡು ಕರೆಗಂಟೆಯ ಗುಂಡಿಯೊತ್ತಿದೆ. ಉಕ್ತಲೇಖನದ ಪುಸ್ತಕವನ್ನು ಕೈಲಿ ಹಿಡಿದು ಒಳಗೆ ಬಂದ ಅವಳು ಎದುರಿಗೆ ಕುಳಿತು ನನ್ನ ಮುಖ ನೋಡಿದಳು. 'ತುಂಬ ಕಾಗದಗಳಿವೆ,' ಎಂದೆ.

'ಕೆಲವನ್ನು ನೆನ್ನೆಯೇ ಕಳಿಸಬೇಕಾಗಿತ್ತಲ್ಲವೆ?' ಅವಳು ಕೇಳಿದಳು.

ನೆನ್ನೆ ಎಲ್ಲ ನನ್ನ ಮನಸ್ಸಿನಲ್ಲಿ ಮುಲುಗುಟ್ಟುತ್ತಿದ್ದ ಖೇದ, ದೋಷ, ಪಶ್ಚಾತ್ತಾಪಗಳ ವಿವರಗಳನ್ನು ಅವಳಿಗೆ ಹೇಳುವುದು ಅನುಚಿತ ಮಾತ್ರವಲ್ಲ, ಕಲಹಕ್ಕೆ ಆಹ್ವಾನವಿತ್ತಂತೆ ಎಂಬ ಎಚ್ಚರಹುಟ್ಟಿತು. ಅಲ್ಲದೆ ನೆನ್ನೆ ತಾನೆ ಅನುಭವಿಸಿದ ಅವಳ ಅಂಗಸವಿಯ ನೆನಪು ಬಂದು ನನ್ನ ಭಾವನೆಗಳೆಲ್ಲ ತಲೆ ಕೆಳಗಾದವು. ನನಗೇ ತಿಳಿಯದಂತೆ ಧ್ವನಿಯನ್ನು ತಗ್ಗಿಸಿ, 'ನಾಳೆ ಬೆಳಗ್ಗೆ ಅದೇ ಹೊತ್ತಿಗೆ ಮನೆಗೆ ಬಾ,' ಅಂದೆ. ಅವಳು ನನ್ನ ಮುಖವನ್ನು

ದಿಟ್ಟಿಸಿದಳು. ಕೋಪದಿಂದಲ್ಲ, ಆದರೆ ಕಟ್ಟಿ ಹಾಕುವವಳಂತೆ. ನಾನೂ ಅವಳ ದೃಷ್ಟಿಯನ್ನು ದಿಟ್ಟಿಸತೊಡಗಿದೆ. ಅದು ದೃಷ್ಟಿಗಳ ತಳ್ಳಾಟವಾಗಿತ್ತು. ಎರಡು ಮೂರು ನಿಮಿಷವಾದರೂ ಯಾರೂ ಹಿಂದೆ ಸರಿಯಲಿಲ್ಲ. ನಾನೇ, 'ಕೇಳಿತೆ, ಬೆಳಗ್ಗೆ ಹತ್ತು ಗಂಟೆ, ನೆನ್ನೆಯ ಹಾಗೆ ಸರಿಯಾಗಿ ಹತ್ತು ಗಂಟೆ,' ಎಂದೆ.

ಅವಳು ಈಗ ಬಾಯಿ ಬಿಟ್ಟಳು: 'ಏಕವಚನ ಬಳಸಿದರೇ ನೀವು ತಡಕೊಳ್ಳಲಾರಿರಿ.'

ನಾನು ತಕ್ಷಣ ಅಂದೆ: 'ನಾವಿಬ್ಬರೇ ಇರುವಾಗ ಏಕವಚನ. ಬೇರೆಯವರ ಉಪಸ್ಥಿತಿಯಲ್ಲಿ ಬಹುವಚನ.'

೭

ಒಂದು ತಿಂಗಳು ಕಳೆದಿತ್ತು. ಒಂದು ದಿನ ನಾನು ಕರೆಯದೆಯೇ ಅವಳು ಉಕ್ತ ಲೇಖನದ ಪುಸ್ತಕ ಮತ್ತು ಪೆನ್ಸಿಲನ್ನು ಕೈಲಿ ಹಿಡಿದು ನನ್ನ ಛೇಂಬರಿಗೆ ಬಂದಳು. ನಾನು ಕೆಲಸದಲ್ಲಿ ಮಗ್ನನಾಗಿದ್ದೆ. ಜಪಾನಿಗೆ ಮಾಡಿದ ನಿರ್ಯಾತ ಮತ್ತು ಅದರ ತೆರಿಗೆಯ ಲೆಕ್ಕಗಳಿಗೆ ತಾಳೆ ಬರುತ್ತಿರಲಿಲ್ಲ. ಲೆಕ್ಕ ಪತ್ರ ವಿಭಾಗದವರಿಗೆ ತಿಳಿಯದೆ ನನ್ನ ಅವಗಾಹನೆಗೆ ಕಳಿಸಿದ್ದರು. ಆದರೂ ಇವಳು ಬಂದಿದ್ದರಿಂದ ಬಿಸಿ ಏರಿದ್ದ ತಲೆ ತುಸು ತಣ್ಣಗಾದಂತಾಯಿತು. 'ಏನು ಸಮಾಚಾರ? ನಿನ್ನ ಮುಖ ಕಳೆ ಕಳೆಯಾಗಿದೆ,' ಎಂದೆ ಅವಳನ್ನು ಖುಷಿ ಪಡಿಸಲೆಂದು.

ಇಂಥ ಖುಷಾಮತ್ತಿನ ಮಾತಿಗೆ ಯಾವತ್ತೂ ಪ್ರತಿಕ್ರಿಯಿಸದ ಅವಳು ಈಗಲೂ ಶಾಂತಳಾಗಿ ಹೇಳಿದಳು: 'ನಾನು ಹೊರಗಾಗಿಲ್ಲ. ದಿನ ಕಳೆದು ಹತ್ತು ದಿನವಾಗಿದೆ.'

'ಅರೆ!' ತನಗೆ ತಾನೆ ಹೊರಟ ಈ ಆಘಾತಸೂಚಕ ಶಬ್ದದ ಹೊರತು ಬೇರೆ ಯಾವ ಪದವೂ ನನ್ನ ಮನಸ್ಸಿನಲ್ಲಿ ಹೊಳೆಯಲಿಲ್ಲ. ಅವಳು ನನ್ನ ಮುಖವನ್ನೇ ನೋಡುತ್ತಾ ಕೂತಿದ್ದಳು. ನಾನು ಅವಳ ಮುಖವನ್ನು ಪರೀಕ್ಷಕ ದೃಷ್ಟಿಯಿಂದ ನೋಡಿದೆ. ಅದು ಭಾವರಹಿತ ಸೂತಕ ಕಳೆಯ ಚಿತ್ರವಾಗಿತ್ತು. ಕಳೆದ ಒಂದು ತಿಂಗಳಿನಿಂದ ನಾನು ಅಲ್ಲಿ ಏನೇನೋ ಸ್ಥಾಯಿ ಸಂಚಾರಿ ಭಾವಗಳನ್ನು ಕಾಣುತ್ತಿದ್ದೆ. ಎರಡು ನಿಮಿಷ ನನಗೆ ಏನೂ ತೋಚಲಿಲ್ಲ. ಅನಂತರ ಕೇಳಿದೆ: 'ಏನೂ ಆಗುಲ್ಲ ಅಂದಿದ್ದೆಯಲ್ಲ.'

'ಈ ವಿಷಯ ನನಗೇನು ಗೊತ್ತು? ನಾನು ಹಾಗಂದೆ. ಅನುಭವಸ್ಥನಾದ ನೀನು ಎಚ್ಚರ ವಹಿಸಬೇಕಿತ್ತು.'

'ನನಗೇನು ಗೊತ್ತು ಅಂದರೆ ನಿನಗೆ ಅನುಭವವೇ ಇರಲಿಲ್ಲವೆ?'

'ಒಬ್ಬ ಮಹಿಳೆಯನ್ನು ನಿನಗೆ ಅನುಭವ ಇತ್ತೆ, ಇರಲಿಲ್ಲವೆ, ಇದೆಯೆ, ಅಂತೆಲ್ಲ ಕೇಳೂದು ಅಪಮಾನ ಮಾಡಿದ ಹಾಗಲ್ಲವೆ? ಕಾನೂನು ಪ್ರಕಾರ ಅಪರಾಧ.'

ನಾನು ದಂಗಾಗಿಹೋದೆ. ನಮ್ಮ ಮನೆಯಲ್ಲಿ ನಾವಿಬ್ಬರೂ ಸಂಧಿಸಿದಾಗ ಬೇರೆ

ಯಾವ ಖಾಸಗಿ ಮಾತುಗಳನ್ನೂ ಆಡಲು ಅವಳು ಪ್ರೋತ್ಸಾಹಿಸುತ್ತಿರಲಿಲ್ಲ. ಮಾತಿನ ಅಗತ್ಯವಿಲ್ಲವೆಂಬಂತಹ ಮುಖಭಾವದಿಂದಿರುತ್ತಿದ್ದಳು.

ನನಗೆ ಕುಸಿದಂತಾಯಿತು. ಕನ್ಯತ್ವವು ಹೆಂಗಸಿನ ಶೀಲದ ಅತಿ ಮುಖ್ಯ ಅಂಶ; ಅದನ್ನು ಜತನದಿಂದ ರಕ್ಷಿಸಿಕೊಂಡು ಶಾಸ್ತ್ರೋಕ್ತವಾಗಿ ವಿವಾಹವಾದ ಗಂಡನಿಗೆ ಒಪ್ಪಿಸಿಕೊಳ್ಳುವುದು ಅವಳ ಧರ್ಮದ ಅತಿ ಮುಖ್ಯಭಾಗ. ಅನಂತರ ಕೂಡ ಅವನನ್ನು ಮೀರಿ ದೇಹ ಸುಖವನ್ನು ಕಲ್ಪಿಸಿಕೊಳ್ಳುವುದೂ ಪರಮ ಪಾಪ ಎಂಬಂತಹ ಪರಿಕಲ್ಪನೆಗಳನ್ನು ಬೇರುಸಹಿತ ಕಿತ್ತೊಗೆಯದೆ ಹೆಂಗಸಿಗೆ ವಿಮೋಚನೆ ಸಾಧ್ಯವಿಲ್ಲ ಎನ್ನುವುದು ವಿಮೋಚನಾ ಚಳವಳಿಯ ಪ್ರಮುಖ ಅಂಶ. ಅಂಥದ್ದರಲ್ಲಿ ಮೂವತ್ತೆರಡು ವರ್ಷದ ಇವಳು, ಅನುಭವಸ್ಥೆ ಎಂಬುದು ನನಗೆ ಮೊದಲ ಅನುಭವದಲ್ಲೇ ಮನದಟ್ಟಾಗಿ, ಎರಡು ಮಕ್ಕಳ ತಾಯಿ ಇರಬಹುದು, ವಿಧವೆಯೋ ಬೇರ್ಪಟ್ಟವಳೋ ಎಂಬ ನನ್ನ ಕಲ್ಪನೆಗಳೆಲ್ಲ ಮನಸ್ಸಿಗೆ ಬಂದವು. ನಾನು ಇವುಗಳನ್ನೆಲ್ಲ ಎಂದೂ ಬಿಡಿಸಿ ಕೇಳಿರಲಿಲ್ಲ. ಅವಳು ಎಂದೂ ಹಾಗೆ ಕೇಳುವಂಥ ಸಲಿಗೆ ಕೊಟ್ಟಿರಲಿಲ್ಲ. ನಾನು ಮೆಚ್ಚುಗೆಯ ಮಾತುಗಳನ್ನು ಬಡಬಡಿಸಿದಾಗ ಅವಳ ಮುಖವು ಅವನ್ನು ಮೌನವಾಗಿ ಸ್ವೀಕರಿಸುತ್ತಿರುವ ಭಾವವನ್ನು ತೋರಿಸುತ್ತಿತ್ತು. ನೇರವಾಗಿ ಕಾಮಕ್ರಿಯೆಯಲ್ಲಿ ತೊಡಗುತ್ತಿದ್ದೆವು. ಎಲ್ಲ ಮುಗಿದನಂತರ ಅವಳೇ ಮೊದಲು ಬಟ್ಟೆ ಹಾಕಿಕೊಂಡು ಹೊರಡಲು ಅಣಿಯಾಗುತ್ತಿದ್ದಳು. ಒಂದು ದೃಷ್ಟಿಯಿಂದ ನನಗೂ ಅದೇ ನಿರಾಳವಾಗುತ್ತಿತ್ತು. ಈಗ ಕಾನೂನು ಪ್ರಕಾರ ಅಪರಾಧ ಎಂಬ ರೂಕ್ಷ ಮಾತನ್ನಾಡುತ್ತಿದ್ದಾಳೆ, ಈ ಕಂಪನಿಯ ಮಾಲೀಕನಾದ ನನ್ನ ಛೇಂಬರಿನಲ್ಲಿ, ಅದೂ ಕಂಪನಿಯ ನೌಕರಳಾಗಿ. ನನ್ನ ಮೈ ತುಸು ಬೆವರಿತು. ಅದನ್ನು ತೋರಿಸಿಕೊಳ್ಳಬಾರದೆಂಬ ಎಚ್ಚರವೂ ಹುಟ್ಟಿತು. ನಾನು ಎಂಥೆಂಥ ಜಟಿಲ ವ್ಯಾಪಾರದ ಸಂಧಾನಗಳನ್ನು ನಿಭಾಯಿಸಿದ್ದೇನೆಂಬ ನೆನಪಾಗಿ ಆತ್ಮವಿಶ್ವಾಸ ಕುದುರಿತು. ಹೇಳಿದೆ: 'ಏನೂ ಆಗುಲ್ಲ ಅಂತ ನೀನೇ ಅಂದೆ ಯಲ್ಲವೆ?'

'ತಿಳಿವಳಿಕೆ ಇಲ್ಲದ ಹೆಂಗಸು ಏನೋ ಅನ್ನಬಹುದು. ಹತ್ತಾರು ವರ್ಷ ಸಂಸಾರ ಮಾಡಿದ ನಿನಗೆ ಗೊತ್ತಿರಬೇಕಲ್ಲವೆ?' ಅವಳು ಥಟ್ಟನೆ ತಡೆಯೊಡ್ಡಿದಳು. ಹಾಗಿದ್ದರೆ ಇವಳು ಅನನುಭವಸ್ಥೆಯೆ? ಎಂಬ ಅನುಮಾನ ನನಗೇ ಹುಟ್ಟಿತು. ಶಾಂತವಾಗಿ ಪರಿಸ್ಥಿತಿಯನ್ನು ಗ್ರಹಿಸುವ ಮನಃಸ್ಥಿತಿಯು ನನಗೆ ಆಗ ಇರಲಿಲ್ಲವೆಂಬ ಅರಿವೂ ಆಗಲಿಲ್ಲ. ಸದ್ಯಕ್ಕೆ ಅಗತುಕೊಂಡಿರುವ ಸಂಕಷ್ಟದಿಂದ ಬಿಡುಗಡೆಯಾಗುವ ದಾರಿಯನ್ನು ಮನಸ್ಸು ಹುಡುಕತೊಡಗಿತು.

'ಈಗ ಏನು ಮಾಡೂದು ಹೇಳು,' ಎಂದೆ.

'ನೀನು ಹೇಳು, ಗಂಡಸು.'

'ತೆಗೆಸಿಬಿಡಾಣ. ಏನೂ ಕಷ್ಟವಿಲ್ಲ. ಯಾವ ಡಾಕ್ಟರೂ ಏನು ಎಂತು ಅಂತ ಕೇಳುಲ್ಲ.'

ಅವಳು ನನ್ನ ಮುಖವನ್ನು ದಿಟ್ಟಿಸಿ ನೋಡಿದಳು. ಅನಂತರ ದುರುಗುಟ್ಟಿಕೊಂಡು ದಿಟ್ಟಿಸಿದಳು. ನನ್ನೊಳಗೆ ಯಾವ ಮಾತೂ ಹೊರಡದಂತಾಯಿತು. ತನ್ನ ಚುಚ್ಚುದೃಷ್ಟಿಯಿಂದ ನನ್ನನ್ನು ಬಲಹೀನನನ್ನಾಗಿ ಮಾಡಿದನಂತರ ಮಾತನಾಡಿದಳು: 'ತೆಗೆಸಿಬಿಡಾಣ ಅಂತ

ಹೇಳೂದು ಗಂಡಸಿಗೆ ಸುಲಭ. ತನ್ನ ಗರ್ಭದಲ್ಲಿ ಕಟ್ಟಿರುವ ಭ್ರೂಣವನ್ನು ತೆಗೆಸಿಕೊಳ್ಳೂದು ಹೆಂಗಸಿಗೆ ಸುಲಭವಲ್ಲ. ಇಷ್ಟಕ್ಕೂ ತೆಗೆಸುವ ಅಗತ್ಯವೇನು?'

'ಮತ್ತೆ ಏನು ಮಾಡಬೇಕು?' ಮಾತು ತೋಚದೆ ನಾನು ಕೇಳಿದೆ.

'ನಾನು ಬಾಯಿಬಿಟ್ಟು ಹೇಳಬೇಕೇನು? ಜವಾಬ್ದಾರಿ ಅರಿತು ನೀನೇ ಹೇಳು.'

'ನನಗೆ ತಿಳೀತಿಲ್ಲ.'

'ಇಂಥ ಸಂದರ್ಭದಲ್ಲಿ ಎಲ್ಲ ಗಂಡಸೂ ತನಗೆ ತಿಳೀತಿಲ್ಲ ಅಂತಲೇ ಹೇಳೂದು. ಮದುವೆಯಾಗಾಣ ಅನ್ನೂ ಮಾತು ಗಂಡಸಿನ ಬಾಯಿಂದ ಬಂದರೇ ಶೋಭೆ.'

'ಅಂದರೆ?' ಬುದ್ಧಿಗೆ ತಿಳಿದರೂ ಒಳಮನಸ್ಸಿಗೆ ಸಮ್ಮತಿ ಇಲ್ಲದ್ದಕ್ಕೆ ಈ ಮಾತು ಹೊರಟಿತು. ಅವಳು ಮತ್ತೆ ಮಾತನಾಡಲಿಲ್ಲ. ತಾನು ಆಡಬೇಕಾದ್ದನ್ನೆಲ್ಲ ಆಡಿ ಮುಗಿಸಿದ್ದೇನೆ ಎಂಬಂತೆ. ದೃಷ್ಟಿಯುದ್ಧ ಮಾಡುವವಳಂತೆ ಒಮ್ಮೆಯೂ ರೆಪ್ಪೆಯನ್ನು ಚಲಿಸದೆ ನನ್ನ ಮುಖವನ್ನೇ ನೋಡುತ್ತಾ ಸೆಟೆದು ಕುಳಿತಳು. ಅವಳು ಯಾವಾಗ ಕೂರುವುದೂ ಸೆಟೆದ ಭಂಗಿಯಲ್ಲಿ ಎಂಬುದು ನನಗೆ ಆಗ ಅರಿವಾಯಿತು. ದೃಷ್ಟಿಯುದ್ಧದಲ್ಲಿ ಸೋಲಬಾರದೆಂದು ನಾನೂ ನೋಡತೊಡಗಿದೆ. ಆದರೆ ನನ್ನ ರೆಪ್ಪೆಗಳು ನಡುನಡುವೆ ನನ್ನ ನಿಯಂತ್ರಣವನ್ನು ತಪ್ಪಿ ಚಲಿಸುತ್ತಿದ್ದವು. ಮಾತಿನಲ್ಲಾದರೂ ನನ್ನ ಗೆಲುವನ್ನು ಸ್ಥಾಪಿಸಬೇಕೆಂದು ಹೇಳಿದೆ: 'ನಮ್ಮಿಬ್ಬರ ಒಪ್ಪಿಗೆಯಿಂದ ಕೂಡಿದ್ದೇನೋ ನಿಜ. ಗರ್ಭವೂ ಕಟ್ಟಿರಬಹುದು. ಮದುವೆ ಯಾಗುವ ಮಾತು ನಮ್ಮಿಬ್ಬರಲ್ಲೂ ಆಗಿರಲಿಲ್ಲ. ವಯಸ್ಕರಾದ ಗಂಡು ಹೆಣ್ಣುಗಳು ಪರಸ್ಪರ ಸಮ್ಮತಿಯಿಂದ ಮದುವೆಯ ಯಾವ ಬಂಧನವಾಗಲಿ ನಿರೀಕ್ಷೆಯಾಗಲಿ ಇಲ್ಲದೆ ಕೂಡುವ ಸ್ವಾತಂತ್ರ್ಯವಿದೆ. ನೀನು ನನಗೆ ಕೊಟ್ಟ ಪುಸ್ತಕದಲ್ಲಿ ಮೊದಲಿನಿಂದ ಕೊನೆತನಕ ಈ ವಾದದ ಸಮರ್ಥನೆಯೇ ಇದೆ. ನೀನು ಅಪ್ರಾಪ್ತ ವಯಸ್ಕ ಹುಡುಗಿ ಏನಲ್ಲ. ಕೂಡಿದ ಮೇಲೆ ಹೆಣ್ಣು ಗರ್ಭವತಿಯಾಗೂದೂ ಪ್ರಕೃತಿಸಹಜ. ಏನೂ ಆಗುಲ್ಲ ಅಂತ ನೀನೇ ಹೇಳಿದ್ದೆ. ಮದುವೆಗೆ ಒಳಗಾಗುಕ್ಕೆ ನಾನು ಸಿದ್ಧವಿಲ್ಲ. ಬಲವಂತ ಮಾಡೂದೂ ಅನ್ಯಾಯ.'

'ಯಾವುದೋ ಪುಸ್ತಕದಲ್ಲಿ ಏನೋ ಮುದ್ರಿಸಿದಾರೆ ಅಂತ ಅದು ನನ್ನ ಸಮ್ಮತಿಯುಳ್ಳ ಅಭಿಪ್ರಾಯ ಅಂತ ನಿನಗೆ ಬೇಕಾದ ರೀತಿ ಅರ್ಥಮಾಡ್ಕಂಡರೆ ನಾನು ಜವಾಬ್ದಾರಳಲ್ಲ. ಅದು ಅಮೆರಿಕಾದ ಪುಸ್ತಕ. ಯಾರೋ ಅಮೆರಿಕನ್ನಳು ಬರೆದದ್ದು. ನಾನು ಭಾರತೀಯ ನಾರಿ. ಅದನ್ನ ಮರೆತು ನಿನ್ನ ನೌಕರಳು ಅನ್ನುವ ಅಧಿಕಾರವನ್ನ ದುರ್ಬಳಕೆ ಮಾಡಿ ನಿನ್ನ ಮನೆಗೆ ಕರಕಂಡು ಹೋದದ್ದು ಸರಿಯಾ? ನನ್ನನ್ನ ನಿನ್ನ ಮನೆಗೆ ತಾನೇ ಕರಕೊಂಡು ಹೋದದ್ದು? ಅದೂ ನಿನ್ನ ಬೆಡ್‌ರೂಮಿಗೆ. ನಿನ್ನ ಮಂಚಕ್ಕೆ. ಏನು ಇದರ ಅರ್ಥ. ಮದುವೆಯಾಗ್ತೀನಿ ಅನ್ನೂ ಅಂತರಾರ್ಥ ತಾನೆ? ಸಾಹಿತ್ಯ ಓದಿದ ನಾನು ಹಾಗೆಯೇ ತಿಳಕೊಂಡು ನಿನ್ನ ಪ್ರಸ್ತಾಪಕ್ಕೆ ಸಮ್ಮತಿಸಿದೆ. ಇಲ್ಲದಿದ್ದರೆ ಇಂಥ ವಿವಾಹಪೂರ್ವ ಸಂಬಂಧಕ್ಕೆ ನಾನು ಖಂಡಿತ ಒಪ್ತಿರಲಿಲ್ಲ. ನಾನೊಬ್ಬ ಭಾರತೀಯ ನಾರಿ, ಮತ್ತೆ ಹೇಳ್ತಿದೀನಿ. ಕಂಪನಿಯ ಮಾರ್ಕೆಟಿಂಗ್ ಸಲುವಾಗಿ ಯೂರೋಪು ಅಮೆರಿಕಾಗಳಿಗೆ ಹೋಗುವ ನೀನು ಅಲ್ಲಿ ಏನೇನಾದರೂ ಮಾಡಿರಬಹುದು. ಅಲ್ಲಿಯ ಹೆಂಗಸರು ಒಪ್ಪಿರಬಹುದು. ಭಾರತೀಯ

ಮಹಿಳೆಯ ಶೀಲವನ್ನು ನೀನು ಆ ನಡಾವಳಿಯಿಂದ ಅಳೆಯಹೊರಟರೆ ನಡೆಯುಲ್ಲ.'

ಅವಳ ಆಪಾದನೆಗೆ ನನಗೆ ಕೋಪಬಂತು. 'ನಾನು ಅಂಥೋನಲ್ಲ. ಎಲ್ಲೂ ಎಂದೂ ಮುಕ್ತ ದೇಹಸಂಬಂಧ ಮಾಡಿಲ್ಲ,' ಎಂದೆ ನೈತಿಕ ಸ್ವಸಮರ್ಥನೆಗಾಗಿ. ವಾಸ್ತವವಾಗಿ ನಾನು ಎಲ್ಲೂ ಎಂದೂ ಹಾಗೆ ಮಾಡಿದವನಲ್ಲ. ವೈಜಯಂತಿಯನ್ನು ಮದುವೆಯಾಗುವ ತನಕ ಶುದ್ಧ ಬ್ರಹ್ಮಚಾರಿಯಾಗಿದ್ದವನೇ. ವೈವಾಹಿಕ ಜೀವನದಲ್ಲಿ ಪತ್ನೀವ್ರತನೇ. ಅನಂತರ ಕೂಡ ಇವಳನ್ನು ಕೂಡುವ ತನಕ ಶುದ್ಧನಾಗಿದ್ದವನೇ.

ಅವಳು ತಕ್ಷಣ ಹೇಳಿದಳು: 'ಸಂತೋಷ. ಆದರೆ ನನ್ನ ಜೊತೇದು ಮಾತ್ರ ಮುಕ್ತ ಸಂಬಂಧ. ವೈವಾಹಿಕ ಉದ್ದೇಶ, ಭರವಸೆಗಳಿಲ್ಲದ್ದು ಅಂತ ಹೇಳ್ತಿದೀಯ. ಹಾಗಾದರೆ ನನ್ನನ್ನ ಏನು ಅಂತ ತಿಳಕೊಂಡಿದಿ?'

'ಯಾವ ವಿವಾಹ ವಿಧಿಯೂ ಇಲ್ಲದೆ ನೀನು ಹ್ಯಾಗೆ ಒಪ್ಪಿಕೊಂಡೆ? ನಾನು ಕರೆದ ತಕ್ಷಣ ಬಂದು ನಿರೋಧಕ ಬೇಡ, ಏನೂ ಆಗುಲ್ಲ ಅಂದೆ? ನೀನು ಮಹಾ ಪರಿಶುದ್ಧಳೊ?' ಎಂದುಬಿಟ್ಟೆ. ನಾನು ಇಂಟರ್‌ಕಾಂನಲ್ಲಿ ಕರೆದ ತಕ್ಷಣ ಬಂದು ಅತ್ಯಂತ ವಿಧೇಯತೆಯಿಂದ ಡಿಕ್ಟೇಶನ್ ತೆಗೆದುಕೊಂಡು ಕಂಪ್ಯೂಟರ್ ಟೈಪು ಮಾಡಿ ಆಫೀಸಿನ ಇತರ ಕೆಲಸಗಳನ್ನು ಮಾಡುತ್ತಿದ್ದ ಇವಳು ಈಗ ನನ್ನ ಎದುರು ಕೂತು ಧೈರ್ಯದಿಂದ ದೃಷ್ಟಿಯುದ್ಧ ಮಾಡುತ್ತಾ ಹಾಕುತ್ತಿದ್ದ ಲಾ ಪಾಯಿಂಟಿಗೆ ನನ್ನ ತಾಳ್ಮೆಯೂ ಕುದಿಹತ್ತಿ ಉಕ್ಕುವ ಹಂತಕ್ಕೆ ಬಂದಿತ್ತು.

ಅವಳು ಕಣ್ಣಿನ ಉರಿಯನ್ನು ಇನ್ನೊಮ್ಮೆ ಪ್ರಖರಗೊಳಿಸಿದಳು. ಅನಂತರ ದಢಕ್ಕನೆ ಎದ್ದುನಿಂತಳು. ಮೇಜದ ಮೇಲಿದ್ದ ಉಕ್ತಲೇಖನದ ಪುಸ್ತಕ ಮತ್ತು ಪೆನ್ಸಿಲ್‌ಗಳನ್ನು ಎತ್ತಿಕೊಂಡು ದಢ ದಢನೆ ಹೊರಟುಹೋದಳು. ಛೇಂಬರಿನ ಬಾಗಿಲು ತನಗೆ ತಾನೆ ಮುಚ್ಚಿಕೊಂಡು ಒಳಗೆಲ್ಲ ನಿಶ್ಶಬ್ದ ಕವಿಯಿತು. ನಾನು ಪೀಡೆ ತೊಲಗಲಿ ಎಂದುಕೊಂಡೆನಾದರೂ ಮನಸ್ಸಿನ ಒಂದು ಮೂಲೆಯಲ್ಲಿ ಆತಂಕ ಇದ್ದೇ ಇತ್ತು.

೮

ಅವಳು ಮರುದಿನ ಕೆಲಸಕ್ಕೆ ಬರಲಿಲ್ಲ. ಅದರ ಮರುದಿನವೂ. ಮತ್ತೊಂದು ದಿನವೂ. ರಜೆಯ ಚೀಟಿಯೂ ಇಲ್ಲ. ಫೋನೂ ಇಲ್ಲ. ಕಂಪನಿಯನ್ನು ಬಿಟ್ಟಿದ್ದಾಳೆ. ನಾಚಿಕೆಯಾಗಿದೆ. ನಾನು ದಬಾಯಿಸಿ ಹೇಳಿದ್ದು ಸರಿಯಾಯಿತು. ನನಗೆ ನೈತಿಕ ಬೆದರಿಕೆ ಹಾಕುಕ್ಕೆ ಬಂದಿದ್ದಳು, ನಡೆಯಲಿಲ್ಲ, ನನ್ನ ಮಾತನ್ನು ಕೇಳಿದ್ದರೆ ಡಾಕ್ಟರ ಖರ್ಚನ್ನು ನಾನೇ ಕೊಡುತ್ತಿದ್ದೆ. ಸ್ನೇಹವೂ ಉಳೀತಿತ್ತು. ಅವಳೇ ಕಳಕೊಂಡಳು, ಎಂದುಕೊಂಡೆ. ಆದರೆ ಪ್ರತಿದಿನವೂ ಅವಳು ಕೆಲಸಕ್ಕೆ ಬಂದಿದ್ದಾಳೆಯೇ ಇಲ್ಲವೇ ಎಂಬುದನ್ನು ಗಮನಿಸುತ್ತಿದ್ದೆ. ಹೇಳದೆ ಕೇಳದೆ ಕೆಲಸಕ್ಕೆ ಗೈರು ಹಾಜರಾದರೆ ಆಡಳಿತಾಧಿಕಾರಿಯು ಕ್ರಮ ತೆಗೆದುಕೊಳ್ಳುತ್ತಾರೆ. ಅದು ಅವರ ವ್ಯಾಪ್ತಿಯದು. ನನಗೆ ತಿಳಿಸುವುದೂ ಇಲ್ಲ, ಎಂಬ ಎಚ್ಚರವಿತ್ತು. ತೆಗೆದನಂತರ

ವೈದ್ಯರು ನಾಲ್ಕು ದಿನ ವಿಶ್ರಾಂತಿ ಪಡೆಯಲು ಸೂಚಿಸಿದ್ದಾರೆಯೇ? ಅಥವಾ ಸರಿಯಾದ ತಜ್ಞರಲ್ಲದ ವೈದ್ಯರಲ್ಲಿ ಹೋಗಿ ಏನಾದರೂ ಗೋಜಲಾಗಿದೆಯೇ? ಎಂಬ ಆತಂಕವಾಯಿತು. ಒಂದು ತಿಂಗಳಾದರೂ ನನಗೆ ಸಂತೋಷ ಕೊಟ್ಟಿದಾಳೆ. ವಿಚಾರಿಸಿ ತಜ್ಞವೈದ್ಯರಿಂದ ಚಿಕಿತ್ಸೆ ಕೊಡಿಸಿ ಸಮಾಧಾನ ಹೇಳೂದು ನನ್ನ ಕರ್ತವ್ಯ ಎನ್ನಿಸಿತು. ಆದರೆ ಅವಳ ಫ್ಲೋನ್ ನಂಬರು ನನ್ನ ಹತ್ತಿರವಿಲ್ಲ. ಅದು ಆಫೀಸಿನಲ್ಲಿದೆ. ಪಡೆದು ಸಂಪರ್ಕಿಸಬಹುದು. ಒಂದು ಮುಖ್ಯವೂ ದೀರ್ಘವೂ ಆದ ರಿಪೋರ್ಟನ್ನು ಸಿದ್ಧಮಾಡಬೇಕು. ಮಿಸ್ ಮಂಗಳಾ ಕೈಲಿ ಮಾತಾಡಬೇಕು. ಅವರ ನಂಬರ್ ಕೊಡಿ ಎಂದು ಕೇಳಿ ಪಡೆಯಬಹುದು. ಅದರಲ್ಲೇನೂ ವಿಶೇಷವಿಲ್ಲ. ಆದರೆ ನನ್ನೊಳಗೇ ಏನೋ ತಡೆ ಹಾಕುತ್ತಿದೆ. ಐದಾರು ದಿನ, ಏಳೆಂಟು ದಿನ, ಕಳೆದಮೇಲೆ ಅವಳು ನಮ್ಮ ಕಂಪನಿಯನ್ನು ಬಿಟ್ಟಿರುವುದೇ ಖಚಿತ ಎನ್ನಿಸಿತು. ಸರಿಯಾದ ಕೆಲಸಗಾರರಿಗೆ ಹೆಚ್ಚು ಸಂಬಳದ ಮೇಲೆ ಬೇರೆ ಕಡೆ ಕೆಲಸ ಸಿಕ್ಕುವುದು ಖಾಸಗಿ ಉದ್ಯಮಗಳ ವಲಯದಲ್ಲಿ ಸಾಧಾರಣ ಸಂಗತಿ. ಹೋಗಿರಬಹುದು, ನೀನೂ ಬೇಡ, ನಿನ್ನ ಕಂಪನಿಯ ನೌಕರಿಯೂ ಬೇಡ ಅಂತ. ಈ ಯೋಚನೆಯಿಂದಲೂ ಮನಸ್ಸಿಗೆ ಮತ್ತೆ ಸಮಾಧಾನವುಂಟಾಯಿತು.

ಹತ್ತನೆಯ ದಿನ ರಾತ್ರಿ ಒಂಬತ್ತು ಗಂಟೆಗೆ ಅವಳು ಮನೆಗೆ ಫ್ಲೋನ್ ಮಾಡಿದಳು. ನಾನು ಪುಟ್ಟಕ್ಕನಿಗೆ ಯಾವುದನ್ನೂ ಚೆಲ್ಲದೆ ಊಟ ಬಡಿಸುವುದನ್ನು ಹೇಳಿಕೊಡುತ್ತಿದ್ದೆ. ಅನಂತರ ಇಬ್ಬರೂ ಜೊತೆಯಲ್ಲಿ ಕೂತು ಊಟ ಮಾಡುವುದು ನಮ್ಮ ಪದ್ಧತಿಯಾಗಿತ್ತು. ನಡುವೆ ಅವಳಿಗೆ ನನ್ನ ಮಾತನ್ನು ಅರ್ಥಮಾಡಿಸುತ್ತಾ ಸ್ವಲ್ಪ ಸ್ವಲ್ಪ ಮಾತನಾಡುವುದನ್ನು ಅಭ್ಯಾಸ ಮಾಡಿಸುವುದೂ ನಡೆಯುತ್ತಿತ್ತು. ಹಲೋ ಎಂದ ತಕ್ಷಣ, 'ಮಿಸ್ಟರ್ ಜಯಕುಮಾರ್?' ಎಂದಳು. ನನಗೆ ಧ್ವನಿಯ ಗುರುತು ಹತ್ತಿತು. 'ಹೌದು, ನಾನೇ' ಎಂದಮೇಲೆ ಬೇರೆ ಯಾವ ಉಭಯಕುಶಲೋಪರಿಯ ಮಾತೂ ಇಲ್ಲದೆ, 'ನನಗೆ ವಿಪರೀತ ವಾಂತಿಯಾಗ್ತಿದೆ. ಈ ಸ್ಥಿತೀಲಿ ಆಫೀಸಿಗೆ ಬಂದರೆ ಎಲ್ಲರಿಗೂ ಗೊತ್ತಾಗುತ್ತೆ. ಇಡೀ ಫ್ಯಾಕ್ಟರಿಗೆ ಹಬ್ಬುತ್ತೆ ಅಂತ ಬರಲಿಲ್ಲ. ನೀನು ಮುಂದಿನ ಕ್ರಮ ಯಾವತ್ತು ಮಾಡ್ತೀ?' ಎಂದಳು. ಪರಿಹಾರ ಆಗಿಯೇ ಹೋಗಿದೆ ಎಂದುಕೊಳ್ಳುತ್ತಿದ್ದಾಗ ಪಿಶಾಚಿಯು ದಿಢೀರನೆ ಪುನಃ ವಕ್ಕರಿಸಿದಂತೆ ಎನ್ನಿಸಿತು. ಯಾವ ಮಾತೂ ಹೊಳೆಯಲಿಲ್ಲ. ರಿಸೀವರನ್ನು ಎಡಗೈಲಿ ಹಿಡಿದು ಸುಮ್ಮನೆ ಕೂತಿದ್ದೆ. ಎರಡು ನಿಮಿಷದ ನಂತರ ಅವಳು, 'ಹಲೋ, ಮುಂದಿನ ಹೆಜ್ಜೆಯ ಬಗ್ಗೆ ನೀನು ಏನೂ ಹೇಳ್ತಿಲ್ಲ,' ಎಂದಳು.

'ಆಗಲೇ ಈ ವಿಷಯವಾಗಿ ತೀರ್ಮಾನವಾಗಿದೆಯಲ್ಲ' ಎಂದೆ.

'ಆಗಿದೆ ಅಂತ ನೀನು ತಿಳಕೊಂಡಿದೀಯ. ಅದು ನಡೆಯುಲ್ಲ. ಗರ್ಭವನ್ನು ಇಟ್ಟುಕೊಳ್ಳೂದೋ ತೆಗೆಸೂದೋ ಅನ್ನೂದು ಸಂಪೂರ್ಣವಾಗಿ ಮಹಿಳೆಯ ತೀರ್ಮಾನಕ್ಕೆ ಬಿಡಬೇಕಾದ ವಿಷಯ. ಈ ಬಗೆಗೆ ಯಾರೂ ಅವಳನ್ನ ಒತ್ತಾಯಿಸುಕ್ಕೆ ಅವಕಾಶವಿಲ್ಲ. ಒಂದು ವಿಷಯ ಸ್ಪಷ್ಟವಾಗಿ ಅರ್ಥಮಾಡಿಕೊ. ದಂಪತಿಗಳಾಗಿ ಪರಸ್ಪರ ಸೌಹಾರ್ದದಿಂದ ಜೀವನ ಮಾಡಬೇಕಾದ ನಾವು ಕಾನೂನು ಕ್ರಮಕ್ಕೆ ಒಳಪಡೂದು ಸರಿ ಅಲ್ಲ. ಇದರ

ಮೇಲೆ ನಿನ್ನಿಷ್ಟ. ಈಗ ಆಗಿರುವ ದೈಹಿಕ ಮಾನಸಿಕ ಸ್ಥಿತಿಯ ಜೊತೆಗೆ ಅನಿಶ್ಚಿತತೆ ಮುಂದುವರೆಯೂದು ಅಸಹನೀಯ. ಮಗುವಿನ ಮನೋಬುದ್ಧಿಗಳ ಮೇಲೂ ಪರಿಣಾಮ ವಾಗುತ್ತೆ. ಮೂರು ದಿನದಲ್ಲಿ ನನಗೆ ನಿನ್ನ ತೀರ್ಮಾನ ತಿಳಿಸು. ನನ್ನ ನಂಬರ್ ಹೇಳ್ತೀನಿ ಕೇಳು. ಜ್ಞಾಪಕದಲ್ಲಿ ಉಳಿಯುಲ್ಲ ಅಂದರೆ ಬರಕೊ' ಎಂದು ಎರಡು ಸಲ ನಿಧಾನವಾಗಿ ಅಂಕೆಗಳನ್ನು ಹೇಳಿ ಫೋನನ್ನು ಕೆಳಗಿಟ್ಟಳು.

ನನ್ನ ಎದೆಯ ಬಡಿತ ನಿಂತುಹೋದಂತಾಯಿತು. ಪುಟ್ಟಕ್ಕ ಮೊಮೊಮೊಸ್ಸಸರು ಎಂದು ಹೇಳುತ್ತಿದ್ದುದು ಮನಸ್ಸಿನ ಹೊರಗೇ ಸುತ್ತು ಹಾಕುತ್ತಿತ್ತು. ಅವಳು ನಿಶ್ಚಯ ಮಾಡಿದಾಳೆ, ನನ್ನನ್ನ ಮದುವೆಯ ಬಲೆಗೆ ಕೆಡವಿಕೊಳ್ಳುಕ್ಕೆ. ಕಾನೂನಿನ ಕ್ರಮ ಅಂದಳಲ್ಲ. ಸುಪ್ರೀಮ್ ಕೋರ್ಟ್ ಆಗಲಿ, ಸುಪ್ರೀಮ್ ಕೋರ್ಟಿನ ವಕೀಲರೇ ಆಗಲಿ, ಎಷ್ಟು ಲಕ್ಷ ವಾದರೂ ಆಗಲಿ ನಾನು ಬಗ್ಗುಲ್ಲ ಎಂದು ಮನಸ್ಸು ನಿಧಾನವಾಗಿ ನಿಲುಗಡೆಗೆ ಬಂತು.

ರಾತ್ರಿ ನಿದ್ರೆ ಹತ್ತಲಿಲ್ಲ. ಹತ್ತುವುದು ಸಾಧ್ಯವಿಲ್ಲವೆಂದು ಮನಸ್ಸೇ ಹೇಳುತ್ತಿತ್ತು. ಪ್ರಯತ್ನ ಪಟ್ಟ ಯಾವುದಾದರೊಂದು ಹೊಸ ಆರ್ಡರ್ ಕೈ ತಪ್ಪಿದಾಗ ಫ್ಯಾಕ್ಟರಿಗೆ ವಿದ್ಯುತ್ ಸರಬ ರಾಜನ್ನು ಹೆಚ್ಚಿಸಲು ವಿದ್ಯುತ್ ಬೋರ್ಡಿನವರು ತರಲೆ ಮಾಡುತ್ತಿದ್ದಾರೆಂದು ಮನವರಿಕೆ ಯಾದಾಗ ಒಂದು ವಿದೇಶಿ ಸಿದ್ಧವಸ್ತುವಿನ ಸರಬರಾಜಿನಲ್ಲಿ ಕೊನೆಯ ತಾರೀಖು ಹತ್ತಿರ ಬರುತ್ತಿರುವಾಗ ಹೀಗೆ ನಿದ್ರೆ ಹತ್ತುವುದು ತಡವಾಗಿ ಬೆಳಗಿನ ಜಾವದ ಹೊತ್ತಿಗೆ ಬರುವುದು ಸಾಮಾನ್ಯವಾಗಿತ್ತು. ಆದರೆ ಇದು ನನ್ನ ಇಡೀ ಜೀವನವನ್ನು ಅಮರಿಕೊಳ್ಳುವ ಶನಿಕಾಟದ ಸನ್ನಿವೇಶ. ಆದ್ದರಿಂದ ನಿದ್ರೆ ತಪ್ಪಿರುವುದು ಸಹಜವೆಂದು ಮನಸ್ಸು ವಿವರಿಸಿಕೊಂಡರೂ ಅದು ಸಮಸ್ಯೆಗೆ ಪರಿಹಾರವಾಗಿರಲಿಲ್ಲ. ಹೇಗಾದರೂ ಸರಿ ನಾಳೆ ಒಬ್ಬ ಸಮರ್ಥ ವಕೀಲರನ್ನು ನೋಡಬೇಕೆಂದು ನಡುರಾತ್ರಿ ಎರಡು ಗಂಟೆಯ ವೇಳೆಗೆ ತೀರ್ಮಾನಿಸಿಕೊಂಡೆ. ನಮ್ಮ ಕಂಪನಿಯ ವಕೀಲರೇ ಇದ್ದಾರೆ. ಆದರೆ ಅವರ ಪರಿಣತಿ ಇರುವುದು ಕಂಪನಿ ಲಾದಲ್ಲಿ. ಅವರು ಬೇರೆ ಲಾಯರನ್ನ ಗೊತ್ತು ಮಾಡಿಕೊಡಬಹುದು ಎಂಬುದು ಹೊಳೆದರೂ ನನ್ನ ಈ ಗೋಜಲು ತಿಳಿದರೆ ಅವರು ನನ್ನನ್ನು ಹಗುರವಾಗಿ ಭಾವಿಸುತಾರೆ ಎಂಬ ಎಚ್ಚರಹುಟ್ಟಿತು. ಬೆಳಗಿನ ಜಾವವಾದರೂ ನಿದ್ರೆ ಬರಲಿಲ್ಲ.

ಬೆಳಗ್ಗೆ ಕಾಫಿ ಕುಡಿಯುವಾಗ ಸುಬ್ಬರಾಮಯ್ಯ ಎಂಬ ಹೆಸರಿನ ನೆನಪಾಯಿತು. ನಾಲ್ಕು ಜನ ಸ್ನೇಹಿತರೊಟ್ಟಿಗೆ ಊಟ ಮಾಡುತ್ತಿದ್ದಾಗ ಚಾಮರಾಜಪೇಟೆಯ ಒಂದು ದೊಡ್ಡ ಹಳೆ ಬಂಗಲೆಯಲ್ಲಿರುವ ಸುಬ್ಬರಾಮಯ್ಯ ಎಂಬ ವಕೀಲರು ಇವತ್ತಿಗೂ ಹಣದ ಆಶೆಗೆ ಬೀಳದೆ ಸಂಬಂಧಿಸಿದ ಕಾನೂನಿನ ವಾಸ್ತವತೆಯನ್ನು ಕಕ್ಷಿಗಾರರಿಗೆ ವಿವರಿಸಿ ತೀರ್ಮಾನವನ್ನು ಅವರಿಗೇ ಬಿಡುವ, ಒಪ್ಪಿಕೊಂಡ ಕೇಸನ್ನು ಸಂಪೂರ್ಣ ನಿಷ್ಠೆಯಿಂದ ಅಧ್ಯಯನ ಮಾಡಿ ವಾದ ಮಾಡುವ ವಕೀಲರು ಅಂತ ಚಂದ್ರಶೇಖರ್ ಹೇಳಿದ್ದ ಎಂಬ ವಿವರವೂ ಜ್ಞಾಪಕಕ್ಕೆ ಬಂತು. ತಕ್ಷಣ ಎದ್ದು ಡೈರೆಕ್ಟರಿಯಲ್ಲಿ ಹುಡುಕಿದೆ. ಜಿ.ಎಲ್. ಸುಬ್ಬ ರಾಮಯ್ಯ ಹೈಕೋರ್ಟ್ ಅಡ್ವೋಕೇಟ್ ಚಾಮರಾಜಪೇಟೆ, ಸಿಕ್ಕಿತು. ಆಗಲೇ ಫೋನ್ ಮಾಡಿ ನನ್ನ ಪರಿಚಯ ಹೇಳಿ, 'ಸರ್, ತಮ್ಮ ಜೊತೆ ಒಂದು ಸಮಾಲೋಚನೆ ಬೇಕಿತ್ತು.

ನನ್ನ ಹೆಸರು ಜಯಕುಮಾರ್. ಪೀಣ್ಯದಲ್ಲಿ ಮಧ್ಯಮ ದರ್ಜೆಯ ಉದ್ಯಮ ನಡೆಸ್ತಿದೀನಿ,' ಎಂದೆ.

'ಸಂಜೆ ಆರೂವರೆಗೆ ಬನ್ನಿ. ನನ್ನ ವಾಸದ ಮನೇಲೇ ಆಫೀಸು. ನಿಮ್ಮ ಬಲಭಾಗದಲ್ಲಿ ಪ್ರವೇಶ' ಎಂದರು.

ಹಳೆಯ ಕಾಲದ ಗಟ್ಟಿಮುಟ್ಟಾದ ಪೀಠೋಪಕರಣಗಳು. ಪ್ರವೇಶಿಸಿದ ತಕ್ಷಣ ಕಕ್ಷಿಗಾರರು ಕೂರಲು ಮರದ ಕುರ್ಚಿಗಳು. ಇಬ್ಬರು ಜೂನಿಯರ್, ಮೂವರು ಗುಮಾಸ್ತರು. ಒಳಗೆ ವಕೀಲರ ಛೇಂಬರಿಗೆ ಹೋಗಿ ನಮಸ್ಕಾರ ಇತ್ಯಾದಿ ಹೇಳಿದಮೇಲೆ ನೇರವಾಗಿ ನನ್ನದೇ ಸಮಸ್ಯೆ ಎಂದು ಹೇಳದೆ, 'ಸರ್, ನನ್ನ ಸ್ನೇಹಿತ ಒಬ್ಬ ಸಹೋದ್ಯೋಗಿ ಮಹಿಳೆಯ ಜೊತೆ ಸಂಪರ್ಕ ಮಾಡಿ ಅವಳು ಗರ್ಭಿಣಿಯಾಗಿದಾಳೆ. ಮದುವೆಯಾಗು ಅಂತ ಬಲವಂತ ಮಾಡ್ತಿದಾಳೆ. ಅವನು ಆಗಲೇಬೇಕಾ?'

ಬೊಕ್ಕತಲೆ, ಅಗಲವಾದ ಹಣೆ, ಮೊನಚು ಕಣ್ಣುಗಳ, ಬಿಳಿ ಷರಟು ಧರಿಸಿದ್ದ ಸುಮಾರು ಅರವತ್ತು ವಯಸ್ಸಿನ ಸುಬ್ಬರಾಮಯ್ಯನವರು ಒಂದೇ ಕ್ಷಣದಲ್ಲಿ ಹೇಳಿದರು: 'ಮಿಸ್ಟರ್ ಜಯಕುಮಾರ್. ರೋಗಿಯೇ ಎದುರು ಬರದೆ ವೈದ್ಯರು ತಪಾಸಣೆ ಮಾಡೂದು ಹೇಗೆ? ಕಕ್ಷಿಗಾರನೇ ಎದುರು ಬರದೆ ವಕೀಲರು ಕೇಸನ್ನು ತಿಳಕೊಳ್ಳೂದು ಹೇಗೆ? ವಕೀಲರು ಕೇಳುವ ಎಲ್ಲ ವಿವರಗಳೂ ಸ್ನೇಹಿತರಿಗೆ ಗೊತ್ತಿರುಲ್ಲ. ಲಾಯರ ಹತ್ತಿರವಾಗಲಿ ಡಾಕ್ಟರ ಹತ್ತಿರವಾಗಲಿ ಏನೂ ಮುಚ್ಚಿಡಬಾರದು. ತಮ್ಮ ಕಕ್ಷಿಗಾರನ ಹಿತ ಕಾಪಾಡುಕ್ಕೇ ಅವರು ಇರೂದು. ಸಂಕೋಚ ಬಿಟ್ಟು ಹೇಳಬೇಕು.'

ಕೇಸು ನನ್ನದೇ ಎಂಬುದನ್ನು ಇವರು ಊಹಿಸಿಬಿಟ್ಟಿದಾರೆ, ಚುರುಕುಬುದ್ಧಿಯವರು, ಎಂದು ನನಗೆ ತಕ್ಷಣ ಅರ್ಥವಾಯಿತು. ಮುಜುಗರವಾಯಿತು. ನಾಚಿಕೆ ಎನ್ನಿಸಿತು. ಹೇಳದೆ ವಿಧಿ ಇಲ್ಲ. 'ಹಿನ್ನಲೆಯನ್ನ ಹೇಳಬೇಕು ಸರ್' ಎಂದೆ. 'ಪ್ರತಿಯೊಂದು ಮುಖ್ಯಾಂಶ ವನ್ನೂ ಹೇಳಿ' ಎಂದರು. ನಾನು ನನ್ನ ಹೆಂಡತಿ ಇಬ್ಬರೂ ಕೂಡಿ ಈ ಕಂಪನಿಯನ್ನು ಕಟ್ಟಿ ಬೆಳೆಸಿದುದು, ಎರಡೂವರೆ ವರ್ಷದ ಹಿಂದೆ ಅಪಘಾತದಲ್ಲಿ ಅವಳು ಸತ್ತದ್ದು. ಈಗ ಹದಿಮೂರು ವರ್ಷದವಳಾದ ಬುದ್ಧಿಕುಂಠಿತಳಾದ ಮಗಳು ಇವುಗಳನ್ನೆಲ್ಲ ವಿವರಿಸಿ ಶರೀರಬಾಧೆ ತೀರಿಸಿಕೊಳ್ಳಲು ನಾನೇ ನನ್ನ ಕಂಪನಿಯಲ್ಲಿ ಸೆಕ್ರೆಟರಿಯಾಗಿರುವ ಮಂಗಳೆ ಯನ್ನು ಮನೆಗೆ ಕರೆದದ್ದು ಕರೆಯುವ ಮೊದಲು ಅವಳ ಹತ್ತಿರವಿದ್ದ ಸ್ತ್ರೀ ವಿಮೋಚನೆಯ ಪುಸ್ತಕವನ್ನು ನಾನು ಓದಿದ್ದು ಅವಳು ಮರುಮಾತನಾಡದೆ ಒಪ್ಪಿಬಂದದ್ದು ಏನೂ ಆಗುಲ್ಲ ಎಂದು ಅವಳೇ ಹೇಳಿದ್ದುದೆಲ್ಲವನ್ನೂ ವಿವರಿಸಿದೆ.

ನಾನು ಹೇಳುತ್ತ ಹೋದಂತೆಯೇ ಕೇಸಿನ ಒಳನಡೆಯನ್ನು ಅರ್ಥಮಾಡಿಕೊಂಡ ವಕೀಲರು ತಕ್ಷಣ ಮಾತನಾಡಿದರು: 'ದಣಿಯ ಆಸ್ತಿಯನ್ನೆಲ್ಲ ಕಬಳಿಸಬೇಕೆಂಬ ಒಳ ಆಸೆ ಪ್ರತಿಯೊಬ್ಬ ಭೃತ್ಯನಿಗೂ ಇರುತ್ತೆ. ಈ ಭೃತ್ಯಳಿಗೆ ನೀವಾಗಿಯೇ ಈ ಅವಕಾಶ ಕಲ್ಪಿಸಿ ಕೊಟ್ಟಿದೀರಿ. ಐವತ್ತು ಲಕ್ಷವೋ ಒಂದು ಕೋಟಿಯೋ ಕೊಡ್ತೀನಿ ಅಂದರೂ ಅವಳು ಒಪ್ಪುಲ್ಲ. ನೀವೇ ಹೇಳುವಂತೆ ವರ್ಷಕ್ಕೆ ನೂರಇಪ್ಪತ್ತು ಕೋಟಿ ವಹಿವಾಟು ನಡೆಸುವ,

ಮುಂದೆ ಇನ್ನೂ ವೇಗವಾಗಿ ಅಭಿವೃದ್ಧಿಯಾಗುವ ಕಂಪನಿಯ ಮಾಲೀಕನ ಹೆಂಡತಿಯಾಗಿ ಪಡೆಯುವ ಹಕ್ಕನ್ನು ಯಾವಳೂ ಬಿಟ್ಟುಕೊಡುಲ್ಲ.'

'ಮದುವೆಗೆ ಒತ್ತಾಯಿಸಲು ಅವಳಿಗೆ ಯಾವ ಹಕ್ಕಿದೆ? ಕರೆದ ತಕ್ಷಣ ಬಂದವಳು, ಏನೂ ಆಗುಲ್ಲ ಅಂದವಳು.'

'ಇವನು ನನ್ನನ್ನ ಮದುವೆಯಾಗ್ತೀನಿ ಅಂತ ಭಾಷೆ ಕೊಟ್ಟಿದ್ದರಿಂದ ನಾನು ಮುಟ್ಟಿಸಿಕೊಂಡೆ. ಏನೂ ಆಗುಲ್ಲ ಅಂತ ನಾನು ಅನ್ನಲಿಲ್ಲ. ಏನು ಆಗುತ್ತೆ ಆಗುಲ್ಲ ಅನ್ನೂದು ಮದುವೆಯಾಗಿ ಇಷ್ಟು ವರ್ಷ ಸಂಸಾರ ಮಾಡಿದ ಇವನಿಗೆ ಗೊತ್ತಿರಲಿಲ್ಲವೆ? ನಾನು ಮುಗ್ಧೆ ಅಂತ ಅವಳು ಹೇಳ್ತಾಳೆ. ಇಂಥ ಯಾವ ವಿವಾದದಲ್ಲೂ ಕೋರ್ಟು ಹೆಂಗಸಿನ ಮಾತನ್ನ ನಂಬುತ್ತೆಯೇ ಹೊರತು ಗಂಡಸಿನ ಮಾತಿಗೆ ಬೆಲೆ ಕೊಡುಲ್ಲ. ಹೆಂಗಸು ಗರ್ಭಿಣಿಯಾಗಿರುವಾಗ, ಮದುವೆಯಾಗ್ತೀನಿ ಅಂತ ನಂಬಿಸಿ ಇವನು ಗರ್ಭಿಣಿ ಮಾಡಿದ ಅಂತ ಅವಳು ಹೇಳಿದರೆ ಕೋರ್ಟು ಅದನ್ನ ಅತ್ಯಾಚಾರಕ್ಕೆ ಸಮ ಅಂತ ಪರಿಗಣಿಸಿ ಏಳುವರ್ಷ ಸಜಾ ಹಾಕಬಹುದು.'

ನಾನು ಕಳೆಗುಂದಿದೆ. ಎರಡು ನಿಮಿಷದ ನಂತರ, 'ಹಾಗಾದರೆ ನ್ಯಾಯದ ಗತಿ?' ಎಂದೆ.

'ನ್ಯಾಯ ಅನ್ಯಾಯ ಮೌಲ್ಯ ಅಪಮೌಲ್ಯಗಳಾವುವೂ ಕಾನೂನಿಗೆ ಸಂಬಂಧಿಸಿದ್ದಲ್ಲ. ಇರುವ ಕಾನೂನನ್ನು ಬಳಸಿಕೊಂಡು ಪ್ರತಿಯೊಂದು ಪಾರ್ಟಿಯೂ ಸಾಧ್ಯವಿದ್ದಷ್ಟನ್ನು ಗುಂಜಿಕೊಳ್ಳುವುದಷ್ಟೇ ಎಲ್ಲೆಲ್ಲಿಯೂ ನಡೆಯೂದು. ಈ ವಿಷಯದಲ್ಲಿ ನ್ಯಾಯಾಧೀಶರಿಗೆ ಯಾವ ಸ್ವಾತಂತ್ರ್ಯವೂ ಇಲ್ಲ' ಎಂದರು ಸಮಾಪ್ತಿ ಮಾಡುವಂತೆ.

೬

ವಕೀಲರು ಏನೇ ಹೇಳಿರಲಿ. ಹೆದರಿ ತಕ್ಷಣ ಮದುವೆಯ ಬಲೆಗೆ ಬೀಳಿಸಿಕೊಳ್ಳುವ ತಂತ್ರಕ್ಕೆ ಒಪ್ಪಬಾರದು ಎಂದು ನಿರ್ಧರಿಸಿದೆ. ಮಾರುವಾಗ, ಕೊಳ್ಳುವಾಗ ಎಷ್ಟೋ ಚೌಕಾಶಿ ಯಾಗುಲ್ಲವೆ? ಎರಡು ಮಿಲಿಯನ್‌ಗೆ ಕಡಿಮೆ ಇಲ್ಲ ಅಂತ ಆರಂಭಿಸಿದ ವ್ಯವಹಾರವನ್ನು ಐದು ಲಕ್ಷಕ್ಕೆ ಒಪ್ಪಿಸುಲ್ಲವೆ? ಎಂಬ ಅನುಭವ ನೆರವಿಗೆ ಬಂತು. ನಾನು ಹೇಗೂ ಇನ್ನು ಎರಡು ವಾರದ ನಂತರ ಪಶ್ಚಿಮ ಯೂರೋಪಿಗೆ ಹೋಗಬೇಕು. ಅಷ್ಟರೊಳಗೆ ಫ಼ೋನ್ ಮಾಡಿ ನಿನ್ನ ವೈದ್ಯಕೀಯ ಖರ್ಚಿಗೆ ಎಷ್ಟು ಬೇಕಾದರೂ ಕೇಳು, ಕೊಡ್ತೀನಿ. ಐದು ಲಕ್ಷವಾ? ಹತ್ತು ಲಕ್ಷವಾ? ಅಂದರೆ ಬಾಯಿಬಿಡ್ತಾಳೆ, ಎಂದು ಪರಿಹರಿಸಿಕೊಂಡೆ. ಹಾಗೆಂದು ಐದನೆಯ ದಿನ ಹೇಳಿಯೂ ಬಿಟ್ಟೆ. ಅವಳು ಒಂದು ಮಾತೂ ಉತ್ತರಿಸಲಿಲ್ಲ. 'ಎಷ್ಟು ಹಣ ಅಂತ ನೀನೇ ತಿಳಿಸಿಬಿಡು. ನಿನಗಲ್ಲ ನಾನು ಹಣ ಕೊಡೂದು, ಚಿಕಿತ್ಸೆಗೆ. ಇದರಿಂದ ನಮ್ಮ ಸ್ನೇಹಕ್ಕೇನೂ ಕುಂಠಿತವಿಲ್ಲ.' ಎಂದೂ ಸೇರಿಸಿದೆ, ಬಿಸಿ ತಂಪುಗಳನ್ನು ಒಂದಾದನಂತರ

ಒಂದರಂತೆ ಹಾಯಿಸುತ್ತ. ಅವಳು ಫೋನನ್ನು ಹಾಗೆಯೇ ಹಿಡಿದುಕೊಂಡಿದ್ದಳು. ಹತ್ತು ಲಕ್ಷವೆಂದರೆ ಕಡಿಮೆ ಮೊತ್ತವಲ್ಲ. ಮನಸ್ಸನ್ನು ಇಳಿಬಿಟ್ಟಿದಾಳೆ ಎಂದುಕೊಂಡು ನಾನು ಸುಮ್ಮನಿದ್ದೆ. ಒಂದು ನಿಮಿಷದ ನಂತರ, "ಯೋಚನೆ ಮಾಡಿ ನೀನೇ ಫೋನ್ ಮಾಡು. ನಾನು ಮುಂದಿನವಾರ ಪಶ್ಚಿಮ ಯೂರೋಪಿಗೆ ಹೋಗ್ತೀನಿ. ಹತ್ತು ದಿವಸ. ಅದರೊಳಗೆ ಕಂಪನಿಯಲ್ಲಿ ಬೇರೆ ಯಾರಿಗೂ ತಿಳಿಯದ ಹಾಗೆ ಹಣ ತಲುಪಿಸ್ತೀನಿ. ಹಾಗೆಯೇ, 'ನನ್ನ ಚಿಕ್ಕಮ್ಮನಿಗೆ ಆರೋಗ್ಯ ಸರಿ ಇಲ್ಲದ್ದರಿಂದ ಒಂದು ತಿಂಗಳು ಮುಂಬಯಿಗೆ ಹೋಗ ಬೇಕಾಗಿದೆ. ದಯವಿಟ್ಟು ರಜಾ ಕೊಡಿ' ಅಂತ ಒಂದು ಕಾಗದಾನೂ ಕಳಿಸು" ಎಂದು ಹೇಳಿ ಫೋನನ್ನು ಕೆಳಗಿಟ್ಟೆ.

ಇದಾದ ಎರಡನೆಯ ದಿನ ಬುಧವಾರ, ಬೆಳಗ್ಗೆ ಹನ್ನೊಂದು ಗಂಟೆಯ ವೇಳೆಯಲ್ಲಿ ಪ್ರವಾಸಕ್ಕೆ ಸಂಬಂಧಿಸಿದ ಹಿನ್ನೆಲೆಯನ್ನು ಓದುತ್ತಾ ಕೂತಿದ್ದಾಗ ಪಿ.ಎ. ವರದಪ್ಪ ಒಳಗೆ ಬಂದು, 'ನಾಲ್ಕು ಜನ ಮಹಿಳೆಯರು ನೋಡಬೇಕು ಅಂತ ಬಂದಿದಾರೆ. ಕಾಂಪೌಂಡ್ ಮುಖ್ಯದ್ವಾರದ ಹೊರಗೆ ಸುಮಾರು ನೂರು ಜನ ಹುಡುಗೀರು, ಕಾಲೇಜ್ ವಿದ್ಯಾರ್ಥಿನಿಯರ ಹಾಗೆ ಕಾಣ್ತಾರೆ, ಗುಂಪುಗೂಡಿದಾರೆ' ಎಂದ. 'ಹುಡುಗೀರು ಯಾರನ್ನೂ ಗೇಟಿನ ಒಳಗೆ ಬಿಡಬೇಡ ಅಂತ ವಾಚ್‌ಮನ್‌ಗೆ ಹೇಳಿ. ಮಹಿಳೆಯರನ್ನ ಒಳಗೆ ಕಳಿಸಿ' ಎಂದೆ. ಒಳಗೆ ಬಂದ ನಾಲ್ವರಿಗೂ ಕುರ್ಚಿ ತೋರಿಸಿ ಸೌಜನ್ಯ ಸೂಚಿಸಿದೆ. ಸುಮಾರು ಐವತ್ತು ವರ್ಷ ವಯಸ್ಸು. ನನ್ನ ತಲೆಗೂದಲಿಗಿಂತ ತುಂಡಾಗಿ ಕ್ರಾಪ್‌ಕಟ್ ಮಾಡಿಸಿಕೊಂಡಿದ್ದ ಬಿಳಿಗೂದಲಿನ ಬರಿಹಣೆ, ಬರಿ ಮೊಣಕೈಗಳ ಖಾದಿಯಂತೆ ಕಾಣುವ ಬೂದು ಬಣ್ಣದ ಸೀರೆಯುಟ್ಟು ಬಲಗೈಲಿ ಆಫೀಸ್ ದಾಖಲೆಗಳನ್ನು ಹಿಡಿಯುವ ಕರಿಚರ್ಮದ ಚೀಲ ಹಿಡಿದಿದ್ದ ಮಹಿಳೆ ಮೊದಲು ಮಾತನಾಡಿದಳು. ತುಸು ಬಿಳಿಪು ಎನ್ನಬಹುದಾದ ಮುಖಬಣ್ಣ, ಕಿವಿಗೆ ಓಲೆಯೂ ಇಲ್ಲ, ಮೂಗಿಗೆ ಬೊಟ್ಟಂತೂ ಇಲ್ಲವೇ ಇಲ್ಲ. ವಿಧವೆಯೋ ಅಥವಾ ಸೂತಕವೋ ಎಂಬಂತಹ ಕಳೆ: 'ಗುಡ್ ಮಾರ್ನಿಂಗ್ ಮಿಸ್ಟರ್ ಜಯಕುಮಾರ್. ಫ್ಯಾಕ್ಟರಿಯ ಸುತ್ತ ಒಳ್ಳೆಯ ಗಾರ್ಡನ್ ಬೆಳೆಸಿದೀರಿ. ನಿಮ್ಮ ಟೇಸ್ಟ್ ಎಲ್ಲ ಉದ್ಯಮಿಗಳಿಗೂ ಇದ್ದರೆ ಪರಿಸರ ಎಷ್ಟೋ ಶುದ್ಧವಾಗಿರ್ತಿತ್ತು. ನಾನು ಮಾಲಾ ಕೆರೂರ್. ಸುಪ್ರೀಂ ಕೋರ್ಟ್ ಅಡ್ವೋಕೇಟ್. ರಾಷ್ಟ್ರ ಮಹಿಳಾ ಸಂಘಟನೆಯ ವೈಸ್ ಪ್ರೆಸಿಡೆಂಟ್. ಇವರು ವಾಣಿಶೆಟ್ಟಿ, ಡಿ.ಎಂ. ಡಿಗ್ರಿ ಕಾಲೇಜಿನಲ್ಲಿ ಎಕನಾಮಿಕ್ಸ್ ಪ್ರೊಫೆಸರು. ಇವರು ಡಾಕ್ಟರು ಸುನೀತಾರಾವ್, ಒ.ಬಿ.ಜಿ., ಸ್ವಂತ ಕ್ಲಿನಿಕ್ ನಡೆಸ್ತಿದಾರೆ. ಅವರು ಜಯಾಗೌಡ, ಅವರದೇ ಟ್ರಾವೆಲ್ ಏಜೆನ್ಸಿ ಇದೆ. ಒಳ್ಳೆಯ ಸರ್ವಿಸ್. ನಿಮ್ಮ ಕಂಪನಿಯ ಪ್ರಯಾಣ ವೀಸಾಗಳನ್ನೆಲ್ಲ ಸಮರ್ಪಕವಾಗಿ ಮಾಡಿಕೊಡಬಲ್ಲರು,' ಎಂದು ಬಿಸಿನೆಸ್ ನಗೆ ನಕ್ಕಳು. ಟ್ರಾವೆಲ್ ಏಜೆನ್ಸಿಯ ಜಯಾಗೌಡ ಮಾತ್ರ ಹಣೆಗೆ ಕುಂಕುಮ ಇಟ್ಟು ಮುಖಕ್ಕೆ ಬಣ್ಣ ಹಚ್ಚಿ ಹುಬ್ಬುಗಳನ್ನು ತೀಡಿ ಆಕರ್ಷಕವಾದ ತೆಳು ಆಕಾಶವರ್ಣದ ಸೀರೆಯುಟ್ಟಿದ್ದಳು. ಆಕರ್ಷಕವಾಗಿಯೂ ಕಾಣುತ್ತಿದ್ದಳು.

'ಕಾಫಿ ತಗೋತೀರಾ? ಕೂಲ್ ಡ್ರಿಂಕ್ಸ್?' ನಾನು ಕೇಳಿದೆ. ಇವರು ಬಂದಿರುವ ಉದ್ದೇಶ ಅಷ್ಟರಲ್ಲಿ ನನಗೆ ಹೊಳೆದುಹೋಗಿತ್ತು.

'ನೊ ಥ್ಯಾಂಕ್ಸ್. ನೀವು ಬಿಸಿ ಉದ್ಯಮಿ. ನಿಮ್ಮ ಸಮಯ ಹೆಚ್ಚು ತೆಗೆದುಕೊಬಾರದು. ನಿಮ್ಮ ಉದ್ಯೋಗಿಯೊಬ್ಬರ ಜೊತೆ ನೀವು ಸ್ನೇಹ ಬೆಳೆಸಿ ಆಕೆ ಗರ್ಭಿಣಿಯಾಗಿರೂದು ನೀವು ಮಾತು ತಪ್ಪಿಸುತ್ತಿರೂದು ನಮ್ಮ ಮಹಿಳಾ ಸಂಘಟನೆಯ ಗಮನಕ್ಕೆ ಬಂದಿದೆ. ಘರ್ಷಣೆಗೆ ಅವಕಾಶ ಕೊಡದೆ ಯಾರಿಗೂ ಅನ್ಯಾಯವಾಗದಂತೆ ಬಗೆಹರಿಸೂದು ನಮ್ಮ ಉದ್ದೇಶ. ಇಷ್ಟೆಲ್ಲ ಉದ್ಯಮ ನಡೆಸೂ ನೀವು ಇಷ್ಟರಲ್ಲಿ ವಕೀಲರನ್ನ ನೋಡಿ ತಿಳಕೊಂಡಿ ರ್ತೀರಿ. ನಾವು ಯಾರೊಬ್ಬರ ಪರವನ್ನೂ ವಹಿಸೋರಲ್ಲ. ಕಾನೂನಿಗೆ ಸಂಬಂಧಿಸಿದ ವಿಷಯದಲ್ಲಿ ನಾನು, ವೈದ್ಯಕೀಯ ವಿಷಯದಲ್ಲಿ ಡಾಕ್ಟರ್ ಸುನೀತಾರಾವ್ ನಿಮಗೆ ತಿಳಿ ವಳಿಕೆ ಕೊಡ್ತೀವಿ. ಉಳಿದಿಬ್ಬರೂ ತಮ್ಮ ತಮ್ಮ ಕೈಲಾದಂತೆ ನ್ಯಾಯದ ಪರ ಹೋರಾಡುವ ಅನುಭವವಿರೋರು. ಸುದ್ದಿ ತಿಳಿದು ನೂರುಜನ ಕಾಲೇಜು ಹುಡುಗೀರು ಬಂದು ನಿಮ್ಮ ಗೇಟಿನ ಹೊರಗೆ ಘೇರಾಯಿಸಿದಾರೆ. ಇದುವರೆಗೆ ಒಂದೂ ಸ್ಟ್ರೈಕ್ ಘೇರಾವ್‌ಗಳಿಲ್ಲದೆ ನಡೀತಿರೂ ಫ್ಯಾಕ್ಟರಿ ಅನ್ನೂ ಹೆಸರನ್ನ ನೀವು ಗಳಿಸಿಕೊಂಡಿದೀರಿ. ನಿಮ್ಮ ಫ್ಯಾಕ್ಟರಿಯ ಬಗೆಗೆ ಪೀಣ್ಯದ ಮಾತ್ರವಲ್ಲ ಇಡೀ ಬೆಂಗಳೂರಿನ ಕಾರ್ಮಿಕ ಮುಖಂಡರಿಗೆ ಅಸೂಯೆ ಇದೆ. ಹೆಣ್ಣುಮಕ್ಕಳು ಬಂದು ಘೇರಾವ್ ಮಾಡ್ತಿದಾರೆ ಅಂತ ತಿಳಿದರೆ ಕಾರ್ಮಿಕಮುಖಂಡರು ಒಂದು ಲಕ್ಷ ಜನರನ್ನು ತಂದು ಸುತ್ತುವರೆಸಬಹುದು. ಫ್ಯಾಕ್ಟರಿಯ ಕಾರ್ಮಿಕಳ ಮೇಲೆ ಅತ್ಯಾಚಾರವಾಗಿದೆ ಅಂತ ಮಹಿಳಾ ಕಾರ್ಮಿಕರೆಲ್ಲ ನುಗ್ಗಿ ಬರಬಹುದು. ಒಂದೇ ಘಟನೆಗೆ ನಾಲ್ಕಾರು ಬಗೆಯ ಕೇಸು ದಾಖಲಿಸಬಹುದು. ನೀವು ಬುದ್ಧಿವಂತರು, ಕಂಪನಿಯನ್ನ ಬೆಳೆಸುವ ಆಕಾಂಕ್ಷೆಯುಳ್ಳವರು. ನಿಮ್ಮಿಂದ ಕಟ್ಟಿದ ಭ್ರೂಣವನ್ನ ಒಪ್ಪಿಕೊಳ್ಳಿ. ಕಂಪನಿಗೆ ಉತ್ತರಾಧಿಕಾರಿಯೂ ಹುಟ್ಟುತ್ತೆ. ಹೇಗೂ ನಿಮ್ಮ ಮೊದಲ ಹೆಣ್ಣುಮಗುವಿನ ಬುದ್ಧಿ ಕುಂಠಿತ ವಾಗಿದೆಯಲ್ಲ? ಕಂಪನಿಯ ಭವಿಷ್ಯವನ್ನೂ ಯೋಚನೆ ಮಾಡಿ. ಏಳುವರ್ಷ ಸಜಾ ಆದರೆ ನೀವು ಕಟ್ಟಿದ ಈ ಕಂಪನಿಯ ಗತಿ ಏನು? ಅಲ್ಲದೆ ಹುಟ್ಟುವ ಮಗುವಿನ ಪಾಲನೆ ಪೋಷಣೆ, ಆ ಮಹಿಳೆಯ ಜೀವನಾಂಶವನ್ನ ನಿಮ್ಮ ಈಗಿನ ಆರ್ಥಿಕ ಅಂತಸ್ತಿಗೆ ತಕ್ಕಂತೆ ಕೊಡಬೇಕು.'

ನನಗೆ ಅಂಜಿಕೆಯಾಯಿತು. ನನ್ನ ಫ್ಯಾಕ್ಟರಿಯಲ್ಲಿ ಇದುವರೆಗೆ ಒಮ್ಮೆಯೂ ಬಂದ್ ಆಗಿಲ್ಲ. ಕಾರ್ಮಿಕ ಸಮಸ್ಯೆ ಹುಟ್ಟಿಲ್ಲ. ಕಾರ್ಮಿಕರೆಲ್ಲ ಮೆಕಾನಿಕಲ್ ಎಂಜಿನಿಯರಿಂಗ್‌ನಲ್ಲಿ ಡಿಪ್ಲೊಮಾ ಮಾಡಿ ಕಂಪ್ಯೂಟರ್ ಜ್ಞಾನದಲ್ಲಿ ತರಬೇತಿ ಪಡೆದವರು. ಉಳಿದವರಿಗೆ ಕೂಡ ಇತರ ಫ್ಯಾಕ್ಟರಿಗಳಲ್ಲಿ ಕೊಡುವುದಕ್ಕಿಂತ ಹೆಚ್ಚಿನ ಸಂಬಳ. ವೈಜಯಂತಿ ಹಾಕಿಕೊಟ್ಟ ಮಾದರಿ. ಎಲ್ಲರೂ ನಮ್ಮನ್ನು ಆದರ್ಶ ಉದ್ಯೋಗದಾತರೆಂದು ಆದರ್ಶವ್ಯಕ್ತಿಗಳೆಂದು ಗೌರವಿಸುತ್ತಿದ್ದರು. ಈಗ ಆ ಸಮಸ್ತ ಗೌರವಕ್ಕೂ ನಾನೊಬ್ಬನೇ ಭಾಜನ. ಒಂದೂ ಬಂದ್ ಆಗದಿದ್ದುದರಿಂದ, ಬೇರೆ ಕಾರಣಗಳಿಗಾಗಿ ಇಡೀ ನಗರದ ಉದ್ಯಮದ ಬಂದ್ ಆದಾಗಲೂ ನಾವು ಕೆಲಸ ನಿಲ್ಲಿಸದೆ ಉತ್ಪಾದನೆ ಮತ್ತು ನಿರ್ಯಾತದ ಗುರಿಯಲ್ಲಿ ಎಂದೂ ಹಿಂಜರಿತಕ್ಕೆಡೆ ಕೊಡದೆ ನಡೆಯುತ್ತಿರುವುದರಿಂದ ಕಾರ್ಮಿಕ ಮುಖಂಡರುಗಳು ಈ ಅವಕಾಶವನ್ನು ಬಳಸಿಕೊಳ್ಳದೆ ಬಿಡುವುದಿಲ್ಲ. ಅಲ್ಲದೆ ನನ್ನ ಕಾರ್ಮಿಕರ ಎದುರಿಗೆ

ನನ್ನ ಗೌರವ ಏನಾಗಬೇಡ! ಅಂಜಿಕೆ ಸ್ಫುಟವಾಯಿತು. ಆದರೂ ತೋರ್ಪಡಿಸಿಕೊಳ್ಳದೆ ಕೇಳಿದೆ: 'ಮೇಡಂ, ಇದು ಪರಸ್ಪರ ಸಮ್ಮತಿಯಿಂದ ಇಬ್ಬರು ವಯಸ್ಕರು ಅದರಲ್ಲೂ ವಿದ್ಯಾವಂತರು ಮಾಡಿದ ಪ್ರಕೃತಿ ಸಹಜ ದೇಹಸಂಬಂಧ. ನಿರೋಧಕದ ಅವಶ್ಯಕತೆ ಇಲ್ಲ ಅಂತ ಆಕೆಯೇ ಹೇಳಿದ್ದು. ಈಗ ಹೀಗೆ ನನ್ನನ್ನು ಒತ್ತಾಯಿಸೂದು ಯಾವ ನ್ಯಾಯ?'

ಲಾಯರ್ ಸುಬ್ಬರಾಮಯ್ಯನವರು ಊಹಿಸಿದ ಮಾತುಗಳನ್ನೇ ಇವಳು ಹೇಳಿದಳು: 'ಮಾಡೂದು ಮಾಡಿ ತಪ್ಪಿಸಿಕೊಳ್ಳುಕ್ಕೆ ಸುಳ್ಳು ಸೃಷ್ಟಿಸಬೇಡಿ. ಅವಳು ಹಾಗಂದಳು ಅನ್ನುಕ್ಕೆ ಏನು ಸಾಕ್ಷಿ? ಅವಳು ಭಾರತೀಯ ನಾರಿ. ಪರಂಪರೆಯಿಂದ ಬಂದ ಶೀಲವುಳ್ಳವಳು. ಯೂರೋಪು ಅಮೆರಿಕದ ಹೆಂಗಸರ ಜೊತೆ ನಿಮಗೆ ಆಗಿರಬಹುದಾದ ಅನುಭವವನ್ನ ಇಲ್ಲಿ ಹೇಳಬೇಡಿ. ನಿಮಗೆ ಆ ಅನುಭವ ಆಗಿದೆ ಅಂತ ನಾನು ಹೇಳ್ತಿಲ್ಲ, ಐ ಮೀನ್ ಅವಳನ್ನ ನೀವು ಮದುವೆಯಾಗಲೇಬೇಕಾಗುತ್ತೆ. ಸಾಯೂತನಕ ಕೂಡಿ ಬಾಳಬೇಕಾದೋಳ ಜೊತೆ ಮನಸ್ಸನ್ನ ಯಾಕೆ ಕಹಿ ಮಾಡಿಕೊತ್ತೀರ? ಈ ಶರೀರ ಸಂಬಂಧವನ್ನ ಸಂತೋಷಕ್ಕಾಗಿ ಮಾಡಿದಿರಿ. ದಾಂಪತ್ಯವನ್ನೂ ಸಂತೋಷದಿಂದ ಆರಂಭಿಸಿ, ಆಜೀವಪರ್ಯಂತ ಸಂತೋಷ ದಿಂದ ಇರಿ. ಮಿಸ್ ಮಂಗಳಾ ಅವರ ಕೇಸನ್ನ ನಾವು ಅಂದರೆ ಮಹಿಳಾ ಸಂಘಟನೆ ತಗೊಂಡಿದೆ. ಇದು ಕ್ರಿಮಿನಲ್ ಕೇಸ್ ಆಗುತ್ತೆ. ಸುಮ್ಮನೆ ಸಮಯ ಹಾಳು ಮಾಡುಕ್ಕೆ ನನಗೆ ಇಷ್ಟವಿಲ್ಲ.' ಎಂದು ಎದ್ದುನಿಂತಳು. ಉಳಿದ ಮೂವರೂ ಎದ್ದರು. ನಾನು ಬೀಳ್ಕೊಡುಗೆಯ ಸೌಜನ್ಯ ತೋರಿಸುವ ಮೊದಲೇ ಬಾಗಿಲ ಹತ್ತಿರ ನಡೆದು ತನಗೆ ತಾನೆ ಮುಚ್ಚಿಕೊಳ್ಳುವ ಬಾಗಿಲನ್ನು ಎಳೆದು ತೆರೆದುಕೊಂಡು ಹೊರನಡೆದರು. ನಾನು ಎದ್ದು ನಿಂತು ಕಿಟಕಿಯಿಂದ ಹೊರಗೆ ನೋಡಿದೆ. ಗೇಟಿನ ಹೊರಗೆ ಹದಿನೆಂಟರಿಂದ ಇಪ್ಪತ್ತೆರಡು ವಯಸ್ಸಿನ ನೂರಕ್ಕೂ ಹೆಚ್ಚು ಹುಡುಗಿಯರು ಕೈಲಿ ಬಾವುಟ ಹಿಡಿದು ಆಜ್ಞೆಗಾಗಿ ಕಾಯುವಂತೆ ಬಿಸಿಲಿನಲ್ಲಿ ನಿಂತಿದ್ದರು.

೧೦

'ಇನ್ನೊಂದು ಮಗು ಆದರೆ ಒಳ್ಳೇದಲ್ಲವೆ?' ಎಂದು ಒಂದು ದಿನ ವೈಜಯಂತಿಗೆ ಸಲಹೆ ಮಾಡಿದ್ದೆ.

'ಪುಟ್ಟಕ್ಕನಿಗೇ ಬಿ.ಇ., ಎಂ.ಬಿ.ಎ. ಮಾಡಿಸಿದರೆ ಕಂಪನಿಯನ್ನು ಉಳಿಸಿ ಬೆಳೆಸುಲ್ಲವೆ?' ಅವಳು ಕೇಳಿದ್ದಳು.

ತುಸು ಹೊತ್ತಾದ ಮೇಲೆ, 'ಹೆಣ್ಣುಹುಡುಗಿಗೆ ಆ ಚೈತನ್ಯವಿಲ್ಲ ಅನ್ನುವ ಗ್ರಹಿಕೆಯಿಂದ ಹಾಗನ್ನಲಿಲ್ಲ,' ನಾನು ಅಂದೆ.

'ನಾನೇ ನಿಮ್ಮ ಕೈಲಿ ಅದನ್ನ ಮಾತಾಡಬೇಕು ಅಂತಿದ್ದೆ. ನಮ್ಮ ಕಂಪನಿ ದೊಡ್ಡದಾಗಿಯೇ ಬೆಳೆಯುತ್ತೆ. ಬೆಳೀದೆ ಈಗ ಇರುವ ಪ್ರಮಾಣದ್ದಾದರೂ ಕಡಮೆ ಉದ್ಯಮದ್ದಲ್ಲ. ಇದರ

ಒಡತಿಯಾಗುವ ಇವಳನ್ನ ಮದುವೆಯಾಗುಕ್ಕೆ ಗಂಡುಗಳು ಹಿಂದಲೇಟು ಹಾಕಬಹುದು. ಮದುವೆಯಾದ ಮೇಲೆ ಕೂಡ ಗಂಡನಿಗೆ ಹೀನಾಯಭಾವನೆ ಹುಟ್ಟಬಹುದು. ಆಗ ದಾಂಪತ್ಯದಲ್ಲಿ ಸಮರಸವಿರುಲ್ಲ. ಹಾಗಂತ ದೊಡ್ಡ ಉದ್ಯಮದ ಮನೆಯ ಹುಡುಗನನ್ನೇ ಹುಡುಕಬೇಕೆ? ಹುಡುಕಿದರೆ ಸಿಕ್ತಾನೆಯೆ? ಅದ್ಯಾವುದೂ ವಿವೇಕದ ದಾರಿಯಲ್ಲ. ಗಂಡನ ಸಂಪಾದನೆ ಎಷ್ಟೇ ಇರಲಿ ಅವನಲ್ಲಿ ಕೀಳರಿಮೆಬಾರದಂತೆ, ಅವನ ತಾಯಿತಂದೆ ಅಕ್ಕ ತಂಗಿ ಅಣ್ಣ ತಮ್ಮಂದಿರಿಗೂ ಹಿತವಾಗುವಂತೆ ನಡೆಯುವ ಸಂಸ್ಕಾರವನ್ನ ಬೆಳೆಸಿದರೆ ಅವಳು ಸಂಸಾರದಲ್ಲೂ ಸುಖಿಯಾಗಿರಬಹುದು. ಕಂಪನೀನೂ ಬೆಳೆಸಬಹುದು. ಅದಕ್ಕಾಗಿಯೇ ನಾನು ಅವಳಿಗೆ ಕಸೂತಿ ಹಾಡು ಹಸೆ ಅಡುಗೆಗಳನ್ನೆಲ್ಲ ಈಗಿನಿಂದಲೇ ಕಲಿಸುತ್ತಿರೂದು.'

ಇಡೀ ಫ್ಯಾಕ್ಟರಿಯ ಆಡಳಿತವನ್ನು ನಡೆಸುತ್ತಿರುವ ಇವಳು ಗಂಡ ಮಗಳು ಸಂಸಾರವನ್ನೂ ಅಷ್ಟೇ ಮುತುವರ್ಜಿಯಿಂದ ನೋಡಿಕೊಳ್ಳುತ್ತಿರುವುದು ಮನಸ್ಸಿಗೆ ಬಂದು ತಾಯಿಯಂತೆ ಮಗಳೂ ಯಾಕಾಗಬಾರದು ಎಂಬ ಸಮಾಧಾನ ಹುಟ್ಟಿತು. ಅಲ್ಲದೆ ಅವಳಿಗೆ ಪುಟ್ಟಕ್ಕನ ಹೆರಿಗೆಯಲ್ಲೇ ತುಂಬ ಕಷ್ಟವಾಗಿತ್ತು. 'ಇವರ ಗರ್ಭರಚನೆಯೇ ಹಾಗಿದೆ. ಮುಂದಿನ ಹೆರಿಗೆ ಅಸಾಧ್ಯ ಅಥವಾ ಪ್ರಾಣಾಪಾಯ ಎಂದೇನೂ ಅಲ್ಲ. ಆದರೆ ಕಷ್ಟದ್ದು. ಜಾಗರೂಕತೆಯಿಂದ ನಿಭಾಯಿಸಬೇಕು.' ಎಂದು ವೈದ್ಯೆ ಹೇಳಿದ್ದರು. ಅದೂ ನೆನಪಿಗೆ ಬಂದು ಸುಮ್ಮನಾದೆ. ಭವಿಷ್ಯದ ಕಲ್ಪನೆಯಲ್ಲಿ ಪುಟ್ಟಕ್ಕನನ್ನು ಐ.ಐ.ಟಿ.ಯಲ್ಲೋ ಎಂ.ಐ.ಟಿ.ಯಲ್ಲೋ ಓದಿಸುವ ಕನಸು ಬೆರೆತಿರುತ್ತಿತ್ತು.

ಅಪಘಾತದಲ್ಲಿ ವೈಜಯಂತಿ ಇಲ್ಲವಾದ ಮೇಲೆ ಕಂಪನಿಯನ್ನು ಬೆಳೆಸುವುದೇ ನಾನು ಅವಳಿಗೆ ಸಲ್ಲಿಸಬೇಕಾದ ಕರ್ತವ್ಯವೆಂದು ದುಡಿಯತೊಡಗಿದೆ. ಪುಟ್ಟಕ್ಕ ಸಾಧಾರಣಶಕ್ತಿಯನ್ನು ಪಡೆಯುವುದಿಲ್ಲವೆಂದು ಮನಸ್ಸು ಒಪ್ಪಿಕೊಳ್ಳಲೇ ಇಲ್ಲ. ಡಾಕ್ಟರ್ ಉಮೇಶರು ಹೇಳುತ್ತಿದ್ದ ಲೆಟ್ ಅಸ್ ಬಿ ಆಪ್ಟಿಮಿಸ್ಟಿಕ್. ನಥಿಂಗ್ ಈಸ್ ಇಂಪಾಸಿಬಲ್ ಎಂಬ ಪ್ರೋತ್ಸಾಹಕಾರಕ ಮಾತುಗಳನ್ನು ಅಕ್ಷರಶಃ ನಂಬಿದ್ದೆ. ವೈದ್ಯರು ಮತ್ತು ಲಾಯರು ಮುಂದೆ ಹೀಗೆಯೇ ಆಗುತ್ತದೆ ಎಂದು ಯಾವತ್ತೂ ಖಚಿತವಾಗಿ ಹೇಳುವುದಿಲ್ಲ. ಕೊನೆಯ ಪಕ್ಷ ನಮ್ಮ ದೇಶದಲ್ಲಿ. ಆದರೆ ಇತ್ತೀಚೆಗೆ ನನಗೂ ಪುಟ್ಟಕ್ಕನ ಬುದ್ಧಿ ಮತ್ತು ನೆನಪಿನ ಶಕ್ತಿಗಳು ಮೊದಲಿನಂತಾಗಿ ಅವಳು ವಿದ್ಯಾವಂತೆಯಾಗುತ್ತಾಳೆಂಬ ಭರವಸೆ ಕ್ಷೀಣವಾಗುತ್ತಿತ್ತು. ಎತ್ತರ ಮೈಕಟ್ಟುಗಳಲ್ಲಿ ಚನ್ನಾಗಿಯೇ ಬೆಳೆಯುತ್ತಿದ್ದಳು. ಹದಿಮೂರನೆ ವಯಸ್ಸಿಗೆ ಇರಬೇಕಾದ ಮುಖವೂ ಚಂದವಾಗಿತ್ತು. ಆದರೆ ಚುರುಕಿಲ್ಲದ ಕಳೆ. ಕಸ ಗುಡಿಸುವುದು, ತನ್ನ ಮತ್ತು ನನ್ನ ಹಾಸಿಗೆಗಳನ್ನು ಸರಿಪಡಿಸುವುದು, ತಾನೇ ಸ್ನಾನ ಮಾಡುವುದು, ಊಟ ಮಾಡಿದ ತಟ್ಟೆಗಳನ್ನು ತೆಗೆದಿಡುವುದು ಮೊದಲಾದ ಪ್ರಾಥಮಿಕ ಕೆಲಸಗಳನ್ನು ತಪ್ಪದೆ ಮಾಡುತ್ತಿದ್ದಳು. ಹಾಲು ಕಾಯಿಸುವ ಜವಾಬ್ದಾರಿಯನ್ನು ವಹಿಸಿದರೆ ಅಲ್ಲೇ ನಿಂತಿದ್ದು ಉಕ್ಕು ಬರುವಾಗ ಗ್ಯಾಸ್ ಆರಿಸಬೇಕೆಂಬುದನ್ನು ಮರೆತು ಬಿಡುತ್ತಿದ್ದಳು.

ಮಾಲಾ ಕೆರೂರ್. ಮಿಸೆಸ್ ಕೆರೂರೋ ಮಿಸ್ ಕೆರೂರೋ ಗೊತ್ತಾಗಲಿಲ್ಲ. ಆಕೆಯೂ

ಹೇಳಲಿಲ್ಲ, ಹಣೆಯ ಕುಂಕುಮ ಕೊರಳ ಮಾಂಗಲ್ಯ ಕೈಯಿನ ಗಾಜಿನ ಬಳೆಗಳಾವುವೂ ಇರಲಿಲ್ಲವಾಗಿ ನಿಖರಗೊಳಿಸುವುದು ಸಾಧ್ಯವಾಗುತ್ತಿಲ್ಲ, ಒಟ್ಟಿನಲ್ಲಿ ಸುಪ್ರೀಂಕೋರ್ಟ್ ಅಡ್ವೋಕೇಟ್ ಮಾಲಾ ಕೆರೂರ್ ಹೇಳಿದ ಎಲ್ಲ ಮಾತುಗಳೂ ಬೆದರಿಕೆಯವಾದರೂ, 'ನಿಮ್ಮಿಂದ ಕಟ್ಟಿದ ಭ್ರೂಣವನ್ನು ಒಪ್ಪಿಕೊಳ್ಳಿ, ಕಂಪನಿಗೆ ಉತ್ತರಾಧಿಕಾರಿಯೂ ಹುಟ್ಟುತ್ತೆ, ಹೇಗೂ ನಿಮ್ಮ ಮೊದಲ ಹೆಣ್ಣುಮಗುವಿನ ಬುದ್ಧಿ ಕುಂಠಿತವಾಗಿದೆಯಲ್ಲ?' ಎಂಬ ಮಾತು ಸಮ್ಮತವಾಗಿತ್ತು. ಮಂಗಳೆಯನ್ನು ಮದುವೆಯಾಗುವುದು ಅಪರಿಹಾರ್ಯವೇ ಆಗಿದ್ದರೂ ಕಂಪನಿಗೊಂದು ಉತ್ತರಾಧಿಕಾರಿ ದೊರೆಯುತ್ತದೆಂಬ ಸಮರ್ಥನೆಯು ಮನಸ್ಸಿಗೆ ತುಸುವಾದರೂ ಸಮಾಧಾನ ನೀಡಿತು.

ಮದುವೆ ಸಬ್‌ರಿಜಿಸ್ಟ್ರಾರರ ಕಛೇರಿಯಲ್ಲಿ ನಡೆಯಿತು. ಅವರು ಓದಿದ ವಾಕ್ಯಗಳಿಗೆ ಇಬ್ಬರೂ ಹೌದು ನಾನು ಒಪ್ಪಿದ್ದೇನೆ ಎಂಬ ಎರಡು ಪದಗಳ ಮಾತು, ಒಂದೊಂದು ರುಜು. ಇಷ್ಟೇ ಕಲಾಪ. ಹಾರ ಉಂಗುರ ಯಾವುದೂ ಇಲ್ಲ. ತನಗೆ ಅದರಲ್ಲೆಲ್ಲ ನಂಬಿಕೆ ಇಲ್ಲ ಎಂದು ಅವಳು ಮೊದಲೇ ಹೇಳಿಬಿಟ್ಟಿದ್ದಳು. ಹಣೆಗೆ ಕುಂಕುಮವೂ ಇಲ್ಲ. ಇವಳೇನು ಕ್ರೈಸ್ತಳೋ ಮುಸಲ್ಮಾನಳೋ ಎಂದು ಹತ್ತಿರವಿದ್ದ ಅಪರಿಚಿತರು ಅಂದುಕೊಂಡಿರಬೇಕು. ಮನೆಗೆ ಕರೆತಂದು ದ್ಯಾವಕ್ಕನಿಗೆ, 'ನಾನು ಇವಳನ್ನ ಮದುವೆಯಾಗಿದೀನಿ. ಹೆಸರು ಮಂಗಳಾ' ಎಂದಾಗ ಅವಳು ನಿಬ್ಬೆರಗಾದಳು.

ಅವಳು ಮನೆಗೆ ಬಂದು ನಾಲ್ಕು ದಿನವಾದರೂ ಒಮ್ಮೆಯೂ ವಾಂತಿ ಮಾಡಿಕೊಳ್ಳಲಿಲ್ಲ. ನನಗೆ ಆಶ್ಚರ್ಯವಾಯಿತು. ಅದಕ್ಕೇನಾದರೂ ಔಷಧಿ ಇದೆಯೆ? ತಗೊಂಡೆಯಾ? ಎಂದು ಕೇಳಿದೆ. 'ಕೆಲವರಿಗೆ ವಾಂತಿ ಆಗೂದೇ ಇಲ್ಲ. ಕೆಲವರಿಗೆ ಒಂದು ವಾರದಲ್ಲೇ ಶುರುವಾಗುತ್ತೆ. ಕೆಲವರಿಗೆ ಎರಡು ವಾರದಲ್ಲಿ. ನಾಲ್ಕು ವಾರದಲ್ಲಿ. ಕೆಲವರಿಗೆ ಶುರುವಾಗಿ ನಿಂತುಹೋಗುತ್ತೆ. ಡಾಕ್ಟರು ಹೇಳಿದರು. ಯಾಕೆ ಕೇಳ್ತೀಯ? ನಾನು ಸುಳ್ಳು ಹೇಳಿ ನಿನ್ನನ್ನ ಸಿಕ್ಕಿಹಾಕಿಸಿದೆ ಅಂತ ಅನುಮಾನವೆ?' ಎಂದಳು ಚಾಟಿ ಬೀಸುವಂತೆ.

'ಅದಕ್ಕಲ್ಲ ನಾನು ಕೇಳಿದ್ದು,' ಎಂದೆ ಏಟು ತಪ್ಪಿಸಿಕೊಳ್ಳುವವನಂತೆ.

೧೧

ಹಿಂದೆ ಹಲವು ಸಲ ಅವಳನ್ನು ಈ ಮನೆಗೆ ಕರೆದುಕೊಂಡಿದ್ದರೂ ಇಡೀ ಮನೆಯನ್ನು ತೋರಿಸಿರಲಿಲ್ಲ. ನೋಡುವ ಅಪೇಕ್ಷೆಯನ್ನು ಅವಳೂ ತೋರಿಸಿರಲಿಲ್ಲ. ಈಗ ಭಾವ ಕೂಡಿಕೊಳ್ಳುವ ವಿಧಾನವೆಂಬಂತೆ, 'ಮನೇನ ನೋಡು ಬಾ' ಎಂದೆ. ದಾಂಪತ್ಯದ ಶಯನ ಕೋಣೆಯ ಪಕ್ಕದ ಕೋಣೆಯು ಪುಟ್ಟಕ್ಕನದಾಗಿತ್ತು. ಅದರೊಳಗೆ ಕೂತು ಆವೊತ್ತಿನ ಪಾಠ ಮುಗಿಸಿ ದ್ಯಾವಕ್ಕನೊಡನೆ ಹಿಂತಿರುಗಿದ ಪುಟ್ಟಕ್ಕ ಮಣಿಕಟ್ಟನ್ನು ಎಣಿಸುತ್ತಾ ಒಂದು ಎರಡು ಮೂರು ಎಂದು ಸಂಖ್ಯೆಯನ್ನು ಅಭ್ಯಾಸ ಮಾಡಿಕೊಳ್ಳುತ್ತಿದ್ದಳು. ಈ ಅನಿರೀಕ್ಷಿತ

ಸಮಯದಲ್ಲಿ ನನ್ನನ್ನು ನೋಡಿದ ಅವಳ ಮುಖ ಅರಳಿತು. ಅಪ್ಪ್‌ಪ್ಪಪ್ಪ ಎನ್ನುತ್ತಾ ಮಣಿ ಕಟ್ಟನ್ನು ಮೇಜದ ಮೇಲಿಟ್ಟು ಓಡಿ ಬಂದು ನನ್ನನ್ನು ತಬ್ಬಿಕೊಂಡಳು. ಅವಳ ಬೆನ್ನು ಮತ್ತು ನೆತ್ತಿಗಳು ನನ್ನಲ್ಲಿ ವಾತ್ಸಲ್ಯವನ್ನು ಚಿಮ್ಮಿಸಿ ನನಗೆ ಅವಳೊಬ್ಬಳೇ ಗತಿ ಎಂಬ ಭಾವನೆಯನ್ನು ಹುಟ್ಟಿಸಿತು. ನಾಲ್ಕು ಸಲ ನೆತ್ತಿಯನ್ನು ಸವರಿದಮೇಲೆ ನನ್ನ ಹಿಂದೆ ನಿಂತಿದ್ದ ಹೊಸ ವ್ಯಕ್ತಿಯನ್ನು ತೋರಿಸಿ, 'ನೋಡು ಪುಟ್ಟಿ, ಅಮ್ಮ, ಹೇಳು ಅಂಮ್ ಮ ಮ. ಅಮ್ಮ' ಎಂದು ಹೇಳಿಕೊಟ್ಟೆ. ಅವಳಿಗೆ ಹೇಳಲು ತಿಳಿಯಲಿಲ್ಲ. ಅವಳು ಪ್ರಯತ್ನವನ್ನೂ ಪಡಲಿಲ್ಲ. ಅವಳ ಮನಸ್ಸಿನಲ್ಲಿ ಅಮ್ಮ ಎಂದರೆ ದೊಡ್ಡ ಅಂಗಳದ ಗೋಡೆಯ ಮೇಲಿರುವ ಪಟವಾಗಿರಬಹುದು; ಹತ್ತು ವರ್ಷದ ತನಕ ತಬ್ಬಿ ಸವರಿ ಎರೆದು ತಲೆ ಬಾಚಿ ಮುದ್ದಿಸಿದವಳ ನೆನಪು ಕೂತಿರಬಹುದು, ಈಗ ಕೇವಲ ಮೂರುವರ್ಷ ತಾನೆ ಕಳೆದಿರುವುದು, ಆ ವ್ಯಕ್ತಿಯೇ ಆಗಿರುವ ಅಮ್ಮ ಎಂಬ ಮಾತನ್ನು ಬೇರೊಬ್ಬಳಿಗೆ ವರ್ಗಾಯಿಸಿ ಹೊಂದಿಸುವುದು ಅವಳ ಸ್ಥಗಿತಗೊಂಡ ಬುದ್ಧಿಗೆ ಅಸಾಧ್ಯವಾಗಿರಬಹುದು. ಅವಳ ಮುಖದಲ್ಲಿ ಗೊಂದಲ ಗೋಜುಗುಟ್ಟಿತು. 'ಇವರಿಗೆ ನಮಸ್ಕಾರ ಮಾಡು' ಎಂದೆ. ಪುಟ್ಟಕ್ಕ ಬಗ್ಗಿ ಇವಳ ಎರಡು ಕಾಲುಗಳಿಗೂ ಹಣೆಯನ್ನು ಸೋಕಿಸಿ ನಮಸ್ಕರಿಸಿದಳು. ಇವಳು ಅವಳ ಬೆನ್ನನ್ನು ಹಗುರವಾಗಿ ಸ್ಪರ್ಶಿಸಿದಳು. ನೆತ್ತಿಯನ್ನು ಸವರುವುದಾಗಲಿ ತಬ್ಬಿಕೊಳ್ಳುವುದಾಗಲಿ ಮಾಡಲಿಲ್ಲ.

'ನೀನು ಇವಳನ್ನ ನೋಡಿದ್ದಿರಬೇಕಲ್ಲ?' ಎಂದೆ.

'ನಿನ್ನ ಮೊದಲ ಹೆಂಡತಿ ಒಂದೊಂದು ದಿನ ಫ್ಯಾಕ್ಟರಿಗೆ ಕರಕೊಂಡು ಬರ್ತಿದ್ದರು,' ಎಂದಳು.

ವೈಜಯಂತಿ ಮತ್ತು ನಾನು ಕೆಲಸಗಳಲ್ಲಿ ಮಗ್ನರಾಗಿರುವಾಗ ಪುಟ್ಟಕ್ಕನನ್ನು ಚೌಕಿದಾರ, ಕ್ಯಾಂಟೀನ್ ಅಡುಗೆಯವರು ಮೊದಲಾಗಿ ಯಾರಾದರೂ ಮಾತನಾಡಿಸಿ ಜೊತೆಕೊಡುತ್ತಿದ್ದರು. ದೊಡ್ಡ ಕಾಂಪೌಂಡಿನ ಒಳಭಾಗದಲ್ಲಿ ಸುತ್ತ ಇದ್ದ ಹಸಿರು ತೋಟದಲ್ಲಿ ಆಟವಾಡುವುದು ಅಥವಾ ತಾನೊಬ್ಬಳೇ ಸಣ್ಣ ಗುದ್ದಲಿಯಿಂದ ಹಸಿಮಣ್ಣನ್ನು ಅಗೆದು ಲಂಗ ಕೈ ಕಾಲುಗಳನ್ನು ಮಣ್ಣುಮಾಡಿಕೊಳ್ಳುವುದು ಅವಳಿಗೆ ಹಿಗ್ಗಿನ ಹವ್ಯಾಸವಾಗಿತ್ತು. 'ಹಾಗೆಯೇ ಬೆಳೆಯಬೇಕು. ಮೈಕೈ ಮಣ್ಣಾಗುತ್ತೆ ಅಂತ ತಡೆಯಬೇಡಿ. ಸಸಿ ನೆಡೂದು, ಪಾತಿ ಮಾಡೂದು, ನೀರು ಬಿಡೂದು, ಕಸ ಗುಡಿಸೂದು ಎಲ್ಲಾನೂ ಸರಿಯಾಗಿ ಹೇಳಿಕೊಡಿ,' ಎಂದು ಅವಳ ಅಮ್ಮ ತೋಟದ ಕೆಲಸಗಾರರಿಗೆ ಹೇಳುತ್ತಿದ್ದಳು.

'ಅಪಘಾತದಲ್ಲಿ ತಲೆಗೆ ಪೆಟ್ಟಾದ್ದರಿಂದ ಇವಳ ಬುದ್ಧಿಯ ಬೆಳವಣಿಗೆ ಕುಂಠಿತವಾಗಿರುವ ವಿಷಯ ನಿನಗೆ ಗೊತ್ತಿರಬೇಕಲ್ಲ?' ನಾನು ಮಂಗಳೆಯನ್ನು ಕೇಳಿದೆ. ಗೊತ್ತಿದೆ. ಹೇಳುವ ಅಗತ್ಯವಿಲ್ಲ, ಎಂಬಂತೆ ಅವಳು ಸೂಕ್ಷ್ಮವಾಗಿ ಕತ್ತು ಹಾಕಿದಳು.

೧೨

ದಿಲ್ಲಿಯ ಪ್ರಗತಿ ಮೈದಾನದಲ್ಲಿ ಏರ್ಪಡಿಸಿದ್ದ ರಾಷ್ಟ್ರೀಯ ಕೈಗಾರಿಕಾ ಪ್ರದರ್ಶನದಲ್ಲಿ

ಈ ಬಾರಿಯೂ ನಮ್ಮ ಕಂಪನಿಗೆ ಮಳಿಗೆಯನ್ನು ಪಡೆದು ಪ್ರದರ್ಶನ ಏರ್ಪಡಿಸಿದ್ದೆವು. ಉದ್ಘಾಟನೆಯ ದಿನ ಖುದ್ದು ಉಪಸ್ಥಿತನಿದ್ದು ಅನಂತರ ಮೂರು ದಿನ ನಮ್ಮ ಸಂಭವನೀಯ ಗಿರಾಕಿಗಳನ್ನು ಗುರುತಿಸಿ ಮಾತುಕತೆಯಾಡಿ ಮುಂದಿನ ದಿನಗಳ ಕಾರ್ಯಭಾರವನ್ನು ಸಹಾಯಕರಿಗೆ ವಹಿಸಿ ಬರುವುದು ನನ್ನ ಪದ್ಧತಿಯಾಗಿತ್ತು. ಆದರೆ ಈ ಸಲ ಹೆಚ್ಚು ದಿನ –ಹತ್ತು ಹನ್ನೆರಡು ದಿನವಾದರೂ–ಇರಬೇಕೆಂದು ನಿಶ್ಚಯಿಸಿದೆ. ಮದುವೆಯಾಗಿ ಮನೆಗೆ ಕರೆತಂದ ಎರಡು ದಿನದಲ್ಲೇ ಮಂಗಳೆಯ ಸಹವಾಸದಿಂದ ದೂರವಿರುವ ಬಯಕೆಯಾಗುತ್ತಿತ್ತು. ಇದೊಂದು ಒಳ್ಳೆಯ ಅವಕಾಶವೂ ಸಿಕ್ಕಿತು. ಹೊರಡುವ ಮೊದಲು ದ್ಯಾವಕ್ಕನನ್ನು ಪ್ರತ್ಯೇಕವಾಗಿ ಕರೆದು, 'ನಾನು ಊರಿನಲ್ಲಿಲ್ಲದಾಗ ಪುಟ್ಟಕ್ಕನಿಗೆ ನೀನೇ ತಾಯಿ. ನೀನೇ ತಂದೆ. ನಿನಗೆ ಯಾರು ಎಷ್ಟೇ ಬೇಜಾರು ಮಾಡಿದರೂ ಈ ಮನೆ, ಈ ಮಗೂನ ಬಿಟ್ಟು ಹೋಗಬಾರದು. ಹಾಗಂತ ಅಮ್ಮನ ಮೇಲೆ ಆಣೆಮಾಡಿ ಹೇಳಬೇಕು' ಎಂದೆ. ಅಮ್ಮ ಎಂದರೆ ವೈಜಯಂತಿ. ದ್ಯಾವಕ್ಕ ಮೌನಿಯಾದಳು. 'ನಿನ್ನ ಬೇರೆ ಯಾವ ಕಷ್ಟ ಸುಖವಿದ್ದರೂ ನಾನು ಆಗ್ತೀನಿ. ಈ ಮಗುವಿನ ಕಷ್ಟಸುಖ ನಿಂದು. ಮನೆಕೆಲಸಕ್ಕೆ ಬೇಕಾದರೆ ಬೇರೆಯೋರನ್ನ ನೇಮಿಸಿಕೊಂಡರೂ ಸಹ,' ಎಂದೆ. ದ್ಯಾವಕ್ಕ ಹೊರ ಅಂಗಳಕ್ಕೆ ಬಂದು ಗೋಡೆಗೆ ತಗುಲಿಹಾಕಿದ್ದ ವೈಜಯಂತಿಯ ದೊಡ್ಡ ಫ಼ೋಟೋವನ್ನು ಎರಡು ಕೈಗಳಿಂದಲೂ ಮುಟ್ಟಿ, 'ಅಮ್ಮನ ಆಣೆ' ಎಂದಳು. ನನಗೆ ಸಮಾಧಾನವಾಯಿತು.

ದ್ಯಾವಕ್ಕನನ್ನು ನೇಮಿಸಿಕೊಂಡವಳೂ ವೈಜಯಂತಿಯೇ. ಈ ಮನೆಯನ್ನು ಕಟ್ಟುವ ಮೊದಲು ನಾವು ಫ಼್ಲ್ಯಾಟಿನಲ್ಲಿದ್ದಾಗ ಅವಳು ನಮ್ಮದರ ಜೊತೆಗೆ ಮೂರು ಫ಼್ಲ್ಯಾಟುಗಳ ಕಸಮುಸುರೆ ಮಾಡುತ್ತಿದ್ದಳು. ಪುಟ್ಟಕ್ಕ ಹುಟ್ಟಿದ ಮೇಲೆ ವೈಜಯಂತಿ ಅವುಗಳನ್ನು ಬಿಡಿಸಿ ಪೂರ್ಣಾವಧಿ ನಮ್ಮ ಫ಼್ಲ್ಯಾಟಿನಲ್ಲೇ ಇರಿಸಿಕೊಂಡಳು. ಈ ದೊಡ್ಡ ಮನೆ ಕಟ್ಟಿದ ಮೇಲಂತೂ ಸರಿಯೆ ಸರಿ. ಗುಬ್ಬಿಯ ಕಡೆಯವಳು. ಎರಡು ಮಕ್ಕಳಾಗಿ ಸತ್ತುಹೋಗಿವೆ. ಗಂಡ ಕುಡುಕ, ಜೂಜುಕೋರ. ನಾವು ಯಾರೂ ಇಲ್ಲದಾಗ ಬಂದು ಬೈದು ಹೆದರಿಸಿ ಒಮ್ಮೊಮ್ಮೆ ಹೊಡೆದು ಹತ್ತಿರವಿದ್ದ ದುಡ್ಡನ್ನು ಕಿತ್ತುಕೊಂಡು ಹೋಗುವವನು. 'ನೀನು ಯಾಕೆ ಹತ್ತಿರ ದುಡ್ಡು ಇಟ್ಟುಕೊಂಡಿರ್ತೀಯ? ನಾನು ಖಾತೆ ತೆಗೆಸಿಕೊಡ್ತೀನಿ. ಎಲ್ಲಾನೂ ಬ್ಯಾಂಕಿಗೆ ಹಾಕಿಬಿಡು. ಇಷ್ಟಕ್ಕೂ ನಿನಗೆ ದುಡ್ಡು ಯಾಕೆಬೇಕು? ಊಟ ತಿಂಡಿ ಬಟ್ಟೆ ವಾಸ ಖಾಯಿಲೆಯಾದರೆ ಔಷಧಿ ಎಲ್ಲ ನಾವು ನೋಡ್ಕತ್ತೀವಲ್ಲ' ಎಂದು ವೈಜಯಂತಿ ಬಿಗಿ ಮಾಡಿದ್ದಳು. ಆದರೆ ಆ ಗಂಡ ಬಂದು, 'ನಾನು ಸಾಲ ಮಾಡಿದೀನಿ. ತೀರುಸ್ದೆ ಇದ್ರೆ ಹೊಡೆದು ಹಾಕಿಬುಡ್ತಾರೆ. ಜೀವ ಉಳುಸ್ತೀಯೊ, ನೀನು ಮುಂಡೆಯಾಯ್ತೀಯೋ' ಎಂದು ಅವರ ಗ್ರಾಮದೇವತೆಯ ಆಣೆ ಪ್ರಮಾಣ ಮಾಡಿದರೆ ಇವಳು ಅಂಜಿ, ಮನಸ್ಸು ಕರಗಿ ಅವನ ಜೊತೆ ಬ್ಯಾಂಕಿಗೆ ಹೋಗಿ ಅವನೇ ಬರೆಯುವ ಹಣ ಹಿಂತೆಗೆವ ಹಾಳೆಗೆ ಹೆಬ್ಬೆಟ್ಟು ಒತ್ತಿ ಖಾತೆ ಉಳಿಯಲು ಬೇಕಾದ ಐವತ್ತು ರೂಪಾಯಿಯನ್ನು ಬಿಟ್ಟು ಉಳಿದ ಸಾವಿರ ಎರಡು ಸಾವಿರಗಳನ್ನು ಅವನಿಗೆ ಒಪ್ಪಿಸಿ ಬರುತ್ತಿದ್ದಳು. ಯಾವಾಗಲೂ ಅರ್ಧ ಹಣೆ ತುಂಬುವಂತಹ ಕುಂಕುಮ, ಕೊರಳಿಗೆ ಕರಿಮಣಿ, ಕೈಗೆ ಕರಿ ಗಾಜಿನ ಬಳೆಗಳು

ಅವಳ ಆಭರಣಗಳು. 'ನಿನ್ನ ಗಂಡನಿಗೂ ನಮ್ಮ ಫ್ಯಾಕ್ಟರೀಲಿ ಒಂದು ಕೆಲಸ ಕೊಡ್ತೀವಿ. ಅವನು ಕಷ್ಟಪಟ್ಟು ಕೆಲಸ ಮಾಡ್ತಾನಾ?' ಎಂದು ವೈಜಯಂತಿ ಒಮ್ಮೆ ಕೇಳಿದ್ದಳಂತೆ. 'ಬ್ಯಾಡ ಕಣವ್ವ, ಅವನು ಕೇಡಿಗ ಮುಂಡೇಮಗ. ಬ್ಯಾರೆಯೋರಿಗೂ ಹೀನಚಾಳಿ ಕಲುಸ್ತಾನೆ. ಸುಳ್ಳು ಏಳ್ತಾನೆ,' ದ್ಯಾವಕ್ಕ ಎಂದಿದ್ದಳಂತೆ. ಫ್ಯಾಕ್ಟರಿಯ ಕೆಲಸಗಾರರ ಶಿಸ್ತಿಗೆ ಭಂಗ ಬರುವ ಯಾವುದನ್ನೂ ವೈಜಯಂತಿ ಸಹಿಸುತ್ತಿರಲಿಲ್ಲ. ಹೀಗೆ ಐದಾರು ವರ್ಷ ಕಳೆದಮೇಲೆ ಅವನು ಇವಳಿಂದ ಸಂಪೂರ್ಣವಾಗಿ ದೂರವಾಗಿಬಿಟ್ಟ, ಇವಳೂ ಕಾದಳು. ಹುಡುಕಿದಳು. ಹುಡುಕಿಸಿದಳು. ಆಮೇಲೆ ಗೊತ್ತಾಯಿತು. ಅವನು ಇನ್ನೊಬ್ಬಳನ್ನು ಕಟ್ಟಿಕೊಂಡು ಬೆಂಗಳೂರನ್ನೇ ಬಿಟ್ಟುಹೋದ ನಂತೆ. ತನ್ನ ಹಣೇಲಿ ಬರೆದಿರೂದೇ ಹೀಗಿರುವಾಗ ಯಾರೇನು ಮಾಡಾಕ್ ಆಯ್ತದೆ ಎಂದು ದ್ಯಾವಕ್ಕ ಸಮಾಧಾನ ತಂದುಕೊಂಡಳು.

ದಿಲ್ಲಿಯಿಂದ ಹಿಂತಿರುಗಿದವನು ವಿಮಾನ ನಿಲ್ದಾಣದಿಂದ ನೇರವಾಗಿ ಮನೆಗೆ ಬಂದೆ. ನನ್ನನ್ನು ನೋಡಿದ ಪುಟ್ಟಕ್ಕನ ಮುಖ ಅರಳಿತು. ಅಪ್ಪ್ಪಪ್ಪ ಎಂದು ಎಂದಿನಂತೆ ಓಡಿ ಬಂದು ತಬ್ಬಿಕೊಂಡಳು. ನಾನೂ ತಬ್ಬಿ ತಲೆ ಸವರುವಾಗ ಎಂದಿನಂತೆ ಸುಮ್ಮನಿರದೆ ನನ್ನನ್ನು ಅಂಗಳದ ಕಡೆಗೆ ತಳ್ಳತೊಡಗಿದಳು. ಏನನ್ನೋ ತೋರಿಸಲು ಕರೆದೊಯ್ಯುತ್ತಿದ್ದಾಳೆಂದು ಅರಿತ ನಾನು ಜೊತೆಯಲ್ಲಿ ನಡೆದೆ. ಗೋಡೆಯ ಕಡೆಗೆ ಕೈ ತೋರಿಸಿ ಮ್ಮ್ಮಅಮ್ಮ್ಮ ಎಂದಳು. ಕತ್ತೆತ್ತಿ ನೋಡಿದರೆ ವೈಜಯಂತಿಯ ಫೋಟೋ ಇರಲಿಲ್ಲ. ಇದು ಮಂಗಳೆಯ ಕೆಲಸವೆಂದು ಥಟ್ಟನೆ ಅರ್ಥವಾಯಿತು. 'ಎಲ್ಲಿಗೆ ಹೋಯಿತು ಫೋಟೋ?' ಎಂದು ಕೇಳಿದ್ದಕ್ಕೆ ಪುಟ್ಟಕ್ಕ, 'ಇಲ್ಲ. ಇಲ್ಲವೇ ಇಲ್ಲ' ಎಂಬಂತೆ ಕೈ ಆಡಿಸಿದಳು. ಇವಳ ಎದುರಿಗೆ ಅವಳು ಅದನ್ನು ತೆಗೆಸಿಲ್ಲ, ಎಂಬುದು ಸ್ಪಷ್ಟವಾಯಿತು. ತಾನೇ ಒಂದು ಸ್ಟೂಲು ಅಥವಾ ಕುರ್ಚಿಯ ಮೇಲೆ ನಿಂತು ಕಳಚಿರಲೂಬಹುದು ಎಂದು ಹೊಳೆಯಿತು. ಮನೆಗೆ ಬಂದ ತಕ್ಷಣ ಈ ವಿಷಯ ಎತ್ತುವುದು ಬೇಡ ಎಂದು ನಿರ್ಧರಿಸಿ ಒಳಗೆ ನಡೆದೆ. ವಿಶಾಲವಾದ ಶಯನಕೋಣೆಯ ಕಿಟಕಿಯ ಹತ್ತಿರ ಬೆತ್ತದ ಕುರ್ಚಿಯ ಮೇಲೆ ಕುಳಿತು ಮಂಗಳೆ ಒಂದು ಪುಸ್ತಕ ಓದುತ್ತಿದ್ದಳು. ನಾನೇ ಹತ್ತಿರ ಹೋಗಿ, ಹ್ಯಾಗಿದೀಯ? ಎಂದೆ. 'ನಾನು ಹೇಗಿರಬಹುದೋ ಹಾಗೆ ಇದೀನಿ. ನೀನು ಡೆಲ್ಲಿ ಟ್ರಿಪ್ ಎಂಜಾಯ್ ಮಾಡಿದೆ ತಾನೆ?' ಎಂದಳು, ತನ್ನನ್ನು ಕರೆದುಕೊಂಡು ಹೋಗಲಿಲ್ಲ ಎಂಬ ಅಸಮಾಧಾನದ ಧ್ವನಿಯಲ್ಲಿ. ಅದು ಅರ್ಥವಾಗದವನಂತೆ ಸೂಟ್‌ಕೇಸನ್ನು ಅದರ ಜಾಗದಲ್ಲಿ ಇಟ್ಟು, 'ಅರ್ಜೆಂಟ್ ಫ್ಯಾಕ್ಟರಿಗೆ ಹೋಗಬೇಕಾಗಿದೆ. ಸಾಯಂಕಾಲ ಬಂದಮೇಲೆ ಮಾತಾಡಾಣ' ಎಂದು ಹೇಳಿ ಹೊರಗೆ ಬಂದೆ. ಕಾರಿನಲ್ಲಿ ಕೂರುವ ಮೊದಲು ಹತ್ತಿರ ಬಂದ ದ್ಯಾವಕ್ಕ, 'ಇಲ್ಲಿ ಬನ್ನಿ' ಎಂದು ಕೈಸನ್ನೆ ಮಾಡಿದಳು. ಡ್ರೈವರನಿಗೆ ತಿಳಿಯದಂತೆ ಏನೋ ಹೇಳುವುದಿದೆ ಎಂದು ಅರಿತ ನಾನು ಕಾಂಪೌಂಡಿನ ಕೈತೋಟದ ಬಾದಾಮಿ ಗಿಡದ ಅಡಿಗೆ ಬಂದೆ. ಅದರ ಸೌಮ್ಯವೂ ಅಗಲವೂ ಆದ ಎಲೆಗಳು ತೀರ ಎತ್ತರವಲ್ಲದೆ ಛತ್ರಿಯಂತೆ ಕೊಡುವ ತಂಪು

ನೆರಳಿಗಾಗಿ ವೈಜಯಂತಿ ವಿಶೇಷ ವಾಂಛೆಯಿಂದ ತರಿಸಿ ನೆಡಿಸಿ ಬೆಳೆಸಿದ ಗಿಡ ಅದು. ಹತ್ತಿರ ಬಂದ ದ್ಯಾವಕ್ಕ ತಗ್ಗಿದ ಧ್ವನಿಯಲ್ಲಿ ಹೇಳಿದಳು: 'ಪುಟ್ಟಕ್ಕ ದೊಡ್ಡೋಳಾದಳು. ನೀವು ಓದ ದಿನವೇ. ಅಮ್ಮ ಇದ್ದಿದ್ದರೆ ಆರತಿ ಮಾಡ್ತಿದ್ದರು. ನಾನೇ ನಾಕು ದಿನವೂ ಆರತಿ ಮಾಡ್ದೆ. ನಾಕನೆ ದಿನ ಮಡಿ ಉಡಿಸಿ ಸೀರೆ ಉಡಿಸಿ ಮಾಲಕ್ಸ್ಮಿ ಗುಡಿಗೆ ಕರ ಕಂಡ್ ಓಗಿದ್ದೆ. ಎಣ್ಣುಮಗ, ಮೂರು ತಿಂಗಳು ಕೊಬ್ಬರಿ ಬೆಲ್ಲ ಎಳ್ಳಿನ ಚಿಗಳಿ ತಿನ್ನಿಸಬೇಕು' ಎಂದಳು.

ನನಗೆ ಯಾಕೋ ಉಸಿರು ಸ್ಥಗಿತವಾದಂತಾಯಿತು. ಪುಟ್ಟಕ್ಕನಿಗೆ ಹದಿಮೂರು. ಹದಿಮೂರು ತುಂಬುತ್ತಿದೆ. ಪ್ರಕೃತಿ ಸಹಜವಾಗಿ ಆಗುವ ಬೆಳವಣಿಗೆಯೇ. ಆದರೂ ಹಿರಿಯ ಹೆಂಗಸರು ಸಂಭ್ರಮದಿಂದ ಆಚರಿಸುತ್ತಾರೆ. ಆದರೆ ಈ ಬೆಳವಳಿಗೆಯನ್ನು ಸಂಭ್ರಮಿಸುವುದಕ್ಕಾಗಲಿ ಆಚರಿಸುವುದಕ್ಕಾಗಲಿ ಈಗಿನ ಹುಡುಗಿಯರು ಒಪ್ಪುವುದಿಲ್ಲವಂತೆ. ನಾಚಿಕೆಯಾಗುತ್ತದಂತೆ. ಬಂಧು ಬಳಗ ಊರು ಕೇರಿಯವರಿಗೆ ತಿಳಿಯಪಡಿಸುವಂತೆ ಘೋಷಣೆಯ ಹಬ್ಬ ಮಾಡದಿದ್ದರೂ ವೈಜಯಂತಿ ಬದುಕಿದ್ದರೆ ಆರತಿ ಮಾಡಿ ದೇವರಿಗೆ ಪೂಜೆ ಮಾಡಿಸದೆ ಬಿಡುತ್ತಿರಲಿಲ್ಲ. ಈ ನೆನಪಿಗಾಗಿ ಒಂದು ಸರ, ಕೈಗೆ ಬಳೆ, ಸೀರೆ ತಂದು ಉಡಿಸುತ್ತಿದ್ದಳು, ಅನಂತರ ಇವನ್ನೆಲ್ಲ ಪ್ರತಿದಿನವೂ ಉಟ್ಟುತೊಟ್ಟು ಮಾಡಬೇಕೆಂಬ ಕಡ್ಡಾಯ ಹೇರದೆ. ಆದರೆ ಈ ದರಿದ್ರ ತಾನೇ ಹಣೆಗೆ ಕುಂಕುಮ ಇಡುವುದಿಲ್ಲ, ಮಲಮಗಳು ದೊಡ್ಡವಳಾದಳೆಂದರೆ ಯಾಕೆ ಸಂಭ್ರಮಪಟ್ಟಾಳು? ಎಂದುಕೊಳ್ಳುವಾಗ ಅವಳು ವೈಜ ಯಂತಿಯ ಫ಼ೋಟೋವನ್ನು ತೆಗೆದು ಹಾಕಿರುವುದು ನೆನಪಿಗೆ ಬಂತು. ಕಂಪನಿಯ ಎಂಜಿನಿಯರು ಮತ್ತು ತಾಂತ್ರಿಕರನ್ನು ನೇಮಿಸಿಕೊಳ್ಳುವಾಗ ನಾವಿಬ್ಬರೂ ಕೂಡಿ ಸಂದರ್ಶನ ನಡೆಸಿ ನಿರ್ಧರಿಸುತ್ತಿದ್ದೆವು. ಕಛೇರಿಯ ಸಹಾಯಕರನ್ನು ಎಷ್ಟೋ ವೇಳೆ ಅವಳೇ ಆಯ್ದುಬಿಡು ತ್ತಿದ್ದಳು. ಅವಳೇ ಆಯ್ಕೆ ಮಾಡಿದ ಇಬ್ಬರಲ್ಲಿ ಒಬ್ಬಳು ಅತ್ಯಂತ ಸಮರ್ಪಕಳಾದವಳು: ದ್ಯಾವಕ್ಕ. ಇನ್ನೊಬ್ಬಳು ಮಂಗಳೆ, ಮೌನವಾಗಿಯೇ ಮನೆಯೊಳಗೆ ನುಸುಳಿದ ವಿಷದ ಹಾವು. ವೈಜಯಂತಿ, ಅವಳ ಆಯ್ಕೆಯಲ್ಲಿ ನೀನು ತಪ್ಪು ಮಾಡಿದೆ. ನಿನ್ನ ಪರಿಚಯದ ರಾಜಲಕ್ಷ್ಮಿಯ ಶಿಫ಼ಾರಸ್ಸಿಗೆ ಬೆಲೆ ಕೊಟ್ಟು ನನಗೂ ಹೇಳದೆ ನೇಮಿಸಿಕೊಂಡುಬಿಟ್ಟೆ. ಪಾಪ, ಇಂಗ್ಲಿಷ್ ಎಂ.ಎ. ಓದಿದಾಳೆ. ಲೆಕ್ಚರರ್ ಕೆಲಸ ಸಿಕ್ಕುತ್ತಿಲ್ಲ. ಶಾರ್ಟ್‌ಹ್ಯಾಂಡ್ ಕಂಪ್ಯೂಟರ್ ಟೈಪಿಂಗ್ ಸ್ವಲ್ಪಮಟ್ಟಿಗೆ ಗೊತ್ತಿದೆ. ನಿನ್ನಿಂದ ಸಹಾಯವಾಗಬೇಕು ಎಂಬ ಬರೀ ಶಿಫ಼ಾರಸ್ಸಲ್ಲ, ಒತ್ತಾಯಕ್ಕೆ ಕಟ್ಟುಬಿದ್ದು ನೇಮಿಸಿಕೊಂಡೆ. ಅವಳು ಇಂಥ ಹಾವು ಅನ್ನೂದನ್ನ ನೀನು ಗ್ರಹಿಸಲಿಲ್ಲ ಎಂದು ತಪ್ಪನ್ನು ನಾನು ವೈಜಯಂತಿಯ ಮೇಲೆ ಹಾಕಿದೆ. ಕೂಡುರಸ್ತೆಯಲ್ಲಿ ಸಂದಣಿಯ ಗೊಂದಲವಾಗಿ ವಾಹನಗಳು ಸರಿಯದೆ ಸರಿಪಡಿಸಲು ಪೋಲೀಸಿನವರೂ ಇಲ್ಲದೆ, ಈ ಪೀಣ್ಯ ಕೈಗಾರಿಕಾ ಪ್ರದೇಶವನ್ನು ಪ್ರವೇಶಿಸುವಾಗ ಯಾವಾಗಲೂ ಇದೇ ಗೋಜಲು ಎಂದುಕೊಳ್ಳುವಾಗ ಸುತ್ತಮುತ್ತ ಎಲ್ಲೆಲ್ಲಿಯೂ ವಾಹನಗಳ ಹಾರ್ನ್ ಅರಚುತ್ತಾ, ಈಗ ಒಬ್ಬ ಕಾರು ಡ್ರೈವರೇ ಕೂಡುರಸ್ತೆಯ ನಡುವೆ ನಿಂತು ಪೋಲೀಸನ ಯಜಮಾನಿಕೆ ವಹಿಸಿಕೊಂಡು ಎಲ್ಲರೂ ಅವನು ಹೇಳಿದಂತೆ ಕೇಳತೊಡಗಿದಮೇಲೆ ವಾಹನಗಳ ಚಲನೆ ಶುರುವಾಯಿತು.

ಫ್ಯಾಕ್ಟರಿಗೆ ಹೋಗಿ ಮುಖ್ಯದ್ವಾರದ ಮೇಲೆ ತೂಗುಹಾಕಿದ್ದ ವೈಜಯಂತಿಯ ವಿಸ್ತರಿಸಿದ ಫ಼ೋಟೋವನ್ನು ನೋಡಿದಾಗ ಈ ಫ್ಯಾಕ್ಟರಿಯನ್ನು ತಾನು ರಕ್ಷಿಸುತ್ತೇನೆಂಬ ಆಶ್ವಾಸನೆ ಕೊಡುವಂತೆ ಅವಳ ಮುಖ ಕಂಡಿತು. ತಕ್ಷಣ ಮಂಗಳೆಯನ್ನು ನಾನು ಆಯ್ಕೆ ಮಾಡಿದ್ದು ಪಿ.ಎ.ಯಾಗಿ. ಒಳ್ಳೆಯ ಇಂಗ್ಲಿಷ್. ಒಂದು ಕಾಮಾ ಫ಼ುಲ್‌ಸ್ಟಾಪು ಕೂಡ ತಪ್ಪಿಲ್ಲದೆ ನಾವು ಕೊಡುವ ಉಕ್ತಲೇಖನದ ಶಬ್ದ ಭಾಷೆ ಶೈಲಿಗಳನ್ನು ಅರ್ಥಕ್ಕೆ ವ್ಯತ್ಯಯವಾಗದಂತೆ ಪರಿಷ್ಕರಿಸಿ ಟೈಪು ಮಾಡುವ ಕುಶಲತೆಗಳು ಅವಳಿಗೆ ಇದ್ದೇ ಇವೆ. ಅವಳನ್ನು ಹಾಸಿಗೆಗೆ ಕರೆದೊಯ್ದದ್ದು ಯಾರ ತಪ್ಪು? ಎಂದು ಫ಼ೋಟೋದ ಮುಖವು ನನ್ನನ್ನು ಪ್ರಶ್ನಿಸುತ್ತಿರುವಂತೆ ಕಂಡಿತು.

೧೩

ರಾತ್ರಿ ಪುಟ್ಟಕ್ಕನ ತಲೆಸವರಿ ರಮಿಸಿ, 'ನೀನು ಇಲ್ಲಿ ಮಲಗಿರು, ನಾನು ಆ ರೂಮಿನಲ್ಲಿ ಮಲಗಿರ್ತೀನಿ. ಮಧ್ಯೆ ಬಂದು ನೋಡ್ತೀನಿ. ಹೆದರಿಕೊಬ್ಯಾಡ' ಎಂದು ಹೇಳಿ ಒಪ್ಪಿಸಿ ಮಂಗಳೆಯೊಡನೆ ಶಯನ ಮಾಡಲು ಬಂದೆ. ಪುಟ್ಟಕ್ಕ ತಾನೇ ತನ್ನ ಹೊದಿಕೆ ಜೋಡಿಸಿ ಕೊಂಡು ಸೊಳ್ಳೆಪರದೆ ಕಟ್ಟಿಕೊಂಡಳು. ನಾನು ಅವಳ ಕೋಣೆಯಲ್ಲಿ ಮಲಗುತ್ತಿದ್ದಾಗ ನನ್ನ ಹೊದಿಕೆ ಜೋಡಿಸಿ ಸೊಳ್ಳೆಪರದೆ ಕಟ್ಟಿಕೊಡುತ್ತಿದ್ದಳು. ಈಗ ಅಪ್ಪನಿಗೆ ಆ ಸೇವೆ ಮಾಡುವುದು ತಪ್ಪಿ ಹೋಯಿತೆಂಬ ದುಗುಡ ಅವಳಿಗೆ ಆಗಿದೆ ಎಂಬ ಭಾವನೆ ನನ್ನಲ್ಲಿ ಉಂಟಾಯಿತು.

ಶಯನದ ಕೋಣೆಗೆ ನಾನು ಬಂದಾಗ ಮಂಗಳೆ ಯಾವುದೋ ಮನಶ್ಶಾಸ್ತ್ರದ ಪೇಪರ್ ಬ್ಯಾಕ್ ಪುಸ್ತಕ ಓದುತ್ತಿದ್ದಳು. ನಾನು ಬಟ್ಟೆ ಬದಲಾಯಿಸುವಾಗ ನನ್ನ ಕಡೆ ನೋಡದೆ, 'ಐ ವಾಂಟ್ ಟು ಸ್ಪೀಕ್ ಟು ಯು' ಎಂದಳು.

'ಐ ಆಲ್ಸೊ ವಾಂಟ್ ಟು ಸ್ಪೀಕ್ ಟು ಯು,' ನಾನೆಂದೆ.

'ಹೇಳು,' ಎನ್ನುತ್ತಾ ಅವಳು ಕತ್ತನ್ನು ಇತ್ತ ತಿರುಗಿಸಿದಳು.

'ಮೊದಲು ಹೇಳಿದವಳು ನೀನು. ನೀನೇ ಹೇಳು.' ನಾನಂದೆ.

'ಯಾರು ಆರಂಭಿಸಿದರೂ ಇನ್ನೊಬ್ಬರು ಹೇಳಬೇಕೆಂದಿದ್ದ ಪಾಯಿಂಟ್ ಬಂದೇ ಬರುತ್ತೆ. ಆದ್ದರಿಂದ ನೀನೇ ಹೇಳು.'

ಅವಳ ಮಾತಿನ ರೀತಿಯೇ ಇಂಥದೆಂದು ಮದುವೆ ನೋಂದಣಿಯಾದ ದಿನದಿಂದ ದಿಲ್ಲಿಗೆ ಹೋಗುವ ತನಕ ಎಂದರೆ ಹದಿನಾರು ದಿನದ ಅನುಭವದಿಂದ ಅರಿತಿದ್ದ ನಾನು ನೇರವಾಗಿ ವಿಷಯಕ್ಕೆ ಬಂದೆ: 'ಹಾಲಿನಲ್ಲಿದ್ದ ವೈಜಯಂತಿಯ ಫ಼ೋಟೋನ ಯಾಕೆ ತೆಗೆದು ಹಾಕಿದೆ?'

'ಅರ್ಥ ಮಾಡಿಕೊಬೇಕು ಅನ್ನುವ ಮನಸ್ಸಿದ್ದರೆ ಉತ್ತರ ತನಗೆ ತಾನೆ ಹೊಳೆಯುತ್ತೆ. ನನ್ನನ್ನು ಕೇಳಿ ಹಿಂಸೆಗೆ ಒಳಪಡಿಸುವ ಅಗತ್ಯವಿಲ್ಲ.'

'ಅರ್ಥವಾಗದ್ದರಿಂದಲೇ ಕೇಳಿದ್ದು. ಇದರಲ್ಲಿ ಹಿಂಸೆಯ ಪ್ರಶ್ನೆ ಉದ್ಭವಿಸುಲ್ಲ.'

'ಮಗುವಿನ ವ್ಯಕ್ತಿತ್ವ ಮುಂದೆ ನೂರಕ್ಕೆ ನೂರರಷ್ಟು ವಿಕಸಿಸಬೇಕಾದರೆ ಗರ್ಭಿಣಿಯ ಮನಸ್ಸು ಸಂಪೂರ್ಣ ಸ್ವತಂತ್ರವಾಗಿರಬೇಕು. ತಾನು ಯಾರ ಅಧೀನದಲ್ಲೂ ಇಲ್ಲ ಅನ್ನುವ ಭರವಸೆ ಇರಬೇಕು.'

'ಏನು ಹಾಗಂದರೆ?'

'ತನ್ನ ತಂದೆ ಬೇರೊಬ್ಬ ಹೆಂಗಸಿನ ನೆನಪಿನಲ್ಲಿ ಮುಳುಗಿದಾನೆ ತನ್ನ ತಾಯಿಗೆ ನಿಷ್ಠ ನಾಗಿಲ್ಲ ಅಂದರೆ ಆ ಮಗುವಿನಲ್ಲಿ ಅಭದ್ರ ಭಾವನೆಯುಂಟಾಗುಲ್ಲವೆ? ಅದು ದುರ್ಬಲ ವ್ಯಕ್ತಿಯಾಗುಲ್ಲವೆ?'

'ನನಗೊಂದು ಮದುವೆಯಾಗಿತ್ತು ಅನ್ನೂದು ನಿನಗೆ ಗೊತ್ತಿಲ್ಲದ ಸಂಗತಿಯಲ್ಲ. ಅವಳು ನಿನ್ನ ದಣಿಯಾಗಿದ್ದೋಳು. ಎಲ್ಲೂ ಕೆಲಸ ಸಿಕ್ಕದಿದ್ದಾಗ ನಿನಗೆ ಕೆಲಸ ಕೊಟ್ಟು ಕೈ ತುಂಬ ಸಂಬಳ ಕೊಟ್ಟು ಚನ್ನಾಗಿ ನಡೆಸಿಕೊಂಡೋಳು. ಅವಳ ವಿಷಯದಲ್ಲಿ ಕೃತಜ್ಞತೆ ಯಾದರೂ ಇರಬೇಡವೆ?'

'ಸಂಬಳ ತಗೊಂಡಿದೀನಿ. ಕೆಲಸ ಮಾಡಿದೀನಿ. ನೌಕರಿ ಮಾಡುವಾಗ ಇದ್ದ ದಣಿ ನೌಕರಳು ಅನ್ನುವ ಸಂಬಂಧದ ನೆನಪನ್ನ ಎಷ್ಟು ದಿನ ಕೊಳೆಸಿಕೊಂಡಿರಬೇಕು? ಈಗ ನನಗೂ ನಿನಗೂ ಇರೂದು ಗಂಡ ಹೆಂಡತಿಯ ಸಂಬಂಧ.'

'ಅದು ಸರಿ. ನಮ್ಮ ಪರಂಪರೆಯಲ್ಲಿ ಹಿರಿಯ ಹೆಂಡತಿಯನ್ನ ಕಿರಿಯಳು ಅಕ್ಕ ಅಂತ ಭಾವಿಸುತ್ತಿದ್ದಳು. ಅವಳ ಮುಖವನ್ನೇ ನೋಡದಿದ್ದರೂ ಕೂಡ. ಪ್ರತಿವರ್ಷ ಅವ ಳಿಗೆ ಮಾಡುವ ತಿಥಿಯಲ್ಲಿ ಭಕ್ತಿಯಿಂದ ಅಡುಗೆಮಾಡಿ ಮುತ್ತೈದೆಗೆ ಬಡಿಸಿ ಕಾಲುಮುಟ್ಟಿ ನಮಸ್ಕರಿಸುತ್ತಿದ್ದಳು.'

'ಕುಮಾರ್, ಅವೆಲ್ಲ ಪುರಾಣ ನನಗೆ ಬ್ಯಾಡ. ತನ್ನ ಗಂಡನ ನಿಷ್ಠೆ ಸಂಪೂರ್ಣವಾಗಿ ತನಗೆ ದೊರೆತಿಲ್ಲ ಅನ್ನುವ ಹಿಂಸೆಗೆ ಒಳಗಾದ ಗರ್ಭಿಣಿಯಲ್ಲಿ ಅದೆಂಥ ಆರೋಗ್ಯಕರ ಮಗು ಹುಟ್ಟೀತು?'

ಇವಳ ವಾದ ನನ್ನನ್ನು ಒಂದು ನಿಮಿಷ ದಿಙ್ಮೂಢನನ್ನಾಗಿಸಿತು. ಆದರೆ ಈ ವಾದವು ಅಹಂಕೇಂದ್ರಿತ ಮನೋಭಾವದಿಂದ ಹುಟ್ಟಿದುದೆಂದು ತಕ್ಷಣ ಅರ್ಥವಾಯಿತು. ಸನ್ನಿವೇಶ ಗೊತ್ತಿದ್ದೂ ಯಾಕೆ ಹಟಮಾಡಿ ನನ್ನನ್ನು ಮದುವೆಗೆ ಸಿಕ್ಕಿಸಿಕೊಂಡಳು? ಎಂಬ ಅದೆಷ್ಟೋ ಬಾರಿ ಮನಸ್ಸಿನಲ್ಲಿ ತುಡಿದಿದ್ದ ಪ್ರಶ್ನೆಯು ಅವಳ ಮನೋಭಾವವನ್ನು ಒತ್ತಿ ತೋರಿಸುತ್ತಿತ್ತು.

'ನನ್ನ ಮಾತಿನ ಸಮರ್ಥನೆಯಾಗಿ ನೇರವಾದ ಒಂದು ಪ್ರಶ್ನೆ ಕೇಳ್ತೀನಿ ಪ್ರಾಮಾಣಿಕವಾದ ಉತ್ತರ ಹೇಳ್ತೀಯಾ?' ನನ್ನ ಮುಖವನ್ನೇ ಈಟಿಯಿಂದ ಇರಿದು ಅಲುಗಾಡದಂತೆ ಹಿಡಿಯುವಂಥ ದೃಷ್ಟಿಯಿಂದ ನೋಡುತ್ತಾ ಕೇಳಿದಳು: 'ಮದುವೆಗೆ ಮೊದಲು ಜೊತೆಗೂಡುಕ್ಕೆ ಅಷ್ಟೊಂದು ಆಸ್ಥೆ ತೋರಿಸುತಿದ್ದೋನು ಮದುವೆಯಾದ ಮೇಲೆ ಯಾಕೆ ಆಸಕ್ತಿ ಕಳಕೊಂಡೆ? ಹೊಣೆ ಇಲ್ಲದ ಸಂಬಂಧವಿದ್ದಾಗ ಇದ್ದ ಉತ್ಸಾಹ ಮದುವೆಯಾದ ತಕ್ಷಣ ಯಾಕೆ ಇಂಗಿಹೋಯಿತು? ಮದುವೆಯಾದ ಮೇಲೆ ನೀನು ಸಂಪರ್ಕ ಮಾಡಿರೂದು ಒಂದು

ಸಲ ಮಾತ್ರ. ಅದೂ ಅಸಮರ್ಪಕವಾಗಿ.'

ನಿಜವನ್ನು ಹೇಳುವ ಧೈರ್ಯ ತಕ್ಷಣ ಬರದೆ ತೊದಲಿದೆ: 'ಗರ್ಭಿಣಿ ಹೆಂಗಸಿನ ಹತ್ತಿರ ಹೆಚ್ಚು ತೊಡಗಿದರೆ ಗರ್ಭಕ್ಕೋ, ಅವಳಿಗೋ ತೊಂದರೆಯಾದೀತು ಅಂತ ಭಯ.'

'ಅದು ಕೊನೆಯ ತಿಂಗಳುಗಳಲ್ಲಿ ಅಂತ ನಿನಗೂ ಗೊತ್ತಿದೆ. ನಿನ್ನಲ್ಲಿ ಪ್ರಾಮಾಣಿಕತೆ ಇಲ್ಲ. ಹೆಂಡತಿಯ ಕೈಲಿ ಸುಳ್ಳು ಹೇಳುವ ಗಂಡನನ್ನು ಗೌರವಿಸೂದು ಹೇಗೆ?' ಅವಳು ಛಟಾರನೆ ಉತ್ತರಿಸಿದಳು.

ನನ್ನಲ್ಲಿ ಧೈರ್ಯ ಕೂಡಿಕೊಂಡಿತು. ಹೇಳಬೇಕೆಂದು ಮನಸ್ಸಿನಲ್ಲಿ ಇಷ್ಟು ದಿನ ಸಂಚಿತವಾಗಿದ್ದ ಅಸಮಾಧಾನವೆಲ್ಲ ಹೊರಹೊಮ್ಮಿತು: 'ನೋಂದಣಿಗೆ ಮೊದಲು ನನ್ನಲ್ಲಿ ಮುಕ್ತ ಇಚ್ಛೆ ಇತ್ತು. ಭಯ ಹುಟ್ಟಿಸಿ ನೀನು ನನ್ನನ್ನು ನೋಂದಣಿಗೆ ಸಿಕ್ಕಿಸಿಕೊಂಡೆ. ಅಂದರೆ ಮುಕ್ತತೆ ಮುಕ್ತಾಯಗೊಂಡಿತು. ಆಮೇಲೆ ಮಾರ್ದವದ ನಡಾವಳಿಯಿಂದ ನನ್ನ ಮನಸ್ಸನ್ನು ಗೆಲ್ಲಲಿಲ್ಲ. ಮದುವೆಯಾದರೂ ವಿಧವೆಯ ಹಾಗೆ ಬರೀ ಹಣೆಯಲ್ಲಿರ್ತೀಯ. ವಯಸ್ಸಿನ ಅಂತರವನ್ನ, ನನ್ನ ಸ್ಥಾನಮಾನವನ್ನ ಲೆಕ್ಕಿಸದೆ ನೋಂದಣಿಗೆ ರುಜು ಮಾಡಿದ ನಿಮಿಷದಿಂದ ಗಂಡನಿಗೆ ಏಕವಚನ ಪ್ರಯೋಗ ಮುಂದುವರೆಸಿದೆ. ನಿನ್ನ ದಣಿ, ಉದ್ಯೋಗ ದಾತೆ, ಕಂಪನಿಯ ಸ್ಥಾಪಕಿ, ನಿರ್ದೇಶಕಿಯಾಗಿದ್ದವಳು ಹೇಗಿದ್ದಳು? ಮುಖಕ್ಕೆ ಹೊಂದು ವಂಥ ಕುಂಕುಮ, ಬಾಚಿ ಹೆಣೆದ ಜಡೆ, ಮುಡಿಯಲ್ಲಿ ಕಂಗೊಳಿಸುವ ಮಲ್ಲಿಗೆ ಹೂವು, ಕೊರಳನ್ನು ಬೆಳಗುವ ಮಾಂಗಲ್ಯದ ಸರ, ನೋಡಿದರೆ ಇವಳು ತನ್ನ ಗಂಡನ ಆಯುಷ್ಯದ ವರ್ಧಕಳು, ಆ ವರ್ಧನೆಗೆ ದೇವರನ್ನು ಪೂಜಿಸುವವಳು ಎನ್ನುವ ಅಭಯ ಹುಟ್ಟಿಸುವ ಪ್ರಸಾಧನ, ಪ್ರಸನ್ನತೆಗಳು. ಇಂಥ ಕ್ಷೇಮಭಾವದಲ್ಲಿ ತಾನೇ ಪುರುಷನ ಪುರುಷತ್ವ ವರ್ಧಿಸಿ ವಿಜೃಂಭಿಸೂದು. ಸೂತಕದಲ್ಲಿರುವ ಹೆಂಡತಿಯ ಹತ್ತಿರ ಯಾವ ಉತ್ತೇಜನವಾಗುತ್ತೆ?'

ಇದಕ್ಕಿಂತ ಹೆಚ್ಚು ಬಿಚ್ಚುಮಾತುಗಳಿಂದ ನಮ್ಮ ಸದ್ಯದ ಸಂಬಂಧವನ್ನು ವರ್ಣಿಸುವುದು ಹೇಗೆ? ಆದರೆ ಅವಳು ಥಟ್ಟನೆ ಹೇಳಿದಳು: 'ನಿನ್ನ ದಣಿ, ಉದ್ಯೋಗದಾತೆ, ಕಂಪನಿಯ ಸ್ಥಾಪಕಿ, ನಿರ್ದೇಶಕಿ ಎಂದೆಲ್ಲ ಹೇಳಿದೆ. ಆ ಹಳೆಯ ಸ್ವಾಮಿ ಭೃತ್ಯ ಸಂಬಂಧವನ್ನ ನಾನು ಹಿಂದೆಯೂ ಒಪ್ಪಿರಲಿಲ್ಲ. ಇಂದೂ ಒಪ್ಪುಲ್ಲ. ಆ ಹಳೆಯ ಸಂಬಂಧವನ್ನ ಜ್ಞಾಪಿಸಿ ಪತ್ನಿಯ ನನ್ನ ಸ್ಥಾನವನ್ನ ನಿರಾಕರಿಸುವ ಹುನ್ನಾರ ಮಾಡಿದರೆ ನಡೆಯುಲ್ಲ. ಈ ಸ್ಥಾನಕ್ಕೆ ಕಾನೂನಿನ ಸಂರಕ್ಷಣೆ ಇದೆ. ಇನ್ನು ಮಹಿಳೆಯ ಗುಲಾಮಗಿರಿಯನ್ನ ತಿರಸ್ಕರಿಸುವ ನನ್ನ ಮೇಲೆ ಹಣೆಯ ಕುಂಕುಮ ತುರುಬಿನ ಹೂವುಗಳ ದಾಸ್ಯದ ಸಂಕೇತಗಳನ್ನು ಹೇರುವ ಪ್ರಯತ್ನಮಾಡಬೇಡ. ನೀನು ಈ ಸಂಕೇತಗಳನ್ನ ಪಾಲಿಸದಿದ್ದರೆ ನಿನಗೆ ದೇಹಸುಖವನ್ನ ನಿರಾಕರಿಸುತೀನಿ ಅನ್ನುವ ಬೆದರಿಕೆ ಹಾಕಿದೀಯ. ದಾಂಪತ್ಯದಲ್ಲಿ ದೇಹಸುಖವು ಪರಸ್ಪರರ ಹಕ್ಕು ತಿಳಕ, ನೀನು ಗಂಡಸಿನ ಹಾಗೆ ನಡಕೊಬೇಕು. ಕಮ್ ಆನ್' ಎನ್ನುತ್ತಾ ತನ್ನ ಕೈ ಯಲ್ಲಿದ್ದ ಪುಸ್ತಕದ ಹಾಳೆಗೆ ಗುರುತಿನ ಕಾಗದದ ಚೂರನ್ನು ಇಟ್ಟು ಪುಸ್ತಕವನ್ನು ಮೇಜದ ಮೇಲೆ ಹಾಕಿ ಎದ್ದು ನನ್ನ ಹತ್ತಿರ ಬಂದು, 'ಕಮ್ ಆನ್. ಐ ಲವ್ ಯು ಅಂತ ಹೇಳು,' ಎಂದು ತಬ್ಬಿಕೊಂಡಳು. ಮಾತು ಬೆಳೆಸಲು ನನಗೆ ತೋಚಲೂ ಇಲ್ಲ, ಅಸಹ್ಯವೂ

ಆಯಿತು. ಅಹಂಕಾರವನ್ನು ಕರಗಿಸಿ ಹರಿಯುವ ಮಾರ್ದವತೆ, ಸಮರ್ಪಣೆಗಳು ಇಲ್ಲದೆ ಶೃಂಗಾರ ಹೇಗೆ ಸಾಧ್ಯ, ಅದೂ ಗಂಡಸಿಗೆ? ಅವಳು ಏನು ಮಾಡಿದರೂ ನನ್ನ ಶೀತ ಕರಗಲಿಲ್ಲ. ನಟಿಸಲು ಮನಸ್ಸಿಗೆ ಹೇಸಿಗೆಯಾಯಿತು. ಎರಡು ನಿಮಿಷ ಹಾಗೆಯೇ ನಿಂತಿದ್ದ ಅವಳು ಸರಕ್ಕನೆ ತನ್ನ ತೋಳುಗಳನ್ನು ಅಳ್ಳಕಮಾಡಿ ಹಿಂತೆಗೆದುಕೊಂಡು ಹತ್ತಿರವೇ ಇದ್ದ ಮಂಚದ ತನ್ನ ಭಾಗದ ಮೇಲೆ ದಢಕ್ಕನೆ ಬಿದ್ದುಕೊಂಡಳು. ಬಟ್ಟೆ ಬದಲಿಸಿದ ನಾನು ಶೌಚಕ್ಕೆ ಹೋದಾಗ ಪಕ್ಕದ ಪುಟ್ಟಕ್ಕನ ಕೋಣೆಯಲ್ಲಿರುವ ನನ್ನದೇ ಆದ ಇನ್ನೊಂದು ಮಂಚದ ಮೇಲೆ ಮಲಗುವ ಆಲೋಚನೆ ಬಂತು. ಆದರೆ ಪರಿಸ್ಥಿತಿಯನ್ನು ನಾನಾಗಿಯೇ ಉಲ್ಬಣಗೊಳಿಸಬಾರದೆಂದು ತಾಳ್ಮೆ ತಂದುಕೊಂಡು ದಾಂಪತ್ಯದ ದೊಡ್ಡ ಮಂಚದ ಇನ್ನೊಂದು ಬದಿಯಲ್ಲಿ ಮಲಗಿದೆ. ಇದು ನಾನು ಮತ್ತು ವೈಜಯಂತಿ ಹೇಳಿಮಾಡಿಸಿ ಕೊಂಡ ಮಂಚ ಎಂಬ ನೆನಪು ಬಂತು. ಒಂದೇ ಜಾತಿಯ ಒಂದು ಗಂಡು ಒಂದು ಹೆಣ್ಣು ಪ್ರಾಣಿಯನ್ನು ಒಂದು ದೊಡ್ಡ ಬೋನಿನೊಳಗೆ ಕೂಡಿಹಾಕಿದರೆ ಅವುಗಳ ನಡುವೆ ಸಿಗಿದು ಹಾಕುವಂಥ ದ್ವೇಷವಿದ್ದರೂ ಶಾರೀರಿಕ ಶಮನಕ್ಕೆ ಬೇರೆ ದಾರಿ ಇಲ್ಲದೆ ಒಂದುಗೂಡು ತ್ತವೆ, ಕೂಡಲೇಬೇಕು. ಇಂಥ ಪರಿಸ್ಥಿತಿಗೆ ಮಾನವಸಮಾಜದಲ್ಲಿ ವಿವಾಹ, ವಿವಾಹಬಂಧನ ಅನ್ನುತ್ತಾರಲ್ಲವೆ? ಎಂಬ ಉಪಮೆ ಹೊಳೆಯಿತು. ಆದರೆ ಈ ಉಪಮೆಯನ್ನು ಸಾಮಾನ್ಯೀಕರಿ ಸಿದರೆ ನನ್ನ ಮತ್ತು ವೈಜಯಂತಿಯ ದಾಂಪತ್ಯವನ್ನು ಅಪವಿತ್ರಗೊಳಿಸಿದಂತಾಗುತ್ತದೆಂಬ ಆಕ್ಷೇಪ ಕಾಣಿಸಿತು.

೧೪

ಒಂದು ವಾರ ಕಳೆದಿತ್ತು. ನಾನು ರಾತ್ರಿ ಎಂಟಕ್ಕೆ ಮನೆಗೆ ಬಂದಾಗ ಅವಳು, 'ಐ ವಾಂಟ್ ಟು ಟಾಕ್ ಟು ಯು' ಎಂದಳು. ಇದು ಅವಳ ರೀತಿ. ನೇರವಾಗಿ ಮಾತನಾಡುವ ಅನೌಪಚಾರಿಕ ಸಂಬಂಧವನ್ನು ಬಿಟ್ಟು ಮಾತನಾಡಬಯಸುತ್ತೇನೆಂಬ ಪೀಠಿಕೆ ಹಾಕುವ ಔಪಚಾರಿಕತೆ ಅಥವಾ ಕಾನೂನು ಕ್ರಮ. ನಾನು 'ಎಸ್' ಎಂದೆ.

'ದಿನಾ ನೀನು ಮನೆಗೆ ಬರೂದು ರಾತ್ರಿ ಎಂಟಕ್ಕೆ. ತಕ್ಷಣ ನಿನ್ನ ಮಗಳ ಜೊತೆ ಅರ್ಧಗಂಟೆ ಸರಸಸಲ್ಲಾಪ. ಊಟದಲ್ಲೂ ಅವಳು ಜೊತೇಲಿರಬೇಕು. ಅಷ್ಟರಲ್ಲಿ ನಿನ್ನ ಕಣ್ಣು ಎಳೀತಿರುತ್ತೆ. ಇನ್ನು ನನಗಾಗಿ ವಿನಿಯೋಗಿಸುವ ಅವಧಿ ಎಷ್ಟು?'

'ಫ್ಯಾಕ್ಟರಿಯ ಕೆಲಸ ಸಂಜೆ ಏಳರತನಕವಾದರೂ ಮಾಡಬೇಕು. ಅರ್ಧಗಂಟೆಯಾದರೂ ಮಾತಾಡದಿದ್ದರೆ ಪುಟ್ಟಕ್ಕ ಕಂಗಾಲಾಗ್ತಾಳೆ. ನೀನ್ಯಾಕೆ ಅವಳನ್ನ ಮಾತಾಡಿಸಿ ಪಾಠ ಅಭ್ಯಾಸ ಮಾಡಿಸಿ ಜೊತೇಲಿ ತೊಡಗಿಸಿಕೊಬಾರದು?'

ಅವಳು ಈ ಪ್ರಶ್ನೆಗೆ ಉತ್ತರ ಹೇಳಲಿಲ್ಲ. ಆದರೆ ಮೊದಲ ಪ್ರಶ್ನೆಗೆ ಸ್ನೇಹವನ್ನು ಸೂಸುತ್ತಾ ಮಾತನಾಡಿದಳು: 'ಫ್ಯಾಕ್ಟರಿಯಲ್ಲಿ ನೀನು ದಿನಾ ಸಂಜೆ ಏಳರವರೆಗೆ ಕೆಲಸ

ಮಾಡೂದು ನನಗೂ ಗೊತ್ತು. ಈ ದೊಡ್ಡ ಮನೇಲಿ ನನಗೊಬ್ಬಳಿಗೇ ಹೊತ್ತು ಹೋಗುಲ್ಲ. ನಾನೂ ಫ್ಯಾಕ್ಟರೀಲಿ ಕೆಲಸ ಮಾಡಿದರೆ ಹ್ಯಾಗೆ?'

'ಮಾಡಬಹುದು. ನಾನು ಯಾವತ್ತೂ ಕಾಯಕದ ಗೌರವವನ್ನ ಎತ್ತಿ ಹಿಡೀತೀನಿ.'

'ಯಾವ ಕೆಲಸ ಕೊಡ್ತೀಯ ನನಗೆ?'

'ನಿನಗೆ ತರಬೇತಿ ಅನುಭವ ಇರೂ ಕೆಲಸ.'

'ಅಂದರೆ ಪಿ.ಎ.ಯಾಗಿ ಇರು ಅಂತೀಯ? ನೀನು ಊರಿನಲ್ಲಿರುವಾಗ ನಿನಗೆ, ಇಲ್ಲದ ದಿನಗಳಲ್ಲಿ ಜನರಲ್ ಮ್ಯಾನೇಜರ್ ಭದ್ರಯ್ಯನಿಗೆ. ಮಾಲೀಕ. ಎಂ.ಡಿ., ಛೇರ್‌ಮನ್‌ನ ಹೆಂಡತಿ ಭದ್ರಯ್ಯ ಗಂಟೆ ಒತ್ತಿದಾಗ ಹೋಗಿ ಡಿಕ್ಟೇಷನ್ ತಗೊತ್ತಾ ಎದುರಿಗೆ ಕೂತರೆ ನಿನಗೆ ಯಾವ ಗೌರವ?'

'ಕೆಲಸ ಮಾಡಲೇಬೇಕು ಅಂದರೆ ಫ್ಯಾಕ್ಟರಿಯಲ್ಲಿ ನೀನು ಬೇರೆ ಏನು ಮಾಡಬಲ್ಲೆ?'

'ನಿನ್ನ ಮೊದಲ ಹೆಂಡತೀನ ಸಿ.ಇ.ಓ. ಮಾಡಿರಲಿಲ್ಲವೆ?'

ನನಗೆ ನಗು ಬಂತು. ತಿರಸ್ಕಾರವೂ ಹುಟ್ಟಿತು. ಆದರೆ ಯಾವುದನ್ನೂ ತೋರ್ಪಡಿಸದೆ ಹೇಳಿದೆ: 'ನಮ್ಮ ಫ್ಯಾಕ್ಟರೀಲಿ ಸಿ.ಇ.ಓ. ಆಗಬೇಕಾದರೆ ಮೆಕ್ಯಾನಿಕಲ್ ಎಂಜಿನೀರಿಂಗ್‌ನಲ್ಲಿ ಸ್ನಾತಕೋತ್ತರ ಮಟ್ಟದ ವಿದ್ಯೆ, ಜೊತೆಗೆ ನಾಲ್ಕಾರು ವರ್ಷಗಳ ಫ್ಲೋರ್ ಅನುಭವ, ಜೊತೆಗೆ ಆಡಳಿತದ ಅನುಭವ, ಹಣಕಾಸಿನ ನಿರ್ವಹಣೆ, ಉದ್ಯಮ, ತೆರಿಗೆಗಳ ಕಾನೂನುಗಳ ಜ್ಞಾನ, ಆಮದು ರಫ್ತುಗಳ ನಿಯಮಗಳು, ಅಲ್ಲದೆ ತೀರ್ಮಾನ ಕೈಗೊಳ್ಳುವ ವಿಚಕ್ಷಣೆಗಳೆಲ್ಲ ಬೇಕು. ಇಷ್ಟೆಲ್ಲ ಸ್ವಯಾರ್ಜಿತ ಅರ್ಹತೆಯಿಂದ ಅವಳು ಸಿ.ಇ.ಓ. ಆದಳು. ಅದು ನಾನು ಕರುಣಿಸಿದ್ದಲ್ಲ. ಸಂಸ್ಥೆಯನ್ನು ಕಟ್ಟಿಬೆಳೆಸುತ್ತಾ ರೂಢಿಸಿಕೊಂಡದ್ದು.'

'ನನ್ನನ್ನ ಹೀಗಳೆಯಬೇಕು ಅಂತಲೇ ನಿನ್ನ ಮೊದಲ ಹೆಂಡತೀನ ಮಿತಿಮೀರಿ ಹೊಗಳುತೀಯ. ನನಗೆ ಅರ್ಥವಾಗುತ್ತೆ,' ಎಂದು ಅವಳು ತನ್ನ ಕೋಣೆಯೊಳಕ್ಕೆ ಹೋದಳು. ಈಗ ಅವಳು ತನ್ನದೇ ಒಂದು ಕೋಣೆಯನ್ನು ಮಾಡಿಕೊಂಡಿದ್ದಳು. ಮೇಲೆ ಕೆಳಗೆ ಸೇರಿ ಒಟ್ಟು ಏಳು ಕೋಣೆಗಳಿರುವಂತೆ ವೈಜಯಂತಿಯು ಯೋಜಿಸಿ ಕಟ್ಟಿಸಿದ್ದ ದೊಡ್ಡ ಮನೆಯಲ್ಲಿ ಖಾಲಿಕೋಣೆಗಳಿಗೆ ಬರವಿರಲಿಲ್ಲ. ಮದುವೆ ನೋಂದಣಿಯಾದನಂತರ ಈ ಮನೆಗೆ ಬಂದ ಮೇಲೆ ಇವಳು ದಾಂಪತ್ಯದ ದೊಡ್ಡ ಶಯನಕೋಣೆಯ ಒಂದು ಬದಿಯನ್ನು ತನ್ನ ಓದಿನ ಭಾಗವಾಗಿ ಬಳಸುತ್ತಿದ್ದಳು. ಈ ಶಯನಕೋಣೆಯಿಂದ ಪ್ರತ್ಯೇಕವಾಗಿ ತನ್ನದೇ ಒಂದು ಕೋಣೆಯನ್ನು ಮಾಡಿಕೊಳ್ಳುವುದರ ಮೂಲಕ ತನ್ನ ಪ್ರತ್ಯೇಕತೆಯನ್ನು ಸ್ಥಾಪಿಸಿ ತೋರಿಸಿಕೊಳ್ಳುವುದು ಅವಳ ಉದ್ದೇಶವಾಗಿತ್ತೆಂಬುದನ್ನು ನಾನೂ ಅರ್ಥಮಾಡಿಕೊಂಡಿದ್ದೆ.

ಅಧ್ಯಾಯ ೨

೧

ನಾನೂ ಸೈಕಾಲಜಿ ಓದಿದೀನಿ. ಫ್ರಾಯ್ಡ್ ಓದಿದೀನಿ. ಫ್ರಾಯ್ಡ್ ಓದದೆ ಆಧುನಿಕ ರಾಗೂದು ಹೇಗೆ? ಆಧುನಿಕ ಸಾಹಿತ್ಯ, ಆಧುನಿಕ ಪಾತ್ರವಿಶ್ಲೇಷಣೆ ಗೊತ್ತಾಗೂದು ಹೇಗೆ? ಗಂಡುಮಗೂಗೆ ಹುಟ್ಟಿನಿಂದಲೇ ತಾಯಿಯ ಮೇಲೆ ಅತಿ ಅಂಟು, ಅಪ್ಪನು ತನಗೊಬ್ಬ ಪ್ರತಿಸ್ಪರ್ಧಿ ಎಂಬ ಭಾವ. ತಾಯಿಗೂ ಅಷ್ಟೆ. ಅಪ್ಪನಿಗೆ ಮಗಳ ಮೇಲಿರುವ ಮೋಹ ಮಗನ ಮೇಲೆ ಇರುಲ್ಲ. ಮಗಳಿಗೂ ಅಷ್ಟೆ. ಇವನಿಗೆ ಹೇಗೂ ಮೊದಲ ಹೆಂಡತಿಯ ಮೋಹ, ವಿಕೃತ ಮಟ್ಟದ್ದು. ಫ್ಯಾಕ್ಟರಿಯ ಬಾಗಿಲಿನಲ್ಲಿ, ಅವನ ಆಫೀಸಿನಲ್ಲಿ, ಮನೆಯಲ್ಲಿ ಅವಳ ದೊಡ್ಡ ಫೋಟೋ. ತನ್ನ ಪಾಲಿನ ಭಾಗ್ಯಲಕ್ಷ್ಮಿ ಎಂಬ ಮೌಢ್ಯದ ಧಾರ್ಮಿಕ ಕಲ್ಪನೆಯಿಂದ ಅವಳ ನೆನಪಿನ ಆರಾಧನೆ. ಅವಳ ಪ್ರತಿನಿಧಿ ಇವಳು ಅಂತ ಮಗಳ ಮೇಲೆ ವಿಕೃತವೆನ್ನುವಷ್ಟು ಮಮತೆ. ಅವಳಂತೆಯೇ ಮೈಕಟ್ಟು, ಮುಖಲಕ್ಷಣಗಳ ಇವಳನ್ನು ತಬ್ಬೂದೇನು, ಎದೆಗೆ ಅವಚಿಕೊಳ್ಳೂದೇನು, ತಲೆ ಸವರೂದೇನು. ಹೇಗೂ ಬುದ್ಧಿ ಬೆಳೆದಿಲ್ಲ. ಬೆಳೆಯೂದೂ ಇಲ್ಲ. ಈ ನಿಕಟಸ್ಪರ್ಶದ ಮೂಲಕ ಮನಸ್ಸಿನಲ್ಲಿ ಹುದುಗಿದ ಕಾಮವನ್ನು ಶಮನಗೊಳಿಸಿಕೊಳ್ಳುತ್ತಾ, ನಾನೂ ಸೈಕಾಲಜಿ ಪುಸ್ತಕಗಳನ್ನು ಓದಿದೀನಿ, ಪತ್ರಿಕೆಗಳಲ್ಲಿ ಓದಿದೀನಿ, ಅಪ್ಪನೇ ಮಗಳನ್ನು ದೇಹತೃಪ್ತಿಗೆ ಬಳಸಿಕೊಳ್ಳುವ ಎಷ್ಟೋ ವರದಿಗಳನ್ನ, ಕೋರ್ಟು ಶಿಕ್ಷೆ ವಿಧಿಸಿರೂದನ್ನ, ಮನಸ್ಸೆಲ್ಲ ಈ ವಿಕೃತದಲ್ಲಿ ತೊಡಗಿರುವಾಗ ಕಾನೂನು ಪ್ರಕಾರ ಹೆಂಡತಿಯಾಗಿ ಹಕ್ಕನ್ನು ಗಳಿಸಿರುವವಳ ಮೇಲೆ ಆಸ್ಥೆ ಹುಟ್ಟೂದು ಹ್ಯಾಗೆ? ಹೆಂಡತಿಯ ಹತ್ತಿರ ಪ್ರಚೋದನೆಯಾಗೂದಾದರೂ ಹ್ಯಾಗೆ? ಹೌದು. ನಾನು ಈ ಒಳಸತ್ಯ ವನ್ನು ಎತ್ತಿಆಡಿದೆ. ಆಧುನಿಕ ವಿದ್ಯೆ ಇಲ್ಲದ ಗಮಾರಿ, ಏನೂ ಗೊತ್ತಾಗುಲ್ಲ ಅಂತ ತಿಳಿದು ಈ ಕಳ್ಳಾಟ ಆಡ್ತಿದ್ದ. ಒಳಸತ್ಯ ಎತ್ತಿ ಆಡಿದ್ದಕ್ಕೆ ಕಂಡದ್ದು ಕಂಡ ಹಾಗೆ ಅಂದರೆ ಕೆಂಡದಂಥ ಕೋಪ ಅನ್ನುವ ಗಾದೆ, ನನ್ನನ್ನ ಕೈ ಎತ್ತಿ ಹೊಡೆಯುವ ರೋಫ್ ಹಾಕಿ, ನಾನೂ ತಿರುಗಿ ಕೊಟ್ಟದ್ದಕ್ಕೆ ನನ್ನನ್ನ ದನದ ಹಾಗೆ ಸದೆದು, ಕೌಟುಂಬಿಕ ಹಿಂಸೆಯ ಕಾನೂನು ಮಾಡಿಸದಿದ್ದರೆ ಹೆಂಗಸಿಗೆ ರಕ್ಷಣೆ ಏನಿತ್ತು? ಸ್ಟೇಷನ್ನಿನಲ್ಲಿ ಮಹಿಳಾ ಪೋಲೀಸರು ಬೂಟು ಕಾಲಿನಲ್ಲಿ ಒದೆದರೆ ಗೊತ್ತಾಗುತ್ತೆ ಹೆಂಡತೀನ ಹೊಡೆಯುವ ಪೌರುಷದ ಫಲ!

ಅವನನ್ನ ಸ್ಟೇಷನ್ನಿಗೆ ಕರೆಸಿದ್ದು ಗೊತ್ತಾಯಿತು. ನಾನೀಗ ಮನೆಗೆ ಹೋಗೂದೋ ಬ್ಯಾಡವೋ? ಸ್ಟೇಷನ್ನಿನಿಂದ ವಾಪಸು ಬಂದು ನನ್ನನ್ನ ನೋಡಿದರೆ ತಕ್ಷಣ ಕೋಪ ಉರಿದು ಅವಮಾನ ಮಾಡಿದಳು ಅಂತ ಕ್ರೌರ್ಯಕ್ಕೆ ಉಜ್ಜುಗಿಸಿ, ಚಾಕುವೋ, ದೊಣ್ಣೆಯೋ, ಎಷ್ಟಾದರೂ ಗಂಡಸು. ಗಂಡಸಿಗೆ ಸಹಜವಾಗಿರುವಷ್ಟು ಹಲ್ಲೆಮಾಡುವ ಶಕ್ತಿ. ನೊ ನೋ ಚಿಕ್ಕವಯಸ್ಸಿನಿಂದ ತರಬೇತಿಕೊಟ್ಟರೆ ಹೆಂಗಸಿಗೂ ಅವನಷ್ಟೇ, ಅವನಿಗಿಂತ ಹೆಚ್ಚು ನಿರ್ದಾಕ್ಷಿ ಯಕವಾಗಿ ಪ್ರತಿಹಲ್ಲೆ ಮಾಡುವ ಶಕ್ತಿ ಇರುತ್ತೆ. ಚಿಕ್ಕಹುಡುಗಿಯಿಂದಲೇ ನೀನು ಹೆಣ್ಣುಹುಡುಗಿ, ಹೀಗೆಲ್ಲ ಆಡಬಾರದು ಅಂತ ಅಜ್ಜಿಯೂ ಅಂತಿದ್ದಳು. ಅಮ್ಮನದೂ ಅದೇ ಎಚ್ಚರ. ಸಂಜೆ ಕತ್ತಲಾದ ತಕ್ಷಣ ಮನೆಗೆ ಬಂದುಬಿಡಬೇಕು. ಅಕ್ಕಪಕ್ಕ ಎದುರು ಮನೆಗಳ ನನ್ನ ವಯಸ್ಸಿನ ಗಂಡುಮಕ್ಕಳು ಕತ್ತಲಾಗಿ ಎಷ್ಟು ಹೊತ್ತಾದರೂ ಎಲ್ಲೆಲ್ಲಿ ಬೇಕಾದರೂ ಅಲೀತಿರ ಬಹುದು. ಎದುರು ಮನೆ ನಾಗರಾಜನ ಜೊತೆ ದೇವಸ್ಥಾನದ ಪೌಳಿಯಲ್ಲಿ ಆಡ್ತಿದ್ದಾಗ ಮಾತಿಗೆ ಮಾತು ಬೆಳೆದು ಗಂಡುಹುಡುಗ ಅಂತ ಜಂಬ ಕೊಚ್ಚಿಕೊಬ್ಯಾಡ, ನಿಂದೇನೋ ಮಹಾ ಅಂತ ಸವಾಲು ಹಾಕಿದಾಗ ನನ್ನ ಹತ್ತಿರ ಇರೂದು ನಿನ್ನ ಹತ್ತಿರ ಇದೆ ಏನೆ? ಅಂತ ಅವನೂ ಮರುಸವಾಲು ಹಾಕಿ ಏನು ನಿನ್ನ ಹತ್ತಿರ ಇರೂದು ಪಿಸ್ಸೆ ಅಂತ ನಾನು ಲೊಚ್ಚೆ ಹಾಕಿದಾಗ ಅವನು ಪಿಸ್ಸೆ ಅಂತೀಯಾ? ಇಲ್ಲಿ ನೋಡು, ಇದು ನಿನ್ನ ಹತ್ರ ಇದೆಯಾ? ಅಂತ ಚೆಡ್ಡಿಯ ಒಂದು ಭಾಗವನ್ನು ಮೇಲೆ ಮಾಡಿ ಥೂ ಭಂಡ, ಎಷ್ಟು ಜಂಭ, ನಾಚಿಕೆ ಇಲ್ಲದ ಮುಂಡೆಗಂಡನಿಗೆ ಕಸಬರಿಕೆ ತಗಂಡು ಹೊಡೀಬೇಕೆನ್ನಿಸುವಷ್ಟು ಕೋಪ ಬಂದು ಕಮಲತ್ತೆ ಕೈಲಿ ಹೇಳ್ತೀನಿ ಪೋಲಿಮುಂಡೇದೆ ಅಂದರೂ ಹೆದರದೆ ಹೇಳ್ಕ ಹೋಗು ಧೈರ್ಯವಿದ್ರೆ ಅಂತ ಉಡಾಯಿಸಿಬಿಟ್ಟ. ಎಂಟು ವರ್ಷ. ನನಗೂ ಅಷ್ಟೆ. ಆಗಿನಿಂದ ಶುರುವಾಯಿತೆ ಅವನಲ್ಲಿರುವ ವಿಶೇಷ ನನ್ನಲ್ಲಿಲ್ಲ ಅನ್ನುವ ಕೊರಗು? ನಿಮ್ಮ ಮಗ ಪೋಲಿ ಹೀಗಂದ ಅಂತ ಕಮಲತ್ತೆ ಕೈಲಿ ದೂರು ಹೇಳುಕ್ಕೂ ನಾಚಿಕೆಯಾಗಿ ಅವನಿಗೆ ಶಿಕ್ಷೆ ಮಾಡುವ, ಮಾಡಿಸುವ ದಾರಿಯೂ ತೋಚದೆ ಅವಮಾನವನ್ನು ಒಳಗೇ ನುಂಗಿಕೊಳ್ಳುತ್ತಾ, ಭಂಡ ತಾನಾಡಿದ ಮಾತನ್ನ ಮರೆತುಬಿಟ್ಟಿದಾನೆ, ಮರೆತಿದಾನೋ ಮರೆತ ಹಾಗೆ ನಟಿಸ್ತಾನೋ, ಈಗ ಸಿಕ್ಕಿದರೆ ಹೋದವರ್ಷ ಸಿಕ್ಕಿದ್ದನಲ್ಲ, 'ಹ್ಯಾಗಿದೀಯಾ ಮಂಗಳಾ,' ಅಂತ ಮಾತಾಡಿಸಿ ಪಕ್ಕದಲ್ಲಿದ್ದ ಹೆಂಡತಿಗೆ, 'ನಾನು ಮಂಗಳಾ ಜೊತೇಲಿ ಆಡಿ ಬೆಳೆದೋರು, ಇವಳ ತಂದೆ ಟ್ರಾನ್ಸ್‌ಫರ್ ಆಗಿ ಶಿವಮೊಗ್ಗ ಬಿಡೂತನಕ,' ಅಂದ. ತಾನು ಇಂಥ ಭಂಡತನದ ಮಾತನಾಡಿ ಇವಳಿಗೆ ಇವತ್ತೂ ಮರೆಯುಕ್ಕಾಗದಂಥ ನೋವು ಮಾಡಿದೆ ಅನ್ನುವ ಜ್ಞಾನವಿಲ್ಲದೋನ ಥರಾ.

ಆರು ತಿಂಗಳ ಹಿಂದೆ ವಿಜಯಾ ಸಿಕ್ಕಿದ್ದಾಗ ಶಿವಮೊಗ್ಗದ ಗೆಳತಿ ಆ ಕಾಲ ನೆನಸಿಕೊಳ್ತಾ ಭಂಡನ ಮಾತು ಬಂದು, ಯಾರ ಕೈಲೂ ನಾನು ಹೇಳಿರಲಿಲ್ಲ, 'ನೋಡು ಅವನು ಎಂಥ ಅಯೋಗ್ಯ ರಾಸ್ಕಲ್ ಅಂತ. ನಾವು ಗುಡಿ ಪೌಳೀಲಿ ಆಟ ಆಡುವಾಗ.....' ಅವನು ಆಡಿದ ಮಾತನ್ನು ಹೇಳಿದಾಗ ವಿಜಯಾಳ ಮುಖದಲ್ಲಿ ನಗೆ ಮೂಡಿ ಆಮೇಲೆ ಕ್ರಮೇಣ ಅನುಕಂಪ ಹುಟ್ಟಿ ತತ್ತ್ವಜ್ಞಾನಿಯ ಥರ, 'ಆ ನಾಗರಾಜನೇ? ಒಳ್ಳೆಯ ಹುಡುಗ

ಕಣೇ, ತಿಳಿವಳಿಕೆ ಇಲ್ಲದ ಕುತೂಹಲದಲ್ಲಿ ಏನೇನೋ ಮಾತಾಡ್ತಿದ್ದ ಅಂತ ಕಾಣುತ್ತೆ. ನನ್ನನ್ನೂ ಒಂದುಸಲ ಹಾಗೆ ಕೇಳಿದ್ದ.' 'ಹಾಗಾದರೆ ಅವನಿಗೆ ಆಗಲೇ ಅದೊಂದು ರೋಗವಿತ್ತು ಅಂತ ಕಾಣುತ್ತೆ, ಫ್ರಾಯ್ಡ್ ಹೇಳೂ ಹಾಗೆ.' ಎಂಬುದನ್ನು ತಡೆದು, 'ಅದಕ್ಕೆಲ್ಲ ರೋಗ ಅಂತ ಯಾಕೆ ಅನ್ನಬೇಕು? ಗಂಡುಹುಡುಗ. ಶೈಶವ ಕಳೆದು ಬಾಲ್ಯ ಮೂಡುವಾಗ ಏನೋ ಕುತೂಹಲ. ಹೆಣ್ಣುಹುಡುಗಿಯರಾದ ನಮ್ಮ ವಿಶೇಷ ಆಗಿನ್ನೂ ನಮಗೆ ಕಾಣಿಸಿ ಕೊಂಡಿರಲಿಲ್ಲ. ಅದಕ್ಕೆಲ್ಲ ಯಾಕೆ ಮನಸ್ಸಿನಲ್ಲಿ ಕೋಪ ಉಳಿಸಿಕೊಳ್ಳಬೇಕು? ಅವನು ತುಂಬ ಒಳ್ಳೆಯೋನಂತೆ. ಅವನ ಹೆಂಡತಿಯ ಚಿಕ್ಕಮ್ಮ ಸಿಕ್ಕಿ ಹೇಳಿದರು. ಹೆಂಡತೀನ ತುಂಬ ಚನ್ನಾಗಿ ನೋಡಿಕೊಂಡಿದಾನಂತೆ. ಮುಪ್ಪಿನ ವಯಸ್ಸಿನಲ್ಲಿ ಬೇರೆ ದಿಕ್ಕಿಲ್ಲದ ಅವಳ ತಾಯಿಯನ್ನ ತಾನೇ ಮನೇಲಿಟ್ಟುಕೊಂಡು ನಿಗಾ ನೋಡಿಕೊತ್ತಾನಂತೆ. ಗಂಡುಮಕ್ಕಳಿಲ್ಲದ ಮಾವನವರಿಗೆ ಅವನೇ ಖರ್ಚು ಹಾಕಿ ಉತ್ತರಕರ್ಮ ಮಾಡಿದನಂತೆ.'

ನಾನು ವಿಜಯಾಳ ಕೈಲಿ ಹೆಚ್ಚು ವಾದ ಮಾಡಲಿಲ್ಲ. ಈ ಒಳ್ಳೆಯತನದ ಮೂಲ ಪ್ರೇರಣೆ ಏನು? ಒಳ್ಳೆಯೋನು ಅನ್ನಿಸಿಕೊಳ್ಳುವ ಪುರುಷ ಅಹಂಕಾರ. ಮೇಲ್ ಈಗೋ. ವಿಜಯಾಳಂಥೋರು ಸೈಕಾಲಜಿ ಓದಿಲ್ಲ. ಓದಿದರೂ ಅರ್ಥವಾಗುಲ್ಲ. ಅಥವಾ ಅವನ ಆ ಮಾತನ್ನ ಆ ವಯಸ್ಸಿನಲ್ಲಿ ಇವಳೂ ಎಂಜಾಯ್ ಮಾಡಿರಬಹುದು, ಎಂಬ ಸಂಭಾವ್ಯತೆ ಕಾಣಿಸಿದರೆ ಇವತ್ತಿಗೂ ಅವಳ ಮೇಲೆ ಸಿಟ್ಟು ಬರುತ್ತೆ.

ತರಗತಿಯಲ್ಲಿ ನಾನು ಸರಿಯಾಗಿ ಉತ್ತರ ಬರೆದು ಎಷ್ಟೋ ಗಂಡುಹುಡುಗರು ತಪ್ಪು ಬರೆದಿದ್ದರೆ ಅವರನ್ನೆಲ್ಲ ನಿಲ್ಲಿಸಿ, 'ಹೆಣ್ಣುಹುಡುಗಿ ಸರಿಯಾಗಿ ಬರೆದಿದಾಳೆ. ನಿಮಗೆ ನಾಚಿಕೆಯಾಗುಲ್ಲವೇನ್ರೋ?' ಅಂತ ರುಕ್ಕಮ್ಮ ಮೇಡಂ ಮಾತ್ರವಲ್ಲ ಗಂಡಸು ಮೇಷ್ಟ್ರುಗಳೆಲ್ಲ ಬೈದರೆ ನನಗೆಷ್ಟು ಖುಷಿ, ಗಂಡುಹುಡುಗರಿಗಿಂತ ನಾನು ಜಾಣೆ ಅಂತ. ಆಗ ಅದರ ಅರ್ಥ ತಿಳೀದೆ. ಸಾಧಾರಣವಾಗಿ ತಪ್ಪು ಬರೆಯಲೇಬೇಕಾದ ಹುಡುಗಿಯು ಸರಿ ಬರೆದಿರು ವುದು ವಿಶೇಷ. ಸಾಧಾರಣವಾಗಿ ಸರಿ ಬರೆಯಬೇಕಾದ ಗಂಡುಹುಡುಗರು ತಪ್ಪು ಬರೆದು ಹುಡುಗಿಯನ್ನು ಮುಂದೆ ಹೋಗಲು ಬಿಡುವುದು ಗಂಡಸು ಜಾತಿಗೇ ಅಪಮಾನ ಅನ್ನುವ ಅರ್ಥವನ್ನು ಸೂಚಿಸುತ್ತಿರಲಿಲ್ಲವೆ ಎಲ್ಲ ಮೇಷ್ಟರುಗಳೂ, ಹೆಂಗಸಾದ ರುಕ್ಕಮ್ಮ ಮೇಡಂ ಸಹ.

ಬಿ.ಎ. ಮುಗಿಸಿದ ಮೇಲೆ ಎಂ.ಎ.ಗೆ ಕಳಿಸೂದು ಬ್ಯಾಡ. ಹೆಣ್ಣುಹುಡುಗಿ ಒಬ್ಬಳನ್ನೇ ಮೈಸೂರಲ್ಲೋ ಬೆಂಗಳೂರಲ್ಲೋ ಹಾಸ್ಟೆಲಿನಲ್ಲಿ ಬಿಡುಕ್ಕೆ ನಾನು ಒಪ್ಪುಲ್ಲ, ಅಂತ ಅಮ್ಮನ ತೀರ್ಮಾನ. ಹಾಸ್ಟೆಲಿನಲ್ಲಿಟ್ಟು ಓದುಕ್ಕೂ ಖರ್ಚು ಮಾಡಿ ಮುಂದೆ ಮದುವೆಗೂ ಹೊಂದಿಸುಕ್ಕೆ ನನ್ನ ಕೈಲಾಗುಲ್ಲ. ಸುಬ್ರಹ್ಮಣ್ಯನ ಎಂಜಿನಿಯರಿಂಗ್ ಮುಗಿಸಿಸೂ ಹೊತ್ತಿಗೆ ನನ್ನ ಪ್ರಾವಿಡೆಂಟ್ ಫಂಡ್ ಎಲ್ಲ ಕಾಲಿಯಾಗಿರುತ್ತೆ ಅಂತ ಅಪ್ಪನ ಲೆಕ್ಕಾಚಾರ. 'ಅವನನ್ನ ಬಿ.ಇ. ಓದಿಸೋರು ನನ್ನನ್ಯಾಕೆ ಎಂ.ಎ. ಓದಿಸುಲ್ಲ?' ಎಂಬ ನನ್ನ ಪ್ರಶ್ನೆಗೆ, 'ನೀನ್ಯಾಕೆ ಎಂಜಿನೀರಿಂಗ್ ಬ್ಯಾಡ ಅಂದೆ? ಗ್ಯಾರಂಟಿ ಕೆಲಸ ಸಿಕ್ತಿತ್ತು. ಎಂ.ಎ. ಓದಿದೋರನ್ನ ಯಾರು ಮೂಸ್ತಾರೆ?' ಆದರೆ ನನಗೆ ಅದರಲ್ಲಿ ಆಸಕ್ತಿ ಇರಲಿಲ್ಲ. ಈಗಲೂ ಇಲ್ಲ. 'ನಾನು ಇಂಗ್ಲಿಷ್ ಎಂ.ಎ.ನೇ ಓದ

ಬೇಕು. ಕೆಲಸ ಸಿಕ್ಕಿಯೇ ಸಿಕ್ಕುತ್ತೆ.' 'ಮದುವೆ? ಮದುವೆಯ ಖರ್ಚು?' 'ಮದುವೆಯಾಗದೆಯೂ ಇರಬಹುದು.' 'ನಮ್ಮ ವಂಶದ ಹುಡುಗಿ ಮದುವೆಯಾಗದೆ ಇರೂದು ಅಂದರೆ ಪಿತೃಗಳು ಸಂಕಟಪಡ್ತಾರೆ.' ಅಪ್ಪನ ನಂಬಿಕೆಯೇ ಅಂಥದು. ಮಗಳು ಎಲ್ಲಿ ಕೆಟ್ಟುಹೋಗ್ತಾಳೋ ಅನ್ನೂದು ಅಮ್ಮನ ಭಯ. ನಾನೇನೂ ಕೆಟ್ಟುಹೋಗುಲ್ಲ ಅಂತ ಅಮ್ಮನಿಗೆ ಆಣೆಮಾಡಿ ಹೇಳಿ, ನನಗೆ ಖಂಡಿತ ಲೆಕ್ಚರರ್ ಕೆಲಸ ಸಿಕ್ಕುತ್ತೆ. ಸಂಬಳ ಉಳಿಸಿ ಮದುವೆ ಖರ್ಚಿಗೆ ನಿಮಗೇ ಕೊಡ್ತೀನಿ, ಅಂತ ಅಪ್ಪನಿಗೆ ಆಶ್ವಾಸನೆಯಿತ್ತು.

ಇತಿಹಾಸದ ಆರಂಭಕಾಲದಿಂದಲೂ ಹೆಂಗಸನ್ನು ತುಳಿದು ಗುಹೆಯ, ಗುಡಿಸಿಲಿನ ಮನೆಯ ಗೋಡೆಗಳ ನಡುವೆ ಬಂಧಿಯಾಗಿರಿಸಿ ಅಡುಗೆ ಹೆರಿಗೆ ಮೊಲೆಯೂಡಿಕೆಗಳ ಕಠಿಣ ದುಡಿಮೆಗೆ ಕಟ್ಟಿಹಾಕಿರುವ ಸಂಗತಿಯನ್ನು ಪದವಿ ಕಾಲೇಜಿನಲ್ಲಿ ಓದುವಾಗಲೇ ತಿಳಿದಿದ್ದೆನಾದರೂ ಅದನ್ನು ಮನದಟ್ಟು ಮಾಡಿಕೊಳ್ಳುವ ಸಾಮಾಜಿಕ ಶೈಕ್ಷಣಿಕ ವಾತಾವರಣ ಸಂಪ್ರದಾಯದೊಳಗೇ ಬದುಕುತ್ತಿರುವ ಹಾಸನ ಪಟ್ಟಣದಲ್ಲಿರಲಿಲ್ಲ. ಆ ಬಗೆಗೆ ಕಾಲೇಜಿನ ಗ್ರಂಥ ಭಂಡಾರದಲ್ಲೂ ಹೆಚ್ಚು ಪುಸ್ತಕಗಳಿರಲಿಲ್ಲ. ಸುನಂದಾ ಮೇಡಂ ನಳಿನಿ ಮೇಡಂ ಮಾತ್ರ ಇವುಗಳನ್ನು ಕುರಿತು ಸ್ವಂತ ಸಂಗ್ರಹದಲ್ಲಿ ನಾಲ್ಕು ಪುಸ್ತಕ ಇಟ್ಟುಕೊಂಡಿದ್ದರು. ಅವರ ಜೊತೆ ಈ ಸಮಸ್ಯೆಯನ್ನು ಕೆಲವೊಮ್ಮೆ ಚರ್ಚಿಸಿದ್ದೆನಾದರೂ ಅವರಿಬ್ಬರೂ ಗೃಹಿಣಿಯರು. ಒಬ್ಬರಿಗೆ ಇಬ್ಬರು ಇನ್ನೊಬ್ಬರಿಗೆ ಮೂರು ಮಕ್ಕಳಿದ್ದ ಅವರು ಶೈಕ್ಷಣಿಕ ಮಟ್ಟದಲ್ಲಿ ಏನೇ ಹೇಳಲಿ ಕುಟುಂಬದ ರಚನೆ ಮತ್ತು ಬೇರುಗಳನ್ನು ಅಲುಗಾಡಿಸಿಕೊಳ್ಳುವ ಆಲೋಚನೆಗೆ ಇಳಿಯುತ್ತಿರಲಿಲ್ಲ. ಸರ್ಕಾರಿ ಕಾಲೇಜಿನಲ್ಲಿ ಲೆಕ್ಚರರ್ ಆಗಿದ್ದ ತಮ್ಮ ಗಂಡನು ಅಡುಗೆ ಕೆಲಸದಲ್ಲೂ ತುಸು ಸಹಾಯ ಮಾಡಿ ಮಕ್ಕಳನ್ನು ಶಾಲೆಗೆ ಸಿದ್ಧಪಡಿಸಿ ಬಿಟ್ಟು ಬರುತ್ತಿದ್ದುದರಿಂದ ತಮ್ಮದು ಪರಸ್ಪರ ಅರ್ಥಮಾಡಿಕೊಂಡಿರುವ ಸಾಮರಸ್ಯದ ದಾಂಪತ್ಯವೆಂದು ಸುನಂದಾ ಮೇಡಂ ತಿಳಿದುಕೊಂಡಿದ್ದರು. ಆದ್ದರಿಂದ ಅವರ ಆಲೋಚನೆಯು ಹೆಚ್ಚು ತೀವ್ರವಾಗಿರಲೇ ಇಲ್ಲ. ಎಷ್ಟಾದರೂ ಹೆಂಗಸು ಹೊಂದಿಕೊಂಡು ಹೋಗಬೇಕು. ಹೊಂದಿಕೊಂಡು ಹೋಗುವ ಶಕ್ತಿ ಇರುವುದರಿಂದಲೇ ಅವಳು ಗಂಡಸಿಗಿಂತ ದೈಹಿಕವಾಗಿ ಮಾನಸಿಕವಾಗಿ ನೈತಿಕವಾಗಿ ಹೆಚ್ಚು ಶಕ್ತಿವಂತಳು ಎಂದು ಎಷ್ಟೋ ಸಲ ತೀರ್ಮಾನವನ್ನೂ ಹೇಳಿಬಿಡುತ್ತಿದ್ದರು.

೨

ವಿಶ್ವವಿದ್ಯಾಲಯ ಸ್ನಾತಕೋತ್ತರ ಕೇಂದ್ರದ ವಾತಾವರಣವೇ ಬೇರೆ. ಮನೆಯ ಕಟ್ಟುಕಟ್ಟಳೆಗಳಿಂದ ಬಿಡಿಸಿಕೊಂಡು ಅಲ್ಲೇ ಹಾಸ್ಟೆಲಿನಲ್ಲಿ ಜೊತೆಯಲ್ಲಿ ಊಟ ಮಾಡುತ್ತಾ ಬೇರೆ ಬೇರೆ ವಿಷಯಗಳಲ್ಲಿ ಎಂ.ಎ., ಎಂ.ಎಸ್‌ಸಿ., ಎಂ.ಕಾಮ್., ಮೊದಲಾದವುಗಳನ್ನು ಓದುತ್ತಾ, ತರುಣ ತರುಣಿಯರು ಮುಕ್ತವಾಗಿ ಎಲ್ಲ ವಿಷಯಗಳನ್ನೂ ಮಾತನಾಡುತ್ತಾ

ಮರದ ಕೆಳಗೆ, ಹುಲ್ಲು ಗಾವಲಿನ ಕಲ್ಲು ಬಂಡೆಗಳ ಮೇಲೆ, ದಾರಿಯ ದಡದ ಬೆಂಚುಗಳ ಮೇಲೆ, ಗಿಡಗಂಟೆಗಳ ಮರೆಯ ಏಕಾಂತದಲ್ಲಿ ಅಂತರಂಗದ ಭಾವ ಭಾವನೆಗಳನ್ನೆಲ್ಲ ಸಮಾಲೋಚಿಸುತ್ತಾ, ಒಳಗೇ ಹುದುಗಿದ್ದ ವಿಚಾರಗಳು ಈ ಸ್ವಾತಂತ್ರ್ಯದಲ್ಲಿ ಮುಂಗಾರು ಆರಂಭವಾದ ತಕ್ಷಣ ನೆಲದೊಳಗೆ ಅಡಗಿ ಸೊರಗುತ್ತಿದ್ದ ಬೀಜ ಬೇರುಗಳು ಮೊಳಕೆಯೊಡೆದು ಸ್ಫುಟವಾಗಿ ಬೆಳೆದು, ನಳನಳಿಸುವಂತೆ ಹೊರಬಂದು ಚರ್ಚೆಯ ಚಪ್ಪರವಾಗಿ ಹೆಣೆದು ಕೊಂಡು, ಜೊತೆಗೆ ತರಗತಿಯ ಕೋಣೆಯ ಹೊರಗೆ ಸಹ ತಮ್ಮ ಸಿದ್ಧಾಂತಗಳನ್ನು ಬಿತ್ತಿ ಪ್ರಚೋದಿಸುವ ಅಧ್ಯಾಪಕಿ ಅಧ್ಯಾಪಕರುಗಳ ಪ್ರಭಾವ. ಎಡಪಂಥದ ವಿವಿಧ ಛಾಯೆಗಳು, ಬಂಡಾಯವಾದ, ದಲಿತವಾದ, ಸಾಹಿತ್ಯ ವಿಮರ್ಶೆ ಮತ್ತು ರಚನೆಯ ಹಲವು ವಾದಗಳು, ಮಹಿಳಾವಾದ, ಮಾನವಿಕ ಅಧ್ಯಯನಗಳ ಮೇಲೆ ಇವುಗಳ ಪರಿಣಾಮಗಳು, ಮತ, ಧರ್ಮ, ದೇವರುಗಳನ್ನು ವಿಶ್ಲೇಷಿಸುವ, ಸಮರ್ಥಿಸುವ, ತಿರಸ್ಕರಿಸಿ ಜಾಲಾಡುವ ವಾದ ಪ್ರತಿವಾದಗಳು, ಏನೇನು ಬೇಕು?

ನಮ್ಮ ಇಂಗ್ಲಿಷ್ ವಿಭಾಗದಲ್ಲೇ ಇದ್ದ ಮೇಡಂ ಡಾಕ್ಟರ್ ಇಳಾ ನಿಷ್ಠ ಮಹಿಳಾವಾದಿಯಾಗಿದ್ದರು. ಮಹಿಳಾವಾದದ ಮೇಲೆ ಅಮೆರಿಕ ಯೂರೋಪುಗಳಲ್ಲಿ ಪ್ರಕಟವಾದ ಮುಖ್ಯ ಮುಖ್ಯವಾದ ಎಲ್ಲ ಪುಸ್ತಕಗಳನ್ನೂ ಕೊಂಡು ಸಂಗ್ರಹಿಸಿ ಓದಿದ್ದರು. ಅವರು ಪಾಠ ಮಾಡುವ ವಿಷಯ ಇಪ್ಪತ್ತನೆ ಶತಮಾನದ ಇಂಗ್ಲಿಷ್ ಕಥೆ ಕಾದಂಬರಿಗಳಾದರೂ ಅವರು ಅವುಗಳ ವಿಶ್ಲೇಷಣೆಯ ಆಧಾರವಾಗಿ ಮುಂದೆ ಚಾಚುತ್ತಿದ್ದುದು ಮಹಿಳಾವಾದವನ್ನೇ. ತರಗತಿಯಲ್ಲಿ ತರುಣ ತರುಣಿಯರು ಬೇರೆಬೇರೆ ಸಾಲುಗಳಲ್ಲಿ ಅಥವಾ ಭಾಗಗಳಲ್ಲಿ ಕೂತರೆ ಆಕ್ಷೇಪಿಸುತ್ತಿದ್ದ ಅವರು ಒಬ್ಬ ತರುಣಿಯ ಪಕ್ಕದಲ್ಲಿ ಒಬ್ಬ ತರುಣನನ್ನು ಕೂರಿಸಿದ ನಂತರವೇ ಪಾಠ ಆರಂಭಿಸುತ್ತಿದ್ದುದು. ಆರಂಭದ ಎರಡು ದಿನ ವಿದ್ಯಾರ್ಥಿ ವಿದ್ಯಾರ್ಥಿನಿಯರಿಗೆ ತುಸು ಮುಜುಗರವೆನ್ನಿಸಿದರೂ ಅನಂತರ ಅದೇ ಎಲ್ಲರಿಗೂ ಹಿತವಾಗುತ್ತಿತ್ತು. ಆದರೆ ಅವರ ತರಗತಿಯ ನಂತರ ರೊಮ್ಯಾಂಟಿಕ್ ಕಾವ್ಯವನ್ನು ಮಾಡುವ, ಹಣೆಗೆ ಉದ್ದನೆಯ ಒಂಟಿ ಕೆಂಪುನಾಮವನ್ನು ಹಾಕಿಕೊಂಡು ಬರುತ್ತಿದ್ದ ಡಾಕ್ಟರ್ ನರಸಿಂಹ ಐಯ್ಯಂಗಾರರು ಈ ಆಸನ ರೀತಿಯನ್ನು ನೋಡಿದರೆ ಉರಿಯುವ ಕೆಂಡವಾಗುತ್ತಾರೆಂದು ಅರಿತಿದ್ದ ವಿದ್ಯಾರ್ಥಿ ವಿದ್ಯಾರ್ಥಿನಿಯರು ಮೇಡಂ ಹೋದ ತಕ್ಷಣ ಪಟಪಟನೆ ಎದ್ದು ಎರಡು ಭಾಗಗಳಾಗಿ ಕೂತುಬಿಡುತ್ತಿದ್ದರು. ಇಳಾ ಮೇಡಂಗಿಂತ ಒಂಟಿನಾಮದ ಐಯ್ಯಂಗಾರರು ಗಟ್ಟಿ ವಿದ್ವಾಂಸರು ಎಂಬುದು ಇಡೀ ವಿಭಾಗಕ್ಕೆ ಗೊತ್ತಿತ್ತು. ಆದರೆ ಮೇಡಂ ಆಕ್ಸ್‌ಫರ್ಡಿನಲ್ಲಿ ಬಿ.ಎ. ಮಾಡಿ ಬಂದವರು. ಇಂಗ್ಲಿಷನ್ನು ಆಕ್ಸ್‌ಫರ್ಡ್ ರೀತಿಯಲ್ಲೇ ಉಚ್ಚರಿಸಬಲ್ಲವರು. ತಮ್ಮ ಉಚ್ಚಾರಣೆಯನ್ನು ಶುದ್ಧವಾಗಿಟ್ಟುಕೊಳ್ಳಲು ಅವರು ಒಂದು ದಿನವೂ ತಪ್ಪದೆ ದಿನಕ್ಕೆ ಎರಡು ಗಂಟೆಯಾದರೂ ಬಿ.ಬಿ.ಸಿ.ಯನ್ನು ನೋಡುತ್ತಾರೆಂಬ ಸುದ್ದಿ ಇತ್ತು.

ತರುಣ ತರುಣಿಯರು ಜೊತೆಯಲ್ಲಿ ಕೂರುವಾಗ ಬಹುತೇಕ ನಾನು ಪ್ರಭಾಕರ ಜೊತೆಗೂಡುತ್ತಿದ್ದೆವು. ಹಾಗೆಂದು ಮಾತನಾಡಿಕೊಂಡು ಜೊತೆಯಾದದ್ದಲ್ಲ. ಆಕಸ್ಮಿಕವೆಂಬಂತೆ

ಶುರುವಾದ ಜೋಡಿಯು ಕ್ರಮೇಣ ನಿಯಮವೇ ಆಯಿತು. ಇದು ಬರೀ ನಮ್ಮಿಬ್ಬರದೇ ಅಲ್ಲ, ಬೇರೆ ಜೋಡಿಗಳೂ ನಿಯಮವೆಂಬಂತೆ ನಿಗದಿತವಾದವು. ಬೇರೆಯವರು ಆಕಸ್ಮಿಕವಾಗಿ ಶುರುವಾದರೋ ಮೊದಲೇ ಸ್ನೇಹವಿತ್ತೋ ನಾನು ಕಾಣೆ.

ಒಂದು ದಿನ ಮೇಡಂ ಹೇಳಿದರು: "ನಿಜವಾದ ಸ್ವಾತಂತ್ರ್ಯವನ್ನು ವಿಶದೀಕರಿಸುಕ್ಕೆ ನಿಮಗೊಂದು ಉದಾಹರಣೆ ಕೊಡ್ತೀನಿ. ವಾಸ್ತವವಾಗಿ ನಡೆದ ಘಟನೆ. ನಾನು ಆಕ್ಸ್‌ಫರ್ಡಿನಲ್ಲಿ ದ್ದಾಗ ನಡೆದದ್ದು. ಅವಳು ನನ್ನ ಸ್ನೇಹಿತೆ ಕೂಡ. ಶಾರನ್ ಅಂತ ಹೆಸರು. ಆ ದೇಶಗಳಲ್ಲಿ ಹುಡುಗ ಹುಡುಗಿಯರು ಹದಿನಾರು ವರ್ಷವಾಗುವ ತನಕ ದೇಹಸಂಬಂಧ ಮಾಡಬಾರ ದೆಂಬ ಕಟ್ಟು ಇದೆ. ಹದಿನಾರು ತುಂಬಿತು ಅಂದರೆ ತಾಯಿ ತಂದೆ, ವಿದ್ಯಾಸಂಸ್ಥೆ, ಸರ್ಕಾರ, ಯಾರೂ ನಿರ್ಬಂಧ ಮಾಡುವಹಾಗಿಲ್ಲ. ರೈಲ್ವೆಸ್ಟೇಶನ್, ಬಸ್‌ನಿಲ್ದಾಣ, ಮೊದಲಾದ ಸಾರ್ವಜನಿಕ ಸ್ಥಳಗಳ ಶೌಚಾಲಯಗಳಲ್ಲಿರುವಂತೆ ಶಾಲಾ ಕಾಲೇಜುಗಳ ಹಾಸ್ಟೆಲುಗಳಲ್ಲೂ ನಾಣ್ಯ ಹಾಕಿ ಪಡೆಯಬಹುದಾದ ರಬ್ಬರ್ ಗರ್ಭನಿರೋಧಕಗಳ ಸ್ಲಾಟ್ ಮೆಷಿನ್ ಇಟ್ಟಿರ್ತಾರೆ. ಇಷ್ಟವುಳ್ಳವರು ಪರಸ್ಪರ ಸಮ್ಮತಿಯಿಂದ ದೇಹಸಂಬಂಧ ಮಾಡಬಹುದು. ಹದಿನಾರು ತುಂಬಿರಬೇಕು. ಕಾಂಡೋಮ್ ಬಳಸಿ, ರೋಗಗಳಿಂದ, ಗರ್ಭಕಟ್ಟುವುದರಿಂದ ರಕ್ಷಣೆ ಇರುತ್ತೆ, ಎಂಬ ಸೂಚನೆ ಹಾಕಿರ್ತಾರೆ. ಹಾಸ್ಟೆಲಿನಲ್ಲಿ ಹುಡುಗನ ಕೋಣೆಗೆ ಹುಡುಗಿ, ಹುಡುಗಿಯ ಕೋಣೆಗೆ ಹುಡುಗ ಹೋಗಿ ಬಾಗಿಲು ಹಾಕಿಕೊಳ್ಳಲು ಯಾವ ನಿರ್ಬಂಧವೂ ಇಲ್ಲ. ಒಂದು ಕೋಣೆಯಲ್ಲಿ ಇಬ್ಬರು ಹುಡುಗಿಯರಿದ್ದು ಒಬ್ಬಳ ಬಾಯ್‌ಫ್ರೆಂಡ್ ಕೋಣೆಗೆ ಬಂದರೆ ಇನ್ನೊಬ್ಬಳು ತಾನಾಗಿಯೇ, 'ನನಗೆ ಲೈಬ್ರರಿ ಕೆಲಸವಿದೆ' ಅಂತ ಹೇಳಿ ಹೊರಟು ಹೋಗ್ತಾಳೆ. ಅವಳು ಹೋಗದಿದ್ದರೆ ಇವಳೇ, 'ನಿನಗೆ ಲೈಬ್ರರಿ ಕೆಲಸವಿದೆ ಅಂತ ಹೇಳಿದ್ದೆ ಯಲ್ಲವೆ?' ಅಂತ ಜ್ಞಾಪಿಸ್ತಾಳೆ. ಅವಳು ಹೌದು ಹೌದು ಈಗ ಹೊರಟೆ ಅಂತ ಹೇಳಿ ಪುಸ್ತಕ ಜೋಡಿಸಿಕೊಂಡು ಹೊರಟುಹೋಗ್ತಾಳೆ. ಅವಳ ಬಾಯ್‌ಫ್ರೆಂಡ್ ಬಂದರೂ ಹೀಗೆಯೇ. ಹುಡುಗನ ಹಾಸ್ಟೆಲಿನ ಕೋಣೆಗೆ ಹುಡುಗಿ ಹೋದರೂ ಇದೇ ರೀತಿ. ಅಲ್ಲಿ ಯಾರೂ ಯಾರನ್ನೂ ಛೇಡಿಸೂದು ಸಿಳ್ಳೆ ಹೊಡೆಯೂದು ಮೊದಲಾದ ನಮ್ಮ ದೇಶದಲ್ಲಿರು ವಂಥ ಅನಾಗರಿಕ ವರ್ತನೆ ಮಾಡೂದಿಲ್ಲ. ಅಲ್ಲಿ ಫ್ರೆಂಡ್ ಅಂದರೆ ಆಪೋಸಿಟ್ ಸೆಕ್ಸ್ ಅಂತಲೇ ಅರ್ಥ. ಸ್ನೇಹಿತೆ ಇಲ್ಲದಿರುವ ಹುಡುಗ, ಸ್ನೇಹಿತ ಇಲ್ಲದಿರುವ ಹುಡುಗಿಯನ್ನು ಅಲ್ಲಿ ವಿಚಿತ್ರ ವ್ಯಕ್ತಿ ಅಂತ ಪರಿಗಣಿಸ್ತಾರೆ. ಅದಿರಲಿ. ನಾನು ಹೇಳಬೇಕೆಂದಿರುವ ಘಟನೆ:

"ಶಾರನ್ ಅಂಥ ಹೇಳಿದೆನಲ್ಲ. ಮಿಡ್‌ಲ್ಯಾಂಡಿನ ಒಂದು ಪಟ್ಟಣದವಳು. ಕೆಳ ಮಧ್ಯಮವರ್ಗ. ಹೈಸ್ಕೂಲು ಓದುತ್ತಿದ್ದಾಗ ಕೊನೆಯ ವರ್ಷದಲ್ಲಿ ಬಸರಿಯಾದಳು. ಹದಿನೇಳು ವರ್ಷವಾಗಿತ್ತು. ಬಾಯ್‌ಫ್ರೆಂಡ್ ಅದೇ ಊರಿನವನು. ತುಂಬ ಚುರುಕಾಗಿ ಶಕ್ತಿವಂತನಾಗಿ ಫುಟ್‌ಬಾಲ್ ಆಡ್ತಿದ್ದ. ಪರಸ್ಪರ ಆಕರ್ಷಿತರಾದರು. ತಾಯಿತಂದೆ ಮಗಳನ್ನ ಬೈದರು. ನಿನಗೆ ಇಷ್ಟವಿಲ್ಲದಿದ್ದರೆ ಗರ್ಭ ತೆಗೆಸಿಬಿಡು ಅಂದರು. ತೆಗೆಸುಕ್ಕೆ ಅವಳಿಗೆ ಇಷ್ಟವಿರಲಿಲ್ಲ. ಬಾಯ್‌ಫ್ರೆಂಡ್ ಕೂಡ ನಿನಗೆ ಇಷ್ಟವಿಲ್ಲದಿದ್ದರೆ ಗರ್ಭಪಾತ ಬೇಡ ಅಂದ. ಆ ಸ್ಥಿತಿಯಲ್ಲಿ ಮದುವೆಯೂ ಬೇಡ, ಮುಂದೆ ನೋಡೋಣ ಅಂತ ಇಬ್ಬರೂ ತೀರ್ಮಾನಿಸಿದರು.

ಹೆಣ್ಣುಮಗು ಆಯಿತು. ಪರೀಕ್ಷೆಯ ಫಲಿತಾಂಶ ಬಂತು. ಅವಳು ತುಂಬ ಮೇಲುದರ್ಜೆಯಲ್ಲಿ ಪಾಸಾಗಿದ್ದಳು. ಅವನು ಫ಼ೇಲು. ಮಾತ್ರವಲ್ಲ, ಅವಳಿಗೆ ಆಕ್ಸ್‌ಫರ್ಡಿನಲ್ಲಿ ಪ್ರವೇಶ ಸಿಕ್ಕಿತು. ಜೊತೆಗೆ ಒಂದು ವಿದ್ಯಾರ್ಥಿವೇತನ. ನಮ್ಮ ವಂಶದಲ್ಲೇ ಯಾರೂ ಆಕ್ಸ್‌ಫರ್ಡಿಗೆ ಹೋಗಿಲ್ಲ. ಮಗೂನ ನಾವು ಸಾಕ್ತೀವಿ, ತಾಯಿತಂದೆ ಹೇಳಿದರು. ಅವನ ತಾಯಿ ತಂದೆಯೂ ಇದು ನಮ್ಮ ಮೊಮ್ಮಗು. ನಾವು ನೋಡಿಕೊತ್ತೀವಿ. ನೀನು ಓದು ಹೋಗು ಅಂದರು. ಅವಳು ನನ್ನ ಮಗೂನ ನಾನೇ ಸಾಕಿಕೊಂಡು ಓದುತೀನಿ ಅಂತ ಹಟಮಾಡಿ ಕರಕೊಂಡೇ ಬಂದಳು. ಅವಳ ಹಾಸ್ಟೆಲ್ ಕೋಣೆಯಲ್ಲಿದ್ದ ಇನ್ನೊಬ್ಬಳೂ ಸಹಕರಿಸಿದಳು. ನಾವೆಲ್ಲ ಬಿಡುವಾದಾಗ ಮಗೂನ ನಿಗನೋಡಿಕೊತ್ತಿದ್ದೆವು. ನಮ್ಮೆಲ್ಲರಿಗೂ ಬಲು ಪ್ರೀತಿಯ ಕಂದ ನಾಗಿತ್ತು ಅದು. ಫ಼ೇಲಾದ ಅವನು ಊರಿನಲ್ಲಿ ಮತ್ತೆ ಪರೀಕ್ಷೆಗೆ ಕೂಡಲಿಲ್ಲ. ಒಂದು ರೆಸ್ತುರಾದಲ್ಲಿ ವೇಟರ್ ಕೆಲಸಕ್ಕೆ ಸೇರಿಕೊಂಡ. ಬಿಡುವಾದಾಗಲೆಲ್ಲ ಫ಼ುಟ್‌ಬಾಲ್ ಆಡೂದು. ಆಕ್ಸ್‌ಫರ್ಡಿಗೆ ಬಂದ ಎರಡುತಿಂಗಳಲ್ಲಿ ಅವಳಿಗೆ ಅರ್ಥವಾಯಿತು. ತನಗೂ ಅವನಿಗೂ ಬಹಳ ಅಂತರವಿದೆ. ಸುತರಾಂ ಹೊಂದುಲ್ಲ. ಹದಿಪ್ರಾಯದ ಆಕರ್ಷಣೆಯಲ್ಲಿ ಅಚಾತುರ್ಯ ವಾದದ್ದಕ್ಕೆ ಮದುವೆ ಅನ್ನುವ ಇನ್ನೊಂದು ಅಚಾತುರ್ಯಕ್ಕೆ ಒಳಗಾಗೂದು ಅವಿವೇಕ. ಹಾಗಂತ ಅವನಿಗೆ ಕಾಗದ ಬರೆದಳು. ಅವನು ಹಾಗಂತ ನಾನೂ ಯೋಚಿಸ್ತಿದೀನಿ. ನಿನ್ನಪಾಡಿಗೆ ನೀನು ಓದಿ ದೊಡ್ಡೋಳಾಗು. ಶೇಖರಣೆಯಾದಾಗ ನಾನು ನನ್ನ ಮಗಳ ಪೋಷಣೆಗೆ ಅಷ್ಟಷ್ಟು ದುಡ್ಡು ಕಳಿಸ್ತೀನಿ, ಅಂತ ಉತ್ತರ ಬರೆದ. ಕಳಿಸ್ತಲೂ ಇದ್ದ. ಜೊತೆಗೆ ಚಿಕ್ಕ ಮಗುವಿನ ಪೋಷಣೆಗೆ ಅಂತ ಸರ್ಕಾರವೂ ಪ್ರತಿವಾರ ಹಣ ಕೊಡ್ತಿತ್ತು. ಇದು ಮದುವೆಯಾಗಿ ಹುಟ್ಟಿದ ಮಗುವೋ ಆಗದೆ ಹುಟ್ಟಿದ್ದೋ ಅಂತ ಅಲ್ಲಿಯ ಸರ್ಕಾರ ಭೇದ ಮಾಡುಲ್ಲ. ಶಾರನ್ ಮೇಲುದರ್ಜೆಯಲ್ಲೇ ಪಾಸು ಮಾಡಿದಳು. ಬ್ರೈಟನ್‌ನ ಒಂದು ಕಾಲೇಜಿನಲ್ಲಿ ಲೆಕ್ಚರರ್ ಆದಳು. ಆಮೇಲೆ ಅವಳಿಗೊಬ್ಬ ಪಾರ್ಟ್‌ನರ್ ಸಿಕ್ಕಿ ಲಿವಿಂಗ್ ಟುಗೆದರ್ ಮಾಡ್ತಿದಾರೆ. ಅವನು ಇವಳ ಮಗುವನ್ನು ಒಪ್ಪಿಕೊಂಡಿದಾನೆ. ಆ ಮಗುವಿನ ತಂದೆ ಆ ಪ್ರಾಂತ್ಯಕ್ಕೆ ಫ಼ುಟ್‌ಬಾಲ್ ಛಾಂಪಿಯನ್ ಅಂತೆ. ಆಗಾಗ್ಗೆ ಬಂದು ಮಗಳನ್ನ ನೋಡಿಕೊಂಡು ಹೋಗ್ತಾನಂತೆ. ನನಗೆ ಇತ್ತೀಚೆಗೆ ಶಾರನ್‌ಳ ಸಂಪರ್ಕವಿಲ್ಲ.

"ಇಲ್ಲಿ ನಾವು ಗಮನಿಸಬೇಕಾದ ಅಂಶ ಅಂದರೆ: ಹದಿನಾರು ಅನ್ನುವುದು ವೈದ್ಯಶಾಸ್ತ್ರ, ಮನಶ್ಶಾಸ್ತ್ರ, ಸಮಾಜಶಾಸ್ತ್ರ, ಮೊದಲಾದ ಎಲ್ಲ ವೈಜ್ಞಾನಿಕ ಮಾನಗಳಿಂದಲೂ ಅಳೆದು ನಿರ್ಧರಿಸಿ ಮಾಡಿರುವ ನ್ಯಾಯದ ನಿಯಮ. ಹದಿನಾರು ತುಂಬಿದವರು ದೇಹಸಂಪರ್ಕಕ್ಕೆ ಅರ್ಹರು ನಿಜ. ಎಷ್ಟೋ ಹುಡುಗ ಹುಡುಗಿಯರು ಅದಕ್ಕೆ ಮೊದಲೇ ಮುಂದುವರೆದು ಅವಿವೇಕ ಮಾಡಿಕೊಳ್ಳುವುದೂ ಉಂಟು. ಆದರೆ ಅದು ಅಪರಾಧವಲ್ಲ. ಶಿಕ್ಷಾರ್ಹವಲ್ಲ. ದೇಹಸಂಪರ್ಕ ಮಾಡುವವರು ತಪ್ಪದೆ ಕಾಂಡೋಮ್ ಬಳಸಿ ಅಂತ ತಲೆಗೆ ನಾಟಿಸಿರ್ತಾರೆ. ಅದು ಸುಲಭವಾಗಿ ಸಿಕ್ಕುವ ಏರ್ಪಾಡು ಮಾಡಿರ್ತಾರೆ. ಅಕಸ್ಮಾತ್ ಹುಡುಗಿ ಬಸರಿಯಾದರೆ ನಮ್ಮಲ್ಲಿಯಂತೆ ಅದನ್ನು ಮುಚ್ಚಿ ಕಳ್ಳಬಸಿರಂತ ತುಚ್ಛೀಕರಿಸಿ ಪಾಪಪ್ರಜ್ಞೆ ಮೂಡಿಸೂದಿಲ್ಲ. ವಿವಾಹಿತ ತಾಯಿಗಿರುವಷ್ಟೇ ಗೌರವ ಅವಿವಾಹಿತ ತಾಯಿಗೂ ಉಂಟು. ಸಮಾಜ

ಅದನ್ನ ಒಪ್ಪಿಕೊಂಡಿದೆ. ಸ್ತ್ರೀ ವಿಮೋಚನೆಯಲ್ಲಿ ಇದೊಂದು ಮುಖ್ಯವಾದ ಮೈಲಿಗಲ್ಲು."

೩

ಮೇಡಂ ಈ ಘಟನೆಯನ್ನು ಹೇಳಿ ಒಂದು ವಾರವಾಗಿತ್ತು. ಒಂದು ಸಂಜೆ ಮಬ್ಬುಗತ್ತಲಿನಲ್ಲಿ ನಾನು ಪ್ರಭಾಕರ ಸ್ನಾತಕೋತ್ತರ ಕೇಂದ್ರದ ವಿಶಾಲ ಆವರಣದ ಅಂಚಿನ ಒಂದು ಗಿಡದ ಮರೆಯಲ್ಲಿ ಕೂತಿದ್ದೆವು. ಆವರಣದಲ್ಲಿ ನೆಟ್ಟು ಬೆಳೆಸಿದ್ದ ನೂರಾರು ಗಿಡಮರಗಳ ಒಂದೊಂದರ ಮರೆಯಲ್ಲೂ ಒಂದೊಂದು ಜೋಡಿಯು ಏಕಾಂತದಲ್ಲಿ ನಿಕಟವಾಗಿ ಕೂತು ಪಿಸುಗುಟ್ಟೂದು ಎಲ್ಲರಿಗೂ ತಿಳಿದ ಸಂಗತಿ. ಅಲ್ಲಿ ಯಾರೂ ಯಾರಿಗೂ ತೊಂದರೆ ಮಾಡಬಾರದೆಂಬ ನಿಯಮವನ್ನು ಎಲ್ಲರೂ ಅರಿತು ಪಾಲಿಸುತ್ತಿದ್ದರು.

'ನಾನೊಂದು ಪ್ರಶ್ನೆ ಕೇಳ್ತೀನಿ. ಮುಚ್ಚುಮರೆ ಇಲ್ಲದೆ ಉತ್ತರ ಹೇಳ್ತೀಯ?' ಪ್ರಭಾಕರ ಕೇಳಿದ.

'ಕೇಳು. ಪೀಠಿಕೆ ಯಾಕೆ?' ನಾನು ಅಂದೆ. ಒಂದು ವರ್ಗದಲ್ಲಿ ಓದುವ ಎಲ್ಲರೂ ಹುಡುಗಿ ಹುಡುಗ ಅನ್ನುವ ಭೇದವಿಲ್ಲದೆ ಪರಸ್ಪರ ಏಕವಚನದಲ್ಲಿ ಮಾತನಾಡಿದರೆ ಚನ್ನ, ಕೃತಕತೆ ಕಳಚುತ್ತೆ ಅಂತ ಮೇಡಂ ಹೇಳಿದ್ದುದನ್ನು ನಾವೆಲ್ಲ ಅನುಷ್ಠಾನಕ್ಕೆ ತಂದಿದ್ದೆವು. ನಾನು ಕೇಳು ಅಂದರೂ ಅವನು ಅನುಮಾನಿಸಿದ. 'ಯಾಕೆ ಪಿರುಕಣೆ ಮಾಡ್ತಿದೀಯ? ಕೇಳು,' ನಾನೇ ಅಂದಮೇಲೆ,

'ನಿನಗೆ ಹದಿನಾರು ಕಳೆದು ಎಷ್ಟು ವರ್ಷವಾಯ್ತು?' ಎಂದ. ನಾನು ಯಾಕೆ? ಅಂದೆ. ಆದರೆ ಯಾಕೆ ಎನ್ನುವಾಗ ಎರಡನೆ ಅಕ್ಷರವನ್ನು ಪೂರೈಸುವ ಮೊದಲೇ ಯಾಕೆಂಬುದು ಹೊಳೆದು ಕೋಪಬಂತು.

'ನೀನು ನನ್ನ ಸ್ನೇಹಿತ. ಹೀಗೆಲ್ಲ.....' ಎಂದೆ. ಹೀಗೆಲ್ಲ ಎಂಬ ಶಬ್ದದ ಮುಂದಿನ ಶಬ್ದಗಳನ್ನು ನನ್ನ ಧ್ವನಿಯ ಅಸಮಾಧಾನವೇ ಸೂಚಿಸಿತ್ತು.

'ಕೋಪ ಯಾಕೆ ಮಾಡ್ಕತ್ತಿ? ನಿಜ ಹೇಳು. ನಾವು ಒಂದು ವರ್ಷದಿಂದ ಮೇಡಂ ಕ್ಲಾಸಿನಲ್ಲಿ ಜೊತೇಲಿ ಕೂತ್ಕತ್ತಿದೀವಿ. ಒಬ್ಬರ ತೋಳು ಒಬ್ಬರಿಗೆ ಮುಟ್ಟಿದಾಗ ಒಳಗೇ ಒಂದು ರೀತಿ ಹಿತವಾದ ಸಂಚಲನವಾಗುಲ್ಲವೆ? ಸಂಜೆ ಇಲ್ಲಿ ಬಂದು ಕೂತಾಗ ರೊಮಾಂಟಿಕ್ ಭಾವ ಮೂಡುಲ್ಲವೆ? ನಾವಿಬ್ಬರೂ ಆಕ್ಸ್‌ಫರ್ಡಿನಲ್ಲಿ ಓದುತ್ತಿರಬೇಕಾಗಿತ್ತು ಅನ್ನಿಸುಲ್ಲವೆ? ಇದನ್ನೇ ಯಾಕೆ ಆಕ್ಸ್‌ಫರ್ಡ್ ಅಂತ ಭಾವಿಸಿಕೊಬಾರದು? ನಿನ್ನ ಹಾಸ್ಟೆಲ್ ಕೋಣೆಗೆ ನಾನು ಬರುಲ್ಲ. ಯಾಕೆಂದರೆ ಇದು ಇಂಡಿಯಾ. ನಾನು ಹ್ಯಾಗೂ ಫ್ಲ್ಯಾಟ್‌ನಲ್ಲಿದೀನಿ. ಬೆಳಗ್ಗೆ ಎಂಟೂವರೆಯಿಂದ ಸಂಜೆ ಏಳರವರೆಗೆ ಇಡೀ ಕಟ್ಟಡದಲ್ಲಿ ಯಾರೂ ಇರುಲ್ಲ. ಅಲ್ಲಿ ಯಾರ ಕಾಟವೂ ಇಲ್ಲದೆ ಸಂಧಿಸಬಹುದು. ಕಾಂಡೋಮ್ ಇಲ್ಲೂ ಸಿಗುತ್ತೆ. ಯಾವ ಭಯವೂ ಇಲ್ಲ,' ಎನ್ನುತ್ತಾ ಅವನು ನನ್ನ ಕೈ ಹಿಡಿದುಕೊಂಡ. ಇದುವರೆಗೆ

ಅವನು ನನಗೆ ಶೇಕ್‌ಹ್ಯಾಂಡ್ ಕೊಟ್ಟಿರಲಿಲ್ಲ ಎಂದಲ್ಲ, ಆದರೆ ಹೀಗೆ ಯಾವತ್ತೂ ಈ ಅರ್ಥವನ್ನು ಸಂವಹಿಸುತ್ತಾ ಬಿಗಿಯಾಗಿ ಹಸ್ತಗ್ರಹಣ ಮಾಡಿರಲಿಲ್ಲ. ಅವನ ಕೈ ಬಿಸಿಯಾಗಿತ್ತು. ತುಸು ಕಂಪಿಸುತ್ತಿತ್ತು. ನನ್ನ ಕೈ ಕೂಡ ನಡುಗತೊಡಗಿತು.

'ಆದರೆ ನಾನು ಭಾರತೀಯ ತರುಣಿ,' ಎಂದೆ ತೊದಲುತ್ತಾ.

'ಈ ಮಡಿಯನ್ನು ಬಿಡದಿದ್ದರೆ ವಿಮೋಚನೆ ಹೇಗೆ ಸಾಧ್ಯ? ಪಾಶ್ಚಿಮಾತ್ಯರೂ ತಮ್ಮ ಹಳೆಯ ಗೊಡ್ಡುನಂಬಿಕೆಗಳಿಂದ ಬಿಡಿಸಿಕೊಂಡೇ ಮುಂದೆ ನಡೆದರು. ನಾವು ನಿಧಾನವಾಗಿ ಬಿಡಿಸಿಕೊಳ್ತಿದೀವಿ. ವಿಮೋಚನೆ ಅನ್ನೂದು ಹೆಂಗಸಿಗೆ ಮಾತ್ರ ಅಲ್ಲ. ಹೆಂಗಸು ವಿಮೋಚಿತ ಳಾಗದೆ ಗಂಡಸಿಗೂ ಮುಕ್ತಿ ಇಲ್ಲ. ಹಾಗಂತ ಮೇಡಂ ಹೇಳಿದ್ದು ನೆನಪಿಲ್ಲವೆ?'

ಮೇಡಂ ಯಾವ ಯಾವ ಸಂದರ್ಭದಲ್ಲಿ ಏನೇನು ಹೇಳಿದ್ದರೋ ಅವನ್ನೆಲ್ಲ ಜೋಡಿಸಿ ಇವನು ಈಗ ಹೀಗೆ ಹೇಳ್ತಿದಾನೆಂತ ನನಗೆ ಅರ್ಥವಾಗದೆ ಇರಲಿಲ್ಲ. ಆದರೆ ಹಾಗೆಂತ ವಾದ ಮಾಡುವ ಮನಸ್ಸಾಗಲಿಲ್ಲ. ಅವನ ಫ್ಲ್ಯಾಟಿನ ನೆನಪು ಬಂತು. ವಿಶ್ವವಿದ್ಯಾಲಯ ಕೇಂದ್ರಕ್ಕೆ ಕೇವಲ ನಾಲ್ಕು ಕಿಲೋಮೀಟರ್ ದೂರ. ಒಂದು ಹಾಲ್. ಒಂದು ಶಯನಕೋಣೆ. ಕಿರಿದಾದ ಶೌಚ ಹಾಗೂ ಸ್ನಾನದ ಕೊಠಡಿ. ಒಬ್ಬರು ನಿಂತು ಮಾಡುವಂತಹ ಅಡುಗೆಕೋಣೆ. ರಾತ್ರಿ ಮೆಸ್‌ನಲ್ಲಿ ಊಟ ಮಾಡ್ತಿದ್ದ. ಮಧ್ಯಾಹ್ನ ವಿಶ್ವವಿದ್ಯಾಲಯದ ಕ್ಯಾಂಟಿನ್. ಒಳ್ಳೆಯ ಮೋಟರ್‌ಬೈಕ್. ಬೇರೆ ಫ್ಲ್ಯಾಟುಗಳಲ್ಲಿರುವವರಲ್ಲಿ ಬಹುತೇಕ ಐ.ಟಿ.ಬಿ.ಟಿ.ಗಳಲ್ಲಿ ಕೆಲಸ ಮಾಡುವ ಯುವಕ ಯುವತಿಯರು. ಅಮೆರಿಕಾಕ್ಕೆ ಹೋಗಿ ಬಂದವರು. ಈಗಲೂ ಆಗಾಗ್ಗೆ ಅಮೆರಿಕಾ ಕೆನಡಾ ಫ್ರಾನ್ಸ್ ಜರ್ಮನಿ ಇಟಲಿ ಮೊದಲಾಗಿ ಪಶ್ಚಿಮದೇಶಗಳಿಗೆ ನಾಲ್ಕಾರು ವಾರ ಹೋಗಿಬರುವವರು. ಯಾರ ಫ್ಲ್ಯಾಟಿಗೆ ಯಾರು ಬಂದರು ಯಾರು ಹೋದರು ಎಂಬ ಕುತೂಹಲವಿಲ್ಲದ ಮುಕ್ತ ಮನಸ್ಸಿನವರು. ಅವರಲ್ಲೇ ಕೆಲವರು ಲಿವಿಂಗ್ ಟುಗೆದರ್ ಮಾಡುವವರು. ಹೀಗಾಗಿ ನಾನು ಪ್ರಭಾಕರ ಯಾವ ಅಡ್ಡಿ ಆತಂಕಗಳೂ ಇಲ್ಲದೆ ಒಂದೆರಡು ಗಂಟೆ, ವಿಶ್ವವಿದ್ಯಾಲಯಕ್ಕೆ ರಜೆ ಇದ್ದಾಗ ನಾಲ್ಕಾರು ಗಂಟೆ ಬಾಗಿಲುಮುಚ್ಚಿ ಜೊತೆಯಲ್ಲಿರುತ್ತಿದ್ದೆವು.

ಆರಂಭದ ದಿನಗಳಲ್ಲಿ ನನಗೆ ತುಸು ಅಂಜಿಕೆಯಾಗುತ್ತಿತ್ತು. ಸಂತೋಷದ ಪರಿಣಾಮ ವಾಗುವುದು ಕೊನೆಯಲ್ಲಿ ಹೆಂಗಸಿನ ಮೇಲೆ ತಾನೆ? ಆದರೆ ಮೂರು ತಿಂಗಳು ಕಳೆದಮೇಲೆ ಹೊಸ ಹೊಸ ವಿಧಾನಗಳನ್ನು ಆವಿಷ್ಕರಿಸಿಕೊಳ್ಳುತ್ತಾ ಹೊಸ ಪ್ರಯೋಗಗಳಿಗೆ ಒಡ್ಡಿಕೊಳ್ಳುತ್ತಾ ಸುಖದ ಎತ್ತರ ಆಳ ಅಗಲಗಳನ್ನು ಈಂಟುತ್ತಾ ಮೈಮರೆಯುವ ಧೈರ್ಯ ಬಂತು. ಮೈ ಮರೆತೆವು. ಪರಿಣಾಮ ಕಾಣಿಸಿಕೊಂಡುಬಿಟ್ಟಿತು. ನಾನು ಹೌಹಾರಿದೆ. ಅವನೂ ಅಂಜಿದ. ಎರಡು ದಿನದ ನಂತರ ಸಮಸ್ಯೆಗೊಂದು ಪರಿಹಾರ ಇದ್ದೇ ಇರುತ್ತೆ, ನಾನು ಹುಡುಕಿಕೊಂಡು ಬರ್ತೀನಿ ಅಂತ ಧೈರ್ಯ ಹೇಳಿದ. ಒಂದೇ ದಿನದಲ್ಲಿ ಒಬ್ಬ ಡಾಕ್ಟರನ್ನು ಗುರುತಿಸಿಕೊಂಡು ಬಂದು ನನ್ನನ್ನು ತನ್ನ ಫ್ಲ್ಯಾಟಿಗೆ ಕರೆದೊಯ್ಯುತ್ತಿದ್ದ ಮೋಟರ್ ಬೈಕಿನ ಹಿಂಬದಿಯಲ್ಲಿ ಕೂರಿಸಿಕೊಂಡು ಹೋಗಿ ತೋರಿಸಿದ. ಪರೀಕ್ಷಿಸಿದ ಅವರು ಮರುದಿನ 'ಹೌದು. ಪಾಸಿಟಿವ್' ಎಂದರು. 'ಕ್ಲೀನ್ ಮಾಡಬೇಕು ಸರ್' ಅವನು ಎಂದ. 'ನನಗೆ ಫೋನ್ ಮಾಡಿ ಸಮಯ

ನಿರ್ಧರಿಸಿಕೊಳ್ಳಿ. ನರ್ಸಿಂಗ್ ಹೋಮಿನಲ್ಲಿ ಆಗಬೇಕು. ಒಟ್ಟು ಹತ್ತು ಸಾವಿರ ಆಗುತ್ತೆ' ಎಂದರು. ಅವರ ಟೆಲಿಫೋನಿನ ಕಾರ್ಡನ್ನು ಇಸಕೊಂಡು ನನ್ನೊಡನೆ ಹೊರಬಂದ. ಬೈಕನ್ನು ಸಮೀಪಿಸಿದ ಮೇಲೆ, 'ನೀನು ಹಣಕ್ಕೆ ಚಿಂತೆ ಮಾಡಬೇಡ. ನಾನು ಎಲ್ಲಾದರೂ ಹೊಂದುಸ್ತೀನಿ, ಎರಡು ದಿವಸದಲ್ಲಿ.' ಹಾಸ್ಟೆಲಿನಲ್ಲಿ ಒಬ್ಬಳೇ ಇರುವಾಗ ಅವನ ಮೇಲೆ ಕೋಪ ಬರತೊಡಗಿತು. ನನ್ನನ್ನು ಹೇಳಲಿಲ್ಲ ಕೇಳಲಿಲ್ಲ. ತಾನೇ ಯಜಮಾನ ಎನ್ನುವ ಹಾಗೆ ಕ್ಲೀನ್ ಮಾಡಬೇಕು ಸರ್ ಅಂತ ತೀರ್ಮಾನ ಮಾಡಿಬಿಟ್ಟ. ಅವನ ಆಂತರ್ಯದಲ್ಲಿ ರೂಢು ಗಂಡಸಿನ ಯಜಮಾನಿಕೆ, ದಬ್ಬಾಳಿಕೆ. ಸುಮ್ಮನೆ ಸುಖವಾಗಿದ್ದೋಳನ್ನ ಕೇಳಿ ಮನಸ್ಸಿನಲ್ಲಿ ಆಶೆ ಹುಟ್ಟಿಸಿ ಫ್ಲ್ಯಾಟಿಗೆ ಕರಕೊಂಡು ಹೋಗಿ, ರಾಸ್ಕಲ್, ಹೆಂಗಸು ಅಂದರೆ ತನ್ನ ಸುಖದ ಸಾಧನ ಅಂತ ತಿಳಕೊಂಡಿದಾನೆ ಎಲ್ಲ ಗಂಡಸರ ಹಾಗೆ. ಡಾಕ್ಟರ ಹತ್ತಿರ ಅವನು ಬಳಸಿದ ಶಬ್ದವಾದರೂ ಯಾವುದು? ಕ್ಲೀನ್ ಮಾಡಬೇಕಂತೆ ಕ್ಲೀನ್. ಅಂದರೆ ಇದು ಡರ್ಟಿಯಾ? ಡರ್ಟಿ ಅಂತ ಹೆಂಗಸು ಭಾವಿಸುತಾಳಾ? ಎಷ್ಟೇ ಭಯ ಮುಜುಗರ ಅಭದ್ರತೆಗಳಿಗೆ ಕಾರಣವಾದರೂ ನನಗೆ ಅದರ ಮೇಲೆ ಪ್ರೀತಿ ಹುಟ್ಟಿಬಿಟ್ಟಿತು. ಇನ್ನೂ ಸ್ಪಷ್ಟವಾಗಿ ಕಣ್ಣಿಗೆ ಕಾಣದ ರೂಪ ಗಾತ್ರಗಳಿಲ್ಲದ್ದಾದರೂ ನನ್ನ ಹೆಂಗಸುತನದ ಶಕ್ತಿಕೇಂದ್ರ ಎಂಬ ಭಾವನೆ ಒಸರಿತು. ಸಂಜೆ ವಿಶ್ವವಿದ್ಯಾಲಯದ ದಟ್ಟ ಹಸಿರಿನ ಮರಗಿಡ ಬಳ್ಳಿಗಳ ವಿಶಾಲ ಆವರಣದಲ್ಲಿ ಒಬ್ಬಳೇ ತಿರುಗಾಡಲು ಹೋದಾಗ ಬೇರೆ ಬೇರೆ ಏಕಾಂತಸ್ಥಾನ ಗಳಲ್ಲಿ ಹುದುಗಿಕೊಂಡಿದ್ದ ಜೋಡಿಗಳಿಗಿಂತ ನಾನು ತುಸು ಮೇಲಿನ ಹಂತದವಳು ಎಂಬ ಹೆಮ್ಮೆ ಮೂಡಿತು. ಇದನ್ನು ಉಳಿಸಿಕೊಂಡು ಮಬ್ಬು ಸಂಜೆಯಲ್ಲಿ ಈ ನೂರಾರು ಎಕರೆ ವಿಸ್ತಾರದಲ್ಲಿ ವಿಹರಿಸುತ್ತಿರುವ ಯುವತಿ ಯುವಕರಿಗಿಂತ ನಾನು ಮೇಲಿನವಳು, ಧೈರ್ಯಶಾಲಿನಿ ಅಂತ ಸಾಬೀತುಪಡಿಸಿದರೆ ಹೇಗೆ? ಎಂಬ ಆಲೋಚನೆ ಮೂಡಿ ಬೆಚ್ಚನೆಯ ಗಾಳಿ ಬೀಸಿದಂತಾಯಿತು.

ಹೇಗಾದರೂ ಸರಿ, ನನ್ನ ಪರಿಸ್ಥಿತಿ ಮತ್ತು ಆಲೋಚನೆಯನ್ನು ಮೇಡಂರೊಡನೆ ಸಮಾಲೋಚಿಸುವ ವಿಚಾರ ಹುಟ್ಟಿತು. ಅವರು ಖಂಡಿತವಾಗಿಯೂ ಪ್ರೋತ್ಸಾಹಿಸುತ್ತಾರೆಂಬ ನಂಬಿಕೆಯೂ ಬಂತು. ರಾತ್ರಿ ಮಲಗಿದಾಗ ಅವರಿಗೆ ಹೇಳಿದರೆ ನಾನು ನಡೆದ ಹೆಜ್ಜೆಯನ್ನು ಒಪ್ಪಿಕೊಂಡಂತೆ. ಒಪ್ಪಿಕೊಂಡರೆ ಬಂಧಿಸಿಕೊಂಡಂತೆ ಆಗುವುದಿಲ್ಲವೆ? ಎಂಬ ವಿವೇಚನೆ ಹುಟ್ಟಿತು. ಇದನ್ನೆಲ್ಲ ಪ್ರಭಾಕರನೊಡನೆ ಮೊದಲು ಚರ್ಚಿಸುವುದು ವಿಹಿತ ಅನ್ನಿಸಿತು.

ಮೂರನೆಯ ದಿನ ಬಂದ ಪ್ರಭಾಕರ ಹತ್ತುಸಾವಿರದ ಒಂದು ಕಟ್ಟು ಹಣ ತಂದಿದ್ದ. ಅವನ ಫ್ಲ್ಯಾಟಿನಲ್ಲಿ ಜೊತೆಯಲ್ಲಿ ಕುಳಿತಮೇಲೆ ಕೇಳಿದೆ: 'ಹಣ ಹ್ಯಾಗೆ ಹೊಂದಿಸಿದೆ?'

'ಊರಿನಲ್ಲಿ. ಪ್ರೈವೇಟ್ ಟ್ಯೂಶನ್ ಹೇಳಿಸಿಕೊಬೇಕು. ಇಲ್ಲದಿದ್ದರೆ ಪಾಸ್ ಆಗುಕ್ಕೇ ಸಾಧ್ಯವಿಲ್ಲ. ಎಲ್ಲ ಹುಡುಗರಿಗೂ ಅಷ್ಟೆ. ತಕ್ಷಣ ಹತ್ತುಸಾವಿರ ಕೊಡಲೇಬೇಕು ಅಂತ ಹಠ ಹಿಡಿದೆ. ಅಪ್ಪ ಮಂಡಿಯ ಸಾಹುಕಾರರಿಗೆ ಸಾಲಪತ್ರ ಬರೆದುಕೊಟ್ಟು ತಂದರು.'

'ಡಾಕ್ಟರ ಚಿಕಿತ್ಸೆಯೇ ಬೇಡ ಅಂತ ತೀರ್ಮಾನಿಸಿದರೆ ಈ ಹಣ ವಾಪಸು ಮಾಡ ಬಹುದಲ್ಲವೆ?'

'ಏನಂದೆ?' ಎಂದ ಗೊಂದಲಕ್ಕೆ ಸಿಕ್ಕಿ.

'ಈ ಮಗೂನ ಉಳಿಸಿಕೊಂಡುಬಿಡಾಣ.'

ಅವನು ಎರಡು ನಿಮಿಷ ಚಿಂತಾಮಗ್ನನಾದ. ಅನಂತರ, 'ಶಾರನ್ ಥರ ಆಗಬೇಕು ಅಂತಲೆ?' ಎಂದ.

'ಹಾಗೇನಿಲ್ಲ. ಶಾರನ್‌ಳ ಮಗುವಿನ ಅಪ್ಪ ಫುಟ್‌ಬಾಲ್ ಆಟ, ಹೋಟೆಲ್ ಸಪ್ಲೈಗೆ ಮಾತ್ರ ಲಾಯಕ್. ನೀನು ನನ್ನ ಜೊತೆ ಜೊತೆಗೂ ಓದುತ್ತಿರೋನು. ನಮ್ಮದು ಮ್ಯಾಚ್ ಆಗುತ್ತೆ. ಮದುವೆಯೇ ಆಗಿಬಿಡಾಣ' ಎಂದೆ.

ಮತ್ತೆ ಎರಡು ನಿಮಿಷ ಮೌನವಾಗಿದ್ದ ಅವನು, 'ನೋಡು ನಾವು ಪರಸ್ಪರ ಪ್ರಾಮಾಣಿಕ ವಾಗಿರಬೇಕು. ನಾವು ಸಂತೋಷವನ್ನ ಶುರುಮಾಡಿದಾಗ ಇದ್ದದ್ದು ಸಂತೋಷದ ಉದ್ದೇಶ ಮಾತ್ರ. ಮದುವೆಯ ಆಲೋಚನೆಯಾಗಲಿ ಭರವಸೆಯಾಗಲಿ ಬದ್ಧತೆಯಾಗಲಿ ಇರಲಿಲ್ಲ. ನೂರರಲ್ಲಿ ಒಂದು ಭಾಗ ಅಕಸ್ಮಾತ್ ಬಸರಿಯಾಗುವ ಸಂಭವ ಇಂಥ ಎಲ್ಲ ಸಂದರ್ಭ ಗಳಲ್ಲೂ ಇರುತ್ತೆ. ಹಾಗಂತ ಮದುವೆಯ ಪ್ರಪಾತದಲ್ಲಿ ಬೀಳೂದು, ಬೀಳಿಸೂದು ಯಾವ ನ್ಯಾಯ?'

ನನಗೆ ಉತ್ತರ ಹೊಳೆಯಲಿಲ್ಲ. ಅವನೇ ಕೇಳಿದ: 'ಹೊಟ್ಟೆಯಲ್ಲಿರುವ ಗರ್ಭದ ಮೇಲಿನ ಪ್ರೀತಿಯಿಂದ ನೀನು ಈ ಯೋಚನೆ ಮಾಡ್ತಿದೀಯೋ ಅಥವಾ ಸಮಾಜದಲ್ಲೊಂದು ಕ್ರಾಂತಿ ಮಾಡುವ ಹುಮ್ಮಸ್ಸೋ? ಮದುವೆಯಾಗದೆಯೇ ಮಗುವನ್ನು ಹೆತ್ತು ಸಿಂಗಲ್ ಪೇರೆಂಟ್ ಪಟ್ಟವನ್ನ ಘೋಷಿಸಿಕೊಂಡಿರುವ ಒಂದೆರಡು ಘಟನೆಗಳು ದಿಲ್ಲಿ ಮುಂಬಯಿ ಗಳಲ್ಲಿ ನಡೆದಿವೆ ಅಂತ ಪೇಪರಿನಲ್ಲಿ ಓದಿದೀವಿ. ಅಂಥವರ ಆರ್ಥಿಕಸ್ಥಿತಿ ಹ್ಯಾಗಿದೆಯೋ, ಸಾಮಾಜಿಕವಾಗಿ ಅವರು ಯಾವ ವಲಯಕ್ಕೆ ಸೇರಿದವರೋ ನಮಗೆ ಗೊತ್ತಿಲ್ಲ. ಸಿಂಗಲ್ ಪೇರೆಂಟ್ ಆಗುಕ್ಕೆ ನೀನು ತೀರ್ಮಾನಿಸಿದರೆ ನಿನ್ನ ತಂದೆತಾಯಿ ಬಂಧು ಬಳಗ, ಅವರ ಮೇಲೆ ಆಗುವ ಸಾಮಾಜಿಕ ಪರಿಣಾಮ, ಮೇಲಾಗಿ ನಿನ್ನ ಆರ್ಥಿಕಶಕ್ತಿ, ಇವುಗಳನ್ನೆಲ್ಲ ಆಲೋಚಿಸು. ನಾನಂತೂ ನಾನಾಗಿಯೇ ಜವಾಬ್ದಾರಿಯನ್ನು ಹೊತ್ತು ಡಾಕ್ಟರ ಖರ್ಚು ಹೊಂದಿಸಿಕೊಂಡು ತಂದಿದೀನಿ.'

ನನಗೆ ಅವನ ಮೇಲೆ ಪ್ರಚಂಡ ಕೋಪಬಂತು. ಮಾಡೂದು ಮಾಡಿ ಈಗ ಜಾಣತನದ ಮಾತನಾಡ್ತಿದಾನೆ. ಇವನ ಯೋಗ್ಯತೆಯನ್ನ ಡಿಪಾರ್ಟಮೆಂಟಿನ ಎಲ್ಲರೆದುರಿಗೆ ಜಾಲಾಡ ಬೇಕು. ನರಸಿಂಹ ಅಯ್ಯಂಗಾರರಿಗೆ ಕಂಪ್ಲೇಂಟ್ ಮಾಡಿದರೆ ಇವನಿಗೆ ಜನ್ಮದಲ್ಲಿ ಎಂ.ಎ. ಸಿಕ್ಕುಲ್ಲ. ಇಳಾ ಮೇಡಂ ಕೂಡ ನನ್ನ ಪರವೇ ನಿಲ್ತಾರೆ, ಎಂದೆಲ್ಲ ಅನ್ನಿಸಿತು. ಆದರೆ ಪರಿ ಸ್ಥಿತಿಯನ್ನು ಸಾಮಾಜಿಕವಾಗಿ, ಆರ್ಥಿಕವಾಗಿ ಎದುರಿಸುವ ಶಕ್ತಿ ನನಗಿದೆಯೆ? ಎಂಬ ಪ್ರಶ್ನೆ ಎದ್ದು ನಿಂತಾಗ ನನ್ನ ಅಡಿಪಾಯವೇ ದುರ್ಬಲ ಎನ್ನಿಸಿತು. ಎರಡುದಿನ ಹೊಯ್ದಾಡಿ ವಾಂತಿಯನ್ನು ಮುಚ್ಚಿಟ್ಟುಕೊಳ್ಳುವುದು ಸಾಧ್ಯವಿಲ್ಲವೆಂಬ ಸ್ಥಿತಿ ಮುಟ್ಟಿದಾಗ ನಾನೇ ತರಗತಿ ಮುಗಿದಮೇಲೆ ಅವನನ್ನು ಕಾರಿಡಾರಿಗೆ ಕರೆದು, 'ಡಾಕ್ಟರ ಹತ್ತಿರ ಹೋಗಾಣ' ಎಂದೆ.

ಎಲ್ಲ ಕಳೆದು ಅವನು ಬಳಸಿದ ಶಬ್ದ 'ಕ್ಲೀನ್' ಆದಮೇಲೆ ನನಗೆ ಅವನ ಮೇಲೆ

ತಿರಸ್ಕಾರ ಹುಟ್ಟಿತು. ಹಾಗೆಂದು ಅವನ ಕೈಲಿ ಮಾತುಬಿಟ್ಟು ಮೇಡಂ ಕ್ಲಾಸಿನಲ್ಲಿ ಅವನ ಜೊತೆ ಕೂರುವುದನ್ನೂ ಬಿಟ್ಟರೆ ಸಹಪಾಠಿಗಳು ಕುತೂಹಲತಾಳ್ತಾರೆ, ಗುಸುಗುಸು ಮಾಡ್ತಾರೆ ಎಂಬ ಎಚ್ಚರದಿಂದ ತಿರಸ್ಕಾರವನ್ನು ಅದುಮಿಟ್ಟುಕೊಂಡೆ. ಆದರೆ ಮತ್ತೆ ಅವನ ಫ್ಲ್ಯಾಟಿಗೆ ಹೋಗಲಿಲ್ಲ. ಅವನೇನೋ, 'ಯಾವ ವಿಧಾನದಿಂದ ಹೀಗೆ ಅಚಾತುರ್ಯವಾಯ್ತು ಅಂತ ನಮ್ಮಿಬ್ಬರಿಗೂ ಅರ್ಥವಾಗಿದೆ. ಒಂದು ಸಲ ತಪ್ಪಾದಮೇಲೆಯೇ ಸಂಪೂರ್ಣ ತಿಳಿವಳಿಕೆ ಬರೂದು. ಫ್ಲ್ಯಾಟಿಗೆ ಬಾ' ಅಂತ ಕರೆದ. ಆದರೆ ಆ 'ಕ್ಲೀನ್' ಮಾಡಿಸಿಕೊಳ್ಳುವ ಮಾನಸಿಕ ಸಂಕಟವನ್ನನುಭವಿಸಿದ ನಾನು ಒಪ್ಪಲಿಲ್ಲ. ಅಷ್ಟರಲ್ಲಿ ಪರೀಕ್ಷೆಯ ಓದೂ ಶುರುವಾಯಿತು. ಸಂಜೆ ತಿರುಗಾಡಲು ಹೋಗುವುದನ್ನೂ ನಿಲ್ಲಿಸಿ ಲೈಬ್ರರಿಯಲ್ಲಿ ಕೂತು ಓದತೊಡಗಿದೆ. ತರಗತಿಗಳು ಮುಗಿದಮೇಲೆ ಅವನ ಮುಖ ನೋಡುವ ಪ್ರಸಂಗವೂ ಬರಲಿಲ್ಲ. ಪರೀಕ್ಷೆಯಲ್ಲಿ ಅವನ ಮತ್ತು ನನ್ನ ಜಾಗಗಳು ಒಂದೇ ಕೋಣೆಯಲ್ಲಿ ಬಿದ್ದಿದ್ದರೂ ನಾನು ಅವನನ್ನು ಅಪರಿಚಿತನೆಂಬಂತೆ ಉಪೇಕ್ಷಿಸಿದೆ. ಅವನೇನೋ ಮೊದಲ ದಿನ ಮಾತನಾಡಿಸಲು ಪ್ರಯತ್ನಿಸಿದ. ಆದರೆ ನನ್ನ ಮುಖದ ಭಾವವನ್ನು ಅರ್ಥಮಾಡಿಕೊಂಡ ಅಂತ ಕಾಣುತ್ತೆ. ಎರಡನೆಯ ದಿನದಿಂದ ಅವನೂ ನನ್ನನ್ನು ಅಪರಿಚಿತಳು ಅನ್ನೂ ಹಾಗೆ ಅಲಕ್ಷಿಸತೊಡಗಿದ. ರಾಸ್ಕಲ್, ಲೋಫರ್, ಎಕ್ಸ್‌ಪ್ಲಾಯಿಟರ್ ಎಂಬ ಬೈಗುಳಗಳು ಪರೀಕ್ಷೆಯ ಉತ್ತರಗಳನ್ನು ಬರೆಯುವಾಗಲೂ ನನ್ನ ಮನಸ್ಸಿನಲ್ಲಿ ತೇಲಿ ತೇಲಿ ಬರುತ್ತಿದ್ದವು.

೪

ಪರೀಕ್ಷೆಯ ಕೊನೆಯ ಪತ್ರಿಕೆ ಮುಗಿದ ತಕ್ಷಣ ನಾನು ಈ ವಿಶ್ವವಿದ್ಯಾಲಯಕ್ಕೆ ಹೊರಗಿನವಳು ಎಂಬ ಭಾವನೆ ಆವರಿಸಿಕೊಂಡುಬಿಟ್ಟಿತು. ಮರುದಿನದಿಂದ ಹಾಸ್ಟೆಲುಗಳನ್ನು ಮುಚ್ಚುತ್ತಾರೆ. ಊಟವಿರಲಿ, ವಸತಿಯೂ ಇಲ್ಲ. ಕೇಂದ್ರಕ್ಕೆ ಅಧ್ಯಾಪಕರೂ ಬರುತ್ತಿಲ್ಲ. ಎಲ್ಲರೂ ಅವರವರ ಊರುಗಳಿಗೆ ಹೊರಡುವವರೇ. ಗಂಟುಮೂಟೆ ಕಟ್ಟಿಕೊಂಡು ಬಸ್ ಹಿಡಿದು ಹಾಸನಕ್ಕೆ ಹೋದೆ. ಅಪ್ಪ ನಿವೃತ್ತರಾಗಿದ್ದಾರೆ. ಭವಿಷ್ಯನಿಧಿಯ ಮೇಲೆ ತೆಗೆದ ಸಾಲದ ಅರ್ಧಭಾಗದಲ್ಲಿ ನನ್ನ ಎಂ.ಎ. ಓದಿಸಿದ್ದಾರೆ. ಮೊದಲೇ ತೆಗೆದ ಅರ್ಧಭಾಗದಲ್ಲಿ ಅಣ್ಣನಿಗೆ ಎಂಜಿನಿಯರಿಂಗ್ ಮಾಡಿಸಿದ್ದರು. ಬರುವ ನಿವೃತ್ತಿ ವೇತನದಲ್ಲಿ ಸಂಸಾರ ಸಾಗಬೇಕು. ಸ್ವಂತ ಮನೆಯೂ ಇಲ್ಲ. ಉಪಸಂಪಾದನೆ ಎಂದು ಲಕ್ಷ್ಮಿ ಕಾಫಿ ಕ್ಯೂರಿಂಗ್‌ನಲ್ಲಿ ಅಕೌಂಟಂಟ್ ಆಗಿ ಸೇರಿದ್ದಾರೆ. ಎರಡೂವರೆ ಸಾವಿರ ಸಂಬಳ. ಮನೆಯಲ್ಲಿ ಸಮೃದ್ಧಿಯ ಕಳೆ ಇಲ್ಲ. ಅಪ್ಪ ಅಮ್ಮ ಇಬ್ಬರೂ ನನ್ನನ್ನು ತುಂಬ ಅಕ್ಕರೆಯಿಂದ ಕಂಡರು. ಬೆಂಗಳೂರಿನಲ್ಲೇ ಕೆಲಸದಲ್ಲಿರುವ ಅಣ್ಣ ಪ್ರತಿತಿಂಗಳೂ ಹತ್ತುಸಾವಿರ ಕಳಿಸುತ್ತಿದಾನೆ. ಅಮ್ಮ ಅದನ್ನು ಅವನ ಮದುವೆಯ ಖರ್ಚಿಗೆಂದು ಪ್ರತ್ಯೇಕವಾಗಿ ಶೇಖರಿಸಿಡುತ್ತಿದಾಳೆ. ಹುಡುಗಿಗೆ ಓಲೆ, ನಾಲ್ಕು ಬಳೆ, ಎರಡೆಳೆ ಚೈನನ್ನಾದರೂ ಹಾಕದಿದ್ದರೆ ಮರ್ಯಾದೆ ಬರುತ್ತೆಯೆ? ಎನ್ನುವುದು

ಅವಳ ಚಿಂತೆ. ಅವನ ಮದುವೆಗೆ ಅಡ್ಡಿಯಾಗುತ್ತಿರುವ ಅಂಶಗಳನ್ನು ಹೇಳಿದಳು: 'ಹುಡುಗನ ತಂಗಿ ಬೆಂಗಳೂರಲ್ಲೇ ಓದುತ್ತಿದಾಳಲ್ಲ, ಮುಂದೆ ಅವಳು ಅಣ್ಣನ ಮನೇಲಿರ್ತಾಳೋ ಬೇರೆ ಇರ್ತಾಳೋ? ಅಂತ ಒಬ್ಬರು ಕೇಳಿದರು. ಮುಂದೆ ನೀವು ಮಗ ಸೊಸೆಯ ಜೊತೆ ಇರ್ತೀರೋ ಹಾಸನದಲ್ಲೇ ಮುಂದುವರಿತೀರೋ? ಅಂತ ಇನ್ನೊಬ್ಬರು ಕೇಳಿದರು. ನೋಡು, ಯಾವ ಹೆಣ್ಣು ನೋಡಿದರೂ ಮದುವೆಯಾದಮೇಲೆ ನಮ್ಮ ಮಗಳು ಅವಳ ಗಂಡ, ಜೊತೆಗೆ ಯಾರೂ ಇರಕೂಡದು, ಅವನು ಯಾರಿಗೂ ಏನೂ ಜವಾಬ್ದಾರಿ ವಹಿಸಿಕೊಬಾರದು. ಹೆತ್ತ ತಾಯಿತಂದೆಗೆ ಕೂಡ, ಅನ್ನೊ ಅರ್ಥದ ಮಾತನಾಡಿಯೇ ಬಿಡ್ತಾರೆ. ನಿಮ್ಮಪ್ಪನಾದರೂ ರಿಟೈರ್ ಆದಮೇಲೂ ಇನ್ನೆಷ್ಟು ದಿನ ಪ್ರೈವೇಟ್ ಸಾವುಕಾರನ ಕೈಕೆಳಗೆ ದುಡೀತಾರೆ? ಅವರಿಗೂ ಸಕ್ಕರೆ ಇದೆ. ಬಿ.ಪಿ.ಯೂ ಶುರುವಾಗಿದೆ.'

ನಾನಾದರೂ ಬೇಗ ಕೆಲಸಕ್ಕೆ ಸೇರಿ ತಾಯಿ ತಂದೆಯರನ್ನು ಜೊತೇಲಿಟ್ಟುಕೊಂಡು ಸಾಕಬೇಕು. ಅಥವಾ ಪ್ರತಿತಿಂಗಳೂ ಹಣ ಕಳಿಸಬೇಕು ಅನ್ನಿಸಿತು. ಪರೀಕ್ಷೆಯ ಫಲಿತಾಂಶ ಬರೂದನ್ನು ಕಾಯ್ತಿದ್ದೆ. ಉತ್ತಮ ದರ್ಜೆಯಲ್ಲಿ ಪಾಸಾದರೂ ಈ ಹಾಸನದಲ್ಲಿ ಯಾವ ಕೆಲಸವೂ ಸಿಕ್ಕುಲ್ಲ ಎಂಬುದು ಸ್ಪಷ್ಟವಿತ್ತು.

ಫಲಿತಾಂಶ ಬಂತು. ಅಂಕಪಟ್ಟಿ ಕೈಸೇರಿತು. ಪ್ರಥಮದರ್ಜೆಗೆ ಎರಡು ಪರ್ಸೆಂಟ್ ಕಡಮೆ ಇತ್ತು. ಖೇದವಾಯಿತು. ಅವನ ಫ್ಲ್ಯಾಟ್‌ಗೆ ಹೋಗದಿದ್ದರೆ ಉತ್ತಮ ಪ್ರಥಮ ದರ್ಜೆಯೇ ಬರ್ತಿತ್ತು ಎನ್ನಿಸಿತು. ರಾಸ್ಕಲ್, ಲೋಫರ್, ಎಕ್ಸ್‌ಪ್ಲಾಯಿಟರ್ ಬೈಗುಳಗಳು ತೇಲಿಬಂದವು. ಹಾಸನದ ಸಾರ್ವಜನಿಕ ವಾಚನಾಲಯಕ್ಕೆ ಹೋಗಿ ಕನ್ನಡ ಇಂಗ್ಲಿಷ್ ಪತ್ರಿಕೆಗಳಲ್ಲೆಲ್ಲ ಜಾಹೀರಾತುಗಳನ್ನು ನೋಡತೊಡಗಿದೆ. ಉಪನ್ಯಾಸಕ ನೌಕರಿಯೊಂದೇ ನನಗೆ ದಕ್ಕಬಹುದಾದದ್ದು. ಅಥವಾ ಬೇರೆ ಸ್ಪರ್ಧಾತ್ಮಕ ಪರೀಕ್ಷೆಗೆ ಓದಬೇಕು. ಅದಕ್ಕೆ ಬೆಂಗಳೂರೇ ಸೂಕ್ತವಾದ ಸ್ಥಳ. ಬೆಂಗಳೂರಿನಲ್ಲಿ ಜೀವನ ಮಾಡೂದು ಹೇಗೆ? ಮತ್ತೆ ಅಪ್ಪನನ್ನು ಕೇಳುಕ್ಕೆ ನಾಚಿಕೆಯಾಗ್ತಿತ್ತು. 'ಸುಬ್ಬಣ್ಣ ಹ್ಯಾಗೂ ರೂಂ ಮಾಡ್ಕಂಡಿದಾನೆ. ಅವನ ಜೊತೆ ಹದಿನೈದು ದಿನವೋ ಒಂದು ತಿಂಗಳೋ ಇದ್ದು ಬೆಂಗಳೂರಲ್ಲೇ ಪ್ರಯತ್ನ ಮಾಡು. ಈ ಸಣ್ಣ ಊರಲ್ಲಿ ಕೂತುಕೊಂಡರೆ ಏನು ಪ್ರಯೋಜನ?' ಅಮ್ಮ ಸೂಚಿಸಿದಳು.

'ತಂಗಿ ಅಣ್ಣನ ಜೊತೆಯೇ ಇದಾಳೆ ಅಂದರೆ ಅವನಿಗೆ ಯಾವ ಹೆಣ್ಣೂ ಸಿಕ್ಕದ ಹಾಗಾದರೆ ಕಷ್ಟ ಅಲ್ಲವೆ?' ನಾನು ಕೇಳಿದೆ.

'ಓದಿ ಸಂಪಾದನೆ ಮಾಡೂ ಹಾಗಾದ ಮೇಲೆ ಬರೋಳಿಗೆ ಹೆದರಿ ಹೆತ್ತು ಹೊತ್ತು ಸಾಕಿ ಸಲಹಿದ ಅಪ್ಪ ಅಮ್ಮ ಬೆನ್ನಲ್ಲಿ ಬಿದ್ದ ತಂಗೀನ ದೂರಮಾಡಬೇಕು ಅನ್ನೂದಿದ್ದರೆ ನನ್ನ ಮಗನಿಗೆ ಮದುವೆಯೇ ಬ್ಯಾಡ,' ಅಮ್ಮ ಎಂದಳು.

೫

ಇಳಾ ಮೇಡಂರನ್ನು ಭೇಟಿಯಾದಾಗ ಕೇಳಿದರು: 'ನಿನಗೆ ಇಷ್ಟು ಕಡಿಮೆ ಮಾರ್ಕ್ಸ್

ಬಂದದ್ದರಿಂದ ನನಗೆ ಆಶ್ಚರ್ಯವಾಯಿತು. ಯಾಕೆ ಸರಿಯಾಗಿ ಓದಲಿಲ್ಲ?' ಅವರ ದೃಷ್ಟಿಯನ್ನು ಎದುರಿಸುವುದು ಕಷ್ಟವಾಗಿ ಕಣ್ಣುಗಳನ್ನು ಕೆಳಗೆ ಮಾಡಿದೆ. 'ಏನೋ ಮುಚ್ಚಿಡುಕ್ಕೆ ನೀನು ಹವಣಿಸುವಂತಿದೆ. ಹೇಳಬಹುದಾದರೆ ಹೇಳು,' ಎಂದರು.

ಇವರ ಕೈಲಿ ಹೇಳಿಕೊಳ್ಳಬೇಕೆಂದು ಇದ್ದಕ್ಕಿದ್ದಂತೆಯೇ ಅನ್ನಿಸಿಬಿಟ್ಟಿತು. ಆ ಕಥೆಯನ್ನು ನಾನು ಬೇರೆ ಯಾರ ಕೈಲೂ ಬಾಯಿಬಿಟ್ಟಿರಲಿಲ್ಲ. ಇವರಾದರೆ ಗೌಪ್ಯ ಕಾಪಾಡ್ತಾರೆ. ಆ ವಿಷಯದಲ್ಲಿ ಅನುಕಂಪವಿದೆ ಎನ್ನಿಸಿತು. 'ಹೇಳುಕ್ಕೆ ಅಧೈರ್ಯವಾಗ್ತಿದೆ. ನೀವಲ್ಲದೆ ಇನ್ನು ಯಾರಿಗೂ ತಿಳಿಸುವಂಥ ವಿಷಯ ಅಲ್ಲ. ಆಗಿಯೇ ಹೋದ ಸಂಗತಿಯಾದ್ದರಿಂದ ನಿಮಗೆ ಕೂಡ ಹೇಳಿ ನಿಮ್ಮ ಸಮಯ ಹಾಳು ಮಾಡಬಾರದು ಅನ್ನಿಸ್ತಿದೆ,' ಎಂದೆ.

'ಕಾನ್ಫಿಡೆನ್ಶಿಯಾಲಿಟಿ ವಿಷಯದಲ್ಲಿ ನಾನು ಭಾಷೆ ಕೊಡ್ತೀನಿ. ಹೇಳು ಅನ್ನುವ ಬಲವಂತವೂ ಇಲ್ಲ,' ಎಂದರು.

ಅವರೇ ತರಗತಿಯಲ್ಲಿ ಹೇಳಿದ ಶಾರನ್ ವಿಷಯವನ್ನು ಉಲ್ಲೇಖಿಸಿ ಪ್ರಭಾಕರ ಮಾಡಿದ ಸೂಚನೆ, ಗರ್ಭವತಿಯಾದದ್ದು, ಉಳಿಸಿಕೊಳ್ಳುವ ಧೈರ್ಯವಿಲ್ಲದೆ ಅವನ ಭಾಷೆಯ ಕ್ಲೀನ್ ಮಾಡಿಸಿಕೊಂಡದ್ದು ಎಲ್ಲವನ್ನೂ ಹೇಳಿ ನಾಲ್ಕು ತಿಂಗಳು ಓದಿನ ಕಡೆ ಲಕ್ಷ್ಯವಿಲ್ಲದ್ದನ್ನೂ ವಿವರಿಸಿದೆ.

'ನೀನು ಆಗಲೇ ನನಗೆ ಯಾಕೆ ಹೇಳಲಿಲ್ಲ?'

'ಏನು ಮಾಡಬಹುದಿತ್ತು?'

'ಮದುವೆ ಮಾಡಿಸುತ್ತಿದ್ದೆ. ತಪ್ಪಿಸಿಕೊಳ್ಳುಕ್ಕೆ ಸಾಧ್ಯವಿಲ್ಲದ ಹಾಗೆ ಮಾಡ್ತಿದ್ದೆ.'

'ಬಲವಂತವಾಗಿ ಕಟ್ಟಿಸಿಕೊಂಡರೆ ಸಂಸಾರದಲ್ಲಿ ಪ್ರೀತಿ ಇರುತ್ತೆಯೆ?'

'ಬೇರೆ ಹೆಂಗಸಿನ ಸಂಪರ್ಕವಿಲ್ಲದ ಹಾಗೆ ದಿಗ್ಬಂಧನ ವಿಧಿಸಿ ದಾಂಪತ್ಯದ ಬಂಧನ ದೊಳಗೆ ಕೂಡಿ ಹಾಕಿದರೆ ಪ್ರೀತಿಸದೆ ಬೇರೆ ದಾರಿಯೇ ಇಲ್ಲ. ವೈವಾಹಿಕ ಪ್ರೀತಿಯ ಒಳ ನಾಡಿ ಇಷ್ಟೇ.'

ಈ ಮಾತು ನನಗೆ ಒಪ್ಪಿಗೆಯಾಗಲಿಲ್ಲ. ಹಾಗೆಂದು ವಾದಕ್ಕೆ ಇಳಿಯುವ ಮನಸ್ಸೂ ಬರಲಿಲ್ಲ. ಅವರು ಹೇಳಿದರು: 'ಹೆಂಗಸನ್ನು ಮುಟ್ಟುವ ಮೊದಲು ಗಂಡಸು ಅದರ ಪರಿಣಾಮದ ಜವಾಬ್ದಾರಿಯನ್ನರಿತು ಬದ್ಧನಾಗಬೇಕು. ಗಂಡಸಿಗೆ ಬುದ್ಧಿ ಕಲಿಸುವ ಸಾಕಷ್ಟು ಕಾನೂನುಗಳಿವೆ. ಅವುಗಳನ್ನು ಇನ್ನೂ ಬಿಗಿ ಮಾಡುವ ಹೋರಾಟ ನಡೀತಿದೆ. ಅವುಗಳನ್ನೆಲ್ಲ ತಿಳಿಯೂದು ವಿದ್ಯಾಭ್ಯಾಸದ ಅಂಗವಾಗಬೇಕು.'

ಅನ್ಯಾಯಕ್ಕೊಳಗಾದವಳಾದುದರಿಂದ ನಾನು ಅವುಗಳನ್ನು ಚನ್ನಾಗಿ ತಿಳಿಯಬೇಕೆಂದು ಕೊಂಡೆ. ಮೇಡಂ ಈ ಬಗೆಗೆ ಎಷ್ಟೋ ಹೊತ್ತು ಮಾತನಾಡಿದರು. ಅನಂತರ, 'ಎಲ್ಲಾದರೂ ಲೆಕ್ಚರ್‌ರ ಹುದ್ದೆ ನನ್ನ ಗಮನಕ್ಕೆ ಬಂದರೆ ನಿನಗೆ ತಕ್ಷಣ ತಿಳಿಸ್ತೀನಿ. ಆದರೂ ಅಧ್ಯಾಪನ ಒಂದನ್ನೇ ನಚ್ಚಿ ಕೂರಬೇಡ. ಈಗ ಜರ್ನಲಿಸಂ ತುಂಬ ಅವಕಾಶಗಳಿರುವ ಕ್ಷೇತ್ರ. ಇಂಗ್ಲಿಷ್ ಭಾಷೆಯ ಮೇಲೆ ಹಿಡಿತವಿದ್ದರಂತೂ ಇಂಗ್ಲಿಷ್ ಜರ್ನಲಿಸಂ ಸಂಪಾದನೆಯ ದೃಷ್ಟಿಯಿಂದಲೂ ಒಳ್ಳೆಯ ದಾರಿ. ನಿನ್ನಂತೆ ಆಕರ್ಷಕ ವ್ಯಕ್ತಿತ್ವವುಳ್ಳವರಿಗೆ ಇಂಗ್ಲಿಷ್ ಟೆಲಿವಿಶನ್

ಇನ್ನೂ ಹೆಚ್ಚು ಹುಲುಸಾದದ್ದು. ನಿನಗೆ ಶೀಘ್ರಲಿಪಿ, ಕಂಪ್ಯೂಟರ್‌ಗಳ ಅಭ್ಯಾಸವಿದೆಯೆ?'

'ಇಲ್ಲ.'

'ಅವುಗಳನ್ನ ಕಲಿತಿದ್ದರೆ ಯಾವುದಕ್ಕೆ ಬೇಕಾದರೂ ಅನುಕೂಲವಾಗುತ್ತೆ. ಈಗ ಹಾಸನಕ್ಕೆ ಹೋಗು. ಅಲ್ಲಿಯೂ ಇವುಗಳನ್ನು ಕಲಿಸುವ ಬೇಕಾದಷ್ಟು ಇನ್‌ಸ್ಟಿಟ್ಯೂಟ್‌ಗಳಿರ್ತವೆ. ನಾಳೆಯಿಂದಲೇ ಸೇರು. ದಿನಾ ಎಂಟು ಹತ್ತು ಗಂಟೆ ಅಭ್ಯಾಸಮಾಡ್ತಿರು. ಇಲ್ಲಿ ನಾನು ವಿಚಾರಿಸ್ತಿರ್ತೀನಿ. ಯಾವುದು ಸಿಕ್ಕಿದರೂ ತಕ್ಷಣ ತಿಳಿಸ್ತೀನಿ.'

೬

ಒಂದುವಾರ ತುಸು ಬೇಸರವಾಯಿತು. ಅನಂತರ ಇವೆರಡರಲ್ಲೂ ಆಸ್ಥೆ ಬೆಳೆಯಿತು.

ಮೂರು ತಿಂಗಳು ಕಳೆದಿತ್ತು. ಮೇಡಂರಿಂದ ಒಂದು ಕಾಗದ ಬಂತು: 'ನಿನ್ನ ಶೀಘ್ರಲಿಪಿ ಮತ್ತು ಕಂಪ್ಯೂಟರ್‌ಗಳ ಅಭ್ಯಾಸ ಪ್ರಗತಿಹೊಂದಿದೆ ಎಂದು ಭಾವಿಸುತ್ತೇನೆ. ನಿನಗೊಂದು ಅವಕಾಶ ಒದಗಿದೆ. ನೀನು ಮಾಲಾ ಕೆರೂರ್ ಎಂಬ ಹೆಸರನ್ನು ಕೇಳಿರಲೇಬೇಕು. ಕರ್ನಾಟಕ ಹೈಕೋರ್ಟಿನ ಪ್ರಸಿದ್ಧ ವಕೀಲೆ. ಸುಪ್ರೀಮ್ ಕೋರ್ಟಿಗೂ ಹೋಗುತ್ತಾರೆ. ಅಖಿಲ ಭಾರತ ಮಹಿಳಾ ಚಳವಳಿಯ ಕರ್ನಾಟಕ ಶಾಖೆಯ ಅಧ್ಯಕ್ಷಿಣಿ. ಮುಂದಿನ ವರ್ಷ ಮಹಿಳಾ ಜಾಗೃತಿಯ ರಾಷ್ಟ್ರೀಯ ಸಮ್ಮೇಳನ ಬೆಂಗಳೂರಿನಲ್ಲಿ ನಡೆಯುತ್ತೆ. ವಿದೇಶಗಳಿಂದಲೂ ಸಾಕಷ್ಟು ಪ್ರತಿನಿಧಿಗಳು ಬರುತ್ತಾರೆ. ಒಂದು ವರ್ಷ ಮೊದಲಿಂದಲೇ ಸಿದ್ಧತೆಗಳು ನಡೆಯಬೇಕು. ನೀನು ಅವರಿಗೆ ಸಹಾಯಕಿಯಾಗಿ ಕೆಲಸ ಮಾಡಿದರೆ ಬೆಂಗಳೂರಿನಲ್ಲಿ ಜೀವನಕ್ಕೆ ಕೊರತೆ ಇಲ್ಲದಷ್ಟು ಅವಧಿಬದ್ಧ ವೇತನ ಕೊಡುತ್ತಾರೆ. ಸವಾಲು ಅಂತ ಸ್ವೀಕರಿಸಿ ಕೆಲಸ ಮಾಡಿದರೆ ಮಹಿಳಾ ಜಾಗೃತಿಗೂ ಸೇವೆ ಸಲ್ಲಿಸಿದಂತಾಗುತ್ತೆ. ಈ ಮೂಲಕ ಬೆಂಗಳೂರಿನಲ್ಲಿ ತಳವೂರುವ ಅವಕಾಶ ದೊರೆತರೆ ಬೇರೆ ಎಲ್ಲಾದರೂ ಕೆಲಸ ಸಿಗುತ್ತೆ. ಅಡ್ವೋಕೇಟ್ ಮಾಲಾ ಕೆರೂರರೇ ಎಲ್ಲಾದರೂ ಕೊಡಿಸುತ್ತಾರೆ. ವಿಳಂಬವಿಲ್ಲದೆ ಹೊರಟು ಬಾ.'

೭

ನನ್ನ ಶಕ್ತಿ ಮತ್ತು ಕಾರ್ಯನಿಷ್ಠೆಯನ್ನು ಒಂದುವಾರ ಪರೀಕ್ಷಿಸಿದ ನಂತರ ಮೇಡಂ ಕೆರೂರರು ತಿಂಗಳಿಗೆ ಎಂಟು ಸಾವಿರ ಸಂಬಳ ನಿಷ್ಕರ್ಷಿಸಿದರು. ಈ ಸಮ್ಮೇಳನದ ಸಿದ್ಧತೆಗಾಗಿಯೇ ಮಲ್ಲೇಶ್ವರದಲ್ಲಿ ನಾಲ್ಕು ಕೋಣೆಗಳ ಒಂದು ಮನೆಯನ್ನು ಬಾಡಿಗೆಗೆ ತೆಗೆದುಕೊಂಡಿದ್ದರು. ಅದರಲ್ಲಿಯೇ ಬಾಡಿಗೆ ಇಲ್ಲದೆ ಉಳಿಯುವ ರಿಯಾಯಿತಿಯನ್ನೂ

ಕೊಟ್ಟರು. ಇದು ಆರ್ಥಿಕ ರಿಯಾಯಿತಿ ಮಾತ್ರವಲ್ಲ, ಇಲ್ಲೇ ಇದ್ದರೆ ನನ್ನಿಂದ ಹಗಲು ರಾತ್ರಿ ಕೆಲಸ ಮಾಡಿಸಬಹುದು ಎಂಬ ವ್ಯವಹಾರ ಕುಶಲತೆಯೂ ಅವರದ್ದೆಂದು ನನಗೆ ಬೇಗ ಅರ್ಥವಾಯಿತು. ಹೇಗಾದರೂ ಸರಿ, ಕೆಲಸ ಕಲಿಯಲು ಸ್ತ್ರೀ ಜಾಗೃತಿಯು ಬೇರೆ ಬೇರೆ ದೇಶಗಳಲ್ಲಿ, ಖಂಡಗಳಲ್ಲಿ, ಹೇಗೆ ನಡೆದಿದೆ ಎಂಬುದನ್ನು ತಿಳಿಯುವ ಅವಕಾಶವೆಂದು ನಾನು ಉದ್ವಿಗ್ನಳಾದೆ. ಅಲ್ಲದೆ ಬೆಂಗಳೂರಿನಲ್ಲಿ ಎಂಟು ಸಾವಿರವೆಂದರೆ ಕಡಿಮೆ ಸಂಬಳವಲ್ಲ.

ಸಮ್ಮೇಳನವನ್ನೇರ್ಪಡಿಸುವುದು ಮಾತ್ರವಲ್ಲ, ಇಡೀ ಕರ್ನಾಟಕದಲ್ಲಿ ಮಹಿಳೆಗೆ ಯಾವುದೇ ತೆರನಾದ ಅನ್ಯಾಯವಾದರೂ ಕಾನೂನು ಮೂಲಕ ಮತ್ತು ಸಾಮಾಜಿಕವಾಗಿ ಪ್ರತಿಭಟಿಸುವುದು, ಪೋಲೀಸರ ಮೇಲೆ ಒತ್ತಡ ಸೃಷ್ಟಿಸುವುದು, ಹೆಂಗಸರಲ್ಲಿ, ಅದರಲ್ಲೂ ವಿದ್ಯಾರ್ಥಿನಿಯರಲ್ಲಿ ಮಹಿಳಾ ಜಾಗೃತಿಯನ್ನು ಬಿತ್ತಿ ಬೆಳೆಸುವುದು, ಅವರನ್ನು ಸಂಘಟಿಸಿ ಮಹಿಳಾ ಸಮಸ್ಯೆಗಳು, ಮಹಿಳೆಗೆ ಆಗುವ ಅನ್ಯಾಯಗಳನ್ನು ವಿರೋಧಿಸಿ ಹೋರಾಡುವ ಬಗೆಯನ್ನು ಕುರಿತು (ಸಂಜೆಯ ವೇಳೆ) ತರಗತಿಗಳನ್ನು ಏರ್ಪಡಿಸುವುದು, ಯಾವ ಊರಿನಲ್ಲಾಗಲಿ ಯಾವುದೇ ಮಹಿಳೆ ಅಸಹಜವಾಗಿ ಸತ್ತರೆ ಗಂಡ ಅಥವಾ ಅವನ ಮನೆಯವರನ್ನು ಅದಕ್ಕೆ ಜವಾಬ್ದಾರರನ್ನಾಗಿಸುವಂತೆ ಚಳವಳಿ ಮಾಡಿಸುವುದು, ಅದು ಪತ್ರಿಕೆಗಳಲ್ಲಿ ದೊಡ್ಡ ಸುದ್ದಿಯಾಗುವಂತೆ ಮಾಡುವುದು, ಹೀಗೆ ಅವರ ಕಾರ್ಯಬಾಹುಳ್ಯ ಸಂಕೀರ್ಣವಾಗಿತ್ತು. 'ವಿದ್ಯಾರ್ಥಿನಿಯರಿಗೆ ನಾವು ನಡೆಸುವ ತರಗತಿಗಳನ್ನು ಬಂದು ನೋಡು. ಅನಂತರ ನೀನೇ ಉಪನ್ಯಾಸ ಕೊಡಲು ಶುರು ಮಾಡು. ಈ ಸಮ್ಮೇಳನವೊಂದು ಕಳೆಯಲಿ,' ಎಂದು ನನ್ನನ್ನು ಪ್ರೋತ್ಸಾಹಿಸುತ್ತಿದ್ದರು.

ಸಮ್ಮೇಳನವು ನಿರೀಕ್ಷೆಗಿಂತ ಹೆಚ್ಚು ಸಫಲವಾಯಿತು. ದೇಶದ ಮುದ್ರಣ ಹಾಗೂ ವಿದ್ಯುನ್ಮಾನ ಮಾಧ್ಯಮಗಳೆಲ್ಲ ಕಣ್ಣು ಕೋರೈಸುವಷ್ಟು ಪ್ರಚಾರಕೊಟ್ಟವು. ಕಿಕ್ಕಿರಿದ ಜನಸಮೂಹ. ಭಾಷಣಗಳ ನಡುವೆ ಭೋರ್ಗರೆಯುತ್ತಿದ್ದ ಕರತಾಡನಗಳಿಂದ ವಿದೇಶೀ ಪ್ರತಿನಿಧಿಗಳೂ ಉತ್ಸಾಹಗೊಂಡರು. ಮದುವೆಯಾದ ಕ್ಷಣದಿಂದ ಗಂಡನ ಸ್ವಯಾರ್ಜಿತ ಮತ್ತು ಪಿತ್ರಾರ್ಜಿತ ಸಮಸ್ತ ಆಸ್ತಿಯಲ್ಲೂ ಹೆಂಡತಿಗೆ ಅರ್ಧಪಾಲು ಹಕ್ಕು ತನಗೆ ತಾನೆ ಬಂದುಬಿಡುವಂತೆ ದೇಶದ ಸಂಸತ್ತು ಕಾನೂನು ಮಾಡಬೇಕು, ಈ ದಿಶೆಯಲ್ಲಿ ಮಹಿಳೆಯರು ಪಕ್ಷಭೇದವಿಲ್ಲದೆ ಎಲ್ಲ ಸಂಸದರ ಮೇಲೂ ಒತ್ತಾಯ ತರಬೇಕು ಎಂಬ ಠರಾವಿಗೆ ಡೇರೆಯ ಮೇಲುಹೊದಿಕೆಯೂ ಸಿಡಿದು ಚಿಂದಿಯಾಗಿ ಆಕಾಶದಲ್ಲಿ ಹಾರಿಹೋಗುವಂತೆ ಚಪ್ಪಾಳೆ ತಟ್ಟಿದರು. ಹೀಗೆ ಕಾನೂನು ಮಾಡಿದರೆ ಶ್ರೀಮಂತ ಕುಟುಂಬದ ಯಾವ ಗಂಡಸೂ ಮದುವೆ ಎಂಬ ಬಂಧನಕ್ಕೆ ಒಳಗಾಗದೆ ಇರಬಹುದು. ಅನುಕೂಲಸ್ಥರು ತಮ್ಮ ಗಂಡುಮಕ್ಕಳಿಗೆ ಮದುವೆಯನ್ನೇ ಮಾಡದೆ ಇರಬಹುದು ಎಂದು ಹಣೆಗೆ ದೊಡ್ಡ ಕುಂಕುಮವಿಟ್ಟಿದ್ದ ಒಬ್ಬ ವೃದ್ಧೆ ಹೇಳಹೊರಟಳು. ಆದರೆ ಅವಳನ್ನು ವೇದಿಕೆಯ ಮೇಲಿದ್ದ ಸಭೆಯಲ್ಲಿ ತುಂಬಿದ್ದ ಬಹುಸಂಖ್ಯಾಕರು ಕೂಗಿ ಬಾಯಿ ಮುಚ್ಚಿಸಿದರು. ಸಮ್ಮೇಳನದ ಯಶಸ್ಸಿನಿಂದ ಪ್ರಭಾವಿತರಾದ ಫ್ರಾನ್ಸ್ ಸ್ವೀಡನ್ ಮತ್ತು ಜರ್ಮನಿಯ ಪ್ರತಿನಿಧಿಗಳು ಪ್ರಭಾವ ಬೀರಿ ನಮ್ಮ ಮಾಲಾ ಕೆರೂರರನ್ನು ವಿಶ್ವ ಮಹಿಳಾ ಸಂಘಟನೆಯ ಭಾರತದ ಉಪಾಧ್ಯಕ್ಷೆಯನ್ನಾಗಿ

ಮಾಡಿಬಿಟ್ಟರು. ರಾಷ್ಟ್ರದ ರಾಜಧಾನಿ ದಿಲ್ಲಿಯ ತಮ್ಮನ್ನು ಬಿಟ್ಟು ಮೂಲೆಯ ಕರ್ನಾಟಕದ ಈ ಹೆಂಗಸನ್ನು ಭಾರತದ ಉಪಾಧ್ಯಕ್ಷೆಯಾಗಿ ಆರಿಸಿದುದಕ್ಕೆ ದಿಲ್ಲಿಯ ಮಹಿಳಾ ಪ್ರತಿನಿಧಿಗಳು ಒಳಗೇ ಬುಸುಗುಟ್ಟಿದರು. ಆದರೆ ಕೆರೂರ್ ಮೇಡಂ ಗಟ್ಟಿಗಿತ್ತಿ.

೮

ಸಮ್ಮೇಳನ ಮುಗಿದ ಮರುದಿನ ಮಧ್ಯಾಹ್ನ ನನಗೆ ಸರಾಫ್ ಮೇಡಂ ಅವರಿಂದ ಫೋನು ಬಂತು. ಮುಂಬಯಿಯ ಅವರು ಸ್ವತಃ ದೊಡ್ಡ ಉದ್ಯಮಿ. ಆಗರ್ಭ ಶ್ರೀಮಂತೆ ಎಂದು ಚಿತ್ರಾ ಮೇಡಂ ಹೇಳಿದ್ದರು. ತಮ್ಮ ಪಿ.ಎ.ಯನ್ನು ಮುಂಬಯಿಂದಲೇ ಕರೆತಂದಿದ್ದರೂ ಅವಳಿಗೆ ಆರೋಗ್ಯ ತಪ್ಪಿದ್ದರಿಂದ ಅವರು ಸಮ್ಮೇಳನದಲ್ಲಿ ಮಾಡಬೇಕಾದ ಭಾಷಣವನ್ನು ಸಿದ್ಧಪಡಿಸಲು ನನ್ನ ಸಹಾಯ ಕೋರಿದ್ದರು. ನಾನು ಸಮ್ಮೇಳನದಲ್ಲಿ ಮಾಡುತ್ತಿದ್ದ ಕೆಲಸದ ಚುರುಕನ್ನು ಸ್ವತಃ ಗಮನಿಸಿದ್ದರು. ಒಂದು ಪರಿಜನ್ನು ಹೇಳಿಬಿಟ್ಟರೆ ಸಾಕು ಒಳ್ಳೆಯ ಭಾಷಣ ಸಿದ್ಧಪಡಿಸಿ ಕಂಪ್ಯೂಟರ್ ಮುದ್ರಣ ಮಾಡಿಕೊಡಬಲ್ಲವಳೆಂದು ಚಿತ್ರಾ ಮೇಡಂ ಶಿಫಾರಸು ಮಾಡಿದ್ದುದೂ ಕೂಡಿ ಅವರ ಭಾಷಣ ತಯಾರಿಸುವ ಜವಾಬ್ದಾರಿಯನ್ನು ನನಗೆ ವಹಿಸಿದ್ದರು. ಅವರು ಒದಗಿಸಿದುದು ಅಂಕಿ ಅಂಶಗಳನ್ನು ಮಾತ್ರ. ನನ್ನ ಕೆಲಸವನ್ನು ಎಷ್ಟು ಮೆಚ್ಚಿಕೊಂಡರೆಂದರೆ, 'ಸ್ವೀಟೀ. ನಿನ್ನನ್ನು ಹ್ಯಾಗೆ ವಂದಿಸಿಬೇಕೋ ನನಗೆ ತೋಚುತ್ತಿಲ್ಲ.' ಎಂದು ನನ್ನ ಮುಖವನ್ನು ತಮ್ಮ ಕೈಗಳಿಂದ ಹಿಡಿದು ಎಡಗೆನ್ನೆಗೆ ಬೆಚ್ಚನೆಯ ಮುತ್ತಿಟ್ಟರು, ಲಿಪ್‌ಸ್ಟಿಕ್ ಒರೆಸಿಹೋಗುತ್ತದೆಂಬುದನ್ನೂ ಲೆಕ್ಕಿಸದೆ.

ಇಷ್ಟೇ ಎಂದು ಖಚಿತವಾಗಿ ಹೇಳುವುದು ಕಷ್ಟವೆನ್ನಿಸುತ್ತಿತ್ತು ಸರಾಫ್ ಮೇಡಂರ ವಯಸ್ಸು. ಬಾಬ್ ಮಾಡಿಸಿದ, ಗಮನಿಸಿ ನೋಡದಿದ್ದರೆ ಡೈ ಮಾಡಿಸಿದ್ದೆಂದು ಗೊತ್ತಾಗದ ಮಿಂಚುವ ಕಪ್ಪು ಕೂದಲು. ಕೆಂಪು ಬಣ್ಣ. ಸೀರೆಯನ್ನೂ ಉಡುತ್ತಿದ್ದರು. ಒಮ್ಮೊಮ್ಮೆ ಇನ್‌ಶರ್ಟ್ ಮಾಡಿ ಪ್ಯಾಂಟನ್ನೂ ಧರಿಸುತ್ತಿದ್ದರು. ಭಕಭಕ ಬಿರುಸಿನ ನಡಿಗೆ. ಎಲ್ಲಿದ್ದರೂ ಸನ್ನಿವೇಶದ ಧಣಿ ಅವರೇ ಎಂಬಂತಹ ವ್ಯಕ್ತಿತ್ವ. ಆದರೆ ಮಾತುಕತೆಗಳಲ್ಲಿ ಅದನ್ನು ತೋರ್ಪಡಿಸಿಕೊಳ್ಳದ ವರ್ತನೆ.

'ಹಾಯ್ ಮಂಗಳಾ. ಇವತ್ತು ರಾತ್ರಿ ನಾನು ನೀನು ಜೊತೇಲಿ ಊಟ ಮಾಡಬೇಕು ಅಂತ ಮನಸ್ಸಾಗಿದೆ. ನೀನು ತಪ್ಪದೆ ಬರಬೇಕು. ಭೋಜನಕೂಟ ಅಲ್ಲ. ಒನ್ ಟು ಒನ್ ನಾವಿಬ್ಬರೇ. ನಿನ್ನಂಥ ಮೇಧಾವಿಯ ಪರಿಚಯವನ್ನು ಇನ್ನಷ್ಟು ಆಳವಾಗಿ ಮಾಡಿಕೊಳ್ಳುವ ಆಶೆ. ಇಲ್ಲ ಅನ್ನಬೇಡ. ಹೋಟೆಲಿನ ಕಾರು ಕಳಿಸ್ತೀನಿ. ಬೇರೆ ಇಂಡಸ್ಟ್ರಿಯಲಿಸ್ಟ್ ಜೊತೆ ಮೀಟಿಂಗ್ ಮುಗಿಸಿ ಆರು ಗಂಟೆಯೊಳಗೆ ನಾನು ಹಿಂತಿರುಗಿರ್ತೀನಿ. ನೀನು ಆರೂವರೆಯ ಸುಮಾರಿಗೆ ಇಲ್ಲಿಗೆ ಬರುವ ಅನುಕೂಲ ಮಾಡಿಕೊ.'

ನಾನು ಉದ್ವಿಗ್ನಳಾದೆ. ಅಂಥ ದೊಡ್ಡ ಉದ್ಯಮಿ. ಪ್ರತಿತಿಂಗಳೂ ವಿದೇಶ ಸಂಚಾರ

ಮಾಡುವ, ಅಮೆರಿಕನ್ನರ ಜೊತೆ ಅಮೆರಿಕನ್ ಉಚ್ಚಾರಣೆಯ, ಬ್ರಿಟಿಶರ ಜೊತೆ ಬ್ರಿಟಿಶ್ ಉಚ್ಚಾರಣೆಯ ಇಂಗ್ಲಿಷ್ ಮಾತನಾಡುವ, ಫ್ರೆಂಚ್ ಜರ್ಮನ್‌ಗಳನ್ನೂ ಸುಲಲಿತವಾಗಿ ಮಾತಾಡಬಲ್ಲ ಅವರೆಂದರೆ ನನಗೆ ಈಗಾಗಲೆ ಮೆಚ್ಚುಗೆ ಉಕ್ಕಿ ಹರಿದಿತ್ತು. ಶರಟಾನ್ ಹೋಟೆಲಿನಲ್ಲಿ ಅವರು ತಂಗಿದ್ದ ಸ್ಯುಟನ್ನು ನಾನು ನೋಡಿದ್ದೆ. ಅದುವರೆಗೆ ಪಂಚತಾರಾ ಹೋಟೆಲಿನ ಕೋಣೆಯನ್ನೇ ನೋಡಿರದ ನಾನು ಆ ಸ್ಯುಟನ್ನು ಕಂಡು ದಂಗಾಗಿದ್ದೆ. ಅವರೇ ನನ್ನ ಇನ್ನಷ್ಟು ಪರಿಚಯವನ್ನು ಬಯಸಿ ಊಟಕ್ಕೆ ಕರೆಯುತ್ತಿರುವಾಗ, ಈ ಸಮ್ಮೇಳನಾನಂತರದ ಕೆಲಸಗಳನ್ನು ಮುಗಿಸಿದ ಮೇಲೆ ಉದ್ಯೋಗಹೀನಳಾಗುವ ನಾನು ಅವರ ಪ್ರಭಾವದಿಂದ ಮುಂಬಯಿಯಲ್ಲೋ ಅಥವಾ ಈ ಬೆಂಗಳೂರಿನಲ್ಲೋ ಒಂದು ನೌಕರಿ ಗಿಟ್ಟಿಸಿಕೊಬಹುದಲ್ಲವೆ? ಎಂಬ ಆಲೋಚನೆ ತಕ್ಷಣ ಹೊಳೆಯಿತು.

ಭೋಜನಕ್ಕೆಂದೇ ವ್ಯವಸ್ಥೆಯಾದ ಸ್ಯುಟಿನ ಕೋಣೆಯಲ್ಲಿ ಊಟದ ಮೇಜದ ಒಂದು ಕುರ್ಚಿಯ ಮೇಲೆ ನನ್ನನ್ನು ಕೂರಿಸಿ ತಾವು ಎದುರು ಕುರ್ಚಿಯ ಮೇಲೆ ಕುಳಿತನಂತರ ಮೇಡಂ ಹೇಳಿದರು: 'ಸ್ವೀಟ್, ಸ್ವೀಟಿ ಎನ್ನುವುದು ಸಾಮಾನ್ಯ ಆಡುಮಾತು, ನಿಜ. ಆದರೆ ಕೆಲವರಿಗೆಂದೇ ಈ ಶಬ್ದಗಳು ಸೃಷ್ಟಿಯಾಗಿವೆ ಎನ್ನಿಸುತ್ತೆ. ನಾನೇನು ನಿನ್ನ ಹಾಗೆ ಭಾಷಾಶಾಸ್ತ್ರ ಓದಿದೋಳಲ್ಲ. ಆದರೆ ಐದುದಿನದ ಹಿಂದೆ ನಿನ್ನನ್ನ ನೋಡಿದ ತಕ್ಷಣ ಹೌ ಸ್ವೀಟ್! ಎನ್ನಿಸಿ ಬಿಡ್ತು.'

'ಮೇಡಂ. ಸ್ವೀಟ್ ಆಗಿ ಮಾತನಾಡುವುದು ನಿಮಗೆ ಕಲೆಯಾಗಿ ಸಾಧಿಸಿಲ್ಲ. ಸಹಜ ಗುಣವಾಗಿದೆ,' ನಾನು ಸಲಿಗೆ ವಹಿಸಿದೆ.

'ಥ್ಯಾಂಕ್ಯು ಡಾರ್ಲಿಂಗ್,' ಅವರ ಮುಖದಲ್ಲಿ ಮಧು ಜಿನುಗಿದಂತಾಯಿತು. 'ಮೊದಲು ಆರ್ಡರ್‌ಮಾಡೋಣ. ನಿನಗೂ ಗೊತ್ತಿದೆ, ಇಂಥ ಹೋಟೆಲುಗಳಲ್ಲಿ ಸರ್ವಿಸ್ ತುಂಬ ನಿಧಾನ. ಜನ ನಿಧಾನವಾಗಿ ನಿಕಟವಾಗಿ ಮಾತನಾಡುಕ್ಕೆ ಬರ್ತಾರೆ. ಸರಸರನೆ ತಿಂದು ಎದ್ದು ಹೋಗುಕ್ಕೆ ಅಲ್ಲ ಅನ್ನೂದು ಮೂಲ ಕಾನ್ಸೆಪ್ಟ್. ನೀನು ಏನು ತಗೋತೀ ಹೇಳು. ಫ್ರೆಂಚ್ ವೈನ್? ಒಂದು ತಿಳಕ, ನಾವು ಸ್ತ್ರೀ ವಿಮೋಚನೆಯಲ್ಲಿ ತೊಡಗಿರೋರು. ಮಹಿಳೆಯು ತುಂಬ ಲೈಟ್ ಆದ ವೈನ್ ಮಾತ್ರ ತಗೋಬೇಕು, ಸ್ಟ್ರಾಂಗ್ ಆದದ್ದೆಲ್ಲ ಮ್ಯಾಸ್ಕುಲೈನ್‌ಗಳಿಗೆ ಅನ್ನೂದ ಒಪ್ಪಬಾರದು. ಒಪ್ಪಿ ಅದರಂತೆ ನಡೆದರೆ ಅವರು ಮೂಲತಃ ಸ್ಟ್ರಾಂಗ್, ನಾವು ಮೂಲತಃ ವೀಕ್ ಅಂತ ಒಪ್ಪಿಕಂಡಂತಾಗುತ್ತೆ. ಸ್ಕಾಚ್ ಆಗಬಹುದಾ?'

ಅರ್ಥವಾಗದ ಭಾವ ನನ್ನ ಮುಖದಲ್ಲಿ ಮೂಡಿದುದು ನನಗೇ ತಿಳಿಯಿತು. 'ನೀನು ಒಂದು ಸಲವೂ ಟ್ರೈ ಮಾಡಿಲ್ಲವೆ? ಯಾವ ವಿಧವಾದದ್ದೂ?' ಅವರು ಕೇಳಿದರು.

'ಸಹಪಾಠಿಗಳ ಜೊತೆ ಡಿಪಾರ್ಟ್‌ಮೆಂಟಿನ ಸೆಂಡ್ ಆಫ್ ಪಾರ್ಟಿಯ ದಿನ ವೈನ್ ತಗೊಂಡಿದ್ದೆ.'

'ಇವತ್ತು ಒಂದು ಗ್ರೇಡ್ ಮೇಲೆ ಹೋಗುವಿಯಂತೆ. ಏನೂ ಆಗುಲ್ಲ. ನಾನಿದೀನಿ. ಎಲ್ಲ ಭಾರಾನೂ ನನ್ನ ಮೇಲೆ ಹಾಕು,' ಎಂದು ಫೋನನ್ನು ಎತ್ತಿಕೊಂಡರು.

ಕರಿಮೆಣಸಿನಪುಡಿ ಹಚ್ಚಿದ ಗೇರುಬೀಜ. ಹಸಿಮೆಣಸಿನಕಾಯಿಯ ಬಜಿಗಳನ್ನು

ನೆಂಚಿಕೊಂಡರೂ ಒಂದೊಂದು ಗುಟುಕೂ ನನಗೆ ಅಹಿತಕರ ರುಚಿಯೇ ಆಗಿತ್ತು. ಆದರೆ ನಾನು ಸ್ಟ್ರಾಂಗ್ ಎನ್ನಿಸಿಕೊಳ್ಳುವ ನಿಶ್ಚಯ ಮನಸ್ಸಿನಲ್ಲಿ ಮೂಡಿತ್ತು. ಮುಂದೆ ಏನು ಮಾಡ್ತೀಯೆ? ನೌಕರಿ ಬೇಕಾ? ಮಹಿಳೆಗೆ ನೌಕರಿ ಕೊಡಿಸೂದರಲ್ಲಿ ನನಗೆ ಹೆಚ್ಚು ಉತ್ಸಾಹ ವಿಲ್ಲ. ಯಾವುದಾದರೂ ಸ್ವಂತ ಉದ್ಯಮ ಆರಂಭಿಸುವ ಪ್ರಯತ್ನಶೀಲೆಗೆ ನಾನು ಕೈಲಾದ ಸಹಾಯಮಾಡ್ತೀನಿ. ಮೊದಲು ನೌಕರಿ ಮಾಡಿ ಉದ್ಯಮದ ಮರ್ಮ ಅರಿತು ಯಾವುದಾದರೂ ಬಿಡಿ ಭಾಗ ತಯಾರಿಸುಕ್ಕೆ ಆರಂಭಿಸಿದರೆ ಅದನ್ನು ಕೊಳ್ಳುವ ದೊಡ್ಡ ಉದ್ಯಮಕ್ಕೆ ಶಿಫ಼ಾರಸು ಮಾಡಬಹುದು. ಒಟ್ಟಿನಲ್ಲಿ ಮಹಿಳೆ ಮಹತ್ವಾಕಾಂಕ್ಷಿಯಾಗಬೇಕು ಎಂದು ಅವರು ಹೇಳುತ್ತಿರುವಾಗ ನಾನೇಕೆ ಸ್ವತಃ ಉದ್ಯಮಿಯಾಗಬಾರದು ಎಂಬ ಆಕಾಂಕ್ಷೆ ನನ್ನಲ್ಲಿ ಹುಟ್ಟಿತು.

ಊಟ ಮುಗಿಯುವ ವೇಳೆಗೆ ಹತ್ತೂವರೆಯಾಗಿತ್ತು. ಆಳು ಬಂದು ತಟ್ಟೆಬಟ್ಟಲುಗಳನ್ನು ಎತ್ತಿ ಮೇಜನ್ನು ಒರೆಸಿಹೋದ. 'ಸ್ವೀಟಿ, ನಾನು ಇಷ್ಟು ಹೊತ್ತಿನಲ್ಲಿ ನೀನೊಬ್ಬಳನ್ನೇ ವಾಪಸು ಕಳಿಸಲಾರೆ. ಹೋಟೆಲಿನ ಕಾರೇ ಆದರೂ ಈ ಡ್ರೈವರುಗಳನ್ನ ಹ್ಯಾಗೆ ನಂಬೂದು? ಬೆಂಗಳೂರು ಇತ್ತೀಚೆಗೆ ಕ್ಷೇಮಕರವಾದ ನಗರವಲ್ಲ ಅನ್ನೂದು ಎಲ್ಲರಿಗೂ ಗೊತ್ತಿದೆ. ಇಲ್ಲೇ ಇದ್ದುಬಿಡು.'

ಆಗಲಿ ಅಥವಾ ಬೇಡ ಎಂಬುದನ್ನು ಖಚಿತವಾಗಿ ನಿರ್ಧರಿಸಲಾರದ ಸ್ಥಿತಿಯಲ್ಲಿದ್ದೆ ನಾನು. 'ಬಾ' ಎಂದು ನನ್ನ ಭುಜವನ್ನು ತಬ್ಬಿಕೊಂಡು ಅವರು ಮಲಗುವ ಕೋಣೆಗೆ ಕರೆದೊಯ್ದರು. ಅಲ್ಲಿ ಒಂದು ಡಬಲ್‌ಬೆಡ್ ಇತ್ತು. ಲಗತ್ತಿಸಿದ ಕೋಣೆಯಲ್ಲೊಂದು ಸಿಂಗಲ್‌ಬೆಡ್ ಇದ್ದುದು ಕಾಣುತ್ತಿತ್ತು. 'ನೋಡು, ನೀನು ಇಷ್ಟಪಟ್ಟರೆ ಆ ಸಿಂಗಲ್‌ಬೆಡ್ಡಿನಲ್ಲಿ ಮಲಗಬಹುದು. ಆದರೆ ನಾವು ಜೊತೇಲಿ ಅನ್ಯೋನ್ಯವಾಗಿ ಆಪ್ತವಾಗಿ ನಿಕಟವಾಗಿ ಮಾತನಾಡೂದು ತುಂಬ ಇದೆ. ಇಲ್ಲೇ ಬಾ. ನಾವು ಗೆಳತಿಯರು.' ಎಂದು ನನ್ನನ್ನು ತಬ್ಬಿಕೊಂಡು ಡಬಲ್‌ಬೆಡ್ಡಿನ ಮೇಲೆ ಕೂರಿಸಿಕೊಂಡರು. ನನಗೆ ನಾನಾಗಿಯೇ ಮುಂದುವರೆಯುವ ಅಥವಾ ಹಿಂದೆ ಸರಿಯುವ ಯಾವ ಚೈತನ್ಯವೂ ಸ್ಪಷ್ಟವಾಗಿರಲಿಲ್ಲ. ಪಕ್ಕದಲ್ಲಿ ಕುಳಿತು ನನ್ನ ಕೈಹಿಡಿದು ಕೇಳಿದರು: 'ಮುಕ್ತ ಮನಸ್ಸಿನಿಂದ ಹೇಳು. ನಿನಗೆ ಇದುವರೆಗೆ ಅನುಭವವಾಗಿಲ್ಲವೆ? ಗಂಡು ಹೆಣ್ಣುಗಳಿಗೆ ಸಹಜವಾಗಿ ಆಗಬೇಕಾದ ಇದನ್ನು ನಾವ್ಯಾರೂ ನೀತಿಯ ತಕ್ಕಡಿಯಲ್ಲಿಟ್ಟು ತೂಗಬಾರದು ಅನ್ನೂದು ವಿಮೋಚನೆಯ ಪ್ರಥಮ ನಿಯಮ. ನಿನಗೆ ಗೊತ್ತೇ ಇದೆ. ಹೇಳು.'

ನನಗೆ ಜ್ಞಾಪಕ ಉಕ್ಕಿಬಂತು. ಇದುವರೆಗೆ ನನ್ನೊಳಗೇ ನೂರಲ್ಲ, ಸಾವಿರ ಬಾರಿ ಹೇಳಿಕೊಂಡಿದ್ದೆ. ಶಾವನಿಸ್ಟಿಕ್ ಪಿಗ್, ಲೋಫ಼ರ್, ರಾಸ್ಕಲ್, ಎಂಬುವೆಲ್ಲ ಖಂಡಿತ ಬೈಗುಳ ಅಲ್ಲ, ಸೂಕ್ತ ವರ್ಣನೆಗಳು. ಈ ವರ್ಣನೆಗಳೊಡನೆಯೇ ಅವನ ನೆನಪು ಬಂದುಹೋಗಿತ್ತು. 'ಸ್ವೀಟೀ, ಏನೋ ಇದೆ. ನೀನು ಸಂಕೋಚಮಾಡ್ಕತ್ತಿದೀಯ. ಯಾರಿಗೆ ಆಗುಲ್ಲ ಅವೆಲ್ಲ, ಹೇಳು, ಕಮ್‌ಆನ್,' ಎಂದು ಮೇಡಂ ತಲೆ ಸವರಿ ನಿಕಟತೆ ತೋರಿದರು. ನನಗೆ ಇದ್ದಕ್ಕಿದ್ದಂತೆ ಅಳು ಬಂದುಬಿಟ್ಟಿತು. ತಡೆದುಕೊಳ್ಳಲು ಎಷ್ಟು ಪ್ರಯತ್ನಪಟ್ಟರೂ ಆಗಲಿಲ್ಲ. ನಿಜ

ವಾಗಿಯೂ ತಡೆದುಕೊಳ್ಳಲು ಪ್ರಯತ್ನಿಸಿದೆನೆ? ಇವತ್ತಿಗೂ ನನಗೆ ಅರ್ಥವಾಗಿಲ್ಲ. ಮದ್ಯದಿಂದಾದ ಭಾವ ದೌರ್ಬಲ್ಯವೆ? ಅಭ್ಯಾಸವಿಲ್ಲದವರಿಗೆ ಹಾಗಾಗುತ್ತದಂತೆ. 'ಸ್ವೀಟೀ, ನನ್ನ ಹನಿ, ಸಂಕೋಚಬೇಡ, ಎಲ್ಲಾನೂ ಹೇಳಿಬಿಡು, ನನ್ನ ಕೈಲಿ ಹೊರಹಾಕಿಬಿಡು. ಹಗುರವಾಗುತ್ತೆ' ಎಂದು ಅವರು ನನ್ನನ್ನು ಬಿಗಿಯಾಗಿ ತಬ್ಬಿಕೊಂಡರು. ಸಮಾಧಾನಪಡಿಸುತ್ತಾ ಬೆನ್ನನ್ನು ಬಿಸಿಯಾಗಿ ಸವರಿದರು, ತಿಕ್ಕಿದರು. ಪ್ರಭಾಕರನ ಎಲ್ಲವನ್ನೂ ಹೇಳಿಬಿಟ್ಟೆ. ಎಲ್ಲವನ್ನೂ, ನನಗೆ ತೀರ್ಮಾನಿಸುವ ಅವಕಾಶವನ್ನೇ ಕೊಡದೆ ಕ್ಲೀನ್ ಮಾಡಿಸುವ ಯಜಮಾನಿಕೆಯನ್ನೂ ವಹಿಸಿ ಕಾರ್ಯಗತಗೊಳಿಸಿದ್ದನ್ನೆಲ್ಲ. ಸಾವಧಾನದಿಂದ ಕೇಳಿದಮೇಲೆ ಅವರು ಸಾಂತ್ವನ ಹೇಳಿದರು: 'ಇದರ ನೀತಿಪಾಠ ಏನು? ಪ್ರಕೃತಿಸಹಜವಾದ ದೈಹಿಕ ಕಾಮನೆಯನ್ನ ಹತ್ತಿಕ್ಕಬಾರದು. ಆದರೆ ಅದಕ್ಕಾಗಿ ಹೆಂಗಸು ಗಂಡಸಿನ ಯಜಮಾನಿಕೆಗೆ ಒಳಗಾಗಬಾರದು. ಹೆಂಗಸು ಹೆಂಗಸರೇ ಪರಸ್ಪರಾವಲಂಬಿಗಳಾಗಬೇಕು. ಅದೀಗ ವಿಮೋಚನೆಯ ಅತ್ಯುಚ್ಚ ಮೆಟ್ಟಿಲು. ಅರ್ಥವಾಯಿತೆ?'

ಆ ಬಗೆಗೆ ನಾನು ಕೇಳಿದ್ದೆ ಮಾತ್ರ. 'ಡಾರ್ಲಿಂಗ್, ನಾನು ಹೇಳಿಕೊಡ್ತೀನಿ, ಬಾ,' ಎಂದು ಅವರು ನನ್ನನ್ನು ಅಪ್ಪಿ ಉರುಳಿಸಿಕೊಂಡರು. ಆಕ್ರಮಿಸಿದರು. 'ನೋಡು, ನೀನು ನಿಷ್ಕ್ರಿಯಳಾಗಿರಬಾರದು, ಸಕ್ರಿಯಳಾಗಿರಬೇಕು, ಹೀಗೆ' ಎಂದು ಕಲಿಸತೊಡಗಿದರು. ನಾನೇನೂ ಕಲಿಯಲಿಲ್ಲ. 'ಅಭ್ಯಾಸವಾಗಿ ರುಚಿ ಹತ್ತಿದರೆ ನೀನೇ ಕ್ರಿಯಾಶೀಲೆಯಾಗ್ತೀಯ' ಎಂದು ಅವರು ಲಗ್ಗೆ ಹಾಕಿದರು. ನನ್ನಲ್ಲಿ ಬೇಡವೆನ್ನುವ ವಿರೋಧ ಹುಟ್ಟಲಿಲ್ಲ. ಬೇಕೆನ್ನುವ ಬಯಕೆ ಉಜ್ಜುಗಿಸಲಿಲ್ಲ. ಇದೊಂದು ರೀತಿಯ ಹೊಸ ಅನುಭವ. ಪ್ರಭಾಕರನ ಮೇಲಿನ ಕೋಪವು ಈ ಅನುಭವಕ್ಕೆ ಕಾವು ಕೊಡುತ್ತಿತ್ತು.

ಎಷ್ಟೋ ಹೊತ್ತಿನನಂತರ ನನ್ನ ಪಕ್ಕದಲ್ಲಿ ಮಲಗಿ ಗಾಢವಾಗಿ ನಿದ್ರೆ ಮಾಡುತ್ತಿದ್ದ ಮೇಡಂರ ಬಲಗೈ ನನ್ನ ಎದೆಯ ಮೇಲೆ ಭಾರಬಿಟ್ಟಿದ್ದಾಗ ನನ್ನ ನಿದ್ರೆ ತಿಳಿಯಾಗಿ ನಾನಿರುವ ಸ್ಥಳ, ಸನ್ನಿವೇಶ ಮತ್ತು ನಡೆದ ಘಟನೆಗಳೆಲ್ಲ ಅರಿವಿನಲ್ಲಿ ಸ್ಫುಟವಾಗತೊಡಗಿತು. ತುಸುಹೊತ್ತಿನ ಮೇಲೆ ನಾನು ಈಕೆಗೆ ವೇಶ್ಯೆಯಾಗಿದ್ದೆನೋ ವಿಟಳಾಗಿದ್ದೆನೋ ಅಥವಾ ಈಕೆಯು ನನ್ನನ್ನು ಎರಡೂ ರೀತಿಯಲ್ಲಿ ಬಳಸಿದಳೋ ಎಂಬ ಗೊಂದಲ ಶುರುವಾಯಿತು. ಮದ್ಯದ ಪ್ರಭಾವವಿಲ್ಲದಿದ್ದರೆ ನಾನು ಒಪ್ಪಿ ಸಹಕರಿಸುತ್ತಿದ್ದೆನೋ ಇಲ್ಲವೋ, ಈಗಲೂ ಸಹಕರಿಸಿದೆನೋ ಅಥವಾ ಇವಳು ಮಾಡಿದುದಕ್ಕೆ ಅವಿರೋಧವಾಗಿ ಒಳಪಟ್ಟೆನೋ ಎಂಬುದೂ ಸ್ಪಷ್ಟವಾಗದೆ ಗೊಂದಲವಾಯಿತು. ಯಾವ ಉತ್ತರವೂ ಸರಿಯಾಗಿ ಸ್ಪಷ್ಟವಾಗುತ್ತಿಲ್ಲ. ಯಾವುದೂ ನಿರಾಕೃತವಾಗುತ್ತಿಲ್ಲ. ಸರಾಫ಼್ ನಿಡಿದಾಗಿ ಉಸಿರುಬಿಟ್ಟಳು. ನಿದ್ದೆಗಣ್ಣಿನಲ್ಲೇ ಅವಳ ಕೈ ನನ್ನ ಎದೆಯನ್ನು ಒಮ್ಮೆ ಮರ್ದಿಸಿತು. ಅನಂತರ ಅವಳ ಕೈ ನನ್ನ ಹಸ್ತವನ್ನು ತಡಕಿ ಹಿಡಿದು ತನ್ನ ಎದೆಗೆ ತಂದುಕೊಂಡು ಮರ್ದಿಸುವಂತೆ ಸೂಚಿಸಿತು. ನನಗೆ ಇದ್ದಕ್ಕಿದ್ದಂತೆಯೇ ಅಸಹ್ಯವಾಯಿತು. ಇಲ್ಲಿಂದ ಎದ್ದು ನನ್ನ ವಸತಿಗೆ ಹೋಗುವ ಮನಸ್ಸಾಯಿತು. ದಢಕ್ಕನೆ ಎದ್ದು ಕೂತೆ. 'ಯಾಕೆ ಎದ್ದೆ? ಮಲಗು,' ಎಂದು ಅವಳು ನಿದ್ದೆಗಣ್ಣಿನಲ್ಲೆಂಬಂತೆ ಮೆಲುದನಿಯಲ್ಲಿ ಉಸುರಿದಳು.

'ನಾನು ಹೋಗ್ತೀನಿ' ನಾನೆಂದೆ.

'ಇಷ್ಟು ಬೇಗ ಮುಂದಿನ ಬಾಗಿಲು ತೆಗೆದಿರುಲ್ಲ. ನೀನು ಯಾರು, ಎಲ್ಲಿದ್ದೆ, ಯಾವ ರೂಮಿನಲ್ಲಿ ಅಥವಾ ಸ್ಯುಟಿನಲ್ಲಿ? ಇರುಕ್ಕೆ ಮೊದಲೇ ಮಾಹಿತಿ ಕೊಟ್ಟಿದ್ದಿರೆ? ಅಂತ ಸೆಕ್ಯೂರಿಟಿಯೋರು ಕೇಳ್ತಾರೆ. ಮಲಕ್ಕೋ' ಎಂದು ಅವಳು ಮತ್ತೆ ನನ್ನನ್ನು ಕೆಡವಿಕೊಂಡಳು. ಇದು ದೊಡ್ಡ ಹೋಟೆಲು. ಅದರಲ್ಲೂ ದೊಡ್ಡ ಬಾಡಿಗೆಯ ಸ್ಯುಟು, ಇಲ್ಲಿಯ ರೀತಿನೀತಿಗಳು ನನಗೆ ಗೊತ್ತಿಲ್ಲ ಎಂಬ ಅರಿವಾಗಿ ಬಿದ್ದುಕೊಂಡೆ.

೬

ಸಮ್ಮೇಳನ ಮುಗಿದ ಒಂದು ತಿಂಗಳು ನನಗೆ ವೇತನವಿತ್ತು. ಈ ಮನೆಗೆ ಬಾಡಿಗೆ ಇತ್ತು. ಅಷ್ಟರಲ್ಲಿ ಸಮ್ಮೇಳನಕ್ಕೆ ಸಂಬಂಧಿಸಿದ ಲೆಕ್ಕಪತ್ರ ವರದಿಗಳನ್ನೆಲ್ಲ ಸಿದ್ಧಪಡಿಸಿ ಒಪ್ಪಿಸ ಬೇಕಿತ್ತು. ನಾನು ಹಗಲು ರಾತ್ರಿ ಕೆಲಸ ಮಾಡಿದೆ. ಇದರ ನಿವ್ವಳ ಪ್ರಯೋಜನವೆಂದರೆ ನನ್ನ ಶೀಘ್ರಲಿಪಿಗೆ ವೇಗ ಬಂತು. ಸಮ್ಮೇಳನದ ಭಾಷಣಗಳನ್ನೇ ನಾನು ಶೀಘ್ರಲಿಪಿಯಲ್ಲಿ ಎಲ್ಲಿಯೂ ಊನಬರದಂತೆ ಬರೆದುಕೊಂಡು ಕಂಪ್ಯೂಟರ್ ಪ್ರತಿ ಸಿದ್ಧಗೊಳಿಸುತ್ತಿದ್ದೆ. ನನ್ನ ಇಂಗ್ಲಿಷ್ ಭಾಷೆ ಹೆಚ್ಚು ಬಿಗಿಯೂ ಮೊನಚೂ ಆಗಿತ್ತು. ಈ ಮನೆಯನ್ನು ಖಾಲಿ ಮಾಡುವಾಗ ನನ್ನ ಹತ್ತಿರ ನಲವತ್ತೈದು ಸಾವಿರ ರೂಪಾಯಿ ಉಳಿದಿತ್ತು. ವಾಸಕ್ಕೆ ಒಂದು ಕೋಣೆ, ಊಟದ ಖರ್ಚು, ಇದು ಮುಗಿಯುವುದರೊಳಗೆ ಒಂದು ನೌಕರಿಯನ್ನು ಹುಡುಕಿಕೊಳ್ಳಬೇಕಿತ್ತು. ನನ್ನ ಸ್ಥಿತಿಯನ್ನು ಮಾಲಾ ಮೇಡಂಗೆ ನಿವೇದಿಸಿಕೊಂಡಿದ್ದೆ. 'ಯಾರಿಗಾದರೂ ಹೇಳ್ತೀನಿ' ಎಂಬ ಆಶ್ವಾಸನೆ ಇತ್ತಿದ್ದರು.

ಬೆಂಗಳೂರಿನಲ್ಲೋ ಮುಂಬಯಿಯಲ್ಲೋ ನನಗೊಂದು ನೌಕರಿ ಕೊಡಿಸೆಂದು ಸರಾಫ಼ಳನ್ನು ಕೇಳಿದರೆ ಖಂಡಿತ ಕೊಡಿಸುತ್ತಾಳೆಂದು ಮನಸ್ಸು ಹೇಳುತ್ತಿತ್ತು. ನೂರಕ್ಕೆ ತೊಂಬತ್ತು ಭಾಗ ಮುಂಬಯಿಯಲ್ಲಿ. ಮನಸ್ಸು ಬಂದಾಗ ನನ್ನನ್ನು ಬಳಸಿಕೊಳ್ಳಬಹುದೆಂದು. ಅಸಹ್ಯವಾಯಿತು. ಯಾವುದೂ ಶುರುವಿನಲ್ಲಿ ಅಸಹ್ಯ ಉಂಟುಮಾಡುವದೇ, ಅಭ್ಯಾಸವಾದ ಮೇಲೆ ರುಚಿಕರವಾಗುತ್ತದೆ, ಮದ್ಯದಂತೆ ಎಂಬ ಸಮಾಧಾನ ತಂದುಕೊಳ್ಳಲು ಯತ್ನಿಸಿದೆ. ಸರಾಫ಼ಳ ಜೊತೆ ವಿಸ್ಕಿ ಕುಡಿದಿದ್ದರೂ ಮತ್ತೆ ಅದು ಗೀಳಾಗಿ ಕಾಣಿಸಿಕೊಂಡಿರಲಿಲ್ಲ; ಅಸಹ್ಯವಾಗಿಯೇ ನೆನಪಿನಲ್ಲಿ ಬರುತ್ತಿತ್ತು. ಇದೂ, ಇವಳೂ ಹಾಗೆಯೇ. ಇವಳು ಮಾಡಿದ ಕೆಲಸವನ್ನು ಮಾಲಾ ಮೇಡಂಗೆ ಹೇಳಿಬಿಡುವ ಚಪಲವಾಗುತ್ತಿತ್ತು. ನೀನ್ಯಾಕೆ ಕುಡಿದೆ, ನೀನ್ಯಾಕೆ ಸಹಕರಿಸಿದೆ, ಎಂದು ಅವರು ನನ್ನನ್ನೇ ಕೇಳಿದರೆ? ಎಂಬ ಅಂಜಿಕೆಯಾಯಿತು. ಈ ವಿಷಯದಲ್ಲಿ ಅವರ ವಿಚಾರ ಹೇಗಿದೆಯೋ ನನಗೆ ತಿಳಿದಿಲ್ಲ. ಸ್ತ್ರೀ ಸಲಿಂಗಕಾಮವು ವಿಮೋಚನೆಯ ಒಂದು ಮುಖವೆಂದು ಪಶ್ಚಿಮದೇಶದ ಕೆಲವು ಸ್ತ್ರೀ ವಿಮೋಚನಾವಾದಿಗಳು

ಬರೆದಿರುವುದನ್ನು ನಾನು ಓದಿದ್ದೆ. ಆದರೆ ಮಾಲಾ ಮೇಡಂ ಈ ವಿಷಯದಲ್ಲಿ ಎಲ್ಲೂ ಏನೂ ಮಾತನಾಡಿದುದು ನನಗೆ ತಿಳಿದಿಲ್ಲ. ಈ ವಿಷಯವಾಗಿ ಅಭಿಪ್ರಾಯ ವ್ಯಕ್ತಪಡಿಸುವುದು ತಮ್ಮ ಘನತೆಗೆ ಕಡಿಮೆ ಎಂದು ಅವರು ಭಾವಿಸಿರಬಹುದು. ಅಥವಾ ಜಾಣತನದಿಂದ ಆಯ್ದು ಮೌನ ವಹಿಸಿರಬಹುದು. ಒಟ್ಟಿನಲ್ಲಿ ಯಾವ ಕಾರಣಕ್ಕೂ ಸರಾಫ್ಗಳ ಉಪಕಾರ ಪಡೆಯಬಾರದೆಂಬ ನಿರ್ಧಾರ ಗಟ್ಟಿಗೊಳ್ಳುತ್ತಿತ್ತು.

೧೦

ಮಹಿಳಾ ಚಳವಳಿಯಲ್ಲಿ ಸಕ್ರಿಯವಾಗಿ ಭಾಗವಹಿಸದಿದ್ದರೂ ಅನುಕಂಪವಿದ್ದ ರಾಜ ಲಕ್ಷ್ಮಿಯ ಶಿಫಾರಿಸಿನಿಂದ 'ಜಯಂತಿ ಹೈಪ್ರಿಸಿಶನ್'ನಲ್ಲಿ ಕೆಲಸ ಸಿಕ್ಕಿ ನೌಕರಿಯ ತಳಮಳ ಶಾಂತವಾಯಿತು. ಮಿಸೆಸ್ ವೈಜಯಂತಿಕುಮಾರ್, ಮಹಿಳೆಯೇ ಸಂದರ್ಶನ ಮಾಡಿ ನೇಮಿಸಿಕೊಂಡರು. ಆಕೆಯೇ ನನ್ನ ಬಾಸ್. ಆರು ತಿಂಗಳು ಕಲಿಕಾ ಅವಧಿ. ಕೆಲಸ ಸಮರ್ಪಕವಾಗಿದ್ದರೆ ಖಾಯಂ. ತಿಂಗಳಿಗೆ ಹನ್ನೆರಡು ಸಾವಿರ. ಈ ಕಂಪನಿಯಲ್ಲಿ ತಂತ್ರಜ್ಞ ಕಾರ್ಮಿಕರಿಗೆ ಇಪ್ಪತ್ತರಿಂದ ಮೂವತ್ತು ಸಾವಿರದವರೆಗೂ ಸಂಬಳವಂತೆ. ಇಲ್ಲಿ ಸೇರಿದ ಯಾರೂ ಬೇರೆಡೆ ಹೋಗುವುದಾಗಲಿ, ಸಂಪುಹೂಡುವುದಾಗಲಿ ಮಾಡುವುದಿಲ್ಲವಂತೆ. ನನ್ನಂಥ ಕಛೇರಿಯ ಸ್ಟಾಫ್ಗೆ ಕೂಡ ಖಾಸಗಿ ಉದ್ಯಮದ ಬೇರೆ ಕಡೆ ಕೊಡದಷ್ಟು ವೇತನ. ಬೆಳಗ್ಗೆ ಬಂದ ತಕ್ಷಣ ಉಪಾಹಾರ. ಮಧ್ಯಾಹ್ನ ಶುಚಿ ರುಚಿ ಪುಷ್ಟವಾದ ಊಟ, ಉಚಿತವಾಗಿ. ವಾರಕ್ಕೆ ಐದು ದಿನ ಕೆಲಸ. ಖಾಸಗಿ ಕಾಲೇಜಿನಲ್ಲಿ ಉಪನ್ಯಾಸಕಿಯಾಗಿ ಸಿಕ್ಕಿದರೂ ಇದರ ಕಾಲು ಭಾಗ ಪಗಾರವಿಲ್ಲ. ಒಂದು ಕಪ್ ಕಾಫಿಯೂ ಇಲ್ಲ. ಇಷ್ಟಿದ್ದರೂ ನನಗೆ ಇಲ್ಲಿಯ ವಾತಾವರಣ ಉಸಿರುಕಟ್ಟಿಸುತ್ತಿತ್ತು. ಫ್ಯಾಕ್ಟರಿಯನ್ನು ಪ್ರವೇಶಿಸುವಾಗ ಕಲ್ಲಿನಿಂದ ಕಡೆದ ಒಂದು ದೊಡ್ಡ ಲಕ್ಷ್ಮಿಯ ವಿಗ್ರಹ. ದಿನಾ ಬೆಳಗ್ಗೆ ಒಬ್ಬ ಪೂಜಾರಿ ಬಂದು ಕೈತೋಟದಲ್ಲಿ ಹೂವು ಬಿಡಿಸಿ ಅದರ ತಲೆ ಭುಜ ಕಾಲುಗಳಿಗೆಲ್ಲ ಮಂತ್ರಸಮೇತ ಪೂಜೆ ಮಾಡುತ್ತಿದ್ದ. ಅನಂತರ ಎತ್ತರ ಧ್ವನಿಯ ಮಂಗಳಾರತಿ. ತಾನೇ ಹೂವಿನ ಅಂಗಡಿಯಿಂದ ತರುತ್ತಿದ್ದ ದಪ್ಪ ಹಾರವನ್ನು ವಿಗ್ರಹದ ಕೊರಳಿಗೆ ಹಾಕಿ ಅರಿಷಿಣ ಕುಂಕುಮ ಹಚ್ಚುತ್ತಿದ್ದ. ಪ್ರತಿಯೊಬ್ಬ ಕೆಲಸಗಾರನೂ, ಕಛೇರಿಯ ಕೆಲಸದವರೂ ಫ್ಯಾಕ್ಟರಿಯನ್ನು ಪ್ರವೇಶಿಸುವ ಮೊದಲು ಚಪ್ಪಲಿಯನ್ನು ದೂರ ಬಿಟ್ಟು ವಿಗ್ರಹಕ್ಕೆ ಕೈಮುಗಿಯುತ್ತಿದ್ದರು. ಕೆಲವರಂತೂ ಅಡ್ಡ ಬೀಳುತ್ತಿದ್ದರು. ನನ್ನ ಬಾಸ್ ವೈಜಯಂತಿ ನೆಲಕ್ಕೆ ಮಂಡಿಯೂರಿ ಹಣೆಯನ್ನು ವಿಗ್ರಹದ ಪಾದಕ್ಕೆ ಮುಟ್ಟಿಸಿ ಪೂಜಾರಿಯು ವಿಗ್ರಹದ ಪಾದಕ್ಕೆ ಹಚ್ಚಿದ್ದ ಕುಂಕುಮವನ್ನು ಬೆರಳಿನಿಂದ ಎತ್ತಿ ಹಣೆಗೆ ಇಟ್ಟುಕೊಂಡು, ಪಾದದ ಮೇಲೆ ಗುಡ್ಡೆಬಿದ್ದಿದ್ದ ಹೂವುಗಳಲ್ಲಿ ಒಂದನ್ನು ಎತ್ತಿ ತಾನು ಮನೆಯಿಂದ ತುರುಬಿಗೆ ಮುಡಿದು ಬಂದಿದ್ದ ಹೂವಿನ ದಂಡೆಗೆ ಸೇರಿಸಿಕೊಂಡು ಮುಂದೆ ನಡೆಯುತ್ತಿದ್ದಳು. ತನ್ನ ಹಣೆಯ ಕುಂಕುಮ,

ಕಿವಿಯ ಓಲೆ, ಕೊರಳ ಮಾಂಗಲ್ಯಸರ ತುರುಬಿನ ಜಡೆಗಳಲ್ಲೆಲ್ಲ ಆ ವಿಗ್ರಹದ ಅಲಂಕಾರವನ್ನು ನಕಲು ಮಾಡುತ್ತಿದ್ದಾಳೆಂಬ ಭಾವನೆ ನನಗೆ ಬರುತ್ತಿತ್ತು. ತನ್ನ ವಿಶಾಲವಾದ ಕಛೇರಿಯ ಕೋಣೆಯಲ್ಲಿ ಕೂಡ ಲಕ್ಷ್ಮಿ, ಸರಸ್ವತಿ, ಗಣೇಶ, ಈಶ್ವರ, ವಿಷ್ಣು ಮೊದಲಾದ ದೇವದೇವತೆಯರ ಪಟಗಳನ್ನು ನೇತುಹಾಕಿಕೊಂಡಿದ್ದಳು. ಊಟದ ಅಂಗಳದಲ್ಲಿ ಅನ್ನಪೂರ್ಣೇಶ್ವರಿಯ ಪಟ. ಊಟ ಆರಂಭಿಸುವ ಮೊದಲು ಎಲ್ಲರೂ ಸಾಮೂಹಿಕವಾಗಿ ಅನ್ನಪೂರ್ಣೇ ಸದಾಪೂರ್ಣೇ ಶಂಕರ ಪ್ರಾಣವಲ್ಲಭೇ ಎಂದು ಗಟ್ಟಿಯಾಗಿ ಪ್ರಾರ್ಥನೆ ಮಾಡುವ ನಿಯಮ. ದಣಿಯನ್ನು ಮೆಚ್ಚಿಸಲೆಂದು ಭೃತ್ಯರೆಲ್ಲ ಅವಳನ್ನು ಅನುಕರಿಸುತ್ತಿದ್ದರೋ ಅಥವಾ ಸಂಬಳ ಕೊಡುವ ಅಧಿಕಾರದಿಂದ ತನ್ನ ನಂಬಿಕೆಗಳನ್ನು ಅವಳು ಭೃತ್ಯರ ಮೇಲೆ ಹೇರುತ್ತಿದ್ದಳೋ ನನಗೆ ಖಚಿತವಾಗಲಿಲ್ಲ. ಎಂ.ಎ. ಓದುವಾಗಲೇ ನಾನು ದೇವರು ದಿಂಡರು ಮಾರ್ಕ್ಸ್‌ವಾದ ಮಹಿಳಾವಾದಗಳನ್ನು ಓದುತ್ತಿದ್ದೆ. ಓದಿದ್ದ ವಿಚಾರಗಳೆಲ್ಲ ಪ್ರಭಾಕರ ಕೈ ಕೊಟ್ಟಮೇಲೆ ಸ್ಫುಟವಾಗಿ ಮನಸ್ಸಿನಲ್ಲಿ ಬೇರುಬಿಟ್ಟವು. ಮಹಿಳಾ ಸಮ್ಮೇಳನಕ್ಕೆ ದುಡಿಯುವಾಗ ಅವುಗಳ ಲೇಖನಗಳನ್ನು ಓದಿ ಪ್ರತಿ ಮಾಡುವಾಗ ಬೇರುಗಳು ಗಟ್ಟಿಯಾಗಿ ಆಳಕ್ಕಿಳಿದವು. ಈ ಧರ್ಮ ಹೆಣ್ಣನ್ನು ದೇವಿ ಎಂದು ಪೂಜಿಸುತ್ತದೆ. ಆದರೆ ನಿತ್ಯಜೀವನದಲ್ಲಿ ಗುಲಾಮಳನ್ನಾಗಿಸಿದೆ. ಮಾರ್ಕ್ಸ್‌ನ ವಿವರಣೆ ಸರಿ, ಧರ್ಮವೆನ್ನುವುದು ಬಡಜನತೆಗೆ ಕುಡಿಸುವ ಅಫೀಮು.

ಒಂದು ದಿನ ವೈಜಯಂತಿ ಎಂಟು ಕಾಗದಗಳಿಗೆ ಒಟ್ಟಿಗೆ ಡಿಕ್ಟೇಶನ್ ಕೊಟ್ಟಳು. ಮತ್ತೂ ಡಿಕ್ಟೇಶನ್ ಇರಬಹುದೆಂದು ನಾನು ಸುಮ್ಮನೆ ಕುಳಿತಿದ್ದೆ. ಅಂಥ ಸಂಬಳವನ್ನು ಕಳೆದುಕೊಂಡು ಕಂಪನಿಯನ್ನು ಬಿಡಲು ಸಾಧ್ಯವಾಗುತ್ತಿರಲಿಲ್ಲ. ಆದರೆ ಇಂಥ ಹೆಂಗಸಿನ ಕೈಕೆಳಗೆ ಕೆಲಸ ಮಾಡುವುದು ಹಿತಕರವಾಗಿರಲಿಲ್ಲ. ಅವಳು ಇದ್ದಕ್ಕಿದ್ದಂತೆ ಕೇಳಿದಳು: 'ಮಂಗಳಾ, ಒಂದು ಮಾತು ಕೇಳ್ತೀನಿ. ಬೇಜಾರು ಮಾಡಿಕೊಬೇಡಿ.'

'ಇಲ್ಲ,' ಎಂದೆ.

'ನೀವು ಹಣೆಗೆ ಕುಂಕುಮ ಯಾಕೆ ಇಡುಲ್ಲ? ಕೊರಳಿಗೆ ಒಂದು ಎಳೆಯಾದರೂ ಸರ. ಕೈಗೆ ಎರಡು ಬಳೆಗಳು ಬೇಡ ಅನ್ನಿಸಿದರೆ ಬೇಡ. ಆದರೆ ಹಣೆಗೆ ಒಂದು ಬೊಟ್ಟು ಕುಂಕುಮವೂ ಇಲ್ಲದಿದ್ದರೆ ಭಾರತೀಯ ಹೆಂಗಸಿನ ಮುಖದಲ್ಲಿ ಅಪಕಳೆ ಹೊಡೆಯುತ್ತೆ. ಯಾರೋ ಸತ್ತಿದಾರೆ, ಸೂತಕ ಅಂತಲೋ ವೈಧವ್ಯ ಅಂತಲೋ ಭಾಸವಾಗುತ್ತೆ. ಒಂದೊಂದು ದೇಶದ ಸಂಸ್ಕೃತಿಯಲ್ಲಿ ಒಂದೊಂದು ಚಿಹ್ನೆಗೆ ಒಂದೊಂದು ಅರ್ಥವಿರುತ್ತೆ,' ಎಂದು ನಿಲ್ಲಿಸಿದಳು. ನಾನು ಮೌನವಾಗಿಯೇ ಇದ್ದೆ. ಒಂದು ನಿಮಿಷವಾದ ಮೇಲೆ ಅವಳೇ, 'ಹೇಳಬೇಕು ಅನ್ನಿಸಿತು. ಹೇಳಿದೆ. ಇಷ್ಟವಿಲ್ಲದಿದ್ದರೆ ಬೇಡಿ' ಅಂದಳು.

'ಥ್ಯಾಂಕ್ಯು ಮೇಡಂ,' ಎಂದೆ.

ಇವಳ ಕ್ಯಾಪಿಟಲಿಸ್ಟ್ ಅಧಿಕಾರವನ್ನ ನನ್ನ ಮೇಲೆ ಈ ಮೂಲಕ ಹೇರುಕ್ಕೆ ಶುರುಮಾಡಿದಾಳೆ. ನಾನು ವಿರೋಧಿಸಬೇಕು, ಎನ್ನಿಸಿತು. ಖಾಸಗಿ ಕ್ಷೇತ್ರದಲ್ಲಿ ಬಾಸ್‌ಗೆ ಅದರಲ್ಲೂ ಮಾಲೀಕರಿಗೆ ಎದುರು ಹೇಳಿದರೆ ನೌಕರಿಗೆ ಉಳಿಗಾಲವಿಲ್ಲವೆಂಬ ವಾಸ್ತವತೆಯ ಅರಿವಾಯಿತು. ಇದನ್ನು ಚಾಕಚಕ್ಯತೆಯಿಂದ ನಿಭಾಯಿಸಬೇಕೆಂದು ತೀರ್ಮಾನಿಸಿದೆ. ಮರುದಿನ

ಆಫೀಸಿಗೆ ಹೋಗುವ ಮುನ್ನ ಕಂಡೂ ಕಾಣದಂತಹ ಸೂಜಿ ಮೊನೆಯಷ್ಟು ಗಾತ್ರದ ಕುಂಕುಮವನ್ನು ನಡುಹಣೆಗೆ ಇಟ್ಟುಕೊಂಡು ಹೋದೆ. ಅವಳ ಛೇಂಬರಿಗೆ ಹೋದಾಗ ಅವಳು ಅದನ್ನು ಗಮನಿಸಿದುದು ನನಗೆ ಗೊತ್ತಾಯಿತು. ಮರುದಿನದಿಂದ ಮತ್ತೆ ಹಣೆಗೆ ಇಡಲಿಲ್ಲ. ಅವಳೂ ಕೇಳಲಿಲ್ಲ. ಆಧುನಿಕ ವಿಚಾರಗಳು ಅವಳಿಗೆ ಗೊತ್ತಿಲ್ಲದ ಸಂಗತಿಗಳಲ್ಲ.

ಆ ದಿನದಿಂದಲೋ ಅದಕ್ಕೆ ಮೊದಲೋ ಯಾವತ್ತಿನಿಂದ ಎಂಬುದು ಸರಿಯಾಗಿ ನೆನಪಿಲ್ಲ, ಮನಸ್ಸು ಈ ವೈಜಯಂತಿಯನ್ನು ಸರಾಫ಼ಳೊಡನೆ ಹೋಲಿಸುತ್ತಿತ್ತು. ಅವಳಿಗೆ ಮದುವೆಯಾಗಿದೆಯೇ ಗಂಡ ಇದ್ದಾನೆಯೇ ಮಕ್ಕಳನ್ನು ಹೆತ್ತಿದ್ದಾಳೆಯೇ ಯಾವ ವಿವರವೂ ನನಗೆ ಗೊತ್ತಿಲ್ಲ. ಮದ್ಯದ ಪ್ರಭಾವವಲ್ಲದೆ ಮೊದಲ ದಿನದ ಆತಂಕದ ಅಂಶವಿಲ್ಲದಿದ್ದರೆ ಅವಳು ಮಕ್ಕಳನ್ನು ಹೆತ್ತವಳೇ ಅಲ್ಲವೇ ಎಂಬುದನ್ನು ಗಮನಿಸಿ ತಿಳಿಯಬಹುದಾಗಿತ್ತು. ನನ್ನ ಬುದ್ಧಿ ಆ ಕಡೆ ಹೋಗಿರಲಿಲ್ಲ. ಇವಳಿಗೆ ಗಂಡನಿದ್ದಾನೆ. ಅವನೇ ಕಂಪನಿಯ ಛೇರ್ಮನ್, ಮಾರಾಟ ವಿಭಾಗದ ಮುಖ್ಯಸ್ಥ. ಒಂದು ಹೆಣ್ಣುಹುಡುಗಿಯೂ ಇದೆ. ಒಂದೊಂದು ದಿನ ಫ಼್ಯಾಕ್ಟರಿಗೆ ಬಂದು ಕೈತೋಟದಲ್ಲಿ ಕೈಕಾಲು ಲಂಗಗಳನ್ನು ಮಣ್ಣು ಮಾಡಿಕೊಂಡು ಆಟವಾಡುತ್ತೆ. ನನ್ನ ಮನಸ್ಸಿಗೆ ಇವಳು ಸರಾಫ಼ಳ ಇನ್ನೊಂದು ರೂಪವೆನ್ನಿಸುತ್ತಿತ್ತು. ಕ್ಯಾಪಿಟಲಿಸ್ಟ್ ಎಂದರೆ ಒಂದೇ ಜಾತಿ. ಅವಕಾಶ ಸಿಕ್ಕಿದರೆ ಇವಳೂ ನನ್ನನ್ನು ಅಥವಾ ನನ್ನಂಥ ಹೆಂಗಸನ್ನು ಅವಳು ಮಾಡಿದ ಹಾಗೆಯೇ ಮಾಡಬಹುದಲ್ಲವೇ ಎಂಬ ಕಲ್ಪನೆ ತೊಡಗುವುದು. ಜೊತೆಗೇ ಅಸಹ್ಯವಾಗುವುದು.

೧೧

ನಾನು ಜೀವನದಲ್ಲಿ ಅತ್ಯಂತ ಅನ್ಯಾಯಕ್ಕೊಳಗಾದವಳು ಎಂಬ ಭಾವನೆ ಸದಾ ಒಳಗೆ ಕುದಿಯುತ್ತಿತ್ತು. ಅನ್ಯಾಯದ ಕರ್ತೃ ಪ್ರಭಾಕರ ಎಂಬುದನ್ನು ಆಲೋಚನೆಯು ಸ್ಪಷ್ಟಪಡಿಸಿಕೊಳ್ಳಬೇಕಿರಲಿಲ್ಲ. ರಾಸ್ಕಲ್, ಎಕ್ಸ್‌ಪ್ಲಾಯಿಟರ್, ಪಿಗ್‌ಗಳಲ್ಲದೆ ಚೀಟ್ ಕ್ರಿಮಿನಲ್ ಮೊದಲಾಗಿ ಹತ್ತಾರು ಬೈಗುಳಗಳು ಅವನ ನೆನಪಿನ ಹಿಂದೆಯೇ ಕಾಣಿಸಿಕೊಳ್ಳುತ್ತಿದ್ದವು. ಎಂ.ಎ.ಯಲ್ಲಿ ಸಹಪಾಠಿಯಾಗಿದ್ದ ಪ್ರಮೀಳಾ ಒಂದು ದಿನ ಸಿಕ್ಕಿದಳು. ಈಗ ಅವಳು ದೊಡ್ಡಬಳ್ಳಾಪುರದ ಒಂದು ಖಾಸಗಿ ಕಾಲೇಜಿನಲ್ಲಿ ಉಪನ್ಯಾಸಕಿ. ಒಂದೂವರೆ ಸಾವಿರ ಸಂಬಳವಂತೆ. ಕೊಠಡಿಯ ಬಾಡಿಗೆ ಕೊಟ್ಟಮೇಲೆ ಊಟಕ್ಕೆ ಸಾಲುವುದಿಲ್ಲ. ಖಾಸಗಿ ಟ್ಯೂಶನ್ ಹೇಳಿ ಹೊಟ್ಟೆ ಹೊರೆದು ಕೊತ್ತೀನಿ. ನೀನು ಅದೃಷ್ಟವಂತೆ. ಹನ್ನೆರಡು ಸಾವಿರ ಸಂಬಳ, ಬೆಳಗ್ಗೆ ತಿಂಡಿ, ಮಧ್ಯಾಹ್ನ ಊಟ, ವಾರಕ್ಕೆ ಐದೇ ದಿನ ಕೆಲಸ ಎಂದಳು. ಹಾಗೆಯೇ ನಮ್ಮ ವಿದ್ಯಾರ್ಥಿಜೀವನ, ಸಹಪಾಠಿಗಳ ಮಾತು ಬಂತು. 'ಪ್ರಭಾಕರ ಎಲ್ಲಿದಾನೆ ಗೊತ್ತಾ?' ಎಂದಳು.

ನನ್ನನ್ನು ಪರೀಕ್ಷೆ ಮಾಡುಕ್ಕೆ ಇವಳು ಕೇಳ್ತಿದಾಳೆಯೇ ಎಂಬ ಅನುಮಾನ ಬಂತು.

'ಸಂಪರ್ಕವಿಲ್ಲ' ಎಂದೆ.

"ಈಗ ದೊಡ್ಡ ಮನುಷ್ಯ ಆಗಿದಾನೆ. ಟ್ರಾನ್ಸ್‌ಪೋರ್ಟ್ ಇಲಾಖೇಲಿ ಆಫೀಸರ್. ಸಂಬಳದ ಹತ್ತು ಪಟ್ಟು ಗಿಂಬಳವಂತೆ. ಏನವನ ಶೋಕಿ, ಆಗಲೇ ಕಾರು ಇಟ್ಟಿದಾನೆ. ಅದಿರಲಿ. ನನಗೆ ಸಿಕ್ಕಿದ್ದ. ಸ್ತ್ರೀ ವಿಮೋಚನೆಯ ಮಾತುಬಂತು. ವಿಮೋಚನೆ, ಚಳವಳಿಯ ಹೆಂಗಸರ ಜೊತೆ ಸ್ನೇಹವಾಗಿರಬಹುದು, ವಿವೇಕಿಯಾದ ಗಂಡಸು ಎಂದೂ ಅಂಥೋರನ್ನ ಮದುವೆಯಾಗುಲ್ಲ. ಆಫ್‌ಕೋರ್ಸ್, ನೀನು ಅಂಥ ಚಳುವಳಿಯ ಜಾತಿಯೋಳಲ್ಲ ಅಲ್ಲವೆ? ಅಂದ. ಯಾಕೆ ಈ ಮಾತು ಅಂದೆ.

" 'ನಾವೆಲ್ಲ ಇಳಾ ಮೇಡಂರ ಶಿಷ್ಯರಲ್ಲವೆ? ನನ್ನ ಸ್ನೇಹಿತರ ಪೈಕಿ ಸರಿಯಾದ ವರ ಇದ್ದರೆ ನಿನ್ನ ಹೆಸರನ್ನ ಪ್ರಸ್ತಾಪಿಸಲೇ ಅಂತ,' ಅಂದ."

'ಮದುವೆಯಾಗಬೇಕು ಅಂತ ನಿನಗೆ ಇಚ್ಛೆ ಆಗುತ್ತೆಯೆ? ನಿಜ ಹೇಳು' ಎಂದು ಅವಳ ಮುಖವನ್ನು ಪರೀಕ್ಷಕ ದೃಷ್ಟಿಯಿಂದ ನೋಡಿದೆ.

'ಈಗ ನಾನಿರುವ ಸ್ಥಿತಿಯನ್ನ ಯೋಚಿಸಿದರೆ ಸೆಟ್ಲ್ ಆಗಬೇಕು ಅನ್ನಿಸುತ್ತೆ. ಯೋಗ್ಯನಾದೋನು ಸಿಕ್ಕಬೇಕು ಅಷ್ಟೆ. ಒಳ್ಳೆಯ ಸಂಬಳವೋ ಆಸ್ತಿಯೋ ಇರೋನು. ನನಗಿಂತ ಹೆಚ್ಚು ಅಥವಾ ನನ್ನಷ್ಟೇ ಓದಿರಬೇಕು.'

ಆವೊತ್ತಿನಿಂದ ಆ ಲೋಫ಼ರನ ಮೇಲೆ ಇನ್ನಷ್ಟು ಕೋಪ ಉರಿಯತೊಡಗಿತು. ಚಳವಳಿಯ ಹೆಂಗಸರ ಜೊತೆ ಸ್ನೇಹವಾಗಿರಬಹುದಂತೆ, ಮದುವೆ ಅವಿವೇಕವಂತೆ. ಸ್ನೇಹ ಎಂದರೆ ಏನವನ ಅರ್ಥ? ಚಪ್ಪಲಿಯಲ್ಲಿ ಹಾಕಬೇಕು. ಎಲ್ಲ ಗಂಡಸರೂ ಹೀಗೆಯೇ. ಇಡೀ ಗಂಡಸು ಜಾತಿಯದು ಒಂದೇ ಹೀನಗುಣ, ಮೃಗಗುಣ, ಮೇಲ್ ಶಾವಿನಿಸ್ಟಿಕ್ ಪಿಗ್ ಎನ್ನಿಸತೊಡಗಿತು. ಸಂಬಳದ ಹತ್ತರಷ್ಟು ಲಂಚ, ಕಾರು, ಕರಪ್ಟ್. ಸಮಾಜದ್ರೋಹಿ ಎಂಬ ಕಪ್ಪು ಆಯಾಮವೂ ಕಾಣಿಸಿತು.

ಶನಿವಾರ ಭಾನುವಾರ ಸ್ತ್ರೀ ವಿಮೋಚನಾ ಕ್ಲಾಸುಗಳಲ್ಲಿ ಉಪನ್ಯಾಸ ಮಾಡಲು ಹೋಗುತ್ತಿದ್ದೆ. ಬಾಡಿಗೆ ಕೋಣೆಯಲ್ಲಿರುವಾಗ ಬಿಡುವಿರುತ್ತಿತ್ತು. ಸಮ್ಮೇಳನದ ಅವಧಿಯಲ್ಲಿ ಉಳಿಸಿದ ನಲವತ್ತೈದು ಸಾವಿರವನ್ನು ಮುಂಗಡ ಕೊಟ್ಟು ಬ್ಯಾಂಕಿನಲ್ಲಿ ಸಾಲ ಪಡೆದು ವಿಜಯನಗರದಲ್ಲಿ ಎರಡು ಕೋಣೆ, ಒಂದು ಹಾಲ್, ಅಡುಗೆ, ಶೌಚಗಳ ಎಲ್ಲವೂ ಕಿರಿ ಅಳತೆಯ ಫ್ಲ್ಯಾಟ್ ಕೊಂಡಮೇಲೆ ಶನಿವಾರ ಅದನ್ನು ಗುಡಿಸಿ ಒರೆಸುವ, ಅಡುಗೆಮನೆಯನ್ನು ತಿಕ್ಕಿತೊಳೆಯುವ, ವಾರಾಂತ್ಯದಲ್ಲಿ ಅಡುಗೆ ಮಾಡಿಕೊಳ್ಳುವ, ಬಟ್ಟೆ ಒಗೆದುಕೊಳ್ಳುವ ಕೆಲಸ ಬಿದ್ದು ಉಪನ್ಯಾಸಗಳಿಗೆ ಹೋಗುವುದು ಕಷ್ಟವಾಗುತ್ತಿತ್ತು. ಹೋಗದೆ ಬಿಟ್ಟರೆ ಕೆರೂರ್ ಮೇಡಂ ಅಸಮಾಧಾನಪಟ್ಟು ಕೊಳ್ಳುತ್ತಾರೆಂಬ ಭಯ.

ಒಂದುದಿನ ಆಫೀಸಿನಲ್ಲಿ ನನಗೊಂದು ಫೋನ್‌ಬಂತು. ಪಿ.ಎ.ಯಾದ್ದರಿಂದ ಎಂ.ಡಿ.ಯ ಫೋನುಗಳನ್ನೂ ನೋಡಿಕೊಳ್ಳುವುದು ಅಭ್ಯಾಸವಾಗಿತ್ತಾದರೂ ಮಾತಾಡಿದಾತ,

'ನಾನು ಮಿಸ್ ಮಂಗಳಾ ಅವರ ಕೈಲಿ ಮಾತಾಡ್ತಿದೇನೆಯೆ?'

ಎಂದು ನಿರ್ದಿಷ್ಟವಾಗಿ ಕೇಳಿದಾಗ, 'ಪಿ.ಎ. ಟು ಎಂ.ಡಿ. ಜಯಂತಿ ಹೈ ಪ್ರೆಸಿಶನ್,' ಎಂದೆ.

'ಅದು ಸರಿ. ನಿಮ್ಮ ಹೆಸರು ಮಿಸ್ ಮಂಗಳಾ ಅಂತ ತಾನೆ?'

ಮಹಿಳಾ ವಿಮೋಚನೆಗೆ ಸಂಬಂಧಿಸಿದ ಅಥವಾ ಕೆರೂರ್ ಮೇಡಂರ ಕಛೇರಿಯಿಂದ ಯಾರೋ ಮಾತಾಡ್ತಿರಬಹುದೆಂದುಕೊಂಡು, 'ನೀವು ಯಾರು?' ಅಂದೆ.

'ನೀವು ಮಿಸ್ ಮಂಗಳಾ ತಾನೆ? ಅದನ್ನ ಮೊದಲು ಹೇಳಿ,' ಅಂದರು.

ಹೌದು ಎಂದ ತಕ್ಷಣ, 'ಧ್ವನಿ ಎಷ್ಟೇ ಪರಿಚಿತವಾದರೂ ಫ಼ೋನಿನಲ್ಲಿ ಗುರುತುಸಿಕ್ಕೂದು ಕಷ್ಟವಾಗುತ್ತೆ. ಅಲ್ಲದೆ ನಾನೂ ನೀನೂ ಎಂದೂ ಫ಼ೋನಿನಲ್ಲಿ ಮಾತಾಡಿಲ್ಲ. ಈಗ ಹೇಳು. ಗುರುತು ಸಿಕ್ಕಿತಾ?'

ಮೈ ಬೆವರುವಂತಾಯಿತು. ಮೇಲ್ ಶಾವನಿಸ್ಟಿಕ್ ಪಿಗ್. ಅವನೇ. ಈಗ ಯಾಕೆ ಫ಼ೋನ್ ಮಾಡ್ತಿದಾನೆ? ಹೇಗೆ ಪ್ರತಿಕ್ರಿಯಿಸಬೇಕೋ ಗೊತ್ತಾಗ್ತಿಲ್ಲ. ಲೋಫ಼ರ್, ಚೀಟ್ ಅನ್ನಬೇಕು ಎಂದುಕೊಂಡರೂ ಗಂಟಲು ಕಟ್ಟಿಕೊಂಡಿದೆ. ಅಲ್ಲದೆ ಆಫ಼ೀಸಿನಲ್ಲಿ ಬೇರೆಯವರು ತಮ್ಮ ತಮ್ಮ ಕಂಪ್ಯೂಟರ್ ಮೇಲೆ ನಿಶ್ಶಬ್ದವಾಗಿ ಕೆಲಸ ಮಾಡುತ್ತಿರುವಾಗ ನಾನು ಕೋಪದ, ಬೈಗುಳದ ಮಾತನಾಡಿದರೆ ಏನಂತ ತಿಳಕೊಂಡಾರು, ಎಂಬ ಎಚ್ಚರ ಸ್ಥಗಿತವಾಗಿರಲಿಲ್ಲ. 'ನಿನ್ನನ್ನ ಪತ್ತೆ ಮಾಡಬೇಕು ಅಂತ ಎಷ್ಟೆಷ್ಟೋ ಪ್ರಯತ್ನಪಟ್ಟೆ. ಯಾರನ್ನ ಕೇಳೂದು? ಹೋದ ಶನಿವಾರ ಬಸವನಗುಡಿ ಜಯನಗರ ಕಾಲೇಜುಗಳ ಕೆಲವು ಆಸಕ್ತ ಹುಡುಗಿಯರಿಗೆ ಸ್ತ್ರೀಯರ ಹಕ್ಕು ಹೋರಾಟಗಳನ್ನು ಕುರಿತು ನಡೆಸಿದ ವಿಚಾರಸಂಕಿರಣದಲ್ಲಿ ಭಾಷಣ ಮಾಡಿದವರಲ್ಲಿ ನಿನ್ನ ಹೆಸರೂ ಇತ್ತು. ಕನ್ನಡ ಪೇಪರಿನ ಎಂಟನೆ ಪುಟದ ಎಂಟನೆ ಕಾಲಂನ ಕೆಳಭಾಗದಲ್ಲಿ ವರದಿ ಇತ್ತು. ಮಹಿಳಾ ಚಳವಳಿಯ ಕಾರ್ಯಕರ್ತರನ್ನ ಪತ್ತೆಮಾಡಿ ನಿನ್ನ ನಂಬರ್ ಸಂಪಾದಿಸಿದೆ. ನೀನು ಫ಼ೋನಿನಲ್ಲಿ ಉತ್ತರ ಹೇಳ್ತಿಲ್ಲ. ಮುನಿಸಿಕೊಂಡಿದೀಯ, ಮೂರೂವರೆ ವರ್ಷ ಕಳೆದರೂ. ಹೆಂಗಸರಿಗೆ ಮುನಿಸು ಜಾಸ್ತಿ. ಗಂಡಸರಷ್ಟು ತಾಳ್ಮೆಯಿಲ್ಲ. ಮತ್ತೆ ಮುನಿಸಿಕೊಬೇಡ. ಐ ಆಮ್ ಕಿಡಿಂಗ್. ನಿನ್ನನ್ನ ಮೀಟ್ ಮಾಡಬೇಕು. ಡೆಸ್ಪರೇಟ್ ಆಗಿ ಕೇಳ್ತಿದೀನಿ. ಟೈಮ್, ಜಾಗ ಹೇಳು. ಬರ್ತೀನಿ. ಅಥವಾ ಪಿಕ್ ಅಪ್ ಮಾಡ್ತೀನಿ. ನನ್ನ ನಂಬರ್ ಬರಕೊ.....'

'ನನಗೆ ಅಗತ್ಯವಿಲ್ಲ' ಎಂದೆ ಧ್ವನಿತಗ್ಗಿಸಿ.

'ಕೋಪ ಇಳಿದಮೇಲೆ ಅಗತ್ಯಬೀಳುತ್ತೆ. ಬರಕೊ. ಇಲ್ಲದಿದ್ದರೆ ನೆನಪಿನಲ್ಲಿಟ್ಟುಕೊ' ಎಂದು ಅವನ ಸಂಖ್ಯೆಗಳನ್ನು ನಿಧಾನವಾಗಿ ಇಂಗ್ಲಿಷಿನಲ್ಲಿ ನಾಲ್ಕು ಸಲ, ಕನ್ನಡದಲ್ಲಿ ನಾಲ್ಕು ಸಲ ಕಿವಿಯೊಳಗೆ ಅಚ್ಚೊತ್ತುವಂತೆ ಕುಟ್ಟಿದ.

ಅದಾದ ಎರಡನೆಯ ದಿನ ಪುನಃ ಕರೆಮಾಡಿದ, 'ನೀನು ನನ್ನ ನಂಬರನ್ನ ಸರಿಯಾಗಿ ಬರಕೊಳ್ಳಲಿಲ್ಲ ಅಂತ ಮತ್ತೆ ಮಾಡ್ತಿದೀನಿ. ನಿನ್ನ ಸಂಬಂಧದಲ್ಲಿ ನನಗೆ ಯಾವ ಈಗೋ ಪ್ರಾಬ್ಲಮ್ ಇಲ್ಲ. ನೀನು ಎಷ್ಟು ಬೇಕಾದರೂ ಉಪೇಕ್ಷಿಸು. ನಾನಂತೂ ಅಪೇಕ್ಷಿಸ್ತೀನಿ,' ಎಂದ.

ಅವನು ಎರಡನೆ ಸಲ ಕರೆಮಾಡಿದ ಒಂದು ದಿನದಲ್ಲಿ ನಾನು ಯಾಕೆ ಕರಗಿದೆ? ಇವತ್ತಿಗೂ ನನಗೇ ಅರ್ಥವಾಗಿಲ್ಲ. ಅನಂತರ ಅವನೇ ಹೇಳಿದ ಹಾಗೆ ಗಂಡು ಹೆಣ್ಣು ಯಾರೊಡನೆ ಮೊದಲಬಾರಿಗೆ ಸಂಪೂರ್ಣ ಸಂತೋಷವಾಗುವಂತೆ ಸಮಾಗಮ ಮಾಡ್ತಾರೆಯೋ ಅವರನ್ನು ಮರೆಯೂದು ಜನ್ಮವಿಡೀ ಸಾಧ್ಯವಿಲ್ಲ, ನಿಜವೆ? ಹೌದು. ನಾನು ಅವನು ಅವನ ಫ್ಲ್ಯಾಟಿನಲ್ಲಿ ಮೂರು ತಿಂಗಳಿಗೂ ಮಿಕ್ಕು ಸಮಾಗಮಿಸುತ್ತಿದ್ದೆವು. ಆ ಪರಿಸ್ಥಿತಿಯಲ್ಲಿ ವೈದ್ಯಕೀಯ ಪರಿಹಾರವಲ್ಲದೆ ಬೇರೆ ಯಾವ ದಾರಿ ಇತ್ತು? ಅವನದಾದರೂ ಏನು ತಪ್ಪು? ನಾನು ಉದ್ವೇಗಕ್ಕೆ, ಕೋಪಕ್ಕೆ ಒಳಗಾದೆನೆ? ಎಂಬ ವಿವರಣೆಯು ಮನಸ್ಸಿನಲ್ಲಿ ಸುಪ್ತವಾಗಿಯೇ ರೂಪುಗೊಂಡು ಸುಪ್ತವಾಗಿಯೇ ನನ್ನನ್ನು ಬದಲಾಯಿಸಿತೆ? ಅಥವಾ ಬೇರೆ ಯಾರೊಡನೆಯೂ ಹೇಳ್ಕಳುಕ್ಕೆ ಸಂಕೋಚವಾದರೂ ನನಗೆ ನಾನು ನಿಸ್ಸಂಕೋಚವಾಗಿ ಸ್ಪಷ್ಟಪಡಿಸಿಕೊಳ್ಳುಕ್ಕೆ ಯಾರ ಅಂಜಿಕೆ? ಇಪ್ಪತ್ತಾರು ತುಂಬುತ್ತಿತ್ತು. ಅವನ ಸಂಪರ್ಕ ಕಡಿದು ಮೂರೂವರೆ ವರ್ಷವಾಗಿತ್ತು. ಒಳ್ಳೆಯ ಸಂಬಳ. ಸ್ವಂತ ಫ್ಲ್ಯಾಟ್. ಬೇರೆ ಎಷ್ಟೇ ಅಸಮಾಧಾನವಿದ್ದರೂ ಮೂಲಬಯಕೆ ಎಲ್ಲಿ ಹೋದೀತು? ಅವನೇ ಡೆಸ್ಪರೇಟ್ ಆಗಿ ಫೋನ್ ಮಾಡ್ತಿರುವಾಗ. ಮುಂದಿನ ಸೋಮವಾರ ಅವನು ಮೂರನೆ ಸಲ ಕರೆದು, 'ಅಲ್ಲಿ ಬೇರೆ ಸಹೋದ್ಯೋಗಿಗಳಿದಾರೆ ಅಂತ ನನಗೆ ಗೊತ್ತಿದೆ. ಎಲ್ಲಿ ಭೇಟಿಯಾಗೂದು ಅನ್ನೂದ ಹೇಳಿಬಿಡು ಸಾಕು' ಎಂದ, ನಾನು ಭೇಟಿಯಾಗಲು ಸಿದ್ಧಳಿರುವೆನೆಂಬಂತೆ. ಫೋನಿನಲ್ಲಿ ಹೆಚ್ಚು ಮಾತನಾಡುವುದು ನನಗೂ ಬೇಡವಾಗಿತ್ತು. ಎದುರಿಗೇ ತರಾಟೆ ತೆಗೆದುಕೊಳ್ಳುವುದೆಂದು ನಿಶ್ಚಯಿಸಿ, 'ನನ್ನ ಫ್ಲ್ಯಾಟ್ ವಿಳಾಸ ಬರಕೊ. ವಿಜಯನಗರದಲ್ಲಿ..... ಸಂಜೆ ನಾನು ತಲುಪೂದು ಆರೂವರೆಯಾಗುತ್ತೆ. ಇವತ್ತು,' ಎಂದೆ. ಸರಿಯಾಗಿ ವಿಶ್ಲೇಷಿಸಿ ಕೊಳ್ಳದಿದ್ದರೆ ನಿಜ ಅರ್ಥವಾಗುಲ್ಲ. ಗಂಡು ಹೆಣ್ಣು ಯಾರೊಡನೆ ಮೊದಲ ಬಾರಿಗೆ ಸಂಪೂರ್ಣ ಸಂತೋಷವಾಗೂ ಹಾಗೆ ಸಮಾಗಮ ಮಾಡ್ತಾರೆಯೋ ಅನ್ನೂದು ನನ್ನ ಮಟ್ಟಿಗೆ ಸುಳ್ಳಲ್ಲ. ಫೋನಿನಲ್ಲಿ ಅವನ ಧ್ವನಿ ಕೇಳ್ತಿರುವಾಗ ಅವನೊಡನೆ ಪಡ್ತಿದ್ದ ಸಂತೋಷದ ನೆನಪು ಜಾಗ್ರತವಾಗಿ ನರನಾಡಿಗಳನ್ನು ತಪ್ತಗೊಳಿಸುತ್ತಿತ್ತು. ಮಾತ್ರವಲ್ಲ, ಸರಾಫ಼ನಿಂದ ಉಂಟಾಗಿದ್ದ ಅಸಹ್ಯದೊಡನೆ ಹೋಲಿಕೆಯುಂಟಾಗಿ ಇದು ಕಿಂಚಿತ್ತೂ ಅಸಹ್ಯವಿಲ್ಲದ ನೆನಪಾಗಿ ಕಾಣತೊಡಗಿತು. ಅವನ ಹೆಸರಿನೊಡನೆ ಸೇರಿಕೊತ್ತಿದ್ದ ಶಾವನಿಸ್ಟಿಕ್ ಪಿಗ್, ರಾಸ್ಕಲ್ ಲೋಫ಼ರ್, ಚೀಟ್ ಮೊದಲಾದ ಕಲ್ಪನೆಗಳೆಲ್ಲ ಆವಿಯಾಗಿ ಅವನು ನನ್ನ ನಿಜ ವಾದ ಗೆಳೆಯ ಎಂಬ ಭಾವನೆಯುಂಟಾಗಿತ್ತು. ಇಲ್ಲದಿದ್ದರೆ, 'ನನ್ನ ಫ್ಲ್ಯಾಟ್ ವಿಳಾಸ ಬರಕೊ, ವಿಜಯನಗರದಲ್ಲಿ.....' ಅಂತ ಹೇಳ್ತಿದ್ದೆನೆ?

೧೨

ಅವನು ಮೊದಲಿಗಿಂತ ತುಂಬಿಕೊಂಡಿದಾನೆ. ಹಾಕಿರುವ ಶರಟು ಪ್ಯಾಂಟುಗಳೂ

ಬೆಲೆ ಬಾಳುವವು. ಬಟ್ಟೆಯನ್ನು ಕೊಂಡು ಸ್ಥಳೀಯ ದರ್ಜಿಯಿಂದ ಹೊಲಿಸಿದವಲ್ಲ. ಪ್ರಸಿದ್ಧ ಕಂಪನಿಯಿಂದ ಪ್ರಾಯಶಃ ಜರ್ಮನ್ ಫ್ರಾನ್ಸ್ ಇಟಾಲಿಯನ್ ಅಥವಾ ಅಮೆರಿಕನ್ ಕಂಪನಿಯಿಂದ ತಯಾರಾದ ಸಿದ್ಧ ಉಡುಪು. ಮಿರಮಿರನೆ ಹೊಳೆಯುವ ಕಪ್ಪು ಶೂಗಳು. ಮುಖದಲ್ಲಿ ಮೊದಲಿಗಿಂತ ಹೆಚ್ಚು ಆತ್ಮವಿಶ್ವಾಸ. ನಾನು ಬಾಯಿಬಿಟ್ಟು ಸ್ವಾಗತ ಹೇಳದಿದ್ದರೂ ಒಳಗೆ ಬಂದವನು ಬೆತ್ತದ ಕುರ್ಚಿಯ ಮೇಲೆ ಕುಳಿತು ತಾನೇ ಮಾತು ಆರಂಭಿಸಿದ:

'ಆಗ ನನ್ನ ಫ್ಲ್ಯಾಟಿನಲ್ಲಿ ಸಂಧಿಸಿದೆವು. ಈಗ ನಿನ್ನ ಫ್ಲ್ಯಾಟು.' ನನಗೆ ಮಾತು ತೋಚಲಿಲ್ಲ. ಒಂದು ನಿಮಿಷ ಕಳೆದ ನಂತರ ಅವನೇ, 'ನನ್ನ ನಿನ್ನ ಸಂಬಂಧದಲ್ಲಿ ಸುಳ್ಳಿರಬಾರದು. ಮೊದಲೇ ಹೇಳಿಬಿಡ್ತೀನಿ. ನನಗೆ ಮದುವೆಯಾಗಿದೆ.'

ನನ್ನ ಎದೆಗೆ ಚೂರಿ ಹಾಕಿದಂತಾಯಿತು. ತೋರಿಸಿಕೊಳ್ಳಬಾರದೆಂದು, 'ಎಷ್ಟು ವರ ದಕ್ಷಿಣೆ?' ಎಂದೆ.

'ವರದಕ್ಷಿಣೆ ಕೇಸು ಮಾಡಿ ಜೈಲಿಗೆ ಹಾಕುಸ್ತೀ ಏನು?' ಎಂದ ರೇಗಿಸುವವನಂತೆ.

'ನಾನು ಮಾಡುಲ್ಲ. ಮಾಡು ಅಂತ ನಿನ್ನ ಹೆಂಡತೀನ ಪ್ರಚೋದಿಸ್ತೀನಿ.'

'ಯಾರ ಪ್ರಚೋದನೆಗೂ ಅವಳು ಒಳಗಾಗುಲ್ಲ. ಯಾಕೆಂದರೆ ಅದರ ಫಲಾನುಭವಿ ಅವಳೇ.'

'ಏನು ಹಾಗಂದರೆ?'

'ಅವಳ ಅಪ್ಪ ಸಂಬಂಧಿಸಿದ ಮಂತ್ರಿಗಳಿಗೆ ಇಪ್ಪತ್ತೈದು ಲಕ್ಷ ಕೊಟ್ಟರು. ನನಗೆ ಈ ಕೆಲಸ ಸಿಕ್ಕಿತು. ಈ ಕೆಲಸದ ಸುಖ ಅನುಭವಿಸ್ತಿರೋಳು ಅವರ ಮಗಳೇ,' ಎಂದ ಅವನು ಒಂದು ನಿಮಿಷ ನನ್ನ ಮುಖ ನೋಡಿದ. ನಾನೂ ಅವನ ದೃಷ್ಟಿಯನ್ನು ಎದುರಿಸುತ್ತಿದ್ದೆ. ಅನಂತರ ಮುಂದುವರೆಸಿದ: 'ಇವನು ಮತ್ತೆ ಮಾತನಾಡಿಸುಕ್ಕೂ ಲಾಯಖ್ ಇಲ್ಲದೋನು ಅನ್ನೂ ಥರ ನೀನು ನಡಕೊಂಡೆ. ಗರ್ಭಪಾತದ ಚಿಕಿತ್ಸೆಯಾಗೂದು ಹೆಂಗಸಿಗೆ, ದೈಹಿಕ ಮಾನಸಿಕ ಯಾತನೆಯಾಗೂದೂ ಅವಳಿಗೇ ಅಂತ ನಾನು ನಿನಗೆ ಸಮಾಧಾನ ಹೇಳುಕ್ಕೆ ಎಷ್ಟೋ ಪ್ರಯತ್ನಮಾಡಿದೆ. ನೀನು ತಿರಸ್ಕಾರಾನೇ ತೋರಿಸಿದೆ. ಆ ಸನ್ನಿವೇಶದಲ್ಲಿ ನಾವು ಮದುವೆಯಾಗಿ ಮಗೂನ ಉಳಿಸಿಕೊಳ್ಳೂದು ಸಾಧ್ಯವೇ ಇರಲಿಲ್ಲ. ಆಮೇಲೆ ನೀನು ಸಿಕ್ಕಲೇ ಇಲ್ಲ. ನನ್ನನ್ನ ತಪ್ಪಿಸ್ತಿದ್ದೆ. ನಾನು ಮದುವೆಗೆ ಒಪ್ಪಿಕೊಂಡೆ. ಆದರೆ ನಿನ್ನನ್ನ ಮರೆಯುಕ್ಕೆ ಮಾತ್ರ ಸಾಧ್ಯವಿಲ್ಲ. ನಿನ್ನನ್ನ ಡೆಸ್ಪರೇಟ್ ಆಗಿ ಹುಡುಕ್ತಿದ್ದೆ.'

'ಈಗ ಏನು ಮಾಡಬೇಕು ಅಂತಿದೀ?'

'ಮೊದಲಿನ ಹಾಗೆ ಸ್ನೇಹದಿಂದಿರಾಣ. ಆಗ ನನ್ನ ಫ್ಲ್ಯಾಟ್ ಇತ್ತು. ಈಗ ನಿನ್ನ ಈ ಫ್ಲ್ಯಾಟ್ ಇದೆ.'

'ನೀನು ಸಂಸಾರಾನೂ ಇಟ್ಟುಕೊಬೇಕು. ಕದ್ದುಮುಚ್ಚಿ ನನ್ನ ಸಂಪರ್ಕಾನೂ ಮಾಡಬೇಕು. ಅಂದರೆ ನಾನು ನಿನ್ನ ಕೀಪ್ ಆಗಿರಬೇಕು. ಇದು ತಾನೆ ನೀನು ಹೇಳುವ ಸ್ನೇಹ?'

'ಕೀಪ್ ಅಂತ ಯಾಕಂತೀಯಾ? ನೀನೇನು ನನ್ನಿಂದ ಹಣ ಪಡೆಯುಲ್ಲ. ಸ್ನೇಹ

ವೊಂದೇ ನಮ್ಮ ಸಂಬಂಧಕ್ಕೆ ಆಧಾರ. ನಿನಗೆ ಯಾರನ್ನಾದರೂ ಮದುವೆ ಮಾಡಿಕೊಬೇಕು ಅನ್ನಿಸಿದಾಗ ಹೇಳು. ನಾನು ದೂರವಾಗ್ತೀನಿ. ಮದುವೆಯಾದ ಮೇಲೂ ಸಂಬಂಧ ಮುಂದುವರೆಯಲಿ ಅನ್ನೂದಿದ್ದರೆ ಅದೂ ಸರಿ. ನನಗೆ ನೀನು ಬೇಕು. ಐ ಲವ್ ಯು. ಮದುವೆ ಅನ್ನೂದು ಒಂದು ಕಾಫ್ಟಿನ್. ಅದರೊಳಗೆ ಇಬ್ಬರು ವ್ಯಕ್ತಿಗಳನ್ನ ತುರುಕಿ ಮುಚ್ಚಳ ಹಾಕಿ ಮೊಳೆ ಹೊಡೀತಾರೆ. ನಿಜ ಅಂದರೆ ನಾನು ನೀನು ಕೂಡಿದಾಗ ಈಂಟಿದ ಆನಂದ ನಾನು ಮತ್ತೆ ಅನುಭವಿಸಿಲ್ಲ. ನನ್ನ ಹೆಂಡತಿ ದಡ್ಡಿಯಲ್ಲ. ಬಿ.ಎ. ಓದಿದಾಳೆ. ಕುರೂಪಿಯೂ ಅಲ್ಲ. ಆದರೆ ಯಾರ ಜೊತೆ ಉತ್ಕಟವಾಗಿ ಪ್ರಥಮಸಮಾಗಮವಾಗುತ್ತೆಯೋ ಅವರನ್ನ ಮರೆಯೂದು ಜನ್ಮ ಜನ್ಮದಲ್ಲೇ ಸಾಧ್ಯವಿಲ್ಲ. ಬಿಂಕವನ್ನ ಬಿಟ್ಟು ನಿನ್ನ ಒಳಗನ್ನೂ ಬಿಚ್ಚಿ ನೋಡಿಕೊ.'

ಅವನು ಮಾತನಾಡುವಾಗ ನಾನು ಅವನ ಮುಖವನ್ನೇ ನೋಡುತ್ತಿದ್ದೆ. ಒಂದು ನಿಮಿಷದ ನಂತರ ಎಂದ: 'ಆಗ ನಮ್ಮಿಬ್ಬರಿಗೂ ಅನುಭವವಿರಲಿಲ್ಲ. ಏನೇನೋ ವಿಧಾನ, ಏನೇನೋ ಪ್ರಯೋಗ ಮಾಡುಕ್ಕೆ ಹೋದೆವು. ಅವು ತಪ್ಪಲ್ಲ. ಸಹಜವೇ. ಸಂತೋಷದ ಹೊಸ ಹೊಸ ತಾಣಗಳನ್ನು ಹುಡುಕೂದು ಹ್ಯಾಗೆ ತಪ್ಪಾಗುತ್ತೆ? ಒಟ್ಟಿನಲ್ಲಿ ಎಡವಟ್ಟಾಯಿತು. ನೀನು, ನಿನ್ನಂತೆ ನಾನೂ, ತಳಮಳ ಅನುಭವಿಸಬೇಕಾಯಿತು. ಮತ್ತೆ ಅಂಥ ಅಚಾತುರ್ಯ ವಾಗುಲ್ಲ ಅಂತ ನಾನು ಪ್ರಾಮಿಸ್ ಮಾಡ್ತೀನಿ. ಆತಂಕವಿಟ್ಟುಕೊಬೇಡ.'

ನಾನು ಉತ್ತರಿಸಲಿಲ್ಲ. ಅವನು ನನ್ನ ಕಣ್ಣುಗಳನ್ನು ನೋಡುತ್ತಲೇ ಇದ್ದ. ನಾನು ದೃಷ್ಟಿಯನ್ನು ಅತ್ತಿತ್ತ ಸರಿಸಲಿಲ್ಲ. ಕೆಳಗು ಮಾಡಲಿಲ್ಲ, ತಪ್ಪಿಸಲಿಲ್ಲ, ತಪ್ಪಿಸಿಕೊಳ್ಳಲಿಲ್ಲ. ಅವನು ಎದ್ದು ಹತ್ತಿರ ಬಂದು ನನ್ನ ಕೈಹಿಡಿದು, 'ಒಳಗೆ ಹೋಗಾಣ ನಡಿ' ಎಂದ. ನಾನು ಮೇಲೆ ಏಳಲಿಲ್ಲ. ಅವನು ಪ್ಲೀಸ್, ಪ್ಲೀಸ್ ಎಂದ. ನಾನು ಏನಾದರೂ ಹೇಳಲೇ ಬೇಕಾಗಿತ್ತು. ಪ್ಲೀಸ್. ಈಗ ಬೇಡ. ಐ ವಾಂಟ್ ಟೈಂ ಎಂದೆ. ಅವನು ಬಲವಂತ ಮಾಡ ಲಿಲ್ಲ. 'ನನಗೊಂದು ಕಪ್ ಟೀ ಕೊಡ್ತೀಯಾ?' ಎಂದ.

ಮೂರು ದಿನದ ನಂತರ ಅವನು ಆಫೀಸಿಗೆ ಫೋನ್ ಮಾಡಿ, 'ಇವತ್ತು ಸಂಜೆ ಬರ್ತೀನಿ. ಇನ್ನೂ ಕಾಯುಕ್ಕೆ ನನ್ನ ಕೈಲಿ ಆಗುಲ್ಲ. ಪ್ಲೀಸ್,' ಎಂದ. ಆಫೀಸಿನಲ್ಲಿ ಬೇರೆಯವರು ಇರುವಾಗ ಹೆಚ್ಚು ಮಾತನಾಡುವುದು ಸಾಧ್ಯವಿರಲಿಲ್ಲ. ಅಲ್ಲದೆ ಹೆಚ್ಚು ಮಾತನಾಡುವಂಥದು ಏನೂ ಇರಲಿಲ್ಲ. ಓ.ಕೆ. ಎಂದೆ.

ಸಂಜೆ ಬಂದವನು ನೇರವಾಗಿ ಒಳಕೋಣೆಯನ್ನು ಪ್ರವೇಶಿಸಿ ಮಂಚದ ಮೇಲೆ ಕೂತ. ನನ್ನ ಕೈಹಿಡಿದು ಪಕ್ಕದಲ್ಲಿ ಕೂರುವಂತೆ ಎಳೆದುಕೊಂಡ. ವಿರೋಧಿಸದೆ ಅವನನ್ನು ತಗುಲಿ ಕುಳಿತ ನಾನು ಕೇಳಿದೆ: 'ವಿಮೋಚನೆ, ಚಳವಳಿಯ ಹೆಂಗಸರ ಜೊತೆ ಸ್ನೇಹವಾಗಿರ ಬಹುದು. ವಿವೇಕಿಯಾದ ಗಂಡಸು ಎಂದೂ ಅಂಥೋರನ್ನ ಮದುವೆಯಾಗುಲ್ಲ, ಅಂತ ನೀನು ಅಂದೆಯಂತೆ. ನಿಜವೆ?'

'ಯಾರು ಹಾಗಂದೋರು?'

'ಯಾರೋ! ನನ್ನ ಕಿವಿಗೆ ಬಿತ್ತು. ನಿಜವೇ, ಸುಳ್ಳೇ, ಹೇಳು.'

'ನಿನ್ನಾಣೆಗೂ ಅಂಥ ಮಾತು ನನ್ನ ನಾಲಗೇಲಿ ಮಾತ್ರವಲ್ಲ, ಮನಸ್ಸಿನಲ್ಲಿ ಸುಳಿಯೂದೂ ಸಾಧ್ಯವಿಲ್ಲ. ನಿನ್ನ ಹಾಗೆ ನಾನೂ ಇಳಾ ಮೇಡಂರ ಶಿಷ್ಯ. ಹಾಗಂತ ನಿನಗೆ ಚಾಡಿ ಹೇಳಿದೋರ ಹೆಸರು ಹೇಳು, ಹೋಗಿ ಹಿಡಕಂಡು ಬಂದು ನಿನ್ನೆದುರಿಗೇ ನೆತ್ತಿಕೂದಲು ಉದುರೂ ತನಕ ಬೂಟಿನಲ್ಲಿ ಹೊಡೀತೀನಿ,' ಎಂದ.

ಅವನ ಮುಖದಲ್ಲಿ ಧಗ್ಗನೆ ಹೊತ್ತಿಕೊಂಡ ಕೋಪದಿಂದಲೇ ಪ್ರೇಮಿಗಳ ನಡುವೆ ಬಿರುಕು ಹುಟ್ಟಿಸುವುದು ಪ್ರೇಮವಂಚಿತರ ಸಾಮಾನ್ಯಚರ್ಯೆ ಇರಬಹುದೆ? ನನಗಿರುವ ಒಳ್ಳೆಯ ಸಂಬಳದ ಕೆಲಸದಿಂದಲೂ ಪ್ರಮೀಳೆ ಹೊಟ್ಟೆಕಿಚ್ಚುಪಟ್ಟಿರಬಹುದೆ? ಎಂಬ ಅನುಮಾನ ನನ್ನಲ್ಲಿ ಹುಟ್ಟಿತು. 'ಹೋಗಲಿ ಬಿಡು. ಯಾವತ್ತಾದರೂ ಸಮಯ ಬಂದಾಗ ಹೇಳ್ತೀನಿ,' ಎಂದು ನಾನೇ ಅವನ ಶರಟಿನ ಗುಂಡಿಗೆ ಕೈಹಾಕಿದೆ.

ರಾತ್ರಿ ಎಂಟೂವರೆಯಾದಾಗ, 'ಕುಕ್ಕರ್ ಇಡ್ತೀನಿ. ಊಟ ಮಾಡ್ಕಂಡು ಹೋಗೂವಂತೆ,' ಎಂದೆ.

'ಇವತ್ತು ಬ್ಯಾಡ. ಅಡುಗೆಯಾಗಿ ಊಟ ಮುಗಿಸಿ ಹೊರಡೂ ಹೊತ್ತಿಗೆ ತುಂಬ ತಡವಾಗುತ್ತೆ. ಮೊದಲೇ ತಿಳಿಸದೆ ತಡವಾಗಿ ಮನೆಗೆ ಹೋದರೆ ಅವಳು ಗುರುಗುಟ್ತಾಳೆ. ನಾಡಿದ್ದು ಬರ್ತೀನಿ. ಯಾವುದಾದರೂ ಸ್ಟಾರ್ ಹೋಟೆಲಿನಲ್ಲಿ ಟೇಬಲ್ ಬುಕ್ ಮಾಡಿರ್ತೀನಿ,' ಎಂದ.

'ಊಟ ಅಂತ ಹೊರಗೆ ಜೊತೇಲಿ ಕಾಣಿಸ್ಕಳೂದು ನನಗೆ ಇಷ್ಟವಿಲ್ಲ,' ಎಂದೆ. ಮೈಮನಸ್ಸುಗಳು ಸಂತುಷ್ಟವಾಗಿದ್ದವು.

ಅವನು ಕಾಲಿಗೆ ಬೂಟು ಕಟ್ಟಿಕೊಳ್ಳುವಾಗ, 'ಒಂದು ನಿಮಿಷ ತಡಿ. ಒಂದು ಪ್ರಶ್ನೆ ನನ್ನನ್ನ ಬಾಧಿಸ್ತಾ ಇದೆ' ಎಂದೆ.

'ಕೇಳು.'

'ಶರೀರಸಂಪರ್ಕವಿಲ್ಲದೆ ಗಂಡು ಹೆಣ್ಣುಗಳ ಪ್ರೇಮ ಇರುಕ್ಕೆ ಸಾಧ್ಯವಿಲ್ಲವೆ?'

'ಇದು ರೊಮಾಂಟಿಕ್ ಕಾವ್ಯದ ಕ್ಲಾಸಿನಲ್ಲಿ ಚರ್ಚಿಸುವ ಪ್ರಶ್ನೆ. ನಿಜಜೀವನದಲ್ಲಿ ಅನುಷ್ಠಾನ ಮಾಡುಕ್ಕೆ ಹೋದರೆ ಸಂಬಂಧ ಶುಷ್ಕವಾಗುತ್ತೆ. ಅದು ಪ್ರೇಮವಾಗುಲ್ಲ. ಇನ್ನೊಂದು ತಿಳಕ. ಶರೀರ ಸಂಬಂಧದ ಮಾರ್ದವತೆಯನ್ನನುಭವಿಸಿದ ಸ್ನೇಹಿತರು ಶರೀರ ಸಂಬಂಧವನ್ನ ನಿಲ್ಲಿಸಿ ಬರೀ ಮಾನಸಿಕವಾಗಿ ಸ್ನೇಹ ಮುಂದುವರೆಸ್ತೀವಿ ಅಂತ ತೀರ್ಮಾನಿಸಿಕೊಂಡರೂ ಸ್ನೇಹ ಶುಷ್ಕವಾಗಿಬಿಡುತ್ತೆ.'

ಎರಡು ದಿನ ನಾನು ಇದನ್ನೇ ಯೋಚಿಸುತ್ತಿದ್ದೆ. ನಿಜವೆನ್ನಿಸಿತು.

ಅಧ್ಯಾಯ ೩

೧

ಇಳಾ ಮೇಡಮ್ಮರ ಮನೆ ಎಲ್ಲಿ, ಅವರಿಗೆ ಮದುವೆ ಆಗಿದೆಯೇ, ಆಗಿದ್ದರೆ ಗಂಡ ಯಾರು, ಏನು ಮಾಡುತ್ತಿದಾನೆ, ಆಗಿಲ್ಲದಿದ್ದರೆ ಒಂಟಿಯಾಗಿದ್ದಾರೆಯೇ ಅಥವಾ ಯಾರ ಜೊತೆಗಾದರೂ ಇದ್ದಾರೆಯೇ, ಅಥವಾ ವಿಧವೆಯೇ ಎಂದು ಮುಂತಾಗಿ ಅವರ ವಿದ್ಯಾರ್ಥಿ ವಿದ್ಯಾರ್ಥಿನಿಯರಲ್ಲಿ ಹಲವು ಬಗೆಯ ಸಂಶೋಧನಾತ್ಮಕ ಕುತೂಹಲಗಳಿದ್ದವು. ಅವರು ಮೊದಲು ವಿಶ್ವವಿದ್ಯಾಲಯಕ್ಕೆ ಕಾರಿನಲ್ಲಿ ಬರುತ್ತಿದ್ದರಂತೆ. ಡ್ರೈವರು ಅವರನ್ನು ಬಿಟ್ಟು ಹಿಂತಿರುಗುತ್ತಿದ್ದನಂತೆ. ಇವರು ಬಸ್ಸಿನಲ್ಲಿ ಹಿಂತಿರುಗುತ್ತಿದ್ದರಂತೆ. ಈಗ ಮಾತ್ರ ಬರುವಾಗಲೂ ಬಸ್ಸು, ಹಿಂತಿರುಗುವಾಗಲೂ ಬಸ್ಸು, ಯಾಕೆ ಹೀಗೆ? ಕಾರು ಇಟ್ಟುಕೊಳ್ಳಲು ಹಣವಿಲ್ಲವೆ? ಅಥವಾ ಸ್ವತಃ ಡ್ರೈವಿಂಗ್ ಬರುವುದಿಲ್ಲವೆ? ಅಥವಾ ಬೆಂಗಳೂರಿನ ವಾಹನದಟ್ಟಣೆಯಲ್ಲಿ ನಡೆಸಲು ಧೈರ್ಯ ಸಾಲದೆ? ಎಂಬ ವಿಷಯದಲ್ಲೂ ವಿದ್ಯಾರ್ಥಿ ವಿದ್ಯಾರ್ಥಿನಿಯರು ಸಂಶೋಧನೆ ನಡೆಸುತ್ತಿದ್ದರು. ಆದರೆ ಒಬ್ಬೊಬ್ಬರು ಅಥವಾ ಇಬ್ಬಿಬ್ಬರು ಸೇರಿ ಪತ್ತೆದಾರಿ ಮಾಡುತ್ತಿದ್ದುದರಿಂದ ಸಮರ್ಪಕ ಸತ್ಯ ಗೋಚರಿಸಿರಲಿಲ್ಲ. ಎಲ್ಲರೂ ಸೇರಿ ಪ್ರಾಜೆಕ್ಟ್ ರೂಪಿಸಿಕೊಂಡಿದ್ದರೆ ಪರಿಹಾರ ಕಂಡುಹಿಡಿಯುವುದು ಅಷ್ಟು ಕಷ್ಟವಾಗುತ್ತಿರಲಿಲ್ಲ. ಸಮಷ್ಟಿ ಪ್ರಯತ್ನವಿಲ್ಲದ ಭಾರತದ ರಾಷ್ಟ್ರೀಯ ನ್ಯೂನತೆ ಇಲ್ಲಿಯೂ ಇತ್ತು. ಆದರೆ ಇಳಾ ಮೇಡಮ್ಮರು ಗೋಪ್ಯತೆಯ, ಏಕಾಂತವನ್ನು ಕಾಪಾಡಿಕೊಳ್ಳುವ ವ್ಯಕ್ತಿ ಎಂಬ ಗ್ರಹಿಕೆ ಎಲ್ಲ ವಿದ್ಯಾರ್ಥಿ ವಿದ್ಯಾರ್ಥಿನಿಯರದೂ. ಶೈಕ್ಷಣಿಕ ವಿಷಯದಲ್ಲಿ ಅವರು ಮುಕ್ತವಾಗಿ ಮಾತನಾಡಿದರೂ, ಶಿಷ್ಯರಿಗೆ ಲಭ್ಯರಾಗಿದ್ದರೂ ಖಾಸಗಿ ಸಂಗತಿಗಳನ್ನು ಕಿಂಚಿತ್ತೂ ಬಾಯಿಬಿಡುತ್ತಿರಲಿಲ್ಲ. ಅಲ್ಲದೆ ಅವರು ವಿದ್ಯಾರ್ಥಿನಿಯರಿಗೆ ಹೆಚ್ಚು ಲಭ್ಯರು, ಸಹಾಯಕಿಯು, ಸ್ತ್ರೀ ದೃಷ್ಟಿಯೇ ಅವರ ಗ್ರಹಿಕೆಯ ಪ್ರಧಾನ ಕೋನವೆಂಬುದು ಇಡೀ ವಿಶ್ವವಿದ್ಯಾಲಯಕ್ಕೆ ತಿಳಿದಿತ್ತು. ಇಂಗ್ಲಿಷ್ ವಿಭಾಗದ ವಿದ್ಯಾರ್ಥಿ ವಿದ್ಯಾರ್ಥಿನಿಯರಿಗಂತೂ ಅನುಭವಗತವಾಗಿತ್ತು. ತಾವು ಬೋಧಿಸುವ ಇಂಗ್ಲಿಷ್ ಕಥೆ ಕಾದಂಬರಿಗಳಲ್ಲಿ ಯಾವ ಹೆಣ್ಣು ಪಾತ್ರಕ್ಕೆ ಸ್ವಲ್ಪ ಕಷ್ಟವಾಗುವ ಸನ್ನಿವೇಶ ಬಂದರೂ ಅವರ ವಿವರಣೆಯು ಸ್ತ್ರೀವಾದ, ಸ್ತ್ರೀ ಶೋಷಣೆಯ ಇತಿಹಾಸ, ಸ್ತ್ರೀ ಪರ ಚಳವಳಿಯ ಉಗಮ ಮೊದಲಾಗಿ ಹಳಿ ತಿರುಗಿಬಿಡುತ್ತಿತ್ತು. ಎಷ್ಟೋ ವೇಳೆ ತಾವು

ಹಿಂದೆ ಹಲವು ಬಾರಿ ಹೇಳಿದ್ದನ್ನೇ ಈಗ ಪುನರಾವರ್ತಿಸುತ್ತಿದ್ದೇನೆಂಬ ಜ್ಞಾಪಕವಿಲ್ಲದೆ ಅದನ್ನೇ ಅದನ್ನೇ ವಿವರಿಸುವುದರಲ್ಲಿ ಮೈಮರೆತು ವಿದ್ಯಾರ್ಥಿಗಳಿಗಿರಲಿ, ವಿದ್ಯಾರ್ಥಿನಿಯರಿಗೂ ಬೋರ್ ಆಗುತ್ತಿತ್ತು. ಜೋಡಿಯಾಗಿ ಕೂರುತ್ತಿದ್ದ ಹುಡುಗ ಹುಡುಗಿಯರೂ ಶುರುವಾಯಿತಿನ್ನು ಎಂಬಂತೆ ದೃಷ್ಟಿಸೂಚನೆಗಳನ್ನು ವಿನಿಮಯ ಮಾಡಿಕೊಳ್ಳುತ್ತಿದ್ದರು. ಸ್ತ್ರೀವಾದವಲ್ಲದೆಯೂ ಮೇಡಮ್ಮರು ಪದೇ ಪದೇ ಹೇಳುತ್ತಿದ್ದ ಮತ್ತೊಂದು ವಿಷಯವೆಂದರೆ: ಪಶ್ಚಿಮದೇಶದಲ್ಲಿ ಅದರಲ್ಲಿಯೂ ಬ್ರಿಟನ್ನಿನಲ್ಲಿ ಯಾರೂ ಯಾವ ಸಂದರ್ಭದಲ್ಲೂ ಮತ್ತೊಬ್ಬರ ಸ್ವಂತ ವಿಷಯದ ಬಗೆಗೆ ಆಸಕ್ತಿಯನ್ನು ವ್ಯಕ್ತಪಡಿಸದಿರುವುದು. ಬೆಳಗಿನಿಂದ ಸಂಜೆಯ ತನಕ ಜೊತೆಯಲ್ಲಿ ಪ್ರಯಾಣ ಮಾಡಿದರೂ ಅವರು ಹವಾಮಾನದ ಬಗೆಗೆ ಮಾತನಾಡುತ್ತಾರೆಯೇ ಹೊರತು ನಿನ್ನ ಊರು ಅಪ್ಪ ಅಮ್ಮ ಕುಟುಂಬ ಮೊದಲಾಗಿ ಪರ್ಯಾಯವಾಗಿಯೂ ಕೇಳುವುದಿಲ್ಲ. ಜೊತೆಯಲ್ಲಿರುವ ಗಂಡು ಹೆಣ್ಣುಗಳನ್ನು ಸಹ ನೀವು ಮದುವೆಯಾದವರೇ ಲಿವಿಂಗ್ ಟುಗೆದರ್ ಜೋಡಿಯೇ ಬರೀ ದೋಸ್ತಿಗಳೇ ಎಂಬಂತಹ ಖಾಸಗಿ ಸಂಬಂಧಗಳನ್ನು ತಿಳಿಯುವ ಕುತೂಹಲವನ್ನು ಸೂಚಿಸುವುದಿಲ್ಲ. ಆ ಮಟ್ಟಿಗಿದೆ ಅವರು ಮತ್ತೊಬ್ಬರ ಖಾಸಗಿತನವನ್ನು ಗೌರವಿಸುವ ಪರಿ. ಅದು ನಾಗರೀಕತೆಯ, ಸಂಸ್ಕೃತಿಯ, ಪ್ರಥಮ ಗುಣ. ಅದನ್ನು ನಮ್ಮ ದೇಶದವರ ಹೊಲಸು ಕುತೂಹಲದೊಡನೆ ಹೋಲಿಸಿ ನೋಡಿ, ಎಂದು ಉದಾಹರಣೆಗಳೊಡನೆ ವಿಶದೀಕರಿಸುತ್ತಿದ್ದರು. ಖಾಸಗಿತನವನ್ನು ಬಯಸುವ ತರುಣ ತರುಣಿಯರಿಗೆ ಈ ಅಂಶವು ಆಪ್ಯಾಯಮಾನವಾಗುತ್ತಿತ್ತು.

೨

ಇಳಾಳ ಜೀವನದಲ್ಲಿ ತೀವ್ರವಾದ ತಿರುವು ಉಂಟಾದದ್ದು ಅವಳ ಗಂಡನಿಗೆ ಬೆಂಗಳೂರಿನಿಂದ ದಿಲ್ಲಿಗೆ ವರ್ಗವಾದಾಗ. ಅಂತಾರಾಷ್ಟ್ರೀಯ ವ್ಯಾಪ್ತಿಯ ಅವನ ಕಂಪನಿಯ ದಕ್ಷಿಣ ಭಾರತದ ಕೇಂದ್ರ ಬೆಂಗಳೂರು ಶಾಖೆಯ ಮುಖ್ಯಸ್ಥನಾಗಿ ಅವನು ಇಲ್ಲಿ ಇರುವ ತನಕ ಎಲ್ಲವೂ ಸಮೃದ್ಧವಾಗಿತ್ತು. ತಿಂಗಳಿಗೆ ಒಂದೂವರೆ ಲಕ್ಷ ಸಂಬಳ. ನಾಲ್ಕು ದೊಡ್ಡ ಶಯನಕೋಣೆಗಳು, ಎರಡು ಲೌಂಜು, ಎರಡು ಬಾಲ್ಕನಿಗಳು, ಒಂದು ದೊಡ್ಡ ಅಡುಗೆಮನೆ, ಮತ್ತೊಂದು ಕಿರು ಅಡುಗೆಮನೆ, ಲಿಫ್ಟ್, ಗಾರಾಜ್‌ಗಳ ಫ್ಲ್ಯಾಟು. ಲಕ್ಷುರಿ ಕಾರು. ಪೆಟ್ರೋಲು, ಡ್ರೈವರುಗಳನ್ನೆಲ್ಲ ಕಂಪನಿ ಭರಿಸುತ್ತಿತ್ತು. ನಿನಗೆಷ್ಟು ಸಂಬಳ, ಅದನ್ನ ಏನು ಮಾಡ್ತೀಯ ಅಂತ ವಿನಯ ಒಂದು ದಿನವೂ ಕೇಳಿರಲಿಲ್ಲ. ಬೆಳಗ್ಗೆ ಆರೂವರೆಯಿಂದ ಸಂಜೆ ಆರರವರೆಗೆ ಮನೆಯಲ್ಲಿದ್ದು ಎಲ್ಲ ವಿಧವಾದ ಅಡುಗೆ ತಿಂಡಿಗಳನ್ನೆಲ್ಲ ಮಾಡುವ ಅಡುಗೆಯ ರತ್ನಮ್ಮ, ಕಸಮುಸುರೆ, ನೆಲ ಕಿಟಕಿ ಬಾಗಿಲುಗಳನ್ನೆಲ್ಲ ದಿನವೂ ಸಾರಿಸಿ ಒರೆಸಿ ಥಳಥಳನೆ ಹೊಳೆಯುವಂತೆ ಇಡುವ, ಸುಜಯಳನ್ನು ಶಾಲೆಗೆ ಕರೆದೊಯ್ದು, ಅನಂತರ ಮನೆಗೆ ಕರೆತರುವ ನಂಬಿಕೆಯ ಆಳು, ನಾವಿಲ್ಲದಿದ್ದರೂ ನೋಡಿಕೊಳ್ಳುವ ಅಡುಗೆಯ ರತ್ನಮ್ಮ.

'ನನಗೆ ದಿಲ್ಲಿಯ ಟ್ರಾನ್ಸ್‌ಫರ್ ಬೇಡ. ಇಲ್ಲೇ ಇರ್ತೀನಿ ಅಂತ ಹೇಳು.'

'ಅದು ಸ್ಟುಪಿಡ್ ತೀರ್ಮಾನವಾಗುತ್ತೆ. ಈಗ ನನಗೆ ಬಂದಿರೂದು ಟ್ರಾನ್ಸ್‌ಫರ್ ಅಲ್ಲ, ಪ್ರಮೋಷನ್. ಅಖಿಲಭಾರತಕ್ಕೆ ಮುಖ್ಯಸ್ಥನ ಸ್ಥಾನ. ಎರಡೂವರೆ ಲಕ್ಷ ಸಂಬಳ. ದಿಲ್ಲಿಯಲ್ಲಿ ಇದಕ್ಕಿಂತ ದೊಡ್ಡ ಫ್ಲ್ಯಾಟು. ಮನೆಗೆಲಸಕ್ಕೆ ಒಬ್ಬ ಅಡುಗೆಯವರು, ಒಬ್ಬ ಆಳು, ಕಾರು ಪೆಟ್ರೋಲ್ ಡ್ರೈವರ್ ಅಂತೂ ಇದ್ದೇ ಇವೆ. ಚನ್ನಾಗಿ ದುಡಿದು ಸರಿಯಾದ ಪ್ರೋಗ್ರೆಸ್ ತೋರಿಸಿದರೆ ವರ್ಷಕ್ಕೆ ನಾಲ್ಕು ತಿಂಗಳ ಸಂಬಳ ಬೋನಸ್. ಇನ್ನೂ ಚನ್ನಾಗಿ ಮಾಡಿದರೆ ಜಾಗತಿಕ ಕೇಂದ್ರದಲ್ಲಿ ಮುಖ್ಯಸ್ಥನ ಸ್ಥಾನಕ್ಕೆ ಪ್ರಮೋಷನ್. ಜಿನಿವಾದಲ್ಲಿ. ಡಾಲರ್ ಅಥವಾ ಯೂರೋದಲ್ಲಿ ಸಂಬಳ. ಪಿ.ಎಫ್. ಇತರ ಲಾಭಾಂಶ.'

ಇಳಾ ತಕ್ಷಣ ಉತ್ತರ ಹೇಳಲಿಲ್ಲ. ಅವಳ ಮೌನವನ್ನು ಅವನು ಸಮ್ಮತಿ ಎಂದು ಅರ್ಥ ಮಾಡಿಕೊಂಡ. ಇದರಲ್ಲಿ ಅಸಮ್ಮತವಾಗುವ ಅಂಶವಿರಬಹುದೆಂಬ ಕಲ್ಪನೆಯೂ ಅವನಿಗೆ ಬರಲಿಲ್ಲ. ಬಂದಿದ್ದರೂ ತನ್ನ ವೃತ್ತಿಯ ಪ್ರಗತಿಯಲ್ಲಿ ಬಂದಿರುವ ಈ ಅವಕಾಶದ ಮುಂದೆ ಉಳಿದ ಯಾವ ಅಂಶವಾದರೂ ನಿಕೃಷ್ಟವೆಂಬ ಭಾವನೆ ಅವನನ್ನು ತೇಲಿಸುತ್ತಿತ್ತು.

ಇಳಾ ರಾತ್ರಿ ಎಲ್ಲ ಯೋಚಿಸಿದಳು. ಮರುದಿನವೆಲ್ಲ ಆಲೋಚಿಸಿದಳು. ಇಷ್ಟೆಲ್ಲ ಸಂಬಳ ಸೌಲಭ್ಯಗಳ ಬಡತಿ ಸ್ವಿಟ್ಸರ್‌ಲ್ಯಾಂಡಿಗೇ ಹೋಗಿ ಕಂಪನಿಯ ಮುಖ್ಯಸ್ಥನ ಮೇಡಂ ಆಗಿ ಅನುಭವಿಸುವ ಸುಖಗಳ ಆಕರ್ಷಣೆ ಅವಳಿಗೆ ಇರದೆ ಇಲ್ಲ. ಎರಡು ವರ್ಷ ಆಕ್ಸ್‌ಫರ್ಡಿನಲ್ಲಿ ಓದಿದ್ದ ಅವಳು ಯೂರೋಪಿನ ಪ್ರವಾಸವನ್ನೂ ಮಾಡಿದ್ದಳು. ಸ್ವಿಟ್ಸರ್‌ಲ್ಯಾಂಡನ್ನೂ ನೋಡಿದ್ದಳು. ಆ ಅಚ್ಚುಕಟ್ಟು, ಆ ಪ್ರಕೃತಿ ಸೌಂದರ್ಯ, ಆ ಶುಚಿ, ಆ ನಯವಿನಯಗಳ ನಾಗರೀಕತೆಗಳು ಈ ದೇಶದಲ್ಲಿ ಎಲ್ಲಿಂದ ಬರಬೇಕು ಎಂದು ತಾನು ಪದೇ ಪದೇ ನೆನಸಿ ಕೊಂಡು ತರಗತಿಗಳಲ್ಲಿ ವಿದ್ಯಾರ್ಥಿಗಳಿಗೆ ವರ್ಣಿಸಿದುದೆಲ್ಲ ನೆನಪಿಗೆ ಬಂತು. ಮಧ್ಯಾಹ್ನದ ಹೊತ್ತಿಗೆ ಒಂದು ಪರಿಹಾರ ಹೊಳೆಯಿತು: ಸದ್ಯಕ್ಕೆ ವಿನಯ ಒಬ್ಬನೇ ದಿಲ್ಲಿಗೆ ಹೋಗಲಿ. ಮೂರು ನಾಲ್ಕು ವರ್ಷದಲ್ಲಿ ಅವನಿಗೆ ಪದೋನ್ನತಿಯಾದರೆ, ಆದರೆ, ಅವನು ಜಿನಿವಾಕ್ಕೆ ಹೋಗುವಂತಾದರೆ, ನಾನು ಹೋಗಿ ಸೇರುವುದು. ಇದೇ ಸೂಕ್ತ.

ಸಂಜೆ ಮನೆಗೆ ಬರುವಷ್ಟರಲ್ಲಿ ಸುಜಯಾ ಬಂದಿದ್ದಳು. ತನ್ನನ್ನು ನೋಡಿದ ತಕ್ಷಣ ಉತ್ಸಾಹದಿಂದ ಪುಟಿಯುತ್ತಾ ಹತ್ತಿರ ಬಂದು, 'ಮಮ್, ಡ್ಯಾಡಿಗೆ ಡೆಲ್ಲಿಗೆ ಪ್ರಮೋಶನ್. ಐ ಲೈಕ್ ಡೆಲ್ಲಿ.'

'ಏನಿದೆ ಡೆಲ್ಲಿಯಲ್ಲಿ?'

'ಇಟ್ ಈಸ್ ದಿ ಕ್ಯಾಪಿಟಲ್ ಆಫ್ ದಿ ಕಂಟ್ರಿ. ಪಾರ್ಲಿಮೆಂಟ್ ಹೌಸ್. ವೆರಿ ಬಿಗ್ ರೋಡ್ಸ್. ಏಶ್ಯಾಡ್. ಐ ಲೈಕ್ ಇಟ್ ಆಲ್,' ಎಂದಳು ಇನ್ನೂ ಉತ್ಸಾಹದಿಂದ.

'ಲೆಟ್ ಅಸ್ ಸೀ ಸ್ವೀಟಿ. ಈಗ ಹೋಮ್‌ವರ್ಕ್ ಮಾಡಿಕೊ,' ಎಂದಳು.

ವಿನಯಚಂದ್ರ ಯಾವತ್ತೂ ರಾತ್ರಿ ಎಂಟೂವರೆಗೆ ಮೊದಲು ಮನೆಗೆ ಬರುತ್ತಿರಲಿಲ್ಲ. ಕಂಪನಿಯ ಕೆಲಸವಾದರೂ ಇರುತ್ತಿತ್ತು. ಅಥವಾ ಸ್ನೇಹಿತರೊಡನೆ ಎರಡು ಪೆಗ್ ಹಾಕಿ ಉದ್ಯಮಗಳ ವಿಚಾರ ವಿನಿಮಯ, ಹರಟೆಗಳಲ್ಲಿ ತೊಡಗಿದರೆ ಇನ್ನೂ ತಡವಾಗುತ್ತಿತ್ತು.

ಅವನು ಈ ದಿನ ಒಂಭತ್ತೂವರೆಗೆ ಬಂದ. ಸುಜಯಾಳಿಗೆ ಊಟ ಹಾಕಿ ಮಲಗಿಸಿದ ಮೇಲೆ ಇಳಾ ತಾನೂ ಊಟ ಮಾಡಿ ಒಂದು ಆಫ್ರಿಕನ್ ಕಾದಂಬರಿಯನ್ನು ಓದುತ್ತಿದ್ದಳು. ಇತ್ತೀಚೆಗೆ ಆಫ್ರಿಕನ್ ಲೇಖಕರ ಕಾದಂಬರಿಗಳು ಇಂಗ್ಲಿಷ್ ಕಥಾಸಾಹಿತ್ಯದಲ್ಲಿ ಎದ್ದು ಕಾಣುತ್ತಿರುವುದನ್ನು ಅವಳ ಮನಸ್ಸಿನ ಒಂದು ಭಾಗವು ಗಮನಿಸುತ್ತಿತ್ತು. ತಮ್ಮದೇ ಭಾಷೆಗಳಲ್ಲಿ ಬರೆದು ಅವುಗಳನ್ನು ಬೆಳೆಸದೆ ಇವರೆಲ್ಲ ಇಂಗ್ಲಿಷಿನಲ್ಲಿ ಬರೆಯುತ್ತಿರುವುದು ವಸಾಹತು ಷಾಹಿಯ ಇನ್ನೊಂದು ದುರಂತ ಮುಖವಲ್ಲವೆ? ಇವರೇ ವಸಾಹತುಷಾಹಿಯನ್ನು ವಿರೋಧಿಸಿ ಬರೆಯುತ್ತಿರುವುದು ಇಬ್ಬಗೆಯ ವ್ಯಂಗ್ಯವಲ್ಲವೆ? ಎಂದು ಆ ಭಾಗವು ಯೋಚಿಸು ತ್ತಿತ್ತು. ಇನ್ನೊಂದು ಭಾಗವು ದಿಲ್ಲಿಗೆ ಹೊರಟು ನಿಂತಿರುವ ಇವನಿಗೆ ಏನು ಹೇಳಬೇಕೆಂದು ಚಿಂತಿಸುತ್ತಿತ್ತು.

ಅವನು ಒಂಭತ್ತೂವರೆಗೆ ಬಂದಾಗ ಎಂದಿನಂತೆ ಮೇಜದ ಮೇಲೆ ಊಟವಿತ್ತು. ತಟ್ಟೆ ಬಟ್ಟಲು ಲೋಟಗಳಿದ್ದವು. ಬಟ್ಟೆ ಬದಲಿಸಿ ಕೈಕಾಲು ತೊಳೆದು ತಾನೇ ಬಡಿಸಿಕೊಂಡು ಊಟ ಮಾಡತೊಡಗಿದ. ಕೈಯಲ್ಲಿ ಕಾದಂಬರಿಯನ್ನು ಹಿಡಿದೇ ಅವಳು ಊಟದ ಮೇಜದ ಇನ್ನೊಂದು ಕುರ್ಚಿಯ ಮೇಲೆ ಕುಳಿತಳು. 'ಸಾಧ್ಯವಾದಷ್ಟು ಬೇಗ ದಿಲ್ಲಿಗೆ ಬಂದು ರಿಪೋರ್ಟ್ ಮಾಡಿಕೊ ಅಂತ ಫೋನ್ ಬಂದಿದೆ. ಸಾಧ್ಯವಾದರೆ ನಾಳೆಯೇ, ಇಲ್ಲದಿದ್ದರೆ ಸೋಮವಾರ ಅಂದರು,' ಅವನು ಮಾತನಾಡಿದ.

ಅವಳು ಅವನ ಮುಖವನ್ನೇ ನೋಡತೊಡಗಿದಳು ತಪ್ಪು ಮಾಡಿದಾಗ ಮಗಳು ಸುಜಯಳನ್ನು ನೋಡುವ ರೀತಿಯಲ್ಲಿ. ಅದು ಅವನಿಗೆ ಅರ್ಥವಾಯಿತು. ಇವಳ ರೀತಿಯ ಅಭ್ಯಾಸವಾಗಿದ್ದುದರಿಂದ ಅವನು ತಲೆ ಕೆಡೆಸಿಕೊಳ್ಳದೆ ತಿಳಿಸಾರನ್ನು ಒಂದು ಸಲ ಹೀರಿ, 'ರತ್ನಮ್ಮನ ಅಡುಗೆಯೇ ಅಡುಗೆ. ದಿಲ್ಲಿಯಲ್ಲಿ ಅಡುಗೆಯೋರ ಸಂಬಳಾನೂ ಕಂಪನಿಯೇ ಕೊಡೂದರಿಂದ ಆಕೆ ಒಪ್ಪಿದರೆ ಅವರನ್ನು ಕರಕೊಂಡು ಹೋಗಬಹುದು,' ಎಂದ.

ಅವಳು ಈಗ ಮಾತನಾಡಿದಳು: 'ಹೋಗೂದೇ ಖಚಿತ ಅಂತ ನೀನು ತೀರ್ಮಾನ ಮಾಡಿದೀಯ. ನನ್ನ ಸಮ್ಮತಿಯನ್ನ ಕೇಳಿದ್ದು ಕೇವಲ ಔಪಚಾರಿಕ.'

'ಡಾರ್ಲಿಂಗ್, ಇದರಲ್ಲಿ ಔಪಚಾರಿಕ ಅನೌಪಚಾರಿಕದ ಪ್ರಶ್ನೆ ಇಲ್ಲ. ಹೋಗದೆ ಬೇರೆ ಯಾವ ಆಯ್ಕೆ ಇದೆ?'

'ನನಗೆ ಬೆಂಗಳೂರು ಬಿಟ್ಟು ಬರುವ ಇಚ್ಛೆ ಇಲ್ಲ. ಕುಟುಂಬವನ್ನ ಸ್ಥಳಾಂತರಿಸುಕ್ಕೆ ಸಾಧ್ಯವಿಲ್ಲ. ನಾನು ಇಲ್ಲೇ ಇರ್ತೀನಿ ಅಂದರೆ ಕಂಪನಿಯೋರು ಏನು ಮಾಡ್ತಾರೆ?'

ಅವನು ಮುಗುಳ್ನಕ್ಕು ಹೇಳಿದ: 'ವೆರಿಗುಡ್ ಕ್ವೆಶ್ಚನ್. ಖಾಸಗಿ ಕ್ಷೇತ್ರದಲ್ಲಿ ನನಗೆ ಸ್ವಂತ ಪ್ರಗತಿಯ ಇಚ್ಛೆ ಇಲ್ಲ ಅಂದರೆ ಕಂಪನಿಯ ಪ್ರಗತಿಯಲ್ಲಿ ನಾನು ತೊಡಗಿಸಿಕೊಳ್ಳಲಾರೆ ಅಂತಲೇ ಅರ್ಥ. ತಕ್ಷಣ ಅಲ್ಲದಿದ್ದರೆ ಆರು ತಿಂಗಳಿನ ನಂತರ ನನ್ನನ್ನು ರಾಜೀನಾಮೆ ಕೊಡು ಅಂತ ಕೇಳಬಹುದು. ನಂದು ಸರ್ಕಾರಿ ಕೆಲಸವಲ್ಲ, ಭಾರತದ ವಿಶ್ವವಿದ್ಯಾಲಯದ ಕೆಲಸವೂ ಅಲ್ಲ. ಪಶ್ಚಿಮದೇಶದ ವಿಶ್ವವಿದ್ಯಾಲಯಗಳಲ್ಲಿ ಪ್ರಗತಿ ತೋರಿಸದಿದ್ದರೆ ನೌಕರಿಯನ್ನ ನವೀಕರಿಸೂದಿಲ್ಲ. ಇಷ್ಟಕ್ಕೂ ದಿಲ್ಲಿಗೆ ಬರುಕ್ಕೆ ನಿನಗಿರೂ ಕಷ್ಟ ಏನು?'

'ನನ್ನ ನೌಕರಿ. ನಾನು ವಿಶ್ವವಿದ್ಯಾಲಯದಲ್ಲಿ ರೀಡರ್ ಆಗಿದೀನಿ. ಒಂದು ಸಲ ಅದನ್ನ ಕಳಕೊಂಡರೆ ಮತ್ತೆ ಸಿಕ್ಕುವಂಥದಲ್ಲ.'

'ನನ್ನದೂ ಅಷ್ಟೆ. ಒಂದು ಸಲ ಈ ಅವಕಾಶ ಕಳಕೊಂಡರೆ ಮತ್ತೆ ಸಿಕ್ಕಲ್ಲ. ಈ ಕಂಪನೀಲಿ ಮಾತ್ರ ಅಲ್ಲ. ಬೇರೆ ಕಡೆ ಕೂಡ. ನಾನು ನಿನ್ನನ್ನ ಇದುವರೆಗೂ ನಿನ್ನ ಸಂಬಳ ಎಷ್ಟು ಅದನ್ನ ಏನು ಮಾಡ್ತೀಯ ಅಂತ ಕೇಳಿಲ್ಲ. ಈಗ ಹೇಳು. ನಿನ್ನ ಸಂಬಳ ಎಷ್ಟು?'

'ಹದಿನೈದು ಸಾವಿರ.'

ಅವನು ಮುಗುಳ್ನಕ್ಕ. ಅವಳಿಗೆ ಅದರಲ್ಲಿ ವ್ಯಂಗ್ಯ ಕಾಣಿಸಿತು. ಅವನು ಮುಂದೆ ಮಾತನಾಡಲಿಲ್ಲ. ಆಡಲಿ ಎಂದು ಅವಳು ಕಾದಳು. ಅವನು ತಟ್ಟೆಯನ್ನು ನೋಡಿಕೊಂಡು ಚಪಾತಿ ಹರಿಯತೊಡಗಿದ. ಅವನ ಅದುಮಿಕೊಂಡ ನಗೆಯನ್ನು ಸಹಿಸಿಕೊಳ್ಳುವುದು ಸಾಧ್ಯವಾಗದೆ ಅವಳ ಪಿತ್ತ ಬಿಸಿಯಾಯಿತು.

'ಏನು ನಿನ್ನ ನಗೆಯ ಅರ್ಥ? ವಿದ್ಯೆಯನ್ನ ದುಡ್ಡಿನಿಂದ ಅಳೆಯೂದು ಸೇಲ್ಸ್‌ಮನ್ ಮೆಂಟಾಲಿಟಿ.'

'ನಾನು ಹಾಗೆ ಎಲ್ಲಿ ಅಂದೆ?' ಅವನು ಆತ್ಮಸಂರಕ್ಷಣೆಯ ರೀತಿಯಲ್ಲಿ ಹೇಳಿದ.

'ಅಂದೆಯೋ ಸೂಚಿಸಿದೆಯೋ ಅರ್ಥ ಎತ್ತೆತ್ತಲೋ ಹೋಗೂದು ಬ್ಯಾಡ. ನಿನಗೆ ನಿನ್ನ ವೃತ್ತಿಯಲ್ಲಿ ಮೇಲೆ ಬರುವ ಆಕಾಂಕ್ಷೆ ಇರೂ ಹಾಗೆ ನನಗೆ ಇರಬೇಡವೆ? ವಿಶ್ವವಿದ್ಯಾಲಯದಲ್ಲಿ ರೀಡರ್ ಆಗಿ ಮೂವತ್ತು ನಲವತ್ತು ವಿದ್ಯಾರ್ಥಿ ವಿದ್ಯಾರ್ಥಿನಿಯರಲ್ಲಿ ಜ್ಞಾನ ಜ್ಯೋತಿ ಬೆಳಗಿಸಿ, ಸಂಶೋಧನಾ ಲೇಖನಗಳನ್ನು ಬರೆದು ಕಾನ್ಫರೆನ್ಸ್‌ಗಳಲ್ಲಿ ಭಾಗವಹಿಸಿ ನನ್ನ ವ್ಯಕ್ತಿತ್ವವನ್ನ ಬೆಳೆಸಿಕೊಳ್ಳೂದ ಕೈಬಿಡು ಅಂತ ತಾನೆ ನಿನ್ನ ಅರ್ಥ?'

'ನಿನ್ನ ಓದು ಬರಹಾನ ಮನೇಲಿದ್ದುಕೊಂಡೇ ಮಾಡಬಹುದು. ಅಡುಗೆಯವರು ಆಳುಗಳು ಇರುವಾಗ ಬೇರೆ ಏನು ಕೆಲಸ. ಬೇಕೆಂದರೆ ಅಲ್ಲಿಯೂ ಯಾವುದಾದರೂ ಕಾಲೇಜಿನಲ್ಲಿ ಕೆಲಸ ಹುಡುಕಬಹುದು. ಕಂಪನಿಯ ಇಡೀ ಭಾರತದ ಮುಖ್ಯಸ್ಥನಾದ ನಾನು ಕೆಲವು ದೊಡ್ಡ ದೊಡ್ಡವರಿಗೆ ಮನೇಲಿ ಪಾರ್ಟಿ ಮಾಡಬೇಕಾಗುತ್ತೆ. ಅದೆಲ್ಲ ಕೇಟರಿಂಗ್‌ನೋರು ವ್ಯವಸ್ಥೆ ಮಾಡ್ತಾರೆ. ನೀನು ಆತಿಥೇಯಳಾಗಿ ಸ್ವಲ್ಪ ಹೊತ್ತು ಸ್ವಾಗತಿಸಿ ಒಳಗೆ ಹೋದರೆ ಸಾಕು.'

'ವಿಶ್ವವಿದ್ಯಾಲಯದ ಸ್ಥಾನದಲ್ಲಿದ್ದೋಳು ಕಾಲೇಜಿನ ಕೆಲಸಕ್ಕೆ ಹೋಗೂದಾ? ವಿನಯ್, ನಿನಗೆ ನಿನ್ನ ಪ್ರಗತಿ ಮುಖ್ಯ. ಹೆಂಡತಿಯ ಮೇಲ್ಮೆ ಬೇಕಿಲ್ಲ. ಎಲ್ಲ ಗಂಡಸರ ಹಾಗೆ ನೀನೂ ಸ್ವಾರ್ಥಿ. ಅಂತರ್ಮುಖಿಯಾಗಿ ಆಲೋಚನೆ ಮಾಡು. ನೀನು ಏರ್ಪಡಿಸುವ ಪಾರ್ಟಿಗಳಲ್ಲಿ ಹಲ್ಲು ಕಿರಿದುಕೊಂಡು ಸ್ವಾಗತಕಾರಿಣಿಯಾಗಿರೂದಷ್ಟೇನಾ ನನ್ನ ವಿದ್ಯಾರ್ಹತೆ?'

ಮಾತು ಬಿಸಿಯಾದಾಗ ಒಂದು ಜೋಕ್ ಮಾಡಿ ಪರಿಸ್ಥಿತಿಯನ್ನು ತಿಳಿಯಾಗಿಸುವುದು ಅವನ ವಿಧಾನ. ಅಗತ್ಯ ಬಿದ್ದರೆ ತನ್ನ ಮೇಲೆ ತಾನೇ ಜೋಕ್ ಮಾಡಿಕೊಳ್ಳುತ್ತಿದ್ದ. ಆದರೆ ಈಗ ಯಾವುದೇ ಹಾಸ್ಯದ ಮಾತನಾಡಿದರೂ ಅವಳು ಇನ್ನಷ್ಟು ಗರಂ ಆಗುತ್ತಾಳೆಂದು

ತಕ್ಷಣ ಗ್ರಹಿಸಿ ಮೌನಿಯಾದ. ಅಲ್ಲದೆ ಇಲ್ಲಿಂದ ನಿರ್ಗಮಿಸುವ ಮೊದಲು ಕಛೇರಿಯ ಎಷ್ಟೋ ಬಾಕಿ ಕೆಲಸಗಳನ್ನು ಬೆಳಗಿನಿಂದ ಮಾಡಿ ಬುದ್ಧಿಯೂ ದಣಿದಿತ್ತು. ಇವಳೊಡನೆ ವಾದ ಮಾಡುವುದು ಆಫೀಸು ಕೆಲಸಕ್ಕಿಂತ ನೂರುಪಾಲು ಬುದ್ಧಿಗೆ ದಣಿವಾಗುವ ಕಸರತ್ತೆಂದು ಇಷ್ಟುವರ್ಷಗಳ ಅನುಭವವು ನೆನಪಿಸಿತು. ಬೇಗ ಬೇಗ ಊಟ ಮುಗಿಸಿ ತಟ್ಟೆಯನ್ನು ಸಿಂಕಿನಲ್ಲಿಟ್ಟು ಜಿರಲೆ ಬರದಂತೆ ನಲ್ಲಿಯಲ್ಲಿ ತೊಳೆದು ಅಲ್ಲಿಯೇ ಇಟ್ಟ. ಅಷ್ಟರಲ್ಲಿ ಫೋನ್ ಬಾರಿಸಿತು. ಹೈದರಾಬಾದಿನಿಂದ. ಕಂಪನಿಗೆ ಸಂಬಂಧಿಸಿದ ವಿಷಯ. ತುರ್ತು ಇಲ್ಲದೆ ಯಾರೂ ಇಷ್ಟು ಹೊತ್ತಿನಲ್ಲಿ ಫೋನ್ ಮಾಡುವುದಿಲ್ಲ. ತಾನಿರುವ ಜವಾಬ್ದಾರಿಯ ಸ್ಥಾನದಲ್ಲಿ ತುರ್ತು ಸಂದರ್ಭಗಳೇ ಹೆಚ್ಚು. ತಾನು ಮನೆಯಲ್ಲಿರುವಾಗ ಫೋನು ಬಾರಿಸಿದಾಗಲೆಲ್ಲ ಇವಳು ಸಿಡಿಮಿಡಿಗೊಳ್ಳುತ್ತಾಳೆ. ಇವಳು ಮಾಡುವ ಉಪಾಧ್ಯಾಯಿನಿಯ ಕೆಲಸವಾದರೆ ಪಾಠ ಮಾಡುವಾಗಲೂ ಮೆದುಳಿಗೆ ದಣಿವಿಲ್ಲ. ಮನೆಗೆ ಬಂದರಂತೂ ಸಂಪೂರ್ಣವಾಗಿ ಸ್ವಿಚ್ ಆಫ್ ಮಾಡಿಕೊಂಡಿರಬಹುದು ಎಂದುಕೊಂಡ.

ಮಲಗಲು ಹೋದಾಗ ಅವಳು ಶಯನಕೋಣೆಗೆ ಬಂದಿರಲಿಲ್ಲ. ಬಂದಿಲ್ಲ ಎಂದರೆ ಬಂದಿಲ್ಲ. ಬಾ ಎಂದು ಕರೆದರೆ ಅವಳ ಲಹರಿ ಕೆಡುತ್ತದೆ. ಇವೆಲ್ಲ ಹನ್ನೆರಡುವರ್ಷದಿಂದ ಅಭ್ಯಾಸವಾಗಿತ್ತಾಗಿ ಸೊಳ್ಳೆ ಪರದೆಯನ್ನೆಳೆದುಕೊಂಡು ಮಲಗಿದ. ದಣಿವಾಗಿದ್ದುದರಿಂದ ನಿದ್ರೆ ಹತ್ತಿತು.

೩

ವಿಮಾನವು ಬೆಂಗಳೂರು ನೆಲವನ್ನು ಬಿಟ್ಟು ದಿಲ್ಲಿಯ ದಿಕ್ಕಿನ ಆಕಾಶದಲ್ಲಿ ಹಾರತೊಡಗಿದಾಗ ಅವನ ಮನಸ್ಸು ಖುಷಿಯಿಂದಲೇ ಹಾರುತ್ತಿತ್ತು. ಪದೋನ್ನತಿ ಎನ್ನುವುದು ಬರೀ ಸಂಬಳದಿಂದ ಅಳೆಯುವಂಥದಲ್ಲ; ಅಧಿಕಾರವ್ಯಾಪ್ತಿ, ಪ್ರಭಾವವ್ಯಾಪ್ತಿ, ಕ್ಷೇತ್ರದಲ್ಲಿ ದೊರಕುವ ಮನ್ನಣೆ, ಉನ್ನತವಲಯದಲ್ಲಿ ಬರುವ ಪ್ರತಿಷ್ಠಿತರ ಸಂಪರ್ಕ, ಹೀಗೆ ಅದರ ಅಳತೆಯೇ ಬೇರೆ ಎಂಬ ಹಿಗ್ಗು ಮನಸ್ಸನ್ನು ಹಾರುತ್ತಿದ್ದ ವಿಮಾನದ ನೂರರಷ್ಟು ಎತ್ತರಕ್ಕೆ ಏರಿಸಿತ್ತು. ಉಪಾಹಾರವನ್ನು ಕೊಡಲು ತಾನು ಕುಳಿತಿದ್ದ ಎಗ್ಸಿಕ್ಯುಟಿವ್ ತರಗತಿಯ ವಿಭಾಗವನ್ನು ಸಾದಾ ದರ್ಜೆಯ ವಿಭಾಗದಿಂದ ಪ್ರತ್ಯೇಕಿಸಲು ಗಗನಸಖಿಯು ಪರದೆಯನ್ನು ಎಳೆದಳು. ಎಗ್ಸಿಕ್ಯುಟಿವ್ ದರ್ಜೆಯು ಅವನಿಗೆ ಹೊಸತೇನಲ್ಲ. ಕಳೆದ ಹತ್ತು ವರ್ಷಗಳಿಂದ ಇದೇ ದರ್ಜೆಯಲ್ಲಿ ಪಯಣಿಸಿ ಸಾದಾ ದರ್ಜೆಯ ಸೌಲಭ್ಯಗಳು ಮರೆತುಹೋಗಿವೆ. ಆದರೂ ಅತ್ತ ಇಣುಕಿದಾಗ ಈಗಲೂ ಸ್ಪಷ್ಟವಾಗುವ ಅಂಶಗಳೆಂದರೆ ಕಿಷ್ಕಿಂಧದ ಆಸನಗಳು, ಸಾಲು ನಿಲ್ಲಬೇಕಾದ ಶೌಚಾಲಯಗಳು, ಮಿತವಾದ ಉಪಾಹಾರ, ಅಷ್ಟು ಚೆಲುವು ಸುಂದರ ಮೈಕಟ್ಟುಗಳಿಲ್ಲದ ಪ್ರಾಯ ಕಳೆದ ಗಗನಸಖಿಯರು. ಮುಗುಳ್ನಗೆ ಬೀರುವ ಚೆಲುವೆಯರು, ಸಮೃದ್ಧ ಉಪಾಹಾರ ಅಥವಾ ಭೋಜನಗಳು ಈ ಕಡೆಗೆ. ಉಚಿತವಾದ

ಪಾನೀಯ. ಹಣವಿದ್ದರೆ, ಹೆಚ್ಚು ಹಣ ತೆರುವ ಶಕ್ತಿಯಿದ್ದರೆ ಸೇವೆಯಲ್ಲಿ ಸೌಂದರ್ಯವೂ ಎಂದುಕೊಳ್ಳುವಾಗ ದೊಡ್ಡ ಸಂಬಳ ಸವಲತ್ತುಗಳಿಲ್ಲದಿದ್ದರೆ ಇಳಾ ನನ್ನನ್ನು ಮದುವೆಯಾಗುತ್ತಿದ್ದಳೆ? ಎಂಬ ಕುತೂಹಲ ಹುಟ್ಟಿತು. ನನಗೂ ಆಗ ಸಾಧಾರಣವಾಗಿ ಗಂಡುಹುಡುಗರು ಮದುವೆಯಾಗುವ ವಯಸ್ಸು ದಾಟಿತ್ತು. 'ನಿನ್ನ ತಮ್ಮನಿಗೆ ಮದುವೆ ಮಾಡಬೇಕು. ಆದ್ದರಿಂದ ಮೊದಲು ನೀನು ಮಾಡಿಕೊ' ಅಂತ ಅಮ್ಮನ ಬಲವಂತ. ನನ್ನನ್ನ ಕಾಯಬೇಡಿ, ಹೆಣ್ಣನ್ನೂ ಹುಡುಕಬೇಡಿ. ಅವನಿಗೆ ಮಾಡಿಬಿಡಿ ಅಂತ ಪದೇ ಪದೇ ಹೇಳಿದ ಮೇಲೆ ಸೂರಿಗೆ ಹೆಣ್ಣು ಗೊತ್ತು ಮಾಡಿದರು. ಅವನ ಮದುವೆಯಲ್ಲಿ ನೆಂಟರಿಷ್ಟರೆಲ್ಲ ನನ್ನನ್ನು ನೀನ್ಯಾಕೆ ಮದುವೆಯಾಗಿಲ್ಲ, ಬ್ರಹ್ಮ, ನಿನಗೆ ಹೆಣ್ಣನ್ನ ಸೃಷ್ಟಿ ಮಾಡಿಯೇ ಇಲ್ಲವೆ? ಎಂದು ಕೇಳುವವರೇ. ಯಾಕೋ ನನಗೆ ನಾನೇ ನೋಡಿ ಒಡನಾಡಿ ಮನಸ್ಸು ಹರಿಯದವಳನ್ನು ಕಟ್ಟಿಕೊಳ್ಳುವುದು ಹಿಂಸೆ ಎನಿಸುತ್ತಿತ್ತು. ಹೀಗೆ ಮೂವತ್ತೆರಡನೆಯ ವರ್ಷ ಕಳೆಯುತ್ತಿತ್ತು. ಒಂದು ದಿನ ಸುಂದರೇಶ ಊಟಕ್ಕೆ ಕರೆದಿದ್ದ. ಬೇರೆ ಯಾರೂ ಇಲ್ಲ, ನಾವಿಬ್ಬರೇ ಹರಟೆ ಹೊಡೆಯೋಣ ಅಂತ. ನನ್ನ ಹೆಂಡತಿ ಈಗಿನ ಕಾಲದೋಳಾದರೂ ಬೇಳೆ ಒಬ್ಬಟ್ಟು ಮಾಡೂದು ಕಲಿತಿದಾಳೆ. ನಿನಗೆ ಇಷ್ಟ ಅಲ್ಲವೆ? ಅಂದಿದ್ದ. ಆದರೆ ಅಲ್ಲಿಗೆ ಹೋದಾಗ ಈ ಇಳಾ ಕೂಡ ಇದ್ದಳು. 'ಇವರು ಮಿಸ್ ಇಳಾ. ನನ್ನ ಹೆಂಡತಿಯ ಗೆಳತಿ. ಹೈಸ್ಕೂಲಿನಲ್ಲಿ ಕ್ಲಾಸ್‌ಮೇಟ್. ಬೆಂಗಳೂರಿನಲ್ಲಿ ಎಂ.ಎ., ಆಕ್ಸ್‌ಫರ್ಡಿನಲ್ಲಿ ಬಿ.ಎ. ಮಾಡಿದಾರೆ. ಯುನಿವರ್ಸಿಟೀಲಿ ಇಂಗ್ಲಿಷ್ ಲೆಕ್ಚರರ್. ಪಿಎಚ್.ಡಿ. ಮಾಡ್ತಿದಾರೆ' ಅಂತ ಪರಿಚಯ ಮಾಡಿಸಿ, 'ವಿನಯಚಂದ್ರನ ವಿಷಯ ಮೊದಲೇ ಹೇಳಿದೆನಲ್ಲ' ಎಂದು ಅವಳಿಗೆ ಹೇಳಿ, 'ನೀವು ಮಾತಾಡ್ತಿರಿ, ನಾನು ಬೇಗ ಬರ್ತೀನಿ' ಎಂದು ನಮ್ಮಿಬ್ಬರನ್ನೂ ಬಿಟ್ಟುಹೋದ. ಅವನು ಈ ಪರಿಚಯದ ಗುರಿಯಿಟ್ಟೇ ಊಟಕ್ಕೆ ಕರೆದಿದಾನೆ ಅಂತ ನನಗೆ ಅರ್ಥವಾದರೂ ಸಿಟ್ಟು ಬರಲಿಲ್ಲ. ಹೆಂಗಸು ಅಂದರೆ ವಿದ್ಯಾವಂತೆಯಾಗಿರಬೇಕು, ಆತ್ಮವಿಶ್ವಾಸ ಉಳ್ಳವಳಾಗಿರಬೇಕು, ನಾಲ್ಕಾರು ದಿವಸ ಅಥವಾ ನಾಲ್ಕಾರು ವಾರ ಗಂಡ ಊರಿನಲ್ಲಿಲ್ಲದಿದ್ದರೂ ನಿಭಾಯಿಸುವ ಛಾತಿ ಇರಬೇಕು ಎಂಬ ಬಯಕೆ ನಿರೀಕ್ಷೆಗಳನ್ನು ಪೂರೈಸುವ ವ್ಯಕ್ತಿತ್ವ ಇವಳದು ಎಂದು ನೋಡಿದತಕ್ಷಣ ಅನ್ನಿಸಿತು. ಲಕ್ಷಣವಂತೆ ಕೂಡ. ಸ್ವಲ್ಪ ಬಲಿತ ವಯಸ್ಸು ಎನ್ನಿಸಿದರೂ ಇಷ್ಟೆಲ್ಲ ಓದಿ, ಇಂಥ ಕೆಲಸಕ್ಕೆ ಆಯ್ಕೆಯಾಗಬೇಕಾದರೆ ಇಷ್ಟು ವಯಸ್ಸು ಆಗದೇ ಹೇಗೆ ಸಾಧ್ಯ? ಎಂಬ ಸಮಾಧಾನ ನನ್ನ ಮನಸ್ಸಿನಲ್ಲಿ ಹುಟ್ಟಿತು. ನಾನು ಓದಿದ್ದು ಪ್ರೊಡಕ್ಷನ್ ಎಂಜಿನಿಯರಿಂಗ್ ಆದರೂ ವೃತ್ತಿಯನ್ನು ಆರಂಭಿಸಿದ್ದು ಮಾರ್ಕೆಟಿಂಗ್ ಮ್ಯಾನ್ ಆಗಿ. ಇಂಗ್ಲಿಷ್ ಕನ್ನಡ ಹಿಂದಿ ತೆಲುಗು ಮರಾಠಿ ತಮಿಳು ಮೊದಲಾಗಿ ಹಲವು ಭಾಷೆಗಳಲ್ಲಿ ಸುಲಲಿತವಾಗಿ ಮಾತನಾಡುವ ಚಟುಕು, ಗಂಡಸಾಗಲಿ ಹೆಂಗಸಾಗಲಿ ಚೆಲುವೆಯಾಗಲಿ ಕುರೂಪಿಯಾಗಲಿ ಮುಜುಗರವಿಲ್ಲದೆ ಮನಸ್ಸನ್ನು ಗೆಲ್ಲುವಂತೆ ಹಾಸ್ಯ ಗಾಂಭೀರ್ಯ ವ್ಯವಹಾರ ಪ್ರಾಮಾಣಿಕತೆಗಳ ಭಾವವನ್ನು ಸೃಷ್ಟಿಸಿ ಸಂಭಾಷಿಸುವ ಸಹಜ ಕೌಶಲ. ಇಲ್ಲದಿದ್ದರೆ ನಾನು ಅಷ್ಟು ಬೇಗ ಕಂಪನಿಯಲ್ಲಿ ಆ ಮಟ್ಟಕ್ಕೆ ಏರುತ್ತಿದ್ದೆನೆ? ಅವಳದು ಆಕ್ಸ್‌ಫರ್ಡ್ ಉಚ್ಚಾರಣೆಯ ಬ್ರಿಟಿಶ್ ಇಂಗ್ಲಿಷ್. ರೆನ್ ಆಂಡ್ ಮಾರ್ಟಿನ್ ಆಚೆಗೆ ವ್ಯಾಕರಣ ಓದದಿದ್ದರೂ ಬಿಸಿನೆಸ್ ಜಗತ್ತಿನಲ್ಲಿ ಎಕನಾಮಿಕ್

ವೀಕ್‌ನಲ್ಲಿ ಕಲಿತ ಪದ ಪುಂಜಗಳು, ಸೇಲ್ಸ್ ಪ್ರಪಂಚದ ಜೋಕುಗಳಿಂದ ಕೂಡಿದ ನನ್ನ ಇಂಗ್ಲಿಷಿಗೆ ಅವಳು ಸೋಲುತ್ತಿದ್ದಾಳೋ ಅಥವಾ ಮನ ಸೋಲುತ್ತಿದ್ದಾಳೋ ಎಂಬ ಕುರುಹು ಕಂಡಿತು. ನನಗೂ ಸೋಲುವ ಮನಸ್ಸಾಗುತ್ತಿತ್ತು. ಒಟ್ಟಿನಲ್ಲಿ ನಾಲ್ಕು ಸಲ ಅವಳನ್ನು ಡಿನ್ನರ್‌ಗಳಿಗೆ ಕರೆದೊಯ್ಯುವಲ್ಲಿ ಪರಸ್ಪರ ಒಪ್ಪಿಗೆಯ ಹಂತ ಮುಟ್ಟಿತು. ಆಗ ಡ್ರೈವರ್ ಇರಲಿಲ್ಲ. ನಾನೇ ಕಾರು ನಡೆಸುತಿದ್ದೆ. ಒಂದು ದಿನ ಮೇಕೆದಾಟುವಿನ ತನಕ ಹೋಗಿಬಂದೆವು. ಅವಳ ಪ್ರಶ್ನೆಗಳಿಗೆ ನಾನು ಪ್ರಾಮಾಣಿಕವಾಗಿಯೇ ಉತ್ತರ ಕೊಟ್ಟಿದ್ದೆ. ಪಾರ್ಟಿಗಳಲ್ಲಿ ವಿನಾ ನಾನು ಕುಡಿಯೂದಿಲ್ಲ ಎರಡು ಪೆಗ್ ಮೀರದಂತೆ. ವರ್ಷಕ್ಕೆ ಒಂದೆರಡು ಸಿಗರೇಟು ಸೇದಿದರೆ ಹೆಚ್ಚು. ಪ್ರಯಾಣದಲ್ಲಿ ಏರ್‌ಪೋರ್ಟಿನಲ್ಲಿ ಹೊತ್ತು ಕಳೆಯುವಾಗ ಕಾದಂಬರಿಗಳನ್ನ ಓದುತೀನಿ. ಸಾಹಿತ್ಯದಲ್ಲಿ ಪ್ರೀತಿ ಇದ್ದರೂ ಆಳವಾದ ಜ್ಞಾನವಿಲ್ಲ. ನನ್ನ ಹೆಂಡತಿಯಲ್ಲಿ ಸಣ್ಣ ಬುದ್ಧಿ ಇರಕೂಡದು ಎಂದು ನನ್ನ ಪ್ರಮುಖ ಅಪೇಕ್ಷೆಯನ್ನು ಹೇಳಿದ್ದೆ. ಸಣ್ಣ ಬುದ್ಧಿ ನನ್ನಲ್ಲಿ ಇಲ್ಲ, ನನ್ನ ಗಂಡನಲ್ಲೂ ಇರಕೂಡದು ಎಂದು ಅವಳು ಉತ್ತರಿಸಿದಳು. ಒಟ್ಟಿನಲ್ಲಿ ನಾನು ಅವಳಿಂದ ಆಕರ್ಷಿತನಾದೆ. ಅವಳನ್ನು ಆಕರ್ಷಿಸಿದೆ.

ವರದಕ್ಷಿಣೆ ಕೇಳುವುದು, ಪಡೆಯುವುದು ಹೀನತನವೆಂದು ನಾನು ಯಾವತ್ತೂ ಭಾವಿಸಿದ್ದೆ. ಸೂರಿಯ ಮದುವೆಯಲ್ಲೂ ನಾವು ಏನೂ ಕೇಳಿರಲಿಲ್ಲ. ಸಂಪ್ರದಾಯದಂತೆ ಅವರು ಕೊಟ್ಟ ಉಂಗುರ ಶಲ್ಯ ಪಂಚೆ ಕೋಟು ಪೇಟ ಪಂಚಪಾತ್ರೆ ಉದ್ಧರಣೆ, ಹುಡುಗಿಗೆ ನಾವಂತೂ ನಾಲ್ಕು ಬಳೆ, ನಾಲ್ಕೆಳೆಯ ಸರ, ಉಂಗುರ, ಓಲೆ, ಐದು ರೇಶ್ಮೆಸೀರೆ ಹಾಕಿದ್ದೆವು. ಮದುವೆ ಅವರ ಮನೆಯಲ್ಲಿ, ಅವರ ಖರ್ಚಿನಲ್ಲಿ. ಇತ್ತೀಚೆಗೆ ನಗರಗಳಲ್ಲಿ ಮದುವೆಯ ಖರ್ಚನ್ನು ವರ ವಧುವಿನ ಕಡೆಯವರು ಸಮನಾಗಿ ಹಂಚಿಕೊಳ್ಳುವ ಪದ್ಧತಿ ಬರುತ್ತಿತ್ತು. ಬಂದಿದೆ. ನಮ್ಮ ಮದುವೆಗೆ ಬೇರೆ ಕಲಾಪ ಬೇಡ, ಬರೀ ರಿಜಿಸ್ಟ್ರೇಶನ್ ಸಾಕು ಅಂತ ಇಳಾ ಹೇಳಿದಳು. ನನಗೂ ಅದು ಸರಿ ಎನ್ನಿಸಿತಾದರೂ ದಾಂಪತ್ಯದ ಬಂಧನವನ್ನು ಗಟ್ಟಿಗೊಳಿಸುವ ಒಂದು ಹೋಮ, ವಿವಾಹ ಮಂತ್ರಗಳು, ಸಪ್ತಪದಿ, ಹಿರಿಯರೆಲ್ಲ ಮುಟ್ಟಿ ಆಶೀರ್ವದಿಸಿದ ಮಾಂಗಲ್ಯ ಧಾರಣೆಗಳಿದ್ದರೆ ಒಳಿತೆಂಬ ಭಾವನೆಯನ್ನು ಕೊಡವಿ ಹಾಕಲಿಲ್ಲ. 'ನೀನು ಹಠ ಮಾಡಿದರೆ ನಾನು ಅಡ್ಡ ಬರೂದಿಲ್ಲ,' ಅವಳು ರಿಯಾಯಿತಿ ತೋರಿದಳು. 'ಹಠವಲ್ಲ. ಮದುವೆ ಅಂದರೆ ಎಲ್ಲರಿಗೂ ಸಂತೋಷವಾಗಬೇಕು,' ನಾನಂದೆ. ಮದುವೆಯನ್ನು ನಿಶ್ಚಯಿಸಿಕೊಂಡ ದಿನದಿಂದ ಅವಳು ನನ್ನನ್ನು ಏಕವಚನದಲ್ಲಿ ಮಾತನಾಡಿಸತೊಡಗಿದಳು. ಆಧುನಿಕ ಕಾಲವನ್ನು ಬಲ್ಲ ನಾನು ವಿರೋಧಿಸಲಿಲ್ಲ. ಮದುವೆಗೆ ಅವಳ ಕೈಲಿ ಒಂದು ಕಾಸನ್ನೂ ಖರ್ಚು ಮಾಡಿಸಲಿಲ್ಲ. ತಾಯಿ ತಂದೆಯಿಲ್ಲದ, ಆರ್ಮಿಯಲ್ಲಿ ಕರ್ನಲ್ ಆಗಿದ್ದ ಅವಳ ಅಣ್ಣ ಅತ್ತಿಗೆ ಬಂದಿದ್ದರು. ನನ್ನ ಕೈ ಕುಲುಕಿ ಬೆಸ್ಟ್ ವಿಶಸ್ ಹೇಳಿ ಗಾಡ್ ಬ್ಲೆಸ್ ಹೇಳಿ ಆಶೀರ್ವದಿಸಿ ಹೋದರು. ಕಂಟೋನ್‌ಮೆಂಟಿನ ಡಿಫೆನ್ಸ್ ಗೆಸ್ಟ್ ಹೌಸಿನಲ್ಲಿ ಇಳಿದುಕೊಂಡಿದ್ದರು.

ನನ್ನ ಆಯ್ಕೆ ಮತ್ತು ಮದುವೆಯು ಅಮ್ಮನಿಗೆ ಹಿತವಾಗಲಿಲ್ಲ. ಆದರೂ ಅವಳು

ಸ್ವಲ್ಪವೂ ಅಸಮಾಧಾನ ತೋರಿಸಿಕೊಳ್ಳಲಿಲ್ಲ. ತಾಳ್ಮೆ ಸಂಯಮಗಳು ಅವಳ ಹುಟ್ಟುಗುಣ. ಪರಿಚಾರಿಕೆಯು ಉಪಾಹಾರದ ತಟ್ಟೆಗಳನ್ನು ಎತ್ತುತ್ತಿರುವಾಗ, ಪರಿಚಾರಿಕೆ ಅನ್ನಬೇಕೋ ಕನ್ನಡ ಪತ್ರಿಕೆಗಳು ಅನುವಾದಿಸಿರುವಂತೆ ಗಗನಸಖಿ ಎನ್ನಬೇಕೋ, ಕ್ಯಾಪ್ಟನ್ನನ ಧ್ವನಿ ಕಿವಿಗೆ ಬಡಿಯಿತು: ನಿಮ್ಮ ಬಲಬದಿಗೆ ಬಿಸಿಲಿನಲ್ಲಿ ಹೊಳೆಯುತ್ತಿರುವುದು ನಾಗಪುರ. ನಾವೀಗ ಮೂವತ್ತೈದು ಸಾವಿರ ಅಡಿ ಎತ್ತರದಲ್ಲಿ ಹಾರುತ್ತಿದ್ದೇವೆ, ಥ್ಯಾಂಕ್ಯು. ಮೂರು ಸಂಗತಿಗಳು ಜ್ಞಾಪಕಕ್ಕೆ ಬರುತ್ತಿವೆ. ಗರ್ಭವಿಜ್ಞಾನ ಇಷ್ಟೊಂದು ಪ್ರಗತಿಗೊಂಡು ಇಷ್ಟೊಂದು ಬಗೆಯ ನಿರೋಧಕಗಳು, ಮಾತ್ರೆಗಳು ಲಭ್ಯವಿರುವಾಗ ಹಿಂದಿನ ಕಾಲದಂತೆ ಸಂಸಾರ ಹೂಡಿದ ತಕ್ಷಣ ಹೆಂಡತಿಯು ಬಸಿರಾಗಿ ವಾಂತಿ ಶುರುವಾಗಿ ಬಾಣಂತಿತನ ಮಗುವಿನ ಅಳು ಹೇಲು ಉಚ್ಚೆಗಳಲ್ಲಿ ದಾಂಪತ್ಯದ ರೊಮಾಂಟಿಕ್ ಅನುಭವದಿಂದ ವಂಚಿತರಾಗುವ ಅಗತ್ಯವಿಲ್ಲ. ಆದರೂ ಇಳಾ, 'ನಾವು ಬೇಗ ಮಗುವನ್ನು ಪಡೆಯೋಣ' ಎಂದಳು.

'ಇಷ್ಟು ಬೇಗ? ಒಂದೆರಡು ವರ್ಷ ಆರಾಮಾಗಿ ಎಂಜಾಯ್ ಮಾಡೋಣ,' ಎಂದೆ.

'ಅದು ಸರಿ. ನನಗೀಗ ಮೂವತ್ತು ವರ್ಷ. ತಡ ಮಾಡಿದರೆ ಹುಟ್ಟುವ ಮಗುವಿನ ಆರೋಗ್ಯ ಹೇಗಿರುತ್ತೊ? ನನಗೆ ಒಂದೇ ಮಗು ಸಾಕು,' ಎಂದಳು. ಮುಂದಿನ ತಿಂಗಳೇ ಗರ್ಭಕಟ್ಟಿರುವ ಸೂಚನೆ ಕಂಡಿತು.

'ಕಾರಿನಲ್ಲಿ ಊರಿಗೆ ಹೋಗಿ ಎಲ್ಲರನ್ನೂ ನೋಡಿಕೊಂಡು ಅಮ್ಮನನ್ನ ಕರಕಂಡು ಬರಾಣ,' ನಾನು ಹೇಳಿದೆ.

'ಯಾಕೆ?' ಅವಳು ಕೇಳಿದಳು.

'ಬಸರಿಗೆ ಮಾಡಬೇಕಾದ ಎಷ್ಟೋ ಉಪಚಾರಗಳಿವೆ. ನಿನಗೆ ನಂಬಿಕೆ ಇಲ್ಲದಿರೂದ ರಿಂದ ಶಾಸ್ತ್ರಗಳನ್ನು ಕೈಬಿಡಬಹುದು. ಆದರೆ ಮೊದಲ ಬಸಿರು. ಎಚ್ಚರದಿಂದ ಸುಧಾರಿಸುಕ್ಕೆ ಒಬ್ಬ ಹಿರಿಯ ಹೆಂಗಸುಬೇಕು. ಬಾಣಂತನಕ್ಕಂತೂ ಬೇಕೇಬೇಕು.'

'ವಿನಯ್, ನೀನು ಪಶ್ಚಿಮದೇಶಗಳನ್ನ ನೋಡಿದೀಯ. ಆದರೆ ನಿನ್ನದೆಲ್ಲ ಬಿಸಿನೆಸ್ ಟ್ರಿಪ್‌ಗಳು. ಅಥವಾ ಟೂರಿಸ್ಟ್ ವಿಸಿಟ್‌ಗಳು. ನಾನು ಅಲ್ಲೇ ಇದ್ದು ನೋಡಿರೋಳು. ಹೆರಿಗೆ ಬಾಣಂತನಗಳಿಗೆ ಯಾರ ತಾಯಿಯೂ ಬರುಲ್ಲ. ಬಸರಿಗೆ ವೈದ್ಯೆಯು ಮೊದಲೇ ಎಲ್ಲ ತಿಳಿವಳಿಕೇನೂ ಕೊಡ್ತಾರೆ. ಉದ್ಭವಿಸಬೇಕಾದ ಸಮಸ್ಯೆಗಳಿಗೆ ಅವಳ ಮನಸ್ಸಿನಲ್ಲಿ ಹುಟ್ಟಬಹುದಾದ ಎಲ್ಲ ಅನುಮಾನಗಳಿಗೆ ಸ್ಪಷ್ಟವಾದ ಉತ್ತರಗಳನ್ನು ಪ್ರಶ್ನೋತ್ತರ ರೂಪದಲ್ಲಿ ಚಿತ್ರಸಮೇತ ಬರೆದು ಮುದ್ರಿಸಿದ ಕಿರುಹೊತ್ತಗೆಗಳನ್ನ ಕೊಟ್ಟಿರ್ತಾರೆ. ಮೂರು ದಿನಕ್ಕಿಂತ ಹೆಚ್ಚಾಗಿ ಆಸ್ಪತ್ರೇಲೂ ಇಟ್ಟುಕೊಳ್ಳುಲ್ಲ. ಈಗಂತೂ ಒಂದೇ ದಿನ.....' ಅನ್ನುವಲ್ಲಿ ನಾನು ಬಾಯಿಹಾಕಿ ಅದು ಇನ್‌ಶೂರೆನ್ಸ್ ಕಂಪನಿಯ ಲಾಭಬಡುಕ ಒತ್ತಡದಿಂದ ಎಂದೆ. ಅವಳು, 'ಇನ್‌ಶೂರೆನ್ಸ್ ವಿರುದ್ಧವೂ ಈಗ ಚಳುವಳಿ ಶುರುವಾಗಿದೆ. ಮುಖ್ಯಾಂಶ ಅಂದರೆ: ಮಗುವಿನ ಹುಟ್ಟುಸಾಕಣೆಗಳು ತಾಯಿ ತಂದೆಯರ ಜವಾಬ್ದಾರಿ. ಬಾಣಂತನ ಅನ್ನೂದು ಗಂಡನ ಹೊಣೆ. ಹೆರಿಗೆ ಕೋಣೆಗೆ ಕೂಡ ಗಂಡನನ್ನ ಬಿಡ್ತಾರೆ. ತನ್ನ ಮಗು ಹೇಗೆ

ಹುಟ್ಟುತ್ತೆ ಅನ್ನೂದ ನೋಡಲಿ ಅಂತ. ಹಾಗಿದ್ದರೆ ಗಂಡಸಿಗೆ ತನ್ನ ಮಗುವಿನ ಮೇಲೆ ತಾದಾತ್ಮ್ಯ ಘನವಾಗುತ್ತೆ, ಜವಾಬ್ದಾರಿ ಹೆಚ್ಚುತ್ತೆ' ಅನ್ನುವಲ್ಲಿ ನಾನು, ಅದು ನಿಜವಿದ್ದರೆ ಆ ದೇಶಗಳಲ್ಲಿ ಅಷ್ಟೊಂದು ಡೈವೋರ್ಸ್‌ಗಳು ಯಾಕೆ ಆಗ್ತಿವೆ? ಎಂದೆ. ಅವಳು ತುಸು ತಡ ವರಿಸಿದಳು. ನಾನು, ನೀನು ಮಗು ಹೆರೂದ ನಾನು ಎದುರಿಗೆ ನಿಂತು ನೋಡಬೇಕೇನು? ಎಂದೆ. ಅವಳು 'ಎಸ್,' ಎಂದಳು. ಇದು ನನ್ನ ಮನಸ್ಸಿಗೆ ಅಹಿತಕಾರಿ. ಈ ಮಾತನ್ನು ಬೆಳೆಸುವುದೂ ಸಂಕಟವೆನ್ನಿಸಿತು. ಅವಳೇ ಮಾತು ಮುಂದುವರೆಸಿದಳು: 'ನಿನ್ನ ತಾಯಿ ನಮ್ಮ ಮನೇನ ವಿಸಿಟ್ ಮಾಡುಕ್ಕೆ ನನ್ನ ಆಕ್ಷೇಪವಿಲ್ಲ. ಐ ವೆಲ್‌ಕಂ ಹರ್. ಆದರೆ ನಮ್ಮ ಮನೆ ಅಂದರೆ ನಾನು ನೀನು ನಮ್ಮ ಮಗು. ಇಂಗ್ಲಿಷ್‌ನಲ್ಲಿ ಫ್ಯಾಮಿಲಿ ಅಂದರೆ ಗಂಡ ಹೆಂಡತಿ ಮಕ್ಕಳು ಅಂತ ಮಾತ್ರ ಡಿಫ್ಲಿನಿಶನ್. ಪ್ಲೀಸ್ ಅರ್ಥ ಮಾಡಿಕೊ.'

ನನಗೆ ತಕ್ಷಣ ನಿರಾಶೆಯಾಯಿತು. ಮದುವೆಗೆ ಮೊದಲೇ ನನ್ನ ಹೆಂಡತಿಯಲ್ಲಿ ಸಣ್ಣ ಬುದ್ಧಿ ಇರಕೂಡದು ಎಂದು ನಾನು ಹೇಳಿ ಅವಳು ಒಪ್ಪಿದ್ದಳು. ಆದರೆ ಇದು ಸಣ್ಣ ಬುದ್ಧಿಯಲ್ಲವೆ? ವಿಧವೆ ತಾಯಿ ಮಗನ ಮನೆಯಲ್ಲಲ್ಲದೆ ಮತ್ತೆಲ್ಲಿ ಇರಬೇಕು? ಬಾಣಂತನದ ಸನ್ನಿವೇಶದಲ್ಲಿ ಅಮ್ಮ ನನ್ನ ಮನೆಯಲ್ಲಿ ಒಂದು ವರ್ಷವಾದರೂ ಇರಬೇಕೆಂಬ ಆಶೆ ನನಗಿತ್ತು. ಅನಂತರ ಇಲ್ಲಿ ಕೆಲವು ತಿಂಗಳು ಊರಿನಲ್ಲಿ ಚಿಕ್ಕಮಗನ ಜೊತೆ ಕೆಲವು ತಿಂಗಳು ಇರಲಿ ಎಂಬ ಕಲ್ಪನೆಯಲ್ಲಿದ್ದೆ. ಈಗ ಇವಳನ್ನು ಒಪ್ಪಿಸದೆ ಅಮ್ಮನನ್ನು ಕರೆತಂದರೆ ಅಸಹ್ಯದ ಪರಿಸ್ಥಿತಿಯನ್ನುಂಟುಮಾಡುತ್ತಾಳೆಂಬುದು ಸ್ಪಷ್ಟವಾಗಿ ಸದ್ಯಕ್ಕೆ ಸುಮ್ಮನಾದೆ.

ಎರಡು ದಿವಸದ ನಂತರ ಒಂದು ಆಲೋಚನೆ ಬಂತು. ಊರಿನಲ್ಲಿ ಕಷ್ಟಪಟ್ಟು ದುಡಿದರೆ ಒಂದು ಸಂಸಾರವು ನೆಮ್ಮದಿಯಾಗಿ ಜೀವಿಸುವಷ್ಟು ಜಮೀನಿದೆ. ಸೂರಿಗೆ ನನ್ನಷ್ಟು ಚುರುಕು ಬುದ್ಧಿ ಇಲ್ಲ. ಕಷ್ಟಪಟ್ಟು ಓದಲೂ ಇಲ್ಲ. ಅಪ್ಪನ ಕೈಲಿ ಬೈಸಿಕೊಳ್ಳುತ್ತಿದ್ದ. ಹದಿನೆಂಟು ವರ್ಷದವನಾದ ಮೇಲೆ ಜಮೀನಿನಲ್ಲಿ ಮನಸ್ಸಿಟ್ಟು ಕೆಲಸ ಮಾಡತೊಡಗಿದ. ಪರಿಸ್ಥಿತಿ ಬದಲಾಗಿ ಹೊಲಗದ್ದೆಗಳಲ್ಲಿ ದುಡಿಯುವ ಆಳುಗಳು ಸಿಕ್ಕುವುದು ದುರ್ಲಭವಾಗಿ ಸಿಕ್ಕಿದರೂ ಅವರು ಕೇಳುವ ಮಟ್ಟದ ಕೂಲಿಯನ್ನು ಕೊಟ್ಟರೆ ಕೊನೆಗೆ ಭೂಮಾಲೀಕನಿಗೆ ಬರಿಗೈ ಆಗುವಂಥ ಸ್ಥಿತಿ ಬಂದಾಗ ಸೂರಿ ಹೆಗಲು ಕೊಡದಿದ್ದರೆ ಅಪ್ಪ ಹಳ್ಳಿಯನ್ನು ಬಿಟ್ಟು ಗುಳೆ ಹೋಗಬೇಕಿತ್ತು. ಹೊಸ ವಿಧಾನದ ಕೃಷಿಯನ್ನು ಕಲಿತು ಸೂರಿ ಸಂಸಾರವನ್ನು ರೂಢಿಸಿದ. ನಾನು ಅಷ್ಟಿಷ್ಟು ಹಣಕೊಟ್ಟು ಬೋರ್‌ವೆಲ್ ತೋಡಿಸಿ ಪಂಪು ಹಾಕಿಸಿ ತೋಟಕ್ಕೆ ಹೊಸತಾಗಿ ಪಾತಿ ಮಾಡಿಸಿ ಕೆಮ್ಮಣ್ಣು ಹೊಡೆಸಿದೆ. ಮನೆಯ ಸ್ಥಿತಿ ಒಂದು ಹದಕ್ಕೆ ಬಂತು. ಅಮ್ಮ ಒಬ್ಬಳಿಗೇ ಮನೆಯವರಿಗೆ, ಆಳುಗಳಿಗೆ ಅಡುಗೆ ಮಾಡಲು, ಹಸು ವಿನ ನಿಗ ನೋಡಿ ಹಾಲು ಕರೆದು ಡೈರಿಗೆ ಕಳಿಸಲು ಸಾಧ್ಯವಾಗದೆ ಸೂರಿಗೆ ಮದುವೆ ಮಾಡುವ ವರಾತ ಮಾಡಿದಳು. ಹೊಲ ಗದ್ದೆ ಮಾಡುವ ಹುಡುಗನಿಗೆ ಹೆಣ್ಣು ಸಿಕ್ಕುವುದು ಕಷ್ಟವಾಗಿದ್ದಾಗ ಅದೃಷ್ಟವೆಂಬಂತೆ ಪಾರ್ವತಿ ಸಿಕ್ಕಿದಳು. ಲಕ್ಷಣವಂತೆ, ಕೃಷಿ ಕೆಲಸದ ಮನೆಯವಳು. ಹೈಸ್ಕೂಲು ಓದಿದವಳು. ಒಳ್ಳೆಯ ಕುಟುಂಬದ ಮಗಳು.

ಈಗ ಇದ್ದಕ್ಕಿದ್ದಂತೆಯೇ ಒಂದು ವಿವೇಚನೆ ಹುಟ್ಟಿತು. ಊರಿನ ಜಮೀನು ಮತ್ತು

ಮನೆಯ ನನ್ನ ಪಾಲನ್ನೂ ಸೂರಿಗೆ ಬರೆದು ರಿಜಿಸ್ಟರ್ ಮಾಡುವ ಆಲೋಚನೆ ಹಿಂದೆ ಹಲವು ಬಾರಿ ನನ್ನ ಮನಸ್ಸಿನಲ್ಲಿ ಬಂದಿತ್ತು. ಯಾವಾಗ ಎನ್ನುವುದನ್ನು ನಿಶ್ಚಯಿಸಿರಲಿಲ್ಲ. ಅದಕ್ಕೆ ಆತುರವಿರಲಿಲ್ಲ. ಆದರೆ ಈಗ ಇಳಾ ಬಸರಾಗಿದಾಳೆ. ಈ ಬಸರು ಮಗುವಾಗಿ ಹೊರಬಂದ ತಾರೀಖಿನಿಂದ ಅದಕ್ಕೆ ಪಿತ್ರಾರ್ಜಿತ ಜಮೀನಿನ ಮೇಲೆ ಅಧಿಕಾರ ಬಂದು ಬಿಡುತ್ತೆ. ಬೆಂಗಳೂರಿನಲ್ಲಿ ಹುಟ್ಟಿ ಬೆಳೆದು ಮುಂದೆ ದಿಲ್ಲಿಯೋ ಮುಂಬಯಿಯೋ ನ್ಯೂಯಾರ್ಕೋ ಟೊರೊಂಟೋವೋ ಸೇರುವ ಅದಕ್ಕೆ ಆ ಹಳ್ಳಿಯ ತುಂಡುಭೂಮಿಯ ಮೇಲೆ ಯಾವ ಆಸ್ಥೆಯೂ ಇರುಲ್ಲವಾದರೂ ಸೂರಿಯ ಸಂಸಾರ ಈ ಮಗುವಿನ ಹಿಡಿತಕ್ಕೆ ಸಿಕ್ಕಬಾರದು. ಈ ಮಗುವಿಗೆ ಏನೂ ತಿಳಿಯದಿದ್ದರೂ ಅದರ ಅಮ್ಮ ಹೇಳಿಕೊಡಬಹುದು. ಆದ್ದರಿಂದ ಒಂದು ವಾರವೂ ತಡಮಾಡದೆ ಊರಿಗೆ ಹೋಗಿ ಕಾಗದ ಪತ್ರ ಮುಗಿಸಬೇಕೆಂದು ನಿಶ್ಚಯಿಸಿ ಮುಂದಿನ ಶನಿವಾರ ಬೆಳಗ್ಗೆ ಒಬ್ಬನೇ ಕಾರು ಹತ್ತಿ ತಿಪಟೂರಿನ ಕಡೆ ನಡೆಸಿದೆ. 'ಈಗೇನು ಅರ್ಜೆಂಟು ಊರಿನಲ್ಲಿ?' ಇಳಾ ಕೇಳಿದಳು. ಸ್ವಲ್ಪ ಕೆಲಸವಿದೆ ಎಂದಷ್ಟೇ ಹೇಳಿದೆ. ಯಾವಾಗ ಊರಿಗೆ ಹೋದರೂ ಅಮ್ಮನಿಗೆ ಸೀರೆ ಅಪ್ಪನಿಗೆ ಶರಟು ಸೂರಿಗೆ ಚೆಡ್ಡಿ ಪೈಜಾಮ ಶರಟು ಸೂರಿಯ ಮದುವೆಯಾದಮೇಲೆ ಪಾರ್ವತಿಗೆ ಸೀರೆ ಯಾವುದಾದರೊಂದು ಒಡವೆಯನ್ನು ಒಯ್ಯುತ್ತಿದ್ದೆ. ಪಾರ್ವತಿ ನನ್ನನ್ನು ಗೌರವ ಅಕ್ಕರೆಗಳಿಂದ ಕಾಣುತ್ತಿದ್ದಳು. ಗೌರವ ಆದರಗಳು ಅವಳ ಕಣ್ಣುಗಳಲ್ಲಿ ಸಡಗರದಲ್ಲಿ ನನ್ನ ಬಟ್ಟೆಗಳನ್ನು ಒಗೆದು ಒಣಗಿಸುವುದರಲ್ಲಿ ಸ್ಪಷ್ಟವಾಗಿ ವ್ಯಕ್ತವಾಗುತ್ತಿದ್ದವು. ಶುರುವಿನಲ್ಲಿ ನನ್ನೊಡನೆ ಮಾತನಾಡಲು ಸಂಕೋಚಪಟ್ಟರೂ ಕ್ರಮೇಣ ಭಾವ ಎಂದು ತುಂಬುಕಂಠದಿಂದ ಕರೆಯುತ್ತಿದ್ದಳು. ಸೂರಿಯ ಮಗ ಐದು ವರ್ಷದ ಸತೀಶನಂತೂ ದೊಡ್ಡಪ್ಪ ಎಂದು ಓಡಿ ಬಂದು ನನ್ನ ತೊಡೆಯಮೇಲೆ ಧೊಪ್ಪನೆ ಬೀಳುತ್ತಿದ್ದ. ನಾನು ಒಯ್ಯುತ್ತಿದ್ದ ಅಂಗಿ ಚೆಡ್ಡಿಗಳನ್ನು ತಕ್ಷಣವೇ ಹಾಕಿಕೊಂಡು ನನಗೆ ತೋರಿಸುತ್ತಿದ್ದ.

ಈಗ ಊರಿಗೆ ಹೋದಾಗ ಪಾರ್ವತಿ ಬಿಳಿಚಿಕೊಂಡಿದ್ದಳು. ಮೈಯಲ್ಲಿ ರಕ್ತವಿಲ್ಲ. ನಡೆಯುವಾಗ ದೃಢತೆ ಇಲ್ಲ. 'ಏನು ಕಾಹಿಲೆಯೋ ಗೊತ್ತಾಗ್ತಿಲ್ಲ. ತಿಪಟೂರಿನ ಲೇಡಿ ಡಾಕ್ಟರುಗಳು ಸುಮ್ಮನೆ ಇಂಜೆಕ್ಷನ್ ಕೊಡ್ತಾರೆ. ತುಂಬ ಬ್ಲೀಡಿಂಗ್,' ಸೂರಿ ಹೇಳಿದ.

'ನನಗ್ಯಾಕೆ ಹೇಳಲಿಲ್ಲ? ಒಂದು ಫೋನ್ ಮಾಡಲಿಲ್ಲ?'

'ಅಯ್ಯೋ ನಿನ್ನ ತಾಪತ್ರಯವೇ ನಿನಗಿರುತ್ತೆ.....' ಎಂದು ರಾಗ ಎಳೆದ. ಇಳಾಳ ಸ್ವಭಾವವನ್ನು ಮದುವೆಯಲ್ಲೇ ನಮ್ಮ ಮನೆಯವರು ಅರ್ಥಮಾಡಿಕೊಂಡಿದ್ದಾರೆಂಬುದು ನನಗೆ ಗೊತ್ತಿತ್ತು. ನಾನೇ ಹತ್ತಿರ ಹೋಗಿ ಪಾರ್ವತಿಯ ಕಣ್ಣುಗಳನ್ನು ಪರೀಕ್ಷಿಸಿದೆ. ಬಿಳಿಚಿಕೊಂಡಿರೂದ ಬಿಟ್ಟರೆ ಹೆಚ್ಚಿನದು ನನಗಾದರೂ ಹೇಗೆ ತಿಳಿದೀತು?

'ನೋಡು, ಈಗ ನಾವಿಬ್ಬರೂ ತಿಪಟೂರಿಗೆ ಹೋಗಿಬರಾಣ. ಅಡ್ವೋಕೇಟ್ ಸೀತಾರಾಮಯ್ಯನೋರ ಕೈಲಿ ಒಂದು ವಿಷಯ ಮಾತಾಡಬೇಕು. ನಾನು ನಾಳೆ ಮನೇಲೇ ಇರ್ತೀನಿ. ಸೋಮವಾರ ಬೆಳಗ್ಗೆ ಅಮ್ಮ ಪಾರ್ವತಿ ಸತೀಶರನ್ನ ಕರಕೊಂಡು ತಿಪಟೂರಿಗೆ ಹೋಗಾಣ. ಸಬ್‌ರಿಜಿಸ್ಟ್ರಾರರ ಆಫೀಸಿನಲ್ಲಿ ಒಂದು ಗಂಟೆ ಕೆಲಸವಿದೆ. ಆಮೇಲೆ ನಾನು

ಇವರನ್ನ ಕರಕಂಡು ಬೆಂಗಳೂರಿಗೆ ಹೋಗ್ತೀನಿ. ನೀನು ಊರಿಗೆ ಬಾ.' ಅಪ್ಪ ಸತ್ತಮೇಲೆ ನನ್ನ ಮಾತು ಅಂದರೆ ನಮ್ಮ ಮನೆಯಲ್ಲಿ ಅಪ್ಪಣೆಯೇ ಆಗಿತ್ತು.

ಬೆಂಗಳೂರಿಗೇ ಪ್ರಸಿದ್ಧ ಪ್ರಸೂತಿ ತಜ್ಞ ಡಾ. ಕುಲಕರ್ಣಿಯವರಲ್ಲಿ ಸಮಯ ಪಡೆದು ಪಾರ್ವತಿಯನ್ನು ತೋರಿಸಿದೆ. ನರ್ಸಿಂಗ್ ಹೋಮಿಗೆ ಸೇರಿಸಬೇಕು, ಐದಾರು ದಿನವಾದರೂ ಇರಬೇಕೆಂದರು. ಒಂದು ಸಣ್ಣ ಶಸ್ತ್ರಚಿಕಿತ್ಸೆ ಮಾಡಿ ಆರನೆಯ ದಿನ ಬಿಡುಗಡೆ ಮಾಡಿ, 'ಒಂದು ತಿಂಗಳು ಬೆಂಗಳೂರಿನಲ್ಲೇ ಇಟ್ಟುಕೊಳ್ಳಿ. ವಾರಕ್ಕೊಮ್ಮೆ ತೋರಿಸಿ' ಎಂದು ಔಷಧಿ ಬರೆದುಕೊಟ್ಟರು. ಮನೆಯಲ್ಲಿ ಅಡುಗೆಯ ರತ್ನಮ್ಮ ಇದ್ದರು. ಜೊತೆಗೆ ಆಳು. ಅಮ್ಮನಂತೂ ಡಾ. ಕುಲಕರ್ಣಿಯವರನ್ನು ದೇವರ ಸಮ ಎಂದಳು. ನಡುವೆ ನಾನು ಒಂದುವಾರ ಪ್ರವಾಸ ಹೋಗಬೇಕಾಯಿತು. ಡಾಕ್ಟರಿಗೆ ತೋರಿಸುವ ದಿನಕ್ಕೆ ಒಬ್ಬ ಡ್ರೈವರ್ ಬರ್ತಾನೆ. ಪಾರ್ವತಿಗೆ ಪ್ರತಿ ದಿನಾ ಎರಡು ಲೋಟ ತಾಜಾ ಕಿತ್ತಳೆಹಣ್ಣಿನ ರಸ ತಪ್ಪಬಾರದು. ಅವಳ ಆರೈಕೆಗೆ ಬೇಕಾದ ಊಟೋಪಚಾರಕ್ಕೆ ಯಾವ ಪದಾರ್ಥ ಬೇಕಾದರೂ ಆಳಿನ ಕೈಲಿ ತರಿಸು ಎಂದು ಅಮ್ಮನ ಕೈಲಿ ಐದುಸಾವಿರ ರೂಪಾಯಿ ಕೊಟ್ಟು ಹೋದೆ. ಈ 'ವಿಸಿಟರ್ಸ್' ಬಂದಿರುವಾಗ ಇಳಾ ಎಷ್ಟು ಬೇಕೋ ಅಷ್ಟು ಮಾತನಾಡಿ ತನ್ನಪಾಡಿಗೆ ತಾನು ತನ್ನ ಕೋಣೆಯಲ್ಲಿರುತ್ತಿದ್ದಳು. ನಡುವೆ ಒಮ್ಮೆ ಸೂರಿ ಬಂದು ಹೋಗಿದ್ದ.

ನಾನು ಪ್ರವಾಸದಿಂದ ಹಿಂತಿರುಗಿದ ಮೇಲೆ, ಇಳಾ ವಿಶ್ವವಿದ್ಯಾಲಯಕ್ಕೆ ಹೋದನಂತರ, ಒಂದು ದಿನ ಅಮ್ಮ ಕೇಳಿದಳು: 'ಇಳಾ ಬಸರಿ ಅಂತ ನೀನು ನನಗೆ ಹೇಳಲೇ ಇಲ್ಲವಲ್ಲೊ.'

'ನಿನಗೆ ಹ್ಯಾಗೆ ಗೊತ್ತಾಯ್ತು.'

'ಯಾವಾಗಲೂ ರೂಮಿನ ಬಾಗಿಲು ಬಡಕಂಡು ಕೂತಿದ್ದರೂ ಒಂದೊಂದು ಸಲ ವಾಂತಿ ಮಾಡ್ಕಂಡ ಸದ್ದು ಕೇಳ್ತಿತ್ತು. ಹೊಟ್ಟೆತೊಳಸಿದ ವಾಂತಿಗೂ ಬಸರಿನ ವಾಂತಿಗೂ ವ್ಯತ್ಯಾಸ ಹೆಂಗಸರಿಗೆ ಬೇಗ ಗೊತ್ತಾಗುತ್ತೆ. ನಾನೇ ಅವಳನ್ನ ಕೇಳಿದೆ. ಅದೆಲ್ಲ ಸಹಜ, ಹೇಳುವಂಥದೇನು ಅಂತ ತೇಲಿಸಿಬಿಟ್ಟಳು. ಮೊಮ್ಮಗು ಹುಟ್ಟುತ್ತೆ ಅಂತ ನಾನು ಸಂತೋಷ ಪಡಬಾರದೆ?' ಎಂದಳು.

'ಅವಳ ಯೋಗ್ಯತೆಯೇ ಅಂಥದು. ನೀನು ಬೇಜಾರು ಪಟ್ಟುಕಾಬ್ಯಾಡ,' ಎಂದು ಸಮಾಧಾನ ಹೇಳಿದೆ.

ಒಂದು ತಿಂಗಳಿನಲ್ಲಿ ಪಾರ್ವತಿ ಸುಧಾರಿಸಿಕೊಂಡಳು. ಮುಖ ಕಣ್ಣು ಉಗುರುಗಳಲ್ಲಿ ಒಳಗಿನ ಶುದ್ಧ ಸಮೃದ್ಧ ರಕ್ತದ ಕಳೆ ಕಾಣಿಸತೊಡಗಿತು. ಅವಳು ಊರಿಗೆ ಹೋಗಬಹುದೆಂದು ಡಾಕ್ಟರೂ ಹೇಳಿದರು. ಅವಳು ಮುಂದುವರೆಸಬೇಕಾದ ಟಾನಿಕ್ಕು ಮಾತ್ರೆಗಳನ್ನು ಪ್ಯಾಕ್ ಮಾಡಿಸಿ ಹೊಸ ಸೀರೆ ಉಡಿಸಿ ಡ್ರೈವರಿನ ಸಂಗಡ ಮೂವರನ್ನೂ ಕಳಿಸಿಕೊಟ್ಟೆ. ಹೊರಡುವ ಮುನ್ನ ಅವಳು ನೆಲದ ಮೇಲೆ ಮಂಡಿಯೂರಿ ನನ್ನ ಎರಡು ಮುಂಗಾಲನ್ನೂ ತನ್ನ ಕೆಲಸ ಮಾಡಿ ಗಟ್ಟಿಗಟ್ಟಿದ್ದ ಅಂಗೈಗಳಿಂದ ಮೂರು ಸಲ ಒತ್ತಿ ಕಣ್ಣಿಗೆ ಒತ್ತಿಕೊಂಡಳು.

ಅನಂತರ ಇಳಾಗೆ ನಮಸ್ಕರಿಸಲು ಬಗ್ಗಿದಾಗ, 'ನೊ ನೋ ಇದನ್ನ ನಾನು ಒಪ್ಪೊದಿಲ್ಲ. ಇವೆಲ್ಲ ದಾಸ್ಯದ ಸಂಕೇತಗಳು. ಬೇಕಾದರೆ ಥ್ಯಾಂಕ್ಸ್ ಅಂತ ಹೇಳಿದರೆ ಸಾಕು,' ಎಂದು ಹೌಹಾರಿ ಕಾಲನ್ನು ಹಿಂದಕ್ಕೆ ತೆಗೆದುಕೊಂಡಳು. ಪಾರ್ವತಿ ಪೆಚ್ಚಾಗಿ ನಿಂತಳು. ಸತೀಶ ನನ್ನ ಪಾದಗಳಿಗೆ ನೆತ್ತಿಯನ್ನು ಸೋಕಿಸಿ ನಮಸ್ಕರಿಸಿದ. ದೊಡ್ಡಮ್ಮನಿಗೆ ನಮಸ್ಕಾರವು ಒಪ್ಪಿಗೆ ಇಲ್ಲವೆಂಬುದನ್ನು ಅಷ್ಟರಲ್ಲೇ ಅವನು ಅರ್ಥಮಾಡಿಕೊಂಡಿದ್ದ. ಕಾರನ್ನು ಹತ್ತುವಾಗ ಪಾರ್ವತಿಯ ಕಣ್ಣು ತುಂಬಿಕೊಂಡಿತ್ತು.

ಅವರು ಪ್ರಯಾಣ ಮಾಡಿದ ರಾತ್ರಿ ಮಲಗುವ ಮುನ್ನ ಇಳಾ ಕೇಳಿದಳು: 'ಈಗೇನು ಅರ್ಜೆಂಟು ಊರಿನಲ್ಲಿ ಅಂತ ನಾನು ಕೇಳಿದರೂ ಸ್ವಲ್ಪ ಕೆಲಸವಿದೆ ಅಂತ ಹೇಳಿ ನೀನು ಊರಿಗೆ ಹೋದ ನಿಜವಾದ ಕಾರಣವನ್ನ ನನಗೆ ಹೇಳಲೇ ಇಲ್ಲ. ಆಮೇಲೆ ಹೇಳೂದಲ್ಲ. ಮೊದಲೇ ನನ್ನನ್ನ ಕೇಳಿ ಸಮಾಲೋಚಿಸಲಿಲ್ಲ. ನನ್ನ ಒಪ್ಪಿಗೆ ಪಡೆಯದೆ ನಿನ್ನ ಪಾಲಿನ ಆಸ್ತಿಯನ್ನ ತಮ್ಮನಿಗೆ ಬರೆದುಕೊಟ್ಟು ಬಂದೆ.'

'ನಿನ್ನನ್ನ ಕೇಳಿ ಒಪ್ಪಿಗೆ ಪಡೆಯೂದೇನಿದೆ ಇದರಲ್ಲಿ?' ನಾನು ತಾಳ್ಮೆಯಿಂದ ಕೇಳಿದೆ. ಕಂಪನಿಯ ವ್ಯವಹಾರವನ್ನು ಕುದುರಿಸುವಾಗ ಎದುರಾಳಿಯು ಎಂಥ ಪ್ರಚೋದನಕಾರಿ ಮಾತನಾಡಿದರೂ ತಾಳ್ಮೆಗೆಡದೆ ವ್ಯವಹರಿಸುವುದು ನನಗೆ ಅಭ್ಯಾಸವಾಗಿತ್ತು.

'ನೀನೇ ಹೇಳ್ತಿಯಲ್ಲವೆ ವಿವಾಹ ಅನ್ನೂದು ಪವಿತ್ರ ಸಂಸ್ಕಾರ, ಅದರ ಮುಖ್ಯ ತತ್ತ್ವ ಧರ್ಮೇಚ ಅರ್ಥೇಚ ಕಾಮೇಚ ನಾತಿ ಚರಿತವ್ಯಃ ಅಂತ.'

'ನಿನಗೆ ಈ ಧರ್ಮದಲ್ಲಿ ನಂಬಿಕೆಯೇ ಇಲ್ಲ. ನೀನು ಮಾಡ್ಕಂಡಿರೂದು ರಿಜಿಸ್ಟ್ರೇಷನ್. ಅದೊಂದು ಕಾಂಟ್ರ್ಯಾಕ್ಟ್. ಈ ಕಾಂಟ್ರಾಕ್ಟಿನಲ್ಲಿ ಧರ್ಮೇಚ ಅರ್ಥೇಚಗಳು ಒಳಗೊಂಡಿಲ್ಲ.'

'ನನ್ನನ್ನ ಚುಚ್ಚುಕ್ಕೆ ಈ ವ್ಯಾಖ್ಯಾನ ಹೇಳ್ತೀದೀಯ. ಆಲ್ ರೈಟ್. ನಮ್ಮ ಸಂವಿಧಾನದ ಅಡಿಯಲ್ಲಿ ಮಾಡಿರುವ ಮಾಡುವ ಕಾನೂನುಗಳೇ ನಮ್ಮ ಧರ್ಮ. ಅದು ಅರ್ಥೇಚ ಕಾಮೇಚಗಳನ್ನು ಒಳಗೊಂಡಿವೆ.'

'ಅಂದರೆ ಗಂಡನ ಸಂಪಾದನೇಲಿ ಹೆಂಡತಿಗೆ ಅಧಿಕಾರವಿದೆ?'

'ಎಸ್. ಅದರ ನಿರ್ವಹಣೆಯಲ್ಲಿ ಕೂಡ. ಪಿತ್ರಾರ್ಜಿತ ಆಸ್ತಿಯಾಗಿದ್ದರೂ ನನ್ನನ್ನ ಕೇಳದೆ, ನನ್ನ ಸಮ್ಮತಿ ಪಡೀದೇ ನಿನ್ನ ತಮ್ಮನಿಗೆ ಬಿಟ್ಟುಕೊಟ್ಟದ್ದು ತಪ್ಪು. ಎರಡನೇದಾಗಿ ಗರ್ಭಕಟ್ಟಿದ ಮೇಲೆ ಪಿತ್ರಾರ್ಜಿತದ ಮೇಲಿನ ಹಕ್ಕು ಆ ಹಂತದಲ್ಲೇ ಮಗೂಗೆ ಬರುತ್ತೆ. ಅದರ ಪರವಾಗಿ ಅದನ್ನ ರಕ್ಷಿಸೂ ಅಧಿಕಾರ ನನಗಿದೆ.'

'ವಾಹ್! ಹಾಗಂತ ಈಗಲೇ ಕೋರ್ಟಿಗೆ ಹೋಗು. ಸುಪ್ರೀಂ ಕೋರ್ಟಿನ ತನಕ ಲಡಾಯಿ ನಡೆದು ತೀರ್ಮಾನವಾಗಲಿ. ಪಿತ್ರಾರ್ಜಿತವಾದ ಆಸ್ತೀನ ಕಷ್ಟದಲ್ಲಿರೂ ತಮ್ಮನಿಗೆ ಬಿಟ್ಟುಕೊಡಕೂಡದು ಅಂತ ನಿನ್ನ ಆಧುನಿಕ ಧರ್ಮಶಾಸ್ತ್ರ ಸಂವಿಧಾನ ಹೇಳಿಲ್ಲ. ಕಾಹಿಲೆ ಬಿದ್ದ ಅವನ ಹೆಂಡತಿಗೆ ಚಿಕಿತ್ಸೆ ಮಾಡಿಸಿ ಬದುಕಿಸಬಾರದು ಅಂತ ನಿನ್ನ ಸಂವಿಧಾನ

ಹೇಳುತ್ತೆಯೆ?' ಎಂದು ಕೇಳಿದೆ. ನನಗೆ ಪಾರ್ವತಿಯ ಮೇಲೆ ಸಿಟ್ಟು ಬಂತು. ಜಮೀನಿನ ಅಧಿಕಾರವನ್ನು ಬಿಟ್ಟುಕೊಟ್ಟ ಮಾತನ್ನು ಇವಳ ಕೈಲಿ ಅಮ್ಮ ಹೇಳಿರಲಿಕ್ಕಿಲ್ಲ. ಅವಳಿಗೆ ಅಷ್ಟು ಮಟ್ಟಿನ ಲೋಕಜ್ಞಾನವಿದೆ. ಹೆಚ್ಚು ಮಾತನಾಡದೆ ದಿಮ್ಮನಿರುವ, ವಿದೇಶದಲ್ಲಿ ಓದಿ ಬಂದು ಸಂಬಳ ತರುತ್ತಿರುವ ಈ ಓರಗಿತ್ತಿಯ ಮೇಲೆ ಹಳ್ಳಿಯ ಹೈಸ್ಕೂಲು ಮಾತ್ರ ಓದಿರುವ ಅವಳಲ್ಲಿ ಶರಣಭಾವ ಹುಟ್ಟಿದೆ. ಇವಳಿಗೆ ಸಮೀಪಳಾಗುವ ಬಯಕೆಯಲ್ಲಿ ಏನೇನೋ ಮಾತನಾಡುತ್ತ ಇವಳ ಗಂಡ ಅಂದರೆ ತನ್ನ ಭಾವನನ್ನು ಹೊಗಳುತ್ತ ಅವರೆಂಥ ಉದಾರಿ ಎಂಬುದನ್ನು ಉದಾಹರಿಸುತ್ತ ನಾನು ನನ್ನ ತಮ್ಮನಿಗೆ ಮಾಡಿರುವ ಉಪಕಾರಗಳನ್ನೆಲ್ಲ ಒದರಿಬಿಟ್ಟಿದ್ದಾಳೆ. ಅಥವಾ ಇವಳು ಉಪಾಯದಿಂದ ಅವಳ ಬಾಯಿಯಿಂದ ಈ ಸಂಗತಿಗಳನ್ನೆಲ್ಲ ಹೊರಡಿಸಿದ್ದಾಳೆ ಎಂದು ಅರ್ಥಮಾಡಿಕೊಂಡೆ.

'ಇದನ್ನೆಲ್ಲ ಪಾರ್ವತಿಯಿಂದ ಹೊರಡಿಸಿದೆ ಅಲ್ಲವೆ?' ಎಂದೆ.

ಇಳಾ ಮಾತನಾಡಲಿಲ್ಲ. ನಾನು ಕಂಬಳಿ ಎಳೆದುಕೊಂಡು ಮಲಗಿದೆ. ಅವಳು ಬಚ್ಚಲು ಮನೆಗೆ ಹೋಗಿ ವಾಂತಿ ಮಾಡಿಕೊಳ್ಳತೊಡಗಿದಳು. ಇದನ್ನು ಹೆಂಗಸುಬುದ್ಧಿ ಎನ್ನಬಾರದು. ಹೆಂಡತಿಬುದ್ಧಿ ಅನ್ನಬೇಕು. ಗಂಡನ ಆಸ್ತಿಪಾಸ್ತಿ ಸಂಪಾದನೆಯ ಅವನು ಯಾವುದನ್ನು ಏನು ಮಾಡುತ್ತಾನೆ ಅಂತ ವಾಸನೆ ಹಿಡಿಯೂದು, ಇದಕ್ಕೆ ನೂರಕ್ಕೊಬ್ಬಳು ಅಪವಾದವಿರಬಹುದು ಎನ್ನಿಸುತ್ತಿರುವಾಗ ಇನ್ನು ಸ್ವಲ್ಪವೇ ಸಮಯದಲ್ಲಿ ನಮ್ಮ ವಿಮಾನ ದಿಲ್ಲಿ ನಿಲ್ದಾಣದಲ್ಲಿ ಇಳಿಯುತ್ತದೆ, ದಯವಿಟ್ಟು ನಿಮ್ಮ ಸೀಟು ಬೆಲ್ಟನ್ನು ಕಟ್ಟಿಕೊಳ್ಳಿ ಮತ್ತು ನಿಮ್ಮ ಸೀಟುಗಳನ್ನು ನೆಟ್ಟಗೆ ಮಾಡಿಕೊಳ್ಳಿ ಎಂಬ ಯಾಂತ್ರಿಕವಾದ ಪರಿಚಾರಿಕೆಯ ಧ್ವನಿ ಕೇಳಿಸಿತು.

೪

ನಾನು ಹೋಗ್ತಿರೂದು ದಿಲ್ಲಿಗೆ. ಮೇಲಿನ ಹುದ್ದೆಗೆ ರಿಪೋರ್ಟ್ ಮಾಡ್ಕಳೂಕೆ ಎಂದು ಕೂಡ ಹೇಳದೆ ಹೋಗಿದಾನೆ. ಯಾವಾಗಲೂ ಒಂದು ಸೂಟ್‌ಕೇಸ್ ಸಿದ್ಧವಾಗಿರುತ್ತೆ. ಯಾವಾಗ ಅದನ್ನ ಕೈಲಿ ಹಿಡಿದು ಎಲ್ಲಿಗೆ ಪ್ರವಾಸ ಹೋಗ್ತಾನೆಯೋ, ಇತ್ತೀಚೆಗೆ ನನಗೆ ಹೇಳೂದೂ ಇಲ್ಲ, ಕೇಳೂದೂ ಇಲ್ಲ. ಡ್ಯಾಡಿ ಟೂರ್ ಹೋಗಿರೂದು ಸುಜಯಳಿಗೆ ಗೊತ್ತಿರುತ್ತೆ. ಅಡುಗೆ ರತ್ನಮ್ಮನಿಗೆ ಗೊತ್ತಿರುತ್ತೆ. ಯಾವ ಊರಿಗೆ ಯಾವ ಯಾನಕ್ಕೆ ಅನ್ನೂದು ವಿಮಾನನಿಲ್ದಾಣಕ್ಕೆ ಕರೆದೊಯ್ಯುವ ಡ್ರೈವರಿಗೆ ಗೊತ್ತಿರುತ್ತೆ. ನಾನು ಅವನನ್ನು ಕೇಳಿ ತಿಳಕಾಬೇಕು. ಹೆಂಡತಿಯಾದೋಳಿಗೆ ಎಂಥ ಅವಮಾನ! ಈಗ ಮೂರು ದೊಡ್ಡ ಸೂಟ್‌ಕೇಸುಗಳನ್ನು ಒಯ್ದಿದಾನೆ ಅವನ ವಾರ್ಡ್‌ರೋಬನ್ನೆಲ್ಲ ಖಾಲಿ ಮಾಡಿಕೊಂಡು. ಪ್ರಯಾಣ ಹೋಗುವಾಗ ಸೂಟ್‌ಕೇಸನ್ನು ರೆಡಿಮಾಡೂದು ಹಿಂತಿರುಗಿದಮೇಲೆ ಅದನ್ನು ಖಾಲಿ ಮಾಡಿ ಬಳಸಿದ ಬಟ್ಟೆಗಳನ್ನು ಒಗೆಯಲು ಹಾಕುವುದು ಗೃಹಿಣಿಯ ಕರ್ತವ್ಯ

ಅಂತ ಒಂದು ದಿನ ಹೇಳಿದ. ಗೃಹಿಣಿ ಅಂದರೆ ಹೌಸ್‌ವೈಫ್, ಉದ್ಯೋಗಹೀನೆಯಾಗಿ ಮನೆ ಕೆಲಸ ಗಂಡನ ಸೇವೆಯೇ ಉದ್ಯೋಗವಾಗಿ ಉಳ್ಳವಳು, ಅಂತ ಅವನಿಗೆ ಅರ್ಥ ವಿವರಿಸಿದ ಮೇಲೆ ಸುಮ್ಮನಾದ. ಮತ್ತೆ ಆ ಮಾತನಾಡಲಿಲ್ಲ. ಸಮಾನತೆ ಅವನ ರಕ್ತದಲ್ಲಿಲ್ಲ. ಕೈಗಡಿಯಾರ ನೋಡಿಕೊಂಡಳು. ಬೆಂಗಳೂರು ನಿಲ್ದಾಣ ಈಗ ತುಂಬ ಬಿಸಿ. ಡೆಲ್ಲಿಗೆ ಕೂಡ ಬೇರೆ ಬೇರೆ ವಿಮಾನ ಕಂಪನಿಗಳ ಎಷ್ಟೋ ಯಾನಗಳಿವೆ. ಹನ್ನೆರಡು ಗಂಟೆಯ ಫ್ಲೈಟ್ ಅಂತ ಡ್ರೈವರ್ ಹೇಳಿದ. ಎರಡೂವರೆ ಗಂಟೆ. ಇಷ್ಟರಲ್ಲಿ ತಲುಪಿ ಹೋಟೆಲು ಮುಟ್ಟಿ, ಹೋಟೆಲೋ ಅಥವಾ ಸೀದಾ ಫ್ಲ್ಯಾಟೊ? ಈಗ ಆರೂವರೆ.

'ಮಮ್, ಡ್ಯಾಡಿ ಡೆಲ್ಲಿಗೆ ಹೊರಟೇ ಹೋದರಾ? ನನ್ನನ್ನ ಕರೆಸಿಕೊಳ್ಳೂದು ಯಾವಾಗ?' ಸುಜಯಾ ಕೇಳಿದಳು.

'ನನಗೆ ಗೊತ್ತಿಲ್ಲ ಸ್ವೀಟಿ. ಅವನು ಫೋನ್ ಮಾಡಿದಾಗ ನೀನೇ ಕೇಳು.'

'ಮಮ್, ಡ್ಯಾಡೀನ ನಾನು ಪ್ಲೂರಲ್‌ನಲ್ಲಿ ಅಂತೀನಿ ಕನ್ನಡ ವರ್ಡ್ ಯೂಸ್ ಮಾಡಿದಾಗ. ನೀನು ಸಿಂಗ್ಯುಲರ್ ಯೂಸ್ ಮಾಡ್ತೀಯ. ಹಾಗಾದರೆ ಡ್ಯಾಡಿ ನಿನಗಿಂತ ಚಿಕ್ಕೋರಾ?'

ಇವಳಿಗೆ ಯಾವ ಸಮಝಾಯಿಷಿ ಕೊಡಬೇಕೆನ್ನುವುದು ಅವಳಿಗೆ ತಕ್ಷಣ ಹೊಳೆಯ ಲಿಲ್ಲ. ಗಂಡ ಹೆಂಡತಿ ಸಮಾನರು, ದಾಂಪತ್ಯದಲ್ಲಿ ಹಾಗೆಯೇ ಅನ್ನಬಹುದು. ಹಾಗಾದರೆ ಒಬ್ಬರು ಚಿಕ್ಕೋರು ಒಬ್ಬರು ದೊಡ್ಡೋರಾದರೂ ಈಕ್ವಲ್ಲೆ? ಅಂತ ಕೇಳಿದರೂ ಕೇಳಬಹುದು ಈ ಜಾಣಹುಡುಗಿ. ಈಗ ಅದನ್ನೆಲ್ಲ ವಿವರಿಸುವ ತಾಳ್ಮೆ ತನಗಿಲ್ಲವೆನ್ನಿಸಿದ ಅವಳು, 'ಆಮೇಲೆ ಹೇಳ್ತೀನಿ. ಈಗ ಸುಮ್ಮನಿರು' ಎಂದಳು.

ಅವನಿಂದ ರಾತ್ರಿ ಎಷ್ಟು ಹೊತ್ತಾದರೂ ಫೋನು ಬರಲಿಲ್ಲ. ಅವನು ಎಲ್ಲಿದ್ದಾನೆಯೋ ಅವನ ಸಂಖ್ಯೆ ಯಾವುದೋ ತನಗೆ ಗೊತ್ತಿಲ್ಲ. ಕೋಪ ತೋರಿಸುತ್ತಿದಾನೆ ಎನ್ನಿಸಿ ಕೋಪಬಂತು. ನನ್ನ ಒಪ್ಪಿಗೆಯಿಲ್ಲದೆ ದಿಲ್ಲಿಗೆ ಹೊರಟುಹೋಗಿ ನನ್ನ ಮೇಲೇ ರೋಫ್ ಮಾಡ್ತಿದಾನೆ, ಐ ಡೋಂಟ್‌ಕೇರ್ ಎಂದುಕೊಂಡು ಸುಜಯಳಿಗೆ ಊಟಬಡಿಸಿ ಮಲಗಿ ಸಿದಳು. ಸ್ವಲ್ಪ ಹೊತ್ತಿನ ನಂತರ ತಾನೂ ಉಂಡು ಮಲಗಿದಳು. ಯಾಕೋ ಒಂಟಿ ಎನ್ನಿ ಸಿತು. ಅವನು ಪದೇ ಪದೇ ಪ್ರವಾಸ ಹೋಗುವುದು ತನಗೆ ಅಭ್ಯಾಸವಾಗಿದ್ದರೂ ಈಗ ಹೋಗಿರುವುದು ಎರಡು ಮೂರು ದಿನದ ಪ್ರವಾಸಕ್ಕಲ್ಲ, ಎಂಬ ಅರಿವಾಯಿತು. ಅವನು ಊರಿನಲ್ಲಿದ್ದಾಗಲೂ ಎಷ್ಟೋ ದಿನ ಅವನು ಮಲಗಿದರೂ ತಾನು ತನ್ನ ಅಧ್ಯಯನ ಕೋಣೆಯಲ್ಲಿ ಕೂತು ಏನಾದರೂ ಓದುವುದು ಅಥವಾ ನಾನು ಮಲಗಿದರೂ ಅವನು ತನ್ನ ಕೋಣೆಯಲ್ಲಿ ಕಂಪ್ಯೂಟರ್ ಮೇಲೆ ಆಫೀಸು ಕೆಲಸ ಮಾಡುವುದು ಆಗುತ್ತಿತ್ತು. ಆದರೆ ಈಗ ಅವನು ದಿಲ್ಲಿಗೆ ಹೊರಟುಹೋಗಿದ್ದಾನೆ ಸಂಸಾರ ಬೇಕಿದ್ದರೆ ವಿಶ್ವವಿದ್ಯಾಲಯದ ನಿನ್ನ ರೀಡರ್ ಹುದ್ದೆ ಅದರ ಬೌದ್ಧಿಕ ಸವಲತ್ತುಗಳನ್ನೆಲ್ಲ ಬಿಟ್ಟು ನಾನಿರುವಲ್ಲಿಗೆ ಬಾ ಎಂಬ ಸ್ಪಷ್ಟ ಸಂದೇಶವನ್ನು ಕಾರ್ಯಾನ್ವಯಗೊಳಿಸಿ. ಅವನ ಆಯ್ಕೆ ಅವನು ಮಾಡಿಕೊಂಡಿ ದಾನೆ. ನನ್ನದನ್ನು ನಾನು ಕಂಡುಕೊಳ್ಳಬೇಕು. ಇಟ್ ಈಸ್ ಎ ಚಾಯ್ಸ್. ಎಗ್ಸಿಸ್ಟೆಂಶಿಯಲಿಸ್ಟ್

ಚಾಯ್ಸ್. ಎಗ್ಸಿಸ್ಟೆಂಶಿಯಲಿಸ್ಟ್ ಚಾಯ್ಸ್ ಅಂದರೆ ಏನು ಅಂತ ಅವನಿಗೆ ಗೊತ್ತಿಲ್ಲ. ಅವನೊಬ್ಬ ಸೇಲ್ಸ್‌ಮನ್. ಸುಂದರವಾದ ಕೆಲವು ಸರಕು ಪದಪುಂಜಗಳನ್ನ ಬಳಸಿ ಹಾಸ್ಯ ಗಂಭೀರ ಆಪ್ತತೆ ಅಂತರ್ಮುಖತೆ ಸಮಾಲೋಚನೆಗಳ ಭಾವವನ್ನು ತುಳುಕಿಸುತ್ತಾ ಗಿರಾಕಿಯನ್ನು ಗೆಲ್ಲುವ ಕುಶಲಿ ಮಾತ್ರ. ಪ್ರಯತ್ನದಲ್ಲಿ ಗೆದ್ದರೆ ಖುಷಿ. ಇಲ್ಲದಿದ್ದರೆ ಖೇದವಿಲ್ಲ. ನೂರು ಜನ ಗಿರಾಕಿಗಳಿಗೆ ಗುರಿ ಇಟ್ಟರೆ ಇಪ್ಪತ್ತು ಜನರನ್ನು ಬೀಳಿಸಿಕೊಂಡರೂ ಸಾಕು, ಟಾರ್ಗೆಟ್ ಮುಟ್ಟಿರುತ್ತೆ, ಅಂತ ಒಂದು ದಿನ ಅವನೇ ಹೇಳಿದ್ದನಲ್ಲ, ಎಂಬ ನೆನಪಿನ ಜೊತೆಗೇ ತಾನು ತರಗತಿಯಲ್ಲಿ ಪಾಠ ಮಾಡುವಾಗ ಹಿನ್ನೆಲೆಯಲ್ಲಿ ತರುತ್ತಿದ್ದ ಕರ್ಕಗಾರ್ಡ್, ಸಾರ್ತ್ರ, ಕಾಮೂಗಳ ಸೂತ್ರವಾಕ್ಯಗಳೆಲ್ಲ ತೇಲಿ ಬಂದವು. ಎಗ್ಸಿಸ್ಟೆಂಶಿಯಲಿಸಂ ಇಲ್ಲದಿದ್ದರೆ ಸ್ತ್ರೀವಾದವು ಬಲವತ್ತರವಾಗುತ್ತಿತ್ತೆ? ಎಂಬ ತಾತ್ತ್ವಿಕ ಪ್ರಶ್ನೆ ಮನಸ್ಸಿನಲ್ಲಿ ಹುಟ್ಟಿತು. ಸಾರ್ತ್ರನ ಸಾಂಗತ್ಯ ಮತ್ತು ತರ್ಕವಿಧಾನದಿಂದ ಪ್ರೇರಿತಳಾಗದಿದ್ದರೆ ಸಿಮನ್ ದ ಬುವಾಳು ಸ್ತ್ರೀವಾದಕ್ಕೆ ಬೀಜಶಕ್ತಿಯ ಚಾಲನೆಕೊಟ್ಟ ತನ್ನ ಉದ್‌ಗ್ರಂಥವನ್ನು ಬರೆಯಲು ಸಾಧ್ಯವಾಗುತ್ತಿತ್ತೆ ಎಂಬ ಪ್ರಶ್ನೆಯು ಹಿಂಬಾಲಿಸಿತು. ಎಷ್ಟೋ ಹೊತ್ತು ನಿದ್ರೆ ಬರಲಿಲ್ಲ. ಬೆಳಗ್ಗೆ ಎಚ್ಚರವಾಗುವುದೂ ತಡವಾಯಿತು.

ಎದ್ದು ಹೊರಗೆ ಬರುವ ವೇಳೆಗೆ ಸುಜಯಳಿಗೆ ಸ್ನಾನಮಾಡಿಸಿ ತಿಂಡಿ ಕೊಟ್ಟು ಶಾಲೆಯ ಸಮವಸ್ತ್ರ ಹಾಕಿ ಊಟದ ಡಬ್ಬಿಯನ್ನು ಸಿದ್ಧಮಾಡಿದ್ದರು. ಸುಜಯಾ ಮಮ್ಮಿಗೆ ಟಾಟಾ ಹೇಳಿದನಂತರ ಆಳು ಅವಳನ್ನು ಶಾಲೆಯ ಬಸ್ಸು ನಿಲ್ಲುವ ಜಾಗಕ್ಕೆ ಕರೆದುಕೊಂಡು ಹೋದ. ವಿಶ್ವವಿದ್ಯಾಲಯದಲ್ಲಿ ಆ ದಿನದ ಪಾಠವನ್ನು ಮುಗಿಸಿ ಏನನ್ನು ಓದಲೂ ಮನಸ್ಸಿಲ್ಲದೆ ತನ್ನ ಕೋಣೆಯ ಕಿಟಕಿಯಿಂದ ಹೊರಗೆ ನೋಡುತ್ತಾ ಮೌನವಾಗಿ ಕೂತಿದ್ದಾಗ ಒಂದು ದಾರಿ ಹೊಳೆಯಿತು. ತನ್ನದು ಎರಡನೆಯ ಮಹಡಿ. ಹೊರಗಿನ ಹಸಿರು ಬಯಲು ಸ್ಪಷ್ಟವಾಗಿ ಕಾಣುತ್ತದೆ. ಹಲವಾರು ಆಳುಗಳು ಸಿಂಪಡಿಸುವ ಪೈಪಿನಿಂದ ದಿನಾ ನೀರುಣಿಸಿ ಬೆಳೆಸಿದ ಹುಲ್ಲುಹಾಸು. ನಡುನಡುವೆ ಗಿಣಿ ಹಸಿರಿನಿಂದ ತುಂಬಿಕೊಂಡಿರುವ ಕಿರುಎತ್ತರದ ಗಿಡ ಮರಗಳು. ಹಸಿರು, ಮರಗಳು, ಕಾಡುಗಳನ್ನು ಕಂಡರೆ ನನ್ನ ಮನಸ್ಸು ಯಾವಾಗಲೂ ಚೇತನಗೊಳ್ಳುತ್ತದೆ. ಕಾಡಿಗೆ ಹೋದರಂತೂ, ಅದೂ ಕಾಡಿನ ನಡುವಣ ಗುಡ್ಡವನ್ನು ಹತ್ತಿ ಸುತ್ತ ಹಬ್ಬಿರುವ ವನವನ್ನು ಅದರಲ್ಲೂ ಮಳೆಗಾಲ ಕಳೆದನಂತರದ ವನಸಿರಿಯನ್ನು ನೋಡುತ್ತಾ ನಿಂತರಂತೂ ನನ್ನನ್ನೇ ನಾನು ಮರೆಯುತ್ತೇನೆ ಎಂಬ ಮೈಮರೆವಿನ ನಂತರ ಅವನಿಗೆ ಹ್ಯಾಗೂ ವರ್ಷಕ್ಕೆ ಒಂದು ತಿಂಗಳು ರಜೆ, ನಡುವೆ ಆಗಾಗ ಕಂಪನಿಯ ಕೆಲಸ ಹಾಕಿಕೊಂಡು ಬೆಂಗಳೂರಿಗೆ ಬರಬಹುದು. ನನಗಂತೂ ಒಂದು ತಿಂಗಳ ಟರ್ಮ್‌ರಜ, ಎರಡೂವರೆ ತಿಂಗಳ ಬೇಸಿಗೆ ರಜ. ಸ್ವೀಟಿಯ ಶಾಲಾರಜೆಯು ಹೊಂದುವ ಮಟ್ಟಿಗೆ ನಾವೂ ಹೋಗಬಹುದು. ಈ ಸಲಹೆಗೆ ಅವನು ಒಪ್ಪಿಯೇ ಒಪ್ತಾನೆ. ಯಾಕೆಂದರೆ ಇದು ಅತ್ಯಂತ ನ್ಯಾಯಸಮ್ಮತವಾದ ಏರ್ಪಾಟು ಎಂದು ಹೊಳೆಯಿತು. ಮನಸ್ಸು ಹಗುರವಾಯಿತು.

ಆ ಸಂಜೆಯೂ ಅವನಿಂದ ಫ್ಲೋನ್ ಇಲ್ಲ. ರಾತ್ರಿಯೂ ಇಲ್ಲ. ಮುನಿಸಿಕೊಂಡಿದಾನೆ. ನಾನು ಎಷ್ಟು ಅಂತ ತಗ್ಗಿ ನಡೀಬೇಕು? ತಗ್ಗಿದಷ್ಟೂ ತುಳೀತದೆ ಗಂಡಸು ಜಾತಿ ಎಂದು

ಕೊಂಡು ಮಲಗಿದಳು. ಬೆಳಗ್ಗೆ ಏಳುವಾಗ ಕಂಪನಿಯ ಬೆಂಗಳೂರು ಶಾಖೆಗೆ ಫ಼ೋನ್‌ಮಾಡಿ ಸಂಖ್ಯೆಯನ್ನ ತಗಂಡು ನಾನೇ ಮಾಡಲೆ? ಎಂಬ ವಿಚಾರ ಬಂತು. ಹಾಗೆ ಮಾಡಿದರೂ ತಗ್ಗಿದಂತೆ ಆಗುತ್ತೆ. ಅಹಂಕಾರಕ್ಕೆ ಉದಾಸೀನವೇ ಮದ್ದು ಎಂದುಕೊಂಡು ವಿಶ್ವವಿದ್ಯಾಯಲಕ್ಕೆ ಹೋದಳು. ಆ ಸಂಜೆ ಆರುಗಂಟೆಗೆ ಮನೆಗೆ ಹೋಗಿ ಬಟ್ಟೆ ಬದಲಿಸುತ್ತಿದ್ದಾಗ ಫ಼ೋನ್ ಬಾರಿಸಿತು. ಅವನದೇ ಇರಬೇಕೆಂದುಕೊಂಡು ಎತ್ತಿಕೊಳ್ಳುವ ಹೊತ್ತಿಗೆ ಲೌಂಜಿನ ರಿಸೀವರನ್ನು ಎತ್ತಿಕೊಂಡು ಸ್ವೀಟಿ ಮಾತನಾಡುತ್ತಿದ್ದಳು. ಅದು ತಾನು ಎತ್ತಿಕೊಂಡ ರಿಸೀವರ್‌ನಿಂದಲೂ ಕೇಳುತ್ತಿತ್ತು. ಸ್ವೀಟಿಗೆ ಅಪ್ಪನ ಕೈಲಿ ಫ಼ೋನಿನಲ್ಲಿ ಮಾತನಾಡುವುದೆಂದರೆ ಒಂದು ಗಂಟೆಯಾದರೂ ಸಾಲುವುದಿಲ್ಲ. ಎದುರಿಗೆ ಮಾತನಾಡುವುದೂ ಅಷ್ಟೆ. ಹತ್ತು ವರ್ಷದವಳಾದರೂ ಅವನ ತೊಡೆಗಳ ಮೇಲೆ ಅಡ್ಡಗಾಲು ಹಾಕಿ ಕೂತು ಅವನ ಭುಜಗಳನ್ನು ತಬ್ಬಿ ಹಿಡಿದು ತನ್ನ ಶಾಲೆ, ತನ್ನ ಮಿಸ್ಸು, ತನ್ನ ಸಹಪಾಠಿಗಳ ವರದಿ ಒಪ್ಪಿಸುವುದಲ್ಲದೆ ಅವನ ಆಫ಼ೀಸು ಅವನು ಮಾಡುವ ಕೆಲಸದ ವರದಿಗಳನ್ನು ಕೇಳುತ್ತಿದ್ದಳು. ಈಗಲೂ ಫ಼ೋನಿನಲ್ಲಿ ನೀನು ಯಾವಾಗ ಬರ್ತೀಯ, ನನ್ನನ್ನ ಯಾವಾಗ ಡೆಲ್ಲಿಗೆ ಕರ್ಕಂಡು ಹೋಗ್ತೀಯ. ಡೆಲ್ಲಿ ಸ್ಕೂಲಿನಲ್ಲೂ ಒಳ್ಳೆ ಮಿಸ್ ಇದಾರಾ ಎಂದು ಹರಟೆ ಕೊಚ್ಚುತ್ತಿದ್ದಳು. ಎಷ್ಟೋ ಹೊತ್ತಾದಮೇಲೆ ಅವನು, 'ನಿನಗೆ ಎಲ್ಲ ಹೇಳ್ತೀನಿ. ಮಮ್ಮಿಗೆ ಫ಼ೋನುಕೊಡು' ಅಂದ. ಅವಳು ಮಮ್ ಎಂದು ಕೂಗಿದಮೇಲೆ ತಾನು ಹಲೋ ಎಂದಳು.

'ನಿನಗೊಂದು ವಿಷಯ ತಿಳಿಸಬೇಕು ಅಂತ ಮಾಡಿದೆ. ಈಗ ಅಲ್ಲಿ ನೀನಿರೂದು ಕಂಪನಿಯ ಹೆಸರಿನಲ್ಲಿರೂ ಫ್ಲ್ಯಾಟು. ನಾನು ಅಲ್ಲಿಂದ ರಿಲೀವ್ ಆದ ಮೂವತ್ತು ದಿನದಲ್ಲಿ ಅದನ್ನ ಖಾಲಿ ಮಾಡಬೇಕು. ಕಂಪನಿಯ ಇಡೀ ಇಂಡಿಯಾದ ವ್ಯವಹಾರಗಳಿಗೆ ನಾನೇ ಮುಖ್ಯಸ್ಥನಾಗಿರೂದರಿಂದ ನಿಯಮ ಮೀರಿ ಒಂದು ದಿನವೂ ತಡಮಾಡಬಾರದು. ಈಗ ಎರಡು ಆಯ್ಕೆ: ನೀನು ದಿಲ್ಲಿಗೆ ಬರೂದಿದ್ದರೆ ಯಾವ ದಿನ ಹೊರಡ್ತೀ ಅಂತ ಹೇಳು. ನನ್ನ ಬೆಂಗಳೂರು ಆಫ಼ೀಸಿಗೆ ಫ಼ೋನ್‌ಮಾಡ್ತೀನಿ. ಸಾಮಾನು ಸರಂಜಾಮು ಪ್ಯಾಕ್ ಮಾಡಿ ದಿಲ್ಲಿಗೆ ಕಳಿಸೂ ವ್ಯವಸ್ಥೆ ಮಾಡಿ, ನಿಮ್ಮಿಬ್ಬರಿಗೂ ವಿಮಾನದಲ್ಲಿ ಎಗ್ಸಿಕ್ಯುಟಿವ್ ಕ್ಲಾಸ್‌ನಲ್ಲಿ ಟಿಕೀಟು ಬುಕ್ ಮಾಡಿ ಏರ್‌ಪೋರ್ಟಿಗೆ ಕರೆತಂದು ಬಿಡ್ತಾರೆ. ಫ್ಲ್ಯಾಟಿನಲ್ಲಿರೂ ಪೀಠೋಪಕರಣ, ಹಾಸಿಗೆ, ಟಿ.ವಿ. ಸೆಟ್‌ಗಳೆಲ್ಲ ಕಂಪನೀದು. ಅವುಗಳ ವಿವರವಾದ ಪಟ್ಟಿ ಅವರ ಹತ್ತಿರವಿದೆ. ನೀನು ಬೆಂಗಳೂರಿನಲ್ಲೇ ಉಳಿಯೂ ತೀರ್ಮಾನ ಮಾಡಿದರೆ ನಿನ್ನ ವಾಸಕ್ಕೆ ಬೇರೆ ವ್ಯವಸ್ಥೆ ಮಾಡಿಕೊಂಡು ಖಾಲಿ ಮಾಡು. ಆಯ್ಕೆ ನಿಂದು.'

ಅವನು ತಕ್ಷಣ ಎದುರು ನಿಲ್ಲಿಸಿದ ಪರಿಸ್ಥಿತಿಗೆ ಅವಳು ದಂಗಾದಳು. ಒಂದುನಿಮಿಷದಲ್ಲಿ ತುಸು ಸಾವರಿಸಿಕೊಂಡನಂತರ ಹೇಳಿದಳು: 'ಲಿಸನ್, ನಿನಗೆ ವರ್ಷಕ್ಕೆ ಒಂದು ತಿಂಗಳು ರಜೆ ಬರುತ್ತೆ. ಅಲ್ಲದೆ ಕಂಪನಿ ಕೆಲಸದ ಮೇಲೆ ಬೆಂಗಳೂರಿಗೆ ಬರೂ ಸಂದರ್ಭ ಇದ್ದೇ ಇರುತ್ತೆ. ನನಗೆ ಟರ್ಮಿನಲ್ ರಜೆ ಒಂದು ತಿಂಗಳು, ಬೇಸಿಗೆ ರಜೆ ಎರಡೂವರೆ ತಿಂಗಳು. ಸ್ವೀಟಿಗೂ ರಜ ಬಂದಾಗ ನಾವಿಬ್ಬರೂ ಅಲ್ಲಿಗೆ ಬರ್ತೀವಿ. ಎಲ್ಲ ಒಟ್ಟಿಗೆ ಹಾಲಿಡೇ ಹೋಗಬಹುದು.....'

ಎನ್ನುವಲ್ಲಿ ಅವನು ನಡುವೆ ಕತ್ತರಿಸಿದಂತೆ, 'ಅಂದರೆ ಬೆಂಗಳೂರಿನಲ್ಲೇ ಉಳಿಯುವುದು ನಿನ್ನ ತೀರ್ಮಾನ. ನಿನ್ನ ತೀರ್ಮಾನವನ್ನ ನಾನು ಗೌರವಿಸ್ತೀನಿ. ಫ್ಲ್ಯಾಟ್ ಖಾಲಿ ಮಾಡುವ ವ್ಯವಸ್ಥೆ ಮಾಡಿಕೊ.'

'ಅಂದರೆ ಅದೆಲ್ಲ ನನ್ನೊಬ್ಬಳದೇ ಜವಾಬ್ದಾರಿ ಏನು?'

'ತೀರ್ಮಾನ ನಿಂದು.'

'ನೀನು ಬಂದು ನನಗೊಂದು ಫ್ಲ್ಯಾಟ್ ಗೊತ್ತುಮಾಡು. ನನಗೆ ಅಂದರೆ ನಿನ್ನ ಮಗಳೂ ಸೇರಿ. ಅಥವಾ ಆಫೀಸಿಗೋ ಪರಿಚಯದೋರಿಗೋ ಹೇಳಿ ಗೊತ್ತುಮಾಡಿಸು.'

'ಅದರಲ್ಲಿ ವಾಸ ಮಾಡೋಳು ನೀನಾದದ್ದರಿಂದ ನಿನ್ನ ಹೆಸರಿನಲ್ಲೇ ಗೊತ್ತು ಮಾಡಿಕೊ ಬೇಕು.'

'ಯಾವ ಫ್ಲ್ಯಾಟ್ ಆದರೂ ಹತ್ತು ತಿಂಗಳ ಬಾಡಿಗೆ ಮುಂಗಡ ಕೇಳ್ತಾರೆ.'

'ಕೇಳಿದರೆ ಕೊಡಬೇಕು. ಬಾಡಿಗೆ ಮಾರ್ಕೆಟ್ ಎಲ್ಲ ಕಡೆಯೂ ಇರೂದು ನಿನಗೂ ಅನ್ವಯಿಸುತ್ತೆ.'

'ದುಡ್ಡು?'

'ನನ್ನ ಹತ್ತಿರ ಇಲ್ಲ. ಇಷ್ಟು ವರ್ಷ ಸಂಸಾರಕ್ಕಾಗಲಿ ಮಗುವಿನ ಪಾಲನೆ ಪೋಷಣೆ ವಿದ್ಯಾಭ್ಯಾಸಕ್ಕಾಗಲಿ ನಾನು ನಿನ್ನ ಕೈಲಿ ಒಂದು ಕಾಸೂ ಖರ್ಚುಮಾಡಿಸಿಲ್ಲ.'

ಅವಳಿಗೆ ಮಾತು ಕಟ್ಟಿದಂತಾಯಿತು. ಒಂದು ನಿಮಿಷ ಏನೂ ತೋಚದ ಸ್ಥಿತಿಯಲ್ಲಿದ್ದ ನಂತರ ಸಾವರಿಸಿಕೊಂಡು, 'ವಾಟ್ ಡು ಯು ಮೀನ್?' ಎಂದಳು.

'ನಾನು ಮೊದಲಿನಂತೆಯೇ ಮಗುವಿನ ಪಾಲನೆ ಪೋಷಣೆ ವಿದ್ಯಾಭ್ಯಾಸದ ಖರ್ಚು ಕೊಡ್ತೀನಿ. ಅದನ್ನ ನಿನ್ನ ಸುಪರ್ದು ಇಟ್ಟುಕೊಳ್ಳುಕ್ಕೆ ಸಾಧ್ಯವಿಲ್ಲದಿದ್ದರೆ ಬೋರ್ಡಿಂಗ್ ಸ್ಕೂಲಿನಲ್ಲಿಟ್ಟು ಓದುಸ್ತೀನಿ.'

'ವಿನಯ್, ನಾನು ಹೊಂದಾಣಿಕೆಯ ಮಾತಾಡ್ತಿದೀನಿ. ನೀನು ನಂದುಬೇರೆ ನಿಂದು ಬೇರೆ ಅನ್ನುವ ಬೇರ್ಪಡೆಯ ಮಾತಾಡ್ತಿದೀಯ. ನಿನ್ನ ಮಾತಿನ ಅರ್ಥ ಮಾಡ್ಕಂಡಿದೀಯ?'

'ನಾನು ನಿರ್ವಹಿಸುವ ಜವಾಬ್ದಾರೀನ ನಾನು ಹೇಳಿದೀನಿ. ನನಗೆ ತುಂಬ ಕೆಲಸವಿದೆ. ಬೈ. ಗುಡ್‌ನೈಟ್,' ಎಂದು ಅವನು ಫೋನನ್ನು ಕೆಳಗಿಟ್ಟ.

ಅವನ ಮಾತಿನ ಅರ್ಥವಾಗಲು ಅವಳಿಗೆ ಹೆಚ್ಚು ಹೊತ್ತು ಹಿಡಿಯಲಿಲ್ಲ. ಮಗುವಿನ ಎಲ್ಲ ಖರ್ಚುಗಳನ್ನೂ ನಾನು ಕೊಡ್ತೀನಿ ಎಂದರೆ ನಿಂದು ನಿನ್ನ ಜವಾಬ್ದಾರಿ ಅಂತ ಸೂಚಿಸಿದಾನೆ. ನಂದೂ ನೀನೇ ಕೊಡು ಅಂತ ನಾನು ಬೇಡಿಕೊಬೇಕೆ? ಅಥವಾ ನೀನು ಕೊಡಬೇಕಾದ್ದು ನನ್ನ ಹಕ್ಕು ಅಂತ ಚಲಾಯಿಸಬೇಕೆ? 'ಮಮ್, ಡೆಲ್ಲಿಗೆ ಯಾವಾಗ ಹೋಗೂದು?' ಸ್ವೀಟಿ ಉತ್ಸಾಹದಿಂದ ಕೇಳಿದಳು. ಅಪ್ಪನ ಕೈಲಿ ಫೋನಿನಲ್ಲಿ ಮಾತನಾಡಿ ದಾಗಲೂ ಅವಳ ಖುಷಿ ಉಕ್ಕಿ ಹರಿಯುತ್ತಿತ್ತು.

'ಸ್ವಲ್ಪ ಸುಮ್ಮನಿರು. ನೀನು ಇವತ್ತಿನ ಪಾಠ ಓದಿಕೊ. ನಾನು ಸ್ವಲ್ಪ ಟೆಸ್ಟ್ ಪೇಪರು ತಿದ್ದಬೇಕು' ಎಂದು ಹೇಳಿ ಇವಳು ತನ್ನ ಕೋಣೆಗೆ ಹೋದಳು. ಗಂಭೀರವಾದ ಯೋಚನೆ ಮಾಡುವಾಗ ಮಗಳ ಪಿಟಿಪಿಟಿ ಮಾತುಗಳು ಅಡ್ಡಿಯಾಗುತ್ತಿದ್ದವು. ನಾನು ಹೇಳಿದ ಹಾಗೆ ನಾನಿರುವಲ್ಲಿಗೆ ಬಂದರೆ ನಿನ್ನ ಪಾಲನೆ ಪೋಷಣೆ ನಂದು, ಇಲ್ಲದಿದ್ದರೆ ನಿನ್ನ ಜವಾಬ್ದಾರಿ ನಿಂದು ಎಂದ ಅವನ ಮಾತಿನ ಅರ್ಥವನ್ನು ಮತ್ತೊಮ್ಮೆ ಮನಸ್ಸಿನಲ್ಲಿ ತಿರುವಿ ಹಾಕುವಾಗ ಈ ಮೂಲಕ ನನ್ನನ್ನು ನನ್ನ ನೌಕರಿಯಿಂದ ಬಿಡಿಸಿ ತಾನಿರುವಲ್ಲಿಗೆ ಎಳೆಯುವ ಒತ್ತಡ ಹಾಕ್ತಿದಾನೆ ಎಂಬ ಉದ್ದೇಶ ಹೊಳೆಯಿತು. ಸ್ವೀಟಿಗೆ ಊಟ ಹಾಕಿ ಮಲಗಿಸಿ ತಾನೂ ಮಲಗುವ ವೇಳೆಗೆ ಅವನ ಒತ್ತಡಕ್ಕೆ ನಾನು ಬಗ್ಗಬೇಕು, ಅಥವಾ ನನ್ನ ಸ್ವಾತಂತ್ರ್ಯವನ್ನು ಉಳಿಸಿಕೊಬೇಕು. ಇದೇ ಆಯ್ಕೆ, ಛಾಯ್ಸ್, ಎಗ್ಸಿಸ್ಟೆಂಶಿಯಲಿಸ್ಟ್ ಛಾಯ್ಸ್ ಎಂಬ ಆಲೋಚನೆ ಸ್ಫುಟವಾಯಿತು. ಅವನ ಉದ್ಯೋಗದ ಪ್ರಗತಿಯನ್ನು ತ್ಯಾಗಮಾಡಲು ಅವನು ಸಿದ್ಧನಿಲ್ಲ, ಇಬ್ಬರದ್ದೂ ಪ್ರಗತಿಯಾಗುವಂತೆ ಹೊಂದಾಣಿಕೆ ಮಾಡಿಕೊಳ್ಳಲೂ ಸಿದ್ಧನಿಲ್ಲ. ನನ್ನದನ್ನು ಸಂಪೂರ್ಣ ತ್ಯಜಿಸಬೇಕು. ಮ್ಯಾಸ್ಕುಲೈನ್ ಶಾವನಿಸಂ ಅಂದರೆ ಇದೇ. ನೊ. ನಾನು ಯಾವತ್ತೂ ಇದಕ್ಕೆ ಬಲಿಯಾಗಿಲ್ಲ, ಈಗಲೂ ಆಗುಲ್ಲ, ಆಗಬಾರದು ಎಂದು ತೀರ್ಮಾನಿಸಿದಳು. ಸ್ವಲ್ಪ ಹೊತ್ತಿನನಂತರ ಅವನು ಅಲ್ಲಿದ್ದು ನಾನು ಇಲ್ಲಿದ್ದು ರಜಾ ದಿನಗಳಲ್ಲಿ ಭೇಟಿಯಾಗುವ ಪ್ರಸ್ತಾಪವನ್ನೇ ಹೇಳಲಿಲ್ಲ. ಅವನು ಅಷ್ಟರಲ್ಲಿ ಫ಼ೋನ್ ಕಟ್ ಮಾಡಿದ ಎಂಬ ನೆನಪಾಯಿತು. ನಾಳೆ ಅದೊಂದು ಮಾತು ಮುಗುಸ್ತೀನಿ, ನನ್ನ ಮೇಲೆ ತಪ್ಪು ಹೊರಿಸುವಂತಿರಬಾರದು, ಎಂಬ ತೀರ್ಮಾನವನ್ನೂ ಮಾಡಿದಳು.

ನಾಳೆ ಅವನ ಬೆಂಗಳೂರು ಶಾಖೆಯ ಆಫ಼ೀಸಿನಿಂದ ನಂಬರ್ ಪಡೆದು ಫ಼ೋನ್ ಮಾಡಿ, 'ತಾಳ್ಮೆಯಿಂದ ಯೋಚನೆ ಮಾಡು' ಎಂಬ ಪೀಠಿಕೆ ಹಾಕಿ ತನ್ನ ಪ್ರಸ್ತಾಪವನ್ನು ಮುಂದಿಟ್ಟಳು. ಅವಳ ಮಾತನ್ನು ಕೇಳಿಸಿಕೊಂಡ ನಂತರ ಅವನು, 'ಅಂದರೆ ಬೆಂಗಳೂರಿನಲ್ಲೇ ಉಳಿಯೂದು ನಿನ್ನ ತೀರ್ಮಾನ. ಈಗ ನಾಲ್ಕು ದಿನ ಕಳೆದಿದೆ. ಇನ್ನು ಇಪ್ಪತ್ತಾರು ದಿನದಲ್ಲಿ ಕಂಪನಿ ಫ಼್ಲ್ಯಾಟ್ ಖಾಲಿ ಮಾಡೂದು ಸದ್ಯದ ಕೆಲಸ. ಉಳಿದ ನಿನ್ನ ಏರ್ಪಾಟುಗಳ ಬಗ್ಗೆ ಯೋಚಿಸುಕ್ಕೆ ನನಗೆ ಈಗ ವ್ಯವಧಾನವಿಲ್ಲ. ತುಂಬ ಬ್ಯುಸಿಯಾಗಿದೀನಿ. ಥ್ಯಾಂಕ್ಸ್ ಫ಼ಾರ್ ಕಾಲಿಂಗ್, ಬೈ' ಎಂದ.

ವಿಶ್ವವಿದ್ಯಾಲಯದಲ್ಲಿ ಪಾಠ ಮಾಡುತ್ತಿರುವಾಗ ಈ ವಿಷಯದಲ್ಲಿ ಅಡ್ವೋಕೇಟ್ ಮಾಲಾ ಕೆರೂರ್ ಮೇಡಮ್ಮರೊಡನೆ ಸಮಾಲೋಚಿಸುವ ಆಲೋಚನೆ ಹೊಳೆಯಿತು. ಬಾಯಿಯು ಇಪ್ಪತ್ತನೆಯ ಶತಮಾನದಲ್ಲಿ ಇಂಗ್ಲಿಷ್ ಕಾದಂಬರಿ ರಚನೆಯ ತಂತ್ರವು ಹಾಯ್ದು ಬಂದ ಬದಲಾವಣೆಗಳನ್ನು ಹೇಳುತ್ತಿತ್ತು. ಮನಸ್ಸು ತುಂಬ ಬಿಸ್ಸಿಯಾಗಿರುವ ಮಾಲಾ ಮೇಡಂ ಇಂಥ ಸಮಾಲೋಚನೆಗಳಿಗೆ ಸಿಕ್ಕುವುದಿಲ್ಲ. ಅವರ ಜೂನಿಯರ್ ಚಿತ್ರಾಮೇಡಂ ಸಿಕ್ಕಬಹುದು. ಅವರೂ ಬಹಳ ಬಿಸ್ಸಿಯಾಗಿರ್ತಾರೆ. ಆದರೂ ಮಹಿಳೆಯ ಸಮಸ್ಯೆ ಅಂದರೆ ಸಮಯ ಹೊಂದಿಸಿಕೊತ್ತಾರೆ ಎಂಬ ವಿಶ್ವಾಸಹುಟ್ಟಿತು. ಸಂಜೆ ಅವರ ಕಛೇರಿಗೆ ಫ಼ೋನ್ ಮಾಡಿದಾಗ ಮರುದಿನ ಸಂಜೆ ಎಂಟಕ್ಕೆ ಬನ್ನಿ ಎಂದು ಕಾರ್ಯದರ್ಶಿ

ಹೇಳಿದಳು. ಆ ಹೊತ್ತಿನಲ್ಲಿ ಸ್ವೀಟಿ ಒಂದನ್ನೇ ಮನೆಯಲ್ಲಿ ಬಿಟ್ಟುಹೋಗುವಂತಿಲ್ಲ. ಜೊತೆಯಲ್ಲೇ ಕರಕೊಂಡು, ಆದರೆ ಸೂಕ್ಷ್ಮಬುದ್ಧಿಯ ಇದು ಸಮಾಲೋಚನೆಯನ್ನು ಅರ್ಥಮಾಡಿಕೊಂಡುಬಿಡುತ್ತೆ. ಇದನ್ನು ಹೊರಗೆ ಕೂರಿಸಿ ನಾನೊಬ್ಬಳೇ ಛೇಂಬರಿನೊಳಗೆ ಹೋಗಿ ಮಾತನಾಡಿಕೊಂಡು ಬರಬೇಕು ಎಂಬ ಪರಿಹಾರ ಕಂಡಿತು. ಅಪ್ಪನ ಮೇಲೆ ಅತಿ ಮಮತೆ ಇರುವ ಇದು ವಕೀಲೆಯ ಎದುರಿಗೇ ಏನೇನಾದರೂ ಹರಟಬಹುದು ಎಂಬ ಎಚ್ಚರ ಮೂಡಿತು.

ಎಲ್ಲವನ್ನೂ ಕೇಳಿದ ಚಿತ್ರಾ ಹೊಸೂರ್ ಮೇಡಂ ಹೇಳಿದರು: 'ಅವನ ಉದ್ದೇಶ ಡೈವರ್ಸ್ ಕೇಳೂದಿರಬಹುದು. ಆದರೆ ಗಂಡ ಭಾರತದ ಒಂದು ಮೂಲೆಯಲ್ಲಿ ಹೆಂಡತಿ ಇನ್ನೊಂದು ಮೂಲೆಯಲ್ಲಿ ಇದ್ದರೂ ಅದು ವಿಚ್ಛೇದನಕ್ಕೆ ಆಧಾರವಾಗುಲ್ಲ ಅಂತ ಸುಪ್ರೀಂ ಕೋರ್ಟು ತೀರ್ಮಾನ ಕೊಟ್ಟಿದೆ. ಅಲ್ಲದೆ ಬೆಂಗಳೂರಿನಲ್ಲಿ ಒಟ್ಟಿಗೆ ಇದ್ದ ಸಂಸಾರವನ್ನ ಬಿಟ್ಟು ತನ್ನ ಪ್ರಗತಿಯ ಬೆನ್ನುಹತ್ತಿ ದೂರ ಹೋಗಿರೋನು ಅವನು. ಈ ವಿಷಯದಲ್ಲಿ ನಿಮಗೆ ಆತಂಕಬೇಡ. ಅವನಿರುವ ಕಡೆಗೆ ನೀವು ಹೋಗದಿದ್ದರೂ ರಜೆಗಳಲ್ಲಿ ಸಂಧಿಸುವ ನಿಮ್ಮ ಏರ್ಪಾಟು ನ್ಯಾಯಸಮ್ಮತವಾಗಿದೆ. ಆದ್ದರಿಂದ ಸಂಸಾರವು ಏಕಘಟಕ ಅಂತ ಪರಿಗಣಿಸಬೇಕು. ಆದ್ದರಿಂದ ಅವನು ಯಾವ ಮಟ್ಟದಲ್ಲಿ ಅಲ್ಲಿ ಜೀವನ ಮಾಡ್ತಿದಾನೋ ಅದೇ ಮಟ್ಟದಲ್ಲಿ ನೀವು ಇಲ್ಲಿ ಜೀವನ ಮಾಡುವಂತೆ ಪರಸ್ಪರರ ಆದಾಯವನ್ನು ಹಂಚಿಕೊಳ್ಳಬೇಕು. ಇದಕ್ಕೆ ಬೇಕಾದ ಕೇಸನ್ನ ನಾವು ಬಿಲ್ಡ್‌ಅಪ್ ಮಾಡೋಣ. ಫ಼ೋನಿನ ಸಂಭಾಷಣೆಯು ದಾಖಲಾತಿಯಾಗುಲ್ಲ. ನೀವು ಹತ್ತಿರ ಪ್ರತಿ ಇಟ್ಟುಕೊಂಡು ಅವನಿಗೊಂದು ಕಾಗದ ಬರೀರಿ. ಶುರೂನಲ್ಲಿ ನೀವಿಲ್ಲದೆ ನನಗೆ ಜೀವನ ಬರಡು, ಕಷ್ಟ ಅಂತ ಪ್ರೀತಿಯ ನಾಲ್ಕು ಮಾತುಗಳಿಂದ ಆರಂಭಿಸಿ ಮಗೂನ ಶಾಲಾ ಬಸ್ಸಿಗೆ ಬಿಡುಕ್ಕೆ, ಬಸ್ಸು ಹಿಂತಿರುಗುವ ವೇಳೆಗೆ ಕಾದಿದ್ದು ಕರೆ ತರುಕ್ಕೆ, ನಾನು ನನ್ನ ವೃತ್ತಿಯ ಕೆಲಸ ಮುಗಿಸಿ ಮನೆಗೆ ಬರೂ ತನಕ ಮಗುವಿನ ನಿಗ ನೋಡಿಕೊಳ್ಳುಕ್ಕೆ ಇದುವರೆಗೆ ಇದ್ದಂತೆಯೇ ಒಬ್ಬ ಪೂರ್ಣಾವಧಿ ಹೆಣ್ಣಾಳನ್ನ ಇಟ್ಟುಕೊಬೇಕು. ಅವಳಿಗೂ ಒಂದು ಕೋಣೆ ಬೇಕು. ಆದ್ದರಿಂದ ಸುಸಂಸ್ಕೃತರು ವಾಸವಿರುವ ಮೊಹಲ್ಲಾದಲ್ಲಿ ಸುಸಜ್ಜಿತವಾದ ಮೂರು ಶಯನಕೋಣೆಗಳಿರುವ ಫ಼್ಲ್ಯಾಟ್ ಆದರೂ ಅತ್ಯಗತ್ಯ. ಇದಕ್ಕೆ ತಕ್ಕ ಲವಾಜಮೆ ನನ್ನ ಸಂಬಳದಿಂದ ಆಗುವುದಿಲ್ಲ. ಆದ್ದರಿಂದ ನೀವು ತಿಂಗಳಿಗೆ ಐವತ್ತು ಸಾವಿರವನ್ನಾದರೂ ಕಳಿಸಬೇಕು. ಅಲ್ಲದೆ ಅಂಥ ಫ಼್ಲ್ಯಾಟಿಗೆ ಹತ್ತು ತಿಂಗಳ ಮುಂಗಡ ಕೊಟ್ಟು ಬಾಡಿಗೆ ಏಜೆಂಟನ ಮೂಲಕ ಗೊತ್ತು ಮಾಡಬೇಕು– ಅಂತ ಬರೆದು ಕೊನೆಗೆ ಒಂದೆರಡು ಪ್ರೀತಿಯ ಮಾತುಗಳನ್ನು ಸೇರಿಸಿ ವಿತ್ ಎ ಥೌಸಂಡ್ ಸ್ವೀಟೆಸ್ಟ್ ಕಿಸಸ್ ಅಂತ ಮುಕ್ತಾಯ ಮಾಡಿ. ಕಾಗದವನ್ನು ರಿಜಿಸ್ಟರ್ ಎ.ಡಿ. ಮೂಲಕ ಕಳಿಸಿ. ಮುಂದೆ ನೋಡಿಕೊಳ್ಳಾಣ' ಎಂದು ನಿಲ್ಲಿಸಿ ನಿಶ್ಶಬ್ದವಾಗಿ ಹದವಾದ ತಣ್ಣನೆಯ ಗಾಳಿಯನ್ನು ಛೇಂಬರಿಗೆಲ್ಲ ಸೂಸುತ್ತಿದ್ದ ಎ.ಸಿ.ಯ ಕಡೆಗೆ ಒಂದು ನಿಮಿಷ ನೋಡುತ್ತಿದ್ದು, 'ಬಟ್' ಎಂದು ಮುಂದುವರೆಸಿದರು: 'ನಿನ್ನ ವೃತ್ತಿಯ ತೃಪ್ತಿಗಾಗಿ ಬೆಂಗಳೂರಿನಲ್ಲಿ ಉಳಿದದ್ದು ನಿನ್ನ ಆಯ್ಕೆಯಿಂದ, ನನ್ನ ಇಚ್ಛೆಗೆ ವಿರುದ್ಧವಾಗಿ ಆದ್ದರಿಂದ ನಿನ್ನ ಜೀವನಮಟ್ಟವು

ನನಗೆ ಸಂಬಂಧಿಸಿದ್ದಲ್ಲ. ಮಗುವಿನ ಪಾಲನೆ ಪೋಷಣೆಯನ್ನು ಸಂಪೂರ್ಣವಾಗಿ ನಾನು ವಹಿಸಿಕೊಳ್ಳುತ್ತೇನೆ. ಯಾರ ಹತ್ತಿರ ಇರಲು ಮಗು ಇಷ್ಟಪಡುತ್ತದೆಂಬುದನ್ನು ನ್ಯಾಯಾಧೀಶರೇ ಪರೀಕ್ಷಿಸಿ ನಿರ್ಧರಿಸಲಿ, ಅಂತ ಅವನು ಪ್ರತಿವಾದ ಹೂಡಬಹುದು. ಕುಟುಂಬನ್ಯಾಯದ ಎಷ್ಟೋ ವಿವರಗಳಲ್ಲಿ ಕಾನೂನು ಹೀಗೆಯೇ ತಿರುಗುತ್ತೆ ಅಂತ ಮೊದಲೇ ನಿಶ್ಚಯಿಸುಕ್ಕೆ ಆಗುಲ್ಲ. ಅವನೂ ವ್ಯವಹಾರಸ್ಥ. ಪಳಗಿದ ವಕೀಲರನ್ನೇ ನೇಮಿಸಿಕೊಬಹುದು. ಈಗಾಗಲೆ ವಕೀಲರೊಡನೆ ಸಮಾಲೋಚಿಸಿರಬಹುದು. ಅವನ ಪ್ರತಿಕ್ರಿಯೆ ನೋಡಿ ನಾವು ಮುಂದಿನ ಹೆಜ್ಜೆ ಇಡೋಣ.' ಎಂದು ತಮ್ಮ ಕೈಗಡಿಯಾರ ನೋಡಿಕೊಂಡರು.

ಸಮಾಲೋಚನೆ ಮುಗಿಯಿತೆಂದು ಅರ್ಥಮಾಡಿಕೊಂಡ ಇವಳು ಅವರಿಗೆ ಥ್ಯಾಂಕ್ಸ್ ಹೇಳಿ ಹೊರಬಂದಳು. ಕುರ್ಚಿಯಮೇಲೆ ತೂಕಡಿಸುತ್ತಾ ಕೂತಿದ್ದ ಮಗುವನ್ನು ಎಬ್ಬಿಸಿ ಹೊರಡುತ್ತಿರುವಾಗ ವಕೀಲೆಯ ಕಾರ್ಯದರ್ಶಿನಿ, 'ಇಳಾ ಮೇಡಂ' ಎಂದು ಕರೆದಳು. ಇವಳು ಹತ್ತಿರ ಹೋದಾಗ ಅವಳು ನಯವಿನಯದಿಂದ, 'ಫೈವ್ ಥೌಸಂಡ್' ಎಂದಳು. ಇವಳಿಗೆ ಮುಖಕ್ಕೆ ಪೆಟ್ಟು ಬಿದ್ದಂತಾಯಿತು. ಚಿತ್ರಾ ಹೊಸೂರ್ ಮೇಡಂರ ಪರಿಚಯವಿತ್ತು. ಅವರು ಸ್ತ್ರೀ ಪರ ಕೇಸುಗಳಲ್ಲಿ ವಿಶೇಷ ಪರಿಣತಿಯನ್ನು ಸಂಪಾದಿಸಿದವರೆಂಬ ಹೆಸರು ಗಳಿಸಿದ್ದವರು. ಅಂಥ ಕೆಲವು ಸಭೆಗಳಲ್ಲಿ ಅವಳು ಅವರನ್ನು ಕಂಡಿದ್ದಳು. ಈಗ ತನ್ನನ್ನು ಇತರ ಸಾಧಾರಣ ಕಕ್ಷಿದಾರಳಂತೆ ಕಂಡು ಫ್ಲೀಜು ಕೇಳ್ತಿದಾರೆ, ಅದೂ ದುಬಾರಿ ಐದು ಸಾವಿರ, ಎನ್ನಿಸಿ ಒಂದು ನಿಮಿಷ ದಂಗಾದಳು. ಕಾರ್ಯದರ್ಶಿನಿ ಕೇಳಿರುವಾಗ ಕೊಡುವು ದೊಂದೇ ಗೌರವದ ದಾರಿ ಎಂದು ತನ್ನ ಪರ್ಸಿಗೆ ಕೈಹಾಕಿ ನೋಡಿದಳು. ಮೂರೂವರೆ ಸಾವಿರವಿತ್ತು. 'ಅಷ್ಟು ದುಡ್ಡು ತಂದಿಲ್ಲವಲ್ಲಾ' ಎಂದಳು. 'ಚೆಕ್ ಕೊಟ್ಟರೂ ನಡೆಯುತ್ತೆ' ಕಾರ್ಯದರ್ಶಿನಿ ವಿನಯದಿಂದ ಉತ್ತರಿಸಿದಳು. 'ಚೆಕ್ ಬುಕ್ ತಂದಿಲ್ಲ,' ಎಂಬ ಇವಳ ನಿವೇದನೆಗೆ, 'ಮೇಡಂರನ್ನ ಕೇಳ್ಕಂಡು ಬರ್ತೀನಿ' ಎಂದು ಛೇಂಬರಿನ ಒಳಹೊಕ್ಕಳು. ಎರಡು ನಿಮಿಷದ ನಂತರ ಹಿಂತಿರುಗಿ, 'ಪೋಸ್ಟಿನಲ್ಲಿ ಚೆಕ್ ಕಳಿಸಿ, ಪರವಾಗಿಲ್ಲ' ಎಂದಳು. ಇವಳು ನಿದ್ರೆಗಣ್ಣಿನಲ್ಲಿದ್ದ ಮಗುವನ್ನು ನಡೆಸಿಕೊಂಡು ರಸ್ತೆಗೆ ಬಂದು ಖಾಲಿ ಆಟೋವನ್ನು ಹುಡುಕತೊಡಗಿದಳು.

೫

ಮರುದಿನ ಚಿತ್ರಾ ಹೊಸೂರಳಿಗೆ ಐದು ಸಾವಿರಕ್ಕೆ ಚೆಕ್ ಕಳಿಸಿದ ನಂತರ ಮನಸ್ಸು ಒಂದು ತೀರ್ಮಾನಕ್ಕೆ ಬಂತು: ತನ್ನ ಜೀವನ ವೆಚ್ಚಕ್ಕೆ ಅವನಿಂದ ಒಂದು ಕಾಸು ಕೇಳುವುದೂ ಬೇಡ. ಸ್ವೀಟಿಯ ಶಾಲೆ, ಬಸ್ಸು, ಬಟ್ಟೆಬರೆ ಮೊದಲಾದುವಕ್ಕೆ ಕೊಡಲು ಅವನು ತಾನಾಗಿಯೇ ಮುಂದೆ ಬಂದಿರುವುದನ್ನು ಬೇಡವೆನ್ನುವಷ್ಟು ಆದಾಯ ತನಗಿಲ್ಲ. ಅಲ್ಲದೆ ತೆವಲು ಹತ್ತಿ ಹುಟ್ಟಿಸಿದವನನ್ನು ಕರ್ತವ್ಯದಿಂದ ಮುಕ್ತಗೊಳಿಸಲೂಬಾರದು.

ಅವಳು ಅದೇ ದಿನ ಬ್ಯಾಂಕಿಗೆ ಹೋಗಿ ವಿಚಾರಿಸಿದಳು. ಪ್ರತಿ ತಿಂಗಳೂ ಬರುತ್ತಿದ್ದ ತನ್ನ ಸಂಬಳದಲ್ಲಿ ಒಂದು ಕಾಸನ್ನೂ ಖರ್ಚುಮಾಡದೆ ಚಕ್ರಬಡ್ಡಿಗೆ ಜಮಾ ಮಾಡುತ್ತಿದ್ದ ಮೊತ್ತವು ಇಪ್ಪತ್ತಾರು ಲಕ್ಷವಾಗಿದೆ. ಕೋರ್ಟಿಗೆ ಹೋದರೆ ನಿನಗೆ ಬರುತ್ತಿದ್ದ ಸಂಬಳದಲ್ಲಿ ಒಂದು ಕಾಸನ್ನೂ ಬಿಡದೆ ಉಳಿತಾಯ ಮಾಡಿಕೊಂಡಿದ್ದೀಯ ಅಂದರೆ ನಿನ್ನ ಅನ್ನ ಬಟ್ಟೆ ವಿಶ್ವವಿದ್ಯಾಲಯಕ್ಕೆ ಹೋಗಿ ಬರುವ ಖರ್ಚು ಮೊದಲಾಗಿ ಪ್ರತಿಯೊಂದು ಖರ್ಚನ್ನೂ ನಾನು ಕೊಟ್ಟಿದ್ದೇನೆ. ಮಗುವಿನ ಸಮಸ್ತ ವೆಚ್ಚವನ್ನೂ ನಾನು ಭರಿಸಿದ್ದೇನೆ, ಅಂತ ಅವನ ಕಡೆಯ ವಕೀಲರು ಏನೇನು ಪಾಯಿಂಟ್ ಎತ್ತುತ್ತಾರೋ! ಪಾಟಿಸವಾಲಿನಲ್ಲಿ ನನ್ನ ಮುಖದ ನೀರು ಇಳಿಸಿ, ಇಲ್ಲ, ಅವನನ್ನು ಏನೂ ಕೇಳುವುದು ಬೇಡ. ನಾನು ಆತ್ಮಗೌರವವುಳ್ಳ ಹೆಂಗಸು, ಎಂದುಕೊಂಡಳು. ಎರಡು ಶಯನಕೋಣೆ, ಒಂದು ಹಾಲ್, ಅಡುಗೆ ಸ್ನಾನದ ಕೊಠಡಿಗಳುಳ್ಳ, ಲಿಫ್ಟ್ ಇಲ್ಲದ ಮೂರನೆ ಮಹಡಿಯ ಒಂದು ಫ್ಲ್ಯಾಟನ್ನು ಏಳು ಸಾವಿರ ಬಾಡಿಗೆಗೆ ಗೊತ್ತು ಮಾಡಿಕೊಂಡು ಅವನ ಕಂಪನಿಯ ವೈಭವಯುತ ನಿವಾಸವನ್ನು ಖಾಲಿ ಮಾಡಿದಳು.

ಒಂದು ವಾರದನಂತರ ಅವಳ ವಿಶ್ವವಿದ್ಯಾಲಯದ ವಿಳಾಸಕ್ಕೆ ಅವನಿಂದ ಒಂದು ಕಾಗದ ಬಂತು. ಇಂಗ್ಲಿಷಿನಲ್ಲಿದ್ದುದರಿಂದ ಅವನು ತನ್ನನ್ನು ಏಕವಚನದಲ್ಲಿ ಸಂಬೋಧಿಸಿದ್ದನೋ ಬಹುವಚನದಲ್ಲೋ ಎಂಬುದು ತಿಳಿಯಲಿಲ್ಲ. ಡಿಯರ್ ಡಾಕ್ಟರ್ ಇಳಾ, ಎಂದು ಆರಂಭಿಸಿ, ನೀವು ಬೇರೆ ಮನೆಗೆ ಸ್ಥಳಾಂತರಿಸಿದುದು ನಮ್ಮ ಕಂಪನಿಯ ವರದಿಯಿಂದ ತಿಳಿಯಿತು. ಮಗುವಿನ ಇಡೀ ವರ್ಷದ ಶಾಲಾ ಫೀಜು, ಬಸ್ಸಿನ ಶುಲ್ಕ ಮತ್ತು ಪುಸ್ತಕ ಸಮವಸ್ತ್ರಗಳ ಖರ್ಚನ್ನು ವರ್ಷಾರಂಭದಲ್ಲೇ ನಾನು ಕೊಟ್ಟಿರುವ ಸಂಗತಿ ನಿಮಗೆ ಗೊತ್ತಿದೆ. ಅದರ ಪೋಷಣೆಗೆ ತಿಂಗಳಿಗೆ ಹತ್ತುಸಾವಿರ ರೂಪಾಯಿಯಂತೆ ನಿಮಗೆ ಕಳಿಸುತ್ತೇನೆ. ನಿಮ್ಮ ಬ್ಯಾಂಕಿನ ವಿಳಾಸ ಮತ್ತು ಖಾತೆಯ ಸಂಖ್ಯೆಯನ್ನು ತಿಳಿಸಿ. ಅಲ್ಲಿಗೆ ಹಣವು ತನಗೆ ತಾನೆ ಪ್ರತಿತಿಂಗಳೂ ಜಮಾ ಆಗುವಂತೆ ವ್ಯವಸ್ಥೆ ಮಾಡುತ್ತೇನೆ, ಎಂದು ಬರೆದು ಯುವರ್ಸ್ ಸಿನ್ಸಿಯರ್ಲಿ, ಎಂದು ಮುಕ್ತಾಯಮಾಡಿದ್ದ. ಮಗುವಿನ ಊಟ ತಿಂಡಿಗೆ ತಿಂಗಳಿಗೆ ಹತ್ತು ಸಾವಿರವು ಹೆಚ್ಚೇ. ಅಡುಗೆಯವರ ಸಂಬಳವನ್ನೂ ಸೇರಿಸಿ ಈ ಲೆಕ್ಕ ಹಾಕಿದ್ದಾನೆಯೆ? ಎಂಬ ಗಣಿತ ಅವಳ ಮನಸ್ಸಿನಲ್ಲಿ ಹೊಳೆಯಿತು. ಆದರೆ ಅವನ ಕಾಗದದ ಧಾಟಿಯನ್ನು ನೋಡಿದರೆ ಯಾವುದೋ ಕಾನೂನನ್ನು ಬಲಪಡಿಸಿಕೊಳ್ಳುವಂತೆ ಕಾಣುತ್ತೆ ಎನ್ನಿಸಿತು. ಏನಿರಬಹುದು ಅವನ ಗುರಿ ಎಂದು ವಕೀಲರನ್ನು ಕೇಳುವ ಮನಸ್ಸು ಬಂತು. ಹಿನ್ನೆಲೆಯೆಲ್ಲ ಗೊತ್ತಿರುವ ಚಿತ್ರಾ ಹೊಸೂರಳೇ ಸರಿ. ಬರೀ ಫೋನಿನಲ್ಲಿ ಕೇಳಿ ಮುಗಿಸಬಹುದು ಎಂಬ ದಾರಿ ಹೊಳೆದರೂ ಅವಳು ಫೋನ್ ಸಮಾಲೋಚನೆಗೇ ಐದು ಸಾವಿರವಲ್ಲದಿದ್ದರೆ ಎರಡೂವರೆ ಸಾವಿರ ಕೇಳಿದರೆ ಇಲ್ಲವೆನ್ನುವಂತಿಲ್ಲವೆಂಬ ಚಿಂತೆ ತೋರಿ ಎಕ್ಸ್‌ಪ್ಲಾಯಿಟರ್ಸ್ ಎಂದುಕೊಂಡಳು. ಯಾರನ್ನೇನು ಕೇಳೂದು, ನನಗೆ ನಾನೇ ನಿರ್ಧರಿಸಿಕೊತ್ತೀನಿ ಎಂದು ಮನಸ್ಸನ್ನು ದೃಢಮಾಡಿಕೊಳ್ಳುವಾಗ ನನ್ನ ಮಗಳಿಗೆ ಅನ್ನ ಹಾಕುಕ್ಕೆ ಅವನಿಂದ ಯಾಕೆ ಇಸಕಾಬೇಕು? ಎಂಬ ಅಭಿಮಾನ ಹುಟ್ಟಿತು. ಆದರೆ ತುಸು ಹೊತ್ತಿನಲ್ಲೇ ಬೆಳಗಿನಿಂದ

ಸಂಜೆಯವರೆಗೆ ಮನೆಯಲ್ಲೇ ಇದ್ದು ತಿಂಡಿ ಅಡುಗೆ ಮಾಡಿ ಮಗುವನ್ನು ಶಾಲಾ ಬಸ್ಸಿಗೆ ಹತ್ತಿಸಿ, ಸಂಜೆ ಇಳಿಸಿಕೊಳ್ಳುವ ರತ್ನಮ್ಮನನ್ನೇ ಮುಂದುವರೆಸೂದು ಭಾರ ಇಳಿಸುತ್ತೆ. ಅವರಿಗೆ ಐದು ಸಾವಿರ, ಸ್ವೀಟಿಯ ಊಟ ತಿಂಡಿಯದು, ತೆವಲು ಹತ್ತಿ ಹುಟ್ಟಿಸಿದವನು ಕೊಡಲಿ. ಅಷ್ಟು ಸಂಬಳ ಸಿಕ್ತಿದೆಯಲ್ಲ, ಎಂದು ಅವನು ಬರೆದಂತೆಯೇ ಡಿಯರ್ ವಿನಯ್ ಎಂದು ಸಂಬೋಧಿಸಿ ತನ್ನ ಮನೆಯ ವಿಳಾಸ ಫೋನ್ ಸಂಖ್ಯೆ, ತನ್ನ ಬ್ಯಾಂಕಿನ ವಿಳಾಸ ಮತ್ತು ಖಾತೆಯ ಸಂಖ್ಯೆಯನ್ನು ಬರೆದು ಹಾಕಿದಳು.

ಸುಜಯಳಿಗೆ ಮಮ್ಮಿಗಿಂತ ಡ್ಯಾಡಿಯ ಮೇಲೆ ಹೆಚ್ಚು ಸಲಿಗೆ ಪ್ರೀತಿಗಳಿರಲು ಕೆಲವು ಮುಖ್ಯವಾದ ಕಾರಣಗಳಿದ್ದವು. ಹೆಣ್ಣುಹುಡುಗಿ ತನ್ನ ಕಾಲಿನ ಮೇಲೆ ತಾನು ನಿಲ್ಲುವಂತಾಗಲು ಶೈಶವದಿಂದಲೇ ತಕ್ಕ ತರಬೇತಿ ಕೊಡಬೇಕೆಂಬುದು ತಾಯಿಯ ಕಟ್ಟುನಿಟ್ಟಾದ ನಂಬಿಕೆ ಯಾಗಿತ್ತು. ಅವಳು ತಾನೇ ಮೈ ಉಜ್ಜಿಕೊಂಡು ಸ್ನಾನ ಮಾಡಬೇಕು. ಅನಂತರ ಬಚ್ಚಲನ್ನು ತೊಳೆದು ಹೊರಗೆ ಬರಬೇಕು. ತನ್ನ ಶಾಲೆಯ ಸಮವಸ್ತ್ರವನ್ನು ತಾನೇ ಇಸ್ತ್ರಿ ಮಾಡಿಕೊಳ್ಳ ಬೇಕು ಎಂದು ಮುಂತಾದ ಶಿಸ್ತನ್ನು ಮೈಗೂಡಿಸಿಕೊಳ್ಳುವಂತೆ ಅವಳು ಒತ್ತಾಯಿಸುತ್ತಿದ್ದಳು. ಗಂಡುಹುಡುಗನಾಗಿದ್ದರೂ ಅವಳು ಇದನ್ನೇ ಮಾಡುತ್ತಿದ್ದಳು. ಏಕೆಂದರೆ ಮುಂದೆ ಮದುವೆ ಯಾದಾಗ ಮನೆಗೆಲಸವನ್ನು ಹಂಚಿಕೊಳ್ಳುವ ತಯಾರಿ ಅವನಿಗೆ ಇರಬೇಕೆಂಬುದು ಅವಳ ಕಟ್ಟುನಿಟ್ಟು ಅಪೇಕ್ಷೆಯಾಗಿತ್ತು. ತಾನು ನೋಡಿದ ಪಶ್ಚಿಮದೇಶದ ಪದ್ಧತಿಯು ಅವಳಿಗೆ ಮಾದರಿಯಾಗಿತ್ತು. ಸ್ವಾವಲಂಬನೆಯನ್ನು ರೂಢಿಸಿಕೊಳ್ಳದೆ ಸ್ವಾತಂತ್ರ್ಯವಿಲ್ಲ. ಹೆಣ್ಣುಮಕ್ಕಳು ಬೆಳೆಯುವಾಗಲೇ ಎಲ್ಲ ವಿಷಯದಲ್ಲೂ ಸ್ವಾವಲಂಬಿಗಳಾಗಬೇಕು ಎಂಬುದು ಅವಳ ಗಟ್ಟಿ ನಂಬಿಕೆಯಾಗಿತ್ತು. ತೀರ ಚಿಕ್ಕವಯಸ್ಸಿನ ಸುಜಯಾ ಇದನ್ನು ವಿರೋಧಿಸುತ್ತಿದ್ದಳು. ಹಟಮಾಡುತ್ತಿದ್ದಳು. ತನ್ನ ಸಮವಯಸ್ಸಿನ ಸ್ನೇಹಿತೆಯರು ಯಾರ ಕೈಲೂ ಅವರ ಅಮ್ಮಂದಿರು ಮಾಡಿಸದ ಕೆಲಸವನ್ನೆಲ್ಲ ತನ್ನ ಅಮ್ಮ ಮಾಡಿಸಲು ಗೋಳುಹೊಯ್ದುಕೊಳ್ಳುತ್ತಾಳೆಂಬ ಭಾವನೆ ಅವಳಲ್ಲಿ ಬೇರುಬಿಟ್ಟಿತು. ಮಮ್ಮಿಗೆ ತದ್ವಿರುದ್ಧವಾಗಿತ್ತು ಡ್ಯಾಡಿಯ ರೀತಿ. ತನಗೆ ನೆನಪಿರುವಂತೆ ಅವರೇ ತನಗೆ ಮೈಯುಜ್ಜಿ ಸ್ನಾನ ಮಾಡಿಸುತ್ತಿದ್ದರು. ವಾರಕ್ಕೆರಡು ದಿನ ಶಾಂಪೂ ಹಾಕಿ ತಲೆ ತೊಳೆಯುತ್ತಿದ್ದರು. ಸ್ನಾನ ಮಾಡಿಸುವಾಗ ಕತೆ ಹೇಳುತ್ತಿದ್ದರು. ಹೊರಗೆ ಕರೆದುಕೊಂಡು ಹೋಗಿ ತಾನು ಕೇಳಿದ ಹೋಟೆಲು, ಚಾಕಲೇಟು, ಸಿಹಿತಿಂಡಿ, ಬಟ್ಟೆಬರೆ. ಅಪ್ಪನ ಎದೆಯ ಅಗಲ ಮತ್ತು ಬಿಸಿಯು ತನಗೆ ಗೊತ್ತಿರುವಷ್ಟು ಅಮ್ಮನ ಎದೆಯ ಪರಿಚಯವಿಲ್ಲ. ಅಪ್ಪನ ತೊಡೆಗಳೂ ಅಷ್ಟೆ. ತಾನು ಕೂತು ಕುಣಿಯುವುದಕ್ಕೆಂದೇ ದೇವರು ಮಾಡಿಟ್ಟಿದ್ದಾನೆ. ಮುದ್ದು ಮಾಡಿ ನನ್ನ ಮಗಳನ್ನ ದುರ್ಬಲಳನ್ನಾಗಿ ಮಾಡ್ತೀಯ ನೀನು ಅಂತ ಅಮ್ಮ ಅಪ್ಪನನ್ನು ಗದರಿಸಿಕೊಳ್ಳುವುದನ್ನು ತಾನು ಆಗಾಗ್ಗೆ ಕೇಳಿದೀನಿ. ಅಪ್ಪ ಅದಕ್ಕೆ ಗಮನವನ್ನೇ ಕೊಡದೆ ನನ್ನ ಕಿವಿಯಲ್ಲಿ ಗುಟ್ಟು ಹೇಳ್ತಿದ್ದರು. ಈಗ ಅವರು ಡೆಲ್ಲಿಗೆ ಹೋಗಿಬಿಟ್ಟಿದಾರೆ. ನನ್ನನ್ನ ಯಾವಾಗ ಕರೆಸಿಕೊತ್ತಾರೋ! ಬೆಂಗಳೂರಿಗಿಂತ ಡೆಲ್ಲಿಯ ಸ್ಕೂಲು ಚನ್ನಾಗಿರುತ್ತಂತೆ. ಅವರು ಫೋನೂ ಮಾಡ್ತಿಲ್ಲ. ಈ ಹೊಸ ಫ್ಲ್ಯಾಟಿಗೆ ಐದು ದಿನದ ಹಿಂದೆಯೇ ಫೋನು ಬಂದಿದೆ ಅಂತ ಅವರಿಗೆ ಗೊತ್ತೇ ಇಲ್ಲವೆ? ನಾನೇ

ಮಾಡಾಣ ಅಂದರೆ ಅವರ ನಂಬರ್ ಗೊತ್ತಿಲ್ಲ, ಎಂದುಕೊಳ್ಳುತ್ತಿರುವಾಗ ಒಂದು ಅಪರಾಹ್ಣ ನಾಲ್ಕು ಗಂಟೆಗೆ ಫೋನ್ ಬಾರಿಸಿತು. ಅದು ಅಪ್ಪಂದೇ ಎಂದುಕೊಂಡು ಓಡಿ ಹೋಗಿ ಎತ್ತಿಕೊಂಡರೆ ಗಾಡ್ ಈಸ್ ಆಲ್ವೇಸ್ ಗುಡ್ ಅವರದ್ದೇ. 'ಡ್ಯಾಡಿ ನೀವ್ಯಾಕ್ ನಂಗೆ ಫೋನ್ ಮಾಡ್ಲಿಲ್ಲ, ನೀವ್ಯಾಕ್ ನನ್ನ ಡೆಲ್ಲಿಗೆ ಇನ್ನೂ ಕರಕಂಡು ಹೋಗಿಲ್ಲ. ನೀವು ಕೆಟ್ಟೋರು' ಎಂದು ಕೂಡಿ ನಿಂತಿದ್ದ ಹತಾಶೆಯನ್ನು ಒಟ್ಟಿಗೆ ಸುರಿದು ಅಳತೊಡಗಿದಳು. ಅಡುಗೆಯ ರತ್ನಮ್ಮ ಓಡಿ ಬಂದು ಇದು ಅವಳ ತಂದೆಯ ಕರೆ ಎಂಬುದನ್ನು ಅರ್ಥಮಾಡಿಕೊಂಡು ಅಡುಗೆಮನೆಗೆ ಹಿಂತಿರುಗಿದರು. ಆದರೂ ಆ ಪುಟ್ಟ ಮನೆಯಲ್ಲಿ ಇವಳ ಮಾತು ಕಿವಿಯಮೇಲೆ ಬೀಳುತ್ತಲೇ ಇತ್ತು. ಪಾಪು, ಡೆಲ್ಲಿ ಸ್ಕೂಲಿನಲ್ಲಿ ಈಗ ಜಾಗವೆಲ್ಲ ತುಂಬಿಹೋಗಿದೆ. ಆಮೇಲೆ ಕೊಡ್ತಾರಂತೆ, ಎಂದು ಅಪ್ಪ ಸಮಾಧಾನ ಹೇಳುತ್ತಿದ್ದರು. ನಂಗೆ ಅದೆಲ್ಲ ಗೊತ್ತಿಲ್ಲ, ನಾನು ಬರಲೇಬೇಕು, ಎಂದು ಮಗಳು ರಚ್ಚೆ ಹಿಡಿದಳು. ಕೊನೆಗೆ ರಿಯಾಯಿತಿ ತೋರುವವಳಂತೆ ನೀವು ನಂಗೆ ದಿನಾ ಫೋನು ಮಾಡಬೇಕು, ಎಂದಳು. ಮಾಡ್ತೀನಿ. ನನ್ನ ನಂಬರು ಬರೆಕೊ, ಆಫೀಸಿಂದು ಮನೇದು ಎರಡನ್ನೂ. ನಿನಗೆ ಬೇಕಾದಾಗ ನೀನೇ ಮಾಡು. ನಿನ್ನ ಫೋನು ಬಂದ ತಕ್ಷಣ ನಾನು ನಿನಗೆ ವಾಪಸು ಮಾಡ್ತೀನಿ, ಪ್ರಾಮಿಸ್, ಎಂದು ಅವರು ಆಶ್ವಾಸನೆ ಕೊಟ್ಟನಂತರ ಅವಳಿಗೆ ತುಸು ಸಮಾಧಾನವಾಯಿತು. ನೀವು ನನ್ನ ನೋಡುಕ್ಕೆ ಬೇಗ ಬರಲೇಬೇಕು ಎಂದು ಹೊಸ ಒತ್ತಾಯವನ್ನಿಟ್ಟು ಅದಕ್ಕೂ ಪ್ರಾಮಿಸ್ ಪಡೆದಮೇಲೆ ಅವರನ್ನು ಬಿಡುಗಡೆಮಾಡಿದಳು.

ಅವಳು ಮನೆಗೆ ಹಿಂತಿರುಗುತ್ತಿದ್ದುದು ಅಪರಾಹ್ಣ ಮೂರೂವರೆಗೆ. ಅವಳ ಮಮ್ಮಿ ಆರಕ್ಕೆ ಮೊದಲು ಬರುತ್ತಿರಲಿಲ್ಲ. ಮಗಳಿಗೆ ಡ್ಯಾಡಿಯು ಮೂರು ನಾಲ್ಕು ದಿನಕ್ಕೊಮ್ಮೆ ಫೋನು ಮಾಡುತ್ತಿದ್ದ. ಕೆಲವು ಸಲ ಮಗಳೇ ಮಾಡಿದಾಗ ನೀನು ಫೋನ್ ಕೆಳಗಿಡು ನಾನು ಮಾಡ್ತೀನಿ ಎಂದು ಹೇಳಿ ತಾನು ಮಾಡುತ್ತಿದ್ದ. ತಂದೆ ಮಗಳ ಸಂವಾದ ಹದಿನೈದಿಪ್ಪತ್ತು ನಿಮಿಷ ನಡೆಯುತ್ತಿತ್ತು. ತನ್ನ ಮಮ್ಮಿಗೂ ಡ್ಯಾಡಿಗೂ ಏನೋ ಸರಿ ಇಲ್ಲ ಎಂಬ ಒಳ ಅರಿವು ಅವಳಿಗೆ ಆಗಿತ್ತು. ಅಪ್ಪನೊಡನೆ ತನ್ನ ಸಂಪರ್ಕವನ್ನು ಹೇಳಿದರೆ ಅಮ್ಮ ಕೋಪಗೊಳ್ಳಬಹುದೆಂಬ ಆತಂಕವೂ ಇತ್ತು. ಆದ್ದರಿಂದ ಅವಳು ಆ ಬಗೆಗೆ ಒಂದು ಶಬ್ದವನ್ನೂ ಆಡುತ್ತಿರಲಿಲ್ಲ. ಅಡುಗೆಯ ರತ್ನಮ್ಮನಿಗೆ ಎಲ್ಲವೂ ತಿಳಿಯುತ್ತಿತ್ತು. ಈ ಸಂಸಾರದಲ್ಲಿ ಗಂಡ ಹೆಂಡತಿಯರ ನಡುವೆ ಅಂಥ ಸಾಮರಸ್ಯವಿಲ್ಲವೆಂಬುದೂ ಗೊತ್ತಿತ್ತು. ತಂದೆ ಮಗಳ ತಂತಿ ಸಂಭಾಷಣೆಯು ಕಿವಿಗೆ ಬಿದ್ದರೂ ಅವರು ಆ ಬಗೆಗೆ ತುಟಿಪಿಟಿಕ್ ಎನ್ನದೆ ತಮ್ಮಪಾಡಿಗೆ ತಾವಿರುತ್ತಿದ್ದರು. ಈ ಹೆಂಗಸು ಆ ದೊಡ್ಡ ಫ್ಲ್ಯಾಟಿನಿಂದ ಈ ಸಣ್ಣದಕ್ಕೆ ಬದಲಾಯಿಸಿದಮೇಲೆ ತಾವು ಕೆಲಸ ಬಿಡುವುದಾಗಿ ಹೇಳಿದ್ದರು. ಇನ್ನೂ ಒಂದು ಸಾವಿರ ರೂಪಾಯಿ ಸಂಬಳ ಹೆಚ್ಚಿಸಿ ಬಿಡಬೇಡವೆಂದು ಯಜಮಾಂತಿಯು ಒತ್ತಾಯಿಸಿದ್ದಳು.

೬

ಮೂರು ತಿಂಗಳಾಗಿತ್ತು. ಒಂದು ಸಂಜೆ ಇಳಾ ಮನೆಗೆ ಹಿಂತಿರುಗಿದಾಗ ರತ್ನಮ್ಮ ಹೇಳಿದರು: 'ನಿಮ್ಮ ಯಜಮಾನರು ಫೋನ್ ಮಾಡಿದ್ದರು. ಅವರು ಬೆಂಗಳೂರಿಗೆ ಬಂದಿದಾರಂತೆ. ಪುಟ್ಟಮ್ಮನನ್ನ ಶಾಲೆಯಿಂದ ಕರಕೊಂಡು ಹೋಗಿ ನನ್ನ ಜೊತೆ ಹೋಟೆಲಿನಲ್ಲಿ ಇಟ್ಟುಕೊಂಡಿದೀನಿ. ನಾಳೆ ಹ್ಯಾಗೂ ಭಾನುವಾರವಿದೆಯಲ್ಲ. ನಾಳೆ ಸಂಜೆ ಮನೆಗೆ ಕಳುಸ್ತೀನಿ. ಹಾಗಂತ ಮೇಡಂಗೆ ಹೇಳಿ ಅಂದರು. ಪುಟ್ಟಮ್ಮನೂ ಮಾತನಾಡಿದಳು. ನಿಮಗೆ ವಿಷಯ ಹೇಳಿಹೋಗಾಣ ಅಂತ ಕಾಯ್ಕಂಡಿದ್ದೆ.'

ಅವಳಿಗೆ ಒಂದು ಕ್ಷಣ ರಕ್ತ ಪರಿಚಲನೆ ನಿಂತುಹೋದಂತಾಯಿತು. ಮತ್ತೆ ನಾಡಿಮಿಡಿತ ಆರಂಭವಾದ ಒಂದುನಿಮಿಷದ ನಂತರ ಯಾವ ಹೋಟೆಲು ಅಂದರು ಎಂದು ಕೇಳುವ ಮನಸ್ಸಾದರೂ ಅಡುಗೆ ಆಳಿಗೆ ತನಗೂ ತನ್ನ ಗಂಡನಿಗೂ ಏರ್ಪಟ್ಟಿರುವ ಕಂದುಕವನ್ನು ಸ್ಪಷ್ಟಪಡಿಸುವುದು ಬೇಡವೆಂದು ಸುಮ್ಮನಾದಳು. ರತ್ನಮ್ಮ ಮನೆಗೆ ಹೋದಮೇಲೆ ಏನಿರಬಹುದು ಇವನ ಉದ್ದೇಶ, ನಾನು ಹೋಗಿ ಕಾಲಿಗೆ ಬೀಳಲಿ ಅಂತಲೆ? ಮೂರು ತಿಂಗಳಾದರೂ ಇವಳಿಗೆ ಅಪ್ಪನ ತೀವ್ರವಾಂಛಲ್ಯ ಕಡಿಮೆಯಾಗಿಲ್ಲ, ಅವನೇ ತನ್ನನ್ನು ಹೆತ್ತೋನು ಅನ್ನೊ ಥರ. ನಾಳೆ ಬರಲಿ. ಅವಳಿಗೆ ಬುದ್ಧಿ ಕಲುಸ್ತೀನಿ ಎಂದುಕೊಂಡಳು. ರಾತ್ರಿ ಸರಿಯಾಗಿ ನಿದ್ರೆ ಬರಲಿಲ್ಲ. ಮರುದಿನ ಓದುತ್ತಾ ಕುಳಿತರೂ ತಲೆಗೆ ಹತ್ತಲಿಲ್ಲ. ಗಳಿಗೆಗೊಮ್ಮೆ ಗಡಿಯಾರ ನೋಡಿಕೊಳ್ಳುತ್ತಿದ್ದಳು.

ಸಂಜೆ ಏಳುಗಂಟೆಯ ಹೊತ್ತಿಗೆ ಬಾಗಿಲಿನ ಗಂಟೆ ಕಿರುಗುಟ್ಟಿತು. ಬಾಗಿಲು ತೆಗೆದರೆ ಅವಳು ಖುಷಿಯಿಂದ ಬೀಗುತ್ತಾ ಒಳಗೆ ಬಂದಳು. ಅವಳ ಹಿಂದೆಯೇ ನಿಂತಿದ್ದ ಡ್ರೈವರನ ಎರಡು ಕೈಗಳಲ್ಲೂ ದೊಡ್ಡ ದೊಡ್ಡ ಪ್ಲಾಸ್ಟಿಕ್ ಚೀಲಗಳು. ಚೀಲದ ಮೇಲೆ ಮುದ್ರಿಸಿದ್ದ ಅಂಗಡಿಗಳ ಹೆಸರಿನಿಂದಲೇ ಇವಳಿಗೆ ತೆಗೆದು ಕಳಿಸಿರುವ ಹೊಸಬಟ್ಟೆಗಳು, ಬೂಟುಗಳು, ಆಟದ ಮೂಲಕ ವಿಜ್ಞಾನ ಮತ್ತು ಗಣಿತಗಳನ್ನು ಕಲಿಯುವ ಸಾಮಾನುಗಳು ಎಂಬುದು ಸ್ಪಷ್ಟವಾಯಿತು. ಚೀಲಗಳನ್ನು ಒಳಗಿಟ್ಟು ಡ್ರೈವರು ಹಿಂತಿರುಗಿ ಅವಳು ಬಾಗಿಲು ಹಾಕಿಕೊಳ್ಳುವ ವೇಳೆಗಾಗಲೇ ಸ್ವೀಟಿಯು ಫೋನನ್ನು ತಿರುಗಿಸಿ, 'ಡ್ಯಾಡಿ, ನಾನು ಮನೆಗೆ ಬಂದಿದೀನಿ. ಡ್ರೈವರ್ ತುಂಬ ಒಳ್ಳೆಯೋರು' ಎನ್ನುತ್ತಿದ್ದಳು. ಅವಳಿಗೆ ಬುದ್ಧಿ ಬರುವಂತೆ ನಾಲ್ಕು ಬಾರಿಸುವ ಮನಸ್ಸು ಬಂದರೂ ಇಳಾ ತಡೆದುಕೊಂಡಳು. ನೆನ್ನೆಯಿಂದ ಅಪ್ಪನ ಜೊತೆ ಅಷ್ಟೊಂದು ಖುಷಿಪಟ್ಟು ಇಷ್ಟೊಂದು ಬಟ್ಟೆಬರೆ ಆಟದ ಸಾಮಾನುಗಳನ್ನು ಹೊತ್ತು ತಂದಿರುವ ಇವಳಿಗೆ ನಾನು ತಕ್ಷಣ ಹೊಡೆದರೆ ಅವಳು ಅಪ್ಪನನ್ನು ಇನ್ನೂ ಹೆಚ್ಚು ಪ್ರೀತಿಸ್ತಾಳೆ, ನನ್ನಿಂದ ವಿಮುಖಳಾಗ್ತಾಳೆ, ಇದನ್ನ ಉಪಾಯದಿಂದ ದಾರಿಗೆ ತರಬೇಕು ಎಂಬ ವಿವೇಚನೆ ಮೂಡಿತು. 'ಊಟ ಮಾಡು ಬಾ ಸ್ವೀಟಿ, ಟೇಬಲ್ ಮೇಲೆ ಎಲ್ಲ ರೆಡಿ ಇದೆ,' ಎಂದಳು.

'ನಂದು ಹೈ ಟೀ ಆಗಿದೆ. ಹೈಟೀ ಅಂದರೆ ಏನು ಗೊತ್ತಾ? ಟಾಜ್ ರೆಸಿಡೆನ್ಸಿ.'

ಅವಳು ಬೀಗುತ್ತಾ ಉತ್ತರಿಸಿದಳು.

'ಹೇಳದೆ ಕೇಳದೆ ನೀನು ಹಾಗೆ ಹೋಗಬಾರದಿತ್ತು ಸ್ವೀಟಿ. ಮಮ್ಮಿಗೆ ಹೇಳಿ ಅನುಮತಿ ಪಡೆದ ನಂತರವಲ್ಲವೆ ಹೋಗೂದು?' ಎಂದು ಬಲವಂತದ ತಾಳ್ಮೆಯನ್ನು ಸೂಸುತ್ತಾ ಕೇಳಿದಳು.

'ಇನ್ನೆಲ್ಲಾದರೂ ಹೋಗುಕ್ಕೆ ನಿನ್ನ ಕೇಳಬೇಕು. ಡ್ಯಾಡಿ ಜೊತೆ ಹೋಗುಕ್ಕೆ ನಿನ್ನೇನು ಕೇಳೂದು?' ಅವಳು ಪ್ರತಿಯಾಗಿ ಕೇಳಿದಳು.

ರಾಸ್ಕಲ್, ಮಗೂಗೆ ಬ್ರೈನ್‌ವಾಶ್ ಮಾಡಿದಾನೆ ಎಂದು ಅವಳು ಒಳಗೇ ಬುಸುಗುಟ್ಟಿದಳು. ಆದರೂ ಒಳಗಿನ ಕುದಿಯನ್ನು ಇನ್ನಷ್ಟು ತಾಳ್ಮೆಯಿಂದ ಅದುಮಿಕೊಂಡು, 'ಅಲ್ಲಿ ಏನೇನು ಮಾಡಿದೆ ಸ್ವೀಟಿ?' ಎಂದಳು.

'ಟಾಜ್ ರೆಸಿಡೆನ್ಸೀಲಿ ಮಕ್ಕಳ ಆಟಕ್ಕೇ ದೊಡ್ಡ ಹಾಲ್ ಇದೆ. ಅಲ್ಲಿ ಏನೇನು ಆಟದ ಸಾಮಾನುಗಳಿವೆ ಗೊತ್ತಾ? ನಮ್ಮ ಸ್ಕೂಲಿನಲ್ಲೂ ಇಲ್ಲ. ಅಪ್ಪನ ರೂಮು ಎಷ್ಟು ಲಗ್ಸೂರಿಯಸ್ ಆಗಿದೆ ಗೊತ್ತಾ? ಸಿನಿಮಾದಲ್ಲಿ ತೋರಿಸೂ ಪ್ಯಾಲೇಸ್ ರೂಮಿಗಿಂತ ಚನ್ನ. ಫೋನ್ ಮಾಡಿದರೆ ರೂಮಿಗೆ ಊಟ ತಿಂಡಿ ಎಲ್ಲ. ಎಂಥೆಂಥ ಸ್ವೀಟುಗಳು! ಇನ್ನು ಮೇಲೆ ಡ್ಯಾಡಿ ಬೆಂಗಳೂರಿಗೆ ಬಂದಾಗ ನಾನು ಅವರ ಜೊತೆಯೇ ಇರ್ತೀನಿ.'

ಸುಖಭೋಗದ ಆಶೆ ತೋರಿಸಿ, ಅದೇ ದುಶ್ಚಟ ಕಲಿಸಿ ಮಗಳನ್ನ ಸಂಪೂರ್ಣ ತನ್ನ ಪರ ಮಾಡ್ಕತ್ತಿದಾನೆ ರ್‍ಯಾಸ್ಕಲ್ ಅದೂ ಕಂಪನಿಯ ಖರ್ಚಿನಲ್ಲಿ. ಅವನ ಕಂಪನಿಯ ಹೆಡ್ ಆಫೀಸು ಜಿನೀವಾಕ್ಕೇ ಬರೆದು ತಿಳಿಸಬೇಕು ಎಂಬ ಆಲೋಚನೆ ಅವಳಿಗೆ ಬಂತು. ಆದರೆ ತುಸುಹೊತ್ತಿನಲ್ಲಿ, ಇಂಥ ಹೋಟೆಲಿನ ವಾಸ್ತವ್ಯವನ್ನು ಉನ್ನತ ದರ್ಜೆಯ ನೌಕರರಿಗೂ ಅವರ ಕುಟುಂಬದವರಿಗೂ ಕಂಪನಿಯೇ ಸಮ್ಮತಿಸಿಕೊಡುತ್ತೆ. ಹಿಂದೆ ಕೆಲವು ಸಲ ಅವನು ಕಂಪನಿಯ ಸೌಲಭ್ಯದಲ್ಲಿ ತನ್ನನ್ನೂ ಪುಟ್ಟ ಸ್ವೀಟಿಯನ್ನೂ ಇಂಥ ಪಂಚತಾರಾ ರೆಸಾರ್ಟಿಗೆ ಕರೆದುಕೊಂಡು ಹೋಗಿದ್ದ ಎಂಬ ನೆನಪಾಗಿ ವ್ಯಾಪಾರ, ಉದ್ಯಮ, ಉದ್ಯಮದ ಆಡಳಿತದವರು ದೇಶದ ಹಣವನ್ನು ನುಂಗಿ ನೀರು ಕುಡಿಯೂದೇ ಹೀಗೆ ಎಂಬ ಸಾಮಾನ್ಯ ವಿಶ್ಲೇಷಣೆತೊಡಗಿತು.

ಅಧ್ಯಾಯ ೪

೧

ಹೊಟ್ಟೆಯು ಸ್ವಲ್ಪ ಸ್ವಲ್ಪವಾಗಿ ಕಣ್ಣಿಗೆ ಕಾಣಿಸುವಂತೆ ದಪ್ಪವಾಗುತ್ತಿರುವಾಗ ಒಂದುದಿನ ಮಂಗಳೆ ಕೇಳಿದಳು: 'ಬಾಣಂತಿತನದ ವ್ಯವಸ್ಥೆ ಏನು? ಯಾರು ಮಾಡ್ತಾರೆ? ಅಂತ ನೀನು ಒಂದುದಿನವಾದರೂ ವಿಚಾರಿಸಿಲ್ಲ.'

'ಗೈನಕಾಲಜಿಸ್ಟ್ ನೋಡ್ತಿದಾರೆ. ನರ್ಸಿಂಗ್ ಹೋಂನಲ್ಲಿ ಸ್ಪೆಶಲ್‌ವಾರ್ಡ್ ರಿಸರ್ವ್ ಆಗಿದೆ.'

'ಇಷ್ಟಾದರೆ ಆಯಿತಾ? ಹೆಣ್ಣುಮಕ್ಕಳಿಗೆ ಬಸರಿಯಲ್ಲಿ ಅದೂ ಮೊದಲ ಬಸರಿಯಲ್ಲಿ ಅವಳ ತಾಯಿ ಮಾಡಬೇಕು ಅನ್ನುವ ಬಯಕೆ, ಐ ಮೀನ್ ಎಮೋಶನಲ್ ನೀಡ್, ಇರುತ್ತೆ ಅನ್ನೂದು ಒಂದು ಸಲ ತಂದೆಯಾಗಿರೂ ನಿನಗೆ ಗೊತ್ತಿಲ್ಲವಾ? ಯಾಕೆ ಇನ್‌ಸೆನ್ಸಿಟಿವ್ ಆಗಿದೀಯ?'

ಯಾವ ಮಾತನ್ನಾದರೂ ನನ್ನ ಮೇಲೆ ತಪ್ಪು ಹೊರೆಸುವ ಅರ್ಥವಿಟ್ಟೇ ಆಡುವುದು ಅವಳ ಚಾಳಿ ಎಂದು ಅಷ್ಟರಲ್ಲಿ ತಿಳಿದುಕೊಂಡಿದ್ದ ನಾನು ಪ್ರತಿಯಾಗಿ ಏನೂ ಹೇಳಲಿಲ್ಲ. ಅವಳೇ, 'ನನ್ನ ತಾಯಿಯನ್ನ ಕರೆಸಬೇಕು ಅಂತಿದೀನಿ' ಎಂದಳು.

'ಕರೆಸಿದರೆ ನನ್ನ ಆಕ್ಷೇಪವಿಲ್ಲ. ಸ್ವಾಗತಿಸ್ತೀನಿ. ಆದರೆ ನಿನಗೆ ತೌರುಮನೆ ಇದೆ. ತಾಯಿ ಇದಾರೆ ಅಂತ ಒಂದುದಿನವೂ ನೀನು ಹೇಳಿರಲಿಲ್ಲ. ಮಗಳನ್ನ ಹೆರಿಗೆಗೆ, ಅದೂ ಮೊದಲ ಹೆರಿಗೆಗೆ, ತೌರಿಗೆ ಕರೆಸಿಕೊಳ್ಳೂದು ತಾನೆ ಪದ್ಧತಿ.'

'ಹಂಗಿಸೂ ಮಾತಾಡ್ತಿದೀಯ? ತೌರಿಗೆ ಕರೆಸಿಕೊಳೂ ಶಕ್ತಿ ನನ್ನ ತಾಯಿಗಿಲ್ಲ ಅಂತಲೆ?'

'ನಾನು ಆಡದೆ ಇರೂ ಮಾತನ್ನ ನನ್ನ ಮೇಲೆ ಹೊರಿಸೂ ಚಾಳಿಯನ್ನ ಬಿಡದೆ ಇದ್ದರೆ ಈ ಮನೇಲಿ ಯಾರಿಗೂ ಶಾಂತಿ ಇರುಲ್ಲ,' ಎಂದು ನಾನು ಸುಮ್ಮನಾದೆ.

ಮುಟ್ಟಿನ ಅವಧಿಯಲ್ಲಿ ಹೆಂಗಸರ ಭಾವತೋಲನ ಸ್ವಲ್ಪ ಏರುಪೇರಾಗುತ್ತೆ ಅಂತ ನನಗೆ ಗೊತ್ತಿತ್ತು. ವೈಜಯಂತಿಯೇ ಹಾಗೆಂದು ಹೇಳಿದ್ದಳು. ಆದರೂ ಅವಳು ಆಫೀಸಿಗೆ ಬಂದು ಎಂದಿನ ಕೆಲಸಕಾರ್ಯ ಮಾಡುತ್ತಿದ್ದಳು. ಗರ್ಭಿಣಿಯಲ್ಲೂ ಅಂಥ ಏರುಪೇರು ಆಗಬಹುದು ಎಂದು ಕಲ್ಪಿಸಿ ಈಗ ನನಗೆ ನಾನೇ ಸಮಾಧಾನ ಮಾಡಿಕೊಂಡೆ. ತುಂಬಿಕೊಳ್ಳು

ತ್ತಿದ್ದ ಇವಳ ಹೊಟ್ಟೆಯನ್ನು ಸವರಿ ಮುದ್ದಿಸಿ ಸಮಾಧಾನಪಡಿಸುವ ಮನಸ್ಸಾಗುತ್ತಿತ್ತು. ಆದರೆ ಬೋಳುಹಣೆಯ, ವಿಕರ್ಷಕ ಕಣ್ಣುನೋಟ, ಸೂತಕ ಕಳೆಯ ಇವಳ ಮುಖ ನೋಡಿದರೆ ಅಂಥ ಭಾವುಕ ವರ್ತನೆ ಮಾಡಿ ಬೊಗಳಿಸಿಕೊಳ್ಳುವ ಅವಿವೇಕ ಮಾಡಬಾರದೆಂಬ ಎಚ್ಚರ ಮೂಡುತ್ತಿತ್ತು. ಪುಟ್ಟಕ್ಕ ಈಗಿರುವುದಕ್ಕಿಂತ ಹೆಚ್ಚು ಸುಧಾರಿಸುವುದಿಲ್ಲ, ಇವಳ ಹೊಟ್ಟೆಯಲ್ಲಿರುವ ನನ್ನ ಮಗುವೇ ನನ್ನ ಕಂಪನಿಯ ವಾರಸುದಾರ ಗಂಡಾಗಿದ್ದರೆ, ವಾರಸುದಾರಿಣಿ ಹೆಣ್ಣಾಗಿದ್ದರೆ. ಹೆಣ್ಣಾಗಿದ್ದರೆ ತನ್ನ ದೊಡ್ಡಮ್ಮನಂತಾಗಲಿ ಗುಣ ಸ್ವಭಾವ ಕ್ರಿಯಾಶಕ್ತಿಗಳಲ್ಲಿ ಎಂಬ ಬಯಕೆಯಾಗುತ್ತಿತ್ತು. ಆ ಬಯಕೆಯು ಇವಳ ಶುಷ್ಕ, ರೂಕ್ಷ ವರ್ತನೆಯನ್ನು ತಡೆದುಕೊಳ್ಳುವ ತಾಳ್ಮೆಯನ್ನು ಕೊಡುತ್ತಿತ್ತು.

ಇವಳ ಅಮ್ಮನನ್ನು ಮೊದಲ ಸಲ ನೋಡಿದಾಗ ಇವರು ಮಗಳಂತಲ್ಲದೆ ಹಣೆಗೆ ಕುಂಕುಮವಿಟ್ಟಿದ್ದರು. ಐವತ್ತೈದರಿಂದ ಅರವತ್ತರ ನಡುವಣ ವಯಸ್ಸು. ಮಗಳನ್ನು ಹೋಲುವ ದುಂಡುಮುಖ. ಬಿಳಿಬಣ್ಣ. ಕಪ್ಪು ಸವರಿಕೊಂಡಿರುವ ಬಿಳಿಕೂದಲು. ಕಿವಿಗಳಿಗೆ ಹೊಳೆಯುವ ಓಲೆ, ವಜ್ರದ್ದಿರಬಹುದು. ಕೈಗಳಿಗೆ ಎರಡೆರಡು ಚಿನ್ನದ ಬಳೆಗಳು. ಕಪ್ಪು ಚಿಕ್ಕೆಗಳ ಬಿಳಿಸೀರೆ. ನನ್ನನ್ನು ನೋಡಿ ನಿಂತುಕೊಂಡರು. 'ಆರೋಗ್ಯವೆ? ಯಾವಾಗ ಬಂದಿರಿ?' ಎಂಬ ಸೌಜನ್ಯ ತೋರಿಸಿದೆ.

ಶಾಂತಮ್ಮ ಬಂದಿದ್ದರೂ ಇವರೇ ರಾತ್ರಿಯ ಅಡುಗೆ ಮಾಡಿದ್ದರು. ಅಥವಾ ಶಾಂತಮ್ಮನಿಗೆ ಹೇಳಿಕೊಟ್ಟಿದ್ದರು ಎಂಬುದು ಸ್ಪಷ್ಟವಿತ್ತು. ಬೆಂಡೆಕಾಯಿ ಗೊಜ್ಜು ಕಟ್ಟಿನ ಸಾರುಗಳಿಗೆ ಗೃಹಿಣಿಯು ಮಾಡುವ ರುಚಿ ಇತ್ತು. ನನ್ನ ಜೊತೆಯಲ್ಲಿ ಕೂರಿಸಿಕೊಂಡ ಪುಟ್ಟಕ್ಕನ ಮುಖದಲ್ಲೂ ಅಡುಗೆಯ ಸ್ವಾದ ಕಾಣಿಸಿತು. ಪ್ರತಿರಾತ್ರಿಗಿಂತ ಅವಳು ನಾಲ್ಕು ತುತ್ತು ಹೆಚ್ಚು ಉಂಡಳು.

ಮರುದಿನ ಬೆಳಗ್ಗೆ ನಾನು ಪುಟ್ಟಕ್ಕ ತಿಂಡಿ ತಿನ್ನುವಾಗ ಆಕೆಯೇ ಎದುರು ಬಂದು ಕಾಣಿಸಿಕೊಂಡರು. 'ನೀವು ಯಾವ ಊರಿನಲ್ಲಿದೀರಿ?' ನಾನು ಮಾತು ತೆಗೆದೆ.

ಹೇಳಲು ಸಂಕೋಚಪಟ್ಟುಕೊಂಡಂತೆ ಕಾಣಿಸಿದ ಅವರು, 'ಹಾಸನದಲ್ಲಿದ್ದೆವು. ಇವರು ಹೋದಮೇಲೆ ಮಗನ ಮನೇಲಿದೀನಿ,' ಎಂದರು. ಯಾವ ಊರಿನಲ್ಲಿ ಎಂದು ಸೂಚಿಸಲಿಲ್ಲ.

ನಾನೇ ಕೇಳಿದೆ: 'ಮಗ ಎಲ್ಲಿದಾರೆ?'

'ಬೆಂಗಳೂರಲ್ಲೇ. ಸಾಫ್ಟ್‌ವೇರ್ ಎಂಜಿನೀರು.'

'ಓ!' ಎಂದೆ, ಐಸೀ ಎನ್ನುವ ರೀತಿಯಲ್ಲಿ.

ಏನೋ ಹೇಳಬೇಕೆಂದು ಪ್ರಯತ್ನಿಸುತ್ತಿದ್ದ ಆಕೆಯು ಮುಖದಲ್ಲಿ ಸಂಕೋಚವನ್ನು ತೋರ್ಪಡಿಸಿಕೊಂಡರು. ಹೇಳಿ ಎಂಬಂತೆ ಮುಖ ನೋಡಿದೆ.

'ನೀವು ಈ ಕಾಲದೋರು. ನೀವು ನೀವೇ ಮದುವೆ ಮಾಡಿಕೊಂಡಿರಿ. ನಮಗೆ ತಿಳೀಲೂ ಇಲ್ಲ. ಬಸರಿ. ನಿಗಾ ನೋಡುಕ್ಕೆ ಬಾ ಅಂತ ಇವಳು ಕರಿಯೂ ತನಕ ನನಗೆ ಗೊತ್ತಿರಲೂ ಇಲ್ಲ. ಒಟ್ಟಿನಲ್ಲಿ ಎಲ್ಲಾ ಸುಖವಾಗಿದ್ದರೆ ಸರಿ,' ಎಂದರು.

ನನಗೆ ಮದುವೆಯ ಹಿನ್ನೆಲೆ ಮುನ್ನೆಲೆಗಳೆಲ್ಲ ನೆನಪಿಗೆ ಬಂದವು. ನಾವು ನಾವೇ

ಮಾಡಿಕೊಂಡದ್ದಲ್ಲ ಎಂದು ವಾಸ್ತವ ಘಟನೆಗಳನ್ನು ವಿವರಿಸಿಬಿಡುವ ಮನಸ್ಸಾಯಿತು. ಆದರೆ ಕರೆದ ತಕ್ಷಣ ನಿಮ್ಮ ಮಗಳು ಬಂದಳು, ಏನೂ ಆಗುಲ್ಲ ಎಂದಳು ಎಂಬುದನ್ನೆಲ್ಲ ಹೇಳುವ ಮನಸ್ಸೂ ಬರಲಿಲ್ಲ, ಹೇಳಿದರೆ ದೊಡ್ಡ ಜಗಳವೂ ಆಗುತ್ತದೆಂಬ ಅರಿವಾಗಿ ಸುಮ್ಮನಿದ್ದೆ. ಇವಳು ತನ್ನ ತಾಯಿಯ ಕೈಲಿ ಏನೇನು ಹೇಳಿದಾಳೋ, ಎಷ್ಟು ಹೇಳಿದಾಳೋ, ನನಗೆ ಗೊತ್ತಿಲ್ಲ. ಎಷ್ಟಾದರೂ ತಾಯಿ ಮಗಳು ಎಂಬ ಅರಿವಾಗಿ ಸುಮ್ಮನಾದೆ.

ಇದೇ ಊರಿನಲ್ಲಿರುವ ಇವಳ ಅಣ್ಣ ಅತ್ತಿಗೆ ಒಂದು ಭಾನುವಾರ ಬೆಳಗ್ಗೆ ನನ್ನ ಮನೆಗೆ ಬಂದು ತಮ್ಮ ಪರಿಚಯ ಹೇಳಿಕೊಂಡು ಬಸರಿ ತಂಗಿಯನ್ನು ಮಡಿಲು ತುಂಬಿಸಲು ಒಂದು ಶುಭದಿನ ತಮ್ಮ ಮನೆಗೆ ಕರೆದೊಯ್ಯಲು ನನ್ನ ಅನುಮತಿ ಕೇಳಿ ನಾನೂ ಬರುವಂತೆ ಆಮಂತ್ರಿಸಿದರು. ಇವಳು ಆ ಶಾಸ್ತ್ರಗಳನ್ನು ನಂಬುತ್ತಾಳೆಯೋ? ಎಂದು ಪ್ರತಿಯಾಗಿ ಕೇಳುವ ಮನಸ್ಸಾದರೂ ನನಗೇಕೆ ಇಲ್ಲದ ಪುಲಾರ ಎಂದು, 'ಅವೆಲ್ಲ ಹೆಂಗಸರ ಶಾಸ್ತ್ರ, ನಾನು ಭಾಗವಹಿಸುವಂಥದೇನೂ ಇಲ್ಲ,' ಎಂದೆ.

'ನನ್ನ ತಂಗಿಗೆ ಮಾಡುವ ಪ್ರಥಮ ಶಾಸ್ತ್ರ ಇದು. ನೀವು ಇಲ್ಲದಿದ್ದರೆ ಹೇಗೆ? ಭಾವನವರಿಗೆ ಗೌರವ ತೋರಿಸಬೇಡವೆ?' ಎಂದು ಸುಬ್ರಹ್ಮಣ್ಯ ಉಪಚಾರ ಹೇಳಿದ. ಒಂದು ಮಧ್ಯಾಹ್ನ ಸಿಹಿ ಅಂಗಡಿಯಿಂದ ಕೊಂಡು ತಂದ ಜಾಮೂನು ಮನೆಯಲ್ಲಿ ಮಾಡಿದ ಅನ್ನ ಸಾರು ಎಂ.ಟಿ.ಆರ್. ಗೊಜ್ಜಿನ ಪುಳಿಯೋಗರೆಯ ಊಟ ಹಾಕಿ ಮಂಗಳೆಯ ಹಣೆಗೆ ಕುಂಕುಮವಿಟ್ಟು ಒಂದು ಜರತಾರಿ ಅಂಚಿನ ಸೀರೆ, ರವಿಕೆ ಕಣವನ್ನ ತಟ್ಟೆಯಲ್ಲಿಟ್ಟು ಅಕ್ಕಿಯ ಸಮೇತ ಮಡಿಲು ತುಂಬಿದ ಮೇಲೆ ನನಗೆ ಒಂದು ಟೈ ಕೊಟ್ಟರು. ಮಂಗಳೆಯ ತಾಯಿ ಬಂದಿರಲಿಲ್ಲ. ಪುಟ್ಟಕ್ಕನನ್ನು ಕರೆದಿರಲಿಲ್ಲ. ಪುಟ್ಟಕ್ಕ ಇದ್ದಾಳೆಂಬುದು ತಮಗೆ ಗೊತ್ತಿದೆಯೋ ಇಲ್ಲವೋ ಎಂಬಂತೆ ಇಬ್ಬರೂ ನಡೆದುಕೊಂಡರು. ಅವರಿಗೆ ಐದುವರ್ಷದ ಒಬ್ಬ ಗಂಡುಹುಡುಗನಿದ್ದ. ಅವನಿಗೆ ಮಂಗಳೆ ನೂರು ರೂಪಾಯಿ ಕೊಟ್ಟು ತಲೆ ಸವರಿದಳು. ಊಟವಾಗಿ ಮಡಿಲು ತುಂಬಿದ ಶಾಸ್ತ್ರವಾದನಂತರ ನಾವು ಹೊರಟೆವು. ಇನ್ನಷ್ಟು ಹೊತ್ತು ಇರುವಂತೆ ಅವರು ಬಾಯಿ ಮಾತಿಗೂ ಹೇಳಲಿಲ್ಲ. ಆ ಮನೆಯ ಸಂಪೂರ್ಣ ಯಜಮಾನಿಕೆಯು ಗೃಹಿಣಿ ಕಲಾವತಿಯದೆಂದು ನನಗೆ ಅನ್ನಿಸಿತು. ಲೋಕಾರೂಢಿಯ ಚೌಕಟ್ಟಿನೊಳಗೆ ಮಾಡಬೇಕಾದುದನ್ನು ಮಾಡಿ ಮುಗಿಸಿದ್ದಳು. ಈ ಮನೆಯಲ್ಲಿ ಇದಕ್ಕಿಂತ ಹೆಚ್ಚಿನ ಮನ್ನಣೆ ನೀವು ಯಾರಿಗೂ ಇಲ್ಲವೆಂಬುದು ಅವಳ ಪ್ರತಿಯೊಂದು ನಡೆ ನುಡಿಯಲ್ಲೂ ಕಾಣುತ್ತಿತ್ತು.

೨

ಹೆಂಗಸರ ಒಳನಡೆಗಳು ಬೇರೆ ಹೆಂಗಸರಿಗೆ ಬೇಗ ತಿಳಿಯುತ್ತವೆಯೇ ಹೊರತು ಗಂಡಸರಿಗೆ ಅರ್ಥವಾಗುವುದಿಲ್ಲ ಎಂಬ ಸಂಗತಿಯು ನನಗೆ ಅದುವರೆಗೂ ಗೊತ್ತಿರಲಿಲ್ಲ.

ಒಂದು ದಿನ ತಾಯಿ ಮಗಳು ಇಬ್ಬರೂ ಸಾಮಾನು ತರಲೆಂದು ಕಾರಿನಲ್ಲಿ ಹೊರಗೆ ಹೋಗಿದ್ದಾಗ ಮನೆಯಲ್ಲಿ ನಾನು ಮಾಡಿಕೊಂಡಿದ್ದ ಕಛೇರಿ ಕೋಣೆಗೆ ಬಂದು ದ್ಯಾವಕ್ಕ ಹೇಳಿದಳು: 'ಈ ಯಮ್ಮನಿಗೂ ಸ್ವಸೆಗೂ ಎಣ್ಣೆ ಶೀಗೇಕಾಯಿ. ಮಗ ಎಡ್ತಿ ಕಡೀಕೆ. ಮಗಳ ಬಾಣಂತನ ಅಂತ ನೆಪ ಸಿಗ್ತು, ಇಲ್ಲಿಗೆ ಬಂದು ಶೇರ್ಕಂಡವಳೆ. ಇನ್ನ ಬಾಣಂತನ, ಎಳೆ ಮಗು ಸಾಕಾದು ಹಂಗೆ ಹಿಂಗೆ ಅಂತ ಇಲ್ಲೇ ಬೇರುಬಿಡ್ಕಂತಳೆ. ನೋಡಿ ಬೇಕಾದ್ರೆ.'

'ನಿಂಗೆ ಹ್ಯಂಗೆ ಗೊತ್ತು?'

'ಒಂದೊಂದು ಸಲಿ ಆಗೋಷ್ಟು ಈಗೋಷ್ಟು ಅಂತ ಸ್ವಸೆಮ್ಯಾಲೆ ದೂರು ಏಳ್ಕಂತಾಳೆ ನನ್ನತಾವ. ಇನ್ನೆಲ್ಲಿ ಓಗ್ತ್ಯಾಳು ಒಬ್ಬಳೇ? ನಂಗೆಲ್ಲ ಸುಳಿವು ಗೊತ್ತಾಗ್ತದೆ.'

ಮುಪ್ಪನ್ನು ಮುಟ್ಟುತ್ತಿರುವ ಇನ್ನೊಬ್ಬ ಹೆಂಗಸು ಮನೆಯಲ್ಲಿದ್ದು ಒಂದುತುತ್ತು ಊಟ ಮಾಡಿದರೆ ನನಗೇನೂ ಬಡತನ ಬರುಲ್ಲ ಎಂಬ ಸಮಾಧಾನ ನನಗೆ ಥಟ್ಟನೆ ಬಂತು. ಆದರೆ ಜೊತೆಗೆ ತಾಯಿಯೂ ಸೇರಿದರೆ ಇವಳ ಸೊಕ್ಕು ಇನ್ನಷ್ಟು ಉಬ್ಬಬಹುದೆಂಬ ಶಂಕೆ ಹುಟ್ಟಿತು.

'ಇದ್ದರೆ ನಂಗೇನಮ್ಮ ಕಷ್ಟ?' ಎಂದೆ.

'ಮಗಳ ಜತೆ ಶೇರ್ಕಂಡ ಅವ್ವ ಯಾವತ್ತೂ ಅಳಿಯನ್ನ ಕಸಮಾಡ್ತಾಳೆ. ನಿಮಗೆ ತಿಳಿಯಾಕುಲ್ಲ,'

ದ್ಯಾವಕ್ಕ ಖಚಿತವಾಗಿ ಹೇಳಿದಳು. ವೈಜಯಂತಿ ಇದ್ದಾಗಲೂ ನಮ್ಮ ಮನೆಗೆ ರಕ್ಷಕಿ ಯಾಗಿದ್ದ ದ್ಯಾವಕ್ಕ ಅವಳು ಸತ್ತನಂತರವಂತೂ ಪುಟ್ಟಕ್ಕನಿಗೆ ಮಾತ್ರವಲ್ಲದೆ ನನ್ನ ಹಿತವನ್ನೂ ಕಾಯುವವಳಾಗಿದ್ದಳು. 'ಅಪ್ಪನಿಗೆ ಉಟ್ಟಿದ ಒಂದು ಎಣ್ಣ ಎಲ್ಲಾದರೂ ಉಡುಕಿ ಮದುವೆ ಮಾಡ್ಕಳಪ್ಪ. ಒಂಟಿಯಾಗಿ ಏಟು ದಿನ ಇರಾಕಾಗ್ತೈತೆ?' ಎಂದು ಅವಳೇ ಒಂದು ದಿನ ಸೂಚಿಸಿದ್ದಳು. 'ಒಂದು ಸಲ ಸಂಸಾರದ ಅನುಭವವಾದ ಮೇಲೆ ಮತ್ತೆ ಮತ್ತೆ ಬ್ಯಾಡ. ನನಗೆ ಅವಳ ನೆನಪೇ ಸಾಕು,' ಎಂದಿದ್ದೆ. ಅವಳೂ ಸುಮ್ಮನಾಗಿದ್ದಳು. ಆದರೆ ಇದ್ದಕ್ಕಿದ್ದಂತೆಯೇ ಎರಡನೆ ಹೆಂಡತಿಯಾಗಿ ಅಪ್ಪ ಅಮ್ಮ ಒಡಹುಟ್ಟಿದವರು ಯಾರೂ ಇಲ್ಲದೆ ಮದುವೆಯ ಶಾಸ್ತ್ರವೂ ಇಲ್ಲದೆ ಮನೆಗೆ ತಂದ ಇವಳನ್ನು, ಅದರಲ್ಲೂ ಇವಳು ಗರ್ಭಿಣಿ ಎಂದು ಎರಡು ವಾರದ ನಂತರ ತಿಳಿದಮೇಲೆ, ಅವಳು ಎಲ್ಲ ಸೂಕ್ಷ್ಮಗಳನ್ನೂ ಗ್ರಹಿಸಿ ಕೊಂಡಿರಬಹುದು. ಆದರೆ ಯಾವುದನ್ನೂ ದಣಿಯ ಎದುರಿಗೆ ಬಾಯಿಬಿಟ್ಟು ಆಡುವ ಧಾರ್ಷ್ಟ್ಯದ ಹೆಂಗಸಲ್ಲ. ಮಂಗಳೆಯು ಮನೆಯನ್ನು ಹೊಕ್ಕ ಮೇಲೆ ನಾನು ಪುಟ್ಟಕ್ಕ ಅಲಕ್ಷಿಸಲ್ಪಟ್ಟ ಗುಂಪಾಗಿದ್ದೇವೆ ಎಂಬುದನ್ನು ಬಾಯಿಬಿಟ್ಟು ಮಾತನಾಡದೆಯೇ ದ್ಯಾವಕ್ಕ ಅರಿತಿದ್ದಳು. ಆಗಾಗ್ಗೆ ಮಂಗಳೆಗೆ ಕಾಣದಂತೆ ಪುಟ್ಟಕ್ಕನ ಸಮಸ್ಯೆಗಳನ್ನು ನನಗೆ ವರದಿ ಮಾಡುತ್ತಿದ್ದಳು. ಗೌಪ್ಯದ ಸಮಾಲೋಚನೆಯು ನಮ್ಮಿಬ್ಬರ ವಿಶ್ವಾಸವನ್ನು ನಿಕಟಗೊಳಿಸಿತ್ತು.

ಹೆರಿಗೆಯಾಗಿ ಮಗು ತೇಜನಾಥನಿಗೆ ಆರು ತಿಂಗಳಾಗುವ ತನಕ ನನಗೆ ತಾಯಿ ಮಗಳ ಒಳನಡೆ ಖಚಿತವಾಗಿ ಗೊತ್ತಾಗಲಿಲ್ಲ. ಗಂಡುಮಗು ಆರೋಗ್ಯವಾಗಿ ಚುರುಕಾಗಿತ್ತು. ತೇಜಸ್ ಎಂದು ಹೆಸರಿಡುವ ಸೂಚನೆ ನನ್ನ ಮನಸ್ಸಿನಲ್ಲೇ ಮೊದಲು ಮೊಳೆಯಿತು.

ಮಗಳಾದರೂ ಮುಂದೆ ಎಂಜಿನಿಯರಿಂಗ್ ಓದಿ ಉದ್ಯಮದ ತರಬೇತಿ ಅನುಭವಗಳನ್ನು ಪಡೆದು ನನ್ನ ಕಂಪನಿಯನ್ನು ಬೆಳೆಸಬಲ್ಲಳೆಂಬ ನಂಬಿಕೆ ನನ್ನದು. ಪುಟ್ಟಕ್ಕನಲ್ಲಿ ಆ ಭರವಸೆ ಇಟ್ಟಿದ್ದೆ. ಈಗ ಇದು ಗಂಡೇ ಆದದ್ದರಿಂದ ನನಗೇ ತಿಳಿಯದಂತೆ ಹೆಚ್ಚು ಸಂತೋಷವಾಯಿತು. ಆರೋಗ್ಯವಂತನೂ ತೇಜಸ್ವಿಯೂ ಆದ ಗಂಡುಮಗುವನ್ನು ಕೊಟ್ಟಳೆಂದು ಮಂಗಳೆಯ ಶುಷ್ಕ ಸ್ನೇಹಹೀನ ಸ್ವಭಾವವನ್ನು ಉಪೇಕ್ಷಿಸುವುದು ಸುಲಭವಾಯಿತು. ಏನೂ ಆಗುವುದಿಲ್ಲವೆಂದು ಮೋಸ ಹೋದ, ಮಹಿಳಾ ಗುಂಪಿನ ಮೂಲಕ ಬೆದರಿಸಿ ಮದುವೆಯ ಬೋನಿಗೆ ಕೆಡವಿಸಿ ಕೊಂಡ ಯಾತನೆಯು ಕ್ರಮೇಣ ಮರೆಯತೊಡಗಿತು. ಬೆಳಗ್ಗೆ ಎದ್ದ ತಕ್ಷಣ ಇನ್ನೂ ತೊಟ್ಟಿಲಿನಲ್ಲಿ ನಿದ್ರಿಸುತ್ತಿದ್ದ ಮಗುವನ್ನು ನೋಡುವ ಹಿತಾನುಭವ, ಸಂಜೆ ಹಿಂತಿರುಗಿದ ಮೇಲೆ ಎದೆಗೆ ಒತ್ತಿ ಆಡಿಸುವ ಉಲ್ಲಾಸಗಳು ಹೊಸ ಚೈತನ್ಯವನ್ನು ಕೊಡುತ್ತಿತ್ತು. ಪುಟ್ಟಕ್ಕನನ್ನು ಚಕ್ಕಲಮಕ್ಕಲ ಕೂರಿಸಿ ತೇಜನನ್ನು ಅವಳ ತೊಡೆಯ ಮೇಲೆ ಮಲಗಿಸಿ ಅಕ್ಕ ಅಕ್ಕ ಎಂಬ ಶಬ್ದವನ್ನು ಹೇಳಿ ಕೊಡುತ್ತಿದ್ದೆ. ತಮ್ಮ ಎಂದು ಕಲಿಸುತ್ತಿದ್ದ ಶಬ್ದವನ್ನು ಪುಟ್ಟಕ್ಕ ಒಂದೇ ದಿನದಲ್ಲಿ ಕಲಿತು ಮರುದಿನದಿಂದ ತಾನೇ ತೊದಲತೊಡಗಿದಳು. ಅವನ ಮುಖ ಮೈಗಳನ್ನು ಸವರುತ್ತಾ ತನ್ನ ಮುಖವನ್ನು ಅರಳಿಸುತ್ತಿದ್ದಳು.

ಒಂದು ಭಾನುವಾರ ಬೆಳಗ್ಗೆ ಒಂಬತ್ತರ ಸುಮಾರಿಗೆ ನಾನು ನನ್ನ ಆಫೀಸು ಕೋಣೆಯಲ್ಲಿ ಕೂತು ಬಿಸಿನೆಸ್ ನ್ಯೂಸ್ ಪತ್ರಿಕೆಯನ್ನು ಓದುತ್ತಿದ್ದೆ. ನಾಗಮ್ಮ ಅಲ್ಲಿಗೆ ಬಂದರು. ಸೀರೆ ತುಸು ಒದ್ದೆಯಾಗಿತ್ತು. ದ್ಯಾವಕ್ಕನ ಸಹಾಯದಿಂದ ಮಗುವಿಗೆ ಅಭ್ಯಂಗನ ಮಾಡಿಸಿ ನಂತರ ಮಲಗಿಸಿ ಬಂದಿದ್ದಾರೆಂಬುದು ನನಗೆ ತಿಳಿಯುತ್ತಿತ್ತು. ಯಾವಾಗಲಾದರೊಮ್ಮೆ ನನ್ನ ಸಂಗಡ ಸಂಸಾರಕ್ಕೆ ಸಂಬಂಧಿಸಿದ ಸಂಗತಿಗಳನ್ನು ಮಾತನಾಡುವುದು ಇಷ್ಟರಲ್ಲಿ ಅವರಿಗೆ ಅಭ್ಯಾಸವಾಗಿತ್ತು. ಮಗಳು ಆಸ್ಥೆವಹಿಸದ ಸಂಸಾರದ ವಿವರಗಳನ್ನು ತಾವು ಆಲೋಚಿಸಿ ನನ್ನ ಒಪ್ಪಿಗೆ ಪಡೆಯಲೆಂದು ತಾವು ಆಡುತ್ತಿರುವುದಾಗಿ ಅವರು ಇಂಥ ಮಾತುಗಳಿಗೆ ಪ್ರಸ್ತಾವನೆಯಾಗಿ ಹೇಳುತ್ತಿದ್ದರು. ಈಗಲೂ, 'ನೋಡಿ, ಒಂದು ವಿಷಯ ನಿಮ್ಮ ಕೈಲಿ ಹೇಳಬೇಕು ಅಂತಿದ್ದೆ. ಇಂಥದೆಲ್ಲ ಮಂಗಳೆಗೆ ಹೊಳೆಯೂದೂ ಇಲ್ಲ,' ಎಂದರು.

'ಹೇಳಿ. ಕೂತ್ಕಳಿ,' ಎಂದು ಎದುರಿನ ಕುರ್ಚಿ ತೋರಿಸಿದೆ.

ಕುರ್ಚಿಯ ತುದಿಯ ಮೇಲೆ ಅರ್ಧಭಾಗ ಕೂತು ಹೇಳಿದರು: 'ಒಂದೊಂದು ದಿನ ಏನಾಗುತ್ತೆ ಅಂದರೆ ವತ್ಸಲೆ ಹೇಳದೆ ಕೇಳದೆ ಬಾಣಂತಿ ಮನೆಗೆ ನುಗ್ಗಿ ತೊಟ್ಟಿಲಲ್ಲಿದ್ದ ಮಗೂನ ಎತ್ತಿಕಳೂಕ್ಕೆ ಹೋಗ್ತಾಳೆ. ಮಗು ಕಿಟಾರನೆ ಕಿರುಚಿಕಂಡುಬಿಡುತ್ತೆ. ಅವಳೇನಾದರೂ ಕೈ ಸ್ವಾಧೀನವಿಲ್ಲದೆ ಎತ್ತಿಹಾಕಿಬಿಟ್ಟರೆ ಗತಿ ಏನು? ರೂಮಿನೊಳಗೆ ಬರಬೇಡ ಅಂತ ನಾವು ಹೇಳಿದರೆ ನೀವು ಏನು ತಿಳಕತ್ತೀರೋ ಏನೊ ಅಂತ ನಮಗೆ ಆತಂಕ. ನೀವು ಅವಳಿಗೆ ಹೇಳಬೇಕು. ಪುಟ್ಟ ಮಗೂನ ಮನಸ್ಸಿನಲ್ಲಿ ಭಯ ಕೂತುಬಿಟ್ಟರೆ ಮುಂದೆ ಏನೋ ಎಂತೋ! ಗಂಡುಮಗು.'

ಪುಟ್ಟಕ್ಕ ಯಾಕೆ ಹೀಗೆ ಮಾಡ್ತಾಳೆ? ಎಂದು ಎರಡು ನಿಮಿಷ ಯೋಚಿಸಿದೆ. ನಾಗಮ್ಮ

ಮುಗ್ಧಭಾವವನ್ನು ಹೊತ್ತು ಕುಳಿತೇ ಇದ್ದರು. ಅವರ ಮುಖವನ್ನು ನೋಡಿದೆ. ಈಕೆ ವಿಧವೆಯಾಗಿಯೂ ಹಣೆಗೆ ಕುಂಕುಮ ಇಡುವ ಆಧುನಿಕ ಹೆಂಗಸು; ಇವರ ಮಗಳು ಸಧವೆಯಾದರೂ ಬರಿ ಹಣೆಯ ಹಟದಲ್ಲಿರುವ ಆಧುನಿಕ ಮಹಿಳೆ ಎಂಬ, ಸಾಮ್ಯವೋ, ವ್ಯತ್ಯಾಸವೋ ನನಗೆ ತಿಳಿಯಲಿಲ್ಲ. ಅಷ್ಟರಲ್ಲಿ ನನಗೆ ಮಾತು ಹೊಳೆಯಿತು: 'ಪುಟ್ಟಕ್ಕನಿಗೆ ತಮ್ಮನನ್ನು ನೋಡುವ, ಎತ್ತಿಕೊಳ್ಳುವ ಆಶೆಯಾಗುತ್ತೆ. ಆದ್ದರಿಂದ ಆ ಕೋಣೆಗೆ ಬರ್ತಾಳೆ. ಹೇಳದೆ ಕೇಳದೆ ಅಂದರೆ ಈ ಮನೇಲಿ ತನಗೆ ಬೇಕಾದ ಕಡೆ ಹೋಗುವ ಸ್ವಾತಂತ್ರ್ಯ ಅವಳಿಗಿಲ್ಲವೆ?'

'ಛೇ ಛೇ, ಇಲ್ಲ ಅಂತ ಯಾರು ಹೇಳ್ತಾರೆ? ನನ್ನ ಮಾತು ನೀವು ದಯವಿಟ್ಟು ತಪ್ಪು ತಿಳಕಾಬಾರದು. ಮನೇಲಿ ಹುಟ್ಟಿದ ಮೊದಲನೆ ಮಗು ಅದು. ಹೆಣ್ಣುಮಗಳು ಅಸ್ ಅಂದರೆ ಸಂಸಾರಕ್ಕೆ ಒಳ್ಳೇದಾಗುಲ್ಲ. ಅದರ ಒಳ್ಳೇದಕ್ಕೇ ನಾನು ಒಂದು ಮಾತು ಹೇಳ್ತೀನಿ. ನೀವು ತಪ್ಪು ತಿಳಕಳುಲ್ಲ ಅಂದರೆ.'

'ಹೇಳಿ.'

'ದಿನಕ್ಕೆ ಎರಡು ಗಂಟೆ ವಾಕ್‌ಚಿಕಿತ್ಸಕರ ಕೈಲಿ ತರಬೇತಿಕೊಡಿಸೂದರಿಂದ ಅದು ಮಾತುಕತೆ ಸರಿಯಾಗಿ ಕಲಿಯುತ್ತೆಯೆ? ಮೊದಲೇ ಜ್ಞಾಪಕಶಕ್ತಿ ಇಲ್ಲ. ಹೇಳಿಕೊಟ್ಟದ್ದನ್ನ ಮನೆಗೆ ಬರುಕ್ಕೆ ಮುಂಚೆಯೇ ಮರೆತುಬಿಡುತ್ತೆ. ಬೆಂಗಳೂರಿನಲ್ಲಿ ಇಂಥ ಮಕ್ಕಳಿಗೇ ಒಂದು ಬೋರ್ಡಿಂಗ್ ಸ್ಕೂಲು ಇದೆಯಂತೆ. ಹೆಣ್ಣುಮಕ್ಕಳಿಗೇ ಬೇರೆ. ಗಂಡುಮಕ್ಕಳಿಗೇ ಬೇರೆ. ಯಾರಿಗೆ ಯಾವ ಶಕ್ತಿ ಊನವಾಗಿರುತ್ತೋ ಅದನ್ನೇ ಬೆಳಗಿನಿಂದ ಸಂಜೆ ತನಕ ತರಬೇತಿ ಕೊಡ್ತಾರಂತೆ. ಊಟ ತಿಂಡಿ ವಸತಿ ಎಲ್ಲ ಅಲ್ಲೇ. ತಮ್ಮಂಥೋರೇ ಜೊತೇಲಿರೂದ ರಿಂದ ಅವು ಅದೇ ಭಾಷೇಲಿ ಮಾತಾಡ್ತಾ ಕಲಿತುಕೊತ್ತಾವೆ. ರಜಾದಿನದಲ್ಲಿ ಮನೆಗೆ ಕರ ಕಂಡು ಬರಬಹುದು. ನೀವು ಹೋಗಿ ನೋಡ್ಕಂಡೂ ಬರಬಹುದು.'

ನನಗೆ ತಕ್ಷಣ ಏನು ಹೇಳಲೂ ತಿಳಿಯಲಿಲ್ಲ. ಹೇಳುವುದಿರಲಿ ನನ್ನೊಳಗೇ ಯಾವುದೂ ಸ್ಪಷ್ಟವಾಗಲಿಲ್ಲ. ಯಾವುದೋ ಫೋನ್ ಮಾಡಬೇಕೆಂಬಂತೆ ರಿಸೀವರನ್ನು ಎತ್ತಿಕೊಂಡೆ. 'ಬತ್ತೀನಿ. ಮಗೂಗೆ ಲೋಭಾನ ಹಾಕಬೇಕು' ಎಂದು ಹೇಳಿ ಆಕೆ ಎದ್ದು ಹೋದರು. ತುಸುಹೊತ್ತಿನಲ್ಲಿ ಇವರು ಹೇಳುವುದರಲ್ಲೂ ಒಂದು ಅರ್ಥವಿದೆ ಎನ್ನಿಸಿತು. ಆದರೆ ಪ್ರತಿ ದಿನವೂ ಪುಟ್ಟಕ್ಕನನ್ನು ನೋಡದೆ, ಅವಳ ಕೈಲಿ ಮಾತನಾಡಿ ತಲೆ ಸವರದೆ ಈ ಮನೆ ಯಲ್ಲಿರುವುದು ಹೇಗೆ? ಎಂಬ ಭಣ ಭಣ ಕಾಣತೊಡಗಿತು.

ಎರಡು ದಿನದಲ್ಲಿ ಒಂದು ಉಪಾಯ ಹೊಳೆಯಿತು. ನನ್ನ ಪರಿಚಯದ ವಾಸುದೇವ ಗುಪ್ತರು ಬನ್ನೇರುಘಟ್ಟದ ಹತ್ತಿರ ಮೇಲು ಮಧ್ಯಮವರ್ಗದ ಒಂದು ವೃದ್ಧಾಶ್ರಮ ನಡೆಸುತ್ತಿರು ವುದು ನನಗೆ ಗೊತ್ತಿತ್ತು. ಅವರ ಫೋನು ಪತ್ತೆಮಾಡಿ ಪುಟ್ಟಕ್ಕನಂತೆ ಮೆದುಳಿಗೆ ಪೆಟ್ಟಾಗಿ ನೆನಪು ಬುದ್ಧಿಯ ಬೆಳವಣಿಗೆಗಳು ಸ್ಥಗಿತಗೊಂಡ ಹದಿನಾಲ್ಕು ವರ್ಷದ ಹುಡುಗಿಗೆ ತಕ್ಕ ಬೋರ್ಡಿಂಗ್ ಶಾಲೆ ಇದೆಯೇ ಎಂದು ವಿಚಾರಿಸಿದೆ. 'ಬರುವ ಭಾನುವಾರ ನಮ್ಮ ವೃದ್ಧಾಶ್ರಮಕ್ಕೆ ಬನ್ನಿ ಗುರುತು ಹೇಳ್ತೀನಿ. ಅದನ್ನ ತೋರಿಸಿದ ಮೇಲೆ ಹತ್ತಿರವೇ ಇರುವ

ಅಂಥ ಶಾಲೆಗೆ ಕರಕೊಂಡು ಹೋಗ್ತೀನಿ' ಎಂದರು.

ವೃದ್ಧಾಶ್ರಮವು ಸುತ್ತ ತಿರುಗಾಡಲು ವಿಶಾಲವಾದ ತೋಟವಿರುವ ಅನುಕೂಲಕರವಾದ ಕಟ್ಟಡದಲ್ಲಿತ್ತು. ಒಬ್ಬೊಬ್ಬರಿಗೂ ಅಥವಾ ದಂಪತಿಗೂ ಪ್ರತ್ಯೇಕ ಸುಸಜ್ಜಿತ ಕೋಣೆ. ಶುಚಿರುಚಿಯಾದ ಊಟ ತಿಂಡಿಗಳು. ವೈದ್ಯಕೀಯ ಸೌಲಭ್ಯ. ವಾಸಿಗಳೆಲ್ಲ ಅನುಕೂಲಸ್ಥರು. ಕೆಲವರು ವೃತ್ತಪತ್ರಿಕೆಗಳನ್ನು, ಕೆಲವರು ಪುರಾಣವನ್ನೋ ಭಗವದ್ಗೀತೆಯನ್ನೋ ಕಾದಂಬರಿಯನ್ನೋ ಓದುತ್ತಿದ್ದರು. ಮತ್ತೆ ಕೆಲವರು ಇಸ್ಪೇಟ್‌ನಲ್ಲಿ ಕಾಲಕಳೆಯುವರು. ಹೆಂಗಸರೂ ಅಷ್ಟೆ. ಎಲ್ಲರ ಮುಖದಲ್ಲೂ ಪರಿತ್ಯಕ್ತಭಾವ. ವಾಸುದೇವಗುಪ್ತರು ಹೇಳಿದರು: 'ಇವರಿಗೆಲ್ಲ ಹಣದ ಕೊರತೆ ಇಲ್ಲ. ಪ್ರೀತಿಯ ಅರಕೆ ಇದೆ. ಮಕ್ಕಳಿಗೆ ತಾವು ಬೇಕಿಲ್ಲ ಎಂಬ ಪರಿತ್ಯಕ್ತಭಾವ. ಗಂಡಸರು ತಮ್ಮ ಪೂರ್ವದ ವೃತ್ತಿಜೀವನ ನೆನಸಿಕೊತ್ತಾರೆ. ಹೆಂಗಸರು ಮಕ್ಕಳು ಮೊಮ್ಮಕ್ಕಳ ನೆನಪಿನಲ್ಲಿ ಹಂಬಲಿಸ್ತಾರೆ.'

ಊನಮಕ್ಕಳ ಶಾಲೆಯದು ಇದೇ ಜಾತಿಯ ಇನ್ನೊಂದು ದೃಶ್ಯ. ಅವರಿಗೆ ಊಟ ತಿಂಡಿಗಳ ಕೊರತೆ ಇಲ್ಲ. ಅವರವರ ಶಕ್ತಿಗೆ ತಕ್ಕಂತೆ ಆಟದ ಪರಿಕರಗಳು. ಓದು ಬರಹಗಳ ಸಾಧನಗಳು. ಶಾಲೆಯ ಸಮಯದ ನಂತರವೂ ನೋಡಿಕೊಳ್ಳುವ ಆಯಾಗಳು. ಆದರೆ ಅವೆಲ್ಲವೂ ದಿಕ್ಕಿಲ್ಲದ ಅನಾಥಮಕ್ಕಳು ಎಂಬ ಭಾವ ನನ್ನಲ್ಲಿ ಉಂಟಾಯಿತು. ಗುಪ್ತರೂ ಅದನ್ನೇ ಹೇಳಿದರು: 'ಅನುಕೂಲಸ್ಥ ತಂದೆ ತಾಯಿಗಳು ಹೀಗೆ ಹುಟ್ಟಿರುವ ಮಕ್ಕಳನ್ನು ಎಷ್ಟು ದಿನ ಅಂತ ಮನೇಲಿ ನಿಭಾಯಿಸೂದು? ಅಂತ ಇಲ್ಲಿ ಬಿಟ್ಟು ಕೈ ತೊಳಕೊಂಡಿದಾರೆ. ಶಾಲಾ ಆಡಳಿತವು ಕೇಳಿದಷ್ಟು ಫೀಜು ಕೊಡ್ತಾರೆ. ಯಾವಾಗಲಾದರೊಮ್ಮೆ ಬಂದು ನೋಡಿಕೊಂಡೂ ಹೋಗ್ತಾರೆ. ಈ ಮಕ್ಕಳಿಗೆ ಇಲ್ಲಿ ಹೀಗಿರೂದೇ ಅಭ್ಯಾಸವಾಗಿದೆ.'

ಆ ಮಕ್ಕಳನ್ನು ನೋಡಿದ ನನಗೆ ಕರುಳನ್ನು ಕುಯ್ದಂತಾಯಿತು. ಇವರಿಗೆ ಹೋಲಿಸಿದರೆ ನನ್ನ ಪುಟ್ಟಕ್ಕನ ನೆನಪಿನ ಶಕ್ತಿ, ತನ್ಮೂಲದ ಕಲಿಕೆಯ ಶಕ್ತಿ ಮಾತ್ರ ಊನವಾಗಿದೆ. ಮೆದುಳಿನ ಒಂದು ಸೂಕ್ಷ್ಮ ಕೇಂದ್ರಕ್ಕೆ ಅಪಘಾತದಲ್ಲಿ ಪೆಟ್ಟಾದದ್ದರಿಂದ. ಅವಳ ಶರೀರದ ಬೆಳವಣಿಗೆ ಸ್ವಾಭಾವಿಕವಾಗಿಯೇ ಇದೆ. ಕ್ರಮೇಣ ನೆನಪಿನ ಶಕ್ತಿಯೂ ಸ್ವಲ್ಪ ಸ್ವಲ್ಪವಾಗಿ ಸುಧಾರಿಸಬಹುದು, ಸುಧಾರಿಸುತ್ತೆ. ಅವಳ ಅಮ್ಮ ಬದುಕಿದ್ದರೆ ಇಂಥ ಬೋರ್ಡಿಂಗ್‌ಗೆ ತಳ್ಳಿ ಕೈತೊಳಕೊತ್ತಿದ್ದಳೆ? ನಾನು ಬದುಕಿರುವ ತನಕ ಅವಳನ್ನು ತಬ್ಬಲಿಯಾಗುಕ್ಕೆ ಬಿಡೂದಿಲ್ಲ, ಎಂದು ಮತ್ತೆ ಮತ್ತೆ ನಿಶ್ಚಯಿಸಿದೆ.

ಒಂದು ತಿಂಗಳು ಕಳೆದಿತ್ತು. ನಾನು ಬೆಳಗ್ಗೆ ಪುಟ್ಟಕ್ಕನ ಜೊತೆ ಕೂತು ತಿಂಡಿ ತಿನ್ನುತಿದ್ದೆ. ಊಟ ತಿಂಡಿಗಳನ್ನು ನಮ್ಮ ಜೊತೆಯೇ ಮಾಡಬೇಕೆಂಬ ಪದ್ಧತಿಯನ್ನು ಮಂಗಳೆ ಇಟ್ಟುಕೊಂಡಿರಲಿಲ್ಲ. ಊಟ ತಿಂಡಿ ಮಾಡುವಾಗ ಪುಟ್ಟಕ್ಕನ ಕೈಲಿ ಬಡಿಸಿಕೊಳ್ಳುವ ಆಶೆ ನನಗಿರುತ್ತಿತ್ತು. ಅಲ್ಲದೆ ನನಗೆ ಎಷ್ಟು ಬೇಕು, ಯಾವುದನ್ನು ಹೇಗೆ ಒಂದು ಸ್ವಲ್ಪವೂ ಚೆಲ್ಲದಂತೆ ಬಡಿಸಬೇಕು ಎಂಬುದನ್ನೂ ನಾನು ಅವಳಿಗೆ ಕಲಿಸಿದ್ದೆ. ಸರಿಯಾಗಿ ಬಡಿಸಿದಾಗ ಜಾಣೆ ಎಂದು ಮೆಚ್ಚುಗೆಯ ಮಾತನಾಡಿದರೆ ಅವಳ ಮುಖ ಅರಳುತ್ತಿತ್ತು. ನಾನು ಅವಳಿಗೆ ಬಡಿಸಿ ಚನ್ನಾಗಿದೆ ಅಲ್ಲವಾ? ಎಂದು ಕೇಳಿದರೆ ಹೌದು, ಇಲ್ಲ, ಬಿಸಿ, ಖಾರ, ಸಿಹಿ,

ಎಂಬ ಮಾತುಗಳನ್ನೂ ತಪ್ಪಿಲ್ಲದೆ ಹೇಳುತ್ತಿದ್ದಳು. ಕೆಲಸದವಳಿದ್ದರೂ ನಮ್ಮ ಊಟ ತಿಂಡಿ ಆದಮೇಲೆ ಅವಳೇ ತಟ್ಟೆ ಬಟ್ಟಲುಗಳನ್ನು ಎತ್ತಿ ಸಿಂಕಿನಲ್ಲಿಟ್ಟು ಮೇಜನ್ನು ಒರೆಸುತ್ತಿದ್ದಳು. ಊಟ ತಿಂಡಿಗಳಲ್ಲಿ ನನ್ನ ಗಮನವು ಮಗಳಿಗೆ ಹಂಚಿಹೋಗುತ್ತಿದ್ದುದಕ್ಕೆ ಪ್ರತೀಕಾರವಾಗಿ ಮಂಗಳೆಯು ಊಟದ ಮೇಜನ್ನು ಬಹಿಷ್ಕರಿಸುತ್ತಿದ್ದಳೋ ಏನೋ! ಆ ಅನುಮಾನವಿದ್ದರೂ ಅವಳೊಡನೆ ವಾದಕ್ಕಿಳಿಯುವುದು ಅಸಹ್ಯಕರವೆಂಬ ಅನುಭವದಿಂದ ನಾನು ಒಂದು ದಿನವೂ ಕೇಳಿರಲಿಲ್ಲ.

ಪುಟ್ಟಕ್ಕ ಉಪ್ಪಿಟ್ಟನ್ನು ಒಂದು ಚೂರೂ ಚೆಲ್ಲದೆ ಚಮಚದಿಂದ ತಿನ್ನುತ್ತಿದ್ದಾಗ ನಾಗಮ್ಮ ಅಲ್ಲಿಗೆ ಬಂದು, 'ತಿಂಡಿಯಾದ ಮೇಲೆ ನಿಮ್ಮ ಕೈಲಿ ಒಂದು ಮಾತಾಡಬೇಕು,' ಎಂದರು.

'ಈಗಲೇ ಹೇಳಿ,' ಎಂದೆ.

'ನಿಮ್ಮ ಮಗಳು ಬಾಣಂತಿ ರೂಮಿಗೆ ನುಗ್ಗಿ ಮಗೂನ ಎತ್ತಿಕಳುಕ್ಕೆ ಕೈ ಚಾಚೂದು ಬಿಟ್ಟಿಲ್ಲ. ಮಗು ಭಯಬಿದ್ದು ಕಿರುಚಿಕಂಡು ನಡುಗುತ್ತೆ. ಈ ಭಯ ಒಳಗೇ ಬೇರುಬಿಟ್ಟರೆ ಮುಂದೆ ಗಂಡುಮಗೂನ ಗತಿ ಏನು? ಒಳಗೆ ಬರಬ್ಯಾಡ ಅಂತ ನಾವು ಹೇಳೂದು ಚನ್ನಲ್ಲ ಅಂತ ನಿಮಗೆ ಹೇಳಿದ್ದೆ ಒಂದು ತಿಂಗಳ ಹಿಂದೆ.'

'ಈ ಮಾತನ್ನ ಮಂಗಳೆ ಯಾಕೆ ನನ್ನ ಕೈಲಿ ಹೇಳಬಾರದು?'

'ನೀವು ನೀವು ಏನು ಮಾತಾಡುಕ್ಕೆ ಶುರು ಮಾಡಿದರೂ ವಾದವೇ ಆಗಿ ಜಗಳಕ್ಕೆ ತಿರುಗುತ್ತೆ ಅಂತ ಭಯ ಅವಳಿಗೆ. ಅವಳೂ ಭಯದಿಂದ ನಡುಗ್ತಾಳೆ.'

ಅವಳು ಭಯಪಡುವುದು, ನಡುಗುವುದರಂತಹ ಅಪ್ಪಟ ಸುಳ್ಳು ಪ್ರಪಂಚದಲ್ಲಿಯೇ ಇಲ್ಲ ಅನ್ನುವ ಮನಸ್ಸು ಬಂತು. ಕಠಿಣ ಮಾತನ್ನು ಬಳಸಬಾರದೆಂಬ ವಿವೇಚನೆಯಿಂದ, 'ಈಗ ನಾನೇ ತೇಜುವನ್ನ ಎತ್ತಿಕೊಂಡು ಬಂದು ಪುಟ್ಟಕ್ಕನ ತೊಡೆಮೇಲೆ ಮಲಗುಸ್ತೀನಿ. ಅವನು ಎಷ್ಟು ಖುಷಿಯಿಂದ ಕೇಕೆ ಹಾಕ್ತಾನೆ, ಅಕ್ಕನ ಮುಖವನ್ನ ಸವರುತಾನೆ, ತಲೆಗೂದಲನ್ನ ಹಿಡಿದು ಎಳೀತಾನೆ ನೋಡಿ' ಎಂದೆ.

'ಹಾಗಾದರೆ ನಾನು ಸುಳ್ಳು ಹೇಳ್ತಿದೀನಿ ಅಂತೀರಾ?' ಎಂದರು.

'ನಾನು ಹಾಗನ್ನಲಿಲ್ಲ. ಮಾತೇ ಬೆಳೆಯದ ಎಂಟು ತಿಂಗಳ ಮಗೂಗೆ ನಿಜ ಸುಳ್ಳುಗಳ ಕಲ್ಪನೆಯಾಗಲಿ ವ್ಯತ್ಯಾಸವಾಗಲಿ, ತಿಳಿಯುಲ್ಲ. ಪುಟ್ಟಕ್ಕನಿಗೂ ಅದು ತಿಳಿಯುಲ್ಲ. ನೀವೇ ಅವಳನ್ನ ಒಳಗೆ ಕರಕೊಂಡು ಹೋಗಿ ಮಗೂನ ಎತ್ತಿಕಳೂದ ಹೇಳಿಕೊಡಿ. ಎತ್ತಿಹಾಕಿಯಾಳು ಅನ್ನುವ ಭಯವಿದ್ದರೆ ಎದುರಿಗಿದ್ದು ಎತ್ತಿಕೊಡಿ. ತೊಟ್ಟಿಲು ತೂಗು ಅಂತ ಬಿಡಿ. ಮಗೂನ ಮಾತಾಡಿಸು ಅಂತ ಹೇಳಿಕೊಡಿ,' ಅಂದೆ.

'ಮಾತು ಕಲಿಯಬೇಕಾದ ಗಂಡುಮಗು ಇಂಥ ರೋಗಿಷ್ಠೆಯ ಜೊತೆ ಬೆಳೆದು ಅವನಿಗೂ ಮಾತು ಬರದೆ ಇದ್ದರೆ ಏನು ಗತಿ?'

'ಅವಳು ರೋಗಿಷ್ಠೆಯಲ್ಲ. ಇದು ರೋಗವಲ್ಲ. ಅಂಟುರೋಗವಂತೂ ಅಲ್ಲವೇ ಅಲ್ಲ. ಇದು ನಿಮ್ಮ ಮಗಳಿಗೆ ಗೊತ್ತಿಲ್ಲದೆ ಇಲ್ಲ. ಅವಳಿಗೆ ಹೇಳಿಬಿಡಿ. ಇದು ಪುಟ್ಟಕ್ಕನ ಮನೆ. ಅವಳ ಅಮ್ಮ ಕಟ್ಟಿದ್ದು. ಅವಳನ್ನ ನಾನು ಯಾವ ಬೋರ್ಡಿಂಗ್‌ಗೂ ಹಾಕುಲ್ಲ.

ನನ್ನ ಮಗನ ಬೆಳವಣಿಗೆ ವಿದ್ಯಾಭ್ಯಾಸ ಪುರೋಭಿವೃದ್ಧಿಯೂ ನನಗೆ ಸೇರಿದ್ದು. ಅಕ್ಕ ತಮ್ಮರಲ್ಲಿ ಪ್ರೀತಿ ಬೆಳೆಯಬೇಕು. ಅವಳು ಅವನನ್ನ ಎತ್ತಿ ಆಡಿಸಬೇಕು. ಅವಳು ತನ್ನ ಅಕ್ಕ ಅನ್ನುವ ಪ್ರೀತಿ ಅವನಿಗೆ ಚಿಕ್ಕಮಗೂನಿಂದಲೇ ಬೆಳೀಬೇಕು.'

ಅವರು ಸುಮ್ಮನೆ ನಿಂತಿದ್ದರು. ಅರ್ಧನಿಮಿಷವಾದ ನಂತರ ನಾನು, 'ಇನ್ನೇನಾದರೂ ಇದೆಯಾ ಹೇಳೂದು?' ಎಂದೆ. ಮರುಮಾತಿಲ್ಲದೆ ಆಕೆ ತನ್ನ ಕೋಣೆಗೆ ಹೋದರು.

೩

ಆ ರಾತ್ರಿ ತೇಜು ತೊಟ್ಟಿಲಿನಲ್ಲಿ ಮಲಗಿತ್ತು. ಮಂಗಳೆ ಕೇಳಿದಳು: 'ನನ್ನ ತಾಳ್ಮೆಗೂ ಮಿತಿ ಇದೆ.' ನಾನು ಮಾತನಾಡಲಿಲ್ಲ. 'ಮಾತಾಡದೆ ಇರೂದು ಉಪೇಕ್ಷೆಯ ಗುರುತು,' ಅವಳು ಮತ್ತೆ ಅಂದಳು. ನಾನು ಅದಕ್ಕೂ ಉತ್ತರ ಹೇಳಲಿಲ್ಲ. ಕೋಣೆಯೊಳಗೆಲ್ಲ ನಿಶ್ಶಬ್ದ ವಿತ್ತು. ಪಕ್ಕದ ಕೋಣೆಯಲ್ಲಿ ಪುಟ್ಟಕ್ಕ ಮಲಗಿದ್ದಳು. ನಾನು ಮಲಗಿಸಿ ತಲೆಸವರಿ ಬಂದಿದ್ದೆ. ಅವಳೇ ಸೊಳ್ಳೆ ಪರದೆ ಕಟ್ಟಿಕೊಂಡಿದ್ದಳು. ನಾಗಮ್ಮ ಇನ್ನೊಂದು ಕೋಣೆಯಲ್ಲಿ. ಐದು ನಿಮಿಷದ ನಂತರ ಮಂಗಳೆ, 'ನಮ್ಮಮ್ಮನನ್ನು ನೀನು ಸುಳ್ಳುಗಾತಿ ಅಂದೆಯಲ್ಲ ಅತ್ತೆ ಅಂದರೆ ಇಷ್ಟೊಂದು ಸದರವಾ?'

ನಾನು ಕೋಪದಿಂದ ಮೌನಿಯಾದೆ. ಮೌನದಿಂದಿದ್ದರೆ ತಪ್ಪೊಪ್ಪಿಗೆ ಎಂದು ಇವಳು ಭಾವಿಸುತ್ತಾಳೆಂಬ ಎಚ್ಚರವಾಗಿ ಮಾತನಾಡಿದೆ: 'ನಾನು ಅವರನ್ನ ಸುಳ್ಳಿ ಅನ್ನಲಿಲ್ಲ. ನಿನ್ನ ಕೈಲಿ ಸುಳ್ಳು ಹೇಳುವ ಮೂಲಕ ಅವರು ತಮ್ಮನ್ನು ತಾವು ಸುಳ್ಳಿ ಅಂತ ಸಾಬೀತು ಪಡಿಸಿ ಕೊಂಡಿದಾರೆ. ಅದಿರಲಿ. ನಾನೂ ನಿನ್ನ ಕೈಲಿ ಎರಡು ವಿಷಯ ಮಾತಾಡಬೇಕು. ಒಂದು: ಪುಟ್ಟಕ್ಕ ಈ ಕೋಣೆಗೆ ಬರಕೂಡದು, ಬಂದು ತನ್ನ ತಮ್ಮನನ್ನು ಮುಟ್ಟಿ ಮುದ್ದಿಸಬಾರದು ಅನ್ನುವ ಬಹಿಷ್ಕಾರ ಯಾಕೆ? ಅವಳು ಈ ಮನೆಯ ಮಗಳು. ಮೊದಲ ಮಗಳು.....' ಎನ್ನುತ್ತಿದ್ದಾಗ ಮಂಗಳೆ ಸರಕ್ಕನೆ ಬಾಯಿಹಾಕಿದಳು:

'ಮೊದಲ ಮಗಳು. ಮೊದಲ ಹೆಂಡತಿಯ ಮಗಳು ಅನ್ನೂದೇ ನನ್ನ ಸಂಕಟದ ಮೂಲಕಾರಣ. ನಿನಗೊಂದು ಮದುವೆಯಾಗಿತ್ತು ಅನ್ನೂದ ನೀನು ಪ್ರತಿಯೊಂದರಲ್ಲೂ ನನಗೆ ನೆನಪಿಸ್ತೀಯ. ಆ ಮದುವೆಯ ಮಗಳು, ಆ ಹೆಂಡತಿಯ ಹೆಸರಿನಲ್ಲೇ ನಡೆಯುವ ಫ್ಯಾಕ್ಟರಿ. ಅದರ ಮುಖ್ಯದ್ವಾರದಲ್ಲೇ ತಲೆಯ ಮೇಲೆ ಕಟ್ಟಿರುವ ಅವಳ ದೊಡ್ಡ ಫೋಟೋ. ನನಗೆ ಇದರಿಂದ ಬಿಡುಗಡೆಯೇ ಇಲ್ಲವೆ?'

'ಈ ವಿಷಯ ಹಿಂದೆಯೇ ನೀನು ಹಲವು ರೀತೀಲಿ ಮಾತಾಡಿದೀಯ. ನಾನು ಉತ್ತರಾನೂ ಹೇಳಿದೀನಿ. ನೀನು ವಾದ ಶುರುಮಾಡದೆ ನಾನು ಹೇಳೂದ ಕೇಳ್ತೀನಿ ಅಂದರೆ ನಾನೂ ಹೇಳಬೇಕೆಂದಿರೂದ ಹೇಳ್ತೀನಿ. ಇಲ್ಲದಿದ್ದರೆ ಬೇಡ,' ಎಂದು ಸುಮ್ಮನಾದೆ.

'ಹೇಳು' ಎಂದು ಹಟಮಾಡಿದಂತೆ ಮೌನಿಯಾದಳು.

'ಸವತಿ ಮತ್ಸರ ಅನ್ನೂದು ಅವಿದ್ಯಾವಂತ ಹೆಂಗಸಿನ ಗುಣ. ವಿದ್ಯಾವಂತೆಗೆ ಒಪ್ಪೂದಲ್ಲ. ನನಗೆ ಮದುವೆಯಾಗಿದ್ದುದು ಈ ಕಂಪನೀನ ನನ್ನ ಮೊದಲ ಹೆಂಡತಿ ಕಟ್ಟಿಬೆಳೆಸಿದ್ದು ನನಗೊಬ್ಬ ಮಗಳಿರೂದು ಎಲ್ಲ ಗೊತ್ತಿದ್ದೂ ನಾನು ಕರೆದ ತಕ್ಷಣ ಬಂದು ಏನೂ ಆಗುಲ್ಲ ಅಂತ ನಂಬಿಸಿ ಬಸರಿಯಾಗಿ ಭಯ ಒತ್ತಡಗಳಿಗೆ ಸಿಕ್ಕಿಸಿ ಮದುವೆಯ ಬೋನಿಗೆ ಬೀಳಿಸಿಕೊಳ್ಳುವಾಗ ಈ ಎಲ್ಲ ಸಂಕಟಗಳಿರಲಿಲ್ಲವೆ? ಈ ಮಾತಿಗೆ ನೀನು ಉತ್ತರ ಕೊಡ ಬೇಕಿಲ್ಲ. ಇವೆಲ್ಲ ಎಷ್ಟೋ ಸಲ ಆಡಿಯೂ ಮುಗಿದಿಲ್ಲದ ಮಾತು. ನಾನು ಕೇಳಬೇಕಾದ ಒಂದು ಮುಖ್ಯ ಪ್ರಶ್ನೆ ಇದೆ. ಸಾಧಾರಣವಾಗಿ ಬಾಣಂತನಾನ ಎಷ್ಟು ದಿನ ಅಥವಾ ತಿಂಗಳು ಮಾಡಿಕೊತ್ತಾರೆ? ಪಶ್ಚಿಮದೇಶದಲ್ಲಿ ನಾನು ನೋಡಿದೀನಿ. ಕೇಳಿದೀನಿ. ವಿದ್ಯಾವಂತೆ ಯಾದ, ಪಶ್ಚಿಮದ ವಿಚಾರ ಜೀವನದ ರೀತಿನೀತಿಗಳಿಂದ ಪ್ರಭಾವಿತಳಾದ ನಿನಗೂ ಗೊತ್ತಿದೆ. ಅಲ್ಲಿ ಯಾವ ಹೆಂಗಸೂ ಬಾಣಂತನಕ್ಕೆ ತಾಯೀನ ಕರೆಸುಲ್ಲ. ಯಾವ ತಾಯಿಯೂ ಬರುಲ್ಲ. ತನಗೆ ತಾನೆ ನಿಭಾಯಿಸಿಕೊತ್ತಾಳೆ. ಪ್ರಸವವಾದ ಒಂದು ವಾರದನಂತರ ಮಗೂನ ಡೇ ಕೇರ್‌ನಲ್ಲಿ ಬಿಟ್ಟು ನೌಕರಿಗೆ ಹೋಗುವ ಹೆಂಗಸರೂ ಇದಾರೆ. ಆರನೆ ತಿಂಗಳ ಬಸ ರೀಲಿ ಬಾಣಂತನಕ್ಕೆ ಅಂತ ನೀನು ಕರೆಸಿಕೊಂಡ ನಿಮ್ಮಮ್ಮ ಇನ್ನೂ ಎಷ್ಟು ದಿನ ಇರ್ತಾರೆ? ಈಗ ಮಗೂಗೆ ಎಂಟುತಿಂಗಳು. ಮನೇಲಿ ಆಳುಗಳಿದಾರೆ. ಅಡುಗೆಯೋರಿದಾರೆ. ನೀನೇನೂ ನೌಕರಿ ಮಾಡ್ತಿಲ್ಲ. ಮಾಡುವ ಅಗತ್ಯವೂ ಇಲ್ಲ.'

'ನಮ್ಮಮ್ಮನ್ನ ಮನೆ ಬಿಟ್ಟು ಹೋಗು ಅಂತಿದೀ ಏನು?'

'ಮಗಳ ಮನೇಲಿ ತಾಯಿ ಇದ್ದರೆ ಮಗಳ ಸಂಸಾರಕ್ಕೆ ಯಾವತ್ತೂ ಒಳ್ಳೇದಲ್ಲ ಅನ್ನೂ ಮಾತನ್ನ ಎಷ್ಟೋ ಜನಗಳ ಬಾಯಲ್ಲಿ ಕೇಳಿದೀನಿ. ಅವರ ಸ್ಥಾನ ಈ ಮನೆಯಲ್ಲ. ಮಗನ ಮನೆ. ಅಲ್ಲಿ ಸೊಸೆ ಹೊರಗೆ ಹಾಕಿದಳು ಅಂತ ಇಲ್ಲಿ ಬಂದು ನೆಲೆಸಿದಾರೆ. ಈ ವಿಷಯ ಹೆಚ್ಚು ಮಾತಾಡುಕ್ಕೆ ನನಗೆ ಇಷ್ಟವಿಲ್ಲ.' ಇವಳು ಚಂಡಿ ಹಿಡಿದಂತೆ ತೆಗೆಯುವ ಜಗಳಕ್ಕೆ ಅಂಜಿ ಯಾವತ್ತೂ ನಾನಾಗಿಯೇ ಇಷ್ಟು ಮಾತನಾಡಿರಲಿಲ್ಲ. ಈಗಲೂ ಇವಳು ಪ್ರತಿವಾದ ಹೂಡದೆ ಬಿಡುವುದಿಲ್ಲ ಎಂಬ ನಿರೀಕ್ಷೆ ಇದ್ದರೂ ಆಡಿದೆ. ನನ್ನ ನಿರೀಕ್ಷೆಯಂತೆ ಅವಳು ಥಟ್ಟನೆ ಕೇಳಿದಳು:

'ಮಗನ ಮನೇಲೇ ಇರಬೇಕು ಅಂತ ಏನು? ಮಗ ಮಗಳಲ್ಲಿ ವ್ಯತ್ಯಾಸಮಾಡೂದು ಲಿಂಗತಾರತಮ್ಯವಲ್ಲವೆ? ನೀನು ಮೇಲ್ ಶಾವನಿಸ್ಟ್.'

'ಬೈಗುಳ ಬಳಸಿದರೆ ವಾಸ್ತವತೆ ಹೇಳಿದಂತಾಗುಲ್ಲ. ಸ್ವತಃ ಸಂಪಾದನೆ ಮಾಡುವಂಥ ಹೆಂಗಸಿಗೆ ತನ್ನ ತಾಯಿತಂದೆಯರನ್ನ ಸಲಹುವ ಅಧಿಕಾರವಿರುತ್ತೆ. ನೀನೇನೂ ಸಂಪಾದನೆ ಮಾಡ್ತಿಲ್ಲ. ಮಾಡಿದರೂ ಈ ಮನೆಯ ಅಂತಸ್ತಿಗೆ ಸರಿಯಾಗುವ ಮಟ್ಟದ ಭಾಗವನ್ನ ಕೊಡುವ ಸಂಬಳಾನ ನಿನಗೆ ಯಾರೂ ಕೊಡುಲ್ಲ.'

'ಹೆಂಡತಿಯಾಗಿ ನನಗೆ ಸಮಾನ ಹಕ್ಕು ಇದೆ.'

"ಸಮಾನ ಹಕ್ಕು ಎಲ್ಲಿಂದ ಬಂತು? ದುಡಿದು ಸಂಪಾದಿಸಿದೆಯಾ ಅದನ್ನ? ಏನೂ ಆಗುಲ್ಲ ಅಂತ ಹೇಳಿ ಭಯ ಒತ್ತಡಗಳಿಗೆ ಸಿಕ್ಕಿಸಿ ಬೋನಿಗೆ ಬೀಳಿಸಿಕೊಂಡದ್ದರಿಂದ

ಬಂತೆ? ನನಗೆ ಬಲಭುಜವಾಗಿ ನಿಂತು ಈ ಕಂಪನೀನ ಕಟ್ಟಿ ಬೆಳೆಸಿದ ವೈಜಯಂತಿ ಒಂದು ದಿನವೂ ತನ್ನ ತಾಯಿತಂದೆಗೆ ಕೊಡುವ ಮಾತಾಡಲಿಲ್ಲ. ಅವಳಿಗೆ ಅವರ ಮೇಲೆ ಪ್ರೀತಿ ಕೃತಜ್ಞತೆಗಳಿರಲಿಲ್ಲ ಅಂತ ಅಲ್ಲ. ಅವರೇ ಹೆಣ್ಣುಮಗಳಿಗೆ ನಾವು ಕೊಡಬೇಕೇ ವಿನಾ ಅವಳಿಂದ ಏನೂ ಇಸಕಾಬಾರದು ಅನ್ನುವ ನಿಯಮ ಇಟ್ಟುಕೊಂಡಿದ್ದವರು. ಅವರೂ ಮಗಳನ್ನ ಕಷ್ಟಪಟ್ಟು ಬಿ.ಇ. ಓದಿಸಿದ್ದರು. ಶಕ್ತ್ಯಾನುಸಾರ ಮದುವೇನೂ ಮಾಡಿಕೊಟ್ಟಿದ್ದರು. ಬಾಣಂತನಕ್ಕೂ ಊರಿಗೆ ಕರಕಂಡು ಹೋಗಿದ್ದರು. ಇನ್ನೊಂದು ವಿಷಯ ಹೇಳ್ತೀನಿ ಕೇಳು. ಉತ್ತರ ಭಾರತದಲ್ಲಿ ತಂದೆ ತಾಯಿಯರು ಹೆಣ್ಣುಮಗಳ ಮನೇಲಿ ಊಟ ಕೂಡ ಮಾಡುಲ್ಲ. ಈ ಮನೆ ಕಟ್ಟುವ ಮೊದಲು ನಾವು ಮಲ್ಲೇಶ್ವರದ ಒಂದು ಫ್ಲ್ಯಾಟಿನಲ್ಲಿದ್ದೆವು. ನಮ್ಮ ಪಕ್ಕದ ಫ್ಲ್ಯಾಟಿನಲ್ಲಿ ಒಂದು ಪಂಜಾಬಿ ಕುಟುಂಬ ಇತ್ತು. ಬೇಡಿ ಅಂತ ಹೆಸರು. ಆತ ಟಾಟಾ ಕನ್‌ಸಲ್ಟೆನ್ಸಿಯಲ್ಲಿ ಒಳ್ಳೆ ಕೆಲಸದಲ್ಲಿದ್ದ. ಒಳ್ಳೆಯ ಜನ. ಒಂದು ದಿನ ಅವನ ಹೆಂಡತಿ ಸ್ನೇಹಲತಾ ನಮ್ಮ ಮನೆಗೆ ಬಂದು ವೈಜಯಂತಿಯ ಕೈಲಿ, 'ನನ್ನ ತಾಯಿ ಮಗಳ ಮನೆಗೆ ಬಂದಿದಾರೆ. ನೀವು ಅವರನ್ನ ಊಟಕ್ಕೆ ಕರೀರಿ,' ಎಂದಳು. ಸೌಜನ್ಯಕ್ಕಿರಬಹುದು ಅಂತ ಇವಳು ಒಪ್ಪಿ ಹೋಗಿ ಕರೆತಂದಳು. ಆಮೇಲೆ ಗೊತ್ತಾಯಿತು. ಆಕೆ ಮಗಳ ಮನೇಲಿ ಊಟ ಮಾಡುವುದಿಲ್ಲ. ಇಲ್ಲಿರುವ ಒಂದು ತಿಂಗಳು ನಮ್ಮ ಮನೇಲಿ ಊಟ ತಿಂಡಿ ಮಾಡಲು ನಿಮ್ಮ ಆಕ್ಷೇಪವುಂಟೆ? ಎಂದು ಕೇಳಿದರು. 'ಇಲ್ಲ. ನಮಗೆ ಸಂತೋಷವೇ. ಆದರೆ ನಾನು ಕೆಲಸಕ್ಕೆ ಹೋಗ್ತೀನಿ. ಬಂದು ಅಡುಗೆ ಮಾಡೂತನಕ ನಿಮಗೆ ಹಸಿವಾಗುತ್ತೆ,' ಇವಳು ಹೇಳಿದಳು. 'ಅಡುಗೆ ನಾನು ಮಾಡ್ತೀನಿ' ಎಂದ ಆಕೆ ನಾವು ಎಷ್ಟೇ ಬೇಡವೆಂದರೂ ತಾನೇ ಅಂಗಡಿಯಿಂದ ಅಕ್ಕಿ ಬೇಳೆ ಗೋಧಿಹಿಟ್ಟು ತುಪ್ಪ ಎಣ್ಣೆ ತರಕಾರಿಗಳನ್ನೆಲ್ಲ ತಂದು ಪ್ರತಿದಿನ ತನಗೂ ನಮ್ಮಿಬ್ಬರಿಗೂ ಅಡುಗೆ ಮಾಡತೊಡಗಿದರು. ಒಂದೊಂದು ದಿನ ವಿಶೇಷ ಪಲ್ಯ ಮಾಡಿದರೆ ಮಗಳ ಮನೆಗೂ ಕೊಡುತ್ತಿದ್ದರು. ಅಡುಗೆ ಮಾಡುವ ಅವಧಿಯನ್ನುಳಿದು ಮಗಳ ಮನೆಯಲ್ಲೇ ಇರುತ್ತಿದ್ದರು. ರಾತ್ರಿ ಮಲಗೂದೂ ಅಲ್ಲೇ. ಒಂದು ಲೋಟ ನೀರು ಕುಡಿಯಬೇಕಾದರೆ ನಮ್ಮ ಮನೆಗೆ ಬಂದು ಬೀಗ ತೆಗೆದು ನಲ್ಲೀಲಿ ಹಿಡಕಂಡು ಕುಡಿದು ಹೋಗ್ತಿದ್ದರು. ಮಗಳ ಮನೇಲೂ ಅದೇ ನಲ್ಲಿಯಲ್ಲವೇ ಇರೂದು, ನೀರನ್ನಾದರೂ ಅಲ್ಲಿ ಯಾಕೆ ಕುಡೀಬಾರದು, ಅಂತ ಇವಳು ಒಂದುದಿನ ಕೇಳಿದಳು. ಆದರೆ ಅದು ಮಗಳ ಮನೆ ನೀರು, ನಿಷಿದ್ಧ ಅಂದರು. ಒಂದುದಿನ ನಾನು ಮಿಸ್ಟರ್ ಬೇಡೀನ ಈ ವಿಷಯ ಕೇಳಿದೆ. ಈ ಪದ್ಧತಿ ಉತ್ತರಭಾರತದಲ್ಲಿ ಯಾಕೆ ಜಾರಿಗೆ ಬಂತು? ಅಂತ. ಅವರು ಹೇಳಿದರು: 'ಕೆಲವರು ತಮ್ಮ ಮಗಳು ಚೆಲುವೆಯಾಗಿದ್ದರೆ ಅನುಕೂಲಸ್ಥರಿಗೆ ಕೊಟ್ಟು ಮದುವೆ ಮಾಡಿ ಆಮೇಲೆ ಅವರಿಂದ ಹಣ ಆಸ್ತಿಪಾಸ್ತಿ ಎಳೀತಿದ್ದರು. ಮುದುಕನಿಗೋ ಮೋಟನಿಗೋ ಹಣದ ಆಸೆಗೆ ತಮ್ಮ ಎಳೆಹುಡುಗೀನ ಕೊಟ್ಟು ಥಾರೆ ಎರೀತಿದ್ದರು. ಅಂದರೆ ಇದೊಂದು ಥರ ವೇಶ್ಯಾ ವ್ಯವಹಾರ. ಪಾಪ. ಇದನ್ನ ನೋಡಿ ಸಮಾಜದ ಮುಂದಾಳುಗಳು ಮಗಳ ಮನೆಯಿಂದ, ಅಳಿಯನಿಂದ ಒಂದು ಲೋಟ ನೀರನ್ನೂ ತಗಾಬಾರದು. ಅದು ಮಗಳನ್ನ ಮಾರಿಕೊಳ್ಳುಕ್ಕೆ ಸಮ ಅಂತ

ನಿಯಮಮಾಡಿದರು. ಈ ಪರಿಸ್ಥಿತಿಗೂ ಮುಸಲ್ಮಾನರ ಆಳ್ವಿಕೆಗೂ ಸಂಬಂಧವಿರಬೇಕು. ನನಗೆ ಸರಿಯಾಗಿ ಗೊತ್ತಿಲ್ಲ!' ಅವರಲ್ಲಿರುವಷ್ಟು ಕಟ್ಟುನಿಟ್ಟು ನಮ್ಮಲ್ಲಿಲ್ಲದಿದ್ದರೂ ಹೆಣ್ಣುಮಗಳಿಂದ ಏನೂ ಇಸಕಾಬಾರದು, ಅವಳ ಮನೇ ಅನ್ನ ನೆರಳಿನಲ್ಲಿ ಬದುಕಬಾರದು ಅನ್ನುವ ತತ್ತ್ವವಂತೂ ಇದ್ದೇ ಇದೆ."

ಇಷ್ಟನ್ನೂ ನಾನು ಹೇಳುವಾಗ ಅವಳು ನಿರುತ್ಸಾಹಕ ಮೌನದಿಂದಿದ್ದಳು. ಅವಳ ವರ್ತನೆಯನ್ನು ವಿಮರ್ಶಿಸುವ, ಟೀಕಿಸುವ ಇಷ್ಟೊಂದು ಮಾತನ್ನು ನಾನು ಇದುವರೆಗೆ ಆಡಿರಲಿಲ್ಲ. ಈಗ ಆಡಿದ್ದರಿಂದ ನನಗೂ ತುಸು ಶಮನವಾದಂತಾಯಿತು. ಈ ಮನೆಯಲ್ಲಿ ನಿನ್ನ ಸ್ಥಾನವಾದರೂ ಏನು ಎಂಬುದನ್ನು ಸ್ಪಷ್ಟವಾಗಿ ಸೂಚಿಸಿದ್ದು ಸರಿಯಾಯಿತು ಎಂಬ ಸಮಾಧಾನದಿಂದ ಮಲಗಿದ್ದೆ. ಒಂದೇ ಮಂಚದ ಮೇಲೆ ಕರ್ತವ್ಯಬದ್ಧನಾಗಿ ಅಥವಾ ನಿಯಮಕ್ಕೆ ಕಟ್ಟುಬಿದ್ದು ಮಲಗಿದ್ದರೂ ಕೈ ಹಿಡಿಯುವ, ಅಪ್ಪಿಕೊಳ್ಳುವ, ಅಥವಾ ಇತರ ಯಾವುದೇ ರೀತಿಯ ಪ್ರೀತಿ ಸೂಚಕ ವರ್ತನೆ ಇಬ್ಬರಲ್ಲಿ ಯಾರಲ್ಲಿಯೂ ಇರಲಿಲ್ಲ. ನಾನು ಆಡಿದ ಮಾತಿನ ಸಂಪೂರ್ಣ ಅರ್ಥತರಂಗಗಳನ್ನು ಆಲೋಚಿಸುತ್ತಾ ಮಲಗಿದ್ದೆ. ತುಸುಹೊತ್ತಿನ ನಂತರ ಅವಳು ಎಂದಳು:

'ಹೆಂಗಸಿಗೆ ಆರ್ಥಿಕವಾಗಿ ಲಕ್ವಾ ಹೊಡೆಸಿದ ಯುಗದ ಪದ್ಧತಿಯನ್ನು ಒಂದು ಮಹಾ ನೈತಿಕಮೌಲ್ಯ ಅಂತ ವೈಭವೀಕರಿಸಿ ಆರ್ಥಿಕಸ್ವಾತಂತ್ರ್ಯ ಪಡೀತಿರುವ ಹೆಂಗಸಿಗೂ ಹೇರುವ ಹುನ್ನಾರ ಇದು. ನಿನ್ನ ಆ ನೆರೆಯ ಪಂಜಾಬಿಗೆ ನಾನಾಗಿದ್ದರೆ ತಕ್ಕ ಉತ್ತರ ಕೊಡ್ತಿದ್ದೆ.'

ಇಷ್ಟು ಹೊತ್ತು ತೋರಿಸಿದ ಘನಮೌನದೊಳಗೇ ಇವಳು ಪ್ರತಿಏಟನ್ನು ಸಿದ್ಧಪಡಿಸಿಕೊಳ್ಳುತ್ತಿದ್ದಳೆಂದು ನನಗೆ ಅರ್ಥವಾಯಿತು. ಇವಳು ಹೇಳುವುದರಲ್ಲೂ ಒಂದು ಅರ್ಥವಿದೆ. ಆರ್ಥಿಕವಾಗಿ ಮುಂದುವರೆದ ಪಶ್ಚಿಮದ ಸುಖೀದೇಶಗಳಲ್ಲಿ ವೃದ್ಧರು ಮಗನನ್ನಾಗಲಿ ಮಗಳನ್ನಾಗಲಿ ಅವಲಂಬಿಸುವುದಿಲ್ಲ. ಅವರ ವಿಮೆ, ಉಳಿತಾಯ, ಪಿಂಚಣಿ, ವೃದ್ಧಾಪ್ಯವೇತನಗಳಿಂದ ತಮ್ಮ ತಮ್ಮ ಮನೆಯಲ್ಲಿ ಒಂಟಿಯಾಗಿರುತ್ತಾರೆ. ಅಥವಾ ವೃದ್ಧಾಶ್ರಮ ಸೇರುತ್ತಾರೆ. ಆರ್ಥಿಕತೆಯ ಆ ಹಂತ ತಲುಪಿಲ್ಲದ ನಮ್ಮ ದೇಶದಲ್ಲಿ ಇವೆಲ್ಲ ತರಲೆ ಘರ್ಷಣೆಗಳು, ಎಂಬ ಚಿತ್ರ ಕಣ್ಣುಮುಚ್ಚಿಕೊಂಡಿದ್ದರೂ ಕಾಣತೊಡಗಿತು.

೪

ಮರುದಿನದಿಂದ ಅವಳ ತಾಯಿ ನಾಗಮ್ಮ ನನ್ನೆದುರಿಗೆ ಸುಳಿಯುವುದನ್ನು ನಿಲ್ಲಿಸಿದಳು. ಪೀಡೆ ಕಡಿಮೆಯಾಯಿತು ಎಂಬ ಸಮಾಧಾನವುಂಟಾದರೂ ಅವಳು ನನ್ನ ಮನೆಯಲ್ಲಿದ್ದಾಳೆಂಬ ಭಾವನೆಯೇ ಕಿರಿಕಿರಿ ಎನಿಸುತ್ತಿತ್ತು. ಆದರೆ ಎರಡು ತಿಂಗಳಿನ ನಂತರ ಒಂದು ಸಂಜೆ ನಾನು ಮನೆಗೆ ಬಂದಾಗ ಮಂಗಳೆ, 'ನಮ್ಮಮ್ಮ ಇವತ್ತು ಬೆಳಗ್ಗೆ ಮನೆ ಬಿಟ್ಟುಹೋದಳು.

ಮತ್ತೆ ಇಲ್ಲಿಗೆ ಕಾಲಿಡೂದಿಲ್ಲ. ಹೊಟ್ಟೆಗೆ ಹಾಲು ಹುಯ್ಕಬೌದು ನೀನು.' ನಾನು ಯಾವ ಮಾತೂ ಆಡಲಿಲ್ಲ. ಅವಳು ಎಲ್ಲಿಗೆ ಹೋದಳು ಎಂದೂ ಕೇಳಲಿಲ್ಲ.

ಮೂರು ದಿನದ ನಂತರ ದ್ಯಾವಕ್ಕನ ಮೂಲಕ ಸುದ್ದಿ ತಿಳಿಯಿತು. ಮಂಗಳೆಗೆ ವಿಜಯನಗರದಲ್ಲಿ ಒಂದು ಫ್ಲ್ಯಾಟ್ ಇದೆಯಂತೆ. ಮದುವೆಯಾಗಿ ಇಲ್ಲಿಗೆ ಬಂದ ಮೇಲೆ ಅದನ್ನು ಬಾಡಿಗೆಗೆ ಕೊಟ್ಟಿದ್ದಳಂತೆ. ಎರಡು ತಿಂಗಳ ಹಿಂದೆ ಬಾಡಿಗೆದಾರರಿಗೆ ಖಾಲಿ ಮಾಡುವಂತೆ ಹೇಳಿದಳಂತೆ. ಅವರು ಕೂಡ ಹೆಚ್ಚು ಅನುಕೂಲಕರವಾದ ಫ್ಲ್ಯಾಟಿಗೆ ಸ್ಥಳಾಂತರಿಸುವ ಆಲೋಚನೆಯಲ್ಲಿದ್ದರಂತೆ. ಈಗ ಒಂದು ವಾರದಲ್ಲಿ ಅದನ್ನು ಖಾಲಿ ಮಾಡಿದ ಮೇಲೆ ತೊಳೆಸಿಬಳಿಸಿ ಈ ಮನೆಗೆ ತಂದಿಟ್ಟಿದ್ದ ತನ್ನ ಪಾತ್ರೆ, ಗ್ಯಾಸ್ ಸಿಲಿಂಡರ್ ಮೊದಲಾದುವನ್ನೂ ಸಾಗಿಸಿ ಅಣಿ ಮಾಡಿದ ನಂತರ ಅಮ್ಮನನ್ನು ಕಳಿಸಿದಳಂತೆ. ಈ ಎಲ್ಲ ಸುದ್ದಿಯೂ ಮಂಗಳೆಯನ್ನು ಅಲ್ಲಿಗೆ ಆಗಾಗ ಕರೆದೊಯ್ಯುತ್ತಿದ್ದ ಡ್ರೈವರಿಗೆ ತಿಳಿದು ಅವನು ದ್ಯಾವಕ್ಕನಿಗೆ ಹೇಳಿದನಂತೆ. ಅಮ್ಮನನ್ನು ಅಲ್ಲಿ ಇಟ್ಟಳು ಸರಿ. ಆದರೆ ಅವಳ ಜೀವನದ ಖರ್ಚುವೆಚ್ಚ ಯಾರು ಕೊಡುತ್ತಾರೆ? ಎಂದು ನನ್ನೊಳಗೇ ಕೇಳಿಕೊಂಡೆ. ಪ್ರತಿ ತಿಂಗಳೂ ತನ್ನ ಖರ್ಚಿಗೆ, ಮಗುವಿನ ಟಾನಿಕ್ ಮೊದಲಾದವುಗಳಿಗೆ, ಅದು ಇದು ಎಂಬ ಸಬೂಬು ಹೇಳಿ ಮೂರುನಾಲ್ಕು ಸಾವಿರ ಕೇಳುತ್ತಿದ್ದಳು. ನಾನು ಲೆಕ್ಕ ಕೇಳದೆ ಕೊಟ್ಟುಬಿಡುತ್ತಿದ್ದೆ. ಅದರಲ್ಲಿ ಅವಳ ಅಮ್ಮನಿಗೂ ಕೊಡುತ್ತಾಳೆ ಎಂಬ ಲೆಕ್ಕಾಚಾರ ಕಾಣಿಸಿತು. ಮುಂದಿನ ತಿಂಗಳು ಅವಳೇ ಎಲ್ಲ ಸಾಮಾನುಗಳೂ ತುಟ್ಟಿಯಾಗ್ತಿವೆ. ಆರುಸಾವಿರವಾದರೂ ಬೇಕು ಎಂದಳು. ಚೌಕಾಶಿ ಮಾಡದೆ ಕೊಟ್ಟೆ. ಅದೇ ಅಭ್ಯಾಸವಾಯಿತು. ಸಂಸಾರಕ್ಕೆ ಬೇಕಾದ ದಿನಸಿ ಧಾನ್ಯ ಹಣ್ಣು ತರಕಾರಿ ಮೊದಲಾದ ಖರ್ಚುಗಳಿಗೂ ಅವಳು ಹೇಳಿದಷ್ಟನ್ನು ಕೊಡುವುದೇ ಶಾಂತಿಯನ್ನು ಕಾಪಾಡಿಕೊಳ್ಳುವ ಮಾರ್ಗವೆಂಬುದು ಅನುಭವದಿಂದ ತಿಳಿದಿತ್ತು.

ಅಧ್ಯಾಯ ೫

೧

ಬೇಸಿಗೆ ರಜೆಯಲ್ಲಿ ಬೇರೆ ಬೇರೆ ದೇಶಗಳ ಇಂಗ್ಲಿಷ್ ಮತ್ತು ಬ್ರಿಟಿಶ್ ಇಂಗ್ಲಿಷುಗಳ ಸಾಮ್ಯ ವೈಷಮ್ಯಗಳನ್ನು ಇಪ್ಪತ್ತನೆ ಶತಮಾನದ ಇಂಗ್ಲಿಷ್ ಕಥಾಸಾಹಿತ್ಯದ ಮೂಲಕ ಗುರುತಿಸುವ ಒಂದು ಕಾರ್ಯಾಗಾರವನ್ನು ಯುಜಿಸಿಯು ಬ್ರಿಟಿಷ್ ಕೌನ್ಸಿಲ್‌ನ ಸಹಯೋಗ ದೊಡನೆ ಶಿಮ್ಲಾದಲ್ಲಿ ಏರ್ಪಡಿಸಿತ್ತು. ಭಾರತ, ಆಫ್ರಿಕಾ, ಆಸ್ಟ್ರೇಲಿಯಾ, ನ್ಯೂಸಿಲ್ಯಾಂಡ್, ಶ್ರೀಲಂಕಾ, ಪಾಕಿಸ್ತಾನ, ಬಂಗ್ಲಾದೇಶ, ಕೆನಡಾ ಮೊದಲಾಗಿ ಇಂಗ್ಲಿಷನ್ನು ಆಡಳಿತ ಭಾಷೆ ಯಾಗಿ ಮಾತ್ರವಲ್ಲದೆ ಸಾಹಿತ್ಯದ ಭಾಷೆಯಾಗಿಯೂ ಬಳಸುತ್ತಿರುವ ದೇಶಗಳ ಒಟ್ಟು ಮೂವತ್ತು ಜನ ಇಂಗ್ಲಿಷ್ ಅಧ್ಯಾಪಕರುಗಳನ್ನು ಆಮಂತ್ರಿಸಿದ್ದರು. ಆಕ್ಸ್‌ಫರ್ಡಿನಲ್ಲಿ ಓದಿದವ ಳಲ್ಲದೆ ಇಪ್ಪತ್ತನೆ ಶತಮಾನದ ಇಂಗ್ಲಿಷ್ ಕಥಾಸಾಹಿತ್ಯದಲ್ಲಿ ವಿಶೇಷ ಅಧ್ಯಯನ ಮಾಡಿದ್ದ ಇಳಾಳನ್ನು ಸಂಪನ್ಮೂಲ ವ್ಯಕ್ತಿಯನ್ನಾಗಿ ಆಮಂತ್ರಿಸಿದ್ದರು. ಅದೊಂದು ದೊಡ್ಡ ಮನ್ನಣೆ. ಮುಂದೆ ವಿಶ್ವವಿದ್ಯಾಲಯದಲ್ಲಿ ಪ್ರೊಫೆಸರ್ ಹುದ್ದೆ ಖಾಲಿಯಾದಾಗ ತನ್ನ ಹಕ್ಕನ್ನು ಹೆಚ್ಚಿ ಸುತ್ತದೆ. ಹೋಗಲೇಬೇಕೆಂದು ನಿಶ್ಚಯಿಸಿದಳು. ರಜೆಯಾದದ್ದರಿಂದ ವಿಶ್ವವಿದ್ಯಾಲಯದ ಅನುಮತಿ ದೊರೆಯುವುದೂ ಕಷ್ಟವಾಗಲಿಲ್ಲ. ಆದರೆ ತೊಂದರೆ ಇದ್ದದ್ದು ಸ್ವೀಟಿಯ ಏರ್ಪಾಟು. ಅವಳಿಗೂ ಬೇಸಿಗೆ ರಜೆ. ಆದರೆ ಅವಳಿಗೆ ಅಲ್ಲಿ ಬೋರ್ ಆಗುತ್ತದೆ. ಸಂಪ ನ್ಮೂಲ ವ್ಯಕ್ತಿಯಾದುದರಿಂದ ತನಗೆ ವಿರಾಮದ ವೇಳೆಯಲ್ಲೆಲ್ಲ ಓದುವುದು ಇರುತ್ತೆ. ಇವಳನ್ನು ಕಟ್ಟಿಕೊಂಡು ಗಂಭೀರ ಅಧ್ಯಯನ ಸಾಧ್ಯವಿಲ್ಲ. ಎಲ್ಲಿ ಬಿಟ್ಟು ಹೋಗುವುದು?

ಒಂದು ದಿನವೆಲ್ಲ ಯೋಚಿಸುವಾಗ ತನ್ನ ಸ್ಟೂಡೆಂಟು ಮಂಗಳೆಯ ನೆನಪಾಯಿತು. ಇದೀಗ ಅವಳು ಮಹಿಳಾ ಜಾಗೃತಿಯ ರಾಷ್ಟ್ರೀಯ ಸಮ್ಮೇಳನವನ್ನು ಮುಗಿಸಿ ಒಂದು ಕಾರ್ಪೊರೇಟ್ ಕಂಪನಿಯಲ್ಲಿ ಕಾರ್ಯದರ್ಶಿನಿಯಾಗಿ ಸೇರಿದಾಳೆ. ತನ್ನದೇ ಫ್ಲ್ಯಾಟು ಕೊಂಡಿದೀನಿ ಅಂತ ಕಳೆದ ಬಾರಿ ಬಂದಿದ್ದಾಗ ಹೇಳಿದಳು. ವಿಜಯನಗರದಲ್ಲಿ ಅಂತ ನೆನಪು. ಅವಳನ್ನು ನೋಡಿಕೊ ಅಂದರೆ ಹೇಗೆ? ಬೇರೊಬ್ಬರ ಜೊತೆಯಲ್ಲಿದ್ದು ಇವಳಿಗೂ ನಡಾವಳಿ ಬರುತ್ತೆ. ಆದರೆ ಅವಳು ತನ್ನ ಆಫೀಸಿಗೆ ಹೋಗಬೇಕು. ವಿಚಾರಿಸಬೇಕು, ಎಂದುಕೊಂಡಾಗ, ಸಮಸ್ಯೆ ಬಗೆಹರಿಯಿತೆನ್ನಿಸಿತು. ಆದರೆ ಪಟಪಟನೆ ಮಾತನಾಡುವ

ಈ ಸ್ವೀಟಿ ಯಾವುದಾದರೂ ಸಂದರ್ಭದಲ್ಲಿ ತನ್ನ ಡ್ಯಾಡಿ ದಿಲ್ಲಿಯಲ್ಲಿರುವುದು, ಮಮ್ಮಿಯ ಮನೆಗೆ ಬರದೆ ಇರುವುದು, ಡ್ಯಾಡಿ ತುಂಬ ಒಳ್ಳೆಯೋರು ಎಂದೆಲ್ಲ ಹೇಳಲೂಬಹುದು. ತನ್ನ ವಿದ್ಯಾರ್ಥಿನಿಯ ಎದುರಿಗೆ ತನ್ನ ಖಾಸಗಿ ವಿಷಯಗಳೆಲ್ಲ ಬಿಚ್ಚಿಕೊಳ್ಳುವುದು ಬೇಡ. ತಾನು ಹಗುರಾಗುತ್ತೇನೆ, ಎನ್ನಿಸಿತು. ಉದ್ಯೋಗಮದ ಮತ್ತು ಅಹಂಕಾರದಿಂದ ಮೆರೆಯುವ ಗಂಡನಿಗೆ ತಾನು ಬುದ್ಧಿ ಕಲಿಸುತ್ತಿದೀನಿ ಎಂದು ವಿವರಿಸಿ ತನ್ನ ಸ್ತ್ರೀ ಘನತೆಯನ್ನು ಮಂಗಳೆಗೆ ವಿವರಿಸಬಹುದು. ಆದರೂ ವಿದ್ಯಾರ್ಥಿಗಳು ತಮ್ಮ ಅಧ್ಯಾಪಕರುಗಳ ಖಾಸಗಿ ಸಂಗತಿಯನ್ನು ಪರಸ್ಪರ ಬಿತ್ತದೆ ಬಿಡುವುದಿಲ್ಲ. ನನ್ನ ಸ್ವಂತ ಜೀವನವು ಬಯಲಾಗುವುದು ಬೇಡ ಎಂದು ನಿರ್ಧರಿಸಿದಳು.

ಸಾಯಂಕಾಲದ ಹೊತ್ತಿಗೆ ಅಂತಿಮ ಎಂಬ ಪರಿಹಾರ ಕಾಣಿಸಿತು. ಲಕ್ಷಗಟ್ಟಳೆ ಹಡಬೆ ಸಂಬಳ ಬರುತ್ತೆ ಅಂತ ಸಿಕ್ಕಾಬಟ್ಟೆ ವೈಭವದ ಬಟ್ಟೆಬರೆ ತಂದುಕೊಟ್ಟು ಅರಮನೆ ಯಂಥ ಹೋಟೆಲು ರುಚಿ ಹೊತ್ತಿಸಿ ಮಗಳನ್ನು ಮರುಳು ಮಾಡಿದ ಹಾಗಲ್ಲ. ದುಡ್ಡಿದೆ ಅಂತ ಬಿಸಾಕಿದರೆ ಮುಗಿಯುಲ್ಲ, ನನಗೆ ಆಗದೆ ಇರುವಾಗ ಅವಳನ್ನ ಖುದ್ದು ನೋಡಿ ಕೊಳ್ಳುವ ಹೊಣೆಯನ್ನೂ ಹೊರಬೇಕು, ಎಂಬ ಸೇಡು ಸ್ಪಷ್ಟವಾಯಿತು. ಕಂಪನಿಯ ಬೆಂಗಳೂರು ಕಛೇರಿಗೆ ಫೋನು ಮಾಡಿ ಅವನ ದಿಲ್ಲಿಯ ಕಛೇರಿ ಮತ್ತು ಮನೆಗಳ ನಂಬರನ್ನು ಪಡೆದಳು. ಬೆಂಗಳೂರಿನಲ್ಲಿದ್ದಾಗಲೂ ರಾತ್ರಿ ಏಳು ಎಂಟರ ತನಕ ಕೆಲಸ ಮಾಡ್ತಿದ್ದ. ಈಗಂತೂ ಅಖಿಲ ಭಾರತ ವ್ಯಾಪ್ತಿಯ ಕಾರುಬಾರು, ಎಂದುಕೊಂಡು ಕಛೇರಿಗೆ ಫೋನು ಮಾಡಿದಳು. ಫೋನ್ ಎತ್ತಿಕೊಂಡದ್ದು ಹೆಣ್ಣುಧ್ವನಿ. ಸೆಕ್ರೆಟರಿ ಇರಬೇಕು. ಮೇ ಐ ನೊ ಹೂ ಈಸ್ ಸ್ಪೀಕಿಂಗ್? ಅವರ ಹೆಂಡತಿ ಅಂತಲೆ? ಅವನಿಗೆ ಬೇಡವಾದ, ಅವನು ಒಂದೇ ಸಮನೆ ಎಲ್ಲ ನೇರ ಸಂಪರ್ಕವನ್ನೂ ನಿರಾಕರಿಸಿರುವ ಸಂಬಂಧ. ಹೆಲೋ ಮೇ ಐ ನೊ ಹೂ ಈಸ್ ಸ್ಪೀಕಿಂಗ್ ಪ್ಲೀಸ್? ಬೆಂಗಳೂರು ಆಫೀಸಿನಿಂದ. ಎಸ್. ಅವನದೇ ಧ್ವನಿ. ಫೋನ್ ಮಾಡಿದ್ದಕ್ಕೆ ಕೋಪ ಬರುತ್ತೆಯಾ? ಕನ್ನಡದಲ್ಲೇ ಕೇಳಿ ದಳು. ಬೆಂಗಳೂರು ಆಫೀಸಿಗೆ ಮಾಡಿ ನಿನ್ನ ಈ ನಂಬರು ತಗೊಂಡೆ. ಅವನು ಇಂಗ್ಲಿಷಿನಲ್ಲೇ, ಎಸ್, ಗೋ ಆನ್, ಎಂದ. ತಾನು ಕನ್ನಡದಲ್ಲಿ ಏಕವಚನ ಬಳಸಿದ್ದೇನೆ. ಬೇಕೆಂತಲೇ, ಹಿಂದಿನ ಸಮಾನತೆಯನ್ನು ತೋರ್ಪಡಿಸಿ. ಅವನು ಇಂಗ್ಲಿಷ್ ಬಳಸಿರುವುದು ವಚನವನ್ನು ಮುಚ್ಚಲು. ಆ ದೃಷ್ಟಿಯಿಂದ ಇಂಗ್ಲಿಷ್ ಜಾಣ ಭಾಷೆ ಎಂಬ ಅಭಿಮಾನ ಮೂಡಿತು. ಆದರೆ ಈ ಅಡ್ಡ ವಿಚಾರದಿಂದ ತಾನು ಹೇಳಬೇಕಾದ ವಿಷಯ ತಡೆದುಕೊಂಡಿತು. ಎಸ್, ಅವನು ಮತ್ತೆ ಅಧಿಕಾರದ ಧ್ವನಿಯಲ್ಲಿ ಕೇಳಿದ. ತಾನು ಇಂಗ್ಲಿಷ್ ಪ್ರಾಧ್ಯಾಪಿಕೆ, ಆಕ್ಸ್‌ಫರ್ಡಿನಲ್ಲಿ ಓದಿದವಳು ಎಂದು ಜ್ಞಾಪಿಸಿಕೊಂಡು ಇಂಗ್ಲಿಷಿನಲ್ಲೇ ತಾನು ಕಾರ್ಯಾಗಾರಕ್ಕೆ ಹೋಗಬೇಕಾದುದನ್ನು ಹೇಳಿ, 'ಈ ಅವಧಿಯಲ್ಲಿ ನಿನ್ನ ಮಗಳ ನಿಗಾ ನೋಡಿಕೊಳ್ಳಬೇಕಾದ್ದು ನಿನ್ನ ಕರ್ತವ್ಯ,' ಎಂದಳು. ಓ.ಕೆ. ಯಾವ ತಾರೀಖಿನಿಂದ ಯಾವ ತಾರೀಖಿನವರೆಗೆ? ಅವನು ಕೇಳಿದ. ಇವಳು ಉತ್ತರಿಸಿದ ಮೇಲೆ ಐ ವಿಲ್ ಟೇಕ್ ಕೇರ್ ಆಫ್ ಹರ್, ಅಂಡ್ ಐ ವಿಲ್ ಕಾಂಟಾಕ್ಟ್ ಯು ವೆನ್ ಐ ವಿಲ್ ರಿಸೀವ್ ಹರ್ ಎಂದು ಫೋನನ್ನು ಕೆಳಗಿಟ್ಟ.

ಅವಳಿಗೆ ಮುಖದ ಮೇಲೆ ಹೊಡೆದಂತಾಯಿತು. ರಾಸ್ಕಲ್. ಒಂದೆರಡು ದಿನ ಹೋಟೆಲಿನಲ್ಲಿಟ್ಟುಕೊಳ್ಳುವ ಹಾಗಲ್ಲ, ಒಂದೂವರೆ ತಿಂಗಳಲ್ಲದೆ ನನ್ನ ಪ್ರಯಾಣದ ಅವಧಿ ಐದಾರು ದಿನ ನೋಡಿಕೊಳ್ಳಲಿ ಗೊತ್ತಾಗುತ್ತೆ ಎಂದುಕೊಂಡಳು. ಅನಂತರ ಸ್ವೀಟಿಗೆ ತನ್ನ ಶಿಮ್ಲಾ ಕಾರ್ಯಕ್ರಮ ಮತ್ತು ಅದರ ಅವಧಿಯನ್ನು ಹೇಳಿದಳು. ಸ್ವೀಟಿ ಉತ್ಸಾಹದಿಂದ ನಾನೂ ಬರ್ತೀನಿ ಎಂದಳು. ನಿನ್ನ ಜೊತೇಲಿಟ್ಟುಕಳುಕ್ಕೆ ಅಲ್ಲಿ ಅವಕಾಶವಿಲ್ಲ, ನಿನ್ನ ಡ್ಯಾಡಿ ಜೊತೆ ಇರುವಂತೆ, ಅವನು ಒಪ್ಕಂಡಿದಾನೆ ಎಂದಾಗ ಅವಳ ಉತ್ಸಾಹ ಚಿಮ್ಮಿ ಏರಿತು. ಹಾಗಾದರೆ ನಾನು ಡೆಲ್ಲೀಲೇ ಸ್ಕೂಲಿಗೆ ಹೋಗ್ತೀನಿ, ಎಂದಳು. ತೆಗೆದು ಕೆನ್ನೆಗೆ ಹೊಡೆಯುವಷ್ಟು ಕೋಪ ಬಂದರೂ ಮಮ್ಮಿ ಸಂಯಮ ತಂದುಕೊಂಡಳು.

ಅವಳು ಹೇಳಿದ ತಾರೀಖಿನ ಬೆಳಗ್ಗೆ ಎಂಟುಗಂಟೆಗೆ ಅವನಿಂದ ಫೋನ್ ಬಂತು. ಇಂಗ್ಲಿಷಿನಲ್ಲಿ ಮಾತನಾಡಿದ: 'ಇವತ್ತು ಸಂಜೆ ಆರಕ್ಕೆ ನನ್ನ ಕಂಪನಿಯ ಕಾರು ಬರುತ್ತೆ. ಪಾಪುವಿನ ಬಟ್ಟೆಗಳನ್ನ ಒಂದು ಸೂಟ್‌ಕೇಸಿಗೆ ಹಾಕಿ ರೆಡಿ ಮಾಡಿ ಕಳಿಸಿ.'

'ನೀನೇ ಬಂದು ಕರಕೊಂಡು ಹೋಗಬೇಕು. ಗುರುತು ಪರಿಚಯವಿಲ್ಲದ ಡ್ರೈವರ್ ಜೊತೆ ನಾನು ಕಳಿಸುಲ್ಲ.' ಅವಳು ಕನ್ನಡದಲ್ಲಿ ಉತ್ತರಿಸಿದಳು.

'ನಮ್ಮ ಕಂಪನಿಯ ಡ್ರೈವರ್. ನಂಬಿಕಸ್ಥ. ಜೊತೆಯಲ್ಲಿ ನನ್ನ ಡೆಲ್ಲಿಯ ಕಾರ್ಡ್ ಕೊಟ್ಟಿರ್ತೀನಿ. ಓ.ಕೆ.?' ಎಂದು ಇಂಗ್ಲಿಷಿನಲ್ಲಿಯೇ ಉತ್ತರಿಸಿ ಅವನು ಫೋನನ್ನು ಕೆಳಗಿಟ್ಟ.

೨

ಮಗಳು ತನ್ನ ಅಪ್ಪನಿಗೆ ಇಷ್ಟೊಂದು ಅಂಟಿಕೊಂಡಿರುವ, ಈ ಶಾವನಿಸ್ಟ್ ಇಷ್ಟೊಂದು ಹಟಮಾಡುತ್ತಿರುವ ಉದ್ದೇಶವು ತಿಳಿಯದಿದ್ದ ಕೊರಗು ಸ್ವಲ್ಪ ಬಾಧಿಸುತ್ತಿದ್ದರೂ ಶಿಮ್ಲಾದಲ್ಲಿ ಇಳಿದಮೇಲೆ ಪ್ರಕೃತಿ ಸೌಂದರ್ಯವು ಅವಳನ್ನು ಮೈಮರೆಸಿತು. ಬ್ರಿಟನ್ನಿನಲ್ಲಿಯಂತೆ ಇಲ್ಲಿಯೂ ಕೋನಿಫೆರಸ್ ವೃಕ್ಷಗಳು ಸಮೃದ್ಧವಾಗಿದ್ದರೂ ಇಲ್ಲಿ ಅಗಲವಾದ ಎಲೆಗಳ ಎತ್ತರವಾದ ತೇಗದ ಮರಗಳೂ ತುಂಬಿವೆ. ಚಳಿಯಲ್ಲಿ ಬೆಳೆಯುವ ಹಸಿರಿನ ಹೊಳೆಯುವ ಚೆಲುವು ಪ್ರಖರ ಬಿಸಿಲಿನ ಕಪ್ಪುಬಣ್ಣಕ್ಕೆ ತಿರುಗುವ ದಟ್ಟ ಹಸುರಿಗಿಲ್ಲ. ಆದ್ದರಿಂದಲೇ ಯೂರೋಪಿನ ಹಸಿರು ಅಷ್ಟು ಲವಲವಿಕೆಯಿಂದ ಕಂಗೊಳಿಸುತ್ತದೆ. ಈ ಎತ್ತರ ಬ್ರಿಟನ್ನಿನಲ್ಲಿಲ್ಲ. ಶಿಮ್ಲಾದ ತಂಪು ತಳಿರಂತೂ ಆಕ್ಸ್‌ಫರ್ಡಿನ ನೆನಪು ತರುತ್ತಿದೆ. ಕಾರ್ಯಾಗಾರವು ನಡೆಯುತ್ತಿರುವ ವೈಸ್‌ರಾಯ್ ಲಾಜ್ ತಾನು ಬ್ರಿಟನ್ನಿನಲ್ಲಿಯೂ ನೋಡಿರದಷ್ಟು ದೊಡ್ಡ, ಬ್ರಿಟಿಶ್ ಶೈಲಿಯ ಕಟ್ಟಡ. ಅಲ್ಲಿರುವಾಗ ಬ್ರಿಟನ್ನಿನಲ್ಲಿಯೇ ಇರುವ ಕಲ್ಪನೆ ಬರುತ್ತದೆ. ಆ ಎತ್ತರದಲ್ಲಿ ಸುತ್ತ ಕಾಣುವ ಚಳಿ ಹಸಿರಿನ, ಚಳಿಯಲ್ಲಿ ಅರೆನಿದ್ರೆಯಲ್ಲಿರುವ ಪರ್ವತಶ್ರೇಣಿಗಳಂತೂ ಸ್ವಿಟ್ಸರ್‌ಲ್ಯಾಂಡನ್ನು ಮೀರಿಸುತ್ತದೆ. ಒಂದು ತಕ್ಕ ಹುದ್ದೆ ಸಿಕ್ಕಿದರೆ ಇಲ್ಲಿಯೇ ಇದ್ದುಬಿಡುವ ಕಲ್ಪನೆ ಗಾಢವಾಗುತ್ತದೆ. ಸಂಜೆಯ ಚಳಿಯಲ್ಲಿ ಊಟಕ್ಕೆ ಮೊದಲು ಕಾರ್ಯಾಗಾರದ

ಸಮಸ್ತ ಭಾಗಿಗಳು, ಸಂಪನ್ಮೂಲ ವ್ಯಕ್ತಿಗಳು ಗಂಡು ಹೆಣ್ಣುಗಳೆಂಬ ಭೇದವಿಲ್ಲದೆ ಒಟ್ಟು ಸೇರಿ ಬೆಚ್ಚಗಾಗಿಸುವ ಮೈಚಳಿ ಬಿಟ್ಟು ಮುಕ್ತವಾಗಿ ಉಭಯ ಕುಶಲೋಪರಿಯಿಂದ ಆರಂಭಿಸಿ ಹಾಸ್ಯ, ಜೋಕು, ಆತ್ಮೀಯತೆಯ ಸಂಭಾಷಣೆಗೆ ಸಹಕಾರಿಯಾಗುವ ಪಾನೀಯ ವನ್ನು ಸವಿಯುತ್ತಾರೆ. 'ಮೇಡಂ, ಇದು ಸಮಾನತೆಯ ಕೂಟ. ನೀವು ವೈನಿಗೆ ಸೀಮಿತ ಗೊಳಿಸಿಕೊಂಡರೆ ದುರ್ಬಲಲಿಂಗಿಗಳಂತ ಒಪ್ಪಿಕೊಂಡಂತಾಗುತ್ತೆ,' ನ್ಯೂಸಿಲ್ಯಾಂಡಿನ ಬ್ಯಾನಿ ಸ್ಟರ್ ಹೇಳುತ್ತಾನೆ. 'ಡಾಕ್ಟರ್ ಇಳಾ ಈಸ್ ಸ್ಟ್ರಾಂಗರ್ ದ್ಯಾನ್ ಆಲ್ ದಿ ಮೆನ್ ಹಿಯರ್ ಪುಟ್ ಟುಗೆದರ್,' ಆಸ್ಟ್ರೇಲಿಯದ ರೇವನ್ಸ್ ಕ್ರೈಗ್ ರೈಲು ಹತ್ತಿಸುತ್ತಾನೆ. ತಾನೂ ತನ್ನ ಮೇಡಂತನವನ್ನು ಕಳಚಿ ಹಗುರಳಾಗುತ್ತೇನೆ. ಪ್ರತಿ ಸಂಜೆಯೂ ಹೀಗಿದ್ದರೆ ಎಷ್ಟು ಚಂದ ಎನ್ನಿಸುತ್ತದೆ. ಬೆಂಗಳೂರಿನ ವಾತಾವರಣ ಉಸಿರು ಕಟ್ಟಿಸುವಂಥದು ಎಂಬ ನೆನಪಾಗುತ್ತದೆ.

೩

ಸುಜಯಾ ಅಪ್ಪನ ಜೊತೆ ತಿಪಟೂರಿನಿಂದ ಆರು ಮೈಲಿ ದೂರದ ಗುಡ್ಡದಕೆರೆಗೆ ಹೋಗುವಾಗ ಕಾರು ಎತ್ತಿ ಎತ್ತಿ ಕುಕ್ಕುತ್ತಿತ್ತು. ಹಿಂದೊಮ್ಮೆ ಈ ಊರಿಗೆ ಬಂದಿದ್ದರೂ ರಸ್ತೆ ಹೇಗಿತ್ತೆಂಬ ಸರಿಯಾದ ನೆನಪಿರಲಿಲ್ಲ. ಆಗ ಇಲ್ಲಿ ಇದ್ದುದು ಎರಡೇ ದಿನ. ಈಗ ಒಂದು ವಾರ ಇರುತ್ತೇವೆಂದು ಡ್ಯಾಡಿ ಹೇಳಿದ್ದಾರೆ. ಹಳೆ ಕಾಲದ್ದಾದರೂ ನೆಲಕ್ಕೆ ಶುಭ್ರವಾಗಿ ಗಾರೆ ಹಾಕಿದ ದೊಡ್ಡ ಮನೆ. ಹಿತ್ತಿಲಿನಲ್ಲಿ ನೀರು ಸೇದುವ ಆಳವಾದ ಭಾವಿ. ವಿದ್ಯುತ್ ಪಂಪು ಕೂಡ ಇದೆ. ಸಂಪಿಗೆ ದಾಸವಾಳ ಹೂವಿನ ಗಿಡಗಳು. ಕೊಂಡಮಾವಿನ ಗಿಡಕ್ಕೆ ಹಬ್ಬಿ ತುಂಬಿಕೊಂಡ ಮಲ್ಲಿಗೆ. ಅಲ್ಲಿಯೇ ಹಾಲು ಕೊಡುವ ಹಸುಗಳ ಕೊಟ್ಟಿಗೆ. ಅಜ್ಜಿಗಂತೂ ತನ್ನನ್ನು ಕಂಡರೆ ತಬ್ಬಿಕೊಂಡು ಮುದ್ದಾಡುವಷ್ಟು ಅಕ್ಕರೆ. ಚಿಕ್ಕಪ್ಪ ಚಿಕ್ಕಮ್ಮರಿಗೂ ಅಷ್ಟೆ. ಕಸಿನ್ ಸತೀಶನ ಹತ್ತಿರ ಸೈಕಲ್ ಇದೆ. ಅವನು ದಿನಾ ಅದನ್ನು ಹತ್ತಿ ತಿಪಟೂರಿನ ಹೈ ಸ್ಕೂಲಿಗೆ ಹೋಗುತ್ತಾನಂತೆ. ಈಗಾಗಲೆ ಕೊನೆಯ ವರ್ಷದ ಪರೀಕ್ಷೆಗೆ ಬರೆದಿದ್ದಾನಂತೆ. 'ಯು ಆರ್ ಮೈ ಕಸಿನ್,' ಎಂದು ಅವಳು ಅವನನ್ನು ಹಿತ್ತಿಲಿನ ಪರಂಗಿ ಗಿಡದ ಹತ್ತಿರ ಮಾತನಾಡಿಸಿದಳು.

'ನಿನಗೆ ಯಾರು ಇಂಗ್ಲಿಷ್ ಹೇಳಿಕೊಟ್ಟೋರು?' ಅವನು ಒರಟಾಗಿ ಕೇಳಿದ, ತನ್ನ ಶಾಲೆಯ ಯಾವ ಮಿಸ್ಸಿಗೂ ಇಲ್ಲದ ಒರಟಿನಿಂದ. ಇವನೇನು ನನಗೆ ಟೀಚರ‍್ರಾ? ಎಂದು ಅವಳಿಗೆ ರೇಗಿತು.

'ಹೂ ಟಾಟ್ ಯು ಇಂಗ್ಲಿಷ್?' ಅವಳು ಕೇಳಿದಳು.

'ನಿನಗೆ ಯಾರು ಹೇಳಿಕೊಟ್ಟೋರು ಅಂತ ಮೊದಲು ಕನ್ನಡದಲ್ಲಿ ಹೇಳು.' ಅವನು ಹುಕುಂ ಮಾಡುವವನಂತೆ ಕೇಳಿದ.

'ನನ್ನ ಮಿಸ್ಸು. ನನ್ನ ಮಮ್ಮಿ. ನನ್ನ ಮಮ್ಮಿ ಇಂಗ್ಲಿಷ್ ರೀಡರ್.'

'ಹಾಗಾದರೆ ತಡಿ, ಇಲ್ಲೇ ಇರು,' ಎಂದು ಓಡಿ ಒಳಗೆ ಹೋಗಿ ಒಂದು ಪುಸ್ತಕ ತಂದು ಅವಳ ಮುಂದೆ ಹಿಡಿದು 'ಇದಾ?' ಎಂದ. ಅದರ ಮೇಲೆ ದಪ್ಪ ಅಕ್ಷರಗಳಲ್ಲಿ ಇಂಗ್ಲಿಷ್ ರೀಡರ್ ಎಂದು ಮುದ್ರಿಸಿ ಅದರ ಕೆಳಗೆ ಸಣ್ಣ ಅಕ್ಷರಗಳಲ್ಲಿ ಫ಼ಾರ್ ಹೈಸ್ಕೂಲ್ ಫ಼ೈನಲ್ ಇಯರ್ ಎಂದು ಅಚ್ಚಿಸಿತ್ತು. ಅವಳಿಗೆ ಗೊಂದಲವಾಯಿತು. 'ನನ್ನ ಮಮ್ಮಿ ರೀಡರ್ ಅಂದರೆ,' ಮುಂದೆ ಹೇಳಲು ತಿಳಿಯದೆ ತಡವರಿಸಿದಳು. ಅವನು, 'ಸರಿಯಾಗಿ ತಿಳಕ. ನಾನು ನಿನಗೆ ಕಸಿನ್ ಅಲ್ಲ. ಬ್ರದರ್. ಅಂದರೆ ಅಣ್ಣ. ನೀನು ನನಗೆ ಸಿಸ್ಟರ್, ಅಂದರೆ ತಂಗಿ.' ಎಂದ.

'ಆದರೆ ನನ್ನ ಡ್ಯಾಡಿ ಮಮ್ಮಿ ಬೇರೆ. ನಿನ್ನ ಅಪ್ಪ ಅಮ್ಮ ಬೇರೆ,' ಅವಳ ಅನುಮಾನ ಬಗೆಹರಿಯಲಿಲ್ಲ.

'ಬೇರೆ ಆದರೇನು? ನಿಮ್ಮಪ್ಪ ನಮ್ಮಪ್ಪನಿಗೆ ಅಣ್ಣ. ನೀನು ನನಗಿಂತ ಚಿಕ್ಕವಳು. ಆದ್ದ ರಿಂದ ನಾನು ನಿನಗೆ ಅಣ್ಣ. ನಿನಗೆ ಇಂಗ್ಲಿಷ್ ಹೇಳಿಕೊಟ್ಟೋರಿಗೇ ಬುದ್ಧಿ ಇಲ್ಲ,' ಅವನು ಮೇಷ್ಟರಗಿರಿ ಮಾಡಿದ.

ಅವಳು ಒಳಗೆ ಹೋಗಿ ಅಜ್ಜಿ ಚಿಕ್ಕಪ್ಪನ ಜೊತೆ ಮಾತನಾಡುತ್ತಾ ಕುಳಿತಿದ್ದ ಡ್ಯಾಡಿಗೆ ನ್ಯಾಯ ಒಪ್ಪಿಸಿದಳು. ಅವಳ ತಲೆ ಸವರುತ್ತಾ ಡ್ಯಾಡಿ, 'ಅವನು ಹೇಳೂದು ಸರಿ ಪಾಪು. ನೀನು ಅವನನ್ನ ಅಣ್ಣಯ್ಯ ಅನ್ನು. ಅವನು ನಿನ್ನನ್ನ ಪುಟ್ಟಾಣಿ ಅನ್ನಲಿ' ಎಂದರು. ಅಲ್ಲಿಗೆ ಅವಳಿಗೆ ಸಮಾಧಾನವಾಯಿತು. ಸೀದಾ ಹಿತ್ತಿಲಿಗೆ ಹೋಗಿ, 'ಡ್ಯಾಡಿಯೇ ಹೇಳಿದರು. ನಾನು ನಿನ್ನನ್ನ ಅಣ್ಣಯ್ಯ ಅಂತೀನಿ. ನೀನು ನನ್ನನ್ನ ಪುಟ್ಟಾಣಿ ಅನ್ನಬೇಕಂತೆ,' ಎಂದಳು.

'ನನಗೆ ಮೊದಲೇ ಗೊತ್ತಿತ್ತು,' ಎಂದು ಅವನು ತನ್ನ ಹೆಚ್ಚಿನ ತಿಳಿವಳಿಕೆಯನ್ನು ತೋರಿಸಿಕೊಂಡ.

'ನಿನ್ನ ಹತ್ತಿರ ಸೈಕಲ್ ಇದೆಯಂತೆ?' ಅವಳು ಕೇಳಿದಳು.

'ಬತ್ತೀಯಾ ನಿನ್ನ ಕ್ಯಾರಿಯರ್ ಮೇಲೆ ಕೂರಿಸ್ಕಂಡು ಹೋಗ್ತೀನಿ ತ್ವಾಟಕ್ಕೆ?'

'ನಡಿ ಈಗಲೇ.'

'ಡಬ್ಬಲ್ ರೈಡ್ ಬ್ಯಾಡಕಣೋ ಹೆಣ್ಣುಹುಡುಗಿ ಕೆಡವಿ ಏನಾದರೂ ಆದೀತು,' ಅಜ್ಜಿ ಅಡ್ಡ ಬಂದರೂ ಅಪ್ಪ ದೊಡ್ಡಪ್ಪರು, ಏನೂ ಆಗುಲ್ಲ ಕರಕಂಡು ಹೋಗು ಎಂದರು.

ಮನೆಗೆ ಮೂರು ಫ಼ರ್ಲಾಂಗ್ ದೂರ. ಕೆರೆ ಏರಿಯ ಹಿಂಬದಿಯ ತೋಟದ ಬಾಗಿಲಿನ ತನಕ ಸೈಕಲ್ ನಡೆಸುವಷ್ಟು ಅವನಿಗೆ ಬ್ಯಾಲೆನ್ಸ್ ಇತ್ತು. ನಡುವೆ ದಾರಿ ಕುತುಕ ಲಾಗಿದ್ದಾಗ, ಹಳ್ಳ ಬಿದ್ದು ಅವನು ಕೆಳಗಿಳಿದು ತಳ್ಳಿ ಮತ್ತೆ ಹತ್ತಿ ಕುಳಿತುಕೊಳ್ಳುವಾಗ ಅವ ಳಿಗೆ ಹೆದರಿಕೆಯಾದರೂ ಮಜಾ ಎನ್ನಿಸಿತು. ತೋಟದಲ್ಲಿ ಎಷ್ಟೊಂದು ತೆಂಗಿನ ಮರಗಳು. ಕೆಲವು ಆಕಾಶದೆತ್ತರ. ನಡುನಡುವೆ ಇನ್ನೂ ಕೆಲವು ಐದಾರು ಆಳೆತ್ತರ. ಬೀಸು ಗಾಳಿಗೆ ಭರೋ ಎಂದು ತಲೆದೂಗುತ್ತಿದ್ದವು. ದಿಬ್ಬದ ಮೇಲೆ ಸೈಕಲ್ ನಿಲ್ಲಿಸಿ, 'ನೋಡು ಈ ಕಡೆ ಬೇಲಿಯಿಂದ ಆ ಕಡೆ ಬೇಲಿ ತನಕ, ನಾವು ಬಂದ ಬಾಗಿಲಿನಿಂದ ಅಕೋ ಅಲ್ಲಿ ಕಾಣು ತ್ತಲ್ಲ ಹಳ್ಳ, ಅಲ್ಲಿವರೆಗೆ ನಮ್ಮ ತೋಟ. ಒಟ್ಟು ಎಷ್ಟು ಮರ ಇವೆ ಎಣಿಸ್ತೀಯಾ? ಸರಿ

ಯಾಗಿ ಎಣಿಸಿದರೆ ನೀನು ಜಾಣೆ. ಅಂಕಗಣಿತ ಬರುತ್ತೆ ಅಂತ,' ಎಂದ.

'ಏನು ಅಂಕಗಣಿತ ಅಂದರೆ?' ಅವಳು ಕೇಳಿದಳು.

'ಅರತ್‌ಮಿಟಿಕ್.'

'ನಾನು ಎಣಿಸ್ತೀನಿ. ಒನ್, ಟು, ತ್ರೀ.....' ಎಂದು ಎಣಿಸತೊಡಗಿದಳು. ಆದರೆ ಎಲ್ಲ ಮರಗಳೂ ಒಂದೇ ಥರಾ ಇವೆ. ನಡುನಡುವೆ ಎಂಥೆಂಥದೋ ಮರಗಳು ಅಡ್ಡ ನಿಂತಿವೆ. ಥರ್ಟಿ. ಥರ್ಟಿ ಒನ್ ಎನ್ನುವುದರಲ್ಲಿ ಲೆಕ್ಕ ತಪ್ಪುತ್ತದೆ. ಮೊದಲಿನಿಂದ ಎಣಿಸುತ್ತಾಳೆ. ಫಾರ್ಟಿ ಫೈವ್‌ಗೆ ಮತ್ತೊಂದು ಮರ ಅಡ್ಡ ಬರುತ್ತದೆ.

'ಆ ದೊಡ್ಡ ಮರಗಳಿಲ್ಲದಿದ್ದರೆ ನಾನು ಸರಿಯಾಗಿ ಎಣಿಸ್ತಿದ್ದೆ.'

'ಕಳ್ಳನಿಗೊಂದು ಪಿಳ್ಳೆ ನೆವ,' ಅವನು ಚುಚ್ಚುತ್ತಾನೆ.

'ಏನು ಹಾಗಂದರೆ?'

'ಕನ್ನಡದಲ್ಲಿ ಗೊತ್ತಿಲ್ಲವೆ ಗಾದೆ ಮಾತು?'

'ಇಂಗ್ಲಿಷಿನಲ್ಲಿ ಹೇಳು ಅರ್ಥವಾಗುತ್ತೆ.'

ಅವನಿಗೆ ಹೇಳಲು ತಿಳಿಯುವುದಿಲ್ಲ. 'ಈ ದೊಡ್ಡ ಮರಗಳ ಹೆಸರು ಹೇಳು ನೋಡಾಣ.'

'ಅದು ಮಾವಿನ ಮರ, ಮ್ಯಾಂಗೋ ಟ್ರೀ. ಉಳಿದದ್ದು ನನಗೆ ಗೊತ್ತಿಲ್ಲ.'

'ಬಾ ತೋರುಸ್ತೀನಿ,' ಎಂದು ತೋಟದ ಸುತ್ತ ಕರೆದೊಯ್ದು ಸೊಂಪಾಗಿ ಬೆಳೆದ ಮೂರು ಹಲಸಿನ ಮರಗಳು, ಎತ್ತರವಾದ ಎರಡು ಜಂಬುನೇರಿಳೆ ಮರಗಳು, ಮೂರು ಸೀಬೆ, ನಡುವೆ ತೋಳು ಬೀಸುತ್ತಿದ್ದ ಹನ್ನೆರಡು ಬಾಳೆ ಗಿಡಗಳನ್ನು ತೋರಿಸಿದ.

ಅವಳು ಮಾವಿನಮರವನ್ನೇ ದಿಟ್ಟಿಸಿನೋಡುತ್ತಾ ನಿಂತಳು. 'ಹಣ್ಣು ಬಿಟ್ಟಿದೆ,' ಎಂದಳು.

'ಹಣ್ಣಾಗುಕ್ಕೆ ಇನ್ನೂ ಒಂದು ತಿಂಗಳು ಬೇಕು. ಕಸಿ ಹಣ್ಣು ನಮ್ಮೂರಿಗೇ ಫಸ್ಟ್. ಈಗ ಹುಳಿ ಹುಳಿ ಕಾಯಿ ಬಾಳಾ ಮಜವಾಗಿರುತ್ತೆ. ಅದಕ್ಕೆ ಮೊದಲು ಎಳನೀರು ಕುಡೀ ವಂತೆ ತಡಿ' ಎಂದು, ತನ್ನ ಸೈಕಲ್ ಹ್ಯಾಂಡಲಿಗೆ ಸಿಕ್ಕಿಸಿಕೊಂಡು ತಂದಿದ್ದ ಕುಡುಗೋಲನ್ನು ಸೊಂಟಕ್ಕೆ ಸಿಕ್ಕಿಸಿಕೊಂಡು ತೊಟ್ಟಿದ್ದ ಅಂಗಿಯನ್ನು ಕಳಚಿ, 'ಇಲ್ಲಿ ಬಾ, ಗಂಗಾಪಾನಿ ಗಿಡ ಅಲ್ಲಿದೆ. ಅದರ ಎಳನೀರು ಕಾಶಿಗಂಗೆಗಿಂತ ಸಿಹಿ.' ಎಂದು ಆಚೆಯ ಮಡಿಗೆ ಅವಳನ್ನು ಕರೆದೊಯ್ದು ತೆಂಗಿನ ಮರ ಹತ್ತತೊಡಗಿದ.

ತೀರ ಎತ್ತರವಲ್ಲದಿದ್ದರೂ ನಾಲ್ಕು ಫ್ಲೋರ್ ಫ್ಲ್ಯಾಟಿನ ಎತ್ತರದ ಮರ ಅದು. ಅವಳು ನಿಬ್ಬೆರಗಾಗಿ ನೋಡುತ್ತಾ ನಿಂತಿದ್ದಾಗ ಅವನು ಮೇಲಿನಿಂದ, 'ದೂರ ಹೋಗು' ಎಂದು ಕೂಗಿದ. ಅವಳು ಹದಿನೈದಿಪ್ಪತ್ತು ಅಡಿ ದೂರ ಹೋದನಂತರ ಮೇಲಿನಿಂದ ದಪದಪನೆ ಎಂಟು ಹತ್ತು ಎಳನೀರುಗಳನ್ನು ಹಾಕಿದ. ಅವಳು ಬೆರಗುಗಣ್ಣುಗಳಿಂದ ನೋಡುತ್ತಿದ್ದಳು. ಸರಸರನೆ ಕೆಳಗಿಳಿದ ಅವನು, 'ಅವನ್ನೆಲ್ಲ ಒಂದು ಕಡೆ ಗುಡ್ಡೆ ಹಾಕು' ಎಂದ. ಅವಳು ಎತ್ತಿ ಎತ್ತಿ ಒಂದು ಗುಂಪಾಗಿ ಸೇರಿಸಿದಳು. ಅವನು ಕುಕ್ಕುರುಗಾಲಿನಲ್ಲಿ ಕುಳಿತು ಎರಡು ಎಳನೀರುಗಳನ್ನು ಕೆತ್ತಿ ಒಂದರ ಮೂತಿಯನ್ನು ಒಂದು ಬಿಲ್ಲೆಯಗಲ ಒಡೆದು, 'ಒಳ್ಳೆ ಹದವಾಗಿದೆ, ಇದನ್ನ ಕುಡಿ' ಎಂದ.

ಅವಳು 'ಸ್ಟ್ರಾ' ಎಂದಳು.

'ಅದೆಲ್ಲ ಸಿಟೀಲಿ. ಹೀಗೆ ಕುಡೀಬೇಕು, ಗಾಳಿ ಹೋಗುಕ್ಕೆ ತುಸು ಜಾಗ ಬಿಟ್ಟು. ನಿಧಾನವಾಗಿ ಸ್ವಲ್ಪ ಸ್ವಲ್ಪವಾಗಿ. ನಾನು ಕುಡಿದು ತೋರಿಸ್ತೀನಿ ತಾಳು' ಎಂದು ಕುಡಿದು ತೋರಿಸಿದ.

ಅವಳು ಅವನ ರೀತಿಯನ್ನು ಗಮನಿಸಿ ಅನುಸರಿಸಿದಳು. ಸಣ್ಣ ಸೆಲೆಯು ಸೋರಿ ಕೆನ್ನೆಗಳ ಮೇಲೆ ಹರಿದರೂ ಒಂದೇ ಬಾರಿಗೆ ಅವಳು ಒಂದು ಎಳೆನೀರನ್ನು ಮುಗಿಸಿದಳು. 'ಬೆಂಗಳೂರಿನ ಎಳೆನೀರಿಗಿಂತ ಇದು ತುಂಬ ರುಚಿಯಾಗಿದೆ. ಗಂಗಾಪಾನಿ ಅಂದೆ ಅಲ್ಲವಾ?'

'ಇನ್ನೊಂದು ಕುಡೀತೀಯಾ?'

'ಹೊಟ್ಟೆ ತುಂಬಿತು.'

'ಮನೇಲಿ ಕುಡಿಯೂವಂತೆ. ಇವನ್ನೆಲ್ಲ ದಿಡ್ಡಿ ಕಟ್ಟಿ ಮನೆಗೆ ತಗಂಡು ಹೋಗಾಣ. ದೊಡ್ಡಪ್ಪನಿಗೆ ಗಂಗಾಪಾನಿ ಅಂದರೆ ತುಂಬ ಇಷ್ಟ.'

'ಡ್ಯಾಡಿಗೂ ಮರ ಹತ್ತುಕ್ಕೆ ಬರುತ್ತಾ?'

'ಡ್ಯಾಡಿ ಅನ್ನಬಾರದು. ಅಪ್ಪ ಅನ್ನಬೇಕು. ಹುಡುಗರಾಗಿದ್ದಾಗ ತುಂಬ ಚನ್ನಾಗಿ ಹತ್ತುತ್ತಿದ್ದರಂತೆ. ಕೋತಿ ತಿಮ್ಮಣ್ಣನಿಗಿಂತ ಚನ್ನಾಗಿ. ಈಗ ಅಭ್ಯಾಸವಿಲ್ಲ. ವಯಸ್ಸಾದಮೇಲೆ ಹಾಗೇಯ,' ಎಂದು ಉಳಿದ ಎಳೆನೀರುಗಳನ್ನು ಗುದಿ ಹಾಕಿ ಎರಡು ಕೈಗಳಲ್ಲೂ ಹಿಡಿದು ಸೈಕಲ್ ಹತ್ತಿರಕ್ಕೆ ಸಾಗಿಸಿದ. ಹತ್ತಿರವೇ ಇದ್ದ ಮಾವಿನ ಮರದ ಕೆಳಗೆ ನಿಂತು, 'ಮಾವಿನ ಕಾಯಿ ತಿಂತೀಯಾ?' ಎಂದ.

'ಹಣ್ಣಾಗುಕ್ಕೆ ಇನ್ನೂ ಒಂದು ತಿಂಗಳುಬೇಕು ಅಂದೆ.'

'ಹಣ್ಣು ಒಂದು ಥರ ಚನ್ನ. ಕಾಯಿ ಇನ್ನೂ ಚನ್ನ. ಕಿತ್ತುಕೊಡ್ತೀನಿ ತಾಳು' ಎಂದು ಸರಸರನೆ ಮಾವಿನ ಮರವನ್ನು ಹತ್ತಿ ಆರು ಕಾಯಿಗಳನ್ನು ಕಿತ್ತು ಕೆಳಗಿಳಿದ ಮೇಲೆ ತನ್ನ ಚೆಡ್ಡಿ ಜೇಬಿನಿಂದ ಒಂದು ಪೊಟ್ಟಣವನ್ನು ತೆಗೆದು ಬಿಚ್ಚಿ, 'ಇದೇನು ಹೇಳು' ಎಂದ.

'ಗೊತ್ತಿಲ್ಲ.'

'ಉಪ್ಪು ಮೆಣಸಿನ ಪುಡಿ. ಇದರಲ್ಲಿ ಅದ್ದಿಕಂಡು ತಿಂದರೆ ಹುಳಿಹುಳಿ ಮಾವಿನ ಕಾಯಿ ಎಷ್ಟು ಮಜವಾಗಿರುತ್ತೆ ಗೊತ್ತಾ?' ಎಂದು ಒಂದು ಕಾಯಿಯನ್ನು ಕುಡುಗೋಲಿನಿಂದ ಕತ್ತರಿಸಿ, 'ಹೀಗೆ. ಸ್ವಲ್ಪ ಸ್ವಲ್ಪ ಅದ್ದಿಕೊಬೇಕು. ಜಾಸ್ತಿಯಾದರೆ ಖಾರ ಹತ್ತಿ ಕಣ್ಣಿನಲ್ಲಿ ನೀರು ಬರುತ್ತೆ,' ಎಂದು ಎಚ್ಚರಿಸಿದ. ಎಳೆನೀರಿಗಿಂತ ಅವಳಿಗೆ ಹೆಚ್ಚು ಮಜವೆನ್ನಿಸಿತು. ಒಂದು ಹಣ್ಣಿನ ಎರಡು ಚಪ್ಪೆಗಳನ್ನೂ ಅಗಿದು ತಿನ್ನತೊಡಗಿದಳು.

'ಮಾವಿನ ಮರ ಹತ್ತೀಯಾ?' ಅವನು ಕೇಳಿದ.

'ನಂಗೆ ಬರುಲ್ಲ.'

'ನಾನು ಹೇಳಿಕೊಡ್ತೀನಿ. ನಿನ್ನ ವಯಸ್ಸಿಗೆ ನಾನು ಮಾವಿನ ಮರಾನೇ ಅಲ್ಲ ನೇರಳೆ ಮರ, ತೆಂಗಿನ ಮರಾನೂ ಹತ್ತಿದ್ದೆ.'

‘ನಾಳೆ ಹೇಳಿಕೊಡು.’

‘ನಾಳೆ ನಮ್ಮೂರ ಕೆರೆ ಏರಿಮೇಲೆ ಹೋಗಾಣ. ಕೆರೆಗೆ ನೀರು ಬರುವ ಗುಡ್ಡಾನೂ ಹತ್ತಾಣ. ಅಲ್ಲಿ ಕಾರೆ ಹಣ್ಣು ಸಿಕ್ಕುತ್ತೆ.’

ಅವಳಿಗೆ ಉತ್ಸಾಹಬಂತು. ‘ಇನ್ನೂ ಎಲ್ಲೆಲ್ಲಿಗೆ ಹೋಗಾಣ?’

‘ಸೈಕಲ್ ಮೇಲೆ ತಿಪಟೂರಿಗೆ ಕರಕಂಡು ಹೋಗ್ತೀನಿ. ನನ್ನ ಸ್ಕೂಲು ತೋರುಸ್ತೀನಿ.’

ಹ್ಯಾಂಡಲಿಗೆ ಎಂಟು ಎಳೆನೀರುಗಳನ್ನು ನೇತುಹಾಕಿ ಕ್ಯಾರಿಯರ್ ಮೇಲೆ ಅವಳನ್ನು ಕೂರಿಸಿಕೊಂಡು ಕಷ್ಟವಾದರೂ ಬಿಡದೆ ಬ್ಯಾಲೆನ್ಸ್ ಮಾಡುತ್ತಾ ಸತೀಶ ಸೈಕಲ್ ನಡೆಸುತ್ತಾ ಮನೆಗೆ ಬಂದ.

ಮಾವಿನಕಾಯಿಯ ಅನ್ನ, ಕಾಯಿಕಡುಬು, ಬೇಳೆ ಒಬ್ಬಟ್ಟು, ಒತ್ತುಶ್ಯಾವಿಗೆ, ಮೊದಲಾಗಿ ಪಾರ್ವತಿ ಮಾಡುತ್ತಿದ್ದ ದಿನಕ್ಕೊಂದು ಬಗೆಯ ಅಡುಗೆ ವಿನಯನಿಗೆ ಮನೆಯ ತಂಪನ್ನು ಕೊಡುತ್ತಿತ್ತು. ಅವನು ಒಂದುವಾರದ ಮಟ್ಟಿಗೆ ರಜೆ ಪಡೆದು ಊರಿಗೆ ಬಂದಿದ್ದ. ತಾನು ಇರುವ ಜವಾಬ್ದಾರಿಯ ಸ್ಥಾನದಲ್ಲಿ ಹೆಚ್ಚು ರಜೆ ತೆಗೆದುಕೊಳ್ಳುವುದು ಸಾಧ್ಯವಾಗುತ್ತಿರಲಿಲ್ಲ. ಏಳುದಿನದ ನಂತರ ಪಾಪುವನ್ನು ದಿಲ್ಲಿಗೇ ಕರಕೊಂಡು ಹೋಗುವ ಯೋಜನೆ ಹಾಕಿ ಕೊಂಡಿದ್ದ. ಇಲ್ಲಿ ಸತೀಶನಿಗೂ ಪಾಪುವಿಗೂ ಇಷ್ಟೊಂದು ಹೊಂದಿಕೆಯಾಗಿರುವುದನ್ನು ನೋಡಿದಮೇಲೆ, ಹೇಗೂ ಅವನಿಗೂ ರಜೆ ಇರುವುದರಿಂದ, ಅವನನ್ನೂ ಅಮ್ಮನನ್ನೂ ಜೊತೆಯಲ್ಲಿ ಕರಕಂಡು ಹೋಗಬೇಕೆಂದು ನಿಶ್ಚಯಿಸಿದ. ‘ಅಣ್ಣಯ್ಯ ನನ್ನ ಜೊತೆಗೆ’ ಎಂದು ಪಾಪು ನಿಂತಲ್ಲಿಯೇ ಕುಣಿದಳು.

‘ನಾನು ವಿಮಾನದಲ್ಲಿ ಕೂರುಲ್ಲ. ನಂಗೆ ಹೆದರಿಕೆಯಾಗುತ್ತೆ,’ ಅಮ್ಮ ಹಿಂಜರಿದಳು.

‘ನಾನು ನಿನ್ನ ಜೊತೇಲೇ ನಿನ್ನ ಪಕ್ಕದಲ್ಲೇ ಕೂತಿರ್ತೀನಿ. ನಿಂಗೆ ಹೆದರಿಕೆಯಾದಾಗ ನಿನ್ನ ಕೈ ಹಿಡಕೊತ್ತೀನಿ,’ ಎಂದು ಮಗ ಸಮಾಧಾನ ಹೇಳಿದ. ಒಂದು ದಿನ ಮೊದಲು ಬೆಂಗಳೂರಿಗೆ ಹೋಗಿ ಮೊದಲೇ ವಿಮಾನ ಕಂಪನಿಗೆ ಫೋನು ಮಾಡಿ ಒಂದು ಕಿಟಕಿಯಲ್ಲಿ ಸತೀಶನಿಗೆ, ಅವನ ಹಿಂಬದಿಯ ಕಿಟಕಿಯಲ್ಲಿ ಪಾಪುವಿಗೆ, ತನ್ನ ಪಕ್ಕದಲ್ಲಿ ಅಮ್ಮನಿಗೆ ಆಗುವಂತೆ ಅವನು ಜಾಗವನ್ನು ಕಾಯ್ದಿರಿಸಿದ.

೪

ದಿಲ್ಲಿಯಲ್ಲಿ ಹೊರಗೆ ಸುಡುವಂಥ ಬೇಸಿಗೆ ಇದ್ದರೂ ಮನೆಯೊಳಗೆ ತಣ್ಣನೆಯ ಎ.ಸಿ. ಅಡುಗೆ ಮಾಡಲು ಒಬ್ಬಳು ನೇಪಾಳಿ ಹೆಂಗಸು ಬರುತ್ತಿದ್ದರೂ ಅಮ್ಮ ಸುತ್ತು ಕೆಲಸ ಮತ್ತು ಪುಲ್ಕಾಗಳನ್ನು ಅವಳ ಕೈಲಿ ಮಾಡಿಸಿ ತಾನೇ ಅಡುಗೆ ಮಾಡುತ್ತಿದ್ದಳು. ಅಪ್ಪ ಕೇರಂ ಮೊದಲಾಗಿ ಮನೆಯಲ್ಲೇ ಆಡುವ ಆಟದ ಸಲಕರಣೆಗಳನ್ನು ತಂದುಕೊಟ್ಟರು. ಸತೀಶ ಮತ್ತು ಪಾಪು ಅದರಲ್ಲೇ ಮಗ್ನರಾಗುತ್ತಿದ್ದರು. ಜೊತೆಗೆ ಸದಾ ಹರಟುತ್ತಿದ್ದರು.

ಅವನು ಅವಳಿಗೆ ಒಗಟು ಹೇಳಿಕೊಡುತ್ತಿದ್ದ. ಕನ್ನಡ ಹಾಡುಗಳನ್ನು ಹಾಡಿ ತೋರಿಸುತ್ತಿದ್ದ. ಒಂದು ವಾರದಲ್ಲಿ ಅವಳು ಅಪ್ಪನನ್ನು ಡ್ಯಾಡಿ ಎನ್ನುವುದನ್ನು ಬಿಟ್ಟು ಅಪ್ಪ ಎನ್ನತೊಡಗಿದಳು. ಸಲೀಸಾಗಿ ಕನ್ನಡದಲ್ಲಿ ಮಾತನಾಡುತ್ತಿದ್ದಳು. ಅಪ್ಪ ಎ.ಸಿ. ಕಾರಿನಲ್ಲಿ ಕೂರಿಸಿ ಆ ಮೂವರನ್ನೂ ತಂಪುಹೊತ್ತಿನಲ್ಲಿ ದಿಲ್ಲಿ ನೋಡಲು ಕಳಿಸುತ್ತಿದ್ದ. ಸರ್ದಾಜಿ ಡ್ರೈವರ್ ತುಂಬ ಒಳ್ಳೆಯವನು. ಇವರಿಗೆ ಅರ್ಥವಾಗುವಂತೆ ಸರಳವಾದ ಇಂಗ್ಲಿಷ್ ಮತ್ತು ಹಿಂದಿಯನ್ನು ಬೆರೆಸಿ ಸ್ಥಳಗಳ ವಿವರವನ್ನು ಹೇಳುತ್ತಿದ್ದ. ಬಿಸಿಲು ಏರುವುದರೊಳಗೆ ಮನೆಗೆ ತಂದುಬಿಡುತ್ತಿದ್ದ. ಒಂದು ವಾರಾಂತ್ಯ ಎರಡು ದಿನ ವಿನಯ ಎ.ಸಿ. ಕಾರಿನಲ್ಲಿಯೇ ಹರಿದ್ವಾರ, ಹೃಷೀಕೇಶಗಳನ್ನು ತೋರಿಸಿ ಮೂವರಿಗೂ ಗಂಗಾಸ್ನಾನ ಮಾಡಿಸಿ ರಾತ್ರಿ ಮಸೂರಿಯ ಒಂದು ವೈಭವಯುತ ಹೋಟೆಲಿನಲ್ಲಿ ಉಳಿಸಿದ.

ಮಕ್ಕಳು ಬೇರೆ ಕೋಣೆಯಲ್ಲಿ ಆಡುತ್ತಿದ್ದಾಗ, 'ಆ ಮುಂಡೇನ ಬಿಟ್ಟು ಅತ್ಲಾಗೆ ಬೇರೆ ಮದುವೆ ಮಾಡ್ಕಳೊ. ಇಷ್ಟೆಲ್ಲ ಇದ್ದು ಯಾಕೆ ಒಂಟಿಯಾಗಿದೀಯ' ಅಮ್ಮ ಹೇಳಿದಳು.

'ನಾನು ಸುಖವಾಗಿಯೇ ಇದೀನಮ್ಮ, ಇನ್ನೊಬ್ಬಳು ಎಂಥೋಳು ಸಿಕ್ತಾಳೆಯೋ ಈ ವಯಸ್ಸಿನಲ್ಲಿ,' ಎಂದು ಅವನು ಅಮ್ಮನ ಬಾಯಿಯನ್ನು ಕಟ್ಟಿಹಾಕಿದ.

ಅಧ್ಯಾಯ ೬

೧

ಪುಟ್ಟಕ್ಕನಿಗೆ ಹದಿನಾರು ವರ್ಷ. ತೇಜುವಿಗೆ ಎರಡು. ಅವನನ್ನು ಎತ್ತಿಕೊಳ್ಳುವ ಆಟ ವಾಡಿಸುವ ಅವಳ ಆಶೆಯನ್ನು ಹೋಗಲಾಡಿಸುವುದು ನನ್ನ ಸಂಸಾರವನ್ನೇ ಒಡೆದಂತೆ ಎಂಬ ನನ್ನ ಭಾವನೆ ದಿನೇ ದಿನೇ ಗಟ್ಟಿಯಾಗುತ್ತಿತ್ತು. ಆದರೆ ಮಂಗಳೆ ಅವಳನ್ನು ಮಗು ವಿನ ಹತ್ತಿರ ಹೋಗಗೊಡುತ್ತಿರಲಿಲ್ಲ. 'ಯಾಕೆ ಈ ಹೀನಬುದ್ಧಿ ನಿನಗೆ? ವಿದ್ಯಾಬುದ್ಧಿ ಇಲ್ಲದ ನೀಚ ಹೆಂಗಸಿನ ಥರ?' ಒಂದು ದಿನ ನಾನು ರೇಗಿ ಕೇಳಿದೆ.

'ವಿದ್ಯಾಬುದ್ಧಿ ಇಲ್ಲದೋನು ನೀನು. ಬೆಳೆಯುವ ಮಗೂನ ಬುದ್ಧಿ ಬೆಳೆಯದ ಇವಳ ಸಂಪರ್ಕದಲ್ಲಿ ಬಿಟ್ಟರೆ ಮಗೂನ ಬುದ್ಧಿಯ ಬೆಳವಣಿಗೆ ಕುಂಠಿತವಾಗುತ್ತೆ. ನನ್ನ ಮಗೂನೂ ನಿನ್ನ ಮಗಳ ಥರ ಮಾಡಿ ದ್ವೇಷ ತೀರಿಸ್ಕಬೇಕು ಅಂತ ತೀರ್ಮಾನಿಸಿದೀಯ ನೀನು.' ಅವಳು ಅದಕ್ಕಿಂತ ಹೆಚ್ಚು ರೇಗಿದಳು.

'ನಾವೆಲ್ಲ ಮಗೂನ ಕೈಲಿ ಮಾತಾಡುಲ್ಲವೇನು? ಅಕ್ಕನಿಗೆ ಸರಿಯಾಗಿ ಮಾತುಬರುಲ್ಲ ಅನ್ನೂದ ಅದು ಈಗಿನಿಂದಲೇ ಅರ್ಥಮಾಡ್ಕಳ್ಳಲಿ. ಮಾಡ್ಕಳುತ್ತೆ. ಅವಳಿಗೆ ಮಾತಾಡುಕ್ಕೆ ಕಷ್ಟವೇ ಹೊರತು ಬೇರೆಯೋರು ಆಡುವ ಸರಳ ಮಾತುಗಳು ಅರ್ಥವಾಗುತ್ತೆ.'

'ನನ್ನ ಮಗೂನ ಯಾವ ಪ್ರಯೋಗದ ಅಪಾಯಕ್ಕೂ ಈಡುಮಾಡುಕ್ಕೆ ನಾನು ಸಿದ್ಧ ಳಿಲ್ಲ. ನೀನು ಬೇಕಾದರೆ ನಿನ್ನ ಮಗಳು ಅಂತ ಹೇಳುವ ಅವಳನ್ನ ತಬ್ಬಿ ಮುದ್ದುಮಾಡು.'

ಅವಳ ಮಾತು ಹದ್ದುಮೀರುತ್ತಿರುವುದು ಗೊತ್ತಾದರೂ ಮತ್ತೆ ವಾದ ಬೆಳೆಸಿದರೆ ಹಿಂದೆ ಸರಿಯಲಾರದ ಹಂತ ಮುಟ್ಟುತ್ತದೆಂಬ ಅರಿವಾಗಿ ನಾನು ಸುಮ್ಮನಾದೆ. ಹದಿನಾರು ವರ್ಷದ ಪುಟ್ಟಕ್ಕ ಎತ್ತರವಾಗಿ ತನ್ನ ಅಮ್ಮನ ಎತ್ತರಕ್ಕೇ ಬೆಳೆದಿದ್ದಳು. ನಾನು ವೈಜಯಂತಿ ಯನ್ನು ಮೊದಲು ನೋಡಿದಾಗ ಅವಳಿಗೆ ಇಪ್ಪತ್ತನಾಲ್ಕು. ಹದಿನಾರಕ್ಕಿಂತ ಎಂಟು ವರ್ಷ ಹೆಚ್ಚು. ಅವಳು ಹದಿನಾರರಲ್ಲಿ ಹೇಗಿದ್ದಳೋ ಕಲ್ಪಿಸಿಕೊಂಡಿರಲಿಲ್ಲ. ಈಗ ಪುಟ್ಟಕ್ಕನನ್ನು ನೋಡಿದರೆ ಹೀಗೆಯೇ ಇದ್ದಿರಬಹುದೆನ್ನಿಸುತ್ತಿತ್ತು. ಪುಟ್ಟಕ್ಕನಿಗೆ ಯಾವುದಾದರೂ ಕಾರಣಕ್ಕೆ ದುಃಖವಾದರೆ ಕಣ್ಣಿನಲ್ಲಿ ನೀರು ತುಂಬಿಕೊಳ್ಳುತ್ತಿದ್ದಳು. ನಾನು ಹತ್ತಿರ ಕರೆದು ಅವಳ ಮುಖವನ್ನು ನನ್ನ ಭುಜಕ್ಕೆ ಒರಗಿಸಿಕೊಂಡು ತಲೆಯನ್ನು ತಬ್ಬಿ ಸವರುತ್ತಿದ್ದೆ. ಎರಡು

ನಿಮಿಷದಲ್ಲಿ ಅವಳಿಗೆ ಸಮಾಧಾನವಾಗುತ್ತಿತ್ತು. ನಾನೇ ನನ್ನ ಜೇಬಿನಿಂದ ಕರ್ಚೀಫ಼ು ತೆಗೆದು ಅವಳ ಕಣ್ಣುಗಳನ್ನು ಒರೆಸಿ 'ಅಳಬಾರದು ಪುಟ್ಟಿ, ನೀನು ಜಾಣೆ' ಎನ್ನುತ್ತಿದ್ದೆ. ಅಳುವುದಿಲ್ಲವೆನ್ನುವಂತೆ ಅವಳು ತಲೆಯಾಡಿಸುತ್ತಿದ್ದಳು. ಅವಳಿಗೆ ಯಾಕೆ ದುಃಖವಾಗುತ್ತಿತ್ತು, ಯಾಕೆ ಅಳುತ್ತಿದ್ದಳು, ನನಗೆ ಸರಿಯಾಗಿ ಅರ್ಥವಾಗುತ್ತಿರಲಿಲ್ಲ. ಬಿಡಿಸಿ ಹೇಳಲು ಅವಳಿಗೂ ತಿಳಿಯುತ್ತಿರಲಿಲ್ಲ. ನಾನು ಮನೆಯಲ್ಲಿಲ್ಲದಿದ್ದಾಗ ಒಂಟಿತನದ ಸಂಕಟದಿಂದಿರಬಹುದು. ಊರಿನಲ್ಲಿಲ್ಲದಾಗ ಸಂಕಟ ಉಲ್ಬಣಿಸಿ ತಡೆಯಲಾರದಂತೆ ಆಗಬಹುದು. 'ನಾನು ಊರಿಗೆ ಹೋಗಿ ಬರ್ತೀನಿ. ಎಂಟು ದಿನಕ್ಕೆ ಬರ್ತೀನಿ' ಎಂದು ಒಂದೊಂದು ಕೈಯಿಯ ನಾಲ್ಕು ನಾಲ್ಕು ಬೆರಳುಗಳನ್ನು ಒಟ್ಟಿಗೆ ತೋರಿಸಿದರೆ ಅವಳು ಅರ್ಥಮಾಡಿಕೊಂಡು ತಲೆಯಾಡಿ ಸುತ್ತಿದ್ದಳು. ಅನಂತರ ಪ್ರತಿದಿನ ಬೆಳಗ್ಗೆ ಎದ್ದು ಮುಖ ತೊಳೆದ ನಂತರ ಒಂದೊಂದು ಕೈ ಬೆರಳನ್ನೂ ಮಡಿಸಿ ಲೆಕ್ಕಹಾಕುತ್ತಾ ಕಾಯುತ್ತಿದ್ದಳು. ಎಂಟು ಬೆರಳುಗಳ ಲೆಕ್ಕ ಮುಗಿದಮೇಲೆ ದ್ಯಾವಕ್ಕನ ಹತ್ತಿರ ಅಪ್ಪ್‌ಪ್ಪಪ್ಪ ಎಂದು ದಿನಕ್ಕೆ ಹತ್ತಾರು ಬಾರಿ ಕೇಳುತ್ತಿದ್ದಳು. ನಾನು ಊರಿನಲ್ಲಿಲ್ಲದಾಗ ಅವಳ ಊಟತಿಂಡಿಗಳ ನಿಗವಲ್ಲದೆ ರಾತ್ರಿಯೂ ದ್ಯಾವಕ್ಕ ಅವಳ ಕೋಣೆಯಲ್ಲಿ ಮಲಗುತ್ತಿದ್ದಳು. 'ತಾಯಿ ಇಲ್ಲದ ಮಗು, ತನಗೆ ತಾಯಿ ಇಲ್ಲ ಅನ್ನಿಸ್ದಾಗ ಅಳಾ ಬರ್ತದೆ' ಎಂದು ದ್ಯಾವಕ್ಕ ಹೇಳುವ ವಿವರಣೆಯು ನನಗೂ ನಿಜವೆನ್ನಿಸುತ್ತಿತ್ತು. ಹೆಂಡತಿ ಇಲ್ಲದ ನಾನು, ಹೆಂಡತಿಯ ನೆನಪಾದಾಗ ನನಗೂ ಅಳು ಬರುತ್ತೆ. ಆದರೆ ನಾನು ಅಳೂದಿಲ್ಲ. ನೆನಪಿನಲ್ಲಿ ಮುಳುಗುತೀನಿ, ಎಂಬ ವ್ಯತ್ಯಾಸ ತೋರುತ್ತಿತ್ತು. ಪುಟ್ಟಕ್ಕನನ್ನು ಗಟ್ಟಿಮಾಡುವ ದಾರಿ ತೋಚುತ್ತಿರಲಿಲ್ಲ. ಇದ್ದಕ್ಕಿದ್ದಂತೆಯೇ ಅಮ್ಮನ ನೆನಪಾಗುತ್ತೆ. ಎರಡು ತಿಂಗಳ ಮೊದಲೇ ಜೈಲಿನಿಂದ ಬಿಡುಗಡೆಯಾಯಿತಂತೆ. ನನಗೆ ಮನೆ ಮಠ ಯಾವುದೂ ಇಲ್ಲ ನೀವು ತಿಳಿಸಬೇಕಾದಂಥ ಯಾರೂ ಇಲ್ಲ ಅಂತ ಜೈಲಿನ ಅಧಿಕಾರಿಗಳಿಗೆ ಬರೆದು ಕೊಟ್ಟಿದ್ದಳಂತೆ. ಅಲ್ಲಿಂದ ಎಲ್ಲಿಗೆ ಹೋದಳೋ, ಎಲ್ಲಿ ಪ್ರಾಣ ಕಳಕೊಂಡಳೋ ಮಳೆಗಾಲದ ಯಾವ ಮಹಾನದಿಯಲ್ಲಿ ಮುಳುಗಿಕೊಂಡಳೋ ಯಾವುದಾದರೂ ಆಶ್ರಮ ಸೇರಿ ಕೊಂಡಳೋ ನಾನು ಹುಡುಕಿ ಹುಡುಕಿ ಸಾಕಾದರೂ ಸಿಕ್ಕಲಿಲ್ಲ. ಸತ್ತಿದ್ದಾಳೆಂದು ತೀರ್ಮಾನಿಸಿ ಶ್ರಾದ್ಧ ಮಾಡುವ ಮನಸ್ಸು ಬರಲಿಲ್ಲ. ನನಗಿರುವಂಥ ವಾಂಛಲ್ಯ ಕೇಶವನಿಗೆ ಯಾವತ್ತೂ ಇರಲಿಲ್ಲ. ಅಮ್ಮನ ನೆನಪು, ವೈಜಯಂತಿಯ ಜ್ಞಾಪಕ, ಕಾರಣ ಹೇಳಲು ತಿಳಿಯದ ಪುಟ್ಟಕ್ಕನ ಕಣ್ಣೀರುಗಳು ನನ್ನ ಕಣ್ಣಿನಲ್ಲೂ ನೀರು ಜಿನುಗಿಸುತ್ತವೆ.

೨

ಪುಟ್ಟಕ್ಕನಿಗೆ ನಾನೇ ಕುಳಿತು ಬರೆಯುವುದನ್ನು ಅಭ್ಯಾಸಮಾಡಿಸಿ ಇಪ್ಪತ್ತು ದಿನದ ಮೇಲಾಗಿತ್ತು. ಕೆಲಸದ ಒತ್ತಡ. ಪ್ರವಾಸಗಳು. ವಿಶೇಷವಾಗಿ ನೇಮಿಸಿದ್ದ ಅವಳ ಉಪಾಧ್ಯಾಯಿ ನಿಯು ಓದಿಸಿ ಬರೆಸುತ್ತಾರಾದರೂ ನಾನು ಅಭ್ಯಾಸ ಮಾಡಿಸುವುದು ಅವಳಿಗೆ ಹಿತ,

ನನಗೆ ನೆಮ್ಮದಿ ಆಗುತ್ತಿತ್ತು. ಶನಿವಾರ ಸಂಜೆ ನಾಲ್ಕೂವರೆಯ ಸುಮಾರಿನಲ್ಲಿ ನನ್ನ ಆಫ್ಲೀಸು ಕೋಣೆಗೆ ಕರೆದು ನಿಧಾನವಾಗಿ ಉಕ್ತಲೇಖನ ಕೊಟ್ಟೆ. ಇದು ಮನೆ. ಇದು ಮೇಜ, ನನ್ನ ಹೆಸರು ಪುಟ್ಟಕ್ಕ, ಅಪ್ಪನ ಹೆಸರು ಜಯಕುಮಾರ. ಅಮ್ಮನ ಹೆಸರು ವೈಜಯಂತಿ. ತುಂಬ ನಿಧಾನವಾಗಿ ಹೇಳುತ್ತಾ ಅವಳು ಮರೆತಿರುವ ಅಕ್ಷರ ಒತ್ತಕ್ಷರ ಕಾಗುಣಿತಗಳನ್ನು ಸಾಧ್ಯವಾದಷ್ಟೂ ಅವಳೇ ಜ್ಞಾಪಿಸಿಕೊಳ್ಳಲು ಸಹಾಯಮಾಡುತ್ತಾ, ಜಾಣೆ ಎಂದು ಪ್ರೋತ್ಸಾಹಿಸುತ್ತಾ ಕಲಿಸುತ್ತಿದ್ದೆ. ಇದ್ದಕ್ಕಿದ್ದಂತೆಯೇ ಮಂಗಳೆ ಕೋಣೆಯೊಳಗೆ ನುಗ್ಗಿಬಂದಳು. ಎದುರು ನಿಂತು 'ಐ ವಾಂಟ್ ಟು ಟಾಕ್ ಟು ಯು,' ಎಂದಳು. ವಾದವನ್ನು ಆರಂಭಿಸುವ ಮೊದಲು ಅವಳು ಮಾಡುತ್ತಿದ್ದ ಪ್ರಸ್ತಾವನೆ ಇದು.

'ಅರ್ಧಗಂಟೆಯಾದಮೇಲೆ ಬರ್ತೀನಿ,' ಎಂದು ಹೇಳಿ ನನ್ನ ಪಕ್ಕಕ್ಕೆ ಹಾಕಿಕೊಂಡ ಕುರ್ಚಿಯ ಮೇಲೆ ಕೂತು ಮೇಜದ ಮೇಲಿನ ಹಾಳೆಯ ಮೇಲೆ ಬರೆಯುತ್ತಿದ್ದ ಪುಟ್ಟಕ್ಕನ ಕಡೆಗೆ ತಿರುಗಿದೆ.

'ನಾನು ಈಗಲೇ ಮಾತಾಡಬೇಕು,' ಅವಳು ಬುಸುಗುಟ್ಟಿದಳು.

'ಸಾರಿ. ಐ ಆಮ್ ಬಿಸಿ,' ಎಂದೆ. ಎರಡು ನಿಮಿಷ ತಿದಿಯಂತೆ ಉಸಿರಿಡುತ್ತಾ ನಿಂತಿದ್ದ ಅವಳು ಮಾತನಾಡದೆ ಹಿಂತಿರುಗಿದರೆ ಸೋಲೊಪ್ಪಿಕೊಂಡು, ಮಾತನಾಡಬೇಕೆಂದರೆ ಏನೂ ತೋಚದ ಸ್ಥಿತಿಯಲ್ಲಿದ್ದಾಳೆಂದು ನನಗೆ ಅನ್ನಿಸುತ್ತಿತ್ತು. ಪುಟ್ಟಕ್ಕ ಅ ಅಅಮ್ಮ್ಮ ನ್ ನ ಹೆ ಹೆ ಸ ರುರು ವ ವವೈ ಜಜ ಯಮ್ ಎಂದು ಉಚ್ಚರಿಸುತ್ತಿದ್ದಳು.

ಮಂಗಳೆ ತಕ್ಷಣ, 'ನನ್ನ ಕೈಲಿ ಒಂದು ಮಾತಾಡುಕ್ಕೆ ನೀನು ಬಿಸಿ. ಇಲ್ಲಿ ಪಾಠ ಹೇಳಿಕೊಡೂ ನೆಪದಲ್ಲಿ ಹದಿನಾರು ವರ್ಷದ ಹುಡುಗಿಯ ಹೊಸ ಮೊಲೆ ನೋಡ್ತಾ ಕೂತಿದೀಯ' ಎಂದುಬಿಟ್ಟಳು.

ನನಗೆ ದಿಗ್ಭ್ರಮೆಯಾಯಿತು. ಒಂದುನಿಮಿಷ ಬುದ್ಧಿಗೆ ಗರ ಹೊಡೆದಂತಾಯಿತು. ಚೇತರಿಸಿಕೊಂಡು ಅವಳತ್ತ ತಿರುಗಿ ಗದರಿಸುವ ಧ್ವನಿಯಲ್ಲಿ ಕೇಳಿದೆ: 'ಏನಂದೆ?'

'ಏನೂ ಇಲ್ಲ. ಹದಿನಾರು ವರ್ಷದ ಹುಡುಗೀನ ತಬ್ಬಿಕಳೂದು, ತಲೆ ಸವರೂದು, ಮುದ್ದಿಸೂದು, ನನಗೆಲ್ಲ ಅರ್ಥವಾಗುತ್ತೆ ಸೈಕಾಲಜಿ.' ಅವಳು ಸೆಟೆದು ಹೇಳಿದಳು.

ನನಗೇ ಗೊತ್ತಿಲ್ಲದಂತೆ ನಾನು ಎದ್ದು ನಿಂತೆ. ಅವಳ ಹತ್ತಿರ ಹೋಗಿ ಎದುರಿಗೆ ನಿಂತು, 'ಟೇಕ್ ಬ್ಯಾಕ್ ಯುವರ್ ಡರ್ಟಿ ವರ್ಡ್ಸ್. ತಪ್ಪಾಯ್ತು ಅನ್ನು,' ಎಂದೆ ಹಾಗೆನ್ನದಿದ್ದರೆ ಪರಿಣಾಮ ನೆಟ್ಟಗಿರುವುದಿಲ್ಲವೆಂಬ ಧ್ವನಿಯಲ್ಲಿ.

ಅವಳು 'ಐ ಡೋಂಟ್,' ಎಂದಳು.

ನನ್ನ ಬಲ ಮುಷ್ಟಿ ತನಗೆ ತಾನೆ ಬಿಗಿಯಾಯಿತು. ತುಸು ಮೇಲೆ ಏರಿತು. ಹೊಡೆದುಬಿಡುತ್ತೇನೆ ಎಂದು ಕಣ್ಣುಗಳು ಎಚ್ಚರಿಕೆ ಕೊಡುತ್ತಿದ್ದವು. ಆದರೆ ಯಾರನ್ನೂ ಹೊಡೆದ ಅಭ್ಯಾಸ ನನಗೆ ಇದುವರೆಗೆ ಇರಲಿಲ್ಲ. ಎಷ್ಟೇ ತುಂಟತನ ಮಾಡಿದ್ದರೂ ನಮ್ಮಪ್ಪ ಒಂದು ದಿನವೂ ಮಕ್ಕಳನ್ನು ಹೊಡೆದಿರಲಿಲ್ಲ. ಅಪ್ಪನಿಗಿಂತ ಅಮ್ಮ ಗಟ್ಟಿ ಹೆಂಗಸು. ಅವಳು ಬೈದು ಗದರಿಸಿಕೊಂಡರೆ 'ಮಕ್ಕಳಿಗೆ ತಾಳ್ಮೆಯಿಂದ ಹೇಳಬೇಕು, ಗದರಿಕೊಂಡರೆ ಅವಕ್ಕೆ ಅದೇ

ಗುಣಬರುತ್ತೆ' ಎಂದು ಹೇಳುತ್ತಿದ್ದರು. ಹೀಗಾಗಿ ಈಗ ಬಿಸಿಗೊಂಡು ನಾಲ್ಕೈದು ಇಂಚು ಮೇಲೇರಿದ ಕೈಯನ್ನು ಇನ್ನೂ ಮೇಲೆ ಏರಿಸುವುದು ನನಗೆ ಸುಲಭವಾಗಿರಲಿಲ್ಲ. ಅವಳು ನನ್ನ ಕಣ್ಣುಗಳನ್ನು ಎದುರಿಸಿದಳು. ನನ್ನ ದೃಷ್ಟಿಯನ್ನು ಇರಿದು ಉರಿಸಿಬಿಡುವಂತೆ ಧಿಕ್ಕರಿಸಿ ನೋಡತೊಡಗಿದಳು. ಸೋಲಬಾರದೆಂದು ನಾನೂ ದಿಟ್ಟಿಸತೊಡಗಿದೆ. ನನಗಿಂತ ಅವಳ ಕಣ್ಣುಗಳ ಹಠ ಹೆಚ್ಚು ಸೆಟೆದುಕೊಂಡಿತ್ತು. ನನಗೆ ಮಾತು ತಿಳಿಯುತ್ತಿರಲಿಲ್ಲ.

ಅವಳೇ, 'ಹೊಡೀತೀ ಏನೊ? ಕೈ ಎತ್ತಿದೀಯ. ಹೊಡಿ ಗಂಡಸಾದರೆ?' ಎಂದು ಸವಾಲು ಹಾಕಿದಳು.

ಇವಳು ನನ್ನನ್ನು ಹಿಂತಿರುಗಲಾರದ ಸ್ಥಿತಿಗೆ ತಳ್ಳುತ್ತಿದ್ದಾಳೆ ಎನ್ನಿಸಿತು. 'ಹೊರಟುಹೋಗು ಇಲ್ಲಿಂದ, ಈ ತಕ್ಷಣ. ಪ್ಲೀಸ್, ಪ್ಲೀಸ್, ಹೊರಟುಹೋಗು,' ಎಂದೆ. ನನ್ನ ಧ್ವನಿ ಕಂಪಿಸುತ್ತಿತ್ತು.

'ಪ್ಲೀಸ್ ಅಂತ ಗ್ಯಾಗರೀತೀಯ. ಒಪ್ಪಿಕೊ, ಹೊಡಿಯೂದಿರಲಿ. ನಿನ್ನ ಕೈಲಿ ಏನೂ ಹರಿಯುಲ್ಲ. ನೀನು ಇಂಪೊಟೆಂಟ್. ನಪುಂಸಕ, ಒಪ್ಪಿಕೊ.'

ನನ್ನ ನಿಯಂತ್ರಣ ಕಳಚಿಕೊಂಡಿತು. ಕೈ ಎತ್ತಿ ಫಟಾರನೆ ಅವಳ ಎಡಗೆನ್ನೆಗೆ ಜಾಡಿಸಿದೆ. ಅವಳು ಪ್ರತಿ ಏಟು ಹಾಕಲು ಸಿದ್ಧಳಾಗಿದ್ದುದನ್ನು ನಾನು ನಿರೀಕ್ಷಿಸಿರಲಿಲ್ಲ. ನನ್ನ ಕೈ ಹಿಂತಿರುಗುವ ಮೊದಲೇ ನಾನು ಕೊಟ್ಟದ್ದಕ್ಕಿಂತ ಹೆಚ್ಚು ರಭಸದಿಂದ ನನ್ನ ಎಡಗೆನ್ನೆಗೆ ಜಾಡಿಸಿದ್ದಳು. ಮುಂದೆ ಏನು ಮಾಡುತ್ತಿದ್ದೇನೆಂಬ ಪರಿವೆ ಇಲ್ಲದೆ ಅವಳ ಕೆನ್ನೆ ಭುಜ ಬೆನ್ನುಗಳಿಗೆ ಫಟಫಟನೆ ಒಡಿದು ನೆಲಕ್ಕುರುಳಿಸಿ ಸೊಂಟಕ್ಕೆ ಒದೆದೆ. ಅವಳು ಹೋ ಎಂದು ಗಂಟಲು ಹರಿದುಕೊಂಡಳು. ನಡೆದುದನ್ನು ನೋಡಿದ ಪುಟ್ಟಕ್ಕನೂ ಗಟ್ಟಿಯಾಗಿ ಅಳತೊಡಗಿದಾಗ ನನಗೆ ಪರಿವೆಯುಂಟಾಯಿತು.

೩

ಒಂದು ರಾತ್ರಿ ಲಾಕಪ್ಪಿನಲ್ಲಿ ಘಾಸಿಗೊಂಡು ಎರಡುಲಕ್ಷ ತೆತ್ತು ಮನೆಗೆ ಬಂದ ಮೇಲೆ ಅವಳ ಮುಖ ನೋಡಲೂ ಅಸಹ್ಯವಾಗಿ ರಾತ್ರಿ ಪುಟ್ಟಕ್ಕನ ಕೋಣೆಯಲ್ಲಿ ಮಲಗ ತೊಡಗಿದೆ. ಸ್ನಾನಾದಿಗಳಿಗೆ ಕೂಡ ದಾಂಪತ್ಯದ ಕೋಣೆಗೆ ಹೋಗದೆ ನನ್ನ ಬಟ್ಟೆಬರೆಗಳನ್ನು ಇನ್ನೊಂದು ಕೋಣೆಗೆ ವರ್ಗಾಯಿಸಿಕೊಂಡೆ. ಪುಟ್ಟಕ್ಕ ಮತ್ತು ನನ್ನ ಊಟ ತಿಂಡಿಯ ಸಮಯದಲ್ಲಿ ಅವಳು ಊಟದ ಕೋಣೆಗೆ ಬರುತ್ತಿರಲಿಲ್ಲ. ಉಳಿದಂತೆ ನಾವು ಯಾರೂ ಅಲ್ಲಿಗೆ ಹೋಗುತ್ತಿರಲಿಲ್ಲ. ಈ ವಿಧಾನದಿಂದ ನನ್ನ ಮನೆಯಲ್ಲೇ ನಾನು ಹೊರಗಿನವನಾದೆ. ಈ ಸ್ಥಿತಿ ಎಷ್ಟು ದಿನ ಮುಂದುವರೆಯಬೇಕು? ಬೇರೆ ಬೇರೆಯಾದರೆ ಇಬ್ಬರಿಗೂ ಬಿಡುಗಡೆ ಎಂಬ ಆಲೋಚನೆ ಎಷ್ಟೋ ಸಲ ಮನಸ್ಸಿನಲ್ಲಿ ಹುಟ್ಟುತ್ತಿತ್ತು. ಆದರೆ ನಾನಾಗಿಯೇ ಈ ಪ್ರಸ್ತಾಪ ಮಾಡುವುದು ಬೇಡ, ವಿಚ್ಛೇದನ ಕೇಳಿದರೆ ಯಾವ ಆಧಾರದ ಮೇಲೆ ಎಂಬ ಪ್ರಶ್ನೆ ಎತ್ತುತಾಳೆ, ನ್ಯಾಯಾಲಯದಲ್ಲಿ ಎತ್ತಿಸುತಾಳೆ. ನನ್ನನ್ನು ಲಾಕಪ್ಪಿನಲ್ಲಿ ಇರಿಸಿದ್ದಳು

ಎಂದರೆ ಕೌಟುಂಬಿಕ ದೌರ್ಜನ್ಯದಿಂದ ರಕ್ಷಣೆ ಪಡೆಯುವ ಅಧಿಕಾರ ಅವಳಿಗಿದೆ ಎಂಬ ಸಮರ್ಥನೆ ಸಿಕ್ಕುತ್ತೆ. ಹೊಡೆದದ್ದು ದೌರ್ಜನ್ಯವಾಗುತ್ತೆ. ಅದಕ್ಕೆ ಹೀನಪ್ರಚೋದನೆ ಮಾಡಿದ್ದು ಲೆಕ್ಕಕ್ಕೆ ಬರುಲ್ಲ ಎಂಬ ಕಾನೂನಿನ ಕರಾಳ ತಿರುಚು ಕಾಣಿಸಿಕೊಳ್ಳುತ್ತಿತ್ತು. ಅಲ್ಲದೆ ಇವಳು ಪೋಲೀಸಿಗೆ ಕಂಪ್ಲೇಂಟು ಮಾಡಿದ್ದಕ್ಕಾಗಲಿ ನನ್ನನ್ನು ಲಾಕಪ್ಪಿಗೆ ಹಾಕಿದ್ದಕ್ಕಾಗಲಿ ಯಾವ ದಾಖಲೆಯೂ ಇಲ್ಲ. ಇದ್ದಿದ್ದರೆ ಶೀಲಾರಾಣಿಗೆ ಎರಡುಲಕ್ಷದ ಕಮಾಯಿಯಾಗುತ್ತಿರಲಿಲ್ಲ. ಮನಸ್ಸು ನ್ಯಾಯದ ವಿಕೃತಿಯ ಚಿಂತನೆಯಲ್ಲಿ ಸಿಕ್ಕಿಕೊಂಡು ನನ್ನ ಸ್ವಂತದ ತಳಮಳ ಸ್ವಲ್ಪ ಮರೆಯಾಗುತ್ತಿತ್ತು.

ಇತ್ತೀಚೆಗೆ ನನ್ನಲ್ಲಿ ಮಗು ತೇಜುವಿನ ಬಗೆಗೂ ಉಪೇಕ್ಷೆ ಬೆಳೆಯುತ್ತಿತ್ತು. ದಂಪತಿಗಳಲ್ಲಿ ಪರಸ್ಪರ ಪ್ರೇಮವಿದ್ದರೆ ಮಗುವಿನ ಮೇಲಿನ ಅಕ್ಕರೆಯೂ ಉಕ್ಕುತ್ತೆ. ನಾನು ಮಗುವನ್ನು ಎತ್ತಿಕೊಳ್ಳಲು ಅವಳೇನೂ ಅಡ್ಡಿಮಾಡುತ್ತಿರಲಿಲ್ಲ. ಆದರೆ ಅದು ಯಾವ ಮಾತನಾಡಿದರೂ ತನ್ನ ಅಮ್ಮನನ್ನು ನಿರ್ದೇಶಿಸಿ ಏನಾದರೂ ಹೇಳುತ್ತಿತ್ತು. ಅದನ್ನು ತಪ್ಪಿಸಿ ಮಾತನಾಡುವುದು ನನ್ನ ಭಾವನೆಯ ಅಗತ್ಯವಾಗಿತ್ತು. ಅಲ್ಲದೆ ಅವನು ಮತ್ತು ಪುಟ್ಟಕ್ಕಳನ್ನು ಜೊತೆಯಾಗಿ ಸೇರಿಸಿ ಸ್ವಲ್ಪ ಹೊತ್ತು ಆಟವಾಡಿಸುವ ಬಯಕೆ ನನ್ನದು. ಆದರೆ ಪುಟ್ಟಕ್ಕ ಎಂದರೆ ಅವನಲ್ಲಿ ಅವನ ಅಮ್ಮ ಭಯವನ್ನು ಬೆಳೆಸಿದ್ದಳು. ಅಕ್ಕನೆಂದರೆ ಅವನು ಹೆದರುತ್ತಿದ್ದ. ಓಡಿ ಹೋಗುತ್ತಿದ್ದ. ಅವನ ಮನಸ್ಸನ್ನು ತಿದ್ದಲು ನನಗೆ ಸಾಧ್ಯವಾಗುತ್ತಿರಲಿಲ್ಲ. ಲಾಕಪ್ಪಿನ ಅನುಭವವಾದ ನಂತರವಂತೂ ನನಗೆ ಅವನ ಮೇಲಿನ ಉಪೇಕ್ಷೆ ದೃಢವಾಯಿತು. ಇವನು ಮುಂದೆ ನನ್ನ ಕಂಪನಿಯ ಉತ್ತರಾಧಿಕಾರಿಯಾಗುತ್ತಾನೆ, ಅದನ್ನು ನಡೆಸಿ ಬೆಳೆಸುತ್ತಾನೆ ಎಂಬ ಕನಸುಗಳು ಮನಸ್ಸಿನಲ್ಲಿ ಮೂಡುವುದೂ ನಿಂತುಹೋಯಿತು. ಪುಟ್ಟಕ್ಕ ನನ್ನ ಮಗಳು, ಇವನು ಮಂಗಳೆಯ ಮಗ ಎಂಬ ಒಡಕು ಮನಸ್ಸಿನಲ್ಲಿ ಬೆಳೆಯಿತು. ಮಂಗಳೆ ಹೇಗೆ ಪುಟ್ಟಕ್ಕನಿಗೆ ತಾಯಿಯಲ್ಲವೋ ಹಾಗೆ ನಾನು ಇವನಿಗೆ ತಂದೆಯಲ್ಲ ಎಂಬ ಹೋಲಿಕೆ ಮನಸ್ಸಿನಲ್ಲಿ ಒಮ್ಮೆ ಸುಳಿಯಿತು. ಆದರೆ ತಕ್ಷಣ ಭಾವನೆಯಲ್ಲಿ ಹೀಗಂದುಕೊಳ್ಳಬಹುದು, ವಾಸ್ತವತೆಯಲ್ಲಿ ನಾನು ಅವನ ಅಪ್ಪ ಎಂಬ ಅರಿವಾಯಿತು.

ಒಂದು ಬೆಳಗ್ಗೆ ಪುಟ್ಟಕ್ಕನ ಸಂಗಡ ತಿಂಡಿ ತಿನ್ನುತ್ತಿರುವಾಗ ಮಂಗಳೆ ಮೇಜದ ಎದುರು ಬಂದು ನಿಂತಳು. 'ನೀನು ಮೇಡಂ ಕೈಲಿ ಮಾತಾಡಬೇಕಂತೆ.'

'ಯಾರು ಮೇಡಂ ಅಂದರೆ?' ಮಾತನ್ನೂ ಆಡದೆ ಉಪೇಕ್ಷೆ ತೋರಿಸಬೇಕಾಗಿತ್ತು ಎಂಬ ಆಲೋಚನೆ ಪಶ್ಚಾತ್ತಾಗಿ ಮನಸ್ಸಿನಲ್ಲಿ ಬಂತು. ಆದರೆ ಆಡಿ ಆಗಿಹೋಗಿತ್ತು.

'ಕೆರೂರ್ ಮೇಡಂ.'

'ಅವರ್‍ಯಾರೋ ನನಗೆ ಗೊತ್ತಿಲ್ಲ.'

'ಮಾಲಾ ಕೆರೂರ್.'

'ನನಗೆ ಗೊತ್ತಿಲ್ಲ.'

'ಮಾಲಾ ಕೆರೂರ್. ಸುಪ್ರೀಂ ಕೋರ್ಟ್ ಅಡ್ವೋಕೇಟ್.'

ನನಗೆ ಅರ್ಥವಾಗಿತ್ತು. 'ಕಾನೂನಿಗೆ ಸಂಬಂಧಿಸಿ ನನಗೆ ಅವರ ಕೈಲಿ ಮಾತಾಡುವ

ಯಾವ ಅಗತ್ಯವೂ ಇಲ್ಲ,' ಎಂದೆ.

'ಆದರೆ ಅವರು ನಿನ್ನ ಕೈಲಿ ಮಾತಾಡಬೇಕು ಅಂತಿದಾರೆ.'

'ನಾನು ಯಾವ ಲಾಯರ ಕೈಲೂ ಮಾತಾಡೂದಿಲ್ಲ. ಏನಾದರೂ ವಿಷಯವಿದ್ದರೆ ಅವರು ಕಾನೂನಿನ ಚೌಕಟ್ಟಿನಲ್ಲಿ ನೋಟೀಸ್ ಬರೆಯಲಿ. ನಾನು ನನ್ನ ವಕೀಲರ ಮೂಲಕ ಉತ್ತರ ಬರೆಸ್ತೀನಿ.' ಇದು ವಿವಾಹ ವಿಚ್ಛೇದನೆಗೆ ಮಾಡುತ್ತಿರುವ ಪ್ರಸ್ತಾವನೆ ಎಂಬ ಗ್ರಹಿಕೆ ನನ್ನಲ್ಲಿ ಉಂಟಾಗಿ ಒಳಗಿಂದೊಳಗೇ ತುಸು ಸಂತೋಷವೂ ಆಯಿತು.

'ಯಾಕೆ ಹೀಗೆ ಜಗಳ ಕೆದಕಿಕಂಡು ಹೋಗ್ತೀಯ? ನಮ್ಮ ಕುಟುಂಬದ ಒಳ್ಳೇದಕ್ಕೇ ಅವರು ಮಾತಾಡುಕ್ಕೆ ಮನಸ್ಸು ಮಾಡಿರೂದು. ಅರ್ಧಗಂಟೆ ಸಮಾಲೋಚನೆಗೆ ಇಪ್ಪತ್ತೈದು ಸಾವಿರ ತಗೊಳ್ಳುವಷ್ಟು ಬೆಲೆ ಇದೆ ಅವರ ಸಮಯಕ್ಕೆ. ಅಂಥೋರು ಮಾತಾಡುಕ್ಕೆ ಮುಂದೆ ಬಂದಿರುವಾಗ ದುರಹಂಕಾರ ತೋರಿಸೂದು ಸರಿಯಲ್ಲ.'

ಕೆರೂರಳ ಹತ್ತಿರ ತೀರ ನಿಷ್ಠುರ ಕಟ್ಟಿಕೊಳ್ಳುವುದು ವಿವೇಕವಲ್ಲ ಎನ್ನಿಸಿತು. ಆದರೂ ನಾನು ಹೂಂ ಎನ್ನಲಿಲ್ಲ. 'ನನಗೆ ಸ್ವಲ್ಪ ಚಟ್ನಿ ಬಡಿಸು' ಎಂದು ಪುಟ್ಟಕ್ಕನಿಗೆ ಹೇಳಿದೆ. ಮಂಗಳೆ ಅಲ್ಲೇ ನಿಂತಿದ್ದಳು. ತುಸು ಹೊತ್ತಿನನಂತರ ಹೊರಟುಹೋದಳು.

೪

ಮೂರು ದಿನದ ನಂತರ ಬೆಳಗ್ಗೆ ಹನ್ನೊಂದರ ಸುಮಾರಿಗೆ ಫ್ಯಾಕ್ಟರಿಯ ನನ್ನ ಆಫೀಸಿಗೆ ಒಂದು ಫೋನು ಬಂತು. ಹೆಂಗಸಿನ ಧ್ವನಿ, 'ಮಿಸ್ಟರ್ ಜಯಕುಮಾರ್?' ಎಂದಿತು.

'ಎಸ್,' ಎಂದಮೇಲೆ, 'ನಾನು ಚಿತ್ರಾ ಹೊಸೂರ್ ಅಂತ. ಮಾಲಾಕೆರೂರ್ ಮೇಡಂ ಅವರ ಜೂನಿಯರ್. ನಿಮ್ಮ ಕೈಲಿ ಒಂದು ವಿಷಯ ಡಿಸ್‌ಕಸ್ ಮಾಡಬೇಕಿತ್ತು.'

'ಯಾವ ವಿಷಯ?'

'ನಿಮ್ಮ ಫ್ಯಾಮಿಲಿಗೆ ಸಂಬಂಧಿಸಿದ್ದು.'

'ಮೇಡಂ, ಇದು ನನ್ನ ಆಫೀಸು. ನನ್ನ ಕಂಪನಿಗೆ ಸಂಬಂಧಪಡದ ಬೇರೆ ವಿಷಯವನ್ನ ಇಲ್ಲಿ ಮಾತಾಡುಲ್ಲ,' ಎಂದೆ ಇವರುಗಳ ಜಾಗವನ್ನು ತೋರಿಸುವಂತೆ.

'ನಾನು ನಿಮ್ಮ ಮನೆಗೇ ಬರ್ತೀನಿ. ನಿಮಗೆ ಅನುಕೂಲವಾದ ಸಮಯ ಹೇಳಿ. ನಿಮ್ಮ ಕುಟುಂಬದ ಹಿತರಕ್ಷಣೆಗಾಗಿಯೇ ಚರ್ಚೆಮಾಡಬೇಕಾಗಿರೂದು. ಈ ಕೇಸನ್ನ ಡೀಲ್ ಮಾಡುಕ್ಕೆ ಮೇಡಂ ನನಗೆ ವಹಿಸಿದಾರೆ. ನನ್ನನ್ನ ಭೇಟಿಯೇ ಆಗಕೂಡದು ಅಂತ ತೀರ್ಮಾನಿಸುವ ಸ್ವಾತಂತ್ರ್ಯ ನಿಮಗಿದೆ. ಆದರೆ ಅದರಿಂದ ಕಾನೂನು ನಿಮ್ಮ ವಿರೋಧ ತಿರುಗುತ್ತೆ. ನಿಮ್ಮ ಹಿತೈಷಿಯಾಗಿ ಹೇಳ್ತಿದೀನಿ.' ಆಕೆಯ ಧ್ವನಿ ದೃಢವಾಗಿತ್ತು. ವಾಕ್ಯರಚನೆ ಮತ್ತು ಮಾತಿನ ನಡೆಗಳು ಇವಳೂ ಕೋರ್ಟಿನಲ್ಲಿ ವಾದ ಮಾಡಿ ನುರಿತ

ವಕೀಲೆ ಎಂದು ಸೂಚಿಸುತ್ತಿದ್ದವು. ಏನಿದ್ದರೂ ನೀವು ನನ್ನ ವಕೀಲರ ಸಂಗಡ ಮಾತನಾಡಿ ಎಂದು ಫೋನು ಕೆಳಗಿಡುವ ಮನಸ್ಸಾದರೂ ಸುಮ್ಮಸುಮ್ಮನೆ ಯಾಕೆ ಕೆತ್ತಿ ಸಿಗುರು ಎಬ್ಬಿಸೂದು, ಅವಳು ಏನು ಹೇಳ್ತಾಳೆಯೋ ಕೇಳಿಬಿಡಾಣ ಎನ್ನಿಸಿ, 'ನಾಳೆ ಸಂಜೆ ಆರುಗಂಟೆ,' ಎಂದೆ.

ತುಂಡು ಕೂದಲಿನ ಕ್ರಾಪ್‌ಕಟ್ ಮಾಡಿಸಿಕೊಂಡು ಕರಿಪ್ಯಾಂಟು ಬಿಳಿ ಷರಟು ಕರಿ ಕೋಟು ಧರಿಸಿದ್ದ ಈಕೆ ನೋಡಿದ ತಕ್ಷಣ ಲಾಯರ್ ಎಂಬುದನ್ನು ತೋರಿಸಿಕೊಳ್ಳುವಂತಿದ್ದಳು. ಬೋಳುಹಣೆ ಮಾತ್ರವಲ್ಲ, ತನ್ನ ವಾದದಲ್ಲಿ ಗೆಲ್ಲುವಂತೆ, ಮಾತನ್ನು ಮಂಡಿಸುವ ರೀತಿಯು ವೃತ್ತಿಪರತೆಯಲ್ಲಿ ಹೆಣ್ಣುತನವನ್ನು ನೀಗಿಕೊಂಡಿರುವ ರಿಕ್ತೆಯಂತೆ ಕಾಣಿಸುತ್ತಿದ್ದಳು. ನನ್ನ ಮನೆಯ ಆಫೀಸು ಕೋಣೆಯಲ್ಲಿ ಮೇಜದ ಎದುರಿನ ಕುರ್ಚಿಯ ಮೇಲೆ ಸೆಟೆದು ಕೂತ ಅವಳ ಭಂಗಿಯು ತಾನು ಯಾವುದಕ್ಕೂ ಬಗ್ಗುವವಳಲ್ಲ ಎಂದು ಸೂಚಿಸುವಂತಿತ್ತು. ಕಿವಿಗೆ ಓಲೆಯಾಗಲಿ ಮೂಗಿಗೆ ನತ್ತಾಗಲಿ ಕೊರಳಿಗೆ ಒಂದೇ ಒಂದೆಳೆ ಸರವಾಗಲಿ ಇಲ್ಲ. ತನ್ನೊಡನೆ ವ್ಯವಹರಿಸುವ ಯಾರೂ ಯಾವ ಅಂಶದಲ್ಲೂ ತನ್ನನ್ನು ಹೆಣ್ಣೆಂದು ಭಾವಿಸಿ ದಿಕ್ಕು ತಿರುಗಿಸಕೂಡದೆಂದು ಇವಳು ನಿಶ್ಚಯಿಸಿದ್ದಾಳೆಂದು ಭಾಸವಾಗುತ್ತಿತ್ತು.

ಪರಿಚಯವಿದ್ದವಳಂತೆ ಮಾತ್ರವಲ್ಲ, ಅವಳು ಬರುವುದು ತನಗೂ ಗೊತ್ತಿದ್ದಂತೆ ಮಂಗಳೆ ಅವಳನ್ನು ಸ್ವಾಗತಿಸಿ ಕೋಣೆಯೊಳಗೆ ಕರೆತಂದಳು. ನಾನು ಕುಳಿತಲ್ಲಿಯೇ ಒಂದು ಅಂಗುಲ ಮಾತ್ರ ಎದ್ದಂತೆ ಮಾಡಿ ಎದುರಿನ ಕುರ್ಚಿ ತೋರಿಸಿದೆ. ಮಂಗಳೆ ಹೆಚ್ಚಿ ತಟ್ಟೆಯಲ್ಲಿ ಸಿದ್ಧಪಡಿಸಿದ್ದ ಹಣ್ಣುಗಳ ಮಿಶ್ರಣವನ್ನು ಫೋರ್ಕಿನೊಡನೆ ತಂದು ಮುಂದಿಟ್ಟಳು. ಇಂಥ ಆತ್ಮೀಯ ಸ್ವಾಗತವನ್ನು ಒಂದುದಿನವೂ ನನಗೆ ತೋರಿಸಿರಲಿಲ್ಲ. 'ಇವರಿಗೆ?' ಚಿತ್ರಾಹೊಸೂರ್ ಮಂಗಳೆಯನ್ನು ಕೇಳಿದರು.

'ನಂದು ಆಗಿದೆ,' ಎಂದು ನಾನೇ ಹೇಳಿದೆ.

ಫೋರ್ಕಿಗೆ ಚುಚ್ಚಿ ತೆಗೆದ ಹಣ್ಣಿನ ಹೋಳುಗಳನ್ನು ಬಾಯಿಗಿಟ್ಟುಕೊಂಡ ನಂತರ ವಕೀಲೆ ಮಾತನಾಡಿದಳು: 'ಕ್ಷಮಿಸಬೇಕು. ಹೆಚ್ಚು ಸಮಯವಿಲ್ಲ. ಆಫೀಸಿನಲ್ಲಿ ಕಕ್ಷಿದಾರರು ಕಾಯ್ತಿರ್ತಾರೆ. ಈ ವಿಷಯ ಮಾತಾಡುಕ್ಕೆ ನನಗೂ ಮುಜುಗರವಾಗುತ್ತೆ. ಆದರೆ ನನ್ನ ವೃತ್ತಿಯೇ ಮಾತಾಡೂದು. ಹೆಂಡತಿಗೆ ಲೈಂಗಿಕ ಸುಖವನ್ನ ನಿರಾಕರಿಸೂದು, ಅವಳ ಜೊತೆ ಮಲಗದೆ ಇರೂದು ಕೌಟುಂಬಿಕ ದೌರ್ಜನ್ಯದ ವ್ಯಾಪ್ತಿಯಲ್ಲಿ ಬರುತ್ತೆ. ಕೌಟುಂಬಿಕ ದೌರ್ಜನ್ಯದ ಫಿರ್ಯಾದಿನ ಅಡಿಯಲ್ಲಿ ನೀವು ಒಂದುಸಲ ಪೋಲೀಸ್‌ಸ್ಟೇಶನ್ನಿಗೆ ಹೋಗಿ ಎಚ್ಚರಿಕೆ ಪಡೆದು ಬಂದಿರೋರು. ಆ ರೊಚ್ಚು ತೀರಿಸ್ಕಳುಕ್ಕಾಗಿ ಹೆಂಡತೀನ ಕೈಲೂ ಮುಟ್ಟದೆ ಹಿಂಸೆಗೆ ಒಳಪಡಿಸ್ತಿದೀರಿ. ಎರಡನೆ ಸಲ ಫಿರ್ಯಾದು ಕೊಟ್ಟರೆ ತಕ್ಷಣ ಅರೆಸ್ಟ್ ಮಾಡೂದು ಮಾತ್ರವಲ್ಲ, ಸಜಾ ಆಗೂದು ಖಂಡಿತ. ನಾವು ಯಾವತ್ತೂ ಕುಟುಂಬವನ್ನ ಕೂಡಿಸುಕ್ಕೆ ಪ್ರಯತ್ನಿಸುತೀವೆಯೇ ಹೊರತು ಒಡೆಯೂದಿಲ್ಲ. ನೀವು ತಿದ್ದಿಕೊಬೇಕು. ರೊಚ್ಚನ್ನ ನಿವಾರಿಸಿಕೊಳ್ಳುಕ್ಕೆ ಏನಾದರೂ ಮಾನಸಿಕ ಅಡೆತಡೆ ಇದ್ದರೆ ನೀವಿಬ್ಬರೂ ಒಬ್ಬ ಕೌನ್ಸೆಲರನ್ನ ನೋಡೂದು ಒಳ್ಳೇದು.' ಇಷ್ಟು ಹೇಳಿ ಅವಳು ತನಗೆ ಹೊತ್ತಾಯಿತೆಂಬಂತೆ

ಬೇಗ ಬೇಗ ಹಣ್ಣನ್ನು ತಿನ್ನತೊಡಗಿದಳು. ಮಂಗಳೆ ಒಳಗೆ ನಡೆದಳು. ಚಹ ತರಲು ಎಂಬುದು ನನಗೆ ಸ್ಪಷ್ಟವಾಯಿತು. ನಾನು ಈ ಚಿತ್ರಾಳನ್ನು ಮತ್ತೊಮ್ಮೆ ನೋಡಿದೆ. ಇವಳಿಗೆ ಮದುವೆಯಾಗಿದೆಯೆ? ಇವಳು ಸಂಸಾರದ ಕಷ್ಟಸುಖ, ಒತ್ತಡ, ಜಂಜಾಟ ಮತ್ತು ಪರಿಹಾರ ಮಾರ್ಗಗಳನ್ನು ಅನುಭವಿಸಿದ್ದಾಳೆಯೆ? ಒಂದೆರಡಾದರೂ ಮಕ್ಕಳನ್ನು ಹೆತ್ತು ಹಣ್ಣಾಗಿದ್ದಾಳೆಯೆ? ಎಂಬ ಪ್ರಶ್ನೆಗಳು ಅವಳನ್ನು ನೋಡುವ ರೀತಿಯನ್ನು ಬದಲಿಸಿದ್ದವು. ತಾಯಿತನದಿಂದ ದೇಹದಲ್ಲಿ ಸಹಜವಾಗಿ ಅರಳುವ ಮಾರ್ದವತೆಯಾಗಲಿ ಮುಖದಲ್ಲಿ ಮಾಗುವ ಸೌಂದರ್ಯವಾಗಲಿ ಕಾಣಿಸಲಿಲ್ಲ. ಅಷ್ಟರಲ್ಲಿ ಮಂಗಳೆ ಚಹಾ ತಂದಳು. ಥ್ಯಾಂಕ್ಸ್ ಹೇಳಿ ಅದನ್ನು ಇಸಕೊಂಡು ಬೇಗ ಬೇಗ ಕುಡಿದು ಕಪ್ಪುಬಸಿಗಳನ್ನು ಮೇಜದ ಮೇಲಿಟ್ಟು ನನಗೆ ಬೈ ಬೈ ಹೇಳಿ ಅವಳು ಎದ್ದು ಹೊರಟುಹೋದಳು. ಅವಳನ್ನು ಕಳಿಸಲೆಂದು ಮಂಗಳೆ ಗೇಟಿನವರೆಗೆ ಹೋದದ್ದು, ಅವರಿಬ್ಬರೂ ಆತ್ಮೀಯತೆಯಿಂದ ಹತ್ತು ನಿಮಿಷಕ್ಕೂ ಮೀರಿ ಮಾತನಾಡುತ್ತಾ ನಿಂತದ್ದು ಅವಳು ತನ್ನ ಚಿಕ್ಕ ಮಾರುತಿ ೮೦೦ ಕಾರನ್ನು ಹೊಕ್ಕು ಚಾಲೂ ಮಾಡಿ ಮುಂದೆ ಹೋದದ್ದು ನನಗೆ ಕಿಟಕಿಯಿಂದ ಕಾಣಿಸಿತು.

೫

ಅನಂತರ ನಾನು ಮಂಗಳೆಯ ಕೈಲಿ ಚಿತ್ರಾಹೊಸೂರಳ ಸಲಹೆಯ ಬಗೆಗೆ ಮಾತನಾಡಲಿಲ್ಲ. ಮಂಗಳೆಯು ಬಸರಿಯಾದಾಗ ನನ್ನ ಫ್ಯಾಕ್ಟರಿಯ ಆಫೀಸಿಗೆ ಇತರ ಮೂವರು ಸಕ್ರಿಯ ಮಹಿಳಾವಾದಿಗಳು ಮತ್ತು ಬಾವುಟ ಹಿಡಿದ ಹುಡುಗಿಯರ ಒಂದು ದಂಡಿನೊಡನೆ ಲಗ್ಗೆ ಹಾಕಿದ ಇವಳ ಸೀನಿಯರ್ ಹಾಗೂ ನಾಯಕಿ ಮಾಲಾಕೆರೂರಳು ಆಡಿದ ಧಾಟಿಯಂತೆಯೇ ಇತ್ತು ಇವಳದೂ. ಕಾನೂನಿನ ಘೋರ ಪರಿಣಾಮದಿಂದ ನನ್ನ ಹಿತವನ್ನು ಕಾಯಲು ಬಂದಿರುವ ಮಾತಿನ ನಯಗಾರಿಕೆ. ದೇಹಸುಖವನ್ನು ಕೊಡುವುದು ಗಂಡನ ಕರ್ತವ್ಯ, ಕೊಡದಿದ್ದರೆ ಕೌಟುಂಬಿಕ ದೌರ್ಜನ್ಯವೆನ್ನಿಸಿ ಅರೆಸ್ಟ್, ಸಜಾ, ಮಾನಸಿಕಹಿಂಸೆಯೂ ದೈಹಿಕ ಹಿಂಸೆಯ ಸಮವೇ, ಅಥವಾ ಅದಕ್ಕಿಂತ ಹೆಚ್ಚು ಕ್ರೂರವಾದದ್ದು, ಎಂದು ಕಾನೂನು ಇದೆ. ಯಾವುದನ್ನು ಬೇಕಾದರೂ ಯಾವ ಕಾನೂನಿನ ವ್ಯಾಪ್ತಿಯೊಳಕ್ಕೆ ಬೇಕಾದರೂ ಎಳೆದು ತರಬಹುದೇನೋ! ಎನ್ನಿಸಿತು. ನಾನೂ ಒಬ್ಬ ವಕೀಲರ ಮೊರೆಹೋಗುವಾ ಎಂಬ ಆಲೋಚನೆ ಬಂತು. ಚಾಮರಾಜಪೇಟೆಯ ಸುಬ್ಬರಾಮಯ್ಯನವರ ನೆನಪಾಯಿತು. ಇವನ್ನೆಲ್ಲ ಅವರ ಕೈಲಿ ಹೇಳಿಕೊಳ್ಳಲು ನಾಚಿಕೆ ಎನ್ನಿಸಿತು.

ನಾಲ್ಕು ದಿನ ಕಳೆದಿತ್ತು. ರಾತ್ರಿ ನಾನು ಪುಟ್ಟಕ್ಕ ಊಟ ಮಾಡುವಾಗ ಮಂಗಳೆ ಎದುರಿಗೆ ಬಂದು, 'ಕೌನ್ಸೆಲರ್ ಹತ್ತಿರ ಯಾವಾಗ ಹೋಗೂದು?' ಎಂದಳು.

'ಯಾವ ಕೌನ್ಸೆಲರ್?'

'ಗೊತ್ತಿರೂ ವಿಷಯಾನ ಗೊತ್ತಿಲ್ಲ ಅಂತ ಉಡಾಫೆ ಮಾಡಿದರೆ ನಡೆಯುಲ್ಲ. ಕೌನ್ಸೆಲರ್

ಹತ್ತಿರ ಬರುಕ್ಕೆ ತಿರಸ್ಕರಿಸಿದೆ ಅನ್ನೂದು ಕಾನೂನಿನ ಕ್ರಮಕ್ಕೆ ಒಳಪಡುತ್ತೆ.' ನನಗೆ ಕೌನ್ಸೆಲರ್ ಎಂದರೆ ಅಭ್ಯರ್ಥಿಗಳು ತಾಂತ್ರಿಕ ವಿದ್ಯಾಭ್ಯಾಸಕ್ಕೆ ಹೋಗುವ ಮುನ್ನ ವಿಷಯದ ಆಯ್ಕೆಗೆ ಪರಿಣತರಿಂದ ಸಲಹೆ ಪಡೆಯುವುದು ಎಂಬುದಷ್ಟೇ ಗೊತ್ತಿದ್ದುದು. ಹಾಗೆಂದು ನಾನು ಹೇಳಲಿಲ್ಲ. ಮಂಗಳೆ ಮುಂದುವರೆಸಿದಳು: 'ಅವರೇನೂ ಯಾರೊಬ್ಬರ ಪರ ವಹಿಸಿ ತೀರ್ಪು ಹೇಳೋರಲ್ಲ. ಇಬ್ಬರ ಮಾತನ್ನೂ ಆಲಿಸ್ತಾರೆ. ಇಬ್ಬರನ್ನೂ ಪ್ರಶ್ನಿಸ್ತಾರೆ. ಇಬ್ಬರ ನಡುವೆಯೂ ಇರುವ ಘರ್ಷಣೆಯ ಅಂಶಗಳನ್ನ ಗುರುತಿಸಿ ನಿವಾರಿಸುವ ಮಾರ್ಗ ತೋರಿಸ್ತಾರೆ. ಅವರದು ಯಾವಾಗಲೂ ರಚನಾತ್ಮಕ ಕೆಲಸ. ನನಗೆ ಗೊತ್ತಿದೆ. ನಾನು ಗೊತ್ತುಮಾಡಿದೀನಿ. ಅವರಿಗೆ ಅನುಕೂಲವಾಗುವ ಸಮಯ ನಿಶ್ಚಯಿಸಬೇಕು. ಸೋಮವಾರ ಬೆಳಗ್ಗೆ ಹೇಳಲಾ?'

'ಇಷ್ಟೆಲ್ಲ ವಿವರಣೆ ಹೇಳುವ ನೀನೇ ಯಾರ ಹತ್ತಿರವೂ ಹೋಗದೆ ಸಮಸ್ಯೆಯನ್ನ ಬಗೆಹರಿಸಿಕೊಬಹುದಲ್ಲವೆ?'

'ನಾವು ಮಾತಾಡುಕ್ಕೆ ಹೋದರೆ ವಾದಕ್ಕೆ ತಿರುಗ್ತಿರೂದರಿಂದ ತಾನೆ ವಸ್ತುನಿಷ್ಠೆಯ ವೃತ್ತಿಪರ ಮೂರನೆಯ ವ್ಯಕ್ತಿಯ ಸಹಾಯ ಪಡೀಬೇಕು ಅಂತಿರೂದು.'

'ಮಾತಿಗೆ ಪ್ರತಿಮಾತು ಸೃಷ್ಟಿಸಿ ವಾದಮಾಡೋಳು ನೀನು. ನಾನು ಯಾವಾಗಲೂ ತಾಳ್ಮೆಯಿಂದ ಇದೀನಿ.'

'ಹೆಂಡತೀನ ದನದಂತೆ ಹೊಡೆದು ಚಚ್ಚಿ ಒದೆಯೂದೂ ತಾಳ್ಮೆಯಲ್ಲವೆ? ಹೀಗೆಯೇ ವಾದ ಬೆಳೆಯೂದು. ಸೋಮವಾರ ಬೆಳಗ್ಗೆ ನಾನು ನಿಗದಿ ಮಾಡುಸ್ತೀನಿ. ನೀನು ತಪ್ಪಿಸಿಕೊಂಡರೂ ನಾನು ಹೋಗ್ತೀನಿ. ತಪ್ಪಿಸಿಕೊಂಡೋರ ಹೆಸರು ಅವರ ದಾಖಲೇಲಿ ನಮೂದಾಗುತ್ತೆ.'

ದಾಖಲೆ, ನಮೂದುಗಳ ಮೂಲಕ ಅವಳು ಇಲ್ಲಿಯೂ ಕಾನೂನಿನ ಬೆದರಿಕೆಯನ್ನೇ ಹಾಕಿದಳು.

೭

ತಿಳಿ ಹಳದಿಯ ರೇಶ್ಮೆ ಸೀರೆಯುಟ್ಟು ಅದಕ್ಕೆ ಹೊಂದುವ ಕುಪ್ಪುಸ ತೊಟ್ಟಿದ್ದ ಕೌನ್ಸೆಲರ್ ಡಾ. ಮೋದಿಯವರು ಹಣೆಗೆ ಬಿಂದಿ ಇಟ್ಟು ಬಲಗೈಗೆ ಎರಡು ಹಸಿರು ಗಾಜಿನಬಳೆ, ಎಡಗೈಗೆ ಬಂಗಾರಬಣ್ಣದ ಅಥವಾ ನಿಜವಾದ ಬಂಗಾರದ ಸರಪಣಿಯ ಗಡಿಯಾರ ಕಟ್ಟಿದ್ದರು. ಸುಮಾರು ನಲವತ್ತು ವರ್ಷ. ಮುಖಕ್ಕೆ ಹಚ್ಚಿದ್ದ ಕ್ರೀಮು ತುಟಿಯ ತೆಳು ಲಿಪ್‌ಸ್ಟಿಕ್. ವೃತ್ತಿಪರ ಬ್ಯೂಟಿಶಿಯನ್‌ನಿಂದ ಟ್ರಿಮ್ ಮಾಡಿಸಿಕೊಂಡ ಹುಬ್ಬುಗಳು. ಬಾಬ್‌ಕಟ್ ಮಾಡಿಸಿದ, ಡೈ ಮಾಡಿಸಿಕೊಂಡ ಮಿರಿಮಿರಿ ಮಿಂಚುವ ಕಪ್ಪು ಕೂದಲು. ಅವರ ಮೇಜದ ಮೇಲಿದ್ದ ಹೆಸರಿನ ಲೋಹದ ಹಲ್ಲೆಯ ಡಾ. ಮೋದಿ. ಎಂ.ಡಿ.(ಸೈಕಿಯಾಟ್ರಿ)

ಕೌನ್ಸೆಲಿಂಗ್ (ಕೊಲಂಬಿಯಾ) ಎಂಬುದನ್ನು ನೋಡಿದ ತಕ್ಷಣ ಈಕೆ ಫ಼ಾರಿನ್ ರಿಟರ್ನ್ಡ್ ಎಂಬುದು ಅರ್ಥವಾಯಿತು. ಈಕೆಗೆ ಕನ್ನಡ ಬರುವುದಿಲ್ಲ. ಮಾತುಕತೆ ಎಲ್ಲ ನಡೆದದ್ದು ಇಂಗ್ಲಿಷಿನಲ್ಲೇ. ಅವರ ಮೇಜದ ಎದುರಿನ ಅಕ್ಕಪಕ್ಕದ ಕುರ್ಚಿಗಳಲ್ಲಿ ನಾವಿಬ್ಬರೂ ಕುಳಿತೆವು. ಗುಡ್‌ಮಾರ್ನಿಂಗ್ ಮೊದಲಾಗಿ ಸ್ವಾಗತ ಕುಶಲೋಪರಿಗಳಾದ ನಂತರ ನಮ್ಮ ಹೆಸರುಗಳು ವಯಸ್ಸು ಉದ್ಯೋಗ ಮೊದಲಾದ ವಿವರಗಳನ್ನು ನಾವು ಮೊದಲೆ ಅವರ ಕಾರ್ಯದರ್ಶಿಗೆ ತುಂಬಿಕೊಟ್ಟಿದ್ದ ನಮೂನೆಯ ಮೇಲೆ ಕಣ್ಣಾಡಿಸಿದ ಅವರು, 'ಏನು ನಿಮ್ಮ ಸಮಸ್ಯೆ?' ಎಂದು ಇಬ್ಬರ ಕಡೆಗೂ ಕಣ್ಣುಹಾಯಿಸಿದರು.

'ಹಿ ಮಸ್ಟ್ ಎಕ್ಸ್‌ಪ್ಲೇಯ್ನ್,' ಮಂಗಳೆ ಉತ್ತರಿಸಿದಳು.

ಡಾಕ್ಟರು ನನ್ನ ಕಡೆಗೆ ಕಣ್ಣು ತಿರುಗಿಸಿದರು. 'ದೂರು ತಂದವಳು ಈಕೆ. ಇವಳು ಹೇಳಬೇಕು,' ನಾನು ಎಂದೆ.

'ಇಲ್ಲಿ ದೂರು ಆಪಾದನೆ ಸಮರ್ಥನೆಗಳ ಪ್ರಶ್ನೆ ಇಲ್ಲ. ಇಬ್ಬರೂ ಪರಸ್ಪರ ಸಮಸ್ಯೆಗಳನ್ನ ಮುಚ್ಚುಮರೆ ಇಲ್ಲದೆ ಹೇಳಬೇಕು. ಅನಂತರ ನಾನು ಕೇಳುವ ಪ್ರಶ್ನೆಗಳಿಗೂ ಅಷ್ಟೇ ಬಿಚ್ಚು ಮನಸ್ಸಿನ ಉತ್ತರ ಕೊಡಬೇಕು. ನೀವೇ ಮೊದಲು ಹೇಳಿ. ಅಪಾಯಿಂಟ್‌ಮೆಂಟ್ ಫ಼ಿಕ್ಸ್ ಮಾಡಿರೂದು ನಿಮ್ಮ ಹೆಸರಿನಲ್ಲಿ,' ಎಂದು ಅವರು ಮಂಗಳೆಯ ಕಡೆ ನೋಡಿದರು.

ಮಂಗಳೆ ತನ್ನ ಸಮಸ್ಯೆ ಎಂದು ಆರಂಭಿಸಿದರೂ ಅದು ದೂರೇ ಆಗಿತ್ತು. ಮೊದಲ ಹೆಂಡತಿಯ ಗಾಢಪ್ರೀತಿಯಲ್ಲೇ ಮುಳುಗಿ ತನ್ನನ್ನು ಅಲಕ್ಷ್ಯ ಮಾಡುತ್ತಿರುವ, ನೀನು ಏನೂ ಸಂಪಾದನೆ ಮಾಡುತ್ತಿಲ್ಲವಾಗಿ ನಿನ್ನ ವೃದ್ಧ ತಾಯಿಗೆ ಆಶ್ರಯ ಕೊಡುವ ಅಧಿಕಾರವಿಲ್ಲ ವೆಂದು ಅವಳನ್ನು ಹೊರಗೆ ಕಳಿಸಿದ, ದೇಹಸಂಪರ್ಕವಿಲ್ಲದೆ ತನ್ನನ್ನು ಶಿಕ್ಷಿಸುತ್ತಿರುವ, ಬುದ್ಧಿಮಾಂದ್ಯ ಮಗಳ ಜೊತೆಗೆ ಹಾಕಿ ತನ್ನ ಮಗುವಿನ ಬೆಳವಣಿಗೆಗೆ ಅಡ್ಡಿಮಾಡುತ್ತಿರುವ ಗಂಡ ಎಂಬುದನ್ನೇ ಕೇಳುವವರು ಒಪ್ಪುವಂತೆ ಪರಿಣಾಮಕಾರಿಯಾದ ಇಂಗ್ಲಿಷಿನಲ್ಲಿ ಹೇಳಿದಳು. 'ನೀವು ಏನನ್ನುತೀರಿ?' ಕೌನ್ಸೆಲರ್ ನನ್ನನ್ನು ಕೇಳಿದರು.

ಮಂಗಳೆ ಹೇಳಿದುದನ್ನೆಲ್ಲ ಆಕೆ ಗುರುತು ಹಾಕಿಕೊಳ್ಳುತ್ತಿದ್ದುದರಿಂದ ಇಲ್ಲಿಯ ಕಲಾಪ ವೆಲ್ಲ ದಾಖಲೆಯಾಗುತ್ತದೆ. ಮುಂದೆ ಇದನ್ನೇ ಇವರು ನ್ಯಾಯಾಲಯಕ್ಕೂ ತರಿಸಬಹುದು ಎಂಬ ಅನುಮಾನ ನನಗೆ ಬಂತು. ನನ್ನ ಪರವಾದ ವಾದವನ್ನು ದೃಢವಾಗಿಯೇ ಪ್ರಸ್ತುತಪಡಿಸಬೇಕೆಂದು ಮೊದಲಿನಿಂದ ಹೇಳಿದೆ: ನಾನು ಕರೆದಾಗ ಇವಳು ಒಪ್ಪಿಗೆಯಿಂದಲೇ ಶಯನಕ್ಕೆ ಬಂದು ಏನೂ ಆಗುವುದಿಲ್ಲವೆಂದು ನಂಬಿಸಿ ಅನಂತರ ಮದುವೆಯ ಬೋನಿಗೆ ಬೀಳಿಸಿದ್ದು, ನನ್ನ ಕಂಪನಿಯನ್ನು ಕಟ್ಟಿ ಬೆಳೆಸಿದ್ದಲ್ಲದೆ ಇವಳಿಗೆ ನೌಕರಿಕೊಟ್ಟು ನೆಲೆ ಕಾಣಿ ಸಿದ ನನ್ನ ಮೊದಲ ಹೆಂಡತಿಯ ನೆನಪನ್ನು ಅಳಿಸಿ ಹಾಕಲು ಪ್ರಯತ್ನಿಸುತ್ತಿರುವುದು, ನನ್ನ ಮಗಳನ್ನು ನನ್ನ ಮನೆಯಲ್ಲೇ ಹೊರಗಿನವಳಾಗಿ ಮಾಡಿ ಕೂರಿಸಿರುವುದು, ಇವಳ ತಾಯಿಯ ಪ್ರವೇಶ. ನನ್ನ ಮನಸ್ಸಿಗೆ ಘಾಸಿಯಾಗುವ ಮಾತು ನಡವಳಿಕೆಗಳು, ಹಣೆಗೆ ಒಂದು ಕುಂಕುಮವೂ ಇಡದ ವಿಕರ್ಷಕ ಕಳೆ, ನಾನು ಮತ್ತು ನನ್ನ ಮಗಳ ಸಂಬಂಧದಲ್ಲಿ ಆಡಿದ ಹೀನಮಾತುಗಳು, ಜಗಳ ಆರಂಭವಾದ ರೀತಿ, ನಾನು ಹೊಡೆದ ಸನ್ನಿವೇಶ.

ಅವಳೂ ನನಗೆ ಪ್ರತಿಯಾಗಿ ಹೊಡೆದದ್ದು, ಪೋಲೀಸ್ ಲಾಕಪ್ಪಿನಲ್ಲಿ ನಾನು ಕಳೆದ ರಾತ್ರಿಗಳನ್ನೆಲ್ಲ ವಿವರಿಸಿ ಇವಳ ಮೇಲೆ ಅಸಹ್ಯವಲ್ಲದೆ ಬೇರೆ ಯಾವ ಭಾವವೂ ನನಗೆ ಬರುತ್ತಿಲ್ಲವೆಂಬುದನ್ನು ಸ್ಪಷ್ಟಪಡಿಸಿದೆ.

ಆ ಹೊತ್ತಿಗೆ ಸಮಾಲೋಚನೆಯ ಮುಕ್ಕಾಲು ಗಂಟೆಗಿಂತ ಇನ್ನೂ ಕಾಲುಗಂಟೆ ಕಳೆದಿತ್ತು. ಮುಂದಿನ ಸೋಮವಾರ ಇದೇ ಹೊತ್ತಿಗೆ ಮತ್ತೆ ಬನ್ನಿ ಎಂದು ಆಕೆ ಸಲಹೆ ಮಾಡಿದರು. ಒಟ್ಟಿನಲ್ಲಿ ಮೂರು ಬಾರಿ ಸಮಾಲೋಚನೆ ಮಾಡಿ ಇಬ್ಬರಿಗೂ ಪ್ರಶ್ನೆಗಳನ್ನು ಹಾಕಿ, ವಿವರಗಳನ್ನು ಹೊರಡಿಸಿ ಮರುಪ್ರಶ್ನೆಗಳಿಂದ ವಿವರಗಳ ತಳವನ್ನು ತಡಕಿದ ನಂತರ ಆಕೆ ತೀರ್ಮಾನ ಹೇಳಿದರು: 'ನೀವಿಬ್ಬರೂ ವಿದ್ಯಾವಂತರು. ನೀವು ಒಂದು ಕಂಪನಿಯನ್ನು ಕಟ್ಟಿ ಬೆಳೆಸಿ ಸಹೋದ್ಯೋಗಿಗಳನ್ನು ನಿರ್ವಹಣೆ ಮಾಡಿ ದೇಶವಿದೇಶಗಳಲ್ಲಿ ವ್ಯಾಪಾರ ವಿಸ್ತರಣೆ ಮಾಡಿರುವ ಅನುಭವಿಗಳು. ಈಕೆ ಎಂ.ಎ. ಓದಿ ನೌಕರಿ ಮಾಡಿರುವ, ಮೂವತ್ತಾರು ವರ್ಷ ವಯಸ್ಸಿನ ಪ್ರೌಢೆ. ಕೂಡಿ ನಡೆಯುವ ಮನಸ್ಸು ಮಾಡಿದರೆ ಭಿನ್ನಾಂಶಗಳೆಲ್ಲ ಗೌಣವಾಗುತ್ತವೆ. ಹೇಗೆ ಏನುಗಳನ್ನೆಲ್ಲ ನೀವೇ ಆಲೋಚಿಸಿ ನಡೆಯಿರಿ. ನೀವೇ ನಿರ್ಧಾರ ಮಾಡಿ ಜೊತೇಲಿ ಮಲಗಿ. ಪರಸ್ಪರ ಸಲ್ಲಾಪ ಪ್ರಚೋದನೆಗಳನ್ನು ಪ್ರಜ್ಞಾಪೂರ್ವಕವಾಗಿ ಮಾಡಿ ದೇಹಸಂಪರ್ಕ ಸಾಧಿಸಿ. ದೇಹಕ್ಕೆ ತನ್ನದೇ ಆದ ಸೆಳೆತವಿರುತ್ತೆ. ಎರಡು ತಿಂಗಳಿನ ನಂತರ ಮತ್ತೆ ಬನ್ನಿ.'

ಒಂದುಸಲಕ್ಕೆ ಐದುಸಾವಿರದಂತೆ ಒಟ್ಟು ಹದಿನೈದು ಸಾವಿರ ರೂಪಾಯಿಯನ್ನು ನಾನು ತೆತ್ತಿದ್ದೆ. ಆಕೆಯ ಸಮಾಲೋಚನೆಯಲ್ಲಿ ಹಿತವಚನವೂ ಇತ್ತು. ಇದು ಕಾನೂನು ಪ್ರಕ್ರಿಯೆಗೆ ನೆರವಾಗುವ ಒಂದು ಮೆಟ್ಟಿಲು ಎಂಬ ಅರಿವೂ ನನಗಿತ್ತು.

೭

ಆಕೆ ಹೇಳಿದಂತೆ ನಡೆಯಬೇಕೆಂದು ಮೂರನೆಯ ದಿನ ನಿರ್ಧರಿಸಿದೆ. ಪುಟ್ಟಕ್ಕನಿಗೆ ನಿದ್ರೆ ಬಂದನಂತರ ಸದ್ದಾಗದಂತೆ ಎದ್ದು ಮಂಗಳೆ ಮಲಗಿದ್ದ ದಾಂಪತ್ಯದ ಶಯನಕೋಣೆಗೆ ಹೋದೆ. ಅವಳು ಮಲಗಿದ್ದಳು. ಮಗು ತೊಟ್ಟಿಲಿನಲ್ಲಿತ್ತು. ಎರಡೂವರೆ ವರ್ಷವಾದರೂ ನಿದ್ದೆಗಣ್ಣಿನಲ್ಲಿ ಹೊರಳಿ ಕೆಳಗೆ ಬೀಳದಿರಲೆಂದು ಮಂಚದ ಪಕ್ಕದ ದೊಡ್ಡ ತೊಟ್ಟಿಲಿನಲ್ಲಿ ಮಲಗಿಸಿದ್ದಳು. ಕೋಣೆಯಲ್ಲಿ ಮಂದ ಬೆಳಕಿತ್ತು. ಪೂರ್ತಿ ಕತ್ತಲಿದ್ದರೆ ನಡುವೆ ಎಚ್ಚರವಾದಾಗ ಮಗು ಅಳುತ್ತದೆಂದು ನಿಶೆಯ ಬಲ್ಬ್ ಉರಿಸುತ್ತಿದ್ದಾಳೆಂದು ನನಗೆ ಅರ್ಥವಾಯಿತು. ಹೋಗಿ ಅವಳ ಪಕ್ಕದಲ್ಲಿ ಮಲಗಿದೆ. ಅವಳಿಗೆ ಎಚ್ಚರವಾಗಿದೆ ಎಂದು ನನ್ನ ಅಂತಃಪ್ರಜ್ಞೆಗೆ ತಿಳಿಯುತ್ತಿತ್ತು. ಅವಳು ಸುಮ್ಮನಿದ್ದಳು. ನಾನೇ ಅವಳನ್ನು ತಬ್ಬಿಕೊಂಡೆ. ಅರ್ಧನಿಮಿಷದ ನಂತರ ಅವಳೂ ತನ್ನ ತೋಳನ್ನು ನನ್ನ ದೇಹಕ್ಕೆ ಸುತ್ತಿಸಿದಳು. ಐ ಲವ್ ಯು ಎಂದು ಹೇಳುವ ಅಥವಾ ಮಂಗಳಾ ಎಂದು ಹೆಸರನ್ನು ಅವಳ ಕಿವಿಯಲ್ಲಿ ಪಿಸುಗುಟ್ಟುವ

ಪ್ರಯತ್ನಮಾಡಬೇಕೆಂಬ ಕರ್ತವ್ಯದ ನೆನಪಾಯಿತು. ಇದ್ದಕ್ಕಿದ್ದಂತೆಯೇ ನನ್ನೊಳಗೇ ಒಂದು ತಡೆ ಹುಟ್ಟಿತು. ಅವಳಾದರೂ ಏನಾದರೂ ಹೇಳುತ್ತಾಳೆಯೇ ಎಂಬ ನಿರೀಕ್ಷೆಯಲ್ಲಿ ಸುಮ್ಮನಿದ್ದೆ. ಅವಳು ದೇಹದಿಂದ ಸ್ಪಂದಿಸುತ್ತಿದ್ದಳು. ಪ್ರಚೋದಿಸುತ್ತಿದ್ದಳು. ಆದರೆ ಬಾಯಿಯಿಂದ ಲವ್ ಯು ಎಂಬಂತಹ ಯಾವ ಪ್ರೀತಿಯ ಮಾತೂ ಬರಲಿಲ್ಲ. ಅದಿಲ್ಲದಿದ್ದರೆ ಏನಾಯಿತು, ದೇಹಕ್ಕೆ ತನ್ನದೇ ಆದ ಸೆಳೆತವಿರುತ್ತೆ ಎಂಬ ಸಮಾಲೋಚಕಿಯ ಮಾತಿನ ನೆನಪಾಯಿತು. ನಾನು ಅವಳ ದೇಹಪ್ರಚೋದನೆಯನ್ನು ಮುಂದುವರೆಸಿದೆ. ಅವಳೂ ಮರುಪ್ರಚೋದನೆ ಮಾಡತೊಡಗಿದಳು. ಅವಳ ಕ್ರಿಯೆಯಲ್ಲಿ ಪರಿಣತಿ ಇರುವುದು ನನಗೆ ಅರ್ಥವಾಯಿತು. ಆದರೂ ನನಗೆ ಪ್ರಚೋದನೆಯಾಗುತ್ತಿಲ್ಲ. ಯಾಕೆಂಬುದು ಹೊಳೆಯುತ್ತಿಲ್ಲ. ನನಗೆ ಮುಪ್ಪು ಬಂದುಬಿಟ್ಟಿದೆಯೆ? ನಲವತ್ತೆಂಟು ವರ್ಷಕ್ಕೇ? ಮೂರು ವರ್ಷದ ಹಿಂದೆ ಇವಳನ್ನು ಈ ಮನೆಗೆ ಕರೆದು ಇವಳು ಮರುಮಾತನಾಡದೆ ಬಂದು ಇದೇ ಮಂಚದ ಮೇಲೆ ಯಾವ ಪ್ರಚೋದನೆಯೂ, ಪ್ರೀತಿಯ ಮಾತೂ ಇಲ್ಲದೆ ಉತ್ತೇಜನಗೊಂಡು ಸಮರ್ಥವಾಗಿ ಮೆರೆದ ನನಗೆ ಈಗ ಇವಳು ಇಷ್ಟೆಲ್ಲ ಮಾಡಿದರೂ ಯಾಕೆ ಹೀಗೆ? ನಂತರದ್ದೆಲ್ಲವೂ ನೆನಪಿಗೆ ಬರತೊಡಗಿತು. ಮಂದಬೆಳಕಿನಲ್ಲಿ ಇವಳ ಮುಖವನ್ನು ನೋಡಿದೆ. ಏನವಳ ಹೆಸರು? ಪೋಲೀಸ್ ಇನ್‌ಸ್ಪೆಕ್ಟರ್ ಶೀಲಾರಾಣಿ ಖಾಕಿಪ್ಯಾಂಟು, ಖಾಕಿ ಷರಟು, ಉರಿಯುವ ಯಮಕಿಂಕರನಂತಹ ಮುಖ, ದರ್ಪದ ಕಣ್ಣುಗಳು. ಕೂತ್ಕಳುಕ್ಕೆ ನಾನು ಪರ್ಮಿಶನ್ ಕೊಟ್ಟಿಲ್ಲ. ನೀವು ಪರ್ಮಿಶನ್ ಕೇಳಿಲ್ಲ ಒಳಗೆ ಬಂದೋರಿಗೆ ಕೂತ್ಕಳಿ ಅಂತ ಮೊದಲು ಸೌಜನ್ಯ ತೋರಿಸಬೇಕಾದೋರು ನೀವು ಏನಯ್ಯಾ ನಮಗೆ ಸೌಜನ್ಯದ ಪಾಠಹೇಳ್ತೀಯ ಕ್ರಿಮಿನಲ್‌ಗಳಿಗೆ ಯಾವ ಠಾಣೇಲೂ ಸೌಜನ್ಯ ಸಿಕ್ಕೊಲ್ಲ ಅಂತ ಗದರಿ ಮೇಡಂ ನಿಮ್ಮನ್ನ ನಮಸ್ಕಾರ ಮೇಡಂ ಅಂತ ಸೌಜನ್ಯದಿಂದಲೇ ಮಾತನಾಡಿಸಿದೀನಿ ನಾನೇನು ಕ್ರಿಮಿನಲ್ ಕೆಲಸ ಮಾಡಿರೂದು ಅಂತ ಕುರ್ಚಿಯ ಮೇಲೆ ಕೂರಲು ಹೋಗಿ ಠಣ್ ಅಂತ ತನ್ನ ಮೇಜಿನ ಮೇಲಿದ್ದ ಗಂಟೆಯೊತ್ತಿ ಇಬ್ಬರು ದಡೂತಿ ಮಹಿಳಾ ಕಾನಿಸ್ಟೇಬಲ್‌ಗಳು ದಡ ದಡ ನುಗ್ಗಿಬಂದು ಇವನನ್ನ ಒಳಗೆ ಹಾಕಿ ಬೀಗ ಜಡೀರಿ ಒಬ್ಬೊಬ್ಬಳು ನನ್ನ ಒಂದೊಂದು ತೋಳಿಗೆ ತನ್ನ ಪಹಿಲ್ವಾನೀ ಕೈಯನ್ನು ತೂರಿ ಏನ್ರಮ್ಮ ನೀವು ಮಾಡ್ತಿರೂ ಕೆಲಸ ಈ ದೇಶದಲ್ಲಿ ನ್ಯಾಯನೀತಿ ಕಾನೂನು ಇಲ್ಲವಾ? ನನ್ನ ಲಾಯರನ್ನು ಕರೆಸ್ತೀನಿ ಒಂದು ಕ್ರಮ ಬ್ಯಾಡವಾ? ಅವಳು ಇನ್ನೊಮ್ಮೆ ಮೇಜದ ಮೇಲಿನ ಗಂಟೆಯೊತ್ತಿ ದಢ ದಢನೆ ಇನ್ನಿಬ್ಬರು ಕಾನಿಸ್ಟೇಬಲ್‌ಗಳು ಗಂಡು ಕಾನಿಸ್ಟೇಬಲ್‌ಗಳು ವೇಷದಲ್ಲೂ ಅದರೊಳಗಿನ ಶರೀರದಲ್ಲೂ ಗಂಡು ಕಾನಿಸ್ಟೇಬಲ್‌ಗಳು ಮೊದಲು ಬಂದ ಇಬ್ಬರು ಹೆಂಗಸು ಕಾನಿಸ್ಟೇಬಲ್ ಗಳೇ ಸಾಕಾಗಿತ್ತು ನನ್ನನ್ನು ಈ ಒಳಗೆ ತಳ್ಳುಕ್ಕೆ ಈ ಇಬ್ಬರು ಗಂಡು ಪೇದೆಗಳು ಯಾಕೆ ಬಂದವು ಇವರ ಸಹಾಯಕ್ಕೆ ಹಸುಗಳ ಸಹಾಯಕ್ಕೆ ಎತ್ತುಗಳಂತೆ ಇವರು ನನ್ನನ್ನ ಕೊಲ್ತಾರೆ ನನಗೇನಾದರೂ ತೊಂದರೆಯಾದರೆ ನಿಮಗೆ ನೇಣುಗಂಬವಾಗುತ್ತೆ ನನ್ನನ್ನ ಯಾರಂತ ತಿಳಕೊಂಡಿರಿ ಅಂತ ಗಟ್ಟಿಯಾಗಿ ಕಿರುಚಿಕೊಂಡರೂ ಗಾಬರಿಯಾಗಿ ಕಿರುಚಿ ಕೊಳ್ಳದೆ ಬೇರೆ ಏನೂ ತೋಚದೆ ನನ್ನನ್ನ ಯಾರು ಅಂತ ತಿಳಕೊಂಡಿರಿ ಇಂಡಸ್ಟ್ರಿಯಲಿಸ್ಟ್

ಜಯಕುಮಾರ್ ಕಿರುಚಿದ್ದಕ್ಕೆ ಇರಬೇಕು ಎದ್ದು ಬಂದ ಇಕ್ಸ್ಪೆಕ್ಟರ್ ನನ್ನಷ್ಟೇ ಎತ್ತರ ಐದು ಒಂಭತ್ತು ಬೂಟಿನ ಎತ್ತರವೂ ಸೇರಿ ಇರಬೇಕು ಧಡೂತಿ ಮೈಕಟ್ಟಿನಿಂದ ಅಗಲ ಸುತ್ತಳತೆ ಹೆಚ್ಚಾದಷ್ಟೂ ಎತ್ತರದ ಭಾವನೆ ಕಡಿಮೆಯಾಗುತ್ತೆಂಬ ಇಂಜಿನಿಯರಿಂಗ್ ಪಾಠ ನೆನಪಿಗೆ ಬಂದು ಬಿಗಿಯಾದ ಖಾಕಿ ಕೋಟಿನ ಒಳಗೆ ಚಪ್ಪಟೆಗೊಂಡ ಎದೆಯದಾದರೂ ಹೆಂಗಸಿನ ಒಳಆಕಾರವನ್ನು ಬಿಚ್ಚಿಡದ ಸುತ್ತಳತೆ ಹೆಣ್ಣಿಗೆ ಪ್ರಕೃತಿದತ್ತವಾದ ದಪ್ಪ ಅಂಡುಗಳು ನನ್ನ ಆ ಮನಃಸ್ಥಿತಿಯಲ್ಲೂ ಕಣ್ಣಿಗೆ ತಗುಲಿ ಇಂಡಸ್ಟ್ರಿಯಲಿಸ್ಟ್ ಅಂತ ಬಡಕತ್ತೀಯಲ್ಲ ಠಾಣೆಯಲ್ಲಿ ಕ್ಯಾಪಿಟಲಿಸ್ಟನಿಗೂ ಪ್ರಾಲೆಟೇರಿಯಟ್‌ಗೂ ವ್ಯತ್ಯಾಸವಿಲ್ಲ ನೊ ಎಕ್ಸ್‌ಪ್ಲಾಯಿಟೇಶನ್ ನೀನು ಮಾಡಿರೂ ಅಪರಾಧಕ್ಕೆ ಸ್ವಾಪ್ ಶೌಟಿಂಗ್ ಏನು ನನ್ನ ಅಪರಾಧ ಹೆಂಡತೀನ ಹೊಡಿ ಯೂದು ಅಂದರೆ ಏನಂತ ತಿಳಕಂಡೆ ಡೊಮೆಸ್ಟಿಕ್ ವಯಲೆನ್ಸ್ ನಾನ್ ಬೇಯ್ಲುಬಲ್ ಅಫೆನ್ಸ್ ಲಾಯರು ಅಂತ ಬಡಕಂಡೆಯಲ್ಲ ಸುಪ್ರೀಮ್ ಕೋರ್ಟಿಗೆ ಹೋದರೂ ಬೇಯ್ಲ್ ಸಿಕ್ಕೊಲ್ಲ ಬೆಂಕಿಯುಗುಳುವ ಯಮನ ಕಣ್ಣುಗಳು ಆರೋಪಕಿಯೂ ದಂಡಾಧಿಕಾರಿಣಿಯೂ ನ್ಯಾಯಾಧೀಶೆಯೂ ಶಿಕ್ಷೆಯನ್ನು ಕಾರ್ಯಗತಗೊಳಿಸುವ ನುರಿತ ಹಿಂಸ್ರಪಟುವೂ ಆದ ಖಾಕಿಯ ಐದು ಒಂಭತ್ತು ಧಡೂತಿ ಸುತ್ತಳತೆ ಖಟಖಟ ಪಾದ ಘಟ್ಟನೆಯೊಡನೆ ನಿರ್ಗ ಮಿಸುವಾಗ ಅವಳ ಬೆನ್ನು ಇವಳದಾಗಿ ಕಾಖಿ ಬಟ್ಟೆಯ ಇಕ್ಸ್ಪೆಕ್ಟರ್ ಮಂಗಳಾ ಉರಿಯುಗು ಳುವ ಯಮಗಣ್ಣುಗಳ ಇವಳ ಹಿಂಸ್ರಕ ಪ್ರಚೋದನೆಗೆ ತುಸುವೂ ಉತ್ತೇಜನವಿಲ್ಲದೆ ಬುದ್ಧಿ ಮನ ಭಾವಗಳೆಲ್ಲ ಅವತೇಜಗೊಂಡು ಸೋಲನ್ನು ಒಪ್ಪಿಕೊಳ್ಳುತ್ತಾ 'ಬೇಕಂತ ಕಳ್ಳಾಟ ಆಡ್ತಿದೀಯೊ? ಅಥವಾ ನಿಜವಾಗಿಯೂ ನಪುಂಸಕನಾಗಿದೀಯೋ?' ಅವಳ ಪಾಟೀಸವಾಲ್ ಶೈಲಿಯ ಪ್ರಶ್ನೆಗೆ ಪ್ರತಿಹೇಳಲೂ ತೋಚದೆ ಮಂಕುಬಡೆದು ಅವಳೂ ಪ್ರಯತ್ನವನ್ನು ನಿಲ್ಲಿಸಿ ಕೋಣೆಯಲ್ಲೆಲ್ಲ ನಿಶ್ಶಬ್ದ ಅಡರಿ ಇನ್ನು ಅಲ್ಲಿರಲು ನಾಚಿಕೆ ಎನ್ನಿಸಿ ಎದ್ದು ಪುಟ್ಟಕ್ಕನ ಕೋಣೆಯ ಮಂಚದೆಡೆಗೆ ನಡೆದೆ.

ಅಧ್ಯಾಯ ೭

೧

'ನೋಡು, ನಿನಗೊಂದು ಸುದ್ದಿ ಹೇಳಬೇಕು. ಅದ ಹೇಳುಕ್ಕೆ ಅಂತಲೇ ನಿನಗೆ ಫ಼ೋನ್ ಮಾಡಿ ಕರೆದದ್ದು,' ನನ್ನ ಫ಼್ಲ್ಯಾಟಿನ ಶಯನಕೋಣೆಯ ಮಂಚದಮೇಲೆ ಅವನ ಪಕ್ಕ ಕುಳಿತು ಹೇಳಿದೆ.

'ಸುದ್ದಿ ಹೇಳುಕ್ಕೆ ಮಾತ್ರವೆ?' ಅವನ ಕಣ್ಣುಗಳಲ್ಲಿ ಕೀಟಳೆ ಕುಣಿಯಿತು.

'ಹಾಗೆಯೇ ತಿಳಕ. ನೆನ್ನೆ ನನ್ನ ಮದುವೆಯಾಯಿತು.'

'ಐ ಸೀ. ಯಾರವನು ಅದೃಷ್ಟಶಾಲಿ?' ಪ್ರಭಾಕರ ಇದನ್ನೊಂದು ಜೋಕ್ ಅಂತ ತಿಳಕಂಡ. ನನ್ನ ಮುಖವನ್ನೇ ಅರ್ಧನಿಮಿಷ ಗಮನಿಸಿ ನಂತರ, 'ಜೋಕ್ ಮಾಡುವಾಗ ಸ್ವಲ್ಪವಾದರೂ ನಂಬಿಕೆಯ ಅಂಶವನ್ನ ಸೃಷ್ಟಿಸಬೇಕು.'

'ಹಣೆಗೆ ಕುಂಕುಮ, ಕಿವಿಗೆ ಓಲೆ, ಕೊರಳಿಗೊಂದು ಮಾಂಗಲ್ಯವಾದರೂ ಇರಬೇಕು ಅಂತ ಅಲ್ಲವೆ ನಿನ್ನ ಗ್ರಹಿಕೆ? ಮದುವೆಯಾದ ಗಂಡಸೇನೂ ಹಣೆ, ಕುತ್ತಿಗೆ ಮೊಣಕೈಗಳಿಗೆ ಚಿಹ್ನೆಗಳನ್ನ ತಗುಲಿಸಿಕಳೂದಿಲ್ಲ. ನಾನು ಮಾಡಿಕೊಂಡದ್ದು ಸಬ್‌ರಿಜಿಸ್ಟ್ರಾರರ ಕಛೇರೀಲಿ.'

ಅವನು ನನ್ನ ಮುಖವನ್ನೇ ನೋಡುತ್ತಿದ್ದ. ಅವನ ಮುಖದಲ್ಲಿದ್ದ ಆಶ್ಚರ್ಯ ಅಪ ನಂಬಿಕೆಗಳು ಇಳಿಯುತ್ತಿದ್ದವು. 'ನನಗೆ ಸ್ವಲ್ಪವಾದರೂ ಸೂಚನೆ ಕೊಡಲಿಲ್ಲ?' ಎಂದ.

'ನನಗೇ ಖಚಿತವಾಗಿ ಗೊತ್ತಿರಲಿಲ್ಲ,' ಎನ್ನುವಾಗ ನನಗೆ ಹೊಟ್ಟೆಯೊಳಗಿನಿಂದ ವಾಂತಿ ಒತ್ತಿಕೊಂಡು ಬಂತು. ತಡೆದುಕೊಳ್ಳುವುದು ಸಾಧ್ಯವೇ ಆಗಲಿಲ್ಲ. ಇಷ್ಟಾಗಿಯೂ ಯಾಕೆ ತಡಕೊಬೇಕು? ಎಂಬ ಕೆಚ್ಚೂ ಬಂದು ಮೇಲೆದ್ದು ಶೌಚಾಲಯಕ್ಕೆ ಹೋದೆ. ವಾಂತಿ ಮಾಡಿಕೊಳ್ಳುವ ಶಬ್ದ ಅವನಿಗೆ ಕೇಳುತ್ತಿತ್ತು. ಎಷ್ಟೊಂದು ಹೆಣಗಿಸುತ್ತೆ ಇದು! ಹೆಣ್ಣಿಗ್ಯಾಕೆ ಈ ಸಂಕಟವನ್ನು ಕಟ್ಟಿಟ್ಟಿದೆ ಪ್ರಕೃತಿ? ಇದರ ಜೊತೆಗೆ ಮಾನವನಿರ್ಮಿತ, ಸಮಾಜನಿರ್ಮಿತ ಸಂಕಟಗಳು. ಗಂಡಸೇ ಗರ್ಭಧರಿಸಿ ಮಗುವನ್ನು ಹೆರುವಂತಿದ್ದರೆ ನ್ಯಾಯ ದೊರೆಯುತ್ತಿತ್ತು ಎನ್ನಿಸಿತು. ಬಾಯಿ ತೊಳೆದುಕೊಂಡು ಉಸಿರನ್ನು ಸ್ತಿಮಿತಗೊಳಿಸಿ ಕೊಳ್ಳುತ್ತ ಕೋಣೆಗೆ ಬಂದು ಮತ್ತೆ ಅವನ ಪಕ್ಕ ಕುಳಿತೆ.

'ಎಷ್ಟು ತಿಂಗಳು?' ಅವನು ಕೇಳಿದ.

'ಮೂರು.'

'ಅವನ ಜೊತೆಯೂ ಸಂಪರ್ಕವಿತ್ತು?'

'ಇಲ್ಲದೆ ಬಸರು ಕಟ್ಟುತ್ತೆಯೆ? ನಿನ್ನಿಂದ ಆಗಿ ಅವನ ಹೆಸರಿಗೆ ತಗುಲಿಸಿದೀನಿ ಅನ್ನುವ ಅನುಮಾನವೆ?'

'ನಾನು ಹಾಗೆಲ್ಲೆಂದೆ?'

'ಅನ್ನಲಿಲ್ಲ. ಆದರೆ ಅರ್ಥವೇನು?' ಅವನ ಬಾಯಿಕಟ್ಟಿತು. 'ಅವನು ತನ್ನನ್ನು ಮದುವೆಯಾಗು ಅಂತ ಬೇಡಿಕೊಂಡ, ಕೇಳಿಕೊಂಡ, ಅನುನಯಿಸಿದ, ಅಂಗಲಾಚಿದ, ನೀನಿಲ್ಲದೆ ನನ್ನ ಜೀವನ ಬರಡು, ಅರ್ಥಹೀನ ಅಂತ ಕರುಳು ಕರಗುವ ಮಾತನಾಡಿದ. ಒಪ್ಪಿಕೊಂಡೆ. ನನಗಾದರೂ ಬೇರೆ ಯಾವ ದಾರಿಯಿತ್ತು? ನೀನು ಮಜವಾಗಿ ಮದುವೆಯಾಗಿ ಅಲ್ಲಿ ಸುಖ ಸಂಸಾರ, ಹೆಂಡತಿ ಮಕ್ಕಳು, ಇಲ್ಲಿ ನಾನು ಕೀಪ್. ಒಪ್ಪಿಕೊಳ್ಳದೆ ಇನ್ನೇನು ಮಾಡಲಿ?' ಅವನ ಮುಖ ಒಣಗುತ್ತಿತ್ತು. ಏನೋ ಹೇಳಲು ಪ್ರಯತ್ನಿಸುತ್ತಿರುವಂತೆ ತುಟಿಗಳು ಸೂಕ್ಷ್ಮವಾಗಿ ಅದರುತ್ತಿದ್ದವು. ಅದು ಹೇಳುವ ಪ್ರಯತ್ನವೋ ಅಥವಾ ತಿಂದ ಪೆಟ್ಟನ್ನು ತಡೆದುಕೊಳ್ಳುವ ಪರಿಯೋ! "ಅವನು ಯಾರು ಅನ್ನುವ ಕುತೂಹಲ ನಿನಗಿರೂದು ಸಹಜ. ನೀನು ಬೇರೆ ಕಡೆ ಪತ್ತೇದಾರಿ ಮಾಡಿ ತಿಳಕೊಳ್ಳುಕ್ಕಿಂತ ನಾನು ಹೇಳೂದೇ ಮೇಲು. ನಾನು ಕೆಲಸ ಮಾಡ್ತಿರೂ ಕಂಪನಿಯ ಮಾಲೀಕ. ಮಿಸ್ಟರ್ ಜಯಕುಮಾರ್ ಅಂತ. ಮೊದಲ ಹೆಂಡತಿ ಅಪಘಾತದಲ್ಲಿ ತೀರಿಹೋಗಿ ಮೂರು ವರ್ಷವಾಯಿತು. ಅವನೇ ಮದುವೆಯಾಗು ಅಂತ ನನ್ನನ್ನ ಅಂಗಲಾಚಿದ ಅಂತ ಹೇಳಿದೆನಲ್ಲ. ಸಬ್‌ರಿಜಿಸ್ಟ್ರಾರ್ ಕಛೇರಿಯ ಕಲಾಪಗಳಾಗುವ ತನಕ ಕಾಯಿ ಅಂತ ನಾನು ಹೇಳಿದರೂ ಕೇಳಲಿಲ್ಲ. ಬೇಡಿ ಕೊಂಡ. ನನಗೆ ಕನಿಕರ ಬಂತು. ಒಪ್ಪಿಕೊಂಡೆ. ಬಸರಿಯಾಗಿಬಿಟ್ಟೆ. ಅವನು ಹೌಹಾರಲಿಲ್ಲ. ನೀನು ಮಾಡಿದ ಹಾಗೆ 'ಕ್ಲೀನ್' ಮಾಡಿಸಿಕೊ ಅನ್ನಲಿಲ್ಲ. ಥ್ಯಾಂಕ್ಯೂ ಮಂಗಳಾ, ನೀನು ನನಗೊಂದು ಮಗೂನ ಕೊಡ್ತಿದೀಯ, ಅಂತ ಕೃತಜ್ಞತೆ ಹೇಳಿ ಮದುವೆಯ ನೋಂದಣಿಯನ್ನ ಬೇಗ ಮುಗಿಸಿಬಿಟ್ಟ." ಇಷ್ಟರಲ್ಲಿ ಪ್ರಭಾಕರನ ಮುಖ ಸುಟ್ಟು ಕರಕಲಾಗಿತ್ತು. ಅವನು ಮತ್ತೆ ಒಂದು ವಾಕ್ಯವಿರಲಿ, ಶಬ್ದವನ್ನೂ ನುಡಿಯುವ ಸ್ಥಿತಿಯಲ್ಲಿರಲಿಲ್ಲ. ನಾನೇ ಮುಂದುವರೆಸಿದೆ: 'ನಾನು ನೆನ್ನೆಯೇ ನನ್ನ ಸ್ವಗೃಹಕ್ಕೆ ಸ್ಥಳಾಂತರಿಸಿದೆ. ಈ ಫ್ಲ್ಯಾಟ್ ಏನಿದ್ದರೂ ಬರೀ ಮನೆ ಯಾಗಿತ್ತು ಅಂತ ನೆನ್ನೆಯಿಂದ ಅನುಭವವಾಗ್ತಿದೆ. ಬರುವ ಭಾನುವಾರ ನನ್ನ ಗಂಡನ ಜೊತೆ ಇಲ್ಲಿಗೆ ಬಂದು ಆಳುಗಳನ್ನು ಬಿಟ್ಟು ಇಲ್ಲಿಯ ಸಾಮಾನುಗಳನ್ನ ಸಾಗಿಸ್ತೀನಿ. ಈಗಾಗಲೆ ಇದರ ಬಾಡಿಗೆಗೆ ದಳ್ಳಾಳಿಗೆ ಹೇಳಿದೀನಿ.'

ಅವನು ಪ್ರತಿ ಮಾತನಾಡದೆ ಎದ್ದುಹೋದ. ಗುಡ್ ಬೈ ಕೂಡ ಹೇಳಲಿಲ್ಲ. ಅವನ ಹೆಜ್ಜೆಗಳೂ ಸೋತುಹೋಗಿದ್ದುದು ಬೂಟಿನ ದುರ್ಬಲ ಸಪ್ಪಳದಿಂದ ತಿಳಿಯುತ್ತಿತ್ತು.

೨

ಆರು, ಹೌದು ಆರು, ತಿಂಗಳು ಕಳೆದಿತ್ತು. ಇನ್ನೊಂದು ವಾರದಲ್ಲಿ ಹೆರಿಗೆ ಎಂದು ಡಾಕ್ಟರು ಹೇಳಿದ್ದರು. ಅಮ್ಮ ದ್ಯಾವಕ್ಕನನ್ನು ಕರೆದುಕೊಂಡು ಅಂಗಡಿಗೆ ಹೋಗಿದ್ದಳು. ಅವನು ಫೋನ್ ಮಾಡಿದ. ಧ್ವನಿಯಲ್ಲೇ ಗೊತ್ತಾಯಿತು. 'ನಾನು' ಎಂದ. ನಾನು ಮಾತನಾಡಲಿಲ್ಲ. 'ಈಸ್ ಇಟ್ ಮಂಗಳಾ?' ಎಂದ. 'ಎಸ್' ಎನ್ನಲೇಬೇಕಾಯಿತು. 'ಎರಡೇ ಎರಡು ವಾಕ್ಯ ಮಾತಾಡಿ ಮುಗುಸ್ತೀನಿ. ನೀನು ಒಬ್ಬಳೇ ಇದೀಯಾ ತಾನೇ?' ಎಂದ. 'ಎಸ್' ಎಂದೆ. 'ಸುಖವಾಗಿ ಹೆರಿಗೆಯಾಯಿತೆ?' 'ಈ ವಾರ ಆಗಬೇಕು.' 'ಸುಖವಾಗಿ ಆಗಲಿ ಅಂತ ನನ್ನ ಪ್ರಾರ್ಥನೆ. ನಿನಗೆ ಪ್ರಾರ್ಥನೆ ಅದರ ಫಲಗಳಲ್ಲಿ ನಂಬಿಕೆ ಇಲ್ಲ ಅಂತ ಗೊತ್ತಿದೆ. ನನಗೂ ಇಲ್ಲ. ಅದೊಂದು ಮಾತು ಅಷ್ಟೆ. ನಿನ್ನನ್ನ ಹಂಗಿಸುಕ್ಕೆ ನಾನು ಈ ಮಾತು ಎತ್ತುತ್ತಿಲ್ಲ. ಮಿಸ್ಟರ್ ಜಯಕುಮಾರ್ ಮದುವೆಯಾಗು ಅಂತ ನಿನ್ನನ್ನ ಅಂಗಲಾಚಿದರು ಅಂತ ನೀನು ಹೇಳಿದೆ. ಆದರೆ ಅವರು ನಿನ್ನ ಮೇಲೆ ತಪ್ಪು ಹಾಕಿ ಜಾರಿಕೊಳ್ಳುಕ್ಕೆ ನೋಡಿದರು, ನೀನು ಅಡ್ವೊಕೇಟ್ ಮಾಲಾಕೆರೂರ್ ಮತ್ತು ಅವರ ಸಂಗಡಿಗರ ಸಹಾಯ ಪಡೆದು ಆತನನ್ನು ಹೆದರಿಸಿ ಬೇರೆ ದಾರಿ ಇಲ್ಲದಂತೆ ಮಾಡಿ ಮದುವೆಗೆ ಕೆಡವಿಕೊಂಡೆ ಅಂತ ನನಗೆ ಸುದ್ದಿಬಂತು. ಅದು ನಿಜವೆ?' ನನಗೆ ತಕ್ಷಣ ಪ್ರಜ್ಞೆ ತಪ್ಪುವಂತಾಯಿತು. 'ನಿನ್ನನ್ನ ಹಂಗಿಸಬೇಕು ಅಂತ ನಾನು ಈ ಮಾತು ಕೇಳ್ತಿಲ್ಲ. ಹಾಗೆ ಹೇಳಬೇಕಾದರೆ ನಿನ್ನ ಒಳಒತ್ತಡಗಳು ಏನೇನಿದ್ದವೋ, ಈಗಲೂ ಏನೇನಿವೆಯೋ ನಾನು ಕಾಣೆ. ಆದರೆ ನೀನು ನನ್ನ ಮೇಲೂ ಇಂಥ ಬೆದರಿಕೆ ತಂದಿದ್ದರೆ ನಮ್ಮ ಮದುವೆಯಾಗಿಬಿಡ್ತಿತ್ತು. ಆಗ ನಮ್ಮಿಬ್ಬರಲ್ಲಿ ಯಾರಿಗೂ ಒಂದು ನೌಕರಿ ಇರಲಿಲ್ಲ ಅನ್ನೂದು ಮುಖ್ಯ ಅಂಶ. ಅದು ಹೋಗಲಿ. ಒಂದು ತಿಳಕ. ಐ ಲವ್ ಯು, ಇವತ್ತಿಗೂ, ಮುಂದೆಯೂ. ನಿನ್ನ ಕೋಪ ಇಳಿದು ನನ್ನ ಕೈಲಿ ಮಾತಾಡಬೇಕು ಅಂತ ಯಾವತ್ತು ಅನ್ನಿಸಿದರೂ ನನಗೊಂದು ಫೋನ್ ಮಾಡು. ಈಗ ಫೋನ್ ಇಡಲೆ?'

'ಪ್ಲೀಸ್. ನನಗೆ ಯಾವತ್ತೂ ಫೋನ್ ಮಾಡಬೇಡ,' ಎಂದೆ.

'ಆಯಿತು. ಗುಡ್ ಬೈ' ಎಂದು ಅವನು ಕೆಳಗಿಟ್ಟ.

೩

ನಿನಗೆ ಹೇಳದೆ ಕೇಳದೆ ಮದುವೆಯಾದೆ, ಮದುವೆ ಮಾಡಿಕೊಂಡ ರೀತಿಯನ್ನೂ ನಿನ್ನಿಂದ ಮರೆಮಾಚಿದೆ ಅಂತ ನಿನಗೆ ಸಿಟ್ಟು ಬಂದಿದ್ದರೆ ಅದು ಸಹಜವೇ. ನಿನ್ನ ಒಳಒತ್ತಡಗಳು ಏನೇನಿದ್ದವೋ ಈಗಲೂ ಏನೇನಿವೆಯೋ ನಾನು ಕಾಣೆ ಅಂತ ಆಮೇಲೆ ನೀನೇ ಅನುಕಂಪದಿಂದ ಮಾತನಾಡಿದೆಯಲ್ಲ. ಮೂರು ವರ್ಷವಾಯಿತು ಯಾವತ್ತೂ

ಫೋನ್ ಮಾಡಬೇಡ ಅಂದು. ಮಾಡಿಲ್ಲ. ಮಾಡೂದೂ ಇಲ್ಲ. ಈಗ ನಾನು ಮಾಡಿದರೆ ತಿರುಗಿ ಉಗಿಯುಲ್ಲವೆ ನಿನಗೆ ಬೇಕಾದಾಗ ಒಂದು ಬ್ಯಾಡವಾದಾಗ ಇನ್ನೊಂದು ಅಂತ. ಹಿಂಜರಿಕೆಯಾಗ್ತಿದೆ. ಇನ್ನೇನೂ ಬ್ಯಾಡ. ನನ್ನ ಕಷ್ಟ ಸುಖ ಯಾರ ಕೈಲಿ ಹೇಳಿಕೊಳ್ಳಲಿ? ನಿನ್ನನ್ನು ಬಿಟ್ಟರೆ ಸ್ನೇಹಿತರು ಯಾರಿದಾರೆ ನನಗೆ? ನನ್ನ ಮದುವೆ ಫೇಲ್ಯೂರ್. ಫ್ಲಿಯಾಸ್ಕೊ. ನೆಲೆಗೆ ಬರ್ತೀನಿ ಅನ್ನೂ ಭರವಸೆಯಿಂದ ಒಪ್ಪಿಕೊಂಡೆ. ಆದರೆ ಅವನು ಮೊದಲ ಹೆಂಡತಿಯ ಅಮಲಿನಿಂದ ಹೊರಬರೂದಿಲ್ಲ. ಅವಳ ಮಗಳು, ತನ್ನ ಮಗಳೇ ಅವನಿಗೆ ಸರ್ವಸ್ವ. ಮೊದಲು ದೈಹಿಕಶಕ್ತಿಯಾದರೂ ಇತ್ತು. ಮದುವೆಗೆ ಸಿಕ್ಕಿಸಿಕೊಂಡ ಮೇಲೆ ಮುದುಕನಾದ. ನನಗೆ ಅದೂ ಇಲ್ಲ. ಪ್ರಭಾಕರ್, ಇದನ್ನ ಯಾರ ಕೈಲಿ ಹೇಳಿಕೊಳ್ಳಲಿ. ನಿನ್ನ ಕೈಲಿ ಹೇಳಿದರೆ ಇವಳಿಗೆ ಅದು ಬೇಕು. ಅದಕ್ಕಾಗಿಯೇ ಮತ್ತೆ ನನ್ನ ಸಂಪರ್ಕಕ್ಕೆ ಹಾತೊರೀತಿದಾಳೆ ಅಂತ ತಪ್ಪು ತಿಳೀತೀಯ. ನನಗೇ ಪ್ರತ್ಯೇಕ ಕಾರು ಕೊಟ್ಟಿದಾನೆ. ತಾನಾಗಿಯೇ ಕೊಡಿಸಿದ್ದಲ್ಲ. ನಾನು ತೆಗೆಸಿಕೊಂಡದ್ದು ನನ್ನ ಹಕ್ಕು ಚಲಾಯಿಸಿ ವಸೂಲು ಮಾಡಿಕೊಂಡದ್ದು. ಡ್ರೈವರ್. ಕ್ರೆಡಿಟ್ ಕಾರ್ಡ್. ಬೇಕಾದ ಕಡೆ ಓಡಾಡ್ತೀನಿ. ಬೇಕಾದ ಹೋಟೆಲಿನಲ್ಲಿ ಊಟ ಮಾಡ್ತೀನಿ. ಸ್ತ್ರೀ ಜಾಗೃತಿಯ ತರಗತೀಲಿ ಭಾಷಣ ಮಾಡ್ತೀನಿ. ಆದರೆ ಒಳಗೇ ಶೂನ್ಯ. ನಿನ್ನಂಥ ಸ್ನೇಹಿತ, ನಿನ್ನಂಥ ಯಾಕೆ, ನೀನು ಬೇಕು ಅನ್ನಿಸುತ್ತೆ. ಬೇರೆ ಏನೂ ಇಲ್ಲ, ಎದುರಿಗೆ ಕೂತು ಒಂದಿಷ್ಟು ಕಷ್ಟ ಸುಖ ಮಾತಾಡಿದರೆ ಸಾಕು.

ಸಾರಿಗೆ ಇಲಾಖೆಯ ಹತ್ತಾರು ಕಡೆಗೆ ಫೋನ್ ಮಾಡಿದಮೇಲೆ ಅವನ ನಂಬರ್ ಸಿಕ್ಕಿತು. 'ಸ್ಪೀಕಿಂಗ್' ಎಂಬ ಧ್ವನಿಯಲ್ಲೇ ಖಚಿತವಾಯಿತು, ಅವನೇ. 'ನಾನು,' ಎಂದದ್ದಕ್ಕೆ 'ಗೊತ್ತಾಗ್ತಿಲ್ಲ' ಅಂದ. ಧ್ವನಿಯನ್ನು ಮರೆತಿದಾನೆಯೆ? ಫೋನಿನಲ್ಲಿ ಬದಲಾಗಿ ಕೇಳಿಸುತ್ತಿದೆಯೆ? ಅವನ ಧ್ವನಿ ಮಾತ್ರ ನನಗೆ ಮೊದಲಿನಂತೆಯೇ ಕೇಳಿಸುತ್ತಿದೆಯಲ್ಲ, ಎಂಬ ನಾಲ್ಕಾರು ಸಾಧ್ಯತೆಗಳು ಹೊಳೆದರೂ ಅವನಿಗೆ ಗೊತ್ತಾಗಿದೆ ಉಪೇಕ್ಷಿಸುತ್ತಿದಾನೆ ಎಂಬ ವಿವರಣೆ ದೃಢವಾಯಿತು. 'ನಾನು, ಮಂಗಳಾ.'

'ಯಾವ ಡಿಪಾರ್ಟ್‌ಮೆಂಟ್?'

ಅನುಮಾನ ಇನ್ನೂ ದಟ್ಟವಾಯಿತು. 'ಏಯ್ ಆಟ ಆಡಬ್ಯಾಡ. ನಿಜ ಹೇಳು ಗೊತ್ತಾಗಲಿಲ್ಲವಾ?' ಧ್ವನಿ ಏರಿಸಿದೆ. ಅವನು ಮೌನಿಯಾದ.

'ಮುನಿಸಿಕೊಳ್ಳೂದು ಗಂಡಸು ಜಾತಿಯ ವಿಶೇಷ ಹಕ್ಕು ಅಲ್ಲವೆ? ನಾನು ನಿನ್ನನ್ನ ನೋಡಬೇಕು. ಎಲ್ಲಿ ಭೇಟಿಯಾಗೋಣ ಹೇಳು.' ಈಗ ಅವನು ಮೆತ್ತಗಾದ.

ಕಾರು ಡ್ರೈವರ್ ಇದ್ದರೆ ಬೇಕಾದಲ್ಲಿ ಓಡಿಯಾಡಲು ತುಂಬ ಸುಲಭ. ಆದರೆ ಡ್ರೈವರ್‌ನಿಂದ ಆಗುವ ತೊಂದರೆ ಮೊದಲಬಾರಿಗೆ ಅನುಭವಕ್ಕೆ ಬಂತು. ದಣಿ ಎಲ್ಲಿಗೆ ಹೋಗ್ತಾರೆ, ಯಾರನ್ನು ಭೇಟಿಯಾಗ್ತಾರೆ ಎಂಬುದನ್ನೆಲ್ಲ ಅವನು ಪತ್ತೆದಾರನಂತೆ ಗಮನಿಸ್ತಾನೆ ಎಂಬ ಅರಿವಾದಾಗ ಪ್ರಭಾಕರನನ್ನು ಎಲ್ಲಿ ಹೇಗೆ ಸಂಧಿಸುವುದೆಂಬ ಚಿಂತೆಯಾಯಿತು. ಅಮ್ಮ ಇಲ್ಲದಿದ್ದರೆ ಫ್ಲ್ಯಾಟನ್ನು ನನ್ನ ಸುಪರ್ದಿನಲ್ಲಿಟ್ಟುಕೊಂಡಿರಬಹುದಾಗಿತ್ತು. ಈಗ ಅದೂ ಸಾಧ್ಯವಿಲ್ಲ. ಪ್ರಭಾಕರನಿಗೆ ಫೋನು ಮಾಡಿ ನಾಳೆ ಬೆಳಗ್ಗೆ ಹತ್ತು ಗಂಟೆಗೆ

ನನ್ನ ಮನೆಗೇ ಬರಲು ಸಾಧ್ಯವೇ ಎಂಬುದನ್ನು ನಿಷ್ಕರ್ಷಿಸಿಕೊಂಡು, ಬೆಳಗ್ಗೆ ಎಂಟುಗಂಟೆಗೆ ಕಾರಿನಲ್ಲಿ ತೇಜುವನ್ನು ಕರೆದೊಯ್ದು ಅಮ್ಮನ ಹತ್ತಿರ ಬಿಟ್ಟುಬಂದು ಒಂಬತ್ತೂವರೆಗೆ ದ್ಯಾವಕ್ಕನನ್ನು ಕೂಗಿ, 'ಇವತ್ತು ನೀನು ವತ್ಸಲೇನ ಪಾಠಕ್ಕೆ ಕಾರಿನಲ್ಲಿ ಕರಕಂಡು ಹೋಗು. ಪಾಠ ಮುಗಿಯೂತನಕ ಡ್ರೈವರ್ ಅಲ್ಲೇ ಇದ್ದು ನಿಮ್ಮನ್ನ ವಾಪಸು ಕರೆತರ್ತಾನೆ' ಎಂದೆ. ದ್ಯಾವಕ್ಕನ ಮುಖ ಕಕ್ಕಾಬಿಕ್ಕಿಯಾಯಿತು. ಖುಷಿಯೂ ಮೂಡಿತು. ಇತ್ತೀಚೆಗೆ ಇವನು ಏಳೂವರೆಗೇ ಫ್ಯಾಕ್ಟರಿಗೆ ಹೊರಟುಬಿಡುತ್ತಿದ್ದ.

ಮುಖ್ಯಬೀದಿಯ ಬಂಗಲೆಯಾದದ್ದರಿಂದ ಹುಡುಕುವುದು ಪ್ರಭಾಕರನಿಗೆ ಕಷ್ಟವಾಗಲಿಲ್ಲ. ಮಾತುಕತೆಗಳನ್ನೆಲ್ಲ ಫೋನಿನಲ್ಲಿ ಮುಗಿಸಿದ್ದುದರಿಂದ ಅವನು ಒಳಗೆ ಬಂದ ತಕ್ಷಣ ಯಾವ ಮಾತೂ ಆಡದೆ ಬಾಗಿಲು ಮುಚ್ಚಿ ನೇರವಾಗಿ ನನ್ನ ಶಯನಕೋಣೆಯ ಮಂಚಕ್ಕೆ ಕರೆದೊಯ್ದೆ. ನಾಲ್ಕು ವರ್ಷದ ಹಿಂದೆ ಜಯಕುಮಾರ ನನ್ನನ್ನು ಇದೇ ಮಂಚಕ್ಕೆ ಇದೇ ಹೊತ್ತಿನಲ್ಲಿ ಕರೆದೊಯ್ದು ಯಾವ ಮಾತುಕತೆಯೂ ಇಲ್ಲದೆ ತೊಡಗಿದಂತೆ ಪ್ರಭಾಕರನನ್ನೂ ತೊಡಗಿಸಿಕೊಂಡೆ. ನಮ್ಮ ಹಳೆಯ ಸ್ನೇಹ ಆತ್ಮೀಯತೆ ತನ್ಮಯತೆಗಳೆಲ್ಲ ಯಾವ ಮಾತೂ ಇಲ್ಲದೆ ಮಾತಿನ ಅಗತ್ಯವೂ ಇಲ್ಲದೆ ಮರುಕಳಿಸಿದವು. ಪ್ರಭಾಕರ್, ನೀನು ಗಂಡು ಎಂಬ ಅಭಿನಂದನೆಯು ಕಟ್ಟಕಡೆಗೆ ಪರಿವೆಗೆ ಬಾರದೆಯೇ ನನ್ನ ಬಾಯಿಂದ ಹೊರಬಂತು.

ಸಂಧಿಸಿದಾಗ ನಾವು ಒಂದೇ ಒಂದು ಮಾತೂ ಆಡುತ್ತಿರಲಿಲ್ಲ. ಆಡುವ ಅಗತ್ಯವೂ ಇರಲಿಲ್ಲ. ಅವನು ಆಫೀಸು ತಲುಪಿದ ನಂತರ ಊಟದ ವಿರಾಮದಲ್ಲಿ ಫೋನು ಮಾಡುತ್ತಿದ್ದ. ಹೆಚ್ಚೂ ಕಡಮೆ ಪ್ರತಿದಿನವೂ ನಾನೇ ಕರೆ ಮಾಡುತ್ತಿದ್ದೆ. ದೇಹಗಳು ಸಂಧಿಸಿದಾಗ ಉಳಿಸಿಕೊಂಡಿದ್ದ ಮಾತಿನ ಅಭಿವ್ಯಕ್ತಿಯು ತಂತಿಯ ಮೂಲಕ ವಿರಾಮವಾಗಿ ಆಗುತ್ತಿತ್ತು. ಒಂದುದಿನ ಅವನೇ ಸೂಚಿಸಿದ: 'ನಾನೊಂದು ಡ್ರೈವಿಂಗ್ ಸ್ಕೂಲ್‌ಗೆ ಹೇಳ್ತೀನಿ. ದಿನಾ ಮೂರುನಾಲ್ಕು ಗಂಟೆ ಅಭ್ಯಾಸಮಾಡಿಸಿ ಒಂದು ತಿಂಗಳಲ್ಲಿ ನಿನ್ನನ್ನ ಎಕ್ಸ್‌ಪರ್ಟ್ ಡ್ರೈವರ್ ಮಾಡ್ತಾರೆ. ನಾನೇ ಚಾಲನೆಯ ಅನುಮತಿ ಪತ್ರ ಕೊಡುಸ್ತೀನಿ. ಏನಾದರೂ ಕಾರಣ ಒಡ್ಡಿ ನಿನ್ನ ಡ್ರೈವರನ್ನ ವಜಾ ಮಾಡು. ಸ್ವಾತಂತ್ರ್ಯವಿರುತ್ತೆ.'

ಮೊದಲು ಎರಡು ದಿನ ಅಂಜಿಕೆಯಾಯಿತು. ಕ್ರಮೇಣ ಅಭ್ಯಾಸವಾಯಿತು. ಒಂದು ತಿಂಗಳಿನಲ್ಲಿ ಸ್ವತಂತ್ರವಾಗಿ ಬೆಂಗಳೂರು ರಸ್ತೆಗಳಲ್ಲಿ ಕಾರು ನಡೆಸುವ ಪರಿಣತಿ ಸಾಧಿಸಿದೆ. ಅಷ್ಟರಲ್ಲಿ ತಾಯಿಗೆ ಹುಶಾರಿಲ್ಲವೆಂದು ಹೇಳಿ ತನ್ನ ಊರಿಗೆ ಹೋದ ಡ್ರೈವರ್ ಒಂದು ತಿಂಗಳಾದರೂ ಬರಲಿಲ್ಲ. ಹಿಂತಿರುಗಿದಾಗ ಕೆಲಸದಿಂದ ತೆಗೆಯಲು ತಕ್ಕ ಕಾರಣವನ್ನು ಅವನೇ ಒದಗಿಸಿದಂತಾಯಿತು.

ಅಷ್ಟರಲ್ಲಿ ತೇಜುವನ್ನು ಶಿಶುವಿಹಾರದ ಎಲ್.ಕೆ.ಜಿ.ಗೆ ಸೇರಿಸಿದ್ದೆ.

ಬೆಳಗ್ಗೆ ಹತ್ತರಿಂದ ಮಧ್ಯಾಹ್ನ ಒಂದರ ನಡುವೆ ಪ್ರಭಾಕರ ಬಂದು ನಿರಾತಂಕವಾಗಿ ಇರಬಹುದಿತ್ತು. ಹಾಗೆಂದು ಅವನು ಪ್ರತಿದಿನ ಬರುವುದು ಸಾಧ್ಯವಿರಲಿಲ್ಲ. ಹೇಳಿ ಕೇಳಿ ಸರ್ಕಾರಿ ನೌಕರ. ಮೇಲ್ಮಟ್ಟದ ಅಧಿಕಾರಿ. ಎಲ್ಲೋ ತನಿಖೆಗೆ ಹೋಗುತ್ತೇನೆಂದು ಕೈಕೆಳಗಿನವರಿಗೆ ಹೇಳಿ ವಾರಕ್ಕೆ ಒಮ್ಮೆಯೋ ಎರಡು ಬಾರಿಯೋ ಬರುತ್ತಿದ್ದ. ಜಯಕುಮಾರ ನಾನು

ಹೆಚ್ಚು ಕಡಮೆ ಮಾತುಬಿಟ್ಟಿದ್ದೆವು. ಅಕಸ್ಮಾತ್ ಆಡಿದರೂ ಒಂದೆರಡು ಶಬ್ದಗಳು ಮಾತ್ರ. 'ನಾನು ಒಂದುವಾರ ಟೂರ್‌ನಲ್ಲಿರ್ತೀನಿ' ಎಂಬ ಒಂದು ವಾಕ್ಯ ಹೇಳುತ್ತಿದ್ದ. ಅವನ ಮಗಳಿಗಾದರೆ ಅವಳ ಬೆರಳುಗಳನ್ನು ಹಿಡಿದು ಒಂದೊಂದಾಗಿ ಮಡಿಸಿ ಇಷ್ಟು ದಿನ ಇರುವುದಿಲ್ಲವೆಂದು ಮನದಟ್ಟು ಮಾಡಿಸುತ್ತಿದ್ದುದು ನನಗೆ ಕೇಳಿಸುತ್ತಿತ್ತು. ಯಾವ ಊರಿಗೆ ಅಥವಾ ಯಾವ ದೇಶಕ್ಕೆ ಎಂಬುದು ನನಗಂತೂ ಗೊತ್ತಾಗುತ್ತಿರಲಿಲ್ಲ. ಅವನ ಫ್ಯಾಕ್ಟರಿಗೆ ಫೋನು ಮಾಡಿ ತಿಳಿದುಕೊಳ್ಳಬಹುದಿತ್ತು. ಆದರೆ ಹೆಂಡತಿಯಾಗಿ ಗಂಡನ ಪ್ರವಾಸದ ವಿವರ ನನಗೆ ಗೊತ್ತಿಲ್ಲವೆಂದು ತೋರಿಸಿಕೊಳ್ಳುವ ಅಪಮಾನವನ್ನು ನಾನಾಗಿಯೇ ತಂದು ಕೊಳ್ಳುವುದು ಬೇಡವೆಂದು ಸುಮ್ಮನಿರುತ್ತಿದ್ದೆ. ಒಂದು ದಿನ ಮನಸ್ಸು ತಡೆಯದೆ ಕೇಳಿದೆ: 'ನೀನು ಎಲ್ಲಿಗೆ ಹೋಗ್ತೀಯ, ಯಾಕೆ ಹೋಗ್ತೀಯ, ತಿಳಕಳುಕ್ಕೆ ನನಗೆ ಯಾವ ಆಸಕ್ತಿಯೂ ಇಲ್ಲ. ಆದರೆ ಯಾರಾದರೂ ಫೋನ್ ಮಾಡಿ ಕೇಳಿದರೆ ನನಗೆ ಗೊತ್ತಿಲ್ಲ ಅಂದರೆ ನಿನ್ನ ಸಂಸಾರಕ್ಕೇ ಅಪಮಾನ. ಹೇಳಬೇಕು ಅನ್ನಿಸಿದರೆ ಹೇಳಿಹೋಗು.'

ಆವೊತ್ತಿನಿಂದ ಇಂಥ ಊರಿಗೆ, ಇಂಥ ದೇಶಕ್ಕೆ, ಇಷ್ಟು ದಿನ, ಎಂದು ಹೇಳಿ ಹೋಗಲು ಶುರುಮಾಡಿದ. ಉಳಿದ ಯಾವ ವಿವರವನ್ನೂ ಕೇಳಲು ನನಗೂ ಇಷ್ಟವಿರಲಿಲ್ಲ.

ಒಂದು ಸಲ ಇವನು ಹತ್ತು ದಿನದ ಮಟ್ಟಿಗೆ ಕೈಗಾರಿಕಾ ವಸ್ತುಪ್ರದರ್ಶನದಲ್ಲಿ ಭಾಗ ವಹಿಸಲು ಬಾಲ್ಟಿಮೋರಿಗೆ ಹೋಗಿದ್ದ. ಕೈಕೆಳಗಿನವರು ತಿಂಗಳ ಪೂರ್ತಿ ಅಲ್ಲಿ ಇರುವುದು, ಇವನು ಆರಂಭದಲ್ಲಿ ಒಂದುವಾರ ಇರುವುದು ಎಂದು ಹಿಂದೆ ನಾನು ಫ್ಯಾಕ್ಟರಿಯಲ್ಲಿ ಕೆಲಸ ಮಾಡುತ್ತಿದ್ದಾಗ ಇದ್ದ ಅನುಭವದಿಂದ ಅರ್ಥಮಾಡಿಕೊಂಡೆ. ಊರಿನಲ್ಲಿದ್ದರೂ ಸಂಜೆಗೆ ಮೊದಲು ಎಂದೂ ಮನೆಗೆ ಬರುವುದಿಲ್ಲವೆಂಬುದೂ ಅನುಭವದಿಂದ ತಿಳಿದಿತ್ತು. ಹೆಂಡತಿಯೊಡನೆ ಒಂದು ವಾಕ್ಯದ ಮಾತೂ ಇಲ್ಲದೆ, ರಾತ್ರಿಯೂ ಪ್ರತ್ಯೇಕ ಕೋಣೆಯಲ್ಲಿ ಮಲಗುವ ಮಟ್ಟಿನ ವಿಕರ್ಷಣೆ ಇರುವಾಗ ನಡುವೆ ಯಾಕೆ ಬಂದಾನು? ಅಲ್ಲದೆ ಫ್ಯಾಕ್ಟರಿಯ ಬೆಳಗಿನ ತಿಂಡಿ ಮತ್ತು ಮಧ್ಯಾಹ್ನದ ಊಟಗಳು ಮನೆಯ ಯಾವ ಅಡುಗೆಯವರು ಮಾಡುವುದಕ್ಕಿಂತ ಶುಚಿ ರುಚಿಯಾಗಿರುತ್ತವೆ. ಕೈಕೆಳಗಿನವರೊಡನೆ ಸೌಹಾರ್ದತೆ ಗಳಿಸುವ ಸ್ಥಳವಾಗಿ ಇವನೂ ಇವನ ಹೆಂಡತಿಯೂ ಅದನ್ನು ಬಳಸಿಕೊಳ್ಳುತ್ತಿದ್ದರು. ಆರಂಭದಲ್ಲಿ ನಾನೂ ಪ್ರಭಾಕರನೂ ಸಂಧಿಸುವಾಗ ತುಸು ಆತಂಕವಾಗುತ್ತಿತ್ತು. ಕ್ರಮೇಣ ಅಭ್ಯಾಸವಾಗಿ ಸಂಪೂರ್ಣ ಧೈರ್ಯ ಬಂತು. ಇವನು ಪ್ರವಾಸ ಹೋದಾಗ, ಅದರಲ್ಲೂ ವಿದೇಶಪ್ರವಾಸ ಹೋದಾಗಲಂತೂ ನಾವು ಯಾರಿಗೂ ಅಂಜಬೇಕಿಲ್ಲದ, ಇದು ನಮ್ಮದೇ ಮನೆ, ನಮ್ಮದೇ ಶಯನಕೋಣೆ, ನಾವು ದಂಪತಿಗಳು ಎಂಬಂತಹ ಧೈರ್ಯದಿಂದ ತಲ್ಲೀನರಾಗುತ್ತಿದ್ದೆವು.

ಇವನು ಬಾಲ್ಟಿಮೋರಿಗೆ ಹೋದ ಮರುದಿನ ಒಮ್ಮೆ ಆರನೆಯ ದಿನ ಮತ್ತೊಮ್ಮೆ ಪ್ರಪಂಚದ ಪರಿವೆ ಇಲ್ಲದೆ ಮಂಚದಲ್ಲಿದ್ದೆವು. ಆರನೆಯ ದಿನ ಮನೆಯ ಕರೆಗಂಟೆಯಾಯಿತು. ಕೋಪ ಬಂತು. ಇತ್ತೀಚೆಗೆ ಮನೆ ಮನೆಗೆ ಬಂದು ಯಾವ ಯಾವುದೋ ಪದಾರ್ಥಗಳ ಮಾರಾಟದ ಪ್ರಚಾರ ಮಾಡುವವರು ಹೆಚ್ಚಾಗಿದ್ದಾರೆ, ಎನ್ನಿಸಿ ಉಪೇಕ್ಷಿಸಿದೆ. ಮತ್ತೆ ಕರೆಗಂಟೆ. ದೀರ್ಘವಾಗಿ. ತಾಳ್ಮೆಗೆಟ್ಟವರಂತೆ. ತುರ್ತಿನಲ್ಲಿರುವವರಂತೆ. ಪ್ರಭಾಕರನನ್ನು ಎಬ್ಬಿಸಿ ಕೋಣೆಗೆ

ಲಗತ್ತಿಸಿದ ಶೌಚಕ್ಕೆ ಅವನ ಬಟ್ಟೆಬರೆ ಬೂಟುಗಳೊಡನೆ ಕಳಿಸಿ ಒಳಗಿನಿಂದ ಬೋಲ್ಟ್ ಹಾಕಿಕೊಳ್ಳುವಂತೆ ಹೇಳಿ ಹಾಸಿಗೆಯ ಮೇಲುಹಾಸನ್ನು ನೆರಿಗೆ ಇಲ್ಲದಂತೆ ಹರಡಿ ನೈಟಿ ಹಾಕಿಕೊಂಡು ತಲೆಯ ಮೇಲೆ ಎರಡು ಬಾರಿ ಬಾಚಣಿಗೆ ಆಡಿಸಿಕೊಂಡು ಹೋಗಿ ಬಾಗಿಲು ತೆರೆದರೆ ಕಾಯುತ್ತಾ ನಿಂತಿದ್ದವನು ಇವನು. ಎದೆ ದಢಕ್ಕೆಂದಿತು. ಬಿಟ್ಟುಕೊಡಬಾರದೆಂದು ಎಷ್ಟೇ ಪ್ರಯತ್ನಮಾಡಿದರೂ ಹೃದಯದ ಬಡಿತ ಏರಿಏರಿ ಏರುತ್ತಿತ್ತು. ಗಾಲಿಯ ಸೂಟ್‌ಕೇಸನ್ನು ಎಳೆದುಕೊಂಡು ಅವನು ಒಳಗೆ ಬಂದ. ನೇರವಾಗಿ ತನ್ನ ಕೋಣೆಗೆ ಹೋದ. ಅದೃಷ್ಟಕ್ಕೆ ಅವನು ತನಗೆಂದೇ ಪ್ರತ್ಯೇಕ ಕೋಣೆ ಮಾಡಿಕೊಂಡಿದ್ದ. ದಾಂಪತ್ಯದ ಕೋಣೆ ಸಂಪೂರ್ಣ ನನ್ನದಾಗಿ, ಅವನು ಅಲ್ಲಿಗೆ ಬರುತ್ತಿರಲಿಲ್ಲ. ಈಗ ಅಕಸ್ಮಾತ್ ಬಂದರೆ? ಬಂದು ಒಳಗೆಲ್ಲ ಹುಡುಕಿ ಶೌಚದ ಕೋಣೆಯ ಬಾಗಿಲು ತೆರೆದು ಹುಡುಕಬೇಕೆಂದರೆ? ಈಗ ಇದ್ದಕ್ಕಿದ್ದಂತೆಯೇ ಯಾಕೆ ಬಂದ? ನನ್ನ ಪ್ರಭಾಕರನ ಸಂಬಂಧ ತಿಳಿದು ಪತ್ತೆ ಮಾಡುಕ್ಕೆಂದೇ ಅಮೆರಿಕದ ಹೆಸರು ಹೇಳಿ ಹತ್ತಿರದ ಯಾವುದಾದರೂ ಊರಿನಲ್ಲಿ ಅಥವಾ ಬೆಂಗಳೂರಿನ ಯಾವುದಾದರೂ ಹೋಟೆಲಿನಲ್ಲಿ ಇದ್ದನೆ? ಯಾವುದಾದರೂ ಪತ್ತೆದಾರಿ ಸಂಸ್ಥೆಗೆ ವಹಿಸಿ ಅವರು ಪ್ರಭಾಕರನ ಚಲನವಲನಗಳ ಬೆನ್ನುಬಿದ್ದು ಇವತ್ತು ಅವನು ಇಲ್ಲಿಗೆ ಬಂದಿರುವಾಗ ಇವನಿಗೆ ಸುಳಿವು ಕೊಟ್ಟು, ಇಲ್ಲ ತನ್ನ ಕೋಣೆಯ ಶೌಚಾಲಯಕ್ಕೆ ಹೋಗಿದಾನೆ. ಜಲಧಾರೆಯ ಸದ್ದು ಕೇಳಿಸುತ್ತಿದೆ. ಸ್ನಾನ ಮಾಡ್ತಿದಾನೆ. ಬಂದ ತಕ್ಷಣ ಸ್ನಾನ ಮಾಡ್ತಿದಾನೆ ಅಂದರೆ ಫ್ಯಾಕ್ಟರಿಗೆ ಹೋಗುವ ಆತುರವಿರಬೇಕು. ನಾನು ಏನೂ ಗೊತ್ತಿಲ್ಲದವಳಂತೆ ಇರಬೇಕು. ಪ್ರಭಾಕರ ತನ್ನ ಕಾರನ್ನು ಎರಡು ಅಡ್ಡರಸ್ತೆಗಳ ಆಚೆಗೆ ನಿಲ್ಲಿಸಿರ್ತಾನೆ. ಅನುಮಾನ ಬರುಲ್ಲ. ಆದರೂ ಎದೆಯ ಬಡಿತ ಪೂರ್ತಿ ತಹಬಂದಿಗೆ ಬಂದಿಲ್ಲ. ಸ್ನಾನ ಮುಗಿಸಿ ಬಂದಮೇಲೆ ತಿಂಡಿ ತಿಂತೀಯಾ ಅಂತ ಕೇಳಲೆ? ಎಂದೂ ಇಲ್ಲದ ಸೌಜನ್ಯ ತೋರಿಸಿದರೂ ಅನುಮಾನ ಬರಬಹುದು, ಬೇಡ. ಸ್ನಾನ ಮುಗಿಸಿದ. ವಾರ್ಡ್‌ರೋಬ್ ಎಳೆದ ಸದ್ದಾಯಿತು. ಬಟ್ಟೆ ಧರಿಸುತ್ತಿದಾನೆ. ಗೇಟಿನ ಸದ್ದು. ಕಂಪನಿಯ ಕಾರಿನ ಸದ್ದು. ಡ್ರೈವರ್. ಈಗ ಫ್ಯಾಕ್ಟರಿಗೆ ಹೋಗ್ತಾನೆ. ಎದೆಯ ಬಡಿತ ಸ್ವಲ್ಪ ಕಡಮೆಯಾಗ್ತಿದೆ. ನಾನು ಹಾಲಿನಲ್ಲೇ ನಿಂತಿದೀನಿ. ಅವನು ಇಸ್ತ್ರಿಯಾದ ಬಟ್ಟೆ ಧರಿಸಿ ಹೊರಗೆ ನಡೆದ. ಹೋಗಿ ಬರ್ತೀನಿ ಅನ್ನುವ ಒಂದು ಮಾತನ್ನೂ ನನಗೆ ಹೇಳಲಿಲ್ಲ. ಎಂದಿನಂತೆ. ಕಾರಿನಲ್ಲಿ ಕೂತ. ಡ್ರೈವರ್ ಹಿಂದಿನ ಬಾಗಿಲು ಮುಚ್ಚಿದ ಶಬ್ದ. ತನ್ನ ಬಾಗಿಲನ್ನು ಹಾಕಿಕೊಂಡು ಸ್ಟಾರ್ಟ್ ಮಾಡಿದ ಗುರ್‍ರ್‍ರ್ ಸದ್ದು. ಚಲಿಸಿತು. ಮುಂದೆ ಹೋಯಿತು. ಪ್ರಭಾಕರನನ್ನು ಈ ತಕ್ಷಣ ಹೊರಗೆ ಕರೆಯುವುದು ಬೇಡ. ಐದು ನಿಮಿಷ ತಡೆದೆ. ಕಾಂಪೌಂಡಿನಲ್ಲಿ ಒಂದು ಸುತ್ತು ತಿರುಗಿ ಗೇಟಿನಿಂದ ಹೊರಗೆ ಅತ್ತ ಇತ್ತ ನೋಡಿ ಒಳಗೆ ಬಂದು ಮುಂಬಾಗಿಲು ಮುಚ್ಚಿ ಶಯನಕೋಣೆಗೆ ನಡೆದು ಶೌಚದ ಬಾಗಿಲನ್ನು ಮೆದುವಾಗಿ ಬಡಿದು 'ಬಾಗಿಲು' ಎಂದೆ. ಅವನು ಬಟ್ಟೆ ಹಾಕಿಕೊಂಡು ಕಾಲಿಗೆ ಬೂಟು ಮೆಟ್ಟಿ ಸಿದ್ಧವಾಗಿದ್ದ. 'ಬಂದಿದ್ದೋನು ಅವನು. ಅಮೆರಿಕದಿಂದ ಇದ್ದಕ್ಕಿದ್ದಂತೆ ಬಂದಿದಾನೆ. ಆಫೀಸಿಗೆ ಹೋದ. ಏನೂ ಅನುಮಾನ ಬಂದಿಲ್ಲ' ಎಂದೆ.

'ನಾನು ತಕ್ಷಣ ಬಟ್ಟೆ ಹಾಕಿಕೊಂಡು ಬೂಟು ಕಟ್ಟಿಕೊಂಡೆ. ಅಂಥ ಸಂದರ್ಭ ಬಂದಿದ್ದರೆ ನನ್ನ ಕ್ಲಾಸ್‌ಮೇಟ್ ಅಕಸ್ಮಾತ್ ಬಂದಿದ್ದರು. ಬಾತ್‌ರೂಮಿಗೆ ಹೋಗಬೇಕು ಅಂದರು, ಅನ್ನಬಹುದಿತ್ತು. ಅಲ್ಲ ಅಂತ ವಾದ ಮಾಡಿ ಪ್ರೂವ್ ಮಾಡುಕ್ಕೆ ಅವರಿಗೆ ಆಗ್ತಿತ್ತಾ?' ಎಂದಾಗ ಪ್ರಭಾಕರನ ಸಮಯಪ್ರಜ್ಞೆ ನನಗೇಕೆ ಬರಲಿಲ್ಲ! ಎಂಬ ಖೇದವಾಯಿತು.

೪

ತೇಜುವಿಗೆ ನಾಲ್ಕು ವರ್ಷ ತುಂಬುತ್ತಾ ಬಂದಿದೆ. ನನ್ನನ್ನು ಒಂಟಿತನ ಬಾಧಿಸುತ್ತಿದೆ. ಅವನು ಹೆಚ್ಚಾಗಿ ಒಗ್ಗಿರುವುದು ಅಜ್ಜಿಗೆ, ಶಿಶುವಿಹಾರಕ್ಕೆ, ಶಾಲೆಗೆ. ಇವನಂತೂ ಈ ಗಂಡುಮಗುವನ್ನು ಅಂತರಾಳದಲ್ಲಿ ಪ್ರೀತಿಸುತ್ತಿಲ್ಲ. ಅವನ ಪ್ರೀತಿ ಇರುವುದೆಲ್ಲ ಅವನು ಪುಟ್ಟಕ್ಕ ಅಂತ ಮುದ್ದಿನಿಂದ ಕರೆಯುವ ತುಂಬುಮೊಲೆಯ ಹದಿನೆಂಟು ವರ್ಷದ ಅವಳ ಮೇಲೆ. ಅವಳ ಅಮ್ಮನ ನೆನಪಿನ ಮೇಲೆ. ಯಾಕೋ ನನ್ನದೇ ಒಂದು ಮಗು ಬೇಕು ಅನ್ನಿಸುತ್ತಿದೆ. ಅವನಿಗೆ ಹುಟ್ಟಿದ ತೇಜು ಸಂಪೂರ್ಣ ನನ್ನದು ಅನ್ನುವ ತಾದಾತ್ಮ್ಯ ಅನುಭವಿಸಲಿಲ್ಲ. ಸಂಪೂರ್ಣ ನನ್ನದೆನ್ನುವ ತಾದಾತ್ಮ್ಯವನ್ನು ಗರ್ಭಕಟ್ಟಿದ ದಿನದಿಂದ ವಾಂತಿಯ ತಿಂಗಳುಗಳ ಮೂಲಕ ಗರ್ಭದ ಭಾರದಲ್ಲಿ ಹೆರಿಗೆಯ ನೋವಿನಲ್ಲಿ ಹಾಲೂಡಿಸುವ ಹಿತಪ್ರಚೋದನೆಯಲ್ಲಿ ಆಡಿಸಿ ಬೆಳೆಸುವ ಪಾಲನೆಯಲ್ಲಿ ಅನುಭವಿಸಬೇಕು. ಅದು ಸ್ವತಂತ್ರವಾದ ಮಾತೃತ್ವವಾಗಬೇಕು. ಇದೇ ಬಯಕೆ, ಇದೇ ಕನಸು, ಕೂತರೆ, ನಿಂತರೆ, ಎಚ್ಚರದಲ್ಲಿ, ಕನಸಿನಲ್ಲಿ. ಯಾಕೆ ಹೀಗೆ ಕಾಡಿಸ್ತಿದೆ? ಹೆಣ್ಣಿಗೆ ತಾಯಿಯಾಗುವುದನ್ನು ಬಿಟ್ಟರೆ ಬೇರೆ ಯಾವ ಮೂಲಭೂತ ಪ್ರವೃತ್ತಿಯೂ ಇಲ್ಲವೆ? ಮಾತೃತ್ವದ ಪ್ರವೃತ್ತಿಯಿಂದ ಬಿಡಿಸಿಕೊಳ್ಳದೆ ಅವಳ ವಿಮೋಚನೆ ಇಲ್ಲ ಎಂದು ಓದಿದ, ಆಲೋಚಿಸಿದ ವಿಚಾರಗಳೆಲ್ಲ ದುರ್ಬಲವಾದವುಗಳೆ? ಬಾಹ್ಯ ಪರಿಸ್ಥಿತಿಗಳು ಏನೇ ಇದ್ದಿರಲಿ ಗರ್ಭಿಣಿಯ, ಹೆರಿಗೆಯ, ಮೊಲೆಯೂಡಿಸಿದ, ಎತ್ತಿ ಆಡಿಸಿದ, ಮೊದಲ ಅನುಭವವಿಲ್ಲದಿದ್ದರೆ ಈಗ ಮತ್ತೆ ತಾಯಿಯಾಗುವ ಬಯಕೆ ಒತ್ತಿಕೊಂಡು ಬರುತ್ತಿತ್ತೆ? ಎಂಬ ವಿಶ್ಲೇಷಣೆಯೂ ತೊಡಗುತ್ತದೆ.

ಒಂದು ದಿನ ಫ಼ೋನಿನಲ್ಲಿ ಮಾತನಾಡುವಾಗ ಪ್ರಭಾಕರನಿಗೆ ಈ ಬಯಕೆಯನ್ನು ಹೇಳಿದೆ. ಅವನು, 'ದಟ್ ಈಸ್ ಯುವರ್ ರೈಟ್' ಎಂದ.

'ತಾಯಿಯಾಗೂದು ಅಥವಾ ಆಗದೆ ಇರೂದು ಹೆಂಗಸಿನ ಹಕ್ಕು. ಆಗು ಅಥವಾ ಆಗ ಬೇಡ ಅಂತ ಹೇಳುವ ಅಧಿಕಾರ ಗಂಡನಿಗೆ ಇಲ್ಲ. ಇರಕೂಡದು ಅಂತ ನನ್ನ ವಿಚಾರ. ಏನಂತೀಯಾ?' ಎಂದೆ.

'ಆಬ್ಸಲ್ಯೂಟ್‌ಲಿ. ನಿಜವಾಗಿಯೂ ಮುಕ್ತಳಾದ ಮಹಿಳೆಯ ವಿಚಾರ ಇದು. ಆದರೆ ಇದಕ್ಕೆ ಏನೇನೋ ಕಾನೂನಿನ ತೊಡಕುಗಳಿವೆ. ಅವಿವಾಹಿತೆಗೆ ಅಥವಾ ವಿಚ್ಛೇದಿತೆಗೆ ಮಾತ್ರ ಈ ವಿಷಯದಲ್ಲಿ ಯಾವ ತೊಡಕುಗಳೂ ಇಲ್ಲದ ಸ್ವಾತಂತ್ರ್ಯವಿದೆ. ಆರ್ಥಿಕ

ಸ್ವಾವಲಂಬನೆ ಇರಬೇಕು ಅಷ್ಟೆ.'

'ಆ ವಿಷಯ ಹಾಗಿರಲಿ. ನೀನು ನನಗೊಂದು ಮಗು ಕೊಡ್ತೀಯಾ?'

'ರಿಯಲಿ? ನಮ್ಮ ಪ್ರೀತಿಯ ಸಾರ್ಥಕತೆಯಾಗುತ್ತೆ. ಎಷ್ಟೋ ಸಲ ನನಗೂ ಆ ಆಶೆಯಾಗಿದೆ. ಆದರೆ ವಾಸ್ತವಕಷ್ಟ ನಿನಗೇ ಗೊತ್ತಿದೆ. ಜಯಕುಮಾರ ಒಂದು ಸಲವೂ ನಿನ್ನನ್ನ ಮುಟ್ಟಿಲ್ಲ ಅಂತ ನೀನೇ ಹೇಳಿದೀಯ. ಈಗ ನೀನು ಗರ್ಭಿಣಿಯಾದರೆ ಅವನು ನಿನ್ನ ಮೇಲೆ ವ್ಯಭಿಚಾರದ ಆಪಾದನೆ ತಂದು ಮಗುವಿನ ಜೀನ್ ಪರೀಕ್ಷೆಗೆ ಒಳಪಡಿಸಿ, ನಿನಗೇ ಗೊತ್ತಿದೆ ಅವೆಲ್ಲ,' ಎಂದ.

ಇದು ನನಗೆ ಗೊತ್ತಿಲ್ಲದ ಗೋಜಲಲ್ಲ. ಈ ನಪುಂಸಕ ಎಷ್ಟೇ ಅಸಮರ್ಪಕವಾಗಿಯಾದರೂ ಅಪರೂಪಕ್ಕೊಮ್ಮೆ ಮುಟ್ಟುತ್ತಿದ್ದರೆ ಅನುಮಾನಕ್ಕೆಡೆಕೊಡದಂತೆ, ಅನುಮಾನ ಹುಟ್ಟಿದರೂ ವಾದ ಭರ್ತ್ಸನೆ ಮುನಿಸುಗಳಿಂದ ಅದನ್ನು ಮೆಟ್ಟಿ ಬಾಯಿ ಮುಚ್ಚಿಸಬಹುದಿತ್ತು. ನನಗೆ ತಾಯಿತನವನ್ನು ನಿರಾಕರಿಸುವುದಕ್ಕೆಂದೇ ಇವನು ಹೀಗೆ ಮಾಡ್ತಿದಾನೆ. ಇದೂ ಒಂದು ಬಗೆಯ ಕೌಟುಂಬಿಕ ದೌರ್ಜನ್ಯ ಅನ್ನುವ ಮುಕದ್ದಮೆ ಹೂಡಲು ಸಾಧ್ಯವಿಲ್ಲವೆ? ಚಿತ್ರಾ ಮೇಡಂನ ಕೇಳಬೇಕು. ವಾಸ್ತವವಾಗಿ ಸಾಧ್ಯವಿಲ್ಲದಿದ್ದರೂ ಚರ್ಚೆಮಾಡಿ ಕಾನೂನಿನ ಸೂಕ್ಷ್ಮ ಜಾಡುಗಳನ್ನು ತಿಳಿಯೂದೇ ಮನಸ್ಸಿಗೆ ಎಷ್ಟೋ ನೆಮ್ಮದಿ ಕೊಡುತ್ತೆ, ಎನ್ನಿಸಿತು.

೫

ಒಂದು ಭಾನುವಾರ ಬೆಳಗ್ಗೆ ತೇಜುವನ್ನು ಅಮ್ಮನ ಫ್ಲ್ಯಾಟಿನಲ್ಲಿ ಬಿಟ್ಟು ಡ್ರೈವ್ ಮಾಡಿಕೊಂಡು ಯವನಿಕಾ ಸಭಾಂಗಣದಲ್ಲಿ ಏರ್ಪಡಿಸಿದ್ದ ಏಡ್ರಿಯಾನಾ ಅವರ ಉಪನ್ಯಾಸಕ್ಕೆ ಹೋಗಿದ್ದೆ. ಆಕೆ ಅಮೆರಿಕದಲ್ಲಿ ಮಹಿಳೆಯ ಉದ್ಧಾರಕ್ಕೆ ಬಹುವಾಗಿ ಶ್ರಮಿಸಿದ ಹೆಂಗಸು. ಮಾಲಾ ಮೇಡಂರ ಅಧ್ಯಕ್ಷತೆ. ಅಮೆರಿಕದಲ್ಲಿ ಮಹಿಳೆ ಮುಂದುವರೆಯುತ್ತಿದ್ದಾಳೆಂದು ಎಷ್ಟೇ ಪ್ರಚಾರ ಮಾಡಿಕೊಂಡರೂ ಪುರುಷಸೊಕ್ಕಿನ ಆ ಸಮಾಜದಲ್ಲಿ ಇನ್ನೂ ಏಕೆ ಒಬ್ಬ ಮಹಿಳೆಯೂ ರಾಷ್ಟ್ರಾಧ್ಯಕ್ಷೆಯಾಗಿಲ್ಲ? ಎಂಬ ಸಂಗತಿಯನ್ನು ಮೂಲವಾಗಿಟ್ಟುಕೊಂಡು ಪಶ್ಚಿಮದೇಶಗಳಲ್ಲಿ ಮಹಿಳೆಯು ಇನ್ನೂ ಹಿಂದುಳಿದಿರುವ ಹತ್ತು ಹಲವು ಕ್ಷೇತ್ರಗಳನ್ನು ಆಕೆ ವಿವರಿಸಿದಳು. ಭಾಷಣ ಮುಗಿಯುವ ವೇಳೆಗೆ ಒಂದು ಗಂಟೆಯಾಗಿತ್ತು. ಅಲ್ಲಿಯೇ ಸುಕನ್ಯಾ ಹೆಗಡೆ ಸಿಕ್ಕಿದಳು. ಎಂ.ಎ. ಓದುವಾಗ ನನಗಿಂತ ಒಂದುವರ್ಷ ಹಿಂದಿನ ತರಗತಿಯಲ್ಲಿದ್ದವಳು. ಓದುವಾಗ ಹೆಚ್ಚು ಸ್ನೇಹವಾಗಲಿ ನಿಕಟ ಪರಿಚಯವಾಗಲಿ ಇಲ್ಲದಿದ್ದರೂ ಕೆಲವು ವರ್ಷಗಳ ನಂತರ ಸಂಧಿಸಿ ಹಳೆಯ ನೆನಪುಗಳನ್ನು ಮೆಲುಕುಹಾಕುವಾಗ ಉತ್ಪ್ರೇಕ್ಷಿತ ನಿಕಟತೆಯು ಉಕ್ಕುವುದು ಸಹಜ. ನಮ್ಮಿಬ್ಬರಿಗೂ ಹಾಗೆಯೇ ಆಯಿತು. ಈಗ ಆಕೆ ಸರ್ಕಾರದ ಸಾರಿಗೆ ಇಲಾಖೆಯಲ್ಲಿ ಅಧಿಕಾರಿಣಿ. ಮಾತು ಬೆಳೆದು ಜೊತೆಯಲ್ಲಿ ಊಟ ಮಾಡುವ ವಿಚಾರ ಬಂದು ಇಬ್ಬರೂ ರೆಸ್ತುರಾಗೆ ಹೋಗಿ ಮೆನುವನ್ನು ನೋಡಿ

ಆರ್ಡರ್ ಮಾಡಿದೆವು. ಆಕೆ ನನಗಿಂತ ಒಂದು ವರ್ಷ ಕಿರಿಯ ಸಾಲಿನವಳಾದರೂ ನನ್ನ ಸಾಲಿನ ಎಲ್ಲರ ಗುರುತೂ ಇತ್ತು. ಒಬ್ಬೊಬ್ಬರನ್ನಾಗಿ ಜ್ಞಾಪಿಸಿಕೊಳ್ಳುವಾಗ ಪ್ರಭಾಕರನ ಹೆಸರು ಬಂತು. 'ಅವರೆ? ನನ್ನ ಇಲಾಖೆಯೋರೇ. ಸೀನಿಯರ್ ಆಫೀಸರ್. ತುಂಬ ಪ್ರಭಾವಶಾಲಿ,' ಎನ್ನುವಾಗ ಅವಳ ಮುಖದಲ್ಲಿ ತನಗೆ ತಾನೆ ತುಂಟನಗೆ ಬಿರಿಯಿತು. ತಕ್ಷಣ ಅದನ್ನು ಒಳಗೆಳೆದುಕೊಳ್ಳುವ ಪ್ರಯತ್ನವನ್ನೂ ಮಾಡಿದಳು.

'ಏನೋ ಹೇಳ್ತಿದೀಯ. ತಕ್ಷಣ ಮುಚ್ಚಿಕೊಂಡೆ. ನನಗೆ ಹೇಳು ಪರವಾಗಿಲ್ಲ,' ಎಂದೆ.

'ಏನೂ ಇಲ್ಲ. ತುಂಬ ಪ್ರಭಾವಶಾಲಿ. ಶುರುವಿನಲ್ಲೇ ಉನ್ನತ ಮಟ್ಟದಲ್ಲಿ ಸ್ಥಾನಸಿಕ್ಕಿತು. ಬೇಗ ಬಡ್ತಿ ಕೂಡ ಆಯಿತು.'

ನನಗೆ ಅವನ ಸ್ನೇಹವಾಗಲಿ, ನಿಕಟತೆಯಾಗಲಿ ಇದೆ ಎಂಬುದನ್ನು ತೋರ್ಪಡಿಸಿ ಕೊಳ್ಳದೆ, 'ಇಷ್ಟೇ ಆಗಿದ್ದರೆ ನಿನ್ನ ಮುಖದಲ್ಲಿ ತುಂಟನಗೆ ಯಾಕೆ ಹುಟ್ಟಿತು? ಕಮ್ ಆನ್. ನಾನು ಯಾರಿಗೂ ಹೇಳುಲ್ಲ. ಪ್ರಾಮಿಸ್,' ಎಂದೆ.

'ಏನಿಲ್ಲ. ಸ್ವಲ್ಪ ರಸಿಕ.'

'ಯಾವ ಥರಾ?'

'ಬಿಡಿಸಿ ಹೇಳಬೇಕೆ? ಉಮನೈಸರ್ ಅಂತಾರೆ. ಚನ್ನಾಗಿ ಡ್ರೆಸ್ ಮಾಡ್ತಾರೆ. ಮಹಿಳೆಯರ ಸಂಗಡ ನಯವಾಗಿ ಯಾರ ಕೈಲಿ ಹೇಗೆ ಮಾತಾಡಿದರೆ ಖುಷಿಯಾಗುತ್ತೋ ಹಾಗೆ ಆಡುವ ಕಲೆ ಗೊತ್ತಿದೆ. ಕಷ್ಟದಲ್ಲಿರೂ ಮಹಿಳೆಯರಿಗೆ ಸಹಾಯಾನೂ ಮಾಡ್ತಾರೆ,' ಎಂದು ಮತ್ತೆ ಕಿರು ನಕ್ಕಳು.

'ಯು ಮೀನ್.....'

'ಎಸ್.'

'ಉಮನೈಸಿಂಗ್?'

'ಹೋಗಲಿ ಬಿಡು. ಆತ ಯಾರನ್ನೂ ಬಲವಂತ ಮಾಡುಲ್ಲ. ಎಲ್ಲೂ ಕಂಪ್ಲೇಂಟಿಗೆ ಅವಕಾಶ ಕೊಟ್ಟಿಲ್ಲ. ಇಷ್ಟಕ್ಕೂ ಜನ ಮಾತನಾಡಿಕೊಳ್ಳೂದಷ್ಟೆ ನನಗೆ ಗೊತ್ತಿರೂದು. ಸಾರಿ, ನಾನು ಈ ಮಾತಾಡಿದೆ ಅಂತ ಅವರ ಕಿವಿಗೆ ಬೀಳಬಾರದು. ಆತ ನನಗೆ ಹಿರಿಯ ಅಧಿಕಾರಿ.'

'ನಾನು ನಿನಗೆ ಪ್ರಾಮಿಸ್ ಮಾಡಿದೀನಿ. ಡೋಂಟ್‌ವರಿ,' ಎಂದು ಆಶ್ವಾಸನೆ ಇತ್ತೆ.

ಇದು ನಿಜವೆ? ಎಂಬ ಪ್ರಶ್ನೆ ಮನಸ್ಸನ್ನು ಹೊಕ್ಕಿತು. ಹೌದು ಎಂಬುದು ಖಚಿತವಾಗುವ ಮೊದಲೇ ಅವನ ಮೇಲೆ ಕೋಪ ಉರಿಯಿತು. ನನ್ನ ಹತ್ತಿರವೂ ಸುಖವನ್ನನುಭವಿಸುತ್ತಾ ಇನ್ನೂ ಯಾರ ಯಾರ ಜೊತೆ ಲಲ್ಲೆಗರೆಯುತ್ತಾ, ಎಂಬ ಕುದಿ ಎರಡು ದಿನವಾದರೂ ಆರಲಿಲ್ಲ. ಸುಂದರಾಂಗ ಎನ್ನಲಾಗದಿದ್ದರೂ ಅವನದು ಇನ್ನೊಬ್ಬರ ಮನಸ್ಸನ್ನು ಗೆಲ್ಲುವ ವ್ಯಕ್ತಿತ್ವ, ಚನ್ನಾದ ಬಟ್ಟೆಬರೆ ಹಾಕ್ತಾನೆ. ಹಿತವಾದ ಮಾತುಗಾರ. ಚುರುಕು ಬುದ್ಧಿ. ಯಾರ ಮೇಲೂ ಎಂಥ ಸಂದರ್ಭದಲ್ಲೂ ಕೋಪ ತೋರಿಸದೆ ಮುಗುಳ್ನಗೆಯಿಂದ ನಿಭಾಯಿಸುವ ಹಿಡಿತ. ಜೊತೆಗೆ ಪರಿಸ್ಥಿತಿಯನ್ನು ಹಿಡಿತಕ್ಕೆ ತೆಗೆದುಕೊಳ್ಳುವ ಧೈರ್ಯ, ಹಾಗೂ ಆತ್ಮವಿಶ್ವಾಸ.

ಹೆಂಗಸರನ್ನು ಗೆಲ್ಲಲು, ನೊ, ಗೆಲ್ಲುವ ಎಂಬ ಶಬ್ದವೇ ನನಗೆ ವಾಂತಿ ಬರಿಸುತ್ತೆ, ಅದರಲ್ಲೂ ಹೆಂಗಸನ್ನು ಗೆಲ್ಲುವ ಎಂದರೆ ಸೋಲಿಸುವ ಎಂಬ ಕಲ್ಪನೆಯೇ ಪುರುಷ ದಬ್ಬಾಳಿಕೆಯ ಸೂಚಕ. ಹೆಂಗಸರನ್ನು ಮುದಗೊಳಿಸುವ ಗುಣಗಳು ಇವು. ಹೆಂಗಸು ಇಂಥ ಗುಣಗಳಿಗೆ ಯಾಕೆ ಮಾರುಹೋಗಬೇಕು? ಅವಳನ್ನು ದಾಸ್ಯದಲ್ಲಿಡಲು ಸಂಸ್ಕೃತಿಯು ಸೃಷ್ಟಿಸಿ ಹೊಗಳಿ ಹೊಗಳಿ ತಲೆಗೆ ತುಂಬಿರುವ ಗುಣಗಳು. ಎಲ್ಲ ಹೆಂಗಸರೂ ನನ್ನಂತೆ ವಿಮೋಚಿತರಾಗಿರುಲ್ಲ. ಆದ್ದರಿಂದ ಇಂಥ ಗುಣಗಳಿಂದ ಆಕರ್ಷಿತರಾಗ್ತಾರೆ. ಅಥವಾ ನೌಕರಿ ಸಿಗದೆ, ಸಿಕ್ಕಿದರೂ ಖಾಯಂ ಆಗದೆ, ಕಷ್ಟದಲ್ಲಿರುವ ಹೆಂಗಸರನ್ನು ಇವನು ದುರುಪಯೋಗಿಸಿಕೊಳ್ತಾನೆಯೊ?

ಇನ್ನೆರಡು ದಿನದಲ್ಲಿ ಅವನ ಮೇಲಿನ ಅನುಮಾನ ಕಡಮೆಯಾಯಿತು. ಒಂದೇ ಇಲಾಖೆಯಲ್ಲಿ ಕೆಲಸ ಮಾಡುವವರು. ಒಂದೇ ವಯಸ್ಸು. ಅವನಿಗೆ ಮೇಲುದರ್ಜೆಯ ಹುದ್ದೆ ಸಿಕ್ಕಿದೆ. ಅವನೇ ಹೇಳಿದನಲ್ಲ ನನ್ನ ಕೈಲಿ, ಅವನ ಮಾವ ಮಂತ್ರಿಗಳಿಗೆ ಇಪ್ಪತ್ತೈದು ಲಕ್ಷ ಲಂಚ ಕೊಟ್ಟು ಕೊಡಿಸಿದ್ದಾದುದರಿಂದ ತಕ್ಷಣ, ಅದೂ ಉನ್ನತ ಆರಂಭದಿಂದ ಶುರುವಾಗಿದೆ. ಈಗ ಮೇಲೆ ಏರಿದಾನೆ. ಈ ಸುಕನ್ಯಾ ಹೆಗಡೆಗೆ ಹೊಟ್ಟೆಕಿಚ್ಚು ಇರಬಹುದು. ಇಲ್ಲದಿದ್ದರೆ ಹೆಚ್ಚು ಪರಿಚಯವಿಲ್ಲದ ನನ್ನ ಕೈಲಿ ಮೊದಲ ಭೇಟಿಯಲ್ಲೇ ಇಂಥ ವಿಷಯ ಯಾಕೆ ಹೇಳ್ತಿದ್ದಳು? ಎನ್ನಿಸಿತು.

ಮುಂದಿನವಾರ ಅವನು ಮನೆಗೆ ಬಂದಾಗ ಸುಳ್ಳು ಹೇಳಿದರೆ ನನಗೆ ತಿಳಿಯುತ್ತೆ ಎಂಬಂತೆ ಅವನ ಕಣ್ಣುಗಳನ್ನೇ ಕಟ್ಟಿ ಹಿಡಿಯುವವಳಂತೆ ದಿಟ್ಟಿಸುತ್ತಾ ಕೇಳಿದೆ: 'ಒಂದು ಮಾತು. ನಿಜ ಹೇಳ್ತೀಯ?'

'ಯಾವತ್ತು ಸುಳ್ಳು ಹೇಳಿದೀನಿ?'

'ನಿಜ ಹೇಳ್ತೀನಿ ಅಂತ ಮೊದಲು ಆಣೆಮಾಡು.'

'ಯಾರ ಮೇಲೆ ಆಣೆ? ದೇವರು ದಿಂಡರ ಮೇಲಿನ ಆಣೆಯಲ್ಲಿ ನಿನಗೆ ನಂಬಿಕೆ ಇಲ್ಲ. ಮನುಷ್ಯರ ಮೇಲೆ ಹಾಕುವ ಆಣೆ ಒಳ್ಳೇದೋ ಕೆಟ್ಟದ್ದೋ ಯಾವ ಪರಿಣಾಮಾನೂ ಉಂಟು ಮಾಡುಲ್ಲ ಅಂತ ನೀನೇ ಒಂದು ದಿನ ಹೇಳಿದ್ದೆ.'

ನನಗೆ ಏನೂ ತೋಚದಂತಾಯಿತು. ಹಾಗಿದ್ದಲ್ಲಿ ಮನುಷ್ಯನಿಂದ ನಿಜವನ್ನು ಹೊರಡಿಸುವ ಯಾವ ಶಕ್ತಿಯೂ ಇಲ್ಲವೆ? ಎನ್ನಿಸಿತು. ಉತ್ತರ ಹೊಳೆಯಲಿಲ್ಲ. ಆದರೂ ನನ್ನ ದೃಷ್ಟಿಯ ಹಿಡಿತಕ್ಕೆ ಸಿಕ್ಕಿಸಿಕೊಂಡಿರುವ ಇವನನ್ನು ಮಾತಿನಲ್ಲೂ ಕಟ್ಟಿಹಾಕಲು ಮುಂದುವರೆಸಿದೆ: 'ನನ್ನ ಮೇಲೆ ಆಣೆಹಾಕು. ನೀನು ಸುಳ್ಳು ಹೇಳಿದರೆ ನನಗೆ ಕೇಡಾಗುತ್ತೆ, ನಾನು ಸಾಯ್ತೀನಿ ಅಂತ ಈ ಒಂದುಕ್ಷಣದ ಮಟ್ಟಿಗಾದರೂ ನಂಬಿ ಆಣೆಮಾಡು.'

'ನಿನ್ನಾಣೆಗೂ' ಎಂದು ಅವನು ನನ್ನ ನೆತ್ತಿಯ ಮೇಲೆ ತನ್ನ ಬಲ ಅಂಗೈಯನ್ನು ಒತ್ತಿ ಹಿಡಿದ. ನಾನು ಅವನ ಕಣ್ಣುಗಳನ್ನು ನೋಡುತ್ತಲೇ ಇದ್ದೆ. ಅಲ್ಲಿ ಅಪನಂಬಿಕೆ ಪಡಬೇಕಾದ ಅಣುಮಾತ್ರದ ಅಂಶವೂ ಕಾಣಿಸಲಿಲ್ಲ. 'ಅದೇನು ಕೇಳು.' ಅವನೇ ಒತ್ತಾಯ ಮಾಡಿದ.

'ಹೋಗಲಿ ಬಿಡು.' ಎಂದೆ.

'ಮನಸ್ಸಿನಲ್ಲಿ ಭೂತ ಹೊಕ್ಕಮೇಲೆ ಉಚ್ಚಾಟನೆ ಮಾಡಲೇಬೇಕು. ಹೇಳು.'

'ನಿನಗೆ ಉಮನೈಸಿಂಗ್ ಪ್ರವೃತ್ತಿ ಇದೆ ಅಂತ ಎಲ್ಲೋ ಕಿವಿಗೆ ಬಿತ್ತು. ಅದು ನಿಜ ಅಂತ ನಾನು ಹೇಳ್ತಿಲ್ಲ. ಆದರೆ ನಾನಲ್ಲದೆ ಬೇರೆ ಹೆಂಗಸು ನಿನ್ನ ಜೀವನದಲ್ಲಿದ್ದಾಳೆ ಅಂದರೆ ನನಗೆ ಎಷ್ಟು ನೋವಾಗುತ್ತೆ ಅಂತ ನಿನಗೆ ಗೊತ್ತಿದೆ ತಾನೆ? ಆಫ್‌ಕೋರ್ಸ್, ನಿನಗೆ ಹೆಂಡತಿ ಮಕ್ಕಳು ಇರೋದು ನನಗೆ ಗೊತ್ತಿದೆ. ಅದು ನಿನ್ನ ಜೀವನದ ಪ್ರತ್ಯೇಕ ಭಾಗ. ಅದನ್ನ ಪ್ರತ್ಯೇಕವಾಗಿಟ್ಟು ನಾನು ಈ ಮಾತು ಹೇಳ್ತಿರೂದು.'

'ಇಂಥ ಮನಮುರುಕ ಮಾತನ್ನ ಯಾವನು, ಯಾವಳು ಆಡಿದಳು, ನನ್ನಾಣೆಗೂ ಮುಚ್ಚಿಡದೆ ಹೇಳು. ಬೂಟಿನಲ್ಲಿ ಹೊಡೆದು ನಿನ್ನ ಹತ್ತಿರಕ್ಕೆ ಎಳಕಂಡು ಬಂದು ನಿಜ ಹೇಳುಸ್ತೀನಿ.'

ಸುಕನ್ಯಾ ಹೆಗಡೆಯ ಹೆಸರು ಹೇಳಿಬಿಡುವ ಮನಸ್ಸಾಯಿತು. ನಾನು ಅವಳಿಗೆ ಮಾಡಿದ ಪ್ರಾಮಿಸ್ ಮುಖ್ಯವೆಂದು ತೋರಲಿಲ್ಲ. ಅವಳ ಹೆಸರು ಹೇಳಿದರೆ ಇವನು ಅವಳನ್ನು ತರಾಟೆಗೆ ತೆಗೆದುಕೊಂಡು ಇವನಿಗೆ ನಾನೇ ಈ ಮಾತು ಹೇಳಿದೆನೆಂದು ಅವಳಿಗೆ ತಕ್ಷಣ ಅರ್ಥವಾಗಿ ನಮ್ಮಿಬ್ಬರ ನಿಕಟ ಸಂಬಂಧವನ್ನು ಅವಳು ಊಹಿಸಿ ಯಾವ ರೀತಿ ಗುಲ್ಲು ಬೆಳೆಯುತ್ತೋ ಎಂಬ ಅಂಜಿಕೆಯುಂಟಾಯಿತು. ಪ್ರಭಾಕರನ ಕಣ್ಣುಗಳಲ್ಲಿ ಮುಗ್ಧತೆಯ ಶಾಂತ, ಸಾತ್ತ್ವಿಕ ಬಿಳುಪು ಕಾಣಿಸಿತು. 'ಈ ಮಾತು ಇಲ್ಲಿಗೆ ಬಿಟ್ಟುಬಿಡು, ಪ್ಲೀಸ್,' ಎಂದು ಅವನನ್ನು ತಬ್ಬಿಮುದ್ದಿಸಿದೆ. ಅವನು ಬೇಗ ಶಾಂತನಾಗಲಿಲ್ಲ. 'ನೋಡು, ಈ ಮನೆಯೊಳಗೆ ನಮಗೆ ಸಿಕ್ಕುವ ಪ್ರತಿಯೊಂದು ನಿಮಿಷವೂ ಅಮೂಲ್ಯವಾದದ್ದು. ಅದನ್ನ ಸದುಪಯೋಗಪಡಿಸಿಕೊಬೇಕು. ಸಮಾಧಾನ ಮಾಡಿಕೊ. ಬಾ,' ಎಂದು ಮತ್ತೆ ಮುದ್ದಿಸಿದೆ. ಅವನ ಶಕ್ತಿಯೇ ಅದು. ಎಷ್ಟೇ ಕೆರಳಿರಲಿ, ಬೇಕೆಂದಾಗ ಸಮಾಧಾನ ತಂದುಕೊಂಡು ಸಾಮಾನ್ಯಸ್ಥಿತಿಗೆ ಬರುವುದು.

ಅಧ್ಯಾಯ ೮

೧

ಬಾಲ್ಟಿಮೋರಿನಲ್ಲಿ ಏರ್ಪಡಿಸಿದ್ದ ಕೈಗಾರಿಕಾ ವಸ್ತುಪ್ರದರ್ಶನದಲ್ಲಿ ಭಾಗವಹಿಸಬೇಕೆಂದು ನಿರ್ಧರಿಸಿದೆ. ಅದುವರೆಗೆ ಓಸಕ, ಹನಾವರ್, ಸಿಂಗಪುರಗಳ ಪ್ರದರ್ಶನಗಳಲ್ಲಿ ಭಾಗವಹಿಸಿದ್ದ ಅನುಭವವಿತ್ತು. ತಕ್ಷಣ ಅಲ್ಲದಿದ್ದರೂ ನಮ್ಮ ಕಂಪನಿಯ ಪದಾರ್ಥಗಳ ಪ್ರಚಾರಕ್ಕೆ ಇಂಥ ಪ್ರದರ್ಶನಗಳು ಕ್ರಮೇಣ ಸಹಾಯಕವಾಗುತ್ತಿದ್ದವು. ಪೂರ್ವ ಏಶಿಯಾ ಮತ್ತು ಮಧ್ಯ ಯೂರೋಪುಗಳ ವ್ಯಾಪಾರಕ್ಕಿಂತ ಅಮೆರಿಕದಲ್ಲಿ ಹೆಜ್ಜೆಯೂರುವ ಅವಕಾಶ ಸಿಕ್ಕಿದರೆ ಲಾಭಾಂಶ ಹೆಚ್ಚೆಂಬುದು ಎಲ್ಲ ಉತ್ಪಾದಕರ ಅನುಭವ. ನಾನು ಪ್ರದರ್ಶನದ ನಮ್ಮ ಸ್ಟಾಲಿನ ವ್ಯವಸ್ಥೆ ಮಾಡಿ ಪ್ರಾರಂಭಿಕ ಒಂದುವಾರ ಖುದ್ದು ಹಾಜರಿದ್ದರೆ ಅನಂತರದ ಅವಧಿಗೆ ಇಬ್ಬರು ಸಹಾಯಕರು ನೋಡಿಕೊಳ್ಳುತ್ತಾರೆ.

ಬಾಲ್ಟಿಮೋರಿಗೆ ಹೋದನಂತರ ನಚಿಕೇತನ ನೆನಪು ಬಂತು. ಅವನು ಪಕ್ಕದ ವಾಷಿಂಗ್‌ಟನ್ ಡಿ.ಸಿ.ಯಲ್ಲಿದ್ದನೆಂದು ನನ್ನ ನೆನಪು. ಅಮೆರಿಕದಲ್ಲಿ ಯಾರೂ ಅದೇ ಕಂಪನಿಯಲ್ಲಿ, ಅದೇ ವಿಳಾಸದಲ್ಲಿ, ಇರುತ್ತಾರೆಂಬ ಖಚಿತತೆ ಇಲ್ಲ. ಆದರೂ ನನ್ನ ಡೈರಿಯನ್ನು ತೆಗೆದು ಹಳೆಯ ಅಂಕಿಗೆ ಫೋನು ಮಾಡಿದೆ. ಸಿಕ್ಕಲಿಲ್ಲ. ಈ ದೇಶಕ್ಕೆ ಬಂದು ಅವನನ್ನು ನೋಡದೆ, ಕೊನೆಯ ಪಕ್ಷ ಅವನಿಗೆ ತಿಳಿಸದೆ, ಹಿಂತಿರುಗುವ ಮನಸ್ಸು ಬರಲಿಲ್ಲ. ಬ್ರೆಜಿಲ್‌ನಲ್ಲಿರುವ ಅಕ್ಕ ಭಾವರಿಗೆ ಫೋನ್ ಮಾಡಿ ತಿಳಿದುಕೊಳ್ಳುವುದೊಂದೇ ದಾರಿ ಎಂದು ತೋಚಿತು. ಅವರಿಗೆ ಕೂಡ ಫೋನು ಮಾಡಿ ಎರಡು ಮೂರು ವರ್ಷವೇ ಆಗಿದೆ. ಈ ನೆಪದಲ್ಲಾದರೂ ಯೋಗಕ್ಷೇಮ ವಿಚಾರಿಸಿದಂತೆ ಆಗುತ್ತೆ. ಅವರು ತಕ್ಷಣ ಸಿಕ್ಕಿದರು.

'ಜಯಣ್ಣ, ನಿನ್ನ ನಂಬರ್ ಕೊಟ್ಟು ಫೋನು ಕೆಳಗಿಡು. ನಾನೇ ಮಾಡ್ತೀನಿ. ವ್ಯಾಪಾರಕ್ಕೆ ಅಂತ ಬಂದರೂ ಅಮೆರಿಕದಿಂದ ಪ್ರವಾಸಿಗಳು ಫೋನು ಮಾಡೂದು ಅಂದರೆ ಬೋಳಿಸಿ ಹೋಗುತ್ತೆ.' ಭಾವ ಹೇಳಿದರು. ವೈಜಯಂತಿ ಸತ್ತ ನಂತರ ಕಂಪನಿ ಹ್ಯಾಗೆ ನಡೀತಿದೆ, ಸಮರ್ಥವಾಗಿ, ಮುತುವರ್ಜಿಯಿಂದ ನೋಡಿಕೊಳ್ಳುವ ಸಿ.ಇ.ಓ. ಸಿಕ್ಕಿದಾರೆಯೆ? ಎಂದು ಮುಂತಾಗಿ ವಿಚಾರಿಸಿದರು. ಅನಂತರ ಅಕ್ಕ ಫೋನು ಇಸಕೊಂಡಳು. ನಿನ್ನ ಎರಡನೆ

ಹೆಂಡತಿ ಹ್ಯಾಗಿದಾಳೆ? ಎಂದು ಕೇಳಿದಳು. ವೈಜಯಂತಿ ಥರವೆ? ಎಂಬ ಖಚಿತ ಹೋಲಿಕೆಯನ್ನೇ ಮುಂದಿಟ್ಟಳು. ಅದೆಲ್ಲ ಹಣೆಬರಹದ ಪ್ರಶ್ನೆ, ಎದುರಿಗೆ ಸಿಕ್ಕಿದಾಗ ಹೇಳಬೇಕಾದದ್ದು, ಎಂದು ಉತ್ತರವನ್ನು ತಪ್ಪಿಸಿದೆ. ಅಮ್ಮನ ಸುದ್ದಿ ಏನಾದರೂ ತಿಳಿಯಿತೆ? ನನ್ನ ಅಂತರಾತ್ಮ ಹೇಳುತ್ತೆ, ಅವಳು ಖಂಡಿತ ಸತ್ತಿಲ್ಲ. ನಮಗೆ ದರ್ಶನ ಕೊಡಬೇಕು ಅಂತ ಅವಳ ಮನಸ್ಸಿನಲ್ಲಿ ಹುಟ್ಟದೆ ನಾವು ಎಷ್ಟು ಹುಡುಕಿದರೂ ಸಿಕ್ಕುಲ್ಲ. ಎಲ್ಲಿ ಅಂತ ಹುಡುಕೂದು? ಇಂಡಿಯಾದಲ್ಲಿರೂ ನೀನು ಹ್ಯಾಗಾದರೂ ಹುಡುಕ್ತಿರು. ನಾವು ದೊಡ್ಡ ಸಂಬಳ ಅನ್ನೊ ಆಶೆಗೆ ಈ ಬ್ರೆಝಿಲ್ ದೇಶಕ್ಕೆ ಬಂದು, ಯೂರೋಪು ಅಮೆರಿಕಾಕ್ಕಿಂತ ದೂರದ ಖಂಡ, ದಕ್ಷಿಣ ಅಮೆರಿಕ. ನೀನು ಅಮೆರಿಕಾಕ್ಕೆ ಬಂದೋನು ಇಲ್ಲಿಗೂ ಬಂದು ಹೋಗೂ ಹಾಗೆ ಬೆಂಗಳೂರಿನಿಂದಲೇ ವೀಸಾ ಮಾಡಿಸಿಕೊಂಡು ಬರಬಾರದಾಗಿತ್ತೆ? ಎಂದೆಲ್ಲ ತೋಡಿಕೊಂಡಳು. ನಚಿ ಹ್ಯಾಗಿದಾನೆ? ಎಂದದ್ದಕ್ಕೆ ಅವನ ಫೋನು ನಂಬರ್ ಕೊಟ್ಟಿದೀವಲ್ಲ, ನೀನೇ ಕರೆದು ಎಲ್ಲಾನೂ ವಿಚಾರಿಸಿ ನಮಗೆ ತಿಳಿಸು. ಅವನು ತಾನಾಗಿಯೇ ಫೋನು ಮಾಡುಲ್ಲ, ನಾವು ಮಾಡಿದರೂ ಏನೂ ಹೇಳುಲ್ಲ, ಎಂದಳು.

ಹತ್ತು ವರ್ಷದ ಹಿಂದೆ ಅಲ್ಲವೆ, ಹೌದು, ಕಾರಿನ ಅಪಘಾತವಾದ ವರ್ಷವೇ. ಅಪಘಾತಕ್ಕೆ ಮೂರುತಿಂಗಳು ಮೊದಲು ಅಮೆರಿಕದಿಂದ ಫೋನ್ ಮಾಡಿದ್ದ. ನಾನು ಮನೆಯಲ್ಲಿರಲಿಲ್ಲ. ವೈಜಯಂತಿ ಎತ್ತಿಕೊಂಡಳು. 'ಅತ್ತೆ, ನಾನು ಹಾಲಿಡೇಗೆ ಇಂಡಿಯಾಗೆ ಬರ್ತೀನಿ. ಬೆಂಗಳೂರಿನಲ್ಲೂ ಐದಾರು ದಿನ ಇರುವ ಮನಸ್ಸು. ನಿಮ್ಮ ಮನೇಲಿರಭೌದಾ?'

'ಈಡಿಯಟ್, ನಿಮ್ಮ ಮನೆ ಅಂತೀಯ? ಇದು ನಿನ್ನ ಮನೆ ಅಲ್ಲವೇನೊ? ಬರುಕ್ಕೆ ಪರ್ಮಿಶನ್ ಕೇಳಬೇಕಾ? ಅಮೆರಿಕಾಕ್ಕೆ ಹೋಗಿ ಎಂ.ಎಸ್. ಮಾಡಿದಾಕ್ಷಣ ನೀನು ಅಮೆರಿಕನ್ ಆಗಿಹೋದೆಯಾ?'

'ನಾನೊಬ್ಬನೇ ಆಗಿದ್ದರೆ ಯಾವ ಪರ್ಮಿಶನ್‌ದೂ ಅಗತ್ಯವಿರಲಿಲ್ಲ. ನನ್ನ ಲಿವಿಂಗ್ ಟುಗೆದರ್ ಜೊತೆ ಬರ್ತಿದೀನಿ. ನಮಗೆ ಒಟ್ಟಿಗೆ ಇರುವಂಥ ರೂಮು ಕೊಡಬೇಕು.'

ಇವಳಿಗೆ ಒಂದುನಿಮಿಷ ಗರಹೊಡೆದಂತಾಯಿತು. ಪಶ್ಚಿಮದೇಶಗಳಲ್ಲಿ ಇವೆಲ್ಲ ನಡೆಯುವುದು ಇವಳಿಗೆ ಗೊತ್ತಿರಲಿಲ್ಲವೆಂದಲ್ಲ. ಆದರೆ ತನ್ನ ಸೋದರಳಿಯ, ಬಿ.ಇ. ಓದುವಾಗ ತನ್ನ ಮನೆಯಲ್ಲಿ ತನ್ನ ಮೇಲ್ವಿಚಾರಣೆಯಲ್ಲಿ ಐದು ವರ್ಷವಿದ್ದ ಹುಡುಗ ಅಮೆರಿಕಕ್ಕೆ ಹೋದ ಮೂರೇ ವರ್ಷದಲ್ಲಿ ಹೀಗೆ ಮಾಡ್ತಾನೆ, ಹೀಗೆ ಕೇಳುವ ದಾಷ್ಟೀಕ ತೋರಿಸ್ತಾನೆ ಅಂದರೆ ಸಹಿಸಲಾರದಷ್ಟು ಕೋಪಬಂತು. 'ಯಾಕೆ ಅತ್ತೆ ಸುಮ್ಮನಾಗಿಬಿಟ್ರಿ? ನಿಮಗೆ ಇಷ್ಟವಿಲ್ಲವಾ?'

'ನಿಮ್ಮಪ್ಪ ಅಮ್ಮನಿಗೆ ಗೊತ್ತಾ ಈ ಕತೆ?' ಎಂದಳು.

'ಲಿಂಡ್ಸಿಯನ್ನೂ ಕರಕಂಡು ಬ್ರೆಸಿಲ್‌ಗೆ ಹೋಗಿದ್ದೆ ಮೂರು ತಿಂಗಳ ಹಿಂದೆ. ನೀವು ಪರ್ಮಿಶನ್ ಕೊಡದೆ ಇದ್ದರೆ ನಾನು ಬರುಲ್ಲ ಅಂದೆ. ಅಮ್ಮ ಹಾರಾಡಿದಳು. ಅಪ್ಪ ಸಮಾಧಾನ ಹೇಳಿದರಂತೆ. ಒಪ್ಪಿಕಂಡ್ರು. ಅಮ್ಮ ಎಷ್ಟಾದರೂ ಹಳೇಕಾಲದೋಳು. ವಿದ್ಯಾಭ್ಯಾಸವೂ ಕಡಮೆ. ನೀವು ಎಂಜಿನಿಯರ್ ಆಗಿ ಒಂದು ಕಂಪನಿಯನ್ನ ಕಟ್ಟಿ ಬೆಳೆಸಿ

ಸಿ.ಇ.ಓ. ಆಗಿ ಎಕ್ಸ್‌ಪೋರ್ಟ್ ಮಾಡ್ತಿರುವಂಥೋರು ಯಾಕೆ ಸಿಟ್ಟು ಮಾಡ್ಕತ್ತೀರ?' ಇವಳು ಉತ್ತರ ಹೇಳಲಿಲ್ಲ. ಅವನೇ, 'ಬೇಕಾದರೆ ಮಾವನನ್ನೇ ಕೇಳಿರಿ. ನಾಳೆ ಮತ್ತೆ ಫೋನ್ ಮಾಡ್ತೀನಿ. ಬೆಂಗಳೂರಿಗೆ ಬಂದು ನಮ್ಮ ಮನೇಲಿ ಇರದೆ ಹೋಟೆಲಿನಲ್ಲಿ ಇಳಕೊಳ್ಳೂದು ನನಗೆ ಇಷ್ಟವಿಲ್ಲ' ಎಂದನಂತೆ.

ರಾತ್ರಿ ಇದನ್ನು ನನಗೆ ಹೇಳಿದಳು. ನನಗೂ ಕೋಪಬಂತು. ಆದರೆ ಮೊದಲಿನಿಂದಲೂ ಅವನ ರೀತಿ ಹಾಗೆಯೇ ಇತ್ತು. ಬೆಂಗಳೂರಿನಲ್ಲಿ ಓದುವಾಗ ಅವನು ತನ್ನ ಸಹಪಾಠಿಣಿ ಯೊಬ್ಬಳ ಜೊತೆ ಹೋಟೆಲಿನಲ್ಲಿ ರೂಮು ತೆಗೆದುಕೊಂಡು ಇವನ ಕಾಲೇಜಿನೋರೇ ಯಾರೋ ನೋಡಿ ಗುಲ್ಲಾಗಿ ಪ್ರಿನ್ಸಿಪಾಲರು ನನಗೆ ಫೋನು ಮಾಡಿ ನಾನು ಹೋಗಿ ಸರಿಪಡಿಸಿಬಂದಿದ್ದೆ. ವೈಜಯಂತಿಗೆ ಗೊತ್ತಾಗಿದ್ದರೆ ಇವನನ್ನು ಮನೆಬಿಟ್ಟು ಕಳಿಸ್ತಿದ್ದಳು. ಆಗ ನನ್ನ, ಅಕ್ಕನ ಸಂಬಂಧ ವಿಷಮವಾಗ್ತಿತ್ತು. ವೈಜಯಂತಿಗೆ ಏನೂ ಹೇಳದೆ ಅಕ್ಕನಿಗೂ ತಿಳಿಸದೆ ಇವನನ್ನು ಬೈದು ಬುದ್ಧಿ ಹೇಳಿ ಮುಚ್ಚಿಹಾಕಿದ್ದೆ. ಅವನು ಆ ಹುಡುಗಿ ಲಿಂಡ್ಸಿಯ ಜೊತೆ ಬಂದಿದ್ದಾಗ ಗಂಡ ಹೆಂಡತಿಯರಂತೆಯೇ ಇದ್ದರು. ಯಾವುದೇ ಸಂಕೋಚ ಮುಜುಗರಗಳಿಲ್ಲ. ಚೆಲ್ಲುಚೆಲ್ಲಾಗಿ ಬೇರೆಯವರೆದುರು ಅಪ್ಪುಗೆ ಚುಂಬನಗಳನ್ನು ಮಾಡುತ್ತಿರ ಲಿಲ್ಲ. ವೈಜಯಂತಿಯೇ, 'ಮದುವೆಯ ಶಾಸ್ತ್ರ, ರಿಜಿಸ್ಟ್ರೇಶನ್ ಮಾಡಿಕೊಳ್ಳದಿದ್ದರೇನು, ಗಂಭೀರವಾಗಿದಾರೆ. ಹುಡುಗಿಯೂ ಪರವಾಗಿಲ್ಲ,' ಎಂದು ಸಮಾಧಾನಪಟ್ಟುಕೊಂಡಿದ್ದಳು. ಒಂದು ದಿನ ಡಾಕ್ಟರ್ ತಿಮ್ಮಯ್ಯನವರೂ ಅವರ ಹೆಂಡತಿ ನಮ್ಮ ಮನೆಗೆ ಬಂದರು. ಲೌಂಜಿನಲ್ಲೇ ಇದ್ದ ಇವರಿಬ್ಬರನ್ನೂ ವೈಜಯಂತಿ ಅವರಿಗೆ ಇಂಗ್ಲಿಷಿನಲ್ಲಿ ಪರಿಚಯ ಮಾಡಿಸಿದಳು: 'ಮೀಟ್ ಮೈ ನೆವ್ಯೂ ನಚಿಕೇತ್ ಅಂಡ್ ಹಿಸ್ ವೈಫ್ ಲಿಂಡ್ಸಿ.' ಆದರೆ ಲಿಂಡ್ಸಿ ತಕ್ಷಣ, 'ನೊ, ವಿ ಆರ್ ನಾಟ್ ಮ್ಯಾರೀಡ್. ವಿ ಆರ್ ಲಿವಿಂಗ್ ಟುಗೆದರ್' ಎಂದು ಕೋಪತಾಪಗಳಾಗಲಿ ಅಸಮ್ಮತಿಯಾಗಲಿ ಇಲ್ಲದೆ ಸಹಜವಾಗಿ ತಿದ್ದಿದಳು. ಆಗ ವೈಜಯಂತಿಗೆ ಮರ್ಯಾದೆ ಹೋದಂತಾಯಿತು. ಸುಮ್ಮನಿದ್ದಿದ್ದರೆ ಇವಳ ಗಂಟೇನು ಹೋಗ್ತಿತ್ತು? ಇವರ ಕಾನೂನಿನ ಮಾನ್ಯತೆಯನ್ನು ತಕ್ಷಣ ತಿದ್ದುವ ಅಗತ್ಯವೇನಿತ್ತು? ಎಂದು ಅನಂತರ ನನ್ನ ಕೈಲಿ ಅಸಮಾಧಾನ ವ್ಯಕ್ತಪಡಿಸಿದಳು. 'ಆ ದೇಶಗಳ ಜನರೇ ಹಾಗೆ. ಅವಾಸ್ತವವಾದುದನ್ನ ಯಾಕೆ ಆಡಬೇಕು? ಅನ್ನುವುದು ಒಂದು. ಆ ದೇಶದಲ್ಲಿ ಲಿವಿಂಗ್ ಟುಗೆದರ್ ಅಗೌರವದ ಸಂಬಂಧವಲ್ಲ. ಮದುವೆಯಾದ ಸಂಬಂಧಕ್ಕೂ ಇದಕ್ಕೂ ಸಾಮಾಜಿಕ ಮನ್ನಣೆಯಲ್ಲಿ ಯಾವ ವ್ಯತ್ಯಾಸವೂ ಇಲ್ಲ. ಆದ್ದರಿಂದ ಅವಳು ತಿದ್ದಿದಳು. ಈ ದೇಶದ ಸಮಾಜದ ಮನ್ನಣೆಯನ್ನ ಅನ್ವಯಿಸಿ ನೀನು ಕ್ಷುಬ್ಧಳಾಗಿದೀಯ' ಅಂತ ನಾನು ಸಮಾಧಾನ ಪಡಿಸಲು ಯತ್ನಿಸಿದೆ. ಅವಳಿಗೆ ಸಮಾಧಾನವಾಗಲಿಲ್ಲ. ಇದಾದ ಎರಡೂವರೆ ತಿಂಗಳಿಗೆ ಅಪಘಾತವಾಯಿತು. ಇವನು ಅಮೆರಿಕದಿಂದ ಫೋನ್ ಮಾಡಿದ್ದ. 'ಮಾವಾ, ಸುದ್ದಿ ತಿಳಿಯಿತು. ತಕ್ಷಣ ಬಂದು ನಿನ್ನನ್ನ ನೋಡಬೇಕು ಅನ್ನಿಸುತ್ತೆ. ಈಗ ತಾನೆ ಜಾಬ್ ಛೇಂಜ್ ಮಾಡಿದೀನಿ. ರಜ ಸಿಕ್ಕಲ್ಲ. ಈ ದೇಶದಲ್ಲಿ ಸೋದರಮಾವನ ಹೆಂಡತಿ ಸತ್ತುಹೋದಳು ಅಂದರೆ ಅಷ್ಟು ದೂರದ ಪ್ರಯಾಣದ ರಜಕ್ಕೆ ಸಕಾರಣ ಅಂತ

ಭಾವಿಸುಲ್ಲ. ಹಾಗೂ ನನಗೆ ರಜೆ ಬೇಕೇ ಬೇಕು ಅಂದರೆ ಕಾರ್ಯನಿಷ್ಠೆ ಇಲ್ಲದೋನು ಅಂತ ತೀರ್ಮಾನ ಮಾಡ್ತಾರೆ. ನನ್ನನ್ನ ಸಾಕಿದ ಹೆಂಗಸರು ಅಂದರೆ ಅಮ್ಮ, ಅತ್ತೆ, ಇಬ್ಬರೇ. ಅಮ್ಮನಿಗೆ ತಾಳ್ಮೆ ಕಡಮೆ. ವಿದೇಶಗಳಲ್ಲಿ ವಾಸ ಮಾಡಿದ್ದರೂ, ಸಂಚಾರ ಮಾಡಿದ್ದರೂ ಮನಸ್ಸು ಮೈಸೂರಿನ ಅಗ್ರಹಾರದ್ದು. ಅತ್ತೆಯೊಬ್ಬರೇ ನನ್ನನ್ನ ತಾಳ್ಮೆಯಿಂದ ಸಾಕಿದೋರು. ನನಗೆ ತಾಯೀನ ಕಳಕಂಡ ಹಾಗೆ ಆಗ್ತಿದೆ,' ಎಂದು ಫೋನಿನ ಮೇಲೆ ಬಿಕ್ಕಿಬಿಕ್ಕಿ ಅತ್ತಿದ್ದ. ಅಕ್ಕ ಭಾವರೂ ಫೋನ್ ಮಾಡಿದ್ದರು. ಅಕ್ಕ, 'ಜಯಣ್ಣ, ದೇವರು ಯಾಕೆ ಒಳ್ಳೆಯೋರಿಗೆ ಹೀಗೆ ಸಂಕಟ ಕೊಡ್ತಾನೋ! ನನಗೆ ಈಗಲೇ ಬರಬೇಕು ಅನ್ನಿಸ್ತಿದೆ. ನಿಮ್ಮ ಭಾವನಿಗೆ ಈಗ ರಜ ಕೊಡುಲ್ಲ. ನನಗೊಬ್ಬಳಿಗೇ ಪ್ರಯಾಣ ಮಾಡೂದು ಕಷ್ಟ. ಇಲ್ಲಿಂದ ಸಾವೋಪಾಲೋ, ಅಲ್ಲಿಂದ ಫ್ರಾಂಕ್‌ಫರ್ಟ್, ಅಲ್ಲಿಂದ ಬೊಂಬಾಯಿ, ಅಲ್ಲಿಂದ ಬೆಂಗಳೂರು. ಕಾಯೂದು, ವಿಮಾನ ಬದಲಾಯಿಸೂದು ತಿಳಿಯಲ್ಲ. ಬೇಗ ಬರ್ತೀನಿ' ಅಂತ ಸಮಾಧಾನ ಹೇಳಿದ್ದಳು. ಆರು ತಿಂಗಳ ನಂತರ ಬೆಂಗಳೂರಿಗೆ ಬಂದಾಗ ಹೇಳಿದ್ದಳು: ಲಿಂಡ್ಸಿ ಇವನನ್ನ ಬಿಟ್ಟುಬಿಟ್ಟಳಂತೆ. ಒಂದುದಿನ ಅವಳೇ ಹೇಳಿದಳಂತೆ: ಮೈ ಡಿಯರ್ ನಚಿ. ಲಿವಿಂಗ್ ಟುಗೆದರ್‌ನ ಬ್ಯೂಟಿ ಇರೂದು ಸಂಗಾತಿಯ ಹೃದಯ ಉರಿಸದೆ ನಗುನಗುತ್ತಾ ಬೇರೆಯಾಗೂದರಲ್ಲಿ. ನನಗೆ ಬೇರೆ ಒಬ್ಬನಲ್ಲಿ ಪ್ರೀತಿ ಹುಟ್ಟಿದೆ. ನನಗೆ ನಾನು ಪ್ರಾಮಾಣಿಕಳಾಗಿರಬೇಕಲ್ಲವೆ? ಈ ಫ್ಲ್ಯಾಟನ್ನ ಬೇಕಾದರೆ ನೀನು ಇಟ್ಟುಕೊ. ಇಲ್ಲದಿದ್ದರೆ ಖಾಲಿ ಮಾಡಾಣ.

'ನನ್ನನ್ನ ಬಿಟ್ಟು ಹೋಗ್ತೀಯಲ್ಲ. ನಾನೇನು ತಪ್ಪು ಮಾಡಿದೀನಿ?' ಇವನು ಕೇಳಿದನಂತೆ. ನಿನ್ನದೇನೂ ತಪ್ಪಿಲ್ಲ. ಯು ಆರ್ ದಿ ಬೆಸ್ಟ್ ಆಫ್ ಮೆನ್. ಆದರೆ ನಿನ್ನ ಮೇಲೆ ನನಗಿದ್ದ ಪ್ರೀತಿ ಬತ್ತಿಹೋಗಿದೆ. ಇನ್ನೊಬ್ಬನಲ್ಲಿ ಹುಟ್ಟಿದೆ. ನಿನಗೂ ಹಾಗೆ ಆಗಬಹುದಿತ್ತು. ಚರ್ಚೆ ವಾದವಿವಾದ ಬೇಡ. ಯಾವನು ಇವಳಿಗೆ ಸಿಕ್ಕಿದೋನು ಅಂತ ಹುಡುಕುಕ್ಕೂ ಹೋಗಬೇಡ. ಅದು ಹೀನಬುದ್ಧಿ. ವಿಶ್ ಮಿ ವೆಲ್ ಅಂಡ್ ಐ ವಿಶ್ ಯು ವೆಲ್, ಅಂತ ಹೇಳಿ ನಡೆದು ಬಿಟ್ಟಳಂತೆ. ಭಾವ ಹೇಳಿದರು: 'ತಿರಸ್ಕೃತನಾದೆ ಅನ್ನುವ ಆತ್ಮಾವಹೇಳನ. ತಂದೆ ತಾಯಿಗೆ ಹೇಳ್ಕಳುಕ್ಕೆ ನಾಚಿಕೆ. ನಾನು ಅವನಿಗೆ ಫೋನು ಮಾಡುಕ್ಕೆ ಪ್ರಯತ್ನಿಸಿದ್ದೆ. ಅವನ ಸಂಖ್ಯೆ ಬದಲಾಯಿಸಿತ್ತು. ಆ ಫ್ಲ್ಯಾಟನ್ನೇ ಬಿಟ್ಟಿದ್ದರಲ್ಲ ಅವರು.'

೨

ನಚಿ ಫೋನಿನಲ್ಲಿ ಸಿಕ್ಕಿದ. ತೀರ ಪಕ್ಕದ ವಾಷಿಂಗ್‌ಟನ್‌ನಲ್ಲಿದಾನೆ. 'ಮಾವ, ಈಗಲೇ ಡ್ರೈವ್ ಮಾಡ್ಕಂಡು ಬರ್ತೀನಿ. ನೀನು ಇಷ್ಟು ಹತ್ತಿರ ಇರುವಾಗ ತಕ್ಷಣ ನೋಡದಿದ್ದರೆ ರಾತ್ರಿ ನಿದ್ದೆ ಬರುತ್ತೆಯೆ? ಹೋಟೆಲ್, ಬೀದಿಯ ಹೆಸರು, ವಿಳಾಸ ಕೊಡು,' ಎಂದ.

ಅವನು ಸಂಜೆ ಆರುಗಂಟೆಗೇ ಬಂದ. ಮೂವತ್ತನಾಲ್ಕು ವರ್ಷ. ಆದರೂ ಮುದುಕ

ನಂತೆ ಕಾಣುತ್ತಾನೆ. ಮುಖದಲ್ಲಿ ಕಳೆ ಇಲ್ಲ. ಶರೀರದಲ್ಲಿ ಕಸುವಿನ ಕಾಂತಿ ಇಲ್ಲ. ಅಮೆರಿಕಕ್ಕೆ ಹೋಗಿರುವ ನಮ್ಮವರು ಸಾಧಾರಣವಾಗಿ ಬೊಜ್ಜು ಬಂದೀತೆಂಬ ಭಯದಿಂದ ಕಡಿಮೆ ತಿಂದು ಶರೀರವನ್ನು ತೆಳ್ಳಗೆ ಇಟ್ಟುಕೊಂಡಿರುವ ರೀತಿಯಲ್ಲ. ಇವನು ನನ್ನ ನಚಿಯೇ ಎಂಬ ಅನುಮಾನ ಬರುವಷ್ಟು ಕೃಶನಾಗಿದ್ದ. ಕೋಣೆಯ ಒಳಗೆ ಬಂದವನೇ ನನ್ನ ಎರಡು ಪಾದಗಳನ್ನೂ ಗಟ್ಟಿಯಾಗಿ ಹಿಡಿದು ನಮಸ್ಕರಿಸಿದ ಮೇಲೆ ಕೈ ಹಿಡಿದುಕೊಂಡ. ಅನಂತರ, 'ನಡಿ. ನಿನಗೆ ಒಳ್ಳೆಯ ಹೋಟೆಲಿನಲ್ಲಿ ಊಟ ಹಾಕಿಸ್ತೀನಿ. ಈ ದೇಶದಲ್ಲಿ ತಡ ಮಾಡಿದರೆ ಕ್ಲಾಸ್ ಹೋಟೆಲುಗಳಲ್ಲಿ ಟೇಬಲ್ ಸಿಕ್ಕೂದು ಕಷ್ಟ,' ಎಂದ.

ಊಟ ಮಾಡುವಾಗ ಬೇರೆ ಏನೂ ಮಾತನಾಡಲಿಲ್ಲ. 'ನೀನು ವಾಪಸು ಹೋಗೂದು ಯಾವಾಗ?' ಎಂದ.

'ಇನ್ನು ಆರು ದಿನಕ್ಕೆ. ಶನಿವಾರ ರಾತ್ರಿ.'

'ಊರಿಗೆ ಫೋನುಮಾಡಿ ಒಂದುವಾರ ಮುಂದೆ ಹಾಕುಕ್ಕೆ ಸಾಧ್ಯವೆ? ನಿನಗೆ ಈ ಪೂರ್ವಭಾಗದ ಅಮೆರಿಕಾ ತೋರಿಸ್ತೀನಿ. ಕಾರಿನಲ್ಲಿ. ನಾನೇ ಡ್ರೈವ್ ಮಾಡ್ತೀನಿ. ನ್ಯೂ ಯಾರ್ಕ್, ಪಿಟ್ಸ್‌ಬರ್ಗ್, ಬಾಸ್ಟನ್, ಬಫ್ಲೆಲೋ, ನಯಾಗರಾ. ಜೋತೇಲಿ ಒಂದುವಾರ ಕಳೆದ ಹಾಗೂ ಆಗುತ್ತೆ. ನನಗೂ ಮನಸ್ಸಿಗೆ ವಿಶ್ರಾಂತಿ ಸಿಕ್ಕುತ್ತೆ.'

ಯಾಕಾಗಬಾರದು? ಎನ್ನಿಸಿತು. ಸೋದರಳಿಯ, ನನ್ನ ಮನೆಯಲ್ಲಿದ್ದು ಓದಿದವನು, ಎಂಬ ಕಿರಿತನವಿದ್ದರೂ ಈಗ ನನಗೆ ಸ್ನೇಹಿತನಾಗುವ ವಯಸ್ಸು ಮತ್ತು ಲೋಕಾನುಭವ ಇವನಲ್ಲಿದೆ ಎನ್ನಿಸಿತು. ಇವನ ಸಹವಾಸದಲ್ಲಿ ನನ್ನ ಮನಸ್ಸಿಗೂ ವಿಶ್ರಾಂತಿ ಸಿಕ್ಕುತ್ತೆ ಎನ್ನಿಸಿತು. ಊಟ ಮಾಡುವಾಗ ಬರೀ ಅದೂ ಇದೂ ಮಾತನಾಡಿದೆವು. ಅವನು ಮಾಡಿಕೊಂಡಿದ್ದ ಇನ್ನೊಂದು ಮದುವೆಯ ವಿಷಯ ಕೇಳಬೇಕೆನ್ನಿಸಿದರೂ ಈ ಮೊದಲೇ ಕೇಳಬಾರದು, ಅಲ್ಲದೆ ಹೇಗೂ ಇನ್ನೂ ಐದಾರು ಸಂಜೆ ಭೇಟಿಯಾಗ್ತೀವಿ. ಆಮೇಲೆ ಒಂದುವಾರ ಜೊತೇಲೇ ತಿರುಗ್ತೀವಿ, ಅವನೇ ಹೇಳ್ತಾನೆ ಎಂದುಕೊಂಡೆ. ಊಟದ ಬಿಲ್ ಎಷ್ಟಾಯಿತೆಂದು ನನಗೆ ಗೊತ್ತಾಗಲಿಲ್ಲ. ಕ್ರೆಡಿಟ್ ಕಾರ್ಡಿನಲ್ಲಿ ಕೊಟ್ಟದ್ದಲ್ಲವೆ? ಹೋಟೆಲಿನ ಭವ್ಯತೆಯನ್ನು ಗಮನಿಸಿದಾಗ ಮುನ್ನೂರು ಡಾಲರ್‌ಗಿಂತ ಕಡಮೆ ಇಲ್ಲ ಎನ್ನಿಸಿತು. ಅವನು ಹೊರಟಾಗ ರಾತ್ರಿ ಹನ್ನೊಂದು ಗಂಟೆಯಾಗಿತ್ತು.

ಮರು ಸಂಜೆಯೂ ಅವನು ಆರು ಗಂಟೆಗೆ ಬಂದ. 'ಮಾವ, ಯಾವುದಾದರೂ ಪಾಪ್ಯುಲರ್ ಈಟಿಂಗ್‌ನಲ್ಲಿ ನಮಗೆ ಬೇಕಾದ ತಿಂಡಿಗಳನ್ನ ಆಯ್ದು ತಿನ್ನಾಣ. ನಿನಗೆ ಇಷ್ಟವಾಗುತ್ತೆ' ಎಂದ. ಸ್ವಲ್ಪ ಗಜಿಬಿಜಿ ಎನ್ನಿಸಿದರೂ ನಾವು ಎದುರುಬದುರು ಕೂತು ಮಾತನಾಡಲು ತೊಂದರೆ ಇರಲಿಲ್ಲ. ಇಂಥದೇ ಒಂದರ ಪಕ್ಕ ಇನ್ನೊಂದು ವೃತ್ತಾಕಾರದಲ್ಲಿ ಹದಿನೈದಿಪ್ಪತ್ತು ಅಗ್ಗದ ರೆಸ್ತುರಾಗಳು. ಇತಾಲಿಯನ್, ಚೈನೀಸ್, ಕೊರಿಯನ್, ಸಿಲಾನೀಸ್, ಮೆಕ್ಸಿಕನ್, ಗ್ರೀಕ್, ಹೀಗೆ ಥರಹೇವಾರಿ ದೇಶಗಳ ಶೈಲಿಯವು. ಒಂದು ಇತಾಲಿಯನ್ ರೆಸ್ತುರಾದಲ್ಲಿ ಕುಳಿತು ವಿಚಾರಿಸಲು ಬಂದ ಮಾಣಿ ತಂದಿಟ್ಟ ಮೆನುವನ್ನು ನೋಡಿ ಇಬ್ಬರಿಗೂ ಒಂದೊಂದು ತಿಂಡಿ ಹೇಳಿದೆವು. ಒಟ್ಟಿನಲ್ಲಿ ಇಪ್ಪತ್ತೆರಡು ಡಾಲರ್ ಆಗುವಂಥವು.

ಮಾಣಿ ಹೋದಮೇಲೆ ನಚಿ ಹೇಳಿದ:

'ಮಾವ, ಕೇಳುಕ್ಕೆ ನಾಚಿಕೆಯಾಗುತ್ತೆ. ಆದರೂ ನೀನು ಮಾವ ಆದ್ದರಿಂದ ಬಿಂಕವಿಲ್ಲದೆ ಕೇಳ್ತಿದೀನಿ. ನೀನು ಸ್ವಂತ ಕಂಪನಿಯ ಪ್ರದರ್ಶನಕ್ಕೆ ಬಂದಿದೀಯ. ನಿನ್ನ ಹತ್ತಿರ ಎಕ್ಸ್‌ಟ್ರಾ ಡಾಲರ್‌ಗಳಿರಬಹುದು, ಎರಡು ಮೂರು ಸಾವಿರ.'

'ಇದೆ. ಯಾಕೆ ಹೇಳು.'

'ಒಂದುವಾರ ಜೊತೇಲಿ ಡ್ರೈವಿಂಗ್ ಪ್ರವಾಸ ಹೋಗಾಣ ಅಂದೆನಲ್ಲ. ಒಂದೊಂದು ರಾತ್ರಿಗೂ ಹೋಟೆಲ್‌ನಲ್ಲೋ ಮೋಟೆಲ್‌ನಲ್ಲೋ ಉಳಿಯುಕ್ಕೆ, ಊಟ ತಿಂಡಿಗೆ ಹಣಬೇಕು. ಈ ದೇಶದಲ್ಲಿ ಯಾವ ಪ್ರೇಕ್ಷಣೀಯ ಸ್ಥಳ ನೋಡುಕ್ಕೂ, ಕಾರು ಪಾರ್ಕ್ ಮಾಡುಕ್ಕೂ ಬೇಕು ಅನ್ನೂದು ನಿನಗೂ ಗೊತ್ತಿದೆ. ಯಾಕೆ ಕೇಳ್ತಿದೀನಿ ಅಂದರೆ ಈ ನನ್ನ ಅಳಿಯ ದೊಡ್ಡ ಮನುಷ್ಯನ ಹಾಗೆ ಪ್ರವಾಸಕ್ಕೆ ಕರೆದು ಈಗ ಹಣ ಇದೆಯೆ? ಅಂತಿದಾನೆ ಅಂತ ಬೇಜಾರುಪಟ್ಟುಕೊ ಬ್ಯಾಡ. ನಿನಗೆ ನನ್ನ ಮೇಲೆ ಪ್ರೀತಿ ಇರೂದರಿಂದ ಮುಚ್ಚುಮರೆ ಇಲ್ಲದೆ ಹೇಳ್ತಿದೀನಿ. ನೆನ್ನೆ ರಾತ್ರಿ ನಿನ್ನಿಂದ ಬೀಳ್ಕೊಂಡಮೇಲೆ ನನ್ನ ಕ್ರೆಡಿಟ್ ಚೆಕ್ ಮಾಡಿ ಕೊಂಡೆ. ನಾನೂರೈವತ್ತು ಡಾಲರ್ ಮಾತ್ರ ಇವೆ. ಒಂದು ಡಾಲರ್ ಸಾಲ ಕೊಡೋರೂ ನನಗೆ ಯಾರೂ ಇಲ್ಲ.'

ನಾನು ಅವನ ಮುಖವನ್ನೇ ನೋಡುತ್ತಿದ್ದೆ. ನನ್ನ ಕಣ್ಣುಗಳಲ್ಲಿ ಸಹಾನುಭೂತಿಯ ದ್ರವ ಜಿನುಗಿ ದೃಷ್ಟಿ ಮಬ್ಬಾಗಿತ್ತು. ಅವನ ಕಣ್ಣುಗಳಂತೂ ಪ್ರಕಾಶರಹಿತವಾಗಿದ್ದವು.

'ಹಣಕ್ಕೆ ಯೋಚನೆ ಮಾಡಬೇಡ. ಪ್ರವಾಸಕ್ಕೆ ಮೂರುಸಾವಿರವಾದೀತೆ? ನಾನೂ ನೀನೂ ಜೊತೇಲಿ ಒಂದುವಾರ ತಿರುಗಾಡೂದು ಮುಖ್ಯ. ಅದಲ್ಲದೆ ನಿನಗೆ ಬೇಕಾದರೆ ನಾಲ್ಕೈದು ಸಾವಿರ ಕೊಡುವಷ್ಟು ವಿದೇಶಿ ವಿನಿಮಯ ತಂದಿದೀನಿ. ಈ ದೇಶದಲ್ಲಿ ಎಷ್ಟು ಸಂಬಳ ಬಂದರೂ ಟ್ಯಾಕ್ಸ್, ಇನ್‌ಶೂರೆನ್ಸ್, ಜೀವನವೆಚ್ಚ ಕಳೆದರೆ ಏನೂ ಉಳಿಯುಲ್ಲ ಅಂತ ನನಗೆ ಗೊತ್ತಿದೆ,' ಎಂದೆ ಸಂತೈಸುತ್ತಾ.

ನನ್ನ ಸಾಂತ್ವನದಿಂದ ಅವನಿಗೆ ಪೂರ್ತಿ ಸಮಾಧಾನವಾಯಿತೆಂದು ನನಗೇ ಅನ್ನಿಸಲಿಲ್ಲ. ಏನೋ ಹೇಳಲು ಒಳಗೇ ಒದ್ದಾಡುತ್ತಿದ್ದಾನೆನ್ನಿಸಿತು. ನಾನೇ ಕೇಳಿ ಒಳಗಿನದು ಹೊರಬರಲು ದಾರಿ ಮಾಡಿಕೊಡಬೇಕೆನ್ನಿಸಿತು.

'ಆ ಲಿಂಡ್ಸಿ ಬಿಟ್ಟು ಹೋದಮೇಲೆ ನೀನು ಒಂದು ಮದುವೆ ಮಾಡಿಕೊಂಡೆಯಂತೆ. ಅದೂ ಎಡವಟ್ಟಾಯಿತಂತೆ. ನಿಜವೆ?'

'ಈಗ ನನ್ನ ಕ್ರೆಡಿಟ್ ಖಾಲಿ ಇರೂದಕ್ಕೂ ಆ ಮದುವೆ ಯಡವಟ್ಟಾದದ್ದಕ್ಕೂ ಸಂಬಂಧವಿದೆ. ಎಡವಟ್ಟು, ಖಾಲಿ. ಇವೆರಡೂ ಒಂದೇ ಘಟನೆಯ ಎರಡು ಮುಖಗಳು. ಇದನ್ನ ನಿನಗೆ ಯಾರು ಹೇಳಿದರು?'

'ನಿಮ್ಮಮ್ಮನೇ ಫೋನು ಮಾಡಿದ್ದಳು ಮೂರು ವರ್ಷದ ಹಿಂದೆ.'

'ನಿನ್ನ ಕೈಲಿ ಹೇಳ್ಕಂಡರೆ ನನಗೂ ಸಮಾಧಾನ. ನೀನು ನನ್ನನ್ನ ಜಜ್ ಮಾಡುಲ್ಲ ಅಂತ ನನಗೆ ಗೊತ್ತಿದೆ. ಅಪ್ಪನ ಕೈಲಿ ಹೇಳುಕ್ಕೆ ಸಾಧ್ಯವಿಲ್ಲ. ಯಾಕೆಂದರೆ ಫಾದರ್

ಫ್ಲಿಗರ್ ಗೊತ್ತಿಲ್ಲ. ಅಮ್ಮನ ಬುದ್ಧಿ ನಿನಗೇ ಗೊತ್ತು. ಮಗನೇ ಆದರೂ ಬೇರೆಯೋರ ಮನಸ್ಸನ್ನ ಅರ್ಥಮಾಡ್ಕಳೂ ವಸ್ತುನಿಷ್ಠತೆ ಅವಳಿಗೆ ಯಾವತ್ತೂ ಇಲ್ಲ. ಅವಳು ಅದೃಷ್ಟಶಾಲಿ. ಯಾಕೆಂದರೆ ನಮ್ಮಪ್ಪನಂಥ ಗಂಡ ಸಿಕ್ಕಿದಾರೆ. ನಿನ್ನ ಕೈಲಿ ಎಲ್ಲಾ ಹೇಳಿಬಿಡ್ತೀನಿ. ನಿನಗೆ ಮೊದಲಿನಿಂದಲೂ ಇನ್ನೊಬ್ಬರ ಕಷ್ಟ ಅರ್ಥಮಾಡ್ಕಳೂ ಶಕ್ತಿ ಇದೆ. ಇರಲಿ. ಲಿಂಡ್ಸಿ ನನ್ನನ್ನ ಬಿಟ್ಟುಹೋದಳಲ್ಲ, ಆ ಭಾವಾವೇಗದಲ್ಲಿ ನಾನು ತಿರಸ್ಕೃತನಾದೋನು ಅನ್ನುವ ಶೋಕ ಕುದಿಯತೊಡಗಿತು. ಅದು ಭಾವಾವೇಗದ ಮನಃಸ್ಥಿತಿ ಅಂತ ಈಗ ಅರ್ಥವಾಗ್ತಿದೆ. ಲಿವಿಂಗ್ ಟುಗೆದರ್‌ನ ಫಿಲಾಸಫಿ ಏನು? ಯಾರು ಯಾವಾಗ ಬೇಕಾದರೂ ಮದುವೆಯ ಉಕ್ಕಿನ ಪಂಜರದ ಸೆರೆ ಇಲ್ಲದೆ ವಿಚ್ಛೇದನದ ಹಣಕಾಸಿನ ಹಿಂಸೆ ಇಲ್ಲದೆ ನಗುನಗುತ್ತಾ ದೂರವಾಗಬಹುದು ಅಂತ ತಾನೆ? ಲಿಂಡ್ಸಿ ಕರಾರಿನ ಈ ಮೂಲ ವ್ಯಕ್ತಿಸ್ವಾತಂತ್ರ್ಯವನ್ನ ಬಳಸಿಕೊಂಡಳು. ನಾನೂ ಹಾಗೆಯೇ ಬಳಸಿಕೊಬಹುದಿತ್ತು. ಆದರೆ ನನಗೆ ಯಾರೂ ಸಿಕ್ಕಿರಲಿಲ್ಲ. ಸಿಕ್ತಿದ್ದರೇನೋ! ನನ್ನದು ಎಷ್ಟಾದರೂ ಭಾರತೀಯ ಪೆಕರು ಬುದ್ಧಿ. ಲಿಂಡ್ಸಿಗೆ ನಿಷ್ಠನಾಗಿ, ಅಲ್ಲಲ್ಲಿ ಕಾಣಿಸಿಕೊಳ್ಳುತ್ತಿದ್ದ ಅವಕಾಶಗಳಿಗೆ ಕುರುಡನಾಗಿದ್ದೆ. ಮಾವ, ಎಷ್ಟಾದರೂ ನಾವು ಮೊದಲ ತಲೆಮಾರಿನ ವಲಸಿಗರು. ಪೂರ್ತಿ ಅಮೆರಿಕನ್ ಆಗುಕ್ಕೆ ಸಾಧ್ಯವಿಲ್ಲ. ಏನಂತೀಯ?'

'ಹೌದು. ಮದುವೆಗೆ ಸಿಕ್ಕಿಕೊಂಡೆ ಹೇಗೆ?'

'ಲಿಂಡ್ಸಿ ಹೋದಮೇಲೆ ಭಯಂಕರ ಏಕಾಂಗಿತನ ಕಾಡತೊಡಗಿತು. ಆಫೀಸಿನಿಂದ ಮನೆಗೆ ಬಂದರೆ ಭಣಭಣ. ದಿನಾ ಒಂದಿಷ್ಟು ವಿಸ್ಕಿ ಕುಡಿಯೋಣ ಅನ್ನುವ ಪರಿಹಾರ ಕಾಡಿಸ್ತಿತ್ತು. ಆಗ ನಿನ್ನ ನೆನಪು ಬರ್ತಿತ್ತು. ನೀನು ಒಂದು ದಿನವೂ ಕುಡೀತಿರಲಿಲ್ಲ. ಪಾರ್ಟಿಗೆ ಹೋದಾಗ ಗ್ಲಾಸಿಗೆ ಸೇಬಿನ ರಸ ತುಂಬಿಕೊಂಡು, ಅದು ಸೋಡದಲ್ಲಿ ಬೆರೆಸಿದ ಸ್ಕಾಚ್‌ನಂತೆ ಕಾಣುತ್ತಲ್ಲ, ಕೈಲಿ ಹಿಡಿದು ಎಲ್ಲರ ಕೈಲೂ ಮಾತಾಡ್ತಾ ಓಡಾಡ್ತೀ, ಅಂತ ಅತ್ತೆ ಮೆಚ್ಚುಗೆಯಿಂದ ನನಗೆ ಹೇಳ್ತಿದ್ದರು. ತೀರ ಸಂದರ್ಭ ಬಂದರೆ ನೀನೂ ಹಾಗೆ ಮಾಡು ಅಂತ ತಲೆಗೆ ತುಂಬುತ್ತಿದ್ದರು. ಆ ಎಚ್ಚರಿಕೆ ಇಲ್ಲದಿದ್ದರೆ ಕುಡಿತ ಶುರುಮಾಡ್ತಿದ್ದನೋ ಏನೋ! ಈಗಲೂ ನಾನು ಕುಡಿಯುಲ್ಲ. ಕುಡಿದರೆ ತೀರ ಅಪರೂಪಕ್ಕೆ. ನಿಜ ಹೇಳಬೇಕು ಅಂದರೆ ನನಗೆ ಕ್ಯಾರಟ್ ಹಲ್ವದ ಮೇಲಿರುವಷ್ಟು ಪ್ರೀತಿ ಎಂಥಾ ಫ್ರೆಂಚ್ ವೈನ್ ಮೇಲೂ ಇಲ್ಲ. ಹೋಗಲಿ. ನಾನು ಏನು ಹೇಳ್ತಿದ್ದೆ?'

'ಲಿಂಡ್ಸಿ ಹೋದಮೇಲೆ ಭಯಂಕರ ಏಕಾಂಗಿತನ ಕಾಡತೊಡಗಿತು.'

"ಆ ಸಂದರ್ಭದಲ್ಲಿ ಟ್ರೇಸಿಯ ಪರಿಚಯವಾಯಿತು. ವಾಸ್ತವವಾಗಿ ಅವಳೇ ಮುಂದುವರೆದು ನನ್ನ ಪರಿಚಯಮಾಡಿಕೊಂಡಳು. ತನ್ನ ನಡೆನುಡಿ ಹಾವಭಾವ ಬಿನ್ನಾಣಗಳಿಂದ ನಾನು ಒಂದೊಂದೇ ಹೆಜ್ಜೆ ಮುಂದುವರೆದು ಅವಳಿಗೆ ನಿಕಟವಾಗುವಂತೆ. ನನ್ನ ಕಾಂಡೋಮಿಯಮ್‌ಗೆ ಕರೆಯುವಂತೆ ಮಾಡಿದಳು. ಒಂದೆರಡು ಮಕ್ಕಳನ್ನು ಹೆತ್ತು ಮಾಗಿರುವ ಹೆಂಗಸಿಗೆ ಇರುವ ಗಂಡಸಿನ ಮನಸ್ಸನ್ನು ಮುದಗೊಳಿಸಿ ಶಾಂತಿಯನ್ನು ಪಸರಿಸಿ ಗೆದ್ದುಕೊಳ್ಳುವ ಶಕ್ತಿ ತಾಯಿಯಾಗದವಳಿಗೆ ಇರುಲ್ಲ. ಟ್ರೇಸಿ ಎರಡು ಪುಟ್ಟಮಕ್ಕಳ ತಾಯಿ.

ಅವಳ ಫ್ಲ್ಯಾಟಿನಲ್ಲಿ ನಮಗೆ ಏಕಾಂತ ಸಾಧ್ಯವಿಲ್ಲ, ಅಂತ ನನ್ನ ಕಾಂಡೋಮಿಯಮ್‌ಗೆ ಬರುತ್ತಿದ್ದಳು. ಲಿಂಡ್ಸಿಗೂ ನನಗೂ ಇದ್ದದ್ದು ಸಮಾನತೆಯ ಸಂಬಂಧ. ಆದರೆ ಟ್ರೇಸಿ ಹೋಗುವ ಮೊದಲು ನನ್ನ ಕೋಣೆ, ಅಡುಗೆಮನೆ, ಬಚ್ಚಲುಮನೆಗಳನ್ನೆಲ್ಲ ಹೂವರ್ ಮಾಡಿ ತೊಳೆದು ಹಾಸಿಗೆ ಬಟ್ಟೆಗಳನ್ನು ಒಗೆಯುವ ಮೆಶಿನ್‌ಗೆ ಹಾಕಿ ತಾಯಿಯು ಮಗನಿಗೆ ಮಾಡುವ ಎಲ್ಲ ಉಪಚಾರಗಳನ್ನೂ ಮಾಡಿ, ಹಾಸಿಗೆಯಲ್ಲಿ ಕೂಡ ಅವಳದು ಮೃದುವಾಗಿ ಶಾಂತಗೊಳಿಸುವ ಸೇವೆ. ಲಿಂಡ್ಸಿಗಿಂತ ಹೆಚ್ಚು ತಿಳಿದವಳು. ಕೊಡುವುದೇ ಪಡೆಯುವ ಮೂಲ ಮಾರ್ಗ ಅನ್ನುವುದನ್ನು ಬಲ್ಲವಳು. ನನಗಿಂತ ನಾಲ್ಕು ವರ್ಷಕ್ಕೆ ದೊಡ್ಡೋಳು. ಆದರೇನು? ಲಿಂಡ್ಸಿಯನ್ನು ಮರೆಸಿದಳು. ಅಥವಾ ನಾನು ಮರೆತೆ. ಹೀಗೆ ಎರಡು ವರ್ಷ ಕಳೆದಿತ್ತು. ಒಂದು ದಿನ ಇಬ್ಬರೂ ಬೆವರಿನ ಅಂಟಿನಲ್ಲಿ ಬಂಧಿತರಾಗಿ ಮಲಗಿದ್ದಾಗ ಅವಳು ಮಾತು ತೆಗೆದಳು: 'ಮಕ್ಕಳು ಬೆಳೀತಿದಾರೆ. ಅಮ್ಮ ಯಾಕೆ ಆಗಾಗ್ಗೆ ಆಫೀಸಿನ ಸಮಯವಾದಮೇಲೆ ನಾಲ್ಕೈದು ಗಂಟೆ ತಡವಾಗಿ ಬರ್ತಾಳೆ ಅನ್ನುವ ಅನುಮಾನ ಅವಕ್ಕೆ ಬಂದಿದೆ. ಅವುಗಳ ದೃಷ್ಟಿಯಲ್ಲಿ ಅಮ್ಮ ಏನನ್ನೋ ಕದ್ದುಮುಚ್ಚಿ ಮಾಡ್ತಿದಾಳೆ ಅನ್ನುವ ಸಂಶಯ ಯಾಕೆ ಬರಬೇಕು? ನಾವು ರಾಜಾರೋಷ್ ಮದುವೆಯೇ ಆಗಿಬಿಡಾಣ. ನಿನ್ನ ಮೇಲೆ ಆಣೆ ಇಟ್ಟು ಹೇಳ್ತೀನಿ. ನನ್ನ ಮಕ್ಕಳ ಭಾರ ನಿನ್ನ ಮೇಲೆ ಹಾಕುಲ್ಲ. ಅವರಿಬ್ಬರನ್ನೂ ನನ್ನ ಸಂಬಳದಲ್ಲಿ ಬೋರ್ಡಿಂಗ್ ಸ್ಕೂಲಿಗೆ ಹಾಕ್ತೀನಿ. ಆಫೀಸಿನ ಸಮಯ ಹೊರತುಪಡಿಸಿ ನಾವಿಬ್ಬರೂ ಜೊತೇಲಿರಭೌದು. ನಾನು ನಿನಗೆ ಕ್ರಮವಾಗಿ ಅಡುಗೆ ಮಾಡಿ, ಬಟ್ಟೆ ಒಗೆದು ಇಸ್ತ್ರಿಮಾಡಿ, ಬೆನ್ನು ಉಜ್ಜಿ ಸ್ನಾನ ಮಾಡಿಸಿ, ಜೊತೆಗೆ ಮಿಸೆಸ್ ನಚೀಕೇತ್ ಅನ್ನುವ ಗೌರವಕ್ಕೂ ಪಾತ್ರಳಾಗಿ ಇರೂದು ಎಷ್ಟು ಚಂದ!' ನಾನು ಒಪ್ಪಲಿಲ್ಲ. ಈ ದೇಶದಲ್ಲಿ ಮದುವೆಗೆ ಸಿಕ್ಕಿಕೊಳ್ಳೂದು ಗಂಡಸಿಗೆ ಅವಿವೇಕ ಅನ್ನುವ ತಿಳಿವಳಿಕೆ ನನಗಿತ್ತು. ಆ ತಿಳಿವಳಿಕೆಯಿಂದ ತಾನೆ ನಾನು ಲಿಂಡ್ಸಿ ಲಿವಿಂಗ್ ಟುಗೆದರ್ ಮಾಡಿಕೊಂಡಿದ್ದದ್ದು. ಆದರೆ ಟ್ರೇಸಿ ಪದೇಪದೇ ಒತ್ತಾಯ ಮಾಡತೊಡಗಿದಳು. 'ಮದುವೆಯಾಗದಿದ್ದರೆ ನಮ್ಮ ಸಂಬಂಧಕ್ಕೆ ಪಾವಿತ್ರ್ಯವೇ ಇಲ್ಲ ಅನ್ನುವ ಪಾಪಪ್ರಜ್ಞೆ ನನ್ನನ್ನ ಕಾಡ್ತಿದೆ. ಕೋರ್ಟಿಂಗ್ ಮಾಡೂದೇ ಮದುವೆಯ ಪೂರ್ವಭಾವಿ ಅಂತ ತಾನೆ? ಮದುವೆಯೇ ಬೇಡ ಅಂದರೆ ಕೋರ್ಟಿಂಗ್‌ನ ಅರ್ಥವೇನು?' ಅಂದಳು. ನನಗೆ ಲಿವಿಂಗ್ ಟುಗೆದರ್‌ನಲ್ಲಿ ಮಾತ್ರ ನಂಬಿಕೆ ಇದೆ ಅಂದೆ. ನಾವೀಗ ಅದೂ ಮಾಡ್ತಿಲ್ಲವಲ್ಲ. ಯಾಕೆಂದರೆ ಅಲ್ಲಿ ನಾನು ಬೇರೆ ಫ್ಲ್ಯಾಟಿನಲ್ಲಿದೀನಿ. ನಿನ್ನ ಕಾಂಡೋಮಿಯಮ್‌ಗೆ ಮೂರುನಾಲ್ಕು ದಿನಕ್ಕೊಂದು ಸಲ ಬಂದು ಹೋಗ್ತಿದೀನಿ, ಎಂದಳು. ಹೀಗಿದ್ದರೂ ನನಗೆ ಅಭ್ಯಂತರವಿಲ್ಲ, ಯಾಕೆಂದರೆ ನಿನ್ನ ಪರಿವಾರ ದೊಡ್ಡದು ಅಂದೆ. ಅವಳು ಕಣ್ಣೀರು ಹಾಕಿದಳು. ನಾನು ಜಗ್ಗಲಿಲ್ಲ. ಎರಡು ವಾರ ಬರಲಿಲ್ಲ. ಫೋನೂ ಮಾಡಲಿಲ್ಲ. ನನಗೆ ಏನೋ ಕಳೆದುಕೊಂಡ ಹಾಗೆ ಆಗತೊಡಗಿತು. ಬರೀ ಶರೀರಬಾಧೆಯಲ್ಲ. ಪರಿತ್ಯಕ್ತ ಭಾವನೆ. ಶೂನ್ಯ. ಲಿಂಡ್ಸಿ ಬಿಟ್ಟುಹೋದಾಗ ಆದದ್ದಕ್ಕಿಂತ ಹೆಚ್ಚು ತೀಕ್ಷ್ಣವಾದ ವೇದನೆ. ಅವಳಿಗಿಂತ ಇವಳ ಸಂಬಂಧ ಹೆಚ್ಚು ಆಳವಾಗಿತ್ತು. ನನ್ನ ಮನೆಯನ್ನು ಹೂವರ್ ಮಾಡಿ ಅಡುಗೆ ಬಚ್ಚಲುಮನೆಗಳನ್ನು ತೊಳೆದು ಬಟ್ಟೆ ಒಗೆ

ಯುತ್ತಿದ್ದುದು ಮಾತ್ರವಲ್ಲ ಇವಳ ಮಾಗಿದ ಮಾರ್ದವ ಆತ್ಮೀಯತೆಯನ್ನು ಕಳೆದುಕೊಂಡೆ ನೆಂಬ ಖೇದ ಶುರುವಾಯಿತು. ಒಂದು ದಿನ ನಾನೇ ಫ಼ೋನು ಮಾಡಿದೆ. ಅವಳು ಅದೇ ದಿನ ಬಂದಳು. ನನ್ನನ್ನು ಮುದ್ದಿಸಿದಳು. 'ನಾವು ಮದುವೆಯಾಗೋಣ. ಆದರೆ ಒಂದು ಪ್ರಿನಪ್ಷಲ್ ಅಗ್ರಿಮೆಂಟ್ ಮಾಡಿಕೊಳ್ಳೋಣ' ಅಂದೆ. ಮಾವ, ಪ್ರಿನಪ್ಷಲ್ ಅಗ್ರಿಮೆಂಟ್ ಅಂದರೆ ಏನು ನಿನಗೆ ಗೊತ್ತಾ?" ಎಂದು ನಿಲ್ಲಿಸಿದ.

'ಸ್ವಲ್ಪ ಸ್ವಲ್ಪ. ಅಮೆರಿಕಾಕ್ಕೆ ಹಿಂದೆ ಬಂದಾಗ ಕೇಳಿದೀನಿ. ಆಗ ಅದರಲ್ಲಿ ಹೆಚ್ಚು ಆಸಕ್ತಿ ಇರಲಿಲ್ಲ. ಈಗ ತಿಳಕೊಳ್ಳುವ ಕುತೂಹಲವಿದೆ. ವಿವರಿಸು' ಅಂದೆ.

'ಮದುವೆಗೆ ಮೊದಲು ಉಭಯಪಕ್ಷಗಳ ಆಸ್ತಿ ಮತ್ತು ಆದಾಯಗಳು ಇಷ್ಟಿಷ್ಟಿವೆ. ಒಂದು ವೇಳೆ ಇಬ್ಬರಲ್ಲಿ ಒಬ್ಬರು ವಿಚ್ಛೇದನ ಬಯಸಿದರೆ ಪರಸ್ಪರರಿಗೆ ಯಾವ ಪ್ರಮಾಣದಲ್ಲಿ ಅಥವಾ ಲೆಕ್ಕದಲ್ಲಿ ಕೊಡಬೇಕು, ಅಥವಾ ಯಾರಿಗೆ ಯಾರೂ ಕೊಡಬೇಕಿಲ್ಲ, ಸಂಸಾರಕ್ಕೆ ಯಾರು ಯಾವ ಲೆಕ್ಕದಲ್ಲಿ ಪ್ರತಿ ತಿಂಗಳೂ ಕೊಡಬೇಕು ಅಥವಾ ಕೊಡಬೇಕಿಲ್ಲ, ವಾಸದ ಮನೆ ಕಾರು ಮೊದಲಾದುವನ್ನು ಕೊಂಡರೆ ಯಾರು ಕೊಡಬೇಕು, ಯಾರು ಕೊಡಬೇಕಿಲ್ಲ. ಅವುಗಳ ಒಡೆತನ ಯಾರದು ಎಂಬುದನ್ನೆಲ್ಲ ಮೊದಲೇ ನಿರ್ಧರಿಸಿ ಬರೆದು ಮಾಡಿಕೊಳ್ಳುವ ಒಪ್ಪಿಗೆ ಪತ್ರ. ಆಗ ರಾಜ್ಯಾಧಿಕಾರವು ಮಾಡಿರುವ ಜೀವನಾಂಶದ ಕಾನೂನು ಅನ್ವಯವಾಗುಲ್ಲ. ಸಾಧಾರಣವಾಗಿ ಹೆಂಗಸಿನಿಂದಾಗುವ ಹಕ್ಕೊತ್ತಾಯದಿಂದ ಗಂಡಸನ್ನು ಇದು ರಕ್ಷಿಸುತ್ತೆ. ಹೆಚ್ಚಿನ ಸಂಪಾದನೆ ಇರುವ ಹೆಂಗಸಿಗೂ ಸಮಾನವಾಗಿ ರಕ್ಷಣೆ ಕೊಡುತ್ತೆ. ಇಂಥ ಒಪ್ಪಿಗೆ ಕರಾರು ಇಲ್ಲದಿದ್ದರೆ ರಾಜ್ಯದ ಕಾನೂನು ಅನ್ವಯವಾಗುತ್ತೆ. ಕೆನಡಾದ ಅಂಟಾರಿಯೋ ರಾಜ್ಯದಲ್ಲಿ ಪ್ರಿನಪ್ಷಲ್ ಅಗ್ರಿಮೆಂಟ್ ಇಲ್ಲದಿದ್ದರೆ ಮದುವೆಯನ್ನು ರಿಜಿಸ್ಟರ್ ಮಾಡಿಸುಲ್ಲ. ಅಮೆರಿಕದ ಕೆಲವು ರಾಜ್ಯಗಳಲ್ಲಿ ಇಂಥ ಅಗ್ರಿಮೆಂಟ್ ಇಲ್ಲದೆ ಎರಡು ವರ್ಷ ಲಿವಿಂಗ್ ಟುಗೆದರ್ ಮಾಡಿದರೂ ಅದನ್ನ ಮದುವೆ ಅಂತ ಪರಿಗಣಿಸಿ ರಾಜ್ಯದ ಕಾನೂನನ್ನು ಅನ್ವಯಿಸಿ ಬಿಡ್ತಾರೆ.'

'ಆಮೇಲೆ, ನಿಂದೇನಾಯಿತು?'

"ಅವಳು ಮುಖದಲ್ಲಿ ಅಪನಂಬಿಕೆ ತೋರಿಸಿದಳು. 'ಡಿಯರ್, ನೀನು ಹೀಗಂತೀಯ? ನನ್ನಲ್ಲಿ ನಿನಗೆ ನಂಬಿಕೆ ಇಲ್ಲವೆ?' ಅಂದಳು.

" 'ನನ್ನಲ್ಲಿ ನಿನಗೆ ನಿನ್ನಲ್ಲಿ ನನಗೆ ಅನ್ನುವ ಪ್ರಶ್ನೆಯಲ್ಲ. ಪರಸ್ಪರ ಯಾವ ಅಸ್ಪಷ್ಟತೆಯೂ ಬೇಡ ಅಂತ,' ನಾನಂದೆ.

" 'ಅಂದರೆ ನೀನು ನನ್ನನ್ನ ನಂಬುಲ್ಲ ಅಂತಲೇ ಅರ್ಥ. ಆರಂಭದಲ್ಲೇ ಅಪನಂಬಿಕೆ ಇಟ್ಟುಕೊಂಡು ಅದರ ಪರಿಹಾರದ ಕರಾರನ್ನೂ ಸೇರಿಸಿ ಮಾಡಿಕೊಳ್ಳುವ ಮದುವೆಯಲ್ಲಿ ಯಾವ ನೈತಿಕಪಾವಿತ್ರ್ಯ ಇರುತ್ತೆ? ಡಿಯರ್, ನನ್ನ ಮಟ್ಟಿಗೆ ಮದುವೆ ಅಂದರೆ ಎರಡು ಜೀವಗಳು, ಎರಡು ಆತ್ಮಗಳು, ದೇವರ ಸಮ್ಮತಿಯಿಂದ, ಮೃತ್ಯುವು ನಮ್ಮನ್ನು ಬೇರ್ಪಡಿಸುವ ತನಕ, ಕಷ್ಟಸುಖಗಳಲ್ಲಿ ಒಂದಾಗಿ, ನಾನು ಪ್ರಮಾಣ ಮಾಡ್ತೀನಿ, ಕೈಲಿ ಬೈಬಲ್ ಹಿಡಿದು, ಏಸುವಿನ ಹೆಸರಿನಲ್ಲಿ, ನನಗೆ ಅಂಥ ನಂಬಿಕೆ ಇಲ್ಲದ ಮದುವೆ ಬೇಡ,' ಅಂತ ಅಂಗಲಾಚಿ

ದಳು. ಗೋಗರೆದಳು. ನನ್ನ ಮುಖವನ್ನು ತನ್ನ ಬೊಗಸೆಯಲ್ಲಿ ಹಿಡಿದು ತನ್ನ ನೀಲ ನಯನಗಳನ್ನು ನನ್ನ ಕಣ್ಣುಗಳಲ್ಲಿ ಹುದುಗಿಸಿದಳು. ನಾನು ಒಪ್ಪಲಿಲ್ಲ. ಪವಿತ್ರ ವಿವಾಹವನ್ನು ಕರಾರಿಗೆ ಒಳಪಡಿಸುವ ಲೌಕಿಕವನ್ನಿಟ್ಟುಕೊಂಡು ಹಾಸಿಗೆ ಸೇರುವುದು ಪಾಪ, ಡಿಯರ್, ನನ್ನ ಅಂತರಾಳಕ್ಕೂ ಸಹ್ಯದ ಹಿತ ಅಸಹ್ಯದ ಸಂಕಟಗಳಿವೆ ಅನ್ನೂದ ನೀನು ಯಾಕೆ ಅರ್ಥಮಾಡ್ಕಳುಲ್ಲ,' ಎಂದು ಬಾಗಿಲು ತೆರೆದುಕೊಂಡು ಹೊರಟುಹೋದಳು. ಎರಡನೆಯ ದಿನ ಮತ್ತೆ ಬಂದಳು. ಡಿಯರ್, ನನ್ನ ನಚಿ, ಪ್ರೀತಿಸಿದವರಿಂದ ಅಪನಂಬಿಕೆಗೆ ಒಳಗಾಗುಕ್ಕಿಂತ ಹೆಚ್ಚಿನ ನೋವು ಪ್ರಪಂಚದಲ್ಲಿ ಯಾವುದಿದೆ? ಎಂದು ನನ್ನ ಮುಖವನ್ನು ಬೊಗಸೆಯಲ್ಲಿ ಹಿಡಿದು ನನ್ನ ಕಣ್ಣುಗಳನ್ನು ನೋಡು, ನಿನಗೆ ನೋಡುವ ಶಕ್ತಿ ಇದೆ, ಬೇಕೆಂದೇ ಕುರುಡು ನಟಿಸಬೇಡ ಅಂದು ನನ್ನ ಕಣ್ಣುಗಳಿಗೆ ತನ್ನ ನೀಲಿ ಕಣ್ಣುಗಳನ್ನು ಹೊಂದಿಸಿ ನಾಲ್ಕೂ ಕಣ್ಣುಗಳ ಬೆಳಕಿನ ಪ್ರತಿಫಲನಗಳನ್ನು ಒಂದುಗೂಡಿಸಿ ಅವು ಅನಂತ ಆಳವನ್ನು ಕಾಣುವಂತೆ ಮಾಡಿದಳು. ಮಾವ, ಕಾನೂನಿಗಿಂತ ಹೆಚ್ಚಿನ ಬಂಧನ ಕಣ್ಣಿನ ಇಂಥ ಹೊಳಪಿನಲ್ಲಿದೆ. ನಾನು ಒಪ್ಪಿಕೊಂಡೆ. ಮದುವೆಯ ರಿಜಿಸ್ಟರಿನಲ್ಲಿ ರುಜುಮಾಡಿದೆ."

'ಆಮೇಲೆ ಅವಳು ಶುರು ಮಾಡಿದಳೊ ಗಾಂಚಾಲಿ?'

'ಇಲ್ಲ. ತಾನು ಹೇಳಿದಂತೆಯೇ ಮಕ್ಕಳನ್ನು ಬೋರ್ಡಿಂಗ್‌ಗೆ ಸೇರಿಸಿದಳು. ಅವಳ ಸಂಬಳದಲ್ಲಿ ಫ್ಲೀ ಕೊಡ್ತಿದ್ದಳು. ನಾನು ನನ್ನ ಸಂಬಳದಲ್ಲಿ ಕಂತು ಕಟ್ಟುವ ವ್ಯವಸ್ಥೆ ಮಾಡಿ ಒಂದು ಮನೆ ಖರೀದಿಸಿದೆ. ಮಕ್ಕಳ ಅಡ್ಡಿ ಆತಂಕಗಳೇನೂ ಇಲ್ಲದೆ ಇಬ್ಬರೂ ಸುಖಸಂಸಾರ ಮಾಡಿದೆವು. ಅವಳ ಸಂಬಳವೆಲ್ಲ ಬೋರ್ಡಿಂಗ್ ಫ್ಲೀಸಿಗೆ ಹೋಗ್ತಿತ್ತು. ಮನೆಯ ಕಂತು ಸಂಸಾರದ ಖರ್ಚುಗಳೆಲ್ಲ ನನ್ನ ಆದಾಯದಲ್ಲಿ, ನನ್ನ ಸಂಬಳ ಅವಳದರ ನಾಲ್ಕರಷ್ಟು. ನಾನು ಸಾಫ್ಟ್‌ವೇರ್ ಎಂಜಿನಿಯರ್ ಅಲ್ಲವೆ, ಎಂ.ಎಸ್. ಮಾಡಿದವನು. ಅವಳು ಒಂದು ಕಂಪನಿ ಆಫ್ಲೀಸಿನಲ್ಲಿ ಸಹಾಯಕಿ. ಶುರೂನಲ್ಲಿ ಈ ಖರ್ಚಿನ ವ್ಯತ್ಯಾಸ ನಾನು ಗಮನಿಸಲಿಲ್ಲ. ಒಂದು ವರ್ಷದ ಮೇಲೆ ಬೋರ್ಡಿಂಗ್‌ನವರು ಅದು ಇದು ಅಂತ ಹೆಚ್ಚು ಹೆಚ್ಚು ತಗಾದೆ ಮಾಡ್ತಲೇ ಇದಾರೆ. ನಿನ್ನ ಗಂಡುಮಕ್ಕಳ ವಿದ್ಯಾಭ್ಯಾಸಕ್ಕೆ ಒಂದಿಷ್ಟು ಕೊಡುಲ್ಲವೆ ಡಿಯರ್? ಅಂತ ಕೇಳುಕ್ಕೆ ಶುರುಮಾಡಿದಳು. ನನಗೆ ಕೊಡದೆ ವಿಧಿ ಇಲ್ಲ. ಪ್ರೇಮದ ಬಂಧನವೇ ಹಾಗೆ ಅಲ್ಲವೆ? ಹೀಗೆ ಎರಡು ವರ್ಷ ಕಳೀತು. ಒಂದು ದಿನ ಅವಳ ಕಿರಿಮಗ ಇದ್ದಕ್ಕಿದ್ದಂತೆಯೇ ಮನೆಗೆ ಬಂದುಬಿಟ್ಟ. ಮೊದಲು ರಜೆಯಲ್ಲಿ ಇಬ್ಬರು ಮಕ್ಕಳೂ ಬರ್ತಿದ್ದರು. ಈಗ ಬಂದವನು ಹಟ ಹಿಡಿದ. ನನಗೆ ಬೋರ್ಡಿಂಗ್ ಇಷ್ಟವಾಗುಲ್ಲ. ಜೊತೆಗಾರರು ನನ್ನ ಗೋಳುಹೊಯ್ಯುತ್ತಾರೆ. ನಾನು ಮನೇಲೇ ಇದ್ದು ಮೊದಲು ಓದುತ್ತಿದ್ದ ಶಾಲೆಗೆ ಹೋಗ್ತೀನಿ. ನನಗೆ ಆ ಶಾಲೆಯೇ ಸರಿ. ತಾಯಿ ಎಷ್ಟೋ ಹೇಳಿದಳು. ಅವನು ಕೇಳಲಿಲ್ಲ. ಡಿಯರ್, ನಾನು ಏನು ಮಾಡಲಿ? ಅವನು ನಿನ್ನ ಮಗನೂ ಅಲ್ಲವೆ? ಅಂತ ಗೋಗರೆದಳು. ಮನಸ್ಸಿಲ್ಲದಿದ್ದರೂ ಒಪ್ಪಿಕೊಂಡೆ. ಒಂದು ತಿಂಗಳ ನಂತರ ಹಿರಿಯ ಮಗನೂ ಬಂದ. ಕಿರಿಯನಾದರೆ ಮನೇಲಿರಭೌದು. ನಾನು ಯಾಕೆ ಇರಬಾರದು? ಅಂತ ಹಟ. ತಾಯಿ ಮತ್ತೆ ನನ್ನನ್ನ ಗೋಗರೆಯತೊಡಗಿದಳು. ನನ್ನ ಸಂಬಳ ಅಲ್ಲಿಗೆ

ಕೊಡ್ತಿದ್ದದ್ದು ಇಲ್ಲಿಯ ಖರ್ಚಿಗೆ ಆಗುತ್ತೆ. ನಿನಗೇನೂ ಹೊರೆಯಾಗುಲ್ಲ ಎಂಬ ಸಮರ್ಥನೆ. ನಿನಗೆ ನಿನ್ನ ಮಕ್ಕಳದೇ ನಿಗವಾಗುತ್ತೆ. ಈಗಾಗಲೆ ಒಬ್ಬ ಹುಡುಗ ಬಂದ ಮೇಲೆ ಬೆಳಗ್ಗೆ ಅವನನ್ನ ರೆಡಿ ಮಾಡುಕ್ಕೆ ಸಂಜೆ ಅವನ ಊಟ ಉಪಚಾರ ಬಟ್ಟೆ ಒಗೆದು ಇಸ್ತ್ರಿ ಮಾಡೂದು ಪಾಠದ ಮೇಲ್ವಿಚಾರಣೆಯಲ್ಲಿ ನಿನ್ನ ಸಮಯ ಹೋಗ್ತಿದೆ. ಇನ್ನು ಇವನೂ ಬಂದರೆ ನೀನು ನನ್ನ ಜೊತೆ ಇರೂದು ಯಾವಾಗ? ಅಂದೆ. ಡಿಯರ್, ಅವು ನಿನಗೇ ಹುಟ್ಟಿದ್ದರೆ ಈ ಮಾತಾಡ್ತಿದ್ದೆಯಾ? ಎಂದಳು. ನನಗೆ ಹುಟ್ಟಿಲ್ಲವಲ್ಲ! ಅಂದೆ. ನೀನು ಸ್ವಾರ್ಥಿ, ಒಬ್ಬ ಹೆಂಗಸನ್ನ ಪ್ರೀತಿಸೂದು ಅಂದರೆ ಅವಳ ಹೊಟ್ಟೇಲಿ ಮೊದಲೇ ಹುಟ್ಟಿದ್ದ ಮಕ್ಕಳನ್ನೂ ಪ್ರೀತಿಸೂದು ಅನ್ನುವದನ್ನು ಅರ್ಥಮಾಡಿಕೊಳ್ಳದ ಕಾಮುಕ, ಅಂದಳು. ನಾನು ಮಾತನಾಡಲಿಲ್ಲ. ಸುಮ್ಮನೆ ಹೋಗಿ ಮಲಗಿದೆ. ಎಷ್ಟೋ ಹೊತ್ತಿನ ಮೇಲೆ ಅವಳು ಬಂದು ಮಲಗಿದರೂ ಒಬ್ಬರನ್ನೊಬ್ಬರು ಮುಟ್ಟಲಿಲ್ಲ.'

'ಹಿರೀಮಗನನ್ನ ಕರೆತರಲಿಲ್ಲವೆ?' ನಾನು ಕುತೂಹಲ ತಡೆಯದೆ ಕೇಳಿದೆ.

"ಅವಳು ಮತ್ತೆ ನನ್ನ ಒಪ್ಪಿಗೆ ಕೇಳಲಿಲ್ಲ. ಕರೆತಂದಳು. ಬೆಳಗ್ಗೆ ಬೇಗ ಎದ್ದು ದಢ ದಢನೆ ಮಕ್ಕಳನ್ನು ಸಿದ್ಧಮಾಡಿ ಕೆಲಸಕ್ಕೆ ಹೋಗ್ತಿದ್ದಳು. ಸಂಜೆ ಬಂದವಳೇ ಮತ್ತೆ ಅವರ ನಿಗ. ನನಗೆ ವಿನಿಯೋಗಿಸಲು ಸಮಯವಿಲ್ಲ. ಮನೆ ಕೆಲಸದಲ್ಲಿ ಸಹಾಯಮಾಡು ಅಂತ ತಗಾದೆ ಮಾಡುಕ್ಕೆ ಶುರುಮಾಡಿದಳು. ರಾತ್ರಿ ಮಲಗುವ ಹೊತ್ತಿಗೆ ಅವಳಿಗೆ ದಣಿವು, ನಿದ್ರೆ. ನಾನು ಕೇಳಿದೆ: 'ಹೀಗಾದರೆ ನಾವು ಮದುವೆಯಾದದ್ದಾದರೂ ಯಾಕೆ?' 'ಡಿಯರ್ ನಿನ್ನ ಕಸಿವಿಸಿ ನನಗೆ ಅರ್ಥವಾಗುತ್ತೆ. ನೀನು ಹೂಂ ಅಂದುಬಿಡು, ನಾನು ಕೆಲಸ ಬಿಡ್ತೀನಿ. ನನಗೂ ಶರೀರದಲ್ಲಿ ಶಕ್ತಿ ಉಳಿದಿರುತ್ತೆ. ನೀನು ಸಂಜೆ ಬರುವುದರೊಳಗೆ ಎಲ್ಲ ಕೆಲಸಾನೂ ಮುಗಿಸಿ ಮಕ್ಕಳ ನಿಗಾನೂ ಪೂರೈಸಿ ಲವಲವಿಕೆಯಿಂದ ಅಲಂಕಾರ ಮಾಡ್ಕಂಡಿ ರ್ತೀನಿ. ಬೇಗ ಮಲಗೋಣ. ನಿನ್ನನ್ನ ಸಂತೋಷಪಡಿಸೂದಕ್ಕಿಂತ ಬೇರೆ ಸಂತೋಷ ನನಗಾದರೂ ಏನಿದೆ?' ನನಗೆ ಇದರಲ್ಲಿ ಒಂದು ಅಪಾಯದ ಹುನ್ನಾರ ಕಾಣಿಸಿತು. ಕೋಪ ತೋರಿಸಿಕೊಳ್ಳಲಿಲ್ಲ. 'ನೀನು ಕೆಲಸ ಬಿಟ್ಟರೆ ಮಕ್ಕಳ ಫೀಜು ಪುಸ್ತಕ ಬಟ್ಟೆ ಇವಕ್ಕೆಲ್ಲ ಹ್ಯಾಗೆ ಮಾಡ್ತೀಯ?' ಎಂದೆ. 'ಡಿಯರ್, ನಿನಗೇನು ಕಡಮೆ ಸಂಬಳ ಬರುತ್ತೆಯೆ? ಬೇರೆ ಮಕ್ಕಳು, ಅವಕ್ಕೆ ನಾನು ಯಾಕೆ ಖರ್ಚುಮಾಡಬೇಕು ಅನ್ನುವ ಭಾವನೆ ಇದ್ದರೆ ಅದನ್ನ ಹೋಗಲಾಡಿಸಿಕೊಳ್ಳುಕ್ಕೆ ಒಂದು ಉಪಾಯವಿದೆ. ಹೇಳಲಾ?' 'ಏನು?' 'ಅವುಗಳನ್ನು ಅಡ್ಯಾಪ್ಟ್ ಮಾಡಿಕೊಂಡುಬಿಡು. ಮಲತಂದೆಯ ಬದಲು ದತ್ತು ತಂದೆಯಾದರೆ ಕಾನೂನು ಪ್ರಕಾರ ಕೂಡ ನಿನ್ನವೇ ಆಗ್ತವೆ.' ನನಗೆ ಕೋಪ ತಡೆಯಲಾಗಲಿಲ್ಲ. ಯು ಕನಿಂಗ್ ಉಮನ್, ಅಂದೆ. ಮಾತಿಗೆ ಮಾತು ಬೆಳೆಯಿತು. ನಡುವೆ ಮಾತು ಬಿಟ್ಟಿದ್ದೆವು. ಮತ್ತೆ ಹಾಸಿಗೆಯಲ್ಲಿ ಒಂದಾದೆವು. ಆದರೆ ಅದು ನಿಜವಾದ ಒಂದುಗೂಡಿಕೆಯಲ್ಲವೆಂಬುದು ನಮ್ಮಿಬ್ಬರಿಗೂ ತಿಳಿಯುತ್ತಿತ್ತು. ಮತ್ತೆ ಜಗಳ. ಪಶ್ಚಿಮದೇಶದ ಗಂಡಸಾಗಿದ್ದರೆ ಹೊಡೆದು ಚಚ್ಚುತ್ತಿದ್ದ. ಭಾರತೀಯನಾದ ನಾನು ಎಷ್ಟಾದರೂ ಸಪ್ಪೆ. ಕೈ ಎತ್ತುಕ್ಕೆ ಆಗ್ತಿರಲಿಲ್ಲ. ಒಟ್ಟಿನಲ್ಲಿ ಡೈವೋರ್ಸಿನ ಹಂತಕ್ಕೆ ಬಂತು. ಕೋರ್ಟಿಗೆ ಹೋಯಿತು. ಅವಳ ವಕೀಲ, ನನ್ನ ವಕೀಲ.

ಪ್ರಿನಪ್ಷಲ್ ಅಗ್ರಿಮೆಂಟ್ ಇಲ್ಲ. ಮದುವೆಯಾದಾಗ ಹೆಂಗಸಿಗೆ ಎರಡು ಮಕ್ಕಳಿದ್ದದ್ದು ಗಂಡನಿಗೆ ಗೊತ್ತಿತ್ತು. ಹಾಗಾಗಿ ಅವರ ಹೊಣೆಯಲ್ಲಿ ತನ್ನ ಭಾಗವಿಲ್ಲ ಅನ್ನುವುದು ಮೋಸವಾಗುತ್ತೆ. ತಾನು ಮತ್ತು ಇಬ್ಬರು ಮಕ್ಕಳಿಗೆ ಈ ಮನೆಯ ಅಗತ್ಯವಿರುವುದರಿಂದ ಗಂಡಸು ಬೇರೆ ವ್ಯವಸ್ಥೆ ಮಾಡಿಕೊಂಡು ಹೋಗಬೇಕು. ಮನೆಯ ಕಂತನ್ನು ತೀರಿಸುವ ಹೊಣೆ ಅವನದೇ. ಕಂತು ಮತ್ತು ತೆರಿಗೆ ಕೊಟ್ಟ ನಂತರ ಅವನ ಮತ್ತು ಅವಳ ಸಂಬಳಗಳನ್ನು ಒಟ್ಟು ಸೇರಿಸಿ ನಾಲ್ಕು ಭಾಗ ಮಾಡಿ ಅದರಲ್ಲಿ ಒಂದು ಭಾಗವು ಅವನಿಗೆ ಉಳಿಯತಕ್ಕದ್ದು ಅಂತ ಗೌರವಾನ್ವಿತ ನ್ಯಾಯಾಧೀಶ ಮಹಾಶಯರು ತೀರ್ಪುಕೊಟ್ಟರು!" ಎಂದು ನಚಿ ನನ್ನ ಮುಖ ನೋಡಿದ. ನನ್ನ ಬುದ್ಧಿ ಮತ್ತು ಮಾತು ಸತ್ತುಹೋಗಿದ್ದವು. ಅವನಿಗೂ ಕೊರಳಸೆರೆ ಕಟ್ಟಿ ಮಾತು ನಿಂತುಹೋಯಿತು. ಒಬ್ಬರ ಮುಖವನ್ನೊಬ್ಬರು ನೋಡುತ್ತಾ ಕುಳಿತೆವು. ಎಷ್ಟೋ ಹೊತ್ತು ಕಳೆಯಿತು. ಈ ಕಟ್ಟಿನಿಂದ ಬಿಡಿಸಿಕೊಳ್ಳಲೇಬೇಕಾಗಿತ್ತು. ನನಗಿಂತ ಹೆಚ್ಚಾಗಿ ಅವನನ್ನು ಬಿಡಿಸಬೇಕಾಗಿತ್ತು. ಅಷ್ಟರಲ್ಲಿ ಮಾಣಿ ತಿಂಡಿಯನ್ನು ತಂದು ಇಬ್ಬರ ಮುಂದೂ ಇಟ್ಟ.

ಒಂದು ಸಲ ನೂಡಲ್ ತಿಂದನಂತರ ನಚಿ, 'ಉಳಿದದ್ದ ಬೇಗ ಹೇಳಿ ಮುಗಿಸಿಬಿಡ್ತೀನಿ. ಹೊಟ್ಟೇಲಿರುವ ವಾಂತಿ ಕಕ್ಕಿ ಹೊರಹಾಕಿದರೆ ಸಮಾಧಾನ. ಯಾರನ್ನ ಬೈಯಬೇಕು? ಅವಳ ಕಣ್ಣಿನ ಆಳದಲ್ಲಿ ನಂಬಿಕೆಯ, ಆಣೆಪ್ರಮಾಣಗಳ ಪರಮಶಕ್ತಿಯನ್ನು ಕಂಡ ನನ್ನನ್ನ ತಾನೆ? ಪ್ರಿನಪ್ಷಲ್ ಅಗ್ರಿಮೆಂಟ್ ಅನ್ನುವ ಅವಕಾಶವಿದ್ದರೂ ಯಾಕೆ ಲಕ್ಷಗಟ್ಟಳೆ ಗಂಡಸರು ಬಲಿಬೀಳ್ತಾರೆ? ಕೋಟ್ಯಧೀಶರ ಗಂಡುಮಕ್ಕಳು ಯಾಕೆ ಸಿಕ್ಕಿಹಾಕ್ಕತ್ತಾರೆ? ಕೋರ್ಟು ಇನ್ನೊಂದು ಕರಾರು ಹಾಕಿತ್ತು. ನನ್ನ ಪಾಲಿನ ಹೊಣೆಯನ್ನು ಪೂರೈಸುವ ತನಕ ನಾನು ಈ ರಾಜ್ಯದಿಂದ ಹೊರಗೆ ನೌಕರಿ ಮಾಡುವಂತಿಲ್ಲ. ದೇಶ ಬಿಟ್ಟು ಹೋಗುವಂತಿಲ್ಲ. ನನ್ನ ಪಾಸ್‌ಪೋರ್ಟನ್ನ ಕೋರ್ಟಿನ ಸುಪರ್ದು ಇಡಬೇಕು. ನಾನು ಇದೇ ವಾಷಿಂಗ್‌ಟನ್, ಡಿ.ಸಿ.ಯಲ್ಲಿದೀನಿ. ಅದೇ ಕಂಪನಿಯಲ್ಲಿದೀನಿ. ನನ್ನ ಕಾರ್ಯಕ್ಷಮತೆ ಕುಂದುತ್ತಿದೆ. ಕಂಪನಿ ನನಗೆ ಲಿಖಿತ ಅಲ್ಲ, ಮಾತಿನ ಎಚ್ಚರಿಕೆ ಕೊಟ್ಟಿದೆ. ಸರಿಯಾಗಿ ಕೆಲಸ ಮಾಡಿದರೆ ನೌಕರಿಯೂ ಉಳಿಯುತ್ತೆ. ಸಂಬಳವೂ ಹೆಚ್ಚುತ್ತೆ. ಹೆಚ್ಚಿದ ಸಂಬಳದಲ್ಲಿ ಮೂರುಭಾಗ ಮಾಜಿ ಹೆಂಡತಿ ಮತ್ತು ಅವಳ ಮಕ್ಕಳಿಗೆ ಹೋಗುತ್ತೆ ಅನ್ನೂದು ಗೊತ್ತಿದ್ದೂ ನಾನು ಅತ್ಯಂತ ಕುಶಲನಾಗಿ ಕೆಲಸ ಮಾಡಬೇಕಾಗಿದೆ. ನಿಷ್ಕಾಮ ಕರ್ಮ, ಯೋಗಃ ಕರ್ಮಸು ಕೌಶಲಮ್ ಅಂದರೆ ಇದೆ ಅಲ್ಲವೆ ಮಾವ?' ಎಂದು ನಗಲು ಯತ್ನಿಸಿದ.

ಅವನಿಗೆ ನೆತ್ತಿ ಹತ್ತಿತು. ನಾನು ಅವನ ನೆತ್ತಿಯನ್ನು ತಟ್ಟಿ ಒಂದು ಗುಟುಕು ನೀರು ಕುಡಿಸಿದೆ. ತುಸು ಹೊತ್ತು ಗಂಟಲನ್ನು ಸುಧಾರಿಸಿಕೊಂಡ ನಂತರ ಹೇಳತೊಡಗಿದ: 'ನಾನು ಅದೇ ಊರಿನಲ್ಲಿದೀನಿ. ಅವಳು ಅದೇ ಮನೆಯಲ್ಲಿದಾಳೆ. ಒಂದು ವರ್ಷ ಕಳೆದಿತ್ತು. ಒಂದು ಮುಸ್ಸಂಜೆ ಪಾರ್ಕಿನ ಒಂದು ಮೂಲೆಯ ಬೆಂಚಿನ ಮೇಲೆ ಕೂತಿದ್ದೆ. ಅವಳು ಅದೇ ಪಾರ್ಕಿನಲ್ಲಿ ಇನ್ನೊಬ್ಬ ಹೆಚ್ಚು ಕಡಮೆ ಅವಳ ವಯಸ್ಸಿನ ಗಂಡಸಿನ ತೋಳಿಗೆ ತನ್ನ ತೋಳನ್ನು ಗಂಟು ಹಾಕಿ ವಾಕಿಂಗ್ ಮಾಡ್ತಿದ್ದಳು. ಅವಳೇ, ದಿಟ್ಟಿಸಿನೋಡಿದೆ.

ಬೇರೆ ಯಾವಳೂ ಅಲ್ಲ. ಡೈವೋರ್ಸ್ ಪಡೆದು ಹಳೆ ಗಂಡನ ಜೀವನಾಂಶ ತಿಂದುಕೊಂಡು ಅವನು ದುಡಿದು ಕಟ್ಟಿಸಿದ ಮನೆಯಲ್ಲಿ ಇರಬಹುದು. ಹೊಸ ಬಾಯ್‌ಫ್ರೆಂಡ್ ಮಾಡಿಕೊಳ್ಳ ಬಾರದೆಂಬ ನಿಷೇಧವೇನೂ ಇಲ್ಲ. ಸೆಕ್ಸ್ ಅನ್ನುವುದು ಗಂಡಾಗಲಿ ಹೆಣ್ಣಾಗಲಿ ಮೂಲಭೂತ ಅಗತ್ಯ. ಅದನ್ನು ನಿಷೇಧಿಸುವುದು ಮೂಲಭೂತ ಮಾನವಹಕ್ಕಿನ ಉಲ್ಲಂಘನೆಯಾಗುತ್ತೆ. ಮತ್ತೆ ಮದುವೆಯೂ ಆಗದೆ ತಾನು ದುಡಿಯುವ ಕಷ್ಟವೂ ಇಲ್ಲದೆ ಬೇಕಾದವನೊಡನೆ ದೇಹಸುಖವನ್ನೂ ಪಡುತ್ತಾ ಇರುವ ಹಕ್ಕು ಅವಳಿಗುಂಟು!'

ನಚಿ ಅಲ್ಲಿಗೆ ಮಾತನ್ನು ನಿಲ್ಲಿಸಿ ತನ್ನ ನೂಡಲಿನ ಬೋಗುಣಿಯನ್ನು ನೋಡಿಕೊಂಡು ತಿನ್ನತೊಡಗಿದ. ಮತ್ತೆ ಹೇಳುವುದು ಏನೂ ಉಳಿದಿರಲಿಲ್ಲ. ನಾನೂ ಏನೂ ಕೇಳಲಿಲ್ಲ. ನನ್ನಪಾಡಿಗೆ ಸ್ಯಾಂಡ್‌ವಿಚ್ ತಿನ್ನತೊಡಗಿದೆ. ನಾನೇ ಬಿಲ್ ಪಾವತಿ ಮಾಡಿದೆ. ಅವನು ಬೇಡವೆನ್ನಲಿಲ್ಲ. ಮಾವ ಬಂದಿದಾನೆಂಬ ಉದ್ವೇಗದಲ್ಲಿ ನೆನ್ನೆ ದುಬಾರಿ ಹೋಟೆಲಿಗೆ ಕರೆದೊಯ್ದು ಬರಿಕೈ ಮಾಡಿಕೊಂಡಿದ್ದಾನೆ. ಅಲ್ಲಿಂದ ಇಲ್ಲಿಗೆ ಬರುವ ಪೆಟ್ರೋಲ್‌ಗೆ ರಸ್ತೆಯ ಬದಿಯಲ್ಲಿ ಕಾರು ನಿಲ್ಲಿಸಲು ಬೇಕಾಗುವ ಶುಲ್ಕಕ್ಕೆ ಅವನ ಹತ್ತಿರ ಹಣವಿದೆಯೋ ಇಲ್ಲವೋ! ಎನ್ನಿಸಿತು. 'ಬಿಡುವಿದ್ದರೆ ಪ್ರತಿ ಸಂಜೆಯೂ ಬಾ. ಇದ ಇಟ್ಟುಕೊ' ಎಂದು ಒಂದು ಸಾವಿರ ಡಾಲರನ್ನು ಅವನ ಜೇಬಿಗೆ ತುರುಕಿದೆ.

ಅವನು ಬೆಚ್ಚಿದವನಂತೆ, 'ಇದೇನು ಮಾವ, ಯಾತಕ್ಕೆ? ನನ್ನ ಕ್ರೆಡಿಟ್‌ನಲ್ಲಿ ಸ್ವಲ್ಪ ಇದೆ' ಎಂದ.

'ಇರಲಿ, ಇಟ್ಟುಕೊ' ಎಂದು ಅವನ ಭುಜವನ್ನು ಹಿಡಿದೆ. ಅವನು ಸುಮ್ಮನಾದ. ಹೀಗೆ ಇನ್ನೂ ಎರಡು ಸಂಜೆ ನಾವು ಭೇಟಿಯಾದೆವು.

ಮರುದಿನ ಬೆಳಗ್ಗೆ ನನಗೆ ಸಿ.ಇ.ಓ. ಭದ್ರಯ್ಯನವರಿಂದ ಫೋನ್ ಬಂತು: 'ಸೂಪರ್ ಪ್ರೆಸಿಶನ್‌ನೋನು ನಮ್ಮ ಇಪ್ಪತ್ತು ಜನ ಟೆಕ್ನಿಶಿಯನ್‌ಗಳನ್ನ ಎಳಕತ್ತಿದಾನೆ. ನಾವು ಕೊಡ್ತಿರೂದರ ಎರಡರಷ್ಟು ಸಂಬಳ. ಈಗ ತಾನೆ ಅವರೆಲ್ಲ ಬಂದು ನೋಟೀಸ್ ಕೊಟ್ಟಿದಾರೆ. ಎಕ್ಸ್‌ಪೋರ್ಟ್ ಆರ್ಡರ್‌ನ ಡೆಡ್‌ಲೈನ್ ಮೀಟ್ ಮಾಡುಕ್ಕೆ ನಾವು ಹೆಣಗ್ತಿದೀವಿ. ಇಪ್ಪತ್ತು ಜನ ಅನುಭವಿಗಳು ಬಿಟ್ಟುಹೋದರೆ ನಮ್ಮ ಗತಿ ಏನು? ಇವರನ್ನ ಅನುಸರಿಸಿ ಇನ್ನೂ ಇಪ್ಪತ್ತು ಮೂವತ್ತು ಜನ ಹೋಗಬಹುದು. ನಾನು ಸಾಮ ದಾನ ಎಲ್ಲ ಉಪಯೋಗಿಸಿ ಮಾತನಾಡಿದೀನಿ. ನೀವು ತಕ್ಷಣ ವಾಪಸು ಬನ್ನಿ. ಸಂಬಳ ಏರಿಸೂದೊಂದೇ ಅವರನ್ನ ಉಳಿಸಿಕೊಳ್ಳೂ ಮಾರ್ಗ. ನೀವು ಅವರ ಕೈಲಿ ಮಾತನಾಡಿ ಸಂಬಳದ ವಿಷಯ ತೀರ್ಮಾನ ಕೈಗೊಳ್ಳಬೇಕು.'

ಅಧ್ಯಾಯ ೬

೧

ತಕ್ಷಣ ನಾನು ಬಂದಮಾರ್ಗದಲ್ಲಿ ಜಾಗ ಸಿಕ್ಕದೆ ಫ್ರಾಂಕ್‌ಫರ್ಟ್, ದಿಲ್ಲಿ ಮೂಲಕ ಬೆಂಗಳೂರು ತಲುಪಲು ಸಾಧ್ಯವಾಯಿತು. ನನಗೆ ಆಗಿರುವ ತುರ್ತನ್ನು ನಚಿಗೆ ಫೋನಿನಲ್ಲಿ ತಿಳಿಸಿ ಅಮೆರಿಕಕ್ಕೆ ಮತ್ತೊಮ್ಮೆ ಬರುವುದಾಗಿ ಹೇಳಿ ವಿಮಾನವೇರಿದೆ. ಪ್ರಯಾಣದ ಉದ್ದಕ್ಕೂ ಅವನ ಪರಿಸ್ಥಿತಿಯು ಆಗಾಗ ಮನಸ್ಸಿಗೆ ಬಂದು ನನ್ನದು ಅವನದಕ್ಕಿಂತ ತೀರ ಭಿನ್ನವಾಗಿಲ್ಲವೆನ್ನಿಸುತ್ತಿತ್ತು. ಆದರೆ ಕಂಪನಿಗೆ ಉಂಟಾಗಿರುವ ವಿಪತ್ತಿನ ಧಾವಂತದಲ್ಲಿ ಈ ಜಂಜಡ ಮನಸ್ಸಿನಿಂದ ಮರೆಯಾಗುತ್ತಿತ್ತು. ನನ್ನ ಪ್ರತಿಸ್ಪರ್ಧಿ ಸೂಪರ್ ಪ್ರೆಸಿಶನ್ ದೊಡ್ಡದಾಗಿ ವಿಸ್ತರಿಸುವ ಹವಣಿಕೆಯಲ್ಲಿರುವ ಸಂಗತಿ ನನಗೆ ಒಂದು ವರ್ಷಕ್ಕೆ ಮೊದಲಿನಿಂದ ಗೊತ್ತಿದ್ದುದೇ. ಎಷ್ಟಾದರೂ ಬಂಡವಾಳ ಒದಗಿಸುವ ಶಕ್ತಿಯುಳ್ಳ ಅವನಿಗೆ ವಿಸ್ತರಣೆಯು ಕಷ್ಟದ ಕೆಲಸವಲ್ಲ. ಆದರೆ ಅವನು ನನ್ನ ಕಂಪನಿಯ ನುರಿತ, ನನ್ನಿಂದ ಸೂಕ್ಷ್ಮ ಕುಶಲತೆಗಳನ್ನು ಕಲಿತ ಕೆಲಸಗಾರರನ್ನು ಸಾರಾ ಸಗಟು ಎಳೆದುಕೊಳ್ಳುವ ತಂತ್ರ ಹೂಡುತ್ತಾನೆಂದು ನಾನು ಕಲ್ಪಿಸಿಕೊಂಡಿರಲಿಲ್ಲ. ಬೆಂಗಳೂರು ತಲುಪಿ ಮನೆಯಲ್ಲಿ ಸ್ನಾನ ಮಾಡಿ ಬಟ್ಟೆ ಬದಲಾಯಿಸಿ ಆಫೀಸಿಗೆ ಓಡಿ, ನಾನು ಯಜಮಾನನಲ್ಲ, ನೀವು ಕೈಕೆಳಗಿನವರಲ್ಲ, ನಾವೆಲ್ಲ ಒಂದು ಕುಟುಂಬ, ಹೆಚ್ಚು ಲಾಭ ಬಂದರೆ ಎಲ್ಲರಿಗೂ ಹಂಚಿಕೆಯಾಗುವ ಒಂದು ಸೂತ್ರವನ್ನೇ ಮಾಡೋಣ ಅಂತ ಸ್ನೇಹ ಪ್ರೀತಿಗಳ ವಾತಾವರಣವನ್ನು ನಿರ್ಮಿಸಿ ಊಟ ತಿಂಡಿಗಳಲ್ಲಿ ಅತ್ಯುತ್ತಮ ಗುಣವನ್ನು ಕಾಯ್ದುಕೊಳ್ಳುತ್ತಾ ಕುಟುಂಬದಲ್ಲಿ ಏನಾದರೂ ಕಷ್ಟವಿದ್ದವರಿಗೆ ಮುಂಗಡ ಪಡೆಯುವ ಸೌಲಭ್ಯ ನೀಡಿ, ನಾನೇ ಯಂತ್ರಕೆಲಸದ ಫ್ಲೋರಿಗೆ ಆಗಾಗ ಹೋಗಿ ಸ್ವತಃ ಕೈಯಿಂದ ಕೆಲಸಮಾಡುತ್ತಾ, ನಾನು ಕೂಡಾ ಕಾರ್ಮಿಕರಂತೆಯೇ ಸಮವಸ್ತ್ರ ಧರಿಸುತ್ತಾ–ಇಷ್ಟೆಲ್ಲ ಮಾಡಿದರೂ ಎರಡರಷ್ಟು ಸಂಬಳದ ಆಶೆಗೆ ಎಷ್ಟು ಬೇಗ ಬಿದ್ದುಬಿಟ್ಟರು! ನಿಯತ್ತು ಎಂಬ ಗುಣವನ್ನು ಕಾರ್ಮಿಕ ವರ್ಗದಲ್ಲಿ ಬೆಳೆಸುವುದು ಸಾಧ್ಯವೇ ಇಲ್ಲವೆ? ಎಂಬ ಹತಾಶೆಯನ್ನು ಅದುಮಿಟ್ಟುಕೊಂಡು ಅವರೊಡನೆ ಸಂಧಾನ ಆರಂಭಿಸಿದೆ.

ನಾವೆಲ್ಲ ಒಂದು ಕುಟುಂಬ ಎಂಬ ತತ್ತ್ವವನ್ನು ಒತ್ತಿ ಒತ್ತಿ ಹೇಳಿದಾಗ, 'ನಾವೂ ಹಾಗೇ ತಿಳಕಂಡಿದೀವಿ ಸಾರ್. ಆದರೆ ಧಾರಣೆವಾಸಿ ಏರ್ತಾ ಇದೆ. ನಾವಾದರೂ

ಮಕ್ಕಳನ್ನ ಡೊನೇಶನ್ ಕೊಟ್ಟು ಓದಿಸಿ, ಹೆಣ್ಣುಮಕ್ಕಳಿಗೆ ವರದಕ್ಷಿಣೆ ಕೊಟ್ಟು ಮದುವೆ ಮಾಡಿ ಮನೆ ಕಟ್ಟಿದ ಸಾಲದ ಕಂತು ತೀರಿಸಿ ಸಂಸಾರ ಮಾಡಬ್ಯಾಡವಾ? ನೂರಕ್ಕೆ ನೂರರಷ್ಟು ಜಾಸ್ತಿ ಸಿಕ್ಕುವಾಗ ಯಾರು ತಾನೆ ಬಿಟ್‌ಬಿಡ್ತಾರೆ?' ಎಂಬ ಉತ್ತರ ಅವರಿಂದ ಬಂತು. ಅವರಿಂದ ಮೂರು ದಿನ ಅವಕಾಶ ಪಡೆದೆ. ಭದ್ರಯ್ಯನವರೊಡನೆ ಒಂದೇ ಸಮನೆ ಸಮಾಲೋಚಿಸಿದೆ. ಸದ್ಯಕ್ಕೆ ಶೇಕಡಾ ಐವತ್ತು ಸಂಬಳ ಏರಿಕೆಗೆ ಕಾರ್ಮಿಕರು ಒಪ್ಪಿಕೊಂಡರು. ಈ ಇಪ್ಪತ್ತು ಮಂದಿಗೆ ಮಾತ್ರ ಏರಿಸಿದರೆ ಉಳಿದವರು ಸುಮ್ಮನಿದ್ದಾರೆಯೇ? ಇಡೀ ಕಾರ್ಮಿಕ ವರ್ಗಕ್ಕೆ ಏರಿಸಬೇಕು. ಅವರನ್ನು ಅನುಸರಿಸಿ ಆಡಳಿತ ವರ್ಗಕ್ಕೂ ಹೆಚ್ಚಿಸಬೇಕು. ಈ ಖರ್ಚನ್ನು ಸರಿ ತೂಗಿಸುವುದು ಹೇಗೆ? ನಮ್ಮ ಸರಕಿನ ಬೆಲೆ ಏರಿಸಿದರೆ ಆರಂಭದ ಎರಡು ವರ್ಷ ನಷ್ಟವಾದರೂ ಚಿಂತೆಯಿಲ್ಲವೆಂದು ಕಡಮೆ ಬೆಲೆಯ ಸ್ಪರ್ಧೆ ಹೂಡುವ ತಂತ್ರವನ್ನು ಸೂಪರ್ ಪ್ರೆಸಿಶನ್‌ನವನು ಹೂಡಿಯೇ ಹೂಡುತ್ತಾನೆ.

ಇಂಥ ಸಮಸ್ಯೆ ಬಂದಾಗ ಉದ್ಯಮಕ್ಷೇತ್ರದ ಯಾರಾದರೂ ಸ್ನೇಹಿತರೊಡನೆ ಚರ್ಚಿಸಿದರೆ ಪರಿಹಾರ ಹೊಳೆಯಬಹುದು. ಅಥವಾ ನನಗೆ ಅನ್ನಿಸುವ ಪರಿಹಾರದ ಸಾಧಕ ಬಾಧಕಗಳು ಸ್ಪಷ್ಟವಾಗುತ್ತವೆ. ಇಂಥ ವಿಷಯಗಳಿಗೆ ಬೇಕಾದ ಸ್ನೇಹ ನಂಬಿಕೆ ಅನುಭವ ಮತ್ತು ಚುರುಕು ಬುದ್ಧಿಗಳಲ್ಲಿ ಶೇಖರಪ್ಪನಿಗಿಂತ ಉತ್ತಮರಾದ ಬೇರೆ ಯಾರೂ ನನಗಿಲ್ಲ. ಫೋನು ಮಾಡಿ ಅವನ ಬಿಡುವನ್ನು ಕೇಳಿಕೊಂಡು ಸಂಜೆ ನಾಲ್ಕು ಗಂಟೆಗೆ ಬನ್ನೇರುಘಟ್ಟ ರಸ್ತೆಯ ಅವನ ಫ್ಯಾಕ್ಟರಿಗೆ ಹೋದೆ. ಅವನ ಆಫೀಸು ಕೋಣೆಯಲ್ಲಿ ಎದರು ಬದರು ಸೋಫದ ಮೇಲೆ ಕುಳಿತ ನಂತರ ಅವನೇ ಮಾತು ಆರಂಭಿಸಿದ: 'ಆಮೇಲೆ ಬರೀ ಫೋನಿನಲ್ಲಿ ಮಾತನಾಡಿದ್ದು, ನಾಲ್ಕು ಸಲ ಅಲ್ಲವೆ? ಎದುರಿಗೆ ಕೂತು ಆಡುವಾಗ ಹೇಳಬಹುದಾದದ್ದೆಲ್ಲ ಫೋನಿನಲ್ಲಿ ಸಾಧ್ಯವಾಗುಲ್ಲ. ಮುಂದೇನಾಯಿತು ಹೇಳು.'

'ಎರಡು ಸಂಗತಿ: ನನಗೆ ಎದುರಾಗಿರುವ ಪ್ರತಿಸ್ಪರ್ಧಿ' ಎಂದು ಅದರ ವಿವರಗಳನ್ನು ಹೇಳಿದೆ.

'ಎಲ್ಲ ಉದ್ಯಮದಲ್ಲೂ ಇಂಥದು ಇದ್ದೇ ಇರುತ್ತೆ. ನಿಂದು ಮಾತ್ರವಲ್ಲ ನಮ್ಮ ಎಲ್ಲ ಉದ್ದಿಮೆಗಳೂ ಅಮೆರಿಕಕ್ಕೆ ಎಕ್ಸ್‌ಪೋರ್ಟ್ ಮಾಡದಿದ್ದರೆ ಬದುಕುಲ್ಲ. ಶುರೂನಲ್ಲಿ ಕಷ್ಟ ಅನ್ನಿಸಬಹುದು. ಗುಣಮಟ್ಟದಲ್ಲಿ ನೀನು ಹೆಚ್ಚು ಅಂತ ಸಾಧಿಸಿ ತೋರಿಸಿದರೆ ಬಿಸಿನೆಸ್ ಸ್ಥಿರವಾಗುತ್ತೆ. ಒಂದು ಡಾಲರ್ ಅಂದರೆ ನಲವತ್ತೆರಡು ರೂಪಾಯಿ. ಲೆಕ್ಕ ಹಾಕು.'

ಅಮೆರಿಕದಲ್ಲಿ ಆರಂಭಿಸಿ ನೆಲೆ ನಿಲ್ಲುವ ವಿಧಾನಗಳು ಸಾಧಕ ಬಾಧಕಗಳನ್ನು ಅವನಿಗೆ ತಿಳಿದ ಮಟ್ಟಿಗೆ ಹೇಳಿ, 'ಮುಂದಿನ ವಿವರಗಳನ್ನು ನೀನೇ ರಿಸರ್ಚ್ ಮಾಡು. ಇನ್ನೊಂದು ಸಲ ಹೋಗಿ ಬಾ' ಎಂದು ಬಿಡಿಸಿ ಹೇಳಿದ.

ಮನಸ್ಸು ಸ್ವಲ್ಪ ಸಮಾಧಾನಗೊಂಡಿತು. ಇನ್ನು ಯಾರ ಸಂಗಡವೂ ಹೇಳಿಕೊಂಡಿಲ್ಲದ, ಹೇಳಿಕೊಳ್ಳಲು ಸಾಧ್ಯವಿಲ್ಲದ ಸಂಸಾರದ ವಿಷಯ ಎಲ್ಲವನ್ನೂ ಹೇಳಿದೆ. ಪೋಲೀಸ್ ಸ್ಟೇಷನ್ನಿಗೆ ಬಂದು ಎರಡು ಲಕ್ಷಕ್ಕೆ ಕುದುರಿಸಿ ನನ್ನನ್ನು ಬಿಡುಗಡೆ ಮಾಡಿಸಿದವನು ಅವನೇ ತಾನೆ. ಅವನಿಗೆ ಹೇಳಿಕೊಳ್ಳುವುದು ಸುಲಭ ಮಾತ್ರವಲ್ಲ, ಅಗತ್ಯವೂ ಆಗಿತ್ತು.

ಇದಕ್ಕೂ ಅವನೊಂದು ಪರಿಹಾರ ಹೇಳಿಯಾನೆಂಬ ಭರವಸೆ ಇತ್ತು. ದೇಹಸಂಪರ್ಕ ನಿರಾಕರಿಸುವುದು ಕೌಟುಂಬಿಕ ದೌರ್ಜನ್ಯದ ವ್ಯಾಪ್ತಿಯಲ್ಲಿ ಬರುತ್ತದೆಂದು ಲಾಯರ್ ಚಿತ್ರಾ ಹೊಸೂರಳು ಬಂದು ಎಚ್ಚರಿಕೆ ನೀಡಿದ್ದು. ನಾನಾಗಿಯೇ ಹೋಗಿ ಇವಳ ಜೊತೆ ಮಲಗಿ ಏನೇನು ತಿಣಿಕಿದರೂ ಏನೂ ಸಾಧ್ಯವಾಗದೇ ಇದ್ದದ್ದು, ಇವಳು ನನ್ನನ್ನು ನಪುಂಸಕ ಅಂತ ಬೈದದ್ದು ಎಲ್ಲವನ್ನೂ ಹೇಳಿ, 'ನನಗೆ ನಿಜವಾಗಿಯೂ ಆ ಶಕ್ತಿ ಉಡುಗಿಹೋಗಿದೆ ಅನ್ನಿಸುತ್ತೆ. ಈಗ ನಲವತ್ತೆಂಟು. ನಿನಗೂ ನನ್ನಷ್ಟೇ ವಯಸ್ಸಲ್ಲವೆ? ನಿಜವಾಗಿ ಹೇಳು, ಗಂಡಸಿಗೆ ಆ ಶಕ್ತಿ ಬತ್ತುವುದು ಯಾವ ವಯಸ್ಸಿಗೆ?'

ಅವನ ಮುಖದಲ್ಲಿ ತುಂಟನಗೆ ಚಿಮ್ಮಿತು. ನನ್ನನ್ನು ಮನಸ್ಸಿನಲ್ಲೇ ಗೇಲಿ ಮಾಡಿಕೊಂಡನೇ ಎಂಬ ಅನುಮಾನ ಬಂತು. ಒಳಗೇ ಖಿನ್ನತೆಯುಂಟಾಯಿತು. ಅವನು ಹೇಳಿದ: 'ಆದರ್ಶವಾದಿಗಳಿಗೆ ಯಾವತ್ತೂ ಬುದ್ಧಿ ಕಡಿಮೆ. ಭಯವೂ ಹೆಚ್ಚು.'

'ಏನು ಹೇಳ್ತಿದಿ?'

'ನೀನು ನಿನ್ನ ಮೊದಲ ಹೆಂಡ್ತಿಗೆ ಹೆದರುತಿದ್ದೆ, ಅಲ್ಲವೆ?'

'ಮೊದಲ ಅನ್ನಬೇಡ. ನನಗಿದ್ದೋಳು ಒಬ್ಬಳೇ ಹೆಂಡತಿ. ಎರಡನೆಯ ಅನ್ನುವ ಕಾನೂನು ಪ್ರಕಾರದವಳು ನಿಜವಾದ ಅಂದರೆ ಧರ್ಮಪತ್ನಿ ಅನ್ನುವ ಅರ್ಥದಲ್ಲಿ ಹೆಂಡತಿಯಲ್ಲ.'

'ಅದಿರಲಿ. ವೈಜಯಂತಿಯ ಜೊತೆ ನೀನು ಅಪರೂಪಕ್ಕೊಂದು ಸಲ ಪಾರ್ಟಿಗಳಿಗೆ ಬರ್ತಿದ್ದೆ. ಅವಳಂತೂ ಸಾವಿತ್ರಿದೇವಿಯ ಹಾಗೆ ಹೆರಳು ಹಾಕಿ ಹೂ ಮುಡಿದು, ದೊಡ್ಡ ಕುಂಕುಮವಿಟ್ಟು ಬರ್ತಿದ್ದಳು. ಡ್ರಿಂಕ್ ತಗೋಳಿ ಅನ್ನೊಕ್ಕೆ ಯಾರಿಗೂ ಧೈರ್ಯಬಾರದಂಥ ಉಡಿಗೆ ತೊಡಿಗೆ. ನೀನು? ಗಾಜಿನ ಲೋಟಕ್ಕೆ ಆಪಲ್ ಜೂಸ್, ಐಸ್, ಹಾಕಿಸಿಕೊಂಡು ಕೈಲಿ ಹಿಡಿದು ಎಲ್ಲ ಕಡೆಯೂ ಓಡಾಡ್ತಿದ್ದೆ. ನೋಡುಕ್ಕೆ ಸೋಡಾ ಬೆರೆತ ವಿಸ್ಕಿಯ ಥರಾ ಕಾಣ್ತಿತ್ತು. ನನಗಲ್ಲದೆ ಬೇರೆ ಯಾರಿಗೂ ಗುಟ್ಟು ಗೊತ್ತಿರಲಿಲ್ಲ. ನೀನು ಹೆಂಡತಿಗೆ ಹೆದರಿ ತಾನೇ ಹಾಗೆ ಮಾಡ್ತಿದ್ದುದು?'

'ನೊ, ನೊ, ನನಗೇ ಆಲ್ಕೋಹಾಲ್ ಇಷ್ಟವಿರಲಿಲ್ಲ. ಈಗಲೂ ಇಲ್ಲ.'

'ಯಾಕೆ ಇಲ್ಲ?'

'ಅದು ಕೆಟ್ಟದ್ದು ಅಂತ ಇಡೀ ಪ್ರಪಂಚಕ್ಕೆ ಗೊತ್ತಿದೆ.'

'ಇಡೀ ಪ್ರಪಂಚವೇ ಕುಡಿಯುತ್ತೆ. ಮೈ ಡಿಯರ್ ಬಾಯ್, ಆದರ್ಶವಾದಿಗಳಿಗೆ ವಾಸ್ತವತೆಯ ಅರಿವು ಕಮ್ಮಿ ಅಂದದ್ದು ಅದಕ್ಕೇನೆ. ಕೋಟಿಗಟ್ಟಳೆ ವ್ಯವಹಾರ, ತಯಾರಿಕೆ, ಆಯಾತ ನಿರ್ಯಾತ ಮಾಡುವವರಿಗೆ ಬಿಗಿತ ಇದ್ದೇ ಇರುತ್ತೆ. ಸ್ವಲ್ಪವಾದರೂ ಸಡಿಲಿಕೆ ಬೇಕೇಬೇಕು. ಅದರಿಂದ ಬುದ್ಧಿ ಚುರುಕಾಗುತ್ತೆ. ವ್ಯವಹಾರ ನಿಭಾಯಿಸುಕ್ಕೆ, ಮನೇಲಿರೂ ಹೆಂಡತೀನ ನಿಭಾಯಿಸುಕ್ಕೆ.'

'ಏನು ನೀನು ಸೂಚಿಸ್ತಿರೂದು?'

'ಅಪರೂಪಕ್ಕೊಂದು ಸಲ, ಉದಾಹರಣೆಗೆ ಶನಿವಾರ ಸಂಜೆ, ಎರಡು ಪೆಗ್ ತಗೊ.

ಮನೆಗೆ ಕರ್ಕಂಡು ಹೋಗುಕ್ಕೆ ಹ್ಯಾಗೂ ಡ್ರೈವರ್ ಇರ್ತಾನೆ. ಒಂದು ಸಲ ಒಬ್ಬ ಕಾಲ್‌ಗರ್ಲ್ ಕರೆಸಿಕೊ. ನಿನಗೇ ಗೊತ್ತಾಗುತ್ತೆ. ನಿನಗೆ ಇಪ್ಪತ್ತನಾಲ್ಕು ವರ್ಷದ ಪ್ರಾಯ ಇದೆ ಅಂತ.'

'ಸ್ಟಾಪ್ ಕಿಡಿಂಗ್,' ಎಂದೆ.

'ಕಿಡಿಂಗ್ ಅಲ್ಲ. ಕಾಲ್‌ಗರ್ಲ್ ಎಲ್ಲಿ ಸಿಕ್ತಾಳೆ, ಹ್ಯಾಗೆ ಸಿಕ್ತಾಳೆ ಅಂತ ನಿನ್ನ ಅಂತರಂಗ ಈಗಾಗಲೇ ಪ್ರಶ್ನೆ ಕೇಳ್ತಿದೆ. ನೀನು ದಿಲ್ಲಿಗೆ ಹೋಗ್ತಿರ್ತೀಯಲ್ಲ, ಸ್ಟಾರ್ ಪ್ಯಾರಡೈಸ್ ಅಂತ ಒಂದು ಹೋಟೆಲ್ ಇದೆ. ಫ಼ೋರ್ ಸ್ಟಾರ್ ಗ್ರೇಡು. ಯಾವ ಟ್ಯಾಕ್ಸಿಯೋನ್ನ ಕೇಳಿದರೂ ಕರ್ಕಂಡು ಹೋಗ್ತಾನೆ. ಒಂದು ರೂಮು ತಗೋ. ಸಾಮಾನು ತಂದಿಡುವ ಹುಡುಗನೇ ಕೇಳ್ತಾನೆ. ನಿಮಗೇನೇನು ಬೇಕು ಸಾರ್, ನನಗೆ ಹೇಳಿ, ಅಂತ. ಆ ಮಾತನ್ನ ಅರ್ಥ ಮಾಡಿಕೊ. ನೀನಾಗಿಯೇ ಕೇಳದೆ ಅವನು ಮುಂದಿನ ಮಾತು ಆಡುಲ್ಲ. ಒಳ್ಳೆಯ ಸರ್ವಿಸ್. ಯಾವ ಭಯವೂ ಇಲ್ಲ. ಅವಳೇ ಕಾಂಡೋಮ್ ಸಹ ತಂದಿರ್ತಾಳೆ, ಫ಼ಾರಿನ್ ಮೇಕ್.'

'ನನಗೆ ನಲವತ್ತೆಂಟು ವರ್ಷ ಅಂದೆನಲ್ಲ, ಇದು ಬದಲಾಗುವ ವಯಸ್ಸಲ್ಲ' ಎಂದೆ.

'ಗಾಡ್ ಬ್ಲೆಸ್ ಯು,' ಎಂದ ಅವನು, 'ಈಗ ಏನು ತಗೋತೀಯ, ಕಾಫ಼ಿಯೋ, ಟೀಯೋ, ಸಾಫ಼್ಟ್ ಡ್ರಿಂಕೊ?' ಎಂದು ಸತ್ಕಾರದ ವಿಷಯಕ್ಕೆ ಬಂದ.

೨

ರಫ಼್ತನ್ನು ಅಮೆರಿಕೆಗೆ ವಿಸ್ತರಿಸುವ ಶೇಖರಪ್ಪನ ಸಲಹೆಯನ್ನು ಗಂಭೀರವಾಗಿ ಪರಿಗಣಿಸಿದೆ. ಅಮೆರಿಕೆಯ ಮಾರುಕಟ್ಟೆಯನ್ನು ಸಂಶೋಧಿಸುವುದಕ್ಕೆಂದೇ ಮತ್ತೊಮ್ಮೆ ಹೋಗಿ ಬರುವ ನಿಶ್ಚಯ ಮಾಡಿಕೊಂಡೆ. ಎರಡನೇ ಸಮಸ್ಯೆಗೆ ಅವನ ಸಲಹೆ ನೆನಸಿಕೊಂಡರೆ ನಗು ಬರಿಸುತ್ತಿತ್ತು. ಆದರೆ ಮೂರು ದಿನದ ನಂತರ ಯಾಕೆ ಒಮ್ಮೆ ಪ್ರಯತ್ನಿಸಬಾರದು? ಎಂಬ ಇಚ್ಛೆ ಇಣುಕತೊಡಗಿತು. ಶೇಖರಪ್ಪನಲ್ಲಿ ಸ್ವಲ್ಪ ರಸಿಕತನವಿರುವುದು ತೀರ ಆತ್ಮೀಯ ಗೆಳೆಯರ ವಲಯದಲ್ಲಿ ಗೊತ್ತಿದ್ದ ಸಂಗತಿ. ಹೊರಗಡೆಯವರಿಗೆ, ಅದರಲ್ಲೂ ಅವನ ಉದ್ಯಮವಲಯದಲ್ಲಿ ಅವನೊಬ್ಬ ಗಂಭೀರ ವ್ಯಕ್ತಿ. ತುಸು ಮನೋರಂಜನೆ ಮಾಡಿಕೊಂಡರೆ ಬುದ್ಧಿ ಚುರುಕಾಗಿ ಕೆಲಸ ಮಾಡುತ್ತದೆನ್ನುವುದು ನಿಜವಿರಬಹುದು. ದೇಹಸುಖದಲ್ಲಿ ಪಾವಿತ್ರ್ಯತೆಯ ಕಟ್ಟು ಇರಬೇಕೆಂಬ ನಂಬಿಕೆಯು ಮಂಗಳೆಯನ್ನು ಮನೆಗೆ ಕರೆದಾಗಿನಿಂದ ಆರಂಭಿಸಿ ಅವಳನ್ನು ಮದುವೆಯಾಗುವ ಬೋನಿಗೆ ಬಿದ್ದಾಗಿನಿಂದ ನನ್ನೊಳಗೇ ಸಡಿಲವಾಗಿತ್ತು. ಆದರೂ ದೇಹವಿಕ್ರಯ ಮಾಡಿಕೊಳ್ಳುವ ಹೆಂಗಸಿನೊಡನೆ, ಎಂಬ ಕಲ್ಪನೆಯು ಜುಗುಪ್ಸೆ ಉಂಟುಮಾಡುತ್ತಿತ್ತು. ನನಗೇನೂ ದೇಹಬಾಧೆ ಇಲ್ಲ. ಅದಕ್ಕೆ ಯಾಕೆ ಇಳಿಯಬೇಕು? ಎಂಬ ನೀತಿಯೂ ಆಗಾಗ ಸುಳಿಯುತ್ತಿತ್ತು. ಆದರೂ ನನ್ನಲ್ಲಿ ಪುಂಸತ್ವವು ಇನ್ನೂ ಉಳಿದಿದೆಯೋ ಅಥವಾ ನಪುಂಸಕನಾಗಿಬಿಟ್ಟಿದ್ದೇನೆಯೋ ಎಂಬ ಅನುಮಾನವನ್ನು ಪರಿಚ್ಛೇದ

ಮಾಡಿಕೊಳ್ಳುವ ಹಂಬಲ ಕಾಡತೊಡಗಿತು. ಮುಪ್ಪು ಅಡರಿ ಆ ಶಕ್ತಿ ಕುಂದಿದವನನ್ನು ನಪುಂಸಕ ಎನ್ನಬಹುದೇ? ಅವನನ್ನು ನಿರ್ದೇಶಿಸಲು ಗತ ಪುಂಸಕ ಎಂಬಂಥ ಬೇರೆ ಶಬ್ದವಿದೆಯೆ? ಎಂಬ ಭಾಷಾ ಜಿಜ್ಞಾಸೆಯೂ ತೊಡಗುತ್ತಿತ್ತು. ಆದರೆ ನಲವತ್ತೆಂಟು ಮುಪ್ಪಿನ ವಯಸ್ಸಲ್ಲ ಎಂಬ ಶೇಖರಪ್ಪನ ಮಾತು ನನ್ನನ್ನು ನಾನು ಪರೀಕ್ಷಿಸಿಕೊಂಡೇ ನೋಡಬೇಕೆಂಬ ನಿರ್ಧಾರವನ್ನು ಗಟ್ಟಿಮಾಡುತ್ತಿತ್ತು.

ಹೇಗೂ ಮುಂದಿನವಾರ ದಿಲ್ಲಿಗೆ ಹೋಗುವುದಿತ್ತು.

ಬೆಳಗ್ಗೆ ಒಂಬತ್ತೂವರೆ ಗಂಟೆಗೆ ದಿಲ್ಲಿಯ ವಿಮಾನ ನಿಲ್ದಾಣದಲ್ಲಿ ಇಳಿದು ಸರದಿಯಲ್ಲಿ ನಿಂತಿದ್ದ ಟ್ಯಾಕ್ಸಿಯನ್ನು ಹತ್ತಿದ ಮೇಲೆ ಹಿಂತಿರುಗಿ ನನ್ನ ಕಡೆ ನೋಡುತ್ತಾ ಡ್ರೈವರ್ ಸರದಾರಜಿ ಎಲ್ಲಿಗೆ ಸಾಹಬ್ ಎಂದು ಕೇಳಿದ. ಸ್ಟಾರ್ ಪ್ಯಾರಡೈಸ್ ಹೋಟೆಲ್ ಎಂದು ನಾನು ಹೇಳಿದಾಗ ಅವನ ಮುಖದಲ್ಲಿ ಅತಿ ಸೂಕ್ಷ್ಮವಾದ ಕಿರುನಗೆ ಮೂಡಿ ಮಾಯವಾಯಿತೆಂದು ನನಗೆ ಅನ್ನಿಸಿತು. ಅದು ಬರೀ ನನ್ನ ಅನ್ನಿಸಿಕೆ ಇರಬಹುದು ಎಂದುಕೊಂಡೆ. ಟ್ಯಾಕ್ಸಿ, ಆಟೋಗಳ ಡ್ರೈವರುಗಳಿಗೆ ಪ್ರತಿಯೊಂದು ಹೋಟೆಲು, ಲಾಜ್‌ಗಳ ಹೆಸರು ವಿಳಾಸಗಳೂ ಗೊತ್ತಿರುತ್ತವೆ. ಇದು ಅವನು ಹೋಗಬೇಕಾದ ಪ್ರದೇಶವೇ ಆಗಿರಬಹುದು.

ಸ್ಟಾರ್ ಪ್ಯಾರಡೈಸ್ ಆಧುನಿಕವಾಗಿ ಕಟ್ಟಿದ ಫಳಫಳ ಹೊಳೆಯುವ ನೆಲ ಗೋಡೆ ಮೇಲುಚಾವಣಿಗಳ ಚೊಕ್ಕಟವಾದ ಕಟ್ಟಡ. ಎಲ್ಲ ಸ್ಟಾರ್ ಹೋಟೆಲ್‌ಗಳಲ್ಲಿಯಂತೆ ಸೊಗಸಾಗಿ ವೇಷಭೂಷಿತೆಯರಾದ ಮುಗುಳ್ನಗೆಯ ಸ್ವಾಗತಕಾರಿಣಿಯರು. ಸೂಟ್‌ಕೇಸನ್ನು ಕೋಣೆಗೆ ತಂದಿಟ್ಟ ಸೇವಕ ಕೋಣೆಯ ಎಲ್ಲ ಪರಿಕರಗಳನ್ನೂ ತೋರಿಸಿ ಶೇಖರಪ್ಪ ಹೇಳಿದ್ದಂತೆಯೇ ನಿಮಗೇನೇನು ಬೇಕೊ, ನನಗೆ ಹೇಳಿ ಸಾಹಬ್, ಎಂದ. ನಾನು ಸುಮ್ಮನೆ ಬೇಕು ಎಂದೆ. ಅವನು ಹತ್ತಿರ ಬಂದು ಆಪ್ತಧ್ವನಿಯಲ್ಲಿ, 'ಚಿಕ್ಕ ವಯಸ್ಸಿಂದಾ?' ಎಂದ. ಹೂಂ ಎಂದ ಮೇಲೆ, 'ಒಂದು ಗಂಟೆ ಹಿಡಿಯುತ್ತೆ ಕರೆಸುಕ್ಕೆ. ಹನ್ನೊಂದು ಗಂಟೆ ಸುಮಾರಿಗೆ,' ಎಂದ. ನಾನು ಆಗಲಿ ಎಂಬಂತೆ ಕತ್ತು ಹಾಕಿದೆ.

ಕೋಣೆಯಲ್ಲಿ ಬಟ್ಟೆ ಬದಲಿಸಿ ಹಾಸಿಗೆಯ ಮೇಲೆ ಒಬ್ಬನೇ ಒರಗಿರುವಾಗ ನಾನು ಎಲ್ಲಿಗೆ ಇಳೀತಿದೀನಿ? ಎಂಬ ನೈತಿಕ ವಿವೇಚನೆ ಆರಂಭವಾಯಿತು. ಈಗಲೂ ಆ ಸೇವಕನನ್ನು ಕರೆದು ನನಗೆ ಬೇಡ ಎಂದುಬಿಡುವ, ಈ ಹೋಟೆಲಿನ ಒಂದು ದಿನದ ಬಾಡಿಗೆ ಕೊಟ್ಟು ಖಾಲಿ ಮಾಡಿ ನಾನು ಯಾವಾಗಲೂ ಕಂಪನಿಯ ಹೆಸರಿನಲ್ಲಿ ಇಳಿದುಕೊಂಡು ಬಾಡಿಗೆಯಲ್ಲಿ ರಿಯಾಯಿತಿ ಪಡೆಯುವ ಹೋಟೆಲಿಗೆ ಹೋಗುವ ಆಲೋಚನೆ ಬಂತು. ಬಂದು ಗಟ್ಟಿಯಾಯಿತು. ಅರ್ಧಗಂಟೆ ಕಳೆಯಿತು. ನನಗೇನೂ ಈ ಚಟವಿಲ್ಲ. ಒಂದು ದಿನ ನನ್ನ ಪುಂಸತ್ವದ ಪರೀಕ್ಷೆ ಮಾಡಿಕೊಳ್ಳುವುದಷ್ಟೇ ಉದ್ದೇಶ, ಎಂದು ಮನಸ್ಸು ಸಮಾಧಾನಪಟ್ಟುಕೊಳ್ಳುತ್ತಿತ್ತು. ಹನ್ನೊಂದಾಯಿತು. ಐದು ನಿಮಿಷ ಕಳೆಯಿತು. ಮತ್ತೂ ಐದು ನಿಮಿಷ. ಮನಸ್ಸು ಚಡಪಡಿಸತೊಡಗಿತು. ಹನ್ನೊಂದೂ ಕಾಲು ಕಳೆದು ಎರಡು ನಿಮಿಷಕ್ಕೆ ಕೋಣೆಯ ಕರೆಗಂಟೆಯಾಯಿತು. ಎದ್ದು ಹೋಗಿ ಬಾಗಿಲು ತೆರೆದರೆ ಅದೇ ಸೇವಕ. ಅವನ ಹಿಂದೆ ಅವಳು, ಚಿಕ್ಕ ವಯಸ್ಸೇ. ಇಪ್ಪತ್ತೈದಕ್ಕೆ ಹೆಚ್ಚಿಲ್ಲ. ಗೃಹಸ್ಥೆಯಂತೆ,

ಇಂಥಾ ಸ್ಟಾರ್ ದರ್ಜೆಯ ಹೋಟೆಲಿನಲ್ಲಿ ಇಳಿದುಕೊಂಡಿರುವ ಯಾರೋ ಕುಟುಂಬಸ್ಥ ಮಹಿಳೆ ಎಂಬಂತಹ ವೇಷಭೂಷಣಗಳು. ಅವನು ಒಳಗೆ ಬಂದ. ಅವಳು ಅನುಸರಿಸಿದಳು. 'ಸಾಹಬ್, ಯಾವ ಚಿಂತೆಯೂ ಇಲ್ಲದೆ ಆರಾಮವಾಗಿರಿ. ಈ ಮೇಡಂ ತುಂಬ ಒಳ್ಳೆಯೋರು,' ಎಂದು ಹೇಳಿ ಅವನು ಹೊರಟುಹೋಗಿ ಹೊರಗಿನಿಂದ ಬಾಗಿಲು ಎಳೆದುಕೊಂಡ. ನನಗೆ ಏನು ಮಾತನಾಡಬೇಕೆಂದು ತೋಚಲಿಲ್ಲ. ಅವಳೇ ಒಳಗಿನಿಂದ ಬಾಗಿಲಿನ ಬೋಲ್ಟ್ ಹಾಕಿ ನನ್ನ ಮುಖ ನೋಡಿದಳು. ನಾನು ಸುಮ್ಮನೆ ಅವಳ ಮುಖ ನೋಡುತ್ತಾ ನಿಂತೆ. ಒಂದು ಮಾತೂ ತೋಚಲಿಲ್ಲ. ಎರಡು ನಿಮಿಷದ ನಂತರ ಅವಳೇ, 'ಸಾಹಬ್, ಯಾಕೆ ಒಂದೂ ಮಾತಾಡ್ತಿಲ್ಲ?' ಎಂದಳು.

'ಹೂಂ,' ಎಂದವನು ಏನಾದರೂ ಆಡಲೇಬೇಕೆಂಬ ನಿಶ್ಚಯಮಾಡಿ, 'ನಿನ್ನ ಹೆಸರೇನು?' ಎಂದೆ.

ಅವಳು ಹತ್ತಿರ ಬಂದು ನನ್ನ ಎರಡು ತೋಳುಗಳನ್ನೂ ಮೃದುವಾಗಿ ಹಿಡಿದುಕೊಂಡಳು. ನನ್ನ ಕೈಗಳು ಕಂಪಿಸತೊಡಗಿದವು. ಹತೋಟಿಗೆ ತಂದುಕೊಳ್ಳಲು ಎಷ್ಟು ಪ್ರಯತ್ನಿಸಿದರೂ ಗಡಗಡ ನಡುಗುತ್ತಿದ್ದವು. ಅವಳು ಅನುಕಂಪದ ಮುಗುಳ್ನಗೆ ಬೀರಿ ತನ್ನ ಬಲಗೈಯಿಂದ ನನ್ನ ಎರಡೂ ಕೆನ್ನೆಗಳನ್ನು ಸವರಿ, 'ಬನ್ನಿ, ಕೂತು ಮಾತಾಡಾಣ' ಎಂದು ಸೋಫ಼ದ ಹತ್ತಿರಕ್ಕೆ ಮೃದುವಾಗಿ ತಳ್ಳಿಕೊಂಡು ಹೋಗಿ ತಾನೂ ಕೂತು ನನ್ನನ್ನು ಪಕ್ಕದಲ್ಲಿ ಕೂರಿಸಿಕೊಂಡು ಕೈ ಹಿಡಿದು ಕೇಳಿದಳು: 'ಇದು ಮೊದಲನೆ ಸಲೀನಾ?'

'ಹೌಹೌದು.' ಧ್ವನಿಯನ್ನು ಹಿಡಿತಕ್ಕೆ ತಂದುಕೊಳ್ಳುತ್ತಾ, 'ನಿನ್ನ ಹೆಸರೇನು?' ಎಂದೆ.

'ನೀವು ಕೇಳಿದ ಪ್ರಶ್ನೆಯಿಂದಲೇ ಗೊತ್ತಾಗುತ್ತೆ. ಈ ವ್ಯವಹಾರದಲ್ಲಿ ಯಾರೂ ತಮ್ಮ ಅಸಲಿ ಹೆಸರು ಹೇಳುಲ್ಲ, ಗಿರಾಕಿಯೂ ಅಷ್ಟೆ. ನಾನು ಬೇಕಾದರೆ ನಿಮ್ಮ ನಿಜವಾದ ಹೆಸರು ಪತ್ತೆ ಮಾಡಬಹುದು. ಹೋಟೆಲ್ ರಿಜಿಸ್ಟರಿನಲ್ಲಿ ಬರೆದಿರ್ತೀರಿ. ಆದರೆ ಅದೆಲ್ಲ ತಿಳಿದು ನನಗೇನಾಗಬೇಕು. ನಮಗೆ ಬೇರೆಯ ಹೆಸರೇ ಇರುತ್ತೆ. ಅಷ್ಟೂ ಗೊತ್ತಿಲ್ಲದೆ ನಿನ್ನ ಹೆಸರೇನು ಅಂತ ಕೇಳಿದಿರಲ್ಲ, ಅಷ್ಟರಿಂದಲೇ ಗೊತ್ತಾಯಿತು ನಿಮಗಿದು ಮೊದಲ ಸಲ ಅಂತ.'

ಅವಳ ಪ್ರಾಂಜಲತೆಯನ್ನು ನನ್ನ ಮನಸ್ಸು ಮೆಚ್ಚಿತು. 'ನೀನು ಯಾಕೆ ಈ ಧಂಧೆ ಮಾಡ್ತಿದೀಯ?' ಎಂಬ ಪ್ರಶ್ನೆ ನನ್ನ ಬಾಯಿಂದ ಬಂತು.

'ಸಾಹಬ್. ಇದೂ ಕೂಡ ಅನನುಭವಿಗಳು ಕೇಳೂ ಪ್ರಶ್ನೆಯೇ. ಇಂಥ ಪ್ರಶ್ನೆ ಕೇಳುತ್ತಾ ಸುಮ್ಮನೆ ಸಮಯ ಹಾಳು ಮಾಡಿಕೊಬೇಡಿ. ಅಲ್ಲಿಗೆ ನಡೀರಿ. ಒಂದು ಸಲ ನನ್ನಿಂದ ಸೇವೆ ಮಾಡಿಸಿಕೊಂಡರೆ ನಿಮ್ಮ ಜನ್ಮವಿರೂತನಕ ಜ್ಞಾಪಿಸಿಕೊತ್ತೀರಿ,' ಎಂದು ಎಬ್ಬಿಸಿ ಹಾಸಿಗೆಗೆ ಕರೆದೊಯ್ದಳು.

ಅವಳ ಮಾತು ನಿಜ. ಅವಳ ಸೇವೆ ನನ್ನ ಆಜೀವಪರ್ಯಂತ ಕೇವಲ ನೆನಪಿನಲ್ಲಿ ಉಳಿಯುವಂಥದ್ದು ಮಾತ್ರವಲ್ಲ, ಸತ್ತೇಹೋಗಿದ್ದ ನನ್ನ ಆತ್ಮವಿಶ್ವಾಸಕ್ಕೆ ಹೊಸ ಜೀವ ತುಂಬಿತು. ಯಾವ ಅಡ್ಡಿಯೂ ಇಲ್ಲದೆ ಆತಂಕದ ನೆರಳೂ ಇಲ್ಲದೆ ನಾನು ಮತ್ತೆ

ಪುರುಷನಾಗಿದ್ದೆ. ಮಾತ್ರವಲ್ಲ ಶೇಖರ ಹೇಳಿದಂತೆ ನಲವತ್ತೆಂಟರ ಅರ್ಧ ಇಪ್ಪತ್ತನಾಲ್ಕರ ಯುವಕನಾಗಿದ್ದೆ. ಇವೆಲ್ಲವೂ ಅವಳ ಮಾಂತ್ರಿಕಶಕ್ತಿಯಿಂದ ಆಗಿತ್ತು. ಅನುಕಂಪ, ತಾನು ಶಕ್ತಳಾಗಿದ್ದರೂ ದುರ್ಬಲೆಯೆಂಬ, ರಕ್ಷಿಸುವ ಶಕ್ತಿಯಿದ್ದರೂ ರಕ್ಷಣೆಯನ್ನು ಬೇಡಿ ಧೈರ್ಯ ಶೌರ್ಯಗಳನ್ನು ವೃದ್ಧಿಸುವ ವಿನೀತಗುಣದಿಂದ ನನ್ನನ್ನು ಪರಿವರ್ತಿಸಿದ್ದಳು. ನನ್ನ ಮನಸ್ಸು ಹಗುರವಾಗಿತ್ತು. ಜಂಜಡ ಕಳೆದಿತ್ತು.

ತುಸು ವಿಶ್ರಮಿಸಿದ ನಂತರ, 'ಜೊತೇಲಿ ಊಟ ಮಾಡಾಣ,' ಎಂದೆ.

'ಜೊತೇಲಿ ಡೈನಿಂಗ್ ಹಾಲಿಗೆ ಹೋಗೂ ಹಂಗಿಲ್ಲ. ಇಲ್ಲಿಗೇ ತರಿಸಿ, ನಾನು ನಿಮಗೆ ಊಟ ಮಾಡುಸ್ತೀನಿ.'

ಊಟವನ್ನೂ ಅವಳೇ ಮಾಡಿಸಿದಳು. ಇದೂ ಒಂದು ಬಗೆಯ ಮಧುರ ಸೇವೆಯೇ ಆಗಿತ್ತು. ಸೇವಕನನ್ನು ಕರೆದು ಊಟದ ತಟ್ಟೆ ಬಟ್ಟಲುಗಳನ್ನು ಖಾಲಿ ಮಾಡಿಸಿದ ಮೇಲೆ ಕೇಳಿದೆ: 'ನಾಳೆ ಬೆಳಗಿನ ತನಕ ಇದ್ದುಬಿಡು.'

'ಸಂಜೆ ಐದಕ್ಕೆ ನಾನು ಹೊರಡಬೇಕು. ಆರರ ಒಳಗೆ ಮನೆ ಸೇರಬೇಕು. ಅಷ್ಟಾಗಂಟ ಜೊತೇಲಿರ್ತೀನಿ. ಎಷ್ಟು ಬೇಕಾದರೂ ಸೇವೆಗೆ ಉಪಯೋಗಿಸಿಕೊಳ್ಳಿ,' ಎಂದಳು.

ನನ್ನನ್ನು ಪದೇ ಪದೇ ಇಪ್ಪತ್ತನಾಲ್ಕರ ಯುವಕನನ್ನಾಗಿಸಿ ಸಂಜೆ ಐದಕ್ಕೆ ಅವಳು ಹೊರಟು ನಿಂತಾಗ ಒಂದು ಕಂತೆ ನೋಟುಗಳನ್ನು ಅವಳ ಕೈಗಿಟ್ಟೆ. ಎಣಿಸದೆಯೆ ಅವು ಎಷ್ಟಿವೆ ಎಂದು ತಿಳಿದುಕೊಳ್ಳುವ ಅನುಭವ ಅವಳಿಗಿತ್ತು. ಮತ್ತೆ ಚೌಕಾಶಿ ಮಾಡಲಿಲ್ಲ. 'ಬೇಕಾದಾಗ ಕೇಶರ್ ಅಂತ ನನ್ನ ಹೆಸರು ಹೇಳಿ ಕರೆಸಿ. ನೀವು ತುಂಬ ಒಳ್ಳೆಯೋರು,' ಎಂದು ನನ್ನನ್ನೊಮ್ಮೆ ಮುದ್ದಿಸಿ ಆಶೀರ್ವಾದ ಪಡೆಯುವವಳಂತೆ ಕಾಲು ಮುಟ್ಟಿ ಅವಳು ಹೋದಮೇಲೆ ನಿಜವಾಗಿಯೂ ನನ್ನ ಮನಸ್ಸು ವಿಶ್ರಾಂತವಾಗಿತ್ತು. ರಾತ್ರಿ ಗಾಢ ನಿದ್ರೆ ಬಂತು. ಬೆಳಗ್ಗೆ ಎಚ್ಚರವಾದಾಗ ಅರೆನಿದ್ರೆ ಅರೆಎಚ್ಚರದ ಸ್ಥಿತಿಯಲ್ಲಿ ಕಾಖಿಯ ಗುಣವು ಮನಸ್ಸಿನಲ್ಲಿ ವಿಶದವಾಗುತ್ತಿತ್ತು. ಅದರ ಆಕ್ರಾಮಕಭಾರವು ಸಿಕ್ಕಿದವರನ್ನು ನಜ್ಜುಗುಜ್ಜಾಗಿ ನರಳಿಸುವ ಭಾವ. ನಾನೊಬ್ಬನೇ ಅಲ್ಲ, ಅದನ್ನು ಹಾಕುವ ಪ್ರತಿಯೊಬ್ಬ ಹೆಂಗಸಿನ ಹೆಂಗಸುತನವು ನಜ್ಜುಗುಜ್ಜಾಗುತ್ತದೆಂಬ ಹೊಸ ಅರಿವು. ಆ ಅರಿವಿನಿಂದಲೇ ಎಷ್ಟೋ ಹೊತ್ತು ಕಳೆದು ನಾಲ್ಕಾರು ಬಾರಿ ಮಗ್ಗುಲು ಬದಲಿಸಿದನಂತರ ಇದ್ದಕ್ಕಿದ್ದಂತೆ ವೈಜಯಂತಿಯ ನೆನಪು ಬಂದು, ಈ ಅರಿವು ಪೂರ್ತಿ ನಿಜವಲ್ಲವೆನ್ನಿಸತೊಡಗಿತು. ಮಾರ್ವಾಡಿಯ ಫ್ಯಾಕ್ಟರಿಯಲ್ಲಿ ಕೆಲಸ ಮಾಡುವಾಗ ಕಾಖಿಯ ಪ್ಯಾಂಟ್, ಟಕ್ಇನ್ ಮಾಡಿದ ಕಾಖಿಯ ಷರ್ಟು ಜಡೆಯನ್ನು ಮೇಲೆ ಎತ್ತಿ ಸುತ್ತಿ ಹಾಕಿದ ಕರಿಯ ಕ್ಲಿಪ್, ಕಾಲಿಗೆ ಕರಿ ಶೂಸು. ಆದರೂ ಅವಳು ಹೆಣ್ಣುತನಕ್ಕೆ ತುಸುವೂ ಊನವಿಲ್ಲದಂತೆ ಎಷ್ಟು ಸೌಮ್ಯವಾಗಿ ಕಾಣುತ್ತಿದ್ದಳು. ಈ ವೇಷದಲ್ಲಿರುವಾಗಲೇ ಅಲ್ಲವೆ ನನಗೆ ಅವಳಲ್ಲಿ ಆತ್ಮೀಯತೆ ಮಧುರಭಾವ ಬೆಳೆದು ಅವಳೇ ನನ್ನ ಸಂಗಾತಿಯಾಗಲು ತಕ್ಕವಳು ಎನ್ನಿಸಿದ್ದು? ನಮ್ಮದೇ ಫ್ಯಾಕ್ಟರಿ ಮಾಡಿ ಅವಳದೇ ಸಿ.ಇ.ಓ. ಛೇಂಬರ್ಸ್ ಮಾಡಿದ ಮೇಲೆ ಅವಳು ಅದಕ್ಕೆ ಲಗತ್ತಿಸಿದ ಕಿರುಕೋಣೆಯಲ್ಲಿ ಕಾಖಿಯ ಫ್ಲೋರ್ ಡ್ರೆಸ್ ಇಟ್ಟುಕೊಂಡಿದ್ದಳಲ್ಲ. ಒಂದೊಂದು ದಿನ ಸೀರೆಯನ್ನು ತೆಗೆದು

ಕಾಖಿ ಪ್ಯಾಂಟು ಷರಟು, ಶೂಗಳನ್ನು ಹಾಕಿ ಫ್ಲೋರಿಗೆ ಹೋಗಿ, ಎರಡುಮೂರು ಗಂಟೆ ಯಂತ್ರಗಳನ್ನೆಲ್ಲ ಮೇಲ್ವಿಚಾರಣೆ ಮಾಡುತ್ತಾ, ಒಮ್ಮೊಮ್ಮೆ ಯಾವುದಾದರೂ ಉತ್ಪಾದನೆಯಲ್ಲಿ ಗುಣಮಟ್ಟ ಸಾಧಿತವಾಗುತ್ತಿಲ್ಲವೆಂಬ ವರದಿ ಬಂದ ತಕ್ಷಣ ಸೀರೆಯ ಮೇಲೆಯೇ ಕಾಖಿಯ ಏಪ್ರನ್ ಧರಿಸಿ ನೇರವಾಗಿ ಫ್ಲೋರಿಗೆ ಹೋಗಿ ಐದು ನಿಮಿಷದಲ್ಲಿ ದೋಷದ ಕಾರಣವನ್ನು ಪತ್ತೆ ಹಚ್ಚಿ, ಕುಶಲ ಕೆಲಸಗಾರರಿಗೆ ಅದನ್ನು ಒಂದು ಬಿಳಿ ಕಾಗದದ ಮೇಲೆ ಬರೆದು ಸೂತ್ರ ಹಾಕಿ ವಿವರಿಸಿ ಒಮ್ಮೆಯೂ ಒಬ್ಬ ಕೆಲಸಗಾರನನ್ನೂ ಎಷ್ಟೇ ತಪ್ಪು ಮಾಡಿದರೂ ಬೈಯದೆ ಕಟು ಮಾತನಾಡದೆ ಹಸನ್ಮುಖಿಯಾಗಿ ಹಿಂತಿರುಗುತ್ತಿದ್ದಳಲ್ಲ. ತಾನು ಕಂಪನಿಯ ಯಜಮಾಂತಿ ಎಂಬ ದರ್ಪ ದೌಲತ್ತುಗಳಿಲ್ಲದೆ, ಕಾಖಿಯು ರೂಕ್ಷತೆಯ ಚಿಹ್ನೆಯಲ್ಲ ವೆಂಬಂತೆ, ಎಂಬ ನೆನಪು ತೇಲಿಬಂದು ಇವತ್ತು ನಾನು ಅಂಥ ಅವಳ ನೆನಪಿಗೆ ಮೋಸ ಮಾಡಿದೆನೆಂಬ ಪಾಪಪ್ರಜ್ಞೆ ಹುಟ್ಟಿ ತುಸು ಹೊತ್ತು ಒದ್ದಾಡಿ, ಅವಳ ನೆನಪಿಗೆ ಮೋಸ ಮಾಡಿದ್ದು ಇವತ್ತಲ್ಲ, ಮಂಗಳೆಯ ಮೇಲೆ ಮನಸ್ಸು ಹಾಕಿದ ದಿನದಿಂದಲೇ. ಆಗಲೇ ಇಂಥ ಒಂದು ಹೋಟೆಲಿಗೆ ಬಂದಿದ್ದರೆ ನನ್ನನ್ನು ನಾನು ಕ್ಷಮಿಸಿಕೊಳ್ಳುವುದು ಸುಲಭವಾಗುತ್ತಿತ್ತು ಎಂಬ ಪರ್ಯಾಯ ಕಾಣತೊಡಗಿತು.

ಹತ್ತು ಗಂಟೆಗೆ ಆ ಹೋಟೆಲನ್ನು ಖಾಲಿ ಮಾಡಿ ನಾನು ದಿಲ್ಲಿಯಲ್ಲಿ ಯಾವಾಗಲೂ ತಂಗುತ್ತಿದ್ದ ಹೋಟೆಲಿಗೆ ಹೋಗಿ ಕೋಣೆ ತೆಗೆದುಕೊಂಡೆ.

೩

ಮೊದಲು ಸ್ಟಾರ್ ಪ್ಯಾರಡೈಸಿನಲ್ಲಿ ಒಂದು ದಿನ ಉಳಿಯುವುದು ಅನಂತರ ನಾನು ಸಾಮಾನ್ಯವಾಗಿ ತಂಗುವ ಹೋಟೆಲಿಗೆ ಸ್ಥಳಾಂತರಿಸುವುದು ದಿಲ್ಲಿಗೆ ಹೋದಾಗಲೆಲ್ಲ ನನ್ನ ರೀತಿಯಾಯಿತು. ಎಷ್ಟೋ ಸಲ ಇದೊಂದಕ್ಕಾಗಿಯೇ ದಿಲ್ಲಿಯ ಪ್ರವಾಸ ಹಾಕಿಕೊಳ್ಳುವ ಮನಸ್ಸಾಗುತ್ತಿತ್ತು. ಆದರೆ ನಿಯಂತ್ರಿಸಿಕೊಳ್ಳುತ್ತಿದ್ದೆ. ಅಲ್ಲಿ ಸಂಧಿಸುವ ಹೆಂಗಸರಲ್ಲೂ ತರಹೇ ವಾರಿ ಇರುತ್ತಿದ್ದರು. 'ನಾನು ವೃತ್ತಿಯಾಗಿ ಈ ಕೆಲಸ ಮಾಡುತ್ತಿಲ್ಲ. ಗೃಹಿಣಿ. ಮನೆಯಲ್ಲಿ ತುಂಬ ಕಷ್ಟವಿರೂದರಿಂದ ನಿಮ್ಮಂಥ ಸಜ್ಜನರು ಬಯಸಿದಾಗ ಕರೀರಿ ಅಂತ ಹೋಟೆಲಿ ನೋರಿಗೆ ಹೇಳಿದೀನಿ.' ಎಂದು ಕೆಲವರು ಹೇಳುತ್ತಿದ್ದರು. ಅಥವಾ ನಟಿಸುತ್ತಿದ್ದರು. ಕೆಲ ವರು ನಿಜವಾಗಿಯೂ ಗೃಹಿಣಿಯರು, ಮನೆಯ ಖರ್ಚುವೆಚ್ಚ ಸರಿತೂಗಿಸಲು ಬರುತ್ತಿದ್ದಾರೆ ಎಂದು ನನಗೇ ಅನ್ನಿಸುತ್ತಿತ್ತು. ಇನ್ನು ಕೆಲವರಿಗೆ ಹೆಚ್ಚುವರಿ ಒಡವೆ ವಸ್ತ್ರ ಪ್ರಸಾಧನ ಸಿನಿಮಾಗಳಿಗೆ ವಿಶೇಷ ಸಂಪಾದನೆಯ ಅಗತ್ಯಬೀಳುತ್ತಿತ್ತು. ಮತ್ತೆ ಕೆಲವು ಚಿತ್ತಿನಿ ಜಾತಿಯ ಹೆಂಗಸರಿಗೆ ಹಣವಲ್ಲದೆ ವಿವಿಧ ರೀತಿಯ ಪುರುಷರೊಡನೆ ಸ್ವತಃ ಸುಖಿಸುವ ಶೋಕಿ. ನನಗೂ ಆರಂಭದ ದಿನಗಳಲ್ಲಿದ್ದ ಆತಂಕ ಅಸಹ್ಯಗಳು ಹೊರಟುಹೋಗಿದ್ದವು.

ಒಂದು ದಿನ ಕೋಣೆಯ ಸಹಾಯಕ 'ಒಬ್ಬ ಲೇಡಿ ಇದಾರೆ ಸಾಹಬ್, ಅಂಗ್ರೇಜಿಯೇ

ಮಾತಾಡೂದು. ಪ್ಯಾಂಟ್, ಶರಟು, ಬೂಟು, ಹೇರ್‌ಕಟ್. ನೀವು ಅಪೇಕ್ಷಿಪಟ್ಟರೆ ಕರಕಂಡು ಬರ್ತೀನಿ. ನೀವು ತುಂಬ ಒಳ್ಳೆಯೋರು ಕುಡಿದು ಗ್ಯಾನ ತಪ್ಪೋರಲ್ಲ, ವಿದ್ಯಾವಂತರು ಅಂತ ನಾನು ಶಿಫ್ಲಾರಸು ಮಾಡಿದರೆ ಒಪ್ಕತ್ತಾರೆ. ದುಡ್ಡು ತಗೋತಾರೆ ನಿಜ. ಆದರೆ ಬರೀ ದುಡ್ಡಿಗೆ ಬಾಯಿಬಿಟ್ಕಂಡು ಓಡಿ ಬರೋರಲ್ಲ. ರೂಮಿಗೆ ಬಂದು ನಿಮ್ಮನ್ನ ಮಾತಾಡಿಸಿ ನೋಡ್ತಾರೆ. ಅವರಿಗೆ ಇಷ್ಟವಿಲ್ಲದಿದ್ದರೆ ಸಾರಿ, ಮಾಫ್ ಕರನಾ ಅಂತ ಹೇಳಿ ಹೊರಟು ಹೋಗ್ತಾರೆ.' ಎಂದ. ನನಗೆ ಇದೊಂದು ಸವಾಲು ಎನ್ನಿಸಿತು. ಅಕಸ್ಮಾತ್ ಅವಳು ನನ್ನನ್ನು ನಿರಾಕರಿಸಿದರೆ! ಸಮ್ಮತಿಸಿದರೂ ಕ್ರೀಡೆಯಲ್ಲಿ ನಾನು ಸೋತುಬಿಟ್ಟರೆ? ಎಂಬ ಅಂಜಿಕೆಯಾಯಿತು. ಒಂದು ನಿಮಿಷ ತಡೆದೆ. ಅಷ್ಟರಲ್ಲಿ ಅವಳು ನಿರಾಕರಿಸಿದರೆ, ಅನಂತರ ನಾನು ಸೋತರೆ, ಏನಾಯಿತು? ಅವಳನ್ನು ಪರೀಕ್ಷೆ ಮಾಡಿದ ಹಾಗಾಯಿತು. ಅಷ್ಟೇ ಲಾಭ, ಎಂಬ ಸಮಾಧಾನಮೂಡಿ, ಕರಕಂಡು ಬಾ ಎಂದೆ. 'ಮುಕ್ಕಾಲು ಗಂಟೆಯಾಗ ಬಹುದು,' ಎಂದು ಹೇಳಿ ಅವನು ಹೋದ.

ಅವನ ಹಿಂದಿನಿಂದ ಕೋಣೆಯೊಳಗೆ ಬಂದ ಅವಳು ತಾನೇ ಮುಂದೆ ಬಂದು 'ಹಾಯ್' ಎನ್ನುತ್ತಾ ಕೈ ನೀಡಿದಳು. ನನ್ನ ಬಲಹಸ್ತವನ್ನು ಹಿಡಿದು ಕುಲಕಿದ ಸಶಕ್ತ ಬಿಗಿ ಯಿಂದಲೇ ಅವಳೊಬ್ಬ ಕ್ರೀಡಾಪಟು ಎಂಬುದು ಮನದಟ್ಟಾಯಿತು. ಮೈಕಟ್ಟು ವೇಷಗಳೂ ಅಷ್ಟೆ. ಸುಮಾರು ಐದು ಅಡಿ ಎಂಟು ಅಂಗುಲ. ಸ್ವಲ್ಪವೂ ಬೊಜ್ಜಿಲ್ಲದೆ ನೀಳವಾದ ಗಟ್ಟಿ ಮೈಕಟ್ಟು. ಬಿಗಿಯಾಗಿ ಎದೆಕಟ್ಟು ಕಾಣುವಂತಹ ಅಳತೆಯ ಬಿಳಿ ಇನ್‌ಷರಟು ಮಾಡಿದ ಆಕಾಶನೀಲಿಯ ಜೀನ್ಸ್. ಗಂಡಸರಂತಹ ತುಂಡು ಕೂದಲಿನ ಕ್ರಾಪು. ಬಲಗೈಗೆ ಕಟ್ಟಿದ ವಾಚು. ಆತ್ಮವಿಶ್ವಾಸ ಸೂಸುವ ಎಣ್ಣೆಗೆಂಪು ಮುಖ. ನಾನೂ 'ಹಾಯ್' ಎಂದು ಅವಳ ಕುಲುಕಿಗೆ ಲಯ ಹಿಡಿದೆ. ಹೋಟೆಲ್ ಸಹಾಯಕ 'ನಾನು ಹೋಗ್ತೀನಿ' ಎಂದು ಹೇಳಿ ಕೋಣೆಯಿಂದ ಹೊರನಡೆದ. ಅವಳಿಗೆ ಸೋಫ ತೋರಿಸಿದ ನಾನು ಬಾಗಿಲಿಗೆ ಒಳಗಿನಿಂದ ಬೋಲ್ಟ್ ಹಾಕಿದೆ. ಅವಳು ಎದುರಿನ ಸಣ್ಣ ಸೋಫವನ್ನು ಕಣ್ಣಿನ ದೃಷ್ಟಿಯಿಂದ ತೋರಿಸಿದಳು. ಇದುವರೆಗೆ ನನ್ನ ಕೋಣೆಗೆ ಬಂದಿದ್ದವರೊಡನೆ ಹಿಂದಿಯಲ್ಲೇ ಮಾತನಾಡುವುದು ಅಭ್ಯಾಸವಾಗಿದ್ದುದರಿಂದ ನಾನು 'ಬಹುತ್ ಖೂಬ್‌ಸೂರತ್ ಹೋ ತುಮ್' ಎಂದೆ.

ಅವಳು ಇಂಗ್ಲಿಷಿನಲ್ಲಿ ಮಾತನಾಡಿದಳು: 'ಮೊದಲ ವಾಕ್ಯದಲ್ಲೇ ಎರಡು ತಪ್ಪು. ಪರಿಚಯವಾಗಿ ವಿಶ್ವಾಸ ಬೆಳೆದು ನನ್ನನ್ನು ಏಕವಚನದಲ್ಲಿ ಕರೆಯಿರಿ ಅಂತ ನಾನು ಒಪ್ಪಿಗೆ ಕೊಡದೆ ತುಮ್ ಅನ್ನುವ ಏಕವಚನ ಬಳಸಿದಿರಿ. ಎರಡನೆಯದಾಗಿ ನನ್ನನ್ನೊಬ್ಬಳು ಸುಂದರಿ ಅಂತ ಆರಂಭಿಸಿದಿರಿ. ಆಧುನಿಕ ಹೆಂಗಸಿಗೆ ಸುಂದರಿ ಅನ್ನಿಸಿಕೊಳ್ಳೂದಕ್ಕಿಂತ ಬುದ್ಧಿಶಾಲಿ ಅನ್ನಿಸಿ ಕೊಳ್ಳೂದು ಹೆಚ್ಚು ಪ್ರಿಯ ಅಲ್ಲವೆ? ಹೆಂಗಸಿಗಾಗಲಿ ಗಂಡಸಿಗಾಗಲಿ ಸೌಂದರ್ಯ ಕೊಡೂದು ಮುಖದಲ್ಲಿ ಪ್ರಕಾಶಿಸುವ ವಿದ್ಯಾಬುದ್ಧಿಗಳ ಚುರುಕು, ಮುಖ ಮೈಕಟ್ಟು ಬಣ್ಣಗಳಲ್ಲ. ಏನಂತೀರ?'

'ನೂರಕ್ಕೆ ನೂರರಷ್ಟು ಒಪ್ತೀನಿ. ನಿಮ್ಮನ್ನ ಖೂಬ್‌ಸೂರತ್ ಅಂತ ವರ್ಣಿಸಿದಾಗ ಈ ಗುಣವನ್ನೇ ನಾನು ಸೂಚಿಸಿದ್ದು. ಈ ಗುಣದಿಂದ ಮೂಡುವ ಕಳೆಯನ್ನೇ.'

'ಥ್ಯಾಂಕ್ಯೂ.'

'ನೀವು ಎಲ್ಲಿ ಓದಿದಿರಿ? ಎಷ್ಟು ಓದಿದಿರಿ?'

'ಎಲ್ಲಿ ಅನ್ನೂದು ಬೇಡ. ಮಾಸ್ಟರ್ಸ್ ಡಿಗ್ರಿ – ಇನ್.....ಹೋಗ್ಲಿ ಬಿಡಿ.'

'ದಿನಾ ಜಿಮ್‌ಗೆ ಹೋಗ್ತೀರಾ? ಅಥವಾ ಯೋಗಾಸನ? ಸ್ವಿಮಿಂಗ್?'

'ಜಿಮ್ ಆಂಡ್ ಸ್ವಿಮಿಂಗ್. ಸ್ವಿಮಿಂಗ್‌ನಿಂದ ಶರೀರದ ಎಲ್ಲ ಅಂಗಗಳೂ ಸಮರಸವಾಗಿ ಬಲಗೊಳ್ಳುವ ಹಾಗೆ ಬೇರೆ ಯಾವುದೂ ಆಗುಲ್ಲ. ಏನಂತೀರ? ನೀವು ಯಾವುದೂ ಮಾಡ್ತಿಲ್ಲ. ಬೊಜ್ಜು ಅಂತ ಅಲ್ಲ. ಮುಖ ನೋಡಿದರೇ ತಿಳಿಯುತ್ತೆ. ಕೆಲಸ ತುಂಬ ಬಿಸಿ ಅಲ್ಲವೆ? ಎಗ್ಸಿಕ್ಯುಟಿವ್ ಅಥವಾ ಸ್ವಂತ ಬಿಸಿನೆಸ್ಸೋ?'

'ಸ್ವಂತ ಇಂಡಸ್ಟ್ರಿ. ಮಧ್ಯಮಗಾತ್ರದ್ದು.'

'ತುಂಬ ತಲೆನೋವಿರುತ್ತೆ. ನನ್ನನ್ನ ಮಾರ್ಕೆಟಿಂಗ್ ಡೈರೆಕ್ಟರ್ ಆಗಿ ತಕೋತೀರಾ?' ಎಂದು ಆಕ್ರಾಮಕ ನಗೆ ನಕ್ಕಳು.

'ಗುಡ್ ಐಡಿಯಾ,' ನಾನೂ ನಕ್ಕೆ.

'ನಿಮ್ಮ ಕಂಪನಿಯ ಉದ್ಯೋಗಿ ಮಾಡಿಕೊಂಡರೆ ನನ್ನ ಮೇಲೆ ರೊಮಾಂಟಿಕ್ ನೋಟ ಬೀರುವಂತಿಲ್ಲ. ಯಾಕೆಂದರೆ ಅದು ಉದ್ಯೋಗಿಯ ದುರುಪಯೋಗವಾಗುತ್ತೆ. ನಾನು ಕೂಡ ಈ ಕೆಲಸ ಮಾಡುವಂತಿಲ್ಲ. ಯಾಕೆಂದರೆ ಒಬ್ಬ ವ್ಯಕ್ತಿ ಎರಡು ವೃತ್ತಿ ಮಾಡಕೂಡದು ಅಂತ ಪ್ಲೇಟೋ ನಿಯಮ ವಿಧಿಸಿದಾನೆ.'

'ನಾನು ಪ್ಲೇಟೋನ ಹೆಸರು ಕೇಳಿದೀನಿ. ದೊಡ್ಡ ತತ್ತ್ವಜ್ಞಾನಿ ಅಂತ. ಅವನು ಯಾವ ಯಾವ ನಿಯಮ ವಿಧಿಸಿದಾನೋ ಗೊತ್ತಿಲ್ಲ. ಅಂದ ಹಾಗೆ ನೀವು ಏನೂ ತಿಳಕಳುಲ್ಲ ಅಂದರೆ ಒಂದು ಪ್ರಶ್ನೆ.'

'ಕೇಳಿ. ಯಾವ ಸಂಕೋಚವೂ ಬೇಡ.'

'ನೀವು ಇಷ್ಟು ಬುದ್ಧಿವಂತೆ. ಇಷ್ಟು ಓದಿದೀರಿ. ಇಂಥ ವರ್ಚಸ್ವೀ ವ್ಯಕ್ತಿತ್ವ. ಈ ವೃತ್ತಿ ಯಾಕೆ ಮಾಡ್ತೀರಿ?'

'ನನ್ನ ವರ್ಚಸ್ಸನ್ನ ಗುರುತಿಸಿದ್ದಕ್ಕೆ ಥ್ಯಾಂಕ್ಸ್. ಇದನ್ನ ವೃತ್ತಿಯಾಗಿ ಏನೂ ಮಾಡ್ತಿಲ್ಲ. ಮನಸ್ಸು ಬಂದಾಗ ನಿಮ್ಮಂಥೋರನ್ನ ಭೇಟಿ ಮಾಡ್ತೀನಿ. ನನಗೆ ಒಪ್ಪಿಗೆಯಾಗದಿದ್ದರೆ ಸಾರಿ ಅಂತ ಹೇಳಿ ಹೊರಟುಹೋಗ್ತೀನಿ. ಇದರಲ್ಲೂ ಒಂದಿಷ್ಟು ಕೈತುಂಬ ಹಣ ಬರುತ್ತೆ. ಇಲ್ಲ ಅನ್ನೂದಿಲ್ಲ. ಹಣ ಇಲ್ಲದಿದ್ದರೂ ನಾನು ಒಬ್ಬ ವ್ಯಕ್ತಿಯನ್ನು ಇಷ್ಟಪಟ್ಟರೆ ಅವರ ಸಂಗದಲ್ಲಿರ್ತೀನಿ. ಅದಿರಲಿ. ಈ ವೃತ್ತಿ ಕೀಳು, ನೈತಿಕವಾಗಿ ಕಡಿಮೆಯದು, ಪಾಪದ್ದು ಅನ್ನುವ ಅರ್ಥ ನಿಮ್ಮ ಪ್ರಶ್ನೆಯಲ್ಲಿದೆ. ನಿಮ್ಮಲ್ಲಿ ಈ ಮನೋಭಾವ ಯಾಕಿದೆ ಸ್ವಲ್ಪ ವಿವರಿಸ್ತೀರ?'

ನನ್ನನ್ನು ಕಟ್ಟಿಹಾಕಿದಂತಾಯಿತು. ಈ ವೃತ್ತಿ ನೈತಿಕವಾಗಿ ಕೀಳಾಗಿದ್ದರೆ ಇಂಥದನ್ನು ಪೋಷಿಸುವ ಕೆಲಸ ಯಾಕೆ ಮಾಡ್ತೀರಿ, ಎಂದು ಈ ಜಾಣೆ ಪ್ರತಿ ಪ್ರಶ್ನಿಸಿದರೆ? ಎಂಬ ಎಚ್ಚರಮೂಡಿತು. ನಿರುತ್ತರನಾಗಿ ಅವಳನ್ನು ನೋಡತೊಡಗಿದೆ. 'ನಿಮ್ಮ ಕಂಪನಿಯ

ಕಾರ್ಮಿಕರು ತಮ್ಮ ದೇಹವನ್ನು ದಿನಕ್ಕೆ ಎಂಟು ಗಂಟೆ ಒಪ್ಪಿಸುಲ್ಲವೆ? ಎಂಜಿನೀರುಗಳು ದೇಹ ಬುದ್ಧಿ ಎರಡನ್ನೂ ಹತ್ತು ಹನ್ನೆರಡು ಗಂಟೆ ಒಪ್ಪಿಸುಲ್ಲವೆ? ಮನೋರಂಜನೆಯ ಬಿಸಿನೆಸ್‌ನೋರು, ಮಸಾಜ್‌ನೋರು ಮಾಡೂದೇನು? ಸಿನಿಮಾದೋರು, ಬಾರ್‌ಮೇಡ್‌ಗಳು ಮಾಡೂದೇನು? ಅಂಟುಜಾಡ್ಯಗಳನ್ನ ತಡೆಯುವ ಇಷ್ಟೊಂದು ಸಾಧನಗಳು ಈಗ ಬಂದಿರುವಾಗ ಈ ವೃತ್ತಿಯಲ್ಲಿರುವ ವಿಶೇಷ ದೋಷ ಯಾವುದು? ಇನ್ನೊಂದು ವಿಷಯ ನಿಮಗೆ ಗೊತ್ತಿಲ್ಲದೆ ಇಲ್ಲ. ಮಹಿಳಾ ವೇಶ್ಯೆಯರಿರುವ ಹಾಗೆ ಪುರುಷ ವೇಶ್ಯೆಯ ಸೇವಾ ಪದ್ಧತಿಯೂ ಬೆಳೀತಿದೆ. ಮಹಿಳೆಯಲ್ಲಿ ಹಣ ಕೂಡಿ ಸುಖವನ್ನ ಕೊಳ್ಳುವ ಶಕ್ತಿ ಬೆಳೆದಂತೆ ಈ ಸೇವೆಯೂ ಬೆಳೆಯುತ್ತೆ. ಕೊಳ್ಳುವ ಸಾಮರ್ಥ್ಯ ವ್ಯಾಪಿಸಿದಷ್ಟೂ ಸರಬರಾಜು ತನಗೆ ತಾನೇ ಹೆಚ್ಚುತ್ತೆ. ಉದ್ಯಮಿಯಾದ ನಿಮ್ಮ ಅನುಭವದಲ್ಲಿ ಈ ಮಾತು ಸುಳ್ಳೆ?'

ನನ್ನ ಮನಸ್ಸು ಹೌದಲ್ಲವೆ? ಎಂದುಕೊಳ್ಳತೊಡಗಿತು. ನಾನು ಅಂತರ್ಮುಖಿಯಾದೆ. ಎರಡು ನಿಮಿಷದ ನಂತರ ಅವಳು, 'ನಾನು ನಿಮಗೆ ಏನನ್ನಿಸುತೀನಿ? ಬರೀ ಆರ್ಗ್ಯುಮೆಂಟಿಟಿವ್ ಅಂತಲೆ? ಆರ್ಗ್ಯುಮೆಂಟಿಟಿವ್‌ನೆಸ್ ಯಾವತ್ತೂ ಸ್ನೇಹವರ್ಧಕವಲ್ಲ. ಭಾವವರ್ಧಕವಲ್ಲ. ಹೋಗಲಿ. ನಿಮ್ಮನ್ನ ನೋಡಿದರೆ ಅಸುಖಿ ಅನ್ನಿಸುತ್ತೆ. ನಿಜ ಹೇಳಿ.' ಇವಳ ಬುದ್ಧಿ ಮೊನಚಾದದ್ದು ಎನ್ನಿಸಿತು. ಅವಳ ಮಾತು ನಿಜವೆಂಬುದನ್ನು ನನ್ನ ಕಣ್ಣುಗಳು ಸೂಚಿಸುತ್ತಿವೆಯೇ ಎಂದು ನನ್ನನ್ನು ನಾನು ಕೇಳಿಕೊಂಡೆ. ಅವಳೇ ಮೇಲೆ ಎದ್ದು ನಿಂತಳು. 'ಬರೀ ಮಾತಾಯಿತು. ನಿಜ ಹೇಳಿ. ನಾನು ನಿಮಗೆ ಇಷ್ಟವಾಗಿದೀನಾ?' ಎಂದು ಹಿಂದಿಯಲ್ಲಿ ಕೇಳಿದಳು.

'ನಿಮಗೆ ನಾನು ಇಷ್ಟವಾಗಿದೀನಾ' ನಾನೂ ಹಿಂದಿಯಲ್ಲಿ ಕೇಳಿದೆ.

'ಆಪ್ ಅನ್ನಬೇಡ, ತುಮ್ ಅನ್ನು. ನಾನೂ ಅಷ್ಟೆ. ತುಮ್ ಅಂತೀನಿ. ನಡಿ, ಅಲ್ಲಿಗೆ' ಎಂದು ನನ್ನ ತೋಳು ಹಿಡಿದೆತ್ತಿ ಹಾಸಿಗೆಗೆ ನಡೆಸಿದಳು. ಇವಳು ನನ್ನನ್ನು ನಿರಾಕರಿಸಿದರೆ! ಸಮ್ಮತಿಸಿದರೂ ಕ್ರೀಡೆಯಲ್ಲಿ ನಾನು ಸೋತುಹೋದರೆ! ಎಂಬ ಆತಂಕಗಳೆಲ್ಲ ನಿರಾಧಾರವಾಗಿ ಬಿಟ್ಟವು. ಗಂಡಸನ್ನು ಗೆಲ್ಲಿಸುವ ಸ್ನೇಹಶೀಲತೆಯು ಹೆಂಗಸಿನಲ್ಲಿದ್ದರೆ ಸೋಲಿನ ಸೊಲ್ಲೂ ಇರುವುದಿಲ್ಲ ಎಂಬ ನನ್ನ ಇತ್ತೀಚಿನ ತಿಳಿವು ಮತ್ತೊಮ್ಮೆ ನಿಜವಾಯಿತು. ಇವಳಂತೂ ಅದ್ಭುತ, ತನ್ನ ಸಮಕ್ಕೂ ನನ್ನನ್ನು ಕರೆದೊಯ್ಯುವ ಅಪ್ರತಿಮ ಆಟಗಾರ್ತಿ ಎನ್ನಿಸಿತು.

೪

ಇದಕ್ಕೆ ದಿಲ್ಲಿಯ ತನಕ ಬರಬೇಕೆ? ಇದೇ ಮಟ್ಟದ ಖರ್ಚಿಗೆ ಇದೇ ಮಟ್ಟದ ರಂಜನೆಯನ್ನು ಒದಗಿಸುವ ವ್ಯವಸ್ಥೆಗಳು ಬೆಂಗಳೂರಿನಲ್ಲೇ ಇಲ್ಲವೆ? ಎಂಬ ಆಲೋಚನೆ ಹಲವು ಬಾರಿ ಬಂದಿತ್ತು. ಆದರೆ ಎಲ್ಲೆಲ್ಲೂ ಪರಿಚಿತರಿರುವ ನನ್ನ ವ್ಯವಹಾರ ಕೇಂದ್ರವೇ ಆದ ಬೆಂಗಳೂರಿಗಿಂತ ಗುರುತು ಪರಿಚಯವಿಲ್ಲದ, ದೂರದ ದಿಲ್ಲಿ ಕ್ಷೇಮಕರವೆಂಬ ಪರಿಗಣನೆ ಬಲವಾಗುತ್ತಿತ್ತು. ಅವಳು ಧಿಕ್ಕರಿಸಿದಂತೆ ನಾನು ನಪುಂಸಕನಲ್ಲ ಎಂಬುದನ್ನು

ಹಲವಾರು ಬಾರಿ ಸಾಬೀತುಪಡಿಸಿಕೊಂಡಾಯಿತು. ಇದನ್ನು ಹೀಗೆಯೇ ಮುಂದುವರೆಸಿದರೆ ಲಂಪಟತೆಯಾಗುತ್ತೆ, ನಿಲ್ಲಿಸಿ ಬಿಡಬೇಕು ಎಂಬ ವಿವೇಚನೆಯೂ ಆಗೊಮ್ಮೆ ಈಗೊಮ್ಮೆ ಹುಟ್ಟುತ್ತಿತ್ತು. ಆದರೆ ನಾಲ್ಕೈದು ದಿನವಷ್ಟೆ. ಮನಸ್ಸು ದಿಲ್ಲಿಯ ಕಡೆಗೆ ಎಳೆಯುತ್ತಿತ್ತು. ಫ್ಯಾಕ್ಟರಿಯ ಕೆಲಸವಿಲ್ಲದಿದ್ದರೂ ಕೆಲಸವನ್ನು ಸೃಷ್ಟಿಸಿಕೊಂಡು ಅಥವಾ ಕೆಲಸವಿದೆ ಎಂದು ಭದ್ರಯ್ಯನವರಿಗೆ ಹೇಳಿ ಹೊರಡುವ ಮನಸ್ಸು ತುಡಿಯುತ್ತಿತ್ತು. ಭದ್ರಯ್ಯನವರಿಗಾದರೂ ಅನುಮಾನ ಬಂದೀತು ಎಂಬ ಎಚ್ಚರ ಹುಟ್ಟಿ ನಿಯಂತ್ರಕವಾಗುತ್ತಿತ್ತು. ನನಗೀಗ ನಲವತ್ತೊಂಬತ್ತು. ಇಪ್ಪತ್ತನಾಲ್ಕೂವರೆಯವನಂತೆ ಇರಬಾರದು ಎಂದು ನನಗೆ ನಾನೇ ಸಲಹೆ ಕೊಟ್ಟುಕೊಳ್ಳುತ್ತಿದ್ದೆ.

ಇನ್ನೂ ಒಂದು ಉಪಾಯ ಕಾಣಿಸುತ್ತಿತ್ತು. ನನ್ನ ಪುರುಷತ್ವವು ಈಗ ಅಖಂಡವಾಗಿ ಸಾಬೀತಾಗಿದೆ. ಅಖಂಡ ಆತ್ಮವಿಶ್ವಾಸವೂ ಹುಟ್ಟಿ ವಿಜೃಂಭಿಸಿದೆ. ಒಂದು ಸಲ ಮಂಗಳೆಯ ಹತ್ತಿರ ಹೋಗಿ ಮಾತುಕತೆ ಬೇಡ, ಪ್ರೀತಿ ಪ್ರೇಮದ ಕ್ರಿಯೆಗಳು ಬೇಡ, ಮೃಗಮಟ್ಟದಲ್ಲೇ ಅವಳನ್ನು ಆಕ್ರಮಿಸಿ ಗೆದ್ದುಬಿಟ್ಟರೆ ಮುಂದೆ ಅದೇ ಅಭ್ಯಾಸವಾಗುತ್ತೆ. ಈ ಸ್ಟಾರ್ ಪ್ಯಾರಡೈಸಿಗೆ ಬರುವ ಅಗತ್ಯ ತನಗೆ ತಾನೆ ನಿಂತುಹೋಗುತ್ತೆ. ಇಂಥ ಕಡೆಗೆ ಪದೇ ಪದೇ ಬರುವುದು ಎಷ್ಟಾದರೂ ಅಪಾಯಕಾರಿ. ಮಂಗಳೆಗೂ ಸಮಾಧಾನವಾಗಿ ಶ್ರಾಂತಳಾಗ್ತಾಳೆ. ಮಾತುಕತೆಯಲ್ಲಲ್ಲದಿದ್ದರೂ ಅವಳ ಸಾಮಾನ್ಯ ವರ್ತನೆಯಲ್ಲಿ ಮೃಗೀಯ ದ್ವೇಷ ಕಡಮೆಯಾಗುತ್ತೆ, ಎಂಬ ದಾರಿ ಹೊಳೆಯುತ್ತಿತ್ತು. ಆದರೆ ಅವಳ ಹತ್ತಿರ ಹೋದರೆ ನಾನು ಮತ್ತೆ ಸೋಲುವುದು, ನಪುಂಸಕನೆನ್ನಿಸಿಕೊಳ್ಳುವ ಅವಹೇಳನಕ್ಕೆ ಗುರಿಯಾಗುವುದು ಖಚಿತವೆನ್ನಿಸುತ್ತಿತ್ತು. ಬರೀ ಹಣೆಯ ಸೂತಕದ ವೈಧವ್ಯಕಳೆಯ ಮುಖದ ಜೊತೆಗೆ ಪುರುಷ ಜಾತಿಯನ್ನೇ ಬೂಟುಗಾಲಿನಿಂದ ಮೆಟ್ಟಿ ಅಟ್ಟಹಾಸಗೈಯುವ ಮೈಯಲ್ಲಿ ಬೆವರು ಹನಿಸುವ ಖಾಕಿ ಸಮವಸ್ತ್ರದ ಅನುಭವವು ಮರುಕಳಿಸುತ್ತಿತ್ತು. ತಣಿಸುವ ಶಕ್ತಿ ಇಲ್ಲದೆ ಪ್ರಚೋದಿಸುವುದು ಲೈಂಗಿಕ ನಿರಾಕರಣೆಯ ಇನ್ನೊಂದು ಕ್ರೂರ ರೂಪ ಎಂಬ ವಾದವನ್ನು ಅಡ್ವೋಕೇಟ್ ಚಿತ್ರಾ ಹೊಸೂರರ ಮೂಲಕ ಎತ್ತಿಸಿದರೆ ನನ್ನ ಮನಸ್ಸಿನ ಕಹಿ ಇನ್ನಷ್ಟು ವಿಷವಾದೀತು ಎಂಬ ವಿವೇಚನೆ ಕಾಣಿಸುತ್ತಿತ್ತು.

ಅಧ್ಯಾಯ ೧೦

೧

ಶಿಮ್ಲಾದಿಂದ ಹಿಂತಿರುಗಿದಮೇಲೆ ಅವಳನ್ನು ಆರ್ಕ್ಸ್‌ಫ್ಲರ್ಡ್ ಹಾಗೂ ಬ್ರಿಟನ್ ಕಾಡ ತೊಡಗಿತು. ಶಿಮ್ಲಾದ ಪರ್ವತಶ್ರೇಣಿಯ ಮೇಲೆ ಚಳಿಗೆ ಮೈಯನ್ನು ಸಂಕುಚಿಸಿಕೊಂಡಂತೆ ನಿಂತ ಕೋನಿಫ್ಲೆರಸ್ ಮರಗಳು, ಬ್ರಿಟಿಷ್ ಶೈಲಿಯ ವೈಸ್‌ರಾಯ್ ಲಾಜ್ ರೆಪ್ಪೆಮುಚ್ಚಿದರೂ ಕಣ್ಣೊಳಗೇ ಕಾಣುತ್ತಿದ್ದವು. ಯಾಕೋ ಬೆಂಗಳೂರಿನ ವಿಶ್ವವಿದ್ಯಾಲಯದ ಜೀವನವು ನೀರಸವೆನ್ನಿಸತೊಡಗಿತು. ದಿಲ್ಲಿಯಿಂದ ವಾಪಸಾದ ಸ್ವೀಟಿಯು ಸದಾ ಅಣ್ಣಯ್ಯನ ಧ್ಯಾನ ಮಾಡುತ್ತಿದ್ದಳು. ಅವಳು ಅವಳ ಡ್ಯಾಡಿಯ ಹುಟ್ಟೂರಿಗೂ ಹೋಗಿದ್ದಳೆಂದು ಅವಳ ಮಾತಿನಿಂದಲೇ ತಿಳಿಯುತ್ತಿತ್ತು. ಎಲ್ಲೆಲ್ಲಿ ಹೋಗಿದ್ದಳು, ಏನೇನು ನೋಡಿದಳು, ಏನೇನು ಮಾತುಗಳಾದವು ಎಂದು ಅವಳ ಬಾಯಿಂದಲೇ ಹೊರಡಿಸುವುದು ಏನೂ ಕಷ್ಟವಿಲ್ಲ; ಆದರೆ ತಾನು ಆ ಬಗೆಗೆ ಆಸಕ್ತಿ ತೋರಿಸದೇ ತನಗೆ ಆ ಜನಗಳು ಆ ಸಂಬಂಧ ಇಷ್ಟ ವಿಲ್ಲವೆಂಬುದನ್ನು ಸೂಚಿಸಿದರೆ ಅವಳು ಮತ್ತೆ ಅಲ್ಲಿಗೆ ಹೋಗುವುದನ್ನು ನಿಲ್ಲಿಸಿಯಾಳು ಎಂಬ ಉಪಾಯ ಕಾಣಿಸಿತು. ಶಿಮ್ಲಾಕ್ಕೆ ಹೋದಾಗ ಇವಳನ್ನು ಅವನ ಜವಾಬ್ದಾರಿಗೆ ಒಪ್ಪಿಸಿದ್ದೇ ತಪ್ಪಾಯಿತು ಎಂದುಕೊಂಡಳು. ಆದರೆ ಬೇರೆ ಯಾವ ದಾರಿ ಇತ್ತು? ನನ್ನ ಕಡೆ ಯಾರಾದರೂ ಬಂಧುಬಾಂಧವರಿದ್ದಿದ್ದರೆ ಪರಿಸ್ಥಿತಿ ಬೇರೆಯೇ ಆಗಿರುತ್ತಿತ್ತು. ಅಮ್ಮ, ತಮ್ಮ, ತಮ್ಮನ ಹೆಂಡತಿ ಇರೂದರಿಂದ ಅವನು ಸೊಕ್ಕಿದಾನೆ ಎಂದುಕೊಂಡಳು. ಇನ್ನು ಮೇಲೆ ಎಂಥ ಸಂದರ್ಭ ಬಂದರೂ ಅವನ ಜೊತೆ ಕಳಿಸೂದಿಲ್ಲವೆಂದು ನಿಶ್ಚಯಿಸಿದಳು. ಆದರೆ ಅವಳ ಖರ್ಚುವೆಚ್ಚಗಳನ್ನೆಲ್ಲ ನಿರ್ವಹಿಸುತ್ತಿರುವ ಅವನು ರಜೆಯಲ್ಲಿ ಕಳಿಸು ಎಂದರೆ ತಾನು ನಿರಾಕರಿಸುವುದು ಸಾಧ್ಯವೆ? ಈ ವಿಷಯದಲ್ಲಿ ಕಾನೂನು ಅವನ ಕಡೆ ಇದೆ. ಕೋರ್ಟು ಇವಳ ಅಭಿಪ್ರಾಯ ಕೇಳಿ ಇದು ತನಗೆ ಅಪ್ಪನೇ ಬೇಕು ಅಂತ ಹೇಳಿ ಬಿಟ್ಟರೆ ಏನು ಮಾಡುವುದು? ಎಂಬ ತೊಡಕು ಕಾಣಿಸಿಕೊಳ್ಳುವುದು.

ಹೀಗೆ ಮೂರು ತಿಂಗಳು ಕಳೆದಿತ್ತು. ಒಂದು ದಿನ ತನ್ನ ವಿಶ್ವವಿದ್ಯಾಲಯದ ವಿಳಾಸಕ್ಕೆ ಒಂದು ರಿಜಿಸ್ಟರ್ಡ್ ಅಂಚೆ ಲಕೋಟೆ ಬಂದಿತ್ತು. ವಿಭಾಗದ ಟೈಪಿಸ್ಟ್ ಕಮ್ ಕಾರ್ಯದರ್ಶಿ ಅಂಚೆಯ ದಾಖಲೆಗೆ ರುಜು ಮಾಡಿ ಸೀಲು ಹಾಕಿ ಸ್ವೀಕರಿಸಿದ್ದ. ವಿಭಾಗದ ಯಾವ

ಅಧ್ಯಾಪಕರಿಗೆ ದಾಖಲೆ ಸಹಿತದ ಕಾಗದ ಪತ್ರಗಳು ಬಂದರೂ ವಿಲೇವಾರಿಯಾಗುವ ಕ್ರಮ ಇದೇ ಆಗಿತ್ತು. ಅವಳು ಲಕೋಟೆಯನ್ನು ನೋಡಿದಳು. ದೊರೆಸ್ವಾಮಿ, ಅಡ್ವೋಕೇಟ್, ಶೇಷಾದ್ರಿಪುರ ಎಂದಿತ್ತು. ತಕ್ಷಣ ಮನಸ್ಸು ಇವನದ್ದಿರಬಹುದೇ ಎಂದು ಶಂಕಿಸಿತು. ನಾಡಿಯ ಬಡಿತ ಏರಿದಂತೆನ್ನಿಸಿತು. ಎರಡುನಿಮಿಷ ಕುರ್ಚಿಯ ಮೇಲೆ ಕುಳಿತು ಲಕೋಟೆಯನ್ನು ಒಡೆದಳು. ಮುಖ್ಯಾಂಶ: ನನ್ನ ಕಕ್ಷಿದಾರರಾದ, ಕಳೆದ ಎರಡೂವರೆ ವರ್ಷದಿಂದ ದಿಲ್ಲಿಯಲ್ಲಿ ವಾಸವಾಗಿರುವ ಶ್ರೀ ವಿನಯಚಂದ್ರರವರ ಸೂಚನೆಯ ಮೇರೆಗೆ ನಿಮಗೆ ತಿಳಿಸುವುದೇನೆಂದರೆ: ನಿಮ್ಮ ಅವರ ದಾಂಪತ್ಯವು ಹಲವು ವರ್ಷಗಳಿಂದ ವಿರಸದಲ್ಲೇ ಇದ್ದು ಕಳೆದ ಎರಡೂವರೆ ವರ್ಷಗಳಿಂದ ಸಂಪೂರ್ಣವಾಗಿ ಭಗ್ನವಾಗಿದೆ. ನಿಮ್ಮಿಬ್ಬರಿಗೂ ಜನಿಸಿದ ಈಗ ಹದಿಮೂರು ವರ್ಷ ವಯಸ್ಸಿನ ಮಗಳ ವಿದ್ಯಾಭ್ಯಾಸ ಮತ್ತು ಪೋಷಣೆಯ ಸಮಸ್ತ ಖರ್ಚನ್ನೂ ನನ್ನ ಕಕ್ಷಿದಾರರೇ ಭರಿಸುತ್ತಿದ್ದಾರೆ. ನೀವು ವಿಶ್ವವಿದ್ಯಾಲಯದಲ್ಲಿ ಉನ್ನತ ದರ್ಜೆಯ ಹುದ್ದೆಯಲ್ಲಿದ್ದು ಆರ್ಥಿಕವಾಗಿ ಸಂಪೂರ್ಣ ಸ್ವಾವಲಂಬಿಯಾಗಿದ್ದೀರಿ. ಭವಿಷ್ಯದಲ್ಲಿ ಕೂಡ ಮಗಳ ವಿದ್ಯಾಭ್ಯಾಸ ಪಾಲನೆ ಪೋಷಣೆಗಳನ್ನು ವಹಿಸಿಕೊಳ್ಳಲು ನನ್ನ ಕಕ್ಷಿದಾರರು ಸಿದ್ಧರಿದ್ದಾರೆ. ವಿವಾಹವು ಸಂಪೂರ್ಣ ಭಗ್ನವೇ ಆಗಿರುವಾಗ ಅದನ್ನು ಕಾನೂನುಬದ್ಧಗೊಳಿಸಿ ವಿಚ್ಛೇದಿಸುವುದು ಸೂಕ್ತವಾದದ್ದರಿಂದ ನೀವು ಸಮ್ಮತಿಸಿ ವೃಥಾ ನ್ಯಾಯನಿರ್ವಹಣೆಯ ಕಾಲವ್ಯಯವನ್ನು ತಪ್ಪಿಸಬೇಕೆಂದು ಕೋರಲಾಗಿದೆ.

ಅವನು ಈ ಫ್ಲ್ಯಾಟನ್ನು ಹುಡುಕಿ ನಿಷ್ಕರ್ಷಿಸಲು ಸ್ವಲ್ಪವೂ ಭಾಗಿಯಾಗದೆ ಅಲ್ಲಿಗೆ ಒಮ್ಮೆಯೂ ಕಾಲಿಡದೆ ಇದ್ದ ಕಾರಣ ಈಗ ಸ್ಪಷ್ಟವಾಯಿತು. ಬಾಸ್ಟರ್ಡ್ ಬೇರೆ ಯಾರನ್ನೋ ಮದುವೆಯಾಗುಕ್ಕೆ ಸಂಚುಹೂಡಿದಾನೆ. ನಾನು ಅವಕಾಶ ಕೊಡುಲ್ಲ. ಬದುಕಿರೂತನಕ ಕೊಡುಲ್ಲ. ಫೈಟ್ ಮಾಡ್ತಿನಿ ಎಂದು ಆ ನಿಮಿಷದಲ್ಲೇ ನಿರ್ಧರಿಸಿದಳು. ರಾತ್ರಿ ಮನೆಗೆ ಬರುವವೇಳೆಗೆ ಯಾರನ್ನಾದರೂ ಸರಿಯಾದ ಲಾಯರನ್ನು ಹುಡುಕಬೇಕು ಎಂಬ ತೀರ್ಮಾನವನ್ನೂ ಮಾಡಿದಳು. ಗಂಡಸು ಲಾಯರ ಹತ್ತಿರ ಹೋಗಬಾರದು. ಎಷ್ಟೇ ವೃತ್ತಿಪರತೆ ಇದ್ದರೂ ಅವರಿಗೆ ಹೆಂಗಸಿನ ವಿಷಯದಲ್ಲಿ ಮೂಲ ಅನುಕಂಪ ಇರುಲ್ಲ. ಚಿತ್ರಾ ಹೊಸೂರಳ ನೆನಪು ಬಂತು. ಒಂದು ಸಮಾಲೋಚನೆಗೆ ಐದುಸಾವಿರ ಕಕ್ಕಿಸಿದವಳು ಎಂಬ ನೆನಪು ಬಂದರೂ ಎರಡೂವರೆ ವರ್ಷದ ಹಿಂದಿದ್ದ ಕೋಪವು ಈಗ ಎಷ್ಟೋ ತಣ್ಣಗಾಗಿದೆ. ಅವರಿಗೂ ಆಫೀಸು ನಡೆಸುವ ಖರ್ಚಿರುತ್ತೆ. ಅದೇ ಜೀವನೋಪಾಯ. ನಮ್ಮಂತೆ ಸಂಬಳ ಸಾರಿಗೆ ಇಲ್ಲ ಎಂಬ ಸಮಾಧಾನ ಹುಟ್ಟಿತು. ನಾನು ಮಾಲಾ ಕೆರೂರ್ ಮೇಡಮ್ಮರನ್ನೇ ಕಾಣಬೇಕೆಂದು ಅವರ ಕಛೇರಿಯ ಕಾರ್ಯದರ್ಶಿನಿಗೆ ಫೋನ್‌ಮಾಡಿ ಸಮಯ ನಿಗದಿ ಮಾಡಿಕೊಂಡಳು.

ಎರಡನೆಯ ದಿನದ ಸಂಜೆ ಆರು ಗಂಟೆಗೆ ಅಪಾಯಿಂಟ್‌ಮೆಂಟ್ ಸಿಕ್ಕಿತು. 'ಬನ್ನಿ ಬನ್ನಿ ಡಾ. ಇಳಾ, ಮೂರುವರ್ಷದ ಮೇಲಾಯಿತು ನಿಮ್ಮನ್ನ ನೋಡಿ. ಆಮೇಲೆ ಒಂದು ಸಲ ಅಡ್ವೋಕೇಟ್ ಚಿತ್ರಾ ಅವರನ್ನ ನೋಡಿದ್ದಿರಂತೆ. ಕೆಲಸದ ಗಡಿಬಿಡಿಯಲ್ಲಿ ಅವರ ಕಾರ್ಯದರ್ಶಿನಿ ನಿಮ್ಮಿಂದಲೂ ಸಮಾಲೋಚನೆಯ ಫೀಜು ವಸೂಲುಮಾಡಿಬಿಟ್ಟಳಂತೆ.

ವಾಪಸು ಕಳಿಸಿ ಅಂತ ಆಮೇಲೆ ನಾನು ಹೇಳಿದೆ. ಒಂದು ಸಲ ಬಂದು ಬ್ಯಾಂಕಿನ ಲೆಕ್ಕಕ್ಕೆ ಸೇರಿದ ಚೆಕ್ಕು, ಆ ಹಣವನ್ನ ಮತ್ತೆ ಕಳಿಸೂದು, ಆಡಿಟಿಂಗ್‌ಗೆ ವಿವರಿಸೂದು ಯಾಕೆ ಅಂತ ಸುಮ್ಮನಾದರು ಅಂತ ಕಾಣುತ್ತೆ. ನಾನೇ ನಿಮ್ಮನ್ನ ಸಂಪರ್ಕಿಸಬೇಕು ಅಂತ ಯೋಚಿಸ್ತಿದ್ದೆ. ಭಾರತದ ಸ್ತ್ರೀಯ ಶೋಷಣೆ, ಅವಳ ಹಕ್ಕು, ಹೋರಾಟದ ವಿಧಾನಗಳನ್ನು ವಿವರಿಸಿ ಕನ್ನಡದಲ್ಲಿ ನೀವೊಂದು ಗ್ರಂಥ ಬರೀಬೇಕು. ಕಾಲೇಜು ವಿದ್ಯಾರ್ಥಿನಿಯರಿಗೆ ಪಾಠ್ಯ ಮಾತ್ರವಲ್ಲ, ಆಧಾರ ಗ್ರಂಥವಾಗುವಂಥದು. ಸದಾ ಬಿಸಿ ಇರುವ ನಮಗೆ ಅಂಥದನ್ನ ಬರೆಯುವ ವ್ಯವಧಾನವಿರುಲ್ಲ. ಈಗ ಬಂದದ್ದೇನು ಹೇಳಿ.'

ಅವಳು ತನ್ನ ವ್ಯಾನಿಟಿ ಚೀಲದಿಂದ ಅಡ್ವೋಕೇಟ್ ದೊರೆಸ್ವಾಮಿಯ ಪತ್ರವನ್ನು ತೆಗೆದು ಅವರ ಮುಂದಿಟ್ಟಳು. ಅದನ್ನು ಓದಿದ ಅವರು ಫೋನ್ ಎತ್ತಿಕೊಂಡು, 'ಒಂದು ನಿಮಿಷ ಚಿತ್ರಾ ಮೇಡಮ್ಮರನ್ನ ಕರಿ' ಎಂದು ಹೇಳಿದ ನಂತರ, 'ಈ ದೊರೆಸ್ವಾಮಿ ಯಾವಾಗಲೂ ಹೀಗೆಯೇ. ಗಂಡಸರಿಗೆ ಅನ್ಯಾಯವಾಗ್ತಿದೆ ಅಂತ ಬಾರ್‌ರೂಮಿನಲ್ಲಿ ಮಾತಾಡ್ತಿರ್ತಾನೆ. ಸರಿಯಾದ ಫ್ಲೀಜು ಸಿಕ್ಕೂದಾದರೆ ಹೆಂಗಸರ ಪರವಾಗಿಯೂ ವಕಾಲತ್ತು ವಹಿಸ್ತಾನೆ' ಎಂದರು. ಅಷ್ಟರಲ್ಲಿ ಒಳಗೆ ಬಂದ ಚಿತ್ರಾಹೊಸೂರ್ ಇಳಾ ಹೇಳಿದ ಗುಡ್ ಈವನಿಂಗ್ ಅನ್ನು ಸ್ವೀಕರಿಸಿ ಮಾಲಾ ಮೇಡಮ್ಮರು ತೋರಿಸಿದ ಕಾಗದವನ್ನು ಓದುತ್ತಾ ಕುಳಿತರು. ಅವರಿಬ್ಬರೂ ಪರಸ್ಪರ ಸೆಕ್ಷನ್ ಸಬ್‌ಸೆಕ್ಷನ್‌ಗಳ ಸಂಖ್ಯೆಯಲ್ಲಿ ಮಾತನಾಡಿಕೊಂಡ ನಂತರ, 'ಎಷ್ಟೇ ದೂರದ ಊರಿಗೆ ವರ್ಗವಾದರೂ ನಿನ್ನ ನೌಕರಿ ಬಿಡು ಅಥವಾ ವಿಚ್ಛೇದನ ಕೊಡು ಅನ್ನುವುದು ಸಿಂಧುವಲ್ಲ ಅಂತ ಇರುವ ಸುಪ್ರೀಂ ಕೋರ್ಟ್ ತೀರ್ಮಾನ ವನ್ನು ಬಳಸಿಹಾಕುಕ್ಕೆ ಅಂತಲೇ ಈತ ಬೇಕೆಂದೇ ಹೆಂಡತಿಯನ್ನು ಸಂಧಿಸುತ್ತಿಲ್ಲ. ಈಕೆಗೆ ವರ್ಷಕ್ಕೆ ಮೂರು ತಿಂಗಳು ರಜೆ ಇದೆ. ಆತನಿಗೆ ಒಂದು ತಿಂಗಳು. ಅಲ್ಲದೆ ತನ್ನ ಕಂಪನಿ ಕೆಲಸದ ಮೇಲೆ ಆತ ಆಗಾಗ್ಗೆ ಬೆಂಗಳೂರಿಗೆ ಬರ್ತಿರ್ತಾನೆ. ಹೀಗಿದ್ದರೂ ಸಂಧಿಸದೇ ಇರೂದು ವಿವಾಹಭಗ್ನವಾಗಿದೆ ಅಂತ ಕೋರ್ಟಿಗೆ ಸುಳ್ಳುಚಿತ್ರ ಕೊಡುವ ಉದ್ದೇಶದಿಂದ ಮಾತ್ರ. ಈತನಿಗೆ ಬೇರೆ ಏನೋ ಉದ್ದೇಶವಿದೆ. ಈಕೆ ಈಗಲೂ ರಜೆಯಲ್ಲಿ ಹೋಗಿ ಅವನನ್ನು ದಿಲ್ಲಿಯಲ್ಲಿ ಸಂಧಿಸುಕ್ಕೆ, ಅವನು ಇಲ್ಲಿಗೆ ಬಂದಾಗ ಪ್ರೇಮಪೂರ್ವಕವಾಗಿ ಸ್ವಾಗತಿಸುಕ್ಕೆ ಸಿದ್ಧಳಾಗಿದ್ದಾಳೆ ಅನ್ನುವ ಸ್ಟ್ಯಾಂಡ್ ತಗೋಳಾಣ. ಕೇಸು ಸುಪ್ರೀಂಕೋರ್ಟು ಮುಟ್ಟಲಿ. ಏಳೆಂಟು ವರ್ಷವಾದರೂ ಆಗುತ್ತೆ. ಅವನಿಗೆ ಬೇರೆ ಮದುವೆ ಮಾಡ್ಕಳೂ ಕನಸಿದ್ದರೆ ಕನಸು ಕಾಣ್ತಾನೇ ಇರಲಿ. ಇಳಾ ಮೇಡಂ ಹತ್ತಿರ ಕೋರ್ಟಿನ ಫ್ಲೀಜು ಮಾತ್ರ ತಗೊಳ್ಳಿ. ನಮ್ಮ ಫ್ಲೀ ಒಂದು ರೂಪಾಯಿಯೂ ಬೇಡ. ಅವರು ಭಾರತದ ಸ್ತ್ರೀಯ ಶೋಷಣೆ, ಹೋರಾಟದ ನೀತಿರೀತಿಗಳ ಕುರಿತು ಒಂದು ಉದ್‌ಗ್ರಂಥ ಬರೆದುಕೊಡ್ತೀನಿ ಅಂತ ಒಪ್ಕಂಡಿದಾರೆ. ಅದೇ ನಮ್ಮ ಫ್ಲೀಜು,' ಎಂದು ಹೇಳಿದ ಮಾಲಾ ಮೇಡಂ, 'ಇವರಿಂದ ವಕಾಲತ್ತಿಗೆ ಸಹಿ ಮಾಡಿಸಿಕೊಳ್ಳಿ,' ಎಂದರು.

೨

ಒಂದು ವಾರದ ನಂತರ ಚಿತ್ರಾ ವಕೀಲೆಯು ಅಡ್ವೋಕೇಟ್ ದೊರೆಸ್ವಾಮಿಗೆ ಬರೆದ ಉತ್ತರದ ಪ್ರತಿ ಮನೆಯ ವಿಳಾಸಕ್ಕೆ ಬಂತು. ಅವಳು ಉತ್ತರವನ್ನು ಎರಡು ಸಲ ಓದಿ ನೆಮ್ಮದಿ ತಂದುಕೊಂಡಳು. ಸುಪ್ರೀಂ ಕೋರ್ಟು ಮುಟ್ಟಬರುಕ್ಕೆ ಎಂಟು ವರ್ಷವಾದರೂ ಆಗುತ್ತೆ. ಅಷ್ಟರಲ್ಲಿ ಅವನಿಗೆ ಐವತ್ತಮೂರು ಮುಗಿದಿರುತ್ತೆ. ಯಾವಳು ಈ ಮುದುಕನ್ನ ಮೂಸುತಾಳೆ ನೋಡ್ತೀನಿ ಎಂದು ತನ್ನಲ್ಲಿ ತಾನೇ ಪಣತೊಟ್ಟಳು. ಒಂದು ದಿನವೆಲ್ಲ ಯೋಚಿಸಿ ಮಾಡ್ತೀನಿ ಬಾಸ್ಟರ್ಡ್‌ಗೆ ಎಂದು ತೀರ್ಮಾನಿಸಿ ಮಗಳ ಕೋಣೆಗೆ ಹೋಗಿ ಕೇಳಿದಳು: 'ಸ್ವೀಟಿ, ನಿನಗೆ ಎರಡು ಕಾಗದ ಕೊಡ್ತೀನಿ. ಅವನ್ನ ನೀನೇ ಓದಿ ಅರ್ಥ ಮಾಡ್ಕ. ಗೊತ್ತಾಗದೇ ಇರೂದ ನಾನು ಹೇಳ್ತೀನಿ. ಇದನ್ನ ಮೊದಲು ಓದು. ಆಮೇಲೆ ಇನ್ನೊಂದನ್ನ.' ಎಂದು ಅವಳ ಅಪ್ಪನ ವಕೀಲರ ಕಾಗದ ಮತ್ತು ತನ್ನ ವಕೀಲೆಯ ಉತ್ತರಗಳನ್ನು ಎದುರಿಗಿಟ್ಟಳು. ಅವು ಅವಳಿಗೆ ಸ್ಥೂಲವಾಗಿ ಅರ್ಥವಾದರೂ ಕಾನೂನಿನ ಭಾಷೆಯು ಸ್ಪಷ್ಟವಾಗಲಿಲ್ಲ. ಮಮ್ಮಿಯೇ ಅದನ್ನು ವಿವರಿಸಿ ಹೇಳಿ ನಿಮ್ಮ ಕಕ್ಷಿದಾರನಿಗೆ ಬೇರೆ ಏನೋ ಉದ್ದೇಶವಿದೆ ಎಂಬ ವಾಕ್ಯವನ್ನು ಹಿಂಜಿ ಹಿಂಜಿ ವಿವರಿಸಿ, 'ಅವನಿಗೆ ಡೆಲ್ಲಿಯಲ್ಲಿ ಬೇರೆ ಯಾವಳೋ ಹೆಂಗಸಿನ ಫ್ರೆಂಡ್‌ಶಿಪ್ ಇದೆ. ಅವಳನ್ನ ಮದುವೆ ಮಾಡ್ಕಳುಕ್ಕೆ ಇಷ್ಟೆಲ್ಲ ತಂತ್ರ ಮಾಡ್ತಿದಾನೆ. ನಮ್ಮ ಮನೆಗೆ ಬಾ ಅಂದರೂ ಬರುಲ್ಲ. ನಾನು ಡೆಲ್ಲಿಗೆ ಬರ್ತೀನಿ ಅಂದರೂ ಸೇರಿಸುಲ್ಲ. ನಿನಗೆ ಫ್ಲೀಜು ಬಟ್ಟೆ ಕೊಡಿಸಿ ರಜೇಲಿ ಒಂದಿಷ್ಟು ಮುದ್ದು ಮಾಡ್ತಾನೆ ಅಂತ ಅವನನ್ನ ಒಳ್ಳೆಯೋನು ಅಂತ ತಿಳಕಂಡಿದೀಯ. ಸ್ಟೆಪ್‌ಮದರ್ ಯಾವಾಗಲೂ ಎಷ್ಟು ಕೆಟ್ಟೋಳು ಅಂತ ನಿನಗೆ ಗೊತ್ತಿಲ್ಲವೆ? ಅವನು ಮೋಸಗಾರ. ಅರ್ಥಮಾಡಿಕೊ.' ಎಂದಳು.

'ಇಲ್ಲ. ನಮ್ಮಪ್ಪ ಒಳ್ಳೆಯೋರು,' ಅವಳು ಸಾಧಿಸಿದಳು.

'ಒಳ್ಳೆಯೋನಾದರೆ ನಿನಗೆ ಸ್ಟೆಪ್‌ಮದರ್‌ನ ಯಾಕೆ ತರ್ತಾನೆ?' ಅವಳು ಪಟ್ಟುಹಾಕಿ ಕೇಳಿದಳು.

ಮಗಳಿಗೆ ಉತ್ತರ ತಿಳಿಯಲಿಲ್ಲ. ಅವಳೂ ಈ ಕೆಟ್ಟ ಕೆಲಸದಲ್ಲಿ ಭಾಗಿ ಎಂಬಂತೆ ಒಂದು ನಿಮಿಷ ಪೂರ್ತಿ ಉರಿಯುವ ಕಣ್ಣುಗಳಿಂದ ದಿಟ್ಟಿಸಿ ಮಮ್ಮಿ ಆ ಕೋಣೆಯಿಂದ ಹೊರಗೆ ನಡೆದಳು. ಸ್ಟೆಪ್‌ಮದರ್ ಎಂದರೆ ಮೊದಲ ಹೆಂಡತಿಯ ಮಕ್ಕಳನ್ನು ಗೋಳು ಹೊಯ್ದುಕೊಳ್ಳುವ ರಾಕ್ಷಸಿ ಎಂಬುದನ್ನು ಸುಜಯಾ ಕತೆಗಳಲ್ಲಿ ಓದಿದ್ದಳು. ಟಿ.ವಿ.ಯಲ್ಲಿ ಬರುವ ಧಾರಾವಾಹಿಗಳಲ್ಲಿ ನೋಡಿದ್ದಳು. ಅಪ್ಪ ಅಂಥ ಹೆಂಗಸಿನ ಮಾಯಾಜಾಲಕ್ಕೆ ಸಿಕ್ಕಿ ಬೀಳುತ್ತಾರೆಯೆ? ಎಂಬ ಅನುಮಾನದಿಂದ ಅವಳ ಮನಸ್ಸು ತತ್ತರಿಸತೊಡಗಿತು. ರಾತ್ರಿ ಸರಿಯಾಗಿ ನಿದ್ರೆ ಬರಲಿಲ್ಲ. ಎಷ್ಟೋ ಹೊತ್ತಿನ ಮೇಲೆ ಬಂದರೂ ಹೆಣ್ಣುಹುಲಿಯೊಂದು ತನ್ನ ಮೇಲೆ ಎರಗುತ್ತಿರುವಂತಾಗಿ ಕಿಟಾರನೆ ಕಿರುಚಿಕೊಳ್ಳಲು ಹೋಗಿ ಕಿರುಚಿಕೊಳ್ಳುವ ಉಸಿರೇ ಕಟ್ಟಿದಂತಾಗಿ ಮೈಕೈ ನಡುಗತೊಡಗಿ ಎಷ್ಟೋ ಹೊತ್ತಿನಮೇಲೆ ಎಚ್ಚರವಾಯಿತು.

ಮತ್ತೆ ನಿದ್ರೆ ಬರಲಿಲ್ಲ. ಇಂಥ ಕನವರಿಕೆ ಈ ಹಿಂದೆಯೂ ಯಾವಾಗಲಾದರೊಮ್ಮೆ ತನಗೆ ಆಗಿರುವ ನೆನಪಾಗಿ ಯಾಕೆ ಹೀಗಾಗುತ್ತೆ ಎಂಬ ಆಲೋಚನೆ ತೊಡಗಿತು. ಸುಮ್ಮನೆ ಹೊರಳುತ್ತಾ ಮಲಗಿದಳು. ಈ ಮಮ್ಮಿಯಾದರೂ ಒಂದೇ ರೂಮಿನಲ್ಲಿ ಮಲಗಿದ್ದರೆ ಇಂಥ ಭಯಂಕರ ಕನವರಿಕೆ ಆಗುವುದಿಲ್ಲವೇನೋ! ಆದರೆ ತನಗೆ ಬುದ್ಧಿ ತಿಳಿದಾಗಿನಿಂದ ತನ್ನನ್ನು ಬೇರೆ ರೂಮಿನಲ್ಲಿ ಮಲಗಿಸುತಾಳೆ. ತನಗೂ ಅದೇ ಅಭ್ಯಾಸವಾಗಿದೆ. ಆದರೆ ಯಾವಾಗಲಾದರೊಮ್ಮೆ.....

ಅಪರಾಹ್ಣ ಅವಳು ಶಾಲೆಯಿಂದ ಬಂದಮೇಲೆ ಅಪ್ಪನಿಗೆ ಫ಼ೋನು ಮಾಡಿದಳು. ಅವರು ಎಂದಿನಂತೆ ನೀನು ಫ಼ೋನು ಕೆಳಗಿಡು ಎಂದು ಹೇಳಿ ತಾವೇ ಮಾಡಿದರು. ಅವರ ಧ್ವನಿಯನ್ನು ಕೇಳಿದ ತಕ್ಷಣ ಇವಳಿಗೆ ಕೋಪಬಂತು. 'ಅಪ್ಪ, ನೀವು ಕೆಟ್ಟೋರು, ಮೋಸಗಾರರು,' ಎಂದಳು.

'ಯಾಕೆ ಪಾಪು? ಈ ವಾರವೆಲ್ಲ ನಿನಗೆ ಫ಼ೋನ್ ಮಾಡಲಿಲ್ಲ ಅಂತಲೆ? ನಿನಗೆ ಫ಼ೋನ್ ಮಾಡುವ ಸಮಯದಲ್ಲಿ ನನಗೆ ಮೀಟಿಂಗ್‌ಗಳಿದ್ದವು.' ಅವರು ಸಮಾಧಾನಕರವಾಗಿ ಉತ್ತರಿಸಿದರು. ಅವರ ಧ್ವನಿಯನ್ನು ಕೇಳಿದ ತಕ್ಷಣ ತನ್ನ ಅಪ್ಪ ಮೋಸಮಾಡೋರಲ್ಲ ಎಂಬ ನಂಬಿಕೆ ಮೂಡಿ ಅವಳಿಗೆ ಗಲಿಬಿಲಿಯಾಯಿತು. ಉತ್ತರ ತಿಳಿಯಲಿಲ್ಲ. 'ಪಾಪೂ, ಏನು ಹೇಳೆ?' ಅಪ್ಪ ಅನುನಯಿಸಿದರು.

'ಮಮ್ಮಿ ನನಗೆ ಎರಡು ಕಾಗದಾನೂ ತೋರಿಸಿದಳು. ನಿಮ್ಮ ಲಾಯರು ಅವಳಿಗೆ ಬರೆದದ್ದು. ಅವಳ ಲಾಯರು ನಿಮ್ಮ ಲಾಯರಿಗೆ ಬರೆದ ಉತ್ತರ. ನೀವು ಬೇರೆ ಉದ್ದೇಶ ಇಟ್ಟುಕೊಂಡು ಮಮ್ಮಿಗೆ ಡೈವರ್ಸ್ ಕೊಡ್ತಿದೀರಂತೆ. ಬೇರೆ ಉದ್ದೇಶ ಅಂದರೆ ನಂಗೆ ಸ್ಟೆಪ್‌ಮದರ್ ತಂದು ಗೋಳುಹೊಯ್ಕಳೂದು.'

'ನಿಂಗೆ ಹಾಗಂತ ಹೇಳಿದ್ದು ಯಾರು?'

'ಮಮ್ಮಿ.'

'ನಾನು ಬೇರೆ ಮದುವೆ ಮಾಡಿಕೊಳ್ಳುಲ್ಲ. ನಿನಗೆ ಸ್ಟೆಪ್‌ಮದರ್ ತರುಲ್ಲ. ಪ್ರಾಮಿಸ್.'

'ಮಮ್ಮೀನ ಯಾಕೆ ಡೈವೊರ್ಸ್ ಮಾಡ್ತೀರ?'

'ಚಿಕ್ಕಹುಡುಗಿ ನಿನ್ನ ಮನಸ್ಸನ್ನ ಕೆಡಿಸಬಾರದು ಅಂತ ನಾನು ಅದನ್ನೆಲ್ಲ ಹೇಳಿರಲಿಲ್ಲ. ಯಾಕೆಂದರೆ ನೀನು ಅವಳ ಜೊತೇಲಿ ಇದೀಯ. ಇನ್ನೂ ಇರಬೇಕು.'

'ಹಾಗಾದರೆ ಡೆಲ್ಲಿಗೇ ಕರ್ಕಂಡು ಹೋಗಿ.'

'ಅದೂ ಯೋಚನೆ ಮಾಡ್ತಿದೀನಿ. ಆದರೆ ನಾನು ತುಂಬ ಟೂರ್ ಮಾಡಬೇಕು. ಹೆಣ್ಣುಹುಡುಗಿ ಒಬ್ಬಳನ್ನೇ ಮನೇಲಿ ಬಿಡಬಾರದು ಅಂತ.'

'ನಿಮ್ಮ ಮನೆ ಆಳು ಬಹಾದ್ದೂರ್ ಸಿಂಗ್ ಒಳ್ಳೆಯೋನಲ್ವಾ? ಅಡುಗೆಯ ರತನ್‌ಸಿಂಗೂ ಒಳ್ಳೆಯೋನಲ್ವಾ? ಅಜ್ಜೀನೂ ಅಲ್ಲಿಗೇ ಕರಸ್ಕಂಡುಬಿಡು. ಅಣ್ಣಯ್ಯನ್ನೂ.'

'ಅಣ್ಣಯ್ಯನ ಕಾಲೇಜು ಅಲ್ಲೀದಕ್ಕೂ ಇಲ್ಲೀದಕ್ಕೂ ವ್ಯತ್ಯಾಸವಿದೆ. ಈ ಸಲ ನಾನು ಬಂದಾಗ ಎಲ್ಲ ಹೇಳ್ತೀನಿ.'

‘ಹಾಗಾದರೆ ಮಮ್ಮಿ ಹೇಳಿದ್ದೆಲ್ಲ ಸುಳ್ಳು ಸುಳ್ಳೆ?’

‘ಪುಟ್ಟಿ ನಾನು ನಿಮ್ಮಮ್ಮನ ಮೇಲೆ ಯಾವತ್ತೂ ದೂರು ಹೇಳಿಲ್ಲ. ನೀನು ಚಿಕ್ಕಹುಡುಗಿ. ಅವಳು ಹೇಳೂದು ಸುಳ್ಳು, ತಿಳಕ.’

ಮುಂದೆ ಅವಳಿಗೆ ಮಾತು ತಿಳಿಯಲಿಲ್ಲ. ಅವನೂ ಎಷ್ಟೋ ಹೊತ್ತು ಫೋನನ್ನು ಕೈಲಿ ಹಿಡಿದು ಕೂತಿದ್ದ. ಅನಂತರ, ‘ಫೋನು ಇಡಲೇ ಪಾಪು. ಇದು ಆಫೀಸು ಸಮಯ,’ ಎಂದ.

ಅವಳು ‘ಹೂಂ’ ಎಂದಳು.

೩

ಕೆಳಗಿನ ನ್ಯಾಯಾಲಯದಲ್ಲಿ ಎರಡೂವರೆ ವರ್ಷ. ಹೈಕೋರ್ಟಿನಲ್ಲಿ ಒಂದೂವರೆ ವರ್ಷ ಕೇಸು ನಡೆಯಿತು. ಕೆಳಗಿನ ನ್ಯಾಯಾಲಯದಲ್ಲಿ ಚಿತ್ರಾ ಮೇಡಮ್ಮರೇ ಪಾಟೀಸವಾಲು ಮಾಡಿದರು. ಅವನೂ ಅಷ್ಟೊಂದು ದೊಡ್ಡ ಕಂಪನಿಯ ವ್ಯವಹಾರ ನಡೆಸಿದ ಚುರುಕು ಅನುಭವಿ. ಅವನ ಲಾಯರೂ ಸಂಭವನೀಯ ಪ್ರಶ್ನೆಗಳು ತಾನು ಹೇಳಬೇಕಾದ ಉತ್ತರಗಳಲ್ಲಿ ತಿಳಿವಳಿಕೆ ಕೊಟ್ಟಿರುತ್ತಾನೆ. ಆದರೂ ನ್ಯಾಯಾಲಯವು ಅವನ ಪ್ರಾರ್ಥನೆಯನ್ನು ತಿರಸ್ಕರಿಸಿತು. ಹೈಕೋರ್ಟಿನಲ್ಲಿ ಮಾಲಾ ಮೇಡಮ್ಮರೇ ವಾದ ಮಾಡಿ ಸುಪ್ರೀಂಕೋರ್ಟ್ ತೀರ್ಮಾನಿಸಿರುವ ಸಂಗತಿಗಳನ್ನು ಸುತ್ತುಬಳಸಿ ದಾಟಿ ಹೋಗಲು ಇಂಥ ಅಸಮರ್ಥನೀಯ ವಾದ ಹೂಡುವ ವರಿಗೆ ತಕ್ಕ ಶಾಸ್ತಿಯಾಗಬೇಕೆಂದು ಮಂಡಿಸಿದರು. ಹೀಗೆಲ್ಲ ವಿಚ್ಛೇದನ ಕೊಟ್ಟರೆ ಸಮಾಜದ ಅಡಿಪಾಯವಾದ ಕುಟುಂಬವ್ಯವಸ್ಥೆಯ ಗತಿ ಏನಾಗಬೇಕು? ಎಂಬ ಅವರ ವಾದವೈಖರಿಗೆ ನ್ಯಾಯಮೂರ್ತಿಗಳು ತಲೆದೂಗಿದರು. ಮಾಲಾ ಮೇಡಮ್ಮರ ವರ್ಚಸ್ಸು ನ್ಯಾಯಪೀಠಕ್ಕೆ ಗೊತ್ತಿಲ್ಲವೆ? ಒಟ್ಟಿನಲ್ಲಿ ಅವನ ಪ್ರಾರ್ಥನೆಯು ತಿರಸ್ಕರಿಸಲ್ಪಟ್ಟಿತು. ವಿಮಾನದಲ್ಲಿ ಕೂತು ಕಿಟಕಿಯಿಂದ ಹೊರಗೆ ನೋಡುತ್ತಾ ಅರಬ್ಬೀ ಸಮುದ್ರವನ್ನು ದಾಟುತ್ತಿರುವಾಗ ಇಳಾಳ ಮನಸ್ಸು ಇದನ್ನೇ ನೆನಸಿಕೊಳ್ಳುತ್ತಿತ್ತು. ಬೇಕಾದರೆ ಅವನು ಸುಪ್ರೀಂ ಕೋರ್ಟಿಗೆ ಹೋಗಲಿ. ಅಲ್ಲಿ ಈ ಕೇಸನ್ನು ಎತ್ತಿಕೊಳ್ಳುಕ್ಕೆ ನಾಲ್ಕುವರ್ಷವಾದರೂ ಬೇಕು. ಅಲ್ಲೂ ನಾನೇ ವಾದ ಮಾಡ್ತೀನಿ, ಈ ಕೇಸಿನ ಬಗ್ಗೆ ದಿಲ್ಲಿಯ ಮಹಿಳಾಪರ ಇಂಗ್ಲಿಷ್ ಪತ್ರಿಕೆಗಳಲ್ಲಿ ಬರೆಸಿ ತಕ್ಕ ವಾತಾವರಣ ಸೃಷ್ಟಿಸ್ತೀನಿ, ಎಂದು ಮೇಡಂ ಆಶ್ವಾಸನೆ ಕೊಟ್ಟಿದ್ದರು. ಕೆಳಗಿನ ಕೋರ್ಟಿನಲ್ಲಿ ಕೇಸು ನಡೆಯುತ್ತಿದ್ದಾಗ ತಾನು ಆಗಾಗ್ಗೆ ಕೋರ್ಟಿಗೆ ಹಾಜರಾಗಿ, ಅವನ ಕಡೆಯ ಲಾಯರ ಪಾಟೀಸವಾಲಿಗೆ ಅಂಜದೆ ಅಳುಕದೆ ಚಿತ್ರಾ ಮೇಡಂರು ಕೊಟ್ಟಿದ್ದ ಪೂರ್ವಭಾವಿ ತಯಾರಿಯ ಜೊತೆಗೆ ಸಮಯ ಸ್ಫೂರ್ತಿಯಿಂದ ಉತ್ತರಿಸಿ ಗೆದ್ದುಬಂದ ನಂತರ ನನಗೂ ಧೈರ್ಯ ಪ್ರಖರವಾಗಿತ್ತು. ಬಾಸ್ಟರ್ಡ್ ಈ ಜನ್ಮದಲ್ಲಿ ಇನ್ನೊಂದು ಮದುವೆಯಾಗುಕ್ಕೆ ಬಿಡೂದಿಲ್ಲ ಎಂಬ ಹಟವು ಫಲಿಸಿಯೇ ಇತ್ತು. ಎದುರು ಸೀಟಿನ ಹಿಂಬದಿಗೆ ಅಂಟಿಸಿದ್ದ

ಟಿ.ವಿ. ಫರದೆಯಲ್ಲಿ ಪ್ರಯಾಣದ ಮ್ಯಾಪು ಕಾಣುತ್ತಿತ್ತು. ವಿಮಾನವು ಇನ್ನೂ ಅರಬ್ಬೀ ಸಮುದ್ರದ ಮೇಲೆ ಹೋಗುತ್ತಿದೆ. ಮುಂದೆ ಇನ್ನೂ ಸುಮಾರು ಒಂದೂವರೆ ಗಂಟೆ ದೂರದಲ್ಲಿ ಮಸ್ಕಟ್. ನಂತರ ಮರಳುಗಾಡು. ಬಿಸಿಲಿನಲ್ಲಿ ನೋಡಲು ಚಂದ. ಇವಳ ದ್ದೊಂದೇ ಚಿಂತೆ. ನನ್ನ ಮೇಲೆ ತಿರುಗಿಬಿದ್ದಿದಾಳೆ. ಸಿಟ್ಟು ಸೆಡವುಗಳೆಲ್ಲ ಅನ್ಯಾಯಕ್ಕೊಳಗಾದ ಮಮ್ಮಿಯ ಮೇಲೆ. ಏನಾದರೂ ಎಷ್ಟು ಹೇಳಿದರೂ ಅಪ್ಪನ ಮೇಲೆ ಬರಿಸಿದ ಕೋಪವು ಅವನ ಕೈಲಿ ಫೋನಿನಲ್ಲಿ ಮಾತಾಡಿದ ತಕ್ಷಣ ಶಮನವಾಗಿ ಮಮ್ಮಿಯ ಮೇಲೆಯೇ ತಿರುಗುತ್ತೆ. ಹೆಣ್ಣುಮಕ್ಕಳು ಯಾವಾಗಲೂ ತಾಯಿಗೆ ವಿರುದ್ಧ. ಎಂಥ ಲೋಫ಼ರ್ ಆದರೂ ತಂದೆಯ ಪರ ಎಂಬ ಫ಼್ರಾಯ್ಡ್‌ನ ಸಿದ್ಧಾಂತ ಸರಿಯಾಗಿದೆ. ರಜ ಬಂದರೆ ಅಪ್ಪನ ಹತ್ತಿರ ಹೋಗ್ತೀನಿ ಅಂತ ಹಟಮಾಡ್ತಾಳೆ. ಅಪ್ಪನ ಹತ್ತಿರ ಅಂದರೆ ಅವನ ಊರು, ಹಳ್ಳಿ. ಇವನ ಹಣ ಹೀರುವ ತಮ್ಮ ಅವನ ಹೆಂಡತಿ, ಅವನ ಅವ್ವ ಮುದುಕಿ. ಇವನಿಗೆ ತಮ್ಮನ ಹೆಂಡತಿ ಅಂದರೆ ಬಹಳ ಅಕ್ಕರೆ ಅಂತ ನನಗೆ ಗೊತ್ತು. ಹೆಂಡತಿ ಅಂದರೆ ಹಾಗಿರಬೇಕು ಅಂತ ಒಂದು ಸಲ ನನ್ನ ಕೈಲಿ ಜಗಳವಾದಾಗ ಅಂದಿದ್ದ. ಇವನಿಗೂ ಅವಳಲ್ಲಿ ಏನಾದರೂ ಸಂಬಂಧವಿದೆಯೆ? ಅವಳನ್ನ ಯಾವಾಗಲಾದರೂ ದಿಲ್ಲಿಗೆ ಕರಕಂಡು ಹೋಗಿದ್ದನೆ? ಸ್ವೀಟಿಯ ಮೂಲಕವೇ ಪತ್ತೆ ಮಾಡಬೇಕು. ಇವಳಿಗೊಬ್ಬ ಅಣ್ಣನಂತೆ. ಅಣ್ಣಯ್ಯ ಅಂತಾಳೆ, ಸ್ವಂತ ತಾಯಿಯ ಹೊಟ್ಟೆಯಲ್ಲಿ ಹುಟ್ಟಿದವನಿಗಿಂತ ಹೆಚ್ಚಾಗಿ. ಬೆಂಗಳೂರಿನಲ್ಲೇ ಇಂಜಿನಿಯ ರಿಂಗ್ ಓದ್‌ತಿದಾನಂತೆ. ಇವನೇ ಓದುಸ್ತಿರಭೌದು. ಅಷ್ಟೊಂದು ಖರ್ಚು ಮಾಡುಕ್ಕೆ ಆ ದರಿದ್ರ ತಮ್ಮನಿಗೆ ಎಲ್ಲಿಂದ ಬರಬೇಕು? ಆ ಅಣ್ಣಯ್ಯ, ಆ ದರಿದ್ರದೋನ ಹೆಸರೂ ನನಗೆ ನೆನಪಿಲ್ಲ. ಇವಳ ಶಾಲೆಗೆ ಹೋಗಿ ಭೇಟಿ ಮಾಡ್ತಾನಂತೆ. ಹೋಟೆಲಿನಲ್ಲಿ ತಿಂಡಿ ಕೊಡುಸ್ತಾ ನಂತೆ. ಯಾಕೇ ತಡವಾಗಿ ಬಂದೆ ಮನೆಗೆ, ಒಬ್ಬಳೇ ಎಲ್ಲಿ ಹೋಗಿದ್ದೆ ಅಂದರೆ ಅಣ್ಣಯ್ಯ ಕರ್ಕಂಡು ಹೋಗಿದ್ದ, ಅವನೇ ಮನೆತನಕ ಕರಕಂಡು ಬಂದು ಬಿಟ್ಟುಹೋದ ಅಂತಾಳೆ. ಹುಡುಗಿ ಗಂಡುಹುಡುಗರ ಜೊತೆ ಸೇರಿದರೆ ತಪ್ಪೇನಿಲ್ಲ. ಆರೋಗ್ಯಕರ ಬೆಳವಣಿಗೆಗೆ ಅದು ಒಳ್ಳೇದೇ. ಆದರೆ ನನ್ನ ಹೊಟ್ಟೆ ಉರಿಸುಕ್ಕೇ ಈ ಅಣ್ಣಯ್ಯನ ಜೊತೆ ಸೇರ್ತಾಳೆ. ಇವನ್ನೆಲ್ಲ ನಾನು ಸಹಿಸಿಕೊಬೇಕು. ಹದಿನೇಳು ವರ್ಷವಾಗಿದೆ. ಹದಿನಾರು ಕಳೆದಿದೆ. ಪಶ್ಚಿಮದೇಶದಲ್ಲಿ ಹುಡುಗರಂತೆ ಹುಡುಗಿಯರಿಗೂ ಸ್ವಾತಂತ್ರ್ಯ ಕೊಟ್ಟು ಸುಮ್ಮನಿದ್ದುಬಿಡ್ತಾರೆ. ಆದರೆ ಇಂಡಿಯಾದಲ್ಲಿ ಈ ವಾತಾವರಣದಲ್ಲಿ ಸುಮ್ಮನಿರೂದು ಹ್ಯಾಗೆ? ನಾನು ಮೂರು ತಿಂಗಳು ಲಂಡನ್ನಿಗೆ ಹೋಗ್ತೀನಿ. ನಿನ್ನ ಮಗಳ ವ್ಯವಸ್ಥೆ ಮಾಡಿಕೊ, ಅಂತ ಫ಼ೋನ್ ಮಾಡಿದ್ದಕ್ಕೆ ಓ.ಕೆ. ಅಂದ. ಒಂದು ವಾಕ್ಯವನ್ನೂ ಆಡದೆ ಮಾತನ್ನು ಮುಗಿಸುವ ಸಂಜ್ಞೆ. ಅವನು ಅವನ ತಮ್ಮನ ಸಂಸಾರ ತಮ್ಮನ ಮಗ, ಏನಾದರೂ ಅವರು ಅಂದರೆ ಇವ ಳಿಗೆ ವಾಂಛೆ ಬೆಳೆದಿದೆ. ಹಾಳಾಗಿ ಹೋಗಲಿ. ಹಾಗಂತ ನನಗೆ ಸಿಕ್ಕಿರುವ ಈ ಅವಕಾಶವನ್ನು ಬಿಟ್ಟು ಇವಳನ್ನ ಎಷ್ಟು ದಿನ ಅಂತ ಕಾಯ್ದುಕೊಂಡಿರಲಿ? ಅವಳಿಗೂ ಹದಿನೇಳು.

ಕಾಮನ್‌ವೆಲ್ತ್ ರಾಷ್ಟ್ರಗಳ ಇಂಗ್ಲಿಷ್ ಲೇಖಕರ ಸಾಹಿತ್ಯಕೃತಿಗಳಲ್ಲಿ ಕಾಣುವ ಸಾಮಾನ್ಯ ಮೌಲ್ಯಗಳನ್ನು ಕುರಿತು ಬ್ರಿಟಿಶ್ ಕೌನ್ಸಿಲ್ ಮೂರು ತಿಂಗಳ ಕಾರ್ಯಾಗಾರವನ್ನು ಲಂಡನ್ನಿನಲ್ಲಿ

ಏರ್ಪಡಿಸಿತ್ತು. ಇವಳು, ಪಾಕಿಸ್ತಾನದ ಕರಾಚಿ ವಿಶ್ವವಿದ್ಯಾಲಯದ ಪ್ರೊ॥ ಜಲೀಲ್ ಮತ್ತು ಕೆನಡಾದ ವಿನಿಪೆಗ್ ವಿಶ್ವವಿದ್ಯಾಲಯದ ಡಾ. ಕೂಪರ್ ಮೂವರೂ ಕಾಮನ್‌ವೆಲ್ತ್ ಕಾದಂಬರಿಗಳಲ್ಲಿರುವ ಸಾಮಾನ್ಯ ಮೌಲ್ಯಗಳನ್ನು ಗುರುತಿಸುವ ಕೆಲಸ ಮಾಡಬೇಕಿತ್ತು. ಕಾಮನ್‌ವೆಲ್ತ್ ಲೇಖಕರೆಲ್ಲ, ಎಂದರೆ ಇಂಗ್ಲಿಷ್ ಲೇಖಕರೆಲ್ಲ, ಒಂದು ದಿಕ್ಕಿನಲ್ಲಿ ತುಡಿಯುತ್ತಿದ್ದಾರೆ. ಆ ದಿಕ್ಕೆಂದರೆ ಬ್ರಿಟಿಶರು ಪಾರ್ಲಿಮೆಂಟರಿ ಪ್ರಜಾಪ್ರಭುತ್ವದ ಮೂಲಕ ಆವಿಷ್ಕರಿಸಿದ ಮೌಲ್ಯಗಳು ಎಂದು ಗುರುತಿಸುವುದು ಇಡೀ ಕಾರ್ಯಾಗಾರದ ಗುರಿಯಾಗಿತ್ತು. ನಿಜವಾದ ಇಂಗ್ಲಿಷ್ ಎಂದರೆ ಬ್ರಿಟಿಶ್. ಕಲಬೆರಕೆಯ ಅಮೆರಿಕನ್ ಅಲ್ಲ, ಎಂಬುದನ್ನು ಪರ್ಯಾಯವಾಗಿ ಸೂಚಿಸಿ ಆ ಮೂಲಕ ತನ್ನ ಮುಂದಾಳುತ್ವವನ್ನು ಉಳಿಸಿಕೊಳ್ಳುವುದು ಅದರ ಒಳಗುರಿ ಎಂಬುದು ಎಲ್ಲ ಭಾಗಿಗಳಿಗೂ ಗೊತ್ತಿದ್ದರೂ ಅದನ್ನು ವಿರೋಧಿಸುವ ಮಾನಸಿಕತೆಯಾಗಲಿ ಲಂಡನ್ನಿನಲ್ಲಿ ಮೂರುತಿಂಗಳು ಇರುವ ಅವಕಾಶವನ್ನು ನಿರಾಕರಿಸುವ ಜೂರತ್ ಆಗಲಿ ಅಲ್ಲಿಗೆ ಬರುವ ಯಾರಿಗೂ ಇಲ್ಲವೆಂಬುದನ್ನು ಅವಳೂ ಅರ್ಥಮಾಡಿಕೊಂಡಿದ್ದಳು. ಆದರೆ ತಾನು ಬ್ರಿಟಿಶರಿಗೆ ಮಾರಿಕೊಂಡವಳಲ್ಲ; ಏಕೆಂದರೆ ಆ ಮೌಲ್ಯಗಳನ್ನು ಮನಸಾ ಒಪ್ಪಿದ್ದೇನೆ, ಸ್ವೀಕರಿಸಿದ್ದೇನೆ ಎಂಬ ಅರಿವಿನಿಂದ ಅವಳ ಮನಸ್ಸು ದ್ವಂದ್ವವನ್ನು ದಾಟಿ ಹಾರುತ್ತಿತ್ತು. ವಿಮಾನವು ಮಸ್ಕಟ್ ನಗರವನ್ನು ಬದಿಗೆ ಬಿಟ್ಟುಕೊಂಡು ಸಾಗುತ್ತಿದ್ದುದರಿಂದ ಬರೀ ಮರಳುಗಾಡು ಕಾಣುತ್ತಿತ್ತು.

ಬ್ರಿಟಿಶ್ ಕೌನ್ಸಿಲ್‌ನವರೇ ಸೂಚಿಸಿದಂತೆ ಮೌಂಟ್ ಅಬೆ ಹಾಸ್ಟೆಲಿನಲ್ಲಿ ಬ್ರೇಕ್‌ಫ಼ಾಸ್ಟ್, ಸಪರ್ ಮತ್ತು ವಸತಿಗೆ ವಾರದ ಲೆಕ್ಕದಲ್ಲಿ ಸೇರಿದುದರಿಂದ ಅನುಕೂಲವೂ ಆಗಿತ್ತು. ತನಗೆ ದೊರೆಯುತ್ತಿದ್ದ ಪರ್‌ಡಿಯಮ್‌ನಲ್ಲಿ ಸಾಕಷ್ಟು ಉಳಿಯುತ್ತಿತ್ತು. ಲಂಚ್ ಕಾರ್ಯಾಗಾರದಲ್ಲೇ ಆಗುತ್ತಿತ್ತು. ಬ್ರಿಟನ್ನಿನ ಹಸಿರು ಅವಳ ಮನಸ್ಸನ್ನು ಮುಗಿಲಿಗೆ ಮುಟ್ಟಿಸುತ್ತಿತ್ತು. ಸಂಜೆ ಒಬ್ಬಳೇ ಹತ್ತಿರವಿದ್ದ ಕೆನ್ಸಿಂಗ್‌ಟನ್ ಪಾರ್ಕಿನಲ್ಲಿ ಸುತ್ತಾಡಲು ಹೋಗುತ್ತಿದ್ದಳು. ತರುಣ ತರುಣಿಯರು ಕೈ ಹಿಡಿದು ನಡೆಯುತ್ತಾ ನಡುನಡುವೆ ನಿಂತು ಪರಸ್ಪರ ಗಾಢ ಚುಂಬನದಲ್ಲಿ ಮೈಮರೆಯುವುದು ಬೇಡವೆಂದರೂ ಅಲ್ಲಲ್ಲಿ ಮೇಲೆ ಬಿದ್ದು ಕಾಣುತ್ತಿತ್ತು. ಟ್ಯೂಬ್ ಸ್ಟೇಶನ್‌ಗಳಲ್ಲಿ ನಿಂತಿರುವಾಗ, ಪಯಣಿಸುವಾಗ ತರುಣ ತರುಣಿಯರು, ಯುವಕ ಯುವತಿಯರು ಮುಕ್ತವಾಗಿ ಮೈಕೈಗಳನ್ನು ಒತ್ತಿ ಹಿಡಿದು ತುಟಿ ಕುತ್ತಿಗೆಗಳನ್ನು ಕೆಲವೊಮ್ಮೆ ಹೆಂಗಸಿನ ಸ್ತನದ ಭಾಗಗಳನ್ನು ಚುಂಬಿಸುವಾಗ, ಅವಳ ನಿತಂಬಗಳನ್ನು ಹಿಡಿದು ತನ್ನ ಕಾಯಕ್ಕೆ ಒತ್ತಿ ಹಿಡಿದುಕೊಳ್ಳುವುದನ್ನು ನೋಡಿದಾಗ ಅವಳ ಮನಸ್ಸು ಚಂಚಲವಾಗುವುದು. ತಪ್ಪೇನು, ಇದು ಮುಕ್ತಸಮಾಜ. ಮುಕ್ತವಾಗಿ ಬೆಳೆದರೇ ಬುದ್ಧಿಯೂ ಸ್ವತಂತ್ರವಾಗಿ ಬೆಳೆದು ವಿಕಾಸವಾಗುವುದು, ಮಾನವಕುಲದ ಪ್ರಗತಿಯಾಗುವುದು ಎಂದು ತನಗೆ ತಾನೆ ಹೇಳಿಕೊಳ್ಳುವಳು. ಒಂದು ದಿನ ಕನ್ನಡಿಯಲ್ಲಿ ತನ್ನ ಮುಖ ಮತ್ತು ತಲೆಗೂದಲನ್ನು ದಿಟ್ಟಿಸಿನೋಡಿಕೊಂಡಳು. ಒಂದೊಂದು ಬಿಳಿಕೂದಲು ಕಾಣಿಸುತ್ತಿತ್ತು. ಐದು ಅಡಿ ಉದ್ದದ ಪ್ರಸಾಧನ ಕನ್ನಡಿಯ ಎದುರಿಗೆ ನಗ್ನಳಾಗಿ ನಿಂತು ತನ್ನ ದೇಹವನ್ನು ನೋಡಿಕೊಂಡಳು. ತಾನು ಯಾವತ್ತೂ ಅತಿಯಾಗಿ ತಿಂದು ಬೊಜ್ಜು ಬೆಳೆಸಿದವಳಲ್ಲ ಎಂಬ ನೆನಪಾಗಿ

ಸಂತೋಷವಾಯಿತು. ಆ ಸಂಜೆಯೇ ಕೇಶಾಲಂಕಾರದ ಅಂಗಡಿಗೆ ಹೋಗಿ ತಲೆಯನ್ನು ಸಂಪೂರ್ಣವಾಗಿ ಡೈ ಮಾಡಿಸಿಕೊಂಡಳು. ಈಗ ಕನ್ನಡಿಯಲ್ಲಿ ನೋಡಿಕೊಂಡರೆ ಮೂವತ್ತೆರಡು ವರ್ಷದವಳಂತೆ ಇದ್ದೇನೆ ಎನ್ನಿಸಿತು. ಎನ್ನಿಸೂದೇನು, ವಾಸ್ತವವಾಗಿ ಇರೂದೇ ಅಷ್ಟು ಎನ್ನಿಸಿ, ಈಡಿಯಟ್ ಡೈವರ್ಸ್ ಕೇಳಿದ, ಪಾಟಿಸವಾಲಿನ ದಿನ ಕೋರ್ಟಿನಲ್ಲಿ ನೋಡಿದಾಗಲೂ ಮನಸ್ಸು ಬದಲಿಸಲಿಲ್ಲ, ಹೋಗಿದ್ದರೆ ಇಷ್ಟರಲ್ಲಿ ಸುಪ್ರೀಂ ಕೋರ್ಟಿನಲ್ಲಿ ಅಪೀಲ್ ಹೋಗಿರಬೇಕು. ದಿಲ್ಲಿಯಲ್ಲೇ ಇದಾನೆ. ರಾಸ್ಕಲ್ ಎಂದುಕೊಂಡಳು. ಅವನನ್ನು ನೆನಸಿಕೊಂಡು ನಾನೇಕೆ ನನ್ನ ಸೌಂದರ್ಯವನ್ನು ಹಾಳುಬಿಟ್ಟುಕೊಬೇಕು. ಗಂಡನಿಗಾಗಿ ಸಿಂಗರಿಸಿಕೊಳ್ಳುವುದೇ ದಾಸ್ಯದ ಮುಖ್ಯಬಗೆ. ತನಗಾಗಿ ಸಿಂಗರಿಸಿಕೊಬೇಕು. ವಿರುದ್ಧ ಲಿಂಗಿಯನ್ನು ಆಕರ್ಷಿಸುಕ್ಕೆ ಮಾತ್ರವಲ್ಲ, ಎಂದುಕೊಂಡಳು. ಆದರೆ ಬೀದಿಯಲ್ಲಿ ನಡೆಯುವಾಗ, ಟ್ಯೂಬಿನಲ್ಲಿ ಸಂಚರಿಸುವಾಗ, ಕಾರ್ಯಾಗಾರದಲ್ಲಿ ಚರ್ಚಿಸುವಾಗ, ತನಗೆ ಹೊಂದುವ ಅಥವಾ ತನಗಿಂತ ಚಿಕ್ಕವನಾದರೂ ಯುವಕನಾದ, ಬಲಿಷ್ಠ ಮೈಕಟ್ಟಿನ ಯಾವ ಗಂಡಸನ್ನು ನೋಡಿದರೂ ಒಂದುಕ್ಷಣ ನಿಂತು ಅವನನ್ನು ಮತ್ತೆ ನೋಡುವಂತಾಗುತ್ತಿತ್ತು. ಪಾರ್ಕಿನಲ್ಲಿ ತಿರುಗಾಡುವಾಗ ತಾನು ಒಬ್ಬಳೇ ಇರುವುದನ್ನು ಗಮನಿಸಿದರೂ ಬೇರೆ ಯಾವ ಒಂಟಿ ಗಂಡಸೂ ತನ್ನ ಹತ್ತಿರ ಬಂದು ಗುಡ್ ಈವಿನಿಂಗ್ ಎಂದು ಮಾತನಾಡಿಸಿ ಸಂಭಾಷಣೆಗೆ ತೊಡಗುವುದಿಲ್ಲ. ನಾನೇನು ಮುದುಕಿಯಾದೆನೆ? ತಲೆಯ ತುಂಬುಗೂದಲಿನ ಕಪ್ಪು ಡೈ ನಿಷ್ಪ್ರಯೋಜಕವಾಯಿತೆ? ಅಥವಾ ಜನಾಂಗೀಯ ಭೇದ ಭಾವವೆ? ಆಕ್ಸ್‌ಫರ್ಡಿನಲ್ಲಿ ಓದುತ್ತಿದ್ದಾಗ ಯಾರೂ ಭೇದಭಾವ ತೋರಿಸುತ್ತಿರಲಿಲ್ಲ. ರಿಚರ್ಡ್ ನನ್ನ ಕೋಣೆಗೆ ಬರುತ್ತಿದ್ದ. ತನ್ನ ಕೋಣೆಗೆ ಕರೆದೊಯ್ಯುತ್ತಿದ್ದ. ಅವನ ಓದು ಮುಗಿದು ವಿಶ್ವವಿದ್ಯಾಲಯವನ್ನು ಬಿಟ್ಟನಂತರ ಅಲಿಸ್ಟೇರನೂ ಅಷ್ಟೆ. ಮೂರು ಸಲ ನಾವು ವಾರಾಂತ್ಯದಲ್ಲಿ ಬಸ್ ಹತ್ತಿ ಬ್ರೈಟನ್ನಿಗೆ ಹೋಗಿ ಕಡಲಕಿನಾರೆಯ ಹೋಟೆಲಿನಲ್ಲಿ ರೂಂ ಪಡೆದು ಮೂರು ಮೂರು ದಿನವಿದ್ದು ಖರ್ಚನ್ನು ಸಮನಾಗಿ ಹಂಚಿಕೊಂಡು. ಈಗ ಯಾರೂ ಹಾಗೆ ವಾರಾಂತ್ಯವನ್ನು ಕಳೆಯಲು ಕೇಳ್ತಿಲ್ಲ. ಜಲೀಲ್ ನನ್ನ ವಯಸ್ಸಿನವನೇ, ಆದರೆ ಪುಕ್ಕಲ. ನಾನು ಅವನಿಗಿಂತ ವಿದ್ವತ್ತಿನಲ್ಲಿ ಪ್ರಖರಳು. ಜೊತೆಗೆ ಮಹಿಳಾವಾದಿ ಅಂತ ಅಂಜುತಾನೆ. ಕೂಪರ್, ಈಡಿಯಟ್. ಹೆಂಡತೀನೂ ಜೊತೇಲಿ ಕರಕಂಡು ಬಂದಿದಾನೆ. ದಿನಾ ಸಂಜೆ ನಮ್ಮ ಕೆಲಸ ಮುಗಿಯುವ ಹೊತ್ತಿಗೆ ಹೊರಗೆ ಕಾಯ್ತಿರ್ತಾಳೆ. ಹೌಸ್‌ವೈಫ್. ಬೇರೆ ಕೆಲಸವಿಲ್ಲ. ಇವನಿಗಿಂತ ದೊಡ್ಡೋಳ ಹಾಗೆ ಕಾಣ್ತಾಳೆ. ಮುಕ್ತ ದೇಶಕ್ಕೆ ಬಂದರೂ ನಾನು ಒಂಟಿಯೇ. ಪಬ್ಬಿಗೆ ಹೋಗಬೇಕು, ಅಥವಾ ಡಾನ್ಸ್‌ಗೆ, ಅಥವಾ ವಾರಾಂತ್ಯಕ್ಕೆ ಹೋಗಲು ಇಂಥಿಂಥ ಆಸಕ್ತಿ ಮತ್ತು ಲಕ್ಷಣಗಳ ಜೊತೆ ಬೇಕು ಅಂತ ಟೆಲಿಫೋನ್ ನಂಬರ್ ಕೊಟ್ಟು ಜಾಹೀರು ಮಾಡಬೇಕು, ಅದಕ್ಕೆಂದೇ ವಿಶೇಷವಾದ ಕಿರುಪತ್ರಿಕೆಯಲ್ಲಿ. ಹಾಸ್ಟೆಲಿನ ವಾಚನಾಲಯದಲ್ಲಿ ನೋಡಿದ್ದೆ. ಆದರೆ, ಥೂ, ಗುರುತು ಪರಿಚಯವಿಲ್ಲದ ಅದಕ್ಕೆಂದೇ ಜಾಹೀರು ಮಾಡಿ ಸಂಧಿಸುವವನ ಜೊತೆ ಮನಸ್ಸು ಒಗ್ಗುಲ್ಲ. ಬೇಡ, ಎಂದು ನಿರ್ಧರಿಸಿದಳು.

೪

ಅವಳಿಗೆ ಪಾಶ್ಚಿಮಾತ್ಯ ಶಾಸ್ತ್ರೀಯ ಸಂಗೀತದಲ್ಲಿ ರುಚಿ ಇತ್ತು. ಅವುಗಳಲ್ಲಿ ಗುರುತಿಸಿ ಆನಂದಿಸಬಹುದಾದ ಆಕಾರ, ಲಯ ಸಂಮಿತಿ, ತೋಲನ, ವಿಕಾಸ, ಉತ್ತಮ ಮೊದಲಾದ ಗುಣಗಳು ಭಾರತೀಯ ಶಾಸ್ತ್ರೀಯ ಸಂಗೀತದಲ್ಲಿ ಇಲ್ಲ, ಆದ್ದರಿಂದ ಪಾಶ್ಚಿಮಾತ್ಯ ಶಾಸ್ತ್ರೀಯ ಸಂಗೀತವೇ ಕಲಾತ್ಮಕವಾಗಿ ಶ್ರೇಷ್ಠ ಎಂಬುದು ಅವಳ ಅಭಿಪ್ರಾಯವಾಗಿತ್ತು. ಹಾಗೆಂದು ಅವಳು ತನ್ನ ತರಗತಿಗಳಲ್ಲಿಯೂ ಬೋಧಿಸುತ್ತಿದ್ದಳು. ಈಗ ಲಂಡನ್ನಿನಲ್ಲಿ ಸಂಗೀತ ಕಛೇರಿ ಇದ್ದಾಗ ಮೊದಲೇ ಟಿಕೀಟು ಕಾದಿರಿಸಿ ಹೋಗುತ್ತಿದ್ದಳು.

ಒಂದು ಶನಿವಾರ ಸಂಜೆ ರಾಯಲ್ ಆಲ್ಬರ್ಟ್ ಹಾಲಿನಲ್ಲಿ ವಿಯೆನ್ನಾ ಫ್ಲಿಲ್‌ಹಾರ್ಮೋನಿಕ್ ಕೂಟದ ಕಛೇರಿ ಎಂಬುದನ್ನು ಪತ್ರಿಕೆಯಲ್ಲಿ ಓದಿ ಟಿಕೀಟು ಕಾದಿರಿಸಿ ಹೋಗಿ ಕುಳಿತಳು. ಅಂತಸ್ತಿನ ಮೇಲೆ ಅಂತಸ್ತಿನ ಆಸನಗಳ ಸಾಲುಗಳು. ನೆಲದ ಮೇಲೆ ಸಹ ತಪ್ಪಿಲ್ಲದೆ ಎಣಿಸುವುದು ಕಷ್ಟವಾಗುವಷ್ಟು ಸೀಟುಗಳು. ಒಳಗೆಲ್ಲ ಗುಲಾಬಿ ಬಣ್ಣದ ಮೇಲೆ ಮಿಂಚುವ ಬಂಗಾರದ ವರ್ತಿಗಳು. ಇಂಥ ಭವ್ಯ ಸಂಗೀತದ ಒಂದು ಸಭಾ ಭವನವು ಇಡೀ ಇಂಡಿಯಾದಲ್ಲಿ ಎಲ್ಲೂ ಇಲ್ಲ. ಕಲೆಯನ್ನು ಕಟ್ಟಿ ಬೆಳೆಸುವ ರುಚಿ ನಿಷ್ಠೆಗಳು ಭಾರತದಲ್ಲಿ ಎಲ್ಲಿಂದ ಬರಬೇಕು? ಎಂದುಕೊಂಡು ಅವಳು ಸುತ್ತ ನೋಡುತ್ತಿದ್ದಳು. ಭವನದ ಹಲವು ದ್ವಾರಗಳಿಂದ ಶ್ರೋತೃಗಳು ಬಂದು ಪ್ರತೀಹಾರಿಯು ತೋರಿಸುವ ಆಸನಗಳ ಮೇಲೆ ನಿಶ್ಶಬ್ದವಾಗಿ ಕೂರುತ್ತಿದ್ದರು. ಎಲ್ಲರೂ ಸಾಧಾರಣವಾಗಿ ವಿಶೇಷ ವೇಷಭೂಷಿತರಾಗಿ ಗಂಡುಹೆಣ್ಣುಗಳ ಜೋಡಿಯೇ. ಪರಸ್ಪರ ಮಾತನಾಡಿಕೊಳ್ಳುತ್ತಿದ್ದರೂ ಸ್ವಲ್ಪವೂ ಗದ್ದಲವಿಲ್ಲ. ತಾನೊಬ್ಬಳೇ ಒಂಟಿ, ಎಂಬ ಭಾವನೆಯಲ್ಲಿ ಸುತ್ತ ನೋಡುತ್ತಿರುವಾಗ ತನ್ನ ಬಲಪಕ್ಕಕ್ಕೆ ಒಬ್ಬ ಭಾರತೀಯ ಗಂಡಸು ಬಂದು ಕುಳಿತ. ಶಾಸ್ತ್ರೀಯ ಸಂಗೀತ ಕೇಳಲು ಬರುವ ಶ್ರೋತೃವಿನಂತೆ ಸೂಟು ಹಾಕಿ ಟೈ ಕಟ್ಟಿದ್ದಾನೆ. ಗೋದಿ ಬಣ್ಣ, ತಲೆಯಲ್ಲಿ ಕಪ್ಪಗೆ ಮಿನುಗುವ ಸೊಂಪು ಕೂದಲಿನ ಕ್ರಾಪ್. ಆಕರ್ಷಕವಾದ ಮುಖ. ಇಷ್ಟೇ ಎಂದು ನಿಖರವಾಗಿ ಹೇಳಲು ತೋಚದ ವಯಸ್ಸು. ಎಡಗೈಗೆ ಕಟ್ಟಿದ್ದ ಬಂಗಾರದ ಸರಪಳಿಯ ವಾಚು, ಬಲಗೈಯ ಉಂಗುರದ ಬೆರಳಿನಲ್ಲಿ ಹೊಳೆಯುವ ಬಿಳೀವಜ್ರದ ಉಂಗುರವು ಶ್ರೀಮಂತಿಕೆಯನ್ನು ಎತ್ತಿ ತೋರಿಸುವ ಭಾರತೀಯ ವಿಧಾನದ್ದಾಗಿವೆ. ಅವನ ದೃಷ್ಟಿಯು ತನ್ನ ದೃಷ್ಟಿಯನ್ನು ಸಂಧಿಸಿತು. ಅವಾಕ್ಕಾದ ಅವನು 'ಅರೆ!' ಎಂದ. ಮರುಕ್ಷಣವೇ, 'ಗುಡ್ ಈವಿನಿಂಗ್, ನಮಸ್ಕಾರ' ಎಂದ.

ಕರ್ನಾಟಕದವಳು ಅಂತ ಇವನಿಗೆ ಹೇಗೆ ಗೊತ್ತು? ಎಂದು ಆಶ್ಚರ್ಯವಾದರೂ ತೋರ್ಪಡಿಸಿಕೊಳ್ಳದೆ, 'ತಮ್ಮ ಪರಿಚಯವಾಗಲಿಲ್ಲ,' ಎಂದಳು.

'ನನ್ನ ಪರಿಚಯ?' ಆಢ್ಯತೆಯ ಮುಗುಳ್ನಗೆಯನ್ನು ಸೂಸಿ, 'ಕರ್ನಾಟಕದ ಒಬ್ಬ ಪ್ರಜೆ. ತಾವು ಡಾ. ಇಳಾ ಮೇಡಂ ಅಲ್ಲವೆ? ನನಗೆ ತಕ್ಷಣ ನಿಮ್ಮ ಗುರುತು ಸಿಕ್ತು. ನೀವು ನನ್ನನ್ನ ಮರೆತಿದೀರಿ,' ಎಂದ.

ಅವಳು ಮೆದುಳನ್ನು ಕೆರೆದುಕೊಂಡರೂ ನೆನಪು ಹತ್ತದೆ, 'ಸಾರಿ. ನೀವೇ ಜ್ಞಾಪಿಸಿಬಿಡಿ,' ಎಂದಳು.

'ನಾಲ್ಕು ವರ್ಷದ ಹಿಂದೆ ನಿಮ್ಮ ವಿಶ್ವವಿದ್ಯಾಲಯದ ಕಾನ್‌ವೊಕೇಶನ್‌ನಲ್ಲಿ, ನಾನು ಹದಿನೈದು ದಿನದ ಮಟ್ಟಿಗೆ ಹೈಯರ್ ಎಜುಕೇಶನ್ ಮಂತ್ರಿಯಾಗಿದ್ದಾಗ.....'

ಅವಳಿಗೆ ನೆನಪಾಯಿತು. 'ಆಗ ತಾವು ದೇಶೀ ವೇಷದಲ್ಲಿದ್ದಿರಿ,' ಎಂದು ಸಂಭ್ರಮದಿಂದ ತೊದಲಿದಳು.

'ಈ ಸೂಟಿನಲ್ಲಿ ನಿಮಗೆ ಗುರುತು ಹಿಡಿಯೂದು ಕಷ್ಟವಾಯಿತು,' ಎಂದು ಆತ ವಿಜೃಂಭಿಸುವ ನಗೆ ಸೂಸುತ್ತಾ ಹಸ್ತಲಾಘವಕ್ಕೆ ಕೈ ನೀಡಿದ. ಅವಳೂ ತನ್ನ ಬಲಗೈ ಕೊಟ್ಟಳು. ಬೆಚ್ಚಗೆ ಬಿಗಿಯಾಗಿ ಕೈಹಿಡಿದ ಅವನ ಹಸ್ತವು ಒರಟಾಗಿತ್ತು. ಸಾಧಾರಣವಾದ ಹಸ್ತಲಾಘವಕ್ಕಿಂತ ಹೆಚ್ಚು ಹೊತ್ತು ಅವನು ಕೈ ಹಿಡಿದೇ ಇದ್ದ. ಅವಳಿಗೆ ಗಲಿಬಿಲಿಯಾಯಿತು.

ಸಂಗೀತವು ಅದ್ಭುತವಾಗಿದ್ದರೂ ಅವಳಿಗೆ ಏಕಾಗ್ರತೆಯಿಂದ ಅದನ್ನು ಸವಿಯಲು ಸಾಧ್ಯವಾಗಲಿಲ್ಲ. ಮಧ್ಯಂತರದಲ್ಲಿ ಕೆಲವರನ್ನುಳಿದು ಬಹುತೇಕರು ಎದ್ದು ಹೊರಗೆ ಹೋದರೂ ಇವರಿಬ್ಬರು ಕುಳಿತೇ ಇದ್ದರು. 'ವಾಟ್ ಬ್ರಾಟ್ ಯು ಹಿಯರ್ ಮೇಡಂ?' ಅವನು ಕೇಳಿದ. ಅವಳು ತನ್ನ ಕಾರ್ಯಾಗಾರದ ವಿಷಯ ಹೇಳಿದಳು. 'ಈ ಬ್ರಿಟಿಶರ ಕಾರ್ಯಾಗಾರಕ್ಕೆ ನೀವು ಗುರುವಾಗಿ ಬಂದದ್ದು ಭಾರತಕ್ಕೊಂದು ಹೆಮ್ಮೆ' ಎಂದು ಅವನು ಶಹಬಾಸ್‌ಗಿರಿ ಕೊಟ್ಟ.

ಅವಳಿಗೆ ಮುದವಾಯಿತು. 'ತಾವು ಬಂದ ಕಾರಣ?' ಅವಳು ಕೇಳಿದಳು.

'ಸಣ್ಣದೊಂದು ವ್ಯವಹಾರ,' ಅವನು ಉತ್ತರಿಸಿದ.

ಒಂಭತ್ತು ಗಂಟೆಗೆ ಕಛೇರಿ ಮುಗಿದಾಗ ಅವನು, 'ನನ್ನ ಜೊತೆ ಊಟ ಮಾಡಬಹುದಲ್ಲ.' ಎಂದು ಆಹ್ವಾನಿಸಿದ.

'ಆಗಲೇ ಒಂಭತ್ತಾಯಿತು,' ಇವಳು ಹೇಳಿದಳು.

'ನಾನಿರುವ ಹಿಲ್ಟನ್ ಹೋಟೆಲಿನಲ್ಲಿ ರಾತ್ರಿ ಹನ್ನೊಂದರ ತನಕ ಊಟವಿರುತ್ತೆ. ಇಪ್ಪತ್ತನಾಲ್ಕು ಗಂಟೆಯೂ ಸ್ನ್ಯಾಕ್‌ಬಾರ್ ಓಪನ್ ಇರುತ್ತೆ. ಬನ್ನಿ. ಆಮೇಲೆ ನಿಮ್ಮನ್ನ ನಿಮ್ಮ ಜಾಗಕ್ಕೆ ಬಿಡಿಸ್ತೀನಿ.'

ಅವರು ಅವೊತ್ತಲ್ಲದೆ ಮತ್ತೂ ಒಂದು ದಿನ ಭೇಟಿಯಾಗಿ ದೋಣಿಯಲ್ಲಿ ಕುಳಿತು ಗ್ರೀನ್‌ವಿಚ್ ತನಕ ಹೋಗಿಬಂದರು. ಜೊತೆಯಲ್ಲಿ ಪೀಟ್ಸಾ ತಿಂದರು. ಅವನು ಕೇಳಿದ: 'ನಿಮಗೆ ಫ್ರೆಂಚ್ ಬರುತ್ತೆಯಲ್ಲವೆ?'

'ಆಕ್ಸ್‌ಫರ್ಡಿನಲ್ಲಿದ್ದಾಗ ಕಲಿತಿದ್ದೆ. ಈಗ ಓದುವ ಅಭ್ಯಾಸವಿದೆ. ಮಾತಾಡುವ ಅಭ್ಯಾಸ ತಪ್ಪಿದೆ.'

'ಅಷ್ಟಾದರೆ ಸಾಕು. ಯಾಕೆ ಕೇಳಿದೆ ಅಂದರೆ ನನಗೆ ಪ್ಯಾರಿಸ್ ನೋಡುವ ಆಸೆ ಇದೆ. ಆ ಜನಗಳು ಫ್ರೆಂಚ್ ಬಿಟ್ಟು ಬೇರೆ ಮಾತಾಡುಲ್ಲವಂತೆ. ಅಲ್ಪ ಸ್ವಲ್ಪವಾದರೂ ಅದನ್ನ ತಿಳಿದಿರೋರು ಜೊತೇಲಿದ್ದರೆ ಸುಲಭ. ನೀವು ನನ್ನ ಗೆಸ್ಟ್ ಆಗಿ ಬನ್ನಿ. ಎಲ್ಲ

ವ್ಯವಸ್ಥೆಯೂ ನನ್ನದು.'

ಅವಳಿಗೆ ಉತ್ಸಾಹ ಉಕ್ಕಿತು. ತಾನೂ ಆಕ್ಸ್‌ಫರ್ಡಿನಲ್ಲಿದ್ದಾಗ ಪ್ಯಾರಿಸ್ ನೋಡಿದ್ದು. 'ನನಗೆ ಫ್ರೆಂಚ್ ವೀಸಾ ಇಲ್ಲವಲ್ಲ' ಎಂದಳು.

'ನಿಮ್ಮ ಪಾಸ್‌ಪೋರ್ಟು ಕೊಡಿ. ಇಂಡಿಯನ್ ಹೈಕಮಿಶನ್‌ನಲ್ಲಿ ನನಗೆ ಬೇಕಾದೋರು ಇದಾರೆ. ಅವರಿಗೆ ಹೇಳಿ ಒಂದು ದಿನದಲ್ಲಿ ಮಾಡುಸ್ತೀನಿ.'

ಅವನೇ ಟ್ಯಾಕ್ಸಿಯಲ್ಲಿ ಬಂದು ಅವಳನ್ನು ವಾಟರ್‌ಲೂ ಸ್ಟೇಶನ್ನಿಗೆ ಕರೆದೊಯ್ದ. ಪ್ರಥಮ ದರ್ಜೆ ಬೋಗಿಯಲ್ಲಿ ಅವನ ಎದುರಿಗೆ ಕುಳಿತು ಬಾಣಸಿಗನು ವಿಶೇಷವಾಗಿ ತಯಾರಿಸಿ ತಂದಿಟ್ಟ ಊಟ ಮಾಡುತ್ತಾ ಕಡಲ ಅಡಿಯ ಸುರಂಗವನ್ನು ದಾಟಿದ ನಂತರ ಗಂಟೆಗೆ ಮುನ್ನೂರು ಕಿಲೋಮೀಟರ್ ವೇಗದಲ್ಲಿ ಚಲಿಸುವ ರೈಲಿನಲ್ಲಿ ಫ್ರೆಂಚ್ ಹೊಲ ತೋಟ ಊರು ಪಟ್ಟಣಗಳೆಲ್ಲ ಹಾರಿ ಹಾರಿ ಹಿಂದೆ ಸರಿಯುವ ಸೊಬಗನ್ನು ಸವಿಯುತ್ತಾ ಅವಳು ಉಲ್ಲಸಿತಳಾದಳು. ಪ್ಯಾರಿಸ್ ನೋರ್ಡ್ ಸ್ಟೇಷನ್ನಿನಲ್ಲಿ ದೊರೆರಾಜ್ ಎಂದು ಬರೆದ ಬೋರ್ಡನ್ನು ಹಿಡಿದು ಹೋಟೆಲಿನ ಕಾರ್ ಡ್ರೈವರ್ ಕಾಯುತ್ತಿದ್ದ. ಆಹ್! ಏನು ಪ್ಯಾರಿಸ್ ಬೀದಿಗಳ ಸೊಬಗು, ಮರೆತೇಹೋಗಿತ್ತು, ಅವಳು ಮೈ ಮರೆತಳು. ಹೋಟೆಲಿನ ಲಾಬಿಯನ್ನು ಹೊಕ್ಕಾಗ ಓಹ್! ಪಂಚತಾರಾ ಹೋಟೆಲು. ಅದರಲ್ಲೂ ಪ್ಯಾರೀಸಿನದು. ಇಂಥ ಹೋಟೆಲಿನಲ್ಲಿ ಉಳಿಯುತೀವಿ ಅಂತ ಇವರು ಯಾವ ಸೂಚನೇನೂ ಕೊಟ್ಟಿರಲಿಲ್ಲ ಎಂಬ ಇನ್ನೊಂದು ಆಶ್ಚರ್ಯಕ್ಕೆ ಒಳಗಾದಳು. ಸಹಾಯಕನು ಸೂಟ್‌ಕೇಸು ಗಳೊಡನೆ ಲಿಫ್ಟ್ ಹತ್ತಿಸಿ ಇವರ ಕೋಣೆಗೆ ಕರೆದೊಯ್ದಾಗ ಒಳಗಿದ್ದ ಇಬ್ಬರೂ ಒಟ್ಟಿಗೆ ಮಲಗುವ ವಿಶಾಲವಾದ ಡಬಲ್ ಬೆಡ್ಡನ್ನು ತಕ್ಷಣ ಗಮನಿಸಿದಳು. ಸಹಾಯಕನು ಬಾಗಿಲು ಮುಚ್ಚಿ ಹೋದನಂತರ ಕೇಳಿದಳು: 'ಇದೇನಿದು?'

ಅರ್ಥವಾಗದವನಂತೆ ಅವನು ಕೇಳಿದ: 'ಏನು?'

'ಡಬಲ್ ಬೆಡ್.'

'ಪ್ಯಾರಿಸ್ ಹೋಟೆಲುಗಳಲ್ಲಿ ಯಾವಾಗಲೂ ಹೀಗೆಯೇ ಅಂತೆ. ಬೇರೆ ಬೇರೆಯಾಗಿ ಬಂದವರು ಕೂಡ ಒಂದೇ ಹಾಸಿಗೆ ಸೇರ್ತಾರಂತೆ. ಐ ಆ್ಯಮ್ ಕಿಡಿಂಗ್. ರೂಮು ರಿಸರ್ವ್ ಮಾಡಿಸುವಾಗ ನಾನು ಸಿಂಗಲ್ ಅಥವಾ ಡಬಲ್ ಅಂತ ಏನೂ ಹೇಳಿರಲಿಲ್ಲ. ನನ್ನ ಹೆಸರೇ ಬೇರೆ, ನಿಮ್ಮದು ಡಾ. ಇಳಾ ಅಂತ ಕೊಟ್ಟಿದ್ದೆ. ಆದರೂ ಅವರು..... ಈಗ ಮಾಡೂದೇನು? ನೀವೇ ಹೇಳಬೇಕು. ಪ್ಲೀಸ್.'

'ಪ್ಲೀಸ್ ಅಂದು ನನ್ನನ್ನ ಧರ್ಮಸಂಕಟಕ್ಕೆ ಸಿಕ್ಕಿಸ್ತಿದೀರಿ. ಏನು ಹೇಳಬೇಕೋ ತಿಳೀತಿಲ್ಲ.'

'ಏನೂ ಹೇಳಬೇಡಿ. ಇಲ್ಲಿ ಬನ್ನಿ ಪ್ಲೀಸ್' ಎಂದು ಅವನು ಅವಳ ಕಡೆಗೆ ಕೈ ನೀಡಿದ.

ಅವರು ಪ್ಯಾರಿಸಿನಲ್ಲಿದ್ದದ್ದು ನಾಲ್ಕು ದಿನ. ಒಂದು ದಿನ ಬೆಳಗ್ಗೆ ಒಂಬತ್ತರಿಂದ ಸಂಜೆ ಐದರವರೆಗೆ ಹೋಟೆಲಿನವರೇ ಗೊತ್ತುಮಾಡಿಕೊಟ್ಟ ಟ್ಯಾಕ್ಸಿಯಲ್ಲಿ ಕುಳಿತು ಐಫ಼ೆಲ್ ಟವರ್ ವರ್ಸಲೇ ಪಲಾಸ್ ಮೊದಲಾದುವನ್ನು ನೋಡಿ, ಸೇನ್‌ನದಿಯ ಮೇಲೆ ದೋಣಿ

ವಿಹಾರ ಮಾಡಿದುದನ್ನು ಬಿಟ್ಟರೆ, ಊಟ ತಿಂಡಿಗಳಿಗೆ ಹೊರಬರುವುದನ್ನುಳಿದು ಅವರು ಆ ಡಬಲ್ ಬೆಡ್‌ನಿಂದ ಹೊರಗೆ ಬರಲಿಲ್ಲ. ಚಿತ್ರಕಲೆಯ ಅತ್ಯಂತ ಶ್ರೀಮಂತ ಸಂಗ್ರಹವಾದ ಲೂವ್ರವನ್ನು ನೋಡುವ ಬಯಕೆ ಬಹುದಿನಗಳಿಂದ ಇದ್ದರೂ ಅವಳಿಗೆ ಅದಕ್ಕಾಗಿ ಒಂದೆರಡು ದಿನವನ್ನು ಕಳೆದುಕೊಳ್ಳುವ ಮನಸ್ಸು ಬರಲಿಲ್ಲ. ತಮ್ಮ ಜೀವನದಲ್ಲೇ ಇದು ಪರಮಸಂತೋಷದ ಸಮಯವೆಂದು ಪರಸ್ಪರ ಪದೇ ಪದೇ ಹೇಳಿಕೊಂಡರು.

ಐದನೆಯ ದಿನ ಹೋಟೆಲ್ ಬಿಡುವ ಮುನ್ನ ಅವನು ಅವಳನ್ನು ಅಪ್ಪಿ ಮುತ್ತಿಟ್ಟು, 'ಗುಡ್ ಬೈ ಟು ಪ್ಯಾರಿಸ್' ಎಂದ.

'ನಾನು ಪ್ಯಾರಿಸ್‌ಗೆ ಗುಡ್ ಬೈ ಹೇಳೂದಿಲ್ಲ,' ಅವಳೆಂದಳು.

'ನನ್ನ ನೆನಪೂ ಎಂದೆಂದಿಗೂ ಹೇಳೂದಿಲ್ಲ' ಅವನೂ ಸೇರಿಸಿದ.

'ನೆನಪಿನಲ್ಲೇ ಬದುಕಬೇಕಾ?' ಅವಳು ಕೇಳಿದಳು.

'ಈ ನಗರಿಗೆ ಮತ್ತೆ ಮತ್ತೆ ಬರುಕ್ಕೆ ವ್ಯವಧಾನವಾಗಬೇಕಲ್ಲ.'

'ಬೆಂಗಳೂರಿನಲ್ಲೇ ಪ್ಯಾರಿಸನ್ನು ನಿರ್ಮಿಸಿಕೊಳ್ಳಬಾರದೇಕೆ? ವೇರ್ ದೆರ್ ಈಸ್ ಎ ವಿಲ್, ದೇರ್ ಈಸ್ ಎ ವೇ.'

'ಶೂರ್,' ಅವನು ಒಪ್ಪಿದ.

ಅಧ್ಯಾಯ ೧೧

೧

ಇದನ್ನು ಹಣೆಬರಹವೆನ್ನಬೇಕೆ? ಪಾಪಕ್ಕೆ ತಕ್ಕ ಶಿಕ್ಷೆ ಎನ್ನಬೇಕೆ? ಕಾಮದ ದೌರ್ಬಲ್ಯಕ್ಕೆ ಬಿದ್ದವನಿಗೆ ಆಗಲೇಬೇಕಾದ ದುರ್ಗತಿ ಅನ್ನಬೇಕೆ? ಕಾಮದ ಒತ್ತಡಕ್ಕೆ ಸಿಲುಕಿ ಮಂಗಳೆಯನ್ನು ಅನುಭವಿಸಲು ಹೋಗಿ ಮದುವೆ ಎಂಬ ಜೀವನಪರ್ಯಂತದ ಸಜೆಗೆ ಬಿದ್ದೆ. ನನ್ನ ಪುರುಷತ್ವವನ್ನು ನನಗೇ ಸಾಬೀತುಪಡಿಸಿಕೊಳ್ಳುವ ಹುಂಬತನಕ್ಕೆ ಬಿದ್ದು, ಒಮ್ಮೆ ಸಾಬೀತು ಪಡಿಸಿಕೊಂಡ ನಂತರ ಅಲ್ಲಿಗೆ ನಿಲ್ಲಿಸದೆ ಕಾಮದ ನಿರಂತರ ಸೆಳೆತಕ್ಕೆ ಸಿಕ್ಕಿ ಈಗ ದಿಲ್ಲಿಯ ಈ ಜೈಲಿನಲ್ಲಿದೀನಿ. ಮಧ್ಯಾಹ್ನ ಹನ್ನೆರಡು ಗಂಟೆ. ಎಂದಿನಂತೆ ವಿಮಾನನಿಲ್ದಾಣದಿಂದ ಸ್ಟಾರ್ ಪ್ಯಾರಡೈಸಿಗೆ ಬಂದು ಅಷ್ಟರಲ್ಲಿ ಚನ್ನಾಗಿ ಪರಿಚಿತರಾಗಿದ್ದ ಸೇವಕರಲ್ಲಿ ಒಬ್ಬನಿಗೆ ಸೂಚನೆ ಕೊಟ್ಟು ಹನ್ನೊಂದರ ಸುಮಾರಿಗೆ ಅವಳು ಬಂದು, ಏನವಳ ಹೆಸರು? ಯಾವ ಹೆಸರಾದರೂ ಅದು ಸುಳ್ಳಿರುತ್ತದೆಂದು ಅಷ್ಟರಲ್ಲಿ ಸ್ಪಷ್ಟವಾಗಿತ್ತಲ್ಲ, ಹೆಸರಿರುವುದೆಲ್ಲ ಗಿರಾಕಿಗೆ, ಗಂಡಸಿಗೆ, ಹೋಟೆಲಿನ ಸ್ವಾಗತದ ರಿಜಿಸ್ಟರಿನಲ್ಲಿ ಬರೆಯಬೇಕಲ್ಲ, ಕೆಲವರು ಸುಳ್ಳು ಹೆಸರು ವಿಳಾಸಗಳನ್ನೇ ಬರೆಯುತ್ತಾರಂತೆ, ಪೋಲೀಸರು ಮನಸ್ಸು ಮಾಡಿದರೆ ಸುಳ್ಳು ಹೆಸರು ವಿಳಾಸವೆಂಬುದನ್ನು ಪತ್ತೆ ಮಾಡಲಾರರೆ? ಸುಳ್ಳು ದಾಖಲೆ ಕೊಡುವುದು ಗಂಭೀರ ಅಪರಾಧವೆಂಬ ಅರಿವಿನಿಂದ ನಾನು ಯಾವತ್ತೂ ನಿಜವಾದ ವಿಳಾಸವನ್ನೇ ಬರೆದು, ಪ್ರವಾಸದ ಉದ್ದೇಶ: ಬಿಸಿನೆಸ್ ಎಂದೂ ನಮೂದಿಸಿ, ಕಂಪನಿಯ ಹೆಸರು ಹಾಕಿದರೆ ಕಿರಾಯದಲ್ಲಿ ಸಾಕಷ್ಟು ರಿಯಾಯಿತಿಯೂ ದೊರೆಯುವುದರಿಂದ ಅದನ್ನೂ ಹಾಕಿ ಇಷ್ಟು ಸಲ ತಂಗಿದ ಅನುಭವದಿಂದ ಇದು ಸಂಪೂರ್ಣ ಸುರಕ್ಷಿತ ಹೋಟೆಲೆಂಬ ನಂಬಿಕೆ ಬೆಳೆದು ಶುಚಿ, ಕಟ್ಟಡದ ಶಿಲ್ಪಸೌಂದರ್ಯ, ಅತ್ಯಾಧುನಿಕ ಸೌಲಭ್ಯಗಳು, ಯಾರಿಗೆ ಅನುಮಾನ ಬರಲು ಸಾಧ್ಯ? ಎಂಬ ಭರವಸೆ ಬೆಳೆದು, ಮಧ್ಯಾಹ್ನ ಹನ್ನೆರಡುಗಂಟೆ. ಒಳಗಿನಿಂದ ಬಾಗಿಲಿನ ಬೋಲ್ಟ್ ತಿರುಗಿಸಿದ್ದರೂ ಸರಕ್ಕನೆ ಯಾರೋ ಹೊರಗಿನಿಂದ ಬೀಗದ ಕೈ ನೂಕಿ ತಿರುಗಿಸಿ ಕೋಣೆಯನ್ನು ಶುಚಿ ಮಾಡುವವನು ಗೊತ್ತಿಲ್ಲದೆ ಬಾಗಿಲು ತೆರೆದನೆ? ಎಂಬ ಗಾಬರಿಯಿಂದ ಕೋನ್? ಎಂದು ಎತ್ತರಿಸಿದ ಧ್ವನಿಯಲ್ಲಿ ಕೂಗುವ ಹೊತ್ತಿಗೆ ಇಬ್ಬರು ಪುರುಷ ಒಬ್ಬಳು ಮಹಿಳಾ ಪೋಲೀಸರು ಒಳನುಗ್ಗಿ ನಗ್ನರಾಗಿದ್ದ ನಾನು

ಮತ್ತು ಅವಳು ಸರಕ್ಕನೆ ಒಂದೊಂದು ಬೆಡ್‌ಶೀಟ್ ಸುತ್ತಿಕೊಂಡು ಅವಳು ತನ್ನ ಸಲ್ವಾರ್ ಕಮೀಝ್ ಬಾಚಿಕೊಂಡು ಸರಕ್ಕನೆ ಶೌಚದ ಕೋಣೆಗೆ ನುಗ್ಗಿ ಒಳಗಿನಿಂದ ಬಾಗಿಲು ಮುಚ್ಚಿ, ನನಗೆ ಉಸಿರು ಕಟ್ಟಿದಂತಾಗಿ, 'ಮಿಸ್ಟರ್, ಬಟ್ಟೆ ಹಾಕ್ಕೊಳಿ,' ಪುರುಷ ಪೋಲೀಸರಲ್ಲಿ ಒಬ್ಬ ನನಗೆ ಹೇಳಿದ. ಮಹಿಳಾ ಪೋಲೀಸಳು ಶೌಚದ ಬಾಗಿಲು ಬಡಿದು ತೆಗೆಸಿ ಅವಳನ್ನು ಹೊರಗೆ ಕರೆತಂದಳು. ಸಲ್ವಾರ್ ಕಮೀಝ್ ಧರಿಸಿ ಹೊರಗೆ ಬಂದ ಅವಳು ತನ್ನ ಎರಡೂ ಬೊಗಸೆಗಳಿಂದ ಮುಖ ಮುಚ್ಚಿಕೊಂಡಳು. ಲಿಫ್ಟಿನಿಂದ ನಮ್ಮಿಬ್ಬರನ್ನೂ ಕೆಳಗೆ ಇಳಿಸಿ ಲಾಬಿಗೆ ಕರೆದೊಯ್ದರೆ ಈ ಸಾಮೂಹಿಕ ದಾಳಿಯಲ್ಲಿ ಸಿಕ್ಕಿಬಿದ್ದ ಒಂಭತ್ತು ಜೋಡಿಗಳು. ಟೆಲಿವಿಶನ್ ಕ್ಯಾಮರಾಗಳು. ನಾನೂ ಬಲ ಅಂಗೈಯಿಂದ ಮುಖ ಮುಚ್ಚಿಕೊಂಡೆ. ನನ್ನ ತೋಳು ಹಿಡಿದಿದ್ದ ಪೋಲೀಸಿನವನು ಮುಖವು ಕ್ಯಾಮರಾದ ಪ್ರಕಾಶಕ್ಕೆ ಬೀಳುವಂತೆ ನನ್ನ ಅಂಗೈಯನ್ನು ಕಿತ್ತುಹಾಕಿದ. ಮಹಿಳಾ ಕಾನಿಸ್ಟೇಬಲ್ ನನ್ನ ಜೊತೆಯಲ್ಲಿದ್ದವಳ ಬೊಗಸೆಯನ್ನು ಕಿತ್ತು ಮುಖವು ಬೆಳಕಿಗೆ ಒಡ್ಡಿಕೊಳ್ಳುವಂತೆ ಮಾಡಿದಳು. ಪೋಲೀಸರು ಇಡೀ ಹೋಟೆಲಿನ ಹಿಡಿತವನ್ನು ಕೈಗೆ ತೆಗೆದುಕೊಂಡಂತಿತ್ತು. ಸ್ವಾಗತ, ಆಂತರಿಕ ಟೆಲಿಫೋನ್ ವ್ಯವಸ್ಥೆಗಳೆಲ್ಲ ಅವರ ವಶವಾಗಿದ್ದವು. ಇಷ್ಟು ಬೇಗ ಟೆಲಿವಿಶನ್‌ನವರಿಗೆ ಹೇಗೆ ಸುದ್ದಿ ತಿಳಿಯಬಹುದು? ಪೋಲೀಸರು ಬಹಳ ದಿನಗಳಿಂದ ಗುಪ್ತವಾಗಿ ಮಾಹಿತಿ ಸಂಗ್ರಹಿಸಿದ್ದಾರೆ. ಬಂದು ಹೋಗುವುದು ಈ ಹೆಂಗಸರಿಗೆ ಹಗಲು ವೇಳೆಯೇ ಅನುಕೂಲಕರವಾದ ಸಮಯ. ಎಷ್ಟು ಜನ ಬಂದರು, ಯಾವ ಬಾಗಿಲಿನಿಂದ ಅಥವಾ ಹಿಂಬದಿಯಿಂದ ಬಂದರು ಎಂಬುದನ್ನೂ ಕಣ್ಣಿಟ್ಟು ಕಾದಿರಬಹುದು. ಅಥವಾ ಹೋಟೆಲಿನ ಒಬ್ಬಿಬ್ಬ ಸೇವಕರಿಗೆ ಲಂಚ ಕೊಟ್ಟು ಗಳಿಗೆ ಗಳಿಗೆಗೂ ವಿವರಗಳನ್ನು ಸಂಗ್ರಹಿಸುತ್ತಿರಬಹುದು. ಧೈರ್ಯವು ಸಂಪೂರ್ಣವಾಗಿ ಕುಸಿದು ಸರ್ವನಾಶವಾಗಿರುವ ಭಾವದಲ್ಲಿ ಮುಳುಗಿದ್ದರೂ ಈ ಊಹೆಗಳು ಮನಸ್ಸಿನಲ್ಲಿ ಮೂಡುತ್ತಿದ್ದವು. ಸ್ವಾಗತದ ದೊಡ್ಡ ಮೇಜನ್ನು ಬಳಸಿ ಇಬ್ಬರು ಪೋಲೀಸರು ನಾನೂ ಸೇರಿದಂತೆ ಸೆರೆ ಹಿಡಿದ ಒಂದೊಂದು ಜೋಡಿಯ ಹೆಸರು ವಿಳಾಸಗಳು ಕೊಠಡಿಯ ಸಂಖ್ಯೆ, ಸಮಯಗಳನ್ನೆಲ್ಲ ಮಹಜರು ಮಾಡಿಕೊಳ್ಳತೊಡಗಿದರು. ಒಬ್ಬ ಸ್ವಾಗತಕಾರಿಣಿಯನ್ನು ಕರೆದು ಅವರು ಹೇಳುವ ಕೊಠಡಿಯ ಸಂಖ್ಯೆಗೂ ಗಿರಾಕಿಯು ಬರೆದಿರುವ ವಿಳಾಸಕ್ಕೂ ತಾಳೆಯುಂಟೆ ಎಂಬುದನ್ನು ಪರೀಕ್ಷಿಸುತ್ತಿದ್ದರು. ಸೆರೆ ಸಿಕ್ಕ ಕೆಲವರು, 'ಏನ್ರೀ, ರೂಂ ಕ್ಲೀನ್ ಮಾಡುಕ್ಕೆ ಅಂತ ಯಾರೋ ಹೆಂಗಸು ಬಂದರೆ ನನಗೆ ಹ್ಯಾಗೆ ಗೊತ್ತಾಗಬೇಕು? ನಾನು ಗೌರವಾನ್ವಿತ ವ್ಯಕ್ತಿ. ಏನಂತ ತಿಳಕೊಂಡಿರಿ?' ಎಂದು ಪೋಲೀಸರ ಮೇಲೆ ಜೋರು ಮಾಡುತ್ತಿದ್ದರು. ಇಬ್ಬರು ಹತ್ತಿರವೇ ಇದ್ದ ಒಬ್ಬ ಕಾನಿಸ್ಟೇಬಲಿನ ಕಿವಿಯಲ್ಲಿ ಸಂಧಾನದ ಪ್ರಸ್ತಾಪವನ್ನು ಪಿಸುಗುಟ್ಟಿದರು. ಆದರೆ ಈ ದಾಳಿಯಲ್ಲಿ ಉನ್ನತ ಮಟ್ಟದ ಪೋಲೀಸ್ ಅಧಿಕಾರಿ ಇದ್ದಾರೆ. ಅಲ್ಲದೆ ಒಂದು ಅಲ್ಲ ಮೂರು ಟೆಲಿವಿಶನ್ ಕ್ಯಾಮರಾಗಳಿವೆ. ಅಂದರೆ ಮೂರು ಚಾನೆಲ್‌ಗಳು. ಅವರ ಎದುರಿನಲ್ಲಿ ಇಷ್ಟೆಲ್ಲ ತಮ್ಮ ಸಾಹಸ ಪ್ರದರ್ಶನ ಮಾಡಿದ ಮೇಲೆ ಲಕ್ಷಗಟ್ಟಳೆ ಕೊಟ್ಟರೂ ಕೆಲಸವಾಗುವುದಿಲ್ಲವೆಂಬುದು ಪಿಸುಮಾತನ್ನು ಪ್ರಯತ್ನಿಸುವವರಿಗೆ ಅರ್ಥವಾಗಲಿಲ್ಲ. 'ನನ್ನ ಲಾಯರನ್ನ ಸಂಪರ್ಕಿಸಬೇಕು.

ಫೋನಿನ ಅವಕಾಶಕೊಡಿ' ಎಂದು ಒಬ್ಬರು ಜೋರು ಮಾಡಿದರು. 'ಅದೆಲ್ಲ ಸ್ಟೇಶನ್ನಿಗೆ ಹೋದಮೇಲೆ' ಎಂದು ಪೋಲೀಸಿನ ಮೇಲಧಿಕಾರಿ ಗದ್ದರಿಸಿಕೊಂಡ.

ಹೆಂಗಸರನ್ನು ಒಂದು ವ್ಯಾನಿನಲ್ಲಿ, ನಮ್ಮನ್ನು ಮತ್ತೊಂದರಲ್ಲಿ ತುಂಬಿಕೊಂಡರು. ವ್ಯಾನು ಚಲಿಸುವಾಗ ನನ್ನ ಪರಿಸ್ಥಿತಿಯ ಸಂಪೂರ್ಣ ಅರಿವಾಯಿತು. ಇಷ್ಟರಲ್ಲಾಗಲೆ ಸುದ್ದಿಯನ್ನು ಬ್ರೇಕಿಂಗ್ ನ್ಯೂಸ್ ಎಂದು ಉದ್ವೇಗಗೊಳಿಸಿ ಟೆಲಿವಿಶನ್‌ನವರು ಇಡೀ ದೇಶಕ್ಕೆ ಪ್ರಸಾರಮಾಡಿರುತ್ತಾರೆ. ಮುಖ ಮುಚ್ಚಿಕೊಳ್ಳುತ್ತಿರುವ, ಪೋಲೀಸನು ನನ್ನ ಕೈಯನ್ನು ಕಿತ್ತು ಮುಖವನ್ನು ತೋರಿಸುತ್ತಿರುವ, ಮುಚ್ಚಿಕೊಂಡ ಬೊಗಸೆಯನ್ನೂ ಮಹಿಳಾ ಕಾನಿಸ್ಟೇಬಲಳು ಕಿತ್ತು ಅವಳ ಮುಖವನ್ನು ಮೂರು ಕ್ಯಾಮರಾಗಳ ಕುರುಡುಗಟ್ಟಿಸುವ ಬೆಳಕಿಗೆ ಒಡ್ಡಿರುವ ಚಿತ್ರಗಳನ್ನು ಜೊತೆಯಾಗಿ ಪದೇ ಪದೇ ತೋರಿಸಿರುತ್ತಾರೆ. ಜೊತೆಗೆ ನನ್ನ ವಿಳಾಸ. ಅಧ್ಯಕ್ಷನಾಗಿರುವ ಕಂಪನಿಯ ಹೆಸರು. ಬೆಂಗಳೂರಿನವನೆಂದು ತಿಳಿದ ತಕ್ಷಣ ಬೆಂಗಳೂರಿನ ಚಾನೆಲ್‌ಗಳೆಲ್ಲ ಅವನ್ನು ಹಿಡಿದು ಪದೇ ಪದೇ ತೋರಿಸುತ್ತಾ ತಮತಮಗೆ ತೋಚಿದಂತೆ ರಂಜಕ ಕತೆ ಕಟ್ಟುತ್ತಾ ಮೆರೆಯುತ್ತಿರುತ್ತಾರೆ. ನನ್ನ ಫ್ಯಾಕ್ಟರಿಗೆ, ತಂತ್ರಜ್ಞರಿಗೆ, ಎಂಜಿನಿಯರುಗಳಿಗೆ, ಸಿ.ಇ.ಓ., ಭದ್ರಯ್ಯನವರಿಗೆ ಕಾಳ್ಗಿಚ್ಚಿನಂತೆ ಹರಡಿ ಇಡೀ ನನ್ನ ಮರ್ಯಾದೆ ಕುಸಿದು ಮಣ್ಣುಗೂಡಿ. ನಾನು ಹಿಂದೆ ಅಧ್ಯಕ್ಷನಾಗಿದ್ದ ಪೀಣ್ಯಾ ಉದ್ಯಮಿಗಳ ಸಂಘದ ಪ್ರತಿಯೊಬ್ಬರಿಗೂ ತಿಳಿದು, ಬೆಂಗಳೂರಿನ ಮಧ್ಯಮ ದರ್ಜೆಯ ಉದ್ಯಮಿಗಳಲ್ಲಿ ಬಹು ಜನರಿಗೆ ಗೊತ್ತಿರುವ ನನ್ನ ಹೆಸರು, ಇದು ನಿಜವಾಗಿಯೂ ನನ್ನ ಸರ್ವನಾಶವೆಂಬ ದುಗುಡದಲ್ಲಿ ತಲೆ ತಗ್ಗಿಸಿದ್ದಾಗ, ವ್ಯಾನಿನಲ್ಲಿದ್ದವರಲ್ಲಿ ಇಬ್ಬರು, 'ಇದೇನೂ ಜಾಮೀನು ಕೊಡದಿರುವ ಅಪರಾಧವಲ್ಲ. ದಿಲ್ಲಿಯ ಬೆಸ್ಟ್ ಕ್ರಿಮಿನಲ್ ಲಾಯರ್ ಖಂಡೇಲ್‌ವಾಲನನ್ನೇ ನೇಮಿಸ್ಕತ್ತೀನಿ. ಪಾಟೀಸವಾಲಿನಲ್ಲಿ ಪೋಲೀಸಿನೋರ ಹೆಣ ಹಾಕಿ ಕೇಸ್ ಗೆಲ್ತೀನಿ' ಎನ್ನುತ್ತಿದ್ದುದು ಕಿವಿಗೆ ಬಿದ್ದು ಇದಕ್ಕೊಂದು ಪರಿಹಾರವಿದೆ ಎನ್ನಿಸಿತು. ಆದರೂ ನನ್ನ ಅಧೈರ್ಯ ಹೋಗಲಿಲ್ಲ. ಇನ್ನೊಬ್ಬರು ಜಾಮೀನು ಕೊಡದಿರುವ ಅಪರಾಧವಲ್ಲದಿದ್ದರೂ ಪೋಲೀಸಿನೋರು ಇವರೆಲ್ಲ ಸಖತ್ ಹಣವುಳ್ಳವರು, ಹೊರಗೆ ಬಿಟ್ಟರೆ ಪುರಾವೆಗಳನ್ನು ನಾಶಮಾಡ್ತಾರೆ, ಬರೀ ಇವರ ಕೇಸ್ ಅಲ್ಲ, ಈ ಕೇಸ್‌ಗಳ ಮೂಲಕ ನಾವು ಇನ್ನೂ ಎಷ್ಟೋ ಕೇಸ್‌ಗಳನ್ನ ತಲಾಷ್ ಮಾಡಬೇಕು, ಅಂತ ವಾದಹಾಕ್ತಾರೆ. ಪ್ರಾಸ್ಟಿಟ್ಯೂಶನ್ ಕೇಸ್‌ಗಳಲ್ಲಿ ಜಡ್ಜ್‌ಗಳಿಗೆ ಯಾವತ್ತೂ ಗಿರಾಕಿಗಳ ಮೇಲೆ ಸಿಟ್ಟಿರುತ್ತೆ, ಎಂದರು.

ಮೂರೂವರೆ ಗಂಟೆಗೆ ನಮ್ಮನ್ನೆಲ್ಲ ಠಾಣೆಗೆ ಒಯ್ದರೂ ಕೋರ್ಟಿಗೆ ಕರೆದುಕೊಂಡು ಹೋಗಲಿಲ್ಲ. 'ಇಲ್ಲಿ ಎಷ್ಟು ಹೊತ್ತು ಇಟ್ಕತ್ತೀರಿ? ಕೋರ್ಟಿಗೆ ಕರೆದೊಯ್ಯಿರಿ. ನಾವು ಬೇಯ್ಲ್ ಕೇಳಬೇಕು' ಎಂದು ಇಬ್ಬರು ದಬಾಯಿಸಿದರು. 'ಸ್ಟೇಶನ್ನಿನಲ್ಲಿ ಪೂರೈಸಬೇಕಾದ ಎಷ್ಟೋ ಪ್ರೊಸೀಜರ್‌ಗಳಿರ್ತಾವೆ. ಯಾವಾಗ ಕೋರ್ಟಿಗೆ ಒಯ್ಯಬೇಕು ಅನ್ನುವ ಕಾನೂನು ನಮಗೆ ಗೊತ್ತಿದೆ. ಭಂಡ ಕೆಲಸ ಮಾಡಿರೂದಲ್ಲದೆ ನಾಲಿಗೆ ಜೋರು ಮಾಡಬ್ಯಾಡಿ. ಮುಚ್ಚಿಬಾಯಿ' ಎಂದು ಪೋಲೀಸರು ತೇಜೋವಧೆ ಮಾಡಿದರು. 'ನೀವು ದುಡ್ಡುಕೊಟ್ಟರೆ ಒಳ್ಳೆಯ ಹೋಟೆಲಿನಲ್ಲಿ ಊಟ ತರಿಸಿ ಕೊಡ್ತೀವಿ' ಎಂದರು. ರಾತ್ರಿ ನಾವು ಒಂಭತ್ತು

ಜನರನ್ನು ಒಂದು ಕೋಣೆಯಲ್ಲಿ, ಆ ಒಂಭತ್ತು ಜನ ಹೆಂಗಸರನ್ನು ಇನ್ನೊಂದು ಕೋಣೆಯಲ್ಲಿ ಕೂಡಿಹಾಕಿದರು. ನಮಗೇ ಪ್ರತ್ಯೇಕ ಶೌಚದ ಕೋಣೆ ಇದ್ದರೂ ಅದು ಗಬ್ಬುನಾರುತ್ತಿತ್ತು.

ಬೆಳಗ್ಗೆ ನಮ್ಮವರಲ್ಲಿ ಒಬ್ಬರು ಪೇದೆಗೆ ಹಣ ಕೊಟ್ಟು ಪತ್ರಿಕೆಗಳನ್ನು ತರಿಸಿದರು. ನಾವು ನಿರೀಕ್ಷಿಸಿದ್ದಂತೆ ನಮ್ಮೆಲ್ಲರ ಫೋಟೋ ಮತ್ತು ವಿಳಾಸಗಳನ್ನು ಕೊಟ್ಟು ರಾಜಧಾನಿಯ ತಾರಾ ಹೋಟೆಲಿನಲ್ಲಿ ನಡೆಯುತ್ತಿದ್ದ ಮಾಂಸದ ದಂಧೆ ಎಂಬಂತಹ ಉದ್ವೇಗಕಾರೀ ಶೀರ್ಷಿಕೆಕೊಟ್ಟು ಮಾನವಕುಲದ ಪ್ರಾಚೀನತಮ ವ್ಯಾಪಾರವು ದಿಲ್ಲಿಯಲ್ಲಿ ಅವ್ಯಾಹತವಾಗಿ ನಡೆಯುತ್ತಿರುವದರ ಬಗೆಗೆ ಆತಂಕ ವ್ಯಕ್ತಪಡಿಸಿ ಎರಡು ವಾರದ ಹಿಂದೆ ಹಲವು ನೀತಿ ನಿಷ್ಠ ಸಂಘ ಸಂಸ್ಥೆಗಳು ಅದರಲ್ಲೂ ಮಹಿಳಾ ಸಂಘಟನೆಗಳು ಸಭೆ ಸೇರಿ ಗೃಹಸಚಿವರಿಗೆ ಮನವಿ ಸಲ್ಲಿಸಿದ ಮೊದಲ ಪರಿಣಾಮವಾಗಿ ನೆನ್ನೆ ದಿಲ್ಲಿಯ ಪೋಲೀಸರು ಸ್ಟಾರ್ ಪ್ಯಾರಡೈಸ್ ಎಂಬ ವೈಭವೋಪೇತ ಹೋಟೆಲ್ ಮೇಲೆ ನೆನ್ನೆ ಹಾಡುಹಗಲು ಹನ್ನೆರಡು ಗಂಟೆಯಲ್ಲಿ ದಾಳಿ ಮಾಡಿದಾಗ..... ಎಂದು ವಿವರಗಳನ್ನು ಬರೆದಿದ್ದಲ್ಲದೆ ನಡುನಡುವೆ ಎಷ್ಟೋ ಸುದ್ದಿ ಮತ್ತು ಕಲ್ಪನೆಗಳನ್ನು ಬಾಕ್ಸ್ ಮಾಡಿ ಹಾಕಿದ್ದರು. ನಮ್ಮೆಲ್ಲರಿಗೂ ಆಶ್ಚರ್ಯ ಉಂಟುಮಾಡಿದ ಇನ್ನೊಂದು ಸುದ್ದಿ, ಅದೂ ಮೊದಲ ಪುಟದಲ್ಲೇ ದೊಡ್ಡ ಶೀರ್ಷಿಕೆಯಲ್ಲಿ ಪ್ರಕಟವಾಗಿದ್ದುದು: ನೆನ್ನೆ ಸಂಜೆಯೇ ರಾಜಧಾನಿಯ ಹಲವು ಮಹಿಳಾ ಸಂಘಟನೆಗಳು ಸಭೆ ಸೇರಿ ಸ್ಟಾರ್ ಪ್ಯಾರಡೈಸಿನಲ್ಲಿ ನಡೆಸಿದ ದಾಳಿಯಲ್ಲಿ ಒಂಬತ್ತು ಮಹಿಳೆಯರ ಮುಖವನ್ನು ಟೆಲಿವಿಶನ್ ಕ್ಯಾಮರಾದಲ್ಲಿ ಸ್ಪಷ್ಟವಾಗಿ ತೋರಿಸಿರುವುದಕ್ಕೆ, ಬೊಗಸೆಗಳಲ್ಲಿ ಮುಖ ಮುಚ್ಚಿ ಕೊಂಡಿದ್ದ ಅಮಾಯಕ ನಿಸ್ಸಹಾಯಕ, ಶೋಷಣೆಗೆ ಒಳಗಾದ ಮಹಿಳೆಯರ ಬೊಗಸೆಗಳನ್ನು ಮಹಿಳಾ ಕಾನಿಸ್ಟೇಬಲ್‌ಗಳೇ ಕಿತ್ತು ಮುಖವನ್ನು ಕ್ಯಾಮರಾಕ್ಕೆ ಒಡ್ಡಿಸಿದುದು, ಚಾನೆಲ್‌ಗಳವರು ಆ ಮುಖಗಳನ್ನು ಸ್ಪಷ್ಟವಾಗಿ ತೋರಿಸಿದುದು ಆ ಮಹಿಳೆಯರ ಮೇಲೆ ಹಣವುಳ್ಳ ಗಿರಾಕಿಗಳು ಮಾಡಿದ ಅಮಾನುಷ ದೌರ್ಜನ್ಯಕ್ಕಿಂತ ಹೆಚ್ಚಿನ ದೌರ್ಜನ್ಯವಾಗಿದೆ, ಮಹಿಳಾ ಕಾನ್‌ಸ್ಟೇಬಲ್‌ಗಳು ಮತ್ತು ಚಾನೆಲ್ ಕರ್ಮಿಗಳು ಸಂವೇದನಾರಹಿತರೆಂಬುದಕ್ಕೆ ಈ ಬರ್ಬರ ಕೃತ್ಯಕ್ಕಿಂತ ಹೆಚ್ಚಿನ ಉದಾಹರಣೆ ಬೇಕಿಲ್ಲ, ಇವರುಗಳ ಮೇಲೆ ಮಹಿಳಾ ದೌರ್ಜನ್ಯದ ಅಡಿಯಲ್ಲಿ ಕೇಸು ದಾಖಲಿಸಬೇಕು, ಧನಮದ, ದೇಹಮದಗಳಿಂದ ಕೂಡಿ ಅಮಾಯಕ, ನಿಸ್ಸಹಾಯಕ ಮಹಿಳೆಯರನ್ನು ಹೀನಕೃತ್ಯಕ್ಕೆ ಎಳೆದು ಮೃಗೀಯ ಲಾಲಸೆಯನ್ನು ತೀರಿಸಿಕೊಳ್ಳು ತ್ತಿದ್ದ ಈ ಗಂಡಸರನ್ನೂ ಶೋಷಣೆಗೆ ಒಳಗಾಗಿರುವ ಈ ಮಹಿಳೆಯರನ್ನೂ ಒಂದೇ ತಕ್ಕಡಿಯಲ್ಲಿ ತೂಗುವ ಪೋಲೀಸರಿಗೆ ತಕ್ಕ ಶಿಕ್ಷೆ ವಿಧಿಸಬೇಕು. ಹೀಗೆ ತಮ್ಮ ಮುಖಗಳು ದೇಶದಾದ್ಯಂತ ಪ್ರದರ್ಶನಗೊಂಡ ಮೇಲೆ ಈ ಮಹಿಳೆಯರು ಸಮಾಜದಲ್ಲಿ ಗೌರವದಿಂದ ತಲೆಎತ್ತಿ ನಡೆಯುವುದು ಹೇಗೆ? ಮಹಾನಗರದ ಜಾಗೃತ ಮಹಿಳೆಯರೆಲ್ಲ ನಾಳೆ ಬೆಳಗ್ಗೆ ಒಂಭತ್ತೂವರೆಗೆ ಸದರಿ ಠಾಣೆಯ ಮುಂದೆ ಜಮಾಯಿಸಿ ಮಹಿಳಾಶಕ್ತಿಯ ದಮನೀಯತೆ ಯನ್ನು ಮನದಟ್ಟು ಮಾಡಿಕೊಡಲು ಈ ಮೂಲಕ ಕರೆ ಕೊಟ್ಟಿದ್ದೇವೆ.

ನೆನ್ನೆ ವ್ಯಾನಿನಲ್ಲಿ ನಮ್ಮನ್ನು ಕರೆತರುವಾಗ ಲಾಯರ್ ಖಂಡೇಲವಾಲರನ್ನು ಕರೆಸುವ ಮಾತನಾಡಿದ್ದಾತ ಈ ಸುದ್ದಿಗಳನ್ನು ಗಟ್ಟಿಯಾಗಿ ಓದಿ ಹೇಳಿದರು. ಕೋಣೆಯೊಳಗೆಲ್ಲ

ನಿಶ್ಯಬ್ದ ಕವಿಯಿತು. ಒಂದು ನಿಮಿಷ ಕುತ್ತಿಗೆಯನ್ನು ನಿಧಾನವಾಗಿ ತಿರುಗಿಸಿ ಎಲ್ಲರನ್ನೂ ನೋಡಿದನಂತರ ಆತ ಮಾತನಾಡಿದರು: 'ದೋಸ್ತೋ, ಎದೆಗುಂದೂದರಿಂದ ಪ್ರಯೋಜನ ವಿಲ್ಲ. ನೀರಿಗೆ ಬಿದ್ದೋನು ಈಜಲೇಬೇಕು. ಈಜು ಬರದಿದ್ದವನಿಗೆ ಕಲಿತವನು ಸಹಾಯ ಮಾಡಿ ಉಳಿಸಿಕೊಬೇಕು. ದೋಸ್ತಿಯ ಧರ್ಮವೇ ಇದು. ನಾವೆಲ್ಲ ಒಂದು ಒಗ್ಗಟ್ಟಿನ ನಿಲುವು ತಾಳಬೇಕು. ನಾವು ಏನೂ ತಪ್ಪು ಮಾಡಿಲ್ಲ. ಆ ಹೆಂಗಸರ ಮುಖವನ್ನೂ ನೋಡಿಲ್ಲ. ಪೋಲೀಸಿನೋರು ಯಾವ ಒಳಉದ್ದೇಶದಿಂದ ಹೋಟೆಲಿನಲ್ಲಿ ದಾಳಿ ಮಾಡಿ ದರೋ ನಾವು ಕಾಣೆವು, ಅನ್ನಬೇಕು. ಹೋಟೆಲಿನೋರು ಏನು ಹೇಳಿಕೆ ಕೊಡ್ತಾರೋ ನಾವು ಕಾಣೆವು. ನಾವು ಈ ಧಂಧೆ ನಡೆಸ್ತಿದ್ದೆವು ಅಂತ ಯಾವ ಹೋಟೆಲಿನೋರೂ ಒಪ್ಪಿಕಳುಲ್ಲ. ಕೋರ್ಟಿನಲ್ಲಿ ವಿಚಾರಣೆಯಾಗೂ ಹೊತ್ತಿಗೆ ಹೋಟೆಲಿನೋರು, ಅವರ ಲಾಯರು, ನಮ್ಮ ಲಾಯರು ಸೇರಿ ಪರಸ್ಪರ ನಿಲುವನ್ನ ನಿರ್ಧರಿಸ್ತಾರೆ. ನೀರಿನಲ್ಲಿ ಬಿದ್ದೋನಿಗೆ ಚಳಿ ಏನು ಮಳೆ ಏನು ಅನ್ನೂ ಹಾಗೆ ನಾವು ಧೈರ್ಯದಿಂದ ಇರಬೇಕು. ಮುಗ್ಧರು ಅಂತಲೇ ಹೇಳಿಕೆ ಕೊಡಬೇಕು. ಇವತ್ತು ಪೋಲೀಸಿನೋರು ನಮ್ಮನ್ನ ಕೋರ್ಟಿನಲ್ಲಿ ಹಾಜರುಪಡಿಸಲೇಬೇಕು. ನಾನು ಹೇಳಿದೆನಲ್ಲ ಖಂಡೇಲ್‌ವಾಲ್ ವಕೀಲ. ಅವನು ಮಹಾ ಪ್ರಚಂಡ. ನಾವೆಲ್ಲ ಅವನನ್ನೇ ನೇಮಿಸ್ಕಳಾಣ. ತಕ್ಷಣ ಅವನ ನಂಬರ್ ಹುಡುಕಿ ಫೋನು ಮಾಡಾಣ. ಪೋಲೀಸಿನೋರು ಅವಕಾಶ ಕೊಡದಿದ್ದರೆ ಧರಣಿ ಹೂಡಾಣ. ಬೇಕಾದರೆ ಐದು ಹತ್ತು ಸಾವಿರ ಡಾಗ್ ಬಿಸ್ಕಟ್ ಬಿಸಾಕಾಣ. ಏನಂತೀರ?'

ಈತನೊಬ್ಬ ಅನಾಥರಕ್ಷಕ ಎಂದು ನನಗೆ ಅನ್ನಿಸಿತು. ಉಳಿದವರೂ ಆಗಲಿ ಆಗಲಿ ಎಂದರು. ಖಂಡೇಲ್‌ವಾಲರ ಪರಿಚಯ ಮತ್ತು ನಂಬರು ಪೋಲೀಸರಿಗೂ ಗೊತ್ತಿತ್ತು. ದಿಲ್ಲಿಯ ಬಹುತೇಕ ದೊಡ್ಡ ದೊಡ್ಡ ಕ್ರಿಮಿನಲ್ ಕೇಸುಗಳು ಬರುತ್ತಿದ್ದುದು ಅವರಿಗೇ. ಅವರೇ ನಂಬರ್ ಕೊಟ್ಟರು. ಅರ್ಧಗಂಟೆಯಲ್ಲಿ ಒಬ್ಬ ಕಿರಿಯ ವಕೀಲರು ಬಂದರು. 'ನಾನು ಖಂಡೇಲ್‌ವಾಲ್ ಸರ್ ಅವರ ಜೂನಿಯರ್. ಇವತ್ತಿನ ಕಲಾಪಕ್ಕೆಲ್ಲ ಅವರು ಬರೂದಿಲ್ಲ. ಆದರೆ ನಾವು ಅವರ ಮಾರ್ಗದರ್ಶನದಲ್ಲಿ ಆರಂಭಿಕ ಕೆಲಸ ಮಾಡ್ತೀವಿ. ಪಾಟಿಸವಾಲು ಆರ್ಗ್ಯುಮೆಂಟ್‌ಗಳಿಗೆ ಅವರು ಬರ್ತಾರೆ. ನೀವು ಒಂಭತ್ತು ಜನ ಇದೀರಿ. ಎಲ್ಲರಿಗೂ ಒಬ್ಬರೇ ಲಾಯರ್ ಇರೂದು ಸರಿಯಲ್ಲ. ಖಂಡೇಲ್‌ವಾಲ್ ಸರ್ ಅವರ ಜೂನಿಯರ್‌ಗಳಾದ ನಾವು ಎಂಟು ಜನದ ಹೆಸರಿನಲ್ಲಿ ವಕಾಲತ್ತು ನಡೆಯುತ್ತೆ. ಒಬ್ಬರ ಕೇಸನ್ನ ಖಂಡೇಲ್‌ವಾಲ್ ಸಾಹೇಬರೇ ವಹಿಸಿ ಲೀಡ್ ಮಾಡ್ತಾರೆ.'

ಇದೆಲ್ಲವೂ ಪೋಲೀಸರ ಮಸಲತ್ತು, ಕುಟಿಲ ತಂತ್ರ ಎಂಬ ವಾದವನ್ನು ನಾನು ಪ್ರಯತ್ನಪೂರ್ವಕವಾಗಿ ಮನಸ್ಸಿನೊಳಕ್ಕೆ ಇಳಿಸಿಕೊಂಡ ನಂತರ ಸ್ವಲ್ಪ ಸಮಾಧಾನವಾಯಿತು. ನನ್ನ ಫ್ಯಾಕ್ಟರಿಯಲ್ಲಿ ಮರ್ಯಾದೆ ಉಳಿಸಿಕೊಳ್ಳಬಹುದು ಎಂಬ ನಂಬಿಕೆ ಬಂತು. ಇದು ಕೊಲೆಯಲ್ಲ, ಸುಲಿಗೆಯಲ್ಲ, ಕಳ್ಳತನ ದರೋಡೆಗಳಲ್ಲ, ದಗಾಕೋರತನವಲ್ಲ, ಪಾಪರಚೀಟಿ ಯಲ್ಲ, ಕ್ಷುಲ್ಲಕ ಕೇಸು. ಆದ್ದರಿಂದ ಈವತ್ತೇ ಜಾಮೀನು ಸಿಕ್ಕುತ್ತೆ. ಸಾಧ್ಯವಾದರೆ ಸಂಜೆಯ ವಿಮಾನದಲ್ಲಿ ಹಿಂತಿರುಗಬಹುದು ಎಂದು ಯೋಚಿಸಿದೆ. ಎಂಟೂವರೆ ಗಂಟೆಯ ವೇಳೆಗೇ

ಸ್ಟೇಶನ್ನಿನ ಎದುರು ಮಹಿಳೆಯರು ಜಮಾಯಿಸತೊಡಗಿದರು. ಕಾಲೇಜು ಹುಡುಗಿಯರದೇ ಹೆಚ್ಚಿನ ಸಂಖ್ಯೆ. ಉಳಿದವರು ಚಳವಳಿಯ ಕಾರ್ಯಕರ್ತೆಯರು ಎಂದು ಅವರ ಮುಖ ನೋಡಿದರೇ ತಿಳಿಯುತ್ತಿತ್ತು. ಒಂಭತ್ತಕ್ಕೆ ಸರಿಯಾಗಿ ಎಲ್ಲರೂ ಘೋಷಣೆ ಕೂಗತೊಡಗಿದರು. 'ಮಹಿಳಾ ಶೋಷಕರಿಗೆ ಧಿಕ್ಕಾರ. ಮಹಿಳಾ ಶೋಷಕರಿಗೆ ಗಲ್ಲುಶಿಕ್ಷೆಯಾಗಬೇಕು. ಮಹಿಳೆಯನ್ನ ಅಪಮಾನಿಸುವವರನ್ನೂ ನೇಣುಗಂಬಕ್ಕೇರಿಸಬೇಕು, ಮಹಿಳೆಯನ್ನು ಅನೀತಿಗೆಳೆಯುವ ವರನ್ನು ಬಿಸಿಲಿನಲ್ಲಿ ನಿಲ್ಲಿಸಿ ಕಲ್ಲು ಹೊಡೆದು ಸಾಯಿಸಬೇಕು' ಎಂಬ ಘೋರ ನ್ಯಾಯದ ಹಕ್ಕೊತ್ತಾಯ ಮಾಡುವ ಘೋಷಣೆಗಳನ್ನು ಒಂದೇ ಸಮನೆ ಕಿರಿಚತೊಡಗಿದರು. ಅನಂತರ ಠಾಣೆಯ ಇನ್‌ಸ್ಪೆಕ್ಟರನ್ನು ಭೇಟಿ ಮಾಡುವ ಅವಕಾಶಕ್ಕಾಗಿ ಕೂಗಿದರು. ಹೊರಗೆ ಏನು ನಡೆಯುತ್ತಿದೆ ಎಂಬುದನ್ನು ಅಷ್ಟರಲ್ಲಿ ನಮ್ಮ ಕಡೆಯವರಾಗಿದ್ದ ಇಬ್ಬರು ಪುರುಷ ಕಾನಿಸ್ಟೇಬಲು ಗಳು ವರದಿ ಮಾಡುತ್ತಿದ್ದರು. ಇನ್‌ಸ್ಪೆಕ್ಟರನ್ನು ಭೇಟಿ ಮಾಡಿದ ಚಳುವಳಿಯ ನಾಲ್ವರು ಮುಖಂಡೆಯರು, 'ಕೋರ್ಟಿಗೆ ಹೋಗುವಾಗಲಾಗಲಿ, ಕೋರ್ಟಿನಲ್ಲಾಗಲಿ ಮಹಿಳಾ ಆಪಾದಿತೆಯರ ಮುಖವನ್ನು ಮುಚ್ಚಿರಬೇಕು. ಅವರಿಗೆ ಜಾಮೀನು ಕೊಡಲು ವಿರೋಧಿಸ ಬಾರದು' ಎಂಬ ಬೇಡಿಕೆಯನ್ನು ಮುಂದಿಟ್ಟರು. ಮೊದಲ ಬೇಡಿಕೆಯನ್ನು ನಾವು ಪಾಲಿಸು ತ್ತೇವೆ, ಎರಡನೆಯದು ಪ್ರಾಸಿಕ್ಯೂಟಿಂಗ್ ಅಧಿಕಾರಿಯ ವಿವೇಚನೆಗೆ ಬಿಟ್ಟದ್ದು, ನಮಗೆ ಅದರಲ್ಲಿ ಅಧಿಕಾರವಿಲ್ಲ, ಎಂದ ಮೇಲೆ ಗಂಡಸು ಆಪಾದಿತರ ಮುಖವನ್ನು ಪೂರ್ತಿ ತೋರಿಸಬೇಕು. ಅವರಲ್ಲಿ ಯಾರಿಗೂ ಮುಖ ಮುಚ್ಚಿಕೊಳ್ಳುವ ಅವಕಾಶ ಕೊಡಕೂಡದು ಎಂಬ ಬೇಡಿಕೆಯನ್ನು ಮುಂದೆ ಮಾಡಿದರು. ಅದೆಲ್ಲ ಪರಿಸ್ಥಿತಿಯನ್ನವಲಂಬಿಸುತ್ತೆ, ನಾವು ಹೀಗೆಯೇ ಮಾಡ್ತೀವಿ ಅಂತ ಪೋಲೀಸರು ಯಾವುದನ್ನೂ ಮೊದಲೇ ಹೇಳಿಕೊಂಡರೆ ಕೆಲಸವಾಗುಲ್ಲ, ಎಂದರಂತೆ.

ನಮ್ಮನ್ನೆಲ್ಲ ಒಂದು ವ್ಯಾನಿನಲ್ಲಿ ತುಂಬಿಕೊಂಡು ನ್ಯಾಯಾಲಯಕ್ಕೆ ಒಯ್ದರು. ಅಲ್ಲಿ ಘೋಷಣೆ ಕೂಗುತ್ತಿರುವ ಮಹಿಳೆಯರ ಸುಮಾರು ಸಾವಿರ ಸಂಖ್ಯೆಯ ಪ್ರದರ್ಶನಕಾರ್ತಿ ಯರು. ಬಹುತೇಕ ಕಾಲೇಜು ಹುಡುಗಿಯರಾದರೂ ವಯಸ್ಕ, ಮಧ್ಯವಯಸ್ಕ ಮತ್ತು ಪ್ರೌಢಹೆಂಗಸರು ಇನ್ನೂರು ಮುನ್ನೂರು ಜನ. ಮುಂಚೂಣಿಯಲ್ಲಿ ವಕೀಲೆಯರ ವೇಷದ ಹಲವು ಮಹಿಳೆಯರು. ಕರಿಯ ಪ್ಯಾಂಟು, ಬಿಳಿಯ ಶರಟಿನ ಮೇಲೆ ಕರಿಯ ಕೋಟು ಧರಿಸಿದ್ದವರು ಹಲವರಾದರೆ ಬಿಳಿಯ ಸೀರೆಯುಟ್ಟು ಅದರ ಮೇಲೆ ಕರಿಯ ಕೋಟು ತೊಟ್ಟಿದ್ದವರು ಕೆಲವರು. ನೆನ್ನೆ ಹೋಟೆಲಿನಲ್ಲಿದ್ದದ್ದರ ಹತ್ತಾರುಪಟ್ಟು ಮಾಧ್ಯಮದವರು. ಛಾಯಾ ಚಿತ್ರಗ್ರಾಹಕರು, ಟೆಲಿವಿಶನ್ ಕ್ಯಾಮರಾದವರು ವ್ಯಾನಿನಿಂದ ಇಳಿಯುವ ನಮ್ಮನ್ನೆಲ್ಲ ಛಕಛಕನೆ ಫೋಟೋ ತೆಗೆದುಕೊಂಡರು. ನಾವು ನಿರ್ದೋಷಿಗಳೆಂದು ನಿರ್ಧರಿಸಿಕೊಂಡದ್ದ ರಿಂದ ಯಾರೂ ಮುಖವನ್ನು ಮುಚ್ಚಿಕೊಳ್ಳಕೂಡದೆಂದು ಎಲ್ಲರೂ ತೀರ್ಮಾನಿಸಿಕೊಂಡಿ ದ್ದೆವು. ಕೆಲವು ಪತ್ರಕರ್ತರು ಹತ್ತಿರ ನುಗ್ಗಿ ಬಂದು, 'ಪೋಲೀಸರು ಮಸಲತ್ತು ಮಾಡಿದಾರೆ ಅಂತ ಸುದ್ದಿ ಇದೆ. ನೀವು ಏನು ಹೇಳ್ತೀರ?' ಎಂದು ಕೇಳಿದ್ದಕ್ಕೆ ಮುಂದಾಳುವಾಗಿ ಲಾಯರನ್ನು ಕರೆಸಿದ್ದಾತ, 'ನಾವು ಏನು ಹೇಳಬೇಕೋ ಅದನ್ನ ಕೋರ್ಟಿನಲ್ಲಿ ಹೇಳ್ತೀವಿ.

ನಮ್ಮ ಲಾಯರು ಮಾತಾಡ್ತಾರೆ. ಆದರೆ ನಾವೆಲ್ಲ ಮುಗ್ಧರು. ನಿರ್ದೋಷಿಗಳು. ನಿಜವಾದ ಘಟನೆಯನ್ನ ನೀವು ತನಿಖೆ ಮಾಡಿ ಹೊರಗೆಳೆಯಬೇಕು' ಎಂದರು.

೨

ಠಾಣೆಯ ಮುಂದೆ ಕೂಗುತ್ತಿದ್ದ, 'ಮಹಿಳಾ ಶೋಷಕರಿಗೆ ಮರಣದಂಡನೆಯಾಗಲಿ,' 'ಮಾಂಸಸುಖಿಗಳಿಗೆ ನೇಣುಗಂಬವಾಗಲಿ' ಮುಂತಾದ ಇನ್ನೂ ಹತ್ತಿಪ್ಪತ್ತು ಘೋಷಣೆಗಳು ನ್ಯಾಯಾಲಯದ ಹೊರಗೆ ಮೊಳಗುತ್ತಿದ್ದವು. 'ಕೋರ್ಟಿನ ಕೆಲಸಕ್ಕೆ ತೊಂದರೆಯಾಗುತ್ತಿದೆ. ಸದ್ದಡಗಿಸಿ' ಎಂದು ನ್ಯಾಯಾಧೀಶರು ಪೋಲೀಸರಿಗೆ ಆದೇಶವಿತ್ತರು.

'ಸಾವಿರಾರು ಜನರಿದ್ದಾರೆ. ಲಾಠಿ ಚಾರ್ಜು ಮಾಡಿದರೂ ಹೋಗುವಂತೆ ಕಾಣುವುದಿಲ್ಲ. ಟಿಯರ್ ಗ್ಯಾಸ್ ಮಾಡುವಂಥ ಹಿಂಸಾತ್ಮಕ ರೂಪ ತಾಳಿಲ್ಲ. ಗೋಲಿಬಾರ್ ಬಹಳ ಇಕ್ಕಟ್ಟಿನ ತೀರ್ಮಾನ. ಕೋರ್ಟು ಹೇಗೆ ಅಪ್ಪಣೆ ಮಾಡುತ್ತೋ ನಾವು ಪಾಲಿಸುತೀವಿ. ಇಷ್ಟೊಂದು ಸಂಖ್ಯೆಯ ಪ್ರದರ್ಶಕರು ಬರ್ತಾರೆ ಅಂತ ನಾವೂ ನಿರೀಕ್ಷಿಸಿರಲಿಲ್ಲ,' ಎಂದು ಪೋಲೀಸ್ ಅಧಿಕಾರಿ ನಿವೇದಿಸಿದ.

'ನಾಳೆ ಸರಿಯಾದ ಬಂದೋಬಸ್ತ್ ಮಾಡಿ. ಈ ಕೇಸನ್ನ ನಾಳೆಗೆ ಮುಂದೂಡಿದ್ದೇನೆ,' ಎಂದು ನ್ಯಾಯಾಧೀಶರು ತೀರ್ಮಾನಮಾಡಿದರು.

ನಮಗೆಲ್ಲ ಹತಾಶೆಯಾಯಿತು. ಈಗ ನಮ್ಮನ್ನು ಪುನಃ ಠಾಣೆಗೆ ಒಯ್ಯಲಿಲ್ಲ. ಜೈಲಿಗೆ ಕರೆತಂದರು. ಅನಂತರ ತಿಳಿಯಿತು. ಮಹಿಳಾ ಆಪಾದಿತೆಯರನ್ನು ಬೇರೆ ಕೋಣೆಯಲ್ಲಿ ವಿಚಾರಣೆ ಮಾಡಿದರಂತೆ. ಅವರ ಪರವಾಗಿ ನಾಲ್ಕು ಜನ ಪ್ರಸಿದ್ಧ ವಕೀಲೆಯರು ವಾದಿಸಿದರಂತೆ. ಅವರಿಗೆ ಜಾಮೀನು ಕೊಡಲು ಪ್ರಾಸಿಕ್ಯೂಟರ್ ವಿರೋಧಿಸಲಿಲ್ಲವಂತೆ. ಅವರೆಲ್ಲ ಜಾಮೀನಿನ ಮೇಲೆ ಬಿಡುಗಡೆಯಾಗಿ ಹೋದರಂತೆ.

ಹೆಂಗಸರ ಬಿಡುಗಡೆಯಾಗಿದ್ದುದರಿಂದ ಇರಬಹುದು ಅಥವಾ ಇಷ್ಟು ಸಂಖ್ಯೆಯ ಮಹಿಳೆಯರನ್ನು ಅದರಲ್ಲೂ ಕಾಲೇಜು ಹುಡುಗಿಯರನ್ನು ಇನ್ನೂ ಒಂದು ದಿನ ಗುಡ್ಡೆ ಹಾಕುವ ಕಷ್ಟದಿಂದಿರಬಹುದು, ಮರುದಿನ ನ್ಯಾಯಾಲಯದ ಹೊರಗೆ ಪ್ರದರ್ಶನವಾಗಲಿ ಘೋಷಣೆಯಾಗಲಿ ಇರಲಿಲ್ಲ. ನ್ಯಾಯಾಲಯದೊಳಗೆ ಒಂದು ಭಾಗದಲ್ಲಿ ಪತ್ರಕರ್ತರಿದ್ದರು. ನಮ್ಮ ವಿರುದ್ಧ ತಕರಾರು ಎತ್ತಲು ನಾಲ್ವರು ಹಿರಿಯ ನ್ಯಾಯವಾದಿನಿಯರಿದ್ದರು. ನಮ್ಮ ಪರವಾಗಿ ಖಂಡೇಲ್‌ವಾಲ್ ವಕೀಲರ ನಾಲ್ವರು ಜೂನಿಯರ್‌ಗಳು ಉಪಸ್ಥಿತರಿದ್ದರು. ಪ್ರಾಸಿಕ್ಯೂಟರು ತನಿಖೆಗೆ ಅಡ್ಡಿಯಾಗುವುದರಿಂದ ನಮಗೆ ಜಾಮೀನು ಕೊಡಕೂಡದೆಂದು ವಾದ ಮಂಡಿಸಿದರು. 'ನೆನ್ನೆ ಇದೇ ಕೇಸಿಗೆ ಸಂಬಂಧಿಸಿದ ಒಂಭತ್ತು ಮಹಿಳೆಯರಿಗೆ ಜಾಮೀನು ಕೊಡಲು ನಿಮ್ಮ ತಕರಾರು ಇಲ್ಲ ಅಂದಿರಿ. ಇವತ್ತು ಯಾಕೆ ವಾದ ಬದಲಿಸ್ತಿದೀರಿ?' ನ್ಯಾಯಾಧೀಶರು ಪ್ರಶ್ನಿಸಿದರು.

'ಅವರು ನಿಸ್ಸಹಾಯಕ ಮಹಿಳೆಯರು. ಸಾಕ್ಷ್ಯಾಧಾರವನ್ನು ನಾಶಪಡಿಸುವ, ತಿರುಚುವ ಶಕ್ತಿ ಇಲ್ಲದವರು. ಇವರಾದರೋ ಕೋಟಿಗಟ್ಟಲೆ ವ್ಯವಹಾರ ಮಾಡುವ ಪ್ರಭಾವಿ ಶೋಕಿದಾರರು. ಇವರನ್ನು ಹೊರಗೆ ಬಿಟ್ಟರೆ ಪ್ರತಿಯೊಂದು ಹಂತದಲ್ಲೂ ತನಿಖೆಯನ್ನು ನಾಶ ಮಾಡುವ ಸಾಮರ್ಥ್ಯವಿರುವವರು,' ಎಂದು ಪ್ರಾಸಿಕ್ಯೂಟರು ಉತ್ತರವಿತ್ತರು. ನಮ್ಮ ವಕೀಲರುಗಳೂ ಸಮರ್ಥವಾಗಿಯೇ ವಾದ ಮಂಡಿಸಿದರು. ಆದರೆ ನ್ಯಾಯಾಧೀಶರು ನಮ್ಮನ್ನೆಲ್ಲ ಹದಿನೈದು ದಿನ ಪೋಲೀಸ್ ವಶಕ್ಕೆ ಒಪ್ಪಿಸಿ ಮುಂದಿನ ಕೇಸಿಗೆ ಸಾಗಿದರು.

ಅನಂತರ ನಮ್ಮನ್ನು ಭೇಟಿಯಾದ ನಮ್ಮ ವಕೀಲರು, 'ಇದು ನಿರೀಕ್ಷಿತವಾದದ್ದೇ. ಜಾಮೀನು ಪಡೆದು ಹೊರಗೆ ಬರುವುದು ಮೊದಲ ಘಟ್ಟ, ಅದಕ್ಕೇ ಎಷ್ಟೋ ಲಡಾಯಿ ಬೇಕಾಗುತ್ತೆ. ಹೈಕೋರ್ಟಿಗೂ ಹೋಗಬೇಕಾಗುತ್ತೆ. ನಮ್ಮ ವಿರುದ್ಧ ವಕೀಲೆಯರ ದಂಡೇ ಇದೆ. ಈ ಕೇಸ್ ನೀವು ಮುಟ್ಟಕೂಡದು ಅಂತ ನಮ್ಮ ಸೀನಿಯರ್ ಸಾಹೇಬರ ಮೇಲೆ ಮಹಿಳೆಯರೆಲ್ಲ ಪ್ರಚಂಡ ಒತ್ತಡ ತಂದಿದಾರೆ. ಒಂದು ಸಲ ಹಿಡಿದ ಮೇಲೆ ಬ್ರಹ್ಮ ಬಂದರೂ ಬಿಡೋರಲ್ಲ ನಮ್ಮ ಸಾಹೇಬರು. ಅದಕ್ಕೇ ಅವರಿಗೆ ಅಂಥ ದೊಡ್ಡ ಹೆಸರಿರೂದು,' ಎಂದು ಸಮಾಧಾನ ಹೇಳಿದರು.

೩

ಹೆಸರಿಗೆ ಪೋಲೀಸು ವಶ ಎಂದರೂ ನಮ್ಮನ್ನೆಲ್ಲ ಇಟ್ಟಿದ್ದುದು ಜೈಲಿನಲ್ಲಿ. ಅದೃಷ್ಟಕ್ಕೆ ಎಲ್ಲರನ್ನೂ ಒಟ್ಟಿಗೆ ಇಟ್ಟಿದ್ದರು. ತನಿಖೆ ಎಂದರೆ ಪ್ರತಿದಿನಾ ಇಬ್ಬರು ಪೋಲೀಸರು ಬಂದು ನಮ್ಮಲ್ಲಿ ಒಬ್ಬೊಬ್ಬರನ್ನೂ ಒಂದು ಪ್ರತ್ಯೇಕ ಕೋಣೆಗೆ ಕರೆದೊಯ್ಯುವುದು, ಅದೇ ಅದೇ ಪ್ರಶ್ನೆಗಳನ್ನು ಕೇಳುವುದು. ಈ ಹೋಟೆಲಿಗೆ ಹಿಂದೆ ಎಷ್ಟು ಸಲ ಬಂದಿದ್ದಿರಿ? ಎಷ್ಟು ಜನ ಹೆಂಗಸರನ್ನು ಕರೆಸಿಕೊಂಡಿದ್ದಿರಿ? ನನಗೇನೂ ಗೊತ್ತಿಲ್ಲ. ನಾನು ಯಾವತ್ತೂ ಯಾರನ್ನೂ ಕರೆಸಿಕೊಂಡಿಲ್ಲ, ಅವೊತ್ತು ನಡೆದ ಘಟನೆ ಅಂತ ನೀವು ಹೇಳ್ತಿರೂದು ಕೂಡ ಕಟ್ಟುಕಥೆ, ಎಂದು ಒಬ್ಬೊಬ್ಬರೂ ಪ್ರತಿಸಲವೂ ಹೇಳುವುದು ನಡೆದಿತ್ತು. ಸಾಕ್ಷ್ಯಾಧಾರಗಳನ್ನು ನಾಶಪಡಿಸುತ್ತಾರೆಂಬ ನೆಪ ಒಡ್ಡಿ ನಮಗಾರಿಗೂ ಟೆಲಿಫೋನ್ ಸೌಲಭ್ಯವನ್ನು ನಿರಾಕರಿಸಿದ್ದರು. ಆದರೆ ನಾವೇ ಒಟ್ಟು ಸೇರಿ ಜೈಲಿನ ಅಧಿಕಾರಿಗಳಿಗೆ ಕೈ ಬಿಸಿಮಾಡಿ ನಮ್ಮ ನಮ್ಮ ಮೊಬೈಲನ್ನು ಕದ್ದು ಮುಚ್ಚಿ ಬಳಸುವ ಅನುವು ಮಾಡಿಕೊಂಡೆವು. ನಾವು ಈ ಜೈಲು ಸೇರಿದ ಮೂರನೆಯ ದಿನ ಎರಡು ವೃತ್ತಪತ್ರಿಕೆಗಳಲ್ಲಿ ಒಂದು ಸುದ್ದಿ ಮುಖಪುಟಗಳಲ್ಲೇ ಪ್ರಕಟವಾಯಿತು. ಮಹಿಳಾ ಸಂಘಟನೆಯ ನಾಲ್ವರು ಹಿರಿಯ ಮುಂದಾಳುಗಳು ವಕೀಲ ಖಂಡೇಲ್‌ವಾಲರ ಮನೆಗೆ ಹೋಗಿ ಶ್ರೀಮತಿ ಖಂಡೇಲ್‌ವಾಲರ ಮೇಲೆ ಪ್ರಭಾವ ತರುತ್ತಿದ್ದಾರೆ. ಹೆಂಗಸರನ್ನು ಸೂಳೆಯರಾಗಿ ಬಳಸಿಕೊಳ್ಳುವ ಅಪರಾಧಿಗಳ ಪರ ವಕಾಲತ್ತು ವಹಿಸಿ ಖುಲಾಸೆ ಮಾಡಿಸುವುದು ಪಾಪದ ಕೆಲಸವಲ್ಲವೆ? ಆ ಪಾಪದ ಹಣವನ್ನು

ಮನೆಗೆ ತರಬಾರದೆಂದು ನೀವು ಹೇಳಬೇಡವೆ? ಅದರಿಂದ ನಿಮ್ಮ ಪುತ್ರಪೌತ್ರಾದಿಗಳಿಗೆ ಒಳ್ಳೆಯದಾಗುತ್ತೆಯೇ? ನೀವು ನಿಮ್ಮ ಗಂಡನಿಗೆ ಬುದ್ಧಿ ಹೇಳಬೇಡವೆ? ನೀವು ಈ ಕೇಸನ್ನು ಕೈ ಬಿಡದಿದ್ದರೆ ನಾನು ಕುಲದೇವತೆಯ ಮುಂದೆ ಕೂತು ಉಪವಾಸ ಮಾಡ್ತೀನಿ ಅಂತ ಸತ್ಯಾಗ್ರಹ ಮಾಡಿ, ಎಂದೆಲ್ಲ ಒತ್ತಡ ಹಾಕುತ್ತಿದ್ದಾರೆ. ದೇವರುದಿಂಡರುಗಳಲ್ಲಿ ದೃಢ ನಂಬಿಕೆ ಇಟ್ಟು ಪ್ರತಿ ವರ್ಷವೂ ಕೇದಾರ ಬದರಿಗಳಿಗೆ ಯಾತ್ರೆ ಮಾಡುವ ಆಕೆಯ ಮನಸ್ಸಿನ ಮೇಲೆ ಈ ವಾದಗಳು ಪರಿಣಾಮ ಬೀರುತ್ತಿವೆಯಂತೆ ಎಂದು ಬರೆದಿದ್ದರು. ಎರಡನೆಯ ದಿನ ಅದೇ ಪತ್ರಿಕೆಯ ಸಂಪಾದಕರಿಗೆ ಪತ್ರದ ವಿಭಾಗದಲ್ಲಿ 'ಶ್ರೀಮತಿ ಖಂಡೇಲವಾಲರ ಧಾರ್ಮಿಕ ನಂಬಿಕೆಗಳನ್ನು ಪ್ರಚೋದಿಸುವ ಮಹಿಳಾ ಮಣಿಗಳಿಗೆ ಸ್ವತಃ ದೇವರುದಿಂಡರುಗಳಲ್ಲಾಗಲಿ ಪರಂಪರೆಯಲ್ಲಾಗಲಿ ನಂಬಿಕೆ ಇಲ್ಲ. ನಮ್ಮ ದೇವರು ರಾಮ ಸೀತೆ ಸಾವಿತ್ರಿಯರೆಲ್ಲ ಮಹಿಳೆಯರನ್ನ ಶೋಷಿಸುಕ್ಕೆ ಸೃಷ್ಟಿಸಿರುವ ಪಾತ್ರಗಳು ಅಂತ ಅವರೆಲ್ಲ ಭಾಷಣ ಮಾಡ್ತಾರೆ. ಲೇಖನ ಬರೀತಾರೆ. ಅಲ್ಲವೆ?' ಎಂದು ಒಬ್ಬ ಪುರುಷ ಓದುಗರು ಬರೆದಿದ್ದರು.

೪

ಜಾಮೀನು ನಿರಾಕರಿಸಲ್ಪಟ್ಟ ಎರಡನೆಯ ದಿನ ಬೆಂಗಳೂರಿನ ಶೇಖರಪ್ಪ ಎಂಬ ಸಂದರ್ಶಕರಿರುವುದಾಗಿಯೂ ಭೇಟಿಗೆ ಅನುಮತಿ ನೀಡಿರುವುದಾಗಿಯೂ ಹೇಳಿ ಜೈಲಿನ ವಾರ್ಡನ್ ನನ್ನನ್ನು ಸಂದರ್ಶಕ ಕೋಣೆಗೆ ಕರೆದೊಯ್ದು. ಹೆಸರು ಕೇಳಿಯೇ ಭಾವೋದ್ರಿಕ್ತ ನಾಗಿದ್ದ ನಾನು ನಿಂತಿದ್ದ ಶೇಖರನನ್ನು ತಬ್ಬಿಕೊಂಡ ತಕ್ಷಣ ನನ್ನ ಕಣ್ಣುಗಳಲ್ಲಿ ನೀರು ತುಂಬಿಕೊಂಡಿತು. ಅವನ ಕಣ್ಣುಗಳೂ ತುಂಬಿ ತುಳುಕಿದುದನ್ನು ಕಂಡ ನಂತರ ಮನಸ್ಸು ಹದಕ್ಕೆ ಬಂತು, ತುಸು ಸಮಾಧಾನವಾಯಿತು.

"ನಾನು ಊರಿನಲ್ಲಿರಲಿಲ್ಲ. ಕಲ್ಕತ್ತಾಗೆ ಹೋಗಿದ್ದೆ. ಇದ್ಯಾವ ದೊಡ್ಡ ವಿಷಯ! ಅಲ್ಲಿಯ ಯಾವ ಪತ್ರಿಕೇಲೂ ಇದು ಇರಲಿಲ್ಲ. ಹೋದ ಕಡೆ ಟಿ.ವಿ. ನೋಡುಕ್ಕೆ ಆಸ್ಥೆಯೂ ಇರುಲ್ಲ, ಸಮಯವೂ ಇರುಲ್ಲ. ನೆನ್ನೆ ರಾತ್ರಿ ಊರಿಗೆ ಬಂದಾಗ ನನ್ನ ಹೆಂಡತಿ 'ಅಯ್ಯೋ ಗೊತ್ತಿಲ್ವೆ, ನಿಮ್ಮ ಸ್ನೇಹಿತರು ಇಂಥಾ ಕೆಲಸ ಮಾಡಿ.....' ಅಂತ ಬೆಂಗಳೂರಿನ ಪತ್ರಿಕೆಗಳನ್ನ ಕೊಟ್ಟಳು. ಓದಿದಾಗ ಆಶ್ಚರ್ಯವಾಗಲಿಲ್ಲ. ಸ್ಟಾರ್ ಪ್ಯಾರಡೈಸ್ ಅನ್ನೂ ಹೆಸರು ಓದಿದ ತಕ್ಷಣ ಮುಂದಿನದೆಲ್ಲ ಹೊಳೆದುಬಿಡ್ತು. ಎಷ್ಟೋ ಸಲ ಪೋಲೀಸಿನೋರು ಹೋಟೆಲ್ ಮಾಲೀಕರ ಮೇಲಿನ ದ್ವೇಷಕ್ಕೆ, ಅವರು ಕೊಟ್ಟ ರುಷುವತ್ತು ಕಮ್ಮಿಯಾಯ್ತು ಅನ್ನುವ ಸಿಟ್ಟಿಗೆ ಹೀಗೆ ದಾಳಿ ಮಾಡಿ ಎಂಟು ಹತ್ತು ಜನ ಅಮಾಯಕರನ್ನ ತೊಂದರೆಗೆ ಸಿಕ್ಕುಸ್ತಾರೆ. ಅವರೇ ಅಷ್ಟು ಸಂಖ್ಯೆಯ ಸೂಳೇರನ್ನ ಕರೆತಂದು ಕೇಸ್ ಹೊಂದಿಸ್ತಾರೆ. ಅದೂ ದಿಲ್ಲಿ ಅಂದರೆ ಏನಂತ ತಿಳಕಂಡಿದೀಯ, ಭಾರತ ರಾಷ್ಟ್ರದ ರಾಜಧಾನಿ. ಜಯಕುಮಾರ

ಖಂಡಿತ ಅಂಥೋನಲ್ಲ, ನಾನು ದೇವರ ಮೇಲೆ ಆಣೆ ಇಟ್ಟು ಹೇಳಬಲ್ಲೆ, ಅಂದೆ. ಅವಳು ಒಪ್ಪಿಕೊಂಡಳು. ನಾನು ಬೆಳಗ್ಗೆ ಮೊದಲನೆ ವಿಮಾನದಲ್ಲಿ ಇಲ್ಲಿಗೆ ಬಂದು ನಡೆದ ವಿಷಯಾನ ಟ್ಯಾಕ್ಸಿ ಡ್ರೈವರಿಗೆ ಹೇಳಿ ಅವನು ಈ ಜೈಲಿನಲ್ಲೇ ಇಟ್ಟಿರ್ತಾರೆ ಅಂತ ಅಂದಾಜು ಮಾಡಿ ಕರಕಂಡು ಬಂದ."

ನಾನು ಇನ್ನೊಮ್ಮೆ ಭಾವೋದ್ರಿಕ್ತನಾದೆ. ನನ್ನೊಳಗೆ ತುಡಿಯುತ್ತಿದ್ದ ನೈತಿಕ ದ್ವಂದ್ವವನ್ನು ಹೊರಹಾಕಿ ಹಗುರ ಮಾಡಿಕೊಳ್ಳಬೇಕೆನ್ನಿಸಿತು. 'ನೀನು ಈ ಹೋಟೆಲ್ ಹೆಸರು ಹೇಳಿ ಸೂಚಿಸಿದ್ದು ನನಗೆ ನಪುಂಸತ್ವ ಬಂದಿಲ್ಲ ಅನ್ನೂದ ನನಗೆ ನಾನು ಸಾಬೀತು ಪಡಿಸಿಕಳುಕ್ಕೆ. ಅದು ಸಾಬೀತಾದ ಮೇಲೆ ನಾನು ಅಲ್ಲಿಗೆ ನಿಲ್ಲಿಸಲಿಲ್ಲ. ಆ ಸುಖ ಮತ್ತೆ ಮತ್ತೆ ಬೇಕನ್ನಿಸಿತು. ಮನೆಯಲ್ಲಿರುವ ಶನಿಯನ್ನೇ ಮತ್ತೆ ಮುಟ್ಟುವ ಆಲೋಚನೆ ಬಂದರೂ ಅಸಹ್ಯವಾಯಿತು. ಇಂಥ ಕಡೆ ಪದೇ ಪದೇ ಬರ್ತಿದ್ದರೆ ಒಂದಲ್ಲ ಒಂದು ಸಲ ಸಿಕ್ಕಿಕೊತ್ತೀನಿ ಅನ್ನುವ ಜ್ಞಾನ ಹುಟ್ಟಲಿಲ್ಲ.'

'ಆದದ್ದಕ್ಕೆ ಚಿಂತಿಸಬಾರದು. ಕೋರ್ಟಿನಲ್ಲಿ ನೀವೆಲ್ಲ ನಿರ್ದೋಷಿಗಳು, ಮುಗ್ಧರು ಅಂತ ದೃಢವಾಗಿ ನಿಂತಿರಲ್ಲ ಅದೇ ಸರಿಯಾದ ನಿಲುವು. ನಾನು ಹೋಗಿ ಬೆಂಗಳೂರಿನ ನಿನ್ನ ಫ್ಯಾಕ್ಟರಿಯ ಮ್ಯಾನೇಜರೋ, ಸಿ.ಇ.ಓ.ನೋ ಯಾರಿದಾರೆ ಅವರ ಕೈಲಿ ಹೀಗೆಯೇ ಮಾತಾಡ್ತೀನಿ. ಎಲ್ಲ ವಿಭಾಗ ಮುಖ್ಯರಿಗೂ ವಿವರಿಸ್ತೀನಿ. ಅವರಿಂದ ಬೇರೆಯೋರಿಗೆ ತಿಳಿಯುತ್ತೆ. ನೀನು ಧೈರ್ಯವಾಗಿರು. ಹದಿನೈದು ದಿನದ ನಂತರ ಜಾಮೀನು ಸಿಕ್ಕಿ ಹೊರ ಬರ್ತೀಯ. ವಿಚಾರಣೇನ ಲಾಯರು ನೋಡ್ಕತ್ತಾರೆ. ಖಂಡೇಲ್‌ವಾಲ್ ಅನ್ನೂದು ದೊಡ್ಡ ಹೆಸರು. ನಾನು ಬ್ಯಾಂಕಿಗೆ ಹೋಗಲಿಲ್ಲ. ಬೆಳಗಿನ ಜಾವ ಎದ್ದೋನೆ ಸೀದಾ ವಿಮಾನನಿಲ್ದಾಣಕ್ಕೆ ಬಂದೆನಲ್ಲ. ಐವತ್ತು ಸಾವಿರ ತಂದಿದೀನಿ' ಎಂದ. ಜೈಲಿನಲ್ಲಿರುವವರು ಹತ್ತಿರ ಹಣ ಇಟ್ಟುಕೊಳ್ಳಕೂಡದೆನ್ನುವ ನಿಯಮ ಅವನಿಗೆ ಗೊತ್ತಿರಲಿಲ್ಲ.

ಎರಡನೆಯ ದಿನ ಭದ್ರಯ್ಯನವರು ಬಂದರು. ಪ್ರಪಂಚದಲ್ಲಿ ಅನ್ಯಾಯವಾಗುವುದೇ ಹೀಗೆ. ಯಾರಿಗೋ ಗುರಿ ಇಟ್ಟ ಬಾಣ ಯಾರಿಗೋ ತಗುಲುತ್ತೆ. ನಮ್ಮ ಪುರಾಣಗಳಲ್ಲಿ ಇಂಥ ಎಷ್ಟೋ ಕಥೆಗಳಿವೆ. ಧೈರ್ಯದಿಂದ ಸನ್ನಿವೇಶವನ್ನು ಎದುರಿಸುವುದೊಂದೇ ವಿವೇಕ, ಎಂದು ಸಮಾಧಾನ ಹೇಳಿದರು. ಇಡೀ ಫ್ಯಾಕ್ಟರಿಯೇ ನಿಮಗಾಗಿ ಮರುಗುತ್ತಿದೆ ಎಂದೂ ಭಾವನೆಯ ಒತ್ತಾಸೆಕೊಟ್ಟರು. ಉತ್ಪಾದನೆ, ಬೇಡಿಕೆ, ಹಳೆಯ ಬೇಡಿಕೆಗಳ ಪೂರೈಕೆ ಮೊದಲಾದ ವಿವರಗಳನ್ನು ಹೇಳಿದರು. ನಾನು ಇಲ್ಲದಿರುವಾಗ ಅವರು ತೀರ್ಮಾನ ತೆಗೆದುಕೊಳ್ಳಬೇಕಾದ ವಿಷಯಗಳನ್ನು ಚರ್ಚಿಸಿದರು.

ಕೊನೆಗೆ ನಾನು ಕೇಳಿದೆ: 'ನನ್ನ ಪಿ.ಎ. ಮಂಗಳಾಳನ್ನು ಮದುವೆಯಾದದ್ದು ತಪ್ಪು ಆಯ್ಕೆ ಅನ್ನೂದು ನಿಮಗೆ ಗೊತ್ತಿರಬಹುದು.'

ಉತ್ತರ ಹೇಳಲು ಅವರು ಒಂದು ನಿಮಿಷ ಅನುಮಾನಿಸಿದರು. ಅನಂತರ, 'ಕೌಟುಂಬಿಕ ದೌರ್ಜನ್ಯ ಅಂತ ಗಂಡನ ಮೇಲೇ ಕಂಪ್ಲೇಂಟು ಕೊಟ್ಟು ಲಾಕಪ್ಪಿನಲ್ಲಿರಿಸಿದ ಸಂಗತಿ ಫ್ಯಾಕ್ಟರಿಯ ಎಷ್ಟೋ ಜನಕ್ಕೆ ಗೊತ್ತು ಸಾರ್. ಎಷ್ಟೋ ಜನಕ್ಕೆ ಅಂದರೆ ಎಲ್ಲರಿಗೂ ಹರಡಿ

ರುತ್ತೆ. ಗಾದೆ ಇದೆಯಲ್ಲ ಸಾರ್, ನಮಗೆ ಅಂಟಿಕೊಳ್ಳುವ ಪಶು ಪತ್ನಿ ಸುತ ಆಲಯಗಳೆಲ್ಲ ಪೂರ್ವ ಕರ್ಮದಿಂದ ನಿರ್ಧಾರವಾಗಿರ್ತವೆ ಅಂತ.'

ಅವಳು ವೈಜಯಂತಿ ಮೇಡಂ ಹೆಸರನ್ನು ದ್ವೇಷಿಸುವುದು ವೈಜಯಂತಿಯ ಮಗಳನ್ನು ಮನೆಯಿಂದ ಹೊರಹಾಕಲು ಪ್ರಯತ್ನಿಸುವುದನ್ನು ಸಂಕ್ಷಿಪ್ತವಾಗಿ ವಿವರಿಸಿ ಹೇಳಿದೆ: 'ನಾನು ಬೆರಳಣಿಕೆಯ ಸಹಾಯದಿಂದ ಇಷ್ಟು ದಿನಕ್ಕೆ ಹಿಂತಿರುಗ್ತೀನಿ ಅಂತ ಮಗಳಿಗೆ ಹೇಳಿರ್ತೀನಿ. ಒಂದು ದಿನ ತಡವಾದರೂ ಅವಳು ತಲ್ಲಣಿಸ್ತಾಳೆ. ನಮ್ಮ ಮನೇಲಿ ದ್ಯಾವಕ್ಕ ಅಂತ ವೈಜಯಂತಿ ಮೇಡಂ ಕಾಲದಿಂದ ಸಹಾಯಕಿಯಾಗಿದಾಳೆ. ಅವಳೇ ಪುಟ್ಟಕ್ಕನಿಗೆ ತಾಯಿಯ ರಕ್ಷಣೆ ಒದಗಿಸ್ತಿರೋಳು. ನೀವು ದ್ಯಾವಕ್ಕನನ್ನು ಭೇಟಿಯಾಗಿ ಸೂಕ್ತ ಮಾತುಗಳಿಂದ ಧೈರ್ಯ ಹೇಳಿ ಹಣ ಕಾಸು ಕೊಡಿ. ಪುಟ್ಟಕ್ಕನ ಪಾಠದ ಫೀ ಕೊಡಬೇಕು. ಪುಟ್ಟಕ್ಕನನ್ನೂ ಸಂಧಿಸಿ. ಇವರು ಅಪ್ಪನ ಸ್ನೇಹಿತರು ಅಂತ ದ್ಯಾವಕ್ಕ ಪರಿಚಯ ಮಾಡಿದರೆ ನಿಮ್ಮ ಮಾತು ಕೇಳ್ತಾಳೆ. ಅಪ್ಪನಿಗೆ ಕೆಲಸ ಇದೆ. ಇನ್ನು ಹದಿನೈದು ದಿನಕ್ಕೆ ಬರ್ತಾರೆ ಅಂತ ನೀವು ಬೆರಳುಗಳನ್ನ ತೋರಿಸಿ ಅವಳಿಗೆ ಮನದಟ್ಟು ಮಾಡಬೇಕು. ವಾರಕ್ಕೊಂದು ಸಲ ವಾದರೂ ಹೋಗಿ ಅವಳ ಕೈಲಿ ಮಾತಾಡಬೇಕು. ಮಂಗಳೆ ನಿಮ್ಮ ಕೈಲಿ ನ್ಯಾಸ್ಟಿ ಮಾತಾಡ ಭೌದು. ನಿಮ್ಮನ್ನೇ ನ್ಯಾಸ್ಟಿಯಾಗಿ ಕಾಣಭೌದು. ನೀವು ಮನಸ್ಸಿಗೆ ಹಚ್ಚಿಕೊಬಾರದು.'

'ಐ ಪ್ರಾಮಿಸ್ ಯು ಸರ್, ಇಂಥ ಹೆಂಗಸರ ಯೋಗ್ಯತೆ ನನಗೆ ಗೊತ್ತಿದೆ,' ಅವರು ಆಶ್ವಾಸನೆ ಇತ್ತರು.

೫

ಹದಿನೈದನೆಯ ದಿನ ನಮ್ಮನ್ನು ಮತ್ತೆ ನ್ಯಾಯಾಲಯದಲ್ಲಿ ಹಾಜರುಪಡಿಸಿದರು. ಇವರೆಲ್ಲ ವ್ಯಾಪಾರ ಸಾಪಾರ ಉಳ್ಳವರು. ಕೆಲವರು ಉದ್ಯಮಿಗಳು. ಒಂದು ದಿನ ವಿನಾಕಾರಣ ಬಂಧನದಲ್ಲಿರಿಸಿದರೂ ಲಕ್ಷಾಂತರ ರೂಪಾಯಿ ನಷ್ಟವಾಗುತ್ತೆ. ಇವರು ತಪ್ಪಿತಸ್ಥರಂತೂ ಖಂಡಿತ ಅಲ್ಲ. ಪ್ರಾಸಿಕ್ಯೂಶನನ್ನು ಹುರುಳಿಲ್ಲದ್ದೆಂದು ಸಾಬೀತು ಪಡಿಸುವ ನಂಬಿಕೆ ನಮ ಗಿದೆ. ಒಂದು ಪಕ್ಷ ಇವರು ತಪ್ಪಿತಸ್ಥರೇ ಆಗಿದ್ದರೂ ತಪ್ಪಿಗೆ ತಕ್ಕ ಶಿಕ್ಷೆಯಾಗಬೇಕೇ ಹೊರತು ವಿನಾಕಾರಣ ಬಂಧನದಲ್ಲಿರಿಸಿ ಲಕ್ಷಾಂತರ ರೂಪಾಯಿ ನಷ್ಟವುಂಟುಮಾಡುವುದು ನ್ಯಾಯದೇವತೆಗೆ ಎಸಗುವ ಘೋರ ಅನ್ಯಾಯ. ಆದ್ದರಿಂದ ವಿಳಂಬವಿಲ್ಲದೆ ಜಾಮೀನು ಕೊಡಬೇಕು ಎಂದು ನಮ್ಮ ಖಂಡೇಲವಾಲರ ಸಹಾಯಕ ವಕೀಲರುಗಳು ಸಶಕ್ತ ವಾದ ಮಂಡಿಸಿದರು. ಒಂದು ದಿನದಲ್ಲಿ ಲಕ್ಷಾಂತರ ಗಳಿಸುವ ಶಕ್ತಿಯುಳ್ಳವರೆಂದು ಇವರೇ ಒಪ್ಪಿಕೊಂಡಿದ್ದಾರೆ. ಎಂದರೆ ಇವರೆಲ್ಲ ಪ್ರಬಲ ಶಕ್ತಿಶಾಲಿಗಳು. ಅಮಾಯಕ ಮಹಿಳೆಯರನ್ನು ತಮ್ಮ ಧೂರ್ತ ಬಲೆಯಲ್ಲಿ ಸಿಕ್ಕಿಸಿಕೊಂಡು ಅಂತರರಾಜ್ಯ ಮಟ್ಟದಲ್ಲಿ ದಂಧೆ ನಡೆಸುವ ದೊಡ್ಡ ಜಾಲವನ್ನೂ ನಾವು ಈ ಮೂಲಕ ಭೇದಿಸುತ್ತಿದ್ದೇವೆ. ಆದ್ದರಿಂದ ಇನ್ನೂ ಹದಿನೈದು

ದಿನ ಇವರನ್ನು ನಮ್ಮ ವಶದಲ್ಲಿ ಇರಿಸಬೇಕು. ಅಷ್ಟರಲ್ಲಿ ನಾವು ಆರೋಪಪಟ್ಟಿಯನ್ನು ನ್ಯಾಯಾಲಯಕ್ಕೆ ಒಪ್ಪಿಸುತ್ತೇವೆ ಎಂದು ಪ್ರಾಸಿಕ್ಯೂಟರು ವಾದಿಸಿದರು. ಮಹಿಳಾ ಚಳವಳಿಯ ನಾಲ್ವರು ವಕೀಲೆಯರು ಇಂದೂ ಉಪಸ್ಥಿತರಿದ್ದರು. ನ್ಯಾಯಾಧೀಶರು ಮತ್ತೆ ಹನ್ನೆರಡು ದಿನ ನಮ್ಮ ಪೋಲೀಸ್ ವಶವನ್ನು ವಿಸ್ತರಿಸಿದರು.

ಮುಂದಿನ ಸಲ ಹತ್ತು ದಿನ ಅದರ ಮುಂದಿನ ಸಲ ಎಂಟು ದಿನ ಈ ವಿಸ್ತರಣೆ ನಡೆಯುತ್ತಲೇ ಹೋಯಿತು. ನಮ್ಮ ವಕೀಲರು ಜಾಮೀನಿಗಾಗಿ ಹೈಕೋರ್ಟಿಗೆ ಒಯ್ಯಲು ನಿರ್ಧರಿಸಿದರು. ಅಲ್ಲಿ ಕೇಸು ದಾಖಲಾಗಿ ಅವಗಾಹನೆಗೆ ಬರಲು ಎಂಟು ದಿನವಾಯಿತು. ಅಕಸ್ಮಾತ್ ಶಿಕ್ಷೆಯಾದರೂ ಈ ಅಮಾಯಕರಿಗೆ ಮೂರು ತಿಂಗಳ ಸಜಾಕ್ಕೆ ಅವಕಾಶವಿದೆ. ಈಗಾಗಲೆ ಇವರು ಐವತ್ತಮೂರು ದಿನ ಬಂಧನದಲ್ಲಿ ಕಳೆದಿದ್ದಾರೆ. ಇದು ಯಾವ ನ್ಯಾಯ ಎಂದು ಸ್ವತಃ ಖಂಡೇಲವಾಲರೇ ವಾದ ಮಂಡಿಸಿದರು. ನಮಗೆಲ್ಲರಿಗೂ ಜಾಮೀನು ಸಿಕ್ಕಿತು. ಇಪ್ಪತ್ತು ಸಾವಿರ ರೂಪಾಯಿಗೆ ನ್ಯಾಯಾಲಯಕ್ಕೆ ಮುಚ್ಚಳಿಕೆ ಬರೆದು ಕೊಡಬೇಕು. ಅಷ್ಟೇ ಮೊತ್ತದ ಮುಚ್ಚಳಿಕೆಯ ಇನ್ನೊಬ್ಬ ವ್ಯಕ್ತಿ ಜಾಮೀನು ನಿಲ್ಲಬೇಕು, ನಮ್ಮ ಪಾಸ್ ಪೋರ್ಟುಗಳನ್ನು ನ್ಯಾಯಾಲಯಕ್ಕೆ ಒಪ್ಪಿಸಬೇಕು, ಅಕಸ್ಮಾತ್ ವಿದೇಶಕ್ಕೆ ಹೋಗಲೇಬೇಕಾದ ಸಂದರ್ಭ ಒದಗಿದಲ್ಲಿ ದಾಖಲೆಗಳ ಸಮೇತ ನ್ಯಾಯಾಲಯಕ್ಕೆ ಮನವಿ ಮಾಡಿ ಒಪ್ಪಿಗೆ ಪಡೆದು ಆ ಪ್ರವಾಸದ ಅವಧಿಗೆ ಮಾತ್ರ ಪಾಸ್‌ಪೋರ್ಟ್ ಪಡೆದುಕೊಂಡು ಹೋಗಿ ಹಿಂತಿರುಗಿದ ತಕ್ಷಣ ಅದನ್ನು ಪುನಃ ಒಪ್ಪಿಸಬೇಕು, ಎಂಬ ಷರತ್ತುಗಳು. 'ಇವೆಲ್ಲ ಮಾಮೂಲಿ. ನಾವು ಸದ್ಯ ಗೆದ್ದಿದ್ದೀವಿ. ಇನ್ನು ಕೇಸ್ ಹಿಯರಿಂಗ್‌ಗೆ ಬಂದಾಗ ನೋಡಿಕೊಳ್ಳೋಣ' ಎಂದು ಸಹಾಯಕ ವಕೀಲರು ಭರವಸೆ ಇತ್ತರು. ದೊಡ್ಡ ಸಾಹೇಬರಿಗೆ ನಮ್ಮಗಳ ಕೈಲಿ ಮಾತನಾಡುವ ವ್ಯವಧಾನವಿರಲಿಲ್ಲ. ಆರಂಭದಿಂದ ಇದುವರೆಗೆ ನಾವು ತಲಾ ಮೂರುಲಕ್ಷ ಫೀ ಒಪ್ಪಿಸಿದ್ದೆವು.

ಇಷ್ಟರಲ್ಲಿ ನನ್ನ ಕಂಪನಿ ಜಯಂತಿ ಹೈಪ್ರೆಸಿಶನ್ ಮುಳುಗಿಹೋಗಿತ್ತು. ಮುಳುಗುತ್ತಿದ್ದ ಒಂದೊಂದು ಹಂತವನ್ನೂ ಪ್ರತಿದಿನ ಮೊಬೈಲ್ ಮೂಲಕ ಭದ್ರಯ್ಯನವರು ವರದಿ ಮಾಡುತ್ತಿದ್ದರು. ನಾನು ಹೀಗೆ ಹೀಗೆ ಮಾಡಿ ಎಂದು ಸಲಹೆ ಸೂಚನೆ ಕೊಡುತ್ತಿದ್ದೆ. ನಾನೇ ಕೆಲವರು ಕಾರ್ಮಿಕ ಮುಖಂಡರೊಡನೆ, ಹಿರಿಯ ತಂತ್ರಜ್ಞರೊಡನೆ ಫೋನಿನಲ್ಲಿ ಮಾತನಾಡುತ್ತಿದ್ದೆ. ಆದರೆ ಅವರೆಲ್ಲ ಒಳಗೇ ತೀರ್ಮಾನ ಮಾಡಿಕೊಂಡಿದ್ದರು. ನನ್ನ ಮೇಲೆ ಬಂದಿರುವ ಆಪಾದನೆ, ನಾನು ಪೋಲೀಸರ ವಶದಲ್ಲಿರುವುದು, ಜಾಮೀನು ಪ್ರಾರ್ಥನೆಯ ವಿಲೇವಾರಿ ಮುಂದೆ ಮುಂದೆ ಹೋಗುತ್ತಿರುವುದೆಲ್ಲ ಸ್ಥಳೀಯ ಪತ್ರಿಕೆಗಳಲ್ಲಿ ಬರುತ್ತಿದ್ದವು. ಯಾರೋ ಬೇಕೆಂದೇ ಈ ಪತ್ರಿಕೆಗಳನ್ನು ಹಿಡಿದು ಈ ಸುದ್ದಿಗಳನ್ನು ಒಂದೇ ಸಮನೆ ಹಾಕಿಸುತ್ತಿದ್ದಾರೆಂಬ ಅನುಮಾನ ಭದ್ರಯ್ಯನವರಿಗಿತ್ತು. ಇದೇ ಸಂದರ್ಭವನ್ನು ಬಳಸಿಕೊಂಡು ನಮಗೆ ಪ್ರತಿಸ್ಪರ್ಧಿಯಾದ ಸೂಪರ್ ಪ್ರೆಸಿಶನ್ ಕಂಪನಿಯು ನಮ್ಮ ನುರಿತ ಕುಶಲಕರ್ಮಿಗಳನ್ನು ಸೆಳೆದುಕೊಳ್ಳಲು ದೊಡ್ಡ ಬಲೆಯನ್ನೇ ಬೀಸಿತು. ಮಾಲಿಕ ಸೂಳೆಯರ ಚಟಕ್ಕೆ ಬಿದ್ದು ದಿಲ್ಲಿಯ ಜೈಲಿನಲ್ಲಿ ಕೊಳೀತಾ ಇದಾನೆ. ಜೈಲುಶಿಕ್ಷೆಯಾಗೂದು

ಖಂಡಿತ. ಅವನಿಗೆ ಮುಂದೆ ಬ್ಯಾಂಕುಗಳು ಸಾಲ ಕೊಡ್ತವೆಯೆ? ಬ್ಯಾಂಕಿನ ಸಹಾಯವಿಲ್ಲದೆ ಕಂಪನಿ ನಡೆಸುಕ್ಕೆ ಸಾಧ್ಯವೆ? ಈಗ ಬಂದರೆ ನಿಮ್ಮನ್ನ ನಾವು ತಗೋತೀವಿ. ಇಲ್ಲದಿದ್ದರೆ ಮುಂದೆ ಎಂದೆಂದಿಗೂ ಮೂಸುಲ್ಲ. ಬಿಹಾರ ಬಂಗಾಳಿಗಳ ಡಿಪ್ಲೋಮಗಳನ್ನ ನೇಮಿಸಿ ಕೊಂಡು ಮೂರು ತಿಂಗಳ ತರಬೇತಿಕೊಟ್ಟರೆ ಅರ್ಧ ಸಂಬಳದಲ್ಲಿ ದುಡೀತಾರೆ, ಎಂದೆಲ್ಲ ಗಾಬರಿ ಹುಟ್ಟಿಸಿದರು. ನೀತಿಯ ಮಾದರಿ ಎಂದು ತಾವು ಗೌರವಿಸುತ್ತಿದ್ದ ಯಜಮಾನನು ಇಂಥ ಕೆಲಸ ಮಾಡುತ್ತಿದ್ದವನೆಂದು ಪೋಲಿಸು ಕೇಸಿನಿಂದಲೇ ಸಾಬೀತಾಗಿರುವುದು ಅವರಲ್ಲಿ ನನ್ನ ಬಗೆಗೆ ಕಟ್ಟಾ ದ್ವೇಷ ಕೋಪಗಳಾಗಿ ತಿರುಗಿತ್ತು. ನಾನು ಫೋನಿನಲ್ಲಿ, ವೀರ ಭದ್ರಯ್ಯನವರು ಎದುರಿಗೆ, ಎಷ್ಟು ಸಮಾಧಾನ ಹೇಳಿದರೂ ಅವರ ಕೋಪ ಅಡಗಲಿಲ್ಲ. ಈ ಕಂಪನಿಯು ಉಳಿಯುವ ಬಗೆಗೆ ವಿಶ್ವಾಸ ಮೂಡಲಿಲ್ಲ. ಮೊದಲು ಮೂವತ್ತು ಜನ ಕುಶಲಕರ್ಮಿಗಳು ನನ್ನ ಕಂಪನಿಯನ್ನು ಬಿಟ್ಟು ಪ್ರತಿಸ್ಪರ್ಧಿ ಕಂಪನಿಯನ್ನು ಸೇರಿದರು. ಅನಂತರ ಇಪ್ಪತ್ತು ಜನ. ಕುಶಲಕರ್ಮಿಗಳೇ ಇಲ್ಲದ ಮೇಲೆ ಆಯಾತ ವಸ್ತುಗಳನ್ನು ಇಳಿಸಿಕೊಂಡು ಬಿಚ್ಚಿ ವಿಂಗಡಿಸುವ, ಸಿದ್ಧವಸ್ತುಗಳನ್ನು ಜೋಡಿಸಿ ಅಡಕ ಮಾಡಿ ಸೂಕ್ಷ್ಮ ವಸ್ತುಗಳನ್ನು ಕ್ರಮವಾಗಿ ಕಟ್ಟಿ ರವಾನೆಗೆ ಸಿದ್ಧಪಡಿಸುವವರಿಗೆ ಕೆಲಸವೆಲ್ಲಿಯದು? ಅವರೂ ವಿರುದ್ಧ ಕಂಪನಿಯನ್ನು ಸೇರಿಬಿಟ್ಟರು. ಇನ್ನು ಉಳಿದವರು ಆಡಳಿತ ಕಛೇರಿಯ ಸಿಬ್ಬಂದಿ, ಕ್ಯಾಂಟೀನ್ ನೌಕರರು, ಕಸ ಗುಡಿಸಿ ನೆಲ, ಆವರಣಗಳನ್ನು ಶುಚಿಯಾಗಿ, ಉದ್ಯಾನವನವನ್ನು ಸುಂದರವಾಗಿ ಇಡುವವರಿಗೆ ಸಂಬಳ ಸಾರಿಗೆ ಕೊಡುತ್ತಿರಬೇಕು. ಅವರನ್ನು ಕೆಲಸದಿಂದ ತೆಗೆಯಬೇಕಾದರೆ ಮೂರು ತಿಂಗಳ ಸಂಬಳ ಪೀಕಬೇಕು. ತೆಗೆದರೆ ಫ್ಯಾಕ್ಟರಿಯನ್ನು ಮುಚ್ಚಿದೆವೆಂದು ಒಪ್ಪಿಕೊಂಡಂತೆ ಆಗುತ್ತೆ. ಈ ನಡುವೆ ಇನ್ನೊಂದು ಹೊರೆ ಅಗಿತುಕೊಳ್ಳ ತೊಡಗಿತು. ಜರ್ಮನಿ, ಜಪಾನ್, ಅರ್ಜೆಂಟೀನಾ ಮೊದಲಾದ ದೇಶಗಳಿಗೆ ನಾವು ಸರಬರಾಜು ಮಾಡುತ್ತೇವೆಂದು ಒಪ್ಪಿದ ವಾಯಿದೆಯನ್ನು ಪಾಲಿಸದಿದ್ದರೆ ಭಾರೀ ದಂಡ ಕೊಡುವ, ಅದೂ ಡಾಲರಿನಲ್ಲಿ ಸಲ್ಲಿಸುವ, ನಿಯಮವಿತ್ತು. ಈಗ ಕೆಲಸಗಾರರೇ ಇಲ್ಲವಾದಾಗ ವಾಯಿದೆ ಕಾಯ್ದುಕೊಳ್ಳುವುದು ಹೇಗೆ? ಕೆಲವು ಅನಿರೀಕ್ಷಿತ ಕಾರಣಗಳಿಂದಾಗಿ ವಾಯಿದೆ ಯನ್ನು ಪೂರೈಸಲು ನಮಗೆ ಸಾಧ್ಯವಿಲ್ಲ ಅಂತ ಈಗಲೇ ಸಂದೇಶ ಕಳಿಸಿ ಎಂದು ಭದ್ರಯ್ಯನವರಿಗೆ ಫೋನಿನಲ್ಲಿ ಸೂಚನೆ ಕೊಟ್ಟಿದ್ದೆ. ಅವರು ಹಾಗೆಯೇ ಮಾಡಿದರು. ಆದರೆ ಬಹುತೇಕ ಕಂಪನಿಗಳು ನಮ್ಮ ಕೋರಿಕೆಯನ್ನು ಮನ್ನಿಸಲಿಲ್ಲ. ಅವರಿಗೆಲ್ಲ ದಂಡ ಸಲ್ಲಿಸಲೇಬೇಕಾಯಿತು. ಆ ದಂಡಕ್ಕೂ ಬ್ಯಾಂಕಿನ ಖಾತ್ರಿ ಇತ್ತು. ಹೀಗಾಗಿ ಇದ್ದಕ್ಕಿದ್ದಂತೆಯೇ ಬ್ಯಾಂಕಿನ ಸಾಲ ಏರಿಬಿಟ್ಟಿತು. ನಮ್ಮ ಕಂಪನಿಯ ಪರಿಸ್ಥಿತಿಯನ್ನು ಆಗಾಗ್ಗೆ ತನಿಖೆ ಮಾಡುತ್ತಿದ್ದ ಬ್ಯಾಂಕಿನವರು ಸಾಲದ ಸೌಲಭ್ಯವನ್ನು ನಿಲ್ಲಿಸಿದ್ದು ಮಾತ್ರವಲ್ಲ, ಆಗಿರುವ ಸಾಲಕ್ಕೆ ತಗಾದೆ ಕೊಟ್ಟಿದ್ದರು.

ಜಾಮೀನು ಪಡೆದು ಬೆಂಗಳೂರು ತಲುಪಿದ ಸಂಜೆಯೇ ಫ್ಯಾಕ್ಟರಿಗೆ ಹೋಗಿ ಭದ್ರಯ್ಯನವರೊಡನೆ ಸಮಾಲೋಚಿಸಿದೆ. ಬಿಟ್ಟು ಹೋಗಿರುವ ಕೆಲಸಗಾರರನ್ನು ಸಂಧಿಸಿ ಮನವೊಲಿಸಿ ಉತ್ಪಾದನೆಯನ್ನು ಪುನರಾರಂಭಿಸುವುದೊಂದೇ ಕಂಪನಿಯ ಜೀವ ಉಳಿಸಿ

ಕೊಳ್ಳುವ ಮಾರ್ಗ ಎಂಬುದು ನಮ್ಮಿಬ್ಬರಿಗೂ ಗೊತ್ತಿತ್ತು. ಅದನ್ನೇ ನಿಶ್ಚಯಿಸಿಕೊಂಡೆವು. ಆದರೆ ಹೇಗೆ? 'ಕೆಲಸಗಾರರ ಮುಖ್ಯಸ್ಥರನ್ನು ನಾನು ಹೇಗಾದರೂ ಮಾಡಿ ಸಂಪರ್ಕಿಸ್ತೀನಿ. ಸಾರ್ ಬಂದಿದಾರೆ. ಬನ್ನಿ ಮಾತಾಡಬೇಕು ಅಂತ ಹೇಳ್ತೀನಿ. ಮಾತಾಡಬೇಕು ಅಂದರೆ ವಾಪಸು ಬನ್ನಿ ಅಂತ ಅರ್ಥ ಮಾಡ್ಕಂಡು ಅವರು ಬರದೆ ಸಬೂಬು ಹೇಳಬಹುದು. ನೀವಾಗಲಿ ನಾನಾಗಲಿ ಅವರ ಈಗಿನ ಫ್ಯಾಕ್ಟರಿ ಹತ್ತಿರ ಹೋಗೂದು ಸರಿಯಲ್ಲ.'

ಎರಡು ದಿನ ಪ್ರಯತ್ನಿಸಿದ ಮೇಲೆ ನಾಲ್ವರು ಕಾರ್ಮಿಕ ಮುಖ್ಯಸ್ಥರು ಬರಲು ಒಪ್ಪಿದರು. ಅವರ ನಿತ್ಯದ ಕೆಲಸವಾದ ನಂತರ ಸಂಜೆ ಏಳಕ್ಕೆ ಬಂದರು. ನನ್ನ ಆಫೀಸಿನಲ್ಲಿ ಸಂಧಾನ ಶುರುಮಾಡಿದೆ. 'ನೋಡಿ ಅಪ್ಪ, ಸಿ.ಇ.ಓ. ನಿಮಗೆ ಹೇಳಿರಬಹುದು. ಹೋಟೆಲ್ ಮಾಲೀಕನ ಮೇಲೆ ಜಿದ್ದು ಸಾಧಿಸುವ ತಂತ್ರದಲ್ಲಿ ದಿಲ್ಲಿ ಪೋಲೀಸರು ನನ್ನಂಥ ಒಂಬತ್ತು ಜನ ಗೌರವಾನ್ವಿತ ಗಿರಾಕಿಗಳನ್ನ ಫ್ರೇಮ್ ಮಾಡಿದಾರೆ. ಸುಪ್ರೀಂ ಕೋರ್ಟಿನ ತನಕವಾದರೂ ಹೋಗಿ ನಾವು ಪೋಲೀಸರಿಗೆ ಛೀಮಾರಿ ಹಾಕುಸ್ತೀವಿ. ಮನುಷ್ಯನಿಗೆ ಗ್ರಹಗತಿ ಅನ್ನೂದು ಇರುತ್ತೆ. ನಾವೆಲ್ಲ ಒಂದು ಕುಟುಂಬವೇ ಆಗಿದ್ದೋರು. ಈಗ ನಾನು ಬಂದಿದೀನಿ. ನೀವು ನಮ್ಮ ಕುಟುಂಬದ ಎಲ್ಲರನ್ನೂ ವಾಪಸು ಕರೆತನ್ನಿ. ನಾಳೆಯಿಂದಲೇ ಪ್ರೊಡಕ್ಷನ್ ಶುರು ಮಾಡಾಣ. ಒಂದೆರಡು ತಿಂಗಳಲ್ಲಿ ಕಂಪನಿಯ ಸ್ಥಿತಿ ಮೊದಲಿನ ಹಾಗಾಗುತ್ತೆ.'

'ಬಾಕಿಯೋರನ್ನ ಕೇಳಬೇಕು. ಯಾರ್‍ಯಾರ ಮನಸ್ಸು ಹ್ಯಾಗೆ ಹ್ಯಾಗೆ ಇರುತ್ತೋ ನಮಗೆ ಗೊತ್ತಿಲ್ಲ.' ಅವರು ಜಾರಿಕೊಳ್ಳತೊಡಗಿದರು.

ನೀವು ಅವರ ಮನಸ್ಸನ್ನು ಒಲಿಸಬೇಕು ಎಂದು ಅನುನಯಿಸಿದೆ. ಒತ್ತಾಯಿಸಿದೆ. ಅವರ ಕಣ್ಣುಗಳನ್ನು ನೋಡುತ್ತಾ ಕಳಕಳಿಯಿಂದ ಕೇಳಿದೆ. ಅವರು ಮೌನಿಯಾದರು. ಇಷ್ಟೇ ನಮ್ಮ ಉತ್ತರ, ಇದರ ಆಚೆಗೆ ನಮ್ಮನ್ನು ಒತ್ತಾಯಿಸಬೇಡಿ, ಒತ್ತಾಯಿಸಿದರೆ ಪ್ರಯೋಜನವಿಲ್ಲ ಎಂಬಂತೆ ಇತ್ತು ಅವರ ಮುಖಭಾವ. 'ನೋಡಿ, ಮುರಿಗೆಪ್ಪ, ಜಯಣ್ಣ, ಚಂದ್ರಸ್ವಾಮಿ, ಕೃಷ್ಣಮೂರ್ತಿ, ಈ ಕಂಪನಿ ನಿಮಗೆ ಯಾವತ್ತೂ ಅನ್ಯಾಯ ಮಾಡಿಲ್ಲ. ಕುಟುಂಬದ ಮಕ್ಕಳಂತೆ ನೋಡಿಕೊಂಡಿದೆ. ಈಗ ಸ್ವಲ್ಪ ಕಷ್ಟದಲ್ಲಿ ಬಿದ್ದಿದೆ ಅಂತ ಬಿಟ್ಟು ಓಡೂದು ಯಾವ ನ್ಯಾಯ? ಕೃತಜ್ಞತೆ ಇರಬೇಕಲ್ಲವೆ?' ಎಂದೆ. ಅವರು ಮಿಸುಕಾಡಲಿಲ್ಲ. 'ಯೋಚನೆ ಮಾಡಿ' ಎಂದು ಎದ್ದು ನಿಂತು ಹೇಳಿದೆ: 'ಸಾರಿ. ಕ್ಯಾಂಟೀನ್ ಮುಚ್ಚಿ ನಿಮಗೆ ಒಂದು ಕಪ್ ಕಾಫ಼ಿ ಕೊಡುಕ್ಕೂ ವ್ಯವಸ್ಥೆ ಇಲ್ಲ. ಸಾಧ್ಯವಾದಷ್ಟು ಬೇಗ ಬನ್ನಿ, ಎಲ್ಲ ಬನ್ನಿ. ನಮ್ಮ ಕ್ಯಾಂಟೀನ್ ಮತ್ತೆ ಆರಂಭ ಮಾಡಿ ಜೊತೇಲಿ ಊಟ ಮಾಡಾಣ.'

ಅವರು ಹೊರಟುಹೋದರು. ನಾಳೆಯ ಹೊತ್ತಿಗೆ ಅವರು ಒಪ್ಪಿಗೆ ಹೇಳುತ್ತಾರೆ. ಕೆಲವರಾದರೂ ವಾಪಸು ಬರುತ್ತಾರೆ. ಅವರ ಮೂಲಕ ಉಳಿದವರನ್ನು ಸೆಳೆಯಬಹುದು, ಎಂದು ಕನಸು ಕಂಡೆ. ಆದರೆ ನಾಳೆ ಯಾವ ಪ್ರತಿಕ್ರಿಯೆಯೂ ಬರಲಿಲ್ಲ. ನಾನು ಆಫೀಸಿನಲ್ಲೇ ಇದ್ದೆ. ಭದ್ರಯ್ಯನವರೊಡನೆ ಕೂತು ಮಾಡಬೇಕಾದ ನೂರೆಂಟು ಕೆಲಸಗಳಿದ್ದವು. ಮರುದಿನ ಬೆಳಗ್ಗೆ ನಾನು ಹೋಗುವುದರೊಳಗೆ ನಾಲ್ವರ ಪರವಾಗಿ ಜಯಣ್ಣ ಭದ್ರಯ್ಯನವರಿಗೆ ಫ಼ೋನ್ ಮಾಡಿದ್ದನಂತೆ, 'ಯಾರೂ ಒಪ್ತಿಲ್ಲ ಸಾರ್. ನಮ್ಮ ಪಿ.ಎಫ಼್. ಹಣವನ್ನು ಆದಷ್ಟು

ಬೇಗ ವಾಪಸು ಮಾಡಿ ಅಂತ ಎಲ್ಲರೂ ಹೇಳಿದಾರೆ.' 'ಪಿ.ಎಫ್. ಅದರ ಖಾತೆಯಲ್ಲಿರುತ್ತೆ. ನಾವೇನೂ ತಿಂದು ಹಾಕಿಲ್ಲ. ನೀವು ಬರುವ ವಿಷಯ ಹೇಳಿ,' ಇವರು ಕೇಳಿದ್ದಕ್ಕೆ, 'ಯಾರೂ ಒಪ್ತಾ ಇಲ್ಲ ಸಾರ್. ಸಾಹೇಬರು ಕೃತಜ್ಞತೆ ಅಂತ ಮಾತಾಡಿದ್ದು ನಮಗೆಲ್ಲ ಬೇಜಾರಾಯ್ತು. ನಾವು ಇರಾಗಂಟಾ ನಿಷ್ಠೆಯಿಂದಲೇ ಕೆಲಸ ಮಾಡಿದೀವಿ. ಈಗ ಮುಳುಗಿ ಹೋಗಿರೂ ಹಡಗಿಗೆ ಮತ್ತೆ ಹತ್ತು ಅನ್ನಾದು ಯಾವ ನ್ಯಾಯ ಅಂತ ಎಲ್ಲ ಹೇಳ್ತಾರೆ. ಕಂಪನಿ ಮುಳುಗ್ತಿರುವಾಗ ನಮ್ಮ ಪಿ.ಎಫ್.ನ ಎಲ್ಲಿ ನುಂಗಿಹಾಕ್‌ಬಿಡ್ತಾರೋ ಅಂತಲೂ ಹೆದರಿಬಿಟ್ಟೆವು. ಇಂಥ ಕಂಪನಿ ನಡೆಸೂ ದಣಿ ಆಫೀಸ್ ಕೆಲಸಕ್ಕೆ ಅಂತ ದಿಲ್ಲಿಗೆ ಹೋಗಿ ಸೂಳೇರ ಜೊತೆ ಸಿಕ್ಕ್‌ಹಾಕ್ಕಳಾದು ಯಾವ ಘನಂಧಾರಿ? ಯಾವ ಜವಾಬ್ದಾರಿ? ಯಾವ ನಂಬಿಕೆ ಮಡಿಕ್ಕಂಡು ನಾವು ವಾಪಸು ಬರಬೇಕು ಅಂತ ತಲಾಪಟ್ಟಿ ಮಾತಾಡೋರೂ ಅವರೆ,' ಎಂದನಂತೆ. ಈ ಮಾತನ್ನು ನನಗೆ ಹೇಳುವಾಗ ಭದ್ರಯ್ಯನವರು ಸಂಕೋಚಪಟ್ಟು ಕೊಂಡರು.

ನಾನು ಸಂಪೂರ್ಣ ವಿಶ್ವಾಸವಿಟ್ಟಿದ್ದ, ನನ್ನ ಭುಜಶಕ್ತಿಯೇ ಎಂದು ಇಷ್ಟು ವರ್ಷವೂ ಭಾವಿಸಿದ್ದ, ಕಾಯೇನ ವಾಚಾ ಮನಸಾ ಅವರ ಮತ್ತು ಕಂಪನಿಯ ಅಭ್ಯುದಯಗಳನ್ನು ಎಂದೂ ಪ್ರತ್ಯೇಕವಾಗಿ ನೋಡದಿದ್ದ, ನನ್ನ ಕಾರ್ಮಿಕರು ನನ್ನನ್ನು ಹೀಗೆ ಧಿಕ್ಕರಿಸಿದುದು ನನ್ನ ಧೃತಿಯನ್ನು ಅಲುಗಿಸಿತು. ಐವತ್ತಮೂರು ದಿನ ಜಾಮೀನು ಕೊಡದೆ ಕೊಳೆ ಹಾಕಿ ದುದು, ಮಾಧ್ಯಮಗಳು ಹೀಗೆ ಉದ್ರೇಕಕಾರಿ ಪ್ರಚಾರ ಕೊಟ್ಟದ್ದನ್ನು ವಿಂಗಡಿಸಿ ನಾನು ಮಾಡಿದ ಕ್ರಿಯೆ ದಿಲ್ಲಿಗೆ ಹೋದಾಗ ಒಂದು ಹಗಲು ಕರೆವೆಣ್ಣುಗಳನ್ನು ಕರೆದುಕೊಳ್ಳುತ್ತಿದ್ದುದು, ಅದೂ ಇತ್ತೀಚೆಗೆ, ಅದೂ ಮನೆಯ ಈ ಪರಿಸ್ಥಿತಿಯಲ್ಲಿ, ಮಹಾಪರಾಧವೆಂದು ನನ್ನ ಕಾರ್ಮಿಕರು ಭಾವಿಸುವುದು ನೀತಿಯನ್ನು ತೂಗುವ ಸರಿಯಾದ ಕ್ರಮವೆ? ಎಂದು ನನ್ನನ್ನು ನಾನು ಕೇಳಿಕೊಳ್ಳತೊಡಗಿದೆ. ಎರಡು ದಿನ ಆತ್ಮಭರ್ತ್ಸನೆಯಲ್ಲಿ ಮುಳುಗಿದ್ದೆ. ಕ್ರಮೇಣ ಇವೆಲ್ಲ ಮುಳುಗುವ ಹಡಗನ್ನು ಬಿಟ್ಟು ಓಡುವ ಇಲಿಗಳು ಎನ್ನಿಸತೊಡಗಿತು.

ಅಧ್ಯಾಯ ೧೨

೧

ದೊರೆರಾಜರು ಹಿಂದೆ ಮೂರು ಬಾರಿ ಮಂತ್ರಿಗಳಾಗಿದ್ದು ಈಗ ಮತ್ತೆ ಆಗಿದ್ದಾರೆ. ಅವರು ಬಯಸಿದ್ದರೆ ಮುಖ್ಯಮಂತ್ರಿಗಳೇ ಆಗುವುದು ಏನೇನೂ ಕಷ್ಟವಿರಲಿಲ್ಲ, ಈಗಲೂ ಇಲ್ಲ. ಆದರೆ ಅವರಿಗೆ ಅದರಲ್ಲಿ ಆಕಾಂಕ್ಷೆ ಇಲ್ಲ. ಮಂತ್ರಿಪದವಿಯನ್ನು ಅಲಂಕರಿಸದಿದ್ದಾಗಲೂ ಇಡೀ ಸರ್ಕಾರದಲ್ಲಿ ಅವರ ಪ್ರಭಾವ, ಹಿಡಿತಗಳಿರುತ್ತವಾದ್ದರಿಂದ ಮುಖ್ಯಮಂತ್ರಿಯೆಂಬ ಸೈಂಧವನ ಹಾಗೆ ಎಲ್ಲ ಕಡೆಯಿಂದಲೂ ಕಾಣುವಂತೆ ತಲೆ ಎತ್ತಿ ನಿಂತು ಯಾರಯಾರದೋ ಬಾಣದ ಗುರಿಗೆ ಯಾಕೆ ಸಿಕ್ಕಬೇಕು? ಅವರದ್ದು ಎಲ್ಲರಿಗೂ ಮೆಚ್ಚುಗೆಯಾಗುವಂತಹ ವಿನಯ ಪೂರ್ವಕ ನಡಾವಳಿ. ಆಡಳಿತ ನಡೆಸುವ ತಮ್ಮ ಪಕ್ಷದ ಖರ್ಚುವೆಚ್ಚಕ್ಕೆ ಒದಗಿಸುವಂತೆ ವಿರೋಧ ಪಕ್ಷಗಳ ನಾಯಕರುಗಳಿಗೂ ಅವರು ಗುಟ್ಟಿನಲ್ಲಿ ಧನಸಹಾಯ ಮಾಡುತ್ತಾರೆಂಬ ವದಂತಿ ಇತ್ತು. ಮಾಧ್ಯಮದವರಿಗೂ ಅವರೊಡನೆ ಹಾರ್ದಿಕ ಸಂಬಂಧವಿತ್ತು. ಕೀಟಲೆ ಸ್ವಭಾವದ ಪತ್ರಕರ್ತನು ಕೂಡ ಅವರ ಬಗೆಗೆ ಯಾವಾಗಲಾದರೊಮ್ಮೆ ಚೆಲುವ, ರಸಿಕ ಎಂಬ ವಿಶೇಷಣಗಳನ್ನು ಸೇರಿಸುತ್ತಿದ್ದನೇ ವಿನಾ ವಿವರಗಳನ್ನು ಬರೆಯುತ್ತಿರಲಿಲ್ಲ. ಅಂಥ ಪತ್ರಕರ್ತನು ಪ್ರೆಸ್‌ಕ್ಲಬ್‌ನಲ್ಲಿ ತನ್ನ ಸಹೋದ್ಯೋಗಿಗಳೊಡನೆ, 'ನೋಡಿದೆಯಾ ನಾನು ಹ್ಯಾಗೆ ಟಾಂಗ್ ಹಾಕಿದೀನಿ ಅವನಿಗೆ,' ಎಂದು ತನ್ನ ಪ್ರತಾಪ ಕೊಚ್ಚಿಕೊಂಡು ತೃಪ್ತನಾಗುತ್ತಿದ್ದ. ಇದಕ್ಕಿಂತ ಹೆಚ್ಚು ಬರೆಯಹೋದರೆ ತನ್ನ ಪತ್ರಿಕೆಯ ಮಾಲೀಕರು ಸಹಿಸುವುದಿಲ್ಲವೆಂಬುದು ಅವನಿಗೂ ಗೊತ್ತಿರುತ್ತಿತ್ತು.

ದೊರೆರಾಜರು ಮಂತ್ರಿಪದವಿಯಲ್ಲಿರಲಿ, ಹೊರಗಿರಲಿ, ಅವರನ್ನು ಜನಗಳು ಸದಾ ಕರೆಯುತ್ತಿದ್ದುದು ಮಂತ್ರಿಗಳೆಂದೇ. ಬೆಂಗಳೂರಿನ ಹೊರವಲಯದಲ್ಲಿ ಮುಂದೆ ಭಾರಿ ಕೈಗಾರಿಕಾ ಶೆಡ್ ಹಾಕುವಂಥ ಅಥವಾ ವಸತಿ ಬಡಾವಣೆಗಳಾಗುವಂಥ ಸಾವಿರಾರು ಎಕರೆ ಭೂಮಿಯು ಅವರದ್ದಾಗಿದೆ, ಖಾಸಗಿ ಬಸ್ ಮತ್ತು ಲಾರಿ ಮಾಲೀಕರ ಹಿತವನ್ನು ಅವರು ಸದಾ ರಕ್ಷಿಸುತ್ತಾರೆ, ಮುಂಬಯಿಯ ಶೇರುಪೇಟೆಯಲ್ಲೂ ಅವರ ಅಪಾರ ಹಣ ತೊಡಗಿದೆ, ವಿದೇಶದ ಬ್ಯಾಂಕುಗಳಲ್ಲೂ ವ್ಯವಹಾರವಿದೆ ಎಂಬಂತಹ ಗುಟ್ಟಿನ ಗುಸುಗುಸುಗಳು ಪ್ರಚಲಿತವಿದ್ದವು. ಆದರೆ ಆತ ಉದಾರಿ; ಕೊಳೆಗೇರಿಗಳವರು ಮಾಡುವ ಅಯ್ಯಪ್ಪನ

ಉತ್ಸವಕ್ಕಾಗಲಿ, ಅತಿವೃಷ್ಟಿ ಅನಾವೃಷ್ಟಿಗಳಿಗೆ ಸಿಕ್ಕಿದ ಬಡ ರೈತರಿಗಾಗಲಿ, ಹೃದಯ ಶಸ್ತ್ರಚಿಕಿತ್ಸೆಗೆ ಒಳಗಾಗಬೇಕಾದ ಬಡವನಿಗಾಗಲಿ ಒಂದೆರಡು ಲಕ್ಷ ರೂಪಾಯಿಗಳನ್ನು ಅವರು ದಾನವಾಗಿ ಕೊಡುವುದು ಚಿತ್ರಸಮೇತ ಪತ್ರಿಕೆಗಳಲ್ಲಿ ಬರುತ್ತಿತ್ತು. ಸರ್ಕಾರವು ಇಂಥ ನೆರವನ್ನು ಮಂಜೂರು ಮಾಡುವ ಮೊದಲೇ ಇವರು ತಮ್ಮ ಸ್ವಂತ ಜೇಬಿನಿಂದ ಕೊಟ್ಟು ಕೊಡುಗೈ ದಾನಿ ಎನ್ನಿಸಿಕೊಂಡಿದ್ದರು. ಸದಾ ಹಸನ್ಮುಖಿ ಬೇರೆ.

ಲಂಡನ್ನಿನಿಂದ ಹಿಂತಿರುಗಿ ಒಂದೂವರೆ ತಿಂಗಳಾಗಿತ್ತು. ಕರ್ನಾಟಕ ವಾಸ್ತುಶಿಲ್ಪಿಗಳ ಸಮ್ಮೇಳನವನ್ನು ಉದ್ಘಾಟಿಸುತ್ತ ಅವರು ಲಂಡನ್ ಪ್ಯಾರಿಸ್ ನ್ಯೂಯಾರ್ಕುಗಳಂತೆ ಭಾರತದ ಪ್ರತಿಯೊಂದು ಹಳ್ಳಿ ಪಟ್ಟಣ ನಗರಗಳನ್ನೂ ಸುಂದರಗೊಳಿಸುವ ಗುರುತರ ಹೊಣೆ ನಿಮ್ಮೆಲ್ಲರ ಮೇಲಿದೆ ಎಂದು ಭಾಷಣವನ್ನೂ ಮಾಡಿದ್ದರು. ಒಂದು ದಿನ ಆಫೀಸಿನಲ್ಲಿ ಕೂತು ಆಪ್ತ ಸಹಾಯಕನ ನೆರವಿನಿಂದ ಫೈಲ್‌ಗಳಿಗೆ ರುಜು ಮಾಡುತ್ತಿರುವಾಗ ಫೋನ್ ಬಂತು. ಹೆಣ್ಣುಧ್ವನಿ. 'ದೊರೆ, ಹ್ಯಾವ್ ಯು ಫರ್ಗಾಟನ್ ಮಿ? ಮರೆತೇಬಿಟ್ಟಿದೀಯ? ಫೋನ್ ಮಾಡ್ತೀ ಅಂತ ನಾನು ಕಾದು ಕಾದು ಸಾಕಾದೆ. ನಾನು ಹಿಂತಿರುಗಿ ಹದಿನೈದು ದಿನವಾಯ್ತು.' ಅದು ಇಳಾಳ ಧ್ವನಿ ಎಂದು ತಕ್ಷಣ ಗುರುತು ಹತ್ತಿತು. ಆಡಿದ ಮಾತಿನಿಂದ ಮಾತ್ರವಲ್ಲ, ತನ್ನನ್ನು ದೊರೆ ಎಂಬ ಏಕವಚನದಲ್ಲಿ ಕರೆದದ್ದರಿಂದಲೂ ಅಲ್ಲ, ನಾನು ಹಿಂತಿರುಗಿ ಹದಿನೈದು ದಿನವಾಯ್ತು ಎಂಬ ಸಂಗತಿಯಿಂದ. ಎದುರಿಗೆ ಪಿ.ಎ. ಕೂತಿದಾನೆ.

'ಇಂಪಾರ್ಟಂಟ್ ಮೀಟಿಂಗ್‌ನಲ್ಲಿದೀನಿ. ನಿಮ್ಮ ನಂಬರ್ ಕೊಡಿ. ಆಮೇಲೆ ನಾನೇ ಮಾಡ್ತೀನಿ,' ಎಂದು ಫೋನನ್ನು ಕೆಳಗಿಟ್ಟರು. ಪ್ಯಾರೀಸಿನ ಹೋಟೆಲ್ ಕೋಣೆಯ ಹಾಸಿಗೆಯಲ್ಲಿ ಒಂದಾಗಿ ಉತ್ಕಟತೆಯ ಕಾವಿನಲ್ಲಿ ತಾವು ಇಳಾ, ಲೇ, ನನ್ನ ರತೀ ಎಂದು ಏಕವಚನದ ಶೃಂಗಾರ ಸಂಬೋಧನೆಗಳನ್ನಾಡಿದಾಗ ಅವಳೂ ನನ್ನ ದೊರೆ, ನನ್ನ ರಾಜ ಎಂದು ಏಕವಚನದಲ್ಲೇ ಪ್ರತಿಕ್ರಿಯೆ ಗೈಯ್ಯುವಾಗ ಕಾವು ಇನ್ನಷ್ಟು ಮತ್ತಷ್ಟು ಬಿಸಿಯಾಗಿ ಹಿತವಾಗುತ್ತಿತ್ತು. ಕುದಿಯು ಉಕ್ಕಿ ತಣ್ಣಗಾಗಿ ಶಾಂತವಾದಾಗಲೂ ಅವಳು, 'ನಿನಗೆಷ್ಟು ಮಕ್ಕಳು?' ಎಂದು ಏಕವಚನದಲ್ಲೇ ಕೇಳಿದಾಗ ಅವರು ಅವಳ ತಲೆಯನ್ನು ನೇವರಿಸುತ್ತಲೇ ಹೇಳಿದರು: 'ಪ್ರೇಮಿಗಳಿಗೆ ಏಕವಚನ ಬಹುವಚನಗಳಿಲ್ಲ ನಿಜ. ಆದರೆ ವ್ಯವಹಾರದಲ್ಲಿ ಉಂಟಲ್ಲ? ಪ್ರೀತಿ ಮಾಡುವಾಗ ಬಿಟ್ಟು ಬಾಕಿಯಂತೆ ನೀನು ನನ್ನನ್ನ ಏಕವಚನದಲ್ಲಿ ಕರೆದರೆ ನಂಗೆ ಒಂಥರಾ ಆಗ್ತದೆ.'

'ಹೌದಾ? ಯಾಕೆ?' ಅವಳು ಕೇಳಿದಳು.

'ನನ್ನನ್ನ ಯಾರೂ ಏಕವಚನದಲ್ಲಿ ಕರೆಯೂದಿಲ್ಲ. ನನ್ನ ಸ್ಥಾನಮಾನ ನಿನಗೇ ಗೊತ್ತು.'

'ನನ್ನನ್ನೂ ಯಾರೂ ಏಕವಚನದಲ್ಲಿ ಕರೆಯೂದಿಲ್ಲ. ನನಗೂ ಒಂದು ಥರಾ ಆಗುತ್ತೆ.'

'ಏನು ಮಾಡಬೇಕು ಅಂತೀಯ?'

'ಇಬ್ಬರೂ ಒಬ್ಬರನ್ನೊಬ್ಬರು ಬಹುವಚನದಲ್ಲೇ ಕರೆಯಾಣ.'

'ಬಹುವಚನದಲ್ಲಾ? ನಾನು ನಿನ್ನನ್ನ ಏನ್ರೀ, ಮೇಡಮ್ಮನೋರೇ ಅಂತ ಕರೆದರೆ ಪ್ರೀತಿ ಮಾಡಕ್ಕೇ ಆಗಾಕಿಲ್ಲ. ಗಂಡಸಿನ ಸೈಕಾಲಜಿ ನಿಂಗೆ ಗೊತ್ತಿಲ್ಲ.'

'ನಾನು ಸಮಾನತೆಯನ್ನ ನಂಬೋಳು. ಏಕವಚನದಲ್ಲಿ ಕರೆಸಿಕೊಂಡು ನಿನ್ನನ್ನ ಬಹುವಚನದಲ್ಲಿ ಕರೀಬೇಕು ಅಂದರೆ ನನಗೂ ಮೈ ಕೈ ಮನಸುಗಳೆಲ್ಲ ತಣ್ಣಗೆ ಕೊರೆಯುಕ್ಕೆ ಶುರುವಾಗುತ್ತೆ.'

ತಾವು ಇಂಥ ಪರಿಸ್ಥಿತಿಯನ್ನು ಹಿಂದೆ ಎಂದೂ ಅನುಭವಿಸಿರಲಿಲ್ಲ. ತಾವು ಕೂಡಿ ಸುಖಿಸಿದ ಬೇರೆ ಬೇರೆ ಹೆಂಗಸರೆಲ್ಲ ತಮ್ಮನ್ನು ಗೌರವದಿಂದಲೇ ಸಂಬೋಧಿಸಿದ್ದಾರೆ. ಉತ್ಕಟವಾದಾಗ ಅಥವಾ ಉತ್ಕಟವೆಂದು ತೋರಿಸಿ ತಮ್ಮನ್ನು ಸಂತೋಷಪಡಿಸುವಾಗ ರಾಜಾ ದೊರೆ ಎಂದು ಕರೆದರೂ ದಾಸಿಯು ದಣಿಗೆ ಒಪ್ಪಿಸಿಕೊಳ್ಳುವ ಭಾವದಿಂದ ಬಹುವಚನದಲ್ಲಿ ಮುಂದುವರೆಸಿದ್ದಾರೆ. ಆದರೆ ಇವಳು? ತಾವು ಇದುವರೆಗೂ ಕಾಣದ ಯಾವ ಹೆಂಗಸಿನ ಗುಣ ಇವಳಲ್ಲಿದೆ? ಹಾಗೆಯೇ ಯೋಚಿಸಿದಾಗ ಇವಳಷ್ಟು ಓದಿದ ವಿದ್ಯಾವಂತೆ ಹೆಂಗಸನ್ನು ತಾವು ಇದುವರೆಗೂ ಸೇರಿಲ್ಲ. ಇಂಥ ವಿದ್ಯಾವಂತೆಯು ತನಗೆ ಒಲಿದು ಬಂದಿದಾಳೆ ಅನ್ನುವ ಭಾವವೇ ಇವತ್ತಿನ ತಮ್ಮ ಗಾಢ ಅನುಭವದ ಕಾರಣವೇ? ಎಂದು ಮೆಲಕುಹಾಕುತ್ತಿದ್ದಾಗ ಅವಳು, 'ಯಾಕೆ ಸುಮ್ಮನಾದೆ?' ಎಂದಳು. ತಮಗೆ ಇನ್ನೂ ಉತ್ತರ ಹೊಳೆಯಲಿಲ್ಲ. 'ಪ್ಯಾರಿಸ್ ವಿಹಾರದ ಖರ್ಚನ್ನೆಲ್ಲ ನೀನೇ ಕೊಟ್ಟು ವೀಸಾನೂ ಮಾಡಿಸಿಕೊಟ್ಟಿದ್ದರಿಂದ ನಾನು ನಿನ್ನ ಅಧೀನಳಾದೆ. ನಮ್ಮಿಬ್ಬರದು ದಣಿ ಮತ್ತು ಭೃತ್ಯೆಯ ಸಂಬಂಧ ಅನ್ನೂದು ನಿನ್ನ ಮನಸ್ಸಿನಲ್ಲಿದೆಯೇ?' ಅವಳು ಕೇಳಿದಳು. ತಮ್ಮ ಮನಸ್ಸು ಇನ್ನೂ ಗೋಜಲಾಯಿತು. 'ನಿನ್ನ ಮನಸ್ಸನ್ನು ನೀನೇ ವಿಶ್ಲೇಷಿಸಿಕೊಳ್ಳುಕ್ಕೆ ಸಹಾಯವಾಗಲಿ ಅಂತ ಈ ಪ್ರಶ್ನೆ ಕೇಳಿದೆ. ಹಂಗಿಸುಕ್ಕಲ್ಲ. ನಾವಿಬ್ಬರೂ ಸ್ನೇಹಿತರು' ಎಂದು ಅವಳು ತಮ್ಮ ಕೈ ಹಿಡಿದು ಹಿಸುಕಿದಳು. ಮೇಲೆ ಬಿದ್ದು ಪ್ರಚೋದಿಸಿದಳು. ಮನಸ್ಸಿನ ಗೋಜಲೆಲ್ಲ ಮುಳುಗಿಹೋಗಿ ಇನ್ನೊಮ್ಮೆ ಇಷ್ಟು ಬೇಗ ಈ ವಯಸ್ಸಿನಲ್ಲಿ ಉತ್ತೇಜನವಾಯಿತು. ಇವಳು ಎಲ್ಲ ಸಂಕೋಚವನ್ನೂ ದಾಟಿ ಏರುವ ಮಹಿಳೆ, ಕಡಿಮೆಯವಳಲ್ಲ, ಇವಳೊಡನೆ ಏಕವಚನ ಬಹುವಚನಗಳ ಚರ್ಚೆ ವ್ಯರ್ಥ, ಅನಾವಶ್ಯಕವೆನ್ನಿಸಿತು.

ಸಂಜೆ ಏಳು ಗಂಟೆಗೆ ಅವರು ತಮ್ಮ ಕಚೇರಿಯಿಂದ ತಾವೇ ಅವಳಿಗೆ ಫ಼ೋನ್ ಮಾಡಿದರು: 'ನೋಡಿ, ಯಾರು ಯಾವಾಗ ನನಗೆ ಫ಼ೋನ್ ಮಾಡಿದರೂ ಪಿ.ಎ.ಯ ಮೂಲಕವೇ ಬರುತ್ತೆ. ಆ ಕಡೆ ಅವನು ಕೇಳಿಸಿಕೊಳ್ಳುಲ್ಲ ಅನ್ನುವ ಖಾತ್ರಿಯಿಲ್ಲ. ಈಗ ಅವನನ್ನ ಕಳಿಸಿ ನಾನೊಬ್ಬನೇ ಕಚೇರೀಲಿ ಉಳಿದು ಮಾಡ್ತಿದೀನಿ. ನಮಗೆ ಯಾವ ಹೊತ್ತಿನಲ್ಲಿ ಯಾರು ಬರ್ತಾರೆ ಅಂತ ನಿಗದಿ ಇಲ್ಲ. ಬಂದೋರು ಬೇಗ ಎದ್ದು ಹೋಗೂದೂ ಇಲ್ಲ. ಈಗ ಹೇಳಿ.'

'ನನಗೂ ಮನೇಲಿ ಮಗಳಿದಾಳೆ. ಒಂದು ನಿಮಿಷ ತಡೀರಿ, ನನ್ನ ರೂಮಿನಿಂದ ತಗೋತೀನಿ,' ಎಂದು ಒಂದು ನಿಮಿಷದ ನಂತರ ಬೇರೆ ಫ಼ೋನಿನಿಂದ ಮಾತನಾಡಿದಳು.

'ಏನು ಸಮಾಚಾರ ಹೇಳಿ,' ಮಂತ್ರಿಗಳು ಕೇಳಿದರು.

'ಸಮಾಚಾರ ನಾನು ಹೇಳಬೇಕೆ? ಬೆಂಗಳೂರಿನಲ್ಲೇ ಪ್ಯಾರಿಸ್ ನಿರ್ಮಿಸಿಕೊಬೇಕು ಅಂತ ನಾವಿಬ್ಬರೂ ಒಪ್ಪಂದ ಮಾಡಿಕೊಂಡು ಬೀಳ್ಕೊಂಡೆವಲ್ಲವೆ?'

'ಹೌದು ಹೌದು. ನಿಮ್ಮ ಮನೆಯ ವಿಳಾಸ ಗುರುತು ಕೊಡಿ. ನಿಮ್ಮ ಮಗಳು ಕಾಲೇಜಿಗೆ ಹೋಗಿರುವ ವೇಳೆ ತಿಳಿಸಿ, ನೀವೂ ಯುನಿವರ್ಸಿಟಿಗೆ ಸ್ವಲ್ಪ ಚಕ್ಕರ್ ಹಾಕಿ ಬನ್ನಿ, ನಿರ್ಮಿಸೋಣ,' ಅವರು ಸಕಾರಾತ್ಮಕವಾಗಿಯೇ ಹೇಳಿದರು.

'ನೋಡಿ, ನಾನಿರೂದು ಮಧ್ಯಮ ವರ್ಗದವರ ಬಾಡಿಗೆ ಫ್ಲ್ಯಾಟ್. ಕೆಳವರ್ಗ ಮಧ್ಯಮ ವರ್ಗದ ಜನಗಳಿಗೆ ಅಕ್ಕ ಪಕ್ಕದವರ ವಿಷಯದಲ್ಲಿ ಸದಾ ಕುತೂಹಲ. ಅವರ ನೀತಿ ನಡತೆಗಳ ಪೋಲೀಸರು ತಾವೇ ಅಂತ ಸದಾ ಉದ್ಯುಕ್ತರಾಗಿರ್ತಾರೆ. ನೀವು ಮಂತ್ರಿಗಳು ಬೇರೆ. ನೀವು ಬಂದು ಫ್ಲ್ಯಾಟಿನ ಬಾಗಿಲು ಹಾಕಿಕೊಂಡ ತಕ್ಷಣ ಬೇಹುಗಾರಿಕೆ ಶುರುವಾಗುತ್ತೆ.'

'ಹಾಗಿದ್ದರೆ ಎಲ್ಲಾದರೂ ದೂರ ಹೋಗಬೇಕು. ಮುಂಬಯಿಗೋ, ದಿಲ್ಲಿಗೋ. ಮಂತ್ರಿಯಾಗಿ ಅಷ್ಟು ದೂರ ಗುಟ್ಟಿನಲ್ಲಿ ಪ್ರಯಾಣ ಮಾಡೂದು ಕಷ್ಟ. ವಿರಹ ಅನುಭವಿಸದೆ ಬೇರೆ ದಾರಿ ಇಲ್ಲ.'

'ಅಂದರೆ ನನ್ನನ್ನ ನಡುನೀರಿನಲ್ಲಿ ಕೈ ಬಿಡುವ ಆಲೋಚನೆಯೆ?'

ತನ್ನನ್ನೇ ನಂಬಿಕೊಂಡು ಬದುಕುತ್ತಿದ್ದಾಳೆಂಬಂತೆ ಮಾತನಾಡ್ತಿದಾಳೆ ಎಂದು ಅವರಿಗೆ ಆಶ್ಚರ್ಯವಾಯಿತು. ಸಮಾನತೆ, ಸ್ವಾತಂತ್ರ್ಯದ ಮಾತನಾಡುತ್ತಿದ್ದವಳು ಒಂದೂವರೆ ತಿಂಗಳು ವಿರಹದಿಂದ ಬಳಲಿದ್ದಾಳೆಯೆ? ನಡುನೀರು, ಕೈಬಿಡುವ ಮಾತುಗಳಿಂದ ಅವರಿಗೆ ಹಿತವಾಯಿತು.

ವಿಶ್ವವಿದ್ಯಾಲಯದಿಂದ ಆರು ಕಿಲೋಮೀಟರ್ ಆಚೆಗೆ ಅವರದ್ದೇ ಹತ್ತು ಎಕರೆಯ ತೋಟ. ಅದರ ನಡುವೆ ಒಂದು ಮನೆ. ಆತ್ಮೀಯ ಸ್ನೇಹಿತರೊಡನೆ ಯಾವಾಗಲಾದರೊಮ್ಮೆ ಸಂತೋಷಕೂಟ ಮಾಡಲು, ಯಾರಾದರೂ ಹೆಂಗಸರೊಡನೆ ಅರ್ಧದಿನವನ್ನೋ ಬೆಳಗಿನಿಂದ ಸಂಜೆಯವರೆಗೋ ಕಳೆಯಲು ಅದನ್ನು ಉಪಯೋಗಿಸುತ್ತಿದ್ದರು. ಇವಳನ್ನೂ ಅಲ್ಲಿಗೆ ಕರೆದುಕೊಂಡು ಹೋಗುವ ಆಯ್ಕೆ ಕೊನೆಯದಾಗಿ ಕಂಡಿತು. ತಮ್ಮ ಡೈರಿಯನ್ನು ನೋಡಿಕೊಂಡ ನಂತರ, 'ಬರುವ ಗುರುವಾರ ಕೂಡಾಣ. ಬೆಳಗ್ಗೆ ಒಂಬತ್ತು ಗಂಟೆಗೆ ಸರಿಯಾಗಿ ರಿಂಗ್ ರಸ್ತೆಯ ಮೂರನೆ ಕವಲಿನ ತಾವ ಕಾದಿರಿ. ನಾನು ನನ್ನ ಕೆಂಪು ಫೋರ್ಡಿನಲ್ಲಿ ಬರ್ತೀನಿ. ಕಾರಿನ ನಂಬರ್ ಬರಕೊಳ್ಳಿ. ನನ್ನ ಸ್ವಂತ ಕಾರು. ಸರ್ಕಾರಿ ವಾಹನವಲ್ಲ. ಸಾಯಂಕಾಲ ಆರುಗಂಟೆಗೆ ವಾಪಸ್ ಬಿಡ್ತೀನಿ,' ಎಂದು ಹೇಳಿ, 'ಫೋನ್ ಇಡ್ತೀನಿ' ಎಂದು ತಿಳಿಸಿ ಕೆಳಗಿಟ್ಟರು.

೨

ತೋಟ ಮತ್ತು ಮನೆಗಳನ್ನು ನೋಡಿದ ಅವಳು ಮೈಮರೆತಳು. ಅದು ತೆಂಗು

ಅಡಿಕೆ ಬಾಳೆಗಳ ಲಾಭ ಪಡೆಯುವ ತೋಟವಲ್ಲ. ಅಲ್ಲಲ್ಲಿ ತೇಗ ಹೊನ್ನೆ ಮತ್ತು ಬಾದಾಮಿ ವೃಕ್ಷಗಳನ್ನು ಬೆಳೆಸಿದ್ದರೂ ಮುಂದೆ ಬಲಿತು ಬೇಗವಾದರೆ ಹಣ ಬರುತ್ತದೆಂಬ ಉದ್ದೇಶ ದಿಂದಲ್ಲ. ಉದ್ಯಾನದ ಯೋಜಿತ ಗುಣವಿದ್ದರೂ ದಟ್ಟಾರಣ್ಯದ ಸಹಜ ಹೊರವಿದ್ದ ಹಸಿ ರಿನ ರಾಶಿಯಾಗಿತ್ತು. ನಡುವೆ ವಿದೇಶದಿಂದ ತರಿಸಿದ ಕೋನಿಫೆರಸ್ ಜಾತಿಯ ಸಸ್ಯಗಳಲ್ಲದೆ ಮರಗಳಿಗೆ ಹಬ್ಬುವ ಚಿತ್ರವಿಚಿತ್ರ ಬಣ್ಣದ ಎಲೆಗಳ ಬಳ್ಳಿಗಳು. ಒಂದೊಂದು ಸೊಂಪಾದ ಅಡಿಕೆ ಗಿಡಗಳು. ಮರಗಳನ್ನು ಉದ್ಯಾನದ ಕೃತಕ ಆಕಾರವಿಲ್ಲದಂತೆ ಕಾಡಿನ ಮಾದರಿಯಲ್ಲಿ ದಟ್ಟವಾಗಿ ನಟ್ಟಿದ್ದರು. ಅದರ ಸಂದುಗಳಲ್ಲಿ ಕಲ್ಲುಗಳನ್ನು ಹದಿದು ಮಳೆಗಾಲದಲ್ಲೂ ಕೆಸ ರಿನ ರೇಜಿಗೆ ಇಲ್ಲದೆ ನಡೆಯುವಂತಹ ಸುತ್ತಿ ತಿರುಗುವ ದಾರಿಗಳು. ಎಲ್ಲಿ ಹೋದರೂ ನೆರಳು. ಭೂಮಿಯ ಮೇಲೆ ಬಿಸಿಲು ಬೀಳುವುದೇ ಅಪರೂಪವೆಂಬ ಕೆಲವು ತಾಣಗಳು. ಮನೆಯ ಎರಡನೆಯ ಅಂತಸ್ತನ್ನು ಹತ್ತಿ ನೋಡಿದರಂತೂ ಆ ಇಡೀ ವನವು ವಿವಿಧ ಎತ್ತರಗಳ ಹಸಿರು ಚಪ್ಪರದಂತೆ ಕಾಣುತ್ತಿದೆ. ಮನೆಯ ಆಕೃತಿ ಮತ್ತು ಬಣ್ಣಗಳು ಹೆಲಿಕಾಪ್ಟರಿ ನಿಂದ ನೋಡಿದರೆ ಮನೆಯೆಂದು ಗುರುತಿಸಲಾಗದಂತೆ ವನದೊಳಗೆ ಮಿಳಿತವಾಗಿದೆ.

'ಇದರೊಳಗೆ ಸ್ವಲ್ಪ ತಿರುಗಾಡುವ ಆಕರ್ಷಣೆಯಾಗ್ತಿದೆ,' ಎಂದು ಅವಳು ಅತ್ತ ಹೆಜ್ಜೆ ಇಟ್ಟಳು.

'ಹದಿದಿರುವ ಕಲ್ಲುಗಳ ಮೇಲೆಯೇ ಹೋಗಬೇಕು. ದಾರಿ ಬಾಗಿಬಳುಕಿ ಒಂದರೊಳ ಗೊಂದು ಸೇರಿಕೊಳ್ಳುತ್ತೆ. ಅಭ್ಯಾಸವಿಲ್ಲದಿದ್ದರೆ ಹೊರಗೆ ಬರುಕ್ಕೆ ಗೊತ್ತಾಗುಲ್ಲ. ಅಲ್ಲೇ ಚಕ್ಕರ್ ಹೊಡೆಸುತ್ತೆ. ನಾನೂ ಬರ್ತೀನಿ' ಎಂದು ಅವರೂ ಜೊತೆಯಾದರು.

ತುಸು ಒಳಗೆ ಹೋದ ತಕ್ಷಣ ಅವರು ಗಂವ್ ಎನ್ನುವಂಥ ದಟ್ಟ ಅರಣ್ಯದಲ್ಲಿದ್ದರು. ಅವಳು ಕೈನೀಡಿ ಅವರ ಕೈ ಹಿಡಿದು, 'ಮುಂದೆ ಮುಂದೆ ಯಾಕೆ ನಡೀತಿದೀಯ?' ಎಂದಳು.

'ಕಲ್ಲುಗಳು ಇಬ್ಬರು ನಡೀವಷ್ಟು ಅಗಲವಾಗಿಲ್ಲ. ಯಾವ ಜಾಗದಾಗೆ ಯಾವ ಆಳು ಕೆಲಸ ಮಾಡ್ತಿರ್ತಾನೋ ಗೊತ್ತಾಗುಲ್ಲ. ಇಲ್ಲಿ ಮತ್ತೇನೂ ಮಾಡೂ ಹಂಗಿಲ್ಲ' ಎಂದು ಅವರು ಖಿಲಾಡಿ ನಗೆ ನಕ್ಕರು. ಇವರು ಹೇಳಿದ್ದು ನಿಜ. ದಾರಿಗಳು ಎಲ್ಲಿಯೋ ಬಳಸಿ ಎಲ್ಲಿಯೋ ಸೇರುತ್ತವೆ. ಮತ್ತೆ ಎಲ್ಲಿಗೋ ಹೋಗುತ್ತವೆ. ಮತ್ತೆ ಅಲ್ಲಿಗೇ ಬರುತ್ತವೆ. ಆದರೆ ಮತ್ತೆ ಅಲ್ಲಿಗೇ ಬಂದಿದ್ದೇವೆಂದು ತಿಳಿಯುಲ್ಲ. ಈ ದಾರಿಗಳನ್ನು ಗುರುತಿಸಿ ಮನಗತ ಮಾಡಿಕೊಳ್ಳುವುದೊಂದು ಮೋಜು ಎನ್ನಿಸಿತು. ಕೊನೆಗೆ ಮನೆಯ ಹತ್ತಿರಕ್ಕೆ ಬಂದು ಒಳಹೊಕ್ಕರು. ಮನೆಯ ವಿನ್ಯಾಸ ಕೂಡ ಫ್ರೆಂಚ್ ಇಟಾಲಿಯನ್ ಬ್ರಿಟಿಶ್, ಗಾಥಿಕ್, ಗ್ರೀಕ್, ಯಾವ ಯಾವುದೋ ಶೈಲಿಗಳ ಹದವಾದ ಮಿಶ್ರಣ. ಎರಡನೆಯ ಮಹಡಿಯನ್ನು ಹತ್ತಿ ಶಯನಕೋಣೆಯನ್ನು ಹೊಕ್ಕು ಕಿಟಕಿಯ ಗಾಜುಗಳ ಮೂಲಕ ಸುತ್ತಣ ವನವನ್ನು ವೀಕ್ಷಿಸುತ್ತಾ ಅವರೊಡನೆ ಮೈಮರೆತಳು.

ಶಮನಗೊಳ್ಳುತ್ತಿರುವಾಗ, 'ಅದ್ಭುತ. ಈ ಮನೆ, ಈ ವನೋದ್ಯಾನದ ಕಲ್ಪನೆ ನಿನಗೆ ಹ್ಯಾಗೆ ಬಂತು?'

'ಹಿಂಗಿದ್ದರೆ ಚಂದ ಅನ್ನಿಸಿತು. ಬೆಂಗಳೂರಿಗೇ ಪ್ರಸಿದ್ಧ ಆರ್ಕಿಟೆಕ್ಟ್, ಇಂಡಿಯಾಕ್ಕೇ ಪ್ರೈಸ್‌ವಿನ್ನರ್, ಆರ್. ಲೋಚನ್‌ನ ಕೈಲಿ ಮಾಡಿಸಿದೆ. ಅವನದ್ದೇ ಲ್ಯಾಂಡ್‌ಸ್ಕೇಪ್. ಆಮ್‌ಸ್ಟರ್ ಡ್ಯಾಮ್‌ನಲ್ಲಿ ಓದಿ ಬಂದೋನು.'

'ನನಗೆ ಇಲ್ಲಿಯೇ ಇದ್ದುಬಿಡುವ ಆಶೆಯಾಗ್ತಿದೆ ದೊರೆ.' ಅವರು ಮಾತನಾಡಲಿಲ್ಲ. 'ಪ್ಯಾರಿಸನ್ನ ಇಲ್ಲಿಯೇ ನಿರ್ಮಿಸಿಕೊಳ್ಳುವ ಮಾತಾಡಿದ್ದೆವು. ನಿರ್ಮಾಣವಾಗಿಯೇ ಇದೆ. ನೀನೇ ನಿರ್ಮಿಸಿ ಇಟ್ಟುಕೊಂಡಿದೀಯ. ನನಗ್ಯಾಕೆ ಹೇಳಿರಲಿಲ್ಲ?'

ಬೇರೆ ಬೇರೆ ಹೆಂಗಸರನ್ನು ಅವಕಾಶವಾದಾಗ ಕರೆತರಲೆಂದೇ ನಿರ್ಮಿಸಿಕೊಂಡ ಸ್ಥಳ ಇದು. ಇಲ್ಲಿ ಕೆಲಸ ಮಾಡುವ ಆಳುಗಳಿಗೆಲ್ಲ ಈ ಸೂಕ್ಷ್ಮ ಗೊತ್ತಿದೆ. ಯಾರೂ ಆ ಬಗೆಗೆ ಹೊರಗಿನವರ ಕೈಲಿ ತುಟಿಪಿಟಕ್ ಅನ್ನುವುದಿಲ್ಲ. ಬಾಯಿಬಿಟ್ಟರೆ ತಿನ್ನುವ ಅನ್ನಕ್ಕೆ ಕಲ್ಲು ಬೀಳುವುದು ಮಾತ್ರವಲ್ಲ, ಮರಕ್ಕೆ ಕಟ್ಟಿಸಿ ಚರ್ಮ ಕಿತ್ತುಬರುವ ಹಾಗೆ ಹೊಡೆತ ಬೀಳುತ್ತೆ, ಕೈಕಾಲು ಮುರಿದುಬಿಡಬಹುದು ಎಂಬ ಭಯವೂ ಇತ್ತು. ಇಪ್ಪತ್ತೈದು ವರ್ಷ ಗಳಿಂದ ನಂಬಿಕೆಯನ್ನುಳಿಸಿಕೊಂಡು ಬಂದಿದ್ದ, ದೇವರು ಕೊಟ್ಟವ್ನೆ, ಸುಕಪಟ್ಟರೆ ನಮಗ್ಯಾಕೆ ಹೊಟ್ಟೆಕಿಚ್ಚು ಏಟಾದರೂ ಅನ್ನ ಆಕಿ ಸಾಕುವ ದಣಿ ಎಂಬ ಅಸೂಯಾರಹಿತ ಕೃತಜ್ಞತಾ ಮನೋಭಾವದ ಆಳುಗಳು.

ವಿಶ್ಲೇಷಣೆಯಲ್ಲಿ ತಾನು ಆಧುನಿಕಳು. ಪ್ರಕೃತಿ ಸೌಂದರ್ಯದಲ್ಲಿ ಮೈಮರೆಯುವುದರಲ್ಲಿ ರಮ್ಯಭಾವದವಳು ಎಂಬುದು ಅವಳಿಗೇ ಗೊತ್ತಿತ್ತು. ಮೂರು ಸಲ ಇಲ್ಲಿಗೆ ಬಂದು ಹಗ ಲನ್ನು ಕಳೆಯುವುದರಲ್ಲಿ ಅವಳಿಗೆ ಈ ವನ ಮತ್ತು ವನಕುಟೀರದಲ್ಲಿ ಕಿತ್ತುಕೊಳ್ಳಲಾರದಷ್ಟು ಆಕರ್ಷಣೆ ಬೆಳೆದುಬಿಟ್ಟಿತು. ನಾಲ್ಕನೆಯ ಸಲ ಬಂದಾಗ ಅವರು ಇವಳನ್ನು ಗಟ್ಟಿಯಾಗಿ ಹಿಡಿದಂತೆ ಇವಳು ಅವರನ್ನು ಮಾತಿನಲ್ಲಿ ಹಿಡಿದಳು: 'ನೀನು ಐ ಲವ್ ಯು ಐ ಲವ್ ಯು ಅಂತ ನನ್ನ ಕಿವಿಯೊಳಕ್ಕೆ ಉಸುರುತೀಯಲ್ಲ, ಅದು ಬರೀ ಕಾಮೋದ್ರಿಕ್ತಸ್ಥಿತಿಯ ಬಡಬಡಿಕೆಯೋ ಸತ್ಯವಾದ ಮಾತೋ?'

'ನನ್ನನ್ನ ಪರೀಕ್ಷೆ ಮಾಡ್ತಿದೀಯಾ?'

'ನಾನು ಮಾಡ್ತಿಲ್ಲ. ಮಾಡುಲ್ಲ. ನೀನು ಪ್ರೂವ್ ಮಾಡಬೇಕು.'

'ಹ್ಯಾಗೆ?'

'ಬಾಯಲ್ಲಿ ಐ ಲವ್ ಯು ಅಂತೀಯ. ಆದರೆ ಸೂಳೆಥರ ನಡೆಸ್ಕತ್ತೀಯ.'

'ಎಂಥ ಮಾತಾಡ್ತೀಯ?' ಅವರಿಗೆ ಕೋಪಬಂತು.

'ನಿನಗೆ ಬೇಕಾದಾಗ ಈ ತೋಟಕ್ಕೆ ಕರಕಂಡು ಬಂದು ಹಾಸಿಗೆಗೆ ಸೇರಿಸಿಕೊಂಡು ಐ ಲವ್ ಯು ಅಂತೀಯ. ನಾನು ಇಲ್ಲೇ ವಾಸಮಾಡ್ತೀನಿ ಅಂದರೆ ಒಪ್ಪುಲ್ಲ. ಸಾಹುಕಾರರು ಸೂಳೇನ ಯಾವಾಗಲೂ ಮನೆ ಒಳಕ್ಕೆ ಬರಗೊಡುಲ್ಲ.'

'ಅದು ಇಲ್ಲದ ತೊಂದರೆಗೆ ಕಾರಣವಾಗುತ್ತೆ ಅಂತ ಬಿಡಿಸಿ ಹೇಳಿದೀನಿ. ನನ್ನ ಕುಟುಂಬಕ್ಕೆ ತಿಳಿದರೆ ದೊಡ್ಡ ಜಗಳವಾಗುತ್ತೆ. ಅದರಿಂದ ನನಗೂ ಶಾಂತಿ ಇರುಲ್ಲ. ನಿನಗೂ ಮರ್ಯಾದೆ ಉಳಿಯೂದಿಲ್ಲ.'

'ಹೌದು ಸೂಳೆಗೆ ಮರ್ಯಾದೆ ಇರೂದೇ ಇಲ್ಲ.'

'ಮತ್ತೆ ಮತ್ತೆ ಅದೇ ಮಾತಾಡ್ತೀಯಲ.'

'ಇವಳು ನನ್ನ ಫ್ರೆಂಡ್ ಅಂತ ಒಪ್ಕಳೂ ಧೈರ್ಯವಿರೂದು ಲವ್‌ನ ಟೆಸ್ಟ್.'

ಇದುವರೆಗೆ ಯಾವ ಹೆಂಗಸೂ ಅವರೊಡನೆ ಇಷ್ಟೊಂದು ವಾದ ಮಾಡಿರಲಿಲ್ಲ. ಇವರ ಸಂಪರ್ಕಕ್ಕೆ ಬಂದ ಯಾವ ಹೆಂಗಸೂ ಇವಳಷ್ಟು ಓದಿದವಳಲ್ಲ. ತಾವು ಯಾರಿಗೂ ಹಣಕಾಸಿನಲ್ಲಾಗಲಿ ಪ್ರಭಾವವನ್ನುಪಯೋಗಿಸಿ ಬೇರೆ ಸಹಾಯ ಮಾಡುವುದರಲ್ಲಾಗಲಿ, ನೌಕರಿ ಕೊಡಿಸುವುದರಲ್ಲಾಗಲಿ ಕೃಪಣತೆ ತೋರಿಸಿದವರಲ್ಲ. 'ದರ್ಶನ ಕೊಡೂದೇ ಅಪರೂಪ. ನನಗೆ ನಿಮ್ಮ ಮೇಲಿರುವಷ್ಟು ಪ್ರೀತಿ ನಿಮಗೆ ನನ್ನ ಮೇಲಿಲ್ಲ' ಎಂದು ಕೆಲವರು ಆಗಾಗ ಮುನಿಸು ತೋರಿಸುತ್ತಿದ್ದರು ಮಾತ್ರ. ಆದರೆ ಹೀಗೆ ಯಾರೂ ತನ್ನನ್ನು ಇಕ್ಕಟ್ಟಿಗೆ ಸಿಕ್ಕಿಸುವ ಹಟ ಹಿಡಿದಿಲ್ಲ. ಅಂಥ ಧೈರ್ಯವೂ ಯಾರಿಗೂ ಇಲ್ಲ. ಇವಳು ಮಹಾ ಹಟಮಾರಿ, ಲಾಯರಾಗಬೇಕಿತ್ತು, ಎಂದುಕೊಂಡರು. ಇವಳನ್ನು ಇಲ್ಲೇ ಇರಗೊಟ್ಟರೆ ಒಂದು, ಒಂದಲ್ಲೊಂದು ದಿನ ಹೆಂಡತಿಗೆ ಗೊತ್ತಾಗಿ ಅವಳು ಬಂದು ಕೈಲಿ ಪೊರಕೆ ಹಿಡಿದು ರಂಪ ಮಾಡ್ತಾಳೆ. ಎರಡು, ಬೇರೆ ಯಾವ ಹೆಂಗಸನ್ನು ಕರಕಂಡು ಬರುಕ್ಕೂ ಜಾಗ ಇರುಲ್ಲ; ಮೂರು, ಇವಳು ಎಷ್ಟೇ ಪರಿಣತೆಯಾದ ಸುಖದಾಯಿನಿಯಾದರೂ ತಲೆಗೆ ಡೈ ಮಾಡಿಸಿಕೊಂಡವಳು. ನಾಲ್ಕು, ರಾಜಕಾರಣದ ಅಥವಾ ವ್ಯವಹಾರದ ಸ್ನೇಹಿತರುಗಳನ್ನು ಕರೆಕೊಂಡು ಬಂದು ಪಾರ್ಟಿ ಮಾಡುಕ್ಕೂ ಜಾಗ ಇರುಲ್ಲ, ಎಂಬ ಕಾರಣಗಳನ್ನೆಲ್ಲ ಒಳ ಮನಸ್ಸಿನಲ್ಲಿ ತಿರುವಿ ಹಾಕುತ್ತಾ, 'ನಿನಗೂ ಒಬ್ಬಳು ಮಗಳಿದಾಳೆ ಹದಿನೇಳು ತುಂಬಿದೋಳು ಅಂದೆ. ಅವಳಾದರೂ ಏನು ತಿಳಕೊತ್ತಾಳೆ ನೀನು ಅವಳು ಇಲ್ಲಿದ್ದು ನಾನು ಬಂದಾಗ ಈ ಕೋಣೆಗೆ ಬಂದು ಬಾಗಿಲು ಮುಚ್ಚಿಕೊಂಡರೆ,' ಎಂದರು ಇದೊಂದು ಬ್ರಹ್ಮಾಸ್ತ್ರವೆಂಬಂತೆ.

'ನನ್ನ ಮಗಳನ್ನು ನೋಡ್ಕಳೂ ನೆಪ ತೆಗೆಯಬೇಡ,' ಅವಳು ಈ ಅಸ್ತ್ರವನ್ನೂ ನಿವಾರಿಸಿದಳು.

ಆದರೂ ಅವರು ಒಪ್ಪಿಗೆ ಕೊಡಲಿಲ್ಲ. 'ಸುಮ್ಮನಿದ್ದವಳನ್ನ ಪ್ಯಾರಿಸಿಗೆ ಕರಕಂಡು ಹೋಗಿ ಒಂದೇ ಡಬಲ್ ಬೆಡ್‌ರೂಮಿನ ವ್ಯವಸ್ಥೆ ಮಾಡಿ ನನ್ನನ್ನ ಪ್ಲೀಸ್ ಅಂತ ಗೋಗರೆದು ಒಪ್ಪಿಸಿ ಇಷ್ಟೆಲ್ಲ ಮಾಡಿ ಈಗ ಈ ತೋಟದಲ್ಲಿ ಇರುಕ್ಕೆ ಬೇಡ ಅಂತೀಯ. ನಾನೇನು ತೋಟಾನ ನನಗೆ ಬರೆದುಕೊಡು ಅಂತ ಕೇಳ್ತಿಲ್ಲ. ನಿನಗೆ ಬೇಕಾದಾಗ ಬರಬಹುದು, ನನ್ನ ಪ್ರೀತೀನ ಪಡೆಯಬಹುದು ಅನ್ನುಕ್ಕೆ ಮಾತ್ರ ನಾನು ಕೇಳ್ತಿರೂದು.' ಎಂದು ತಬ್ಬಿ ಕಲೆಗಳನ್ನು ಪ್ರಯೋಗಿಸಿ ಅವರನ್ನು ಕರಗಿಸಿದಳು.

ಅಧ್ಯಾಯ ೧೩

೧

ಸಂಜೆ ಐದು ಗಂಟೆಗೆ ನಾನು ಮನೆಗೆ ಬಂದಾಗ ಮಂಗಳೆ, 'ನಿನ್ನ ಸಂಗಡ ಒಂದೆರಡು ವಿಷಯ ಮಾತಾಡಬೇಕು' ಎಂದಳು. ನಾನು ದಿಲ್ಲಿಯಿಂದ ಊರಿಗೆ ಬಂದು ಐದು ದಿನವಾಗಿತ್ತು. ಆ ಐದು ದಿನದಲ್ಲಿ ಒಂದು ಸಲವೂ ನಾವಿಬ್ಬರೂ ಒಂದು ಶಬ್ದವನ್ನೂ ಆಡಿರಲಿಲ್ಲ. ಪರಸ್ಪರ ದೃಷ್ಟಿಯನ್ನೂ ತಾಕಿಸಿರಲಿಲ್ಲ. ಈಗ ನಾನು ಅವಳ ಮಾತಿಗೆ ಯಾವ ಉತ್ತರವನ್ನೂ ಕೊಡದೆ ಆಫೀಸು ಕೊಠಡಿಗೆ ನಡೆದು ನನ್ನ ಕುರ್ಚಿಯ ಮೇಲೆ ಕುಳಿತೆ. ಹಿಂದೆಯೇ ಬಂದ ಅವಳು ಮೇಜದ ಎದುರಿನ ಕುರ್ಚಿಯನ್ನು ಆಕ್ರಮಿಸಿದಳು. ಆಫೀಸು ಕೋಣೆ, ನನ್ನ ಆಫೀಸು ಕುರ್ಚಿ, ಎದುರಿನ ದೊಡ್ಡ ಮೇಜು, ಮೇಜದ ಆ ಕಡೆಯ ಇವಳು, ಅಧಿಕೃತ ವ್ಯಾವಹಾರಿಕ ಚರ್ಚೆಗೆ ತಕ್ಕ ಸ್ಥಳ ಹಾಗೂ ಪೀಠೋಪಕರಣ ಎನ್ನಿಸಿತು. ಇವಳು ಏನು ಕೇಳುತ್ತಾಳೆಂದು ನಾನು ದಿಲ್ಲಿಯ ಜೈಲಿನಲ್ಲೇ ಹಲವಾರು ಬಾರಿ ಊಹಿಸಿದ್ದೆ. ಅವಳೆದುರು ತಲೆ ಬಾಗಬಾರದೆಂದೂ ನಿಶ್ಚಯಿಸಿದ್ದೆ. ಸಂಕೋಚ, ತಪ್ಪಿತಸ್ಥ ಭಾವನೆಗಳಿಲ್ಲದ ಮುಖ ಮಾಡಿಕೊಂಡು ಅವಳ ಮುಖವನ್ನು ನೋಡತೊಡಗಿದೆ.

'ನಾನು ಏನು ಹೇಳಬೇಕಂತಿದೀನಿ ಊಹಿಸಿರಬಹುದಲ್ಲ?' ಅವಳು ಕೇಳಿದಳು.

'ಖಚಿತವಾದ ಪ್ರಶ್ನೆಯಿದ್ದರೆ ನಾನು ಖಚಿತವಾದ ಉತ್ತರ ಕೊಡ್ತೀನಿ. ಊಹಾಪೋಹಕ್ಕೆ ಎಡೆಇಲ್ಲ.' ಎಂದೆ.

'ಸೂಳೆಯ ಹತ್ತಿರ ಹೋಗುಕ್ಕೆ ನಾಚಿಕೆಯಾಗುಲ್ಲವೆ? ಸೂಳೆಯ ಹತ್ತಿರ ಹೋದವನ ಹೆಂಡತಿ ಅಂತ ಸಮಾಜದ ಜನ ಬೆಟ್ಟು ತೋರಿಸಿದರೆ ಹೆಂಡತಿಗೆ ಮಾನಸಿಕ ಹಿಂಸೆಯಾಗುತ್ತೆ ಅನ್ನೂ ಜವಾಬ್ದಾರಿ ಇಲ್ಲವೆ?'

'ಆಯಿತೆ ಪ್ರಶ್ನೆ?' ನನ್ನ ಮಾತಿನಲ್ಲಿದ್ದ ಸೆಡವಿನಿಂದ ಅವಳು ಅವಾಕ್ಕಾದಳು. 'ನಿಜವಾಗಿಯೂ ನಪುಂಸಕನಲ್ಲ ಅಂತ ನನಗೆ ನಾನು ಪ್ರಮಾಣೀಕರಿಸಿಕೊಳ್ಳಬೇಕಾಗಿತ್ತು. ಅದಕ್ಕೆ ಕರೆಸಿಕೊಂಡಿದ್ದೆ. ನನ್ನ ಪ್ರಾಯ ನಲವತ್ತೆಂಟಲ್ಲ, ಇಪ್ಪತ್ತನಾಲ್ಕು ಅಂತ ನಂಬಿಕೆ ಬಂತು. ಇನ್ನೇನಾದರೂ ಇದೆಯಾ ಕೇಳೂದು?'

ಅವಳು ಮತ್ತೆ ಅವಾಕ್ಕಾದಳು. ಒಂದು ನಿಮಿಷದ ನಂತರ ಸಾವರಿಸಿಕೊಂಡು

ಮಾತನಾಡಿದಳು. ಧ್ವನಿ ಉಗ್ರವಾಗಿತ್ತು: 'ಹೆಂಡತಿಗೆ ದೇಹಸುಖ ನಿರಾಕರಿಸುವುದು ಕೌಟುಂಬಿಕ ದೌರ್ಜನ್ಯದ ಒಂದು ರೀತಿ ಅಂತ ನಿನಗೆ ಗೊತ್ತಿದೆ. ತಾನು ಸೂಳೆಯ ಹತ್ತಿರ ಹೋಗುತ್ತಾ ಹೆಂಡತಿಯನ್ನು ಹಸಿವಿನಿಂದ ಬಳಲಿಸುವುದು ಅಪರಾಧವನ್ನ ದ್ವಿಗುಣಗೊಳಿಸುತ್ತೆ.'

ತಕ್ಷಣ ಮೇಲೆ ಎದ್ದು ಇವಳನ್ನು ರಪರಪನೆ ಮೈ ಕೈ ಬೆನ್ನುಗಳ ಮೇಲೆಲ್ಲ ಬಾಸುಂಡೆ ಬರುವಂತೆ ಚಚ್ಚುವ ಮನಸ್ಸು ಬಂತು. ಹಾಕಿದರೆ ಏಳುವರ್ಷ ಜೈಲಿಗೆ ಹಾಕಲಿ. ಇನ್ನು ಕಳೆದುಕೊಳ್ಳುವುದೇನಿದೆ? ಎಂಬ ಜೂರತ್ತು ಹುಟ್ಟಿತು. ಕೈ ಬಿಗಿಯಾಯಿತು. ತುಟಿಗಳು ನಡುಗತೊಡಗಿದವು. ಕಣ್ಣುಗಳ ಬಿಸಿ ನನಗೇ ಅರಿವಾಗುತ್ತಿತ್ತು. ನನ್ನೊಳಗೆ ಏರುತ್ತಿರುವ ಕೋಪ ಅವಳಿಗೆ ಅರ್ಥವಾಗುತ್ತಿತ್ತು. ಸವಾಲು ಹಾಕುವಂತೆ ನನ್ನನ್ನು ದಿಟ್ಟಿಸತೊಡಗಿದಳು. ದೃಷ್ಟಿಯುದ್ಧ ಶುರುವಾಯಿತು. ಈ ದೃಷ್ಟಿಯುದ್ಧವು ಹಳೆಯ ದೃಷ್ಟಿಯುದ್ಧಗಳ ನೆನಪುಗಳನ್ನು ತರಿಸಿ ನನಗೇ ಅಸಹ್ಯವೆನ್ನಿಸುತ್ತಿತ್ತು. ಅಷ್ಟರಲ್ಲಿ ಹೆಜ್ಜೆಯ ಸಪ್ಪಳವಾಯಿತು. ಬಾಗಿಲ ಕಡೆಗೆ ದೃಷ್ಟಿಯನ್ನು ಹಾಯಿಸಿದೆ. ಪುಟ್ಟಕ್ಕ ಬರುತ್ತಿದ್ದಳು. ನಾನು ಊರಿನಲ್ಲಿಲ್ಲದ ಐವತ್ತೈದು ದಿನವೂ ದ್ಯಾವಕ್ಕ ಹಗಲೂ ರಾತ್ರಿ ಅವಳ ಜೊತೆಯಲ್ಲಿದ್ದು ಕಾಪಾಡುತ್ತಿದ್ದಳು. ಪ್ರತಿದಿನವೂ ನಾಲ್ಕಾರು ಸಲ ಅಪ್ಪ್‌ಪ್ಪ ಪ್ಪ ಎಂದು ಕೇಳುತ್ತಿದ್ದವಳಿಗೆ ದ್ಯಾವಕ್ಕ ಬೆರಳುಗಳನ್ನು ಮಡಿಸುತ್ತಾ ಹೊಸ ಹೊಸ ಲೆಕ್ಕ ಹೇಳಿ ಸಮಾಧಾನಪಡಿಸುತ್ತಿದ್ದಳು. ಒಮ್ಮೊಮ್ಮೆ ನಡುರಾತ್ರಿಯಲ್ಲಿ ಎಚ್ಚರವಾಗಿ ಅಪ್ಪ್‌ಪ್ಪಪ್ಪ ಎಂದು ಕನವರಿಸಿಕೊಳ್ಳುತ್ತಿದ್ದಳಂತೆ. ನಾನು ಬಂದ ತಕ್ಷಣ ಓಡಿ ಬಂದು ಬಿಕ್ಕಿಬಿಕ್ಕಿ ಅಳತೊಡಗಿದ್ದಳು. ಅವಳನ್ನು ತಬ್ಬಿ ಸಮಾಧಾನ ಮಾಡುವುದರಲ್ಲಿ ನನ್ನ ಮನಸ್ಸೂ ಎಷ್ಟೋ ಸಮಾಧಾನ ಪಡೆದುಕೊಂಡಿತ್ತು. ಈಗ ತಕ್ಷಣ ನನ್ನೊಳಗೆ ಒಂದು ವಿವೇಚನೆ ಜಾಗ್ರತವಾಯಿತು: ಇವಳನ್ನು ಹೊಡೆದು ಜೈಲು ಸೇರಿದರೆ ಪುಟ್ಟಕ್ಕನ ಗತಿ ಏನು? ಕೋಪ ಹತೋಟಿಗೆ ಬಂತು. ಶಮನವಾಗಲಿಲ್ಲ. ಎದ್ದು ಕುರ್ಚಿಯನ್ನು ಹಿಂದೆ ಸರಿಸಿ ಪುಟ್ಟಕ್ಕನ ಹತ್ತಿರ ನಡೆದು ಭುಜದ ಮೇಲೆ ಕೈಇಟ್ಟು ಅವಳ ಕೋಣೆಗೆ ಕರೆದೊಯ್ದೆ.

೨

ಕಂಪನಿಯನ್ನು ವಿಸರ್ಜಿಸದೆ ಬೇರೆ ದಾರಿ ಇಲ್ಲವೆಂಬ ತೀರ್ಮಾನಕ್ಕೆ ಬಂದೆವು. ಭದ್ರಯ್ಯನವರೊಡನೆ ಪ್ರತಿಯೊಂದು ವಿವರವನ್ನೂ ಚರ್ಚಿಸುತ್ತಿದ್ದೆ. ಇನ್ನೂ ನನಗೆ ಅಂಟಿಕೊಂಡಿದ್ದವರು ಅವರೊಬ್ಬರೇ. ನಿರುದ್ಯೋಗಿಯಾಗುವ ಅವರಿಗೆ ಸಾಕಷ್ಟು ಪ್ರಮಾಣದ ಪರಿಹಾರಕ್ಕೆ ದಾರಿ ಮಾಡುವುದು ನನ್ನ ನೈತಿಕ ಹೊಣೆ ಎಂಬ ಅರಿವು ನನಗಿತ್ತು. ಹಾಗೆಂದು ಅವರಿಗೆ ಹೇಳಿಯೂ ಇದ್ದೆ. ದಿನವೂ ಆಫೀಸಿಗೆ ಹೋಗುತ್ತಿದ್ದೆ. ಗೃಹವನ್ನು ಅಣಿಗೊಳಿಸುವಾಗ ಇರುವಷ್ಟೇ ಕೆಲಸವು ಖಾಲಿ ಮಾಡುವಾಗಲೂ ಇರುತ್ತದೆ.

ಒಂದು ಸಂಜೆ ಆರುಗಂಟೆಗೆ ಮನೆಗೆ ಬಂದಾಗ ಮಂಗಳೆ, 'ಐ ವಾಂಟು ಟು ಸ್ಪೀಕ್

ಟು ಯು,' ಎಂದಳು.

ಹೀಗೆ ತಗಾದೆಯ ಪ್ರಸ್ತಾವನೆ ಮಾಡದೆ ನನ್ನೊಡನೆ ಮಾತನಾಡುವುದು ಅವಳ ಜಾಯಮಾನವಲ್ಲವೆಂಬುದು ಅರ್ಥವಾಗಿದ್ದ ನಾನು 'ಎಸ್' ಎಂದು ಆಫೀಸುಕೋಣೆಗೆ ಹೋಗಿ ನನ್ನ ಅಧಿಕೃತ ಕುರ್ಚಿಯ ಮೇಲೆ ಕುಳಿತೆ. ಮೇಜದ ಎದುರಿನ ಕುರ್ಚಿಯನ್ನು ಆಕ್ರಮಿಸಿ ಅವಳೂ ಅಧಿಕೃತಳಾದಳು. ನಾನು ಮತ್ತೊಮ್ಮೆ 'ಎಸ್,' ಎಂದ ನಂತರ ಮಾತ ನಾಡಿದಳು:

'ಈಗ ನಡೆದಿರೂದೆಲ್ಲ ನನಗೆ ಅಸಹ್ಯಕರವಾಗಿದೆ. ಈ ಹಿಂಸೆಯಿಂದ ಬಿಡಿಸಿಕೊಳ್ಳದೆ ಯಾವ ಹೆಂಗಸಿಗೂ ಬದುಕುಕ್ಕೆ ಸಾಧ್ಯವಿಲ್ಲ. ನಾವು ವಿಚ್ಛೇದನ ಮಾಡಿಕೊಳ್ಳೋದು ಒಳ್ಳೇದು. ನಮ್ಮಿಬ್ಬರ ಮಧ್ಯೆ ಒಂದು ಮಗು ಇರೂದರಿಂದ, ಅದರ ಪಾಲನೆಯ ಹೊಣೆ ನನ್ನದೂ ಪೋಷಣೆಯ ಹೊಣೆ ನಿನ್ನದೂ ಆಗಬೇಕಾಗಿರೂದರಿಂದ ನಾವಿಬ್ಬರೂ ಮನಸ್ಸನ್ನು ಕಹಿ ಮಾಡಿಕೊಂಡು ಬೇರೆಯಾಗೂದು ವಿವೇಕವಲ್ಲ. ಲೆಟ್ ಅಸ್ ಪಾರ್ಟ್ ಆ್ಯಸ್ ಫ್ರೆಂಡ್ಸ್.'

ನನಗೆ ಇದ್ದಕ್ಕಿದ್ದಂತೆಯೇ ಹಗುರವೆನ್ನಿಸಿತು. ಇವಳು ತಾನಾಗಿಯೇ ವಿಚ್ಛೇದನದ ಮಾತು ಎತ್ತಿರುವುದರಿಂದ ನನಗೂ ಸುಲಭವಾಗಿ ಬಿಡುಗಡೆ ದೊರೆಯುತ್ತದೆಂಬ ನಿರಾಳ ಕಾಣಿಸಿತು. ನಾವು ಯಾವತ್ತೂ ದಂಪತಿಗಳಾಗಿರಲಿಲ್ಲ ಎಂದು ಛೇಡಿಸುವ ಮಾತು ಮನಸ್ಸಿನಲ್ಲಿ ಹುಟ್ಟಿದರೂ ಹೆಚ್ಚು ಸಿಗುರಿಲ್ಲದೆ ಬಿಡಿಸಿಕೊಳ್ಳುವ ಇರಾದೆಯಿಂದ 'ನಿನ್ನಿಷ್ಟ. ಥ್ಯಾಂಕ್ಯು' ಎಂದು ಮೇಲೆ ಎದ್ದು ಮೀಟಿಂಗ್ ಮುಗಿಯಿತೆಂದು ಸೂಚಿಸಿದೆ.

ಅದರ ಮರುದಿನ ಸಂಜೆ ಅದೇ ಹೊತ್ತಿಗೆ ಅವಳು ಹೇಳಿದಳು: 'ನನ್ನ ಲಾಯರ್ ಮೇಡಂ ಚಿತ್ರಾ ಹೊಸೂರ್ ನಿನ್ನನ್ನ ಭೇಟಿಯಾಗುಕ್ಕೆ ಬರ್ತಾರೆ. ಯಾವ ಸಮಯ ಹೇಳಲಿ? ನಾಳೆ ಸಂಜೆ ಇದೇ ಸಮಯ, ಆರುಗಂಟೆ?'

ಅವಳ ಒಳಉದ್ದೇಶ ಅರ್ಥವಾಗಲು ನನಗೆ ಒಂದು ನಿಮಿಷ ಹಿಡಿಯಿತು. ಅನಂತರ ಹೇಳಿದೆ: 'ವಿಚ್ಛೇದಿಸಿಕೊಳ್ಳೋಣ ಅಂತ ನಾವಿಬ್ಬರೂ ಒಪ್ಪಿ ಆಗಿದೆ. ಸ್ನೇಹಿತರಂತೆ ಬೇರೆ ಯಾಗೋಣ ಅನ್ನೂದೂ ತೀರ್ಮಾನವಾಗಿದೆ. ಮಧ್ಯದಲ್ಲಿ ಲಾಯರುಗಳನ್ನ ಸೇರಿಸಿದರೆ ಇಲ್ಲದ ಕರೆಕರೆ, ಕಹಿಹುಟ್ಟುತ್ತೆ. ಏನಿದ್ದರೂ ನಾವು ನಾವು ತೀರ್ಮಾನಿಸಿಕೊಳ್ಳೂದು ಉಚಿತ.'

'ಕಾನೂನು ಪ್ರಕಾರ ನನ್ನ ಹಕ್ಕು ಏನು ಅನ್ನೂದನ್ನ ಬಿಡಿಸಿ ಹೇಳುಕ್ಕೆ ನನಗೊಬ್ಬ ಲಾಯರು ಬೇಕಲ್ಲವೆ? ನಿನ್ನ ಲಾಯರನ್ನ ಕೇಳದೆ ನೀನೂ ಏನೂ ಮಾಡುಲ್ಲ ಅಂತ ನನಗೆ ಗೊತ್ತಿದೆ. ಅದರಲ್ಲೇನು ಸಂಕೋಚ? ಎರಡೂ ಕಡೆಯ ಲಾಯರ ಸಹಾಯ ಪಡೆದು ತೀರ್ಮಾನ ಮಾಡಿಕೊಂಡ ನಂತರವೂ ಸ್ನೇಹಿತರಂತೆ ಬೇರೆಯಾಗೂದು ಪ್ರೌಢತೆಯ ಲಕ್ಷಣ.'

ಇವಳ ವಕೀಲಳ ಮಾತಿನ ಮೂಲಕ ಇವಳ ನಿರೀಕ್ಷೆಯನ್ನು ಅರ್ಥಮಾಡಿಕೊಂಡು ಅನಂತರ ನನ್ನ ಲಾಯರನ್ನ ಕೇಳುವುದು ಎಂದು ಲೆಕ್ಕಹಾಕಿ, 'ಸರಿ. ನಾಳೆ ಸಂಜೆ ಆರು ಗಂಟೆಗೆ,' ಎಂದೆ.

೩

ನನ್ನ ಅದೇ ಕುರ್ಚಿಯ ಮೇಲೆ ನಾನು ಕುಳಿತೆ. ಮೇಜದ ಎದುರಿನ ಕುರ್ಚಿಯ ಮೇಲೆ ಲಾಯರ್ ಚಿತ್ರಾಹೊಸೂರ್. ಹಿಂದಿನ ಬಾರಿ ನೋಡಿದ್ದಂತೆಯೇ ತುಂಡು ಕೂದಲಿನ ಕ್ರಾಪ್‌ಕಟ್ ಮಾಡಿಸಿಕೊಂಡು ಕರಿಪ್ಯಾಂಟು ಬಿಳಿ ಷರಟು ಕರಿಕೋಟು. ಬರೀ ಹಣೆ. ತಾನು ಯಾವುದಕ್ಕೂ ಬಗ್ಗುವವಳಲ್ಲ ಎಂಬ ಭಂಗಿ. ಕಿವಿಗೆ ಓಲೆಯಾಗಲಿ ಮೂಗಿಗೆ ನತ್ತಾಗಲಿ ಕೊರಳಿಗೆ ಒಂದೇ ಒಂದೆಳೆ ಸರವಾಗಲಿ ಇಲ್ಲ. ತನ್ನೊಡನೆ ವ್ಯವಹರಿಸುವ ಯಾರೂ ಯಾವ ಅಂಶದಲ್ಲೂ ತನ್ನನ್ನು ಹೆಣ್ಣೆಂದು ಭಾವಿಸಿ ದಿಕ್ಕು ತಿರುಗಿಸಕೂಡದೆಂಬ ನಿಶ್ಚಯದ ಮುಖ.

ಅವಳ ಪಕ್ಕದಲ್ಲಿ ಅವಳ ಕಕ್ಷಿದಾರಳಾದ ಮಂಗಳೆ. ಲಾಯರೇ ಮಾತು ಶುರುಮಾಡಿದಳು: 'ನೀವು ವಿಚ್ಛೇದನ ಮಾಡಿಕೊಳ್ತಿರೂದು ವಿಷಾದದ ಸಂಗತಿ. ನೀವಿಬ್ಬರೂ ಪ್ರೌಢರೂ ವಿದ್ಯಾವಂತರೂ ಆಗಿರೂದರಿಂದ ನಿಮ್ಮ ತೀರ್ಮಾನದ ವಿಷಯದಲ್ಲಿ ನಾನು ಯಾವ ಟಿಪ್ಪಣೀನೂ ಮಾಡುಲ್ಲ. ಆದರೆ ಕಹಿಹುಟ್ಟುಕ್ಕೆ ಅವಕಾಶವಿಲ್ಲದಂತೆ, ಅನಂತರ ಕೂಡ ಕಹಿ ಉಳಿಯದಂತೆ ಸ್ನೇಹಪೂರ್ವಕವಾಗಿ ದೂರವಾಗಬೇಕೆಂಬ ನಿಮ್ಮ ತೀರ್ಮಾನವನ್ನು ನಾನು ಅಭಿನಂದಿಸುತೀನಿ. ಇಬ್ಬರು ಸಮಾನ ವ್ಯಕ್ತಿಗಳ ನಡುವೆ ಸ್ನೇಹ, ಸ್ನೇಹವಿದಾಯ ಆಗೂದು ಸಹಜವೇ. ನಾನು ಶ್ರೀಮತಿ ಮಂಗಳಾ ಅವರ ಪರ ಬಂದಿದೀನಿ ಅಂತ ದಯವಿಟ್ಟು ತಿಳಿಯಬೇಡಿ. ನಾನು ನಿಮ್ಮಿಬ್ಬರಿಗೂ ಸಮಾನವಾಗಿ ಹಿತೈಷಿ. ಕೋರ್ಟಿನಲ್ಲಿ ವಾದಕ್ಕೋಸ್ಕರ ವಾದ ವಿವಾದಕ್ಕೋಸ್ಕರ ವಿವಾದ ಎತ್ತಿ ಕೆದಕಿ ಘಾಸಿ ಮಾಡ್ಕಳುಕ್ಕಿಂತ ಒಬ್ಬ ಸಮಾನ ಹಿತೈಷಿಯ ಸಲಹೆ ಸೂಚನೆಯ ಮೇರೆಗೆ ಎಲ್ಲ ವಿವರಗಳನ್ನೂ ತೀರ್ಮಾನಿಸಿ ಕೊಳ್ಳೋದು ವಿವೇಕ. ಈಗ ನಿಮ್ಮ ಕಂಪನೀನ ವಿಸರ್ಜಿಸಬೇಕು ಅಂತ ನೀವು ಆಲೋ ಚಿಸ್ತಿದೀರಿ. ಅದು ನಿಮ್ಮ ತೀರ್ಮಾನ. ಆದರೆ ಇದೇ ಸಂದರ್ಭದಲ್ಲಿ ನಿಮ್ಮ ವಿಚ್ಛೇದನದ ಒಡಂಬಡಿಕೆಯೂ ಆಗಬೇಕಾಗಿರೂದರಿಂದ ನೀವು ನಿಮ್ಮ ಹೆಂಡತಿಗೆ ಹೆಚ್ಚು ಉಳಿಯದಂತೆ ಆ ವಿಸರ್ಜನೆಯಲ್ಲಿ ಚಳಕ ಮಾಡಿಬಿಡ್ತೀರೇನೋ ಅನ್ನುವ ಅನುಮಾನ ಮಂಗಳಾ ಅವ ರಿಗಿರೂದು ಸಹಜ. ನೀವು ಹಾಗೆ ಮಾಡ್ತೀರ ಅಂತ ಅಲ್ಲ. ಅದೊಂದು ಅನುಮಾನ ಅಷ್ಟೆ. ನ್ಯಾಯ ಯಾವತ್ತೂ ನ್ಯಾಯವೂ ಆಗಿರಬೇಕು. ನ್ಯಾಯವಾಗಿರುವಂತೆ ತೋರಲೂ ಬೇಕು. ನ್ಯಾಯಕಲಾಪದ ಬಹುಮುಖ್ಯ ತತ್ತ್ವ ಇದು. ಆದ್ದರಿಂದ ನಿಮ್ಮ ಕಂಪನಿಯ ವಿಸರ್ಜನೆಯ ಪ್ರಕ್ರಿಯೆಯಲ್ಲಿ ಮಂಗಳಾ ಅವರ ಪರವಾಗಿ ಒಬ್ಬಳು ನಿರೀಕ್ಷಕಿಯನ್ನ ಸೇರಿಸಿಕೊಂಡರೆ ಪ್ರಕ್ರಿಯೆಯು ಸಂಶಯಾತೀತವಾಗಿರುತ್ತೆ.'

ಇಷ್ಟು ಹೇಳಿ ಅವಳು ನನ್ನ ಮುಖ ನೋಡಿದಳು. ವಾಸ್ತವವಾಗಿ ನನ್ನ ಮುಖವನ್ನು ತನ್ನ ದೃಷ್ಟಿಯಿಂದ ಗ್ರಹಿಸುತ್ತಲೇ ಅವಳು ಮಾತನಾಡುತ್ತಿದ್ದಳು. ನಾನು ಇವಳಿಗೆ ನನ್ನ ಪ್ರತಿಕ್ರಿಯೆಯನ್ನು ಹೇಳಬೇಕೋ ಅಥವಾ ಸುಮ್ಮನೆ ಕೇಳಿಸಿಕೊಳ್ಳಬೇಕೋ ಎಂಬ ವಿವೇಚನೆ ನನ್ನೊಳಗೆ ಹುಟ್ಟಿ ನಾನು ಯಾವುದಕ್ಕೂ ಕಟ್ಟುಬೀಳಬಾರದು, ಸುಮ್ಮನೆ ಇವಳ ಗುರಿಗಳನ್ನು

ಅರ್ಥಮಾಡಿಕೊಳ್ಳಬೇಕು ಎಂದು ನಿರ್ಧರಿಸಿದೆ. ಅರ್ಧನಿಮಿಷ ಕಾದ ನಂತರ ಅವಳು, 'ಏನಂತೀರ?' ಎಂದಳು.

'ಯೋಚನೆ ಮಾಡಬಹುದಾದ ವಿಚಾರ,' ಎಂದೆ ಅರೆಸಮ್ಮತಿ ಸೂಚಿಸುವಂತೆ. ಅನಂತರ ಮುಂದಿನದು ಹೇಳಿ ಎಂಬಂತೆ ಅವಳ ಮುಖ ನೋಡಿದೆ.

'ಜೀವನಾಂಶದಲ್ಲಿ ಎರಡು ವಿಧ. ಒಟ್ಟಿಗೆ ಇಷ್ಟು ಅಂತ ಉಭಯತಾಪಿ ಸಮ್ಮತಿಸಿ ಕೊಟ್ಟು ಭಾರ ಇಳಿಸಿಕೊಳ್ಳೂದು. ಅಥವಾ ಪ್ರತಿತಿಂಗಳೂ ಕೊಡೂದು. ನೀವು ಜೈಲಿಗೆ ಹೋಗೋರು. ಶಿಕ್ಷೆ ಅನುಭವಿಸಿ ಹಿಂತಿರುಗಿದ ಮೇಲೆ ಎಲ್ಲೂ ನೌಕರಿ ಸಿಗೂದು ಕಷ್ಟ. ಆದ್ದರಿಂದ ಒಟ್ಟಿಗೇ ತಗೋಬೇಕು ಅಂತ ಮಂಗಳಾ ಅವರ ಆಲೋಚನೆ ಇದೆ.'

'ನಾನು ಜೈಲಿಗೆ ಹೋಗೋನು ಅಂತ ಹ್ಯಾಗೆ ಹೇಳ್ತೀರಿ? ಕೇಸು ಕೋರ್ಟಿನಲ್ಲಿದೆ. ಸಮರ್ಥ ಲಾಯರಿದಾರೆ. ಅಪೀಲು ಕೋರ್ಟುಗಳಿವೆ. ಇಷ್ಟಕ್ಕೂ ನನ್ನ ಮೇಲೆ ಹಾಕಿರೂದು ಸುಳ್ಳು ಕೇಸು.'

'ಸುಳ್ಳು ಕೇಸೆ? ಮಂಗಳಾ ಅವರ ಕೈಲಿ ನೀವೇ ಒಪ್ಪಿಕೊಂಡು ಸಮರ್ಥಿಸಿಕೊಂಡಿರಂತೆ.'

'ಗಂಡ ಹೆಂಡಿರ ಜಗಳದಲ್ಲಿ ಏನೇನೋ ಮಾತುಗಳು ಹೊರಡ್ತಾವೆ. ಅವನ್ನೆಲ್ಲ ನಂಬ್ತೀರಾ?'

'ಮಿಸ್ಟರ್ ಜಯಕುಮಾರ್, ನೀವು ನಿಜವನ್ನ ಸುಳ್ಳು ಅಂತ ಸಾಧಿಸುಕ್ಕೆ ಹೊರಟರೆ ಎಷ್ಟೋ ಥರ ವೈದ್ಯಕೀಯ ಪರೀಕ್ಷೆ ಮನೋವೈದ್ಯ ಪರೀಕ್ಷೆಗಳಿರ್ತಾವೆ. ಇಂಥ ಪರೀಕ್ಷೆ ಮಾಡಿ ಅಂತ ಸಂದರ್ಭಕ್ಕೆ ಅನುಗುಣವಾಗಿ ವಿಪಕ್ಷದೋರು ಕೋರ್ಟನ್ನ ಕೇಳಬಹುದು. ನಿಮಗೆ ಮಂಗಳಾ ಅವರ ವಿಷಯದಲ್ಲಿ ಸೆಲೆಕ್ಟಿವ್ ಇಂಪೊಟೆನ್ಸಿ ಇರಬಹುದು. ಅದನ್ನ ಮನೋರೋಗ ತಜ್ಞರು ಪತ್ತೆಮಾಡ್ತಾರೆ. ಅಂದರೆ ಮದುವೆಯಾದ ನಂತರವೇ ಅವರನ್ನ ದಾಂಪತ್ಯದ ಹಸಿವಿಗೆ ಸಿಕ್ಕಿಸಿದಿರಿ ಅಂತ ಇನ್ನೊಂದು ಕೇಸು ತರಬಹುದು. ಕಾನೂನಿನ ಸಹವಾಸ ನಿಮಗೆ ಸರಿಯಾಗಿ ಗೊತ್ತಿಲ್ಲ. ಸಮರ್ಥೆಯಾದ ವಕೀಲೆಯ ಕೈಗೆ ಸಿಕ್ಕಿದರೆ ಯಾವ ಯಾವ ಸಂದುಗೊಂದಿಯಲ್ಲಿ ಸಿಕ್ಕತ್ತೀರೋ ನಿಮಗೆ ಈಗ ಅರ್ಥವಾಗುಲ್ಲ. ದಿಲ್ಲೀಲಿ ನಿಮ್ಮ ಮೇಲೆ ಹಾಕಿರೂದು ಸುಳ್ಳು ಕೇಸು ಅಂದಿರಿ. ಸಮರ್ಥ ಲಾಯರಿದಾರೆ ಅಂದಿರಿ. ಮಿಸ್ಟರ್ ಖಂಡೇಲ್‌ವಾಲ್ ಸಮರ್ಥರು ಅನ್ನೂದು ನಮಗೂ ಗೊತ್ತಿದೆ. ಆದರೆ ನಿಮಗೆ ಜಾಮೀನು ಸಿಕ್ಕುಕ್ಕೆ ಐವತ್ತಮೂರು ದಿನ ಯಾಕೆ ಬೇಕಾಯ್ತು? ದಾಳಿಯಲ್ಲಿ ನೀವು ಸಿಕ್ಕಿಕೊಂಡು ಪೋಲೀಸರು ಹಾಕಿರೂದು ನಿಜವಾದ ಕೇಸು. ನಿಮಗೆ ಶಿಕ್ಷೆಯಾಗೇ ಆಗುತ್ತೆ. ಅದೆಲ್ಲ ನಮಗೆ ಗೊತ್ತಿದೆ. ಇದನ್ನ ಮಾತಾಡೂದು ನನ್ನ ವ್ಯಾಪ್ತಿಗೆ ಸೇರಿದ್ದಲ್ಲ. ಒಟ್ಟಿಗೆ ಜೀವನಾಂಶ ತೀರ್ಮಾನಿಸುಕ್ಕೆ ನೀವು ತಕರಾರು ಎತ್ತಿದ್ದರಿಂದ ನಾನು ಇವನ್ನೆಲ್ಲ ಹೇಳಬೇಕಾಯಿತು.'

ನನ್ನಲ್ಲಿ ಅಂಜಿಕೆ ಹುಟ್ಟಿತು. ಇವಳಿಗೆ, ಈ ಸಂಘಟನೆಯವರಿಗೆ ದಿಲ್ಲಿಯ ಸಂಘಟನೆಯ ನಿಕಟ ಸಂಪರ್ಕವಿದೆ. ನಮಗೆ ಜಾಮೀನು ಕೊಡಕೂಡದೆಂದು, ನೇಣುಗಟ್ಟಬೇಕೆಂದು ಠಾಣೆಯ ಮುಂದೆ, ಕೋರ್ಟಿನ ಮುಂದೆ ಘೋಷಣೆ ಕೂಗಿದ ಸಾವಿರ ಮುಟ್ಟಿದ

ಮಹಿಳೆಯರು ಹಾಗೂ ಕಾಲೇಜು ಹುಡುಗಿಯರ ಸಂಘಟನೆ, ಕೋರ್ಟಿನ ನಮ್ಮ ಜಾಮೀನು ಅರ್ಜಿ ವಿಚಾರಣೆಯ ದಿನಗಳಲ್ಲೆಲ್ಲ ತಪ್ಪದೆ ಹಾಜರಿದ್ದ ನಾಲ್ವರು ವಕೀಲೆ ಉಡುಪಿನ ಮಹಿಳೆಯರು, ಈ ಬೆಂಗಳೂರಿನ ಇವಳು, ಇವಳ ಮುಖಂಡೆ ಮಾಲಾಕೆರೂರ್, ಮತ್ತು ಫ್ಯಾಕ್ಟರಿಯ ಹೊರಗೆ ಬಾವುಟ ಹಿಡಿದು ನಿಂತಿದ್ದ ಕಾಲೇಜು ಹುಡುಗಿಯರು, ಇವರೆಲ್ಲ ಒಂದೇ ಸಂಘಟನೆಯವರು. ನನ್ನ ಕಂಪನಿಯ ವಿಸರ್ಜನೆಯ ವಿವರಗಳನ್ನೂ ಇವಳು ತಿಳಿದಿದಾಳೆ. ನನ್ನನ್ನು ಪೂರ್ತಿ ಬೋಳಿಸುವ ಸಂಚು ಹೂಡಿಕೊಂಡೇ ಬಂದಿದಾಳೆ, ಎಂದು ಮನಸ್ಸು ತಿರುವಿಹಾಕಿತು. ಹೆಚ್ಚು ಹೊತ್ತು ಮೌನವಾಗಿದ್ದರೆ ಸೋಲಿನ ಸೂಚನೆ ಯಾಗುತ್ತೆ ಅನ್ನಿಸಿ ಕೇಳಿದೆ: 'ಒಟ್ಟಿಗೆ ಜೀವನಾಂಶ ಅಂದರೆ ನೀವು ಎಷ್ಟು ನಿರೀಕ್ಷಿಸ್ತೀರಿ?'

'ನಿಮ್ಮ ಕಂಪನಿ ನ್ಯಾಯಯುತವಾಗಿ ವಿಸರ್ಜನೆಯಾದ ಮೇಲೆ ಎಷ್ಟು ಉಳಿಯುತ್ತೆ ಅನ್ನುವ ಒಂದು ಅಂಶ. ಇನ್ನೊಂದು ಹೆಂಡತಿಗೆ ಕನಿಷ್ಠವಾಗಿ ನಡೆಸಿಕೊಡಬೇಕಾದ ಜೀವನಮಟ್ಟ.'

'ಸ್ವಲ್ಪ ಬಿಡಿಸಿ ಹೇಳ್ತೀರ?'

'ಕಂಪನಿ ವಿಸರ್ಜನೆಯಾದ ಮೇಲೆ ಉಳಿದದ್ದನ್ನ ನಾಲ್ಕು ಭಾಗ ಮಾಡುವುದು. ನೀವು, ಮಂಗಳಾ ಅವರು, ನಿಮ್ಮಿಬ್ಬರಿಗೂ ಆದ ಒಂದು ಮಗು, ನಿಮ್ಮ ಮೊದಲ ಮದು ವೆಯ ಒಬ್ಬಳು ಹುಡುಗಿ. ಹೀಗೆ. ತಲಾ ಕಾಲುಭಾಗ.'

'ಆದರೆ ಕಂಪನಿಯನ್ನ ಕಟ್ಟಿ ಬೆಳೆಸಿದವಳು ನನ್ನ ಜೊತೆಗೆ ನನ್ನ ಮೊದಲ ಹೆಂಡತಿಯೂ. ಕಂಪನಿಯಲ್ಲಿ ಅರ್ಧಭಾಗ ತೆಗೆದು ಅದನ್ನ ಪೂರ್ತಿ ಅವಳ ಮಗಳಿಗೆ ಕೊಡಬೇಕು. ನನ್ನ ಪಾಲಿಗೆ ಬರೂದರಲ್ಲಿ ನಾಲ್ಕು ಭಾಗ ಮಾಡಿ ನೀವು ಹೇಳುವಂತೆ ಕೊಡೂದು ನ್ಯಾಯ, ಅಲ್ಲವೆ?'

'ಮಿಸ್ಟರ್ ಜಯಕುಮಾರ್, ನಿಮ್ಮ ಕಂಪನಿಯ ಯಾವ ದಾಖಲೆಯಲ್ಲೂ ನಿಮ್ಮ ಮೊದಲ ಹೆಂಡತಿ ಪಾಲುದಾರರು ಅಂತ ಇಲ್ಲ. ನೀವೊಬ್ಬರೇ ಮಾಲೀಕರು.'

'ಬರವಣಿಗೆಯಲ್ಲಿಲ್ಲ. ಆದರೆ ತನ್ನ ಒಡವೆಯನ್ನ ಮಾರಿ ಬಂಡವಾಳ ಕೊಟ್ಟು ನನ ಗಿಂತ ಹೆಚ್ಚು ದುಡಿದೋಳು ಅವಳು. ಕಂಪನಿ ರಿಜಿಸ್ಟರ್ ಮಾಡಿಸಿದಾಗ ಅವಳ ಹೆಸರನ್ನೂ ಸೇರಿಸುವುದು ನಮ್ಮಲ್ಲಿ ಯಾರಿಗೂ ಹೊಳೀಲಿಲ್ಲ. ಯಾಕೆಂದರೆ ಮುಂದೆ ಇಂಥ ಸನ್ನಿವೇಶ ಬರುತ್ತೆ ಅಂತ ನಾವು ಕನಸುಮನಸಿನಲ್ಲೂ ಕಲ್ಪಿಸಿಕೊಂಡಿರಲಿಲ್ಲ.'

'ನಿಮಗೆ ಕಾನೂನಿನ ಬಗೆಗೆ ಗೌರವವಿರಲಿಲ್ಲ ಅಥವಾ ಆಕೆಯನ್ನ ಶೋಷಿಸುವ ಉದ್ದೇಶವಿತ್ತು ಅಂತ ಅದರ ಅರ್ಥ. ಈಗ ಆ ವಾದವೆಲ್ಲ ನಡೆಯೂದಿಲ್ಲ. ಕಂಪನಿ ವಿಸರ್ಜನೆಯಾಗಿ ಏನಾದರೂ ಉಳಿದರೆ ಈ ನಾಲ್ಕು ಭಾಗದ ಲೆಕ್ಕ. ಇಲ್ಲಿ ಇನ್ನೂ ಒಂದು ಅಂಶವಿದೆ. ಮಂಗಳಾ ಅವರು ಗೃಹಿಣಿ, ಮಹಿಳೆ. ಬೇರೆ ಆದಾಯವಿಲ್ಲದೋರು. ಈಗ ಯಾವ ಮಟ್ಟದ ಜೀವನಸೌಕರ್ಯಕ್ಕೆ ಅಭ್ಯಸ್ಥರಾಗಿದಾರೋ ಆ ಮಟ್ಟಕ್ಕೆ ತಕ್ಕಂತೆ ಮೊದಲು ಅವರಿಗೆ ತೆಗೆದಿಟ್ಟ ನಂತರ ನಾಲ್ಕು ಭಾಗ ಮಾಡುವ ಮಾತು. ಈ ಮನೆ ಅವರಿಗೆ ಅಭ್ಯಾಸವಾಗಿರೂದು. ಕಾರು, ಡ್ರೈವರ್, ಈ ಮಟ್ಟಕ್ಕೆ ಪ್ರತಿತಿಂಗಳೂ ಆದಾಯ

ಕೊಡುವ ಮೂಲಧನ. ಜೊತೆಗೆ ಹಣದುಬ್ಬರ ಏರುತ್ತೆ. ಇವನ್ನೆಲ್ಲ ಲೆಕ್ಕ ಹಾಕಿದರೆ ಅವರಿಗೆ ಈ ಮನೆ, ಕಾರು, ಡ್ರೈವರು, ಒಟ್ಟು ಒಂದು ಕೋಟಿಯಾದರೂ ಮೂಲಧನ ಮೊದಲು ಕೊಟ್ಟುಬಿಡಬೇಕು. ಅನಂತರ ನಾಲ್ಕುಭಾಗದಲ್ಲಿ ಏನಾದರೂ ಉಳಿದರೆ ಅವರಿಗೊಂದು ಅವರ ಮಗನಿಗೊಂದು ಪಾಲು ಇದ್ದೇ ಇದೆ.'

'ಮೊದಲು ಅವಳು ಹನ್ನೆರಡು ಸಾವಿರ ಸಂಬಳದ ನೌಕರಳಾಗಿದ್ದಳು. ಮದುವೆ ರಿಜಿಸ್ಟರಾದ ಮೇಲೆ ತಾನಾಗಿಯೇ ನೌಕರಿ ಬಿಟ್ಟಳು.'

'ಮದುವೆಗೆ ಮೊದಲು ಏನಿತ್ತು ಅನ್ನೂದಲ್ಲ, ಮದುವೆಯಾದ ಮೇಲೆ ಯಾವ ಮಟ್ಟದಲ್ಲಿದ್ದರು ಅನ್ನೂದೇ ಪರಿಗಣಿಸುವ ಅಂಶ. ಈ ವಿಷಯದಲ್ಲಿ ಕಾನೂನು ಸ್ಪಷ್ಟವಾಗಿದೆ. ಇನ್ನೊಂದು ವಿಷಯ: ಪರಸ್ಪರ ಸಮ್ಮತಿಯಿಂದ ಅರ್ಜಿ ಹಾಕಿದರೆ ಎರಡು ವಾರದಲ್ಲಿ ವಿಚ್ಛೇದನ ಸಿಕ್ಕುತ್ತೆ. ನಾವು ಕೊಡಿಸಿಕೊಡ್ತೀವಿ. ಒಂದೇ ಮನೇಲಿದ್ದು ನಾವು ಬೇರೆಯಾಗಿದೀವಿ, ವಿಚ್ಛೇದನ ಕೊಡಿ ಅಂತ ಕೋರ್ಟನ್ನ ಪ್ರಾರ್ಥಿಸುಕ್ಕಾಗುಲ್ಲ. ನೀವು ನಿಮ್ಮ ಮಗಳು ಸಾಧ್ಯವಾದಷ್ಟು ಬೇಗ ಈ ಮನೇನ ಖಾಲಿ ಮಾಡಿಬಿಡಿ. ಅವರನ್ನ ಖಾಲಿ ಮಾಡಿಸಿದರೆ ನಿಮ್ಮ ಮೇಲೆ ಹೆಂಡತೀನ ಬೀದಿಪಾಲು ಮಾಡಿದ ಆಪಾದನೆ ಬರುತ್ತೆ. ಹೇಗೂ ಈ ಮನೆ ಅವರಿಗೆ ಬರಬೇಕು. ನೀವೇ ಖಾಲಿ ಮಾಡಿಬಿಡಿ. ಚಿಕ್ಕಮಗು ತಾಯಿಗೆ ಸೇರುತ್ತೆ. ಅದರ ಪಾಲಿನ ನಿರ್ವಹಣೆಯೂ ತಾಯೀದೇ. ಈಗ ಇಷ್ಟಕ್ಕೆ ನಿಷ್ಕರ್ಷೆಯಾಗಿದ್ದರೂ ಮುಂದೆ ವಿಶೇಷ ಪರಿಸ್ಥಿತಿಯುಂಟಾದರೆ, ನಿಮ್ಮ ಸಂಪಾದನೆ ಹೆಚ್ಚಾದರೆ ನೀವು ಜವಾಬ್ದಾರಿ ಹೊರಬೇಕು. ಈ ಅಂಶ ವಿಚ್ಛೇದನ ಕರಾರಿನಲ್ಲಿ ಸೇರುತ್ತೆ.'

ಇಷ್ಟು ಹೇಳಿ ಅವಳು ಸುಮ್ಮನಾದಳು. ತಗಡು ಛಾವಣಿಯ ಮೇಲೆ ಪಟಪಟ ಬೀಳುವ ಮುಂಗಾರು ನಿಂತಂತಾಯಿತು. ಒಂದು ನಿಮಿಷದ ನಂತರ ತನ್ನ ಮಾತನ್ನು ಸಮಾಪ್ತಿಗೊಳಿಸುವವಳಂತೆ ಹೇಳಿದಳು: 'ಕಾನೂನಿನ ಅಂಶಗಳನ್ನು ನಾನು ಹೇಳಿದೀನಿ. ಇಷ್ಟೆಲ್ಲ ವ್ಯವಹಾರ ಮಾಡುವ ನೀವೂ ನಿಮ್ಮ ವಕೀಲರನ್ನ ಕೇಳಿಯೇ ಕೇಳ್ತೀರಿ. ವ್ಯವಹಾರ ನಡೆಸಿ ಅನುಭವವಿರೂ ನೀವು ಮುಂದೆಯೂ ಇನ್ನೊಂದು ಉದ್ಯಮ ಅಥವಾ ವ್ಯಾಪಾರ ಆರಂಭ ಮಾಡಿ ದೊಡ್ಡ ಸಂಪಾದನೆ ಮಾಡ್ತೀರಿ. ಆಗ ಮಂಗಳಾ ಅವರಿಗೂ ಅವರ ಹೊಟ್ಟೇಲಿ ಹುಟ್ಟಿರೂ ನಿಮ್ಮ ಮಗನಿಗೂ ಅನ್ಯಾಯವಾಗಬಾರದು ಅಂತ ನಾನು ಹೇಳಿದ ಕೊನೆಯ ಅಂಶ,' ಎಂದಳು.

'ನನಗೆ ಜೈಲು ಆಗೂದು ಖಂಡಿತ. ಮುಂದೆ ಎಲ್ಲಿಯೂ ಒಂದು ನೌಕರಿಯೂ ಸಿಕ್ಕುಲ್ಲ ಅಂತ ಮೊದಲು ಹೇಳಿದಿರಿ. ಈಗ ಮತ್ತೆ ಉದ್ಯಮ ಮಾಡಿ ದೊಡ್ಡ ಸಂಪಾದನೆ ಮಾಡ್ತೀನಿ ಅಂತಿದೀರಿ. ಏನು ಈ ದ್ವಂದ್ವದ ಅರ್ಥ?' ನಾನು ಕೇಳಿದೆ.

'ದ್ವಂದ್ವವೇನಿಲ್ಲ. ಬ್ಯಾಂಕುಗಳಿಗೆ, ಇತರ ಸಾಲಗಾರರಿಗೆ ಕೋಟಿಗಟ್ಟಳೆ ಮೋಸಮಾಡಿ ಜೈಲು ಕಂಡವರು ಅನಂತರ ಬೇನಾಮಿ ವ್ಯವಹಾರ ಶುರುಮಾಡಿ ಕೋಟ್ಯಧೀಶರಾಗಿರುವ ಎಷ್ಟು ಉದಾಹರಣೆಗಳಿಲ್ಲ?'

'ನನ್ನನ್ನ ಅಂಥ ಮೋಸಗಾರ ಅಂತಿದೀರಾ?'

'ಪರ್ಸನಲ್ ವಿಷಯ ನಾನು ಮಾತಾಡುಲ್ಲ. ಕಾನೂನನ್ನು ಅನ್ವಯಿಸುವಾಗ ಯಾವಾಗಲೂ ಸಾಧ್ಯತೆಗಳನ್ನೂ ನೋಡಬೇಕಲ್ಲವೆ? ನೀವು ಈಗ ವಿಚ್ಛೇದನ ಕೊಡುಲ್ಲ ಅಂದರೂ ದಿಲ್ಲಿಯಲ್ಲಿ ನೀವು ಅರೆಸ್ಟ್ ಆಗಿರುವ ಕಾರಣಗಳನ್ನೇ ಮುಂದಿಟ್ಟು ಇಂಥೋನ ಜೊತೆ ಇರೂದು ನನಗೆ ಹಿಂಸೆಯಾಗುತ್ತೆ. ನಾನು ಬೇರೆ ಇರುಕ್ಕೆ ಅನುಕೂಲವಾಗುವಂತೆ ಇವನು ಈ ಮನೆಗೆ ಬರೂದ ತಡೆಗಟ್ಟಿ ಅಂತ ಮಂಗಳಾ ಅವರು ಕೋರ್ಟ್‌ನ್ನ ಪ್ರಾರ್ಥಿಸಿಕೊಬಹುದು. ಇವೆಲ್ಲ ಯೋಚನೆ ಮಾಡಿ. ನನಗೂ ಹೊತ್ತಾಯಿತು,' ಎಂದು ತನ್ನ ಬಲಗೈಗೆ ಕಟ್ಟಿಕೊಂಡಿದ್ದ ಗಡಿಯಾರ ನೋಡಿಕೊಂಡಳು.

೪

ರಾತ್ರಿ ಎಷ್ಟು ಹೊತ್ತಾದರೂ ನಿದ್ರೆ ಬರಲಿಲ್ಲ. ಪುಟ್ಟಕ್ಕನ ಉಸಿರು ಕೇಳುತ್ತಿತ್ತು. ವಿಚ್ಛೇದನದ ಮಾತು ಅವಳಿಂದಲೇ ಬಂದಾಗ ನನಗೆ ಬಿಡುಗಡೆಯ ಸಂತೋಷವೇ ಆಗಿತ್ತು. ಆದರೆ ತನ್ನ ವಕೀಲೆಯನ್ನು ಕರೆಸಿ ಅವಳ ಮೂಲಕ ಇಷ್ಟೊಂದು ಹಕ್ಕುಗಳನ್ನು ಒತ್ತಾಯಿಸಿ ಹೇಳಿಸುತ್ತಾಳೆಂಬ ಕಲ್ಪನೆ ಇರಲಿಲ್ಲ. ಅವಳನ್ನು ಬೀದಿಪಾಲು ಮಾಡಿ ಹೊರಹಾಕುವ ಯೋಚನೆ ಎಂದೂ ಇರಲಿಲ್ಲ. ಆದರೆ ನನ್ನನ್ನು ನಿರ್ಗತಿಕನನ್ನಾಗಿ ಮಾಡಿ ನನ್ನ ರಕ್ತಹೀರಿ ತಾನು ಮಾಡಿಕೊಂಡಿರುವ ಶೋಕಿಯನ್ನು ಮುಂದುವರೆಸುವ ಹಕ್ಕನ್ನು ಕಾನೂನು ಮಾನ್ಯ ಮಾಡುತ್ತದೆಂದು ವಾದಿಸಿದ್ದಕ್ಕೆ ನನ್ನ ಮನಸ್ಸು ವ್ಯಗ್ರವಾಗಿತ್ತು. ನನ್ನನ್ನು ಬೀದಿಪಾಲು ಮಾಡುವ ತನಕ ಅವಳಿಗೆ ಸಮಾಧಾನವಾಗುವುದಿಲ್ಲವೆಂಬುದು ಸ್ಪಷ್ಟವಾಗಿತ್ತು. ಹೊಡೆದು ಬೈದು ಮಾಡುವುದರಿಂದ ನನಗೆ ಸಮಾಧಾನವಾಗುತ್ತಿರಲಿಲ್ಲ. ಅವಳನ್ನು ತೆಗೆದುಹಾಕಿಬಿಟ್ಟರೆ ಹೇಗೆ? ಎಂಬ ಆಲೋಚನೆ ಇದ್ದಕ್ಕಿದ್ದಂತೆಯೇ ಮನಸ್ಸಿನಲ್ಲಿ ಮೂಡಿತು. ಏನೂ ಕಷ್ಟವಿಲ್ಲ. ಪಕ್ಕದ ರೂಮಿನಲ್ಲಿ ಮಲಗಿರ್ತಾಳೆ. ಹರಿತವಾದ ಚಾಕುವಿನಿಂದ ಎದೆಗೆ ಒಂದೇಟು ಹಾಕಿಬಿಟ್ಟರೆ, ಸೂಳೆಮುಂಡೆ ನಿನಗೆ ತಕ್ಕ ಶಿಕ್ಷೆ ಇದು ಅಂತ ಜೀವ ಹೋಗುವ ಮೊದಲು ಅವಳಿಗೆ ಕೇಳಿಸಲೂಬೇಕು ಎಂಬ ಕಲ್ಪನೆ ಮನಸ್ಸನ್ನು ತುಂಬಿಕೊಂಡಿತು. ಎಷ್ಟು ಹೊತ್ತಾದರೂ ಎಷ್ಟು ಸಲ ಹೊರಳಿದರೂ ಮನಸ್ಸನ್ನು ಹಿಡಿದಿಟ್ಟುಕೊಂಡಿದ್ದ ಈ ಕಲ್ಪನೆಯು ಒಂದು ಕ್ಷಣವೂ ಸಡಿಲವಾಗುತ್ತಿರಲಿಲ್ಲ. ಅದರಿಂದಲೇ ಸಮಾಧಾನ, ಚಿತ್ತಶಾಂತಿ, ಜೀವನಸಾಫಲ್ಯ ಎಂಬಂತಹ ಪರಮ ಪರಿಹಾರವಾಗಿ ಅದು ನನ್ನದಾಗಿತ್ತು. ನಿದ್ದೆ ಬಂದಾಗ ಬೆಳಗಿನ ಜಾವ.

ಬೆಳಗ್ಗೆ ಬೇಗ ಎಚ್ಚರವಾಯಿತು. ರಾತ್ರಿ ಎಲ್ಲ ಮನಸ್ಸನ್ನು ಆವರಿಸಿದ್ದ ಯೋಜನೆ ಬಿಟ್ಟಿರಲಿಲ್ಲ. ಅದನ್ನು ಕಾರ್ಯಗತಗೊಳಿಸಲು ಹೊಸ ಸಮರ್ಥನೆಗಳು ಕಾಣತೊಡಗಿದವು. ಈ ಮನೆ ವೈಜಯಂತಿಯು ಸ್ವತಃ ಆರ್ಕಿಟೆಕ್ಟನ ಜೊತೆ ಕೂತು ಪ್ರತಿಯೊಂದು ವಿವರವನ್ನೂ ಚರ್ಚಿಸಿ ರೂಪತಾಳಿಸಿದ್ದು. ಯೋಜನೆಗೆ ಸ್ಪಷ್ಟರೂಪ ಕೊಟ್ಟನಂತರ ನನ್ನ ಒಪ್ಪಿಗೆಗೆ

ತೋರಿಸಿದಳಾದರೂ ಕಲ್ಪನೆ ಅವಳದ್ದೇ. ಬಚ್ಚಲಮನೆ ಅಡುಗೆಮನೆ ಮೊದಲಾದವುಗಳಿಗೆ ತಕ್ಕ ಉಪಕರಣಗಳನ್ನೆಲ್ಲ ಅಂಗಡಿಗಳಿಗೆ ಅಲೆದು ಆರಿಸಿದವಳೂ ಅವಳೇ. ಈ ಮನೆಯ ಮೇಲೆ ಮೊದಲ ಅಧಿಕಾರ ಇವಳದಂತೆ. ಅವಳು ಕಟ್ಟಿ ದುಡಿದ ಕಂಪನಿಯ ವಿಸರ್ಜನೆಯಲ್ಲಿ ಇವಳಿಗೆ ಮೋಸ ಮಾಡುತ್ತೇನೆಂಬ ಸಂಶಯದಿಂದ ತನ್ನ ಪ್ರತಿನಿಧಿಯನ್ನು ಸೇರಿಸುವ ಹಕ್ಕಿದೆಯಂತೆ. ಇವೆಲ್ಲ ಕಾನೂನಿನ ಎದುರು ನಿಲ್ಲುತ್ತವೆಯೋ, ಅಥವಾ ಕಾನೂನುಗಳನ್ನು ಬಾಗಿಸುವ ಕುತಂತ್ರಗಳೊ? ಒಟ್ಟಿನಲ್ಲಿ ಇವಳ ಜೊತೆಗೆ ಆ ಚಿತ್ರಾ ಹೊಸೂರಳನ್ನೂ ಮುಗಿಸದಿದ್ದರೆ ನ್ಯಾಯಸಾಧನೆ ಅಪೂರ್ಣವಾಗುತ್ತೆ ಎನ್ನಿಸತೊಡಗಿತು. ಈ ಸನ್ನಿವೇಶದಲ್ಲಿ ಇವರಿಬ್ಬರ ಕೊಲೆಯಾದರೆ ಸಹಜವಾಗಿಯೇ ನನ್ನ ಮೇಲೆ ಸಂಶಯ ಹುಟ್ಟುತ್ತೆ. ಪೋಲೀಸರು ಅರೆಸ್ಟ್ ಮಾಡಿ ತನಿಖೆಗೆ ಒಳಪಡಿಸ್ತಾರೆ. ಎಲ್ಲ ಕತೆಯನ್ನು ಹೇಳಿ ಹೌದು ಇಂಥ ಅನ್ಯಾಯ ಸರಣಿಗೆ ನಿಮ್ಮ ಕೋರ್ಟಿನಲ್ಲಿ ನ್ಯಾಯ ದೊರೆಯುಲ್ಲ ಅಂತ ಖಾತ್ರಿಯಾದದ್ದರಿಂದ ನಾನೇ ನ್ಯಾಯ ದೊರಕಿಸಿಕೊಂಡಿದೀನಿ. ನಿಮಗೆ ಬೇಕಾದ ಕೋರ್ಟಿನಲ್ಲಿ ದಾವೆ ಹೂಡಿ ಅಂತ ಒಪ್ಪಿಕೊಂಡರೆ ಎಲ್ಲ ಪತ್ರಿಕೆಗಳಲ್ಲೂ ಎಲ್ಲ ಟಿ.ವಿ. ಚಾನೆಲ್‌ಗಳಲ್ಲೂ ಬಿತ್ತರಗೊಂಡು ಇಡೀ ದೇಶಕ್ಕೆ ತಿಳಿದು ಅಷ್ಟು ಸಾಕು ನನ್ನ ಧ್ಯೇಯಸಾಧನೆಯಾಗುಕ್ಕೆ. ಬೇಕಾದರೆ ನೇಣುಗಟ್ಟಲಿ ಬ್ಯಾಡವಾದರೆ ಜೀವಾವಧಿ ಸಜಾ ಹಾಕಲಿ, ನೇಣುಗಟ್ಟುವ ಮೊದಲು ನನ್ನ ಅನುಭವವನ್ನೆಲ್ಲ ಬರೆದು ಒಂದು ಪುಸ್ತಕವಾಗಿ ಪ್ರಕಟಿಸಿದರೆ ಸಾಕು ಎಂಬಲ್ಲಿ ಭಯಾನಕ ಭಾವಕ್ಕೆ ತಕ್ಕ ಮುಕ್ತಾಯದ ಶಮನವೂ ಲಭಿಸಿ ಭಾವಶಾಂತಿಯಾಗತೊಡಗಿತು. ಮನೆಯಲ್ಲಿ ಇವಳನ್ನು ನಾನು ಮುಗಿಸಬಹುದು. ಚಿತ್ರಾಳನ್ನು ತೆಗೆದುಹಾಕಲು ಸುಪಾರಿಯವರನ್ನ ಗೊತ್ತು ಮಾಡ ಬೇಕು. ಐವತ್ತು ಸಾವಿರವಲ್ಲ, ಒಂದು ಲಕ್ಷವಾಗಲಿ, ಆದರೆ ಅವರನ್ನು ಪತ್ತೆ ಮಾಡುವುದು ಹೇಗೆ? ನಿಧಾನವಾಗಿ ಜಾಣತನದಿಂದ ವಿಚಾರಿಸಬೇಕು. ಅಲ್ಲಿ ಅವರು ಅವಳನ್ನು ಮುಗಿಸಿದ ಸುದ್ದಿ ತಲುಪಿದ ತಕ್ಷಣ ಇಲ್ಲಿ ಇವಳನ್ನು ನಾನು ಹಗಲಿರಲಿ ರಾತ್ರಿ ಇರಲಿ ಬೆಳಗಿರಲಿ ಬೈಗಿರಲಿ ತಕ್ಷಣ, ಎಂಬ ಚಿತ್ರ ಒಳಗಣ್ಣಿನಲ್ಲಿ ಕಾಣಿಸಿಕೊಳ್ಳುತ್ತಿತ್ತು.

ಆ ರಾತ್ರಿಯೂ ನಿದ್ರೆ ಬರಲಿಲ್ಲ. ಮರು ಬೆಳಗ್ಗೆ ಪುಟ್ಟಕ್ಕ ನನ್ನ ಭುಜವನ್ನು ಅಲುಗಿಸಿ ಎಬ್ಬಿಸುತ್ತಿದ್ದಳು. ಯಾಕೆ ಇನ್ನೂ ಎದ್ದಿಲ್ಲ? ಎಂದು ವಾಕ್ಯವನ್ನು ಕೂಡಿಸಲು ಹೆಣಗುತ್ತಿದ್ದಳು. ನಿದ್ದೆ ಬಂದುಬಿಟ್ಟಿತ್ತು ಪುಟ್ಟಕ್ಕ ಎನ್ನುತ್ತಾ ಹೊರಳಿ ಏಳತೊಡಗಿದೆ. ಮಗುವನ್ನು ಎಬ್ಬಿಸುವಂತೆ ಅವಳು ನನ್ನ ಎರಡು ಕಂಕುಳುಗಳಿಗೂ ತನ್ನ ಕೈಗಳನ್ನು ಹಾಕಿ ಎತ್ತಲು ಪ್ರಯತ್ನಿಸಿದಳು. ಎಷ್ಟೋ ಬೆಳಗ್ಗೆ ಮುದ್ದಿನಿಂದ ನಾನು ಅವಳಿಗೆ ಮಾಡುತ್ತಿದ್ದಂತೆ. ಶಕ್ತಿಯಾಗಿದ್ದಾಳೆ. ನನ್ನನ್ನು ಎಬ್ಬಿಸಿ ಕೂರಿಸಿದ ನಂತರ ಅವಳ ಮುಖದಲ್ಲಿ ಮಗುವನ್ನು ಎತ್ತಿಕೂರಿಸಿದ ತಾಯಿಯಲ್ಲಿ ಚಿಗುರುವಂತೆ ಗೆಲುವಿನ ನಗೆ ಚಿಗುರಿತು. ಸ್ನಾನ ಮಾಡುವಾಗ ಪುಟ್ಟಕ್ಕನದೇ ನೆನಪು. ನೇಣು ಆದರೂ ಅಷ್ಟೆ, ಜೀವಾವಧಿ ಆದರೂ ಅಷ್ಟೆ. ಪುಟ್ಟಕ್ಕನ ಗತಿ ಏನು? ಎಂಬ ಚಿಂತೆ ತೊಡಗಿತು. ಕಾರಿನ ಹಿಂಬದಿ ಸೀಟಿನಲ್ಲಿ ಕೂತು ಆಫೀಸಿಗೆ ಹೋಗುವಾಗಲೂ ಇದೇ ಚಿಂತೆ. ಫ್ಯಾಕ್ಟರಿಯ ಮುಖ್ಯದ್ವಾರದ ಹತ್ತಿರ ಬಂದಾಗ ಗೋಡೆಯ ಮೇಲೆ ತೂಗು ಹಾಕಿದ್ದ ವೈಜಯಂತಿಯ ದೊಡ್ಡ ಪಟವನ್ನು ನೋಡುತ್ತಾ ಒಂದು ನಿಮಿಷ ನಿಂತಿದ್ದು,

ಛೇಂಬರಿನ ನನ್ನ ಕುರ್ಚಿಯ ಹಿಂಬದಿಯ ಗೋಡೆಯ ಮೇಲೆ ಹಾಕಿಕೊಂಡಿದ್ದ ಅವಳದೇ ಮಧ್ಯಮ ಅಳತೆಯ ಪಟದ ಕಡೆಗೆ ತಿರುಗಿ ಕಣ್ಣುಮುಚ್ಚಿ ಪ್ರಾರ್ಥಿಸಿದೆ, ಈಡೇರಿಸೆಂಬ ಯಾವ ಬಯಕೆಯೂ ಮನಸ್ಸಿನಲ್ಲಿ ಕಾಣಿಸದಿದ್ದರೂ. ತುಸು ಹೊತ್ತಾದ ಮೇಲೆ ಭದ್ರಯ್ಯ ನವರು ಸಿದ್ಧಪಡಿಸಿದ್ದ ಕಂಪನಿಯ ಹಣ ಕಾಸಿನ ಹೊರೆಯ ವಿವರಗಳನ್ನು ನೋಡುತ್ತಿದ್ದಾಗ ನಾನು ವೈಜಯಂತಿಯನ್ನು ಪ್ರಾರ್ಥಿಸಿಕೊಂಡದ್ದು ನೀನು ಸತ್ತ ಮೂರು ವರ್ಷ ನಿನಗೆ ನಿಷ್ಠನಾಗಿದ್ದು ಆಮೇಲೆ ಮಾಡಿದ ತಪ್ಪುಗಳನ್ನು ಕ್ಷಮಿಸು ಅಂತಲೋ ಅಥವಾ ನೇಣುಗಂಬ ಅಥವಾ ಜೀವಪರ್ಯಂತ ಸಜೆಗೆ ಹೋದಾಗ ಪುಟ್ಟಕ್ಕನಿಗೆ ಯಾವ ವ್ಯವಸ್ಥೆ ಮಾಡಬೇಕೆಂದು ಮನಸ್ಸಿನಲ್ಲಿ ಹೊಳಹು ಕೊಡು ಎಂದೋ? ಎಂಬ ಜಿಜ್ಞಾಸೆ ತೊಡಗಿತು. ಎರಡೂ ಇರ ಬೇಕು ಎಂದುಕೊಳ್ಳುತ್ತಿರುವಾಗ ಕಂಪನಿ ವಿಸರ್ಜನೆಯಾಗಿ ಎಲ್ಲ ಋಣಗಳೂ ತೀರಿದಮೇಲೆ ಉಳಿದರೆ ಪುಟ್ಟಕ್ಕನ ಹೆಸರಿಗೆ ಬ್ಯಾಂಕಿನಲ್ಲಿ ಒಂದಿಷ್ಟು ಹಣ ಹಾಕಿ ಅವಳನ್ನು ಯಾವುದಾದರೂ ಸಂಸ್ಥೆಗೆ ಸೇರಿಸಿ ಎಂಬ ಪರಿಹಾರ ಕಾಣಿಸಿತು. ಅಂಥದಕ್ಕೆ ಸಾಗಹಾಕಬೇಕು ಅಂತ ತಾನೆ ಮಂಗಳೆ ಕತ್ತಿ ಮಸೀತಿದ್ದದ್ದು? ಸೇರಿಸಲೇಬೇಕಂತ ಅವಳ ಹಣೇಲಿ ಬರೆದಿದ್ದರೆ ತಪ್ಪಿಸುಕ್ಕೆ ನಾನು ಯಾರು? ಎಂಬ ಸಮಾಧಾನ ತಂದುಕೊಳ್ಳತೊಡಗಿದೆ.

ಭದ್ರಯ್ಯನವರು ಒಳಗೆ ಬಂದರು. ಕೂತುಕೊಳ್ಳಲಿಲ್ಲ. 'ಸ್ಟೇಟ್‌ಮೆಂಟ್ ನೋಡ್ತಿದೀರಲ್ಲ. ಸಾಯಂಕಾಲ ನಾಲ್ಕು ಗಂಟೆಯ ಹೊತ್ತಿಗೆ ಬಾಪಟ್ ವಕೀಲರು ಬರ್ತಾರೆ. ಅವರು ಅದನ್ನ ನೋಡಿ ಓ.ಕೆ. ಮಾಡಬೇಕು,' ಎಂದರು. ನನಗೆ ಯಾವ ಉತ್ತರವೂ ತಕ್ಷಣ ಹೊಳೆಯಲಿಲ್ಲ. ಇದರಲ್ಲಿ ನಾನು ಉತ್ತರ ಹೇಳಬೇಕಾದ ಅಗತ್ಯವಾಗಲಿ ವಿವೇಚನೆಯ ಅವಕಾಶವಾಗಲಿ ಇಲ್ಲವೆಂಬುದು ನನಗೂ ಗೊತ್ತಿತ್ತು. ಭದ್ರಯ್ಯನವರಿಗೂ ಗೊತ್ತಿತ್ತು. ಅವರು ನಿಂತೇ ಇದ್ದರು.

ಇದ್ದಕ್ಕಿದ್ದಂತೆಯೇ ಹೊಳೆದಂತೆ, 'ಅವರಿಗೆ ಹೆಚ್ಚು ವಿರಾಮ ಮಾಡಿಕೊಂಡು ಬರುಕ್ಕೆ ಹೇಳಿ. ನೀವೂ ಇರಬೇಕು. ಒಳ್ಳೆ ಹೋಟೆಲಿನಿಂದ ಕಾಫಿ ತಿಂಡಿ ಬರುವ ಹಾಗೆ ಮಾಡಬೇಕು,' ಎಂದೆ.

ಕಂಪನಿಯ ವಿಸರ್ಜನೆಗೆ ಸಂಬಂಧಿಸಿದ ಲೆಕ್ಕದ ವಿವರಣೆಯನ್ನು ನೋಡಿದ ನಂತರ ವಕೀಲರು, 'ಆಡಿಟರ್ ಓ.ಕೆ. ಮಾಡಿದಾರಾ?' ಎಂದರು. ಮಾಡಿ ಆಗಿದೆ, ಭದ್ರಯ್ಯನವರು ಉತ್ತರಿಸಿದ ಮೇಲೆ, 'ಇದರ ಲೇಖನವನ್ನ ಮೂರು ದಿನದಲ್ಲಿ ತಯಾರಿಸಿ ಕಳುಸ್ತೀನಿ. ಆತುರವಿಲ್ಲ,' ಎಂದರು.

ಅಷ್ಟರಲ್ಲಿ ತಿಂಡಿ ಚಹಾ ಬಂದವು. 'ಈ ಕಂಪನಿ ವ್ಯವಹಾರಕ್ಕೆ ಒಂದು ರೀತಿಯಲ್ಲಿ ಸಂಬಂಧ ಜೋಡಿಸುಕ್ಕೆ ಪ್ರಯತ್ನ ನಡೆದಿದೆ. ಇನ್ನೊಂದು ತೀರ ಖಾಸಗಿ ಸಂಗತಿ. ಆದರೆ ವಕೀಲರಾಗಿ ನಿಮ್ಮ ಸಲಹೆ ಸಹಾಯ ಬೇಕು,' ಎಂದೆ. ಅವರು ಜರೂರ್ ಎಂದರು.

ಈ ಕಂಪನಿಯನ್ನು ಕಟ್ಟಲು ವೈಜಯಂತಿಯ ಪಾತ್ರ ವಕೀಲ ಬಾಪಟ್ ಅವರಿಗೆ ಗೊತ್ತಿದ್ದುದೇ. ಅನಂತರದ ಕತೆಯನ್ನು ನಾನು ಹೇಳತೊಡಗಿದೆ. ಅವರೇ, 'ಯಾವ ಮುಚ್ಚುಮರೆ ಇಲ್ಲದೆ ಹೇಳಿಬಿಡಿ. ವಕೀಲನಾಗಲಿ ವೈದ್ಯನಾಗಲಿ ತನ್ನ ಕಕ್ಷಿಗಾರನನ್ನು

ನೈತಿಕವಾಗಿ ಅಳೆಯ ಕೂಡದು ಅನ್ನುವ ಒಂದು ನಿಯಮವಿದೆ. ನಾನು ಅದಕ್ಕೆ ಬದ್ಧ. ರೋಗವನ್ನ ಇಲಾಜ್ ಮಾಡೂದೇ ಇವರಿಬ್ಬರ ಕರ್ತವ್ಯ.' ಎಂದರು. ದಿಲ್ಲಿಯ ಸುದ್ದಿ ಅವರಿಗೆ ಟಿ.ವಿ. ಮತ್ತು ಬೆಂಗಳೂರಿನ ಪತ್ರಿಕೆಗಳಿಂದ ತಿಳಿದಿತ್ತು. 'ಆ ಕೇಸನ್ನ ಖಂಡೇಲವಾಲ ನೋಡ್ಕತ್ತಾನೆ. ಅಕಸ್ಮಾತ್ ನೀವು ಕಾಲ್‌ಗರ್ಲ್ ಕರೆಸಿಕೊಂಡಿದ್ದರೂ ತಪ್ಪಿಲ್ಲ. ಮಾನವ ಸಮಾಜದ ಅತಿಪ್ರಾಚೀನ ವೃತ್ತಿ ಅನ್ನುವ ಹೆಮ್ಮೆ ಅದಕ್ಕೆ ಇರೂದಾದರೂ ಯಾಕೆ?' ಎಂದು ವಾತಾವರಣವನ್ನು ತಿಳಿಗೊಳಿಸುವಂತೆ ನಕ್ಕು, 'ಮುಂದಿನದನ್ನ ಹೇಳಿ.'

ಮಂಗಳೆಯ ಬೇಡಿಕೆ, ಚಿತ್ರಾ ಹೊಸೂರಳ ತಗಾದೆಗಳನ್ನು ವಿವರಿಸಿ ಕಾನೂನಿನಲ್ಲಿ ಇಷ್ಟೆಲ್ಲ ಇವೆಯೆ? ಎಂದೆ.

'ಕಾನೂನಿನಲ್ಲಿ ಏನಿದೆ ಏನಿಲ್ಲ ಅನ್ನೂದು ಅವನ್ನ ಹಿಡಿದು ಆಟ ಆಡಿಸುವ ಚಬುಕು ದಾರನ ಕೈಲಿದೆ. ನೀವು ಹೇಳಿದ ಆ ಚಿತ್ರಾಹೊಸೂರ, ಅವಳ ಗುರು ಮಾಲಾಕೆರೂರ ನಮಗೆಲ್ಲ ಚಲೋ ಗೊತ್ತು. ಯಾವಾಗಲೂ ಹೆಣ್ಮಕ್ಕಳಿಗೆ ಆದ ಅನ್ಯಾಯ ಅನ್ನುವಂಥ ಕೇಸೇ ಹಿಡಕೊಂಡು ಬರ್ತಾರೆ. ಗಂಡಸುಮಕ್ಕಳಿಗೆ ಅವರ ಹತ್ತಿರ ವಕಾಲತ್ತು ಕೊಡಲಿಕ್ಕೆ ಅಂಜಿಕೆಯಾಗ್ತದೆ. ನೀವು ಹೇಳಿದಿರಲ್ಲ ದಿಲ್ಲೀಲಿ ಪ್ರದರ್ಶನ, ಘೋಷಣ, ಕೋರ್ಟಿನಲ್ಲಿ ಕೂಡ ನಾಲ್ಕು ಜನ ವಕೀಲೆಯರು ಒಂದೇಸಮನೆ ಕೂತಿದ್ದುದು, ದೇಶದ ಭರ್ತಿ ದೊಡ್ಡ ಚಳವಳಿ ನಡಸ್ತಿದಾರೆ. ನಿಮಗೆ ಗೊತ್ತಾ ಲೇಟೆಸ್ಟ್ ಡಿಮಾಂಡ್? ಮದುವೆಯಾದ ತಕ್ಷಣ ಗಂಡನ ಸಮಸ್ತ ಆಸ್ತಿಯಲ್ಲಿ, ಪಿತ್ರಾರ್ಜಿತ ಆಸ್ತಿಯೂ ಸೇರಿ, ಹೆಂಡತಿಗೆ ಅರ್ಧಭಾಗ ಹಕ್ಕು ತಂತಾನೆ ಬರೂಹಂಗೆ ಕಾನೂನು ತರಬೇಕು ಅಂತ. ಪಾರ್ಲಿಮೆಂಟಿನಲ್ಲಿ ಪಾಸು ಮಾಡಿಸಿದರೂ ಆಶ್ಚರ್ಯವಿಲ್ಲ. ಪಾರ್ಲಿಮೆಂಟಿನಲ್ಲಿ ಎಂ.ಪಿ.ಗಳೇ ಇರುಲ್ಲ. ಇರುವ ಇಪ್ಪತ್ತು ಮೂವತ್ತು ಮಂದಿ ಕಣ್ಣುಮುಚ್ಚಿಕೊಂಡು ಕೈ ಎತ್ತಿದ್ದೇ ಕಾನೂನಾಗ್ತದೆ. ಅಲ್ಲದೆ ಈ ಪ್ರೆಶರ್‌ಗ್ರೂಪ್ ಇರ್ತದಲ್ಲ, ಪಕ್ಷದ ನಾಯಕರುಗಳು ಅವರಿಗೆ ಹೆದರಿ ಮಸೂದೆಗಳಿಗೆ ಒಪ್ಪಿಗೆ ಕೊಡ್ತಾರೆ. ಪಕ್ಷದ ಸದಸ್ಯರಿಗೆ ನಾಯಕರನ್ನ ಪ್ರಶ್ನಿಸುವ, ವಿಮರ್ಶಿಸುವ ಧೈರ್ಯವೂ ಇಲ್ಲ, ವಿದ್ಯಾಬುದ್ಧಿಯೂ ಇಲ್ಲ. ಯಾವಳೋ ಮಾಯಗಾತಿ ಬಿರ್ಲಾನ ಮಗನ್ನ ಮರಳು ಮಾಡಿ ಗಾಂಧರ್ವವಿವಾಹ ಅಂತ ಕದ್ದು ರಿಜಿಸ್ಟರ್ ಮಾಡಿಸಿಕೊತ್ತಾಳೆ ಅನ್ನಿ. ಆ ಹುಡುಗನಿಗೆ ಪಿತ್ರಾರ್ಜಿತವಾಗಿರುವ ಹತ್ತುಸಾವಿರ ಕೋಟಿಯಲ್ಲಿ ಅರ್ಧ ಇವಳ ಪಾಲು ತಾನೆ? ಅಷ್ಟನ್ನ ಕಿತ್ತುಕೊಂಡು ಅವನಿಗೆ ಡೈವರ್ಸ್ ಹೇಳಿ ಇವಳು ತನ್ನ ಬಾಯ್‌ಫ್ರೆಂಡ್ ಜೊತೆ ಸ್ವಿಟ್ಜರ್ ಲ್ಯಾಂಡ್, ಪ್ಯಾರೀಸ್, ಸಿಂಗಪುರಗಳಲ್ಲಿ ಮಜವಾಗಿರಭೌದು ತಾನೆ? ಅದಿರಲಿ. ನಿಮ್ಮ ಕೇಸಿಗೆ ಬಂದರೆ: ನೀವು ಕಂಪನಿ ರಿಜಿಸ್ಟರ್ ಮಾಡಿದಾಗ ನಾವು ನಿಮಗೆ ಕಾನೂನು ಸಲಹೆಗಾರರಾಗಿರಲಿಲ್ಲ. ಇದ್ದರೂ ನಿಮ್ಮಿಬ್ಬರ ಪಾಲದಾರಿಕೆ ಹೆಸರಲ್ಲಿ ಮಾಡಿಕೊಳ್ಳಿ ಅಂತ ಹೇಳುಕ್ಕೆ ಬರ್ತಿರಲಿಲ್ಲ. ಮುಂದೆ ಹೀಗಾಗುತ್ತೆ ಅಂತ ಯಾರಿಗೆ ಹ್ಯಂಗ ಗೊತ್ತಿರತಿತ್ತು? ಈಗಲೂ ಒಂದು ಕೆಲಸ ಮಾಡೋಣು. ನಿಮ್ಮ ಮಗಳ ಹೆಸರಿನಲ್ಲಿ ಒಂದು ದಾವೆ ಹಾಕಿ ಸೂದು. ಈ ಕಂಪನಿಗೆ ನನ್ನ ತಾಯಿ ಪ್ರಾರಂಭದ ಬಂಡವಲ ಕೊಟ್ಟಿದ್ದಳು. ಆಮೇಲೆ ಕೂಡ ನಮ್ಮಪ್ಪನ ಜೊತೇಲಿ ಮಾಲೀಕಳೇ ಆಗಿದ್ದಳು. ಜೊತೆಗೆ ತಂದೆಯದರಲ್ಲಿ ಕಾಲುಭಾಗ.

ಆರಂಭದ ಬಂಡವಾಳ ನನ್ನ ತಾಯಿ ತನ್ನ ತೌರುಮನೇಲಿ ಕೊಟ್ಟಿದ್ದ ಚಿನ್ನ ಮಾರಿ ಕೊಟ್ಟಿದ್ದಳು, ಅಪ್ಪನ ಹತ್ತಿರ ಒಂದು ಕಾಸೂ ಇರಲಿಲ್ಲ. ಅಲ್ಲದೆ ಅವಳೇ ಉದ್ದಕ್ಕೂ ಸಿ.ಇ.ಓ. ಆಗಿ ಕಂಪನಿ ಬೆಳೆಸಿದಳು. ಆ ದೊಡ್ಡ ಹುದ್ದೆಯ ಸಂಬಳದ ಹಣ ಏನಾಯಿತು? ಆದ್ದರಿಂದ ಅವಳಿಗೆ ಬರಬೇಕಾದ ಅರ್ಧ ಪಾಲು ಪೂರ್ತಿ, ಜೊತೆಗೆ ನನ್ನಪ್ಪನ ಪಾಲಿನಲ್ಲಿ ಕಾಲುಭಾಗ, ಅಂದರೆ ಎಂಟನೇ ಐದು ಭಾಗ ನನಗೆ ಸೇರಬೇಕು ಅಂತ. ಚಿತ್ರಾ ಹೊಸೂರ ಏನು ಮಾಡ್ತಾಳೆ? ನನ್ನ ಹಿರಿಯ ಹೆಂಡತಿ ಎಂಜಿನೀರ್, ಜೊತೆಗೆ ಸಿ.ಇ.ಓ. ಆಗಿ ದುಡಿದಳು. ನಿನ್ನ ಕಕ್ಷಿದಾರಳನ್ನು ನಾನು ಮದುವೆಯಾದ ತಾರೀಖು, ಮಗು ಹುಟ್ಟಿದ ತಾರೀಖು ಲೆಕ್ಕ ತೆಗೆದರೆ ಅವಳು ಮದುವೆಗೆ ಮೊದಲೇ ಬಸರಿಯಾಗಿದ್ದು ನನಗೆ ಗಂಟುಬಿದ್ದಳು ಅನ್ನುವ ಖರೆ ಸಂಗತೀನ ಕೋರ್ಟಿನಲ್ಲಿ ಎತ್ತೂದು. ಈಗ ಅದನ್ನ ಎತ್ತುಕ್ಕೆ ಬರೂದಿಲ್ಲ ಅಂತ ಕೋರ್ಟು ಹೇಳುತ್ತೆ ನಿಜ. ಆದರೆ ಅವಳನ್ನ ಅಧೈರ್ಯಗೊಳಿಸಿದ ಹಂಗಾಗುತ್ತೆ. ಇಲ್ಲ, ಯುವರ್ ಆನರ್, ಇವಳು ಕೇವಲ ಡಿಕ್ಟೇಶನ್ ತಗೊಳ್ಳುವ ಟೈಪಿಸ್ಟ್ ಆಗಿದ್ದಳು. ಮದುವೆಗೆ ಗಂಟು ಬಿದ್ದಮೇಲೆ ಅದನ್ನೂ ಬಿಟ್ಟುಬಿಟ್ಟಳು. ನನ್ನ ಆಸ್ತಿಯ ಬೆಳವಣಿಗೆಗೆ ಮೊದಲನೆಯವಳ ಕೊಡಿಗೆ ಎಷ್ಟು? ಎಷ್ಟು ವರ್ಷದ್ದು, ಇವಳ ಕೊಡಿಗೆ ಶೂನ್ಯ. ಇಷ್ಟು ವರ್ಷ ಸುಮ್ಮಸುಮ್ಮನೆ ತಿನ್ನುತ್ತಾ ಕೂತಿದಾಳೆ ಅಂತ ವಾಸ್ತವಾಂಶಗಳನ್ನ ಮುಂದಿಟ್ಟು ವಾದ ಮಂಡಿಸೂದು. ಸುಪ್ರೀಮ್ ಕೊರ್ಟು ತನಕ ಆಗಲಿ, ಒಯ್ಯೂದು. ಲ್ಯಾಂಡ್‌ಮಾರ್ಕ್ ಜಜ್‌ಮೆಂಟ್ ಮಾಡಿಸೋಣ. ಈ ಕೌಟುಂಬಿಕ ಕಾನೂನಿನ ವಿಷಯದಲ್ಲಿ ನನಗೆ ನೇರವಾದ ಅನುಭವವಿಲ್ಲ. ನಮ್ಮ ಜೊತೆಯ ಶಿವಪ್ರಕಾಶ್ ಅಂತ ಇದಾರೆ. ತುಂಬ ಅನುಭವಸ್ಥರು. ಬುದ್ಧಿವಂತರು. ಅವರ ಸಹಾಯ ತಗೊಳ್ಳಿ.'

೫

ಆ ರಾತ್ರಿ ನನಗೆ ಹಿಂದಿನ ಎರಡು ರಾತ್ರಿಗಳ ನಿದ್ದೆ ಎಲ್ಲ ಕೂಡಿ ಒತ್ತಿಕೊಂಡು ಬಂದಂತೆ ಬೇಗ ಬಂತು. ಆದರೆ ಬೆಳಗಿನ ಜಾವವೇ ಬೇಗ ಎಚ್ಚರವಾಯಿತು. ಇವತ್ತು ಸಂಜೆಯೇ ಶಿವಪ್ರಕಾಶ ಲಾಯರನ್ನು ಭೇಟಿಮಾಡುವ ತವಕದಿಂದ ಇಷ್ಟು ಬೇಗ ಎಚ್ಚರವಾಯಿತೆಂದು ಅರ್ಥವಾಯಿತು. ಆದರೆ ಚಿತ್ರಾಹೊಸೂರಳನ್ನು ಕೊಲ್ಲಿಸುವ, ಮಂಗಳೆಯನ್ನು ಕೊಲ್ಲುವ ವಿಚಾರ ಕಾಣಿಸಿಕೊಳ್ಳಲಿಲ್ಲ.

ಶಿವಪ್ರಕಾಶರು ಹೇಳಿದರು: 'ಮೊದಲು ಆಕೆ ವಿಚ್ಛೇದನ ಕೋರಿಕೆಯಲ್ಲಿ ತನ್ನ ತಗಾದೆಯನ್ನು ಮುಂದಿಡಲಿ. ಆಮೇಲೆ ನಾವು ಹಿರೀಮಗಳ ಹಕ್ಕನ್ನು ಮುಂದೆ ಮಾಡೋಣ. ಅವಳಿಂದಲೂ ಅರ್ಜಿ ಹಾಕಿಸೋಣ. ಅವಳಿಗೆ ಬುದ್ಧಿ ಬೆಳೆದಿಲ್ಲ ಅಂದರೆ ಅವಳ ಹಕ್ಕೂ ಇಲ್ಲವಾಗುಲ್ಲ. ಅವಳ ಏಕೈಕ ಪಾಲಕರಾದ ನೀವೇ ಅವಳ ಹಿತವನ್ನ ಕಾಪಾಡಬೇಕು ಅಂತಲೂ ಹೇಳಬಹುದು. ವಿಚ್ಛೇದನವಾಗಲಿ ಬೇರೆ ಯಾವುದೇ ತಕರಾರು ಆಗಲಿ

ಕೋರ್ಟು ಹೆಂಗಸಿನ ಪರ ವಾಲುತ್ತೆ. ಯಾಕೆಂದರೆ ನಮ್ಮ ಮಹಿಳೆ ಇನ್ನೂ ಸೀತಾಸಾವಿತ್ರಿಯ ಅಪರಾವತಾರ ಅನ್ನುವ ಗ್ರಹಿಕೆಯಿಂದ ಕಾನೂನು ರೂಪಿಸಿದಾರೆ. ನ್ಯಾಯಾಧೀಶನಿಗೆ ಹೆಂಗಸಿನ ನೋವಿನ ಸಂವೇದನೆ ಇರುಲ್ಲ ಅಂತ ಕೌಟುಂಬಿಕ ಕೇಸುಗಳನ್ನ ಸಾಧ್ಯವಾದ ಮಟ್ಟಿಗೂ ನ್ಯಾಯಾಧೀಶೆಗೆ ಕೊಡಬೇಕು ಅಂತಲೂ ಪ್ರವೃತ್ತಿ ಇದೆ. ನೀವು ಇರುವ ಮನೆಯಲ್ಲಿ ವಾಸ ಮುಂದುವರೆಸುವ ಹಕ್ಕು ಸದ್ಯಕ್ಕೆ ಅವಳಿಗೆ ಬರುತ್ತೆ. ಜೊತೆಗೆ ಅವಳ ಜೀವನವೆಚ್ಚ. ಕೋರ್ಟು ಖರ್ಚುಗಳನ್ನೂ ನೀವೇ ಕೊಡಬೇಕು. ಅಂದರೆ ನಿಮ್ಮ ಶತ್ರುವಿಗೆ ನೀವೇ ಮದ್ದು ಗುಂಡುಗಳನ್ನ ಪೂರೈಸಿ, ಅವಳ ಕದನತಂತ್ರ ಹೇಳಿಕೊಡುವ ಲಾಯರಿಗೂ ನೀವೇ ಹಣ ಕೊಡಬೇಕು. ಮುಂದಿನ ಲಡಾಯಿ ಅನಂತರ. ಬೇರೆ ಉಪಾಯವಿಲ್ಲ.'

ಪರಿಸ್ಥಿತಿಯು ನೇಣುಹಗ್ಗದಂತೆ ತಲೆಯನ್ನು ಸುತ್ತಿಕೊಂಡಿದೆ. ಬೇರೆ ಮಾರ್ಗವಿಲ್ಲ ಎಂಬುದು ಅರಿವಾಯಿತು. ಆದರೂ ಕೊಲೆ ಮಾಡುವ, ಮಾಡಿಸುವ ಆಲೋಚನೆ ಬರುತ್ತಿಲ್ಲ. ಯಾವುದಾದರೂ ಕಾಹಿಲೆ ಬಂದೋ, ರಸ್ತೆ ಅಪಘಾತದಿಂದಲೋ ಅವಳು ಸತ್ತುಹೋಗಲೆಂಬ ಕಲ್ಪನೆ ಬರತೊಡಗಿತು. ಒಮ್ಮೊಮ್ಮೆ ಫ಼ೋನ್ ಶಬ್ದವಾದಾಗ ಪೋಲೀಸರದೇ ಇರಬೇಕು. ಈ ನಂಬರ್ ಕಾರು, ಅಪಘಾತವಾಗಿ ಶ್ರೀಮತಿ ಮಂಗಳಾ ಕುಮಾರ್ ಸ್ಥಳದಲ್ಲೇ ಸಾವು ತಕ್ಷಣ ಬನ್ನಿ ಅನ್ನುವ ಸಂದೇಶ ಎಂಬ ಆಶೆಯಾಗಿ ಫ಼ೋನ್ ಎತ್ತಿಕೊಂಡರೆ ಬೇರೆ ಯಾವುದೋ ಪ್ರಯೋಜನಕ್ಕೆ ಬಾರದ ಕರೆ.

೬

ಜೈಲುವಾಸ ಮಾಡಬೇಕೆಂದು ನನ್ನ ಹಣೆಯಲ್ಲಿ ಬರೆದಿದ್ದರೆ ಯಾರು ತಾನೆ ತಪ್ಪಿಸಲು ಸಾಧ್ಯ? ಆರೋಪ ಪಟ್ಟಿ ಸಲ್ಲಿಸುವ ಮೊದಲು, ಸಲ್ಲಿಸಿದ ನಂತರವೂ, ನ್ಯಾಯಾಲಯವು ದೋಷಿ ಎಂದು ನಿರ್ಧರಿಸಿ ಶಿಕ್ಷೆಯನ್ನು ಪ್ರಕಟಿಸುವ ತನಕ ಇರಬೇಕಾದ ಜೈಲುವಾಸವು ನಿಜವಾದ ಸೆರೆ ಶಿಕ್ಷೆಯಲ್ಲ. ಅದು ಕೇವಲ ಪೋಲೀಸು ವಶ. ಆದರೆ ಈಗ ಆಗಿರುವುದು ನಿಜವಾದ ಸಜೆ. ಕೋರ್ಟೇ ಶಿಕ್ಷೆಯನ್ನು ಘೋಷಿಸಿದೆ. ಅಪೀಲು ಹೋಗುವ ಹಣವೂ ನನ್ನಲ್ಲಿಲ್ಲ. ಮನಸ್ಸೂ ಇಲ್ಲ. ಮೂರುತಿಂಗಳು ಜೈಲಿನಲ್ಲಿ ಕಳೆದರೆ ಯಾವ ನಷ್ಟ? ಅದಕ್ಕೆ ಖಂಡೇಲವಾಲನಿಗೆ ಮತ್ತೆ ಒಂದುಲಕ್ಷ ಕೊಟ್ಟು, ಕೊಟ್ಟರೂ ಗೆಲ್ಲುವ ಸಂಭವವಿಲ್ಲ. ನಾನು ನಿರ್ದೋಷಿ ಎಂದು ಕೋರ್ಟಿನಲ್ಲಿ ದೃಢನಿಲುವು ತೋರ್ಪಡಿಸಿ ಪ್ರಾಸಿಕ್ಯೂಟರ ಅಡ್ಡ ಪ್ರಶ್ನೆಗಳಿಗೆಲ್ಲ ಎಲ್ಲೂ ಸಿಕ್ಕಿಕೊಳ್ಳದ ಉತ್ತರ ಕೊಡುತ್ತಾ ಕೊನೆಗೆ ಅವನು ಮುಂದೆ ಹಿಡಿದ ಫ಼ೋಟೋ, ಪೋಲೀಸರು ಕ್ಷಣಾರ್ಧದಲ್ಲಿ ಕೋಣೆಯ ಒಳಚಿಲಕವನ್ನು ಕೀಲಿಕೈ ತಿರುಗಿಸಿ ತೆಗೆದುಕೊಂಡು ಒಳನುಗ್ಗಿದಾಗ ನಾನು ಅವಳು ನಗ್ನರಾಗಿ ಎದ್ದುನಿಂತಿದ್ದ ಚಿತ್ರವನ್ನು ತೆಗೆದಿದ್ದುದು ನನಗೆ ಗೊತ್ತೇ ಇರಲಿಲ್ಲ, ನೋಡಿದ ತಕ್ಷಣ ನಾನು ಧೃತಿಗೆಟ್ಟು ಉತ್ತರ ತಿಳಿಯದೆ ತಡವರಿಸಿ, ಎಂಥ ಜಾಣ ವಕೀಲರಾದರೂ ಏನು ಮಾಡಲು ಸಾಧ್ಯ? ಅಪೀಲಿನಲ್ಲಿ

ತಾನೆ ಯಾವ ತಂತ್ರ ಹೂಡಬಹುದು?

ಫ್ಲೋಟೋದ ಸಾಕ್ಷಿ ಅನಿರೀಕ್ಷಿತವಾದರೂ ತೀರ್ಪು ನನ್ನ ವಿರುದ್ಧವಾಗುವ ಸಂಭವವೇನೂ ಅನಿರೀಕ್ಷಿತವಾಗಿರಲಿಲ್ಲ. ಅದಕ್ಕೆ ಸಿದ್ಧನಾಗಿಯೇ ರೈಲಿನ ಸ್ಲೀಪರ್ ಕೋಚು ಹತ್ತಿ ದಿಲ್ಲಿಗೆ ಬಂದು ತೀರ ಅಗ್ಗ ಎಂದರೆ ರಾತ್ರಿಗೆ ಅರವತ್ತು ರೂಪಾಯಿಯ ಬಾಡಿಗೆಯ ಲಾಜಿನ ಕೋಣೆ ಹಿಡಿದಿದ್ದೆ. ಲಗತ್ತಿಸಿದ ಶೌಚವಿಲ್ಲ. ಇಪ್ಪತ್ತೂ ಕೋಣೆಗಳವರು ಸಮಯ ಕಾದು ಬಳಸಬೇಕಾದ ಗಬ್ಬುನಾರುವ ಶೌಚ. ವಿಮಾನ ಪ್ರಯಾಣ ಇನ್ನು ಬರಿಗನಸು. ಎಲ್ಲವನ್ನೂ ನಾನೇ ಹೇಳಿ ತಿಳಿಯಪಡಿಸಿದ್ದ ದ್ಯಾವಕ್ಕನಿಗೆ, 'ಹಿಯರಿಂಗಿನ ತಾರೀಖು ನಿಶ್ಚಯವಾಗಿದೆ. ನಾನು ಬಚಾವಾದರೂ ಆಗಬಹುದು. ಶಿಕ್ಷೆಯಾದರೂ ಆಗಬಹುದು. ಮೂರು ತಿಂಗಳೋ ಆರು ತಿಂಗಳೋ ಗೊತ್ತಿಲ್ಲ. ಇಷ್ಟು ದಿನ ಪುಟ್ಟಕ್ಕನ್ನ ನೀನು ಸಾಕಿದೀಯ. ಇನ್ನು ಮುಂದೂ ಸಾಕ್ತೀಯ. ನನ್ನ ಜೈಲು ಶಿಕ್ಷೆ ಇಲ್ಲಿಯ ಪೇಪರುಗಳಲ್ಲಿ ಬರಬಹುದು. ಅಪಾರ್ಟ್‌ಮೆಂಟಿನ ಜನಗಳೆಲ್ಲ ತಲಾತಟ್ಟಿ, ಪುಟ್ಟಕ್ಕನ ಮನಸ್ಸಿಗೆ ನೋವಾಗುವ ಹಾಗೂ ಕೆಲವರು, ಮಾತಾಡಬಹುದು. ನೀನು ಗಟ್ಟಿ ಹೆಂಗಸು, ಅವಳ ನಿಗ ನಿಂದು.'

'ನಿಂಗೇನೂ ಆಗಾಕಿಲ್ಲ. ನಮ್ಮೂರಿನ ಬೀರಪ್ಪ ದೊಡ್ಡ ದೇವರು. ನಾನು ಅರಕೆ ಕಟ್ಕಂತೀನಿ,' ಎಂದು ಧೈರ್ಯ ಕೊಟ್ಟಿದ್ದಳು. ಅವಳು ದೇವರು, ಹಣೆಬರಹಗಳನ್ನು ನಂಬಿ ಬದುಕುವವಳು. ಅವಳಿಗೆ ಅದೇ ಶಕ್ತಿ, ಅದೇ ಪುಷ್ಟಿ. ಅವಳು ಪುಟ್ಟಕ್ಕನನ್ನು ನೋಡಿಕೊಳ್ಳುತ್ತಾಳೆ. ನಾನು ಚಿಂತಿಸಬಾರದು.

ಶೇಖರ ಮುಂದೆ ಬಂದು ವ್ಯವಹರಿಸದಿದ್ದರೆ ಜೀವನಾಂಶ ಮತ್ತು ಕಂಪನಿಯ ವಿಸರ್ಜನೆಯ ಸಮಸ್ಯೆಗಳು ಬಗೆಹರಿಯುತ್ತಿರಲಿಲ್ಲ. ಫ್ಯಾಕ್ಟರಿಯ ನೆಲ ಮತ್ತು ಕಟ್ಟಡಗಳನ್ನು ಐದು ವರ್ಷಕ್ಕೆ ಛಬ್ರಾ ಕಂಪನಿಗೆ ನಾಲ್ಕು ಕೋಟಿಗೆ ಗುತ್ತಿಗೆ. ಮೂರು ಕೋಟಿಯಲ್ಲಿ ಕಂಪನಿಯ ಬಾಧ್ಯತೆಗಳನ್ನು ಪೂರೈಸಿ ಇನ್ನೊಂದು ಕೋಟಿಯನ್ನು ಒಟ್ಟಿಗೆ ಮಂಗಳೆ ಮತ್ತು ಅವಳ ಮಗನಿಗೆ ವಾಸದ ಮನೆಯ ಸಮೇತ ಒಪ್ಪಿಸಿ ಖುಲಾಸೆ ಮಾಡಿಸಿಕೊಂಡು ಅನಂತರ ಶೇಖರನೇ ಒಂದು ಲಕ್ಷ ಮುಂಗಡ ಕೊಟ್ಟು ತಿಂಗಳಿಗೆ ಎಂಟು ಸಾವಿರದಂತೆ ಎರಡು ಶಯನಕೋಣೆಯ ಫ್ಲ್ಯಾಟ್ ಹಿಡಿದು, 'ಕುಮಾರ್, ಹೆದರಬೇಡ. ಉದ್ಯಮದಲ್ಲಿ ರೋರಿಗೆ ಮುಳುಗೂದು, ತೇಲೂದು ಇದ್ದೇ ಇರುತ್ತೆ. ಐದು ವರ್ಷದ ಮೇಲೆ ನಿನ್ನ ಫ್ಯಾಕ್ಟರಿಯ ಜಾಗ, ಕಟ್ಟಡ ನಿನ್ನ ಕೈಗೆ ಬರುತ್ತೆ. ಅದೃಷ್ಟವಿದ್ದರೆ ನೀನೇ ಒಂದು ಉದ್ಯಮ ಶುರುಮಾಡಬಹುದು. ಇಲ್ಲದಿದ್ದರೆ ವರ್ಷಕ್ಕೆ ಒಂದು ಕೋಟಿ ಬಾಡಿಗೆ ಯಾವನಾದರೂ ಕಣ್ಮುಚ್ಚಿಕೊಡ್ತಾನೆ. ಸದ್ಯಕ್ಕೆ ನಾನು ಇನ್ನೊಂದೆರಡು ಲಕ್ಷ ಕೊಡ್ತೀನಿ. ನಾಲ್ಕು ತಿಂಗಳು ಮನಸ್ಸಿಗೆ ವಿಶ್ರಾಂತಿ ಕೊಡು. ಮಗಳನ್ನೂ ಕರಕೊಂಡು ತೀರ್ಥ ಯಾತ್ರೆಗೆ ಹೋಗಿ ಬಾ. ಸ್ವತಃ ಉದ್ಯಮ ಮಾಡಿ ಬೆಳೆಸಿ ಲಾಭದಲ್ಲಿ ನಡೆಸಿದ ಸಾಹಸಶೀಲನಿಗೆ ಒಳ್ಳೆಯ ನೌಕರಿ ಕೊಡುಕ್ಕೆ ಯಾವ ಕಂಪನಿಯೋರೂ ಹಿಂದುಮುಂದು ನೋಡುಲ್ಲ.'

'ಜೈಲು ಶಿಕ್ಷೆಯಾದರೆ?'

'ಅದೆಲ್ಲ ಸರ್ಕಾರಿ ನೌಕರರಿಗೆ ಅನ್ವಯವಾಗುವ ಕಾನೂನು. ಕಾಲ್‌ಗರ್ಲ್ ಕರ್ಕೊಂ

ಡದ್ದು ಕ್ರಿಮಿನಲ್ ಅಪರಾಧ ಅಂತ ಯಾವ ಉದ್ಯಮವಲಯದಲ್ಲೂ ಪರಿಗಣಿಸುಲ್ಲ. ವೇಶ್ಯಾವೃತ್ತಿಯನ್ನು ಕಾನೂನುಬದ್ಧಗೊಳಿಸಿರುವ ಎಷ್ಟೋ ಪಶ್ಚಿಮದೇಶಗಳಲ್ಲಿ ಅಪರಾಧ ವಾಗದೆ ಇರೋದು ಈ ದೇಶದ ಬೂಟಾಟಿಕೆಗೆ ಅಪರಾಧವಾಗಿ ಕಾಣಬಹುದು. ಆದರೆ ಉದ್ಯಮವಲಯ ಯಾವಾಗಲೂ ಇಪ್ಪತ್ತು ವರ್ಷ ಮುಂದಿನದನ್ನ ಆಲೋಚಿಸಿರುತ್ತೆ.'

ಅವನು ಇನ್ನೂ ಒಂದು ಹೇಳಿದ: 'ಸ್ಟಾರ್ ಪ್ಯಾರಡೈಸ್ ಮೇಲೆ ದಾಳಿಯಾದ ಕಾರಣ ಏನು ಗೊತ್ತೆ? ನೆನ್ನೆ ನಾನು ಏರ್‌ಪೋರ್ಟಿನಿಂದ ಹೋಟೆಲಿಗೆ ಹೋದೆನಲ್ಲ. ಆ ಟ್ಯಾಕ್ಸಿ ಡ್ರೈವರನ್ನ ಸ್ಟಾರ್ ಪ್ಯಾರಡೈಸ್ ಸಂಗತಿ ಗೊತ್ತಾ? ಅಂತ ಕೇಳಿದೆ. ಗೊತ್ತಿಲ್ಲದೆ ಇರುವ ಡ್ರೈವರ್ ಯಾರಿದಾನೆ? ನಿಮ್ಮನ್ನ ಅಲ್ಲಿಗೆ ಕರೆದೊಯ್ಯಬೇಕಾ ಸಾಬ್? ಅಂದ. ಅಲ್ಲಿ ಪೋಲೀಸ್ ರೈಡ್ ಏನೇನೋ ಗಲಾಟೆಯಾಯಿತಂತಲ್ಲ ಎಂದೆ. ಯಾವ ಕಾಲದ ಮಾತು ಹೇಳ್ತೀರ ಸಾಹಬ್? ಒಂದೂವರೆ ವರ್ಷದ ಹಿಂದೆ ಒಂದು ಸಲ ಆದದ್ದಲ್ಲವೆ? ಪೇಪರಿನೋರು ಟಿ.ವಿ.ಯೋರು ಎರಡು ದಿನ ಅದೇ ಬಾಯಿಬಡಕೊಂಡರಲ್ಲ ಅದೇ ತಾನೆ? ಆ ಹೋಟೆಲಿನ ಮಾಲೀಕ ರಾಜೆಂದ್ರಪಾಲನನ್ನು ಹತ್ತು ಲಕ್ಷ ಎಲಕ್ಷನ್‌ಫಂಡಿಗೆ ಕೊಡು ಅಂತ ಆಳುವ ಪಕ್ಷದೋರು ಕೇಳಿದರಂತೆ, ಇವನು ಕೊಡಲಿಲ್ಲ. ಇವನ ಒಲವು ವಿರೋಧಪಕ್ಷದ ಕಡೆಗಿತ್ತು. ಈ ನನ್ನ ಮಗನಿಗೆ ಬುದ್ಧಿ ಕಲಿಸಬೇಕು ಅಂತ ಅವರು ಒಂದೇ ವಾರದಲ್ಲಿ ದಾಳಿ ಮಾಡಿಸಿದರು. ಎಂಟು ದಿನದಲ್ಲಿ ಇವನು ದಾರಿಗೆ ಬಂದ. ಈ ಕೇಸಿನಲ್ಲಿ ಹೋಟೆಲಿನವರ ತಪ್ಪು ಏನೂ ಇಲ್ಲ ಅಂತ ಪೋಲೀಸಿನೋರು ಆರೋಪದ ದಾರಿ ತಿರುಗಿಸಿದರು. ಈಗ ಮೊದಲಿನ ಹಂಗೆ ದಂಧೆ ನಡೀತಿದೆ ಅಂದ ಡ್ರೈವರು, ಆಳುವ ಪಕ್ಷದೋರೂ ಈಗ ಅಲ್ಲಿಗೆ ಹೋಗ್ತಿರಭೌದು. ಶೇಕಡ ಎಪ್ಪತ್ತೈದು ರಿಯಾಯಿತಿ ದರದಲ್ಲಿ, ಅಂತ ಟ್ಯಾಕ್ಸಿಯ ಒಳಗೆಲ್ಲ ಮೊಳಗುವ ಹಾಗೆ ನಕ್ಕ.'

ಜೈಲುವಾಸದಲ್ಲಿ ಸಾಮಾನ್ಯ ಮನುಷ್ಯ, ಅದೂ ವಿದ್ಯಾವಂತ, ಅಂತರ್ಮುಖಿಯಾಗ್ತಾನೆ. ಆತ್ಮನಿರೀಕ್ಷಣೆಯಲ್ಲಿ ತೊಡಗಿ ತಾನು ಮಾಡಿದ ಪಾಪದ ಮೂಲವನ್ನು ಅರಸ್ತಾನೆ. ನಾನು ಮಾಡಿದ ಪಾಪ ಯಾವುದು? ಕಾಮತೃಪ್ತಿಗೆ ಮಂಗಳೆಯು ಯಾವ ಅಪಾಯವೂ ಇಲ್ಲ ದವಳೆಂದು ಭಾವಿಸಿದುದೆ? ಬೇರೊಬ್ಬಳನ್ನು ಹುಡುಕಿ ಜಾತಕ ನೋಡಿಸಿ ಮದುವೆಯಾಗಿದ್ದರೆ ಇವಳಂಥ ಘಾತಕಿಯಾಗಿರುವ ಸಂಭವ ಕಡಮೆ ಇದ್ದಿರಬಹುದು. ಯಾವುದೂ ಖಚಿತವಲ್ಲ. ಈ ದೇಶದಲ್ಲಿ ಕೈಯಿನ ಕಾಸು ಖರ್ಚುಮಾಡಿ ನಿರಮ್ಮಳವಾಗಿ ಬೆಲೆವೆಣ್ಣನ್ನು ಅನುಭವಿಸುಕ್ಕೂ ಕಾನೂನುಗಳ ಅಡಚಣೆ ಎಂಬ ಚಿಂತನೆಯಲ್ಲಿ ತೊಡಗಿದರೆ ನೀತಿ ಅನೀತಿಗಳಲ್ಲಿ ಅರ್ಥವಿಲ್ಲ, ಮಂಗಳೆ ಮಾಡಿರುವುದೆಲ್ಲ ನೀತಿ ನಾನು ಮಾಡಿರುವುದು ಅನೀತಿ ಎಂಬ ತಕ್ಕಡಿಯ ತೋಲನ ಕಾಣತೊಡಗಿ ಸಿನಿಕತನ ಹುಟ್ಟುತ್ತಿತ್ತು. ಹೋಟೆಲು ಕೋಣೆಯಲ್ಲಿ ನನ್ನ ಜೊತೆ ಇದ್ದು ಸಿಕ್ಕಿಕೊಂಡ ಆ ಹೆಣ್ಣಿನ ಹೇಳಿಕೆಯೂ ಕೋರ್ಟಿನ ಕಲಾಪಕ್ಕೆ ಬೇಕಿತ್ತಲ್ಲ, ನಾನು ವಲ್ಲೆ ಎಂದರೂ ಹಣದ ಆಶೆ ತೋರಿಸಿ ಇವರು ಕರೆತಂದರು. ಬಡತನದಿಂದ ನಾನು ಬಲಿಬಿದ್ದೆ, ಎಂಬ ಅವಳ ಹೇಳಿಕೆಯನ್ನು ಹೆಚ್ಚು ಪರೀಕ್ಷಿಸದೆ ಕೋರ್ಟು ಒಪ್ಪಿಕೊಂಡಿತು. ಮಹಿಳೆಯ ಮರ್ಯಾದೆ ಬೀದಿಗೆ ಬರಬಾರದೆಂದು ವಿಚಾರಣೆಯನ್ನು ನ್ಯಾಯಾಧೀಶರ

ಛೇಂಬರಿನಲ್ಲೇ ನಡೆಸಿ ಅವಳಿಗೆ ಎಚ್ಚರಿಕೆ ನೀಡಿ ಬಿಡುಗಡೆ ಮಾಡಿದರು. ಇದನ್ನು ಯೋಚಿಸಿದಷ್ಟೂ ಮನಸ್ಸು ಮುದುಡುತ್ತೆ. ಖಿನ್ನವಾಗುತ್ತೆ. ಇವನ್ನೆಲ್ಲ ಹಿಂದೆ ಹಾಕಿ ಮುಂದಿನದನ್ನು ನೋಡಬೇಕು. ಆದರೆ ಮುಂದೆ ಏನಿದೆ ನನಗೆ? ಶೇಖರ ಏನೇನೋ ಸಮಾಧಾನ ಹೇಳ್ತಾನೆ. ಉತ್ಸಾಹ ತುಂಬ್ತಾನೆ. ಆದರೆ ನನ್ನೊಳಗೇ ಭಾರಿ ಕುಸಿತವಾಗಿದೆ. ಅದಕ್ಕೆ ಕೊಡುವ ಒಡ್ಡು ಯಾವುದೂ ಕಾಣಿಸುಲ್ಲ.

ಅಧ್ಯಾಯ ೧೪

೧

ಸುಜಯಾಳಿಗೆ ಈ ತೋಟದ ಮನೆ ಸ್ವಲ್ಪವೂ ಇಷ್ಟವಾಗಲಿಲ್ಲ. ಅವಳಿಗೆ ತೋಟವೆಂದರೆ ಗುಡ್ಡದಕೆರೆಯ ತೆಂಗು ಮಾವು ಹಲಸು ನೇರಿಳೆಗಳ ತೋಟ ಮಾತ್ರ. ಜೊತೆಯಲ್ಲಿ ಅಣ್ಣಯ್ಯ ಇರಬೇಕು. ಅವನೇ ಹತ್ತಿ ಕೆಡವಿ ಕೊಚ್ಚಿಕೊಡುವ ಗಂಗಾಪಾನಿ ಎಳೆನೀರು ಕುಡಿಯಬೇಕು. ಚಿಕ್ಕಪ್ಪ ಚಿಕ್ಕಮ್ಮನ ಜೊತೆ ಹೋದರೂ ಚನ್ನಾಗಿರುತ್ತೆ. ಆದರೆ ಅಣ್ಣಯ್ಯನಂಥ ಜೊತೆ ಬೇರೊಬ್ಬರಿಲ್ಲ. ಈಗ ಅವಳು ತಾನೇ ಮಾವಿನ ಮರ ಹತ್ತುತ್ತಾಳೆ. ಕಾಲಿಗೆ ಗುದಿ ಹಾಕಿಕೊಂಡು ತೆಂಗಿನ ಮರ ಏರಲು ಪ್ರಯತ್ನಿಸಿದರೂ ಮೂರು ಚಿಮ್ಮು ಏರುವುದರಲ್ಲಿ ಏದುಸಿರು ಬಂದುಬಿಡುತ್ತದೆ. ಕಾಲುಗಳಲ್ಲಿ ನಡುಕ ಬರುತ್ತೆ.

ಮಮ್ಮಿ ಈ ಕಾಡಿನಂಥ ತೋಟದೊಳಗೆ ತಿರುಗಾಡಲು ಕರೆಯುತ್ತಾಳೆ. ಅವಳಿಗೆ ಅದರಲ್ಲಿ ಆಸ್ಥೆ ಹುಟ್ಟುವುದಿಲ್ಲ. ಈ ಸ್ಥಳಕ್ಕೆ ಬಂದನಂತರ ಅವಳ ಕಾಲೇಜಿಗೆ ಹೋಗಿಬರಲು ಕೂಡ ಸ್ವಾತಂತ್ರ್ಯವಿಲ್ಲ. ಕಾರು ಡ್ರೈವರನ್ನು ಅವಲಂಬಿಸಬೇಕು. ಮೊದಲು ಬನಶಂಕರಿ ಬಡಾವಣೆಯ ಫ್ಲ್ಯಾಟಿನಲ್ಲಿದ್ದಾಗ ಎಷ್ಟು ಹೊತ್ತಿಗೆ ಬೇಕಾದರೂ ಹಿಂತಿರುಗಬಹುದಿತ್ತು. ಎಷ್ಟೋ ದಿನ ಅಣ್ಣಯ್ಯ ತನ್ನ ಸ್ಕೂಟರಿನಲ್ಲಿ ಕರೆತಂದು ಫ್ಲ್ಯಾಟಿಗೆ ತುಸು ದೂರದಲ್ಲಿ ಇಳಿಸಿಹೋಗುತ್ತಿದ್ದ. ಈಗ ಈ ತೋಟದ ಮನೆಯ ತನಕ ಬಂದು ಹೋಗಲು ಅವನಿಗೆ ದೂರ. ಈ ಕಾರು ಡ್ರೈವರಿಗೆ ಮಮ್ಮಿಯನ್ನು ವಿಶ್ವವಿದ್ಯಾಲಯಕ್ಕೆ, ಅಲ್ಲಿಂದ ತೋಟದ ಮನೆಗೆ ತಲುಪಿಸುವ ಕರ್ತವ್ಯವೂ ಇರುವುದರಿಂದ ನನಗೆ ಬೇಕಾದಂತೆ ಕಾಯಿಸಲು ಸಾಧ್ಯವಿಲ್ಲ.

'ಮಮ್. ಇಷ್ಟು ದೊಡ್ಡ ಕಾರು, ಮನೆ ಕೊಳ್ಳುಕ್ಕೆ ಹಣ ಎಲ್ಲಿಂದ ತಂದೆ?' ಇಲ್ಲಿಗೆ ಬಂದ ನಾಲ್ಕನೆಯ ದಿನ ಅವಳು ಕೇಳಿದಳು.

'ಕೊಳ್ಳಲಿಲ್ಲ ಸ್ವೀಟೀ.'

'ಹಾಗಾದರೆ ಬಾಡಿಗೆಯಾ?'

'ಹೌದು.'

'ಎಷ್ಟು ಬಾಡಿಗೆ?'

'ತೋಟಕ್ಕೆ ಬಾಡಿಗೆ ಇಲ್ಲ. ಮನೆಗೆ ಮಾತ್ರ.'

'ಎಷ್ಟು?'

'ನಿನಗ್ಯಾಕೆ ಅವೆಲ್ಲ, ಸುಮ್ಮನಿರು.'

'ಅದು ಸರಿ. ದುಡ್ಡೇ ಇಲ್ಲ ಅಂತಿದ್ದೆ. ಕಾರು ಡ್ರೈವರು ಪೆಟ್ರೋಲುಗಳಿಗೆ ಎಷ್ಟು ಖರ್ಚಾಗುತ್ತೆ? ನಿನಗೆ ಪ್ರಮೋಷನ್ ಆಯಿತೆ? ನೀನೀಗ ಪ್ರೊಫೆಸರ್ ಆದೆಯಾ?'

ಮಮ್ಮಿಗೆ ಕಿರಿಕಿರಿಯಾಯಿತು. 'ಇವೆಲ್ಲ ಪರ್ಸನಲ್ ವಿಷಯ ಕೇಳಬಾರದು. ಇನ್ನು ನಾಲ್ಕು ವರ್ಷಕ್ಕೆ ನೀನು ಎಂಜಿನೀರ್ ಆದಮೇಲೆ ನಿನಗೆಷ್ಟು ಸಂಬಳ ಅಂತ ನಾನು ಕೇಳುಲ್ಲ. ಸಂಬಳ ಹುದ್ದೆಗಳೆಲ್ಲ ಪರ್ಸನಲ್ ವಿಷಯಗಳು.' ಎಂದಳು.

ಅಸಮಾಧಾನವಾದರೂ ಮಗಳು ಸುಮ್ಮನಾದಳು. ಮಮ್ಮಿ ತನ್ನಿಂದ ಏನೋ ಮುಚ್ಚಿಡು ತ್ತಿದ್ದಾಳೆ ಎನ್ನಿಸಿತು. ಅವಳು ಯಾವಾಗಲೂ ಹಾಗೆಯೇ, ಎಷ್ಟೋ ವಿಷಯಗಳನ್ನ ಪರ್ಸನಲ್, ಕೇಳಬಾರದು, ಕೇಳುವುದು ಮ್ಯಾನರ್ಸ್ ಅಲ್ಲ, ಎನ್ನುತ್ತಿದ್ದಳು. ಆದರೆ ತನಗೆ ಕುತೂಹಲ ತಡಕೊಳ್ಳುವುದು ಸಾಧ್ಯವಾಗುಲ್ಲ.

ಒಂದು ದಿನ ಅವಳನ್ನು ಕಾಲೇಜಿನ ಗೇಟಿನಲ್ಲಿ ಬಿಟ್ಟು ಡ್ರೈವರು ಹೊರಟುಹೋದ. ಒಳಗೆ ಹೋದರೆ ಆ ದಿನ ಕಾಲೇಜಿಗೆ ರಜ: ಸಂಸ್ಥೆಯ ಸ್ಥಾಪಕರು ಮರಣ ಹೊಂದಿರುವುದ ರಿಂದ ಅವರ ಗೌರವಾರ್ಥ. ಅಣ್ಣಯ್ಯನಿಗೆ ಫ್ಲೋನ್ ಮಾಡಿದಳು. ಬೆಂಗಳೂರಿನಲ್ಲೇ ಸಾಫ್ಟ್‌ವೇರ್ ಎಂಜಿನೀರ್ ಆಗಿ ಕೆಲಸ ಮಾಡುತ್ತಿದ್ದ ಅವನು ಸಂಜೆ ಐದರ ಮೊದಲು ಹೊರಗೆ ಬರುವಂತಿಲ್ಲವೆಂದ. ಅದೇ ಮೊದಲ ವರ್ಷದ ಎಂಜೀನೀರಿಂಗ್‌ಗೆ ಸೇರಿರುವುದ ರಿಂದ ಬೇರೆ ಯಾರೂ ಸ್ನೇಹಿತೆಯರಾಗಿರಲಿಲ್ಲ. ಅಲ್ಲದೆ ಕಾಲೇಜಿನಲ್ಲಿ ಯಾರೂ ಇಲ್ಲ. ಬೇರೆ ದಾರಿ ಇಲ್ಲದೆ ಗ್ರಾಮಾಂತರ ಬಸ್ ನಿಲ್ದಾಣಕ್ಕೆ ಹೋಗಿ ತನ್ನ ವಾಸದ ತೋಟದ ಸಮೀಪ ಹೋಗುವ ಬಸ್ ಹಿಡಿದು ಸಮೀಪವೆಂದರೂ ಒಂದು ಕಿಲೋಮೀಟರ್ ನಡೆದು ತೋಟಕ್ಕೆ ಹೋದಾಗ ಮನೆಯ ಎದುರಿಗೆ ತಮ್ಮ ಕಾರು ಇತ್ತು. ಅಲ್ಲದೆ ಇನ್ನೊಂದು ಲಕ್ಷುರಿ ಕಾರು ಕೆಂಪು ಬಣ್ಣದ ಫ್ಲೋರ್ಡ್. ಇಬ್ಬರು ಡ್ರೈವರ್‌ಗಳೂ ತಮ್ಮ ತಮ್ಮ ಕಾರು ಗಳಲ್ಲಿ ನಿದ್ರೆ ಮಾಡುತ್ತಿದ್ದರು. ಮನೆಯ ಬಾಗಿಲು ಮುಚ್ಚಿತ್ತು. ಹಿಂಬದಿಯಿಂದ ಹೋಗಿ ಅಡುಗೆಯ ಚನ್ನಪ್ಪನಿಗೆ ಹೇಳಿ ಬಾಗಿಲು ತೆಗೆಸಿಕೊಂಡಳು. ನಿಶ್ಶಬ್ದವಾಗಿ ಮನೆಯನ್ನೆಲ್ಲ ಹುಡುಕಿದಳು. ಮೇಲೆ ಎರಡನೆಯ ಮಹಡಿಯ ಮಮ್ಮಿಯ ಶಯನಕೋಣೆಯ ಬಾಗಿಲು ಮುಚ್ಚಿತ್ತು. ಶಬ್ದ ಮಾಡದೆ ಅದನ್ನು ಮೃದುವಾಗಿ ನೂಕಿದಳು. ಒಳಗಿನಿಂದ ಬೋಲ್ಟ್ ಹಾಕಿದ್ದುದು ಗೊತ್ತಾಯಿತು. ಬಾಗಿಲಿಗೆ ಕಿವಿಯನ್ನು ಆನಿಸಿಕೊಂಡು ನಿಂತಳು. ಒಳಗೆ ಮಾತನಾಡುವ ಸಪ್ಪಳ ಕೇಳಿಸುತ್ತಿತ್ತು. ಒಂದು ಮಮ್ಮಿಯ ಧ್ವನಿ. ಇನ್ನೊಂದು ಕೆಲವು ಸಲ ತಮ್ಮ ಮನೆಗೆ ಬಂದು ಕ್ಷೇಮವನ್ನು ವಿಚಾರಿಸಿಕೊಳ್ಳುತ್ತಿದ್ದ ಆ ಅಂಕಲ್ ಮಂತ್ರಿಗಳ ಧ್ವನಿ. ತಕ್ಷಣ ಎಲ್ಲವೂ ಅರ್ಥವಾಯಿತು. ತಲೆಸುತ್ತಿಕೊಂಡು ಬಂದು ಬೀಳುವಂತಾಯಿತು. ಬಾಗಿಲನ್ನು ಒರಗಿಕೊಂಡೇ ಕುಸಿಯುವಂತಾದರೂ ಹಾಗೆ ಮಾಡಿದರೆ ಒಳಗಿರುವವರಿಗೆ ಗೊತ್ತಾಗುತ್ತದೆಂಬ ಅರಿವಾಗಿ ಸಾವರಿಸಿಕೊಂಡು ತುಸು ದೂರ ನಡೆದು ಗೋಡೆಯೊರಗಿ

ನೆಲದ ಮೇಲೆ ಕುಳಿತಳು. ತಲೆಸುತ್ತು ತಹಬಂದಿಗೆ ಬಂತೆನ್ನಿಸಿದಮೇಲೆ ನಿಧಾನವಾಗಿ ಮೇಲೆ ಎದ್ದು ಕೆಳಗಿಳಿದು ಚನ್ನಪ್ಪನಿಗೆ ಬಾಗಿಲು ಹಾಕಿಕೊಳ್ಳುವಂತೆ ಹೇಳಿ ತೋಟದಿಂದ ಹೊರಗೆ ನಡೆದು ಮತ್ತೆ ಒಂದು ಕಿಲೋಮೀಟರ್ ನಡೆದು ಗ್ರಾಮಾಂತರ ಬಸ್‌ನ ಹಳ್ಳಿರಸ್ತೆಯನ್ನು ಮುಟ್ಟಿದಳು.

ಹಾಗಿಂದ ಹಾಗೆಯೇ ಬೆಂಗಳೂರಿನಿಂದ ಹೋಗಬೇಕೆನ್ನಿಸಿತು. ಎಲ್ಲಿಗೆ ಹೋಗುವುದು? ಅಣ್ಣಯ್ಯನಿಗೆ ಫೋನು ಮಾಡಿ ಅವನ ಫ್ಯಾಕ್ಟರಿಗೇ ಹೋಗಿ ಅರ್ಧಗಂಟೆ ಹೊರಗೆ ಬಾ ಅನ್ನುವುದೆ? ಈ ಮನಃಸ್ಥಿತಿಯಲ್ಲಿ ತಾನು ಅವನಿಗೆ ಎಲ್ಲವನ್ನೂ ಹೇಳಿಬಿಡುತ್ತೇನೆಂಬ ಭಯವಾಯಿತು. ಬೇಡ ಎಂದುಕೊಂಡಳು. ಗುಡ್ಡದಕೆರೆಗೆ ಹೋಗಿ ಅಜ್ಜಿ, ಚಿಕ್ಕಪ್ಪ ಚಿಕ್ಕಮ್ಮರನ್ನು ನೋಡಿದರೂ ಹಾಗೆಯೇ ಆಗುತ್ತೆ. ಅವರನ್ನು ನೋಡಿದ ತಕ್ಷಣ ತನಗೆ ಅಳುಬರುತ್ತೆ. ಅವರು ತಬ್ಬಿಕೊಂಡು ಸಮಾಧಾನ ಮಾಡುವಾಗ ತಡೆಯಲಾರದೆ ಹೇಳಿಬಿಡ್ತೀನಿ. ಅಲ್ಲಿಗೆ ಹೋಗೂದೂ ಬ್ಯಾಡ, ಎಂದು ನಿಶ್ಚಯಿಸಿಕೊಂಡಳು. ಗ್ರಾಮಾಂತರ ಬಸ್ ನಿಲ್ಲುವ ಕೃಷ್ಣರಾಜ ಮಾರುಕಟ್ಟೆಯಲ್ಲಿ ಇಳಿದು ಒಂದು ಆಟೋ ಹತ್ತಿ ಲಾಲ್‌ಬಾಗ್ ಗೇಟಿನಲ್ಲಿ ಇಳಿದು ಒಳಗೆ ಹೋಗಿ ಮರದ ನೆರಳಿನ ಬೆಂಚನ್ನು ಒರಗಿ ಕುಳಿತಳು.

ಸಂಜೆ ಆರುಗಂಟೆಗೆ ಉದ್ಯಾನದ ರಕ್ಷಕ ಹತ್ತಿರ ಬಂದು, 'ಸಂಜೆಯಾಯ್ತು. ಒಬ್ಬಳೇ ಎಣ್ಣು ಉಡುಗಿ ಕುಂತಿರೂ ಹಂಗಿಲ್ಲ. ನಡೀರಿ' ಎಂದಾಗ ಎದ್ದು ಹೊರಗೆ ಬಂದಳು. ಮತ್ತೆ ಎಲ್ಲಿ ಹೋಗಲೂ ತೋಚದೆ ಆಟೋ ಹಿಡಿದು ಮಾರುಕಟ್ಟೆಗೆ ಹೋಗಿ ಬಸ್ ಹತ್ತಿದಳು. ಕತ್ತಲಾಗಿದ್ದರೂ ಬಸ್ ನಿಲ್ಲುವ ಜಾಗದಲ್ಲಿ ಇಳಿದು ಒಂದು ಕಿಲೋಮೀಟರ್ ನಡೆದು ಮನೆ ಸೇರಿದಾಗ ರಾತ್ರಿ ಎಂಟು ಗಂಟೆಯಾಗಿತ್ತು.

'ಎಲ್ಲಿಗೆ ಹೋಗಿದ್ದೆಯೆ? ಕಾಲೇಜಿಗೆ ರಜವಂತೆ. ಡ್ರೈವರ್ ಕಾದು ವಾಪಸು ಬಂದ. ನನಗೆ ಆತಂಕವಾಗುಲ್ಲವೆ?' ಮಮ್ ಗಡಸು ಧ್ವನಿಯಲ್ಲಿ ಕೇಳಿದಳು.

'ನನಗೂ ನಿನ್ನನ್ನ ಕೇಳೂದಿದೆ. ತುಂಬ ಹಸಿವಾಗಿ ತಲೆ ಸುತ್ತು ಬರೂ ಹಾಗಾಗಿದೆ. ಮೊದಲು ಊಟ ಮಾಡಬೇಕು,' ಮಗಳೂ ಧ್ವನಿಯಲ್ಲಿ ಗಡಸು ತಂದುಕೊಂಡು ಉತ್ತರಿಸಿದಳು.

ತಾಯಿ ಮಗಳು ಒಟ್ಟಿಗೆ ಊಟ ಮಾಡಿದರೂ ಯಾರೂ ಒಂದು ಮಾತೂ ಆಡಲಿಲ್ಲ. ಅನಂತರ ಸೋಫದ ಮೇಲೆ ಕುಳಿತು ತಾಯಿ ಕೇಳಿದಳು: 'ಏನು ಕೇಳೂದಿದೆ ಅಂದೆಯಲ?'

ಅವಳ ಎದುರಿನ ಒಂಟಿ ಸೋಫದ ಮೇಲೆ ಸೆಟೆದು ಕುಳಿತು ಮಗಳು ಧೈರ್ಯವನ್ನು ರೂಢಿಸಿಕೊಂಡು, 'ಇವತ್ತು ಮಧ್ಯಾಹ್ನ ಹನ್ನೆರಡು ಗಂಟೇಲಿ ನಿನ್ನ ಬೆಡ್‌ರೂಮಿನ ಬಾಗಿಲು ಮುಚ್ಚಿಕೊಂಡು ಮಂತ್ರಿಯ ಜೊತೆ ಏನು ಮಾಡ್ತಿದ್ದೆ?'

ತಾಯಿ ಅವಾಕ್ಕಾದಳು. ಮಗಳು ಅಲುಗಾಡಿಸದೆ ಟಾರ್ಚ್ ಬಿಟ್ಟಂತೆ ಅವಳನ್ನು ದಿಟ್ಟಿಸುತ್ತಿದ್ದಳು. ತಾಯಿಯ ಮುಖವು ಕಳೆಗುಂದಿತ್ತು.

'ಹೇಳು, ಏನು ಮಾಡ್ತಿದ್ದೆ?' ಮಗಳು ತನ್ನ ಕಣ್ಣಿನ ಪ್ರಕಾಶವನ್ನು ಪ್ರಖರಗೊಳಿಸಿದಳು.

ಎರಡು ನಿಮಿಷದಲ್ಲಿ ತಾಯಿಯು ತನ್ನ ಕಳೆಯನ್ನು ರೂಢಿಸಿಕೊಂಡಳು: 'ನೀನು

ಕಾಲೇಜಿನಿಂದ ಕದ್ದು ಮನೆಗೆ ಬಂದು ತಾಯಿಯ ಮೇಲೆಯೇ ಸ್ಪೈ ಮಾಡ್ತೀಯಾ? ಯಾರದ್ದೇ ಆಗಲಿ ಬೆಡ್‌ರೂಮಿನ ಹತ್ತಿರ ಹೋಗಿ ಸ್ಪೈ ಮಾಡೂದು ಬ್ಯಾಡ್ ಮ್ಯಾನರ್ಸ್. ಇನ್ನೊಬ್ಬರ ಪರ್ಸನಲ್ ವಿಷಯದಲ್ಲಿ ಕುತೂಹಲ ತಾಳೂದು, ಕೆಟ್ಟ ಕುತೂಹಲ ಇಟ್ಟು ಕೊಳ್ಳೂದು ನೀತಿ ಹೀನತೆಯ ಮೊದಲ ಗುಣ. ಈ ಡರ್ಟಿ ದೇಶದ ಜನಗಳ ಗುಣವೇ ಅದು. ಪಶ್ಚಿಮದೇಶದಲ್ಲಿ ಯಾರಲ್ಲಿಯೂ ಈ ದುರ್ಗುಣವಿರುಲ್ಲ. ಚಿಕ್ಕವಯಸ್ಸಿನಲ್ಲೇ ಹೇಳಿ ತಿದ್ದಿ ಸರಿಯಾಗಿ ಬೆಳೆಸ್ತಾರೆ. ಅವರವರ ಸ್ವಂತ ವಿಷಯ ಅವರವರದ್ದು. ತಾಯಿಯೇ ಆಗಲಿ ಹದಿನಾರು ತುಂಬಿದ ಮಗಳು ಮಗನೇ ಆಗಲಿ ಸ್ನೇಹಿತೆ ಸ್ನೇಹಿತನೇ ಆಗಲಿ.'

ಈಗ ಮಗಳ ಬಾಯಿಕಟ್ಟಿತು. ಈ ಮಾತುಗಳನ್ನು ಮಮ್ಮಿ ಹಿಂದೆಯೂ ಕೆಲವು ಸಂದರ್ಭಗಳಲ್ಲಿ ಹೇಳಿದ್ದಾಳೆ. ತಾನು ಪಶ್ಚಿಮದೇಶಗಳನ್ನು ನೋಡಿಲ್ಲ. ಅವಳ ಮನಸ್ಸು ಅಂತರ್ಮುಖಿಯಾಗಿ ಎದುರಿಗೆ ಕುಳಿತಿರುವ ಮಮ್ಮಿಯನ್ನು ಘಾತಿಸುವ ಶಕ್ತಿಯು ಕ್ಷೀಣ ವಾಯಿತು. ಮಮ್ಮಿ ಹೇಳಿದಳು: 'ಇದರಲ್ಲಿ ಮುಚ್ಚುಮರೆ ಏನಿಲ್ಲ. ನಾನು ಯಾರಿಗೂ ಹೆದರಬೇಕಾಗಿಲ್ಲ. ಅವರು ನನ್ನ ಬಾಯ್ ಫ್ರೆಂಡ್. ನಿನಗೂ ಹದಿನೆಂಟಾಗಿದೆ. ಬೇಕಾದರೆ ಬಾಯ್‌ಫ್ರೆಂಡ್ ಮಾಡಿಕೊ. ಅವನು ಯೋಗ್ಯನಾಗಿರಬೇಕು. ನಂಬಿಕಸ್ಥನಾಗಿರಬೇಕು. ಯಾವುದೇ ರೋಗ ಅಂಟದಂತೆ, ಬಸಿರು ಕಟ್ಟದಂತೆ ಎಚ್ಚರ ವಹಿಸಿಕೊ. ಈ ಮನೆಗೇ ಕರಕೊಂಡು ಬಾ. ನನ್ನ ಆಕ್ಷೇಪವೇನೂ ಇಲ್ಲ. ಗಂಡು ಹೆಣ್ಣಿನ ನಡುವೆ ತಾರುಣ್ಯದಿಂದಲೇ ಆರೋಗ್ಯಕರ ಸ್ನೇಹ, ಪರಸ್ಪರ ತಿಳಿವಳಿಕೆ ಬೆಳೆಯಬೇಕು. ಆಗ ಈ ಕೆಟ್ಟ ಕುತೂಹಲ ತಾನಾಗಿಯೇ ಇಂಗಿಹೋಗಿ ಅನ್ಯೋನ್ಯ ಸೌಹಾರ್ದತೆ, ಗೌರವ ಬೆಳೆಯುತ್ತೆ. ಈ ಮಾತನ್ನ ನನ್ನ ವಿದ್ಯಾರ್ಥಿ ವಿದ್ಯಾರ್ಥಿನಿಯರಿಗೂ ಹೇಳ್ತೀನಿ. ನಿನಗೂ ಹೇಳಿದ್ದೆ. ನೀನು ಅರ್ಥ ಮಾಡ್ಕಂಡಿರಲಿಲ್ಲ.'

ಮಗಳ ಮನಸ್ಸು ಸಂಪೂರ್ಣ ಗೊಂದಲದಲ್ಲಿ ಮುಳುಗಿತು. ಎಲ್ಲವೂ ಅಸ್ಪಷ್ಟ. ಎಲ್ಲವೂ ಕಲಸಿ ಹೋಗಿ ಆಕಾರ ಕಳೆದುಕೊಂಡಂಥ ಭಾವನೆಗಳು. ಮಮ್ಮಿಯನ್ನು ನೋಡುವ ಮನಸ್ಸಿನ ಖಚಿತತೆ ಇಲ್ಲದೆ ಮುಖವನ್ನು ಕಿಟಕಿಯ ಕಡೆಗೆ ತಿರುಗಿಸಿಕೊಂಡು ಕುಳಿತಳು. ಐದು ನಿಮಿಷದ ನಂತರ ಮಮ್ಮಿಯೇ, 'ಹೋಗು ಓದಿಕೊ. ನಿದ್ದೆ ಬಂದರೆ ಮಲಕ್ಕೊ.' ಎಂದಾಗ ಬಿಡುಗಡೆ ಹೊಂದಿದವಳಂತೆ ಎದ್ದು ಮಹಡಿಯ ಮೆಟ್ಟಿಲು ಹತ್ತತೊಡಗಿದಳು.

೨

ಅನಂತರ ಸುಜಯಾ ಒಮ್ಮೆಯೂ ಈ ವಿಷಯವಾಗಿ ಮಮ್ಮಿಯ ಜೊತೆ ಮಾತ ನಾಡಲಿಲ್ಲ. ಈ ವಿಷಯವಾಗಿ ಮಾತ್ರವಲ್ಲ, ಮಮ್ಮಿಯ ಸಂಗಡ ಮಾತನ್ನೇ ಕಡಮೆ ಮಾಡಿದಳು. ಎಷ್ಟೋ ಅಷ್ಟು. ಕೇಳಿದ್ದಕ್ಕೆ ತಕ್ಕಷ್ಟು. ಒಂದು ವಾಕ್ಯ ಅಥವಾ ಒಂದು ಪದ ದಲ್ಲಿ ಉತ್ತರ ಕೊಟ್ಟು ಮುಂದೆ ಮಾತು ಬೆಳೆಸಲು ಸಾಧ್ಯವಿಲ್ಲವೆನ್ನುವಂತೆ ಇರತೊಡಗಿದಳು.

ಬೇಕೆಂದೇ ಹಾಗೆ ಮಾಡುತ್ತಿದ್ದಳೆಂದಲ್ಲ. ಅವಳಿಗೆ ಮಾತೇ ಹೊರಡುತ್ತಿರಲಿಲ್ಲ; ತಿಳಿಯುತ್ತಿರಲಿಲ್ಲ. ಈ ಮುನಿಸು ಎಷ್ಟು ದಿನ ಇದ್ದೀತು ಎಂದು ಮಮ್ಮಿಯೂ ಅಲಕ್ಷಿಸಿದಳು.

ಬಾಯ್‌ಫ್ರೆಂಡ್ ಗರ್ಲ್‌ಫ್ರೆಂಡ್ ಎನ್ನುವ ಶಬ್ದಗಳು ಬೆಂಗಳೂರಿನಲ್ಲೂ ಪ್ರಚಲಿತವಾಗುತ್ತಿರುವುದು ಸುಜಯಾಳಿಗೆ ಗೊತ್ತಿಲ್ಲದ ಸಂಗತಿಯಲ್ಲ. ತನ್ನ ಕಾಲೇಜಿನಲ್ಲಿಯೂ ಹುಡುಗ ಹುಡುಗಿ ಒಟ್ಟುಗೂಡಿದಾಗ ಈ ಶಬ್ದಪ್ರಯೋಗ ಮಾಡುತ್ತಿದ್ದರು. ಆದರೆ ಇದು ತಾನು ನಿರ್ದೇಶಿಸುವ ಸ್ನೇಹಿತ ಅಥವಾ ಸ್ನೇಹಿತೆಯು ಬೇರೆ ಲಿಂಗದವರು ಎಂಬ ವ್ಯಾಕರಣ ನಿರ್ದಿಷ್ಟತೆಗೆ ಮಾತ್ರ ಸೀಮಿತವಾಗಿತ್ತು. ಮದುವೆಯಾದ ನಂತರದವರಲ್ಲಿ ಈ ಶಬ್ದದ ಬಳಕೆ ಇರಲಿಲ್ಲ. ತನ್ನ ಸಹಪಾಠಿ ಗಂಡುಹುಡುಗರೊಡನೆ ಸ್ನೇಹ ಮಾಡಲು ಅವಳ ಆಕ್ಷೇಪವಿರಲಿಲ್ಲ. ಆದರೆ ಮಮ್ಮಿ ಹೇಳುವಂತೆ ಯಾವುದೇ ರೋಗ ಅಂಟದಂತೆ, ಬಸಿರು ಕಟ್ಟದಂತೆ ಎಚ್ಚರವಹಿಸಿಕೊಂಡು, ಅಸಹ್ಯವೆನಿಸಿತು. ಯಾವಾಗಲಾದರೊಮ್ಮೆ ರಮ್ಯಭಾವ ಬಂದರೂ ಅಪರೂಪಕ್ಕೆ ಕನಸಿನಲ್ಲಿ ಕಾಣಿಸಿದರೂ ಮಮ್ಮಿ ಹೇಳುವಂಥ ಕಲ್ಪನೆ ಎಂದೂ ಹುಟ್ಟಿಲ್ಲ. ಹೀಗೆ ಎರಡು ತಿಂಗಳು ಕಳೆದವು. ಈ ನಡುವೆ ಆ ಮಂತ್ರಿ ಅಂಕಲ್ ಎರಡು ಬಾರಿ ತಾನಿರುವಾಗಲೇ ಬಂದಿದ್ದರು. ಅವರೊಡನೆ ಮಮ್ಮಿ ಎರಡನೆ ಅಂತಸ್ತಿಗೆ ಹೋದದ್ದು ತನಗೆ ತಿಳಿಯಿತಾದರೂ ಪರೀಕ್ಷೆ ಮಾಡಲು ಅವಳು ತನ್ನ ಮೊದಲನೆಯ ಅಂತಸ್ತಿನ ಕೋಣೆಯಿಂದ ಎರಡನೆಯ ಅಂತಸ್ತಿಗೆ ಏರುವ ಒಂದು ಮೆಟ್ಟಿಲನ್ನೂ ತುಳಿಯಲಿಲ್ಲ. ತನಗೆ ಏನೂ ಗೊತ್ತಿಲ್ಲ. ಗೊತ್ತಾಗಲಿಲ್ಲವೆಂಬಂತೆ ಸುಮ್ಮನಿದ್ದುಬಿಟ್ಟಳು.

ಅವಳು ಆಗಾಗ್ಗೆ ಅಣ್ಣಯ್ಯನನ್ನು ಕಾಣುವಳು. ಫೋನು ಮಾಡಿದರೆ ಸಾಕು ಸಮಯ ನಿಶ್ಚಯಿಸಿಕೊಂಡು ಅವನೇ ಕಾಲೇಜಿಗೆ ಬಂದು ಬೈಕಿನ ಮೇಲೆ ಕೂರಿಸಿಕೊಂಡು ಎಲ್ಲಾದರೂ ಕರಕೊಂಡು ಹೋಗುತ್ತಿದ್ದ. ಅವನಿಗೆ ಶನಿವಾರ ಭಾನುವಾರ ರಜೆ ಇರುತ್ತಿತ್ತು. ಶನಿವಾರ ಅವಳಿಗೆ ಒಂದೋ ಎರಡೋ ತರಗತಿಗಳು. ಅವೂ ಒಮ್ಮೊಮ್ಮೆ ರದ್ದಾಗುತ್ತಿದ್ದವು. 'ನೀನು ಕರಕೊಂಡು ಹೋಗುಕ್ಕೆ ಬರಬೇಡ. ನನ್ನ ಸ್ನೇಹಿತರೊಬ್ಬರು ಬಿಡ್ತಾರೆ' ಎಂದು ಡ್ರೈವರಿಗೆ ಹೇಳಿ ಕಳಿಸುತ್ತಿದ್ದಳು. ವಾಪಸು ಅಣ್ಣಯ್ಯನೇ ತೋಟಕ್ಕೆ ನೂರುಮೀಟರ್ ಸಮೀಪ ತಂದುಬಿಟ್ಟು ಹಿಂತಿರುಗುತ್ತಿದ್ದ.

'ಯಾರೇ ನಿನ್ನ ಫ್ರೆಂಡು ವಾಪಸು ಬಿಟ್ಟೋನು? ಅವನನ್ನ ಒಳಕ್ಕೆ ಯಾಕೆ ಕರೆಯುಲ್ಲ? ಮುಚ್ಚುಮರೆ ಇರಬಾರದು,' ಮಮ್ಮಿ ಒಂದು ದಿನ ಕೇಳಿದಳು.

'ಮುಚ್ಚುಮರೆ ಮಾಡುವಂಥ ಯಾವುದೇ ಫ್ರೆಂಡ್‌ಶಿಪ್ ನನಗಿಲ್ಲ,' ಎಂದು ಹೇಳಿ ಹೆಚ್ಚು ಮಾತಿಗೆ ಅವಕಾಶ ಕೊಡದೆ ಅವಳು ಮೆಟ್ಟಿಲು ಹತ್ತಿ ತನ್ನ ಕೋಣೆಗೆ ಹೋದಳು.

ಮಮ್ಮಿಯ ವ್ಯವಹಾರವನ್ನು ಅಣ್ಣಯ್ಯನ ಕೈಲಿ ಹೇಳಿಕೊಳ್ಳಬೇಕೆಂದು ಅವಳಿಗೆ ಆಗಾಗ್ಗೆ ನಾಲಗೆಯ ತನಕ ಬರುವುದು. ಅವನಿಗಿಂತ ಆತ್ಮೀಯರು ತನಗೆ ಬೇರೆ ಯಾರಿದ್ದಾರೆ? ಆದರೆ ನಾಲಗೆಯ ತನಕ ಬರುತ್ತಿದ್ದುದನ್ನು ಒಳಕ್ಕೆ ನುಂಗಿಕೊಂಡುಬಿಡುತ್ತಿದ್ದಳು.

'ಏನೋ ಹೇಳ್ಬೇಕು ಅಂತಿದ್ದೆ. ಯಾಕೇ ಸುಮ್ಮನಾದೆ?' ಅವನು ಕೇಳಿದ.

'ನೀನು ಕೆಲಸದಲ್ಲಿದೀಯ. ಯಾವಾಗ ಮದುವೆಯಾಗ್ತೀಯ?' ಅವಳು ತಕ್ಷಣ

ಹೊಳೆದ ಬೇರೆ ಮಾತನ್ನು ಆಡಿದಳು.

'ನಾನೆ?' ಒಂದು ಕ್ಷಣ ಅಂತಮುರ್ಖಿಯಾದ ನಂತರ ಅವನು ಹೇಳಿದ: 'ತಂಗಿಯ ಮದುವೆ ಮಾಡಿದ ಮೇಲೆ ಅಣ್ಣ ಮಾಡಿಕೊಳ್ಳೂದು ಪದ್ಧತಿ. ನ್ಯಾಯ. ಇನ್ನು ಮೂರೂವರೆ ವರ್ಷಕ್ಕೆ ನಿನ್ನ ಬಿ.ಇ. ಮುಗಿಯುತ್ತೆ. ಮುಗಿದ ತಕ್ಷಣ ನಿಂದು ಮಾಡಿ ಆರು ತಿಂಗಳೊಳಗೆ ನಂದು. ಒಂದು ಕೆಲಸಮಾಡಾಣ. ನಿನ್ನ ಸ್ನೇಹಿತೆಯರಲ್ಲಿ ಬೆಸ್ಟ್ ಹುಡುಗೀನ ಹುಡುಕಿ ನನಗೆ ಪರಿಚಯ ಮಾಡಿಸು. ಈಗಲೇ ಅಲ್ಲ, ನೀನು ಕೊನೆ ವರ್ಷಕ್ಕೆ ಬಂದಮೇಲೆ. ನಾನೂ ನನ್ನ ಸಹೋದ್ಯೋಗಿಗಳಲ್ಲಿ ಬೆಸ್ಟ್ ವರನನ್ನ ಹುಡುಕಿ ನಿನಗೆ ಪರಿಚಯ ಮಾಡುಸ್ತೀನಿ. ಕೋರ್ಟಿಂಗ್ ಒಂದು ವರ್ಷಕ್ಕಿಂತ ದೀರ್ಘವಾಗಿರಬಾರದು.'

ಅವಳ ಮುಖದಲ್ಲಿ ಇತ್ತೀಚೆಗೆ ಅಪೂರ್ವವಾಗಿದ್ದ ನಗೆ ತುಸುಮಟ್ಟಿಗೆ ಮೂಡಿತು. ಬೇಗ ಇಂಗಿಯೂಹೋಯಿತು.

೩

ಅವಳಿಗೆ ಒಂದು ರಾತ್ರಿ ನಿದ್ರೆಯ ನಡುವೆ ಇದ್ದಕ್ಕಿದ್ದಂತೆ ಹೊಟ್ಟೆನೋವು ಕಾಣಿಸಿಕೊಂಡು ಎಚ್ಚರವಾಯಿತು. ತೀವ್ರವಾದ, ಹಿಂಸಾತ್ಮಕವಾದ, ಪ್ರಾಣ ಹೋಗುವಂಥ ನೋವು. ಅಪ್ಪಾ ಎಂದು ಗಟ್ಟಿಯಾಗಿ ನರಳುವುದಕ್ಕೂ ಶಕ್ತಿ ಇಲ್ಲದ ನೋವು. ಮಲಗಿದಲ್ಲಿಯೇ ಹೊರಳಿದಳು. ಏನೂ ತೋಚದ್ದಕ್ಕೆ ಎದ್ದು ಕುಳಿತಳು. ನುಲಿದುಕೊಂಡು ಕಡೆಯುವ ನೋವಿಗೆ ಕೂರುವ ಶಕ್ತಿ ಇಲ್ಲದೆ ಧೊಪ್ಪನೆ ಬಿದ್ದುಕೊಂಡಳು. ಅಪ್ಪಾ, ಅಯ್ಯೋ ಎಂದು ಅರಚಿಕೊಂಡಳು. ಎರಡು ನಿಮಿಷದ ನಂತರ ಮೇಲಿನ ಅಂತಸ್ತಿನ ಕೋಣೆಯಿಂದ ಮಮ್ಮಿ ದಢದಢನೆ ಇಳಿದು ಬಂದು ಇವಳ ಕೋಣೆಯ ಬಾಗಿಲು ತೆಗೆದು ದೀಪ ಹಾಕಿದಳು. 'ಏನಾಯ್ತು ಸ್ವೀಟೀ?' ಎಂದು ಹತ್ತಿರ ಬಂದು ಕೈ ಹಿಡಿದುಕೊಂಡಳು. ಅಪ್ಪಾ, ಹೊಟ್ಟೆನೋವು ಎಂದು ಹೇಳುವಾಗ ಇವಳ ಕಣ್ಣುಗಳಿಂದ ಈಗಾಗಲೇ ಹರಿದು ಕೆನ್ನೆಗಳನ್ನು ಒದ್ದೆ ಮಾಡಿದ್ದ ನೀರು ಕಾಣಿಸಿತು. ನರಳುವಾಗ ಎಲ್ಲರೂ ಉದ್ಗರಿಸುವ ಅಮ್ಮಾ ಎಂಬುದನ್ನು ಬಿಟ್ಟು ಇವಳು ಅಪ್ಪಾ ಎನ್ನುವುದರಿಂದ ಅವಳಿಗೆ ಕಸಿವಿಸಿಯಾದರೂ ಅದನ್ನು ಗಮನಿಸದವಳಂತೆ ಏನು ಸ್ವೀಟಿ? ಎಂದು ಬೆನ್ನು ನೇವರಿಸಿದಳು. ಹೊಟ್ಟೆನೋವು, ಅಪ್ಪಾ, ಎಂದು ಇವಳು ಏದುಸಿರು ಬಿಡತೊಡಗಿದಳು. ಅವಳ ಹೊಟ್ಟೆಯನ್ನೊಮ್ಮೆ ಸವರಿದ ಅವಳು ಯಾಕೆ ಅಜೀರ್ಣವಾಯಿತೆ? ಕ್ಯಾಂಟೀನ್‌ನಲ್ಲಿ ಏನಾದರೂ ತಿಂದಿದ್ದೆಯಾ? ಎಂದಾಗ ಇಲ್ಲ, ಅಹಾ ಅಪ್ಪಾ ಎಂದು ಮತ್ತೆ ನರಳಿದಳು. 'ಈ ಹೊತ್ತಿನಲ್ಲಿ ಡ್ರೈವರ್ ಕೂಡ ಇಲ್ಲ. ಗ್ಯಾಸ್ ಆಗಿರಬಹುದು. ಮಾತ್ರೆ ಕೊಡ್ತೀನಿ' ಎಂದು ಅವಳು ಎರಡು ಮಾತ್ರೆ ನುಂಗಿಸಿ ನೀರು ಕುಡಿಸಿದಳು. ಆದರೂ ನೋವು ನಿಲ್ಲಲಿಲ್ಲ. ಶೌಚಕ್ಕೆ ಹೋಗಬೇಕೆನ್ನಿಸಿ ದಢಕ್ಕನೆ ಮೇಲೆ ಎದ್ದಳು. ಆದರೆ ತಕ್ಷಣ ನೆಲದ ಮೇಲೆ ಕುಸಿದುಬಿದ್ದಳು. ಏನೂ ತೋಚದ್ದಕ್ಕೆ ಮಮ್ಮಿ

ಬೆನ್ನು ನೀವುತ್ತಾ ಪಕ್ಕದಲ್ಲಿ ಕುಳಿತಳು.

'ಸರಿಯಾಗಿ ಪೀರಿಯಡ್ಸ್ ಆಗ್ತಿದೆಯಾ ಸ್ವೀಟಿ? ಈ ಸಲ ಆಗಿ ಎಷ್ಟು ದಿನವಾಯ್ತು?' ಮಮ್ಮಿ ಕೇಳಿದಳು. ಮಗಳು ಉತ್ತರ ಹೇಳಲಿಲ್ಲ. ಮಂಪರು ಬಂದಂತಾಗಿ ನೋವು ಶಮನವಾಗುತ್ತಿರುವಂತೆ ತೋರಿ ಕ್ರಮೇಣ ಮಲಗಿದಲ್ಲಿಯೇ ನಿದ್ರೆಹೊದಳು.

ತುಸುಹೊತ್ತಿನ ಮೇಲೆ ಮಮ್ಮಿ, 'ಮೇಲೆ ಬಾ, ನನ್ನ ರೂಮಿನಲ್ಲೇ ಮಲಕ್ಕೊ' ಎಂದದ್ದು ಕೇಳಿದ ಮಗಳು ಬ್ಯಾಡ ಎಂದು ಉತ್ತರಿಸಿ ಎದ್ದು ತನ್ನ ಹಾಸಿಗೆಯ ಮೇಲೆ ಮಲಗಿದಳು. ನೋವು ಸಂಪೂರ್ಣವಾಗಿ ನಿಂತಿದ್ದರೂ ಇಷ್ಟು ಹೊತ್ತು ಅದು ಕೊಟ್ಟ ಯಮಹಿಂಸೆ ಅವಳನ್ನು ಜರ್ಜರಿತಳನ್ನಾಗಿ ಮಾಡಿತ್ತು. ಸುಮ್ಮನೆ ಕಣ್ಣುಮುಚ್ಚಿ ಮಲಗಿದಳು. ಅರ್ಧಗಂಟೆ ಅಲ್ಲೇ ಕಾಯುತ್ತಿದ್ದ ಮಮ್ಮಿ ನಿಶ್ಶಬ್ದವಾಗಿ ಮೇಲೆ ಎದ್ದು ದೀಪ ಆರಿಸಿ ಕೋಣೆಯ ಬಾಗಿಲನ್ನು ತೆರೆದಿಟ್ಟು ಮೆಟ್ಟಲು ಹತ್ತಿ ತನ್ನ ಕೋಣೆಗೆ ಹೋಗಿ ಅದರ ಬಾಗಿಲನ್ನೂ ತೆರೆದಿಟ್ಟು ಮಲಗಿ ಬೆಡ್‌ಲೈಟಿನಲ್ಲಿ ತಾನು ಬಿಟ್ಟು ಬಂದಿದ್ದ ಪುಟದಿಂದ ಪುಸ್ತಕವನ್ನು ಓದತೊಡಗಿದಳು. ಮನಸ್ಸು ಮಾತ್ರ ಕ್ಯಾಂಟೀನಿನಲ್ಲಿ ಏನೂ ತಿನ್ನಲಿಲ್ಲ ಅಂತಾಳೆ, ತಿನ್ನದೇ ಇರ್ತಾಳಾ? ಹೀಗೆ ಇದ್ದಕ್ಕಿದ್ದ ಹಾಗೆ ಯಾಕೆ ಬಂತು ಹೊಟ್ಟೆನೋವು? ಸ್ವಲ್ಪ ನೋವಾದರೂ ತಡಕೊಳ್ಳೂ ಶಕ್ತಿ ಇಲ್ಲ ಎಂದು ಕಾರಣವನ್ನು ವಿಶ್ಲೇಷಿಸುತ್ತಿತ್ತು.

ಈ ನೋವು ಸುಜಯಾಳಿಗೆ ಪದೇ ಪದೇ ಬರಲು ಶುರುವಾಯಿತು. ವಾರಕ್ಕೊಮ್ಮೆ ಹದಿನೈದು ದಿನಕ್ಕೊಮ್ಮೆ ಇಪ್ಪತ್ತು ದಿನಕ್ಕೊಮ್ಮೆ. ಸಾಧಾರಣವಾಗಿ ರಾತ್ರಿ ಮಲಗಿ ನಿದ್ರೆ ಹತ್ತಿದ ಸುಮಾರು ಮುಕ್ಕಾಲು ಗಂಟೆಗೆ ಶುರುವಾಗುತ್ತಿತ್ತು. ಎಚ್ಚರದ ಸ್ಥಿತಿಯಲ್ಲಿ ಎಂದೂ ಬರುತ್ತಿರಲಿಲ್ಲ. ಹೊಟ್ಟೆಯೊಳಗೆ ಕಣೆಯಂತೆ ತಿರುಗಿ ಯಮಯಾತನೆಯನ್ನು ಸೃಷ್ಟಿಸಿ ಹೇಗೆ ಹೊರಳಿದರೂ, ಹೇಗೆ ಬಿದ್ದರೂ ನಿಲ್ಲದೆ, ಏದುಸಿರು ಬರಿಸಿ ಮುಖ ಕುತ್ತಿಗೆ ಮೈ ಕೈಗಳನ್ನೆಲ್ಲ ಬೆವರಿನಿಂದ ನೆನಸಿದರೂ ಕಡಮೆಯಾಗದೆ ಸತ್ತುಹೋದರೆ ಸಾಕು ಎನ್ನಿಸಿ, ಈ ನೋವಿನ ಅವಧಿಗೆ ಕೊನೆಯೇ ಇಲ್ಲವೆಂಬಂತೆ ನರಳಿಸಿ, ಯಮನ ನರಕ ಅಂದರೆ ಹೀಗೆಯೇ ಇರುತ್ತೆಯೆ? ಎಂಬ ಕಲ್ಪನೆಯನ್ನು ಮೂಡಿಸಿ ಕ್ರಮೇಣ ಕಡಮೆಯಾಗಿ ನಿಂತು ಹೋಗುತ್ತಿತ್ತು. ನೋವು ನಿಂತರೂ ಅದರಿಂದ ಉಂಟಾಗುವ ಮನಸ್ಸಿನ ಸುಸ್ತು ನಿದ್ರೆಯಲ್ಲೂ, ಬೆಳಗ್ಗೆ ಎದ್ದನಂತರವೂ ಇರುತ್ತಿತ್ತು. ಮರುದಿನವೆಲ್ಲ ಇನ್ನು ಯಾವಾಗ ಬರುತ್ತೋ ಈ ಶನಿ ಎಂಬ ಚಿಂತೆ ಕಾಡುತ್ತಿತ್ತು.

ಈ ನೋವಿನ ವಿಧಾನವು ಗೊತ್ತಾದ ಮೇಲೆ ತಾನು ಗಟ್ಟಿಯಾಗಿ ನರಳಬಾರದು. ನರಳಿ ಮಮ್ಮಿಯನ್ನು ಎಬ್ಬಿಸಿ ಬರುವಂತೆ ಮಾಡಬಾರದು, ಅಪ್ಪಾ ಎಂಬ ನರಳಾಟ ಕೂಡ ತನ್ನ ಕೋಣೆಯಿಂದ ಹೊರಗೆ ಕೇಳಿಸದಂತೆ ನಿಯಂತ್ರಿಸಿಕೊಳ್ಳಬೇಕು, ಎಂದು ನಿರ್ಧರಿಸಿದಳು.

ಈ ನೋವು ಎರಡು ಸಲ ಬಂದಮೇಲೆ ಅವಳು ಅದನ್ನು ಅಣ್ಣಯ್ಯನಿಗೆ ಹೇಳಿದಳು. ಅವನು ಒಬ್ಬ ಎಂ.ಡಿ. ಮಾಡಿದ ಡಾಕ್ಟರಲ್ಲಿ ಕರೆದೊಯ್ದ. ಅವರು, 'ನೋವು ಬಂದ ತಕ್ಷಣ ಈ ಮಾತ್ರೆ ತಗೊಂಡು ಅರ್ಧ ಲೋಟ ನೀರು ಕುಡೀರಿ. ಕ್ರಮೇಣ ನಿಂತುಹೋಗುತ್ತೆ.

ಇದನ್ನ ಸದಾ ತಲೆದಿಂಬಿನ ಅಡಿಯಲ್ಲಿ ಇಟ್ಟುಕೊಳ್ಳಿ. ಹತ್ತಿರ ಒಂದು ಲೋಟ ನೀರು ಇರಲಿ.' ಎಂದು ಹತ್ತು ಮಾತ್ರೆಗಳ ಒಂದು ಪಟ್ಟಿಯನ್ನು ಕೊಟ್ಟರು. ಅದು ನೋವು ಶಾಮಕ ಮತ್ತು ನಿದ್ರೆ ಬರಿಸುವ ಮಾತ್ರೆ. ಅದು ಹೊಟ್ಟೆಗೆ ಇಳಿದು ಕರಗಿ ರಕ್ತದಲ್ಲಿ ಬೆರೆಯುವ ತನಕ ನೋವನ್ನು ಅನುಭವಿಸಲೇಬೇಕಾಗಿತ್ತು.

ಇಂಥ ಒಂದು ನೋವಿನ ನರಕದಲ್ಲಿ ನಿಯಂತ್ರಿತ ಧ್ವನಿಯಲ್ಲಿ ಅಪ್ಪಾ ಎಂದು ನರಳಿಕೊಳ್ಳುತ್ತಿರುವಾಗ ಅಪ್ಪನನ್ನು ನೋಡಿ ಮೂರು ತಿಂಗಳ ಮೇಲಾಯಿತೆಂಬ ನೆನಪು ಬಂತು. ಅವರು ಇತ್ತೀಚೆಗೆ ಬೆಂಗಳೂರಿಗೆ ಬಂದಿಲ್ಲ. ಕಾಲೇಜಿನ ಸೆಮೆಸ್ಟರ್ ಮಧ್ಯೆ ತಾನೂ ಹೋಗುವಂತಿಲ್ಲವೆಂಬ ಕಾರಣ ಹೊಳೆದು ಮನಸ್ಸು ಅನ್ಯ ದಿಕ್ಕಿಗೆ ತಿರುಗಿತು. ನಾಳೆಯೇ ಫ಼ೋನ್ ಮಾಡಬೇಕು ಎಂದುಕೊಂಡಳು.

ನಾಳೆ ಫ಼ೋನ್ ಮಾಡಿದಾಗ ಅವರು, 'ಪಾಪೂ, ನನಗೂ ನಿನ್ನನ್ನ ನೋಡಬೇಕು ಅನ್ನಿಸ್ತಿದೆ. ಒಂದು ಭಾನುವಾರ ಸೇರಿಸಿಕೊಂಡು ಮೂರು ದಿನವಾದರೂ ಬಾ. ತಪ್ಪಿದ ಪಾಠವನ್ನ ಇಲ್ಲೇ ಓದಿಕಳೂವಂತೆ. ನನ್ನ ಆಫ಼ೀಸಿಗೆ ಫ಼ೋನ್ ಮಾಡ್ತೀನಿ. ನಿನಗೆ ಟಿಕೇಟ್ ತಲುಪುಸ್ತಾರೆ.' ಎಂದರು.

೪

ಅವಳಿಗೆ ಗುರುತಿದ್ದ ಅವರ ಕಾರ್ಯದರ್ಶಿಯೇ ವಿಮಾನನಿಲ್ದಾಣದಲ್ಲಿ ಅವಳನ್ನು ಎದುರ್ಗೊಂಡು ಮನೆಗೆ ಕರೆತಂದು ಬಿಟ್ಟರು. ಅಪ್ಪನನ್ನು ನೋಡಿದ ತಕ್ಷಣ ಅವಳಿಗೆ ತಾನು ಆಗಾಗ್ಗೆ ಅನುಭವಿಸಿದ ಹೊಟ್ಟೆನೋವಿನ ನೆನಪಾಗಿ ಕಣ್ಣು ತುಂಬಿಕೊಂಡಿತು. ಅಪ್ಪನಿಗೂ ಕರುಳು ಚುರಕ್ ಎಂದು ಅವಳ ತಲೆ ಸವರಿದರು. ಅವಳ ಕಾಲೇಜು ಓದು ಬರಹಗಳನ್ನು ವಿಚಾರಿಸಿದರು. ಅವರು ಎಂದೂ ಅವಳ ಮಮ್ಮಿಯ ಬಗೆಗೆ ಕೇಳುತ್ತಿರಲಿಲ್ಲ. ಅವರಿಗೆ ಇಷ್ಟವಿಲ್ಲದ ಸಂಗತಿ ಎಂದು ಅವಳೂ ಅದನ್ನು ಎತ್ತುತ್ತಿರಲಿಲ್ಲ. ಇತ್ತೀಚೆಗೆ ತನಗೆ ಬರುತ್ತಿರುವ ಹೊಟ್ಟೆನೋವಿನ ಸಂಗತಿಯನ್ನು ಅವಳಾಗಿಯೇ ವಿವರಿಸಿದಳು. ಆ ನೋವಿನ ಹಿಂಸೆಯನ್ನು ಹೇಳುವಾಗ ಅವರಿಗೆ ಕ್ಯಾನ್ಸರ್ ಇರಬಹುದೇ ಎಂಬ ಗಾಬರಿಯಾಯಿತು. ಕ್ಯಾನ್ಸರ್ ಆಗಿದ್ದರೆ ರಾತ್ರಿ ನಿದ್ರೆಯ ನಡುವೆ ಏಕೆ ಕಾಣಿಸಿಕೊಳ್ಳುತ್ತೆ? ಅರ್ಧಮುಕ್ಕಾಲು ಗಂಟೆಯ ನಂತರ ಯಾಕೆ ಶಮನವಾಗುತ್ತೆ? ಮತ್ತೆ ಹತ್ತು ದಿನವೋ ಹದಿನೈದು ದಿನವೋ ಮೂರುವಾರವೋ ಯಾಕೆ ಮಾಯವಾಗಿರುತ್ತೆ? ಎಂಬುದು ಹೊಳೆಯಲಿಲ್ಲ. 'ನೋವು ಬಂದಾಗ ಪೇನ್‌ಕಿಲರ್, ನಿದ್ದೆ ಬರಿಸುವ ಮಾತ್ರ ತಗೊಂಡರೆ ಪ್ರಯೋಜನವಿಲ್ಲ. ನಾಳೆಯೇ ನಾನು ತಜ್ಞಡಾಕ್ಟರ ಹತ್ತಿರ ಅಪಾಯಿಂಟ್‌ಮೆಂಟ್ ತಗೊಂಡು ಕರಕೊಂಡು ಹೋಗ್ತೀನಿ. ನನಗೆ ಪರಿಚಯದೋರು. ಚಿಂತೆ ಮಾಡಬೇಡ.' ಎಂದು ಸಮಾಧಾನ ಹೇಳಿದರು.

ಡಾಕ್ಟರ್ ಮತ್ತು ಶ್ರೀಮತಿ ಡಾಕ್ಟರ್ ಸೂದ್ ಅವರು ತುಂಬ ತಿಳಿದ ವೈದ್ಯರೆಂದು

ದಕ್ಷಿಣ ದಿಲ್ಲಿಯಲ್ಲೆಲ್ಲ ಹೆಸರಿತ್ತು. ಇವತ್ತೇ ನೋಡಬೇಕೆಂದು ಒತ್ತಾಯ ಮಾಡಿ ಅಪಾಯಿಂಟ್‌ಮೆಂಟ್ ಪಡೆದು ಅಪ್ಪ ತಾನೇ ಅವರ ನರ್ಸಿಂಗ್ ಹೋಮಿಗೆ ಕರೆದೊಯ್ದು. ತಾನು ಬರುವುದು ತಡವಾಗುತ್ತೆ, ಅರ್ಜೆಂಟ್ ಇದ್ದರೆ ತನ್ನ ಮೊಬೈಲಿಗೆ ಮಾಡಿ ಎಂದು ಕಛೇರಿಯ ಕಾರ್ಯದರ್ಶಿಗೆ ತಿಳಿಸಿದ. 'ನಿಮ್ಮ ಮಗಳನ್ನ ನಮ್ಮ ವಶದಲ್ಲಿ ಬಿಟ್ಟುಹೋಗಿ. ನಮ್ಮ ಕ್ಯಾಂಟೀನಿನಲ್ಲಿ ಅವಳ ಊಟ ತಿಂಡಿ ಆಗುತ್ತೆ. ವಿವರವಾಗಿ ಎಲ್ಲ ಪರೀಕ್ಷೇನೂ ಮಾಡಬೇಕು,' ಡಾಕ್ಟರ್ ಶ್ರೀಮತಿ ಸೂದರು ಹೇಳಿದರು. ಆಕೆ ಹಣೆಗೆ ಅಗಲವಾದ ಕುಂಕುಮವಿಟ್ಟು ದಪ್ಪ ಜಡೆ ಹೆಣೆದು ರೇಶ್ಮೆ ಸೀರೆಯುಟ್ಟು ಅದರ ಮೇಲೆ ಬಿಳಿ ಕೋಟು ತೊಟ್ಟಿದ್ದ ಅರವತ್ತು ದಾಟಿದ ಹಸನ್ಮುಖಿ. ಸ್ತ್ರೀರೋಗತಜ್ಞೆ, ಗಂಡ ಡಾಕ್ಟರ್ ಸೂದರು ಜನರಲ್ ಮೆಡಿಸಿನ್ ತಜ್ಞರು.

ಇಬ್ಬರೂ ಬೆಳಗಿನಿಂದ ಸಂಜೆಯವರೆಗೆ ಬೇರೆ ಬೇರೆ ಪರೀಕ್ಷೆಗೆ ಒಳಪಡಿಸಿ ಪರೀಕ್ಷೆಗಳ ಫಲಿತಾಂಶಗಳು ಬಂದನಂತರ ಸಂಜೆ ಐದು ಗಂಟೆಗೆ ಡಾಕ್ಟರ್ ಸೂದರು ಇವಳನ್ನು ತಮ್ಮ ಸಮಾಲೋಚನೆಯ ಕೋಣೆಗೆ ಕರೆಸಿಕೊಂಡರು. ತಲೆ ತುಂಬ ದಟ್ಟ ಕೂದಲಿನ ಕ್ರಾಪು ಬಿಟ್ಟಿದ್ದ ಆತ ಹಾಸ್ಯಪ್ರವೃತ್ತಿಯವರು. 'ಕೂತುಕೊ.' ಎಂದು ತಮ್ಮ ಎದುರಿನ ಕುರ್ಚಿ ತೋರಿಸಿ ಹೇಳಿದರು: 'ಬಹಳ ಹೆದರಿಕೊಂಡುಬಿಟ್ಟಿದೀಯಾ? ನಿನ್ನದು ಪುಕ್ಕಲು ಸ್ವಭಾವವೆ?'

'ಇಲ್ಲ,' ಇವಳು ಸಂಕೋಚದಿಂದ ಮೆತ್ತಗೆ ಮಾತನಾಡಿದಳು.

'ನಿನಗೆ ಯಾವ ಕಾಹಿಲೆಯೂ ಇಲ್ಲ. ನಾನು ಮೇಡಂ ಇಬ್ಬರೂ ಪರೀಕ್ಷೆ ಮಾಡಿದೀವಿ. ಹೊಟ್ಟೆಯೊಳಗೆ ಏನಾದರೂ ಮುಚ್ಚಿಟ್ಟುಕೊಂಡರೆ ಈ ಥರ ನೋವು ಕಾಣಿಸಿಕೊಳ್ಳುತ್ತೆ. ಏನು ಮುಚ್ಚಿಟ್ಟುಕೊಂಡಿದೀಯ ಹೇಳು. ಯಾರನ್ನಾದರೂ ಲವ್ ಮಾಡ್ತಿದೀಯ? ಅಪ್ಪನಿಗೆ ಹೇಳಿದರೆ ಇಷ್ಟು ಚಿಕ್ಕವಯಸ್ಸಿಗೆ ಅದೆಲ್ಲ ಬೇಡ. ಮೊದಲು ಓದು ಮುಗಿಸು ಅಂತಾರೆ ಅನ್ನುವ ಭಯವೆ? ತುಂಬ ಟಿ.ವಿ. ಸೀರಿಯಲ್ ನೋಡ್ತೀಯ?'

'ಇಲ್ಲ ಸಾರ್. ಆ ಯಾವುದೂ ಇಲ್ಲ.'

'ನಿಜ ಹೇಳು. ಏನೂ ಮುಚ್ಚಿಟ್ಟುಕೊಂಡಿಲ್ಲವೆ?' ಅವಳು ಉತ್ತರಿಸಲಿಲ್ಲ. 'ಈಗ ನೀನೇ ಒಪ್ಪಿಕೊಂಡಹಾಗಾಯಿತು. ನಿಮ್ಮ ಮನೆ ಹತ್ತಿರ ಒಂದು ಮರ ಇದ್ದರೆ ದಿನಾ ಮಲಗುವ ಮುನ್ನ ಅದರ ಹತ್ತಿರ ನಿಂತು ಅದಕ್ಕೆ ನಿನ್ನ ಮನಸ್ಸಿನಲ್ಲಿರೂದನ್ನೆಲ್ಲ ಹೇಳಿಬಿಡು. ಹೊಟ್ಟೇಲಿರೂದೆಲ್ಲ ಹೊರಗೆ ಬರಲಿ,' ಎಂದು ತಾವೇ ಒಮ್ಮೆ ನಕ್ಕು, 'ನನ್ನ ಮಾತಿನ ಅರ್ಥ ಏನಂದರೆ: ಮರ ಅಲ್ಲ, ಮನುಷ್ಯರ ಕೈಲಿ ಹೇಳಬೇಕು. ತುಂಬ ಆತ್ಮೀಯರ ಕೈಲಿ. ನಿನ್ನ ಪಿತಾಜಿಗಿಂತ ನಿನಗೆ ಬೇರೆ ಆತ್ಮೀಯರಿದಾರೆಯೆ? ಇದ್ದರೆ ಅವರ ಕೈಲಿ ಹೇಳಿಕೊ. ಕ್ರಮೇಣ ಗುಣವಾಗುತ್ತೆ.'

ಅಣ್ಣಯ್ಯನ ಕೈಲಿ ಹೇಳುವ ಮನಸ್ಸು ಬಂತು. ಇದುವರೆಗೂ ಯಾಕೆ ಹೇಳಲಿಲ್ಲ? ಮರ್ಯಾದೆಗೆ ಅಂಜಿ ಅಣ್ಣಯ್ಯನಿಂದಲೂ ಮುಚ್ಚಿಟ್ಟುಕೊಂಡೆ ಎಂದುಕೊಂಡಳು. ಕಾರಿನಲ್ಲಿ ಕೂತು ಮನೆಗೆ ಹೋದ ಎರಡು ಗಂಟೆಯ ನಂತರ ಅಪ್ಪ ಬಂದರು. 'ಡಾ. ಸೂದರಿಗೆ

ಫೋನು ಮಾಡಿದ್ದೆ. ಎಲ್ಲ ಹೇಳಿದರು. ಏನು ಪಾಪು ಮನಸ್ಸಿನಲ್ಲೇ ಇಟ್ಟುಕೊಂಡು ಕೊರಗ್ತಿದೀಯ? ನನ್ನ ಕೈಲಿ ಹೇಳಬಾರದಾ?' ಎಂದು ಅವಳ ತಲೆಯನ್ನು ತಮ್ಮ ಭುಜಕ್ಕೆ ಒತ್ತಿಹಿಡಿದುಕೊಂಡರು. ಅವಳಿಗೆ ಅಳುಬಂತು. ಬಿಕ್ಕಿಬಿಕ್ಕಿ ಅಳತೊಡಗಿದಳು. 'ಸಮಾಧಾನ ಮಾಡ್ಕೊ. ನಿಧಾನವಾಗಿ ಹೇಳು. ಇಲ್ಲಿ ಬಾ, ಕೂತ್ಕ' ಎಂದು ತಮ್ಮ ಪಕ್ಕದಲ್ಲಿ ಸೋಫದ ಮೇಲೆ ಕೂರಿಸಿಕೊಂಡರು.

'ಅಪ್ಪ, ಹೇಳಿಬಿಡ್ತೀನಿ. ಮಮ್ಮಿಗೆ ಒಬ್ಬ ಬಾಯ್‌ಫ್ರೆಂಡ್ ಇದಾನೆ. ಅವಳಿಗಿಂತ ಹತ್ತು ವರ್ಷಕ್ಕೆ ದೊಡ್ಡೋನು. ಅವಳು ಅವನ ಜೊತೆ ಬೆಡ್‌ರೂಮು ಬಾಗಿಲು ಹಾಕ್ಕಂಡು ಮಾತಾಡೂದ ನಾನೇ ಕೇಳಿದೆ. ಹಾಗಂತ ಕೇಳಿದ್ದಕ್ಕೆ ಇದು ಪರ್ಸನಲ್ ವಿಷಯ. ಅವರು ನನ್ನ ಬಾಯ್‌ಫ್ರೆಂಡು. ಹದಿನಾರು ಕಳೆದಿರೂ ನೀನೂ ಬಾಯ್‌ಫ್ರೆಂಡ್ ಮಾಡಿಕೊ. ನಾನೇನೂ ಅಬ್‌ಜೆಕ್ಟ್ ಮಾಡುಲ್ಲ. ರೋಗ ಬರದ ಹಾಗೆ, ಗರ್ಭಕಟ್ಟದ ಹಾಗೆ ಎಚ್ಚರ ವಹಿಸಿದರೆ ಸರಿ ಅಂದಳು,' ಎಂದು ಬಡಬಡಿಸಿದಳು.

ಎದೆಯ ಮೇಲೆ ಹೊಡೆದಂತೆ ಆದರೂ ಅಪ್ಪ ಅದನ್ನು ತೋರಿಸಿಕೊಳ್ಳಲಿಲ್ಲ. ಯಾರು ಆತ? ಆ ತೋಟದ ಮನೆ ಎಲ್ಲಿದೆ? ನೀನು ಮೊದಲ ಸಲ ಕಂಡುಹಿಡಿದದ್ದು ಹೇಗೆ? ಎಂದು ವಿವರಗಳನ್ನು ಕೇಳತೊಡಗಿದರು. ಅವಳು ತನ್ನ ಅನುಭವಕ್ಕೆ ಬಂದ ಮಾಹಿತಿಗಳನ್ನೆಲ್ಲ ಜ್ಞಾಪಿಸಿಕೊಂಡು ಹೇಳಿದಳು.

ಮರುದಿನ ಅವಳು ಕೇಳಿದಳು: 'ಅಪ್ಪ, ನನ್ನ ಓದಿಗೆ, ಬಟ್ಟೆ ಬರೆಗೆ ಊಟ ತಿಂಡಿಗೆಲ್ಲ ಕೊಡ್ತಿರೋರು ನೀವು. ನಾನು ಅವಳ ಜೊತೆ ಯಾಕಿರಬೇಕು? ನನ್ನನ್ನ ಹಾಸ್ಟೆಲಿಗೆ ಸೇರಿಸುಕ್ಕೆ ಆಗುಲ್ಲವೆ?'

ಅಪ್ಪ ಐದು ನಿಮಿಷ ಆಲೋಚಿಸಿದರು. ಅನಂತರ, 'ನನಗೆ ಇದ್ಯಾವುದೂ ಗೊತ್ತಿರಲಿಲ್ಲ ಪಾಪು. ನಿನಗೆ ಇಷ್ಟ ಬಂದ ಕಡೆ ಇರುವ ಸ್ವಾತಂತ್ರ್ಯ ನಿನಗಿದೆ. ಯಾಕೆಂದರೆ ಹದಿನೆಂಟು ತುಂಬಿದೆ. ಸತೀಶ ಹ್ಯಾಗೂ ಬೆಂಗಳೂರಿನಲ್ಲಿದಾನೆ. ಆಗಾಗ್ಗೆ ಹಾಸ್ಟೆಲಿಗೆ ಬಂದು ನೋಡ್ಕತ್ತಾನೆ. ಈ ವರ್ಷ ಮಧ್ಯದಲ್ಲಿ ಹಾಸ್ಟೆಲ್‌ನಲ್ಲಿ ಜಾಗ ಸಿಕ್ಕುತ್ತೆಯೆ? ವಿಚಾರಿಸಬೇಕು. ಬೇಕಾದರೆ ಕಾಲೇಜು ಮ್ಯಾನೇಜ್‌ಮೆಂಟಿಗೆ ಯಾರ ಕೈಲಾದರೂ ಹೇಳುಸ್ತೀನಿ. ಈಗ ಮೊಬೈಲ್ ಫೋನು ಬರ್ತಾ ಇದೆ. ನಿನಗೊಂದು ಕೊಡುಸ್ತೀನಿ. ನಿನಗೆ ಬೇಕಾದಾಗ ನನಗೆ ಫೋನು ಮಾಡು.'

ಆ ರಾತ್ರಿ ಅವಳು ಚನ್ನಾಗಿ ನಿದ್ರೆ ಮಾಡಿದಳು. ಯಾವ ಕನಸೂ ಇಲ್ಲ, ಕನವರಿಕೆಯೂ ಇಲ್ಲ. ಬೆಳಗ್ಗೆ ಎದ್ದವಳೇ ಅಪ್ಪನಿಗೆ ಹೇಳಿದಳು: 'ಅಪ್ಪ. ಸುಮ್ಮಸುಮ್ಮನೆ ಕ್ಲಾಸು ತಪ್ಪಿಸಿಕೊಳೂದು ಬ್ಯಾಡ. ನನ್ನನ್ನ ಇವತ್ತೇ ಕಳಿಸಿಬಿಡಿ. ಹಾಸ್ಟೆಲಿನ ಸೀಟಿಗೆ ವ್ಯವಸ್ಥೆ ಮಾಡಿ.'

'ಅಲ್ಲಿಂದ ಕಳಿಸುಕ್ಕೆ ಅವಳು ಅಡ್ಡಿಮಾಡಿದರೆ?'

'ನನಗೆ ಹದಿನೆಂಟು ತುಂಬಿದೆ ಅಂತ ವಾದಮಾಡ್ತೀನಿ.'

ಅಧ್ಯಾಯ ೧೫

೧

ಜೈಲಿಗೆ ಬಂದು ಒಂದು ತಿಂಗಳ ಮೇಲೆ ಎರಡು ದಿನವಾಗಿತ್ತು. ಬೆಳಗ್ಗೆ ಹತ್ತೂವರೆಯ ಸಮಯದಲ್ಲಿ ವಾರ್ಡರು ನನ್ನ ಹತ್ತಿರ ಬಂದು, 'ವಿಸಿಟರ್ ಬಂದಿದಾರೆ. ಇಬ್ಬರು ಹೆಂಗಸರು, ರಾಜಮ್ಮಾ, ಶೋಭಾನರಾಯಣ್, ನರಾಯಣ್, ನಚಿಕೇತ್. ಟೈಮ್ ಲಿಮಿಟ್ ಇಲ್ಲ. ಎಷ್ಟು ಹೊತ್ತು ಬೇಕಾದರೂ ಮಾತಾಡಬಹುದು ಅಂತ ಸಾಹೇಬರು ಹೇಳಿದಾರೆ.' ನನ್ನ ಎದೆ ಡವಗುಟ್ಟಲು ಶುರುವಾಯಿತು. ಅಮ್ಮ, ಅಕ್ಕ, ಭಾವ, ನಚಿಕೇತನೂ. ಅಮ್ಮ ಬದುಕಿದಾಳೆ! ಕಣ್ಮರೆಯಾಗಿದ್ದಳು. ಜೈಲು ಸೇರಿದ ಅವಮಾನದಿಂದ. ಬಿಡುಗಡೆಯಾದಾಗ ಹಾಗಿಂದ ಹಾಗೆಯೇ ಕಣ್ಮರೆಯಾದಳು. ಬದುಕಿಲ್ಲ, ಸತ್ತೇಹೋದಳು ಅಂತ ನಾವೆಲ್ಲ, ನಾನು ಅಕ್ಕ, ಭಾವ, ನಚಿ, ನಿರ್ಧರಿಸಿದ್ದೆವು. ಮೂವತ್ತು ವರ್ಷ ಎಲ್ಲಿದ್ದಳು? ಎದೆಯ ಬಡಿತ ಹಿಡಿತಕ್ಕೆ ಬಂದೇ ಇಲ್ಲ. ಅಕ್ಕ ಭಾವ ಭಾರತ ವಿಸಿಟ್ ಮಾಡುಕ್ಕೆ ಬಂದಿದಾರೆಯೆ? ಅವರು ನಚಿ ಕೂಡಿ ಇಂಡಿಯಾದಲ್ಲಿ ರಜಾ ಕಳೆಯುವ ಹಾಗೆ ಏರ್ಪಾಟು ಮಾಡಿಕೊಂಡು? ನಾನು ಬಾತ್‌ರೂಮಿಗೆ ಹೋಗಿ ಬರ್ತೀನಿ, ಎಂದು ವಾರ್ಡರಿಗೆ ಹೇಳಿದೆ. ಅವರನ್ನು ನೋಡುವ ಮುನ್ನ ಮನಸ್ಸನ್ನು ಸಿದ್ಧಪಡಿಸಿಕೊಳ್ಳಬೇಕಿತ್ತು. ಖೈದಿಯ ಈ ಸಮವಸ್ತ್ರದಲ್ಲಿ ಹೋಗಿ ಅವರನ್ನು ನೋಡುವುದು! ಶೌಚದ ಕೋಣೆಗೆ ಹೋಗಿ ಸುಮ್ಮನೆ ನಿಂತುಬಿಟ್ಟೆ. ಈ ಬಟ್ಟೆಗಳನ್ನು ಕಳಚಬಹುದು. ಆದರೆ ಬೇರೆ ಅರಿವೆಗಳು ಇಲ್ಲಿ ಇಲ್ಲವೂ ಇಲ್ಲ, ಅವಕಾಶವೂ ಇಲ್ಲ. ಎಷ್ಟೋ ಹೊತ್ತು ಹಾಗೆಯೇ ನಿಂತಿದ್ದೆ. ಅನಂತರ ಇದ್ದಕ್ಕಿದ್ದಂತೆಯೇ ಜ್ಞಾನ ಬಂತು: ಕಲ್ಪಿಸಿಕೊಳ್ಳಲೂ ಆರದ ಸಮಯ ಬಂದಿದೆ. ಅಮ್ಮ ಬದುಕಿದಾಳೆ. ಕಾಣಿಸಿಕೊಂಡಿದಾಳೆ. ಅಪರೂಪವಾಗಿದ್ದ ಅಕ್ಕ, ಭಾವ, ನಚಿ ಕೂಡ. ಜೈಲಿನಲ್ಲಿರೂದೂ ಗೊತ್ತಿರೂದರಿಂದ ತಾನೆ ಅವರು ಇಲ್ಲಿಗೆ ಬಂದಿರೂದು! ಕಾರಣವೂ ಗೊತ್ತಿರುತ್ತೆ. ಹೋಗಿ ಅವರ ಮುಖ ನೋಡಿ ಎಲ್ಲಾನೂ ಹೇಳೂದೇ ಧೈರ್ಯದ ನಡೆ. ತಪ್ಪು ಮಾಡಿದ ಮಗುವಿನ ಹಾಗೆ ಕದ್ದು ಕೂತು..... ತಕ್ಷಣ ಹಿಂತಿರುಗಿ ಸಂದರ್ಶನದ ತೊಟ್ಟಿಯ ಕಡೆಗೆ ಹೆಜ್ಜೆ ಹಾಕಿದೆ.

ಅಮ್ಮ ಎಂಭತ್ತರ ಹತ್ತಿರ ಹತ್ತಿರ. ತಲೆಗೂದಲು ದಟ್ಟವಾಗಿಯೇ ಇದೆ ಶಣಬಿನಂತೆ

ಬೆಳಗೆ. ಬಾಚಿ ಗಂಟು ಹಾಕಿದ್ದಾಳೆ. ಅಪ್ಪ ಸತ್ತ ನಂತರ ಇದ್ದಂತೆ ಬರಿ ಹಣೆ, ಬರಿ ಕಿವಿ, ಬರಿಕೈ. ಬಿಳಿ ಹತ್ತಿಯ ಸೀರೆ. ಶರೀರ ಕುಗ್ಗಿದೆ. ಮುಖದ ಧೃತಿ ಕುಂದಿಲ್ಲ. ಅವಳೇ ಮುಂದೆ ಬಂದಳು. ಬಾಚಿ ತಬ್ಬಿಕೊಂಡಳು. 'ನನ್ನ ಕಂದ, ಯಾರೂ ಮಾಡದ ಕೆಟ್ಟ ಕೆಲಸ ನೀನು ಮಾಡಿಲ್ಲ. ಜೈಲಿನಲ್ಲಿದೀನಿ, ಜೈಲು ವೇಷದಲ್ಲಿದೀನಿ ಅಂತ ಕುಗ್ಗಬ್ಯಾಡ. ನಿನಗೆ ಮೂರು ತಿಂಗಳು. ನಾನು ಮೂರುವರ್ಷ ಇರಲಿಲ್ಲವೆ?' ಎಂದು ತಬ್ಬಿಕೊಂಡೇ ಬೆನ್ನನ್ನು ನೀವತೊಡಗಿದಳು. ಅಕ್ಕ ನನ್ನ ಹಿಂದೆ ನಿಂತು ತಲೆ ಸವರುತ್ತಿದ್ದಳು. ಭಾವ ಭುಜದ ಮೇಲೆ ಕೈ ಇಟ್ಟರು. ನಚಿ ನಮ್ಮನ್ನು ನೋಡುತ್ತಾ ತುಸು ದೂರದಲ್ಲಿ ಸುಮ್ಮನೆ ನಿಂತಿದ್ದ. ಅಮ್ಮ ನನ್ನನ್ನು ತನ್ನ ಪಕ್ಕದಲ್ಲಿ ಬೆಂಚಿನ ಮೇಲೆ ಕೂರಿಸಿಕೊಂಡಳು. ನನ್ನ ನಾಚಿಕೆ ಮುಜುಗರಗಳೆಲ್ಲ ಕಳೆದುಹೋದವು.

ಭಾವ ಮಾತನಾಡಿದರು: 'ಇದೇನು ಇವರೆಲ್ಲ ಎಲ್ಲಿ ಸೇರಿದರು? ಹ್ಯಾಗೆ ಒಟ್ಟಿಗೆ ಬಂದರು? ಅಂತ ನಿನಗೆ ಆಶ್ಚರ್ಯವಾಗಿರೂದು ಸಹಜ. ಮೊದಲು ಅದನ್ನ ಹೇಳಿಬಿಡ್ತೀನಿ. ಬ್ರೆಝಿಲ್‌ನಲ್ಲಿ ಇನ್ನೂ ಮೂರು ನಾಲ್ಕು ವರ್ಷ ಇರಿ ಅಂತ ಬಲವಂತ ಮಾಡ್ತಿದ್ದರು. ಅಷ್ಟು ದೂರ ಇದ್ದು ಇದ್ದು ನಮಗೂ ಬೋರ್ ಆಗಿತ್ತು. ಇಲ್ಲೇ ಮಥುರಾ ಆಯಿಲ್ ರಿಫೈನರಿಯ ಹೆಡ್ ಆಗಿ ಬನ್ನಿ ಅಂತ ಆಹ್ವಾನ ಬಂತು. ಭಾರತದಲ್ಲಿದ್ದ ಹಾಗೂ ಆಗುತ್ತೆ, ಅಂತ ಒಪ್ಪಿಕೊಂಡೆ. ಬಂದು ಆರು ತಿಂಗಳಾಯಿತು. ಬೆಂಗಳೂರಿನ ನಿನ್ನ ಫ್ಲ್ಯಾಕ್ಟರಿಗೆ ಫ಼ೋನ್ ಮಾಡಿದರೆ ಈ ನಂಬರ್‌ಗಳು ಅಸ್ತಿತ್ವದಲ್ಲಿಲ್ಲ ಅಂತ ಎಕ್ಸ್‌ಛೇಂಜ್ ಮೆಸೇಜ್. ಮನೆಗೆ ಮಾಡಿದರೆ ನೀವು ಹೇಳುವ ಯಾರೂ ಇಲ್ಲ ಅಂತ ಒಂದು ಹೆಣ್ಣುಧ್ವನಿ. ಮತ್ತೆ ಎರಡು ಸಲ ಮಾಡಿದರೆ ಡೋಂಟ್ ಡಿಸ್ಟರ್ಬ್ ಮಿ ಅಂತ ರೇಗಿಬಿಡ್ತು. ನಾವೂ ಸುಮ್ಮನಾದೆವು. ಹದಿನೈದು ದಿನದ ಹಿಂದೆ ನನಗೆ ಬೆಂಗಳೂರಿನಲ್ಲಿ ಅಫ಼ಿಶಿಯಲ್ ಕೆಲಸವಿತ್ತು. ಇವಳು, ಊರು ನೋಡಿ ನಾಲ್ಕು ವರ್ಷದ ಮೇಲಾಗಿತ್ತಲ್ಲ, ಜೊತೇಲಿ ಬಂದಳು. ನಮ್ಮ ಗುರ್ತಿನ ಯಾರು ಯಾರನ್ನೋ ವಿಚಾರಿಸಲಾಗಿ ನಿನಗೆ ಮೂರು ತಿಂಗಳು ಜೈಲುಶಿಕ್ಷೆಯಾಗಿ ದಿಲ್ಲಿಯಲ್ಲಿದೀಯ ಅಂತ ಗೊತ್ತಾಯಿತು. ಇದೇನಪ್ಪ ಗ್ರಹಚಾರ ಅಂದುಕೊಂಡು ನಿನ್ನ ಮನೆಗೆ ಹೋದೆವು. ನೋಡಿದ್ದೆವಲ್ಲ. ಬೆಳಗಿನ ಹೊತ್ತು. ಕೆಲಸದ ಹೆಂಗಸು ಗೇಟಿನ ಹತ್ತಿರ ಕಸಗುಡುಸ್ತಿದ್ದಳು. ಅವಳನ್ನ ವಿಚಾರಿಸಲಾಗಿ ನೀವೆಲ್ಲ ಇಂಥ ಕಡೆ ಇದೀರ ಅಂತ ಫ಼್ಲ್ಯಾಟಿನ ಹೆಸರು ಹೇಳಿದಳು. ದ್ಯಾವಕ್ಕ ಸಿಕ್ಕಿದಳು. ವತ್ಸಲಾ.....' ಎನ್ನುವಲ್ಲಿ ಅಕ್ಕ ಬಾಯಿಹಾಕಿ,

'ಜಯಣ್ಣಾ, ಹುಡುಗಿ ಎಷ್ಟು ಚನ್ನಾಗಿದಾಳೆ. ನೋಡಿದ ತಕ್ಷಣ ಈ ವಯಸ್ಸಿನಲ್ಲಿ ವೈಜಯಂತಿ ಹೀಗೇ ಇದ್ದಳು ಅನ್ನಿಸಿಬಿಡ್ತು. ನಿನ್ನ ಮದುವೆಯಾದಾಗ ಅವಳಿಗೆ ಇಪ್ಪತ್ತನಾಲ್ಕು ವರ್ಷವಲ್ಲವೆ? ಆಗ ತಾನೆ ನಾವು ನೋಡಿದ್ದು. ನಾಲ್ಕು ವರ್ಷದಲ್ಲಿ ಏನು ಹೆಚ್ಚು ಕಮ್ಮಿ? ದೊಡ್ಡ ಮನೆಗೆ ನಾನು ಮೂರು ಸಲ ಬಂದಾಗಲೂ ದ್ಯಾವಕ್ಕ ನನ್ನನ್ನ ನೋಡಿದ್ದಳಲ್ಲ, ಮನೆ ಯಜಮಾಂತಿ ಬಂದಳು ಅನ್ನೂ ಹಾಗೆ ಕರೆದು ಕೂರಿಸಿದಳು. ಅತ್ತೆ, ಪುಟ್ಟಕ್ಕಾ, ಇವರು ನಿನ್ನ ಅತ್ತೆ ಅಂತ ಹೇಳಿ ಅವಳ ಬಾಯಲ್ಲಿ ಅತ್ತೆ ಅನ್ನಿಸಿದಳು. ನಡೆದ ಕತೇನೆಲ್ಲ ಹೇಳಿದಳು.'

ನನಗೆ ಅಮ್ಮನ ಕತೆಯನ್ನು ತಿಳಿದುಕೊಳ್ಳುವ ತವಕವಾಯಿತು. 'ಅಮ್ಮಾ ನೀನು ಎಲ್ಲಿದ್ದೆ? ಇದ್ದಕ್ಕಿದ್ದಹಾಗೆ ಯಾಕೆ ಮರೆಯಾದೆ? ಕೋರ್ಟಿನಲ್ಲಿ ನೀನೇ ಅಹಂಕಾರದ ಮಾತಾಡಿ ಶಿಕ್ಷೆಗೆ ಒಳಗಾದೆ, ತನ್ನ ಹೆಂಡತೀದೇನೂ ತಪ್ಪಿಲ್ಲ ಅಂತ ಕೇಶವ ಹೇಳಿದ,' ಎಂದೆ.

ಈಗ ಅಮ್ಮ ಹೇಳತೊಡಗಿದಳು: "ನಮ್ಮ ಕಡೆ ಲಾಯರೇನೋ ಇಂಥಿಂಥ ಮಾತು ನೀವು ಆಡಿದಿರಿ ಅಂತ ಕೋರ್ಟಿನಲ್ಲಿ ಏನು ಮಾಡಿದರೂ ಒಪ್ಕಾಬಾರದು. ನಾನು ಹಾಗೆ ಅನ್ನಲೇ ಇಲ್ಲ ಅಂತಲೇ ಸಾಧಿಸಬೇಕು ಅಂತ ಹೇಳಿಕೊಟ್ಟಿದ್ರು. ಆದರೆ ಆ ಸೂಳೆಮಗ ಪ್ರಾಸಿಕ್ಯೂಟರು ನನ್ನನ್ನ ಉಪಾಯ ಮಾಡಿದ. ನನಗೆ ಆಪ್ತ, ಹಿತೈಷಿ ಅನ್ನೂ ಹಾಗೆ ನಟನೆ ಮಾಡಿ ಮಾತಿನಲ್ಲಿ ಸಿಕ್ಕಿಸಿಬಿಟ್ಟ. ಹೆತ್ತು ಹೊತ್ತು ಸಾಕಿ ಸಲಹಿ ಅವರಿವರ ಮನೇಲಿ ಮೆಣಸಿನಪುಡಿ ಹಪ್ಪಳ ಸಂಡಿಗೆ ಮಾಡಿ ಮಗನನ್ನ ಓದಿಸಿ ಅಂತ ಹೇಳ್ತಿದ್ದಾಗ ಆ ಪ್ರಾಸಿ ಕ್ಯೂಟರು ಅವೆಲ್ಲ ಪುರಾಣದ ಮಾತುಗಳು ಬ್ಯಾಡಿ ನೀನು ನಿಮ್ಮಪ್ಪನ ಮನೆಯಿಂದ ಮೂರು ಕಾಸೂ ತಂದಿಲ್ಲ ಅಂದಿರೋ ಇಲ್ಲವೋ? ಅಂತ ಕೇಳಿದ. ನಾನು ಹೌದು ಕೇಳಿದೆ ಅಂದೆ. ಅದೊಂದೇ ಸಾಕಾಯಿತು ಜಡ್ಜಿಗೆ. ನನಗೆ ವರದಕ್ಷಿಣೆ ಕಾಯ್ದೆ ಅಡಿಯಲ್ಲಿ ಮೂರು ವರ್ಷ ಸಜಾ ಅಂದ. ನ್ಯಾಯದ ಮಾತಾಡಿದ್ದೇ ಅನ್ಯಾಯವಾಯಿತು. ಜೈಲಲ್ಲಿರು ವಾಗ ತುಂಬ ಬೇಜಾರಾಗ್ತಿತ್ತು. ಇದೇನನ್ಯಾಯ ಈ ಕೋರ್ಟಿಂದು ಅಂತ ದುಃಖಪಡ್ತಿದ್ದೆ. ಎರಡು ವರ್ಷ ಹನ್ನೊಂದು ತಿಂಗಳು ಕಳೆದಿತ್ತು. ಸೂಪರೆಂಟರು ಶಿಫಾರಸು ಮಾಡಿದ್ದರಂತೆ. ಒಂದು ತಿಂಗಳು ಮೊದಲೇ ಬಿಡುಗಡೆ ಮಾಡಿದರು. ಒಳ್ಳೇದೇ ಆಯಿತು ಅಂದುಕೊಂಡೆ. ಜೈಲಿನಲ್ಲಿ ಹಪ್ಪಳ ಒತ್ತುತ್ತಿದ್ದರಲ್ಲ ದಿನಕ್ಕೆ ಎಂಟು ಗಂಟೆ. ಅದರ ಕೂಲಿ ಊಟ ತಿಂಡಿ ಖರ್ಚು ಕಳೆದು ಉಳಿತಾಯ ದಿನಕ್ಕೆ ಒಂದೂವರೆ ರೂಪಾಯಿ. ಒಟ್ಟು ಒಂದು ಸಾವಿರದ ನಾನೂರು ಕೈಗೆ ಬಂತು. ನನ್ನ ಜೊತೆ ಒಬ್ಬರಿದ್ದರು ಲಕ್ಷ್ಮೀದೇವಮ್ಮ ಅಂತ. ಜೈಲಿನಿಂದ ಹೊರಗೆ ಬಂದ ಮೇಲೆ ಯಾವುದಾದರೂ ತೀರ್ಥಯಾತ್ರೆ ಮಾಡಿಯೇ ಮನೆಗೆ ಹೋಗಬೇಕು ಅಂದಿದ್ದರು. ಇಷ್ಟಕ್ಕೂ ನಾನು ಯಾವ ಮನೆಗೆ ಹೋಗಬೇಕು? ಶೋಭಾ ಅಂಕಲೇಶ್ವರದಲ್ಲಿ ದ್ದಳು. ನನ್ನನ್ನ ನೋಡುಕ್ಕೆ ಜೈಲಿಗೆ ಬಂದಿದ್ದಾಗ ಅವಳಿಗೆ ಹೇಳಿದ್ದೆ. ನಿನ್ನ ತಮ್ಮನ ಎಂಜಿ ನೀರಿಂಗ್ ವಿದ್ಯಾಭ್ಯಾಸ ನಿನ್ನ ಭಾರ. ಅವನಿಗೆ ನೀನೇ ತಾಯಿ. ಓದು ಮುಗಿಸಿ ಕೆಲಸಕ್ಕೆ ಸೇರಿದ ಮೇಲೆ ಅವನು ನೀನು ಕೊಟ್ಟ ಹಣಾನೆಲ್ಲ ವಾಪಸುಕೊಡ್ತಾನೆ, ಅಂತ. ಅವಳು ಒಪ್ಕಂಡಿದ್ದಳು. ಅವಳ ಯಜಮಾನರೂ ಒಪ್ಕಂಡಿದಾರೆ ಅಂತ ಆಮೇಲೆ ಕಾಗದ ಬರೆದಿದ್ದಳು. ನನಗಿನ್ಯಾವ ಜವಾಬ್ದಾರಿ? ಮಗಳ ಮನೆಗೆ ಹೋಗಿ ಇರುಕ್ಕಾಗುತ್ಯೆ? ಅದು ಮರ್ಯಾದೆಯೆ? ಹಿರೀಮಗನಂತೂ ಮುಠ್ಠಾಳ ಸೂಳೆಮಗ, ಅವನಿಂದಲೇ ನನಗೆ ಜೈಲಾದದ್ದು. ಮೊದಲು ತೀರ್ಥಯಾತ್ರೆಗೆ ಹೋಗಿ ಆಮೇಲೆ ಯೋಚನೆ ಮಾಡಾಣ ಅಂದುಕೊಂಡು ಟಿಕೀಟು ತಗಂಡು ಹರಿದ್ವಾರಕ್ಕೆ ಬಂದೆ. ಹಿಂದೆ ನಿಮ್ಮಪ್ಪ ಬದುಕಿದ್ದಾಗ ನಾವಿಬ್ಬರೂ ಬಂದಿದ್ದೆವಲ್ಲ. ಎಲ್ಲಾ ನೋಡಿದ್ದೆ. ಒಂದು ಮಾರ್ವಾಡಿ ಛತ್ರದಲ್ಲಿ ಉಳಕಂಡಿದ್ದೆ. ಅವರೇ ಅಕ್ಕಿ ಪಡಿಕೊಡ್ತಿ ದ್ದರು. ಆ ಮ್ಯಾನೇಜರ ಪರಿಚಯವಾಯ್ತು. ಒಂದು ದಿನ ಅವರು ಕೇಳಿದರು: 'ಮಾತಾಜಿ,

ನೀವು ಊರಿಗೆ ಹೋಗದೆ ಇಲ್ಲೇ ಯಾಕೆ ಇದೀರ? ತೀರ್ಥಯಾತ್ರೆಗೆ ಬಂದೋರು ಒಂದೇ ಸಮ ಧರ್ಮಶಾಲೇಲಿ ಇರಬಾರದಲ್ವೆ?'

" 'ನನಗೆ ಊರೂ ಇಲ್ಲ ಮನೆಯೂ ಇಲ್ಲ. ಎಲ್ಲಿಗೆ ಹೋಗಲಪ್ಪ?'

"ಅವನು ಸುಮ್ಮನಾದ. ಎರಡನೆ ದಿನ ಕೇಳಿದ: 'ಮಾತಾಜಿ, ನಮ್ಮ ಶೇಟು ಬೃಂದಾವನದಲ್ಲಿ ವೃದ್ಧ ಅನಾಥ ಹೆಂಗಸರಿಗೆ ಒಂದು ಆಶ್ರಮ ನಡೆಸ್ತಿದಾರೆ. ಅದಕ್ಕೊಬ್ಬ ಮ್ಯಾನೇಜರು ಬೇಕು. ಸ್ವಲ್ಪ ವಿದ್ಯೆ ಇದ್ದು ಉತ್ತಮ ಕುಟುಂಬದೋರಾಗಬೇಕು. ಒಂದು ಕಾಸಿಗೂ ಮೋಸಮಾಡದೆ ವ್ಯವಹಾರ ನೋಡಿಕೊಬೇಕು. ಮಥುರಾದಲ್ಲಿ ನಮ್ಮ ಶೇಟುವಿನ ವ್ಯಾಪಾರದ ಒಂದು ಶಾಖೆ ಇದೆ. ಅದರ ಮುನೀಂಜಿ ಮೇಲ್ವಿಚಾರಣೆ ನೋಡ್ಕತ್ತಾರೆ. ಆದರೆ ಆಶ್ರಮದಲ್ಲೇ ಇದ್ದು ಮ್ಯಾನೇಜರಿಕೆ ಮಾಡುಕ್ಕೆ ಒಬ್ಬ ಸ್ವಲ್ಪ ವಯಸ್ಸಾದ ಮಹಿಳೆಯೇ ಬೇಕು. ವೃದ್ಧ ಅನಾಥ ಹೆಂಗಸರ ಸಮಸ್ಯೆ ಅರ್ಥಮಾಡ್ಕಳೂವಂಥೋರು. ನೀವು ಒಪ್ಕಂಡು ನಿಭಾಯಿಸೂದಾದರೆ ನಾನು ಶೇಟುಗೆ ಹೇಳ್ತೀನಿ. ಏನು ಸಂಬಳ ನಿರೀಕ್ಷಿಸುತೀರಿ ಅನ್ನೂದೂ ಹೇಳಿಬಿಡಿ.'

"ನಾನು ಒಂದು ದಿನವೆಲ್ಲ ಯೋಚನೆ ಮಾಡಿದೆ. ಇದಕ್ಕಿಂತ ಪುಣ್ಯಕೆಲಸ ಇನ್ನೇನಿದೆ ಅನ್ನಿಸಿತು. ಮರುದಿನ ಅವನಿಗೆ ಹೇಳಿದೆ: 'ನಾನು ಮಾಡ್ತೀನಪ್ಪ. ಸಂಬಳಗಿಂಬಳ ಬ್ಯಾಡ. ಪುಣ್ಯಕೆಲಸ.'

" 'ಸಂಬಳ ಕೊಡದೆ ದುಡಿಸಿಕೊಂಡರೆ ಆಶ್ರಮ ನಡೆಸಿದ ಪುಣ್ಯದಲ್ಲಿ ಸ್ವಲ್ಪ ಭಾಗ ಉತಾರ್ ಆಗುತ್ತೆ ಅನ್ನೂದು ನಮ್ಮ ಶೇಟುವಿನ ಲೆಕ್ಕ. ಅವರು ಯಾವತ್ತೂ ಲಾಭವನ್ನ ಬಿಡೋರಲ್ಲ. ಪುಣ್ಯಲಾಭವನ್ನ ಕೂಡ. ಅದನ್ನ ಅವರಿಗೆ ಬಿಟ್ಟುಬಿಡಿ. ನಿಮ್ಮ ಹೆಸರಿನಲ್ಲಿ ಖಾತೆ ತೆಗೆದು ಪ್ರತಿತಿಂಗಳೂ ಜಮಾ ಮಾಡ್ತಾರೆ. ನಿಮ್ಮ ಊಟ ತಿಂಡಿ ವಾಸ ವರ್ಷಕ್ಕೆರಡು ಸೀರೆ ಆಶ್ರಮದಲ್ಲೇ ಆಗುತ್ತೆ.'

"ಮೂವತ್ತು ವರ್ಷ ಅಲ್ಲೇ ಕಳೆದಿದೀನಿ. ಕ್ರಮೇಣ ಪೂರ್ವಾಶ್ರಮದ ಊರು ಕೇರಿ ಮಕ್ಕಳು ಜೈಲುವಾಸ ಎಲ್ಲ ಮರೆತೇಹೋಯಿತು. ಹೇಳಿಕೇಳಿ ವೃದ್ಧಾಶ್ರಮ. ಎಷ್ಟು ಜನ ಕಾಹಿಲೆಯೋರಿಗೆ ಸೇವೆ ಮಾಡಿಸಿದೆ, ಮಾಡಿದೆ. ಬಾಯಿಗೆ ಗಂಗಾಜಲ ಬಿಟ್ಟೆ. ದಹನಕ್ರಿಯೆ ಏರ್ಪಾಡು ಮಾಡಿದೆ. ನಿತ್ಯ ಯಮುನಾ ನದೀಲಿ ಮುಳುಗಿ ಸ್ನಾನ ಮಾಡಿದೆ. ನನಗೆ ವಯಸ್ಸಾಯಿತು. ಈ ಮ್ಯಾನೇಜರ ಕೆಲಸದಿಂದ ಬಿಡುಗಡೆ ಮಾಡಿ ಅಂತ ಕೇಳಿಕೊಂಡೆ. ಶೇಟುವಿನ ಮಗನೇ ಬಂದಿದ್ದ ಮೂರುವರ್ಷದ ಕೆಳಗೆ. ಮಾತಾಜಿ ನೀವೂ ವೃದ್ಧರೇ. ಜೀವ ಇರೂವರೆಗೂ ಈ ಆಶ್ರಮದಲ್ಲೇ ಇರೋರು. ಸ್ವಲ್ಪ ಕಡಮೆ ಪ್ರಾಯದ ಒಬ್ಬರನ್ನ ಮ್ಯಾನೇಜರ್ ಮಾಡೋಣ. ನೀವು ಮೇಲ್ವಿಚಾರಣೆ ನೋಡ್ಕತ್ತಿರಿ. ನೀವೇ ಯಜಮಾಂತಿ ಅಂದ. ನಾನು ತಾನೆ ಇನ್ನೆಲ್ಲಿ ಹೋಗಲಿ ಅಂತ ತೆಪ್ಪಗೆ ಒಪ್ಪಿಕಂಡು ಸುಮ್ಮನಿದೀನಿ." ಎಂದು ನಿಲ್ಲಿಸಿದಳು. ಇತರ ಖೈದಿಗಳ ಸಂದರ್ಶನಕ್ಕೆ ಬಂದಿದ್ದವರು ಮಾತನಾಡುತ್ತಲೇ ಇದ್ದರೂ ನಮ್ಮ ಗುಂಪಿನಲ್ಲಿ ಮೌನ ಕವಿಯಿತು.

ತುಸುಹೊತ್ತಿನ ಮೇಲೆ ಅಕ್ಕ ಮಾತನಾಡಿದಳು: 'ದೈವೇಚ್ಛೆ ಅನ್ನೂದು ಹ್ಯಾಗಿರುತ್ತೆ ನೋಡು. ನಾವು ಇಷ್ಟು ಹತ್ತಿರ ಏಳುಮೈಲಿ ದೂರದಲ್ಲಿದೀವಿ. ಅಮ್ಮ ಇಷ್ಟು ಹತ್ತಿರ

ಇರೂದು ಹ್ಯಾಗೆ ಗೊತ್ತಾಗಬೇಕು? ನಾಲ್ಕು ದಿನದ ಹಿಂದೆ ನಚಿ ಬಂದ. ಈಗ ಅವನು ಇಂಡಿಯಾಕ್ಕೇ ವರ್ಗ ಮಾಡಿಸಿಕೊಂಡಿದಾನೆ. ಬೆಂಗಳೂರಿಗೆ. ದಾರೀಲಿ ನಮ್ಮ ಜೊತೆ ಒಂದು ವಾರ ಇರಬೇಕು ಅಂತ ದಿಲ್ಲಿ ಮೂಲಕ ಟಿಕೀಟು ಮಾಡಿಸಿಕೊಂಡಿದಾನೆ. ಅವನಿಗೆ ಬೃಂದಾವನ ತೋರಿಸಬೇಕು ಅಂತ ಭಾನುವಾರ ಬೆಳಗ್ಗೆ ಹೋದೆವು. ಕಾರನ್ನ ಅಲ್ಲೇ ಒಂದು ಕಡೆ ನಿಲ್ಲಿಸಿ ಡ್ರೈವರ್ ಜೊತೆ ಬಿಟ್ಟು ನಡಕೊಳ್ತಾ ಹೋಗುವಾಗ ಈ ವೃದ್ಧಾಶ್ರಮದ ಬೋರ್ಡು ಕಾಣಿಸಿತು. ಒಬ್ಬ ಶೇಟು ಧರ್ಮಕ್ಕೆ ತುಂಬ ಚನ್ನಾಗಿ ನಡೆಸ್ತಿದಾರೆ ಅಂತ ಕೇಳಿದ್ದೆವು. ಗೇಟಿನಿಂದ ಒಳಗೆ ಹೋದರೆ ಒಬ್ಬ ಬಿಳಿಸೀರೆ ಉಟ್ಟಿರುವ ತಲೆ ಎಲ್ಲ ದಟ್ಟ ಬಿಳಿಕೂದಲಿನ ಮುದುಕಿ ಒಂದು ಅರಳಿ ಮರದ ಕೆಳಗೆ ಬೆತ್ತದ ಕುರ್ಚಿಯ ಮೇಲೆ ಕೂತಿತ್ತು. ಆಶ್ರಮದ ಮಾಹಿತಿ ಕೇಳಾಣ ಅಂತ ಹತ್ತಿರ ಹೋಗಿ ನೋಡಿದರೆ ಅಮ್ಮ! ದಿಟ್ಟಿಸಿನೋಡಿದೆ ಹೌದೋ ಅಲ್ಲವೋ ಅಂತ. ನನಗಿಂತ ಇವರು ಮೊದಲು ಗುರುತನ್ನ ಖಚಿತ ಮಾಡಿಬಿಟ್ಟರು. ಅಮ್ಮ, ನನ್ನ ಗುರುತು ಸಿಕ್ಕಲಿಲ್ವಾ? ನಾನು ಶೋಭಾ ಅಲ್ವಾ? ಅಂದೆ. ಅಷ್ಟರಲ್ಲಿ ನಂಗೆ ಅಳು ತಡಿಯುಕ್ಕೆ ಆಗಲಿಲ್ಲ,' ಎನ್ನುವಾಗ ಅಕ್ಕನಿಗೆ ಈಗ ಮತ್ತೊಮ್ಮೆ ಅಳು ಬಂತು.

ಎರಡು ನಿಮಿಷವಾದ ಮೇಲೆ ಭಾವ ಹೇಳಿದರು: 'ನಿನ್ನ ಬಿಡುಗಡೆಯ ತಾರೀಖು ಈಗಲೇ ಗೊತ್ತಿದೆ. ಅಕಸ್ಮಾತ್ ಒಂದೆರಡು ದಿನ ಹೆಚ್ಚು ಕಡಮೆಯಾದರೆ ನಮಗೆ ಫ್ಲೋನ್ ಮಾಡಿಸು. ಬಿಡುಗಡೆಯಾದಾಗ ಎದುರುಗೊಂಡು ಮನೆಗೆ ಕರಕೊಂಡು ಹೋಗುಕ್ಕೆ ನಮ್ಮೋರು ಅಂತ ಇರದಿದ್ದರೆ ನಾನು ಯಾರೂ ಇಲ್ಲದ ಪರದೇಶಿ ಅನ್ನುವ ಭಾವನೆ ಬಂದುಬಿಡುತ್ತೆ. ಆಗ ಅಮ್ಮನ ಥರ ಎಲ್ಲೋ ಹೊರಟುಹೋಗುವ ಮನಸ್ಸೂ ಬರಬಹುದು.'

ಇದುವರೆಗೂ ಒಂದು ಮಾತೂ ಆಡದಿದ್ದ ನಚಿ ಅಪ್ಪನಿಗೆ ಹೇಳಿದ, ಅಮೆರಿಕನ್ ಉಚ್ಚಾರ ಮತ್ತು ಶೈಲಿಯ ಇಂಗ್ಲಿಷಿನಲ್ಲಿ: 'ಡ್ಯಾಡ್, ನಾನು ಮಾವನ್ನ ನೋಡುಕ್ಕೆ ಮತ್ತೆ ಬರಬೇಕು. ನಾಳೆಗೆ ಅರೇಂಜ್ ಮಾಡುಕ್ಕೆ ಆಗುತ್ತಾ? ನಿಧಾನವಾಗಿ ಮಾತಾಡಬೇಕು.'

'ಮಾಡಬಹುದು,' ಭಾವ ಹೇಳಿದರು.

'ನಾನೊಬ್ಬನೇ,' ಅವನು ಸೇರಿಸಿದ.

೨

ಸಂಜೆಯ ತನಕ ಅಮ್ಮನದೇ ನೆನಪು. ಅವಳು ಇರುವ ಆಶ್ರಮದ ಸ್ಥಳ ಮತ್ತು ಗುರುತು ಈಗ ಗೊತ್ತಾಗಿದೆ. ಬಿಡುಗಡೆಯಾದ ಮೇಲೆ ಅಲ್ಲಿಗೆ ಹೋಗಿ ಅವಳನ್ನು ಬೆಂಗಳೂರಿಗೆ ಕರಕೊಂಡು ಹೋಗಬೇಕು. ಇನ್ನು ಎಷ್ಟು ವರ್ಷ ಬದುಕಿರ್ತಾಳೆಯೋ! ಅಲ್ಲಿಯವರೆಗಾದರೂ ಅವಳ ಸೇವೆ ಮಾಡಬೇಕು, ಎಂದುಕೊಳ್ಳುತ್ತಿರುವಾಗ ಅವಳಿಂದ ನನ್ನ ಕ್ಷೇಮ ಗಟ್ಟಿಯಾಗಿರುತ್ತೆ ಎಂಬ ಸ್ವಾರ್ಥ ಕಾಣಿಸತೊಡಗಿತು. ಅವಳು ಜೊತೆಯಲ್ಲಿದ್ದಿದ್ದರೆ ನಾನು

ಈ ಮಂಗಳೆಯಂಥೋಳನ್ನ ಬಯಸಿ ಸಿಕ್ಕಿಕೊತ್ತಿರಲಿಲ್ಲ ಎನ್ನಿಸತೊಡಗಿತು. ನಾಳೆ ನನ್ನನ್ನು ನೋಡುಕ್ಕೆ ಪ್ರತ್ಯೇಕವಾಗಿ ಬರುವ ನಚಿಯ ಚಿತ್ರ ಮನಸ್ಸನ್ನು ತುಂಬಿಕೊಂಡಿತು. ಒಂದು ವರ್ಷವಾಯಿತಲ್ಲವೆ ಅವನನ್ನ ಬಾಲ್ಟಿಮೋರಿನಲ್ಲಿ ನೋಡಿ. ಸ್ವಲ್ಪ ಗೆಲುವಾಗಿ ಕಾಣ್ತಾನೆ, ಎನ್ನಿಸಿತು.

ರಾತ್ರಿ ಚನ್ನಾಗಿ ನಿದ್ದೆ ಬಂತು. ನಚಿ ಬೆಳಗ್ಗೆ ಹತ್ತೂಕಾಲಿಗೆ ಬಂದ. ಜೊತೆಯಲ್ಲಿ ಊಟದ ಡಬ್ಬಿ. 'ಮಾವ, ಖೈದಿಗಳಿಗೆ ಹೊರಗಿನ ಆಹಾರ ಕೊಡೂದು ನಿಷಿದ್ಧವಂತೆ. ಡ್ಯಾಡಿ ಈ ಊಟ ಕೊಡುಕ್ಕೂ ಅನುಮತಿ ಕೊಡಿಸಿದಾರೆ. ಹುಡುಗನಲ್ಲಿ ನೀನು ಹುಳಿಯನ್ನ ತುಂಬ ಇಷ್ಟಪಡ್ತಿದ್ದೆಯಂತೆ. ಅಜ್ಜಿ ರಾತ್ರಿಯೇ ಗೊಜ್ಜು ಕುದಿಸಿ ರಡಿ ಮಾಡಿದಳು. ಈಗಲೇ ತಿಂತೀಯ? ಊಟದ ಹೊತ್ತಿಗೊ?' ಎಂದ.

ಆರಾಮವಾಗಿ ಮಾತನಾಡುವಂತೆ ನಮಗೇ ಒಂದು ಪ್ರತ್ಯೇಕ ಜಾಗ ಕೊಟ್ಟರು. ನನ್ನದೇನೂ ಕೊಲೆ ಅತ್ಯಾಚಾರಗಳಂಥ ಮಹಾಪರಾಧದ ಶಿಕ್ಷೆಯಲ್ಲ. ಸೂಳೆಯ ಜೊತೆ ಇದ್ದಂತಹ ಜುಜುಬಿ ಅಪರಾಧ. ಇಲ್ಲಿಗೆ ಬಂದ ಹೊಸದರಲ್ಲಿ ಮೂವರು ವಾರ್ಡರುಗಳು, 'ಅಲ್ಲೇ ಪೋಲೀಸರನ್ನ ಸರಿಮಾಡಿಕೊಂಡಿದ್ದರೆ ಆಗ್ತಿರಲಿಲ್ಲವಾ? ಇಲ್ಲಿಗೆ ಬರೂತನಕ ಯಾಕೆ ಬಿಟ್ಟಿರಿ?' ಎಂದು ಕೇಳಿದ್ದರು. ಮೂರೇ ತಿಂಗಳ ಶಿಕ್ಷೆಯ ನನ್ನಂಥವನು ಆತ್ಮಹತ್ಯೆ ಮಾಡಿಕೊಳ್ಳುವ ಅಥವಾ ತಪ್ಪಿಸಿಕೊಳ್ಳುವ ಸಂಭವವಿಲ್ಲದ್ದರಿಂದ ವಾರ್ಡರುಗಳು ಹತ್ತಿರವೂ ಸುಳಿಯದೆ ನಮ್ಮನ್ನು ನಿರಾಳವಾಗಿ ಬಿಟ್ಟಿದ್ದರು.

'ಈಗ ಇಂಡಿಯಾಕ್ಕೆ ಬಂದಿದೀಯಲ್ಲ. ಅಮೆರಿಕದಿಂದ ಹ್ಯಾಗೆ ಬಿಡಿಸಿಕೊಂಡೆ?' ನಾನು ಮೊದಲು ಕೇಳಿದೆ.

'ನನ್ನ ಲಾಯರ ಮೊರೆಹೊಕ್ಕೆ. ಅವನು ಅವಳ ಲಾಯರಳನ್ನು ಸಂಪರ್ಕಿಸಿದ. ಅವಳು ನನ್ನ ಮಾಜಿ ಹೆಂಡತಿಯೊಡನೆ ಸಮಾಲೋಚಿಸಿದಳು. ನನ್ನ ಪ್ರಾವಿಡೆಂಟ್ ಫ಼ಂಡನ್ನು ಸಂಪೂರ್ಣ ಅವಳಿಗೆ ವರ್ಗಾಯಿಸಿದರೆ ಜೀವನಾಂಶ ಪೂರ್ತಿ ಸಂದಾಯ ವಾಯಿತು ಅಂತ ಬಿಡುಗಡೆ ಮಾಡುಕ್ಕೆ ಒಪ್ಪಿಕೊಂಡಳು. ನನ್ನ ಕಂಪನಿಯ ಬ್ರಾಂಚ್ ಬೆಂಗಳೂರಿನಲ್ಲಿ ಶುರುವಾಗಿದೆ. ನನ್ನನ್ನ ಅಲ್ಲಿಗೆ ಕಳಿಸಿಬಿಡಿ ಅಂತ ಕೇಳಿಕೊಂಡೆ. ಅಮೆರಿಕದಲ್ಲಿ ಓದಿ ಅಲ್ಲಿಯೇ ತರಬೇತಿ ಪಡೆದ ಭಾರತೀಯನೇ ಬೆಂಗಳೂರಿನಲ್ಲಿರುವುದು ಪ್ರಯೋಜನಕಾರಿ ಅಂತ ಭಾವಿಸಿ ವರ್ಗ ಮಾಡಿದರು.'

ನನ್ನ ಮನಸ್ಸು ನಚಿ ಮತ್ತು ನನ್ನ ಈ ಮದುವೆಗಳಲ್ಲಿ ಸಾಮ್ಯ ವೈಷಮ್ಯಗಳನ್ನು ಹುಡುಕತೊಡಗಿತು.

ನಚಿ ಕೇಳಿದ: 'ಯಾಕೆ ಈ ಜೈಲುವಾಸ ಬಂತು ಅಂತ ನೆನ್ನೆ ಅಮ್ಮ ಅಪ್ಪ ಅಜ್ಜಿಗೆ ನೀನು ಹೇಳಿದೆ. ಆದರೆ ಅಕ್ಕ, ಭಾವ, ತಾಯಿಯ ಎದುರಿಗೆ ಎಷ್ಟು ಹೇಳಬಹುದು? ಈಗ ನಾನೊಬ್ಬನೇ ಬಂದಿದೀನಿ. ನಿನ್ನ ಹಾಗೆಯೇ ಬೋನಿಗೆ ಬಿದ್ದು ಅನುಭವಿಸಿದೋನು. ನಿನ್ನ ಸೋದರಳಿಯನಾದರೂ ಅಮೆರಿಕದ ಅನುಭವವಿರೋನು; ಪೆಟ್ಟು ತಿಂದೋನು. ಮುಜುಗರವಾಗದಿದ್ದರೆ ಮುಚ್ಚಿಡದೆ ಹೇಳು. ಎರಡನೆ ಹೆಂಡತಿಯಿಂದ ಏನೂ ದೊರೆಯದೆ

ನೆಮ್ಮದಿ ಹುಡುಕಿಕೊಂಡು ಕಾಲ್‌ಗರ್ಲ್ ಕರೆಸಿದೆ ಅಲ್ಲವೆ?'

ನಾನು ಅವನ ಮುಖ ನೋಡಿದೆ. ಅವನೊಬ್ಬ ಆತ್ಮೀಯ ಸ್ನೇಹಿತನೆಂಬ ಭಾವನೆ ನನ್ನಲ್ಲಿ ಬಂತು. ಅವನು ನನಗಿಂತ ಹದಿನಾಲ್ಕು ವರ್ಷಕ್ಕೆ ಚಿಕ್ಕವನು ಮಾತ್ರ. ತನ್ನ ವಯಸ್ಸಿಗೆ ಮೀರಿದ ಮುಖಭಾವ ನನಗೆ ಕಂಡಿತು. ಅವನು ತನ್ನ ಅನುಭವವನ್ನೆಲ್ಲ ನನ್ನಲ್ಲಿ ಬಿಚ್ಚಿ ಹೇಳಿದ್ದ. ಈಗ ನಾನು ಹೇಳತೊಡಗಿದೆ. ನನ್ನ ದೇಹಬಾಧೆಯ ಮಾಯೆಗೆ ಸಿಲುಕಿ ಮಂಗಳೆಯನ್ನು ಏನೇನೋ ಅರ್ಥಮಾಡಿಕೊಂಡು ಅವಳನ್ನು ಮನೆಗೆ ಕರೆದುದರಿಂದ ಹಿಡಿದು ಸ್ಟಾರ್ ಪ್ಯಾರಡೈಸಿಗೆ ಬಂದು ಪೋಲೀಸರಿಗೆ ಸಿಕ್ಕಿಕೊಳ್ಳುವ ತನಕ ವಿವರಿಸಿದೆ. 'ಮಾವ, ನನಗಿಂತ ನೀನು ಹೆಚ್ಚು ಕಷ್ಟಪಟ್ಟಿದೀಯ.' ಎನ್ನುವಾಗ ಅವನ ಕಣ್ಣು ಕಳೆಗುಂದಿತ್ತು.

ಅಧ್ಯಾಯ ೧೬

೧

ಅವನು ಕೋರ್ಟಿಗೆ ಕೊಟ್ಟದ್ದು ಸುಳ್ಳು ಲೆಕ್ಕವಲ್ಲವೆ? ಕಂಪನಿಯನ್ನು ವಿಸರ್ಜಿಸುವಾಗ ನಮ್ಮ ಒಬ್ಬ ಪ್ರತಿನಿಧಿ ಇರಬೇಕೆಂಬ ಚಿತ್ರಾ ಮೇಡಮರ ವಾದವನ್ನು ಕೋರ್ಟು ಯಾಕೆ ತಿರಸ್ಕರಿಸಿತು? ಒಟ್ಟಿನಲ್ಲಿ ನನಗೆ ಅನ್ಯಾಯವಾಯಿತು. ಈ ಮನೆ, ಒಂದು ಕೋಟಿ ರೂಪಾಯಿ, ಇಬ್ಬರಿಗೂ ಕೂಡಿ. ಬ್ಯಾಂಕಿನ ಲೆಕ್ಕದಲ್ಲಿ ವರ್ಷಕ್ಕೆ ಹತ್ತುಲಕ್ಷ ಬಡ್ಡಿ. ತೆರಿಗೆ ಕಳೆದು ಸುಮಾರು ಏಳು ಲಕ್ಷ. ತಿಂಗಳಿಗೆ ಸುಮಾರು ಐವತ್ತೆಂಟು ಸಾವಿರ. ಕಾರಿನ ಪೆಟ್ರೋಲು, ರಿಪೇರಿ, ಮನೆ ಗಂದಾಯ, ಸುಣ್ಣಬಣ್ಣ, ಯಾತಕ್ಕೆ ಸಾಕು? ನನ್ನ ಪರವಾದ ಮಹಿಳಾ ಲಾಯರಿದ್ದರೂ ಪೂರ್ತಿನ್ಯಾಯ ಸಿಕ್ಕಲಿಲ್ಲ. ಫ್ಯಾಕ್ಟರಿಯ ಭೂಮಿ ಕಟ್ಟಡ ಐದು ವರ್ಷದ ನಂತರ ಅವನಿಗೆ ಅವನ ಮಗಳಿಗೆ ಹೋಗುತ್ತವೆ. ಅದರಲ್ಲಿ ನನ್ನ ಮಗನಿಗಾದರೂ ಒಂದು ಪಾಲು ಬರಬೇಕು ಅಂತ ಹೈಕೋರ್ಟಿನಲ್ಲಿ ಅಪೀಲು ಹಾಕಿದರೆ! ಈಗ ನಾನು ಅಪೀಲು ಹೋಗುವ ಖರ್ಚು ನಾನೇ ಹಾಕಬೇಕಂತೆ. ಅವನು ಕೊಡಬೇಕಿಲ್ಲವಂತೆ. ಏನು ಅನ್ಯಾಯದ ತೀರ್ಮಾನ!

'ಆ ಶನಿ ತೊಲಗಿತಲ್ಲ, ನಾನೂ ಅಲ್ಲೇ ಬರ್ತೀನಿ. ಜೊತೇಲಿ ಇದ್ದು ಕಷ್ಟಸುಖ ನೋಡಿಕೊಂಡ ಹಾಗೂ ಆಗುತ್ತೆ. ಈ ಫ್ಲ್ಯಾಟನ್ನ ಬಾಡಿಗೆಗೆ ಕೊಟ್ಟರೆ ಹತ್ತುಸಾವಿರವಾದರೂ ಬರುತ್ತೆ' ಅಮ್ಮ ಪದೆ ಪದೆ ಕೇಳ್ತಾಳೆ.

'ಬ್ಯಾಡಮ್ಮ, ನೀನು ಇಲ್ಲಿಗೆ ಬಂದರೆ ಅವನು ಕಾನೂನು ಎತ್ತಿ ಈ ಮನೇನೇ ನನಗೆ ತಪ್ಪಿಸಭೌದು. ಇದನ್ನ ಕೊಟ್ಟದ್ದು ನಿನಗೆ, ಮಗೂಗೆ. ಬೇರೆಯೋರನ್ನ ತಂದಿಟ್ಟುಕೊಳುಕ್ಕಲ್ಲ ಅಂತ ಕೋರ್ಟಿನಲ್ಲಿ ವಾದ ಹಾಕ್ತಾನೆ. ನಾನು ಫ್ಲ್ಯಾಟಿಗೆ ಬಂದರೂ ಅಂಥದೇ ವಾದ ಎತ್ತಾನೆ. ನೀನು ಅಲ್ಲೇ ಇರಬೇಕು. ಫೋನು ಮಾಡಿ ಪರವಾಗಿಲ್ಲ ಬಾ ಅಂತ ನಾನು ಹೇಳದೆ ನೀನು ಇಲ್ಲಿಗೆ ಬರಲೂಬ್ಯಾಡ.'

ಅಮ್ಮ ಒಪ್ಪಿಕೊಂಡಳು. ಈಗ ಯಾವ ಅಂಕೆಯೂ ಇಲ್ಲ. ತೇಜು ಸ್ಕೂಲಿಗೆ ಹೋಗುತ್ತೆ. ಸ್ಕೂಲು ಇಲ್ಲದಿದ್ದರೆ ಅಜ್ಜಿಯ ಹತ್ತಿರಕ್ಕೆ ಬಿಟ್ಟು ಬಂದರೆ ಆಯಿತು. ಪ್ರಭಾಕರ ನಿರಾಳವಾಗಿ ಇರಬಹುದು, ಅವನಿಗೆ ಅನುಕೂಲವಾದ ಸಮಯ ನೋಡಿ. ಇತ್ತೀಚೆಗೆ ಅವನಿಗೂ ಆಫೀಸಿನ ಒತ್ತಡ. ಸಂಜೆಯಾದರೂ ಸರಿ ಅವನ ಅನುಕೂಲ ಮುಖ್ಯ.

ಇದ್ದಕ್ಕಿದ್ದಂತೆಯೇ ಒಂದು ಆಸೆ ಹುಟ್ಟಿದೆ. ಅವನು ಯಾಕೆ ನನ್ನನ್ನ ಮದುವೆಯಾಗ ಬಾರದು? ಇಷ್ಟು ವರ್ಷ ಬೆಳೆದು ಬೇರುಬಿಟ್ಟಿರುವ ಪ್ರೇಮಕ್ಕೆ ಮದುವೆಯ ಮುದ್ರೆಯನ್ನ ಯಾಕೆ ಒತ್ತಬಾರದು? ಎಷ್ಟು ವರ್ಷ ಅಂತ ಹೀಗೆ ಕಟ್ಟುಕಟ್ಟಳೆ ಇಲ್ಲದೆ ಸಂಬಂಧ ಮುಂದುವರೆಸಬೇಕು? ತೇಜು ಬೆಳೀತಿದಾನೆ. ಒಂದಲ್ಲ ಒಂದು ದಿನ ಅವನಿಗೆ ಗೊತ್ತಾದರೆ ಉತ್ತರ ಹೇಳಬೇಕಾದೋಳು ನಾನು. ಒಂದು ತಿಂಗಳಿನಿಂದ ಈ ಆಶೆ ಬೆಳೀತಿದೆ. ಮುಪ್ಪಿನ ವಯಸ್ಸಿನಲ್ಲಿ ಪ್ರಭಾಕರ ನನ್ನನ್ನ ನೋಡಿಕೊಬೇಕು. ಇಲ್ಲದಿದ್ದರೆ ಶರೀರದ ಕಸುವು ಇಳಿಮುಖ ವಾಗಿ ಆಕರ್ಷಣೆ ಬತ್ತಿದ ಮೇಲೆ ಅವನು ನೋಡುಕ್ಕೂ ಬರದೆ ಹೋಗಬಹುದು. ಅವ ನಿಗೂ ಅವನ ಮಕ್ಕಳು ಅಳಿಯ ಸೊಸೆಯರ ಅಂಜಿಕೆ ಹುಟ್ಟುತ್ತೆ. ಅಳೆದೂ ಸುರಿದೂ ಒಂದು ಸಾಯಂಕಾಲ ಕೇಳಿದೆ:

'ಒಂದು ಮಾತು. ಮುಚ್ಚುಮರೆ ಇಲ್ಲದೆ ಉತ್ತರ ಹೇಳ್ತೀಯಾ?'

'ನಮ್ಮಿಬ್ಬರ ಮಧ್ಯೆ ಮುಚ್ಚುಮರೆಯ ಯಾವ ಮಾತೂ ಇಲ್ಲ ಅಂತ ನಿನಗೆ ಗೊತ್ತಿಲ್ಲವೆ?'

'ಅದು ಸರಿ. ನನ್ನನ್ನ ಮದುವೆಯಾಗಬೇಕು ಅಂತ ನಿನಗೆ ಯಾವತ್ತೂ ಅನ್ನಿಸಿಲ್ಲವೆ?'

'ಯಾಕೆ ಹಾಗೆ ಕೇಳ್ತಿಯಾ ಡಿಯರ್?' ಅವನು ನನ್ನನ್ನು ಆಳವಾಗಿ ಮುದ್ದಿಸಿ ಕೇಳಿದ.

'ನೀನು ಒಂದು ದಿನವೂ ಹಾಗಂತ ಯಾಕೆ ಕೇಳಿಲ್ಲ?'

'ಮದುವೆ ಅನ್ನುವ ಮೃತ್ಯುಚೌಕಟ್ಟಿಗೆ ಒಳಪಟ್ಟರೆ ಪ್ರೇಮ ಸತ್ತುಹೋಗುತ್ತೆ ಅಂತ ನಾವು ಎಷ್ಟೋ ದಿನ ಮಾತಾಡಿಕೊಂಡಿಲ್ಲವೆ?'

'ಆಗಿನ ಪರಿಸ್ಥಿತಿ ಬೇರೆ. ಈಗ ನಾನು ವಿಚ್ಛೇದಿತೆ. ಜಯಕುಮಾರನಿಂದ ಬರಬೇಕಾದ್ದೆಲ್ಲ ಬಂದಿದೆ. ಮದುವೆಯಾದರೆ ಅವನಿಂದ ಮುಂದೆ ಏನೂ ಹಕ್ಕೊತ್ತಾಯ ಮಾಡುವ ಹಾಗಿಲ್ಲ. ನನಗೆ ಬ್ಯಾಡವೂ ಬ್ಯಾಡ. ನಾನು ನಿನ್ನಿಂದಲೂ ಏನೂ ನಿರೀಕ್ಷಿಸುಲ್ಲ. ಮದುವೆ ಯಾಗುಕ್ಕೆ ನನಗೆ ಕಾನೂನಿನ ಅಡ್ಡಿ ಏನೂ ಇಲ್ಲ. ನನಗೆ ಮಿಸೆಸ್ ಪ್ರಭಾಕರ್ ಆಗುವ ಬಯಕೆಯಾಗಿದೆ.'

'ದಟ್ ಶೋಸ್ ಯುವರ್ ಲವ್ ಡಿಯರ್' ಎಂದು ಅವನು ಇನ್ನೊಮ್ಮೆ ಮುದ್ದಿಸಿ ಹೇಳಿದ. 'ಆದರೆ ಮದುವೆಯ ಪಂಜರಕ್ಕೆ ಸಿಕ್ಕಿಕೊಂಡರೆ ಪ್ರೇಮ ಉಳಿಯುಲ್ಲ ಅಲ್ಲವೆ?'

'ಪಂಜರ ಅನ್ನುವ ರೂಪಕ ಹಾಕಿದರೆ ಪಂಜರ. ಗೂಡು ಅನ್ನುವ ರೂಪಕ ಹಾಕಿದರೆ ಗೂಡು. ಎರಡು ಹಕ್ಕಿಗಳು ಸೇರಿ ಗೂಡು ಕಟ್ಟಿಕೊಳ್ಳುಲ್ಲವೆ? ನಿಜ ಹೇಳಬೇಕು ಅಂದರೆ ನನಗೆ ಇನ್ನೊಂದು ಸಲ ಬಸರಿಯಾಗಬೇಕು ಅಂತ ಆಶೆಯಾಗ್ತಿದೆ. ಆ ಭಾರ, ಆ ಇರಿಸುಮುರಿಸು, ಆ ಸಂಕಟ, ಆ ನೋವುಗಳನ್ನೆಲ್ಲ ಅನುಭವಿಸುವ ಉತ್ಕಟಬಯಕೆ. ತೇಜುವಿನ ಬಸರಿಯಾಗಿದ್ದಾಗ ನನಗೇ ಅರ್ಥವಾಗದ ಗೊಂದಲ, ಆ ಮಗುವಿನ ತಂದೆಯ ಉಪೇಕ್ಷೆ, ಮೋಸ, ನನ್ನಲ್ಲೂ ಕೋಪ ತಿರಸ್ಕಾರಗಳೆಲ್ಲ ತುಂಬಿಕೊಂಡಿದ್ದವು. ಈಗ ಯಾವ ನೆಗೆಟಿವ್ ಭಾವನೆಯೂ ಇಲ್ಲದೆ ಬಸರು ಹೆರಿಗೆ ಬಾಣಂತನಗಳನ್ನ ಅನುಭವಿಸಬೇಕು ಅಂತ.'

ಅವನು ಐದು ನಿಮಿಷ ಮಾತನಾಡಲಿಲ್ಲ. 'ಯಾಕೆ ಸುಮ್ಮನಾದೆ?' ನಾನು ಕೇಳಿದೆ.

'ಇವೆಲ್ಲ ದೌರ್ಬಲ್ಯಗಳು ಅಂತ ನೀನೇ ಹಿಂದೆ ಹೇಳಿದ್ದೆಯಲ್ಲ.'

'ರೊಮಾಂಟಿಕ್ ಯುಗದ ದೌರ್ಬಲ್ಯಗಳು ಅಂತ ಅನ್ನಿಸುತ್ತಿದ್ದುದು ನಿಜ. ಗಂಡನ ದಾಸ್ಯಕ್ಕೆ ಒಳಪಡದೆ ಇವನ್ನೆಲ್ಲ ಅನುಭವಿಸುವುದು ದೌರ್ಬಲ್ಯವಾಗುಲ್ಲ ಅಂತ ಈಗ ಅನ್ನಿಸ್ತಿದೆ.'

'ಹಾಗಾದರೆ ಮದುವೆ ಯಾಕೆ?'

'ಸದ್ಯದ ಸಾಮಾಜಿಕ ಪರಿಸ್ಥಿತಿಗೆ. ಮದುವೆ ಇಲ್ಲದೆಯೇ ನಾನು ಬಸರಾದರೆ ಹುಟ್ಟಿಸಿದ ಅಪ್ಪ ಅಂತ ನಿನ್ನ ಹೆಸರು ಹೇಳಿದರೆ ಒಪ್ಕತ್ತೀಯ?'

'ಓಹ್, ಕಮ್ ಆನ್. ಇವತ್ತು ತುಂಬ ಆರ್ಗ್ಯುಮೆಂಟೆಟೀವ್ ಆಗಿದೀಯ. ಹೀಗಾದಾಗ ತುಂಬ ಲವ್ಲಿಯಾಗಿ ಕಾಣುಸ್ತೀಯ. ಐ ಲವ್ ಯು ಡಾರ್ಲಿಂಗ್,' ಎಂದು ಅವನು ಹೆಚ್ಚು ಉತ್ಸಾಹದಿಂದ ಪ್ರಣಯೋದ್ಯುಕ್ತನಾದ.

'ಡಿಯರ್, ನೀನು ಜಾಣ. ನನ್ನ ಪ್ರಶ್ನೆಯನ್ನು ಹಾರಿಸ್ತಿದೀಯ. ನನ್ನನ್ನ ಮದುವೆ ಯಾಗ್ತೀಯಾ? ಅಥವಾ ಮದುವೆ ಇಲ್ಲದೆಯೂ ನನಗೊಂದು ಮಗು ಕೊಟ್ಟು ನೀನು ಅದರ ತಂದೆ ಅಂತ ರಾಜಾರೋಷ್ ಒಪ್ಕತ್ತೀಯ?' ನಾನು ಗಂಭೀರವಾಗಿ ಕೇಳಿದೆ.

ಅವನು ಒಂದುನಿಮಿಷ ಸುಮ್ಮನಿದ್ದು ಅನಂತರ ಮುಖದಲ್ಲಿ ಗಾಂಭೀರ್ಯ ತಂದು ಕೊಂಡು ಉತ್ತರಿಸಿದ: 'ನೀವು, ಮಹಿಳೆಯರ ಉದ್ಧಾರ ಮಾಡ್ತೀವಿ ಅಂತ ಚಳವಳಿ ಮಾಡ್ತಿರೋರೇ ಕಾನೂನು ಮಾಡ್ಸಿದೀರ. ದ್ವಿಪತಿತ್ವ, ದ್ವಿಪತ್ನಿತ್ವ ಮಹಾಪರಾಧ. ಹಾಗೆ ಮಾಡಿದೋರಿಗೆ ಏಳು ವರ್ಷ ಸಜ. ನೌಕರಿಯಿಂದ ಡಿಸ್‌ಮಿಸ್. ಮದುವೆಯಾಗದೆ ನಿನ್ನ ಹೊಟ್ಟೇಲಿ ಮಗು ಹುಟ್ಟಿಸಿದರೆ ನನ್ನ ಹೆಂಡತಿ ದಾಂಪತ್ಯದ್ರೋಹದ ಆಪಾದನೆ ತರ್ತಾಳೆ. ನಾನು ಸರ್ಕಾರಿ ನೌಕರ.'

'ಅಲ್ಲದೆ ಮಾವನ ಹಂಗಿಗೆ ಬಿದ್ದೋನು.'

ಅವನು ನನ್ನನ್ನು ದುರುಗುಟ್ಟಿಕೊಂಡು ನೋಡಿದ. ನನ್ನ ಮಾತು ಸ್ವಲ್ಪ ಮೇರೆ ಮೀರಿತು ಎಂದು ನನಗೇ ಅನ್ನಿಸಿತು. ಅದನ್ನು ರಿಪೇರಿ ಮಾಡಲು ಯತ್ನಿಸಿದೆ: 'ನಿನ್ನನ್ನ ಹೀಗಳೆಯುಕ್ಕೆ ಹಾಗನ್ನಲಿಲ್ಲ. ಬೇಕಾದರೆ ನಿನ್ನ ಸಂಬಳ ಸಾರಿಗೇನೆಲ್ಲ ಅವರ ಜೀವನಾಂಶಕ್ಕೆ ಕೊಟ್ಟು ಡೈವೋರ್ಸ್ ತಗೊ. ನನಗಿರುವ ಈ ಮನೆ, ಒಂದು ಕೋಟಿ ರೂಪಾಯಿಯ ಬಡ್ಡಿ ನಿನ್ನ ಯೋಗಕ್ಷೇಮಕ್ಕೂ ಸಾಕು.' ಅವನು ಸುಮ್ಮನಾದ. ಅವನಿಗೆ ಪ್ರಣಯದಲ್ಲಿ ತೊಡಗುವ ಲಹರಿ ಇಳಿದುಹೋಯಿತು. ಅವನ ಲಹರಿಯ ಏರಿಳಿತಗಳನ್ನು ತಿಳಿದಿದ್ದ ನನಗೆ ಆಶ್ಚರ್ಯವಾಗಲಿಲ್ಲ. ನನಗೂ ಕೋಪ ಬಂದಿತ್ತು. ಅದು ನನ್ನ ಮುಖದಲ್ಲಿ ತನಗೆ ತಾನೆ ವ್ಯಕ್ತವಾಗಿರಬಹುದು. ಆದರೆ ಮಾತಿನಲ್ಲಿ ತೋರ್ಪಡಿಸಲಿಲ್ಲ. ಅವನು ಹೊರಟಾಗ, 'ನಿನಗೆ ಬೇಜಾರಾಗಿದ್ದರೆ ಸಾರಿ. ಆದರೆ ನನಗೆ ಒಂದು ತಿಂಗಳಿನಿಂದ ಹಾಗನ್ನುಸ್ತಿರೂದು ನಿಜ.' ಎಂದೆ.

ಅವನು ಒಂದು ವಾರವಾದರೂ ಬರಲಿಲ್ಲ. ಫೋನೂ ಮಾಡಲಿಲ್ಲ. ನಾನೇ ಒಂದು ಸಲ ಫೋನು ಮಾಡಿದೆ. 'ಸರ್, ಒಂದು ಮೀಟಿಂಗ್‌ನಲ್ಲಿದೀನಿ. ಆಮೇಲೆ ನಾನೇ ಮಾಡ್ತೀನಿ,' ಎಂದು ಫೋನು ಕೆಳಗಿಟ್ಟ. ಎದುರಿಗೆ ಅಥವಾ ಕೋಣೆಯಲ್ಲಿ ಬೇರೆಯೋರಿದ್ದರೆ ಸರ್ ಎನ್ನುವುದು ಅವನ ವಿಧಾನ. ಈಗಲೂ ಹಾಗೇ ಆಗಿರಬಹುದು ಎಂದುಕೊಂಡೆ. ಆದರೆ ಅವನು ಮತ್ತೆ ಕರೆಯಲಿಲ್ಲ. ಮುನಿಸಿಕೊಂಡನೆ? ಮದುವೆಯ ಬೋನಿಗೆ ಸಿಕ್ಕಿಸಿ ಕೊಳ್ಳುವ ಹೊಂಚು ಹಾಕ್ತಿದಾಳೆ, ತಾನು ಎಚ್ಚರವಾಗಿರಬೇಕು ಅಂದುಕೊಂಡಿದಾನೆಯೆ? ಅವನು ಇದುವರೆಗೂ ತೋರಿಸಿದ ಪ್ರೀತಿ ಪ್ರೇಮಗಳೆಲ್ಲ ಧೋಕಾ ಎನ್ನಿಸತೊಡಗಿತು. ನನ್ನ ಹುಟ್ಟುಹಬ್ಬಕ್ಕೆ ತಪ್ಪದೆ ತಂದುಕೊಡುತ್ತಿದ್ದ ರೇಶ್ಮೆಸೀರೆಗಳು, ಸಲ್ವಾರ್ ಕಮೀಜ್, ಹ್ಯಾಂಡ್‌ಬ್ಯಾಗ್, ಹಿತವಾದ ಹಿಮ್ಮಡಿಯ ಪಾದರಕ್ಷೆಗಳೆಲ್ಲ ಅವನು ಆಫೀಸಿನಲ್ಲಿ ಹೊಡೆಯುತ್ತಿದ್ದ ಲಂಚದ ಒಂದಂಶದ ಲಂಚವೇ? ಎಂಬ ಸಂಶಯಗಳು ಹುಟ್ಟತೊಡಗಿದವು. ನೋಡಾಣ. ಕಾಯ್ತೀನಿ, ಎಂದುಕೊಂಡೆ. ಅಷ್ಟರಲ್ಲಿ ದಿಲ್ಲಿಯ ಕೋರ್ಟಿನಲ್ಲಿ ಇವನಿಗೆ ಮೂರುತಿಂಗಳ ಸಜೆಯಾದ ಸುದ್ದಿ ಪತ್ರಿಕೆಯಲ್ಲಿ ಬಂತು. ಹೆಂಡತಿಗೆ ದೇಹಸುಖವನ್ನು ನಿರಾಕರಿಸಿ ಸೂಳೆಯ ಸಂಗ ಮಾಡಿದವನಿಗೆ ಇದು ತೀರಾ ಕಡಮೆ ಶಿಕ್ಷೆ ಎನಿಸತೊಡಗಿತು. ಈ ಅನ್ಯಾಯವನ್ನು ಯಾರ ಕೈಲಾದರೂ ಮಾತನಾಡಿದರೆ ಸಮಾಧಾನವಾಗುತ್ತಿತ್ತು. ಚಿತ್ರಾ ಮೇಡಂಗೆ ಫೋನು ಮಾಡಿದೆ.

'ಆ ಸುದ್ದಿಯನ್ನ ನಾನೂ ಗಮನಿಸಿದೆ. ದಿಲ್ಲಿಯ ಕೋರ್ಟು ತೀರ್ಪು ನೀಡುವಾಗ ಕೇವಲ ಇಮ್ಮಾರಲ್ ಟ್ರಾಫಿಕ್ ಆ್ಯಕ್ಟ್‌ನಷ್ಟೇ ನೋಡಿದೆ. ಹೆಂಡತಿಗೆ ಕರ್ತವ್ಯ ನಿರಾಕರಿಸಿದ ಅಂಶ ಅದರ ಮುಂದಿರಲಿಲ್ಲ. ಇದ್ದರೂ ಅದನ್ನು ಗಮನಿಸುತ್ತಿರಲಿಲ್ಲ. ನಮ್ಮ ನ್ಯಾಯವ್ಯವಸ್ಥೆಯಲ್ಲೇ ತಪ್ಪಿದೆ. ಅದಕ್ಕೆ ಹೋರಾಡಬೇಕು. ನೀವ್ಯಾಕೆ ಚಳವಳಿಗಳಲ್ಲಿ ಭಾಗವಹಿಸ್ತಿಲ್ಲ? ನಿಮಗಾಗಿರುವ ಅನ್ಯಾಯ ನಿಮ್ಮೊಬ್ಬರದೇ ಅಲ್ಲ. ಮಹಿಳಾಕೋಟಿಗೆ ಆಗ್ತಿರುವ ಅಖಂಡ ಅನ್ಯಾಯದ ಒಂದು ಅಂಶ ಮಾತ್ರ ಅಂತ ಭಾವಿಸಿ ಹೊರಗೆ ಬಂದು ಕಾರ್ಯೋನ್ಮುಖರಾಗಬೇಕು. ನಿಮಗಾಗಿರುವ ಅನ್ಯಾಯದ ಅನುಭವಗಳನ್ನ ಬರೆದು ಪತ್ರಿಕೆಗಳಲ್ಲಿ, ಪುಸ್ತಕ ರೂಪದಲ್ಲಿ ಪ್ರಕಟಿಸಬೇಕು,' ಎಂದರು. ಹೋರಾಟದಲ್ಲಿ ತೊಡಗಿದರೆ ನನ್ನ ನಷ್ಟ ಭರ್ತಿಯಾಗುತ್ತೆಯೆ? ನನ್ನ ನಷ್ಟವನ್ನು ತುಂಬಿಕೊಳ್ಳಲು ನನಗೆ ಇರುವ ತಹತಹ ಹೋರಾಟದಲ್ಲಿ ಇಲ್ಲ. ನಾನು ಸ್ವಾರ್ಥಿಯೆ? ವಾರಕ್ಕೆರಡು ಸಲ ನನ್ನ ಪೆಟ್ರೋಲ್ ಖರ್ಚು ಮಾಡಿ ಮಹಿಳಾ ಸಿದ್ಧಾಂತ ಪ್ರಚಾರದ ತರಗತಿಗಳಲ್ಲಿ ಉಪನ್ಯಾಸ ಕೊಡುತ್ತೀನಲ್ಲ, ನನ್ನ ಪರಿಧಿ ಅಷ್ಟೆ. ನಾನೇನೂ ಸ್ವಾರ್ಥಿಯಲ್ಲ, ಎಂಬ ಸಮಾಧಾನ ತಂದುಕೊಂಡೆ.

೨

ಸುಮಾರು ಒಂದೂವರೆ ತಿಂಗಳು ಕಳೆದಿತ್ತು. ಪ್ರಭಾಕರ ಬರುವುದನ್ನು ತಪ್ಪಿಸಿಕೊಳ್ಳುತ್ತಿದ್ದ.

ಬಿಸಿ ಇದ್ದೀನಿ, ಗುಲಬರ್ಗಾಕ್ಕೆ ಪ್ರವಾಸ ಹೊರಟಿದೀನಿ, ಕೇಂದ್ರ ಸರಕಾರ ಮೀಟಿಂಗ್ ಕರೆದಿದೆ, ದಿಲ್ಲಿಗೆ ಹೋಗ್ತೀನಿ ಎಂಬ ಸಬೂಬುಗಳು. ಇಂಥವನಿಗೆ ನಾನೇಕೆ ಪದೇ ಪದೇ ಫೋನ್ ಮಾಡಿ ಅಗ್ಗವಾಗಬೇಕು ಎಂಬ ಕೋಪ ಬರುತ್ತಿತ್ತು. ನೀನು ಮದುವೆಯಾಗೂದೂ ಬೇಡ, ನನಗೆ ಮಗು ಕೊಡೂದೂ ಬೇಡ. ಬಂದು ಹೋಗು ಎನ್ನುವ ಮನಸ್ಸೂ ಎರಡು ಸಲ ತಲೆದೋರಿತ್ತು. ಒಂದು ಥರಕ್ಕೆ ಅವನು ಹೇಳೂದರಲ್ಲೂ ಅರ್ಥವಿದೆ. ಅವನ ಹೆಂಡತಿ ವಿರೋಧಿಸಿದರೆ ವಿಚ್ಛೇದನ ಸಿಕ್ಕಲ್ಲ. ಯಾವ ಆಧಾರದ ಮೇಲೆ ಇವನು ಕೇಳಬೇಕು. ಯಾರ ಹೆಸರೂ ಬೇಡ. ಅವನಿಂದಲೇ ಗರ್ಭ ಧರಿಸಿ ಯಾರ ಹೆಸರೂ ಹೇಳದೆಯೇ ಮಗು ಹೆತ್ತರೆ ಹೆಣ್ಣಿನ ಸ್ವಾತಂತ್ರ್ಯವನ್ನು ಮತ್ತೊಂದು ಹೆಜ್ಜೆ ಮುಂದೆ ಒಯ್ದಂತೆ ಆಗುತ್ತೆ ಎಂಬ ಆಲೋಚನೆಯೂ ಬರುತ್ತಿತ್ತು. ಅದಕ್ಕಾದರೂ ಅವನು ಬರಬೇಕಲ್ಲ? ಬರುವಂತೆ ಮಾಡಬೇಕು. ನಿನ್ನ ಕುಟುಂಬಕ್ಕೆ ಯಾವ ಒಡಕೂ ಆಗಲ್ಲ ಅಂತ ಆಶ್ವಾಸನೆ ಕೊಡಬೇಕು. ಯಾಕೋ ಇದು ನನ್ನ ಆತ್ಮಗೌರವಕ್ಕೆ ಕಡಮೆ ಎನ್ನಿಸತೊಡಗಿತು. ಗಂಡಸಿನ ಪಾಲುದಾರಿಕೆ ಸ್ವಲ್ಪವೂ ಇಲ್ಲದೆ ಹೆಣ್ಣು ತಾಯಿಯಾಗುವಂತಿದ್ದರೆ ಅದೀಗ ಸಂಪೂರ್ಣ ಸ್ವಾತಂತ್ರ್ಯ. ಪ್ರಕೃತಿಯು ಹೆಣ್ಣನ್ನು ಬಂಧಿಸಿಟ್ಟಿದೆ, ಇದು ಅನ್ಯಾಯ ಅನ್ನಿಸತೊಡಗಿತು. ಯಾವ ಗುರುತು ಪರಿಚಯದ ಗಂಡಸಿನ ದೈಹಿಕ ಸಂಪರ್ಕವೇ ಇಲ್ಲದೆ ತನಗೆ ಬೇಕಾದ ಜನಾಂಗ ಎತ್ತರ ಮೈಕಟ್ಟು ಬಣ್ಣ ಬುದ್ಧಿಶಕ್ತಿಗಳ ಗಂಡಸಿನ ವೀರ್ಯವನ್ನು ವೀರ್ಯಬ್ಯಾಂಕ್‌ನಿಂದ ಪಡೆದು ಚುಚ್ಚುಮದ್ದಿನಲ್ಲಿ ಹೊಗಿಸಿಕೊಂಡು ಗರ್ಭಿಣಿಯಾಗುವ ಪ್ರಯೋಗ ಪಶ್ಚಿಮದೇಶಗಳಲ್ಲಿ ಬಂದಿದೆಯಂತೆ. ನಮ್ಮ ದೇಶ ಇನ್ನೂ ಅಷ್ಟು ಮುಂದುವರೆದಿಲ್ಲ ಎಂಬ ಆಲೋಚನೆ ಒಮ್ಮೊಮ್ಮೆ ಬರುತ್ತಿತ್ತು. ಮುಂದುವರೆದರೂ ಹೆಂಗಸನ್ನು ಅಣಕಿಸುವ ಹಾಳು ಗಂಡಸಿನ ವೀರ್ಯದ ಅವಲಂಬನೆ! ಎಂಬ ತಿರಸ್ಕಾರ ಹುಟ್ಟುತ್ತಿತ್ತು.

೩

ಎರಡುವಾರ ಕಳೆದಿತ್ತು. ಹೊತ್ತು ಹೋಗೂದೇ ಕಷ್ಟವಾಗಿತ್ತು. ಮಾಡುಕ್ಕೆ ಕೆಲಸವಿಲ್ಲ. ಯಾವುದಾದರೂ ಕೆಲಸ ಸೃಷ್ಟಿಸಿಕೊಂಡು, ಹೊಂದಿಸಿಕೊಂಡು ಮಾಡಲೂ ತೋಚುತ್ತಿರಲಿಲ್ಲ. ಈ ಬೇಸರದ ನಡುವೆ ಮನಸ್ಸಿಗೆ ಮೇವಾಗಬಲ್ಲ ಒಂದು ಕಾರ್ಯಕ್ರಮ ಏರ್ಪಟ್ಟಿತ್ತು. ಮಾಲಾ ಮೇಡಂರ ಆಫೀಸಿನ ಕಾರ್ಯದರ್ಶಿ ಫೋನು ಮಾಡಿ ಹೇಳಿದರು: 'ಮೇಡಂ ನಿಮಗೆ ತಿಳಿಸುಕ್ಕೆ ಹೇಳಿದಾರೆ. ತಪ್ಪದೆ ನೀವು ಬರೂದು ಮಾತ್ರವಲ್ಲ, ಸಾಧ್ಯವಾದಷ್ಟು ಜನಗಳನ್ನ ಕರ್ಕಂಡು ಬನ್ನಿ. ಸಭಾಂಗಣ ತುಂಬಿ ಭಾಷಣಕಾರ್ತಿಯರಿಗೆ ಸ್ಫೂರ್ತಿಯುಂಟಾಗಬೇಕು. ಮಹಿಳಾ ಉದ್ಯಮಿಗಳಿಗೆ ಅವಕಾಶಗಳು, ಸಲಹೆ ಸೂಚನೆಗಳು, ಅನ್ನುವ ವಿಷಯದ ಮೇಲೆ ಸೆಮಿನಾರ್, ಪ್ರಶ್ನೋತ್ತರಗಳು ಅನ್ನುವ ವಿಷಯ. ಇದೇ ಭಾನುವಾರ ಬೆಳಗ್ಗೆ ಹತ್ತರಿಂದ ಸಂಜೆ ಐದರವರೆಗೆ. ಸಭಿಕರಿಗೆ ಕೂಡ ಸೌಜನ್ಯದ ಮಧ್ಯಾಹ್ನದ ಭೋಜನ,

ಟೀ ಉಂಟು.'

ಒಂದು ಹಗಲು ಪೂರ್ತಿ ಹೊರಗೆ ಬುದ್ಧಿಪ್ರಚೋದಕ ವಾತಾವರಣದಲ್ಲಿ ಕಳೆಯಬಹುದೆಂಬ ಖುಷಿಯಲ್ಲಿ ತೇಲಿಹೋದೆ. ಸೆಮಿನಾರಿನ ವಕ್ತಾರರು ಯಾರೆಂಬುದನ್ನೂ ಕೇಳಲಿಲ್ಲ. ಮಾಲಾಮೇಡಂ ಏರ್ಪಡಿಸಿದ್ದಾರೆಂದರೆ ಪರಿಣತರೇ ಇರುತ್ತಾರೆಂಬ ನಂಬಿಕೆ ಇತ್ತು. ಕಾರ್ಯದರ್ಶಿಗೆ ನಾನೇ ಫೋನು ಮಾಡಿ ಕೇಳಬಹುದೆನ್ನಿಸಿದರೂ ಅದು ಅಷ್ಟು ಮುಖ್ಯವೆನಿಸಲಿಲ್ಲ. ಜಯಂತಿ ಹೈಪ್ರೆಸಿಶನ್ ಅನ್ನು ವಿಸರ್ಜಿಸುವ ಬದಲು ನಾನೇ ವಹಿಸಿಕೊಂಡು ಮಂಗಳಾ ಹೈಪ್ರೆಸಿಶನ್ ಎಂಬ ಹೆಸರಿನಲ್ಲಿ ನಡೆಸುತ್ತಿರುವಂತೆ, ಭಾನುವಾರದ ಸೆಮಿನಾರಿನಲ್ಲಿ ನಾನೇ ನನ್ನ ಉದ್ಯಮ ನಿರ್ವಹಣೆಯ ಅನುಭವದಿಂದ ಅತ್ಯಮೂಲ್ಯ ಸಲಹೆ ಸೂಚನೆಗಳನ್ನೊಳಗೊಂಡ ಆರಂಭ ಭಾಷಣ ಮಾಡುತ್ತಿರುವಂತೆ, ಮಹಿಳೆಯರೆಲ್ಲ ತದೇಕಚಿತ್ತರಾಗಿ ಕೇಳಿ ಸಭಾಂಗಣವು ಸಿಡಿದು ಹೋಗುವಂತೆ ಕರತಾಡನ ಮಾಡಿ, ಅನಂತರ ನನ್ನನ್ನು ಸುತ್ತುವರೆದು ಮಾಧ್ಯಮದವರೆಲ್ಲ ಮೊದಲ ಪುಟದಲ್ಲಿ ದೊಡ್ಡದಾಗಿ ವರದಿ ಮಾಡಿ ಇಂಥ ಸಮರ್ಥಮಹಿಳೆಗೆ ಅಯೋಗ್ಯ ಗಂಡನಾದ ಅವನು ಜೈಲು ಸೇರಿದುದೇ ನ್ಯಾಯವಾಯಿತೆಂದು ಸಂಪಾದಕೀಯ ಬರೆದಂತೆ ಕಲ್ಪನೆ ತೊಡಗಿತು. ಆ ಕಲ್ಪನೆಯ ಆಹ್ಲಾದದಲ್ಲಿ ಹಗಲು ರಾತ್ರಿಗಳು ಕಳೆದು ಭಾನುವಾರ ಬಂದೇಬಿಟ್ಟಿತು. ಮಗುವನ್ನು ಅಮ್ಮನಿಗೆ ಒಪ್ಪಿಸಿ ಕಾರ್ಯಕ್ರಮಕ್ಕೆ ಹೋಗಿ ಜಾಗಬಿಡಿಸಿಕೊಂಡು ಮುಂಭಾಗದ ಎರಡನೆಯ ಸಾಲಿನಲ್ಲಿ ಕೂತಾಗಲೂ ನಾನೇ ಆರಂಭ ಭಾಷಣ ಮಾಡುತ್ತಿರುವ ಕಲ್ಪನೆಯಲ್ಲೇ ಮುಳುಗೇಳುತ್ತಿರುವಾಗ ಚರ್ಚೆಯನ್ನು ನಡೆಸಿ ಕೊಡುವ ಮಹಿಳೆಯರೆಲ್ಲ ಮೊದಲ ಸಾಲಿಗೆ ಬರುತ್ತಾ ಎರಡು ಮೂರನೆಯ ಸಾಲಿನಲ್ಲಿ ಕುಳಿತಿದ್ದವರೆಲ್ಲ ಗೌರವದಿಂದ ಎದ್ದು ನಿಲ್ಲತೊಡಗಿ ನಾನೂ ನಿಂತು ನನ್ನ ಎದೆ ಝಗ್ ಎನ್ನುವಂತೆ ನನ್ನ ಎದುರಿಗೇ ಬಂದ ಮೇಡಂ ಸರಾಫ್ ತಾನೇ ನನ್ನ ಗುರುತು ಹಿಡಿದು ದೀರ್ಘಕಾಲ ತರಗತಿಯನ್ನು ತಪ್ಪಿಸಿಕೊಂಡ ವಿದ್ಯಾರ್ಥಿನಿಯನ್ನು ಕಂಡಾಗ ಪ್ರಾಧ್ಯಾಪಿಕೆಯು ಪ್ರಶ್ನಾರ್ಥಕ, ಪರೀಕ್ಷಕ ನೋಟದಿಂದ ಹಿಡಿದಿಡುವಂತೆ ನನ್ನನ್ನು ತನ್ನ ಕಣ್ಣುಗಳಿಂದ ಪಟ್ಟು ಹಾಕಿ ಹಿಡಿದು ಹಿಸುಕಿ, 'ಓ! ನೀನು ಬೆಂಗಳೂರಿನಲ್ಲೇ ಇದ್ದೀಯಾ?' ಎಂದಳು. ಎಸ್ ಮೇಡಂ ಎನ್ನುವಾಗ ನನ್ನ ಧ್ವನಿ ಕೂತುಹೋಗಿತ್ತು. 'ಆಮೇಲೆ ನಿನ್ನ ನಂಬರಿಗೆ ಫೋನ್ ಮಾಡಿದೆ. ಈ ನಂಬರ್ ಈಗ ಅಸ್ತಿತ್ವದಲ್ಲಿಲ್ಲ ಅಂತ ಉತ್ತರ ಬರ್ತಿತ್ತು,' ಎಂದಳು. ನಾನು ಆ ಆಫೀಸನ್ನ ವಿಸರ್ಜನೆ ಮಾಡಿ ನನ್ನದೇ ವಸತಿ ಹುಡುಕಿಕೊಂಡು ಹೋದೆ, ಎಂಬ ನನ್ನ ಉತ್ತರಕ್ಕೆ, 'ಹೊಸ ವಿಳಾಸ, ನಂಬರುಗಳನ್ನ ಪರಿಚಯಸ್ಥರಿಗೆಲ್ಲ ತಿಳಿಸೂದು ಬದಲಿಸಿದೋರ ಜವಾಬ್ದಾರಿಯಲ್ಲವೆ? ಇರಲಿ, ನನ್ನ ಭಾಷಣದ ನಂತರ ಸಿಕ್ಕು.' ಎಂದು ಮುಂದೆ ಸಾಗಿದಳು.

ಝಗ್ ಎಂದ ಎದೆಯ ಬಡಿತ ನಿಧಾನವಾಗಲೇ ಇಲ್ಲ. ಸಭೆ ಶುರುವಾಯಿತು. ಮಾಲಾಮೇಡಂ ಸೆಮಿನಾರಿನ ಧ್ಯೇಯೋದ್ದೇಶ, ಸ್ವಾಗತ ಮತ್ತು ಭಾಷಣಕಾರರ ಪರಿಚಯಗಳನ್ನೆಲ್ಲ ಒಟ್ಟಿಗೆ ಮಾಡಿದಮೇಲೆ ಸರಾಫಳು ಉದ್ಘಾಟನೆಯನ್ನು ಆರಂಭಿಸಿದಳು. ಹಿಂದೆ ನಾನೇ ಅವಳಿಗೆ ಬರೆದುಕೊಟ್ಟಿದ್ದ ಭಾಷಣದ ನೆನಪು ನನಗೆ ಬಂತು. ಹೆಚ್ಚು ಕಡಮೆ

ಅದೇ ವಿಷಯ, ಅದೇ ಧಾಟಿಯ ಮಾತು, ನಡುನಡುವೆ ಅವಳ ಕಣ್ಣುಗಳು ನನ್ನ ಕಡೆಗೆ ಹಾಯುತ್ತಿದ್ದವು. ಅವಳ ಭಾಷಣವಾದ ತಕ್ಷಣ ಮೆಲ್ಲಗೆ ನುಸುಳಿ ಹೊರಗೆ ಹೋಗಿಬಿಡುವ ಮನಸ್ಸಾಯಿತು. ನಡುವೆ ಎಷ್ಟು ಸಲ ಬೆಂಗಳೂರಿಗೆ ಬಂದಿದ್ದಾಳೆಯೋ? ಪ್ರಯತ್ನಪಟ್ಟಿದ್ದರೆ ನನ್ನ ಪತ್ತೆ ಸಿಕ್ಕುತ್ತಿರಲಿಲ್ಲವೆ? ಮಾಲಾಮೇಡಂರನ್ನು ಕೇಳಿದ್ದರೆ ಆಗುತ್ತಿರಲಿಲ್ಲವೆ? ಕೇಳಿದ್ದರೆ ಯಾಕೆ ಏನು ಎಂದು ಅವರು ವಿಚಾರಿಸಿ ತನ್ನ ಕೆಲಸ ಗೊತ್ತಾದೀತು ಎಂಬ ಎಚ್ಚರವೆ? ಈಗ ನಾನು ಕಣ್ಣಿಗೆ ಬಿದ್ದದ್ದರಿಂದ ಇಷ್ಟೊಂದು ಆಸಕ್ತಿ ತೋರಿಸಿ ಬೀಳದಿದ್ದರೆ ಮರೆತುಬಿಡುವ ಹಣವಂತ ಬುದ್ಧಿಯೆ? ಎಂಬ ಯೋಚನೆ ತೊಡಗಿತು. ಇವಳಿಗೆ ನಾನೇಕೆ ಹೆದರಬೇಕು? ನಾನೇನು ಈಗ ಮೊದಲಿನ ಹಾಗೆ ನೌಕರಿ ಇಲ್ಲದೆ ಹಪಹಪಿಸುವ ಸ್ಥಿತಿಯಲ್ಲಿಲ್ಲ. ದೊಡ್ಡ ಮನೆ. ವರ್ಷಕ್ಕೆ ಹತ್ತುಲಕ್ಷ ಬಡ್ಡಿ ತರುವ ಇಡುಗಂಟು. ಅವಳಿಗಿಂತ ಯಾವುದರಲ್ಲಿ ಕಡಮೆ? ಅವಳನ್ನ ಧೈರ್ಯವಾಗಿ ಭೇಟಿಯಾಗಿಯೇ ಹೋಗಬೇಕು ಅನ್ನುವ ನಿಶ್ಚಯ ಹುಟ್ಟಿತು. ಅವಳ ಭಾಷಣ ಮುಗಿದ ನಂತರ ಅವಳಿಗೆ ಕಾಣುವಂತೆಯೇ ಮೇಲೆ ಎದ್ದು ಸಾಲಿನ ಕೊನೆಗೆ ನಡೆದು ವೇದಿಕೆಯ ಬದಿಗೆ ಹೋದೆ. ಅವಳ ಕಣ್ಣುಗಳು ನನ್ನನ್ನೇ ಹಿಂಬಾಲಿಸುತ್ತಿದ್ದವು. ಹೊಸ ಉದ್ಯಮಿಯು ಎದುರಿಸಬೇಕಾದ ಬ್ಯಾಂಕಿಂಗ್ ಸಮಸ್ಯೆಗಳು ಎಂಬ ವಿಷಯದ ಮೇಲೆ ಶ್ರೀಮತಿ ಮಾಲಿನಿ ಕಾಮತ್ ಎಂಬ ದೊಡ್ಡ ಅಂಚಿನ ಕಾಂಜೀವರಂ ಸೀರೆ, ಅದಕ್ಕೊಪ್ಪುವ ಕುಪ್ಪುಸ ಧರಿಸಿ ಹಣೆಗೆ ಕುಂಕುಮವಿಟ್ಟ ಐವತ್ತು ವಯಸ್ಸಿನ ರಿಸರ್ವ್ ಬ್ಯಾಂಕ್ ಅಧಿಕಾರಿಣಿ ಮಾತನಾಡಿದರು. ಹತ್ತಿರ ಬಂದ ಸರಾಫ಼್ ಎಡಭುಜ ಹಿಡಿದು, 'ಸ್ವೀಟಿ, ನಾನು ಇಲ್ಲಿಯ ಸಾಮೂಹಿಕ ಊಟ ಮಾಡುಲ್ಲ. ನಡಿ, ನನ್ನ ಹೋಟೆಲಿನಲ್ಲಿ ಮಾಡಾಣ.'

'ನನ್ನ ಮಗ ಕಾಯ್ತಿರ್ತಾನೆ. ನಾನು ಹೋಗಿ ಮಾಡಿಸದಿದ್ದರೆ ಅವನು ರಚ್ಚೆ ಹಿಡೀತಾನೆ. ಸರ್ವೆಂಟ್ಸ್‌ಗೆ ಸಮಾಧಾನ ಮಾಡಿಸೂದು ಸಾಧ್ಯವಿಲ್ಲ.'

ಅವಳ ಹುಬ್ಬುಗಳು ಮೇಲೆ ಏರಿದವು. 'ಮದುವೆಯಾದೆಯಾ? ಅಥವಾ ಸಿಂಗಲ್ ಪೇರಂಟಾ?'

'ಮದುವೆಯಾದೆ. ನನ್ನ ಗಂಡ ಕಾಡಿಬೇಡಿ ಕಾಲು ಹಿಡಿದ. ಅಷ್ಟು ಪ್ರೀತಿಯಿಂದ.'

'ಐ.ಸೀ. ತುಂಬ ಹ್ಯಾಂಡ್ಸಮ್ ಇರಬೇಕು. ಏನು ಮಾಡ್ತಿದಾನೆ?'

'ವೆರಿ ಹ್ಯಾಂಡ್ಸಮ್. ನಾನು ನನ್ನ ಯಾವ ಗೆಳತಿಯರಿಗೂ ಪರಿಚಯ ಮಾಡಿಕೊಡುಲ್ಲ! ಅವನೊಬ್ಬ ಉದ್ಯಮಿ. ಕಳೆದ ವರ್ಷ ಐನೂರು ಕೋಟಿ ವ್ಯವಹಾರವಾಯಿತು.'

ಅವಳ ಮುಖವನ್ನು ಸೂಕ್ಷ್ಮವಾಗಿ ಗಮನಿಸುತ್ತಿದ್ದೆ. ಮಂಕಾಯಿತು. 'ಕಂಗ್ರಾಚುಲೇಶನ್ಸ್, ಹೌ ಹ್ಯಾಪಿ ಐ ಆ್ಯಮ್!' ಎಂದಳು. ಅರ್ಧನಿಮಿಷದ ನಂತರ, 'ಒಬ್ಬ ವ್ಯಕ್ತಿಯು ಎರಡೂ ವಿಧವಾಗಿರಬಹುದು. ಎರಡು ವಿಧದಲ್ಲೂ ಸಂತೋಷಪಡಬಹುದು. ಕಾಫ಼ಿ ಟೀ ಎರಡನ್ನೂ ಎಂಜಾಯ್ ಮಾಡೂಹಾಗೆ. ನಡಿ ನನ್ನ ಹೋಟೆಲಿನಲ್ಲಿ ಊಟ ಮಾಡಾಣ' ಎಂದು ಭುಜವನ್ನು ಹಿಸುಕಿ ಪಿಸುಗುಟ್ಟಿದಳು. 'ನಿನ್ನ ಗಂಡನಿಗೆ ನಿನ್ನ ಮೇಲಿರುವ ಪ್ರೀತಿಗಿಂತ ನನಗೆ ನಿನ್ನ ಮೇಲೆ ಹೆಚ್ಚು ಆಳವಾಗಿದೆ.'

'ಥ್ಯಾಂಕ್ಯೂ ಸರಾಫ್, ನನ್ನ ಗಂಡನೂ ಈ ಸಭೆಗೆ ಬಂದಿದಾನೆ. ಹೊರಗಡೆ ನನ್ನನ್ನ ಕಾಯ್ತಿದಾನೆ. ಬೈ' ಎಂದು ಹೇಳಿ ನಾನು ಹಿಂತಿರುಗಿ ನಡೆದೆ.

ಬಿರಬಿರನೆ ಹೆಜ್ಜೆ ಹಾಕುತ್ತಾ ಸಭಾಂಗಣದ ಪಕ್ಕದ ಓಣಿಯಲ್ಲಿ ನಡೆಯುವಾಗ ಸರಾಫಳಿಗಾಗಿ ಸೃಷ್ಟಿಸಿದ ನನ್ನನ್ನು ಕಾಡಿ ಬೇಡಿ ಕಾಲು ಹಿಡಿದ ನನಗಾಗಿ ಸಭೆಯ ಹೊರಗೆ ಕಾಯುತ್ತಿರುವ ಇಂಡಸ್ಟ್ರಿಯಲಿಸ್ಟ್ ಗಂಡನ ಪಾತ್ರವು ನಿಜವೇ ಆಗಿ ನನ್ನ ಜೊತೆ ಜೊತೆಗೂ ನಡೆಯುತ್ತಿತ್ತು. ಸಭೆಯ ಕಟ್ಟಡದ ಮುಖ್ಯದ್ವಾರಕ್ಕೆ ಬಂದಾಗ ಮನೆಗೆ ಹೋಗದೆ ಇನ್ನು ಬೇರೆ ದಾರಿ ಇಲ್ಲ ಎನ್ನಿಸಿ ಕಾರಿನ ಜಾಗವನ್ನು ಹುಡುಕತೊಡಗಿದೆ. ಇಷ್ಟು ಕಾರುಗಳ ಮಧ್ಯೆ ನನ್ನದನ್ನು ಹೊರಗೆ ತೆಗೆಯುವುದು ಅಸಾಧ್ಯವೆಂಬ ಅಡಚಣೆ ಕಂಡಿತು.

ಅಷ್ಟರಲ್ಲಿ ಹಿಂದಿನಿಂದ 'ಮಂಗಳಾ' ಎಂದು ಕೂಗಿದ ಧ್ವನಿ. ಹಿಂತಿರುಗಿ ನೋಡಿದರೆ, 'ಇಂಥ ಸಭೆಗಳಲ್ಲಿಯೇ ನಾವು ಸಂಧಿಸ್ತಿದೀವಿ. ಒಂದು ಭಾನುವಾರ ನನ್ನ ಮನೆಗೆ ಬಾ,' ಎಂದವಳು ಸುಕನ್ಯಾಹೆಗಡೆ. ಮೊದಲಿನಂತೆಯೇ ಇದ್ದಾಳೆ. ಮುಂಗುರುಳಿನಲ್ಲಿ ಒಂದೊಂದು ಬೆಳ್ಳಿ ಕೂದಲು ಹೊಳೆಯುತ್ತಿದೆ.

'ಸುಕನ್ಯಾ, ಮದುವೆಯಾಗಿದೀಯಾ? ಮುಂಗುರುಳಿಗೆ ಯಾಕೆ ಸ್ವಲ್ಪ ಡೈ ಮಾಡಿ ಕೊಂಡಿಲ್ಲ?' ಅವಳ ಕೈಹಿಡಿದು ಸಲಿಗೆಯಿಂದ ಕೇಳಿದೆ.

'ಮಾಡಿಕೊಳ್ತೀನಿ. ತಕ್ಕ ಗಂಡು ಗೊತ್ತುಮಾಡಿಕೊಡ್ತೀಯಾ ಹೇಳು,' ಅವಳು ನಕ್ಕಳು.

ನನ್ನ ಕಾರು ಇರುವ ಜಾಗಕ್ಕೆ ನುಸುಳಿ ಇಬ್ಬರೂ ಅದನ್ನು ಹೊಕ್ಕು ಹಿಂಬದಿಯಲ್ಲಿ ಅಕ್ಕಪಕ್ಕ ಕುಳಿತೆವು. ಅವಳಿನ್ನೂ ಅದೇ ಟ್ರಾನ್ಸ್‌ಪೋರ್ಟ್ ಇಲಾಖೆಯಲ್ಲಿದ್ದಾಳೆ. ಒಂದು ಪ್ರೊಮೋಶನ್ ಸಿಕ್ಕಿದೆ. ಆದರೂ ಕಾರುಗೀರು ಕೊಳ್ಳುವ ಅನುಕೂಲವಿಲ್ಲ. ಮನೆಯಲ್ಲಿ ತಾಯಿ ತಂದೆ ಒಬ್ಬಳು ನಿರುದ್ಯೋಗಿ ತಂಗಿ, ಉದ್ಯೋಗಿಯಾದರೂ ಏನೇನೂ ಸಾಲದ ಸಂಬಳದ ಇನ್ನೊಬ್ಬ ತಂಗಿಯ ಹೊಣೆಯಿದೆ. ಮದುವೆಯಾಗೆಂದು ತಂದೆ ತಾಯಿ ಏನೋ ಹೇಳ್ತಾರೆ, ಕೊರಗುತಾರೆ, ತಾನು ಮದುವೆಯಾದರೆ ಇವರ ನಿಗಾ ನೋಡಿಕೊಳ್ಳುವವ ರಾರು? ತನ್ನಂಥ ಜವಾಬ್ದಾರಿ ಇರುವವಳನ್ನು ಮಾಡಿಕೊಳ್ಳುವವರಾದರೂ ಯಾರು? ಯೌವನದ ಆಕರ್ಷಣೆಯೂ ಕಳೆಯುತ್ತಿದೆಯಲ್ಲ! ನಡುವೆ ಸಂಪರ್ಕವಿಲ್ಲದ ಹಳೆಯ ಗೆಳತಿಯರು ಸಿಕ್ಕಿದಾಗ ನೆನವರಿಕೆಯನ್ನು ಬಿಟ್ಟು ಮಾತಿಗೆ ಬೇರೇನು ಇರಲು ಸಾಧ್ಯ?

೪

ಬೆಳಗಿನ ಎಂಟುಗಂಟೆ. ಮನೆಯ ಅಂಗಳದಲ್ಲಿ ತೇಜುವನ್ನು ಶಾಲೆಗೆ ಸಿದ್ಧಗೊಳಿಸುತ್ತಿದ್ದೆ. ಒಬ್ಬ ಹೆಂಗಸು ಒಳಗೆ ಬಂದಳು. ಗುಡಿಸಿ ನೆಲ ಒರೆಸುವ ಕೆಲಸದವಳು ಬಾಗಿಲು ತೆರೆದಿದ್ದಳು. ತಾನು ಯಾರು ಯಾಕೆ ಬಂದಿದ್ದೇನೆ ಏನನ್ನೂ ಹೇಳದೆ ಒಳಗೆ ನುಗ್ಗುವ ಇಂಥವರು ಕಳ್ಳರೇ ಇರುತ್ತಾರೆ. ಎಪ್ಪತ್ತೈದು ಎಂಭತ್ತು ವರ್ಷ. ದಟ್ಟವಾದ ಬಿಳಿಕೂದಲು. ದುಂಡು

ಮುಖ. ಕುಗ್ಗಿದ ಶರೀರ. ಬಡತನದ ಬಿಳಿಸೀರೆ. ಬರಿಹಣೆ. ಕೈಗೆ ಬಳೆಗಳೂ ಇಲ್ಲ. ಅಡುಗೆ ಕೆಲಸವೇನಾದರೂ ಇದ್ದರೆ ಮಾಡ್ತೀನಿ ಎಂದು ಕೇಳಿಕೊಂಡು ಬಂದವಳೊ? 'ಯಾರಮ್ಮಾ ನೀನು, ಹೇಳ್ದೆ ಕೇಳ್ದೆ ನುಗ್ತಿದೀಯಾ?' ಗದರಿಸಿಕೊಂಡೆ. ಚಿಕ್ಕಮಕ್ಕಳನ್ನು ಅಪಹರಿಸುವವಳೇ? ದೊಡ್ಡ ಗಂಟುಹಣ ಇರುವವರ ಮಕ್ಕಳನ್ನು ಅಪಹರಿಸಿ ಹತ್ತಿಪ್ಪತ್ತು ಲಕ್ಷ ಕೊಡದಿದ್ದರೆ ಕೊಲ್ಲುವ ಬೆದರಿಕೆ ಹಾಕಿ ಸುಲಿಗೆ ಮಾಡುವ ಗುಂಪುಗಳು ಬೆಂಗಳೂರಿನಲ್ಲಿ ಹೆಚ್ಚಾಗ್ತಿವೆ, ಮೊದಲು ಹೊಂಚು ರೂಪಿಸಲು ಇಂಥ ಹೆಂಗಸರನ್ನು ಕಳಿಸ್ತಾರಂತೆ. ತೇಜು ವನ್ನು, 'ನೀನು ಒಳಗೆ ಹೋಗು' ಅಂತ ಹೇಳಿ ಕಳಿಸಿದೆ.

'ನನ್ನ ಮೊಮ್ಮಗ ಇವನೆಯಾ?' ಅವಳು ಕೇಳಿದಳು.

'ನೀನು ಯಾರು?'

'ಅವನ ಅಜ್ಜಿ.'

'ಅವನಿಗಿರೋರು ಒಬ್ಬರೇ ಅಜ್ಜಿ. ವಿಜಯನಗರದಲ್ಲಿದಾರೆ. ನೀನು ಯಾರು?'

'ನಾನೇ? ಈ ಮನೆ ಯಜಮಾಂತಿ.'

'ಸುಮ್ಮನೆ ಹೊರಗೆ ಹೋಗ್ತೀಯೊ? ಕತ್ತು ಹಿಡಿದು ದಬ್ಬಿಸಬೇಕೊ? ಪೋಲೀಸಿಗೆ ಫೋನು ಮಾಡ್ತೀನಿ,' ನನ್ನ ತಾಳ್ಮೆ ಒಡೆಯಿತು. ಅಥವಾ ಹೊರಗಡೆ ಹಗಲು ದರೋಡೆಕಾರ ರನ್ನು ನಿಲ್ಲಿಸಿ ಸಂಚು ಹೂಡಿಕೊಂಡು ಬಂದಿದಾಳೆಯೊ?

'ಕತ್ತು ಹಿಡಿದು ದಬ್ಬುಸ್ತೀ ಏನೆ? ಈ ಮನೆ ಯಜಮಾನನ ತಾಯಿ ನಾನು. ಈ ಮನೆ ಕಟ್ಟಿಸಿದೋಳು ನನ್ನ ಸೊಸೆ. ಎಂಜಿನೀರು. ಅವಳೇ ಪ್ಲಾನ್ ಹಾಕಿ ಕಷ್ಟಪಟ್ಟು ಕಟ್ಟಿ ಸಿದ್ದು. ನೀನು ಯಾರು ಇಲ್ಲಿ ಬಂದು ಸೇರ್ಕಂಡಿರೋಳು? ಈ ಮಗು ಯಾವುದು ನನ್ನ ಮೊಮ್ಮಗುವೊ? ನಾನು ಸರಿಯಾಗಿ ಮುಖ ನೋಡುಕ್ಕೆ ಮೊದಲೇ ಒಳಗೆ ಕಳಿಸಿದೆಯಲ್ಲ ಮುಖನೋಡಿದರೆ ನನಗೆ ಗೊತ್ತಾಗಿಬಿಡುತ್ತೆ ಅದು ನನ್ನ ವಂಶದ್ದೋ ಬೇರೆ ಬೀಜದ್ದೋ ಅಂತ?'

'ರಂಡೆ ಏನು ಮಾತಾಡ್ತಿದೀಯ?' ಬೇರೆ ಏನೂ ತೋಚದ್ದಕ್ಕೆ ನಾನು ಅರಚಿಕೊಂಡೆ. ನನ್ನ ಧ್ವನಿ ಕೇಳಿ ಮನೆ ಕೆಲಸದವಳು ಅಲ್ಲಿಗೆ ಬಂದಳು. 'ಇವಳನ್ನ ಹಿಡಿದು ಹೊರಗೆ ತಳ್ಳು' ಅವಳಿಗೆ ಹೇಳಿದೆ. 'ಹೇಳಿದ್ದು ಕೇಳ್ಲಿಲ್ವೇನೆ? ಇವಳ ಕುತ್ತಿಗೆ ಹಿಡಿದು ನೂಕೇ,' ಎಂದು ಹುಕುಂ ಮಾಡಿದೆ.

'ಕಸಮುಸುರೆ ಮಾಡ್ಕಂಡು ಹೊಟ್ಟೆ ಹೊರಿಯೂರು ನಾವು. ಯಾರ ಯಾರದೋ ಕುತ್ತಿಗೆಗೆ ಕೈ ಆಕಿ ಪೋಲೀಸ್‌ನೋರು ಇಡಕಂಡು ಓದ್ರೆ ನಾಏನ್ ಮಾಡ್ಲಿ?' ಅವಳು ಅವಿಧೇಯತೆ ತೋರಿಸಿದಳು.

ಅತಿಕ್ರಮ ಪ್ರವೇಶ ಮಾಡಿದ ಮುದುಕಿ ನನ್ನ ಧ್ವನಿಗಿಂತ ಗಟ್ಟಿಯಾಗಿ ಕೇಳಿತು: 'ನನ್ನ ಕುತ್ತಿಗೆ ಹಿಡಿದು ದಬ್ಬಿಸ್ತೀಯಾ? ನಿಜ ಹೇಳು ಯಾವನಿಗೋ ಬಸರಾಗಿ ನನ್ನ ಮಗನಿಗೆ ಗಂಟುಬಿದ್ದು ಆಸ್ತಿ ದೋಚಿದೀಯ. ನೀನು ಮದುವೆ ಮಾಡ್ಕಂಡ ದಿನದಿಂದ ಎಷ್ಟು ದಿನದ ಮೇಲೆ ಈ ಮಗೂನ ಹೆತ್ತೆ? ಯಾರಿಗೆ ಬಸರಾಗಿದ್ದೆ? ನನ್ನ ಮಗ ಸಾಧು ಅಂತ

ಇಷ್ಟೆಲ್ಲ ಆಟ ಆಡಿದೀಯ? ರಕ್ತಪರೀಕ್ಷೆ ಮಾಡುಸ್ತೀನಿ. ನನ್ನ ಮಗಂದೂ ನೀನು ಈಗ ಒಳಗೆ ಕಳಿಸಿದ ಹುಡುಗಂದೂ ರಕ್ತಪರೀಕ್ಷೆ,' ಎಂದು ಆ ಹೆಂಗಸು ಹಿಂತಿರುಗಿ ಹೊರಟು ಹೋದಳು.

ತಕ್ಷಣಕ್ಕೆ ಹುಚ್ಚಿ ಇರಬೇಕು ಎನ್ನಿಸಿತು. ಒಂದು ಕ್ಷಣದ ನಂತರ ಜಯಕುಮಾರನ ತಾಯಿ ಎನ್ನಿಸಿತು. ಹಿರಿಯ ಸೊಸೆಯನ್ನು ವರದಕ್ಷಿಣೆಗೆ ಗೋಳು ಹೊಯ್ದುಕೊಂಡು ಮೂರು ವರ್ಷ ಜೈಲು ಕಂಡು ಊರಿನವರಿಗೆ ಮತ್ತೆ ಮುಖ ತೋರಿಸುಕ್ಕೆ ನಾಚಿಕೆಯಾಗಿ ದೇಶಾಂತರ ಹೋಗಿದ್ದಳಂತೆ. ಈಗ ಎಲ್ಲಿಂದ ಬಂದಳು ಮುದುಕಿ? ಕೋರ್ಟಿನಿಂದ ನನಗೆ ಅಧಿಕೃತವಾಗಿರುವ ಮನೆಯನ್ನು ಅತಿಕ್ರಮ ಪ್ರವೇಶ ಮಾಡಿ ನನ್ನನ್ನು ಯಾವನಿಗೋ ಬಸರಾದ ಹಾದರಗಿತ್ತಿ ಅನ್ನುವ ಮಾತನಾಡಿದ ಇವಳಿಗೆ ಮತ್ತೆ ಜೈಲಿನ ತೆವಲು ಹತ್ತಿದೆ. ತಕ್ಕ ಬುದ್ಧಿ ಕಲುಸ್ತೀನಿ. ಇವತ್ತೇ ಚಿತ್ರಾಮೇಡಂಗೆ ಫ಼ೋನ್ ಮಾಡಿ, ಎಂದು ನಿಶ್ಚಯಿಸಿದೆ. ನನ್ನ ಸಂಬಳ ತಿಂದು ನನ್ನ ಮನೇಲಿ ಕೆಲಸ ಮಾಡ್ತಿದ್ದ ಅವಧೀಲಿ ನಾನು ಹೇಳಿದ್ದು ಕೇಳದೆ ಅವಿಧೇಯತೆ ತೋರಿದ ಈ ಕೆಲಸದೋಳನ್ನ ಡಿಸ್‌ಮಿಸ್ ಮಾಡಬೇಕು ಎನ್ನಿಸಿತು. ಅವಳನ್ನು ಹೊರಹಾಕಿದರೆ ಬೇರೆಯೋರು ಸಿಕ್ಕೂದು ಅಷ್ಟು ಸುಲಭವಲ್ಲ, ಫ಼್ಯಾಕ್ಟರಿಗಳು ಹೆಚ್ಚಾಗಿ ಇಂಥ ಹೆಂಗಸರಿಗೂ ಕೆಲಸ ಸಿಕ್ಕತೊಡಗಿ ಇವರಾರೂ ಮನೆ ಕೆಲಸಕ್ಕೆ ಬರೂದಿಲ್ಲ ಎಂಬ ಎಚ್ಚರ ಮೂಡಿತು. ಅಲ್ಲದೆ ಇವಳಿಗೇ ನೂರಿನ್ನೂರು ಕೊಟ್ಟು ಆ ಮುದುಕಿ ನನ್ನನ್ನು ಆಡಿದ ಮಾತಿಗೆ ಕೋರ್ಟಿನಲ್ಲಿ ಸಾಕ್ಷಿಯಾಗಿ ಬಳಸಬಹುದು ಎಂಬ ಆಲೋಚನೆಯೂ ಬಂತು.

ಮಧ್ಯಾಹ್ನದ ಹೊತ್ತಿಗೆ ಅದೇ ಹಿಂದಿನ ಘಟನೆಯು ಹೊಸ ಲೆಕ್ಕಾಚಾರದಲ್ಲಿ ಮನಸ್ಸಿನಲ್ಲಿ ತಿರುಗತೊಡಗಿತು. ಮದುವೆ ನೋಂದಣಿಯಾದ ನಂತರ ಬಸಿರುಕಟ್ಟಿದ್ದರೆ ತೇಜು ಹುಟ್ಟಿದ ದಿನಕ್ಕೆ ಲೆಕ್ಕ ಹಿಡಿದರೆ ಅವನು ಇಷ್ಟು ಆರೋಗ್ಯಶಾಲಿಯಾಗಿರೂದು ಸಾಧ್ಯವಿರಲಿಲ್ಲ. ಹೆರಿಗೆಯಾದಾಗ ಮಗುವು ಯಾವ ತಿಂಗಳು ಯಾವ ತಾರೀಖು ಹುಟ್ಟಿತು ಎಂದು ರಿಜಿಸ್ಟರಿನಲ್ಲಿ ಬರೆದಿರುತ್ತಾರೆ. ಇಂಥ ತರಲೆ ಹುಟ್ಟುತ್ತೆ ಎಂದು ಆಗ ನಿರೀಕ್ಷಿಸಲಿಲ್ಲ. ಮದುವೆಗೆ ಮೊದಲೇ ಗರ್ಭ ಕಟ್ಟಿದ್ದುದು ಸಾಬೀತಾಗುತ್ತೆ. ಯಾರಿಂದ ಅನ್ನೂದು ಮುಂದಿನ ಪ್ರಶ್ನೆ. ಇವನು ಕಾಂಡೋಮ್ ಬಳಸದಂತೆ ನಾನೇ ತಡೆದೆ. ಪ್ರಭಾಕರ ಅಷ್ಟು ವರ್ಷದಿಂದ ಬಳಸುತ್ತಿದ್ದ. ಒಂದು ಸಲವೂ ಎಡವಟ್ಟಾಗಿರಲಿಲ್ಲ. ಆದ್ದರಿಂದ ತೇಜು ಇವನದೇ. ಅಕಸ್ಮಾತ್ ಪ್ರಭಾಕರನ ಕಾಂಡೋಮ್ ಕೈಕೊಟ್ಟಿದ್ದರೆ! ಯಾವ ರಬ್ಬರೂ ನೂರಕ್ಕೆ ನೂರು ಸುರಕ್ಷಿತವಲ್ಲ ಅಂತ ಅದರ ತಯಾರಕರೇ ಬರೆದಿರುತ್ತಾರೆ. ಹಾಗಿದ್ದರೆ ಏನನ್ನೂ ಬಳಸದ ಜಯಕುಮಾರನದಲ್ಲದೆ, ನಿರೋಧಕವನ್ನು ಬಳಸಿದ ಪ್ರಭಾಕರನದಾಗಿರುವ ಸಂಭವ ನೂರರಲ್ಲಿ ಅಲ್ಲ ಸಾವಿರದಲ್ಲಿ ಒಂದು ಮಾತ್ರ. ಆದರೂ ಆ ಸಂಭವವಿದ್ದೇ ಇದೆ. ಆ ಮುದುಕಿ ರಕ್ತಪರೀಕ್ಷೆ ಮಾಡುಸ್ತೀನಿ ಅಂತಲ್ಲ. ಅಕಸ್ಮಾತ್ ಅದು ಜಯಕುಮಾರನದಲ್ಲ ಅಂತ ಫಲಿತಾಂಶ ಬಂದರೆ ತನ್ನನ್ನು ಮೋಸದ ಒತ್ತಡಕ್ಕೆ ಸಿಕ್ಕಿಸಿ ಮದುವೆಗೆ ಕೆಡವಿಕೊಂಡದ್ದಲ್ಲದೆ ಈಗ ತನ್ನದಲ್ಲದ ಮಗುವಿಗೂ ಜೀವನಾಂಶ ವಸೂಲು ಮಾಡಿದ, ಬೇರೆಯವನಿಗೆ ಗರ್ಭಿಣಿಯಾಗಿ

ಇದು ನಿನ್ನ ಮಗು ಎಂದು ವಂಚನೆ ಮಾಡಿದ ಕೇಸುಗಳನ್ನು ಅವನು ಎತ್ತಬಹುದೇ? ನನ್ನ ಉಸಿರು ಹಿಡಿದುಕೊಂಡಿತು. ಸೇಡು ತೀರಿಸಿಕೊಳ್ಳದೆ ಬಿಡುವುದಿಲ್ಲ. ರಕ್ತಪರೀಕ್ಷೆ ಅಂದಿತಲ್ಲ ಮುದುಕಿ, ಅವರಿಗೆ ಹೊಸ ಸಂಗತಿಗಳೇನಾದರೂ ಗೊತ್ತಾಗಿರಬಹುದಾ? ಮಧ್ಯಾಹ್ನದ ಊಟ ಸರಿಯಾಗಿ ಸೇರಲಿಲ್ಲ. ಅಡುಗೆಯವಳು ಇತ್ತೀಚೆಗೆ ಸರಿಯಾಗಿ ಮಾಡುತ್ತಿಲ್ಲ ಎನ್ನಿಸಿತು. ಬೆಳಗ್ಗೆ ಒಂದು ತಿಂಡಿ, ಎರಡೂ ಹೊತ್ತಿನ ಊಟ ಮಾಡಿಟ್ಟು ಹೋಗಲು ತಿಂಗಳಿಗೆ ಎರಡು ಸಾವಿರ ತಗೋತಾಳೆ. ಬೇಕಾಬಿಟ್ಟಿ ಕೆಲಸ. ಜೋರು ಮಾಡಿದರೆ ಕೆಲಸ ಬಿಡ್ತಾಳೆ. ಮಧ್ಯಾಹ್ನ ರಾತ್ರಿ ನಾನೇ ಮೈಕ್ರೋವೇವ್‌ನಲ್ಲಿ ಬಿಸಿ ಮಾಡಿಕೊ ಬೇಕು. ರಾತ್ರಿಯೂ ನಿದ್ರೆ ಹತ್ತಲಿಲ್ಲ. ನನಗೇನಾದರೂ ಜೈಲುಶಿಕ್ಷೆಯಾಗುತ್ತಾ? ನಿಜ ಅಂತ ಸಾಬೀತಾದರೂ ಇದು ಶಿಕ್ಷಾರ್ಹ ಅಪರಾಧವೆ? ಲಾಯರನ್ನು ಕೇಳಬೇಕು. ಕಾನೂನಿನ ತೊಡಕುಗಳು, ಸೂಕ್ಷ್ಮಗಳು, ಲಾಯರಿಗೆ ಮಾತ್ರ ತಿಳಿಯುವಂಥವು. ಈ ಒಳವಿಷಯಗಳನ್ನೆಲ್ಲ ಚಿತ್ರಾಮೇಡಂ ಕೈಲಿ ಹೇಳುಕ್ಕೆ ಸಂಕೋಚವಾಗುತ್ತೆ. ಕೇಳಿದರೆ ಅವರಿಗೆ ನನ್ನ ಮೇಲಿರುವ ಮರ್ಯಾದೆ ಮಮತೆಗಳು ಕಡಮೆಯಾಗಬಹುದು. ಹೌದು, ಇವನು ನನ್ನನ್ನು ಬಳಸುವ ಮೊದಲು ನನಗೊಬ್ಬ ಸ್ನೇಹಿತನಿದ್ದ. ಆದರೆ ಅವನಿಂದ ಗರ್ಭಿಣಿಯಾಗಿರುವುದು ಸಂಪೂರ್ಣ ಅಸಂಭವ ಅಂತ ಹೇಳುಕ್ಕೆ ಸಂಕೋಚವೆಂಥದು? ಶರೀರಬಾಧೆ ಯಾರಿಗಿರುಲ್ಲ? ಗಂಡಸಿಗೂ ಹೆಂಗಸಿಗೂ ಸಮಾನವಲ್ಲವೆ ಅದು? ಎಂಬ ಸಮರ್ಥನೆ ಮಾಡಿಕೊಂಡರೂ ಚಿತ್ರಾಮೇಡಂ ಎದುರು ನನ್ನ ಕೇಸು ದುರ್ಬಲವಾಗುತ್ತಿರುವಂತೆ ತೋರಿತು.

ಮರುದಿನ ಈ ಮುದುಕಿಯ ಹಿಂದು ಮುಂದುಗಳನ್ನು ಪತ್ತೆ ಮಾಡಬೇಕೆನ್ನಿಸಿತು. ಅವಳು ಅವನ ತಾಯಿಯೇ ಸರಿ. ಯಾವಾಗ ಬಂದಳು? ಇಷ್ಟೆಲ್ಲ ಮಾತಾಡುವ ಹಿನ್ನೆಲೆ ಎಲ್ಲಿಂದ ಸಿಕ್ಕಿತು? ಎಲ್ಲವನ್ನೂ ಮೊದಲು ಪತ್ತೆ ಮಾಡಬೇಕು, ಅಂತ ನಿರ್ಧರಿಸಿದೆ. ಎರಡು ದಿನವೆಲ್ಲ ಯೋಚಿಸಿದಮೇಲೆ ಸಂಪಿಗೆ ರೋಡಿನಲ್ಲಿ ನೋಡಿದ, 'ಇಂಟರ್‌ನ್ಯಾಷನಲ್ ಡಿಟೆಕ್ಟಿವ್ಸ್' ಬೋರ್ಡಿನ ನೆನಪುಬಂತು. ಅವರೇ ಸರಿ ಎನ್ನಿಸಿ ಕಾರುಹತ್ತಿ ಹೋದೆ. ಆಫೀಸಿನಲ್ಲಿ ಇಬ್ಬರಿದ್ದರು. ಒಬ್ಬ ಗಂಡಸು. ನೋಡಿದರೆ ಪೋಲೀಸ್ ಇಲಾಖೆಯಿಂದ ನಿವೃತ್ತನಾದವನಂತಿದ್ದ. ಇನ್ನೊಬ್ಬಳು ಆಫೀಸು ನೋಡಿಕೊಳ್ಳುವ ಹುಡುಗಿ. ಒಳಗೆ ಹೋದ ವಳು ಅವನನ್ನು ಕೇಳಿದೆ: 'ಒಂದು ಕಾನ್ಫಿಡೆನ್‌ಶಿಯಲ್ ವಿಷಯ.'

'ಒಳಗೆ ಬನ್ನಿ' ಎಂದು ಒಳಗಿನ ಕೋಣೆಗೆ ಕರೆದೊಯ್ದು ಕೂರಿಸಿ ಬಾಗಿಲು ಮುಚ್ಚಿ ಹೇಳಿದ: 'ಪತ್ತೇದಾರಿ ಅಂದರೇ ಕಾನ್ಫಿಡೆನ್‌ಶಿಯಾಲಿಟಿ. ನಮ್ಮದು ಅಂತಾರಾಷ್ಟ್ರೀಯ ಪ್ರಸಿದ್ಧಿಯ ಕಂಪನಿ. ವಿಷಯ ಹೇಳಿ.'

ನಾನು ಜಯಕುಮಾರನ ಹಿನ್ನೆಲೆ, ಈಗ ದಿಲ್ಲಿಯ ಜೈಲಿನಲ್ಲಿರುವುದನ್ನು ಹೇಳಿ ಈಗ ಪತ್ತೆ ಮಾಡಬೇಕಾದ ಅವನ ಮಗಳು ಆಳು ದ್ವಾವಕ್ಕ ಇರುವ ಜಾಗ, ಇನ್ನು ಯಾರಾದರೂ ಅವರ ಜೊತೆ ಬಂದಿದ್ದಾರೆಯೇ ಎಂಬ ವಿವರಗಳನ್ನು ಕಂಡು ಹಿಡಿಯುವಂತೆ ಹೇಳಿದೆ.

'ಮೂರು ದಿನದಲ್ಲಿ ಎಲ್ಲ ಮಾಹಿತೀನೂ ಒದಗಿಸ್ತೀವಿ. ಫೀಜು ಇಪ್ಪತ್ತೈದು ಸಾವಿರ,' ಎಂದ.

'ಇಷ್ಟು ಸರಳ ಸಂಗತಿಗೆ?'

'ನಿಮಗೆ ಸರಳ. ಆದರೆ ನಾವು ಬಳಸುವ ಪರಿಣತರ ಫ್ಲೀಜು ಹೇಳಿದರೆ ನೀವು ನಂಬುಲ್ಲ. ನಿಮ್ಮ ವಿರೋಧಿಗಳಿಗೆ ಏನೂ ಗೊತ್ತಾಗದ ರೀತಿ ನಾವು ವಿಷಯ ಸಂಗ್ರಹಿಸಬೇಕು. ಸರಿಯಾದ ಪತ್ತೆದಾರಿಯಾದರೆ ನೀವು ಯುದ್ಧದಲ್ಲಿ ಗೆದ್ದಂತೆಯೇ. ಆಯಿತು. ಇಪ್ಪತ್ತು ಸಾವಿರ. ಎಲ್ಲ ಸ್ಟಾಂಡರ್ಡ್ ರೇಟು. ಹೆಚ್ಚು ಕಡಮೆ ಮಾಡುವ ಅಧಿಕಾರ ನನಗಿಲ್ಲ,' ಎಂದ. ಹತ್ತು ಸಾವಿರ ಮುಂಗಡ ಕೊಟ್ಟುಬಂದೆ.

ನಾಲ್ಕು ದಿನದಲ್ಲಿ ಅವರು ಇಷ್ಟು ಮಾಹಿತಿ ತಂದುಕೊಟ್ಟರು: ಜಯಕುಮಾರ ಕುಮಾರಾ ಪಾರ್ಕ್ ಸರ್ಪಮಾರ್ಗದಲ್ಲಿರುವ ಮುರುಗ ಅಪಾರ್ಟ್‌ಮೆಂಟಿನ ಎರಡನೆ ಮಹಡಿಯಲ್ಲಿ ಎರಡು ಶಯನಕೋಣೆಗಳ ಫ್ಲ್ಯಾಟನ್ನು ತಿಂಗಳಿಗೆ ಹತ್ತು ಸಾವಿರದಂತೆ ಬಾಡಿಗೆ ಹಿಡಿದಿದ್ದಾನೆ. ಅವನ ಅಂಗವಿಕಲೆ ಮಗಳು. ದ್ಯಾವಕ್ಕ ಎಂಬ ಸಹಾಯಕಿ ಜೊತೆಗಿದ್ದಾಳೆ. ಜಯಕುಮಾರನ ತಾಯಿ ರಾಜಮ್ಮ ಎಂಬ ಮುದುಕಿ ಹತ್ತು ದಿನದ ಹಿಂದೆ ಬಂದು ಮೊಮ್ಮಗಳು ಮತ್ತು ದ್ಯಾವಕ್ಕನ ಜೊತೆ ಇದ್ದಾಳೆ. ಸುಮಾರು ಎಂಭತ್ತು ವರ್ಷ. ತಲೆ ತುಂಬ ದಟ್ಟ ಬಿಳಿಕೂದಲು. ಕುಗ್ಗಿದ ಶರೀರ. ಬಿಳಿಸೀರೆ. ಮನೆಯಲ್ಲಿ ಟೆಲಿಫೋನ್ ಇಲ್ಲ. ಹೆಚ್ಚಿನ ಮಾಹಿತಿ ಬೇಕಾದರೆ ನಮ್ಮ ಕಛೇರಿಯನ್ನು ಮತ್ತೆ ಸಂಪರ್ಕಿಸಿ. ಓ, ಅವಳೇ. ಈ ದ್ಯಾವಕ್ಕನೇ ನನ್ನ ಮನೆ ತೋರಿಸಿದಾಳೆ. ನನ್ನ ಹಿನ್ನೆಲೆ ಹೇಳಿದಾಳೆ. ಮಾನಮರ್ಯಾದೆ ಇಲ್ಲದ ಜಯಕುಮಾರನ ಮದುವೆ, ಮಗು ಹುಟ್ಟಿದ ತಿಂಗಳುಗಳ ವಿವರಗಳನ್ನ ಮುದುಕಿಗೆ ಹೇಳಿದಾಳೆ. ಆಮೇಲೆ ಕೂಡ ಪ್ರಭಾಕರ ಮನೆಗೆ ಬಂದು ಹೋಗುತ್ತಿದ್ದುದನ್ನು ಗಮನಿಸಿದ್ದಾಳೆಯೆ? ಕಾವಲು ಕಾದಿದ್ದಾಳೆಯೆ? ಕಾದಿದ್ದರೆ ತನ್ನ ದಣಿಗೆ ಹೇಳಿಲ್ಲವೆ? ಎಂಬ ಹಲವಾರು ಸಂಶಯಗಳು ಮನಸ್ಸನ್ನು ಸುತ್ತಿಕೊಳ್ಳತೊಡಗಿದವು. ಇವೆಲ್ಲ ಗೊತ್ತಿದ್ದರೆ ಅವನು ವಿಚ್ಛೇದನ ಸಂದರ್ಭದಲ್ಲಿ ಕೋರ್ಟಿನಲ್ಲಿ ಯಾಕೆ ಹೇಳಲಿಲ್ಲ? ಇವು ಕೋರ್ಟಿನಲ್ಲಿ ಸಾಬೀತುಪಡಿಸುವಷ್ಟು ಸಾಕ್ಷ್ಯಾಧಾರ ವಾಗುವುದಿಲ್ಲ ಅಂತ ಅವನ ಲಾಯರು ಹೇಳಿರಬಹುದೆ? ಎಂಬ ಸ್ವೀಕಾರ ನಿರಾಕರಣೆ ಗಳೆರಡಕ್ಕೂ ಖಚಿತವಲ್ಲದ ಅನುಮಾನಗಳು ತಲೆ ತಿನ್ನತೊಡಗಿದವು. ಆದರೆ ಈ ಮುದುಕಿ ರಕ್ತಪರೀಕ್ಷೆಯ ಮಾತನ್ನು ಅಷ್ಟು ಖಚಿತವಾಗಿ ಹೇಳಿತಲ್ಲ?

ತೇಜು ಯಾರ ಮಗು ಅನ್ನುವುದನ್ನು ನನಗೆ ನಾನೇ ಖಚಿತಪಡಿಸಿಕೊಳ್ಳಬೇಕೆಂಬ ಒತ್ತಡ ಶುರುವಾಯಿತು. ಅವನ ಮುಖವನ್ನು ಗಮನಿಸತೊಡಗಿದೆ. ಜಯಕುಮಾರನದನ್ನು ಹೋಲುತ್ತೆಯೆ? ಮೂಗಿನ ತುದಿ, ಹಣೆಗಳಲ್ಲಿ? ಹೌದೇ ಹೌದು ಅನ್ನುವಂತಿಲ್ಲ. ಕಣ್ಣುಗಳು ಪ್ರಭಾಕರನಂತೆಯೆ? ಅದೂ ಹೇಳುವಂತಿಲ್ಲ. ನನ್ನಂತೆಯೆ? ತಿಳಿಯುವುದಿಲ್ಲ. ತಾಯಿಯ ಅಥವಾ ತಂದೆಯ ಕಡೆಯ ಅದೆಷ್ಟೋ ತಲೆಮಾರಿನ ಯಾರ ಯಾರದೋ ಚಹರೆಗಳು ಅಥವಾ ಚಹರೆಗಳ ಮಿಶ್ರಣಗಳು ಮಕ್ಕಳಲ್ಲಿ ಕಾಣಿಸಿಕೊಳ್ಳುತ್ತವೆಂದು ಓದಿದ್ದ ನೆನಪಾಯಿತು. ರಕ್ತಪರೀಕ್ಷೆಯೊಂದೇ ಖಚಿತ ಪ್ರಮಾಣ. ಅವನು ಮಗುವನ್ನು ರಕ್ತಪರೀಕ್ಷೆಗೆ ಒಳಪಡಿಸಿ ಅದು ತನ್ನದಲ್ಲ ಅಂತ ಸಿದ್ಧ ಮಾಡಬಹುದು. ಹಾಗಂತ ಅವನು ಜೈಲಿನಿಂದ ಬಂದು ಈ ಮುದುಕಿ ಹೇಳಿಕೊಟ್ಟು ಅವನು ಹೊಸದಾಗಿ ಕೋರ್ಟಿಗೆ ಅರ್ಜಿ ಹಾಕಿ ಕೋರ್ಟು

ಈ ಪರೀಕ್ಷೆಗೆ ಅನುಮತಿಕೊಟ್ಟು, ಅಷ್ಟು ಸುಲಭದ ಕಲಾಪಗಳಲ್ಲ, ಎಂಬ ಧೈರ್ಯವಾಗುತ್ತಿದೆ. ಅಕಸ್ಮಾತ್ ಅವನು ರೊಚ್ಚಿನಿಂದ ಮುನ್ನುಗ್ಗಿದರೆ? ಚೀಟಿಂಗ್ ಕೇಸು ಹೊರೆಸಿ, ನೋ. ಚಿತ್ರಾಮೇಡಂ ಹತ್ತಿರ ಹೋದರೆ ನನ್ನನ್ನು ಸಂಶಯದಿಂದ ನೋಡಬಹುದು. ನನ್ನ ವಿರುದ್ಧವೇ ತಿರುಗಬಹುದು. ಮಹಿಳೆಯ ಇಂಥ ಲೈಂಗಿಕ ಸ್ವಾತಂತ್ರ್ಯದ ಬಗೆಗೆ, ಒಬ್ಬನ ಬಸಿರನ್ನು ಹೊತ್ತಿರುವಾಗಲೇ ಇನ್ನೊಬ್ಬನನ್ನು ಒತ್ತಾಯದ ಮದುವೆಗೆ ಸಿಕ್ಕಿಸುವುದು ಅನ್ಯಾಯ ಅಂತ, ಭಾವಿಸಬಹುದು. ಅವನಾಗಿಯೇ ಕೇಸು ಹಾಕುವ ತನಕ ಕಾಯದೆ ಬೇರೆ ದಾರಿ ಇಲ್ಲ ಎಂಬ ಅಪರಿಹಾರ್ಯತೆ ಅಗತುಕೊಳ್ಳುತ್ತಿತ್ತು.

ಎರಡು ದಿನದ ನಂತರ ಒಂದು ಪರಿಹಾರ ಕಾಣಿಸಿತು. ಪ್ರಭಾಕರ ಮತ್ತು ತೇಜುವಿನ ರಕ್ತಪರೀಕ್ಷೆ ಮಾಡಿಸಿ, ಇದು ಅವನದಲ್ಲ ಅಂತ ಫಲಿತಾಂಶ ಬಂದರೂ ನನಗೆ ಸಮಸ್ಯೆ ಇರುಲ್ಲ. ಅಕಸ್ಮಾತ್ ಅವನದೇ ಅಂತ ಗೊತ್ತಾದರೆ? ಎಂಬ ಅನುಮಾನ ಹುಟ್ಟಿದರೂ ಅದು ಸಾವಿರದಲ್ಲೊಂದು ಅಂಶ ಎಂಬ ಹಳೆಯ ಲೆಕ್ಕ ಮರುಕಳಿಸಿತು. ಆದರೆ ಪ್ರಭಾಕರ ಈ ಪರೀಕ್ಷೆಗೆ ಒಪ್ಪಾನೆಯೆ? ಅಲ್ಲ ಅನ್ನೂದ ಖಚಿತಪಡಿಸುಕ್ಕಷ್ಟೇ ಈ ಪರೀಕ್ಷೆ ಅಂತ ಎಷ್ಟು ಹೇಳಿದರೂ ಅವನು ಒಪ್ಪುಲ್ಲ. ಈಗಾಗಲೆ ಮುನಿಸಿಕೊಂಡಿದಾನೆ, ಅವನ ಮುನಿಸನ್ನು ಹೋಗಲಾಡಿಸಿ ಆಮೇಲೆ ಈ ಪ್ರಸ್ತಾಪಕ್ಕೆ ಒಪ್ಪಿಸೂದು ಕಷ್ಟ ಎನ್ನಿಸಿದರೂ ನನ್ನ ತಳಮಳ ಶಮನವಾಗಬೇಕಾದರೆ ಇದೊಂದೇ ದಾರಿ ಎನ್ನಿಸಿತು.

ಫೋನು ಮಾಡಿದರೆ ಬಿಸಿ ಅಂತ ಹೇಳಿ ತಕ್ಷಣ ಸಂಪರ್ಕ ಕಡಿದುಬಿಡ್ತಾನೆ. ಮೀಟಿಂಗಿನಲ್ಲಿದೀನಿ ಅಂತಾನೆ. ಅಲ್ಲಿ ಯಾರೂ ಇಲ್ಲದಿದ್ದರೆ ವೈ ಡುಯು ಡಿಸ್ಟರ್ಬ್ ಮಿ ಅಂತ ಕೋಪದಿಂದ ಕೇಳಿ ಕಟ್ ಎಂದು ಕೆಳಗಿಟ್ಟುಬಿಡ್ತಾನೆ. ಒಂದು ದಿನ ನಾನೇ ಅವನ ಆಫೀಸಿಗೆ ಹೋದೆ. ಪಿ.ಎ.ಗಾಗಲಿ ದ್ವಾರಪಾಲಕನಿಗಾಗಲಿ ಏನೂ ಹೇಳದೆ ಬಾಗಿಲು ನೂಕಿಕೊಂಡು ಒಳಗೆ ನುಗ್ಗಿದೆ. ಅವನು ಯಾರೋ ಇಬ್ಬರು ಸಂದರ್ಶಕರೊಡನೆ, ಇಬ್ಬರೂ ಗಂಡಸರು, ಮಾತನಾಡ್ತಿದ್ದ. ಇತ್ತ ತಿರುಗಿ ನನ್ನನ್ನು ನೋಡಿದ ಅವನ ಮುಖ ಬಣ್ಣಗೆಟ್ಟಿತು. ನಾನು ಸುಮ್ಮನೆ ದೃಢವಾಗಿ ನಿಂತೆ. ಅಸಹನೆ ತೋರಿಸಿದರೆ ನಾನು ಸಂದರ್ಶಕರ ಎದುರಿಗೇ ಎದುರುತ್ತರ ಕೊಡುತ್ತೇನೆ ಎಂಬ ಎಚ್ಚರದಿಂದ ಆ ದೊಡ್ಡ ಕೋಣೆಯ ಗೋಡೆಯ ಹತ್ತಿರ ಸಾಲಾಗಿ ಇರಿಸಿದ್ದ ಕುರ್ಚಿಗಳ ಕಡೆಗೆ ಕೈ ತೋರಿಸಿ ತಾನು ಸ್ವಲ್ಪವೂ ವಿಚಲಿತನಾಗಿಲ್ಲವೆಂಬಂತೆ ಸಂದರ್ಶಕರ ಎದುರಿಗೆ ನಟಿಸುತ್ತ ಮಾತನ್ನು ಮುಂದುವರೆಸಿದನಾದರೂ ಅವರನ್ನು ಬೇಗ ಕಳಿಸಿದ. ಅನಂತರ ನಾನೇ ಎದ್ದು ಹೋಗಿ ಅವನ ಎದುರಿಗೆ ಕುಳಿತೆ.

'ಆಫೀಸಿಗೆ ಯಾಕೆ ಬಂದೆ?' ಅವನು ರೋಫ್ ಹಾಕಿದ.

'ಫೋನು ಮಾಡಿದರೆ ಯಾಕೆ ತಪ್ಪಿಸಿಕೊತ್ತೀಯ?'

'ನನ್ನ ಮೇಲೆ ಬೆದರಿಕೆ ಹಾಕ್ತಿದೀಯ.'

'ಮದುವೆಯಾಗ್ತೀನಿ ಅಂತ ನೀನೇ ಬಂದರೂ ನನಗೆ ಬ್ಯಾಡ. ಆದರೆ ಮನೆಗೆ ಬಾ. ಒಂದು ವಿಷಯ ಮಾತಾಡಬೇಕು. ಬರದೆ ಇದ್ದರೆ ನಾನೇ ಇಲ್ಲಿಗೆ ಬರ್ತೀನಿ. ನನಗೆ ತಡೆ ಹಾಕುಕ್ಕೆ ನಿನಗೂ ಆಗುಲ್ಲ, ನಿನ್ನ ಇಲಾಖೆಯ ಸೆಕ್ರೆಟರಿಗೂ ಆಗುಲ್ಲ. ಸರ್ಕಾರದ ಮುಖ್ಯ

ಕಾರ್ಯದರ್ಶಿಗೂ ಆಗುಲ್ಲ.'

ಅವನ ಕಣ್ಣಿನ ಗುಡ್ಡೆಗಳು ಮರಳಲು ಶುರುವಾದವು. 'ನಿನಗೇನೂ ತೊಂದರೆ ಮಾಡುಲ್ಲ. ಬೆದರಿಕೆ ಹಾಕ್ತಿಲ್ಲ. ಸುಮ್ಮನೆ ಬಾ,' ಎಂದೆ.

'ನಾಳೆ ಸಂಜೆ, ಆರುಗಂಟೆಗೆ,' ಎಂದ. ನನ್ನನ್ನು ಸಾಗಹಾಕಲು ಸುಳ್ಳು ಹೇಳ್ತಿಲ್ಲ ಎಂದು ನನಗೆ ಅನ್ನಿಸಿತು. ಎದ್ದು ಹೊರಗೆ ಬಂದೆ.

೫

ಮರು ಸಂಜೆ ಅವನು ಐದೂವರೆಗೇ ಬಂದ. ನಾನು ತೇಜುವನ್ನು ಅಮ್ಮನ ಫ್ಲ್ಯಾಟಿನಲ್ಲಿ ಬಿಟ್ಟು ಬಂದಿದ್ದೆ. ಆದರೂ ಅವನು ಶಯನಕೋಣೆಗೆ ನಡೆಯದೆ ಲೌಂಜಿನ ಸೋಫದ ಮೇಲೆ ಕುಳಿತ. ಅವನು ಉಪೇಕ್ಷೆ ತೋರಿಸುವಾಗ ನಾನು ಯಾಕೆ ಬಗ್ಗಲಿ ಎಂಬ ಆತ್ಮಗೌರವ ನನಗೂ ಬಂತು. ಎದುರಿನ ಒಂಟಿ ಸೋಫದ ಮೇಲೆ ಕುಳಿತೆ. ಅವನು ನನ್ನ ಮುಖವನ್ನೇ ನೋಡತೊಡಗಿದ. ನಾನು ಮಾತನಾಡಲಿಲ್ಲ. ಈಗ ಅವನು ಆರಂಭಿಸಿದ: 'ಏನು ಹೇಳು.'

'ಹೀಗಾ ಮಾತು ಶುರುಮಾಡೂದು?' ನಾನು ಕೇಳಿದೆ.

'ನೀನು ಮೌನವಾಗಿ ಮುಖ ದಿಟ್ಟಿಸುತ್ತಾ ಕೂತೆಯಲ್ಲ,' ಎಂದ.

'ಮದುವೆಯಾಗ್ತೀನಿ ಅಂತ ನೀನೇ ಬಂದರೂ ನನಗೆ ಬ್ಯಾಡ ಅಂತ ನೆನ್ನೆಯೇ ಹೇಳಿದೀನಿ. ಹೆದರಿಕೊಬ್ಯಾಡ. ಒಂದು ಸಮಸ್ಯೆ ಮನಬಿಚ್ಚಿ ಹೇಳ್ತೀನಿ. ನಿನ್ನನ್ನ ಸಿಕ್ಕಿಸಿಹಾಕುವ ಯಾವ ಅಂಶವೂ ಇಲ್ಲ.' ಎಂದು ಆ ಮುದುಕಿ ಬಂದು ಆಡಿದ ಮಾತನ್ನು ಹೇಳಿ, 'ಇದರ ನಿಜ ಪತ್ತೆ ಮಾಡಿಕೊಬೇಕು ಅಂತ ನನ್ನ ಮನಸ್ಸು ತುಡೀತಿದೆ. ಜಯಕುಮಾರನ ಮೂಲಕ ಸಾಧ್ಯವಿಲ್ಲ. ತೇಜು ನಿನ್ನದಲ್ಲ ಅಂತ ಆದರೆ ಜಯಕುಮಾರನದು ಅಂತ ತನಗೆ ತಾನೆ ಖಾತ್ರಿಯಾಗುತ್ತೆ.'

ಅವನು ನನ್ನ ಮಾತುಗಳನ್ನು ಗಮನವಿಟ್ಟು ಕೇಳಿಕೊಳ್ಳುತ್ತಿದ್ದ. ನಾನು ಮುಗಿಸಿದ ತಕ್ಷಣ, 'ನಮ್ಮದು ಮಿಸ್ ಫೈರ್ ಆಗಿರುವ ಸಾಧ್ಯತೆ ಸಾವಿರಕ್ಕೊಂದೂ ಇಲ್ಲ ಅಂತ ನಿನಗೇ ಗೊತ್ತಿದೆ.'

'ಅದನ್ನೇ ನಾನು ಖಾತ್ರಿ ಮಾಡಿಕೊಬೇಕು ಅಂತಿರೂದು.'

'ಮಂಗಳಾ, ನಾನು ಫ್ರ್ಯಾಂಕ್ ಆಗಿ ಒಂದು ಮಾತು ಇವತ್ತು ಹೇಳ್ತೀನಿ. ನನ್ನ ಜೊತೆ ಸಂಪರ್ಕವಿದ್ದಾಗಲೆ ನೀನು ಜಯಕುಮಾರನನ್ನ ಕೂಡಿದೆ. ಅವನಿಗೆ ಬಸುರಾದೆ. ಅವನನ್ನ ಮದುವೆಯಾದೆ. ನನ್ನಿಂದ ಆ ಒಳಗಿಂದನ್ನ ಮುಚ್ಚಿಟ್ಟೆ. ಆದರೂ ನಾನು ಅದನ್ನೆಲ್ಲ ಕೆದಕಿ ಕೇಳಲಿಲ್ಲ. ಮತ್ತೆ ನೀನು ನನ್ನ ಸ್ನೇಹ ಬಯಸಿದಾಗ ನಿನ್ನ ಮನಸ್ಸನ್ನ ನೋಯಿಸದೆ ಒಂದೂ ಒರಟು ಮಾತಾಡದೆ ನಾನು ಹತ್ತಿರ ಬಂದೆ. ರೈಟ್? ಜಯಕುಮಾರ

ನಿಂದ ಡೈವರ್ಸ್ ಪಡೆಯುವ ಸಂದರ್ಭದಲ್ಲೂ ನಾನು ನಿನ್ನ ಭೇಟಿಯನ್ನ ತಪ್ಪಿಸಲಿಲ್ಲ. ಅನಂತರವೂ ತಪ್ಪಿಸಿಲ್ಲ. ಅಷ್ಟು ದೊಡ್ಡ ಉದ್ಯಮ ನಡೆಸುವ ಅವನು ನಮ್ಮ ಹಿಂದೆ ಒಬ್ಬ ಪತ್ತೇದಾರನನ್ನ ಬಿಡುಲ್ಲ ಅಂತ ಯಾವ ಖಾತ್ರಿ ಇತ್ತು? ನಾನೊಬ್ಬ ಸರ್ಕಾರಿ ನೌಕರ. ನಿನಗಾಗಿ ಎಂಥ ರಿಸ್ಕ್ ತಗೊಂಡಿದೀನಿ ಗೊತ್ತಾ? ನನ್ನ ಸಂಸಾರ, ಹೆಂಡತಿ ಮಕ್ಕಳನ್ನ ಬಿಟ್ಟು ಬಾ ಅಂತ ವರಾತ ಮಾಡ್ತಿದೀಯ. ಈಗ ರಕ್ತಪರೀಕ್ಷೆ. ಈ ಪರೀಕ್ಷೆಯ ಆಧಾರವೇನು? ಯಾವ ನ್ಯಾಯಾಲಯದ ಆದೇಶದ ಮೇಲೆ ಇದನ್ನ ಮಾಡ್ತಿದೀನಿ ಅಂತ ಡಾಕ್ಟರು ದಾಖಲೆ ಬರೆಯಬೇಕಲ್ಲವೆ? ನನ್ನನ್ನ ನಿನ್ನ ಮಗನ ಅಪ್ಪ ಅನ್ನಿಸುಕ್ಕೆ ಹೊರಟಿದೀಯಾ?'

'ಕೋರ್ಟು ಕಛೇರಿಯ ಆದೇಶವಿಲ್ಲದೆಯೇ ನಿನ್ನ ಹೆಸರೂ ನಮೂದಾಗದೆ ಖಾಸಗಿ ಡಾಕ್ಟರ ಕೈಲಿ ಮಾಡಿಸುಕ್ಕಾಗುಲ್ಲವೆ? ಒಂದಿಷ್ಟು ಜಾಸ್ತಿ ದುಡ್ಡು ಕೊಟ್ಟರೆ ಸರಿ.'

'ಆ ಎಲ್ಲ ರಿಸ್ಕ್ ನನಗೆ ಸಾಧ್ಯವಿಲ್ಲ. ನೆನ್ನೆಯಿಂದ ನಾನು ಯೋಚನೆ ಮಾಡಿದೀನಿ. ನನ್ನ ಆಫೀಸಿಗೆ ನುಗ್ಗಿಬಂದೆಯಲ್ಲ, ಹಾಗೆ ನೀನು ನನ್ನ ಮನೆಗೂ ನುಗ್ಗಿಬರಬಹುದು. ಹೆಂಡತಿ ಮಕ್ಕಳ ಎದುರಿಗೂ ಭಾನಗಡಿ ಮಾಡಬಹುದು. ನನ್ನನ್ನ, ನನ್ನ ಕುಟುಂಬವನ್ನ ಕಾಪಾಡಿಕಳ್ಳೂ ವಿಧಾನ ನನಗೆ ಗೊತ್ತಿದೆ. ಪ್ರೀತಿ ಪ್ರೀತಿಯಾಗಿದ್ದರೆ ಸರಿ, ಎಷ್ಟು ದಿನವಾದರೂ ಉಳಿಯುತ್ತೆ. ಹದ್ದು ಮೀರಿದರೆ ಹರಿದುಹೋಗುತ್ತೆ. ಗುಡ್ ಬೈ.' ಎಂದು ಮೊದಲೇ ಬರೆದು ಬಾಯಿಪಾಠ ಮಾಡಿಕೊಂಡು ಬಂದಂತಿದ್ದ ವಾಕ್ಯಗಳನ್ನು ಹೇಳಿ ಮೇಲೆ ಎದ್ದ.

ಕಟುಕ, ಸ್ವಾರ್ಥಿ, ನಟ, ವಿಟ, ಎಂಬ ಶಬ್ದಗಳು ನನ್ನ ಮನಸ್ಸಿನಲ್ಲಿ ಮೂಡಿ ತಿರುವ ತೊಡಗಿದವು. ಈ ಲೋಫ಼ರ್‌ಗೆ ಏನಾದರೂ ಮಾಡಿ ಬುದ್ಧಿ ಕಲಿಸಲೇಬೇಕು, ಇವನ ಕುಟುಂಬವಂತೆ, ಕಾಪಾಡಿಕಳ್ಳೂ ವಿಧಾನವಂತೆ. ನನ್ನದು ಸ್ನೇಹವಂತೆ. ನನ್ನನ್ನೊಬ್ಬಳು ಕೀಪ್ ಅನ್ನುವ ಭಾವನೇಲೇ ಇದ್ದ, ಎಲ್ಲೂ ಯಾವ ವಿಷಯದಲ್ಲೂ ಸಿಕ್ಕಿಕೊಳ್ಳದೆ ಎಚ್ಚರದಲ್ಲಿ. ಬುದ್ಧಿ ಕಲಿಸುವ ದಾರಿ ಹೊಳೆಯುತ್ತಿಲ್ಲ. ಒದ್ದಾಡುವಂತಾಯಿತು.

ಅಧ್ಯಾಯ ೧೭

೧

ಸ್ವೀಟಿ ಹಾಸ್ಟೇಲಿಗೆ ಹೋದದ್ದು ಇಳಾಳಲ್ಲಿ ಮಿಶ್ರಭಾವನೆಗಳನ್ನುಂಟುಮಾಡಿತು.

'ಮಮ್, ನಾನು ಹಾಸ್ಟೆಲಿಗೆ ಹೋಗ್ತೀನಿ. ಸೀಟುಸಿಕ್ಕಿದೆ' ಅಂದಳು.

'ಸಿಕ್ಕಿದೆ ಅಂದರೆ ನೀನು ಕೇಳಿದೆ, ನಿನ್ನ ಜೊತೆ ಪಾಲಕರು ಪ್ರಿನ್ಸಿಪಾಲರಿಗೆ ಕೋರಿಕೆ ಸಲ್ಲಿಸಿದಾರೆ. ನನಗೆ ಹೇಳದೆ ಕೇಳದೆ ಏನೆಲ್ಲ ಕಾರುಬಾರು ನಿಂದು?' ಎಂದದ್ದಕ್ಕೆ,

'ಮಮ್. ನನ್ನ ಫೀಜು ಪುಸ್ತಕ ಬಟ್ಟೆಬರೆ ಅಲ್ಲದೆ ಅನ್ನ ವಸತಿಗಳಿಗೂ ಮೇಲು ಖರ್ಚಿಗೂ ಮೊದಲಿನಿಂದ ಕೊಡ್ತಿರೋರ ಅನುಮತಿ ಪಡೆದಿದೀನಿ.'

'ಯಾಕೆ ಹೋಗಬೇಕು? ಇಲ್ಲಿ ನಿನ್ನ ಯಾವ ಸ್ವಾತಂತ್ರ್ಯಕ್ಕೆ ನಾನು ಅಡ್ಡಿಮಾಡಿದೀನಿ?'

'ನನಗೆ ಯಾವ ಸ್ವಾತಂತ್ರ್ಯವೂ ಬ್ಯಾಡ ಅಂತಲೇ ಹಾಸ್ಟೆಲಿಗೆ ಹೋಗ್ತಿರೂದು,' ಅಂದಳು.

ಮಕ್ಕಳು ದಂಗೆ ಏಳುವ ವಯಸ್ಸು ಇದು. ದಂಗೆ ಏಳದಿದ್ದರೆ ಸ್ವತಂತ್ರರಾಗುಲ್ಲ. ವ್ಯಕ್ತಿತ್ವ ಬೆಳೆಯುಲ್ಲ ಎಂಬ ಸಮಾಧಾನ ಬರಿಸಿಕೊಂಡರೂ ಅವಳು ಹೋದರೀತಿ ಮಾತ್ರ ಬೇಸರವುಂಟು ಮಾಡ್ತಿದೆ. ಹೋಗ್ತೀನಿ ಅಂದಳು. ಯಾವತ್ತು ಅಂತ ಹೇಳಿರಲಿಲ್ಲ. ಮರುದಿನ ಸಂಜೆ ಮನೆಗೆ ಬಂದಾಗ ಅಡುಗೆಯ ಚನ್ನಪ್ಪ, 'ಪುಟ್ಟಮ್ಮಾರು ಒಂದು ಅಂಬ್ಯಾಸಡರ್ ಟ್ಯಾಕ್ಸಿ ತಂದಿದ್ದರು. ಅವರ ಬಟ್ಟೆಬರೆ ಪುಸ್ತಕ ಎಲ್ಲ ಹಾಕ್ಕೊಂಡು ಹೋದರು. ಇದೇನು ಹಿಂಗೆ? ಅಂತ ನಾನು ಕೇಳಿದೆ. ಅಮ್ಮಾವರಿಗೆ ಎಲ್ಲಾ ಗೊತ್ತೈತೆ ಅಂದರು,' ಎಂದ.

ಹೋಗಿಬರ್ತೀನಿ ಎನ್ನುವ ಸೌಜನ್ಯವನ್ನೂ ತೋರದೆ ಹೋಗಿಬಿಟ್ಟಳು ಎಂದುಕೊಳ್ಳು ತ್ತಿರುವಾಗ ದೊರೆರಾಜ ಇಲ್ಲಿ ಬರೂದು ಅವಳಿಗೆ ಇಷ್ಟವಿರಲಿಲ್ಲ. ಅದಕ್ಕೆ ಬಂಡಾಯ ಅನ್ನೂ ಹಾಗೆ ಹೋದಳೆ? ಎಂಬ ಅನುಮಾನ ಹುಟ್ಟಿತು. ಅವಳು ತುಂಬ ಪೊಸೆಸಿವ್. ಮಮ್ ತನ್ನೊಬ್ಬಳಿಗೇ ಇರಬೇಕು ಅನ್ನುವಂಥ ಎಕ್ಸ್‌ಕ್ಲುಸಿವ್‌ನೆಸ್. ಗಾಢವಾದ ಪ್ರೀತಿ ಇದ್ದರೆ ಹಾಗೆಯೇ. ಆದರೆ ಬಾಯ್‌ಫ್ರೆಂಡ್ ಮೇಲಿನ ಪ್ರೀತಿಯು ಮಗಳ ಮೇಲಿನ ಪ್ರೀತಿಯನ್ನು ಕಡಮೆ ಮಾಡುಲ್ಲ; ಅದೇ ಬೇರೆ ಇದೇ ಬೇರೆ ಅನ್ನುವ ತಿಳಿವಳಿಕೆ ಬೆಳೆದಿಲ್ಲ. ನಾನೂ ಬಿಡಿಸಿ ಹೇಳಲಿಲ್ಲ. ಅವಳು ಹೀಗೆ ಮಾಡ್ತಾಳೆ ಅಂತ ನನಗಾದರೂ ಹ್ಯಾಗೆ

ಹೊಳೀಬೇಕು? ನೀನು ಬಾಯ್‌ಫ್ರೆಂಡ್ ಮಾಡ್ಕಂಡರೂ ನನ್ನ ಮೇಲಿನ ಪ್ರೀತಿ ಕಡಮೆ ಯಾಗುಲ್ಲ ಸ್ವೀಟಿ, ನಾನು ಜಲಸ್ ಆಗುಲ್ಲ ಅಂತ ಒಂದು ದಿನ ಬಿಡಿಸಿ ಹೇಳಬೇಕು ಎಂದುಕೊಂಡಳು. ಅವಳು ಈ ತೋಟಕ್ಕೆ ಬರದೆ ಹೋದರೆ? ಎಂಬ ಆತಂಕ ಮೂಡಿತು. ಬರದೆ ಇದ್ದರೆ ನಾನೇ ಹಾಸ್ಟೆಲಿಗೆ ಹೋಗಿ ಎಲ್ಲಾದರೂ ಕರಕಂಡು ಹೋಗಿ ಇವನ್ನೆಲ್ಲ ಎಕ್ಸ್‌ಪ್ಲೇನ್ ಮಾಡಬೇಕು. ಗೊಡ್ಡು ಸಂಪ್ರದಾಯದಿಂದ ಹೊರ ಬಂದು ಆಧುನಿಕತೆಯನ್ನು ಆವಿಷ್ಕರಿಸುವಾಗ ತಾಳ್ಮೆಯಿಂದ ಅರ್ಥಮಾಡಿಕೊಳ್ಳಬೇಕು. ಮಕ್ಕಳಿಗೆ ಎಷ್ಟು ಬಿಡಿಸಿ ಬಿಡಿಸಿ ಹೇಳಿದರೂ ಕಡಮೆಯೇ ಎಂದುಕೊಂಡಳು.

ಈ ತೋಟದಲ್ಲಿ ಈ ಒಂಟಿಮನೆಯಲ್ಲಿ ಒಬ್ಬಳೇ ಇರಲು ಬೇಸರವಾಗುತ್ತಿದೆ. ಎಷ್ಟು ಓದಿದರೂ ನಡುವೆ ಅರ್ಧಗಂಟೆಯಾದರೂ ಮಾತಿಗೆ ಯಾರಾದರೂ ಬೇಕು ಎನ್ನಿಸುತ್ತದೆ. ಸ್ವೀಟಿ ಇದ್ದಾಗ ಹೆಚ್ಚು ಮಾತನಾಡದಿದ್ದರೂ ಜೊತೆಗೊಬ್ಬಳಿದಾಳೆಂಬ ಭಾವನೆಯೇ ಬೇಸರಕ್ಕೆ ಆಸ್ಪದ ಕೊಡುತ್ತಿರಲಿಲ್ಲ.

೨

ಮೂರು ತಿಂಗಳು ಕಳೆದಿತ್ತು. ಒಂದು ಭಾನುವಾರ ಬೆಳಗ್ಗೆ ಹತ್ತುಗಂಟೆಯ ಸಮಯದಲ್ಲಿ ಅವಳು ತಲೆಗೆ ಶಾಂಪೂ ಹಾಕಿ ಸ್ನಾನ ಮಾಡಿ ಡ್ರೈಯರ್‌ನಿಂದ ಕೂದಲನ್ನು ಒಣಗಿಸಿ ಕೊಳ್ಳುತ್ತಿದ್ದಳು. ಮನೆಯ ಹೊರಗೆ ಕಾರು ಬಂದು ನಿಂತ ಶಬ್ದವಾಯಿತು. ಕಾರಿನ ಬಾಗಿಲು ತೆರೆದ, ಧಪ್ ಎಂದು ಮುಚ್ಚಿದ ಸದ್ದು ಸಹ. ರಾಜ ಇರಬಹುದು. ಭಾನುವಾರ ರಜೆ, ಇದ್ದಕ್ಕಿದ್ದಂತೆಯೇ ಬಂದಿದಾನೆ ತನಗೆ ಆಶ್ಚರ್ಯ ಉಂಟುಮಾಡಬೇಕೆಂತ. ಇಡೀ ಭಾನುವಾರದ ಬೇಸರ ಕಳೆಯುತ್ತೆ, ಜೊತೆಗೆ ಬೆಚ್ಚನೆಯ ಸುಖ ಎಂಬ ಕಲ್ಪನೆ ತೊಡಗಿ ಬಿಸಿನೀರಿನಲ್ಲಿ ಮಿಂದ ಮೈ ತನಗೆತಾನೆ ಇನ್ನಷ್ಟು ಬಿಸಿಯಾಯಿತು. ಸುಖದ ಸಖನನ್ನು ಎದುರುಗೊಳ್ಳಲೆಂಬಂತೆ ಬಾಗಿಲಿನ ತನಕ ಬಂದರೆ ಮನೆಯೊಳಗೆ ನುಗ್ಗುತ್ತಿದ್ದವಳು ಮುಖದಲ್ಲಿ ರಾಕ್ಷಸಿಯ ಕೋಪವನ್ನು ಉರಿಸುತ್ತಿದ್ದ, ತನಗಿಂತ ಸುಮಾರು ಹೆಚ್ಚು ವಯಸ್ಸಿನ, ವಯಸ್ಸು ಮತ್ತು ಸೊಂಪುಜೀವನದಿಂದ ಸ್ಥೂಲವಾದ ಶರೀರದ ಕಿವಿ ಮೂಗು ಕೊರಳು ಮೊಣಕೈಗಳಲ್ಲಿ ಬೆಳ್ಳಗೆ ರಾಚುವಂತೆ ಹೊಳೆಯುವ ವಜ್ರಾಭರಣಗಳ ಮೈಸೂರು ಮೃದು ರೇಶ್ಮೆ ಸೀರೆಯ ಹೆಂಗಸು. ಅವಾಕ್ಕಾಗಿ ನಿಂತ ಇವಳನ್ನು ಅವಳು ಏಕದಂ ಕೇಳಿದಳು: 'ನೀನೇ ಏನೇ ನನ್ನ ಗಂಡನ ಸೂಳೆ?'

ಅವಳ ಹಿಂದೆ ಸನ್ನಿವೇಶಕ್ಕೂ ತಮಗೂ ನೇರ ಸಂಬಂಧವಿಲ್ಲದಂತೆ ತಾವೇನಿದ್ದರೂ ಸಂಬಳದ ಗುಲಾಮರೆಂಬಂತೆ ನಿಂತ ಇಬ್ಬರು ಗಂಡಾಳುಗಳು.

'ಜವಾಬ್ ಕೊಡೆ ಸೂಳೆ. ಇಲ್ಲೇ ಬಂದು ಬೇರುಬಿಟ್ಟಿದೀಯ ನಿಮ್ಮಪ್ಪನ ಮನೆ ತ್ವಾಟ ಅನ್ನೊಹಂಗೆ.' ಅವಳು ಇನ್ನಷ್ಟು ಹತ್ತಿರ ಬಂದು ಬಲಗೈ ಮುಷ್ಟಿಯನ್ನು ಬಿಗಿಮಾಡಿ ಕೇಳಿದಳು.

'ಯಾರಮ್ಮಾ ನೀನು, ಏನ್ ಮಾತಾಡ್ತಿದೀಯಾ?' ಇವಳು ತುಸು ಧೈರ್ಯ ರೂಢಿಸಿಕೊಂಡಳು.

'ನಾನಾ? ನಿನ್ನ ಮಿಂಡನ ಕೈಲಿ ತಾಳಿ ಕಟ್ಟಿಸಿಕೊಂಡು ಅವನು ಕೇದು ಉಟ್ಟಿಸಿದ ಮಕ್ಕಳ ಹೆತ್ತು ಸಾಕಿದೋಳು. ಎಲ್ಲಿ ನಿನ್ನ ತಾಳಿ ತೋರ್ಸು,' ಎಂದ ಅವಳು ಇನ್ನಷ್ಟು ಹತ್ತಿರ ಬಂದಳು.

'ಯದ್ವಾತದ್ವಾ ಮಾತಾಡಿದರೆ ಪೋಲೀಸ್ ಕಂಪ್ಲೇಂಟ್ ಕೊಡ್ತೀನಿ. ಈ ಮನೇಲಿ ನಾನು ಬಾಡಿಗೆಗಿದೀನಿ. ಬಾಡಿಗೆ ಕರಾರು ಪತ್ರ ತೋರಿಸಬೇಕೇನು?' ಇವಳಿಗೆ ಇನ್ನಷ್ಟು ಧೈರ್ಯಬಂತು.

'ಹಾ ಹಾ ಹಾ ಸೂಳೆಮುಂಡೆ ಬಾಡಿಗೆಗವಳಂತೆ. ಒಂದು ಸಲ ಮಲೀಕಳಾಕ್ ಎಷ್ಟು ಬಾಡಿಗೆ ತಗಾತೀಯೆ? ಈ ಮನೆ ಖಾಲಿ ಮಾಡಿ ಓಗದೆ ಇದ್ರೆ ನಿನ್ನ ಬೆಂಗಳೂರು ಪ್ಯಾಟೆ ಬೀದೀಲಿ ನಿಲ್ಸಿ ಶಾಲೆ ಎಳೆದು ಬುಂಡಗೆ ಮಾಡ್ತೀನಿ' ಎಂದು ಹತ್ತಿರ ಬಂದು ಸರಿಯಾಗಿ ಗುಂಡಿ ಹಾಕಿಕೊಳ್ಳದೆ ಇದ್ದ ಇವಳ ನೈಟಿಯ ಎದೆಯ ಭಾಗಕ್ಕೆ ಕೈ ಹಾಕಿದಳು. ಅವಳು ಕರೆ ತಂದಿದ್ದ ಇಬ್ಬರು ಅಂಗರಕ್ಷಕರು ತಮ್ಮ ಒಡತಿಗೆ ಅಪಾಯವಾದರೆ ಮಾತ್ರ ಕಾರ್ಯಪ್ರವೃತ್ತರಾಗುವವರಂತೆ ದಕ್ಷ ಭಂಗಿಯಲ್ಲಿ ನಿಂತಿದ್ದರು.

ಇಳಾ ಕಂಪಿಸತೊಡಗಿದಳು. ಈಕೆ ದೇಹಶಕ್ತಿಯಲ್ಲಿ ತನಗಿಂತ ಮಿಗಿಲಾದವಳು, ಅಲ್ಲದೆ ಅವಳ ಹಿಂದೆ ಇಬ್ಬರು ಅಂಗರಕ್ಷಕರಿದ್ದಾರೆ. ತೋಟದಲ್ಲಿರುವ ಇತರ ಆಳುಗಳು ಕೂಡ ಅವಳ ವಿರುದ್ಧವಾಗಿ ತನ್ನ ಪರ ಬರುವುದಿಲ್ಲವೆಂಬ ಅರಿವಾಗಿ ತಕ್ಷಣ ಅವಳ ಕೈ ಮೇಲೆ ಒಂದು ಪೆಟ್ಟು ಹಾಕಿ ಬಿಡಿಸಿಕೊಂಡು ಹೊಸಲಿನ ಒಳಕ್ಕೆ ಓಡಿ ದಢಾರನೆ ಬಾಗಿಲನ್ನು ಮುಚ್ಚಿ ಒಳಗಿನಿಂದ ಅಗಳಿ ಜಡಿದಳು. ಓಡಿ ಹೋಗಿ ಹಿಂಬದಿಯ ಬಾಗಿಲನ್ನೂ ಹಾಕಿದಳು.

'ಹಾದರದ ಮುಂಡೆ ವಳಗೆ ಶೇರ್ಕಂಡ್ಲು. ವದ್ದು ಬಾಕಲ ಮುರೀರ್ಲಾ,' ಯಜಮಾಂತಿ ಹುಕುಂ ಮಾಡಿದಳು.

ಆದರೆ ಈ ಹುಕುಮ್ಮನ್ನು ಪಾಲಿಸಿದರೆ ಯಜಮಾನರ ಕೋಪಕ್ಕೆ ತುತ್ತಾಗುವ ಸಂಭವವಿರುವುದನ್ನು ಊಹಿಸಿದ ಅಂಗರಕ್ಷಕರು, 'ಇಷ್ಟೇ ಸಾಕು ಕಣ್ರಕ್ಕಾ ಅವಳೇ ಮುಚ್ಕಂಡ್ ಓಯ್ತಾಳೆ. ನಮಗೆ ಗೊತ್ತಿಲ್ವರಾ ಇಂತೋರ ಬ್ಯಾಳೆಕಾಳು' ಎಂದು ಸಮಾಧಾನ ಹೇಳಿದರು.

ತುಸುಹೊತ್ತಿನ ನಂತರ ಕಾರಿನ ಬಾಗಿಲುಗಳ ರಪ್ ರಪ್ ಮತ್ತು ಎಂಜಿನ್ ಚಾಲೂ ಆದ ಸದ್ದು ಮನೆಯ ಒಳಗಿದ್ದ ಇವಳಿಗೆ ಕೇಳಿಸಿತು.

೩

ಆ ರಾತ್ರಿಯೇ ಮಂತ್ರಿಪತ್ನಿಯು ಪತಿಯನ್ನು ಕೇಳಿದಳು: 'ಅದ್ಯಾವಳು ನಿಮ್ಮ ಸೂಳೆ ತ್ವಾಟದ ಮನೆಯಾಗೆ ಮಡೀಕಂಡಿರಾಳು?'

ಮಂತ್ರಿಗಳು ಹಗುರವಾಗಿ ಬೆಚ್ಚಿದರು. ಆದರೆ ಹೆಂಡತಿಯು ಇಂಥ ಸಂದರ್ಭಗಳಲ್ಲಿ ತನಿಖೆ ಮಾಡಿರುವುದು ಇದೇ ಮೊದಲಲ್ಲ. 'ನಾನು ತ್ವಾಟಕ್ಕೆ ಹೋಗಿ ಅವಳ ನೈಟಿ ಇಡ ಕಂಡು ಹೇಳಿಬಂದಿದೀನಿ ಮನೆ ಖಾಲಿ ಮಾಡದಿದ್ದರೆ ಎಳಕಂಡು ಓಗಿ ಬೆಂಗಳೂರು ಪ್ಯಾಟೆ ಬೀದೀಲಿ ನಿಲ್ಸಿ ಶಾಲೆ ಬಿಚ್ಚಿ ಬುಂಡಗೆ ಮಾಡ್ತೀನಿ ಅಂತ.'

'ಎಂಥ ಕೆಲ್ಸ ಮಾಡ್ದೆ ನೀನು. ಅವರು ದೊಡ್ಡ ವಿದ್ಯಾವಂತೆ. ಬಾಡಿಗೆಗೆ ಬೇಕು ಅಂದರು. ಆಳುಗಳ ಮೇಲೂ ನಿಗಾ ಮಡಗಿದ ಹಂಗಾಗುತ್ತೆ ಅಂತ ಕೊಟ್ಟಿದೀನಿ.'

'ಎಷ್ಟು ಬಾಡಿಗೆ?' ಆಕೆ ತನಿಖೆಯನ್ನು ಮುಂದುವರೆಸಿದಳು.

'ತಿಂಗಳಾ ಹತ್ತು ಸಾವಿರ. ಹತ್ತು ತಿಂಗಳ ಅಡ್ವಾನ್ಸು.' ಇಂಥ ಸಂದರ್ಭ ಬಂದರೆ ತಾನು ಕಾನೂನುಬದ್ಧ ಬಾಡಿಗೆದಾರಳೆಂದು ಸಾಧಿಸಬೇಕೆಂದು ತಾವಿಬ್ಬರೂ ಒಪ್ಪಿಗೆ ಮಾಡಿ ಕೊಂಡಿದ್ದುದು ಈಗ ಅವರ ನೆನಪಿಗೆ ಬಂತು.

'ನಾಳೀನೇ ಹ್ವಾಗಿ ಅವಳಿಗೆ ಒಂದು ಲಕ್ಷ ಬಿಸಾಕಿ ತ್ವಾಟ ಬಿಡಿಸಿ. ಇಲ್ಲದೆ ಇದ್ರೆ ನಾನೇ ಹ್ವಾಗಿ ಬಿಡುಸ್ತೀನಿ. ನನ್ನ ತಾವ ಜಾಸ್ತಿ ಮಾತು ಬ್ಯಾಡ.' ಆಕೆ ತೀರ್ಮಾನ ಹೇಳಿ ದಳು.

ಇವಳಿಗೆ ಹ್ಯಾಗೆ ಗೊತ್ತಾಯಿತು? ಮಂತ್ರಿಗಳು ರಾತ್ರಿ ಎಲ್ಲ ಆಲೋಚಿಸಿದರು. ಗೊತ್ತಾ ಗಿರುವುದರಲ್ಲಿ ಆಶ್ಚರ್ಯವಿಲ್ಲ. ಇತ್ತೀಚಿನ ವರ್ಷಗಳಲ್ಲಿ ಇವಳು ಆ ತೋಟದ ಕಡೆ ಹೋಗಿಲ್ಲ, ನಿಜ. ಆದರೆ ಒಂದೇ ಸಮನೆ ಒಬ್ಬ ಹೆಂಗಸು ಆ ಮನೆಯಲ್ಲಿದ್ದಾಳೆಂದರೆ ಆ ದಿಕ್ಕಿನಿಂದ ಬೀಸುವ ಗಾಳಿಯೇ ಸುದ್ದಿಯನ್ನು ತಂದು ಕಿವಿಯ ಮೇಲೆ ಹಾಕುತ್ತೆ. ಅವಳಿಗೆ ಎಷ್ಟು ಹೇಳಿದೆ, ಹಟಾನೇ ಮಾಡಿದಳು. ಬಿಡಿಸದೆ ಬೇರೆ ದಾರಿ ಇಲ್ಲ ಎಂಬ ಪರಿಹಾರಕ್ಕೆ ಬಂದರು.

ಮರುದಿನ ಅವರ ಕಛೇರಿಗೆ ಅವಳಿಂದ ಫೋನು ಬಂತು. 'ನೀವು ತಕ್ಷಣ ಬಂದು ನನ್ನನ್ನ ನೋಡಬೇಕು.' ಫೋನಿನಲ್ಲಿ ಮಾತನಾಡುವಾಗ ಪರಸ್ಪರ ಬಹುವಚನ ಬಳಸಬೇಕೆಂದು ಅವರು ಗ್ರಹಿಕೆ ಮಾಡಿಕೊಂಡಿದ್ದರು.

'ಇವತ್ತೆಲ್ಲ ನಾನು ತುಂಬ ಬಿಸ್ಸಿ,' ಇವರು ನಿಜವನ್ನೇ ಹೇಳಿದರು.

'ನಿಮಗೆ ಬಿಡುವಾಗೂ ಹೊತ್ತಿಗೆ ನಾನು ಸತ್ತಿರ್ತೀನಿ. ಅಥವಾ ನಾನೇ ನಿಮ್ಮ ಆಫೀ ಸಿಗೆ ಬರಲೋ? ಅರ್ಧಗಂಟೆ ಸಾಕು ಮಾತಾಡುಕ್ಕೆ.'

ಅವಳಿಗೆ ಅವರು ಇದುವರೆಗೆ ಒಂದು ಸಲವೂ ಆಫೀಸಿಗೆ ಬರಲು ಅವಕಾಶ ಕೊಟ್ಟಿರಲಿಲ್ಲ. ತಮ್ಮ ಇಲಾಖೆ ಮಾತ್ರವಲ್ಲ ಇಡೀ ವಿಧಾನಸೌಧದ ಪ್ರತಿಯೊಬ್ಬ ಜವಾನ ಗುಮಾಸ್ತ ಕೆಳಅಧಿಕಾರಿ ಮೇಲಧಿಕಾರಿ ರಾಜಕಾರಿಣಿಯದೂ ಹದ್ದಿನ ಕಣ್ಣು ಎಂಬುದು ಅವರಿಗೆ ಗೊತ್ತಿತ್ತು. 'ನೊ. ಬರಬೇಡಿ. ಇವತ್ತು ಅಥವಾ ನಾಳೆ ನಾನೇ ಬರ್ತೀನಿ. ಈಗ ಒಂದು ಮೀಟಿಂಗ್ ಕರೆದಿದೀನಿ. ಅಧಿಕಾರಿಗಳು ಬರ್ತಾರೆ' ಎಂದು ಫೋನನ್ನು ಕೆಳಗಿಟ್ಟರು.

ಮರುದಿನ ಸಂಜೆ ಇವರು ತೋಟಕ್ಕೆ ಹೋದಾಗ ಇವರು ನಿರೀಕ್ಷಿಸಿದಂತೆ ಅವಳ ಮುಖ ಗಡಸಾಗಿತ್ತು. ಇವರು ಏನೂ ತಿಳಿಯದವರಂತೆ ಹೋಗಿ ಅವಳ ಪಕ್ಕದಲ್ಲಿ ಕುಳಿ

ತರು. ಅವಳು ತಾನೇ ಮಾತಾಡಲಿಲ್ಲ. ಐದು ನಿಮಿಷ ಕಾದ ನಂತರ ಇವರೇ, 'ಏನು ವಿಷಯ? ಇವತ್ತು ಬಿಡುವು ಮಾಡಿಕೊಂಡು ಬರಬೇಕಾದರೆ ಸಾಕಾಗಿಹೋಯ್ತು. ಬೇಗ ಹೇಳು.'

'ರಾತ್ರಿ ಇಲ್ಲೇ ಇರು ನಿಧಾನವಾಗಿ ಹೇಳ್ತೀನಿ.'

'ಇವತ್ತು ರಾತ್ರಿಯೆ?' ಅವರ ಮುಖದಲ್ಲಿ ಗಾಬರಿ ಹುಟ್ಟಿತು.

'ಅವಳು ಕಾವಲು ಕಾಯ್ತಾಳೆ, ಮಧ್ಯರಾತ್ರಿ ಬಂದುಬಿಡ್ತಾಳೆ ಅಂತ ಭಯವಾ?'

'ಅವಳು ಅಂದರೆ ಯಾರು?'

'ನಾಟಕ ಆಡಬ್ಯಾಡ. ಅವಳು ನೆನ್ನೆ ಬಂದು ಎಂತೆಂಥ ಕೀಳು ಅಸಂಸ್ಕೃತ ಅನಾಗರಿಕ ಮಾತುಗಳನ್ನಾಡಿದಳು ಗೊತ್ತಾ?'

'ಏನೇನಂದಳು?'

'ಅವನ್ನೆಲ್ಲ ಬಾಯಲ್ಲಿ ಆಡಿದರೆ ನನ್ನ ಸಂಸ್ಕೃತಿ ಕೆಳಗಿಳಿಯುತ್ತೆ. ನಾನು ಸೂಳೆಯಂತೆ. ನನ್ನನ್ನ ಪೇಟೆ ಬೀದೀಲಿ ನಿಲ್ಲಿಸಿ ಸೀರೆ ಕಿತ್ತು ಹಾಕಿ ಬರಿಮೈ ಮಾಡ್ತಾಳಂತೆ. ಇಲ್ಲಿ ನೋಡು ಈ ನೈಟೀನ ಎದೆಯ ಭಾಗಕ್ಕೆ ಅವಳು ಕೈ ಹಾಕಿ ಕಿತ್ತದ್ದಕ್ಕೆ ಮೂರು ಗುಂಡಿಗಳು ಕಿತ್ತುಹೋಗಿವೆ. ನೋಡಿದೆಯಾ? ಕಣ್ಣು ಕಾಣುತ್ತಾ?' ಅವರು ಮಾತನಾಡಲಿಲ್ಲ. 'ಯಾಕೆ ಮೌನ ತಾಳಿದೆ? ಉತ್ತರ ಹೇಳು.'

'ಏನು ಹೇಳಲಿ?' ಅವರ ಧ್ವನಿಯಲ್ಲಿ ಅಸಹಾಯಕತೆ ಇತ್ತು.

'ನಿಜ ಹೇಳು. ನೀನು ನನ್ನನ್ನ ಲವ್ ಮಾಡ್ತೀಯಾ?'

'ಆಫ್ ಕೋರ್ಸ್. ಇಲ್ದೆ ಇದ್ದರೆ ಇಷ್ಟೆಲ್ಲ ಮಾಡ್ತಿದ್ದೆನೆ?'

'ಹಾಗಾದರೆ ನಾನು ನಿನಗೆ ಸೂಳೆಯಲ್ಲ ಅನ್ನು.'

'ಖಂಡಿತ ಅಲ್ಲ.'

'ಹಾಗಾದರೆ ನನ್ನನ್ನ ಮದುವೆ ಮಾಡಿಕೊ.'

'ಹ್ಯಾಗೆ ಸಾಧ್ಯ? ನೀನೂ ವಿವಾಹಿತಳು. ನಿನ್ನ ಗಂಡ ಡೈವೋರ್ಸ್ ಕೇಳಿ ಹೈಕೋರ್ಟ್ ತನಕ ಫೈಟ್ ಮಾಡಿದರೂ ನೀನು ಕೊಡಲಿಲ್ಲ. ಈಗ ನಾವಿಬ್ಬರೂ ಮದುವೆಯಾದರೆ ಇಬ್ಬರ ಮೇಲೂ ಬೈಗಮಿ ಕೇಸು ಆಗುಲ್ಲವೆ?'

'ನಾನು ಡೈವೋರ್ಸ್ ಕೊಡ್ತೀನಿ ಅಂದರೆ ಅವನು ಓಡೋಡಿ ಬರ್ತಾನೆ. ಪರಸ್ಪರ ಸಮ್ಮತಿಯಿಂದ ಜಾಯಿಂಟ್ ಪೆಟಿಶನ್ ಕೊಟ್ಟರೆ ಹದಿನೈದು ದಿನದಲ್ಲಿ ಡೈವೋರ್ಸ್ ಸಿಕ್ಕುತ್ತೆ. ಆ ಅವಳನ್ನ ಡೈವೋರ್ಸ್ ಮಾಡೂದು ನಿನ್ನ ಜವಾಬ್ದಾರಿ.'

'ಅವಳನ್ನ ಡೈವೋರ್ಸ್ ಮಾಡೂದೆ?' ಎಂಬ ಉದ್ಗಾರ ಅವರಿಗೆ ತಿಳಿಯದಂತೆ ಬಾಯಿಂದ ಹೊರಟಿತು. ಅವಳ ತಂದೆ ವೆಂಕಟಪ್ಪನವರು ಆ ಕಾಲಕ್ಕೆ ಆ ತಾಲ್ಲೂಕಿಗೆ ಮಾತ್ರವಲ್ಲದೆ, ಇಡೀ ಜನಾಂಗಕ್ಕೇ ಪ್ರಸಿದ್ಧರಾಗಿದ್ದವರು. ಅವರು ಚುನಾವಣೆಗೆ ನಿಂತಾಗ ತಾಲ್ಲೂಕಿನ ಜನಗಳೆಲ್ಲ ತಾವು ತಾವೇ ಪ್ರಚಾರ ಮಾಡಿ ಪ್ರಚಂಡ ಬಹುಮತದಿಂದ ಗೆಲ್ಲಿಸಿ ನೂರ ಎಂಟು ಅಲಂಕೃತ ಎತ್ತಿನ ಗಾಡಿಗಳಿಂದ ಮೆರವಣಿಗೆ ಮಾಡಿದ್ದರು. ತಾನು

ಮೈಸೂರು ಮಹಾರಾಜಾ ಕಾಲೇಜಿನಲ್ಲಿ ಬಿ.ಎ. ಮುಗಿಸಿದ್ದೆ. ಅಂತರ ಕಾಲೇಜು ಡಿಬೇಟ್‌ಗಳಲ್ಲಿ ಭಾಗವಹಿಸಿ ಉತ್ತಮ ವಾಗ್ಮಿ ಎಂದು ಹೆಸರು ಗಳಿಸಿದ್ದೆ. ಖಾದಿ ಪ್ಯಾಂಟು ಖಾದಿ ಬಿಳಿ ಶರಟು ಧರಿಸುತ್ತಿದ್ದ ನನ್ನನ್ನು ನೋಡಿ ಮೆಚ್ಚಿ ಅಳಿಯನನ್ನಾಗಿ ಮಾಡಿಕೊಳ್ಳುವ ಯೋಚನೆ ಮಾಡಿದವರು ಅವರೇ. ಮಗಳು ರಾಜಲಕ್ಷ್ಮಿ ಹೈಸ್ಕೂಲು ಎರಡನೆ ತರಗತಿ ಓದಿದ್ದಳು. ಆ ಕಾಲದಲ್ಲಿ ಗ್ರಾಮೀಣ ಹೆಣ್ಣುಮಕ್ಕಳಿಗೆ ಅದರಲ್ಲೂ ನಮ್ಮ ಜನಾಂಗದಲ್ಲಿ ಅದಕ್ಕಿಂತ ಹೆಚ್ಚು ವಿದ್ಯಾಭ್ಯಾಸ ಮಾಡಿಸುತ್ತಿರಲಿಲ್ಲ. ಲಕ್ಷಣವಂತೆ. ಕಳೆಕಳೆಯ ದುಂಡುಮುಖ. ತುಂಬುಕೂದಲು. ಬಯಸಿದ್ದರೆ ಮಂತ್ರಿಯೇ ಆಗಬಹುದಾಗಿದ್ದ ವೆಂಕಟಪ್ಪನವರ ಏಕಮಾತ್ರ ಪುತ್ರಿ. ಮುಂದಿನ ಚುನಾವಣೆಯಲ್ಲಿ ತಮ್ಮ ಸೀಟನ್ನು ನನಗೆ ಬಿಟ್ಟುಕೊಟ್ಟು ಪ್ರಚಂಡ ಬಹುಮತದಿಂದ ಗೆಲ್ಲಿಸಿದರು. ಮೊದಲ ಸಲ ಎಂ.ಎಲ್.ಎ. ಆದಾಗಲೇ ರಾಜ್ಯಮಟ್ಟದ ಸಚಿವ ಸ್ಥಾನ ಕೊಡಿಸಿದರು. ಅವರ ಗಂಡುಮಕ್ಕಳಲ್ಲಿ ಯಾರಿಗೂ ರಾಜಕೀಯದ ಆಸಕ್ತಿಯೂ ಇರಲಿಲ್ಲ. ಚಾಕಚಕ್ಯತೆಯೂ ಇಲ್ಲ. ಮುಂದಿನ ಬೆಳವಣಿಗೆ ಸಂಪಾದನೆಗಳೆಲ್ಲ ನನ್ನ ಪ್ರತಿಭೆ. ಈಗಲೂ ಕ್ಷೇತ್ರದಲ್ಲಿ ಒಮ್ಮೆಯೂ ಸೋಲು ಕಾಣದೆ ಗೆದ್ದು ಬರ್ತೀದೀನಿ, ವೆಂಕಟಪ್ಪನವರ ಅಳಿಯ ನೆಂಬುದಕ್ಕೆ ನನ್ನ ಪ್ರತಿಭೆ, ಕ್ಷೇತ್ರಕ್ಕೆ ಮಾಡುತ್ತಿರುವ ಉಪಕಾರಗಳೂ ಸೇರಿ. ಹೆಸರು ರಾಜ ಲಕ್ಷ್ಮಮ್ಮ. ಅವಳ ಕಾಲ್ಗುಣದಿಂದಲೇ ನನಗೆ ರಾಜ್ಯವೂ ಬಂದಿದೆ. ಲಕ್ಷ್ಮಿಯೂ ಒಲಿದಿದಾಳೆ. ಅವಳ ಹುಟ್ಟಿದ ಕ್ಷಣವನ್ನು ಗುರುತಿಸಿ ಲೆಕ್ಕ ಹಾಕಿಯೇ ಜೋಯಿಸರು ಈ ಹೆಸರನ್ನು ಸೂಚಿಸಿದರಂತೆ. ಜ್ಯೋತಿಷ್ಯ ಸುಳ್ಳಲ್ಲ. ಅವಳ ಕೈ ಹಿಡಿಯದಿದ್ದರೆ ಯಾವುದೋ ಸರ್ಕಾರಿ ಆಫೀಸಿನಲ್ಲಿ ಗುಮಾಸ್ತನಾಗಿ ಕೊಳೀತಿದ್ದೆ, ಎಂಬುದೆಲ್ಲ ನೆನಪಿಗೆ ಬಂತು. ಅವಳು ಜೊತೆಯಲ್ಲಿ ದ್ದರೂ ಹಣ ಅಧಿಕಾರಗಳು ಬೆಳೆದಂತೆ ಹೊರಗಿನ ಸುಖವೂ ಲಭಿಸತೊಡಗಿತು. ರಾಜಾ ಬಹುವಲ್ಲಭ ಅಂತ ಕಾಲೇಜಿನಲ್ಲಿ ಕನ್ನಡ ಮೇಷ್ಟರು ಹೇಳ್ತಿದ್ದರಲ್ಲ, ಹಿಂದಿನ ರಾಜರಂತೆ ಬಹುಪತ್ನಿಯರನ್ನ ಈ ಮಾನೋಗಮಿ ಕಾಲದಲ್ಲಿ ಮದುವೆಯಾಗುಕ್ಕೆ ಸಾಧ್ಯವಿಲ್ಲದಿದ್ದರೂ ಅನುಭವಿಸುಕ್ಕೆ ಏನಡ್ಡಿ? ಎಂದು ತಾವೇ ಹಲವು ಸಲ ಯೋಚಿಸಿಕೊಂಡದ್ದೂ ನೆನಪಾಯಿತು.

'ಯಾಕೆ ಸುಮ್ಮನಾದೆ?' ಅವಳು ಕೇಳಿದಳು.

'ನೀನೇನೋ ಹದಿನೈದು ದಿನದಲ್ಲಿ ಡೈವೋರ್ಸ್ ಪಡೆಯಬಲ್ಲೆ. ಆದರೆ ಹೆಂಡತಿ ಕೊಡೂದಿಲ್ಲ ಅಂದರೆ ಎಂಟಲ್ಲ, ಹದಿನೆಂಟು ವರ್ಷವಾದರೂ ಗಂಡನಿಗೆ ಸಿಕ್ಕುಲ್ಲ ಅನ್ನುಕ್ಕೆ ನಿನ್ನದೇ ಸಾಕ್ಷಿ. ನನ್ನ ಹೆಂಡತಿ ತಕರಾರು ಮಾಡಿಯೇ ಮಾಡ್ತಾಳೆ,' ಎನ್ನುವಾಗ ಅವರ ಮನಸ್ಸಿನಲ್ಲಿ ಡೈವೋರ್ಸ್ ಮಾಡಿದರೆ ಮುಂದಿನ ಚುನಾವಣೇಲಿ ಮತದಾರರು ನನ್ನನ್ನ ಚಿಂದಿ ಎಬ್ಬಿಸಿಬಿಡ್ತಾರೆ. ಬ್ಯಾರೆ ಎಷ್ಟೇ ಕಡೆ ಆಟ ಆಡಿದರೂ ಅವನ ಯೋಗದಲ್ಲೈತೆ ಸುಖಪಡ್ತಾನೆ ಅಂತ ಬರೀ ಮಾಫಿ ಮಾಡೂದಲ್ಲ, ಮೆಚ್ಚಿಕೊತ್ತಾರೆ ಎಂಬ ಪರಿಣಾಮ ಹೊಳೆಯಿತು.

'ತಕರಾರು ಮಾಡಲಿ. ನೀನು ಡೈವೋರ್ಸ್ ನೋಟೀಸು ಕೊಟ್ಟು ಕೋರ್ಟಿನಲ್ಲಿ ಕೇಸು ದಾಖಲು ಮಾಡಿ ಇಲ್ಲಿ ನನ್ನ ಜೊತೆ ಇರುಕ್ಕೆ ಶುರುಮಾಡು.'

'ಅದರಿಂದ ನಿನಗೇನು ಸಿಕ್ಕುತ್ತೆ?'

'ನನ್ನನ್ನ ಇಷ್ಟು ಅಪಮಾನ ಮಾಡಿದೋಳ ಜೊತೆ ನೀನು ಇರಕೂಡದು. ನಾನು ಸಹಿಸೂದಿಲ್ಲ,' ಎಂದು ಅವಳು ಖಡಾಖಂಡಿತವಾಗಿ ಕರಾರು ಹಾಕಿದಳು. ಅವಳಿಗೆ ಪ್ರತಿ ಹೇಳಲು ಮಂತ್ರಿಗಳಿಗೆ ಗುಂಡಿಗೆ ಬರಲಿಲ್ಲ. ಇದು ಬರೀ ಚುನಾವಣೆಯ ವಿಷಯವಲ್ಲ, ತಮಗೆ ರಾಜಲಕ್ಷ್ಮಿಯ ಮೇಲೆ ಪ್ರೀತಿಯೂ ಇದೆ. ಕೃತಜ್ಞತೆಯೂ ಇದೆ. ನನ್ನ ಮಕ್ಕಳ ತಾಯಿ ಅವಳು. ನಾನು ಬೇರೆ ಹೆಂಗಸರ ಸಹವಾಸ ಮಾಡ್ತೀನಿ ಅಂತ ಗೊತ್ತಿದ್ದರೂ ಆಗಾಗ್ಗೆ ಮನೇಲಿ ಗೊಣಗುತಾಳೆ ಅಷ್ಟೆ. ಯಾವನು ಹೇಳ್ದೋನು, ಎಲ್ಲಿ ನೋಡ್ದೆ ನೀನು ಅಂತ ಜೋರು ಮಾಡಿದರೆ ತನ್ನದೇ ತಪ್ಪು ಎಂಬಂತೆ ಇದುವರೆಗೆ ಸುಮ್ಮನೆಯೂ ಆಗಿದ್ದಾಳೆ. ಅವಳಿಗೆ ಡೈವೋರ್ಸ್ ನೋಟೀಸು ಕೊಡುವುದಿರಲಿ, ನಿನ್ನನ್ನ ಬಿಟ್ಟುಬಿಡ್ತೀನಿ ಎನ್ನುವ ಮಾತನ್ನು ಎಂಥ ಕೋಪದಲ್ಲಾಗಲಿ ಆಡುವುದು ತಮಗೆ ಸಾಧ್ಯವಿಲ್ಲವೆಂದು ಅವರ ಒಳ ಮನಸ್ಸು ನಿರ್ಧರಿಸುತ್ತಿತ್ತು.

'ನೋಡು ಒಂದು ಸ್ಥಳವನ್ನ ಏಕಕಾಲದಲ್ಲಿ ಎರಡು ವಸ್ತುಗಳು ಆಕ್ರಮಿಸಲಾರವು ಅನ್ನೂದು ಭೌತಶಾಸ್ತ್ರದ ನಿಯಮ. ನಿನ್ನ ಹೃದಯದಲ್ಲಿ ಅಥವಾ ನಾನಿದೀನಿ ಅಥವಾ ಅವಳಿದಾಳೆ. ಈ ಸ್ಥಾನ ಯಾರದ್ದು ಅನ್ನೂದ ಪ್ರಾಯೋಗಿಕವಾಗಿ ಸಿದ್ಧ ಮಾಡೂದು ನಿನ್ನ ಕರ್ತವ್ಯ. ನನ್ನನ್ನ ಈ ಸ್ಥಿತಿಗೆ ತಂದಿಟ್ಟಿರೂದು ಮಹಿಳಾ ಸಂಘಟನೆಗೆ, ಅದರಲ್ಲೂ ಯೂನಿವರ್ಸಿಟಿಯ ವಿದ್ಯಾರ್ಥಿನಿಯರ ಒಕ್ಕೂಟಕ್ಕೆ ತಿಳಿದರೆ ನಿನ್ನ ಕಛೇರಿಯ ಮುಂದೆ ಪ್ರದರ್ಶನ ಹೂಡಿ ಘೇರಾವ್ ಮಾಡಿಯಾರು. ಪೇಪರಿನಲ್ಲೆಲ್ಲ ನಿನ್ನ ಹೆಸರು ರಾರಾಜಿಸಿ, ರಾಜಾ, ಅದಕ್ಕೆಲ್ಲ ಅವಕಾಶ ಕೊಡಬೇಡ. ಹಾಗಾದರೆ ನನಗೂ ನೋವಾಗುತ್ತೆ. ಬಿಕಾಸ್ ಐ ಲವ್ ಯು, ಐ ಲವ್ ಯು ಮೋರ್‌ದ್ಯಾನ್ ಐ ಲವ್ ಮೈಸೆಲ್ಫ್' ಎಂದು ಹತ್ತಿರ ಸರಿದು ಅವನನ್ನು ತಬ್ಬಿ ತುಟಿಗೆ ಮುತ್ತಿಟ್ಟಳು.

ಅವರ ತುಟಿ ತಣ್ಣಗಾಗಿತ್ತು. ಮನಸ್ಸು ರೇಗಿತ್ತು. 'ನೋಡಮ್ಮ, ಈ ಬ್ಲ್ಯಾಕ್‌ಮೇಲೆಲ್ಲ ನನ್ನ ತಾವ ನಡಿಯಾಕಿಲ್ಲ. ಪ್ರೀತಿ ಅಂತ ಅನುಸರಿಸ್ಕಂಡು ಹೋದರೆ ಉಂಟು. ಇಲ್ಲದಿದ್ದರೆ ಹರಕಂಡು ಓಯ್ತದೆ. ನನಗೀಗ ಅರ್ಜೆಂಟ್ ಕೆಲಸ ಇದೆ. ಯೋಚನೆ ಮಾಡು' ಎಂದು ಅವರು ಎದ್ದು ಹೊರಟುಹೋದರು.

ಮಹಿಳಾ ಸಂಘಟನೆ, ವಿದ್ಯಾರ್ಥಿನಿಯರ ಒಕ್ಕೂಟದ ಮಾತುಗಳನ್ನು ನಾನು ಈಗಲೇ ಆಡಬಾರದಾಗಿತ್ತು, ದುಡುಕಿದೆ, ಎಂಬ ಅರಿವು ಅವಳಿಗೆ ಆಯಿತು. ಅವರೆಲ್ಲ ನನ್ನ ಪರ ನಿಲ್ಲುತ್ತಾರೆಯೋ ಇಲ್ಲವೋ ನನ್ನ ಪ್ರಸಂಗ ನ್ಯಾಯವೆಂದು ಪರಿಗಣಿಸುತ್ತಾರೆಯೋ ಇಲ್ಲವೋ ಎಂಬ ಅನುಮಾನವೂ ಹುಟ್ಟಿತು. ಅವನು ಮತ್ತೆ ಒಂದು ವಾರವಾದರೂ ಬರಲಿಲ್ಲ. ಫೋನ್ ಮಾಡಿದರೆ ಕಾರ್ಯದರ್ಶಿ 'ಸಾಹೇಬರು ಟೂರ್‌ನಲ್ಲಿದಾರೆ' ಎಂದ. ಯಾವೂರಿಗೆ? ಯಾವಾಗ ಬರ್ತಾರೆ? ಎಂದರೆ ನನಗೆ ಟೂರ್ ಪ್ರೋಗ್ರಾಂ ಗೊತ್ತಿಲ್ಲ ಎಂದು ಫೋನನ್ನು ಕೆಳಗಿಟ್ಟ. ಆದರೂ ಆ ಹೆಂಗಸಿಗೆ ಸೋತು ಈ ತೋಟವನ್ನು ಬಿಟ್ಟು ನಡೆದರೆ ನನ್ನ ವ್ಯಕ್ತಿತ್ವವನ್ನು ನಾನೇ ಕೆಳಕ್ಕೆ ಕೆಡವಿಕೊಂಡಂತೆ ಎಂಬುದರ ಜೊತೆಗೆ ಇವನ ಪ್ರೀತಿಯ ಪರೀಕ್ಷೆಯನ್ನೂ ಮಾಡಿಬಿಡಬೇಕೆಂಬ ಹಟ ಅವಳಲ್ಲಿ ಬೆಳೆಯಿತು. ಕುಟುಂಬ ಎನ್ನುವ

ವ್ಯವಸ್ಥೆಗೆ ಎಷ್ಟೊಂದು ಅಂಟಿಕೊಂಡಿದಾನೆ ಇವನು! ಈ ವ್ಯವಸ್ಥೆಯು ಹುಡಿಗುಟ್ಟಿಹೋಗುವ ತನಕ ಅನಿರ್ಬಂಧಿತ ಮುಕ್ತ ಪ್ರೇಮ ಸಾಧ್ಯವಿಲ್ಲ, ಎಂಬ ಅವಳಲ್ಲಿ ಸ್ಫುಟವಾಗಿದ್ದ ತತ್ತ್ವವು ಗಟ್ಟಿಯಾಗುತ್ತಿತ್ತು.

ಅಧ್ಯಾಯ ೧೮

೧

ದಿಲ್ಲಿಯ ಜೈಲಿನಲ್ಲಿ ಮಗನನ್ನು ನೋಡಿ ಮಥುರೆಗೆ ಹಿಂತಿರುಗಿದ ಎರಡನೆಯ ರಾತ್ರಿ ಮಲಗಿದ್ದಾಗ ರಾಜಮ್ಮನಿಗೆ ಇದ್ದಕ್ಕಿದ್ದಂತೆಯೇ ಬೆಂಗಳೂರಿಗೆ ಹೋಗಿ ಮೊಮ್ಮಗಳನ್ನು ನೋಡುವ ಬಯಕೆಯಾಯಿತು. ಅವಳನ್ನು ಒಮ್ಮೆಯೂ ನೋಡಿಲ್ಲ. ಅವಳ ಅಮ್ಮನನ್ನೂ ನೋಡಿಲ್ಲ. ಅತ್ತೆ ತುಂಬ ಒಳ್ಳೆಯವರು, ನಿನ್ನ ಮೊದಲ ಸೊಸೆಯಂಥವಳಲ್ಲ ಎಂದು ನಚಿ ಹೇಳಿದ್ದ. ಶೋಭಳಂತೂ ನಾಲ್ಕಾರು ಸಲ ಹೊಗಳಿದ್ದಳು. ಅಂಥ ಒಳ್ಳೆಯ ಸೊಸೆಯನ್ನು ತಾನು ನೋಡಲೇ ಇಲ್ಲವೆಂಬ ಖೇದವಾಯಿತು. ಈಗ ಅವಳ ಮಗಳು, ಮಗನ ಮಗಳು ಅಂದರೆ ತನ್ನ ವಂಶಕ್ಕೆ ಸೇರಿದ ಮೊಮ್ಮಗಳು ಸರಿಯಾಗಿ ಮಾತುಬಾರದ ಓದಿ ಬರೆಯಲು ತಡವರಿಸುವ ಕಂದನನ್ನು ನೋಡಿ ಸಂತೈಸುವ ಆಶೆಯಾಯಿತು. ಬೆಳಗ್ಗೆ ಎದ್ದು ಮಗಳಿಗೆ ಹೇಳಿದರು: 'ನಮ್ಮ ಶೇಟು ಮಥುರೆಯಲ್ಲೇ ಇದಾನೆ. ಹೋಗಿ ನೋಡಬೇಕು.'

'ಏನೀಗ ಕೆಲಸ?' ಮಗಳು ಕೇಳಿದಳು.

'ನಾನು ಕೆಲಸಕ್ಕೆ ಸೇರಿದಾಗ ತಿಂಗಳಾ ನಲವತ್ತು ರೂಪಾಯಿ ಅಂತ ಹೇಳಿದ್ದರು. ಆಮೇಲೆ ಒಂದು ದಿನವೂ ನಾನು ಕೇಳಲಿಲ್ಲ. ಅವರು ಜ್ಞಾಪಿಸಲಿಲ್ಲ. ಎಷ್ಟಿದೆಯೋ ಕೇಳಿ ಇಸಕೊಬೇಕು. ನಾನು ಬೆಂಗಳೂರಿಗೆ ಹೋಗ್ತೀನಿ. ಏನವಳ ಹೆಸರು? ಪುಟ್ಟಕ್ಕ, ಅವಳ ನಿಗ ನೋಡ್ತೀನಿ. ಜಯಣ್ಣ ಬಿಡುಗಡೆಯಾಗಿ ಬರೂತನಕವಾದರೂ ಅಲ್ಲಿರ್ತೀನಿ. ನನ್ನನ್ನ ರೈಲಿನಲ್ಲಿ ಕೂರಿಸಿಬಿಡಿ.'

ಎದುರಿಗೇ ಇದ್ದ ನಚಿಕೇತ ಹೇಳಿದ: 'ಅಜ್ಜಿ, ನಾನು ಹ್ಯಾಗೂ ನಾಡದ್ದು ಬೆಂಗಳೂರಿಗೇ ಹೋಗ್ತಿದೀನಿ. ನನ್ನ ಜೊತೆ ವಿಮಾನದಲ್ಲಿ ಬಾ. ನಾನು ಪುಟ್ಟಕ್ಕನ್ನ ನೋಡಿ ಹತ್ತು ವರ್ಷ ವಾಯಿತು. ಆಕ್ಸಿಡೆಂಟ್ ಆಗುಕ್ಕೆ ಮೊದಲು.'

ವಿಮಾನದಲ್ಲಿ ಹೋಗಲು ಅಜ್ಜಿ ಒಪ್ಪಲಿಲ್ಲ. ಅಷ್ಟೊಂದು ಖರ್ಚು ಯಾಕೆ? ಎಂದು ಆಕ್ಷೇಪಿಸಿದರು. ನಚಿ ಬಿಡಲಿಲ್ಲ. ಶೇಟುವಿನ ಹತ್ತಿರ ಆಮೇಲೆ ಲೆಕ್ಕ ಸರಿಮಾಡುವೆಯಂತೆ. ನಾನು ಹತ್ತು ಹದಿನೈದು ಸಾವಿರ ಕೊಡ್ತೀನಿ, ಎಂದ.

ತಾನು ಬಿಡುಗಡೆಯಾಗಿ ಬೆಂಗಳೂರಿಗೆ ಹಿಂತಿರುಗುವ ತನಕ ಬೆಂಗಳೂರಿಗೆ ಹೋಗಿ

ಪುಟ್ಟಕ್ಕನ ಜೊತೆ ಇರುವ ಅಮ್ಮನ ನಿಶ್ಚಯವನ್ನು ತಿಳಿದು ಜಯಕುಮಾರನಿಗೆ ನೆಮ್ಮದಿಯಾಯಿತು. ಮನೆಯ ವಿಳಾಸ ಹಾಕಿ ದ್ಯಾವಕ್ಕನ ಹೆಸರಿಗೆ ಒಂದು ಕಾಗದ ಬರೆದುಕೊಟ್ಟ. ನಚಿಕೇತನಿಗೆ ಅವನ ಕಂಪನಿಯು ಒಂದು ವಾರ ಹೋಟೆಲಿನಲ್ಲಿ ಕೋಣೆಯ ವ್ಯವಸ್ಥೆ ಮಾಡಿತ್ತು. ಅನಂತರ ಕೋರಮಂಗಲದಲ್ಲಿ ಒಂದು ನವೀನ ಮಾದರಿಯ ಫ್ಲ್ಯಾಟನ್ನೂ ಗೊತ್ತು ಮಾಡಿತ್ತು. ದ್ಯಾವಕ್ಕ ಅವನ ಗುರುತು ಹಿಡಿದಳು. ನನ್ನ ಗುರುತಿದೆಯೆ? ಎಂದು ಕೇಳಿದರೆ ಪುಟ್ಟಕ್ಕನಿಗೆ ಗೊತ್ತಾಗಲಿಲ್ಲ. ಇವಳ ಎತ್ತರ ಮೈಕಟ್ಟು ಮುಖಗಳೆಲ್ಲ ಅತ್ತೆಯ ಥರ. ಅಪಘಾತದಲ್ಲಿ ಹೀಗಾಗದಿದ್ದರೆ ಇಷ್ಟರಲ್ಲಿ ಎಂಜಿನೀರಿಂಗ್ ಓದುತ್ತಿದ್ದಳು ಎಂದುಕೊಂಡು ಅವನು ಟ್ಯಾಕ್ಸಿ ಹತ್ತಿ ಹೊರಟುಹೋದ.

ದ್ಯಾವಕ್ಕನಿಗೂ ಪುಟ್ಟಕ್ಕನ ಅಜ್ಜಿಗೂ ಬಹು ಬೇಗ ಹೊಂದಿಕೆಯಾಯಿತು. 'ಅವ್ವಾ, ಈ ಪ್ಲಾಟಿಗೆ ಬಂದಮ್ಯಾಲೆ ನಂದೇ ಅಡುಗೆ ಕೆಲ್ಸ. ನಾನು ಮಾಡಿದರೆ ನೀವು ಉಣ್ತೀರಾ?' ದ್ಯಾವಕ್ಕ ಕೇಳಿದಳು.

'ನಾನಿದ್ದ ಆಶ್ರಮದಲ್ಲಿ ಜಾತಿಗೀತಿ ಯಾವುದೂ ಇಲ್ಲ. ನೀನೇ ಮಾಡು. ನನ್ನ ಕೈಲಾದಷ್ಟ ನಾನೂ ಮಾಡ್ತೀನಿ,' ಅಜ್ಜಿ ಹೇಳಿದರು. ಅಜ್ಜಿ ಅಷ್ಟು ವೇಗವಾಗಿ ದುಂಡಗೆ ಚಪಾತಿ ಮಾಡುವುದನ್ನು ಕಂಡ ದ್ಯಾವಕ್ಕನಿಗೆ ಆಶ್ಚರ್ಯ. ಇದರ ಹೆಸರು ಪುಲ್ಕವಂತೆ, ಅಜ್ಜಿ ಹೊಸ ಹೆಸರು ಹೇಳಿಕೊಟ್ಟರು.

ದ್ಯಾವಕ್ಕ ಹೇಳಿದಳು: ದೊಡ್ಡಮನೇಲಿರೂಗಂಟ ಪುಟ್ಟಕ್ಕನ್ನ ನಾನೇ ರಾಜಾಜಿನಗರದ ಮೇಡಂ ತಾವಕ್ಕೆ ದಿನಾ ಆಟೋದಾಗೆ ಕರಕಂಡು ಓಯ್ತಿದ್ದೆ. ಜಯಣ್ಣಾರು ಆಸ್ತಿಪಾಸ್ತಿ ಎಲ್ಲ ಕಳಕಂಡು ಮನೇನೂ ಕಳಕಂಡು ಇಲ್ಲಿಗೆ ಬಂದಮ್ಯಾಲೆ ಪುಟ್ಟಕ್ಕನ ಪಾಟ ನಿಂತುಓಯ್ತು. ತಿಂಗಳಾ ಒಂದು ಸಾವಿರ ರೂಪಾಯಿ ಪೀಜು, ಆಟೋ ರಿಕ್ಷಾ ಚಾರ್ಜು ಕೊಡಾಕ್ ಈಗ ದುಡ್ಡಿಲ್ಲ. ಈ ಪ್ಲಾಟೂ ಶಾನೆ ದೂರವಾಯ್ತದೆ.

ಮಥುರಾದ ಶೇಟುವಿನ ಹತ್ತಿರ ಉಳಿದಿರುವ ತನ್ನ ಹಣವನ್ನು ತರಿಸಿಕೊಡುವ ಮನಸ್ಸು ಅಜ್ಜಿಗೆ ಬಂತು. 'ಎಷ್ಟು ವರ್ಷದಿಂದ ಮೇಡಂ ತಾವಕ್ಕೆ ಕರ್ಕಂಡ್ ಹೋಯ್ತಿದಿರಾ?'

'ಎಂಟೊಂಬತ್ತು.'

'ಏನೇನು ಏಳಿಕೊಡ್ತಾರೆ?'

'ಅ ಆ ಇ ಈ ಓದಾದು, ಬರಿಯಾದು. ಕಲ್ತುದ್ದೆಲ್ಲಾ ಬ್ಯಾಗ ಮರ್ತುಬಿಡ್ತೈತೆ. ಮಣಿ ಕಟ್ಟು ಇಡಕಂಡು ಕೂಡಾದು ಕಳೆಯೂದು. ಇನ್ನೂ ಎಂತೆಂತದೋ ಆಟದ ಸಾಮಾನು. ನಾನೂ ಅಲ್ಲೇ ಕುಂತ್‌ಕಂಡು ನೋಡ್ತಿದ್ದೆ. ನಂಗೇ ಬರ್ತಿದ್ದ ಆಟಗಳು. ಪುಟ್ಟಕ್ಕ ಬ್ಯಾಗ ಮರೀತಿತ್ತು.'

ಅಜ್ಜಿ ಒಂದು ದಿನವೆಲ್ಲ ಯೋಚಿಸಿದರು. ಮರುದಿನ ಕೇಳಿದರು: 'ಮನೆ ಕೆಲಸ ಏನೇನು ಮಾಡುಸ್ತಿದ್ದೆ?'

'ಏನೂ ಇಲ್ಲ. ಎರಡನೇ ಹೆಂಡ್ತಿ ಬಂದಮ್ಯಾಲಂತೂ ಒಳಕ್ಕೇ ಸೇರುಸ್ತಿರಲಿಲ್ಲ. ಪುಟ್ಟಕ್ಕ ನಾಯ್ತು. ಅವಳ ರೂಮಾಯ್ತು.'

'ದ್ಯಾವಕ್ಕ, ಮೇಡಂ ತಾವ ಕಳುಸ್ದೆ ಇದ್ರೂ ಪರವಾಗಿಲ್ಲ. ಅವಳು ಓದಾದು ಬರೆಯಾದು ಮಗ್ಗಿ ಕಲೀದೇ ಇದ್ದರೆ ಏನೂ ನುಕ್ಸಾನಿಲ್ಲ. ಒಂದೊಂದಾಗಿ ಮನೆ ಕೆಲಸ ಶುರುಮಾಡಿಸು. ನೀನೇ ಹೇಳ್ದೆಯಲಾ, ಅಡುಗೆಮನೆಗೂ ಹಾಕು. ಒಲೆ ಉರಿಸುವಾಗ ಮಾತ್ರ ನೀನು ಎದುರಿಗಿದ್ದು ನೋಡ್ಕ. ನಾನೂ ಇರ್ತೀನಿ. ನೋಡ್ಕತ್ತೀನಿ.'

ಅಜ್ಜಿ ದೇವಸ್ಥಾನದ ಹತ್ತಿರ ಹೂವು ಮಾರುವ ಜಾಗಕ್ಕೆ ಹೋಗಿ ಒಂದು ಬೊಗಸೆ ಬಿಡಿ ಮಲ್ಲಿಗೆ ಮೊಗ್ಗುಗಳನ್ನು ಕೊಂಡರು. ದಾರಿಯ ಅಂಗಡಿಯಲ್ಲಿ ಒಂದು ಉಂಡೆ ದಾರ. ಮನೆಗೆ ಬಂದು ಪುಟ್ಟಕ್ಕನಿಗೆ ಹೂವು ಕಟ್ಟುವುದನ್ನು ಹೇಳಿಕೊಟ್ಟರು. ಅವಳಿಗೆ ಖುಷಿಯಾಯಿತು. ಆದರೆ ಕಟ್ಟುವುದು ತಪ್ಪಾಗುತ್ತಿತ್ತು. ಚನ್ನಾಗಿದೆ, ನೀನು ಜಾಣೆ, ಅಲ್ಲವೇ ದ್ಯಾವಕ್ಕ? ಎಂದು ಅಜ್ಜಿ ಪ್ರೋತ್ಸಾಹಿಸಿದರು. ಒಂದುವಾರದಲ್ಲಿ ಕಟ್ಟುವ ಹದ ಸುಧಾರಿಸಿತು. ಅನಂತರ ಬಿಳಿ ಹೂವಿನ ಜೊತೆಗೆ ಮರುಗ, ಪಚ್ಚೆ, ಕನಕಾಂಬರಿ ಹೂವುಗಳನ್ನು ತಂದು ಅವುಗಳನ್ನು ಒಂದಾದನಂತರ ಮತ್ತೊಂದು ಹಾಕಿ ಕಟ್ಟುವುದನ್ನು ಹೇಳಿಕೊಟ್ಟು, 'ಈಗ ನೋಡು' ಎಂದರು. ಅವಳ ಮುಖ ಹಿಗ್ಗಿತು. ಎರಡು ಮಲ್ಲಿಗೆ ಒಂದು ಮರುಗ, ಒಂದು ಕನಕಾಂಬರಿ ಅನಂತರ ಪಚ್ಚೆ ಮತ್ತೆ ಮಲ್ಲಿಗೆಗಳನ್ನು ಜೋಡಿಸುವಂತೆ ಹೇಳಿಕೊಟ್ಟಾಗ ಅವಳು ಇನ್ನೂ ಖುಷಿಪಟ್ಟಳು. ವಿಧವಿಧ ಬಣ್ಣಗಳ ಹೂವು ಪಚ್ಚೆ ಮರುಗಗಳ ಸಂಖ್ಯೆ ಸ್ಥಾನಗಳನ್ನು ಬದಲಿಸಿ ಕಟ್ಟಿದರೆ ಹೇಗೆ ಕಾಣುತ್ತದೆಂದು ಅವಳೇ ಪ್ರಯೋಗ ಮಾಡಿ ಕಲಿಯುವಂತೆ ಹೇಳಿಕೊಟ್ಟರು. ಹೀಗೆ ದಿನಕ್ಕೆ ಒಂದು ಮಾರು ಕಟ್ಟಿದ ಹೂವನ್ನು ಮೊದಲು ದೇವರಗೂಡಿನಲ್ಲಿದ್ದ ವೆಂಕಟರಮಣ ಸ್ವಾಮಿಯ ವಿಗ್ರಹದ ಪಾದದ ಹತ್ತಿರ ಇಟ್ಟು ಅರಿಶಿನ ಕುಂಕುಮಗಳಿಂದ ಪೂಜೆ ಮಾಡಿ ಹೂವಿನ ಮುಕ್ಕಾಲುಭಾಗವನ್ನು ದೇವರಿಗೆ ಮಾಲೆ ಹಾಕಿ ಕಾಲುಭಾಗವನ್ನು ಕಣ್ಣಿಗೆ ಒತ್ತಿಕೊಂಡು ತಾನು ಮುಡಿದು ಪ್ರಸಾದವಾಗಿ ತಾನೇ ಹಣೆಗೆ ತಪ್ಪಿಲ್ಲದಂತೆ ಕುಂಕುಮ ಹಚ್ಚಿಕೊಳ್ಳುವುದನ್ನು ಅಭ್ಯಾಸ ಮಾಡಿಸಿದರು. ಆಮೇಲೆ ಅಂಗಡಿಗೆ ಹೋಗಿ ಕಸೂತಿಯ ದಾರ ಮತ್ತು ಕ್ರೋಶಾ ಕಡ್ಡಿಗಳನ್ನು ತಂದು ಸರಳ ಹೆಣಿಗೆಯ ಕೆಲಸಗಳನ್ನು ಆರಂಭಿಸಿದರು. 'ದೊಡ್ಡಮ್ಮ ಇದ್ದಾಗ ಪುಟ್ಟಕ್ಕನಿಗೆ ಇದನ್ನ ಕಲಿಸ್ತಿದ್ರು ಕಣವ್ವ,' ದ್ಯಾವಕ್ಕ ಜ್ಞಾಪಿಸಿಕೊಂಡಳು.

'ಹಂಗಿದ್ದರೆ ಕಲಿಯೂದು ಸುಲಭ. ಕಷ್ಟವಾದರೆ ಮತ್ತೆ ಮತ್ತೆ ಹೇಳಿಕೊಡ್ತೀನಿ,' ಅಜ್ಜಿ ನಿಶ್ಚಯಿಸಿದರು. ಪುಟ್ಟಕ್ಕನಿಗೆ ಈಗ ಕೈತುಂಬ ಕೆಲಸ. ಅವಳೊಬ್ಬಳೇ ಮಾಡುತ್ತಿರಲಿಲ್ಲ. ಜೊತೆಗೆ ದ್ಯಾವಕ್ಕ, ಅಜ್ಜಿ. ಕ್ರಮೇಣ ಒಂದೊಂದೇ ಕೆಲಸವನ್ನು ಇದು ತನ್ನದು ಎಂಬ ಬದ್ಧತೆಯಿಂದ ಹೇಳಿಸಿಕೊಳ್ಳದೆ ಮಾಡತೊಡಗಿದಳು. ತಪ್ಪಾದರೆ ತನಗೆ ತಾನೆ ಮೋರೆ ಪೆಚ್ಚಾಗುತ್ತಿತ್ತು. ಆದರೆ ಹಿರಿಯರಿಬ್ಬರೂ ಜಾಣೆ, ಚನ್ನಾಗಿದೆ, ಮತ್ತೆ ಮಾಡು ಎನ್ನುತ್ತಿದ್ದರು. ಇವರು ಮಾತನಾಡಿಕೊಳ್ಳುವುದನ್ನು ಅವಳು ಕೇಳಿಸಿಕೊಳ್ಳುತ್ತಿದ್ದಳು. ನಡುವೆ ತಾನು ಮಾತಿನಲ್ಲಿ ಸೇರಿಕೊಳ್ಳಲು ಪ್ರಯತ್ನಿಸುತ್ತಿದ್ದಳು. ಆದರೆ ಕೆಲಸ ಕಲಿಯುವಷ್ಟು ಸುಲಭವಾಗಿ ಮಾತು ತಿಳಿಯುತ್ತಿರಲಿಲ್ಲ. ಬರುತ್ತಲೂ ಇರಲಿಲ್ಲ.

೨

ಇವರ ಫ್ಲ್ಯಾಟಿನ ಎದುರು ಫ್ಲ್ಯಾಟಿನಲ್ಲಿ ಒಬ್ಬ ಡಾಕ್ಟರ್ ದಂಪತಿಗಳಿದ್ದರು. ಎಂ.ಬಿ. ಬಿ.ಎಸ್. ಓದಿ ಇಬ್ಬರೂ ಒಟ್ಟಿಗೆ ವೃತ್ತಿಯನ್ನು ಚನ್ನಾಗಿ ನಿಭಾಯಿಸುತ್ತಿದ್ದ ಅವರ ಚಿಕಿತ್ಸಾಲಯ ವಿದ್ದದ್ದು ಬಸವೇಶ್ವರ ನಗರದಲ್ಲಿ. ಬೆಳಗ್ಗೆ ಎಂಟು ಗಂಟೆಗೆ ಮನೆಯನ್ನು ಬಿಟ್ಟರೆ ಮಧ್ಯಾಹ್ನ ಹನ್ನೆರಡಕ್ಕೆ ಊಟಕ್ಕೆ ಬರುತ್ತಿದ್ದರು. ನಾಲ್ಕೂವರೆಗೆ ಮತ್ತೆ ಹೋದರೆ ಹಿಂತಿರುಗುತ್ತಿದ್ದುದು ಒಂಬತ್ತಕ್ಕೆ. ಎರಡು ಫ್ಲ್ಯಾಟುಗಳನ್ನು ಒಟ್ಟಿಗೆ ಕೊಂಡು ನಡುವಣ ಒಂದು ಗೋಡೆಯನ್ನು ಒಡೆಸಿ ಒಂದು ದೊಡ್ಡ ಅಂಗಳ, ನಾಲ್ಕು ಶಯನಕೊಠಡಿ, ದೊಡ್ಡ ಅಡುಗೆಮನೆ, ನಾಲ್ಕು ಶೌಚಗಳನ್ನು ಮಾಡಿಕೊಂಡಿದ್ದರು. ನೆಲದ ಮಟ್ಟದಲ್ಲಿ ಕಾರು ನಿಲ್ಲಿಸುವ ಸ್ಥಳ. ಪಿ.ಯು.ಸಿ. ಕೊನೆ ವರ್ಷ ಓದುತ್ತಿದ್ದ ಹದಿನೇಳು ವರ್ಷದ ಮಗಳು, ಹನ್ನೆರಡು ವರ್ಷದ ಮಗ. ಇವರು ಹೊರಡುವ ಮೊದಲು ಅಡುಗೆಯ ಹೆಂಗಸು ಬಂದು ಮನೆ ಮತ್ತು ಮಕ್ಕಳ ನಿಗಾ ವಹಿಸುತ್ತಿದ್ದಳು. ಮಕ್ಕಳು ಶಾಲೆಗಳಿಗೆ ಹೋದನಂತರ ಅಡುಗೆ ಮಾಡಿಟ್ಟು ಬೀಗ ಹಾಕಿಕೊಂಡು ತನ್ನ ಮನೆಗೆ ಹೋಗಿ ಸಂಜೆ ಆರೂವರೆಗೆ ಮತ್ತೆ ಬರುತ್ತಿದ್ದಳು.

ದ್ಯಾವಕ್ಕ ಮತ್ತು ಪುಟ್ಟಕ್ಕರು ಎದುರಿನ ಫ್ಲ್ಯಾಟಿಗೆ ಬಂದನಂತರ ತಾವಿಲ್ಲದಾಗ ಶಾಲೆ ಗಳಿಂದ ಹಿಂತಿರುಗುವ ಮಕ್ಕಳ ಮೇಲೆ ಗಮನ ಇಟ್ಟಿರುವಂತೆ ಅವರು ಅವಳನ್ನು ಕೇಳಿ ಕೊಂಡರು. ಅಜ್ಜಿಯೂ ಬಂದು ಸೇರಿದಮೇಲೆ ಸಹಜವಾಗಿಯೇ ಅವರನ್ನೂ ಹಿರೀಕರೆಂಬ ಗೌರವದಿಂದ ಕಾಣತೊಡಗಿ ಇವರ ಮಕ್ಕಳು ಅವರಿಗೆ ಹೊಂದಿಕೊಂಡರು. ಜಯಕುಮಾರ ನ್ಯಾಯಾಲಯದ ತೀರ್ಪು ಸ್ವೀಕರಿಸಲು ದಿಲ್ಲಿಗೆ ಹೋಗಿ ಅವನಿಗೆ ಮೂರು ತಿಂಗಳ ಸಜೆ ಯಾದದ್ದು ಬೆಂಗಳೂರಿನ ಪತ್ರಿಕೆಗಳಲ್ಲೂ ಬಂದನಂತರವೇ ಅವರಿಗೆ ಎದುರು ಮನೆಯ ಕತೆ ಗೊತ್ತಾದದ್ದು. ಆದರೆ ತಮ್ಮ ಮಕ್ಕಳು ಅವರಿಗೆ, ಅದರಲ್ಲೂ ಪುಟ್ಟಕ್ಕನಿಗೆ ಹೊಂದಿ ಕೊಂಡಿವೆ. ತಾವೂ ಹೊಂದಿಕೊಂಡಿದ್ದೇವೆ. ಆತ ಸಂಭಾವಿತನಂತೆಯೇ ಕಾಣುತ್ತಿದ್ದ. ಈಗ ಹೋಟೆಲಿನಲ್ಲಿ ಕಾಲ್‌ಗರ್ಲ್ ಅನ್ನು ಕರೆದುಕೊಂಡ ಎಂಬ ಆಪಾದನೆ ನ್ಯಾಯಾಲಯ ದಲ್ಲಿ ಸಾಬೀತಾಗಿ ಜೈಲು ಆದ ಘಟನೆಯಿಂದ ನೆರೆಹೊರೆಯ ಸಂಬಂಧವನ್ನು ಕತ್ತರಿಸಿ ಕೊಳ್ಳಲು ಸಾಧ್ಯವೆ? ನಾವು ಮನೆಯಲ್ಲಿಲ್ಲದಿರುವಾಗ ತಮ್ಮ ಮಕ್ಕಳನ್ನು ನೋಡಿಕೊಳ್ಳುವವ ರಾರು? ಮೂರು ದಿನ ದಂಪತಿಗಳು ತಮ್ಮಲ್ಲಿಯೇ ಸಮಾಲೋಚಿಸಿಕೊಂಡು ನಿಜಸಂಗತಿ ಯನ್ನು ಅವರಿಂದಲೇ ಕೇಳಿ ತಿಳಿದುಕೊಳ್ಳುವುದೇ ಸೂಕ್ತ, ಹೆಂಡತಿ ಸತ್ತು ಹನ್ನೆರಡು ವರ್ಷವಾದ ಗಂಡಸು ಹೋಟೆಲಿನಲ್ಲಿ ಇಳಿದಿದ್ದಾಗ, ಒಬ್ಬ ಕರೆವೆಣ್ಣನ್ನು ಕರೆಸಿಕೊಂಡಿದ್ದರೆ ಅದು ಮಹಾಪರಾಧವೆಂದು ವೈದ್ಯರಾದ ತಾವೇಕೆ ಪರಿಗಣಿಸಬೇಕು? ಎಂಬ ತೀರ್ಮಾನ ಮಾಡಿಕೊಂಡರು.

ಒಂದು ದಿನ ಡಾ. ಸುಶೀಲಾ ಶೆಟ್ಟಿಯು ದ್ಯಾವಕ್ಕನನ್ನು ಮನೆಗೆ ಕರೆದು ಕೋಣೆಯಲ್ಲಿ ಕೂರಿಸಿಕೊಂಡು, 'ಅಕ್ಕಾ ನಾವು ಯಾರನ್ನೂ ಆಪಾದಿಸೂದಿಲ್ಲ. ಪೇಪರಲ್ಲಿ ಬಂದಿರೂದನ್ನೆಲ್ಲ

ನಂಬಲೂಬಾರದು. ನಿಮಗೆ ಗೊತ್ತಿರೂ ಸಂಗತೀನ ಹೇಳಿ. ನೀವು ಏನು ಹೇಳಿದರೂ ಅದು ನನ್ನ ಇನ್ನೊಂದು ಕಿವಿಯಿಂದ ಹೊರಗೆ ಹೋಗುಲ್ಲ.' ಎಂದು ಕೈಹಿಡಿದು ಆಶ್ವಾಸನೆ ಕೊಟ್ಟಳು.

ದ್ಯಾವಕ್ಕ ಈ ಕುಟುಂಬದ ಆರಂಭದಿಂದ ಶುರುಮಾಡಿ ವೈಜಯಂತಿ ಫ್ಯಾಕ್ಟರಿ ಕಟ್ಟಿದ್ದು, ಅಪಘಾತದಲ್ಲಿ ಸತ್ತದ್ದು, ಚಿನ್ನದಂಥ ಜಯಣ್ಣ ಈ ಪೂತನಿಯ ಕೈಗೆ ಸಿಕ್ಕಿದ್ದು, ಹೆಂಡತಿಯ ಸುಖವಿಲ್ಲದೆ ಪುಟ್ಟಕ್ಕನ ರೂಮಿನಲ್ಲಿ ಮಲಗುತ್ತಿದ್ದದ್ದು, ಮೊದಲಾಗಿ ಎಲ್ಲವನ್ನೂ ವಿವರಿಸಿದಳು. 'ನಾನು ನಿಮ್ಮನ್ನ ಕೇಳಿದ್ದನ್ನ ಅಜ್ಜಿ ಕೈಲಿ ಹೇಳಬೇಡಿ' ಎಂದು ತಾನೇ ಕೇಳಿ ಕೊಂಡನಂತರ ಸುಶೀಲಾ ಇವಳನ್ನು ಕಳಿಸಿಕೊಟ್ಟಳು.

ಸುಶೀಲಳಿಗೂ ಜಗದೀಶಶೆಟ್ಟರಿಗೂ ಪುಟ್ಟಕ್ಕನ ಮೇಲಿದ್ದ ಅನುಕಂಪ ಆ ದಿನದಿಂದ ಪ್ರೀತಿಯಾಗಿ ಬೆಳೆಯಿತು. 'ಸುನೀತಾ, ಪ್ರಕಾಶ, ನಿಮಗೆ ಬಿಡುವಾದಾಗ ಪುಟ್ಟಕ್ಕನಿಗೆ ಪಾಠ ಕಲಿಸಿ. ನೀವು ಕಲಿಸಿದರೆ ಅವಳಿಗೆ ಚನ್ನಾಗಿ ಬರುತ್ತೆ.' ಎಂದು ಹೇಳಿಕೊಟ್ಟರು. 'ನೀವು ಅಂಗಡಿಗೆ ಹೋದಾಗ ಅವಳನ್ನೂ ಕರಕೊಂಡು ಹೋಗಿ. ಅವಳು ಮನೆಯ ದಾರಿ ಮರೆತು ಬಿಟ್ಟಾಳು. ನೀವು ನೋಡಿ ಜೊತೆಯಲ್ಲಿ ಕರಕಂಡು ಬನ್ನಿ. ವಾಕಿಂಗ್ ಹೋದರೂ ಕರಕಂಡು ಹೋಗಿ. ದೇವಸ್ಥಾನಕ್ಕೆ ಹೋದಾಗಲೂ ಮರೆಯಬೇಡಿ. ಪ್ರತಿದಿನ ಇದು ಯಾವ ರಸ್ತೆ, ಯಾವ ಅಡ್ಡ ರಸ್ತೆ, ದೇವರ ಹೆಸರೇನು ಅಂತ ಕೇಳಿ. ಮನೆ ದಾರಿ ನೀನೇ ತೋರಿಸು. ನಮ್ಮನ್ನ ಕರಕಂಡು ಹೋಗು ಅಂತ ಹೇಳಿ.'

ಪುಟ್ಟಕ್ಕ ಪ್ರಕಾಶನಿಗೆ ತುಂಬ ಹೊಂದಿಕೊಂಡಳು. ತನ್ನ ಅಕ್ಕ ಸುನೀತಾಳನ್ನು ಅಕ್ಕನೆಂದೇ ಕರೆಯುತ್ತಿದ್ದ ಅವನು ಇವಳನ್ನು ದೊಡ್ಡಕ್ಕನೆಂದು ಕರೆಯತೊಡಗಿದ. 'ಅವಳು ನನ್ನ ಅಕ್ಕ ನಿಗಿಂತ ದೊಡ್ಡವಳಲ್ಲವೋ? ಅವಳನ್ನು ನೀವು ಪುಟ್ಟಕ್ಕ ಅನ್ನುವುದು ತಪ್ಪಲ್ಲವೋ' ಎಂದು ಅಜ್ಜಿ ದ್ಯಾವಕ್ಕರೊಡನೆ ವಾದಿಸತೊಡಗಿದ. ಅವಳನ್ನು ತನ್ನ ಸಂಗಡ ಕರೆದುಕೊಂಡು ಹೋಗಿ ಅಜ್ಜಿ ಹೇಳುವ ಸಣ್ಣಪುಟ್ಟ ವ್ಯಾಪಾರ ಮಾಡಿಸಿ ಕರೆತರುತ್ತಿದ್ದ. ಇತ್ತೀಚೆಗೆ ಅವಳ ಮಾತಿನ ತೊದಲು ಸ್ವಲ್ಪ ಕಡಮೆಯಾಗುತ್ತಿತ್ತು.

ಜೈಲುವಾಸ ಪೂರೈಸಿ ಬಂದಮೇಲೆ ಈ ಕುಟುಂಬವು ಜಯಕುಮಾರನ ಜೊತೆಯೂ ಆತ್ಮೀಯವಾಯಿತು.

೩

ಒಂದು ದಿನ ದ್ಯಾವಕ್ಕ ಕೇಳಿದಳು: 'ನಿಮ್ಮ ದೊಡ್ಡ ಸ್ವಸೆ ನಿಮ್ಮನ್ನ ಜೈಲಿಗೆ ಆಕಿಸಿದಳಂತೆ. ನೀವು ಜೈಲಿನಿಂದ ಹಂಗಿಂದ ಹಂಗೇ ಎಲ್ಲಿಗೆ ಓಡ್ರೋ, ಪ್ರಾಣ ಕಳಕಂಡ್ರೋ ಗೊತ್ತಿಲ್ಲವಂತೆ.'

'ಯಾರು ಹೇಳಿದ್ರು?'

'ನಿಮ್ಮ ಸ್ವಸೆ, ಜಯಣ್ಣಾರ ಎಂಡ್ತಿ. ಇಲ್ಲಿಗೆ ಬರ್ತಿದ್ದಾಗ ಶೋಭಕ್ಕನೂ ಏಳಿದ್ರು.

ಅದು ಹ್ಯಂಗೆ ಕಳಿಸಿದ್ರವ್ವಾ ಅತ್ತೇನ ಜೈಲಿಗೆ?'

'ಅದೊಂದು ದೊಡ್ಡ ಕತೆ. ಕೇಳಿ ಏನಾಗಬೇಕಾಗಿದೆ ಬಿಡು,' ಆ ಬಗ್ಗೆ ಮಾತನಾಡಲು ಉತ್ಸಾಹವಿಲ್ಲದೆ ಅಜ್ಜಿ ಸುಮ್ಮನಾದಳು. ಕುತೂಹಲದಿಂದ ಕೇಳಿದ ಇವಳಿಗೆ ಬೇಸರವಾಗಬಾರದೆಂಬ ಸೂಕ್ಷ್ಮ ತುಸುಹೊತ್ತಿನಲ್ಲಿ ಹುಟ್ಟಿ ಹೇಳತೊಡಗಿದರು, 'ನನ್ನ ಹಿರೀಮಗನ್ನೂ ಅವನ ಹೆಂಡ್ತೀನೂ ಯಾವತ್ತಾದರೂ ನೋಡಿದೀಯಾ?'

'ಇಲ್ಲವ್ವಾ.'

'ಕೇಶವಮೂರ್ತಿ ಅಂತ. ನಾವು ಕಷ್ಟಪಟ್ಟು ಬಿ.ಎಸ್‌ಸಿ. ಓದಿಸಿದೆವು. ಪರೀಕ್ಷೆಗೆ ಎರಡು ವರ್ಷ ಇರುವಾಗ ನಮ್ಮ ಮನೆಯೋರು ತೀರಿಹೋದರು. ಆ ಕಾಲದಲ್ಲಿ ಗಂಡ ಸತ್ತರೆ ಹೆಂಡತಿಗೆ ಈಗಿನ ಹಾಗೆ ಪೆನ್‌ಶನ್ ಗಿನ್‌ಶನ್ ಬರ್ತಿರಲಿಲ್ಲ. ನನ್ನ ಹತ್ತಿರ ಇದ್ದ ಚಿನ್ನ ಪನ್ನ ಮಾರಿ, ಅದು ಮುಗಿದಮೇಲೆ ಕಂಡೋರ ಮನೇಲಿ ಮೆಣಸಿನಪುಡಿ ಹಪ್ಪಳ ಸಂಡಿಗೆ ಮಾಡಿ ಅವನನ್ನ ಓದಿಸಿದೆ. ಮಗಳಿಗೆ ಮದುವೆಯಾಗಿತ್ತು. ಅವಳೇ ದೊಡ್ಡೋಳು. ಇವನಿಗೆ ವ್ಯವಸಾಯ ಇಲಾಖೇಲಿ ಕೆಲಸವೂ ಆಯ್ತು. ಟ್ರೇನಿಂಗ್ ಆಗಿ ಪರ್ಮನೆಂಟ್ ಆಯಿತು. ಇವನಿಗೆ ಹೆಣ್ಣು ಗೊತ್ತಾಯಿತು. ಮಂಡ್ಯದೋಳು. ಗುರುತು ಪರಿಚಯವಿದ್ದೋರೇ ಶಿಫಾರಸು ಮಾಡಿದ್ದು. ಒಪ್ಪಿಗೆಯಾಯಿತು. ಒಪ್ಪಿಗೆ ಹೇಳಿದ್ದೆವು. ಅಷ್ಟರಲ್ಲಿ ಅವಳ ಅಪ್ಪನಿಗೆ ಅದೆಂಥದೋ ಕಾಯಿಲೆ. ಹಾರ್ಟ್ ಅಂತೆ. ಮದುವೆ ಮುಂದಕ್ಕೆ ಹೋಯಿತು. ಮದುವೆಗೆ ಅಂತ ಇಟ್ಟುಕೊಂಡಿದ್ದ ದುಡ್ಡೆಲ್ಲ ಬೆಂಗಳೂರು ಆಸ್ಪತ್ರೇಲಿ ಕರಗಿಹೋಗಿ ಕೊನೆಗೆ ಅವನು ಸತ್ತೂಹೋದ. ಮದುವೆ ಮಾಡಿಕೊಡುವ ಶಕ್ತಿಯೂ ಅವಳ ಅವ್ವನಿಗೆ ಇಲ್ಲ. ಆದರೂ ನಾವು ಬಡತನದ ಮದುವೆ ಮಾಡಿಸಿಕೊಂಡು ಮನೆ ತುಂಬಿಸಿಕೊಂಡೆವು. ಆಯ್ತಾ? ಹೂಂ ಅನ್ನು. ನೀನು ಸುಮ್ಮನೆ ಕೂತಿದ್ರೆ ನಂಗೆ ಹೇಳುಕ್ಕೆ ತಿಳಿಯುಲ್ಲ.'

'ಊಂ. ಏಳಿ' ದ್ಯಾವಕ್ಕ ಮಂಡಿಯನ್ನು ಬದಲಾಯಿಸಿ ಕುಳಿತಳು.

'ಮನೆ ತುಂಬಿಸಿಕೊಂಡು ಬಂದ ಮಾಲಕ್ಷ್ಮಿ ಮೂರು ತಿಂಗಳಾಗಿತ್ತು ವರಸೆ ಶುರುಮಾಡಿದಳು. ಅಷ್ಟರಲ್ಲಿ ಜಯಣ್ಣ ಶೀನಿಯರ್ ಇಂಟರ್‌ಮೀಡಿಯಟ್‌ಗೆ ಬಂದಿದ್ದ. ಎಲ್ಲ ವಿಷಯದಲ್ಲೂ ಟ್ಯೂಶನ್ ಹೇಳಿಸಬೇಕು. ಇಲ್ಲದಿದ್ದರೆ ಎಂಜಿನೀರಿಂಗ್‌ಗೆ ಸೀಟು ಸಿಕ್ಕುಲ್ಲ. ಅದಕ್ಕೆ ಖರ್ಚು. ಸಂಸಾರದ ಖರ್ಚು. ನನ್ನ ಗಂಡ ಒಬ್ಬನೇ ದುಡಿಯೂದು ಉಳಿದೋರು ಕೂತು ತಿನ್ನೂದು, ನಾವು ಸುಖವಾಗಿರೂದು ಯಾವಾಗ? ಅಂತ ನನಗೆ ಕೇಳೂ ಹಾಗೆ ಗೊಣಗುಕ್ಕೆ ಶುರುಮಾಡಿದಳು. ಅಂದರೆ ತನ್ನ ಗಂಡನ್ನ ಕರಕಂಡು ಬ್ಯಾರೆ ಹೋಗಬೇಕು ಅಂತ ಅವಳ ಹಂಚಿಕೆ. ಅದಕ್ಕೆ ಅವಳ ಅವ್ವನ ಸಪೋರ್ಟು. ಹೀಗೆಯೇ ಆರು ತಿಂಗಳು ಕಳೀತು. ಜಯಣ್ಣನಿಗೆ ಫಸ್ಟ್‌ಕ್ಲಾಸಿನಲ್ಲಿ ಪಾಸಾಗಿ ಬೆಂಗಳೂರು ಎಂಜಿನೀರ್ ಕಾಲೇಜಿನಲ್ಲಿ ಸೀಟು ಸಿಕ್ಕಿತು. ಅವನಿಗೆ ಫೀಜು, ಬಟ್ಟೆಬರೆ, ಪುಸ್ತಕ, ಹಾಸ್ಟೆಲ್ ಖರ್ಚು, ಐದು ವರ್ಷ. ಹಿರೀಮಗ ವಹಿಸ್ಕಬೇಕು ತಾನೆ? ನನ್ನ ಚಿನ್ನ ಮಾರಿ ಕಂಡೋರ ಮನೇಲಿ ಕೂಲಿ ಮಾಡಿ ನಾನು ಅವನನ್ನ ಓದಿಸಲಿಲ್ವಾ? ನಮಗೆ ಸಾಧ್ಯವಿಲ್ಲ. ಅವನು ಎಂಜಿನೀರ್ ಓದ್‌ದೇ ಇದ್ದರೆ ಏನು? ಬರೀ ಬಿಎಸ್‌ಸಿ ಮಾಡಲಿ ಯಾವುದಾದರೂ ಕೆಲಸಕ್ಕೆ ಸೇರಲಿ ಅಂತ

ಇವಳು ಹಟ ಹಿಡಿದಳು. ನೋಡು ನಮ್ಮ ಮನೆ ವ್ಯವಹಾರ, ಯಜಮಾನಿಕೆ ಮಾಡುಕ್ಕೆ ಇವಳು. ನ್ಯಾಯವಾ? ನ್ಯಾಯವಾ ನೀನೇ ಹೇಳು.'

'ಕಲಿಗಾಲ ಕಣವ್ವ.'

"ನಮ್ಮ ಕೇಶವ ಮುಠ್ಠಾಳ ಸೂಳೆಮಗ. ನೋಡುಕ್ಕೆ ಮಾತ್ರ ಕೆಂಪಗೆ ದುಂಡಗೆ ಕಂಬದ ಹಾಗೆ ಅಷ್ಟು ಎತ್ತರ ಬೆಳೆದಿದ್ದ. ಹೆಂಡತಿಗೆ ಎರಡು ಬಿಟ್ಟು ಬಾಯಿಮುಚ್ಚಿಸುಕ್ಕೆ ಧೈರ್ಯವಿಲ್ಲ. ಏನೋ ಇದು? ಅಂತ ಅವನಿಗೆ ನ್ಯಾಯ ಒಪ್ಪಿಸಿದರೆ ಚಿಕ್ಕ ಪುಟ್ಟ ವಯಸ್ಸಲ್ಲ ವೇನಮ್ಮ ಅವಳಿಗೂ ವಡವೆ ವಸ್ತ್ರ ಹಾಕ್ಕಳೂ ಆಸೆ. ನಮ್ಮ ಮನೆಗೆ ಬಂದಮೇಲೆ ಏನೂ ಮಾಡಿಸಿಕೊಟ್ಟಿಲ್ಲ. ಮದುವೇಲೂ ಹಾಕಿಲ್ಲ. ಹಾಗಾಡ್ತಾಳೆ, ಅಂದ. ಅವಳ ಅಪ್ಪನ ಮನೆ ಯೋರು ಯಾವ ವಡವೆ ವಸ್ತ್ರ ಹಾಕಿದ್ರು? ಅಂತ ಕೇಳಿದರೆ ಅವರು ಹಾಕಿದ್ರೆ ಅವಳ್ಯಾಕೆ ಇಲ್ಲಿ ಹೀಗಾಡ್ತಿದ್ದಳು ಅಂದನೇ ಹೊರತು ಅವಳ ಆಟ ತಪ್ಪು ಅನ್ನಲಿಲ್ಲ. ತಮ್ಮನನ್ನ ಓದಿಸೂ ಜವಾಬ್ದಾರಿಯಿಂದ ತಪ್ಪಿಸಿಕಳುಕ್ಕೆ ಅವನೂ ನೆಪ ಹುಡುಕ್ತಿದ್ದ ಅಂತ ನಾನು ಅರ್ಥಮಾಡ್ಕಳ್ಳಿಲ್ಲ. ಒಂದು ಸಲ ಏನಾಯ್ತು ಅಂತೀಯ. ಕೇಶವ ಸರ್ಕಾರಿ ಕೆಲಸದ ಮೇಲೆ ನಾಕುದಿನ ಅದೆಲ್ಲೋ ಮಲೆಸೀಮೆಗೆ ಹೋಗಿದ್ದ. ಇವಳು ಗಾಂಚಾಲಿ ಮಾತು ತೆಗೆದಳು. ನನಗೆ ರೇಗಿತು. ಹಲ್ಕಾರಂಡೆ, ನಿನ್ನ ಗಂಡನ ಸಂಬಳವೆಲ್ಲ ನಿಂದು ಅಂತೀಯಲ, ನೀನೇನೇ ತಂದಿರೂದು ನಿಮ್ಮಪ್ಪನ ಮನೆಯಿಂದ? ನಿಮ್ಮವ್ವ ದರಿದ್ರದ ಮದುವೆ ಮಾಡಿ ಕೊಟ್ಟಳು. ಊಟದಲ್ಲಿ ಎರಡನೆ ಸಲ ಅನ್ನಾನೂ ಕೇಳಲಿಲ್ಲ, ಅಂದೆ. ಬಾಯಿ ಜೋರು ಮಾಡಿದಳು. ಎರಡೂ ಕಡೆ ಪಕ್ಕದ ಮನೆಯೋರಿಗೆ ಕೇಳೂ ಹಾಗೆ. ಹೆಂಗಸರು ಸೇರಿದರು. ನೋಡಿ ನಿಮ್ಮಪ್ಪನ ಮನೆಯಿಂದ ಏನು ತಂದಿದೀಯ, ವರದಕ್ಷಿಣೆ ಏನು ತಂದಿದೀಯ ಅಂತ ನನ್ನನ್ನ ಗೋಳು ಹುಯ್ಕತ್ತಾಳೆ ಈ ಮುದುಕಿ ಅಂತ ಇವಳು ನ್ಯಾಯ ಒಪ್ಪಿಸಿದಳು. ಹೌದು ಕಣೆ ದರಿದ್ರದೋಳೆ ಬರೀ ಕೈಲಿ ಬಂದಿದೀಯ, ನನ್ನ ಮಗ ದುಡಿದದ್ದೆಲ್ಲ ನಿಂದು ಅಂತೀಯ ಸೂಳೆಗಾರ ಮುಂಡೆ ಅಂತ ನಾನೂ ಜೋರು ಮಾಡಿದೆ. ಸಿಟ್ಟು ಬಂತು ಹೋಗಿ ಕೆನ್ನೆಗೆ ಎರಡು ಬಾರಿಸಿದೆ. ಅವಳು ಹಾಗಿಂದ ಹಾಗೆಯೇ ಎಲ್ಲೋ ಹೋಗಿಬಿಟ್ಟಳು. ಇನ್ನೆಲ್ಲಿ ಹೋಗ್ತಾಳೆ ಅವಳ ಅವ್ವನ ತಾವಕ್ಕೆ ಮಂಡ್ಯಕ್ಕೆ, ಪಿಶಾಚಿ ವಾಪಸು ಬರದೆ ಇದ್ದರೆ ಸಾಕು ಅಂತ ನಾನು ಒಳಗೆ ಬಂದು ಕೂತುಕೊಂಡೆ. ನನಗೆ ಅಳು ಬಂದುಬಿಡ್ತು. ಎಂಥ ಪಿಶಾಚಿ ಗಂಟುಬಿತ್ತಪ್ಪಾ ದೇವರೆ ಅಂತ ಬಿಕ್ಕಿಬಿಕ್ಕಿ ಅತ್ತೆ. ಎದುರು ಮನೆ ವೆಂಕಟಲಕ್ಷಮ್ಮ ಕಲಿಗಾಲ ರಾಜಮ್ಮ ಅಂತ ಸಮಾಧಾನ ಹೇಳಿ ಅರ್ಧಗಂಟೆ ಅಲ್ಲೇ ಇದ್ದು ಹೋದರು. ಮಧ್ಯಾಹ್ನವಾಗಿತ್ತು. ನನಗೆ ಸೇರಿದಷ್ಟು ತಿನ್ನಾಣ ಅಂತ ಊಟಕ್ಕೆ ಕೂತುಕಾಬೇಕು, ಪೋಲೀಸ್ ವ್ಯಾನು ಮನೆ ಮುಂದೆ ಬಂದು ನಿಂತ್‌ಕಳಾದಾ? ಒಬ್ಬ ದಫೇದಾರ ಇಬ್ಬರು ಕಾನಿಸ್ಟೇಬಲ್ ಗಳು, ಒಬ್ಬಳು ಕಾಖಿ ಸೀರೆ ಉಟ್ಕಂಡಿರೂ ದಡೂತಿ ಹೆಂಗಸು ಕಾನಿಸ್ಟೇಬಲ್. 'ರಾಜಮ್ಮ ಅಂದರೆ ನೀವೇ ಏನ್ರಮ್ಮ. ಸ್ವಲ್ಪ ಸ್ಟೇಶನ್ನಿಗೆ ಬನ್ನಿ, ಇನ್‌ಸ್ಪೇಟರು ಏಳಿ ಕಳಿಸಿಯವರೆ.' 'ನಾನ್ಯಾಕಪ್ಪ ಟೇಸನ್‌ಗೆ ಬರಬೇಕು. ನಾನೇನು ಕಳ್ಳತನ ಮಾಡಿದೀನಾ? ಖೂನಿ ಮಾಡಿ ದೀನಾ?' 'ನಮಗೇನೂ ಗೊತ್ತಿಲ್ಲ ಅಮ್ಮಾವರೆ. ಇನ್‌ಸ್ಪೇಟರು ಏಳ್ತಾರೆ ಬನ್ನಿ.' ಅಂತ

ಆ ಹೆಂಗಸು ನನ್ನ ರಟ್ಟೆಗೆ ಕೈಹಾಕಿ, ನೋಡೇ ದ್ಯಾವಕ್ಕಾ, ಮೂವತ್ತಮೂರು ವರ್ಷವಾಯ್ತು. ಯಾವ ಜನ್ಮದಲ್ಲಿ ನಡೆದುಹೋದದ್ದೋ ಅನ್ನುವಷ್ಟು ಹಳೇದು. ಆದರೂ ಈಗ ಹೇಳುವಾಗ ಅಳು ಬರುತ್ತೆ. ಅದಕ್ಕೇ ನಾನು ಆ ವಿಷಯ ಮಾತೇ ಆಡುಲ್ಲ." ಎನ್ನುತ್ತಿರುವಾಗ ಅಜ್ಜಿಯ ಕಣ್ಣು ಗಂಟಲುಗಳು ತುಂಬಿ ಕಟ್ಟಿಕೊಂಡವು.

'ಒಕ್ಕಲ್ಲಿ ಬುಡವ್ವ, ಮುಂದಿದ್ದೆಲ್ಲ ಗೊತ್ತೈತೆ,' ದ್ಯಾವಕ್ಕ ಸಮಾಧಾನಪಡಿಸಿದಳು.

ಅಜ್ಜಿ ಎರಡು ನಿಮಿಷ ಸುಮ್ಮನಿದ್ದು ಸಮಾಧಾನ ತಂದುಕೊಂಡರು. ಅನಂತರ ಸೆರಗಿನಿಂದ ಕಣ್ಣುಮೂಗುಗಳನ್ನು ಒರೆಸಿಕೊಂಡು, 'ಬೇಗ ಬೇಗ ಹೇಳಿಬಿಡ್ತೀನಿ. ಅವಳನ್ನ ಕೊಡವಿಕೊಂಡು ನಾನೇ ಹೋಗಿ ವ್ಯಾನಿನಲ್ಲಿ ಕೂತೆ. ಸ್ಟೇಶನ್‌ನಲ್ಲಿ ಇನ್‌ಸ್‌ಪೆಕ್ಟರು ಕೇಳಿದ: ಏನ್ರಮ್ಮಾ ನೀವು ಸೊಸೇನ ನಿಮ್ಮಪ್ಪನ ಮನೆಯಿಂದ ಏನ್‌ತಂದಿದೀಯ ಅಂತ ಕೇಳಿದೀರ, ಕೆನ್ನೆಗೆ ಹೊಡೆದಿದೀರ, ಏಟು ಬಿದ್ದಿರೂ ಗುರುತಿದೆ, ಅಂದ. ಅಲ್ಲ ಸಾರ್ ನಡೆದ ವಿಷಯ ಹೀಗೆ ಹೀಗೆ ಅಂತ ಹೇಳುಕ್ಕೆ ಹೋದರೆ ನನಗೆ ಅದೆಲ್ಲ ಪುರಾಣ ಬ್ಯಾಡ, ನೀವು ಹಾಗಂದದ್ದು ಹೌದೋ ಅಲ್ಲವೋ? ಈ ವಿಷಯದಲ್ಲಿ ಹೊಸದಾಗಿ ಮದುವೆಯಾದ ಹೆಂಗಸು ಕಂಪ್ಲೇಂಟ್ ಕೊಟ್ಟಿದ್ದು ಸಾಕು, ಹಾಕೊ ಈ ಹೆಂಗಸನ್ನ ಒಳಗೆ ಅಂದ. ಖಾಕಿ ಹೆಂಗಸು ನನ್ನ ಲಾಕಪ್ಪಿಗೆ ತಳ್ಳಿ ಬಿಡೂದೆ? ಮ್ಯಾಜಿಸ್ಟ್ರೇಟರ ಮುಂದೆ ಕರಕಂಡು ಹೋಗಿ ನಿಲ್ಲಿಸಿದರೆ ಅವರೂ ಕೂಡ ಕೇಸು ಹಾಕಿಸಿಬಿಡೂದೆ? ಕೇಶವ ಊರಿಗೆ ಬಂದ. ನೀನು ಎಂಥ ಕೆಲಸ ಮಾಡಿದೆ. ಕಂಡೋರ ಮನೆಯಿಂದ ತಂದ ಹೆಣ್ಣುಮಕ್ಕಳನ್ನ ಗೋಳುಹುಯ್ಕಳ್ಳ ದಿದ್ದರೆ ಮುದುಕೀರಿಗೆ ತಿಂದದ್ದು ಅರಗುಲ್ಲ. ಬಸರಿ ಹುಡುಗಿಗೆ ಕೆನ್ನೆಗೆ ಹೊಡಿಯಾಣ ಅಂದರೆ ಏನು? ಈಗ ನೋಡು ನಿನ್ನ ಮೇಲೆ ಕೇಸು ಅಂದರೆ ನನಗೆ ಕೆಟ್ಟ ಹೆಸರು ಅಂತ ನನ್ನ ಮೇಲೆ ರೇಗಿದ. ಹೆಂಡತಿ ಬಸರಿ ಅಂದರೆ ಗಂಡಸಿಗೆ ಅವಳ ಮೇಲೆ ಇನ್ನಿಲ್ಲದ ಕರುಣೆ ಉಕ್ಕಿಬಿಡುತ್ತೆ ಕಣೇ ದ್ಯಾವಕ್ಕ, ಈ ಮೋಹ, ಮಾಯೆಗೆ ಏನಂತೀಯ?'

'ಹೌದು ಕಣವ್ವ, ನಾ ನೋಡಿವ್ನಿ.'

"ಅವನೇ ನನಗೆ ಲಾಯರನ್ನ ಇಟ್ಟುಕೊಡ್ತೀನಿ ಅಂದ. ಯಾವನೂ ಇಟ್ಟುಕೊಡೂದೂ ಬ್ಯಾಡ ಅಂದು ನಾನು ಮಗಳಿಗೆ ಫೋನು ಮಾಡಿಸಿದೆ. ಆಗ ಅವರು ಅಂಕಲೇಶ್ವರ ಅನ್ನೂ ಊರಿನಲ್ಲಿದ್ದರು. ಗುಜರಾತ್ ಅನ್ನೂ ದೇಶ ಕೇಳಿದೀಯಾ? ಮಗಳು ಅಳಿಯ ಓಡಿಬಂದರು. ಅಳಿಯ ಕೈಯಿಂದ ದುಡ್ಡು ಕೊಟ್ಟು ಲಾಯರನ್ನ ಗೊತ್ತುಮಾಡಿದರು. ಲಾಯರೇನೋ ಬುದ್ಧಿವಂತ. ಅವರೇನು ಕೇಳಿದರೂ ನೀವು ಇಲ್ಲ ಇಲ್ಲ ಇಲ್ಲ ಅನ್ನಬೇಕು, ಪಾಟಿಸವಾಲಿನಲ್ಲಿ ಹೀಗೆ ಹೀಗೆ ಕಾಲಿಗೆ ಹಾಕಿದರೆ ಕತ್ತಿಗೆ ಹಾಕ್ತಾನೆ ಕತ್ತಿಗೆ ಹಾಕಿದರೆ ಕಾಲಿಗೆ ಹಾಕ್ತಾನೆ. ಅವನ ಉದ್ದೇಶ ನಿಮ್ಮನ್ನ ಸಿಕ್ಕಿಸೂದು. ಅರ್ಥಮಾಡ್ಕಂಡು ಉತ್ತರ ಹೇಳಬೇಕು. ಎದುರಿಗೆ ನಾನಿರ್ತೀನಿ ಅಂತ ಎಲ್ಲ ಹೇಳಿಕೊಟ್ಟರು. ಆದರೆ ನಿಜವಾಗಿ ಪಾಟಿಸವಾಲು ನಡೆಸುವಾಗ ಆ ಸರ್ಕಾರಿ ವಕೀಲ ಅಮ್ಮಾ ನೀವು ದೇವರ ಮೇಲೆ ಆಣೆ ಹಾಕಿದೀರ, ಸುಳ್ಳು ಹೇಳಿದರೆ ದೇವರೂ ಶಿಕ್ಷಿಸ್ತಾರೆ. ಕೋರ್ಟೂ ಶಿಕ್ಷೆ ಕೊಡುತ್ತೆ. ನಿಜ ಹೇಳ್ತಿದೀರಿ ತಾನೆ, ಹೆದರಿಕೊಬೇಡಿ, ನಾನಿದೀನಿ. ಅಂತ ತಾನು ನನಗೆ ಆಪ್ತ ಹಿತೈಷಿ

ಅನ್ನೂ ಹಾಗೆ ನಟನೆ ಮಾಡಿ ನೀವು ಸೊಸೇನ ನಿಮ್ಮಪ್ಪನ ಮನೆಯಿಂದ ಏನೇ ತಂದದ್ದು ಅಂದಿರೋ ಇಲ್ಲವೋ? ಅಂತ ಮತ್ತೆ ಮತ್ತೆ ಕೇಳಿದ. ಅಷ್ಟರಲ್ಲಿ ಕೇಶವನ ಹೆದರಿಕೆಗೆ ಅವನ ಹೆಂಡತಿ ಕೇಸನ್ನ ವಾಪಸು ತಗೋತೀನಿ ಅಂತ ಬರೆದುಕೊಟ್ಟಿದ್ದಳಂತೆ. ಅವಳೇ ಬರೆದುಕೊಟ್ಟಿರುವಾಗ ನನಗೇನು ಭಯ ಅಂತ ನಾನು ಹಾಗಲ್ಲ ಸಾರ್ ಅವಳ ಅಪ್ಪ ಮದುವೆಗೆ ಇಟ್ಟಿದ್ದ ಹಣಾನೆಲ್ಲ ಆಸ್ಪತ್ರೆಗೆ ಖರ್ಚುಮಾಡಿ ಅವನು ಸತ್ತರೂ ನಾವು ದರಿದ್ರ ಮದುವೆ ಮಾಡಿಕೊಂಡು ಬಂದರೂ ಇವಳು ಗಂಡನ ಸಂಬಳದಲ್ಲಿ ಅವನ ತಮ್ಮನನ್ನ ಓದಿಸಕೂಡದು ಅಂತ ಹಟ ಮಾಡಿ ಅಂದಾಗ, 'ಆಗ ನೀವು ನಿಮ್ಮಪ್ಪನ ಮನೆಯಿಂದ ಏನೇ ತಂದದ್ದು?' ಅಂತ ಕೇಳಿದಿರಿ, ಅಂದ. ನಾನು ಹೌದು ಕೇಳಿದೆ ಅಂದೆ. ಆ ಒಂದು ವಾಕ್ಯವನ್ನೇ ಹಿಡಕೊಂಡು ಅವನು ವಾದ ಮಾಡಿದ. ಕೋರ್ಟು ನನಗೆ ಮೂರುವರ್ಷ ಜೈಲುಶಿಕ್ಷೆ ಹಾಕಿತು. ದ್ಯಾವಕ್ಕಾ, ಯಾವ ನ್ಯಾಯ ಇದೆ ಕೋರ್ಟಿನಲ್ಲಿ? ಕಾನೂನಿನಲ್ಲಿ?"

ದ್ಯಾವಕ್ಕ ಮೂಕಿಯಂತೆ ಅಜ್ಜಿಯನ್ನೇ ನೋಡುತ್ತಾ ಕುಳಿತುಬಿಟ್ಟಳು. ಇಷ್ಟು ಮಾತನ್ನೂ ಕೇಳುತ್ತಾ ಕೂತಿದ್ದ ಪುಟ್ಟಕ್ಕನಿಗೆ ಎಷ್ಟು ಅರ್ಥವಾಯಿತೋ ಎಷ್ಟು ಬಿಟ್ಟಿತೋ ಅವಳು ಗಂಭೀರಳಾಗಿದ್ದಳು. 'ಜೈಲಿನಿಂದ ಹಂಗಿಂದ ಹಂಗೇ ಹ್ವಂಟುಹೋಗಿಬುಟ್ರಾ?'

"ತೀರ್ಮಾನ ತಿಳಿದು ಮಗಳು ಅಳಿಯ ಗುಜರಾತಿನಿಂದ ಓಡಿಬಂದರು. ಎರಡು ದಿನದ ಪ್ರಯಾಣ. ಅಳಿಯ ಲಾಯರ ಕೈಲಿ ಮಾತಾಡಿದರು. ಜಡ್ಜಿ ಮಾತಿನ ಒಟ್ಟು ಸಂದರ್ಭ, ಒಟ್ಟು ಅಭಿಪ್ರಾಯ ತಗೊಳ್ಳದೆ ಒಂದು ವಾಕ್ಯವನ್ನು ಸಂದರ್ಭದಿಂದ ಕಿತ್ತು ವ್ಯಾಖ್ಯಾನ ಮಾಡಿದಾರೆ ಅಂತ ನಾವು ಅಪೀಲು ಹೋಗಬಹುದು ಅಂತ ಲಾಯರು ಹೇಳಿದರು. ನನಗೆ ಯಾವ ಅಪೀಲೂ ಬ್ಯಾಡ. ಯಾವ ನ್ಯಾಯಪೀಠದ ಎದುರಿಗೆ ಕತ್ತು ಬಗ್ಗಿಸಿ ನಿಲ್ಲೂದೂ ಬ್ಯಾಡ. ದೇವಕಿ ವಸುದೇವರು ಜೈಲಿನಲ್ಲಿದ್ದರು. ಅವರು ತಪ್ಪಿತಸ್ಥರೆ? ಮೂರುವರ್ಷ ನಾನು ಅಲ್ಲೇ ಇರ್ತೀನಿ. ನೀವು ನನಗೆ ಒಂದು ಉಪಕಾರ ಮಾಡಬೇಕು. ಜಯಣ್ಣನಿಗೆ ಬೆಂಗಳೂರು ಇಂಜಿನೀರಿಂಗ್ ಕಾಲೇಜಿನಲ್ಲಿ ಸೀಟುಸಿಕ್ಕಿದೆ. ಐದುವರ್ಷ ಅವನ ಫ್ಲೀಜು. ಹಾಸ್ಟೆಲು ಬಟ್ಟೆ ಪುಸ್ತಕ ಎಲ್ಲದಕ್ಕೂ ನಿಮ್ಮ ಮಗ ಅಂತ ತಿಳಕಂಡು ಸಹಾಯ ಮಾಡಬೇಕು. ಕೊಟ್ಟ ಪ್ರತಿಯೊಂದು ಕಾಸಿಗೂ ಲೆಕ್ಕ ಇಡಿ. ಅವನು ಸಂಬಳ ತರುಕ್ಕೆ ಶುರುವಾದ ದಿನದಿಂದಲೇ ಅದನ್ನ ಪೂರ್ತಿ ತೀರಿಸಬೇಕು ಅಂದೆ. ಅಳಿಯಂದಿರು ಒಪ್ಪಿಕೊಂಡರು. ಜಯಣ್ಣ ಕಷ್ಟಪಟ್ಟು ಓದುತೀನಿ ಕೆಟ್ಟ ವಿದ್ಯೆ ಕಲಿಯುಲ್ಲ, ಭಾವನ ಹತ್ತಿರ ಇಸಕೊಂಡ ದುಡ್ಡಿಗೆ ನಾನೇ ಲೆಕ್ಕಇಟ್ಟು ವಾಪಸು ಕೊಡ್ತೀನಿ ಅಂತ ನನ್ನ ಕೈ ಹಿಡಿದು ಆಣೆಮಾಡಿದ. ಕೇಶವ ಅಕ್ಕನ ಕೈಲಿ, 'ನಾನು ಹೇಳಿದ ಮೇಲೆ ಇವಳು ಕಂಪ್ಲೇಂಟು ವಾಪಸು ತಗೊಂಡಳು. ಆದರೆ ಕೇಸು ದಾಖಲಾದ ಮೇಲೆ ವಿಚಾರಣೆ ನಡೆಯಲೇಬೇಕು ಅಂತ ಕಾನೂನಿದೆ. ಅಮ್ಮ ಪೆದ್ದು ಪೆದ್ದಾಗಿ ಒಪ್ಪಿಕೊಂಡರೆ ನನ್ನ ಹೆಂಡತಿಯದೇನು ತಪ್ಪು? ಅಮ್ಮನ ಅಹಂಕಾರ ನಿನಗೆ ಗೊತ್ತಿಲ್ಲ' ಅಂತ ಹೊರಳಿಸಿದನಂತೆ. ಜಯಣ್ಣ ತಿಂಗಳಿಗೊಂದು ಸಲ ಮೈಸೂರಿಗೆ ಬಂದು ನನ್ನನ್ನ ಜೈಲಿನಲ್ಲಿ ನೋಡ್ಕಂಡು ಹೋಗ್ತಿದ್ದ. ಕೇಶವ ಒಂದು ಸಲ ಬಂದಿದ್ದ. ನಾನು ಅವನ ಮುಖ ನೋಡುಲ್ಲ ಅಂತ ವಾರ್ಡರ

ಕೈಲಿ ಹೇಳಿಕಳಿಸಿದೆ. ಮತ್ತೆ ಬರಲಿಲ್ಲ."

'ಆಮ್ಯಾಲೆ, ಜೈಲು ಮುಗಿದ ಮ್ಯಾಲೆ?' ದ್ಯಾವಕ್ಕ ಕೇಳಿದಳು.

'ಇನ್ನೊಂದು ದಿನ ಹೇಳ್ತೀನಿ. ಅದು ದೊಡ್ಡ ಕಥೆ.' ಅಜ್ಜಿಗೆ ಮಾತನಾಡಿ ಬಳಲಿಕೆಯಾಗಿತ್ತು.

೪

ಇಷ್ಟು ಹೇಳಿದ ಮರುದಿನ ಅಜ್ಜಿ ದ್ಯಾವಕ್ಕನನ್ನು ಕೇಳಿದರು: 'ನನ್ನ ಹಿರೀ ಮಗನ ಹೆಂಡತಿ ಅತ್ತೇನ ಜೈಲಿಗೆ ಕಳಿಸಿದಳು. ಎರಡನೆ ಮಗನ ಎರಡನೆ ಹೆಂಡತಿ ಗಂಡನನ್ನೇ ಜೈಲು ಸೇರಿಸಿ ಅವನ ಕಂಪನೀನೇ ಮುಳುಗಿಸಿದಳು. ಏನು ನಮ್ಮ ಮನೆಗೆ ಬಡಕಂಡಿರೂ ಗ್ರ್ರಾಚಾರ. ಇದು ಹ್ಯಾಗೆ ಗಂಟುಬಿತ್ತು? ನಿನಗೆ ಗೊತ್ತೇ ಇರುತ್ತೆ. ಹೇಳು.'

'ಇದು ಏನು ಎಂತು ನನಗೆ ಗೊತ್ತಿರಲಿಲ್ಲ. ಜಯಣ್ಣಾರು ಇನ್ನೊಂದು ಮದುವೆ ಮಾಡ್ಕಬೇಕು ಅಂತ ನಂಗೂ ಅನ್ನುಸ್ತಿತ್ತು, ಯಾವುದಾದರೂ ಅಪ್ಪನಿಗೆ ಉಟ್ಟಿದ ಮಗಳನ್ನ ತಂದುಕಂಡು. ಒಂದು ದಿನ ಇದ್ದಕ್ಕಿದ್ದಹಂಗೆ ಇವಳನ್ನ ಮನೆಗೆ ಕರ್ಕಬಂದು ನಾನು ಇವಳ್ನ ಮದುವೆಯಾಗಿದೀನಿ ಅಂದರು. ಹ್ವಸದಾಗಿ ಮದುವೆಯಾದ ಎಣ್ಣು. ಬೋಳು ಹಣೆ, ಬೋಳು ಕುತ್ತಿಗೆ, ಉದ್ದನೆ ಕ್ರಾಪ್ ಕಟ್ಟು. ಇವಳೇನು ಕಿರಿಸ್ತಾನಳಾ ತುರುಕರೋಳಾ ಇವಳೆಲ್ಲಿ ಗಂಟುಬಿದ್ದಳು ಅಂತ ನಂಗೆ ಕೆಕ್ಕರುಮಕ್ಕರು. ಮದುವೆಯಾಗಿ ಬಂದ ನಾಕನೇ ದಿನವೇ ವ್ಯಾ ಅಂತ ವಾಂತಿ ಮಾಡ್ಕಂಡ ಸದ್ದು ನನಗೆ ಕೇಳಿತು. ನಂಗೆ ಅನುಮಾನ ಬಂತು. ಲೆಕ್ಕ ಮಡೀಕಂಡೆ. ಮಗು ಹುಟ್ಟಿದ ದಿನಕ್ಕೆ ಲೆಕ್ಕ ಹಾಕ್ಕಂಡರೆ ಮದುವೆಯಾದಾಗ ಅವಳಿಗಾಗಲೆ ಮೂರು ತಿಂಗಳಾಗಿತ್ತು. ಜಯಣ್ಣಾರೇ ಅವಳ ಜೊತೆಯಾಗಿ ಬಸರಾಗಿರಬೈದು ಅಂದುಕಂಡು ಸುಮ್ಮನಾದೆ.

'ಆಮ್ಯಾಲೆ ಅವಳ ಅವ್ವ ಈ ಮನೆಗೆ ಬಂದು ಅವಳು ಪುಟ್ಟಕ್ಕನ್ನ ಮನೆ ಬಿಟ್ಟು ಕಳಿಸಬೇಕಂತ ಸಂಚುಮಾಡಿದ್ದ ನಿಮಗೆ ಅವತ್ತೇ ಏಳಿದ್ದೆನಲ್ಲ. ಅವಳನ್ನ ವಿಜಯನಗರದ ಪ್ಲಾಟಿಗೆ ಕಳಿಸಿದ್ಲಲ್ಲ. ಒಂದೊಂದು ದಿನ ನನ್ನ ಜೊತೆ ತೇಜಣ್ಣನ್ನ ಬುಟ್ಟ್ ಬಾ ಅಂತ ಪ್ಲಾಟಿಗೆ ಕಳಿಸ್ತಿದ್ಲು. ಆ ಮ್ಯಾಲೆ ನಂಗೆ ಗೊತ್ತಾಯ್ತು. ಅಲ್ಲಿ ನಾಕೈದು ಪ್ಲಾಟುಗಳಲ್ಲಿ ಕಸ ಮುಸುರೆ ಮಾಡ್ತಿದ್ದ ಕುಂದವ್ವ, ಚೌಕಿದಾರ ರತನ್‌ಸಿಂಗ್ ನಂಗೆ ಗೊತ್ತಾದರು. ಅವರು ಏಳಿದರು. ಪ್ಲಾಟು ಇವಳುದ್ದೇಯಂತೆ. ಅಲ್ಲಿಗೆ ಮೂರು ನಾಕು ದಿನಕ್ಕೊಂದು ಸಲಿ ಒಬ್ಬ ಬರ್ತಿದ್ದನಂತೆ. ಮೇಲೆ ಓಗುಕ್ಕೆ ಮದಲು ರತನ್‌ಸಿಂಗನ ಪುಸ್ತಕದಲ್ಲಿ ಎಸರು ಬರೀಬೇಕಲ, ರಂಗಸಾಮಿ ಅಂತ ಬರೀತಿದ್ದನಂತೆ. ರತನ್‌ಸಿಂಗ್ ಬಲೇ ಹುಷಾರಿ, ರಂಗಸಾಮಿಗೆ ಗೊತ್ತಾಗದ ಹಂಗೆ ಅವನ ಕಾರಿನ ನಂಬರ್ ಬರಕತ್ತಿದ್ದನಂತೆ. ಇವಳನ್ನ ಜಯಣ್ಣ ಮದುವೆಯಾದ ಮ್ಯಾಲೆ ಆ ರಂಗಸಾಮಿ ಪ್ಲಾಟಿಗೆ ಒಂದು ಸಲೀನೂ ಓಗಲಿಲ್ಲವಂತೆ.

ಮದುವೆಯಾಗಿ ಮಗು ಹುಟ್ಟಿದ ಮೂರು ವರ್ಷ ಕಳೆದಮ್ಯಾಲೆ ಜಯಣ್ಣ ಆಪೀಸಿಗೆ ಓಗಿ ನಾನು ಪುಟ್ಟಕ್ಕನ್ನ ರಾಜಾಜಿನಗರದ ಮೇಡಂ ತಾವಕ್ಕೆ ಕರಕಂಡು ಓದಮ್ಯಾಲೆ ದೊಡ್ಡ ಮನೆಗೆ ಒಬ್ಬ ಬರ್ತಾನೆ ಅಂತ ಪಕ್ಕದ ಬಂಗಲೆಯ ಆಳು ನಂಗೆ ಗುಟ್ನಲ್ಲಿ ಏಳ್ದ. ಅವನು ಕಾರನ್ನ ನಮ್ಮ ಮನೆ ಮುಂದೆ ನಿಲ್ಲಿಸ್ತಿರಲಿಲ್ಲ. ಪಕ್ಕದ ಎಲ್ಡನೇ ಕ್ರಾಸಿನ ಸಂದೀಲಿ ನಿಲ್ಲಿಸಿ ಮನೆಗೆ ನಡಕಂಡು ಬತ್ತಾನೆ ಅಂತ. ಇದ್ನೆಲ್ಲ ಜಯಣ್ಣಂಗೆ ಏಳಿಬುಡಬೇಕು ಅಂತ ನಂಗೆ ದಾವಂತವಾಗ್ತಿತ್ತು. ನಾನು ಎಷ್ಟಾದರೂ ಆಳು. ದೊಡ್ಡೋರ ಸಮಾಚಾರ. ಸಿಕ್ಕಿ ಕಂಡ್ರೆ ಪೆಟ್ಟುಬೀಳೂದು ನಂಗೇ ಅಂತ ಅಂಜಿ ಸುಮ್ಕಿದ್ದೆ.'

ಅಧ್ಯಾಯ ೧೯

೧

ಬಿಡುಗಡೆಯ ದಿನ ಹತ್ತಿರ ಬಂದಂತೆ ಅವನಿಗೆ ಪುಟ್ಟಕ್ಕನನ್ನು ನೋಡುವ ಧಾವಂತ ಹೆಚ್ಚಾಯಿತು. ಜೈಲುಗೇಟಿನಲ್ಲಿ ಸ್ವಾಗತಿಸಲು ಬಂದಿದ್ದ ಅಕ್ಕ ಭಾವರು ಒಂದು ವಾರವಾದರೂ ಮಥುರೆಗೆ ಬಂದು ವಿಶ್ರಮಿಸಲು ಹೇಳಿದರಾದರೂ ಅವನು ಊರಿಗೆ ಹೋಗಿ ಮಗಳನ್ನು ನೋಡುವುದೇ ಹೆಚ್ಚು ಸರಿ ಎಂದು ಒಪ್ಪಿದರು. ಭಾವನವರೇ ಬಲವಂತ ಮಾಡಿ ವಿಮಾನದ ಟಿಕೀಟು ತೆಗೆದುಕೊಟ್ಟು ನಿಲ್ದಾಣಕ್ಕೆ ಬಂದು ಹತ್ತಿಸಿದರು. ಬೆಂಗಳೂರು ನಿಲ್ದಾಣದಲ್ಲಿ ಸ್ವಾಗತಿಸಲು ನಚಿಕೇತ ಬಂದಿದ್ದ. ಜೊತೆಗೆ ಪುಟ್ಟಕ್ಕ, ಅಮ್ಮ, ದ್ಯಾವಕ್ಕ. ಅಪ್ಪನನ್ನು ಗಟ್ಟಿಯಾಗಿ ತಬ್ಬಿಕೊಂಡ ಪುಟ್ಟಕ್ಕ ಮೊದಲಿನಂತೆ ಅಪ್ ಪ್ಪ ಪ್ಪ ಎನ್ನದೆ ಅಪ್ಪ ಅಪ್ಪ ಎಂದು ಮೂರು ಸಲ ಸ್ಪಷ್ಟವಾಗಿ ಸ್ವಲ್ಪವೂ ತೊದಲದೆ ಅಂದಳು. ಸಣ್ಣ ಅಂಚಿನ ತೆಳುವಾದ ಸೀರೆಯುಟ್ಟ ಅವಳು ಅದೇ ಅಂಚಿನ ರವಿಕೆ ತೊಟ್ಟು ತಲೆಗೆ ಮಲ್ಲಿಗೆ ಹೂವು ಮುಡಿದಿದ್ದಳು. ಹಣೆಗೆ ಕುಂಕುಮ. ಅವನಿಗೆ ತಕ್ಷಣ ವೈಜಯಂತಿಯನ್ನು ನೋಡುತ್ತಿರುವಂತೆ ಅನ್ನಿಸಿತು. ಕಾರಿನಲ್ಲಿ ತನ್ನ ಪಕ್ಕದಲ್ಲಿಯೇ ಕೂರಿಸಿಕೊಂಡ ಮೇಲೆ ಅವನು ಇವರ್‍ಯಾರು? ಎಂದು ಕೇಳಿದ. ಅ ಅ ಅಜ್ಜಿ ಎಂದು ಸ್ಪಷ್ಟವಾಗಿ ಅಂದಳು. ಇವರು? ಅಕ್ಕ. ಅವಳು ದ್ಯಾವಕ್ಕನನ್ನು ಮೊದಲೂ ಕರೆಯುತ್ತಿದ್ದುದು ಅಕ್ಕ ಎಂದು. ಆದರೆ ಹೇಳುವಾಗ ತೊದಲಿ ಅ ಅ ಅಕ್ಕ ಎನ್ನುತ್ತಿದ್ದಳು. ಇವರು? ನಚಿ. ಓ, ಜಾಣೆ ಎಂದು ಅವನು ತಲೆ ಸವರಿದ. ಅವಳು ತನ್ನ ಎರಡೂ ಕೈಯಿಯ ಬೆರಳುಗಳನ್ನು ಎತ್ತಿ ಹಿಡಿದು ನೀನು? ಎಂದಳು. ಊರಿಗೆ ಹೋಗಿದ್ದೆ. ಇನ್ನು ಹೋಗುಲ್ಲ ಮರಿ, ಎಂದು ಅವನು ಮತ್ತೆ ಅವಳ ತಲೆ ಸವರಿದ.

ಮನೆಗೆ ಬಂದು ನೋಡಿದರೆ ಹೊಸ ಕಳೆ ಬಂದಿದೆ. ಬಾಗಿಲಿಗೆ ತೋರಣ. ಹೊಸಿಲ ಮುಂದೆ ರಂಗವಲ್ಲಿ. ಸ್ಟೂಲಿನ ಮೇಲೆ ಇತ್ತೀಚೆಗೆ ಮಾಡಿದ ಅಲಂಕಾರದ ಹೊದಿಕೆ. ಕಸೂತಿಯಲ್ಲಿ ಪರಿಣತಿ ಇಲ್ಲವಾದರೂ ಹೊಸದಾಗಿ ಹಾಕಿದ್ದೆಂದು ಕಾಣಿಸುತ್ತಿದೆ. 'ಇದು ಯಾರು ಹಾಕಿದ್ದು?' ಅವನು ಕೇಳಿದ. 'ನಿನ್ನ ಮಗಳನ್ನ ಕೇಳು,' ಅಮ್ಮ ಉತ್ತರಿಸಿದರು. ಪುಟ್ಟಕ್ಕನ ಮುಖ ಅರಳಿತು.

ಏನೂ ಕೆಲಸವಿಲ್ಲದೆ, ಸಂಪಾದನೆಯೂ ಇಲ್ಲದೆ, ಜೀವಿಸುವುದು ಹೇಗೆ ಎಂಬ ಚಿಂತೆ ಅವನನ್ನು ಕಾಡುತ್ತಿತ್ತು. ಅಮ್ಮ ಜೊತೆಗಿದ್ದಾಳೆ. ಪುಟ್ಟಕ್ಕನಿಗೆ ಕಳೆ ಬಂದಿದೆ, ಇಪ್ಪತ್ತೆರಡು ವರ್ಷದ ಹುಡುಗಿಯು ವಹಿಸಿಕೊಳ್ಳಬಹುದಾದ ಜವಾಬ್ದಾರಿಯ ಕೆಲವು ಭಾಗವನ್ನಾದರೂ ಅವಳು ಅರಿತು ತಾನೇ ಚಟುವಟಿಕೆಯಿಂದ ಮಾಡುತ್ತಿದ್ದಾಳೆ. ಅದು ಅಜ್ಜಿಯ ಉತ್ಸಾಹ, ಜಿಜೀವಿಷೆ, ಮಾರ್ಗದರ್ಶನಗಳಿಂದ. ತನಗೂ ಆತ್ಮವಿಶ್ವಾಸ ಬಂದಿದೆ. ಮಂಗಳೆಯ ಸಂಪರ್ಕ ಮಾಡಿದಾಗಿನಿಂದ ತಾನು ಪಟ್ಟ ಹಿಂಸೆಗಳನ್ನೆಲ್ಲ ಅವನು ಯಾವ ಸಂಕೋಚವೂ ಇಲ್ಲದೆ ಅಮ್ಮನ ಕೈಲಿ ಹೇಳಿಕೊಂಡ. ಹೇಳುವಾಗ ದ್ಯಾವಕ್ಕ ಜೊತೆಗಿರುತ್ತಿದ್ದಳು. ಇದುವರೆಗೆ ಅವಳ ಕೈಲಿ ಈ ವಿವರಗಳನ್ನು ಹೇಳಿರಲಿಲ್ಲ. ಹೇಳಿಕೊಂಡಿದ್ದರೆ ಅವಳು ಮಂಗಳೆಯ ವಿಷಯದಲ್ಲಿ ತನಗೆ ಗೊತ್ತಿದ್ದುದನ್ನೆಲ್ಲ ತನಗೂ ತಿಳಿಸುತ್ತಿದ್ದಳು. 'ಯಾರೂ ಮಾಡದ್ದನ್ನ ನೀನು ಮಾಡಿಲ್ಲ. ಅದೆಲ್ಲ ಮರೆತುಬಿಡು. ಜೈಲಿಗೆ ಹೋಗಿದ್ದೆ ಅನ್ನೂ ಅವಮಾನದ ಭಾವನೆ ನನಗಂತೂ ಸ್ವಲ್ಪವೂ ಇಲ್ಲ. ನಾನು ಮಾತಾಡಿದ್ದು ಸರಿ ಅಂತ ಈಗಲೂ ನನಗೆ ಅನ್ನಿಸ್ತಿದೆ. ಒಳ್ಳೆ ಹೆಂಡತಿ ಇದ್ದಿದ್ರೆ ಗಂಡಸು ಯಾಕೆ ಸೂಳೇರ ಹುಡಿಕ್ಕಂಡು ಹೋಗ್ತಾನೆ? ಈ ಹೆಂಡತಿಯೂ ಸೂಳೆ ಅಂತ ಗೊತ್ತಿದ್ರೆ ನೀನು ತಕ್ಕ ಕ್ರಮ ಜರುಗಿಸಬಹುದಿತ್ತು. ಸೂಳೇನ ಹುಡಿಕ್ಕಂಡು ಹೋಗ್ತಿರಲಿಲ್ಲ.' ಅಮ್ಮನ ಮಾತಿನಿಂದ ಸಮಾಧಾನ ಸಿಕ್ಕಿತು. ಇದೇ ಮಾತನ್ನು ಬೇರೆ ಯಾರು ಹೇಳಿದ್ದರೂ ಇಷ್ಟು ಸಾಂತ್ವನ ಸಿಕ್ಕುತ್ತಿರಲಿಲ್ಲ.

'ಮಾವ, ನನಗೆ ಅಷ್ಟು ದೊಡ್ಡ ಫ್ಲ್ಯಾಟ್ ಕೊಟ್ಟಿದಾರೆ. ತಿಂಗಳಿಗೆ ಮೂರುಲಕ್ಷ ಸಂಬಳ. ನೀವೆಲ್ಲ ಸುಮ್ಮನೆ ಅಲ್ಲಿಗೆ ಬಂದುಬಿಡಿ,' ನಚಿ ಹೇಳುತ್ತಲೇ ಇರುತ್ತಾನೆ. ಅದು ಅವನ ಪ್ರೀತಿ. ಆದರೆ ಜಯಕುಮಾರನಿಗೆ ಹಾಗೆ ಮಾಡುವ ಮನಸ್ಸಿಲ್ಲ.

ಶೇಖರಪ್ಪ ಆಗಾಗ್ಗೆ ಫೋನುಮಾಡಿ ಕರೆಯುತ್ತಾನೆ. ತಾನೇ ಬರುತ್ತಾನೆ. ಪ್ರತಿಸಲವೂ ಐವತ್ತು ಸಾವಿರವೋ ಒಂದು ಲಕ್ಷವೋ ಕೊಡುತ್ತಾನೆ. 'ಸಂಕೋಚ ಪಟ್ಟುಕೊಬೇಡ. ಹಾಗೇ ಇಸಕೊಳ್ಳುಕ್ಕೆ ನಿನಗೆ ಮನಸ್ಸು ಒಪ್ಪುಲ್ಲ ಅಂತ ನನಗೆ ಗೊತ್ತಿದೆ. ಸಾಲ ಅಂತಲೇ ತಿಳಕ. ನಿನಗೆ ಒಳ್ಳೆ ಕಾಲವೂ ಬರುತ್ತೆ. ಆಗ ತೀರಿಸುವಂತೆ. ಈಗಲೂ ಯಾವುದಾದರೂ ಕಂಪನೀಲಿ ಅಡ್ವೈಸರ್ ಅಂತ ನಾನು ಸೇರುಸ್ತೀನಿ. ಪಾರ್ಟ್‌ಟೈಮ್. ತಿಂಗಳಿಗೆ ಒಂದು ಒಂದೂವರೆ ಲಕ್ಷ.' ಎನ್ನುತ್ತಾನೆ. ಆದರೆ ಯಾಕೋ ಇನ್ನೊಬ್ಬನ ಕೈಕೆಳಗೆ ಕೆಲಸ ಮಾಡಲು ಇವನಿಗೆ ಹೀನಾಯವಾಗುತ್ತದೆ. ಬೇಡ ಅನ್ನುತ್ತಾನೆ. ಹಾಗಾದರೆ ಜೀವನಕ್ಕೆ ಏನು ಮಾಡುವುದು? ಎಂಬ ಪ್ರಶ್ನೆಗೆ ಉತ್ತರ ಸಿಕ್ಕುತ್ತಿಲ್ಲ. ಈ ಪ್ರಶ್ನೆಯನ್ನು ಕುರಿತು ಯೋಚಿಸುವುದೂ ಕಷ್ಟವಾಗುತ್ತಿದೆ.

ಒಂದು ದಿನ ಶೇಖರ ಸರ್ಪಮಾರ್ಗದ ಫ್ಲ್ಯಾಟಿಗೆ ಬಂದು ಇವನನ್ನು ಕರೆದುಕೊಂಡು ಕಬ್ಬನ್‌ಪಾರ್ಕಿಗೆ ಹೋಗಿ ಒಂದು ಮೂಲೆಯ ಸಿಮೆಂಟ್ ಒರಗುಬೆಂಚಿನ ಮೇಲೆ ಕುಳಿತು ಉದ್ಯಮಜಗತ್ತಿನ ಇತ್ತೀಚಿನ ವಿದ್ಯಮಾನಗಳನ್ನು ಸಂಕ್ಷಿಪ್ತವಾಗಿ ಮಾತನಾಡಿದ ನಂತರ, 'ನನ್ನ ಮನಸ್ಸನ್ನ ತುಂಬ ಕೊರೀತಿರೂ ಒಂದಂಶ, ನಿನ್ನ ಕೈಲಿ ಹೇಳಿಬಿಟ್ಟರೆ ಸಮಾಧಾನ

ವಾದೀತು. ಹೇಳಲಾ?' ಎಂದ.

'ನನ್ನ ಹತ್ರ ಎಂಥದೋ ಫಾರ್ಮಾಲಿಟಿ?' ಎಂದು ಇವನು ಅವನ ಬಲಗೈ ಹಿಡಿದು ಕೊಂಡ.

'ಕಾಲ್‌ಗರ್ಲ್ ಕರಕೊ ಅಂತ ಸೂಚಿಸಿ ನಿನಗೆ ಸ್ಟಾರ್ ಪ್ಯಾರಡೈಸಿನ ಹೆಸರು ಹೇಳಿ ದೋನು ನಾನೇ. ಮುಂದೆ ನಿನಗೆ ಆದ ಅನಾಹುತಗಳಿಗೆಲ್ಲ ನಾನೇ ಕಾರಣ ಅನ್ನುವ ಗಿಲ್ಟ್ ಫೀಲಿಂಗ್ ನನ್ನನ್ನ ಬಾಧಿಸ್ತಿದೆ.' ಎಂದು ಇವನು ಹಿಡಿದಿದ್ದ ಹಸ್ತವನ್ನು ಹಿಸುಕಿದ.

ಜಯಕುಮಾರನ ಅಂತಃಕರಣ ತುಂಬಿಬಂತು. 'ನಾನು ಪೌರುಷಹೀನ ಅನ್ನುವ ಭಾವನೆಯಲ್ಲಿ ಕುಸಿದಿದ್ದಾಗ ನೀನು ದಾರಿ ತೋರಿಸಿದೆ. ಒಮ್ಮೆ ನನ್ನ ಪೌರುಷ ಸಾಬೀತುಪಡಿಸಿ ಕೊಂಡಾದ ಮೇಲೂ ಪದೆ ಪದೆ ಅಲ್ಲಿಗೆ ಹೋದದ್ದು ನನ್ನ ತಪ್ಪಲ್ಲವೆ? ಹೋಗದೆ ಬೇರೆ ದಾರಿ ಯಾವುದಿತ್ತು? ಈ ಹೆಂಡತಿಯ ಹತ್ತಿರ ಪ್ರಯತ್ನಿಸಿದ್ದರೆ ಮತ್ತೆ ಸೋಲಾಗ್ತಿತ್ತು. ಅಂದ ಹಾಗೆ ಇನ್ನೊಂದು ವಿಷಯ, ಈಗ ಗೊತ್ತಾದದ್ದು,' ಎಂದು ಮಂಗಳೆಯು ಹೆತ್ತಿ ರುವ ಮಗುವಿನ ಪಿತೃತ್ವದ ವಿಷಯದಲ್ಲಿ ಹುಟ್ಟಿರುವ ಅನುಮಾನ, ಮದುವೆಯಾದ ನಂತರವೂ ಅವಳು ತನ್ನ ಹಳೆಯ ಸಂಬಂಧವನ್ನು ಮುಂದುವರೆಸಿದ್ದು ಎಲ್ಲವನ್ನೂ ದ್ಯಾವಕ್ಕನ ವರದಿಯನ್ನಾಧರಿಸಿ ಹೇಳಿದ.

ಶೇಖರ ಮಾತು ತೋಚದೆ ಮೌನಿಯಾದ. ತುಸು ಹೊತ್ತು ಯಾರೂ ಮಾತನಾಡಲಿಲ್ಲ. ಪರಸ್ಪರ ಕೈ ಹಿಡಿದು ಕುಳಿತಿದ್ದರು. ಕೊನೆಗೆ ಶೇಖರ ಹೇಳಿದ: 'ನಾನು ದಾರಿ ತೋರಿಸಿದೆ. ಅಂದರೆ ನನಗೆ ದಾರಿ ಗೊತ್ತಿತ್ತು. ನೀನೂ ಅರ್ಥಮಾಡಿಕೊಂಡಿರಬಹುದು. ಒಂದು ದಿನವೂ ನೀನು ಅದನ್ನ ಕೇಳಲಿಲ್ಲ.'

'ಕೇಳಲೇಬೇಕೇನು?'

೨

ನಚಿಕೇತ ಮಾವ, ಅಜ್ಜಿಯರನ್ನು ನೋಡಲು ಬರುವಾಗಲೆಲ್ಲ ಎರಡು ಪಾವು ಮಲ್ಲಿಗೆ ಮೊಗ್ಗು, ಕನಕಾಂಬರಿ, ಪಚ್ಚೆಗಳನ್ನು ತರುತ್ತಿದ್ದ. ದಪ್ಪ ಪೊಟ್ಟಣವನ್ನು ಕೈಚೀಲದಿಂದ ಹೊರಗೆ ತೆಗೆಯುವ ಮೊದಲೇ ಅವುಗಳ ಪರಿಮಳದಿಂದಲೇ ಗುರುತು ಹಿಡಿದು ಪುಟ್ಟಕ್ಕನ ಮುಖ ಹಿಗ್ಗುತ್ತಿತ್ತು. ಅವಳು ತಕ್ಷಣ ಒಳಗೆ ಹೋಗಿ ದಾರದ ಉಂಡೆಯನ್ನು ತರುತ್ತಿದ್ದಳು. ಅಜ್ಜಿಯ ಕೈಲಿ ತಾನು ಮಾತನಾಡುತ್ತಿರುವಾಗ ಎದುರಿಗೆ ಕೂತು ಮೊಗ್ಗಿನ ಮಾಲೆ ಕಟ್ಟು ತ್ತಿದ್ದ ಪುಟ್ಟಕ್ಕನ ಕುಶಲತೆಯ ಪ್ರಗತಿಯನ್ನು ನೋಡುವುದು ಅವನಿಗೆ ಕುತೂಹಲಕಾರಿ ಯಾಗಿತ್ತು. ಚಿಕ್ಕವಯಸ್ಸಿನ ಅವಳಿಗೆ ಏನಾದರೂ ಪ್ರಿಯವಾದುದನ್ನು ತಂದುಕೊಡುವ ವಾಡಿಕೆಯಿಂದ ಅವನು ಹೂವನ್ನು ತರುತ್ತಿದ್ದ. ಹೋಟೆಲಿನ ಸಿಹಿ ಖಾರಗಳನ್ನು ಮನೆಯಲ್ಲಿ ಯಾರೂ ಇಷ್ಟಪಡುತ್ತಿರಲಿಲ್ಲ. ಅಲ್ಲದೆ ಹೂವು ಕಟ್ಟುವುದು ಪುಟ್ಟಕ್ಕನಿಗೆ ಪ್ರಿಯವಾದ

ಕೆಲಸವೆಂದು ಅವನಿಗೆ ಅರ್ಥವಾಗಿತ್ತು. ಅವಳೇ ಎಷ್ಟು ಮಲ್ಲಿಗೆ ಮೊಗ್ಗುಗಳ ನಂತರ ಎಷ್ಟು ಕನಕಾಂಬರಿ ಹಾಕಬೇಕು, ಅನಂತರ ಮತ್ತೆ ಮಲ್ಲಿಗೆಯನ್ನು ಹಾಕುವುದೋ ಪಚ್ಚೆಯನ್ನು ಹಾಕುವುದೋ ಎಂಬುದನ್ನು ಯೋಚಿಸಿ ನಿರ್ಧರಿಸುತ್ತಿದ್ದಳು. ಎಷ್ಟು ಮೊಗ್ಗುಗಳನ್ನು ತಂದರೂ ದೊಡ್ಡ ಮಾಲೆ ಮುಗಿಯುವ ತನಕ ಮೇಲೆ ಏಳುತ್ತಿರಲಿಲ್ಲ. ದಾರದ ಬಿಗಿಯಲ್ಲಿ, ಹೂವು ಪಚ್ಚೆಗಳ ಜೋಡಣೆಯ ಅಂದದಲ್ಲಿ ಸಂಪೂರ್ಣ ಪರಿಣತಿಯಿಲ್ಲದಿದ್ದರೂ ಅವನು ಪ್ರತಿಸಲ ತಂದುಕೊಟ್ಟಾಗಲೂ ಅವಳಲ್ಲಿ ಪ್ರಗತಿಯಾಗುತ್ತಿದ್ದುದು ಕಾಣಿಸುತ್ತಿತ್ತು.

ಒಂದು ಸಂಜೆ ಐದುಗಂಟೆಯ ವೇಳೆಗೆ ಅವನು ಬಂದ. ಎಂದಿನಂತೆ ಮೊಗ್ಗು ಹೂವುಗಳ ಪೊಟ್ಟಣ. 'ಪುಟ್ಟಕ್ಕ, ನೀನು ಆ ರೂಮಿನಲ್ಲಿ ಕೂತ್ಕಂಡು ಹೂವು ಕಟ್ಟು.' ಅಜ್ಜಿ ಹೇಳಿದರು. ಯಾಕೆ? ಎಂಬಂತೆ ಅವಳು ಇವರ ಮುಖ ನೋಡಿದಳು. 'ಹೇಳಿದ ಹಾಗೆ ಮಾಡು.' ಇವರು ಹೇಳಿದ ನಂತರ ಅವಳು ಹೂವಿನ ಪೊಟ್ಟಣದೊಡನೆ ಕೋಣೆಗೆ ಹೋದಳು. ದ್ಯಾವಕ್ಕ ಆ ಕೋಣೆಯ ಬಾಗಿಲು ಹಾಕಿದಳು. ಹಾಲಿನಲ್ಲಿ ಈ ಮೂವರೇ. ಅಜ್ಜಿ, ದ್ಯಾವಕ್ಕ, ನಚಿ. ಮಾವ ಮನೆಯಲ್ಲಿರಲಿಲ್ಲ. ಅದೂ ಇದೂ ಮಾತಾಡಿದಮೇಲೆ ಅಜ್ಜಿ ಕೇಳಿದರು: 'ಮಗು, ಎಷ್ಟು ದಿನ ಅಂತ ನೀನು ಹೀಗಿರ್ತೀಯ? ಮದುವೆ ಮಾಡ್ಕಳುಲ್ವೆ?'

ಅವನು ನಕ್ಕುಬಿಟ್ಟ. 'ಮದುವೆಯಾ? ಈ ಜನ್ಮದಲ್ಲಿ ಮತ್ತೆ?'

'ಯಾಕೆ? ಏನಾಗಿದೆ ನಿನಗೆ? ಹೆಂಡತಿ ಸತ್ತೋರು ಮತ್ತೆ ಮದುವೆಯಾಗುಲ್ಲವೆ? ಡೈವೋರ್ಸ್ ಆದರೂ ಅಷ್ಟೆಯೇ. ಹೆಂಗಸಾಗಲಿ ಗಂಡಸಾಗಲಿ ನೆಟ್ಟಗಿರಬೇಕಾದರೆ ಮನೇ ಲೊಬ್ಬಳು ಜೊತೆಗಿರಬೇಕು.'

ಅವನು ಗಂಭೀರನಾದ. ಅನಂತರ, 'ನಾನು ಈಗಲೂ ಸುಖವಾಗಿದೀನಿ. ಈಗಲೇ ಸುಖವಾಗಿರೂದು.'

'ಕಳೆದು ಹೋದ ಕಷ್ಟಾನ ಜ್ಞಾಪಿಸಿಕೊಂಡಾಗ ಯಾರಿಗೂ ಹಾಗನ್ನಿಸುತ್ತೆ. ಸ್ವಲ್ಪ ದಿನ ವಾಗಿ, ಕಷ್ಟದ ನೆನಪು ಮಾಗಿದಮೇಲೆ ಸುಖದ ಭಾವನೆಯೂ ಆವಿಯಾಗಿಹೋಗುತ್ತೆ. ಜೊತೆಗೊಬ್ಬರು ಬೇಕೇ ಬೇಕು. ನಿನಗಿನ್ನೂ ಚಿಕ್ಕವಯಸ್ಸು.'

'ಅಜ್ಜೀ, ನನಗೆ ಮೂವತ್ತಾರು ತುಂಬಿತು. ಮೂವತ್ತೇಳು.'

'ಅದೇನು ಮುಪ್ಪಿನ ವಯಸ್ಸಲ್ಲ. ಮನಸ್ಸು ಮಾಡು.'

ಅವನಿಗೆ ಇದ್ದಕ್ಕಿದ್ದಂತೆ ತಮಾಷೆ ಮಾಡಬೇಕೆನ್ನಿಸಿತು. 'ಮನಸ್ಸು ಮಾಡಿದರೆ ನನಗೆ ಅನುರೂಪಳಾದ ಹುಡುಗಿ, ಐ ಮೀನ್, ಹೆಂಗಸು ಸಿಕ್ತಾಳೆಯೆ? ನೀನು ಹುಡುಕಿ ಕೊಡ್ತೀಯ?"

'ನಾವು ಉಡುಕಿ ಮಡಗಿದೀವಿ. ನೀನು ಸುಮ್ಕೆ ಒಪ್ಕಳಪ್ಪಾ.' ದ್ಯಾವಕ್ಕ ಬಾಯಿಹಾಕಿದಳು.

ಆದರೆ ಅಜ್ಜಿ, 'ಏಯ್, ನೀನು ಈಗಲೇ ಮಾತಾಡಬ್ಯಾಡ,' ಎಂದು ಬ್ರೇಕ್ ಹಾಕಿದರು.

'ಮಾತಾಡಿ ಆಗಿದೆಯಲ್ಲ, ಅದೇನು ಹೇಳಿಬಿಡಿ,' ನಚಿ ಕೇಳಿದ.

ಈ ಇಬ್ಬರಲ್ಲಿ ಯಾರೂ ಮಾತಾಡಲಿಲ್ಲ. ಎರಡು ನಿಮಿಷದ ನಂತರ ಅಜ್ಜಿ, 'ನೀನೇ ಹೇಳಿಬಿಡು' ಎಂದು ದ್ಯಾವಕ್ಕನಿಗೆ ಅನುಮತಿಕೊಟ್ಟರು.

'ಪುಟ್ಟಕ್ಕನ್ನ ಮಾಡ್ಕಂಬುಡು ಮಗ. ಕೈ ತೊಳಕಂಡು ಮುಟ್ಟೂಹಂಗೆ, ರತಿದೇವಿ ಇದ್ದ ಹಂಗ್ ಚಂದುಳ್ಳಿ ಚೆಲುವೆಯಾಗಿ ಅವಳೆ. ಏಳ್ದಂಗೆ ಕೇಳ್ಕಂಡ್ ಮನೆತನಸ್ತ ಮರ್ವಾದಿಯಾಗಿ ಸಂಸಾರ ಮಾಡ್ಕಂಡಿರ್ತಾಳೆ. ಕಷ್ಟಸುಕ ನೋಡಾಕ್ ನಾವಿರ್ತೀವಿ. ಇಂತಾ ಎಣ್ಣು ನಿಂಗೆ ಎಲ್ಲೂ ಸಿಕ್ಕಾಕುಲ್ಲ. ಹ್ಯಂಗೂ ಮಾವನ ಮಗಳು. ನಿಂಗೆ ಸೇರಬೇಕಾದೋಳೇ,' ದ್ಯಾವಕ್ಕ ಬಾಯಿಪಾಠ ಮಾಡಿಕೊಂಡಿದ್ದವಳಂತೆ ಮಾತನಾಡಿದಳು.

ಇದು ಅಜ್ಜಿಯೂ ದ್ಯಾವಕ್ಕನೂ ಕೂಡಿ ಮಾಡಿರುವ ಪ್ಲಾನ್ ಎಂದು ಅವನು ಅರ್ಥಮಾಡಿಕೊಂಡ. ತಕ್ಷಣ ಮನಸ್ಸು ವಿರೋಧಿಸಿತು. ಇನ್ನೊಬ್ಬರ ಸಂಚಿಗೆ ಬಲಿ ಬೀಳುವುದೆಂದರೆ ತನ್ನ ತನವನ್ನು ಕಳೆದುಕೊಳ್ಳುವುದು; ಎಂದರೆ ವ್ಯಕ್ತಿತ್ವದ ನಾಶ. ಸಿಟ್ಟು ಬಂತು. ಈ ಹೆಂಗಸರಿಗೆ, ಅದೂ ಭಾರತದ ಮುದುಕಿಯರಿಗೆ ಬುದ್ಧಿ ಇಲ್ಲ ಎಂದುಕೊಂಡ. ಅದನ್ನು ಬಾಯಿಬಿಟ್ಟು ಅಂದುಬಿಡಬೇಕೆನ್ನಿಸಿತು. ಆದರೆ ಯಾವುದೋ ದಾಕ್ಷಿಣ್ಯಕ್ಕೆ ಕಟ್ಟುಬಿದ್ದಿರುವವನಂತೆ ತಡೆದುಕೊಂಡ. 'ಯೋಚನೆ ಮಾಡು,' ಅಜ್ಜಿ ಹೇಳಿದರು. 'ನಾವು ಸುಮ್ಮ ಸುಮ್ಮನೆ ಹೇಳ್ತಿಲ್ಲ. ಈಗಾಗಲೆ ಒಂದು ತಿಂಗಳ ಹಿಂದೆಯೇ ನಮ್ಮಿಬ್ಬರಿಗೂ ಈ ಯೋಚನೆ ಬಂತು. ಪುಟ್ಟಕ್ಕನಿಗೆ ಮದುವೆ ಮಾಡಭೌದಾ? ಮಾಡಿದರೆ ಚನ್ನಾಗಿ ಸಂಸಾರ ಮಾಡ್ತಾಳೆಯೆ? ಗಂಡ ಮಕ್ಕಳನ್ನ ಪ್ರೀತಿ ಅಕರಾಸ್ಥೆಯಿಂದ ನೊಡ್ಕತ್ತಾಳೆಯೆ? ಮುಂದೆ ಹುಟ್ಟುವ ಮಗು ಆರೋಗ್ಯವಾಗಿರುತ್ತೆಯೆ, ಅಥವಾ ಅದಕ್ಕೂ ಇವಳಿಗಿರುವ ಮಾತಿನ ದೋಷ ಬರುತ್ತೆಯೆ? ಅಂತ ಅವಳಿಗೆ ಅಪಘಾತವಾದಾಗ ಆಪರೇಶನ್ ಮಾಡಿ ಆಮೇಲೂ ಔಷಧಿ ಕೊಡ್ತಿದ್ದ ಡಾಕ್ಟರ್ ಉಮೇಶರನ್ನ ಕಂಡು ನಾನೇ ವಿಚಾರಿಸಿದೆ. ನಿಮ್ಹಾನ್ಸ್‌ನಲ್ಲಿ ದೊಡ್ಡ ಡಾಕ್ಟರು. ಜೊತೇಲಿ ಎದುರುಮನೆ ಸುಶೀಲಮ್ಮ ಡಾಕ್ಟರು ಬಂದಿದ್ದರು. ಅವಳಿಗೇನೂ ಹುಟ್ಟಿನಿಂದ ಬಂದದ್ದಲ್ಲ ಈ ದೋಷ. ಅಪಘಾತದಲ್ಲಿ ಮೆದುಳಿನ ಒಂದು ಸೂಜಿಮೊನೆಯಷ್ಟು ಜಾಗದಲ್ಲಿ ಪೆಟ್ಟಾಗಿರೂದರಿಂದ ಹೀಗಾಯ್ತು. ಅವಳ ಮಗು ಆರೋಗ್ಯವಾಗಿಯೇ ಇರುತ್ತೆ. ಅವಳಿಗೆ ಎಲ್ಲಾ ಅರ್ಥವಾಗುತ್ತೆ ಅಂದರು. ನೀನೂ ಹೋಗಿ ಕೇಳ್ಕಂಡು ಬಾ. ನೀನೂ ನನ್ನ ಮೊಮ್ಮಗ ಅಲ್ವೆ? ನಿನಗೆ ಎಂಥೆಂಥದೋ ಹುಡುಗೀನ ಗಂಟುಹಾಕುಕ್ಕೆ ನನ್ನ ಕರುಳು ಒಪ್ಪುತ್ತೆಯೆ? ಅಮೆರಿಕದಲ್ಲಿ ನೀನೂ ಎರಡು ಸಲ ಮದುವೆಯಾಗಿ ನೊಂದಿರೋನು. ನಿನಗಾದರೂ ಎದೆಗೂಡೊಳಗೆ ಇಟ್ಕಂಡು ಪ್ರೀತಿ ಮಾಡುವಂಥ ಹೆಂಡ್ತಿ ಬ್ಯಾಡವೆ? ನೀನೇ ನೋಡಿದೀಯಲ ಪುಟ್ಟಕ್ಕ ಅವಳ ಅಪ್ಪ ಅಂದರೆ ಹ್ಯಾಗೆ ಕರುಳ ಕುಡಿ ಥರ ಪ್ರೀತಿ ಮಾಡ್ತಾಳೆ. ಮದುವೆ ಮಾಡ್ಕಂಡರೆ ಅದಕ್ಕಿಂತ ಹೆಚ್ಚಾಗಿ ನಿನ್ನ ಪ್ರೀತಿ ಮಾಡ್ತಾಳೆ. ಈಗಲೇ ಮಾಡ್ತಿದಾಳೆ. ನೀನು ಹೂವು ತಂದುಕೊಟ್ಟಾಗ ಅವಳ ಮುಖ ಹ್ಯಾಗೆ ಕೆಂಪಗಾಗುತ್ತೆ ನೋಡಿಲ್ಲವೆ? ಬಾಯಿಬಿಟ್ಟು ಹೇಳಲೇಬೇಕೆ? ಬಾಯಿ ಮಾತು ಇಲ್ಲದೆ ಇರೋರಿಗೇ ಭಾವನೆ ಜಾಸ್ತಿ. ತಿಳಕ.'

ಅಜ್ಜಿಯ ಒಂದೊಂದು ಮಾತಿಗೂ ಅವನಿಗೆ ಕಸಿವಿಸಿಯಾಗುತ್ತಿತ್ತು. ಕಸಿವಿಸಿ ಏರುತ್ತಿತ್ತು. ಇನ್ನೊಂದು ದಿನ ಇಲ್ಲಿಗೆ ಬರಬಾರದು, ಬರುವುದಿಲ್ಲ, ಎಂಬ ನಿಶ್ಚಯ ಮನಸ್ಸಿನಲ್ಲಿ ಗಟ್ಟಿಯಾಗುತ್ತಿತ್ತು. 'ನನಗೆ ಕೆಲಸವಿದೆ,' ಎಂದು ಎದ್ದುನಿಂತ.

'ಯಾಕೋ, ಸಿಟ್ಟು ಬಂತೇನೊ? ಊಟ ಮಾಡದೆ ಹೋಕ್ತೀಯಲೋ?'

'ನನ್ನ ಫ್ರೆಂಡ್ ಒಬ್ಬರ ಜೊತೆ ಹೋಟೆಲಲ್ಲಿ ಊಟ ಮಾಡ್ತೀನಿ ಅಂತ ಒಪ್ಕಂಡಿದೀನಿ. ಅವರು ಇಷ್ಟರಲ್ಲಿ ಹೋಟೆಲಲ್ಲಿ ಕಾಯ್ತಿದಾರೆ. ಬಿಸಿನೆಸ್ ಡಿನರ್,' ಎಂದು ಎದ್ದು ತಡಮಾಡದೆ ಬಾಗಿಲಿಗೆ ಬಂದು ಹೊರ ನಡೆದುಬಿಟ್ಟ.

೩

ಕಾರು ನಡೆಸಿಕೊಂಡು ಹೋಗುವಾಗ ಇನ್ನಷ್ಟು ಮತ್ತಷ್ಟು ಕೋಪ ಬರತೊಡಗಿತು. ಭಾರತ ದೇಶದ ಮುದುಕಿಯರಿಗೆ ಇದೇ ಕಸುಬು. ತಮಗೆ ಗೊತ್ತಿರುವ ಹುಡುಗಿಯರಿಗೆಲ್ಲ ಹುಡುಗರನ್ನು ಗುರುತಿಸಿ ಶಿಫಾರಸು ಮಾಡುವುದು, ಹುಡುಗರಿಗೆ ಹುಡುಗಿಯರನ್ನು ಪತ್ತೆ ಮಾಡಿ ಜಾತಕ ಹೊಂದಿಸಿ ಗಂಟುಹಾಕುವುದು. ಮುದುಕಿಯರ ಮೂಲಕ ನಡೆಯುವ ವಿವಾಹದಲ್ಲಿ ಯಾವ ಬಿಸಿ ಇರುತ್ತೆ? ಯಾವ ಸಮರಸ ಇರುತ್ತೆ? ಅಜ್ಜಿ ಅಂತ ಈ ಫ್ಲ್ಯಾಟಿಗೆ ಇನ್ನು ಬರಕೂಡದು, ಎಂದು ನಿಶ್ಚಯಿಸಿದ. ಈ ಸಂಚಿನಲ್ಲಿ ಮಾವನೂ ಭಾಗಿಯೆ? ನೇರವಾಗಿ ನನ್ನ ಕೈಲಿ ಪ್ರಸ್ತಾಪ ಮಾಡುಕ್ಕೆ ಸಂಕೋಚವಾಗಿ ಅಜ್ಜಿಯ ಮೂಲಕ ಮಾಡಿಸಿದಾನೆಯೆ? ಮಾವನ ಮೇಲೂ ತಿರಸ್ಕಾರ ಹುಟ್ಟಿತು. ದಾರಿಯ ಈಟ್‌ಜಾಯ್ ರೆಸ್ಟುರಾಗೆ ಹೋಗಿ ಒಂದು ಮೀಡಿಯಂ ಸೈಜಿನ ಪಿಟ್ಸಾ ತಿಂದು ತನ್ನ ಫ್ಲ್ಯಾಟಿಗೆ ಹೋದ.

ಎರಡು ದಿನ ಒಂದೇ ಸಮನೆ ಕೋಪವಿತ್ತು. ದಾಂಪತ್ಯವೆಂದರೆ ಪರಸ್ಪರ ಮಾತನಾಡದೆ ಹಂಚಿಕೊಳ್ಳದೆ ಜೊತೆಯಲ್ಲಿರುವುದಷ್ಟೆಯೆ? ದಾಂಪತ್ಯಸುಖ ತಾನು ಅನುಭವಿಸದ್ದೇನಲ್ಲ. ಅದೂ ಅಮೆರಿಕದ ಬಿಳಿ ಹೆಂಗಸರು, ಮುಕ್ತ ಕಾಯ, ಮುಕ್ತ ಭಾವ, ಮುಕ್ತ ಮಾತುಗಳಿಂದ ಪರಸ್ಪರರೊಳಗೆ ಧುಮಿಕಿ ಹರಿದು ತನ್ನತನವನ್ನು ಕಳೆದುಕೊಳ್ಳುತ್ತಾ, ಓಹ್! ಲಾಭವಿದ್ದಲ್ಲಿ ನಷ್ಟವೂ ಇರುತ್ತೆ. ಅದು ಯಾವುದೇ ವ್ಯವಹಾರದ ಸಾಮಾನ್ಯ ನಿಯಮ. ಹಾಗೆಂದು ವ್ಯವಹಾರವನ್ನೇ ನಿರಾಕರಿಸುವುದು ವಿವೇಕವೆ? ಎಂಬ ಹಲವು ವಿಧದ ಆಲೋಚನೆಗಳು ತೊಡಗುತ್ತಿದ್ದವು. ಇಷ್ಟಕ್ಕೂ ಮದುವೆಯಾಗಲೇಬೇಕೆಂಬ ಅಗತ್ಯವೇನಿದೆ. ನನಗೆ ಮದುವೆಯೂ ಬೇಡ. ಲಿವಿಂಗ್ ಟುಗೆದರೂ ಬೇಡ, ಹಂಗಾಮಿ ಸ್ನೇಹವೂ ಬೇಡ, ಎಂಬ ತೀರ್ಮಾನವನ್ನು ಟ್ರೇಸಿಗೆ ಎಲ್ಲವನ್ನೂ ತೆತ್ತಾಗಲೇ ಮಾಡಿಕೊಂಡಿದ್ದೇನಲ್ಲ, ಇದುವರೆಗೆ ಅದನ್ನು ಮೀರುವ, ವಿನಾಯಿತಿ ಕೊಡುವ ಮನಸ್ಸು ಒಮ್ಮೆಯೂ ಬಂದಿಲ್ಲ ಎಂಬ ನೆನಪು ಬಂತು.

ಆದರೆ ಒಂದು ವಾರದ ನಂತರ ಪುಟ್ಟಕ್ಕನ ನೆನಪಾಗುತ್ತಿದೆ. ಏನವಳ ಹೆಸರು? ಪುಟ್ಟಕ್ಕ ಎಂದು ಗುರುತಿಸಲು ಮನಸ್ಸು ಒಪ್ಪುತ್ತಿಲ್ಲ. ಅದು ಮಗಳನ್ನು ಮಾವ ಕರೆಯುವ ಮುದ್ದಿನ ಹೆಸರು. ಅತ್ತೆಯೂ ಅದೇ ಹೆಸರಿನಿಂದ ಕೂಗುತ್ತಿದ್ದರು. ನಾನು ಕೂಡ. ಶಾಲೆಯಲ್ಲಿ ಬೇರೆ ಹೆಸರಿತ್ತು. ನನಗೂ ಗೊತ್ತಿತ್ತು. ಈಗ ನೆನಪಿಗೆ ಬರುತ್ತಿಲ್ಲ. ಒಂದು ದಿನವೆಲ್ಲ ತಿಣುಕಿದರೂ ಜ್ಞಾಪಕವಾಗುತ್ತಿಲ್ಲ. ಮರುದಿನವೂ ಅಷ್ಟೆ. ಮನಸ್ಸಿಗೆ ಇದೇ ಕಸರತ್ತು. ಅವಳ

ಮೂಲ ಹೆಸರೇನು? ಹೇಗೆ ಪತ್ತೆ ಮಾಡೂದು? ಮಾವನಿಗೆ ಒಂದು ಟೆಲಿಫ಼ೋನ್ ಮಾಡಿದರೆ ತಕ್ಷಣ ಹೇಳಿಬಿಡ್ತಾನೆ. ಈಗ ಯಾಕೆ ಕೇಳ್ತಿದೀ ಎಂದರೆ ಏನು ಹೇಳೂದು? ಮನಸ್ಸಿನೊಳಗೆ ಒಂದು ತೀಟೆ ಹತ್ತಿ ಬಾಧಿಸುತ್ತಿದೆ. ಸುಮ್ಮನೆ ಕೇಳಿದೆ ಅನ್ನುವುದು ಸರಿಯಾದ ಉತ್ತರವಾಗುಲ್ಲ. ಇಷ್ಟಕ್ಕೂ ಅದನ್ನು ತಿಳಕಂಡು ಆಗಬೇಕಾದ್ದೇನು? ಎಂದು ಮನಸ್ಸಿನಿಂದ ಆ ತೀಟೆಯನ್ನು ಕೊಡವಿಹಾಕಿದ.

ಆದರೆ ಮರುದಿನ ಮತ್ತೆ ಅದೇ ತೆವಲು. ಅಲ್ಲ, ನನ್ನ ನೆನಪಿನ ಶಕ್ತಿಯೇ ಕಡಮೆಯಾಗಿದೆಯೆ? ಕಡಮೆಯಾಗುತ್ತಿದ್ದರೆ ಇಂಥ ಜವಾಬ್ದಾರಿಯುತವಾದ ನೌಕರಿಯನ್ನು ನಿಭಾಯಿಸುವುದೆಂತು? ಎಂಬ ಆತಂಕಹುಟ್ಟಿತು. ಮೂರು ದಿನದ ನಂತರ ಒಂದು ದಾರಿ ಕಾಣಿಸಿತು. ಅವಳು ಪ್ರೈಮರಿ ಶಾಲೆಯಲ್ಲಿ ಓದುತ್ತಿದ್ದಾಗ ನಾನು ಕೆಲವು ಸಲ ಅವಳನ್ನು ಶಾಲೆಗೆ ಕರೆದೊಯ್ದು ಬಿಡುತ್ತಿದ್ದೆ. ನಾನಾಗ ಎಂಜಿನಿಯರಿಂಗ್ ವಿದ್ಯಾರ್ಥಿ. ಆ ಶಾಲೆಯ ಗುರುತು ಈಗಲೂ ನೆನಪಿನಲ್ಲಿದೆ. ಅಲ್ಲಿಗೆ ಹೋಗಿ ಆ ಇಸವಿಯನ್ನು ತಿಳಿಸಿ ತಂದೆ ತಾಯಿಗಳ ಹೆಸರು ಹೇಳಿ ರಿಜಿಸ್ಟರ್ ತೆಗೆಸಿನೋಡುವುದು. ಇನ್ನೊಂದು: ನಿಮ್ಹಾನ್ಸ್‌ನ ಡಾ. ಉಮೇಶರಿಂದ ಅಪಾಯಿಂಟ್‌ಮೆಂಟ್ ತೆಗೆದುಕೊಂಡು ಅವರನ್ನು ಕಂಡು ಕೇಳುವುದು. ಬರೀ ಹೆಸರನ್ನು ಕೇಳುಕ್ಕೆ ಬಂದೆ ಅಂದರೆ ಇವನಿಗೆ ಬುದ್ಧಿಕೆಟ್ಟಿದೆ ಅಂದಾರು. ಅವಳು ಮದುವೆಯಾಗಬಹುದೆ? ಅವಳ ಹೊಟ್ಟೆಯಲ್ಲಿ ಹುಟ್ಟುವ ಮಗು ಆರೋಗ್ಯಕರವಾಗಿರುತ್ತೆಯೆ? ಅಂತ ವಿಚಾರಿಸುಕ್ಕೆ ಬಂದೆ ಅಂದರೆ ನೀವು ಯಾರು? ನಿಮಗೆ ಏನು ಸಂಬಂಧ? ಹುಡುಗಿಯ ಹಿರಿಯರ ಅನುಮತಿ ಇಲ್ಲದೆ ಅಪರಿಚಿತರಿಗೆ ನಾನು ಏನೂ ಹೇಳುಲ್ಲ ಅಂದರೆ ಕಷ್ಟ, ಎನ್ನಿಸಿತು. ಇಷ್ಟಕ್ಕೂ ಅವಳ ಮೂಲ ಹೆಸರನ್ನು ತಿಳಿದು ಏನಾಗಬೇಕು? ಎಂಬ ಉಪೇಕ್ಷೆ ತಾಳಿದ. ಈ ಪ್ರಶ್ನೆ ಯಾಕೆ ಬಂತು? ಅವಳು ಪುಟ್ಟಕ್ಕನಾಗಿದ್ದರೆ ನನಗೇನು, ದೊಡ್ಡಕ್ಕನಾಗಿದ್ದರೆ ನನಗೇನು? ಎಂದುಕೊಂಡ. ಪುಟ್ಟಕ್ಕ ಎಂಬ ಹೆಸರನ್ನು ನನ್ನ ಮನಸ್ಸು ಒಪ್ಪಿಕೊಳ್ಳುತ್ತಿಲ್ಲ, ಅದಕ್ಕೇ ಅವಳ ಬೇರೊಂದು ಹೆಸರನ್ನು ಹುಡುಕುತ್ತಿದೆಯೆ? ಎಂಬ ವಿವರಣೆ ಹೊಳೆದಾಗ ಕಸಿವಿಸಿ ಎನ್ನಿಸಿತು. ಸ್ಟುಪಿಡ್. ನಿಷ್ಪ್ರಯೋಜಕವಾದ ಕುತೂಹಲವನ್ನು ತಣಿಸುಕ್ಕೆ ಎಂಟು ಹತ್ತು ದಿನದಿಂದ ಒಂದೇ ಸಮನೆ ಹೆಣಗುತ್ತಿದೀನಿ. ಇಷ್ಟೇ ಮಗ್ನತೆಯಿಂದ ಮನಸ್ಸನ್ನು ತೊಡಗಿಸಿದ್ದರೆ ಪ್ರಾಜೆಕ್ಟ್ ಕೆಲಸ ಎಷ್ಟೋ ಮುಂದುವರೀತಿತ್ತು ಎಂಬ ಖೇದವಾಯಿತು.

ಇದಾದ ಮೂರನೆಯ ಬೆಳಗ್ಗೆ ಎಚ್ಚರವಾಗಿ ಹಾಸಿಗೆಯಲ್ಲಿ ಹೊರಳಿ ಅರೆ ನಿದ್ರೆಯಲ್ಲಿರುವಾಗ ಇದ್ದಕ್ಕಿದ್ದಂತೆ ಒಂದು ನೆನಪು ಕಾಣಿಸಿತು. ಪ್ರೈಮರಿ ಸ್ಕೂಲು ಓದುತ್ತಿದ್ದ ಅವಳೇ ಒಂದು ದಿನ ಮನೆಗೆ ಬಂದವಳು ಅಳತೊಡಗಿದಳು. ಅತ್ತೆ ಯಾಕಮ್ಮಾ ಎಂದು ಸಮಾಧಾನ ಪಡಿಸಹೋದಾಗ, 'ನಂಗೆ ಲೆಕ್ಕದಲ್ಲಿ ಸೊನ್ನೆ ಕೊಟ್ಟಿದಾರೆ. ಮನೇಲಿ ಹೋಂ ವರ್ಕ್ ಮಾಡಿಲ್ಲ ಅಂತ ಮಿಸ್ ಬೈದರು. ನಂಗೆ ಲೆಕ್ಕ ತಿಳಿಯುಲ್ಲ' ಎಂದು ಬಿಕ್ಕಳಿಸಿದಳು. ಹತ್ತಿರವಿದ್ದ ನನಗೆ ಅತ್ತೆ, 'ನಚಿ, ಇವಳಿಗೆ ಒಂದಿಷ್ಟು ಲೆಕ್ಕ ಹೇಳಿಕೊಡೋ' ಎಂದರು. ಹೇಳಿಕೊಡುವಾಗ ಅವಳ ಪುಸ್ತಕದ ಮೇಲೆ ಬರೆದಿದ್ದ ಹೆಸರು ವತ್ಸಲಾ, ಇಷ್ಟು ದಿನ ಸತಾಯಿಸಿದರೂ, ಈಗ ಜ್ಞಾಪಕಕ್ಕೆ ಬಂದುಬಿಡ್ತು. ತಾನು ನಿದ್ರೆ ವಿಶ್ರಾಂತಿಗಳನ್ನು ಬಿಟ್ಟು ಹುಡುಕುತ್ತಿದ್ದ

ಸೂತ್ರವು ಹೊಳೆದಾಗ ವಿಜ್ಞಾನಿಗೆ ಆಗುವಂತಹ ಉಪಶಮನವಾಗಿದೆ. ಎಷ್ಟೊಂದು ಸತಾಯಿಸಿ ಬಿಡ್ತು, ಎಂದುಕೊಳ್ಳುವಾಗ ನಚಿ, ಇವಳಿಗೆ ಒಂದಿಷ್ಟು ಲೆಕ್ಕ ಹೇಳಿಕೊಡೋ ಎಂದ ಅತ್ತೆಯ ನೆನಪಾಯಿತು. ಅವರನ್ನು ನೋಡಿ ಹನ್ನೆರಡು ವರ್ಷದ ಮೇಲಾಯಿತಲ್ಲವೆ! ಈಗ ವತ್ಸಲೆ ಇರುವ ಹಾಗೆಯೇ ಇದ್ದರು. ಅದೇ ಎತ್ತರ, ಅದೇ ಮೈಕಟ್ಟು, ಅದೇ ಮುಖ, ತಲೆತುಂಬ ಕೂದಲಿನ ಉದ್ದನೆಯ ಜಡೆ. ಮುಖದಲ್ಲಿ ಬುದ್ಧಿಯ ಚುರುಕಿನ ಕಳೆ. ವತ್ಸಲೆಯ ಮುಖದಲ್ಲಿ ಆ ಚುರುಕಿಲ್ಲ. ಅದೊಂದೇ ವ್ಯತ್ಯಾಸ, ಎನ್ನಿಸುತ್ತಿದೆ.

ಜ್ಞಾಪಿಸಿಕೊಂಡಷ್ಟೂ ಅತ್ತೆಯ ನೆನಪು ಆಳವಾಗುತ್ತಿದೆ. ಅಮ್ಮನನ್ನು ಕಂಡರೆ ನನಗೆ ಪ್ರೀತಿ ಏನೋ ಇದೆ. ಒಬ್ಬನೇ ಮಗನೆಂಬ ಮುದ್ದು ಅವಳಿಗೆ ಇವತ್ತಿಗೂ ಇದೆ. ಆದರೆ ಅವಳು ಇಮ್ಮೆಚೂರ್. ಅತ್ತೆಯದು ವಿದ್ಯೆ, ಬುದ್ಧಿಯ ಚುರುಕು, ಅಖಂಡ ಆತ್ಮವಿಶ್ವಾಸವಿದ್ದರೂ ಸ್ವಲ್ಪವೂ ಅಹಂಕಾರವಿಲ್ಲದ ನಮ್ರತೆ. ಆದರೆ ನನ್ನನ್ನು ಅಂಜಿಕೆಯಲ್ಲಿಟ್ಟಿದ್ದರು. ಅವರು ಹಾಗೆ ಶಿಸ್ತು, ಅಂಜಿಕೆ ಮಾಡದಿದ್ದರೆ ನಾನು ಪಾಸಾಗುತ್ತಲೇ ಇರಲಿಲ್ಲ. ಏನೇನೋ ಮಾಡಿ ಹಾಳಾಗ್ತಿದ್ದೆ. 'ನೀವು ಅವನಿಗೆ ತುಂಬ ದುಡ್ಡು ಕೊಡಬೇಡಿ. ಜವಾಬ್ದಾರಿ ಇಲ್ಲದೆ ಕೈಲಿ ಹಣ ಸಿಕ್ಕಿದರೆ ಮಕ್ಕಳು ಹಾಳಾಗ್ತಾರೆ. ಅವನಿಗೆ ನೀವು ಎಷ್ಟು ಕೊಟ್ಟರೂ ನನಗೆ ತಿಳಿಸಬೇಕು. ನಾನು ಲೆಕ್ಕ ಕೇಳ್ತೀನಿ' ಎಂಬ ಅವರ ಮಾತಿಗೆ ಅಪ್ಪ ಸಂತೋಷಪಟ್ಟರು. ಅಮ್ಮ ಒಳಗೊಳಗೇ ಮುನಿಸಿಕೊಂಡಳು. ನನ್ನ ಮಗನಿಗೆ ದುಡ್ಡು ಕೊಟ್ಟರೆ ಇವಳದ್ದೇನು ಯಜಮಾನಿಕೆ ಅಂತ, ಎಂಬುದೆಲ್ಲ ನೆನಪಿಗೆ ಬಂದು ಅವರದ್ದೊಂದು ಫೋಟೋನಾದರೂ ಇಟ್ಟುಕೊಬೇಕು. ಮಾವನ ಹತ್ರ ಇರುತ್ತೆ, ಅಥವಾ ಮಾವನ ಫ್ಲ್ಯಾಟಿನ ಗೋಡೆಯ ಮೇಲೆ ಇರುವ ಫೋಟೋದ ಪ್ರತಿ ಮಾಡಿಸಿಕೊಬೇಕು ಎಂದುಕೊಂಡ.

೪

ಇದಾದ ಮೂರನೆಯ ದಿನ ಮಾವನಿಂದ ಆಫೀಸಿಗೆ ಫೋನು ಬಂತು.

'ಮೂರು ವಾರದಿಂದ ಮನೆಗೆ ಬಂದಿಲ್ಲ. ಯಾಕೊ? ಹುಷಾರಿಲ್ಲವೆ?'

ತಾನು ಅಜ್ಜಿಯ ಮೇಲೆ ಮುನಿಸಿಕೊಂಡಿದ್ದೇನೆಂದು ಹೇಳಲು ನಾಚಿಕೆಯಾಯಿತು. ಮುನಿಸಿನ ಕಾರಣ ಕೇಳಿದರೆ ಏನು ಹೇಳುವುದು? ಮಾವನಿಗೆ ವಾಸ್ತವವಾಗಿ ಏನೂ ಗೊತ್ತಿಲ್ಲದೆ ಇರಬಹುದು. 'ನಾಡಿದ್ದು ಬರ್ತೀನಿ,' ಎಂದ. ನಾಡದ್ದು ಎರಡುಗಂಟೆ ಮೊದಲೇ ಹೊರಟು ಕೋರಮಂಗಲದ ಮಾರ್ಕೆಟ್ ಹೊರಗೆ ಮಾರುತ್ತಿದ್ದವರಿಂದ ಒಂದು ಸೇರು ಮಲ್ಲಿಗೆಮೊಗ್ಗು ಕನಕಾಂಬರಿ ಮರುಗಗಳ ಜೊತೆಗೆ ಸೇಬು ಚಿಕ್ಕು ದಾಳಿಂಬೆಗಳನ್ನೂ ಕಟ್ಟಿಸಿಕೊಂಡು ಕಾರು ಓಡಿಸಿದ. ಇವನನ್ನು ನೋಡಿದ ತಕ್ಷಣ ಪುಟ್ಟಕ್ಕನ ಕಣ್ಣು ಹೂವಿನ ಪೊಟ್ಟಣದ ಕಡೆಗೆ ಹೋಯಿತು. ಮಾವ ಮನೆಯಲ್ಲೇ ಇದ್ದ. ಅವನ ಕೈಲಿ ಕಾಲುಗಂಟೆ ಮಾತನಾಡಿದಮೇಲೆ, 'ನಾನು ಪುಟ್ಟಕ್ಕನ್ನ ಸ್ವಲ್ಪ ಹೊತ್ತು ಡ್ರೈವ್ ಕರಕಂಡು ಹೋಗ್ತೀನಿ' ಎಂದ.

'ಕರಕಂಡು ಹೋಗು. ಅವಳಿಗೂ ಬೋರ್ ಆಗಿರುತ್ತೆ. ನನ್ನ ಹತ್ತಿರವಂತೂ ಕಾರ್ ಇಲ್ಲ,' ಮಾವ ಉತ್ತರಿಸಿದ.

ದ್ಯಾವಕ್ಕ ಕೋಣೆಯ ಒಳಗೆ ಹೋಗಿ ಪುಟ್ಟಕ್ಕನಿಗೆ ಬಟ್ಟೆ ಬದಲಿಸುವಂತೆ ಹೇಳಿದಳು. ಅನಂತರ ಅವಳೇ ಕಟ್ಟಿದ್ದ ಹೂವನ್ನು ಮುಡಿಸಿದಳು. ಪಕ್ಕದಲ್ಲಿ ಕೂರಿಸಿಕೊಂಡು ಕಾರು ನಡೆಸುವಾಗ ನಚಿಯ ಕೈಕಾಲುಗಳು ತುಸು ಕಂಪಿಸುತ್ತಿದ್ದವು. ಅಪಘಾತ ಮಾಡಿಬಿಡುತ್ತೇನೆಯೋ ಎಂಬ ಆತಂಕವೂ ಒಮ್ಮೆ ಉಂಟಾಯಿತು. ಕಬ್ಬನ್‌ಪಾರ್ಕಿನ ಬದಿಯಲ್ಲಿ ಕಾರು ನಿಲ್ಲಿಸಿ ಅವಳೊಡನೆ ಒಂದು ಮೂಲೆಯ ಕಲ್ಲುಬೆಂಚಿನ ಮೇಲೆ ಕುಳಿತ. ಪುಟ್ಟಕ್ಕ ಎತ್ತರವಾಗಿ ಬೆಳೆದ ಬಿದಿರು ಮೆಳೆಯನ್ನು ಬೆರಗು ಕಣ್ಣುಗಳಿಂದ ನೋಡುತ್ತಿದ್ದಳು. ನಚಿ ಅವಳನ್ನು ಕೇಳಿದ: 'ಅದರ ಹೆಸರೇನು?' ಅವಳಿಗೆ ತಿಳಿದಿಲ್ಲ. 'ಅದು ಚನ್ನಾಗಿದೆಯೆ?' ಅವಳು ಹೂಂ ಎಂಬಂತೆ ಕತ್ತು ಹಾಕಿದಳು. 'ಅದರ ಹತ್ತಿರ ಹೋಗೋಣವೆ?' ಅವಳು ಈಗಲೂ ಹೂಂ ಎಂದಳು. 'ನೀನೇ ನಡಿ' ಎಂದ. ಅವಳು ಎದ್ದು ನಡೆಯತೊಡಗಿದಳು. ಅವನು ಹಿಂಬಾಲಿಸಿದ. ಒಂದಕ್ಕೊಂದು ಮೇಳೈಸಿ ನುಲಿಯುತ್ತಾ ಜರಜರ ಸಪ್ಪಳಗೈಯುತ್ತಿದ್ದ ದಟ್ಟ ಹಸಿರು ಬಿದಿರುಗಳನ್ನು ನೋಡುವಾಗ ಅವಳ ಕಣ್ಣುಗಳು ನಿಗೂಢತೆಯನ್ನರಸುತ್ತಿದ್ದವು. ತುಸುಹೊತ್ತು ನೋಡುತ್ತಾ ನಿಂತಿದ್ದ ಅವಳು ಅನಂತರ ಅದಕ್ಕೊಂದು ಪ್ರದಕ್ಷಿಣೆ ಹಾಕಿದಳು. ಆಮೇಲೆ ಅವಳ ಗಮನವು ಬದಿಯಲ್ಲಿ ಹರಡಿ ನಿಂತಿದ್ದ ಹಿಪ್ಪೆಯ ಮರದ ಕಡೆಗೆ ಹರಿಯಿತು. ಅವಳು ಕತ್ತೆತ್ತಿ ನೋಡಿದಳು. ಅದರೊಳಗಿನಿಂದ ಉಲಿಯುವ ಕೋಗಿಲೆಯ ಕೂಗು ಇಳಿಯುತ್ತಿತ್ತು. 'ಅದೇನು?' ಅವನು ಕೇಳಿದ. ಅವಳಿಗೆ ಮಾತು ತಿಳಿಯಲಿಲ್ಲ. ಆದರೆ ಅದರಂತೆ ತಾನೂ ಉಲಿಯಲು ಪ್ರಯತ್ನಿಸಿದಳು. ಅವನು ಜಾಣೆ ಎಂದು ಅವಳ ಭುಜವನ್ನು ತಟ್ಟಿದ. ಅವಳ ಮುಖವು ಹಿತವಾಗಿ ಅರಳಿತು. ಅವಳೂ ಅವನ ಭುಜದ ಮೇಲೆ ಕೈ ಇಟ್ಟು ನೀನೂ ಹಾಗೆ ಉಲಿ ಎಂದು ಧ್ವನಿಯಲ್ಲಿ ಸೂಚಿಸಿದಳು. ಅವನು ಅವಳಿಗಿಂತ ಹೆಚ್ಚು ಸ್ಫುಟವಾಗಿ ಉಲಿದ. ಅವಳು ಸ್ಫುಟವಾಗಿ ಜಾಣ ಎಂದು ಇನ್ನೊಮ್ಮೆ ಅವನ ಭುಜವನ್ನು ತಟ್ಟಿದಳು. ಅವನಿಗೆ ಹಿಂದೆ ಎಂದೂ ತಾನು ಅನುಭವಿಸದಿದ್ದ ವರ್ಣನೆಗೆ ಸಿಲುಕದ ಉಲ್ಲಾಸವಾಯಿತು. 'ನೀನೂ ಜಾಣೆ' ಎಂದು ಅವಳ ಭುಜವನ್ನು ಮಿದುವಾಗಿ ಹಿಸುಕಿದ. ಅವಳು ಹಿಪ್ಪೆಯ ಮರದ ಆಚೆಗೆ ಆಕಾಶವನ್ನು ತಿವಿಯುವಷ್ಟು ಎತ್ತರಕ್ಕೆ ಬೆಳೆದಿದ್ದ ಇನ್ನೊಂದು ಮರದ ಹತ್ತಿರಕ್ಕೆ ನಡೆದು ಅದರ ತುದಿಯನ್ನು ತೋರುಬೆರಳಿನಿಂದ ತೋರಿಸುತ್ತಾ, 'ನೋ ನೋ ನೋಡು' ಎಂದಳು. 'ಇದರ ಹೆಸರು ಹೇಳು,' ಎಂದ. 'ಗೊ ಗೊತ್ತಿಲ್ಲ' ಎನ್ನುವಾಗ ಅವಳ ಮುಖವು ತನ್ನ ಅಜ್ಞತೆಗೆ ತಾನೇ ನಗುವ ಎಳೆಕಂದನ ಮುಗ್ಧತೆಯಿಂದ ಮಿನುಗುತ್ತಿತ್ತು. 'ತೇಗ,' ಅವನು ಹೇಳಿಕೊಟ್ಟ. ಅವಳು ಒಂದೇ ಸಲಕ್ಕೆ 'ತೇತೇತೇಗ' ಎಂದು ಗೆದ್ದವಳಂತೆ ಒಪ್ಪಿಸಿದಳು.

ಅವಳ ಮಿನುಗುವ ಮುಖವನ್ನೇ ನೋಡುತ್ತಿದ್ದ ಅವನು, 'ನನ್ನ ಕಡೆ ನೋಡು,' ಎಂದ. ಅವಳು ಅವನತ್ತ ತಿರುಗಿದಳು. 'ನಾನೊಂದು ಕೇಳ್ತೀನಿ, ಉತ್ತರ ಹೇಳ್ತೀಯ?' ಎಂದ. ಅವಳು ಏನೆನ್ನುವಂತೆ ನೋಡಿದಳು. 'ನನ್ನನ್ನ ಮದುವೆಯಾಗ್ತೀಯಾ?' ಎಂದ.

ಅವಳಿಗೆ ಅದು ಅರ್ಥವಾಗಲಿಲ್ಲವೆನ್ನುವುದು ಅವಳ ಮುಖಭಾವದಿಂದಲೇ ಇವನಿಗೆ ತಿಳಿಯಿತು. ಅವನು ಮತ್ತೆ ನಿಧಾನವಾಗಿ ಬಿಡಿಸಿ ಕೇಳಿದ ನೀ.....ನು ನನ್ನ.....ಮದುವೆ..... ಯಾಗ್ತೀಯಾ? ನನ್ನ.....ಹೆಂಡ್ತಿ..... ಆಗ್ತೀಯಾ? ನಾನು.....ನಿನ್ನ..... ಗಂಡ..... ಆಗ್ತೀನಿ,' ಎಂದ. ಒಂದುನಿಮಿಷದ ನಂತರ ಅವಳ ಮುಖದಲ್ಲಿ ಮುದ ಕಾಣಿಸಿತು. 'ಹೇಳು,' ಅವನು ಕೇಳಿದ. ಅವಳು ಉತ್ತರಿಸಲಿಲ್ಲ. ಕತ್ತು ಬಗ್ಗಿಸಿಕೊಂಡಳು. ಅವಳ ತುಂಬು ತಲೆ ಗೂದಲಿನ ಉದ್ದನೆಯ ಜಡೆ, ಮುಡಿದಿದ್ದ ಇನ್ನೂ ಅರಳದ ಮಲ್ಲಿಗೆಯ ಮೊಗ್ಗಿನ ದಂಡೆ ಕಾಣುತ್ತಿತ್ತು. ಅವಳ ಕುತ್ತಿಗೆ ಸಣ್ಣಗೆ ಬೆವರುತ್ತಿತ್ತು. 'ಮಾತಾಡುಲ್ಲವೆ?' ಅವನು ಕೇಳಿದ. ಅವಳು ಮಾತನಾಡಲಿಲ್ಲ. ಅವನು ತನ್ನ ಬಲಗೈಯಿಂದ ಅವಳ ಬಲಹಸ್ತವನ್ನು ಹಿಡಿದ. ಅವಳೂ ಹಿಡಿದದ್ದು ಅವನ ಅನುಭವಕ್ಕೆ ಬಂತು. ಅವಳ ಹಸ್ತವೂ ಬೆವರುತ್ತಿತ್ತು. ಅವನಿಗೆ ಇದ್ದಕ್ಕಿದ್ದಂತೆಯೇ ಒಂದು ಯೋಚನೆ ಬಂತು. ತಾನು ಅವಳಿಗಿಂತ ಹದಿನೈದು ವರ್ಷಕ್ಕೆ ದೊಡ್ಡವನು. ಅದೇನೂ ದೊಡ್ಡ ವಿಷಯವಲ್ಲ. ಆದರೆ ತಾನು ಎಂಥೆಂಥದೋ ಆಟದ ಮೈದಾನಗಳಲ್ಲಿ ಹಾಯ್ದು ಬಂದವನು. ಇವಳು ಏನೂ ತಿಳಿಯದ ಮುಗ್ಧೆ.

ನಾನು ಇವಳನ್ನು ಸಂಸಾರದಲ್ಲಿ ಪ್ರವರ್ತಿಸುವುದು ನ್ಯಾಯವೆ? ತುಸು ಹೊತ್ತು ಮನಸ್ಸು ಒಳಸರಿಯಿತು. ಅಜ್ಜಿಗೆ ನನ್ನ ಕಥೆ ಎಲ್ಲ ಗೊತ್ತಿದೆ. ಮಾವನಿಗಂತೂ ಹೆಚ್ಚು ಗೊತ್ತಿದೆ. ಆದರೂ ನಮ್ಮ ಜೋಡಿಯನ್ನು ಅವರು ನಿಶ್ಚಯಿಸಿದ್ದಾರೆ. ನ್ಯಾಯ ಅನ್ಯಾಯಗಳು ನನಗಿಂತ ಅವರಿಗೆ ಹೆಚ್ಚು ಗೊತ್ತಿವೆ, ಎಂಬ ಸಮಾಧಾನ ತಂದುಕೊಂಡ. ಅವಳ ಹಸ್ತವನ್ನು ಹಿಡಿದಿದ್ದ ತನ್ನ ಕೈಯನ್ನು ಬಿಗಿಮಾಡಿ ತನಗೆ ತಾನು ಹೇಳಿಕೊಂಡ. ಲಿಂಡ್ಸೆಗೆ ನಾನು ಮೋಸಮಾಡಲಿಲ್ಲ. ಟ್ರೇಸಿಗೂ ಮಾಡಿಲ್ಲ. ನನಗೆ ಅವಳು ಮಾಡಿದಳು. ವತ್ಸಲೆಗಂತೂ ಮೋಸಮಾಡುವ ಕಲ್ಪನೆಯೂ ಸಾಧ್ಯವಿಲ್ಲ. ತುಸು ಹೊತ್ತು ಈ ಮಾತೇ ಮನಸ್ಸಿನಲ್ಲಿ ರಿಂಗಣಿಸುತ್ತಿತ್ತು.

ಅನಂತರ, 'ನಡಿ ಹೋಟಲಿಗೆ ಹೋಗಿ ತಿಂಡಿ ತಿನ್ನಾಣ' ಎಂದು ಬಿಡಿಸಿ ಹೇಳಿ ಅವಳ ಎಡತೋಳು ಹಿಡಿದು ಮುಂದೆ ನಡೆಸಿದ. ಸತ್ಕಾರ್ ಹೋಟೆಲಿಗೆ ಡ್ರೈವ್ ಮಾಡಿ ಕೊಂಡು ಹೋಗಿ ಒಳಗೆ ಎದರುಬದರು ಕುರ್ಚಿಗಳ ಮೇಲೆ ಕುಳಿತು, 'ಏನು ತಗಾತೀಯ?' ಎಂದು ಕೇಳಿದ. ಅವಳು 'ಅಪ್ಪ, ಅಕ್ಕ, ಅಅಅಜ್ಜಿ' ಎಂದಳು.

'ಅವರಿಗೂ ಕಟ್ಟಿಸಿಕೊಂಡು ಹೋಗಾಣ. ಈಗ ನಾನು ನೀನು ಇಲ್ಲಿ ತಿನ್ನಾಣ' ಅವನು ಹೇಳಿದ.

ಅವಳು ಬೇಡ ಎಂದು ತಲೆ ಆಡಿಸಿದಳು.

೫

ಮದುವೆಗೆ ಖರ್ಚು ಮಾಡಲು ಮಾವನ ಹತ್ತಿರ ದುಡ್ಡಿಲ್ಲ; ಆದರೆ ಏನೂ ಖರ್ಚು

ಮಾಡದೆ ಶಾಸ್ತ್ರ ಮುಗಿಸಿದರೆ ಅಮ್ಮ ಹಸೆಮಣೆಯ ಮುಂದೆಯೇ ರಂಪ ಮಾಡುತ್ತಾಳೆ ಎಂಬುದನ್ನು ನಚಿಕೇತ ಅರ್ಥಮಾಡಿಕೊಂಡು ಅಜ್ಜಿಯ ಮುಂದೆ ಒಂದು ಕಟ್ಟು ನೋಟು ಗಳನ್ನು ಇಟ್ಟು ಹೇಳಿದ: 'ಒಂದೂವರೆ ಲಕ್ಷ ಇದೆ. ಇದರಲ್ಲಿ ಎರಡೂ ಕಡೆಯ ಖರ್ಚು ನಿಭಾಯಿಸು. ದುಂದು ಮಾಡುವುದು ನನಗೂ ಇಷ್ಟವಿಲ್ಲ.' ಅಜ್ಜಿಗೂ ದುಂದು ಸಮ್ಮತವಿರಲಿಲ್ಲ. ಅಲ್ಲದೆ ಎರಡು ಸಲ ಮದುವೆಯಾದ ಅನುಭವದಿಂದ ವೈಭವವೆಲ್ಲ ಅರ್ಥಹೀನವೆಂಬ ಭಾವನೆ ಅವನಲ್ಲಿ ಗಟ್ಟಿಯಾಗಿತ್ತು. ಆದರೆ ಆ ಅನುಭವವನ್ನು ಈ ಸಂದರ್ಭದಲ್ಲಿ ಬಾಯಿಬಿಟ್ಟು ಆಡುವುದು ವಿಹಿತವಲ್ಲವೆಂದು ಹೇಳಲಿಲ್ಲ.

ಒಂದು ಬೆಳಗ್ಗೆ ಅಜ್ಜಿ ದ್ಯಾವಕ್ಕರು ಹಸೆಮಣೆಯ ಶಾಸ್ತ್ರದ ಪದಾರ್ಥಗಳ ಪಟ್ಟಿ ಮಾಡುತ್ತಿದ್ದರು. ಪುಟ್ಟಕ್ಕ ತರಕಾರಿ ಶೋಧಿಸುತ್ತಿದ್ದಳು. ಹಾಲಿನಲ್ಲಿ ಕೂತು ವೃತ್ತಪತ್ರಿಕೆ ತಿರುವು ಹಾಕುತ್ತಿದ್ದ ಜಯಕುಮಾರ, 'ಅಮ್ಮ, ಕೇಶವನ ಹೆಂಡತಿಯ ಹೆಸರೇನು ಇಂದಿರಾ ಅಲ್ಲವೆ?' ಎಂದ.

'ಬೆಳಗ್ಗೆ ತಂಪು ಹೊತ್ನಲ್ಲಿ ಯಾಕೆ ಆ ಪಾಪಿ ಹೆಸರು ಗ್ಯಾಪಿಸ್ಕತ್ತೀಯ?' ಅಮ್ಮ ಉತ್ತರಿಸಿದರು.

'ಅಲ್ಲ ಪೇಪರಿನಲ್ಲಿ ಒಂದು ಸುದ್ದಿ ಇದೆ. ಮೈಸೂರು ಉದಯಗಿರೀಲಿ ವಾಸವಾಗಿರೂ ಕೇಶವಮೂರ್ತಿ ಮತ್ತು ಇಂದಿರಾ ಅವರ ಮಗಳು ಜಯಶ್ರೀಯನ್ನ ಬೆಂಗಳೂರಿನ ಬಿ.ಎಚ್. ಇ.ಎಲ್. ನೌಕರ ವಿಶ್ವಾಸ ಎಂಬಾತನಿಗೆ ಒಂದು ವರ್ಷದ ಹಿಂದೆ ಮದುವೆ ಮಾಡಿಕೊಟ್ಟಿದ್ದರಂತೆ. ನೀನು ತಂದಿರುವ ವರದಕ್ಷಿಣೆ ಸಾಲದು ಎಂಬ ಗಂಡ ಮತ್ತು ಅವನ ಅಪ್ಪ ಅಮ್ಮನ ಹಿಂಸೆ ತಾಳಲಾರದೆ ಹುಡುಗಿ ತನ್ನ ತಂದೆತಾಯಿಯರ ಮನೆಗೆ ಬಂದು ಅಲ್ಲಿ ರಾತ್ರಿ ಯಾರಿಗೂ ಗೊತ್ತಿಲ್ಲದಂತೆ ತಾನು ಮಲಗಿದ್ದ ಕೋಣೆಯಲ್ಲಿ ನೇಣುಹಾಕಿ ಕೊಂಡು ಸತ್ತಳಂತೆ. ಕಂಪ್ಲೇಂಟು ರಿಜಿಸ್ಟರ್ ಮಾಡಿಕೊಂಡ ಪೋಲೀಸರು ಗಂಡ ಮತ್ತು ಅವನ ತಾಯಿ ತಂದೆಯರನ್ನು ಅರೆಸ್ಟ್ ಮಾಡಿ ಮುಂದಿನ ತನಿಖೆ ಆರಂಭಿಸಿದ್ದಾರಂತೆ.'

ಅಯ್ಯೋ ದೇವರೇ! ಹಣೆಯ ಮೇಲೆ ಕೈಇಟ್ಟುಕೊಂಡ ಅಮ್ಮ ಹೊರ ಕೋಣೆಗೆ ಬಂದು ಮಗನ ಮುಂದೆ ನಿಂತುಕೊಂಡರು. ಜಯಕುಮಾರ ನೇಣುಗಟ್ಟಿಕೊಂಡ ಆ ತನ್ನ ಅಣ್ಣನ ಮಗಳನ್ನು ಕಲ್ಪಿಸಿಕೊಳ್ಳತೊಡಗಿದ. ಆದರೆ ಮನಸ್ಸಿನಲ್ಲಿ ಯಾವ ರೂಪವೂ ಮೂಡುತ್ತಿಲ್ಲ. ಅವಳು ಮಗುವಾಗಿದ್ದಾಗ ಕೂಡ ತಾನು ಅವಳನ್ನು ನೋಡಿಲ್ಲ. ಅಮ್ಮನನ್ನು ಜೈಲು ಕಾಣಿಸಿದ ನಂತರ ತನಗೂ ಕೇಶವನಿಗೂ ಅವನ ಹೆಂಡತಿಗೂ ಯಾವ ಸಂಪರ್ಕವೂ ಇಲ್ಲ. ಸಂಪರ್ಕ ಬೇಡವೆಂಬ ನಿಶ್ಚಯ ತನ್ನಲ್ಲಿಯೂ ಗಟ್ಟಿಯಾಯಿತು. ಅಕ್ಕನಿಗೂ ಅಷ್ಟೇ ಗಟ್ಟಿಯಾಯಿತು. ಮೂವತ್ತೊಂದು ವರ್ಷವಾಯಿತಲ್ಲವೆ? ತೊರೆದುಹೋದ ಸಂಬಂಧ. ಅಮ್ಮ ಎದುರಿನ ಕುರ್ಚಿಯ ಮೇಲೆ ಮಂಕಾಗಿ ಕುಳಿತುಬಿಟ್ಟಳು. ಅವಳಿಗೆ ಹೇಳಲು ತನಗೂ ಏನೂ ತೋಚುತ್ತಿಲ್ಲ. ಮಾತನಾಡಲು ಅವಳಿಗೂ ಏನೂ ತೋಚುತ್ತಿಲ್ಲವೆಂಬುದು ಅವಳ ಮುಖದಲ್ಲಿ ಕಾಣುತ್ತಿದೆ. ಅವಳ ಮುಖದಲ್ಲಿ ಕ್ರಮೇಣ ವ್ಯಸನ ತುಂಬಿತು. ದುಃಖ ಕಾಣಿಸಿತು. ಮಡುಗಟ್ಟಿತು. ಎರಡುನಿಮಿಷದ ನಂತರ ಕೇಳಿದಳು; 'ಜಯಣ್ಣ, ಅದು

ಯಾವುದು ಹೇಳಿದೆ ನೀನು ಉದಯಗಿರಿ ಅಂತಲೆ? ಅದೆಲ್ಲಿದೆ ಮೈಸೂರಾಗೆ?'

'ಈಗೆಲ್ಲ ಹೊಸ ಹೊಸ ಬಡಾವಣೆಗಳಾಗ್ತಿವೆ. ನಾನೂ ನೋಡಿಲ್ಲ.'

'ಯಾರನ್ನಾದರೂ ಕೇಳಿದರೆ ಹೇಳ್ತಾರೆ. ಆಟೋದೋರಿಗೆ ಗೊತ್ತಿರುತ್ತೆ. ಮದುವೆಯಾದ ಹುಡುಗಿ ನೇಣು ಹಾಕ್ಕಂಡ ಮನೆ ಅಂದರೆ ಯಾರಾದರೂ ತೋರುಸ್ತಾರೆ.'

'ಯಾಕೆ?' ಜಯಣ್ಣ ಕೇಳಿದ.

'ಕೇಶವನಿಗೆ ಮಗಳ ಕಳಕಂಡ ಸಂಕಟ ಇರುಲ್ವೆ? ಅವಳಿಗಾದರೂ ಹೆತ್ತ ಹೊಟ್ಟೆ ಸಂಕಟ. ನಡಿ, ಹೋಗಿ ಮಾತಾಡಿಸ್ಕಂಡು ಬರಾಣ.'

ಜಯಣ್ಣನಿಗೆ ಏನು ಹೇಳಲೂ ತೋಚಲಿಲ್ಲ. ತೀರ್ಮಾನಿಸಲೂ ತಿಳಿಯಲಿಲ್ಲ. ಬೇಡವೆಂದು ಖಡಾಖಂಡಿತವಾಗಿ ಹೇಳುವ ಮನಸ್ಸೂ ಬರಲಿಲ್ಲ. ಅಮ್ಮ ಕೇಳಿದಳು: 'ಮೈಸೂರಿಗೆ ಇಷ್ಟು ಹೊತ್ತಿನಲ್ಲಿ ರೈಲುಗಳಿವೆಯೆ? ಬಸ್ಸು?'

'ಹತ್ತು ನಿಮಿಷಕ್ಕೊಂದು ಬಸ್ಸು ಇದೆ. ನಚಿಗೆ ಫೋನು ಮಾಡಿದರೆ ಕಾರು ಡ್ರೈವರ್ ಕಳುಸ್ತಾನೆ. ಅನುಕೂಲವಾಗಿರುತ್ತೆ.'

ಫೋನು ಮಾಡಿ ನಚಿಗೆ ಸನ್ನಿವೇಶವನ್ನು ವಿವರಿಸಿದ ನಂತರ, 'ಅಜ್ಜಿ ಮೈಸೂರಿಗೆ ಹೋಗಿ ಮಗ ಸೊಸೇನ ನೋಡಬೇಕು ಅಂತಿದಾಳೆ. ನಿನ್ನ ಕಾರು ಡ್ರೈವರ್ ಬಿಡುವಾಗಿ ದಾರೆಯೆ?' ಎಂದ.

'ಅರ್ಧಗಂಟೇಲಿ ನಾನೇ ಬರ್ತೀನಿ' ನಚಿ ಹೇಳಿದ.

ಮನೆಗೆ ಬಂದ ಅವನು ಅಜ್ಜಿಯನ್ನು ಕೇಳಿದ: 'ಕಾರು ಡ್ರೈವರ್ ತಗೊಂಡುಹೋಗು. ಇವತ್ತೇ ಹಿಂತಿರುಗಬೇಕು ಅಂತ ಏನಿಲ್ಲ, ಬೇಕಾದರೆ ಮೂರು ದಿನ ಇರು. ಆದರೆ ನನ್ನದೊಂದು ಪ್ರಶ್ನೆ: ಆ ನಿನ್ನ ಮಗ ಸೊಸೆ ನಿನ್ನನ್ನು ಜೈಲಿಗೆ ಕಳಿಸಿದೋರು. ಅವರ ಮೇಲೆ ಎಂಥ ವಾಂಛಲ್ಯ? ಈ ದೇಶದಲ್ಲಿ ದಿನಕ್ಕೆ ನಾಲ್ಕು ಜನ ಹೀಗೆ ನೇಣುಹಾಕ್ಕಂಡು ಸಾಯ್ತಾರೆ ಅಂತ ಪೇಪರಿನಲ್ಲಿ ಬರುತ್ತೆ. ಬೇರೆ ಯಾರ ಮೇಲೂ ಇಲ್ಲದ ವಾಂಛಲ್ಯ ಹುಟ್ಟಿದಾಗಿನಿಂದ ಕಾಣದ ಆ ಮೊಮ್ಮಗಳ ಮೇಲೆ ಯಾಕೆ? ನಿನ್ನ ಉದ್ವೇಗ ನನಗೆ ಅರ್ಥವಾಗ್ತಿಲ್ಲ.'

'ಮುಠ್ಠಾಳನಾದರೂ ಅವನು ನನ್ನ ಮಗ. ಹುಟ್ಟಿದಾಗಿನಿಂದ ಕಾಣದಿದ್ದರೂ ಅವಳು ಮೊಮ್ಮಗಳು. ಈಗಿನ ಕಾಲದ ನಿಮಗೆ ಸಂಬಂಧ ಅರ್ಥವಾಗುಲ್ಲ.'

ನಚಿಗೆ ಇದು ಅರ್ಥವಾಗಲಿಲ್ಲ. ಆದರೆ ಅವನು ಮಾತನ್ನು ಮುಂದುವರೆಸಲಿಲ್ಲ.

೬

ಮೈಸೂರಿನ ಉದಯಗಿರಿ ಪೋಲೀಸ್ ಠಾಣೆಯಲ್ಲಿ ವಿಚಾರಿಸಿದರೆ ನೇಣುಗಟ್ಟಿಕೊಂಡು ಸತ್ತ ವಿವಾಹಿತೆಯ ತೌರುಮನೆಯ ಗುರುತು ಹೇಳುತ್ತಾರೆಂದು ಹೊಳೆದರೂ ಜಯಕುಮಾರನಿಗೆ ಯಾವ ಕಾರಣಕ್ಕೂ ಇಂಥ ಮಾಹಿತಿಗೆ ಪೋಲೀಸರನ್ನು ಕೇಳಲು

ಅಂಜಿಕೆಯಾಯಿತು. ಒಂದು ದರ್ಶಿನಿ ಹೋಟೆಲು ಒಂದು ಪೆಟ್ಟಿಗೆ ಅಂಗಡಿಯಲ್ಲಿ ಕೇಳಿದ ನಂತರ ಪಕ್ಕದಲ್ಲಿ ಕಂಡ ಒಂದು ಹೇರ್‌ಕಟಿಂಗ್ ಸಲೂನಿನಲ್ಲಿ ವಿಚಾರಿಸಿದ. 'ನೀವು ಯಾರು ಸಾರ್. ಏನಾಗಬೇಕು ಅವರಿಗೆ?' ಎಂದು ಇವನನ್ನು ಕೇಶಾಲಂಕಾರಿಯು ತನಿಖೆ ಮಾಡಿದನಾದರೂ ಅವನ ಪ್ರಶ್ನೆಗಳು ಅಪಾಯರಹಿತ ಕುತೂಹಲದ್ದು ಮಾತ್ರವೆಂದು ಇವನಿಗೆ ಖಚಿತವಾಯಿತು. ಕೊನೆಗೆ ಮಾಹಿತಿ ದೊರೆಯಿತು.

ಮಗ ಕೇಶವನಿಗೆ ಮುಪ್ಪು ಬಂದಿದೆ. ತಲೆ ಬೊಕ್ಕವಾಗಿದೆ. ಒಂದು ನಿಮಿಷ ದಿಙ್ಮೂಢನಾದರೂ ಅವನಿಗೆ ಅಮ್ಮ ಮತ್ತು ತಮ್ಮನ ಗುರುತು ಸಿಕ್ಕಿತು. ಕೆಳಮಧ್ಯಮ ದರ್ಜೆಯ ಮನೆ. ಪ್ರವೇಶಿಸಿದ ತಕ್ಷಣ ಪುಟ್ಟ ಅಂಗಳ. ಬಲಗಡೆಗೆ ಎರಡು ಕೋಣೆಗಳು. ಒಳಭಾಗದಲ್ಲಿ ಊಟದ ಸಾಲೆ. ಅದರ ಹಿಂಬದಿಗೆ ಅಡುಗೆಮನೆಯಂತೆ ಕಾಣುವ ಸ್ಥಳ. ಅಂಗಳದಲ್ಲಿ ಬೆತ್ತದ ಸೋಫ಼. ಸಣ್ಣ ಟಿ.ವಿ. 'ಅಮ್ಮ ಅಲ್ವೆ? ಎಲ್ಲಿದ್ದೆ?' ಎಂಬ ಅವನ ಧ್ವನಿಯನ್ನು ಕೇಳಿದ ಅವನ ಹೆಂಡತಿ ಇಂದಿರಾ ಒಳಗಿನಿಂದ ಬಂದಳು. ಅವಳು ಗಂಡನಂತೆ ಮುದುಕಿಯಾಗಿರಲಿಲ್ಲ. ಕೂದಲು ತುಸು ವಿರಳವಾಗಿದ್ದರೂ ಕಪ್ಪಗೆ ಮಿಂಚುವ ಡೈ ಮಾಡಿಕೊಂಡಿದ್ದಳು. ಕಿವಿಗೆ ಸಣ್ಣದಾದರೂ ಹೊಳೆಯುವ ಬಿಳಿವಜ್ರದ ಓಲೆ, ಕೊರಳಿಗೆ ಸರ. ರೇಶ್ಮೆ ಸೀರೆ. ಗುರುತು ಹಿಡಿಯುವುದು ಕಷ್ಟವಾಗಲಿಲ್ಲ. ಸಂಭಾಷಣೆಯನ್ನು ಹೇಗೆ ಶುರುಮಾಡಬೇಕೆಂಬುದು ಯಾರಿಗೂ ತಿಳಿಯಲಿಲ್ಲ.

'ಇವತ್ತಿನ ಪೇಪರಿನಲ್ಲಿ ಓದಿದೆವು,' ಜಯಕುಮಾರ ಆರಂಭಿಸಿದ.

'ನೇಣುಗಟ್ಟುಸ್ತೀವಿ ಅಂತ ಹೇಳಿದಾರೆ ಪೋಲೀಸಿನೋರು. ಲೇಡಿ ಇನ್‌ಸ್ಪೆಕ್ಟರಿಗೇ ವಹಿಸಿದಾರಂತೆ,' ಇಂದಿರಾ ಸಂಭಾಷಣೆಯ ಹುರಿ ಹಿಡಿದಳು.

'ಏನಂತ ಗೋಳುಹುಯ್ಕಂಡರು?'

'ನಿಮ್ಮಪ್ಪನ ಮನೆಯಿಂದ ಎರಡುಲಕ್ಷ ತಗಂಡು ಬಾ, ತರದೆ ಇದ್ರೆ ನಮ್ಮ ಮನೆಗೆ ಬರಬೇಡ ಅಂತ ಗದುಮಿದರು. ಪಾಪ ಹೂವಿನಂಥ ಹೆಣ್ಣುಹುಡುಗಿ. ಅಪ್ಪ ರಿಟೈರಾದೋರು ಅಂತ ಕೊರಗು ಹಚ್ಚಿಕಂಡು ಹೀಗೆ ಮಾಡ್ಕಂಡುಬಿಡ್ತು. ಅಮ್ಮನ ಮನೇಲಿ ನೇಣು ಹಾಕ್ಕಳೂ ಬದಲು ಗಂಡನ ಮನೇಲೇ ಹಾಕ್ಕಂಡಿದ್ರೆ ಅವರೇ ಹಿಡಿದು ನೇಣೆತ್ತಿ ಮರ್ಡರ್ ಮಾಡಿದರು ಅಂತ ಕೇಸು ಮಾಡಿ ಅನುಮಾನವೇ ಇಲ್ಲದೆ ಮೂರೂ ಜನಕ್ಕೆ ನೇಣು ಹಾಕುಸ್‌ಭೌದಾಗಿತ್ತು ಅಂತ ಬೆಂಗಳೂರು ಪೋಲೀಸಿನೋರೇ ಹೇಳಿದ್ರು.' ಹುಡುಗಿ ಅದೊಂದನ್ನ ಯೋಚಿಸಿ ಮಾಡಬೇಕಿತ್ತು ಎಂದು ಈ ತಾಯಿಯ ಒಳಬಯಕೆಯಿತ್ತೆ? ಎಂದು ಜಯಕುಮಾರ ಯೋಚಿಸಿದ.

ಅಷ್ಟರಲ್ಲಿ ನಾಲ್ಕು ಜನ ಹೆಂಗಸರು ಬಂದರು. ಎಲ್ಲರೂ ಇಂದಿರೆಯ ವಯಸ್ಸಿನವರು. ಐವತ್ತರ ಆಸುಪಾಸು. ಒಬ್ಬಳು ರೇಶ್ಮೆಸೀರೆ, ವಜ್ರದಓಲೆ, ಚಿನ್ನದ ಸರದವಳು. ಇಬ್ಬರು ಸಲ್ವಾರ್ ಕಮೀಝ್, ಇನ್ನೊಬ್ಬಳು ಪ್ಯಾಂಟು ಮತ್ತು ಜುಬ್ಬಾದವಳು. 'ಅಯ್ಯೋ ನಾವು ಊರಲ್ಲಿರಲಿಲ್ಲ. ಎಂಥಾ ಕೆಲಸವಾಗಿಬಿಡ್ತೀರೀ? ಹೀಗೆ ಮಾಡ್ಕತ್ತಾಳೆ ಅಂತ ಸುಳಿವು ಸೂಕ್ಷ್ಮ ಗೊತ್ತಾಗಲಿಲ್ಲವೆ? ಅಷ್ಟೊಂದು ಬೆಳ್ಳಿ ಬಂಗಾರ, ಲಕ್ಷಗಟ್ಟಳೆ ಹಣ ಕೊಟ್ಟು ಮದುವೆ

ಮಾಡಿದ್ದಿರಲ್ರೀ?' ಎಂದು ಸೀರೆಯ ಮಹಿಳೆ ಉದ್ಗಾರ ತೆಗೆದಳು.

'ಒಳಕ್ಕೆ ಬನ್ನಿ,' ಎಂದು ಇಂದಿರಾ ಆ ನಾಲ್ವರನ್ನೂ ಒಳಗಿನ ಕೋಣೆಗೆ ಕರೆದೊಯ್ದಳು. ಮಗನನ್ನು ಓದಿಸುವುದನ್ನು ಬಿಟ್ಟು ತಾವು ಎರಡು ಲಕ್ಷ ನಗದನ್ನು ದೊಡ್ಡ ತಟ್ಟೆಯಲ್ಲಿಟ್ಟು ಕೊಟ್ಟದ್ದನ್ನು ಅವಳು ಗಟ್ಟಿಯಾಗಿ ಹೇಳತೊಡಗಿದಳು.

'ಕೇಶವಾ, ಹತ್ತು ನಿಮಿಷ ಬಾ, ಇಲ್ಲೇ ಹೊರಗೆ,' ಜಯಕುಮಾರ ಕರೆದ. ಕೇಶವ ಮೇಲೆ ಎದ್ದ. ಅವರಿಬ್ಬರೂ ಅಮ್ಮನನ್ನು ಕರೆದುಕೊಂಡು ಕಾರಿನಲ್ಲಿ ಕೂತಮೇಲೆ, 'ಎಲ್ಲಾದರೂ ಶಾಂತವಾಗಿ ಹತ್ತುನಿಮಿಷ ಕೂತುಮಾತಾಡುವ ಜಾಗ ಇದೆಯೆ? ಯಾರೂ ಹತ್ತಿರ ಸುಳಿಯಬಾರದು.'

'ಬೆಟ್ಟದ ತಪ್ಪಲಿಗೆ ಹೋದರೆ ಮರಗಿಡಗಳ ಕೆಳಗೆ ಕೂರಬಹುದು.' ಕೇಶವ ಹೇಳಿದ.

ಅವನು ದಾರಿ ತೋರಿಸಿದಂತೆ ಹೋಗಿ ಒಂದು ಅರಳೀಕಟ್ಟೆಯ ಮೇಲೆ ಕುಳಿತನಂತರ ಜಯಕುಮಾರ ಕೇಳಿದ: 'ಚಾಮುಂಡಿ ದೇವಿಯ ಪಾದದ ಬುಡದಲ್ಲಿ ಕೂತಿದೀಯ. ಅಶ್ವತ್ಥವೃಕ್ಷದ ನೆರಳಿನಲ್ಲಿ. ಅಮ್ಮ ಸತ್ತೇಹೋಗಿದಾಳೆ ಅಂತ ನಾನಂತೂ ತಿಳಕಂಡಿದ್ದೆ. ಬದುಕಿ ಬಂದಿರೂ ಅವಳು ಎದುರಿಗೆ ಕೂತಿದಾಳೆ. ಸುಳ್ಳು ಹೇಳಬೇಡ. ನಿನ್ನ ಮಗಳು ನೇಣು ಹಾಕಿಕೊಂಡ ನಿಜವಾದ ಕಾರಣ ಹೇಳು.'

'ಅದೇ, ಪೇಪರಿನಲ್ಲಿ ಬರೆದಿದೆಯಲ್ಲ.'

'ಪೇಪರಿನಲ್ಲಿ ಬರೂದು ನೂರಕ್ಕೆ ತೊಂಬತ್ತು ಭಾಗ ಸುಳ್ಳು. ನಾನು ಚಾಮುಂಡಮ್ಮನ ಪಾದದ ಮೇಲೆ ಅಶ್ವತ್ಥವೃಕ್ಷದ ನೆರಳಿನಲ್ಲಿ ಅಮ್ಮನ ಎದುರಿಗೆ ಆಣೆಮಾಡಿ ಹೇಳ್ತೀನಿ. ನೀನು ಏನು ಹೇಳಿದರೂ ನಾನು ಬೇರೆ ಯಾರಿಗೂ ಬಿಟ್ಟು ಕೊಡುಲ್ಲ. ನಿಜ ಹೇಳು.'

ಕೇಶವ ಉತ್ತರ ಹೇಳಲಿಲ್ಲ. ಜಯಕುಮಾರ ಮತ್ತೊಮ್ಮೆ ಬಲವಂತ ಮಾಡಿದ ನಂತರ, 'ಅದಕ್ಕೆಂಥ ಆಣೆ ಪ್ರಮಾಣ, ಹೋಗಲಿ ಬಿಡು,' ಎಂದ.

'ನಿಜವಾದ ಸಂಗತಿ ತಿಳಕಾಬೇಕು ಅಂತ. ಅಮ್ಮನಿಗಾದರೂ ನಿಜ ಗೊತ್ತಾಗಬೇಡವೆ?'

"ವರದಕ್ಷಿಣೆ ಅಂದರೆ ಬಡವರು ಎಲ್ಲಿಂದ ತರೂದು? ಕೈಲಿ ಆದಹಾಗೆ ಒಪ್ಪತ್ತಿನ ಮದುವೆ ಮಾಡಿಕೊಡ್ತೀವಿ ಅಂತ ನಾವು ಹೇಳಿದೆವು. ಸಾಂಗವಾಗಿಯೇ ಮದುವೆಯಾಗ ಬೇಕು. ಓಲೆ, ಸರ, ಬಳೆ ಹಾಕಲೇಬೇಕು. ಎರಡು ಲಕ್ಷ ಕ್ಯಾಶ್ ಕೊಡಬೇಕು. ಇಲ್ಲದಿದ್ದರೆ ನಮಗೆ ನಿಮ್ಮ ಹೆಣ್ಣು ಬ್ಯಾಡವೇ ಬ್ಯಾಡ ಅಂತ ಹಟಹಿಡಿದರು. ಆಯ್ತು, ಕ್ಯಾಶ್ ಆಮೇಲೆ ಕೊಡ್ತೀವಿ. ಅನುಸರಿಸಿಕೊಳ್ಳಿ. ದೇವರ ಮೇಲಾಣೆ ಅಂತ ಮಾತು ಕೊಟ್ವಿ. ಮದುವೆ ಮಾಡಿಕೊಂಡರು. ಹುಡುಗಿ ಕರಕೊಂಡು ಹೋದ ಮೇಲೆ ನಿಮ್ಮಪ್ಪನ ಮನೆಯೋರು ಆಡಿದ ಮಾತಿನ ಪ್ರಕಾರ ಹಣ ತಂದು ಒಪ್ಪಿಸಿಲ್ಲ, ಒಪ್ಪಿಸಲಿ. ಹೋಗಿ ತೆಗೆಸಿಕಂಡು ಬಾ ಅಂತ ಗೋಳುಹುಯ್ಕಳುಕ್ಕೆ ಶುರು ಮಾಡಿದರು. ಮಾತು ಕೊಡುವಾಗಲೇ ನಾನು ಇದು ನಮಗೆ ಎಟಕೂ ವರ ಅಲ್ಲ, ಬ್ಯಾಡ ಅಂದೆ. ಇವಳು ಕೇಳಲಿಲ್ಲ. ಮೊದಲು ಮದುವೆಯಾಗಲಿ ಆಮೇಲೆ ನಾನು ನೋಡ್ಕತ್ತೀನಿ ಅಂದಳು. ಮಗಳು ಇಲ್ಲಿಗೆ ಬಂದು ಹಣಕ್ಕೆ ವರಾತ ಮಾಡಿದಾಗ ನೀನು ಧೈರ್ಯವಾಗಿರು, ನನ್ನ ಗೋಳು ಹುಯ್ಕಂಡರೆ ಪೋಲೀಸಿಗೆ

ಹೇಳ್ತೀನಿ ಅಂತ ಹೆದರಿಸು ಅಂತ ಹೇಳಿಕೊಟ್ಟಳು. ಆದರೆ ಎದುರುಬೀಳುವಷ್ಟು ಧೈರ್ಯ ಇವಳಿಗೆ ಇರಬೇಕಲ್ಲ. ಚಿಕ್ಕಮಗೂನಿಂದ ಹೆದರುಪುಕ್ಕಲಿ. ಒಂದು ದಿನ ಅವಳ ಗಂಡ, 'ನೀನು ಫ಼ೇಲಾಗಿರೂ ಪಿ.ಯು.ಸಿ.ಗೆ ಯಾವನೂ ಹತ್ತು ಪೈಸೆ ಸಂಬಳದ ನೌಕರಿ ಕೊಡುಲ್ಲ. ಅಪ್ಪನ ಮನೆಯೋರು ಕೊಡ್ತೀನಿ ಅಂತ ಕ್ಯಾಶ್‌ಗೂ ದಗ ಹಾಕಿದ್ರು. ಬಿಟ್ಟಿ ಅನ್ನ ತಿಂದ್‌ಕಂಡಿ ದೀಯ' ಅಂದನಂತೆ. ಹೆಣ್ಣುಹುಡುಗಿ, ದಿಕ್ಕುತೋಚದ ಹಾಗಾಯ್ತು."

'ನೀವು ಸರಿಯಾಗಿ ಯಾಕೆ ಓದುಸ್ಲಿಲ್ಲ?'

'ಓದುಸ್‌ಬೇಕು ಅಂತ ಏನೇನೋ ಪ್ರಯತ್ನಪಟ್ಟೆವು. ಅವಳಿಗೆ ಬುದ್ಧಿ ಇದ್ದದ್ದೇ ಅಷ್ಟು. ಸಂಸಾರ ಮಾಡ್ಕಂಡಿರ್ತೀನಿ. ನಂಗೆ ಓದೂ ಬ್ಯಾಡ, ನೌಕರಿಯೂ ಬ್ಯಾಡ ಅಂದು ಬಿಟ್ಳು.'

'ನಿನಗೆ ಎಷ್ಟು ಜನ ಮಕ್ಕಳು?'

'ದೊಡ್ಡೋನು ಒಬ್ಬ. ಅವನನ್ನ ಎಂಜಿನೀರಿಂಗ್ ಓದುಸ್‌ಬೇಕು ಅಂತ ಪ್ರಯತ್ನ ಮಾಡಿದೆವು. ಏನು ಮಾಡಿದರೂ ಅವನಿಗೆ ಮೆರಿಟ್ ಸೀಟು ಸಿಕ್ಕಲಿಲ್ಲ. ಡೊನೇಶನ್ ಕೊಡುಕ್ಕೆ ಹಣ ಎಲ್ಲಿಂದ ತರೂದು?'

'ನಿನಗೆ ಬರ್ತಿದ್ದ ಸಂಬಳದಲ್ಲಿ ಉಳಿಸುಕ್ಕೆ ಆಗ್ತಿರಲಿಲ್ವೆ?'

'ಉಳುಸ್ತಾ ಇದ್ದೆ. ಯಾವನೋ ನನಗೆ ಆಗದೋನು ಸುಳ್ಳು ಸುಳ್ಳೇ ಲಂಚದ ಆಪಾದನೆ ತಂದು ಹಿಡಿಸಿ ಅರೆಸ್ಟ್ ಮಾಡಿಸಿಬಿಟ್ಟ. ದುಡಿದ್ದದ್ದೆಲ್ಲ ಮೇಲಿನೋರಿಗೆ ಕೊಟ್ಟು ಬಚಾವಾಗಿ ನೌಕರಿ ಉಳಿಸ್ಕಾಬೇಕಾದರೆ ಪೂರ್ವಜನ್ಮದ ಪುಣ್ಯವೆಲ್ಲ ಖರ್ಚಾಗಿಹೋಯ್ತು. ಇಲ್ದೆ ಇದ್ದಿದ್ರೆ ನನಗ್ಯಾಕೆ ಈ ಕಷ್ಟ? ಇಂಥ ಬಡತನದ ಮನೇಲಿ ಯಾಕೆ ವಾಸ ಮಾಡ್ತಿದ್ದೆ? ಮಗಳಿಗೆ ಎರಡು ಲಕ್ಷವೇನು, ಹತ್ತು ಲಕ್ಷಾನೇ ಬಿಸಾಕ್‌ತಿದ್ದೆ.'

ಸಿಕ್ಕಿಹಾಕಿಕೊಂಡದ್ದು ಸುಳ್ಳುಸುಳ್ಳೇ ಲಂಚದ ಆಪಾದನೆಯಲ್ಲ ಎಂಬುದು ಅವನ ಮಾತಿನಲ್ಲೇ ಗೊತ್ತಾಗಿದೆ. ಇನ್ನು ಕೆದಕುವುದು ಬೇಡವೆಂದುಕೊಂಡ ಜಯಕುಮಾರ, 'ಮಗ ಏನು ಮಾಡ್ತಿದಾನೆ?' ಎಂದ.

'ಬಿ.ಎಸ್‌ಸಿ. ಮಾಡಿದೋನಿಗೆ ಯಾವ ಕೆಲಸ ಸಿಕ್ಕುತ್ತೆ? ಯಾರ್‍ಯಾರುದ್ದೋ ಕೈಕಾಲು ಹಿಡಿದು ಒಂದು ಕನ್‌ಸ್ಟ್ರಕ್ಷನ್ ಕಂಪನೀಲಿ ಅವಕಾಶವಾಯ್ತು. ಹೈವೇ ಮಾಡುವ ಕಂಪನಿ. ಶುರೂಲಿ ಒಂದು ವರ್ಷ ಊಟ ತಿಂಡಿ ಟೀ ಕೊಟ್ಟು ತಿಂಗಳಿಗೆ ಎರಡು ಸಾವಿರ. ಈಗ ಹತ್ತು ಸಾವಿರ ಸಿಕ್ಕುತ್ತೆ. ಈಗ ಸೂರತ್ ಬರೋಡಾ ಮಧ್ಯದ ರಸ್ತೆಯಾಗ್ತಿದೆ. ರಾತ್ರಿ ಟೆಂಟಿ ನಲ್ಲಿ ವಾಸ. ಹಗಲೆಲ್ಲ ಬಿಸಿಲಿನಲ್ಲಿ ಓಡಾಟ. ಲೆಕ್ಕ ಪತ್ರ ಕೂಲಿಗಳಿಗೆ ಊಟ ತಿಂಡಿಯ ವ್ಯವಸ್ಥೆ ಜೊತೆಗೆ ರಸ್ತೆಯ ಮೇಲ್ವಿಚಾರಣೆ, ಇಂಥ ಕೆಲಸ ಉಂಟು, ಇಂಥದು ಇಲ್ಲ ಅನ್ನೊಹಾಗಿಲ್ಲ. ಪರ್ಚೇಸಿಂಗ್‌ನಲ್ಲಿ ಏನಾದರೂ ಒಂದು ಸ್ವಲ್ಪ ಕಮಾಯಿಸೂ ಅವಕಾಶ ಇದೆಯಂತೆ. ಆದರೆ ನಾನು ಅಂಥ ಒಂದು ಪೈಸಾನೂ ಮುಟ್ಟುಲ್ಲ ಅಂತಾನೆ. ಈ ಕೆಲಸ ದಲ್ಲಿರೂ ತನಕ ಮದುವೆ ಸಂಸಾರ ಸಾಧ್ಯವಿಲ್ಲ. ಯಾವಾಗಲೂ ಕಾಡುಮೇಡು ಬೋರೆ ಮೇಲೆ ತಾನೆ ರಸ್ತೆ ಮಾಡ್ಕಂಡು ಟೆಂಟಿನಲ್ಲಿ ವಾಸ ಮಾಡೂದು. ನನಗೆ ಮದುವೆಯೇ

ಬ್ಯಾಡ. ಯಾವ ಪುರುಷಾರ್ಥಕ್ಕೆ ಸಂಸಾರ ಅಂತ ವೈರಾಗ್ಯದ ಮಾತಾಡ್ತಾನೆ.'

ಜೈಲಿನಿಂದ ಬಿಡುಗಡೆಯಾದಮೇಲೆ ಅಮ್ಮ ಮೂವತ್ತು ವರ್ಷ ಅದೃಶ್ಯಳಾಗದೆ ಜೊತೆಯಲ್ಲಿದ್ದರೆ ಕೇಶವ ಮತ್ತು ಅವನ ಸಂಸಾರವು ನನ್ನ ಜೀವನದಿಂದ ಸಂಪೂರ್ಣ ಮರೆಯಾಗಲು ಬಿಡುತ್ತಿರಲಿಲ್ಲ. ನನ್ನ ವಂಶ, ನನ್ನ ರಕ್ತ ಎಂಬ ವಾಂಛಲ್ಯದಿಂದ ಗಂಟು ಹಾಕುತ್ತಿದ್ದಳು ಎಂಬ ಆಲೋಚನೆ ಜಯಕುಮಾರನ ಮನಸ್ಸಿನಲ್ಲಿ ಬಂತು. ಈಗ ಅವಳು ಯಾವ ಮಾತನ್ನೂ ಆಡದೆ ಅರಳೀಕಟ್ಟೆಯ ಮೇಲೆ ಮೂಕಳಂತೆ ಮೌನವಾಗಿ ಕುಳಿತಿದ್ದಾಳೆ. ಇಷ್ಟೆಲ್ಲ ಮಾತುಗಳನ್ನು ಕೇಶವನ ಜೊತೆ ತಾನು ಆಡುತ್ತಿದ್ದೇನೆ. ಜಯಕುಮಾರ ಹೇಳಿದ: 'ಬೆಟ್ಟದ ಪಾದಕ್ಕೆ ಬಂದಿದೀವಿ. ಹ್ಯಾಗೂ ಕಾರು ಇದೆ. ಮೇಲೆ ಹೋಗಿ ದೇವಿಯ ದರ್ಶನ ಮಾಡಿಕೊಂಡು ಬರಾಣ.'

'ಸೂತಕದಲ್ಲಿ ದೇವಸ್ಥಾನಕ್ಕೆ ಹೋಗಬಾರದು' ಅಮ್ಮ ಹೇಳಿದಳು.

೭

ಇವರು ಮನೆಗೆ ಹೋಗುವ ಹೊತ್ತಿಗೆ ಆ ನಾಲ್ವರು ಸಂದರ್ಶಕ ಮಹಿಳೆಯರು ನಿರ್ಗಮಿಸಿದ್ದರು. ಮನೆಯೊಡತಿಯು ಇವರಿಬ್ಬರಿಗೂ ಊಟೋಪಚಾರದ ವ್ಯವಸ್ಥೆ ಮಾಡಿರುವಂತೆ ಕಾಣಲಿಲ್ಲ. ಜಯಕುಮಾರನೂ ಅದನ್ನು ನಿರೀಕ್ಷಿಸಿರಲಿಲ್ಲ. ಇವರಿಬ್ಬರೂ ಕೇಶವನೊಡನೆ ಒಳಗೆ ಹೋಗಿ ಅಂಗಳದಲ್ಲಿ ಕುಳಿತರು. ಇಂದಿರಾ ಅಲ್ಲಿಗೆ ಬರಲಿಲ್ಲ. ಜಯಕುಮಾರ ಅವಳನ್ನು ಕರೆದ: 'ಇಂದಿರಮ್ಮ, ಒಂದು ವಿಷಯ ಮಾತಾಡಬೇಕು. ಎರಡು ನಿಮಿಷ ಇಲ್ಲಿ ಬರ್ತೀರಾ?'

ತುಸು ಹೊತ್ತಿನ ನಂತರ ಅವಳು ಬಂದು ಎದುರಿಗೆ ನಿಂತಳು. ಜಯಕುಮಾರ ಕೇಳಿದ: 'ಎರಡು ಲಕ್ಷ ಕೊಡ್ತೀವಿ ಅಂತ ನೀವು ವಾಗ್ದಾನ ಮಾಡಿದ್ದ ಪ್ರಕಾರ ಅವರು ನಿಮ್ಮ ಮಗಳನ್ನು ಒತ್ತಾಯ ಮಾಡಿದಾರೆ. ಈಗಿನ ಕಾಲಕ್ಕೆ ತಕ್ಕ ಹಾಗೆ ನಿಮ್ಮ ಮಗಳಿಗೆ ಒಂದು ನೌಕರಿ ಮಾಡುವ ಶಕ್ತಿ ಇಲ್ಲ. ಹೋಗಲಿ, ತಂದೆಯ ಮನೆಯವರು ಆಡಿದ ಮಾತನ್ನ ನಡೆಸಲಿಲ್ಲ. ಅವರು ವಾಗ್ದಾನವನ್ನು ಪೂರೈಸಿ ಅಂತ ಒತ್ತಾಯ ಮಾಡಿದರೇ ಹೊರತು ಬೇರೆ ರೀತಿ ಗೋಳುಹುಯ್ದಿಲ್ಲ. ಅದನ್ನ ವರದಕ್ಷಿಣೆಯ ಹಿಂಸೆ ಅಂತ ಕಂಪ್ಲೇಂಟು ಮಾಡೂದು ಅನ್ಯಾಯವಲ್ಲವೆ?'

'ನೀವು ಹಣ ಅಥವಾ ಆಸ್ತಿ ಕೊಟ್ಟರೆ ಮಾತ್ರ ಮದುವೆಯಾಗ್ತೀನಿ ಅಂತ ವಾಗ್ದಾನಕ್ಕೆ ಸಿಕ್ಕಿಸಿಕಳೂದು ವರದಕ್ಷಿಣೆಯ ಅಪರಾಧಕ್ಕೆ ಸೇರುತ್ತೆ. ಅವರು ಹಾಗೆ ಮಾಡಭೌದಾ?'

'ಹಾಗಾದರೆ ಹುಡುಗಿ ಕೆಲಸದಲ್ಲಿರಬೇಕು ಅಂತ ನಿರೀಕ್ಷಿಸೂದೂ ವರದಕ್ಷಿಣೆಯ ಅಪರಾಧವೇ ಆಗುತ್ತೆ.'

ಅವಳಿಗೆ ಉತ್ತರ ತಿಳಿಯಲಿಲ್ಲ. ಜಯಕುಮಾರ ಎಂದ: 'ಈ ತರ್ಕ ಇರಲಿ. ನೀವು

ನಿಮ್ಮ ಅಳಿಯ, ಬೀಗರ ಮೇಲೆ ಕಂಪ್ಲೇಂಟ್ ಕೊಟ್ಟಿರೂದು ಅನ್ಯಾಯ. ಕಾನೂನೇ ಬೇರೆ, ನ್ಯಾಯವೇ ಬೇರೆ. ಹುಡುಗಿಯ ಚಿಕ್ಕಪ್ಪನಾದ ನಾನು ಅವರ ಪರವಾಗಿ ಸಾಕ್ಷಿ ಹೇಳ್ತೀನಿ. ಏನಂತೀರ?' ಹೀಗೆ ಹೇಳುವಾಗ ಅವನು ಅವಳ ಮುಖವನ್ನೇ ಗಮನಿಸುತ್ತಿದ್ದ.

ಒಂದು ನಿಮಿಷ ಅವಳಿಗೆ ಏನೂ ತಿಳಿಯದಂತಾಯಿತು. ಅನಂತರ ಅವಳ ಮುಖ ಚುರುಕಾಯಿತು. ತಕ್ಷಣ ಹೇಳಿದಳು: 'ಸೂಳೇರ ಕರ್ಕಂಡು ಜೈಲು ಶಿಕ್ಷೆಯಾದೋರ ಸಾಕ್ಷಿಗೆ ಬೆಲೆ ಕೊಡಕೂಡದು ಅಂತ ಪೋಲೀಸಿನೋರು ವಾದ ಮಾಡಿದರೆ ಏನು ಮಾಡ್ತೀರ? ನಾನೂ ಪೇಪರ್ ಓದಿದೀನಿ, ಟಿ.ವಿ. ನೋಡಿದೀನಿ.'

ತನ್ನ ಮುಖವು ತನ್ನ ಪ್ರಯತ್ನವನ್ನು ಮೀರಿಯೂ ಕಪ್ಪಿಟ್ಟದ್ದು ಅವನಿಗೇ ಅರ್ಥ ವಾಯಿತು. ತಕ್ಷಣ ಇಲ್ಲಿಂದ ಎದ್ದು ಹೋಗಿ ಕಾರಿನಲ್ಲಿ ಕೂರುವುದೊಂದೇ ಬಿಡುಗಡೆ ಎನ್ನಿಸಿತು. ಆದರೆ ಎದ್ದು ಹೋದರೆ ಸೋತು ಪಲಾಯನ ಮಾಡಿದಂತೆ ಎಂಬ ಅರಿವಾಗಿ ಕಟ್ಟು ಬಿಗಿಯಾಯಿತು.

ಆದರೆ ಅಷ್ಟರಲ್ಲಿ ಅವಳೇ ಒಳಗಿನ ಕೋಣೆಗೆ ಹೋದಳು. ಇದೇ ಸಮಯವೆಂಬಂತೆ ಅವನು ಮೇಲೆ ಎದ್ದ. ಪರಿಸ್ಥಿತಿಯನ್ನು ಅರ್ಥಮಾಡಿಕೊಂಡವಳಂತೆ ಅಮ್ಮನೂ ಎದ್ದು ನಿಂತು ಅವನನ್ನು ಹಿಂಬಾಲಿಸಿದಳು. ಬೇರೆ ಏನು ಮಾಡಲೂ ಹೇಳಲೂ ತೋಚದವನಂತೆ ಕೇಶವ ಅವರು ಹೋಗಿ ಕಾರಿನಲ್ಲಿ ಕೂರುವುದನ್ನು ನೋಡುತ್ತಿದ್ದ.

೮

ಮದುವೆ ನಿಶ್ಚಯವಾಗಿರುವುದನ್ನು ಮಗ ಫೋನಿನಲ್ಲಿ ತಿಳಿಸಿದ ತಕ್ಷಣ ಅಮ್ಮ ಅಕ್ಷರಶಃ ಮಥುರೆಯಿಂದ ಮರುದಿನವೇ ಹಾರಿ ಬೆಂಗಳೂರಿಗೆ ಬಂದಳು. ವಿಮಾನ ನಿಲ್ದಾಣಕ್ಕೆ ನಚಿ ಕಾರು ಕಳಿಸಿದ್ದ. ಅವನ ಫ್ಲ್ಯಾಟಿಗೆ ಅವಳು ಬರುವಷ್ಟರಲ್ಲಿ ಅವನು ಆಫೀಸಿನಿಂದ ಬಂದಿದ್ದ. 'ನಮ್ಮಮ್ಮ ಇಂಥ ಕಿತಾಪತಿ ಮಾಡ್ತಾಳೆ ಅಂತ ನಾನು ಕನಸು ಮನಸಿನಲ್ಲೂ ಯೋಚನೆ ಮಾಡಿರಲಿಲ್ಲ. ಜಯಣ್ಣನೂ ಈ ಸಂಚಿನಲ್ಲಿ ಸೇರ್ಕಂಡಿದಾನೆ. ತನ್ನ ಮೂಗಿ ಮಗಳನ್ನ ನಿನಗೆ ಕಟ್ಟಿ ಕೈ ತೊಳಕಾಬೇಕು ಅಂತ.' ಎಂದು ರೇಗತೊಡಗಿದಳು.

'ಅಮ್ಮ, ಮಾವನಿಗೆ ಇದೇನೂ ಗೊತ್ತಿಲ್ಲ. ಅವನನ್ನ ಇಲ್ಲಿ ತರಬೇಡ. ವತ್ಸಲೇನ ಮಾಡ್ಕಬೇಕು ಅಂತ ನನಗೆ ಅನ್ನುಸ್ತು. ನಿಶ್ಚಯ ಮಾಡಿದೆ. ನಾನೇನೂ ಯಾವ ಅನುಭವವೂ ಇಲ್ಲದ ಎಳೆ ಮಗು ಅಲ್ಲ.' ನಚಿ ಉತ್ತರಿಸಿದ.

'ಅನುಭವಸ್ಥ ಅಂತ ಪ್ರಪಂಚಕ್ಕೇ ಗೊತ್ತು. ಮೊದಲ ಎರಡು ಮದುವೇಲೂ ನಿನ್ನ ಮನಸ್ಸಿಗೆ ಬಂದ ಹಟಾನೇ ಮಾಡಿದೆ. ಎರಡೂ ಹಾಳಾಯಿತು. ಈಗಲಾದರೂ ನನ್ನ ಮಾತು ಕೇಳು.'

'ನಾನು ಹಟಮಾರಿ ತಾನೆ? ಈಗಲೂ ಹಟಮಾರಿ ಅಂತಲೇ ತಿಳಕ. ಅಪ್ಪ ಏನಂತಾರೆ ಕೇಳಿದೆಯಾ?'

'ಅವರಿಗೆ ಏನು ತಿಳಿಯುತ್ತೆ?'

'ನೀನು ಬರ್ತಿದೀನಿ ಅಂತ ಫೋನ್ ಮಾಡ್ದೆಯಲಾ, ನೀನು ಅಲ್ಲಿಂದ ಕಾರಿನಲ್ಲಿ ದಿಲ್ಲಿ ಏರ್‌ಪೋರ್ಟಿಗೆ ಹೊರಟ ಮೇಲೆ ನಾನು ಅಪ್ಪನಿಗೆ ಫೋನ್ ಮಾಡಿದ್ದೆ. ಹುಡುಗಿಯ ಬುದ್ಧಿ ಯಾವ ಮಟ್ಟದಲ್ಲಿದೆ? ಹೇಳಿದ್ದು ಅರ್ಥಮಾಡ್ಕತ್ತಾಳಾ? ಡಾಕ್ಟರನ್ನ ಕೇಳಿದೆಯಾ? ಅಂತ ತಾಳ್ಮೆಯಿಂದ ವಿಚಾರಿಸಿದರು. ನೂಲಿನಂತೆ ಸೀರೆ, ತಾಯಿಯಂತೆ ಮಗಳು ಅನ್ನೂ ಗಾದೆಯಿದೆ. ಜಯಣ್ಣನ ಗುಣವೂ ಸಾತ್ವಿಕವಾದದ್ದು. ಅವಳ ಜೊತೆ ಸುಖವಾಗಿರ್ತೀನಿ ಅಂತ ನಿನಗೆ ಅನ್ನಿಸಿದರೆ ಮಾಡ್ಕ. ಅವಳು ನಿನ್ನನ್ನ ಎಷ್ಟು ಪ್ರೀತಿ ಮಾಡ್ತಾಳೆ, ಎಷ್ಟು ಪ್ರೀತಿ ವ್ಯಕ್ತಮಾಡ್ತಾಳೆ ಅನ್ನೂದು ಒಂದು ಭಾಗ. ನೀನು ಅವಳನ್ನ ಎಷ್ಟು ಪ್ರೀತಿಯಿಂದ ನೋಡ್ಕತ್ತೀ ಅನ್ನೂದು ಅದಕ್ಕಿಂತ ಹೆಚ್ಚಿನ ಭಾಗ. ನಿನಗೆ ಅವಳ ಮೇಲೆ ಅಷ್ಟು ಪ್ರೀತಿ ಇದ್ದು ಅದನ್ನ ಉದ್ದಕ್ಕೂ ಕಾಪಾಡಿಕಂಡು ಹೋಗ್ತೀನಿ ಅನ್ನೂ ನಂಬಿಕೆ ಇದ್ದರೆ ಮಾಡ್ಕ. ನನಗೂ ಆ ಹುಡುಗಿ ಅಂದರೆ ವಾತ್ಸಲ್ಯ ಇದೆ, ಅಂದರು. ಅಪ್ಪನಿಗಿರೂ ದೊಡ್ಡ ಗುಣ ನಿನಗ್ಯಾಕಿಲ್ಲ? ಹೋಗಿ ಅಜ್ಜಿ ಕೈಲಿ, ಮಾವನ ಕೈಲಿ ಜಗಳ ಕಾದು ಮರ್ಯಾದೆ ಕಳಕಾಬ್ಯಾಡ. ನಾನಂತೂ ಅವಳನ್ನ ಮಾಡ್ಕಂಡೇ ಮಾಡ್ಕತ್ತೀನಿ,' ಎಂದ.

ಮಗ ಹಟಮಾರಿ, ತನ್ನ ಮನಸ್ಸಿಗೆ ಬಂದದ್ದನ್ನೇ ಮಾಡುವವನು ಎಂಬ ನೆನಪೂ ಸೇರಿ ಅವಳು ಮೂಕಳಾಗಿ ನಿಂತಿದ್ದಳು. ಮಗನೇ ಕೊನೆಯ ಮಾತು ಹೇಳಿದ: 'ಅವಳು ನಿನಗೆ ಹ್ಯಾಗೂ ಸೊಸೆ. ನಾಳೆ ಅಲ್ಲಿಗೆ ಹೋಗಿ ಅವಳ ಹಣೆಗೆ ಕುಂಕುಮ ಇಟ್ಟು ನಿಶ್ಚಿತಾರ್ಥ ಮಾಡಿಕೊ.'

ಅಧ್ಯಾಯ ೨೦

೧

ಒಂದು ವಾರ ಕಳೆದಿತ್ತು. ವಿಶ್ವವಿದ್ಯಾಲಯದ ವಿಳಾಸಕ್ಕೆ ಸಾದಾ ಅಂಚೆಯಲ್ಲಿ ಅವಳಿಗೊಂದು ಲಕೋಟೆ ಬಂತು. ತುಸು ದಪ್ಪದ್ದೇ. ಅಂಟಿಸಿದ್ದ ಹೆಚ್ಚುವರಿ ಸ್ಟಾಂಪು ಎದ್ದು ಕಾಣುತ್ತಿತ್ತು. ಕಳಿಸಿದವರ ಹೆಸರು ವಿಳಾಸಗಳಿಲ್ಲ. ಒಡೆದು ನೋಡಿದರೆ ಎದೆ ಒಡೆದಂತಾಯಿತು. ತೋಟದ ಮನೆಯ ಎರಡನೆ ಅಂತಸ್ತಿನ ತನ್ನ ಶಯನಕೋಣೆಯಲ್ಲಿ ತಾನು ಮತ್ತು ರಾಜ ನಗ್ನರಾಗಿ ವಿವಿಧ ಭಂಗಿಗಳಲ್ಲಿ ಮೈಥುನದಲ್ಲಿ ತೊಡಗಿರುವ ಫ಼ೋಟೋಗಳು. ಇಬ್ಬರ ಅಂಗಾಂಗಗಳಲ್ಲದೆ ಮುಖಗಳೂ ಮುಖಭಾವಗಳೂ ಸ್ಪಷ್ಟವಾಗಿ ಕಾಣಿಸುವ ಸಹಜವಾದ ಬಣ್ಣಗಳ ಫ಼ೋಟೋಗಳು. ಹೀಗೆ ನಿಂತು ಬಾಗಿ ಮಲಗಿ ಭಂಗಿಗಳ ಆಟದಲ್ಲಿ ತೊಡಗಿದ ದಿನಗಳು ನೆನಪಿಗೆ ಬಂದವು. ಯಾರು ಹೀಗೆ ಕಳ್ಳತನದಿಂದ ಕ್ಯಾಮರಾ ಆನಿಸಿದವರು. ನನ್ನನ್ನ ಬ್ಲ್ಯಾಕ್‌ಮೇಲ್ ಮಾಡುಕ್ಕೋಸ್ಕರ ಇವನೇ ಮಾಡಿದ್ದಾನೆಯೆ? ಮಾಡಿಸಿದ್ದಾನೆಯೆ? ಸ್ಫುಟವಾದ ಅನುಮಾನ ಬಂತು. ಆದರೆ ಅವನ ಆ ಅಸಂಸ್ಕೃತ, ಅನಾಗರಿಕ ಹೆಂಡತಿ ಬಂದು ಮರ್ಯಾದೆಗೆಟ್ಟ ಮಾತನಾಡಿ ಹೋದ ಎಷ್ಟೋ ದಿನಗಳ ಮೊದಲು ನಾವು ಹೀಗೆ ಭಂಗಿಗಳ ಆಟವಾಡಿದ್ದು. ಹೌದು, ಇತ್ತೀಚೆಗೆ ಒಂದೇ ಭಂಗಿಯ ಏಕತಾನತೆಯನ್ನು ಕಳೆಯಲು ಹಲವು ಸಲ ಹೀಗೆ ಮಾಡುತ್ತಿದ್ದೆವು ಎಂಬ ನೆನಪುಬಂದು ಗುಟ್ಟಿನಲ್ಲಿ ಕ್ಯಾಮರಾ ಅಡಗಿಸಿ ಅವನೇ ಇಂಥ ಭಂಗಿಗಳಿಗೆ ಮುಂದಾಗಿ ನನ್ನನ್ನೂ ಪ್ರಚೋದಿಸಿದನೆ? ಎಂಬ ಅನುಮಾನವೂ ಬಂತು. ಈಗ ನನ್ನನ್ನು ಬೆದರಿಸಿ ಓಡಿಸಲು ಅನಾಮಧೇಯ ಲಕೋಟೆಯಲ್ಲಿ ಕಳಿಸಿದಾನೆ. ಒಳಗೆ ಒಂದು ಹಾಳೆ ಕಾಗದವೂ ಇಲ್ಲ. ಭಂಡ, ಎಂದುಕೊಂಡಳು.

ಅವನಿಗೆ ಫ಼ೋನ್ ಮಾಡಿದರೆ ಪ್ರತಿವರ್ತನೆ ಇಲ್ಲ. ಮೀಟಿಂಗ್‌ನಲ್ಲಿದಾರೆ, ಸಿ.ಎಂ. ಹತ್ತಿರ ಇದಾರೆ, ಟೂರ್ ಮೇಲಿದಾರೆ, ಇನ್ಸ್‌ಪೆಕ್ಷನ್‌ಗೆ ಹೋಗಿದಾರೆ, ಡೆಲ್ಲಿಗೆ ಹೋಗಿದಾರೆ, ಇಂಥವೇ ಉತ್ತರಗಳು. ಅವನು ತನ್ನನ್ನು ಅಲಕ್ಷಿಸುತ್ತಿದಾನೆ. ಅಥವಾ ಬೇರೆಯಾಗೋಣವೆಂಬ ಸ್ಪಷ್ಟ ಸಂದೇಶ ಕೊಡ್ತಿದಾನೋ! ರಾಸ್ಕಲ್ ಇಷ್ಟು ಸುಲಭವಾಗಿ ನನ್ನಿಂದ ತಪ್ಪಿಸಿಕೊಳ್ಳುಕ್ಕೆ ಸಾಧ್ಯವಿಲ್ಲ. ಈ ಫ಼ೋಟೋದ ಬ್ಲ್ಯಾಕ್‌ಮೇಲ್‌ನಿಂದ ನನ್ನನ್ನ ಅಧೈರ್ಯಗೊಳಿಸುಕ್ಕೆ ಸಾಧ್ಯವಿಲ್ಲ,

ಎಂದು ಧೈರ್ಯ ತಂದುಕೊಂಡಳು.

ಒಂದು ವಾರದಿಂದ ಡ್ರೈವರ್ ಇಲ್ಲ. ಹಳ್ಳಿಯಲ್ಲಿ ತಾಯಿಗೆ ಹುಷಾರಿಲ್ಲವೆಂದು ಹೋದವನು ಬಂದಿಲ್ಲ. ಇಂಗ್ಲಂಡಿನಲ್ಲಿದ್ದಾಗ ಡ್ರೈವಿಂಗ್ ಕಲಿತದ್ದು, ಬೆಂಗಳೂರಿಗೆ ಬಂದ ಮೇಲೆ ಅಭ್ಯಾಸ ತಪ್ಪಿದೆ. ಈಗ ತಾನೇ ತೋಟದಿಂದ ವಿಶ್ವವಿದ್ಯಾಲಯಕ್ಕೆ ಚಲಾಯಿಸಿಕೊಂಡು ಬರುವಷ್ಟು ವಿಶ್ವಾಸವಿಲ್ಲ. ಆಟೋರಿಕ್ಷಾದವರು ಆ ಕಡೆಗೆ ಬರುವುದಿಲ್ಲ. ಆರು ಕಿಲೋಮೀಟರ್ ಹೋಗುಕ್ಕೆ ಮತ್ತೆ ಆರು ಕಿಲೋಮೀಟರ್ ಬರುಕ್ಕೆ ನಡೆಯಲು ಸಾಧ್ಯವಿಲ್ಲ. ವಿಶ್ವವಿದ್ಯಾಲಯದ ಆವರಣವನ್ನು ದಾಟುವ ತನಕ ನಡೆದು ಗ್ರಾಮಾಂತರ ಬಸ್ ಹಿಡಿದು ತೋಟಕ್ಕೆ ಒಂದು ಕಿಲೋಮೀಟರ್ ದೂರದ ಜಾಗದಲ್ಲಿ ಇಳಿದು ನಡೆಯಬೇಕು. ಸಂಜೆ ತಡವಾಗಿ ಹೊರಟರೆ ಕತ್ತಲಿರುತ್ತದೆ. ಬೇರೊಬ್ಬ ಡ್ರೈವರನ್ನು ಕಳಿಸು ಅಂತ ಹೇಳಬೇಕೆಂದರೆ ಅವನು ಫೋನಿನಲ್ಲೂ ಸಿಕ್ಕುಲ್ಲ.

ಒಂದು ದಿನ ಗ್ರಾಮಾಂತರ ಬಸ್‌ನಿಂದ ಇಳಿದು ಮಬ್ಬುಗತ್ತಲಿನಲ್ಲಿ ಒಬ್ಬಳೇ ನಡೆದು ಹೋಗುತ್ತಿರುವಾಗ ಹಿಂದಿನಿಂದ ಎರಡು ಮೋಟರ್ ಬೈಕ್‌ಗಳು ಬಂದು ಇವಳ ಹಿಂದೆ ಗಕ್ಕನೆ ನಿಂತವು. ಒಟ್ಟು ನಾಲ್ಕು ಜನ ದಾಂಡಿಗರು ಅವಳನ್ನು ಸುತ್ತುವರೆದರು. ಎಲ್ಲರೂ ತಮ್ಮ ಗುರುತು ಸಿಕ್ಕಬಾರದೆಂಬಂತೆ ಮುಖವನ್ನು ಗಾಜಿನಿಂದ ಮುಚ್ಚುವ ಹೆಲ್ಮೆಟ್ ಧರಿಸಿದ್ದರು. ಅವಳು ಗಾಬರಿಯಿಂದ ನಿಂತಳು. ಹೊತ್ತುಕೊಂಡು ಹೋಗುವ ಅಥವಾ ಸಾಮೂಹಿಕ ಅತ್ಯಾಚಾರ ಮಾಡುವ ಪುಂಡರೆಂದು ತಕ್ಷಣ ಅನ್ನಿಸಿತು. ತನ್ನ ಮೈಮೇಲೆ ಚಿನ್ನ ಮೊದಲಾಗಿ ಯಾವ ಬೆಲೆ ಬಾಳುವ ಆಭರಣವೂ ಇಲ್ಲ. ಮೈ ಕೈಗಳು ಕಂಪಿಸತೊಡಗಿದವು. ಅತ್ಯಾಚಾರ ಮಾಡಿದವರು ಹಾಗೆಯೇ ಬಿಟ್ಟು ಹೋಗುವುದಿಲ್ಲ. ಕುರುಹನ್ನು ನಾಶಪಡಿಸುವುದಕ್ಕಾಗಿ ಆ ಹೆಂಗಸಿನ ಕುತ್ತಿಗೆ ಹಿಸುಕಿ ಕೊಂದು ಹೋಗಿಬಿಡುತ್ತಾರೆ. ತಾನು ಓಡಿಹೋದರೆ ಹೇಗೆ? ಎಂಬ ಉಪಾಯ ಹೊಳೆಯಿತು. ಆದರೆ ಮುಂದೆ ಹೆಜ್ಜೆ ಇಟ್ಟರೆ ಗಪ್ಪನೆ ಹಿಡಿದು ಕೊಳ್ಳುವ ವಿನ್ಯಾಸದಲ್ಲಿ ಅವರು ಸುತ್ತುವರೆದು ನಿಂತಿದ್ದಾರೆ.

ಅವರಲ್ಲಿ ಒಬ್ಬನು ಕೇಳಿದ: 'ಫೋಟೋಗಳು ಬಂದವೇನಮ್ಮ?'

ಯಾವ ಫೋಟೋಗಳೆಂಬುದು ಅವಳಿಗೆ ತಕ್ಷಣ ಅರ್ಥವಾಯಿತು. ಉತ್ತರಿಸಲು ನಾಟಗೆ ಹೊರಳಲಿಲ್ಲ. ತುಟಿಗಳು ತೆರೆದುಕೊಳ್ಳಲಿಲ್ಲ. ಅವನೇ, 'ಗಾಂಚಾಲಿ ಮಾಡದೆ ನಿನ್ನ ಗಂಡನಿಗೆ ಡೈವರ್ಸ್ ಕೊಟ್ಟುಬುಡು. ಇಲ್ದೆ ಇದ್ರೆ ನಿಂಗೆ ಏನೇನಾಯ್ತದೆ ನೋಡೀವಂತೆ,' ಎಂದ. ಅಷ್ಟರಲ್ಲಿ ಇಬ್ಬರು ಮೋಟರ್ ಬೈಕುಗಳನ್ನು ಚಾಲೂ ಮಾಡಿದರು. ಉಳಿದಿಬ್ಬರು ಚಕ್ಕನೆ ಹೋಗಿ ಅವುಗಳ ಹಿಂದಿನ ಸೀಟುಗಳಲ್ಲಿ ಕುಳಿತರು. ಬುರು ಬುರನೆ ಸದ್ದು ಮಾಡಿಕೊಂಡು ಅವು ಹಿಂಬದಿಗೆ ಹೊರಟುಹೋದವು. ಓಡುವವಳಂತೆ ಹೆಜ್ಜೆ ಹಾಕುತ್ತಾ ಏದುಸಿರನ್ನು ತಡೆದುಕೊಂಡು ಅವಳು ತೋಟದ ಬಾಗಿಲು ಮುಟ್ಟುವ ಹೊತ್ತಿಗೆ ಸಂಪೂರ್ಣ ವಾಗಿ ಕತ್ತಲು ಕವಿದಿತ್ತು.

ಫೋಟೋಗಳು ರಾಜ ಮಾಡಿಸಿದ್ದಲ್ಲ. ಅವನಲ್ಲಿ ಯಾವ ವಿಕೃತಿಯೂ ಇಲ್ಲವೆಂದು ಅವಳಿಗೆ ಸಮಾಧಾನವಾಯಿತಾದರೂ ಆ ಡೆಲ್ಲಿಯ ರಾಸ್ಕಲ್ ಈ ಕ್ರಿಮಿನಲ್ ಕೆಲಸಾನ

ಹ್ಯಾಗೆ ಮಾಡಿಸಿದ ಎಂಬ ಕೋಪ ಉರಿಯಿತು. ಡೈವೊರ್ಸ್ ಪಡೆಯಲು ಹೂಡಿರುವ ತಂತ್ರವೆಂಬುದು ಸ್ಪಷ್ಟವಾಗಿ ಮನಸ್ಸು ಸ್ತಂಭಿತವಾಯಿತು. ಇವನಿಗೆ ಬುದ್ಧಿ ಕಲಿಸಬೇಕು, ಜೈಲು ಕಾಣಿಸಬೇಕು, ಇನ್ನೊಬ್ಬರ ಖಾಸಗಿತನವನ್ನು ಹೊಗುವ ಅಪರಾಧಕ್ಕೆ ಹತ್ತು ವರ್ಷವಾದರೂ ಸಜಾ ಹೊಡೆಸಬೇಕು, ಎಂಬ ಕಲ್ಪನೆಗಳು ತೊಡಗಿದವು.

ಮರುದಿನ ಫೋನ್ ಮಾಡಿದಾಗ ಮಂತ್ರಿಯ ಕಾರ್ಯದರ್ಶಿ ಎಂದಿನಂತೆ, 'ಸಾಹೇಬರು ಬಿಸಿ ಇದಾರೆ.' ಎಂದ. 'ನನಗೆ ಗೊತ್ತಿದೆ ಕಣಯ್ಯ ಬಿಸಿ, ಮನೆಯಿಂದ ಮಾಡ್ತಿದೀವಿ, ಅರ್ಜೆಂಟ್ ಐತೆ, ಕೊಡಯ್ಯ' ಎಂದಳು. ಅವನು ಸಂಪರ್ಕ ಕಲ್ಪಿಸಿದ, 'ಮಂತ್ರಿಗಳೇ ನಾನು ಮಾತಾಡ್ತಿರೂದು. ನಿಮ್ಮ ಮರ್ಯಾದೆ ಹೋಗುವಂಥ ಕೆಲವು ಫೋಟೋಗಳು ಬಂದಿವೆ. ನನ್ನ ಮೇಲೆ ಮುನಿಸ್ಕಂಡು ಕದ್ದು ತಿರುಗಿದರೆ ನಿಮ್ಮ ಮಾನವೇ ಹರಾಜಾಗುತ್ತೆ. ಯಾವಾಗ ಬರ್ತೀರಿ ಹೇಳಿ' ಎಂದಳು. ಅವರು, 'ಸಂಜೆ ಆರು ಗಂಟೆಗೆ' ತಕ್ಷಣ ಉತ್ತರಿಸಿದರು.

ಕರಾರುವಾಕ್ ಆರು ಗಂಟೆಗೆ ಬಂದ ಅವರು ಫೋಟೋಗಳನ್ನು ನೋಡಿ, 'ಯಾರು ತೆಗೆಸಿರಬಹುದು? ಯಾಕೆ ತೆಗೆಸಿರಬಹುದು?' ಎಂದು ಆಶ್ಚರ್ಯತೋರಿಸಿದರು.

'ನಾನು ಡೈವೊರ್ಸ್ ಕೊಡಲಿಲ್ಲ ಅಂತ ವ್ಯಭಿಚಾರದ ಆರೋಪ ಹೊರಿಸಿ ಮತ್ತೆ ಡೈವೊರ್ಸ್ ಕೇಳುಕ್ಕೆ ಈ ತಂತ್ರ ಮಾಡಿದಾನೆ. ನನ್ನ ಬೆಡ್‌ರೂಮಿನಲ್ಲಿ ಕ್ಯಾಮರಾ ಅಳವಡಿಸಿ ಸರಿಯಾದ ಸಮಯದಲ್ಲಿ ಚಾಲೂ ಮಾಡಿ ಆಮೇಲೆ ವಾಪಸು ತಗೊಳ್ಳೂದು ಅಂದರೆ ಇಲ್ಲಿಯ ಕೆಲಸಗಾರರನ್ನ ಒಳಹಾಕ್ಕಳ್ಳದೆ ಸಾಧ್ಯವಿಲ್ಲ. ಪಳಗಿದ ಡಿಟೆಕ್ಟಿವ್ ಮಾಡಿರೂ ಕೆಲಸ. ಪೋಲೀಸಿನೋರು ನಿನ್ನ ಕೈಕೆಳಗಿದಾರೆ. ಪತ್ತೆ ಮಾಡಿ ಕ್ರಿಮಿನಲ್ ಕೇಸ್ ಬಿಲ್ಡ್‌ಮಾಡು. ಡಿಟೆಕ್ಟಿವ್‌ಗೆ ಮಾತ್ರವಲ್ಲ, ಆ ಡೆಲ್ಲಿ ಲೋಫರನಿಗೂ ಜೈಲು ಕಾಣಿಸು. ಯಾಕೆಂದರೆ ನಾನು ನಿನಗೆ ಸೇರಿದೋಳು. ನಿಮ್ಮ ಬೆಡ್‌ರೂಮನ್ನ ಅತಿಕ್ರಮಿಸಿ ಮಾಡಿರೂ ಅಪರಾಧ ಇದು.'

ಅವರು ಮಾತನಾಡಲಿಲ್ಲ. 'ಐ ವಿಲ್ ಲುಕ್ ಇನ್‌ಟು ಇಟ್' ಎಂದು ಹೇಳಿ ಎದ್ದುಬಿಟ್ಟರು. ಒಂದೇ ಒಂದು ಪ್ರೀತಿಯ ಮಾತಿಲ್ಲ. ಸಮಾಧಾನ ಹೇಳಲಿಲ್ಲ. ಶಯನಕೋಣೆಗೆ ಕರೆಯಲಿಲ್ಲ.

೨

ವಾಸ್ತವವಾಗಿ ಇವೇ ಫೋಟೋಗಳ ಕಟ್ಟು ಅವರಿಗೂ ಒಂದು ವಾರದ ಹಿಂದೆ ಬಂದಿತ್ತು. ಇದನ್ನು ಯಾರು, ಯಾಕೆ, ತೆಗೆದಿದ್ದಾರೆಂದು ಅವರೂ ಯೋಚಿಸಿದ್ದರು. ಯಾವನಾದರೂ ಪೀತಪತ್ರಿಕೆಯವನು ಮಾಡಿಸಿರಬಹುದಾದ ಕೆಲಸವೆಂದು ಊಹಿಸಿದ ಅವರು ಪತ್ತೆಮಾಡುವ ವಿಧಾನ ತಿಳಿಯದೆ ಪ್ರತಿಪತ್ತೇದಾರ ಕಂಪನಿಗೆ ವಹಿಸುವ ಆಲೋಚನೆ ಮಾಡುತ್ತಿದ್ದರು. ಅಷ್ಟರಲ್ಲಿ ಇವಳೇ ಫೋನ್ ಮಾಡಿ ಕರೆದಿದ್ದಾಳೆ. ಇವಳ ಸಹವಾಸವನ್ನು

ಮುಗಿಸಿ ಹೊರಬರಲು ಇದಕ್ಕಿಂತ ಬೇರೆ ಕಾರಣ ಬೇಕಿಲ್ಲ. ಇದು ಇವಳ ಗಂಡ ಮಾಡಿಸಿರುವ ಪತ್ತೇದಾರಿ ಕಾರ್ಯವೆಂದು ಇವಳಿಂದಲೇ ತಿಳಿದಮೇಲೆ ಅವರ ಮನಸ್ಸು ಒಳಗಿಂದೊಳಗೇ ಸಮಾಧಾನಪಟ್ಟುಕೊಂಡಿತು. ಒಬ್ಬ ವ್ಯಕ್ತಿಯ ದ್ವೇಷದ ಕಾರಣವನ್ನು ನಿವಾರಿಸುವುದು ಸುಲಭ. ಆದರೆ ಮಾಧ್ಯಮದ, ಅದರಲ್ಲೂ ಪೀತಪತ್ರಿಕೆಯವರ ದ್ವೇಷರಹಿತ ದುರಾಶೆಯನ್ನು ತಣಿಸುವುದು ಅಸಾಧ್ಯ. ಒಮ್ಮೆ ಪ್ರಕಟವಾಗಿಬಿಟ್ಟರೆ ಎಲ್ಲರೂ ಅದನ್ನೇ ಪುನರ್ಮುದ್ರಿಸಿ ಪ್ರಸಾರವನ್ನು ಕಾಯ್ದುಕೊಳ್ಳುತ್ತಾರೆ. ಯಾರ ಮೂಲಕ ಸಮಸ್ಯೆಯನ್ನು ಬಗೆಹರಿಸಿಕೊಳ್ಳುವುದು? ಎಂದು ಒಂದು ದಿನವೆಲ್ಲ ಯೋಚಿಸಿದ ಮೇಲೆ ಪ್ರಭಾಕರನೇ ತಕ್ಕವನು, ನಂಬಿಕಸ್ಥ, ಬುದ್ಧಿವಂತ, ಎಂಥ ಸನ್ನಿವೇಶವನ್ನಾದರೂ ನಿಭಾಯಿಸುವ ಚಾಲೂಕಿ, ಪತ್ತೇದಾರರನ್ನು ಸಂಪರ್ಕಿಸಬೇಕಾದರೂ ಅವನ ಮೂಲಕವೇ ಆಗಲಿ, ನಾನು ಒಳಗಾಗೂದು ಬ್ಯಾಡ ಎಂಬ ತೀರ್ಮಾನಕ್ಕೆ ಬಂದರು.

ಪ್ರಭಾಕರನನ್ನು ತಮ್ಮ ಭವ್ಯವಾದ ಮಂತ್ರಿ ಕೋಣೆಯಲ್ಲಿ ಎದುರಿಗೆ ಕೂರಿಸಿಕೊಂಡು, ಯಾರು ಬಂದರೂ, ಯಾವ ಫೋನನ್ನೂ ಒಳಗೆ ಬಿಡಕೂಡದೆಂದು ಪಿ.ಎ.ಗೆ ಆದೇಶವಿಟ್ಟು, ಹೇಳಿದರು: 'ನೀನು ಎಂಥೆಂಥ ಸಮಸ್ಯೇನೋ ಬಗೆಹರಿಸಿರೂ ಮೇಧಾವಿ. ಈಗ ಒಂದು ಪ್ರಾಬ್ಲಮ್ ಬಂದದೆ. ನಿನಗೆ ಯಾವುದೂ ಕಷ್ಟವಲ್ಲ. ತುಂಬ ಕಾನ್ಫಿಡೆನ್ಶಿಯಲ್. ಯಾರ ಕೈಲೂ ಬಾಯ್ಬಿಡಬಾರದು. ನೀನು ಎಷ್ಟು ಲಕ್ಷ, ಅಥವಾ ಕೋಟಿ ಖರ್ಚು ಮಾಡಿದರೂ ಸರಿ. ಇಕೊ. ಇಲ್ಲಿ ಕೈನೀಡು.' ಎಂದು ಅವನಿಂದ ಕೈಹಿಡಿಸಿಕೊಂಡು ಭಾಷೆ ಪಡೆದನಂತರ, 'ನಿನ್ನ ಮೇಡಂಗೂ ನನಗೂ ಇರೂ ಸಂಬಂಧ ನಿನಗೆ ಗೊತ್ತಿರಬೇಕು.'

'ಸರಿಯಾಗಿ ಗೊತ್ತಿಲ್ಲ ಸಾರ್.' ಅವನು ಗಂಭೀರವಾಗಿ ಹೇಳಿದ.

'ನನ್ನ ಬಾಯಿಂದಲೇ ಕೇಳಬೇಕೇನೊ? ಚಿಕ್ಕೋನ ಕೈಲಿ ಹೇಳಬೇಕೆಂದರೆ ಸಂಕೋಚ ವಾಗುತ್ತಲೋ.'

'ತಮಗೆ ಮುಜುಗರ ಮಾಡಬೇಕು ಅಂತ ಅಲ್ಲ. ಪೂರ್ಣ ವಿವರ ಗೊತ್ತಿಲ್ಲದೆ ಪರಿ ಹರಿಸೂದು ಕಷ್ಟ ಅಂತ.'

'ಹೇಳ್ತೀನಿ ಕೇಳು.' ಎಂದು ಲಂಡನ್ನಿನ ಸಂಗೀತ ಭವನದಲ್ಲಿ ಭೇಟಿಯಾದಾಗಿನಿಂದ ಆರಂಭಿಸಿ ಪ್ಯಾರಿಸ್ ಟ್ರಿಪ್, ಅವಳೇ ತಾನಾಗಿ ಮೇಲೆ ಬಿದ್ದು ತಮ್ಮನ್ನು ಬಲೆಗೆ ಹಾಕಿಕೊಂಡದ್ದನ್ನೆಲ್ಲ ವಿವರಿಸಿ ತಮ್ಮ ಹೆಂಡತಿ ತೋಟದ ಮನೆಗೆ ಹೋಗಿ ಜಾಲಾಡಿ ಖಾಲಿ ಮಾಡುವಂತೆ ವಾರ್ನಿಂಗ್ ಕೊಟ್ಟುಬಂದದ್ದನ್ನು ಹೇಳಿ ಹೈಕೋರ್ಟ್ ತನಕ ಲಡಾಯಿ ಮಾಡಿದರೂ ಡೈವೋರ್ಸ್ ಸಿಕ್ಕದ ಗಂಡ ಈಗ ಮಾಡಿರುವ ಈ ತಂತ್ರವನ್ನು ಹೇಳಿ ಫೋಟೋದ ಕಟ್ಟನ್ನು ಅವನ ಮುಂದಿಟ್ಟರು.

ಕಿರುನಗೆ ಬಂದರೂ ಅದನ್ನು ತೋರ್ಪಡಿಸಿಕೊಳ್ಳದೆ ಫೋಟೋದ ಮೇಲೆ ಸರಸರನೆ ಕಣ್ಣಾಡಿಸಿದ ಅವನು, 'ನನ್ನ ಕಾರ್ಯಕ್ಷಮತೆಯಲ್ಲಿ ನಂಬಿಕೆ ಇಡಿ ಸಾರ್. ನೀವು ಬೆಳೆಸಿದ ಹುಡುಗ ನಾನು. ಈ ಫೋಟೋ ನನ್ನ ಹತ್ತಿರ ಇರಲಿ,' ಎಂದು ಅವನು ಎದ್ದು ನಿಂತು, ಹೋಗಲು ಅವರ ಅನುಮತಿಗೆಂಬಂತೆ ನಿಂತುಕೊಂಡ.

'ಒಂದು ನಿಮಿಷ ಕುಂತುಕ, ನನ್ನ ಮನಸ್ಸಿನಲ್ಲಿ ಕುದೀತಿರೂದ ಯಾರಕ್ಕೈಲೂ ಹೇಳಿಲ್ಲ. ಹೇಳಾಕ್ ಆಗುಲ್ಲ. ನಾನು ಎಷ್ಟೋ ಜನ ಹೆಂಗಸರ ಸಾವಾಸ ಮಾಡಿದೀನಿ. ಕೈತುಂಬ ಸಹಾಯಾನೂ ಮಾಡಿದೀನಿ. ಎಲ್ಲರೂ ಉಪಕಾರ ಸ್ಮರಣೆ ಮಾಡುವಂಥೋರೇ. ಈ ಒಂದು ಶನಿ ನೋಡು. ನಾನು ತಾಳಿ ಕಟ್ಟಿ ಮಕ್ಕಳು ಹುಟ್ಟಿಸಿದ ಎಂಡ್ತೀನ ಡೈವೊರ್ಸ್ ಮಾಡಿಸಿ ತಾನು ಅಂಟಿಕಳುಕ್ಕೆ ಹೊಂಚುಹಾಕಿ ಯಾರಿಗೂ ಕತ್ತು ಬಗ್ಗಿಸದಿದ್ದ ನನ್ನ ತೂಕ ಇಳಿಸಿಬಿಟ್ಟಳು. ಬೇರೆ ಯಾವ ದಾರಿಯೂ ಆಗದೆ ಇದ್ದರೆ ಸುಪಾರಿ ಕೊಟ್ಟು ಇವಳನ್ನ ತೆಗೆಸಿ ಹಾಕಬೇಕು ಅನ್ನೂ ಯೋಚನೆಯೂ ನಂಗೆ ಬಂದೈತೆ. ನಿನ್ನ ಕೈಲಿ ಆಗದೆ ಇದ್ದರೆ ಕೊನೆಗೆ ಅದೇ ಮಾಡಾದು. ಇಡೀ ಸರ್ಕಾರ, ಪೋಲೀಸ್ ಇಲಾಖೆ ನನ್ನ ಕೈಯಾಗೈತೆ. ಪೋಲೀಸು ತನಿಖೆ ಮಾಡಿದರೂ ಅದನ್ನ ಅವಳ ಗಂಡನ ಮೇಲೆ ತಿರುಗಿಸಭೌದು. ಅಥವಾ ಕಲ್‌ಪ್ರಿಟ್ ನಾಟ್ ಫೌಂಡ್ ಅನ್ನಿಸಭೌದು.'

'ಸಾರ್ ನಿಮಗಾಗಿರೂ ನೋವು ನನಗೆ ಅರ್ಥವಾಗುತ್ತೆ. ಸುಪಾರಿಯ ಮಾತು ಬೇರೆ ಯಾರ ಕೈಲೂ ಆಡಬ್ಯಾಡಿ. ನನಗೆ ವಹಿಸಿದೀರಲ್ವೋ? ಸುಮ್ಮನಿದ್ದುಬಿಡಿ.' ಎಂದು ಮತ್ತೊಮ್ಮೆ ಕೈನೀಡಿ ಅವರ ಕೈಮುಟ್ಟಿ ಆಣೆ ಹೇಳಿ ಅವನು ಹೊರಗೆ ಬಂದ.

೩

ಇಳಾ ಮೇಡಂ ಇತ್ತೀಚೆಗೆ ಪ್ರತಿದಿನ ಡ್ರೈವರ್ ನಡೆಸುವ ಹನ್ನೊಂದುಲಕ್ಷ ರೂಪಾಯಿ ಬೆಲೆಬಾಳುವ ಜರ್ಮನ್ ಕಾರಿನಲ್ಲಿ ವಿಶ್ವವಿದ್ಯಾಲಯಕ್ಕೆ ಬರುವುದನ್ನು ಗಮನಿಸಿದ ವಿದ್ಯಾರ್ಥಿಗಳ ಹುಬ್ಬು ಮೇಲೆ ಏರಿತು. ಇಲಾಖಾ ಮುಖ್ಯರುಗಳಿರಲಿ ವಿಶ್ವವಿದ್ಯಾಲಯದ ಖರ್ಚಿನಲ್ಲಿ ಕೊಳ್ಳುವ ಉಪಕುಲಪತಿಗಳ ಕಾರೇ ಮೂರೂವರೆಲಕ್ಷ ಬೆಲೆಯ ಹಳೆಯ ಮಾಡಲ್ ಅಂಬ್ಯಾಸಡರ್ ಆಗಿರುವಾಗ ಇವರಿಗೆ ಇದು ಹ್ಯಾಗೆ ಬಂತು ಎಂಬುದನ್ನು ಸಂಶೋಧನೆ ಮಾಡಲು ಹಲವರು ಮುಂದಾದರು. ಸಂಜೆ ತುಸು ದೂರದಿಂದ ಜರ್ಮನ್ ಕಾರನ್ನು ಹಿಂಬಾಲಿಸಿದಾಗ ಮೇಡಮ್ಮರು ವಾಸಿಸುವುದು ಮಂತ್ರಿಗಳ ವನಕುಟೀರವೆಂದು ಗೊತ್ತಾಯಿತು. ಸುದ್ದಿ ಒಬ್ಬರಿಂದೊಬ್ಬರಿಗೆ ಹಬ್ಬಿದರೂ ಯಾರೂ ಬಹಿರಂಗವಾಗಿ ಏನೂ ಮಾಡಲಿಲ್ಲ. ಏನು ಮಾಡಬಹುದಿತ್ತು? ಮೇಡಮ್ಮರ ಮತ್ತು ಮಂತ್ರಿಗಳ ಕರಾರುವಾಕ್ ಸಂಬಂಧವು ಯಾರಿಗೂ ಪ್ರತ್ಯಕ್ಷವಾಗಿ ಗೊತ್ತಿಲ್ಲ. ಗೊತ್ತಾದರೂ ಇಡೀ ಸರ್ಕಾರದಲ್ಲಿ ಅತ್ಯಂತ ಪ್ರಬಲರೆನ್ನಿಸಿದ ಮಂತ್ರಿಗಳು ಅವರು. ಹೀಗಾಗಿ ಸುದ್ದಿಯ ಪರಿಣಾಮವು ತಣ್ಣಗಾಯಿತು.

ಮಂತ್ರಿಗಳಿಗೆ ಅತ್ಯಂತ ಆಪ್ತನಾದ ಪ್ರಭಾಕರನಿಗೂ ಈ ಸುದ್ದಿ ಗೊತ್ತಿತ್ತು. ಆದರೆ ಅವನು ಎಂದೂ ಅದನ್ನು ಯಾರೊಡನೆಯೂ ಆಡಿ ತೋರಿಸಿಕೊಂಡಿರಲಿಲ್ಲ. ಅವರಿಗೂ ಅವನಿಗೂ ಇದ್ದ ಆಪ್ತತೆಯು ಇಡೀ ಇಲಾಖೆಗೆ ಗೊತ್ತಿತ್ತು. ಇಲಾಖೆಯ ಐ.ಎ.ಎಸ್. ದರ್ಜೆಯ ಕಾರ್ಯದರ್ಶಿ ಕೂಡ ಮಂತ್ರಿಗಳಿಂದ ತಮ್ಮ ಯಾವುದಾದರೂ ಸ್ವಂತ ಕೆಲಸ

ಮಾಡಿಸಿಕೊಳ್ಳಬೇಕಾದರೆ ತನ್ನ ಕೈಕೆಳಗಿನ ಪ್ರಭಾಕರನನ್ನು ಹಿಡಿಯುತ್ತಿದ್ದರು. ಇಡೀ ರಾಜ್ಯದ ಸಾರಿಗೆ ವ್ಯವಹಾರದಲ್ಲಿ ಮಂತ್ರಿಗಳಿಗೆ ಸಲ್ಲುವ ಸಂಭಾವನೆಯಲ್ಲಿ ಬಹುಭಾಗ ಅವನ ಮೂಲಕ ಚೌಕಾಶಿಯಾಗಿ ಸಂದಾಯವೂ ಆಗುತ್ತಿತ್ತು.

ಅವನು ಮಧ್ಯಾಹ್ನ ಮೂರು ಗಂಟೆಯ ವೇಳೆಯಲ್ಲಿ ವಿಶ್ವವಿದ್ಯಾಲಯದ ಅವರ ಕೋಣೆಗೆ ಹೋಗಿ, 'ಗುಡ್ ಆಫ್ಟರ್‌ನೂನ್ ಮೇಡಂ. ನನ್ನ ಗುರುತು ಸಿಕ್ಕುತ್ತಾ' ಎಂದ.

'ದೊಡ್ಡ ಕೆಲಸದಲ್ಲಿದೀರಿ. ಪಾಠ ಹೇಳಿದ ಗುರುಗಳ ಜ್ಞಾಪಕ ಹ್ಯಾಗೆ ಬರಬೇಕು?' ಅವಳು ಕುಟುಕಿದಳು.

'ಜ್ಞಾಪಕವಿಲ್ಲದೆ ಹುಡುಕ್ಕೊಂಡು ಬಂದಿದೀನಾ?' ಮೇಜದ ಎದುರಿನ ಕುರ್ಚಿಯ ಮೇಲೆ ಕುಳಿತು ಉಭಯಕುಶಲೋಪರಿಗಳಾದ ನಂತರ, 'ಕಾನ್ಫಿಡೆನ್ಶಿಯಲ್ ವಿಷಯವಿದೆ. ಇಲ್ಲೇ ಮಾತಾಡೋಣವೋ ಅಥವಾ ನನ್ನ ಕಾರ್ ಇದೆ. ನಿಮ್ಮನ್ನ ಮನೆಗೆ ಬಿಟ್ಟು ಅಲ್ಲೇ ಆಡೋಣವೊ?'

'ಹಾಗೂ ಆಗಬಹುದು, ನಾನಿರೂ ಜಾಗ ನೋಡಿದೀರಾ?'

'ನೀವು ದಾರಿ ತೋರಿಸಿ.'

ಆ ತೋಟ ಮತ್ತು ಮನೆಗಳು ಅವನು ನೋಡಿಲ್ಲದುವಲ್ಲ. ಆದರೂ ತಾನಾಗಿಯೇ ಹೇಳಿಕೊಳ್ಳಲಿಲ್ಲ. ಅವಳು ದಾರಿ ತೋರಿಸಿದಂತೆ ಕಾರು ನಡೆಸಿದ. ಗೇಟು ತೆಗೆದ ಕಾವಲುಗಾರ ಮೇಡಮ್ಮರನ್ನು ಕಂಡು, 'ಇನ್ನೂ ಕರೆಂಟ್ ಬಂದಿಲ್ಲ. ಮೇಲುಗಡೆ ಟ್ಯಾಂಕ್ ಖಾಲಿಯಾಗಿದೆ.' ಎಂದ. ನೆನ್ನೆ ಬೆಳಗ್ಗೆಯೇ ಹೋದ ವಿದ್ಯುತ್ ಸಂಪರ್ಕ, 'ವಿಚಾರಿಸ್ದೆಯಾ? ಯಾವಾಗ ಬರುತ್ತೆ?' ಅವಳು ಕೇಳಿದ್ದಕ್ಕೆ, 'ಯಾರೂ ಜವಾಬ್ ಕೊಡಾದಿಲ್ಲ. ಇದು ಗ್ರಾಮಾಂತರ ಪ್ರದೇಶ, ಸಿಟಿಗೆ ಸೇರಿದ್ದಲ್ಲ.' ಎಂದ. ಈ ರಾತ್ರಿಯನ್ನೂ ಕತ್ತಲಿನಲ್ಲಿ ಕಳೆಯಬೇಕು. ಕುಡಿಯುಕ್ಕೆ ಹೋಗಲಿ, ಕಕ್ಕಸಿಗೆ ಹೋದರೂ ನೀರಿಲ್ಲದ ಸ್ಥಿತಿ. 'ಹೇಳೋರು ಕೇಳೋರು ಯಾರೂ ಇಲ್ಲವೆ ಈ ದೇಶದಲ್ಲಿ? ಮಿನಿಷ್ಟರ ತೋಟ ಅಂತ ಕಂಪ್ಲೇಂಟು ಮಾಡಲಿಲ್ವಾ?' ಅವಳು ಮತ್ತೆ ಕೇಳಿದಳು. 'ಯಾರೂ ಎತ್ತಿಕಳಾದೇ ಇಲ್ಲ ಅಂತೀನಿ' ಎಂದು ವಿಧೇಯತೆಯಿಂದ ಹಲ್ಲುಕಿರಿದ.

'ಚನ್ನಪ್ಪ ಬಂದನಾ?'

'ಇಲ್ಲ ಮೇಡಂ. ಊರಿಗೆ ಹೋದಮೇಲೆ ಏಳಿದ ಟೈಂಗೆ ಯಾವನು ಬತ್ತಾನೆ?'

ವಿದ್ಯುತ್ ಇಲ್ಲ, ನೀರಿಲ್ಲ, ಅಡುಗೆಯವನಿಲ್ಲ, ಡ್ರೈವರ್ ಇಲ್ಲ. ಇದು ಬೇಕೆಂದೇ ಮಾಡಿಸಿದ ಸನ್ನಿವೇಶವೇ? ಎಂದು ಅವಳಿಗೆ ಅನುಮಾನ ಬಂತು. ಆದರೆ ಅದನ್ನು ಈ ಪ್ರಭಾಕರನೊಡನೆ ಹೇಳಹೊರಟರೆ ಹಿನ್ನೆಲೆಯನ್ನೆಲ್ಲ ಬಿಚ್ಚಬೇಕಾದೀತೆಂಬ ಎಚ್ಚರದಿಂದ ಅವನನ್ನು ಲಿವಿಂಗ್ ರೂಮಿನ ಸೋಫದ ಮೇಲೆ ಕೂರಿಸಿ ಕಾವಲುಗಾರನಿಗೆ, 'ಈ ಸಾಹೇಬರಿಗೆ ಎಳನೀರು ತಂದುಕೊಡು. ನನಗೂ ಒಂದು' ಎಂದು ಆದೇಶಿಸಿದ ನಂತರ,

'ಹೇಳಿ' ಎಂದಳು.

'ಮೇಡಂ, ನೀವು ನನಗೆ ವಿದ್ಯಾದಾನ ಮಾಡಿದ ಗುರು. ನಾನು ಇವತ್ತು ಏನಾಗಿದ್ದರೂ ನೀವು ಕಲಿಸಿದ ತಿಳಿವಳಿಕೆಯ ಅಡಿಪಾಯದ ಮೇಲೆ ನಿಂತದ್ದು. ಗುರು ಋಣ ತೀರಿಸುವಂಥ ಒಂದು ಸಂದರ್ಭ ಬಂದಿದೆ. ಹೇಳು ಅಂದರೆ ಹೇಳ್ತೀನಿ.' ಎಂದು ಧ್ವನಿಯಲ್ಲಿ, ಮುಖಭಾವ ದಲ್ಲಿ ವಿನಯವನ್ನು ತೊಟ್ಟಿಕ್ಕಿಸಿದ.

'ಐ ಆಮ್ ರಿಯಲಿ ಟಚ್ಡ್ ಬೈ ಯುವರ್ ವರ್ಡ್ಸ್.' ಮೇಡಮ್ಮರು ಸುಪ್ರೀತರಾದರು.

'ನಾನು ಸಾರಿಗೆ ಇಲಾಖೇಲಿ ಒಬ್ಬ ಅಧಿಕಾರಿ. ಮಿನಿಸ್ಟರ್ ದೊರೆರಾಜರ ಕೈಕೆಳಗೆ ಕೆಲಸ ಮಾಡೋನು. ಅವರ ಜಿಲ್ಲೆಯೋನೇ ಆದ್ದರಿಂದ ನನ್ನ ಮೇಲೆ ನಂಬಿಕೆ ಇಟ್ಟಿದಾರೆ. ನಾನು ನಿಮ್ಮ ಶಿಷ್ಯ. ಖಾಸಾ ಶಿಷ್ಯ ಅಂತ ಒಂದು ಸಲ ಹೇಳಿದ್ದರಿಂದ ಇರಬೇಕು ಈ ವಿಷಯ ನನಗೆ ತಿಳಿಸಿದಾರೆ. ಹದಿನೈದಿಪ್ಪತ್ತು ದಿನಗಳ ಹಿಂದೆ ನಿಮಗೆ ಒಂದು ಕಟ್ಟು ಕಾನ್ಫಿಡೆನ್ಶಿಯಲ್ ಫೋಟೋಗಳು ಬಂದವಂತೆ. ಅವೇ ಫೋಟೋಗಳ ಪ್ರತಿಗಳು ಮಂತ್ರಿಗಳಿಗೂ ಬಂದಿವೆ. ನೀವು ನನ್ನ ಗುರುಗಳಾದ್ದರಿಂದ ನಿಮ್ಮ ಹಿತವನ್ನ ದೃಷ್ಟಿಯಲ್ಲಿಟ್ಟು ಕೊಂಡು ಸಾಧ್ಯವಾದರೆ ಬಗೆಹರಿಸು ಅಂತ ನನಗೆ ವಹಿಸಿದಾರೆ. ನೀವು ಮುಂದೆ ಮಾತಾಡು ಅಂದರೆ ಆಡ್ತೀನಿ.' ಎಂದು ಅವಳ ಮುಖವನ್ನು ನೋಡುತ್ತಲೇ ಹೇಳಿದ. ಫೋಟೋಗಳನ್ನು ಇವನೂ ನೋಡಿರಬಹುದೆನ್ನಿಸಿದ ಅವಳಿಗೆ ಕಣ್ಣುಗಳನ್ನು ಕೆಳಕ್ಕೆ ತಗ್ಗಿಸುವಂತಾಯಿತು. ತುಸುಹೊತ್ತಿನಲ್ಲಿ ತಾನು ಭಾಗವಹಿಸಿರುವ ಆ ಭಂಗಿಗಳು ಗಂಡಿಗಾಗಲಿ ಹೆಣ್ಣಿಗಾಗಲಿ ಸಹಜ ಕ್ರಿಯೆಗಳು, ಅವಕ್ಕೇಕೆ ನಾಚಬೇಕೆಂದು ಧೈರ್ಯ ತಂದುಕೊಂಡು ದೃಷ್ಟಿಯನ್ನು ಜಗ್ಗಿ ಮೇಲಕ್ಕೆ ಎತ್ತಿ ಅವನನ್ನು ನೋಡತೊಡಗಿದಳು. ವೈದ್ಯರು ಗುಪ್ತ ಜಾಗಗಳನ್ನು ಪರೀಕ್ಷೆ ಮಾಡುವಾಗ ಸಂಕೋಚದಿಂದ ಹೆದರಿಕೊಳ್ಳುತ್ತೇವೆಯೆ? ಎಂಬ ಹೋಲಿಕೆ ಮನಸ್ಸಿಗೆ ಬಂತು.

'ಗೋ ಆನ್,' ಆದೇಶಿಸುವಂತೆ ಹೇಳಿದಳು.

'ಈ ಫೋಟೋಗಳನ್ನ ತೆಗೆಸಿದೋರು ನಿಮ್ಮ ಯಜಮಾನರು.....'

ಎಂಬುದನ್ನು ಮಧ್ಯದಲ್ಲೇ ತಡೆದು, 'ಐ ಡೋಂಟ್ ಲೈಕ್ ದಟ್ ವರ್ಡ್,' ಎಂದಳು.

'ಯಜಮಾನ ಅಂದರೆ ಯಜ್ಞ ಮಾಡುವವನು ಅಂತ ಮಾತ್ರ ಅರ್ಥ. ದಾಂಪತ್ಯ ಅನ್ನುವುದೂ ಒಂದು ಯಜ್ಞಕ್ಕೆ ಸಮ. ಹೆಂಡತಿಗೆ ಯಜಮಾನಿ ಅಂತಾರೆ. ಯಜ್ಞ ಮಾಡು ವವಳು ಅನ್ನುವ ಅರ್ಥದಲ್ಲಿ. ಯಾರೂ ಮೇಲಲ್ಲ, ಯಾರೂ ಕೀಳಲ್ಲ.'

ಎಂಬುದನ್ನು ಮತ್ತೆ ತಡೆದು, 'ಹರಿಕಥೆ ದಾಸರ ಇಂಥ ವಿವರಣೆಯನ್ನ ನನ್ನ ಶಿಷ್ಯ ರಾದ ನೀವು ನನಗೇ ಹೇಳಬಾರದು.'

'ಆಯ್ತು ಮೇಡಂ. ನಿಮ್ಮ ಗಂಡ ಈ ಫೋಟೋ ತೆಗೆಸಿದಾರೆ. ಇದನ್ನ ಕೋರ್ಟಿಗೆ ಹಾಜರ್‌ಪಡಿಸಿ ನಿಮ್ಮ ಮೇಲೆ ವ್ಯಭಿಚಾರದ ಆರೋಪ ತಂದರೆ ಏನು ಮಾಡ್ತೀರಿ? ವ್ಯಭಿ ಚಾರದ ಆಧಾರದ ಮೇಲೆ ಡೈವೋರ್ಸ್ ಕೇಳೂದು ಅವರ ಉದ್ದೇಶ.'

'ನನ್ನ ತಪ್ಪಿಲ್ಲದೆ ನನ್ನನ್ನ ದಾಂಪತ್ಯಸುಖದಿಂದ ವಂಚಿತಳಾಗಿ ಮಾಡಿರೂದರಿಂದ

ನನಗೆ ಹೀಗೆ ಮಾಡೂದು ಅನಿವಾರ್ಯವಾಯಿತು ಅಂತ ನಾನು ಸುಪ್ರೀಂ ಕೋರ್ಟ್‌ವರೆಗಾದರೂ ವ್ಯಾಜ್ಯ ಮಾಡ್ತೀನಿ, ನನ್ನ ಡೈವೊರ್ಸ್ ಕೇಸಿನ ವಿವರ ನಿಮಗೆ ಗೊತ್ತಿಲ್ಲ. ಗಂಡ ಅನ್ನಿಸಿಕೊಂಡೋನು ತಾನಾಗಿಯೇ ನನ್ನಿಂದ ದೂರ ಇದ್ದು ನನ್ನನ್ನ ದೈಹಿಕ ಹಸಿವಿಗೆ ಸಿಕ್ಕಿಸಿರುವಾಗ ನಾನು ಬೇರೆ ದಾರಿಯಲ್ಲಿ ಹಸಿವು ನೀಗಿಸಿಕೊಂಡರೆ ಏನು ತಪ್ಪು? ದೇಹ ತೃಪ್ತಿಯು ಪ್ರತಿಯೊಬ್ಬ ಹೆಂಗಸಿನ ಆಜನ್ಮ ಸಿದ್ಧ ಹಕ್ಕು. ಅದಕ್ಕೂ ವಿಚ್ಛೇದನಕ್ಕೂ ಸಂಬಂಧವಿರಕೂಡದು ಅನ್ನುವ ವಾದ ಹೂಡುಸ್ತೀನಿ.'

ಅವನು ಅಂತರ್ಮುಖಿಯಾದ. ತಕ್ಷಣ ಉತ್ತರ ಹೇಳಲು ಅವನಿಗೆ ತಿಳಿಯಲಿಲ್ಲ. ಈ ಸಂದರ್ಭದಲ್ಲಿ ಈ ಮೇಡಮ್ಮರ ಗಂಡನಿಗೂ ಸಹಾಯಮಾಡಬೇಕೆಂದು ಇದ್ದಕ್ಕಿದ್ದಂತೆಯೇ ಅವನ ಮನಸ್ಸು ನಿಶ್ಚಯಿಸಿತು.

'ಮೇಡಂ, ಇದು ಕಾನೂನಿನ ವ್ಯಾಜ್ಯದಿಂದ ಬಗೆಹರಿಯೂ ವಿಷಯವಲ್ಲ. ಇಂಥವನ್ನ ಪ್ರಕಟಿಸುಕ್ಕೆ ಎಷ್ಟೋ ಹಳದಿ ಪತ್ರಿಕೆಗಳು ಕಾಯ್ತಿರ್ತವೆ. ಅವಕ್ಕಿಂತ ತಾವೇನು ಕಮ್ಮಿ ಅಂತ ಮುಖ್ಯವಾಹಿನಿ ಪತ್ರಿಕೆಗಳೂ ಮುದ್ರಿಸ್ತಾವೆ. ಅವೂ ಪ್ರಸಾರ ಹೆಚ್ಚಿಸ್ಕೋಬೇಕು ನೋಡಿ. ಸ್ತ್ರೀ ಚಳವಳಿಗೆ ವಿರೋಧವಾಗಿರುವ ಕೆಲವು ವಿದ್ಯಾರ್ಥಿಗಳು ಈ ಫ್ಲೋಟೋಗಳನ್ನ ಎನ್‌ಲಾರ್ಜ್ ಮಾಡಿಸಿ ವಿಶ್ವವಿದ್ಯಾಲಯದ ಮರಗಳಿಗೆ ಕಟ್ಟಡದ ಗೋಡೆಗಳಿಗೆ ಅಂಟಿಸಬಹುದು. ಇಂಥ ನೀತಿಗೆಟ್ಟ ಹೆಂಗಸು ನಮ್ಮ ವಿಶ್ವವಿದ್ಯಾಲಯದಲ್ಲಿರಕೂಡದು ಅಂತ ಸಿಂಡಿಕೇಟು ನಿಮ್ಮನ್ನ ಡಿಸ್‌ಮಿಸ್ ಮಾಡಭೌದು. ನೀವು ಮುಂದೆ ಏನು ಮಾಡ್ತೀರಿ? ಇಂಥ ಕಾರಣದಿಂದ ನನ್ನ ನೌಕರಿ ಹೋಗಿದೆ ಜೀವನಾಂಶ ಕೊಡು ಅಂತ ಗಂಡನ ಮೇಲೆ ಕೇಸ್ ಹಾಕ್ತೀರಾ? ಇಡೀ ವಿದ್ಯಾರ್ಥಿವೃಂದ, ಅಧ್ಯಾಪಕವೃಂದದಲ್ಲಿ ನಿಮ್ಮ ಇಮೇಜ್ ಏನಾಗುತ್ತೆ?'

ಮೇಡಮ್ಮರು ಈ ಪರಿಣಾಮವನ್ನು ಆಲೋಚಿಸಿರಲಿಲ್ಲ. ಪ್ರಗತಿಪರ ವಿಚಾರಗಳ ತನ್ನನ್ನು ಕಂಡರೆ ಗೊಡ್ಡುಸಂಪ್ರದಾಯದ ಬಹುತೇಕ ಸಹೋದ್ಯೋಗಿಗಳಿಗೆ ಒಳಗಿಂದೊಳಗೇ ದ್ವೇಷವಿದೆ ಎಂಬುದು ಮಾತ್ರ ಅವರಿಗೆ ಗೊತ್ತಿತ್ತು. ಗಂಭೀರವಾಗಿ ಯೋಚಿಸತೊಡಗಿದರು. ಪ್ರಭಾಕರ ಮುಂದುವರೆದ: 'ನಾನೂ ಮಂತ್ರಿಗಳೂ ಒಂದೇ ಜಿಲ್ಲೆಯವರು ಅಂತ ಹೇಳಿದೆನಲ್ಲ. ಮಂತ್ರಿಗಳ ಹೆಂಡತಿಗೆ ಇಬ್ಬರು ಅಣ್ಣಂದಿರು, ಒಬ್ಬ ತಮ್ಮ. ನಮ್ಮ ಹಳ್ಳಿ ಜನಗಳ ರೀತಿನೀತಿಗಳು ನಿಮಗೆ ಗೊತ್ತಿಲ್ಲ. ಅವರೆಲ್ಲ ಗುಂಪು ಕಟ್ಟಿಕೊಂಡು ಒಂದು ದಿನ ಇಲ್ಲಿಗೆ ಬಂದು ನಿಮ್ಮನ್ನ ಮನೆಯಿಂದ ಹೊರಗೆ ಎಳೆತಂದು ಸೀರೆಬಿಚ್ಚಿ ನಿಲ್ಲಿಸುಕ್ಕೂ ಹೇಸುವವರಲ್ಲ. ಆಗ ಏನು ಮಾಡ್ತೀರಿ? ಈ ಗಂವ್ ಅನ್ನುವ ಕಾಡಿನಲ್ಲಿ ಒಬ್ಬರೇ ಇರೂದು ಎಷ್ಟು ಅಪಾಯ ಅಂತ ಯೋಚಿಸಿದೀರಾ? ವಿದ್ಯುತ್ ಇಲ್ಲ, ನೀರು ಇಲ್ಲ, ಅಡುಗೆಯೋರಿಲ್ಲ, ಡ್ರೈವರ್ ಇಲ್ಲ,'

ಎನ್ನುವಾಗ ತಡೆದು ಮೇಡಂ, 'ನನಗೀಗ ಹೊಳೀತಿದೆ. ಒಂದೊಂದಾಗಿ ಈ ಸೌಕರ್ಯಗಳನ್ನೆಲ್ಲ ನಿನ್ನ ಮಿನಿಸ್ಟರ್ ಕಟ್ ಮಾಡುಸ್ತಿದಾನೆ.'

'ಅವರು ಮಾಡುಸ್ತಿದಾರೆ ಅಂತ ನನಗೆ ನಂಬಿಕೆ ಇಲ್ಲ. ಯಾಕೆಂದರೆ ಅವರಿಗೆ ನಿಮ್ಮ ಮೇಲೆ ಪ್ರೀತಿ ಇದೆ. ನಿಮ್ಮನ್ನ ಪದೇ ಪದೇ ಸಂಧಿಸಿ ಒಟ್ಟಿಗಿರಬೇಕೆನ್ನುವ ಆಶೆ ಅವರಲ್ಲಿ ತುಂಬಿದೆ. ಮಂತ್ರಿಗಳು ಇಲ್ಲಿಗೆ ಬರ್ತಿಲ್ಲ ಅನ್ನೂದು ಗೊತ್ತಾಗಿಯೇ ವಿದ್ಯುತ್

ಇಲಾಖೆಯವರು ಇದುವರೆಗೆ ಕೊಟ್ಟಿದ್ದ ವಿಶೇಷ ಗಮನವನ್ನ ನಿಲ್ಲಿಸಿರಬಹುದು. ಪರಿಹಾರ ನಾನು ಹೇಳ್ತೀನಿ ಕೇಳಿ. ಕೇಳುವ ತಾಳ್ಮೆ ನಿಮಗಿದ್ದರೆ,' ಎಂದು ಅವಳ ಮುಖವನ್ನೇ ನೋಡತೊಡಗಿದ.

'ಹೇಳಿ.'

'ಈ ಫ಼ೋಟೋಗಳು, ಅವುಗಳ ಮುಂದಿನ ಕೇಡುಗಳಿಗೆ ನಿಮ್ಮ ಗಂಡನೇ ಕಾರಣ. ಅವನು ಕೇಳುವ ಡೈವೊರ್ಸ್‌ನ್ನ ಬಿಸಾಕಿಬಿಡಿ, ನಿನ್ನಿಂದ ನನಗೆ ಯಾವ ಜೀವನಾಂಶವೂ ಬೇಕಿಲ್ಲ, ನನ್ನ ಕಾಲಿನ ಮೇಲೆ ನಿಂತಿರುವ ಆತ್ಮಗೌರವದ ಮಹಿಳೆ ನಾನು ಅಂತ. ಈ ತೋಟದಲ್ಲಿರೂತನಕ ಮಂತ್ರಿಗಳ ಹೆಂಡತಿ, ಆಕೆಯ ಬಂಧುಗಳ ಕಿರುಕುಳ ತಪ್ಪಿದ್ದಲ್ಲ. ಈ ಸಂದರ್ಭದಲ್ಲಿ ಎಷ್ಟೇ ಪ್ರೀತಿ ಇದ್ದರೂ ಇಲ್ಲಿಗೆ ಬಂದು ನಿಮ್ಮನ್ನ ಸಂಧಿಸೂದು ಮಂತ್ರಿಗಳಿಗೂ ಕಷ್ಟ. ನೀವು ಕಡಿಮೆ ಬಾಡಿಗೆಯ ಫ಼್ಲ್ಯಾಟಿನಲ್ಲಿದ್ದರೆ ಮಂತ್ರಿಗಳು ಅಲ್ಲಿಗೆ ಬಂದು ಹೋಗೂದು ಸುಲಭವಲ್ಲ. ಮಧ್ಯಮವರ್ಗ ಕೆಳಮಧ್ಯಮವರ್ಗ, ನಿಮ್ನವರ್ಗದ ಜನರಿಗೆ ಅಕ್ಕಪಕ್ಕದವರ ನಡೆಯನ್ನು ಕಾಯೂದೇ ಮುಖ್ಯ ಕಾರ್ಯ. ಇಪ್ಪತ್ತೈದು ಮೂವತ್ತು ಸಾವಿರ ಬಾಡಿಗೆಯ ಮೇಲ್ದರ್ಜೆಯ ಒಂದು ಫ಼್ಲ್ಯಾಟ್ ಹಿಡಿದರೆ ಯಾರ ಮನೆಗೆ ಯಾರು ಬಂದರು ಯಾರು ಹೋದರು ಅಂತ ಯಾರೂ ನೋಡುಲ್ಲ. ಎಲ್ಲ ಅವರವರ ಬಾಗಿಲು ಮುಚ್ಚಿಕೊಂಡಿರ್ತಾರೆ. ಮಂತ್ರಿಗಳು ಬಂದು ಹೋಗಬಹುದು. ಅವರಿಗೂ ಹೆಂಡತಿಯ ಕಿರುಕುಳ ಇರುಲ್ಲ. ಬಾಡಿಗೆ ಅಡ್ವಾನ್ಸುಗಳನ್ನೆಲ್ಲ ಅವರು ಕೊಡ್ತಾರೆ. ನೀವು ಹಟ ಒಂದನ್ನ ಬಿಟ್ಟರೆ ಎಲ್ಲ ಸುಸೂತ್ರ. ಈ ಶಿಷ್ಯನ ಮಾತಿನಲ್ಲಿ ನಂಬಿಕೆ ಇಡಿ.'

ಅವಳು ಅಂತರ್ಮುಖಿಯಾದಳು. ಮುಕ್ಕಾಲು ಭಾಗ ಮೆತ್ತಗಾಗಿದ್ದಾಳೆಂದು ಅವನು ಗ್ರಹಿಸಿದ.

ಅವನು ಮರುದಿನ ಮಂತ್ರಿಗಳನ್ನು ಅವರ ಕಛೇರಿಯಲ್ಲಿ ಭೇಟಿಯಾಗಿ ವರದಿ ಒಪ್ಪಿಸಿದಾಗ ಅವರು, 'ನೀನು ಹಿಕಮತ್ ಮಾಡ್ತೀಯ ಅಂತ ನನಗೆ ಗೊತ್ತಿತ್ತು. ಶಹಬ್ಬಾಸ್. ಆದರೆ ಒಂದು ಸಲವೂ ನಾನು ಅವಳ ಮುಖ ನೋಡಾಕಿಲ್ಲ,' ಎಂದರು.

'ಸಾರ್, ಎಂಥ ಸಾಧು ಹಸುವಾದರೂ ರೇಗಿದಾಗ ತಿವಿದುಬಿಡುತ್ತೆ. ಇದು ಹೇಳಿ ಕೇಳಿ ಪುಂಡು ಹಸು. ರೇಗಿರುವಾಗ ಹಸಿಹುಲ್ಲಿನ ಕಂತೆ ತೋರಿಸಿ ಸಮಾಧಾನ ಮಾಡಿ ಛಕ್ ಅಂತ ಹಿಡಿದು ಕಟ್ಟಿಹಾಕಬೇಕು. ರೈತರಾಗಿ ಹುಟ್ಟಿದ ನಿಮಗೆ ಗೊತ್ತಿಲ್ವೆ? ಮೊದಲು ತೋಟದಿಂದ ಖಾಲಿ ಮಾಡಿಸಾಣ. ಹತ್ತು ತಿಂಗಳ ಅಡ್ವಾನ್ಸ್ ಸುಮಾರು ಮೂರುಲಕ್ಷ, ಆರು ತಿಂಗಳ ಬಾಡಿಗೆ ಸುಮಾರು ಎರಡುಲಕ್ಷ ಕೊಡಾಣ. ಬಾಡಿಗೆ ಕರಾರುಪತ್ರ, ರಶೀತಿ ಅವರ ಹೆಸರಿನಲ್ಲೇ ಮಾಡುಸ್ತೀನಿ. ನಿಮ್ಮ ಹೆಸರು ಒಂದು ಕಡೆಯೂ ಬರುಲ್ಲ. ಫ಼್ಲ್ಯಾಟಿಗೆ ನೀವು ಒಂದೆರಡು ಸಲ ಹೋಗಿ ಬೆಡ್‌ರೂಮಿನಲ್ಲಿದ್ದು ಬನ್ನಿ. ಕ್ರಮೇಣ ಭೇಟಿಯನ್ನ ಕಡಮೆ ಮಾಡಿ ಆಮೇಲೆ ನಿಲ್ಲಿಸಿ ಬಿಡಿ. ಏಕದಂ ನಿಲ್ಲಿಸಬಾರದು. ಆಮ್ಯಾಲೆ ಅಷ್ಟೊಂದು

ಬಾಡಿಗೆ ಕೊಡಕ್ಕಾಗದೆ ಅವರೇ ಅವರ ಯೋಗ್ಯತೆಗೆ ತಕ್ಕ ಬಾಡಿಗೆಯ ಫ್ಲ್ಯಾಟಿಗೆ ಹೋಗ್ತಾರೆ.' ಎಂದು ಅವನು ಸಮಾಧಾನ ಹೇಳಿದ.

'ಲೋ ನಿನಗೆ ತಿಳಿಯೂದಿಲ್ಲವೋ. ಒಬ್ಬ ಹೆಂಗಸಿನ ಮೇಲೆ ಅಪನಂಬಿಕೆ, ಅಸಹ್ಯ ಹುಟ್ಟಿದರೆ ಗಂಡಸಿಗೆ ಸಂಧಿಸಿದರೂ ಏನೂ ಮಾಡಾಕ್ ಆಗಾಕಿಲ್ಲೋ,' ಮಂತ್ರಿಗಳು ರಹಸ್ಯಜ್ಞಾನವೆಂಬಂತೆ ಹೇಳಿದರು.

ತನಗೆ ತಿಳಿಯೂದಿಲ್ಲವೆಂಬ ಆ ಹಿರಿಯರ ಮಾತಿಗೆ ಅವನಿಗೆ ಒಳಗೇ ನಗುಬಂತು. ಆದರೆ ಅಂಥ ನಗುವನ್ನು ಸಹ ಹೊಮ್ಮದಂತೆ ನಿಗ್ರಹಿಸಿಕೊಳ್ಳುವ ಶಕ್ತಿ ಅವನಿಗಿತ್ತು.

೪

ಇವಳಿಂದ ಬಿಡುಗಡೆ ಹೊಂದಿ ಇನ್ನೊಂದು ಮದುವೆ ಮಾಡಿಕೊಳ್ಳುವ ಆಶೆ ವಿನಯಚಂದ್ರನಿಗೆ ಬಹಳ ದಿನಗಳವರೆಗೆ ಇತ್ತು. ಹೈಕೋರ್ಟಿನಲ್ಲಿ ಕೂಡ ತನ್ನ ಪ್ರಾರ್ಥನೆಯು ತಿರಸ್ಕರಿಸಲ್ಪಟ್ಟ ಮೇಲೆ ನಿರಾಶೆಯೊಂದಿಗೆ ಒಡಂಬಡಿಕೆ ಮಾಡಿಕೊಳ್ಳದೆ ಬೇರೆ ದಾರಿ ಇರಲಿಲ್ಲ. ಸುಪ್ರೀಂ ಕೋರ್ಟಿಗೆ ಮೇಲ್ಮನವಿ ಮಾಡಿಕೊಳ್ಳುವುದು ಪ್ರಯೋಜನಕಾರಿಯಲ್ಲವೆಂದು ದಿಲ್ಲಿಯ ಒಬ್ಬ ಪ್ರಸಿದ್ಧ ಲಾಯರೇ ಹೇಳಿದ್ದರು. ಯಾರ ಜೊತೆಯಾದರೂ ಸಹಜೀವನ ಮಾಡುವ ವಿಚಾರ ಬಂತು. ಆದರೆ ಅದಕ್ಕೆ ಸಿದ್ಧವಾಗಿ ಸಿಕ್ಕುವ ಹೆಂಗಸೂ ಅಪರೂಪ, ಅಲ್ಲದೆ ಹಾಗೆಂದು ಅಕ್ಕ ಪಕ್ಕದವರಿಂದ ಸಾಕ್ಷಿ ಕೂಡಿಸಿ ಅವಿಚ್ಛೇದಿತ ಹೆಂಡತಿಯು ಮುಕದ್ದಮೆ ಹೂಡಬಹುದು ಎಂದು ಅದೇ ಲಾಯರು ಎಚ್ಚರಿಸಿದುದರಿಂದ ಅವನು ಆ ವಿಚಾರವನ್ನೂ ಕೈಬಿಟ್ಟ. ಒಮ್ಮೊಮ್ಮೆ ಯಾವ ಖಾಯಂ ಸ್ನೇಹವೂ ಇಲ್ಲದ ಸಂಬಂಧ ಮಾಡುವ ಅಥವಾ ಬೆಲೆವೆಣ್ಣನ್ನು ಕರೆಸಿಕೊಳ್ಳುವ ಆಶೆಯೂ ಆಗುತ್ತಿತ್ತು. ಆದರೆ ಯಾಕೋ ಅದು ತನ್ನ ಸಂಸ್ಕಾರಕ್ಕೆ ಒಗ್ಗುವ ಪರಿಯಲ್ಲವೆಂದು ಅಷ್ಟಕ್ಕೇ ಚಿವುಟಿಹಾಕುತ್ತಿದ್ದ. ವಿದೇಶ ಪ್ರವಾಸ ಹೋದಾಗ ಕೂಡ ನಿರ್ಭಯದಿಂದ ಕಾನೂನು ಬದ್ಧವಾಗಿಯೇ ಒಂದೆರಡು ದಿನ ಕರೆವೆಣ್ಣಿನೊಡನೆ ಸುಖಿಸಬಹುದೆಂಬ ವಿಚಾರ ಬಂದರೂ ಅದು ಮನಸ್ಸಿನಿಂದ ಕ್ರಿಯೆಗೆ ಇಳಿಯುವಷ್ಟರಲ್ಲಿ ಅಸಹ್ಯವಾಗಿ ಸುಮ್ಮನಿದ್ದುಬಿಡುತ್ತಿದ್ದ.

ಪಾಪುವಿನಿಂದ ಇಳಾಳ ಬಾಯ್‌ಫ್ರೆಂಡ್ ಸಂಬಂಧ, ಸ್ಥಳಗಳ ವಿವರಗಳನ್ನು ಕೇಳಿದ ಮೇಲೆ, ಇತ್ತೀಚೆಗೆ ರಾಜಕಾರಣಿಗಳ ಮೇಲೆ ಗುಪ್ತ ಪತ್ರಕರ್ತರು ಟೆಲಿಕ್ಯಾಮರಾ ಬೇಹುಗಾರಿಕೆ ನಡೆಸುವುದನ್ನು ಪತ್ರಿಕೆ ಮತ್ತು ಟಿ.ವಿ.ಗಳಲ್ಲಿ ನೋಡಿ ತಿಳಿದಿದ್ದ ತಂತ್ರವನ್ನು ಅವಳ ಮೇಲೆ ಯಾಕೆ ಬಳಸಬಾರದೆಂಬ ಯೋಜನೆ ಹೊಳೆಯಿತು. ಅಳೆದೂ ಸುರಿದೂ ತಿಂಗಳುಗಳನ್ನು ಕಳೆದ ನಂತರ ಭಾರತದ ದೊಡ್ಡ ಊರುಗಳಲ್ಲೆಲ್ಲ ಶಾಖೆಗಳಿರುವ ಪತ್ತೇದಾರಿ ಕಂಪನಿಯ ದಿಲ್ಲಿಯ ಕೇಂದ್ರ ಕಛೇರಿಯನ್ನೇ ಸಂಪರ್ಕಿಸಿ ವಿವರಗಳನ್ನು ಕೊಟ್ಟು ಐದುಲಕ್ಷ ರೂಪಾಯಿಗೆ ವ್ಯವಹಾರವನ್ನು ವಹಿಸಿದ.

ತಾನು ನಿರೀಕ್ಷಿಸಿದಂತೆ ಅವಳಿಂದಲೇ ಫೋನು ಬಂದು ಬೆಂಗಳೂರಿನಲ್ಲಿ ತಾನು ನಿಶ್ಚಯಿಸಿದ ಶೇಷಾದ್ರಿಪುರದ ದೊರೆಸ್ವಾಮಿ ವಕೀಲರ ಕಛೇರಿಗೆ ಅವಳೇ ಬಂದು ವಿಚ್ಛೇದನದ ಜಂಟಿ ಅರ್ಜಿಗೆ ರುಜು ಮಾಡಿ ಕೋರ್ಟಿಗೂ ಹಾಜರಾಗಿ ಹೇಳಿಕೆ ಕೊಟ್ಟು ಹದಿನೈದು ದಿನದಲ್ಲಿ ವಿಚ್ಛೇದನ ಸಿಕ್ಕಿದಾಗ ಅವನಿಗೆ ಭೂಮಿ ಆಕಾಶಗಳನ್ನೆಲ್ಲ ಗೆದ್ದಷ್ಟು ಖುಷಿಯಾಯಿತು. ಹಿಂತಿರುಗಿ ಅವಳ ಕಡೆಗೆ ದೃಷ್ಟಿ ಹಾಯಿಸದೆ ನ್ಯಾಯಾಧೀಶರ ಛೇಂಬರಿನಿಂದ ಹೊರಗೆ ಬಂದು ಕಂಪನಿಯ ಕಾರು ಹತ್ತಿ ಪಾಪುವನ್ನು ನೋಡಲು ಹೋಗಿ, ಇದು ಯಾವ ಸಂತೋಷದ ಸಂಗತಿ ಅಂತ, ಪಾಪುವಿಗೂ ಹೇಳದೆ ಅವಳನ್ನೂ ಸತೀಶನನ್ನೂ ಕರೆದು ಕೊಂಡು ಊಟಕ್ಕೆ ಹೋಟೆಲಿಗೆ ಹೋದ.

ವಿಚ್ಛೇದನ ಸಿಕ್ಕಿತು. ಅವಳಿಗೆ ಮೂರು ಕಾಸನ್ನು ಕೊಡುವ ಜವಾಬ್ದಾರಿಯೂ ಇಲ್ಲ. ಒಂದು ವಾರ ಖುಷಿಯನ್ನು ಅನುಭವಿಸಿದ ನಂತರ ಮನಸ್ಸು ಖಿನ್ನವಾಯಿತು. ಈಗ ಮದುವೆಯಾಗಲು ಯಾವ ಅಡ್ಡಿ ಆತಂಕವೂ ಇಲ್ಲ. ಐವತ್ತಮೂರು ವರ್ಷವಾಗಿದ್ದರೂ ತನ್ನ ಆರೋಗ್ಯ, ಮೈಕಟ್ಟು, ಮುಖಲಕ್ಷಣ, ದಟ್ಟ ತಲೆಕೂದಲು, ಎಲ್ಲಕ್ಕಿಂತ ಹೆಚ್ಚಾಗಿ ಸದ್ಯ ದಲ್ಲೇ ಜಿನಿವಾಕ್ಕೆ ಹೋಗಿ ಜಾಗತಿಕ ಕಂಪನಿಯ ಮುಖ್ಯಸ್ಥನಾಗಿ ವಹಿಸಿಕೊಳ್ಳುವ ಹುದ್ದೆಗಳಿಂದ ಮೂವತ್ತೈದು ನಲವತ್ತರ ಅಂತರದ ಸುಂದರಳೂ ಸುಷ್ಠ ಮೈಕಟ್ಟಿನವಳೂ ವಿದ್ಯಾವಂತೆಯೂ ಆದ ಕುಮಾರಿಯೋ, ವಿಧವೆಯೋ ಅಥವಾ ನನ್ನಂತೆಯೇ ವಿಚ್ಛೇದಿತಳೋ ಆದವಳು ಸಿಕ್ಕುವುದೇನೂ ಕಷ್ಟವಿಲ್ಲವೆಂಬ ಭರವಸೆ ಇದ್ದರೂ ಯಾಕೋ ಮರುಮದುವೆಯ ತಂಟೆ ಬೇಡವೆನ್ನಿಸುತ್ತಿದೆ. ಈಗಿರುವುದೇ ಸಾಕು. ಕಂಪನಿಯ ಹುದ್ದೆ, ಭೋಗದ ಮನೆ, ಆಳುಕಾಳು ಗಳು, ಡ್ರೈವರ್, ಅಧಿಕಾರ, ರಾಶಿ ಸಂಬಳ ಸಾರಿಗೆ ಮತ್ತೇನೂ ಬೇಡ. ಹೆಂಗಸಿಲ್ಲದಿದ್ದರೂ ಮನುಷ್ಯ ಸುಖವಾಗಿರುಕ್ಕೆ ಸಾಧ್ಯವಿಲ್ಲವೇ? ಊರಿನಲ್ಲಿ ಎಲ್ಲ ಸುಖವಾಗಿದ್ದಾರೆ. ಸತೀಶ ಒಳ್ಳೆ ಕೆಲಸದಲ್ಲಿದಾನೆ. ಮುಂದೆಯೂ ಓದಿಸುತೀನಿ ಅಂದರೆ ಅವನೇ ಬೇಡ ಅಂದ. ಪಾಪುವಿನ ವಿದ್ಯಾಭ್ಯಾಸ, ಅವಳು ಎಲ್ಲಿಯ ತನಕ, ಯಾವ ದೇಶದಲ್ಲಿ ಬೇಕಾದರೂ ಓದಲಿ. ಇನ್ನು ಹೆಚ್ಚಿನ ಕರ್ತವ್ಯವಿಲ್ಲ. ಮುಪ್ಪಿನ ನಂತರ ಉಳಿಯುವ ರಾಶಿ ಹಣವನ್ನು ಯಾವುದಾದರೂ ಧರ್ಮಕಾರ್ಯಕ್ಕೆ, ಏಡ್ಸ್ ನಿವಾರಣೆಗೋ, ಕ್ಷಯ ನಿವಾರಣೆಗೋ, ಬಳಸುವ ವ್ಯವಸ್ಥೆ ಮಾಡಿದರೆ ಸಾಕು. ಹುದ್ದೆಯನ್ನನುಭವಿಸಿ ಕಂಪನಿಯನ್ನು ಬೆಳೆಸುವುದರಲ್ಲೂ ತೃಪ್ತಿ ಇರುತ್ತೆ, ಎಂಬ ಆಲೋಚನೆಗಳಲ್ಲಿ ಮನಸ್ಸಿಗೆ ಸಮಾಧಾನ ಕಾಣತೊಡಗಿತು.

ಅಧ್ಯಾಯ ೨೧

೧

ಇಷ್ಟು ದೊಡ್ಡ ಮನೆ. ಒಂದು ಸಲ ಗುಡಿಸೂ ಹೊತ್ತಿಗೆ ಸೊಂಟ ಬಿದ್ದುಹೋಗುತ್ತೆ. ಒರೆಸೂದಂತೂ ಸಾಧ್ಯವೇ ಇಲ್ಲ. ಒರೆಸದೆ ಇದ್ದರೆ ನೆಲ ಕರೆಗಟ್ಟುತ್ತೆ. ಅವಳ ಸೊಕ್ಕು ಎಷ್ಟು! 'ಕರದು ಕ್ಯಲಸ ಮಾಡಿಸ್ಕಳೋರು ನಿನ್ನಂಥ ಸಾವರ ಮನೆ ಐತೆ. ನನ್ನ ಸಂಬಳ ಕೊಟ್ಟುಬುಡು. ಈಗಲೇ ಓಯ್ತೀನಿ.' ಅನ್ನೂದ? 'ನನ್ನ ಮಗನಿಗೆ ಪೆಟ್ಟು ಹಾಕಾಕೆ ನೀನೇನು ಹೆತ್ತಿದ್ದೆ ಏನೆ?' ಅಂದಳಲ್ಲ, ಏಕವಚನದಲ್ಲಿ! ನಾನು ಕೈ ಎತ್ತಬಾರದಿತ್ತು. ಕೋಪ ತಡೆಯುಕ್ಕೆ ಆಗಲಿಲ್ಲ. ಎಂಥ ಹೀನಮಾತು! ಕೂಲಿಯೋರ ಮಕ್ಕಳ ಸಂಸ್ಕೃತಿಯೇ ಕೀಳು. ನನ್ನ ಮಗೂನ ಮನಸ್ಸಿಗೆ ಕೊರಗು ಹತ್ತಿಸುವಂಥ ಮಾತು, ಥೂ, ಆ ಶಬ್ದ ಹಾಸನದಲ್ಲಿ ತರ ಕಾರಿ ಮಾರುವ ಜನಗಳು ಆಡಿಕೊಂಡದ್ದನ್ನು ಕೇಳಿದ್ದೆ. ನಿಘಂಟುವಿನಲ್ಲಿ ಕೂಡ ಸೇರಿಸುಕ್ಕೆ ಲಾಯಖ್ ಅಲ್ಲದ್ದು. ಆ ದರ್ಜೆಯ ಹತ್ತು ವರ್ಷದ ಹುಡುಗರಿಗೆ ಎಷ್ಟು ಸಲೀಸಾಗಿ ಬಂದಿರುತ್ತೆ! ನಾನು ಮನೇಲಿಲ್ಲದೆ ಇರುವಾಗ ತೇಜುವಿಗೆ ಹೇಳಿದನಂತೆ: 'ನೀನು ಹಾದರಕ್ಕೆ ಉಟ್ಟಿದೋನಂತೆ ಕಣೊ.' 'ಏನು ಹಂಗಂದರೆ?' 'ಅಪ್ಪ ಅಲ್ಲದೆ ಇನ್ಯಾವನೋ ನಿಮ್ಮಮ್ಮನ ತಾವ ಮನೀಕಂಡು ಹಿಂಗ್ ಹಿಂಗ್ ಮಾಡಿ ನಿಮ್ಮವ್ವ ಬಸರಾಗಿ ನಿನ್ನ ಎತ್ತಳಂತೆ. ಅವತ್ತು ಒಬ್ಬ ಬಿಳಿ ತಲೆ ಅಜ್ಜಿ ನಿಮ್ಮ ಮನೆಗೆ ಬಂದು ನಿಮ್ಮವ್ವನ ಕೈಲಿ ಏಳ್ತು. ನಾನೇ ಕೇಳಿಸ್‌ಕಂಡೆ.' ಪಾಪ, ಉತ್ತಮ ಸಂಸ್ಕೃತಿಯ ತೇಜುವಿಗೆ ಅರ್ಥವಾಗದೆ, 'ಏನೋ ಹಂಗಂದ್ರೆ?' ಅಂತ ಮತ್ತೆ ಕೇಳಿತಂತೆ. ಹಿಂಗ್ ಹಿಂಗ್ ಅಂದ್ರೆ ಹಿಂಗ್ ಹಿಂಗೆ ನಿಮ್ಮವ್ವ ಅಂತ, ಥೂ ಅಷ್ಟು ಚಿಕ್ಕಹುಡುಗನಿಗೆ ಅದೆಲ್ಲ ಹ್ಯಾಗೆ ಗೊತ್ತಿರುತ್ತೆ? ಮಗು ಮನಸ್ಸಿಗೆ ಕೊರಗು ಹತ್ತಿಸಿಕೊಂಡಿತು. ಊಟ ತಿಂಡಿಯಲ್ಲಿ ರುಚಿ ಕಳೆದುಕೊಂಡಿತು. ಮಧ್ಯರಾತ್ರಿ ಬೆಚ್ಚಿ ಎಚ್ಚರವಾಗಿ ಎದ್ದು ಕೂರುವುದು, ಕಿಟಾರನೆ ಕಿರುಚಿಕೊಳ್ಳುವುದು. ಯಾಕೆ ಪುಟ್ಟ? ಅಂತ ತಬ್ಬಿ ಸಮಾಧಾನ ಮಾಡಿದರೆ ಏನೂ ಇಲ್ಲ ಅನ್ನುವುದು. ಒಂದು ದಿನ ಅದೇ, 'ಅಮ್ಮಾ ನನ್ನ ಅಪ್ಪ ಯಾರು? ನನ್ನ ಶಾಲೇಲಿ ಎಲ್ಲರಿಗೂ ಅಪ್ಪ ಇದಾರೆ. ನಂಗೆ ಯಾಕೆ ಇಲ್ಲ?' ಅವರು ಸತ್ತುಹೋದರು ಅಂತ ಹೇಳಿಬಿಡಲೇ, ಎಂಬ ಪರಿಹಾರ ತೋರಿದರೂ ಒಂದಲ್ಲ ಒಂದು ದಿನ ಗೊತ್ತಾಗುತ್ತೆ. ಅಮ್ಮ, ಯಾಕೆ ಸುಳ್ಳು ಹೇಳಿದೆ? ಅನ್ನುವ ಪ್ರಶ್ನೆ ಎದುರಿಸಬೇಕಾಗುತ್ತೆ,

ಎಂದುಕೊಂಡು ನಮಗೆ ಡೈವೋರ್ಸ್ ಆಗಿದೆ ಪುಟ್ಟ ಎಂದೆ. ಏನು ಹಾಗಂದರೆ? ಹಾಗಂದರೆ ಅವರು ಕೆಟ್ಟೋರು, ನಿಮ್ಮಮ್ಮನ್ನ ಹೊಡೀತಿದ್ದರು, ನಿನ್ನ ಕಂಡರೆ ಪ್ರೀತಿ ಇರಲಿಲ್ಲ. ಸುಮ್ಮನಾಯಿತು. ಆದರೆ ಇನ್ನೊಂದು ದಿನ ಹಾದರ ಅಂದರೆ ಏನಮ್ಮ? ಎಂದಿತು. ಯಾರೋ ನಿಂಗೆ ಇದೆಲ್ಲ ಹೇಳಿಕೊಡೋರು, ಕೆಟ್ಟ ಮಾತು ಎಂದು ಗದರಿಕೊಂಡದ್ದಕ್ಕೆ ನಾನು ಹಾದರಕ್ಕೆ ಹುಟ್ಟಿದೆನೆ? ನಮ್ಮಪ್ಪ ಒಳ್ಳೇರೇ ಅಂತೆ ಎಂದಿತು. ಯಾರು ಹೇಳ್ಕೊಡ್ತಿರೋರು? ಸಿಟ್ಟು ತಡೆಯಲಿಲ್ಲ. ತೇಜುವಿಗೆ ಪಟಪಟನೆ ನಾಲ್ಕು ಬಾರಿಸಿ ಯಾರೋ ನಿಂಗೆ ಇಂಥ ಕೆಟ್ಟ ಮಾತೆಲ್ಲ ಹೇಳ್ಕೊಡ್ತಿರೋರು? ಅಂದದ್ದಕ್ಕೆ ಮಾಲಿಂಗು, ಚನ್ನವ್ವನ ಮಗ, ಅಂತು. ನನ್ನ ಮಗೂಗೆ ದಿನಾ ಒಂದೊಂದು ಸುಳ್ಳು ಹೇಳಿಕೊಟ್ಟು ಮನಸ್ಸು ಕೆಡಿಸೂ ಕೇಡಿಗ ಮುಂಡೇದುಕ್ಕೆ ಬುದ್ಧಿ ಕಲಿಸದಿದ್ದರೆ ನಾನು ಹೆಣ್ಣೇ ಅಲ್ಲ ಎಂಬ ನಿಶ್ಚಯ ಮಾಡಿಕೊಂಡೆ. ಸಿಟ್ಟು ಗಳಿಗೆ ಗಳಿಗೆಗೂ ಏರುತ್ತಿತ್ತು. ನಾಳೆ ಬೆಳಗ್ಗೆ ಚನ್ನವ್ವ ಕೆಲಸಕ್ಕೆ ಬಂದಾಗ ಬೆಳಗಿನ ತಿಂಡಿಯ ಆಸೆಗೆ ಜೊತೆಯಲ್ಲಿ ಬಂದ ಅವನನ್ನು ಕರೆದು ಏನೋ ನಮ್ಮ ತೇಜುವಿಗೆ ಕೆಟ್ಟ ಕೆಟ್ಟ ಮಾತು ಹೇಳಿದೀಯ? ಅಂತ ಎಡರಟ್ಟೆ ಹಿಡಕಂಡು ಕೇಳಿದ್ದಕ್ಕೆ ಅವನು ಪ್ರಪಂಚನೇ ಬಿದ್ದು ಹೋದ ಹಾಗೆ ಗಟ್ಟಿಯಾಗಿ ಅಯ್ಯಯ್ಯವ್ವೋ ಅಂತ ಕಿರುಚಿ ಬಲಗೈಯಿಂದ ಲಬೋ ಲಬೋ ಅಂತ ಬಾಯಿಬಡಕಂಡ ಸದ್ದಿಗೆ ಚನ್ನವ್ವ ಓಡಿ ಬಂದು ನಿನ್ನ ಮಗ ಇಂಥ ಮಾತು ಹೇಳಿಕೊಡಭೌದಾ ಏನೂ ತಿಳಿಯದ ನನ್ನ ಕಂದನಿಗೆ ಅಂತ ನ್ಯಾಯ ಒಪ್ಪಿಸುಕ್ಕೆ ಹೋದರೆ ನನ್ನ ಉಡುಗುಂಗೆ ಹ್ವಡಿಯಾಕೆ ನಿಂಗೇನವ್ವ ಅದಿಕಾರ, ಬುಡುಕೈಯ ಅಂತ ಸವಾಲು ಹಾಕಿ ಕೂಲಿ ಹೆಂಗಸಿಗೆ ಎಷ್ಟು ಸೊಕ್ಕು ಅವನು ನನ್ನ ಮಗೂನ ಹಾದರಕ್ಕೆ ಹುಟ್ಟಿದ್ದು ಅಂತ ಹೇಳಿಕೊಡಭೌದಾ ಹೇಳು ಅಂತ ಮತ್ತೆ ಕೇಳಿದ್ದಕ್ಕೆ ಆದರಕ್ಕೆ ಉಟ್ಟಿದ್ದೋ ಅಪ್ಪಗೆ ಉಟ್ಟಿದ್ದೋ ಬಸರಾಗಿ ಎತ್ತೋಳಿಗೆ ಗೊತ್ತು, ನನ್ನೇನವ್ವ ಕೇಳ್ತಿ? ಜನವೆಲ್ಲ ಮಾತಾಡ್ಕಳಾದ ನನ್ನ ಉಡುಗನೂ ಅಂದೈತೆ, ಏಯ್ ಇನ್‌ಮ್ಯಾಲೆ ಅಂಗನ್ನಬ್ಯಾಡ ಕಣ್ಲಾ ಎಂದು ಹಾಗಾದರೆ ನೀನೂ ಆ ಮಾತು ಅಂತೀಯ? ಈಗ ಅಂದೆಯಲ, ನಿನ್ನ ಏನ್‌ಮಾಡ್ತೀನಿ ನೋಡು ಅಂತ ಅವಳ ಮೇಲೆ ಕೈ ಎತ್ತಿದೆ. ನನಗೆ ಇತ್ತೀಚೆಗೆ ತುಂಬ ಕೋಪ ಬರ್ತಿದೆ, ತಡಕಳುಕ್ಕಾಗದಷ್ಟು, ನನ್ನೇ ಹ್ವಡೀತೀಯಾ? ನನ್ನ್ ಮ್ಯಾಲೆ ಕೈ ಮಾಡಾಕ್ ಬಂದರೆ ನನ್ನ ಗಂಡ ಸುಮ್ಕಿರ್ತಾನೆ ಅಂತ ತಿಳಕಂಡಿಯಾ? ನಿನ್ನ್ ಶಾಲೆ ಕಿತ್ತಿ ರವಿಕೆ ಹರ್ದು ಬುದ್ದಿ ಕಲುಸ್ತಾನೆ, ಏನಂತ ತಿಳಕಂಡಿ ಅವನು ಕಲ್ಲಳ್ಳಿ ಗಂಡು, ಆ ಹಾದರಗಿತ್ತಿ ಮನೆ ಕ್ಯಲಸ ಬ್ಯಾಡ ಅಂತ ಅವನು ಒಂದು ವರ್ಸದ ಹಿಂದೆಯೇ ಏಳಿದ್ದ. ನಮ್ಮ್ ಬಿಗಿ ನಮ್ಮ್ ಕೈಲಿದ್ದರೆ ಯಾವ ಆದರಗಿತ್ತಿ ಏನು ಮಾಡಿಯಾಳು ಅಂತ ನಾನು ಬತ್ತಿದ್ದೆ. ಈಗಲೂ ನಂದು ಈ ತಿಂಗಳ ಸಂಬಳ ಬಿಸಾಕು, ನಾ ಓಯ್ತೀನಿ. ನನ್ನ ನಾಲಗೆ ಉಡುಗಿ ಹೋಗಿತ್ತು. ಮೈ ಕೈ ನಡುಗುತ್ತಿತ್ತು. ತಲೆ ಸುತ್ತುತ್ತಿತ್ತು. ಇವಳಿಂದ ಬಿಡುಗಡೆ ಹೊಂದಲು ಬೇರೆ ದಾರಿ ಇಲ್ಲ. ಶಕ್ತಿಯನ್ನು ರೂಢಿಸಿಕೊಂಡು ದಢದಢನೆ ರೂಮಿಗೆ ನಡೆದು, ಸದ್ಯ! ನಡೆಯುವಾಗ ತೋಲನ ತಪ್ಪಿ ಬೀಳಲಿಲ್ಲ, ಬೀರುವಿನ ಬಾಗಿಲು ತೆಗೆದು ಸರಿಯಾಗಿ ಎಣಿಸಲೂ ಇಲ್ಲ ಆ ತಿಂಗಳ ಸಂಬಳ ಪೂರ್ತಿ ತೆಗೆದು ಹಿಂತಿರುಗಿ ಅವಳ ಮುಂದೆ

ಎಸೆದು ತಗಂಡು ಹೋಗು ಎಂದರೆ ಬಿಸಾಕಿದ್ದ ಎತ್ಕಳಾಕ್ ನಾನೇನು ತಿರುಪೆಯೋಳಾ? ನೀನೇ ಬಗ್ಗಿ ಎತ್ತಿಕೊಡೇ ಗರತಿ ಎಂದಾಗ ಬೇರೆ ದಾರಿ ಇಲ್ಲದೆ ನಾನೇ ಬಾಗಿ ನೋಟುಗಳನ್ನು ಬಾಚಿ ಜೋಡಿಸಿ ಅವಳ ಮುಂದೆ ಹಿಡಿದು ಅವಳು ಸರಕ್ಕನೆ ಕಿತ್ತುಕೊಂಡು ತನ್ನ ಮಗನ ಕೈಹಿಡಿದು ಹೊರಟುಹೋದರೂ ನನ್ನ ತಲೆ ಶೂನ್ಯವಾಗಿ ಇಷ್ಟು ದೊಡ್ಡ ಮನೆ ಒಂದು ಸಲ ಗುಡಿಸಬೇಕಾದರೂ ಸೊಂಟ ಬಿದ್ದುಹೋಗುತ್ತೆ. ಬೇರೆ ಯಾವಳೂ ಸಿಕ್ಕದೆ ಮುಂಡೇವು ಎಲ್ಲ ಒಕ್ಕಟ್ಟು ಒಬ್ಬರಿಗೊಬ್ಬರು ಮಾತಾಡ್ಕಂಡಿರ್ತಾವೆ, ಒಬ್ಬಳು ಬಿಟ್ಟ ಮನೆ ಇನ್ನೊಬ್ಬಳು ಮಾಡುಲ್ಲ, ಒಬ್ಬಳು ಚಾಡಿ ಹೇಳಿಬಿಟ್ಟರೆ ಇನ್ನೊಬ್ಬಳು ಹತ್ತಿರ ಬರುಲ್ಲ ಲೇಬರ್ ಕ್ಲಾಸೇ ಹಾಗೆ ಯುನೈಟೆಡ್ ಎಂದುಕೊಳ್ಳುತ್ತಿರುವಾಗ ಅಡುಗೆಯ ಹೆಂಗಸೂ ಅಮ್ಮ ನನಗೆ ನಾಳೆಯಿಂದ ಬರುಕ್ಕಾಗುಲ್ಲ, ನನ್ನ ಮಗಳು ಹೆರಿಗೆಗೆ ಬಂದಿದಾಳೆ, ಇವಳೂ ಕಸಮುಸುರೆಯೋರ ಗುಂಪಿಗೆ ಸೇರ್ಕಂಡಿದಾಳೆ. ಇವಳ ಹತ್ತಿರ ಗ್ವಾಗರಿಯಬೇಕಾ? ಆತ್ಮಗೌರವವಿಲ್ಲವಾ ನನಗೆ? ಕಾಸು ಬಿಸಾಕಿದರೆ ಇನ್ನೊಬ್ಬಳು ಸಿಕ್ಕುಲ್ಲವಾ? ಮೆಸ್‌ನಿಂದ ತರಿಸಿದರೆ ಆಗುಲ್ಲವಾ? ಅಮ್ಮನ್ನ ಇಲ್ಲೇ ಕರೆಸಿದರೆ ಹ್ಯಾಗೆ? ನನ್ನ ಸ್ವಾತಂತ್ರ್ಯ, ನನ್ನ ಪ್ರೈವೆಸಿ, ಎಂಬ ಅಡಚಣೆ.

೨

ಶಾಲೆಯಿಂದ ಬಂದ ತೇಜು ಮತ್ತೊಂದು ಆಪಾದನೆ ತಂದ. ಶಾಲೆಯ ಪೋಷಕರ ದಿನಾಚರಣೆಯ ದಿನ ನೀನು ನಿಮ್ಮಪ್ಪನ್ನ ಯಾಕೆ ಕರಕಂಡು ಬರುಲ್ಲ ಅಂತ ನನ್ನ ಜೊತೆಯೋರೆಲ್ಲ ಕೇಳ್ತಾರೆ. ನಮ್ಮಮ್ಮನಿಗೆ ಡೈವೋರ್ಸ್ ಆಗಿದೆ ಅಂದೆ. ಅವರೆಲ್ಲ ಕೇಕೆಹಾಕ್ಕಂಡು ನಕ್ಕರು. ನವೀನ, 'ಅವರು ನಿಮ್ಮಮ್ಮನ್ನ ಡೈವರ್ಸ್ ಮಾಡಿರಭೌದು. ನಿನ್ನೂ ಮಾಡಿದಾರೇನೊ? ಹಾಗಾದರೆ ನೀನು ಅವರ ಮಗನೇ ಅಲ್ವೇನೋ?' ಅಂದ. ತೇಜುವಿನ ಮುಖದಲ್ಲಿ ಕೋಪದ ಜೊತೆಗೆ ಅಸಹಾಯಕತೆಯಲ್ಲದೆ ತುಸು ಅಳುವೂ ಇತ್ತು.

'ನಾನು ಬರ್ತೀನಿ ತಡಿ ನಿನ್ನ ಶಾಲೆಗೆ. ಆ ನವೀನನಿಗೆ ಹಿಡಕಂಡು ಎರಡು ಬಾರುಸ್ತೀನಿ. ನಿಮ್ಮ ಹೆಡ್ಮಾಷ್ಟರಿಗೆ ಹೇಳಿ,' ಎಂದಳು.

'ಹಾಗೆ ಮಾಡಿದರೆ ಎಲ್ಲ ನನ್ನ ಜೊತೆ ಬಿಡ್ತಾರೆ. ನಮ್ಮಪ್ಪ ನನ್ನನ್ನೂ ಡೈವರ್ಸ್ ಮಾಡಿದಾರಾ ಹೇಳು.' ಎಂದು ಮುಂದುವರೆಸಿದ.

ಈ ಸಮಸ್ಯೆಯನ್ನು ನೇರವಾಗಿ ಬಗೆಹರಿಸಿಬಿಡಬೇಕು ಎಂಬ ಧೈರ್ಯದ ನಿಶ್ಚಯ ಅವಳಲ್ಲಿ ಹುಟ್ಟಿತು. ಗಂಡಹೆಂಡತಿಯರಲ್ಲಿ ಹೊಂದದೆ ಇರಬಹುದು. ಆದರೆ ಮಕ್ಕಳನ್ನು ಪ್ರತ್ಯೇಕವಾಗಿ ಭೇಟಿ ಮಾಡಿ ತಾಯಿತಂದೆಯರಲ್ಲಿ ಅವರಿಗೆ ಅಗೌರವ ಅಸಮಾಧಾನ ಹುಟ್ಟದ ರೀತಿಯಲ್ಲಿ ಮಾತನಾಡಿ ಕಳಿಸುವ ಸಂಸ್ಕೃತಿ ಪಶ್ಚಿಮ ದೇಶಗಳಲ್ಲಿ ಚಾಲ್ತಿಯಲ್ಲಿದೆ ಎಂದು ತಾನು ಓದಿದ್ದ, ಮಹಿಳಾ ಸಂಘಟನೆಗಳಲ್ಲಿ ಮಾತನಾಡುತ್ತಿದ್ದ ಅಂಶ ತನಗೆ ತಿಳಿಯದುದೇನಲ್ಲ. ಅವನಿಗೂ ತಿಳಿದಿದೆ. ಆದರೆ ತನ್ನ ಪಾಲಿನ ಕರ್ತವ್ಯಕ್ಕೆ ಅವನು ಭ್ರಷ್ಟ

ನಾಗಿದ್ದಾನೆ. ವಿಚ್ಛೇದನವಾದ ಮೇಲೆ ಪರಸ್ಪರ ಸಂಬಂಧವಿಲ್ಲ. ಇಲ್ಲದಿರುವುದೇ ನಿರಾಳ. ಆದರೆ ತನ್ನ ಮಗನಿಗೆ ತಾನು ಸಲ್ಲಿಸಬೇಕಾದ ಕರ್ತವ್ಯವೂ ಇಲ್ಲವೆಂಬಂತೆ ಇರುವುದು ಬೇಜವಾಬ್ದಾರಿಯ ಪರಮಾವಧಿ. ಅವನನ್ನು ಎದುರಾ ಎದುರು ಸಂಧಿಸಿ ಕೇಳಬೇಕು. ಅಥವಾ ಚಿತ್ರಾ ಮೇಡಂ ಮೂಲಕ? ಪದೇ ಪದೇ ಅವರ ಮರೆಹೋಗುವುದು ಬೇಡ. ನನಗೆ ಸ್ವಂತ ವ್ಯಕ್ತಿತ್ವವಿಲ್ಲವೆ? ಸ್ವಂತ ಧೈರ್ಯವಿಲ್ಲವೆ? ಎಂದುಕೊಂಡಳು. ನಾಳೆಯೇ ಹೋಗಿ ಸಂಧಿಸಬೇಕು, ತೇಜುವನ್ನೂ ಜೊತೆಗೆ ಕರೆದುಕೊಂಡು. ಅವನಿಗೆ ಫ಼ೋನ್ ಇಲ್ಲ. ಈಗೆಲ್ಲ ಮೊಬೈಲ್ ಬಂದು ಡೈರೆಕ್ಟರಿಯಲ್ಲಾಗಲಿ ವಿಚಾರಣೆಯಲ್ಲಾಗಲಿ ನಂಬರ್ ಸಿಕ್ಕುಲ್ಲ. ಅವನು ಮೊಬೈಲನ್ನೂ ಇಟ್ಟುಕೊಳ್ಳದೆ ಇರಬಹುದು, ಎಂದೆಲ್ಲ ನಿಶ್ಚಯಿಸಿದಳು. ಆದರೆ ರಾತ್ರಿ ಕಳೆಯುವಷ್ಟರಲ್ಲಿ ಅಂಜಿಕೆ ಕಾಣಿಸಿತು. ಅಂಜಿಕೆಯೋ ಹಿಂಜರಿಕೆಯೋ? ಅವಳಿಗೇ ಅರ್ಥವಾಗಲಿಲ್ಲ. ಹೀಗೆ ಮೂರು ದಿನ ಕಳೆಯಿತು. ಎರಡನೇ ದಿನವೂ ತೇಜು ನಮ್ಮಪ್ಪ? ಎಂದಿತು.

ಮೂರನೆಯ ಸಂಜೆ ಅವಳು ಧೈರ್ಯ ಮಾಡಿದಳು. ಪತ್ತೇದಾರಿ ಕಂಪನಿಯು ಹೇಳಿದ ವಿಳಾಸ ಡೈರಿಯಲ್ಲಿ ಇತ್ತು. ಒಗೆದು ಇಸ್ತ್ರಿ ಮಾಡಿಸಿದ ಸಲ್ವಾರ್‌ಕಮೀಝ್ ಧರಿಸಿ ತೇಜುವಿಗೆ ಇಸ್ತ್ರಿಯಾದ ಶರಟು ನಿಕ್ಕರ್ ತೊಡಿಸಿ ಕಾರು ನಡೆಸಿಕೊಂಡು ಹೊರಟಳು. ಫ಼್ಲ್ಯಾಟು ಸುಲಭವಾಗಿ ಸಿಕ್ಕಿತು. ಚೌಕಿದಾರನನ್ನು ಕೇಳಿ ಮೆಟ್ಟಿಲು ಹತ್ತಿ ಫ಼್ಲ್ಯಾಟಿನ ಬಾಗಿಲಿನ ಸಮೀಪ ಹೋದಳು. ಬಾಗಿಲು ಮುಚ್ಚಿ ಅರ್ಧ ಅಡಿ ಮಾತ್ರ ತೆಗೆದಿತ್ತು. ಒಳಗೆ ಮಾತನಾಡು ತ್ತಿದ್ದುದು ಕೇಳಿಸುತ್ತಿತ್ತು. ಅವನದೇ ಧ್ವನಿ. ಕರ್ತವ್ಯಭ್ರಷ್ಟ, ಬೇಜವಾಬ್ದಾರ ಅಪ್ಪನದು: 'ನಚಿ, ನಿನಗೆ ಹೇಳಬೇಕು ಅಂತಿದ್ದೆ. ಸ್ವಂತ ಕಂಪನಿ ನಡೆಸಿದ ನನಗೆ ಇನ್ನು ಯಾರ ಕೈಕೆಳಗೂ ಕೆಲಸ ಮಾಡುಕ್ಕೆ ಮನಸ್ಸು ಬರುಲ್ಲ.....' ಎನ್ನುವಲ್ಲಿ ಇನ್ನೊಂದು ಧ್ವನಿ, 'ನೀನ್ಯಾಕೆ ಕೆಲಸ ಮಾಡಬೇಕು ಮಾವ, ನನಗೆ ಇಷ್ಟೊಂದು ಸಂಬಳ ಬರ್ತಿಲ್ಲವೆ? ನೀವೆಲ್ಲ ಅಲ್ಲಿಗೆ ಬಂದುಬಿಡಿ. ಅಥವಾ ಇಲ್ಲಿಗೇ ನಾನು ಪ್ರತಿ ತಿಂಗಳೂ.....' 'ಏಯ್, ಅದಲ್ಲವೋ ನಾನು ಹೇಳ್ತಿರೂದು. ನಿನಗೆ ಮೂವತ್ತೇಳು ವರ್ಷ. ಇನ್ನೂ ಬೇಕಾದಷ್ಟು ಪ್ರಾಯವಿದೆ. ಬೇರೆಯೋರಿಗೆ ದುಡಿಯೂ ಬದಲು ನಿಂದೇ ಒಂದು ಕಂಪನಿ ಶುರೂ ಮಾಡು. ನಿನಗೆ ಪರಿಣತಿ ಇರೂ ಪ್ರಾಡಕ್ಟ್‌ದು. ನಾನು ಮೇಲ್ವಿಚಾರಣೆ ಮಾಡ್ತೀನಿ. ಆ ವಿಷಯದಲ್ಲಿ ಪರಿಣತಿ ಸಂಪಾದಿಸಿಕೊಂಡು ಸಿ.ಇ.ಓ. ಕೆಲಸ ಬೇಕಾದರೂ ಮಾಡ್ತೀನಿ. ಸದ್ಯಕ್ಕೆ ಬಾಡಿಗೆ ಜಾಗ ಹಿಡಿದು ಸಣ್ಣದಾಗಿ ಆರಂಭಿಸೋಣ. ಇನ್ನು ಮೂರು ವರ್ಷಕ್ಕೆ ನಮ್ಮದೇ ಜಾಗ ಕೈಗೆ ಬರುತ್ತೆ. ರಿಸ್ಕ್ ತಗೊಳ್ಳದೆ ಮುಂದೆಬರೂದು ಹ್ಯಾಗೆ?'

ಅಷ್ಟರಲ್ಲಿ ಯಾರೋ ಎದುರಿನ ಫ಼್ಲ್ಯಾಟಿನಿಂದ ಹೊರಗೆ ಬಂದರು. ತಾನು ಇಲ್ಲಿ ಬಾಗಿಲ ಹೊರಗೆ ನಿಂತು ಕೇಳಿಸಿಕೊಳ್ಳುತ್ತಿರುವುದನ್ನು ಅವರು ನೋಡಿದರೆ! ತನಗೆ ನಾಚಿಕೆ ಎನ್ನಿಸಿತು. ಬಾಗಿಲು ನೂಕಿಕೊಂಡು ಒಳಗೆ ಹೆಜ್ಜೆ ಇಟ್ಟಳು. ಎದುರು ಬದುರಿಗೆ ಎರಡು ಬೆತ್ತದ ಕುರ್ಚಿಗಳು. ಒಂದು ಕುರ್ಚಿಯ ಮೇಲೆ ಒರಗಿ ಆರಾಮಾಸನದಲ್ಲಿ ಕುಳಿತ ಆ ಇವನು, ಮಿಸ್ಟರ್ ಜಯಕುಮಾರ ಎದುರು ಕುರ್ಚಿಯ ಮೇಲೆ ಕುಳಿತಿದ್ದ ಆ ಮೂವತ್ತೇಳು

ವರ್ಷದ ಇನ್ನೊಬ್ಬನ ಪಕ್ಕಕ್ಕೆ ಅವನ ತೊಡೆಗೆ ತನ್ನೆರಡು ಪಾದಗಳನ್ನೂ ತಗುಲಿಸಿಕೊಂಡು ಕಾಲು ಚಾಚಿ ಕುಳಿತಿದ್ದಾನೆ. ಅವನು ಇವನ ಪಾದ ಮುಟ್ಟಿಸಿಕೊಂಡು ವಿಧೇಯತೆಯೋ? ಭಕ್ತಿಯೋ? ಅಷ್ಟರಲ್ಲಿ ಒಬ್ಬಳು, ಅವಳೇ, ಇವನು ಸದಾ ಮುದ್ದಿಸುತ್ತಿದ್ದ ಪುಟ್ಟಕ್ಕ ಒಂದು ತಟ್ಟೆಯಲ್ಲಿ ಎರಡು ಕಾಫ಼ಿ ಕಪ್ಪುಗಳನ್ನಿಟ್ಟುಕೊಂಡು ಅವರಿಬ್ಬರ ಹತ್ತಿರಕ್ಕೆ, ಹೊಳೆಯುವ ಅಂಚಿನ ಕುಪ್ಪಸ, ಕೊರಳಲ್ಲಿ ಮಾಂಗಲ್ಯದ ಸರ, ಕಿವಿಗೆ ಓಲೆಗಳು, ಉದ್ದನೆಯ ಜಡೆ, ತಲೆ ತುಂಬ ಮಲ್ಲಿಗೆಯ ದಂಡೆ, ತೆಳುವಾದ ರೇಶ್ಮೆ ಸೀರೆಯ ನೆರಿಗೆಗಳೊಳಗೆ ಉಬ್ಬಿರುವ ಸುಮಾರು ಏಳು ತಿಂಗಳ ಗರ್ಭಿಣಿ ಹೊಟ್ಟೆ. ಇವನು ಅಳಿಯನಿರಬೇಕು. ತನಗೆ ಮಾತು ಹೊಳೆಯುತ್ತಿಲ್ಲ. ಮಿಸ್ಟರ್ ಜಯಕುಮಾರ ವಿಚಲಿತನಾದ. ಅವನ ಕಾಲುಗಳು ತುಸು ಚಲಿಸಿದವು. ಆದರೆ ಬೇಕೆಂದೇ ಅಳಿಯನ ಪಕ್ಕ ನೀಡಿಕೊಂಡಿದ್ದ ಪಾದಗಳನ್ನು ಹಾಗೆಯೇ ಇಟ್ಟುಕೊಂಡ.

'ಐ ಕೇಮ್ ಟು ಸ್ಪೀಕ್ ಟು ಯು,' ಮಾತು ಶುರುಮಾಡಿದಳು.

'ಮಾತೆಲ್ಲ ಕೋರ್ಟಿನಲ್ಲಿ ತೀರ್ಮಾನವಾಗಿದೆ. ಇನ್ನೇನೂ ಉಳಿದಿಲ್ಲ. ಪ್ಲೀಸ್ ಗೆಟ್ ಔಟ್,' ಅವನು ಹೇಳಿದ.

'ನನ್ನ ನಿನ್ನ ನಡುವೆ ಯಾವ ಮಾತೂ ಉಳಿದಿಲ್ಲ. ನಾನು ಬಂದಿರೂದು ನಿನ್ನ ಮಗನ ವಿಷಯ ಮಾತಾಡುಕ್ಕೆ,' ಅವಳು ನಿಂತುಕೊಂಡೇ ಮಾತನಾಡಿದಳು. ಅಲ್ಲಿ ಇನ್ನೆರಡು ಕುರ್ಚಿಗಳಿದ್ದವು. ತಾನಾಗಿಯೇ ಕುಳಿತರೆ ಕುಳಿತುಕೊಳ್ಳುಕ್ಕೆ ನಾನು ಅನುಮತಿ ಕೊಟ್ಟಿಲ್ಲ ಎಂದಾನೆಂಬ ಅಂಜಿಕೆಯಾಯಿತು.

'ಮೇಡಂ, ನನ್ನನ್ನ ಏಕವಚನದಲ್ಲಿ ಮಾತನಾಡಿಸೂ ಅಧಿಕಾರ ನಿಮಗಿಲ್ಲ. ಇದು ನನ್ನ ಮಗುವಲ್ಲ.'

'ವಾಟ್ ಡು ಯು ಮೀನ್. ಇಟ್ ಈಸ್ ಔಟ್‌ರೇಜಿಯಸ್' ಅವಳು ಧ್ವನಿ ಏರಿಸಿ ಮಾತನಾಡಿದಳು.

'ನನಗೆ ಮೊದಲು ಗೊತ್ತಿರಲಿಲ್ಲ. ಈಗ ಗೊತ್ತಾಗಿದೆ. ನನ್ನನ್ನು ಮದುವೆಗೆ ಸಿಕ್ಕಿಸಿಕೊಳ್ಳುವ ಮೊದಲು ನಿಮಗಿದ್ದ ಗೆಣೆಯ, ಆ ಸಂಬಂಧ ಆಮೇಲೂ ಮುಂದುವರೆದದ್ದು ಎಲ್ಲ ಗೊತ್ತಾಗಿದೆ. ನಾನೊಂದು ಕಂಪನಿ ಕಟ್ಟಿ ಬೆಳೆಸಿ ಅನುಭವವಿರೋನು. ನಿಮ್ಮ ಇತಿಹಾಸಾನ ಪೂರ್ತಿ ಪತ್ತೆ ಮಾಡಿಸೂದು ಏನೂ ಕಷ್ಟವಿಲ್ಲ. ನನಗೆ ಮಾಡಿರೂ ಮೋಸಕ್ಕೆ ಜೈಲು ಕಾಣಿಸ್ತೀನಿ. ನನ್ನ ಫ಼್ಯಾಕ್ಟರಿಯ ಗೇಟಿನ ಹತ್ತಿರಕ್ಕೆ ನೂರು ಜನ ಮುಗ್ಧ ಹುಡುಗೀರನ್ನ ಕರೆಕೊಂಡು ಬಂದಿದ್ದರಲ್ಲ, ನಿಮ್ಮ ವಕೀಲೆ ಮಾಲಾಕೆರೂರ್, ಅವರ ಆಫ಼ೀಸಿನ ಮುಂದೆ ನೂರು ಜನ ಪ್ರಬುದ್ಧ ಗಂಡಸರನ್ನ ಕರೆತರ್ತೀನಿ ಅಂತ ಅವರಿಗೆ ಹೇಳಿ.'

'ನೀವು ನನ್ನ ಮೇಲೆ ಬೇಕಾದ ಸೇಡು ತೀರಿಸಿಕೊಭೌದು. ಆದರೆ ನಿಮ್ಮ ಮಗುವಿಗೆ ಎಮೋಶನಲ್ ಸಪೋರ್ಟ್ ಕೊಡೂದು ತಂದೆಯಾದ ನಿಮ್ಮ ಕರ್ತವ್ಯ.'

'ಅದು ನನ್ನ ಮಗು ಅಂತ ಮೊದಲು ಸಿದ್ಧವಾಗಬೇಕು. ನಾನು ಡಿ.ಎನ್.ಎ. ಟೆಸ್ಟ್‌ಗೆ ಒಳಪಡುಕ್ಕೆ ಸಿದ್ಧ. ಅದು ನನ್ನದಲ್ಲ ಅಂತ ಆದರೆ ನೀವು ನಿಮ್ಮ ಗೆಣೆಯ ಇಬ್ಬರ

ಮೇಲೂ ಕ್ರಿಮಿನಲ್ ಮುಕದ್ದಮೆ ಹೂಡ್ತೀನಿ. ನಿಮ್ಮ ಮಾಲಾಕೆರೂರ್ ಆಗಲಿ, ಚಿತ್ರಾ ಹೊಸೂರ್ ಆಗಲಿ, ನಿಮ್ಮನ್ನ ಉಳಿಸುಕ್ಕೆ ಸಾಧ್ಯವಿಲ್ಲ.'

ಡಿ.ಎನ್.ಎ. ಟೆಸ್ಟಿಗೆ ಒಪ್ಪಲು ಅವಳಿಗೆ ಧೈರ್ಯ ಬರಲಿಲ್ಲ. ಕಣ್ಣುಗತ್ತಲೆ ಬಂದಂತಾಯಿತು. ಪ್ರಭಾಕರ ಎಕ್ಸ್‌ಪ್ಲಾಯಿಟರ್, ಪಿಗ್, ಪ್ರಭಾವಶಾಲಿ, ಹ್ಯಾಗೋ ಬಚಾವ್ ಆಗ್ತಾನೆ, ನನ್ನ ಗತಿ? ಎಂದುಕೊಳ್ಳುವಾಗ ಅವನು ಮಾತನಾಡಿದುದು ಕಿವಿಗೆ ಬಿತ್ತು: 'ಒಂದುಕೋಟಿ ರೂಪಾಯಿ, ನನ್ನ ಧರ್ಮಪತ್ನಿ ಕಟ್ಟಿಸಿದ ಅರಮನೆಯಂಥ ಮನೆ ಕೊಟ್ಟಿದೀನಿ. ಅದು ನನ್ನದೆಂಬ ಖಚಿತತೆಯೇ ಇಲ್ಲದಿರುವಾಗ ಎಮೋಶನಲ್ ಸಪೋರ್ಟಿನ ನಾಟಕಾನೂ ಆಡಬೇಕೆ? ನಾನೀಗ ಇಂಥ ಬಡತನದ ಫ್ಲ್ಯಾಟ್‌ನಲ್ಲಿದ್ದರೂ ಕೊಟ್ಟದ್ದನ್ನ ವಾಪಸು ಪಡೆಯುವ ಕ್ರಮ ಕೈಗೊಳ್ಳುಲ್ಲ. ಗೆಟ್‌ಔಟ್.'

ಅವಳಿಗೆ ಬೇರೊಂದು ವಾಕ್ಯ ಹೊಳೆಯಲಿಲ್ಲ. ಇನ್ನೊಂದು ನಿಮಿಷ ನಿಲ್ಲುವ ಶಕ್ತಿಯೂ ಇರಲಿಲ್ಲ. ಮಗನ ಕೈಹಿಡಿದು ಹೊರನಡೆದು ಮೆಟ್ಟಿಲುಗಳನ್ನು ಇಳಿಯತೊಡಗಿದಳು. ಮಗು, 'ಅವರು ನನ್ನ ಅಪ್ಪ ಅಲ್ಲವೇನಮ್ಮ?' ಎಂದು ಕೇಳಿತು.

'ಮುಚ್ಕೋ ಬಾಯಿ,' ಎಂದು ಅವಳು ಅದರ ಕೆನ್ನೆಗೆ ಬಾರಿಸಿ ದಢದಢನೆ ಮೆಟ್ಟಲುಗಳಿಂದ ಕೆಳಗೆ ಎಳೆಯತೊಡಗಿದಳು.

ಅಧ್ಯಾಯ ೨೨

ಇ-ಮೇಲ್

ಪ್ರೀತಿಯ ಅಣ್ಣಯ್ಯ,

ನೀನು ಹೈದರಾಬಾದಿಗೆ ಹೋದಾಗಿನಿಂದ ನನಗೆ ತುಂಬ ಬೇಜಾರಾಗಿದೆ. ಮೂರು ತಿಂಗಳಿಗೆ ಅಂತ ಹೇಳಿ ನಿನ್ನ ಕಂಪನಿಯವರು ಅಲ್ಲಿಗೆ ಕಳಿಸಿದ್ದಾರಲ್ಲವೆ? ಅದನ್ನೇ ಖಾಯಂ ವರ್ಗ ಅಂತ ತಿರುಗಿಸಿಬಿಟ್ಟಾರು. ಅಪ್ಪ ಜಿನಿವಾದಿಂದ ಫೋನು ಮಾಡಿದ್ದರು. ನಿನ್ನ ಹೈದರಾಬಾದಿನ ಫೋನ್ ನಂಬರನ್ನು ಅವರಿಗೆ ತಿಳಿಸು. ನಿನ್ನ ಮೊಬೈಲ್ ಅವರಿಗೆ ಸಿಕ್ಕುತ್ತಿಲ್ಲವಂತೆ.

ಎರಡು ಮುಖ್ಯ ವಿಷಯ: ನನ್ನ ಬಾಸ್ ನಚಿಕೇತ ಸರ್ ನನ್ನನ್ನು ಕಳೆದವಾರ ಅವರ ಮನೆಗೆ ಊಟಕ್ಕೆ ಕರೆದಿದ್ದರು. ಅವರ ಹೆಂಡತಿ ಒಂದು ಸಾಫ್ಟ್‌ವೇರ್ ಕಂಪನಿ ಶುರು ಮಾಡುತ್ತಾರಂತೆ. ಅವರ ಮಾವನೇ ಅದರ ಮುಖ್ಯನಿರ್ವಾಹಕರಂತೆ. ತಾಂತ್ರಿಕಾಂಶಗಳ ನಿರ್ವಹಣೆಗೆ ಒಬ್ಬ ಸಮರ್ಥ ಎಂಜಿನಿಯರ್ ಬೇಕು, ನಿಮ್ಮ ಅಣ್ಣ ಸಮರ್ಥರು ಅಂತ ಹೇಳಿದ್ದಿರಲ್ಲ, ಅವರನ್ನು ಭೇಟಿ ಮಾಡಿಸಿ. ಹೊಸ ಕಂಪನಿ. ಬೆಳೆಯಲು ತುಂಬ ಅವಕಾಶವಿರುತ್ತೆ ಅಂತ ಹೇಳಿ ಅಂದರು. ನನ್ನ ಗ್ರಹಿಕೆ ಏನೆಂದರೆ ಇವರು ಹೆಂಡತಿಯ ಹೆಸರಿನಲ್ಲಿ ಕಂಪನಿ ಆರಂಭಿಸಿ ತಾವು ಈಗಿರುವ ಹುದ್ದೆಯಲ್ಲಿ ಎರಡು ಮೂರು ವರ್ಷ ಮುಂದುವರೆಯುತ್ತಾರೆ. ಕಂಪನಿ ಚನ್ನಾಗಿ ಬೇರು ಬಿಟ್ಟಮೇಲೆ ತಾವು ರಾಜಿನಾಮೆ ಕೊಟ್ಟು ತಮ್ಮ ಕಂಪನಿಯ ಬೆಳವಳಿಗೆಗೆ ನಿಲ್ತಾರೆ. ನೀನು ಯೋಚನೆ ಮಾಡು. ನಚಿಕೇತ ಸರ್ ತುಂಬ ಒಳ್ಳೆಯವರು. ಪ್ರಾಮಾಣಿಕರು.

ಆಫೀಸಿನಲ್ಲಿ ಅವರ ನಡಾವಳಿಯನ್ನು ನಾನು ಅಲ್ಲಿಗೆ ಸೇರಿದ ಒಂದು ವರ್ಷದಿಂದ ಮೆಚ್ಚಿದ್ದೇನೆ. ಅವರ ಸಂಸಾರವನ್ನು ನೋಡಿದಮೇಲೆ ಅವರ ಬಗೆಗೆ

ಗೌರವ ಹೆಚ್ಚಾಗಿದೆ. ಅವರ ಹೆಂಡತಿ ಸೋದರಮಾವನ ಮಗಳಂತೆ. ಹತ್ತನೆಯ ವಯಸ್ಸಿನಲ್ಲಿ ಅಪಘಾತಕ್ಕೆ ಒಳಗಾಗಿ ಮೆದುಳಿನ ಒಂದು ಭಾಗಕ್ಕೆ ಪೆಟ್ಟು ಬಿದ್ದು ಆಕೆಯ ಭಾಷೆಯ ಶಕ್ತಿ ಕುಂಠಿತವಾಗಿದೆ. ಅಂದರೆ ವಿದ್ಯಾಭ್ಯಾಸವೂ ಕುಂಠಿತ. ಬುದ್ಧಿಯ ಬೆಳವಳಿಗೆಯೂ ಅಷ್ಟೆ. ಆದರೂ ಇವರು ಆಕೆಯನ್ನು ಮದುವೆಯಾಗಿ ಎಷ್ಟು ಪ್ರೀತಿಯಿಂದ ಕಾಣುತ್ತಾರೆಂಬುದನ್ನು ನೋಡಿಯೇ ತಿಳಿಯಬೇಕು. ಆಕೆ ಲಕ್ಷಣವಾದ ಹೆಂಗಸು. ಆದರೆ ವಿದ್ಯಾಬುದ್ಧಿಗಳು ಕುಂಠಿತವಾದ ಕಳೆ ಮುಖದಲ್ಲಿ ಎದ್ದು ಕಾಣುತ್ತೆ. ಆಕೆಯ ಹೆಸರಿನಲ್ಲಿ ಕಂಪನಿ ಆರಂಭಿಸುವುದೆಂದರೆ ಈಗಿರುವ ಕಂಪನಿಗೆ ತಮ್ಮ ಸ್ವಂತ ಉದ್ಯಮವನ್ನು ಮರೆಮಾಚುವುದಕ್ಕಿರಬೇಕು. ಅಥವಾ ಆಕೆಯ ಮೇಲೆ ಅತೀವ ಪ್ರೀತಿ ಇರಬೇಕು. ಅಥವಾ ಎರಡೂ ಇರಬೇಕು.

ಇನ್ನೊಂದು ವಿಷಯ: ಅವರಿಗೆ ಆರುತಿಂಗಳ ಒಂದು ಗಂಡುಮಗುವಿದೆ. ತಾಯಿಯ ಕಂಕುಳಿನಲ್ಲಿ ಅದನ್ನು ನೋಡಿದಾಗ ನನಗೆ ಮುದ್ದು ಕೃಷ್ಣನನ್ನು ನೋಡಿದಂತಾಯಿತು. ತಾಯಿಯದೇ ಮುಖಕಟ್ಟು, ಹಣೆ, ಮೂಗು, ಕಣ್ಣುಗಳು. ನನಗೆ ತಕ್ಷಣ ಎತ್ತಿಕೊಳ್ಳಬೇಕೆನ್ನಿಸಿತು. ಎರಡು ಕೈಗಳನ್ನೂ ನೀಡಿದೆ. ಅದರ ಮುಖದಲ್ಲಿ ಮೂಡಿದ ತೆಳುನಗೆಯು ಮಂದ ಬೆಳಕಿನ ಅಲೆಯಂತೆ ಎಡದಿಂದ ಬಲಕ್ಕೆ ಹರಿಯಿತು. ಬಾ ಎಂದು ನಾನು ಕರೆದೆ. ಆ ನಗೆಯು ಮತ್ತೊಮ್ಮೆ ಹರಿದು ಅದೂ ನನ್ನ ಹತ್ತಿರ ಬರುವಂತೆ ಕೈನೀಡಿತು. ಎತ್ತಿಕೊಂಡ ಮೇಲೆ ಅದರ ಮುದ್ದು ಇನ್ನಷ್ಟು ಬೆಚ್ಚಗಾಯಿತು. ತನ್ನ ಎರಡು ಕೈಗಳಿಂದಲೂ ನನ್ನ ಕುತ್ತಿಗೆಯನ್ನು ತಬ್ಬಿಕೊಂಡಿತು. ಅದನ್ನು ಎತ್ತಿಕೊಳ್ಳುವುದಕ್ಕಾಗಿಯೇ ಮತ್ತೆ ಮತ್ತೆ ಅವರ ಮನೆಗೆ ಹೋಗಬೇಕೆನ್ನಿಸುತ್ತದೆ. ಮಗುವನ್ನು ನನ್ನ ಕೈಗೆ ಕೊಟ್ಟನಂತರ ಅದರ ಅಮ್ಮನು ನಮಗೆ ಊಟಕ್ಕೆ ಅಣಿ ಮಾಡಲು ತೊಡಗಿದರು. ಗೋಡೆಯ ಮೇಲೆ ಒಬ್ಬ ಪ್ರೌಢ ಹೆಂಗಸಿನ ಫ಼ೋಟೋ ಇತ್ತು. ನೋಡಿದ ತಕ್ಷಣ ಅದು ಈಕೆಯ ತಾಯಿಯದು ಅನ್ನಿಸಿತು. ನನ್ನ ಕಣ್ಣುಗಳನ್ನು ಗಮನಿಸಿದ ನಚಿಕೇತ ಸರ್, 'ನಮ್ಮತ್ತೆಯದು' ಅಂತ ಸ್ಥಿರಪಡಿಸಿದರು.

ಅಣ್ಣಯ್ಯ, ನೀನು ನಾಲ್ಕುವರ್ಷದ ಹಿಂದೆ ಒಂದು ದಿನ ನನಗೆ ಹೇಳಿದ್ದೆ, ತಂಗಿಯ ಮದುವೆ ಮಾಡುವತನಕ ಅಣ್ಣ ಮಾಡಿಕೊಳ್ಳುವುದು ಪದ್ಧತಿಯಲ್ಲ ಅಂತ. ಈ ವಿಷಯದಲ್ಲಾದರೂ ಅಣ್ಣನ ಮಾತನ್ನು ಕೇಳಲೇಬೇಕಲ್ಲವೆ? ಆದರೆ ನಮ್ಮ ನಚಿಕೇತ ಸರ್ ತಮ್ಮ ಹೆಂಡತಿಯನ್ನು ನೋಡಿಕೊಳ್ಳುವಷ್ಟು ಪ್ರೀತಿಯಿಂದ ನನ್ನನ್ನು ಬಾಳಿಸುವಂಥ ಗಂಡು ನಿನ್ನ ಸ್ನೇಹಿತರು ಅಥವಾ ಗುರುತಿನವರಲ್ಲಿ ಯಾರಾದರೂ ಇದ್ದಾರೆಯೆ? ಯಾಕೆ ಕೇಳ್ತಿದೀನಿ ಅಂದರೆ ಈ ಕಾಲದ ಗಂಡುಗಳಿಗೆ ಪೂರ್ಣನಿಷ್ಠೆ ಇರೂದು ಅಪರೂಪ. ಪರಿಚಯವಾಗಿ ಎರಡು ದಿನ ಹೋಟೆಲಿನಲ್ಲಿ ತಿಂಡಿಗೆ ಬಂದರೆ ಮೂರನೆಯ ಸಲ ವಾರಾಂತ್ಯಕ್ಕೆ ಹೋಟೆಲಿನಲ್ಲಿ ರೂಂ

ಮಾಡೋಣ, ಚನ್ನಾಗಿರುತ್ತೆ ಅನ್ನುವಂಥ ಗಂಡುಗಳೇ ಹೆಚ್ಚಾಗ್ತಿದಾರೆ. ಹುಡುಗಿಯರೂ ಕಮ್ಮಿ ಇಲ್ಲ. ಎಚ್ಚರ ವಹಿಸಿದರೆ ಸಾಕು, ಅದರಲ್ಲೇನು ತಪ್ಪು, ಮದುವೆಯಾದ ಮೇಲೆ ಮಾಡಿದರೆ ತಪ್ಪು, ಎನ್ನುತ್ತಾರೆ. ನನ್ನ ಗಂಡಸು ಸಹೋದ್ಯೋಗಿಗಳ ಜೊತೆ ಮುಕ್ತವಾಗಿ ಮಾತುಕತೆಯಾಡಿ ಹೋಟೆಲಿನಲ್ಲಿ ಊಟ ತಿಂಡಿಗೆ ಹೋಗುಕ್ಕೆ ನನಗೆ ಅಂಜಿಕೆಯಾಗುತ್ತೆ.

ಅಲ್ಲದೆ ಹುಡುಗರೂ ಸಹ ಹುಡುಗಿಯ ತಾಯಿತಂದೆಯರ ಜೀವನವನ್ನು ವಿಚಾರಿಸುತ್ತಾರೆ. ತಾಯಿ ಇಲ್ಲದ ಹುಡುಗಿ ಅಂದರೆ ಅನುಕಂಪ ಹುಟ್ಟುತ್ತೆ. ಡೈವರ್ಸಿ ತಾಯಿ ಅಂದರೆ ಜುಗುಪ್ಸೆ ಪಡ್ತಾರೆ. ಅದರಲ್ಲೂ ಇಂಗ್ಲಂಡ್ ಅಮೆರಿಕಾಗಳ ಮುಕ್ತಜೀವನವನ್ನು ಮುಕ್ತವಾಗಿ ಬೋಧಿಸುತ್ತಾ, ಮುಕ್ತವಾಗಿ ಜೀವಿಸುವ ನನ್ನ ತಾಯಿಯ ಮಗಳು ಅಂದರೆ ಸಂಭಾವಿತನೂ ಬ್ರಹ್ಮಚರ್ಯವನ್ನು ಕಾಪಾಡಿಕೊಂಡವನೂ ಆದ ಯಾವ ಗಂಡು ಒಪ್ಪುತಾನೆ? ಆದ್ದರಿಂದ ನಿನ್ನ ಈ ತಂಗಿಗೆ ಗಂಡು ಹುಡುಕುವುದು ನಿನಗೂ ಸುಲಭವಲ್ಲ, ಅಲ್ಲವೆ?

ಇತಿ ನಮಸ್ಕಾರಗಳು.
ಪುಟ್ಟಾಣಿ.

ಭೈರಪ್ಪನವರ ಕೃತಿಗಳು

(ಪ್ರಥಮ ಮುದ್ರಣದ ಕ್ರಮದಂತೆ)

ಕಾದಂಬರಿಗಳು

ಗತಜನ್ಮ – ಮತ್ತೆರಡುಕತೆಗಳು
ಒಂಬತ್ತು ಮುದ್ರಣಗಳು: ೧೯೫೫, ೨೦೧೫, ೨೦೧೬, ೨೦೧೭, ೨೦೧೯, ೨೦೨೦, ೨೦೨೧, ೨೦೨೩, ೨೦೨೪

ಭೀಮಕಾಯ
ಹದಿಮೂರು ಮುದ್ರಣಗಳು: ೧೯೫೮, ೨೦೦೫, ೨೦೦೭, ೨೦೧೦, ೨೦೧೨, ೨೦೧೪, ೨೦೧೫, ೨೦೧೭, ೨೦೧೮, ೨೦೧೯, ೨೦೨೧, ೨೦೨೨, ೨೦೨೪

ಬೆಳಕು ಮೂಡಿತು
ನಾಲ್ಕು ಮುದ್ರಣಗಳು: ೧೯೫೯, ೨೦೨೧, ೨೦೨೨, ೨೦೨೩

ಧರ್ಮಶ್ರೀ
ಇಪ್ಪತ್‌ನಾಲ್ಕು ಮುದ್ರಣಗಳು: ೧೯೬೧, ೧೯೬೭, ೧೯೬೯, ೧೯೭೧, ೧೯೭೭, ೧೯೮೫, ೧೯೯೨, ೧೯೯೯, ೨೦೦೩, ೨೦೦೭, ೨೦೦೮, ೨೦೧೦, ೨೦೧೨, ೨೦೧೩, ೨೦೧೪, ೨೦೧೫, ೨೦೧೬, ೨೦೧೭, ೨೦೧೯, ೨೦೨೦, ೨೦೨೧, ೨೦೨೨, ೨೦೨೩, ೨೦೨೪

ದೂರ ಸರಿದರು
ಇಪ್ಪತ್ತೈದು ಮುದ್ರಣಗಳು: ೧೯೬೨, ೧೯೬೮, ೧೯೭೦, ೧೯೭೫, ೧೯೮೩, ೧೯೯೧, ೧೯೯೯, ೨೦೦೩, ೨೦೦೬, ೨೦೦೯, ೨೦೧೦, ೨೦೧೧, ೨೦೧೩, ೨೦೧೪, ೨೦೧೫, ೨೦೧೬, ೨೦೧೭, ೨೦೧೮, ೨೦೧೯, ೨೦೨೦, ೨೦೨೧, ೨೦೨೨, ೨೦೨೩, ೨೦೨೪, ೨೦೨೪

ಮತದಾನ
ಇಪ್ಪತ್ತೊಂದು ಮುದ್ರಣಗಳು: ೧೯೬೫, ೧೯೬೯, ೧೯೭೫, ೧೯೮೨, ೧೯೮೭, ೧೯೮೭, ೧೯೯೮, ೨೦೦೨, ೨೦೦೭, ೨೦೧೦, ೨೦೧೨, ೨೦೧೪, ೨೦೧೪, ೨೦೧೬, ೨೦೧೭, ೨೦೧೮, ೨೦೧೯, ೨೦೨೧, ೨೦೨೨, ೨೦೨೩, ೨೦೨೪

ವಂಶವೃಕ್ಷ
ಮೂವತ್ತೈದು ಮುದ್ರಣಗಳು: ೧೯೬೫, ೧೯೬೭, ೧೯೭೦, ೧೯೭೧, ೧೯೮೧, ೧೯೮೮, ೧೯೯೯, ೨೦೦೩, ೨೦೦೬, ೨೦೦೭, ೨೦೦೮, ೨೦೦೯, ೨೦೦೯, ೨೦೧೧, ೨೦೧೧, ೨೦೧೨, ೨೦೧೩, ೨೦೧೪, ೨೦೧೫, ೨೦೧೬, ೨೦೧೬, ೨೦೧೭, ೨೦೧೮, ೨೦೧೮, ೨೦೧೯, ೨೦೨೦, ೨೦೨೦, ೨೦೨೧, ೨೦೨೧, ೨೦೨೨, ೨೦೨೩, ೨೦೨೩, ೨೦೨೪, ೨೦೨೪, ೨೦೨೫

ಜಲಪಾತ
ಹತ್ತೊಂಬತ್ತು ಮುದ್ರಣಗಳು: ೧೯೬೭, ೧೯೬೮, ೧೯೭೩, ೧೯೮೩, ೧೯೮೭, ೧೯೯೯, ೨೦೦೩, ೨೦೦೭, ೨೦೧೦, ೨೦೧೨, ೨೦೧೪, ೨೦೧೫, ೨೦೧೭, ೨೦೧೮, ೨೦೧೯, ೨೦೨೧, ೨೦೨೨, ೨೦೨೩, ೨೦೨೪

ನಾಯಿ–ನೆರಳು
ಮೂವತ್ತೆರಡು ಮುದ್ರಣಗಳು: ೧೯೬೮, ೧೯೭೧, ೧೯೭೫, ೧೯೮೨, ೧೯೮೭, ೧೯೯೯, ೨೦೦೩, ೨೦೦೬, ೨೦೦೭, ೨೦೦೯, ೨೦೧೦, ೨೦೧೨, ೨೦೧೩, ೨೦೧೩, ೨೦೧೪, ೨೦೧೫, ೨೦೧೬, ೨೦೧೭, ೨೦೧೭, ೨೦೧೮, ೨೦೧೯, ೨೦೨೦, ೨೦೨೦, ೨೦೨೧, ೨೦೨೧, ೨೦೨೨, ೨೦೨೨, ೨೦೨೩, ೨೦೨೩, ೨೦೨೪, ೨೦೨೪, ೨೦೨೪

ತಬ್ಬಲಿಯು ನೀನಾದೆ ಮಗನೆ
ಇಪ್ಪತ್ತು ಮುದ್ರಣಗಳು: ೧೯೬೮, ೧೯೭೨, ೧೯೮೧, ೧೯೮೫, ೧೯೯೮, ೨೦೦೩, ೨೦೦೬, ೨೦೦೯, ೨೦೧೧, ೨೦೧೨, ೨೦೧೪, ೨೦೧೫, ೨೦೧೬, ೨೦೧೭, ೨೦೧೮, ೨೦೨೦, ೨೦೨೧, ೨೦೨೨, ೨೦೨೩, ೨೦೨೪

ಗೃಹಭಂಗ
ಇಪ್ಪತ್ತೊಂಬತ್ತು ಮುದ್ರಣಗಳು: ೧೯೭೦, ೧೯೭೪, ೧೯೮೪, ೧೯೯೯, ೨೦೦೧, ೨೦೦೭, ೨೦೦೮, ೨೦೦೯, ೨೦೧೦, ೨೦೧೧, ೨೦೧೧, ೨೦೧೩, ೨೦೧೪, ೨೦೧೪, ೨೦೧೫, ೨೦೧೬, ೨೦೧೭, ೨೦೧೮, ೨೦೧೮, ೨೦೧೯, ೨೦೨೦, ೨೦೨೦, ೨೦೨೧, ೨೦೨೧, ೨೦೨೨, ೨೦೨೩, ೨೦೨೩, ೨೦೨೪, ೨೦೨೪

ನಿರಾಕರಣ
ಇಪ್ಪತ್‌ನಾಲ್ಕು ಮುದ್ರಣಗಳು: ೧೯೭೧, ೧೯೭೫, ೧೯೮೨, ೧೯೮೭, ೧೯೯೯, ೨೦೦೨, ೨೦೦೫, ೨೦೦೭, ೨೦೦೯, ೨೦೧೧, ೨೦೧೩, ೨೦೧೪, ೨೦೧೪, ೨೦೧೫, ೨೦೧೭, ೨೦೧೮, ೨೦೧೯, ೨೦೨೦, ೨೦೨೧, ೨೦೨೨, ೨೦೨೨, ೨೦೨೩, ೨೦೨೪, ೨೦೨೪

ಗ್ರಹಣ

ಹದಿನೆಂಟು ಮುದ್ರಣಗಳು: ೧೯೭೨, ೧೯೮೨, ೧೯೮೭, ೧೯೯೯, ೨೦೦೨, ೨೦೦೭, ೨೦೦೮, ೨೦೧೧, ೨೦೧೨, ೨೦೧೪, ೨೦೧೫, ೨೦೧೬, ೨೦೧೮, ೨೦೧೯, ೨೦೨೦, ೨೦೨೧, ೨೦೨೨, ೨೦೨೪

ದಾಟು

ಇಪ್ಪತ್ತೇಳು ಮುದ್ರಣಗಳು: ೧೯೭೩, ೧೯೭೮, ೧೯೯೫, ೨೦೦೦, ೨೦೦೪, ೨೦೦೬, ೨೦೦೭, ೨೦೦೯, ೨೦೧೧, ೨೦೧೨, ೨೦೧೩, ೨೦೧೪, ೨೦೧೪, ೨೦೧೫, ೨೦೧೬, ೨೦೧೭, ೨೦೧೮, ೨೦೧೮, ೨೦೧೯, ೨೦೨೦, ೨೦೨೦, ೨೦೨೧, ೨೦೨೨, ೨೦೨೨, **೨೦೨೩**, ೨೦೨೪, ೨೦೨೫

ಅನ್ವೇಷಣ

ಇಪ್ಪತ್ತೆರಡು ಮುದ್ರಣಗಳು: ೧೯೭೬, ೧೯೮೧, ೧೯೮೫, ೧೯೯೭, ೨೦೦೨, ೨೦೦೬, ೨೦೦೭, ೨೦೦೯, ೨೦೧೧, ೨೦೧೩, ೨೦೧೪, ೨೦೧೫, ೨೦೧೬, ೨೦೧೭, ೨೦೧೮, ೨೦೧೯, ೨೦೨೦, ೨೦೨೧, ೨೦೨೨, ೨೦೨೩, ೨೦೨೪

ಪರ್ವ

ಮೂವತ್ತಾರು ಮುದ್ರಣ: ೧೯೭೯, ೧೯೮೧, ೧೯೮೯, ೧೯೯೫, ೨೦೦೧, ೨೦೦೪, ೨೦೦೬, ೨೦೦೭, ೨೦೦೮, ೨೦೦೯, ೨೦೧೦, ೨೦೧೧, ೨೦೧೨, ೨೦೧೩, ೨೦೧೪, ೨೦೧೪, ೨೦೧೫, ೨೦೧೬, ೨೦೧೭, ೨೦೧೮, ೨೦೧೯, ೨೦೨೦, ೨೦೨೦, ೨೦೨೧, ೨೦೨೧, ೨೦೨೧, ೨೦೨೧, ೨೦೨೨, ೨೦೨೨, ೨೦೨೨, ೨೦೨೩, ೨೦೨೩, ೨೦೨೩, ೨೦೨೪, ೨೦೨೪, ೨೦೨೫

ನೆಲೆ

ಮೊದಲನೇ ಮುದ್ರಣ: ೧೯೮೩
ಎರಡನೇ ಮುದ್ರಣ: ೧೯೮೬
ಮೂರನೇ ಮುದ್ರಣ: ೧೯೯೯
ನಾಲ್ಕನೇ ಮುದ್ರಣ: ೨೦೦೧
ಐದನೇ ಮುದ್ರಣ: ೨೦೦೭
ಆರನೇ ಮುದ್ರಣ: ೨೦೦೮
ಏಳನೇ ಮುದ್ರಣ: ೨೦೧೦
ಎಂಟನೇ ಮುದ್ರಣ: ೨೦೧೨
ಒಂಬತ್ತನೇ ಮುದ್ರಣ: ೨೦೧೪
ಹತ್ತನೇ ಮುದ್ರಣ: ೨೦೧೫
ಹನ್ನೊಂದನೇ ಮುದ್ರಣ: ೨೦೧೬
ಹನ್ನೆರಡನೇ ಮುದ್ರಣ: ೨೦೧೭
ಹದಿಮೂರನೇ ಮುದ್ರಣ: ೨೦೧೯
ಹದಿನಾಲ್ಕನೇ ಮುದ್ರಣ: ೨೦೨೦
ಹದಿನೈದನೇ ಮುದ್ರಣ: ೨೦೨೧
ಹದಿನಾರನೇ ಮುದ್ರಣ: ೨೦೨೨
ಹದಿನೇಳನೇ ಮುದ್ರಣ: ೨೦೨೩
ಹದಿನೆಂಟನೇ ಮುದ್ರಣ: ೨೦೨೫

ಸಾಕ್ಷಿ

ಮೊದಲನೇ ಮುದ್ರಣ: ೧೯೮೬
ಎರಡನೇ ಮುದ್ರಣ: ೧೯೯೫
ಮೂರನೇ ಮುದ್ರಣ: ೨೦೦೨
ನಾಲ್ಕನೇ ಮುದ್ರಣ: ೨೦೦೭
ಐದನೇ ಮುದ್ರಣ: ೨೦೦೯
ಆರನೇ ಮುದ್ರಣ: ೨೦೧೧
ಏಳನೇ ಮುದ್ರಣ: ೨೦೧೩
ಎಂಟನೇ ಮುದ್ರಣ: ೨೦೧೪
ಒಂಬತ್ತನೇ ಮುದ್ರಣ: ೨೦೧೫
ಹತ್ತನೇ ಮುದ್ರಣ: ೨೦೧೬
ಹನ್ನೊಂದನೇ ಮುದ್ರಣ: ೨೦೧೮
ಹನ್ನೆರಡನೇ ಮುದ್ರಣ: ೨೦೧೯
ಹದಿಮೂರನೇ ಮುದ್ರಣ: ೨೦೨೦
ಹದಿನಾಲ್ಕನೇ ಮುದ್ರಣ: ೨೦೨೧
ಹದಿನೈದನೇ ಮುದ್ರಣ: ೨೦೨೨
ಹದಿನಾರನೇ ಮುದ್ರಣ: ೨೦೨೩
ಹದಿನೇಳನೇ ಮುದ್ರಣ: ೨೦೨೪

ಅಂಚು

ಮೊದಲನೇ ಮುದ್ರಣ: ೧೯೯೦
ಎರಡನೇ ಮುದ್ರಣ: ೧೯೯೫
ಮೂರನೇ ಮುದ್ರಣ: ೨೦೦೨
ನಾಲ್ಕನೇ ಮುದ್ರಣ: ೨೦೦೬
ಐದನೇ ಮುದ್ರಣ: ೨೦೦೭
ಆರನೇ ಮುದ್ರಣ: ೨೦೧೦
ಏಳನೇ ಮುದ್ರಣ: ೨೦೧೨
ಎಂಟನೇ ಮುದ್ರಣ: ೨೦೧೪
ಒಂಬತ್ತನೇ ಮುದ್ರಣ: ೨೦೧೫
ಹತ್ತನೇ ಮುದ್ರಣ: ೨೦೧೬
ಹನ್ನೊಂದನೇ ಮುದ್ರಣ: ೨೦೧೮
ಹನ್ನೆರಡನೇ ಮುದ್ರಣ: ೨೦೧೯
ಹದಿಮೂರನೇ ಮುದ್ರಣ: ೨೦೨೧
ಹದಿನಾಲ್ಕನೇ ಮುದ್ರಣ: ೨೦೨೨
ಹದಿನೈದನೇ ಮುದ್ರಣ: ೨೦೨೩
ಹದಿನಾರನೇ ಮುದ್ರಣ: ೨೦೨೪

ತಂತು

ಮೊದಲನೇ ಮುದ್ರಣ: ೧೯೯೩
ಎರಡನೇ ಮುದ್ರಣ: ೧೯೯೭
ಮೂರನೇ ಮುದ್ರಣ: ೨೦೦೩
ನಾಲ್ಕನೇ ಮುದ್ರಣ: ೨೦೦೫
ಐದನೇ ಮುದ್ರಣ: ೨೦೦೬
ಆರನೇ ಮುದ್ರಣ: ೨೦೦೯
ಏಳನೇ ಮುದ್ರಣ: ೨೦೧೨
ಎಂಟನೇ ಮುದ್ರಣ: ೨೦೧೩
ಒಂಬತ್ತನೇ ಮುದ್ರಣ: ೨೦೧೬

ಹತ್ತನೇ ಮುದ್ರಣ: ೨೦೧೮
ಹನ್ನೊಂದನೇ ಮುದ್ರಣ: ೨೦೨೦
ಹನ್ನೆರಡನೇ ಮುದ್ರಣ: ೨೦೨೩
ಹದಿಮೂರನೇ ಮುದ್ರಣ: ೨೦೨೪

ಸಾರ್ಥ
ಮೊದಲನೇ ಮುದ್ರಣ: ೧೯೯೮
ಎರಡನೇ ಮುದ್ರಣ: ೧೯೯೮
ಮೂರನೇ ಮುದ್ರಣ: ೨೦೦೦
ನಾಲ್ಕನೇ ಮುದ್ರಣ: ೨೦೦೬
ಐದನೇ ಮುದ್ರಣ: ೨೦೦೭
ಆರನೇ ಮುದ್ರಣ: ೨೦೦೯
ಏಳನೇ ಮುದ್ರಣ: ೨೦೧೦
ಎಂಟನೇ ಮುದ್ರಣ: ೨೦೧೨
ಒಂಬತ್ತನೇ ಮುದ್ರಣ: ೨೦೧೩
ಹತ್ತನೇ ಮುದ್ರಣ: ೨೦೧೪
ಹನ್ನೊಂದನೇ ಮುದ್ರಣ: ೨೦೧೫
ಹನ್ನೆರಡನೇ ಮುದ್ರಣ: ೨೦೧೬
ಹದಿಮೂರನೇ ಮುದ್ರಣ: ೨೦೧೭
ಹದಿನಾಲ್ಕನೇ ಮುದ್ರಣ: ೨೦೧೮
ಹದಿನೈದನೇ ಮುದ್ರಣ: ೨೦೧೮
ಹದಿನಾರನೇ ಮುದ್ರಣ: ೨೦೧೯
ಹದಿನೇಳನೇ ಮುದ್ರಣ: ೨೦೨೦
ಹದಿನೆಂಟನೇ ಮುದ್ರಣ: ೨೦೨೧
ಹತ್ತೊಂಬತ್ತನೇ ಮುದ್ರಣ: ೨೦೨೧
ಇಪ್ಪತ್ತನೇ ಮುದ್ರಣ: ೨೦೨೨
ಇಪ್ಪತ್ತೊಂದನೇ ಮುದ್ರಣ: ೨೦೨೩
ಇಪ್ಪತ್ತೆರಡನೇ ಮುದ್ರಣ: ೨೦೨೪

ಮಂದ್ರ
ಮೊದಲನೇ ಮುದ್ರಣ: ೨೦೦೨
ಎರಡನೇ ಮುದ್ರಣ: ೨೦೦೨
ಮೂರನೇ ಮುದ್ರಣ: ೨೦೦೩
ನಾಲ್ಕನೇ ಮುದ್ರಣ: ೨೦೦೬
ಐದನೇ ಮುದ್ರಣ: ೨೦೦೮
ಆರನೇ ಮುದ್ರಣ: ೨೦೧೧
ಏಳನೇ ಮುದ್ರಣ: ೨೦೧೧
ಎಂಟನೇ ಮುದ್ರಣ: ೨೦೧೨
ಒಂಬತ್ತನೇ ಮುದ್ರಣ: ೨೦೧೨
ಹತ್ತನೇ ಮುದ್ರಣ: ೨೦೧೩
ಹನ್ನೊಂದನೇ ಮುದ್ರಣ: ೨೦೧೪
ಹನ್ನೆರಡನೇ ಮುದ್ರಣ: ೨೦೧೪
ಹದಿಮೂರನೇ ಮುದ್ರಣ: ೨೦೧೫
ಹದಿನಾಲ್ಕನೇ ಮುದ್ರಣ: ೨೦೧೭
ಹದಿನೈದನೇ ಮುದ್ರಣ: ೨೦೧೮
ಹದಿನಾರನೇ ಮುದ್ರಣ: ೨೦೧೯
ಹದಿನೇಳನೇ ಮುದ್ರಣ: ೨೦೨೦
ಹದಿನೆಂಟನೇ ಮುದ್ರಣ: ೨೦೨೦

ಹತ್ತೊಂಬತ್ತನೇ ಮುದ್ರಣ: ೨೦೨೧
ಇಪ್ಪತ್ತನೇ ಮುದ್ರಣ: ೨೦೨೩
ಇಪ್ಪತ್ತೊಂದನೇ ಮುದ್ರಣ: ೨೦೨೪

ಆವರಣ
ಹದಿನಾಲ್ಕು ಮುದ್ರಣಗಳು: ೨೦೦೭
ಹದಿನೈದನೇ ಮುದ್ರಣ: ೨೦೦೮
ಹದಿನಾರನೇ ಮುದ್ರಣ: ೨೦೦೮
ಹದಿನೇಳನೇ ಮುದ್ರಣ: ೨೦೦೮
ಹದಿನೆಂಟನೇ ಮುದ್ರಣ: ೨೦೦೮
ಹತ್ತೊಂಬತ್ತನೇ ಮುದ್ರಣ: ೨೦೦೯
ಇಪ್ಪತ್ತನೇ ಮುದ್ರಣ: ೨೦೦೯
ಇಪ್ಪತ್ತೊಂದನೇ ಮುದ್ರಣ: ೨೦೦೯
ಇಪ್ಪತ್ತೆರಡನೇ ಮುದ್ರಣ: ೨೦೦೯
ಇಪ್ಪತ್‌ಮೂರನೇ ಮುದ್ರಣ: ೨೦೧೦
ಇಪ್ಪತ್ತನಾಲ್ಕನೇ ಮುದ್ರಣ: ೨೦೧೦
ಇಪ್ಪತ್ತೈದನೇ ಮುದ್ರಣ: ೨೦೧೦
ಇಪ್ಪತ್ತಾರನೇ ಮುದ್ರಣ: ೨೦೧೦
ಇಪ್ಪತ್ತೇಳನೇ ಮುದ್ರಣ: ೨೦೧೧
ಇಪ್ಪತ್ತೆಂಟನೇ ಮುದ್ರಣ:೨೦೧೧
ಇಪ್ಪತ್ತೊಂಬತ್ತನೇ ಮುದ್ರಣ: ೨೦೧೧
ಮೂವತ್ತನೇ ಮುದ್ರಣ: ೨೦೧೧
ಮೂವತ್ತೊಂದನೇ ಮುದ್ರಣ: ೨೦೧೨
ಮೂವತ್ತೆರಡನೇ ಮುದ್ರಣ: ೨೦೧೨
ಮೂವತ್‌ಮೂರನೇ ಮುದ್ರಣ: ೨೦೧೨
ಮೂವತ್‌ನಾಲ್ಕನೇ ಮುದ್ರಣ: ೨೦೧೩
ಮೂವತ್ತೈದನೇ ಮುದ್ರಣ: ೨೦೧೩
ಮೂವತ್ತಾರನೇ ಮುದ್ರಣ: ೨೦೧೩
ಮೂವತ್ತೇಳನೇ ಮುದ್ರಣ: ೨೦೧೪
ಮೂವತ್ತೆಂಟನೇ ಮುದ್ರಣ: ೨೦೧೪
ಮೂವತ್ತೊಂಬತ್ತನೇ ಮುದ್ರಣ: ೨೦೧೪
ನಲವತ್ತನೇ ಮುದ್ರಣ: ೨೦೧೪
ನಲವತ್ತೊಂದನೇ ಮುದ್ರಣ: ೨೦೧೫
ನಲವತ್ತೆರಡನೇ ಮುದ್ರಣ: ೨೦೧೫
ನಲ್ವತ್‌ಮೂರನೇ ಮುದ್ರಣ: ೨೦೧೫
ನಲ್ವತ್‌ನಾಲ್ಕನೇ ಮುದ್ರಣ: ೨೦೧೬
ನಲ್ವತ್ತೈದನೇ ಮುದ್ರಣ: ೨೦೧೬
ನಲವತ್ತಾರನೇ ಮುದ್ರಣ: ೨೦೧೬
ನಲವತ್ತೇಳನೇ ಮುದ್ರಣ: ೨೦೧೭
ನಲವತ್ತೆಂಟನೇ ಮುದ್ರಣ: ೨೦೧೭
ನಲವತ್ತೊಂಬತ್ತನೇ ಮುದ್ರಣ: ೨೦೧೭
ಐವತ್ತನೇ ಮುದ್ರಣ: ೨೦೧೮
ಐವತ್ತೊಂದನೇ ಮುದ್ರಣ: ೨೦೧೮
ಐವತ್ತೆರಡನೇ ಮುದ್ರಣ: ೨೦೧೯
ಐವತ್‌ಮೂರನೇ ಮುದ್ರಣ: ೨೦೧೯
ಐವತ್‌ನಾಲ್ಕನೇ ಮುದ್ರಣ: ೨೦೧೯
ಐವತ್ತೈದನೇ ಮುದ್ರಣ: ೨೦೧೯

ಐವತ್ತಾರನೇ ಮಉದ್ರಣ: ೨೦೨೦
ಐವತ್ತೇಳನೇ ಮುದ್ರಣ: ೨೦೨೦
ಐವತ್ತೆಂಟನೇ ಮುದ್ರಣ: ೨೦೨೦
ಐವತ್ತೊಂಬತ್ತನೇ ಮುದ್ರಣ: ೨೦೨೦
ಅರವತ್ತನೇ ಮುದ್ರಣ: ೨೦೨೧
ಅರವತ್ತೊಂದನೇ ಮುದ್ರಣ: ೨೦೨೧
ಅರವತ್ತೆರಡನೇ ಮುದ್ರಣ: ೨೦೨೧
ಅರವತ್ಮೂರನೇ ಮುದ್ರಣ: ೨೦೨೨
ಅರವತ್ನಾಲ್ಕನೇ ಮುದ್ರಣ: ೨೦೨೨
ಅರವತ್ತೈದನೇ ಮುದ್ರಣ: ೨೦೨೨
ಅರವತ್ತಾರನೇ ಮುದ್ರಣ: ೨೦೨೩
ಅರವತ್ತೇಳನೇ ಮುದ್ರಣ: ೨೦೨೩
ಅರವತ್ತೆಂಟನೇ ಮುದ್ರಣ: ೨೦೨೩
ಅರವತ್ತೊಂಬತ್ತನೇ ಮುದ್ರಣ: ೨೦೨೩
ಎಪ್ಪತ್ತನೇ ಮುದ್ರಣ: ೨೦೨೩
ಎಪ್ಪತ್ತೊಂದನೇ ಮುದ್ರಣ: ೨೦೨೪
ಎಪ್ಪತ್ತೆರಡನೇ ಮುದ್ರಣ: ೨೦೨೪
ಎಪ್ಪತ್ಮೂರನೇ ಮುದ್ರಣ: ೨೦೨೪
ಎಪ್ಪತ್ನಾಲ್ಕನೇ ಮುದ್ರಣ: ೨೦೨೫

ಕವಲು

ಹದಿನೈದು ಮುದ್ರಣಗಳು: ೨೦೧೦
ಹದಿನಾರನೇ ಮುದ್ರಣ: ೨೦೧೧
ಹದಿನೇಳನೇ ಮುದ್ರಣ: ೨೦೧೧
ಹದಿನೆಂಟನೇ ಮುದ್ರಣ: ೨೦೧೧
ಹತ್ತೊಂಬತ್ತನೇ ಮುದ್ರಣ: ೨೦೧೧
ಇಪ್ಪತ್ತನೇ ಮುದ್ರಣ: ೨೦೧೧
ಇಪ್ಪತ್ತೊಂದನೇ ಮುದ್ರಣ: ೨೦೧೨
ಇಪ್ಪತ್ತೆರಡನೇ ಮುದ್ರಣ: ೨೦೧೨
ಇಪ್ಪತ್ಮೂರನೇ ಮುದ್ರಣ: ೨೦೧೨
ಇಪ್ಪತ್ನಾಲ್ಕನೇ ಮುದ್ರಣ: ೨೦೧೩
ಇಪ್ಪತ್ತೈದನೇ ಮುದ್ರಣ: ೨೦೧೩
ಇಪ್ಪತ್ತಾರನೇ ಮುದ್ರಣ: ೨೦೧೪
ಇಪ್ಪತ್ತೇಳನೇ ಮುದ್ರಣ: ೨೦೧೪
ಇಪ್ಪತ್ತೆಂಟನೇ ಮುದ್ರಣ: ೨೦೧೫
ಇಪ್ಪತ್ತೊಂಬತ್ತನೇ ಮುದ್ರಣ: ೨೦೧೫
ಮೂವತ್ತನೇ ಮುದ್ರಣ: ೨೦೧೫
ಮೂವತ್ತೊಂದನೇ ಮುದ್ರಣ: ೨೦೧೬
ಮೂವತ್ತೆರಡನೇ ಮುದ್ರಣ: ೨೦೧೭
ಮೂವತ್ಮೂರನೇ ಮುದ್ರಣ: ೨೦೧೮
ಮೂವತ್ನಾಲ್ಕನೇ ಮುದ್ರಣ: ೨೦೧೮
ಮೂವತ್ತೈದನೇ ಮುದ್ರಣ: ೨೦೧೯
ಮೂವತ್ತಾರನೇ ಮುದ್ರಣ: ೨೦೨೦
ಮೂವತ್ತೇಳನೇ ಮುದ್ರಣ: ೨೦೨೧
ಮೂವತ್ತೆಂಟನೇ ಮುದ್ರಣ: ೨೦೨೧
ಮೂವತ್ತೊಂಬತ್ತನೇ ಮುದ್ರಣ: ೨೦೨೨
ನಲವತ್ತನೇ ಮುದ್ರಣ: ೨೦೨೩
ನಲವತ್ತೊಂದನೇ ಮುದ್ರಣ: ೨೦೨೩
ನಲವತ್ತೆರಡನೇ ಮುದ್ರಣ: ೨೦೨೪
ನಲವತ್ಮೂರನೇ ಮುದ್ರಣ: ೨೦೨೫

ಯಾನ

ಹದಿನೆಂಟು ಮುದ್ರಣಗಳು: ೨೦೧೪
ಹತ್ತೊಂಬತ್ತನೇ ಮುದ್ರಣ: ೨೦೧೫
ಇಪ್ಪತ್ತನೇ ಮುದ್ರಣ: ೨೦೧೫
ಇಪ್ಪತ್ತೊಂದನೇ ಮುದ್ರಣ: ೨೦೧೫
ಇಪ್ಪತ್ತೆರಡನೇ ಮುದ್ರಣ: ೨೦೧೫
ಇಪ್ಪತ್ಮೂರನೇ ಮುದ್ರಣ: ೨೦೧೫
ಇಪ್ಪತ್ನಾಲ್ಕನೇ ಮುದ್ರಣ: ೨೦೧೫
ಇಪ್ಪತ್ತೈದನೇ ಮುದ್ರಣ: ೨೦೧೫
ಇಪ್ಪತ್ತಾರನೇ ಮುದ್ರಣ: ೨೦೧೫
ಇಪ್ಪತ್ತೇಳನೇ ಮುದ್ರಣ: ೨೦೧೬
ಇಪ್ಪತ್ತೆಂಟನೇ ಮುದ್ರಣ: ೨೦೧೬
ಇಪ್ಪತ್ತೊಂಬತ್ತನೇ ಮುದ್ರಣ: ೨೦೧೬
ಮೂವತ್ತನೇ ಮುದ್ರಣ: ೨೦೧೭
ಮೂವತ್ತೊಂದನೇ ಮುದ್ರಣ: ೨೦೧೭
ಮೂವತ್ತೆರಡನೇ ಮುದ್ರಣ: ೨೦೧೭
ಮೂವತ್ಮೂರನೇ ಮುದ್ರಣ: ೨೦೧೮
ಮೂವತ್ನಾಲ್ಕನೇ ಮುದ್ರಣ: ೨೦೧೮
ಮೂವತ್ತೈದನೇ ಮುದ್ರಣ: ೨೦೧೯
ಮೂವತ್ತಾರನೇ ಮುದ್ರಣ: ೨೦೧೯
ಮೂವತ್ತೇಳನೇ ಮುದ್ರಣ: ೨೦೨೦
ಮೂವತ್ತೆಂಟನೇ ಮುದ್ರಣ: ೨೦೨೦
ಮೂವತ್ತೊಂಬತ್ತನೇ ಮುದ್ರಣ: ೨೦೨೧
ನಲವತ್ತನೇ ಮುದ್ರಣ: ೨೦೨೧
ನಲವತ್ತೊಂದನೇ ಮುದ್ರಣ: ೨೦೨೨
ನಲವತ್ತೆರಡನೇ ಮುದ್ರಣ: ೨೦೨೨
ನಲವತ್ಮೂರನೇ ಮುದ್ರಣ: ೨೦೨೩
ನಲವತ್ನಾಲ್ಕನೇ ಮುದ್ರಣ: ೨೦೨೩
ನಲವತ್ತೈದನೇ ಮುದ್ರಣ: ೨೦೨೩
ನಲವತ್ತಾರನೇ ಮುದ್ರಣ: ೨೦೨೪
ನಲವತ್ತೇಳನೇ ಮುದ್ರಣ: ೨೦೨೪
ನಲವತ್ತೆಂಟನೇ ಮುದ್ರಣ: ೨೦೨೫

ಉತ್ತರ ಕಾಂಡ

ಹದಿಮೂರು ಮುದ್ರಣಗಳು: ೨೦೧೭
ಹದಿನಾಲ್ಕನೇ ಮುದ್ರಣ: ೨೦೧೮
ಹದಿನೈದನೇ ಮುದ್ರಣ: ೨೦೧೮
ಹದಿನಾರನೇ ಮುದ್ರಣ: ೨೦೧೮
ಹದಿನೇಳನೇ ಮುದ್ರಣ: ೨೦೧೯
ಹದಿನೆಂಟನೇ ಮುದ್ರಣ: ೨೦೧೯
ಹತ್ತೊಂಬತ್ತನೇ ಮುದ್ರಣ: ೨೦೧೯
ಇಪ್ಪತ್ತನೇ ಮುದ್ರಣ: ೨೦೨೦
ಇಪ್ಪತ್ತೊಂದನೇ ಮುದ್ರಣ: ೨೦೨೧
ಇಪ್ಪತ್ತೆರಡನೇ ಮುದ್ರಣ: ೨೦೨೧
ಇಪ್ಪತ್ಮೂರನೇ ಮುದ್ರಣ: ೨೦೨೨

ಇಪ್ಪತ್ನಾಲ್ಕನೇ ಮುದ್ರಣ: ೨೦೨೨
ಇಪ್ಪತ್ತೈದನೇ ಮುದ್ರಣ: ೨೦೨೩
ಇಪ್ಪತ್ತಾರನೇ ಮುದ್ರಣ: ೨೦೨೩
ಇಪ್ಪತ್ತೇಳನೇ ಮುದ್ರಣ: ೨೦೨೪
ಇಪ್ಪತ್ತೆಂಟನೇ ಮುದ್ರಣ: ೨೦೨೫

ಆತ್ಮವೃತ್ತಾಂತ

ಭಿತ್ತಿ
ಮೊದಲನೇ ಮುದ್ರಣ: ೧೯೯೬
ಎರಡನೇ ಮುದ್ರಣ: ೧೯೯೭
ಮೂರನೇ ಮುದ್ರಣ: ೨೦೦೦
ನಾಲ್ಕನೇ ಮುದ್ರಣ: ೨೦೦೬
ಐದನೇ ಮುದ್ರಣ: ೨೦೦೭
ಆರನೇ ಮುದ್ರಣ: ೨೦೦೯
ಏಳನೇ ಮುದ್ರಣ: ೨೦೧೧
ಎಂಟನೇ ಮುದ್ರಣ: ೨೦೧೩
ಒಂಬತ್ತನೇ ಮುದ್ರಣ: ೨೦೧೪
ಹತ್ತನೇ ಮುದ್ರಣ: ೨೦೧೫
ಹನ್ನೊಂದನೇ ಮುದ್ರಣ: ೨೦೧೬
ಹನ್ನೆರಡನೇ ಮುದ್ರಣ: ೨೦೧೭
ಹದಿಮೂರನೇ ಮುದ್ರಣ: ೨೦೧೮
ಹದಿನಾಲ್ಕನೇ ಮುದ್ರಣ: ೨೦೧೯
ಹದಿನೈದನೇ ಮುದ್ರಣ: ೨೦೨೦
ಹದಿನಾರನೇ ಮುದ್ರಣ: ೨೦೨೧
ಹದಿನೇಳನೇ ಮುದ್ರಣ: ೨೦೨೩
ಹದಿನೆಂಟನೇ ಮುದ್ರಣ: ೨೦೨೪

ಸಾಹಿತ್ಯ ಚಿಂತನ ಗ್ರಂಥಗಳು

ಸತ್ಯ ಮತ್ತು ಸೌಂದರ್ಯ
ಮೊದಲನೇ ಮುದ್ರಣ: ೧೯೬೬
ಎರಡನೇ ಮುದ್ರಣ: ೧೯೭೦
ಮೂರನೇ ಮುದ್ರಣ: ೧೯೮೩
ನಾಲ್ಕನೇ ಮುದ್ರಣ: ೧೯೯೯
ಐದನೇ ಮುದ್ರಣ: ೨೦೦೩
ಆರನೇ ಮುದ್ರಣ: ೨೦೦೭
ಏಳನೇ ಮುದ್ರಣ: ೨೦೧೧
ಎಂಟನೇ ಮುದ್ರಣ: ೨೦೧೪
ಒಂಬತ್ತನೇ ಮುದ್ರಣ: ೨೦೧೮
ಹತ್ತನೇ ಮುದ್ರಣ: ೨೦೨೩

ಸಾಹಿತ್ಯ ಮತ್ತು ಪ್ರತೀಕ
ಮೊದಲನೇ ಮುದ್ರಣ: ೧೯೬೭
ಎರಡನೇ ಮುದ್ರಣ: ೧೯೭೮
ಮೂರನೇ ಮುದ್ರಣ: ೧೯೯೯
ನಾಲ್ಕನೇ ಮುದ್ರಣ: ೨೦೦೫
ಐದನೇ ಮುದ್ರಣ: ೨೦೧೨
ಆರನೇ ಮುದ್ರಣ: ೨೦೧೬
ಏಳನೇ ಮುದ್ರಣ: ೨೦೨೨

ಕಥೆ ಮತ್ತು ಕಥಾವಸ್ತು
ಮೊದಲನೇ ಮುದ್ರಣ: ೧೯೬೯
ಎರಡನೇ ಮುದ್ರಣ: ೧೯೭೮
ಮೂರನೇ ಮುದ್ರಣ: ೨೦೦೩
ನಾಲ್ಕನೇ ಮುದ್ರಣ: ೨೦೧೧
ಐದನೇ ಮುದ್ರಣ: ೨೦೧೪
ಆರನೇ ಮುದ್ರಣ: ೨೦೧೭
ಏಳನೇ ಮುದ್ರಣ: ೨೦೨೨

ನಾನೇಕೆ ಬರೆಯುತ್ತೇನೆ?
ಮೊದಲನೇ ಮುದ್ರಣ: ೧೯೮೦
ಎರಡನೇ ಮುದ್ರಣ: ೧೯೮೯
ಮೂರನೇ ಮುದ್ರಣ: ೨೦೦೩
ನಾಲ್ಕನೇ ಮುದ್ರಣ: ೨೦೦೬
ಐದನೇ ಮುದ್ರಣ: ೨೦೧೨
ಆರನೇ ಮುದ್ರಣ: ೨೦೧೪
ಏಳನೇ ಮುದ್ರಣ: ೨೦೧೬
ಎಂಟನೇ ಮುದ್ರಣ: ೨೦೧೮
ಒಂಬತ್ತನೇ ಮುದ್ರಣ: ೨೦೨೦
ಹತ್ತನೇ ಮುದ್ರಣ: ೨೦೨೨
ಹನ್ನೊಂದನೇ ಮುದ್ರಣ: ೨೦೨೪

ಸಂದರ್ಭ : ಸಂವಾದ
ಮೊದಲನೇ ಮುದ್ರಣ: ೨೦೧೧
ಎರಡನೇ ಮುದ್ರಣ: ೨೦೧೧
ಮೂರನೇ ಮುದ್ರಣ: ೨೦೧೪
ನಾಲ್ಕನೇ ಮುದ್ರಣ: ೨೦೧೯
ಐದನೇ ಮುದ್ರಣ: ೨೦೨೩

ಸಾಕ್ಷಿ ಪರ್ವ
ಮೊದಲನೇ ಮುದ್ರಣ: ೨೦೧೯
ಎರಡನೇ ಮುದ್ರಣ: ೨೦೧೯
ಮೂರನೇ ಮುದ್ರಣ: ೨೦೨೨

ಸಂಪಾದಿತ

ಗಂಗೂಬಾಯಿ ಹಾನಗಲ್: ೧೯೮೮ (ಅಶೋಕ್ ಡಿ. ರಾನಡೆ ಅವರೊಡನೆ)
ಮಾನ: ೧೯೭೨ (ಜೆ.ಆರ್. ಲಕ್ಷ್ಮಣರಾವ್ ಮತ್ತು ಪ್ರಧಾನ ಗುರುದತ್ತರೊಡನೆ)

ಭೈರಪ್ಪ, ಕೃತಿಗಳ ಕುರಿತು

ಭೈರಪ್ಪನವರ ಕಾದಂಬರಿಗಳು: ಲೀಲಾವತಿ ತೋರಣಗಟ್ಟಿ (೧೯೭೭)

ಸಹಸ್ಪಂದನ: ಸಂ॥ ಮ. ಗೋವಿಂದರಾವ್/ಮಾಧವ ಕುಲಕರ್ಣಿ (೧೯೭೮)

'ಪರ್ವ': ಒಂದು ಸಮೀಕ್ಷೆ: ಸಂ॥ ವಿಜಯಾ (೧೯೮೩)

'ಸಾಮಾನ್ಯ ಜ್ಞಾನ' ಭೈರಪ್ಪ ಅಭಿನಂದನಾ ಸಂಚಿಕೆ: ಸಂ॥ ಕೊಂಡಜ್ಜಿ ಕೆ. ವೆಂಕಟೇಶ (೧೯೮೯)

ಭೈರಪ್ಪನವರ ಕಾದಂಬರಿಗಳ ಸ್ವರೂಪ: ಲೀಲಾವತಿ ತೋರಣಗಟ್ಟಿ (೧೯೯೨)

ಭೈರಪ್ಪಾಭಿನಂದನ: ಸಂ॥ ಕೊಂಡಜ್ಜಿ ಕೆ. ವೆಂಕಟೇಶ (೧೯೯೩)

ಎಸ್.ಎಲ್. ಭೈರಪ್ಪ: ಡಾ॥ ವಿಠಲರಾವ್ ಗಾಯಕ್ವಾಡ್ (೧೯೯೫)

ಎಸ್.ಎಲ್. ಭೈರಪ್ಪ: ಬದುಕು ಬರಹ: ನೀರಗುಂದ ನಾಗರಾಜ (೧೯೯೯)

ನಮ್ಮ ಹೆಮ್ಮೆಯ ಸಾಹಿತಿ ಡಾ॥ ಎಸ್.ಎಲ್. ಭೈರಪ್ಪ: ಮಾನಸ (೧೯೯೯)

ಎಸ್.ಎಲ್. ಭೈರಪ್ಪನವರ ಕೃತಿಗಳ ವಿಮರ್ಶೆ: ಸಂ॥ ಸುಮತೀಂದ್ರ ನಾಡಿಗ (೨೦೦೨)

ಮಂದ್ರಾವಲೋಕನ: ಸಂ॥ ಎಂ.ಎಸ್. ವೆಂಕಟರಾಮಯ್ಯ (೨೦೦೩)

ಪರ್ವ: ವಾಸ್ತವಿಕ ಕಲ್ಪನೆಗಳು: ಆರ್.ಎನ್. ದಿಂಡೂರ್ (೨೦೦೪)

'ಮಂದ್ರ': ಮಂಥನ: ಸಂ॥ ವಿಜಯಶ್ರೀ (೨೦೦೫)

ಭೈರಪ್ಪನವರ ಕಾದಂಬರಿಗಳು: ಒಂದು ಅಧ್ಯಯನ: ಸಂ॥ ನರಸಿಂಹಮೂರ್ತಿ/ಪಾರ್ವತಿ ಐತಾಳ (೨೦೦೫)

ಭೈರಪ್ಪಾಭಿನಂದನ: ಸಂ॥ ಕೊಂಡಜ್ಜಿ ಕೆ. ವೆಂಕಟೇಶ (೨೦೦೫ ವಿಸ್ತೃತ ಮುದ್ರಣ)

ಚಿತ್ತ ಭಿತ್ತಿ: ಎಸ್.ವಿ. ಪ್ರಭಾವತಿ (೨೦೦೬)

ಎಸ್.ಎಲ್. ಭೈರಪ್ಪ: ದೇಶಕುಲಕರ್ಣಿ (೨೦೦೬)

ಭೈರಪ್ಪನವರ ಕಾದಂಬರಿಗಳಲ್ಲಿ ಸ್ತ್ರೀ ಪಾತ್ರಗಳು: ಆರ್.ಎನ್. ದಿಂಡೂರ (೨೦೦೬)

ಬುದ್ಧಿಜೀವಿ ವರ್ಸಸ್ ಬೌದ್ಧಿಕ ಸ್ವಾತಂತ್ರ್ಯ: 'ಆವರಣ'ದ ಸಂಕಥನ: ಅಜಕ್ಕಳ ಗಿರೀಶ್‌ಭಟ್ (೨೦೦೭)

'ಆವರಣ'ವೆಂಬ ವಿಕೃತಿ: ಸಂ: ಗೌರಿ ಲಂಕೇಶ್ (೨೦೦೭)

'ಆವರಣ' ಅನಾವರಣ: ಎನ್.ಎಸ್. ಶಂಕರ (೨೦೦೭)

'ಆವರಣ' ಅವಲೋಕನ: ಸಂ: ಎಲ್.ಎಸ್. ಶೇಷಗಿರಿರಾವ್ (೨೦೦೭)

'ಆವರಣ' ಮಾಧ್ಯಮ ಮಂಥನ: ಸಂ: ಬಿ.ಎಸ್. ಚಂದ್ರಶೇಖರ್ (೨೦೦೯)

ಯುಗಸಾಕ್ಷಿ: ಎಲ್.ವಿ. ಶಾಂತಕುಮಾರಿ (೨೦೦೯)

ಭೈರಪ್ಪನವರ ಮಹಾನ್ ಕೃತಿಗಳು: ಸಂ: ಶತಾವಧಾನಿ ಗಣೇಶ್ – ಗೌರಿ ಸುಂದರ್

ಆವರಣ ಒಂದು ವಿಶ್ಲೇಷಣೆ: ಸೋಮಶೇಖರ ಮಾಲಿಪಾಟೀಲ್ (೨೦೧೧)

ಭೈರಪ್ಪನವರ ಕಾದಂಬರಿಗಳಲ್ಲಿ ಧರ್ಮ ಮತ್ತು ಸಂಸ್ಕೃತಿ: ಸಂ: ಎಚ್.ಎಸ್. ವೆಂಕಟೇಶಮೂರ್ತಿ (೨೦೧೧)

ಎಸ್.ಎಲ್. ಭೈರಪ್ಪ – ಕಿರು ಪರಿಚಯ: ಪ್ರಧಾನ್ ಗುರುದತ್ (೨೦೧೨)

ಭೈರಪ್ಪನವರ ಕಾದಂಬರಿಗಳಲ್ಲಿ ಕೌಟುಂಬಿಕ ಸಮಸ್ಯೆಗಳು: ಪ್ರಧಾನ್ ಗುರುದತ್ತ – ಗೌರಿ ಸುಂದರ್ (೨೦೧೩)

ಭೈರಪ್ಪನವರ ಕಾದಂಬರಿಗಳು–ಒಂದು ಸಮಾಲೋಚನೆ: ಎಸ್. ರಾಮಸ್ವಾಮಿ (೨೦೧೪)

ಭೈರಪ್ಪನವರ ಸಾಹಿತ್ಯ ಮರಾಠಿ ವಿಮರ್ಶೆ: ಸಂ: ಉಮಾ ಕುಲಕರ್ಣಿ – ವಿರೂಪಾಕ್ಷ ಕುಲಕರ್ಣಿ (೨೦೧೪)

ಎಲ್ಲೆ ದಾಟಿ: ನಿರೂಪ (೨೦೧೫)

ಭೈರಪ್ಪರ ಕಾದಂಬರಿಗಳಲ್ಲಿ ಪ್ರಮುಖ ಪಾತ್ರಗಳು: ಸಂಪಾದಿತ (೨೦೧೫)

'ಪರ್ವ'–ಭಾರತ: ಗ.ನಾ.ಭಟ್ಟ (೨೦೧೫)

ಇತರ ಭಾಷೆಗಳಲ್ಲಿ ಭೈರಪ್ಪನವರ ಕೃತಿಗಳು

ಧರ್ಮಶ್ರೀ: ಸಂಸ್ಕೃತ, ಮರಾಠಿ

ವಂಶವೃಕ್ಷ: ತೆಲುಗು, ಮರಾಠಿ, ಹಿಂದಿ, ಉರ್ದು, ಇಂಗ್ಲಿಷ್, ಸಂಸ್ಕೃತ

ನಾಯಿ–ನೆರಳು: ಗುಜರಾತಿ, ಹಿಂದಿ

ತಬ್ಬಲಿಯು ನೀನಾದೆ ಮಗನೆ: ಹಿಂದಿ, ಸಂಸ್ಕೃತ

ಗೃಹಭಂಗ: ಭಾರತದ ಎಲ್ಲಾ ೧೪ ಭಾಷೆಗಳಲ್ಲಿ, ಇಂಗ್ಲಿಷ್

ನಿರಾಕರಣ: ಹಿಂದಿ

ದಾಟು: ಭಾರತದ ಎಲ್ಲಾ ೧೪ ಭಾಷೆಗಳಲ್ಲಿ, ಇಂಗ್ಲಿಷ್

ಅನ್ವೇಷಣ: ಮರಾಠಿ, ಹಿಂದಿ

ಪರ್ವ: ತೆಲುಗು, ಮರಾಠಿ, ಬಂಗಾಳಿ, ಹಿಂದಿ, ತಮಿಳು, ಪಂಜಾಬಿ, ಇಂಗ್ಲಿಷ್, ಮಲೆಯಾಳಂ, ರಷ್ಯಾ, ಚೀನೀ

ನೆಲೆ: ಹಿಂದಿ

ಸಾಕ್ಷಿ: ಹಿಂದಿ, ಇಂಗ್ಲಿಷ್

ಅಂಚು: ಮರಾಠಿ, ಹಿಂದಿ

ತಂತು: ಮರಾಠಿ, ಹಿಂದಿ, ಇಂಗ್ಲಿಷ್

ಸಾರ್ಥ: ಸಂಸ್ಕೃತ, ಮರಾಠಿ, ಹಿಂದಿ, ಇಂಗ್ಲಿಷ್, ಸಂಕೇತಿ

ಮಂದ್ರ: ಮರಾಠಿ, ಹಿಂದಿ, ಇಂಗ್ಲಿಷ್

ಭಿತ್ತಿ: ಮರಾಠಿ, ಹಿಂದಿ, ಇಂಗ್ಲಿಷ್

ನಾನೇಕೆ ಬರೆಯುತ್ತೇನೆ?: ಮರಾಠಿ, ಇಂಗ್ಲಿಷ್

ಸತ್ಯ ಮತ್ತು ಸೌಂದರ್ಯ: ಇಂಗ್ಲಿಷ್

ಆವರಣ: ಸಂಸ್ಕೃತ, ಮರಾಠಿ, ಗುಜರಾತಿ, ಇಂಗ್ಲಿಷ್, ಮಲೆಯಾಳಂ

* * * * *

ನಮ್ಮ ಇತರ ಪ್ರಕಟಣೆಗಳು

ಯಶವಂತ ಚಿತ್ತಾಲ

ಪುರುಷೋತ್ತಮ	490
ಶಿಕಾರಿ	315
ಭೇದ	105
ಕೇಂದ್ರ ವೃತ್ತಾಂತ	200
ಮೂರು ದಾರಿಗಳು	215

ಸಹನಾ ವಿಜಯಕುಮಾರ

ಕ್ಷಮೆ	260
ಕಶೀರ	420
ಅವಸಾನ	350
ಕನ್ನಡಿ 1, 2 (ಅಂಕಣಗಳು)	210
ಮಾಗಧ	915

ಶಶಿಧರ ವಿಶ್ವಾಮಿತ್ರ

ನೆರಳಹಾಸು	345
ಖಿಲ	210
ಸೃಷ್ಟಿಯ ರಂಗವಲ್ಲಿ	330
ಪದಕುಸಿಯೆ ನೆಲವಿಹುದು	330
ಸಂಚಿ	240

ಡಿ.ಎಸ್. ಶ್ರೀಧರ

ಪರಶುರಾಮ	375
ಶುಕ್ರಾಚಾರ್ಯ	350

ಶಿರೀಷ ಜೋಶಿ

ಗುಜರಿ ತೋಡಿ	300
ಸೂರ್ಯದರ್ಶನ	195

ಕತೆ, ಕಾದಂಬರಿ

ಕಪ್ಪೆಟ್ಟಜ್ಜನ ಮನೆಯ ಪಡ್ಡೆಕೋಣೆ...	**ವೆಂಕಟಗಿರಿ ಕಡೇಕಾರ್**	**180**
ಕರಿಸಿರಿಯಾನ	ಕೆ.ಎನ್. ಗಣೇಶಯ್ಯ	270
ಬಾಳಿನ ಗಿಡ	ಎಂ. ಹರಿದಾಸರಾವ್	175
ಆರನೆಯ ಇಂದ್ರಿಯ	ವಿಶ್ವಾಸ	60
ಮಲೆನಾಡ ಮಂದಾರ	ಎಚ್.ಎನ್. ಸುಬ್ರಹ್ಮಣ್ಯ	75
ಮಾಳವಿಕ ಮತ್ತು ಇತರ ಕತೆಗಳು	ಅಂಕುರ್ ಬೆಟಗೇರಿ	45
ಗಂಗಾಧರ ಗಾಡ್ಗೀಳರ ಪ್ರಾತಿನಿಧಿಕ ಕತೆಗಳು ಅನು॥ ಚಂದ್ರಕಾಂತ ಪೋಕಳೆ		70
ಅವ್ಯಕ್ತ	ಸುಧಾಮೂರ್ತಿ	...
ಕೊಳಲು ಮತ್ತು ಖಡ್ಗ	ಬೆಸಗರಹಳ್ಳಿ ರಾಮಣ್ಣ	100
ಪ್ರೇಮಬಂಧನ	ಅನು॥ ಲಲಿತಾಶಾಸ್ತ್ರೀ	18
ಬಿಡುಗಡೆ	ವೀಣಾ ಶಾಂತೇಶ್ವರ	18

<u>ಸಾಯಿಸುತೆ</u>

ಮುಂಗಾರಿನ ಹುಡುಗಿ	80
ಮಾನಸವೀಣಾ	80

<u>ಎಂ.ಎಸ್.ಕೆ ಪ್ರಭು</u>

ಸಮಗ್ರ ಕತೆಗಳು	540
ಗರ (ಫ್ಯಾಂಟಸಿ ಕತೆಗಳು)	60
ಪೋಕರಿ ಪಾಪಣ್ಣನ ಪರಾಕುಗಳು	105
ಬಕ	40
ಮಹಾಪ್ರಸ್ಥಾನ	40
ವಿರೋಧ ವಿಲಾಸ	120
ಸಿಸೆರೊ	40
ಫ್ಯಾಂಟಸಿ ಪ್ರಭು (ಸಾದಾ 315/–) ಸಂಪಾದಿತ	390

<u>ಕುಸುಮಾಕರ ದೇವರಗೆಣ್ಣೂರು</u>

ಬಯಲು–ಬಸಿರು	45
ನಾಲ್ಕನೆಯ ಆಯಾಮ	...
ನಕ್ಷೆಗೆ ಎಟುಕದ ಕಡಲು	320
ಕ್ರಾಂತದರ್ಶನ	160
ಅವಗಾಹ (ಕುಸುಮಾಕರ ದೇವರಗೆಣ್ಣೂರು: ಅವಲೋಕನ, ಅಧ್ಯಯನ)	
ಸಂ॥ ಎಚ್.ಎಸ್. ರಾಘವೇಂದ್ರರಾವ್	275

<u>ನಾಟಕ</u>

ತಿರುಪತಿ ಮಲ್ಲಿಗೆರಾಮ ದುರ್ಗದ ಸಂಪಿಗೆರಾಮನಾಗರಾಜ ನೀರಗುಂದ	100
ಅಗ್ನಿಸಾಕ್ಷಿ ಶ್ರೀರಂಗ	35

<u>ಹರಿಹರಪ್ರಿಯ</u>

ಕುವೆಂಪು ಪತ್ರಗಳು	95
ದಾರುಣ ಭಾರತ (ನಾಟಕ)	40

<u>ಡಾ॥ ಜಿ.ಎಸ್. ಶಿವರುದ್ರಪ್ಪ</u>

ವಿಮರ್ಶೆಯ ಪೂರ್ವ – ಪಶ್ಚಿಮ	80
ಸಾಮಗಾನ	57
ಚೆಲುವು–ಒಲವು	45
ದೇವಶಿಲ್ಪ	45
ದೀಪದ ಹೆಜ್ಜೆ	54
ಕಾರ್ತೀಕ	36
ಅನಾವರಣ	45

ತೆರೆದ ದಾರಿ	48
ಗೋಡೆ	48
ಕಾಡಿನ ಕತ್ತಲಲ್ಲಿ	36
ಪ್ರೀತಿ ಇಲ್ಲದ ಮೇಲೆ	...
ಚಕ್ರಗತಿ	42
ವ್ಯಕ್ತಮಧ್ಯ	39
ಅಗ್ನಿಪರ್ವ	27
ತೀರ್ಥವಾಣಿ	33
ಎದೆ ತುಂಬಿ ಹಾಡಿದೆನು	66
ಅಮೆರಿಕದಲ್ಲಿ ಕನ್ನಡಿಗ	30

ಡಾ॥ ಎಮ್. ಗೋಪಾಲಕೃಷ್ಣರಾವ್

ಸ್ವಸ್ಥ ಜೀವನ	--
ಬಡವರವೈದ್ಯ	180
ಆಯುರ್ವೇದೀಯ ಪ್ರಕೃತಿ ಚಿಕಿತ್ಸೆ	210
ಉಪಯುಕ್ತ ಗಿಡಮೂಲಿಕೆಗಳು	210
ಪ್ರೇಮಕಲಾ	45
ಕಾಮದ ಗುಟ್ಟು	70
ಪೌರುಷ	90
ಸ್ವರತಿ	30
ಗರ್ಭನಿರೋಧ	80

ವಿಮರ್ಶೆ, ಪ್ರಬಂಧ, ಸಂಶೋಧನೆ ಇತ್ಯಾದಿ

ವಿಶ್ವಸಾಹಿತಿ ಭೈರಪ್ಪ	ಸಂ॥ ವಿಜಯಾ ಹರನ್	615
ಬಲ್ಲವರು ಬಲ್ಲಂತೆ ಭೈರಪ್ಪ	"	320
ಭಾಷೆಗಳ ಗಡಿ ಗೆದ್ದ ಭಾರತೀಯ	ಮುಂಬೈ ವಿವಿ ಸಂಪಾದಿತ	250
'ಪರ್ವ'–ಆಯಾಮ / ಅನನ್ಯತೆ	ಉಮಾ ರಾಮರಾವ್	170
ನಿರ್ಲಿಪ್ತಿ (ಭೈರಪ್ಪರ ಕೃತಿಗಳ ಸಮಗ್ರಾಧ್ಯಯನ)	ಸಂಪಾದಿತ	510
ಎಸ್.ಎಲ್. ಭೈರಪ್ಪ: ಒಂದು ಅಧ್ಯಯನ (ಪಿಎಚ್.ಡಿ. ಪ್ರಬಂಧ)	ಕೆ. ಮಾಲತಿ	240
'ಆವರಣ': ಮಾಧ್ಯಮ ಮಂಥನ	ಸಂ॥ ಬಿ.ಎಸ್. ಚಂದ್ರಶೇಖರ	65
'ಮಂದ್ರ' : ಮಂಥನ	ಸಂ॥ ವಿಜಯಶ್ರೀ	...
'ಪರ್ವ' : ಒಂದು ಸಮೀಕ್ಷೆ	ಸಂ॥ ಡಾ. ವಿಜಯಾ	60
'ಕವಲು': ಕಲೆ ಮತ್ತು ಕಾಳಜಿ	ಸಂ॥ ಅಜಕ್ಕಳ ಗಿರೀಶಭಟ್ಟ	115
ಭೈರಪ್ಪನವರ ಕಾದಂಬರಿಗಳು: ಒಂದು ಅವಲೋಕನ	ಎಸ್. ರಾಮಸ್ವಾಮಿ	...
ಸಹಸ್ಪಂದನ (ಭೈರಪ್ಪನವರ ಮೊದಲ 12 ಕಾದಂಬರಿಗಳ ವಿಮರ್ಶೆ)		...
ತರಗೆಲೆಯ ಹಾರಾಟ	ಎಚ್.ವಿ. ರಂಗಾಚಾರ್	100

ಸಾವಧಾನ	ದ.ಬಾ. ಕುಲಕರ್ಣಿ	25
ಹಾಡೆ ಹಾದಿಯ ತೋರಿತು (ಪಿಎಚ್.ಡಿ. ಪ್ರಬಂಧ)	ಡಾ॥ ಎಚ್.ಎಸ್. ರಾಘವೇಂದ್ರ ರಾವ್	240

ಎಲ್.ವಿ. ಶಾಂತಕುಮಾರಿ

ಕಡಲ ಅಲೆಗಳು	255
ಭೈರಪ್ಪರ ಕಾದಂಬರಿಗಳಲ್ಲಿ ತಾಯ್ತನದ ತೆರೆಗಳು	175
ಯುಗಸಾಕ್ಷಿ (ಭೈರಪ್ಪ ಸಮಗ್ರ)	240
ಪ್ರತಿಭಾನ	500
ಭೈರಪ್ಪನವರ ಸೂಕ್ತಿ ಸಂಪದ (ಶತಾವಧಾನಿ ಆರ್. ಗಣೇಶ್‌ರೊಂದಿಗೆ)	230

ನಿರೂಪ

ಎಲ್ಲೆ ದಾಟಿ (ಕುವೆಂಪು–ಭೈರಪ್ಪ ಸೇರುವ ಮೀರುವ ಸ್ಥಾನ)	210
ಉತ್ತಿಷ್ಠ (ಜಗದ ಕವಿಯ ರಾಷ್ಟ್ರೀಯ ದೃಷ್ಟಿ)	54

ಉಮಾ/ವಿರೂಪಾಕ್ಷ ಕುಲಕರ್ಣಿ

ಧೀರೆ (ಕಾದಂಬರಿ)	200
ಸಂವಾದ ಅನುವಾದ	240
ಭೈರಪ್ಪನವರ ಸಾಹಿತ್ಯ: ಮರಾಠಿ ವಿಮರ್ಶೆ	245

ಎಚ್.ಕೆ. ನಂಜುಂಡಸ್ವಾಮಿ

ಸುಶ್ರುತ ನಡೆದ ಹಾದಿಯಲ್ಲಿ	125
ಕನ್ನಡ–ಗಿನ್ನಡ (ಪ್ರತಿಧ್ವನಿ ಪದಗಳ ಕೋಶ)	85

ಆತ್ಮಕಥೆ, ಜೀವನಚರಿತ್ರೆ

ನನ್ನ ಆರಂಭ ಜೀವನ	ಗಾಂಧಿ	50
ರಾಜಾಜಿ	ಪಿ.ಎಸ್. ಶ್ರೀಧರಮೂರ್ತಿ	12
ಶ್ರೇಷ್ಠ ಪುಸ್ತಕೋದ್ಯಮಿ: ಮ. ಗೋವಿಂದರಾವ್	ಸಂ॥ ಶ್ರೀನಿವಾಸ ಹಾವನೂರು	—

ಇತರ

ಮಹಾನಾರಾಯಣೋಪನಿಷತ್	ಸಂಪಾದಿತ	480
ಸುಭಾಷಿತ ಚಮತ್ಕಾರ	ಪಾ.ವೆಂ. ಆಚಾರ್ಯ	75

ಪಾಕಶಾಸ್ತ್ರ

ಗೃಹಿಣಿ	ಹೇಮಲತಾ ಪರಶುರಾಂ	390